கவிஞர் கண்ணதாசனின்
அர்த்தமுள்ள இந்துமதம்

10 பாகங்கள்

கண்ணதாசன் பதிப்பகம்

முதற் பதிவு : டிசம்பர், 2009
இருபதாம் பதிவு : அக்டோபர், 2022
இருபத்தி இரண்டாம் பதிவு : அக்டோபர், 2025

Copyright © 2009 by Kannadhasan Pathippagham. All rights reserved

E-mail: sales@kannadasan.co.in
Our Website: www.kannadasan.co.in

பதிப்பாசிரியர் : காந்தி கண்ணதாசன்

எச்சரிக்கை

காப்பிரைட் சட்டத்தின்கீழ் பதிவு பெற்றுள்ள இந்நூலில் இருந்து எப்பகுதியையும் முன் அனுமதியின்றி பிரசுரிக்கக்கூடாது. தவறினால் சிவில், கிரிமினல் சட்டங்களின்படி நடவடிக்கை எடுக்கப்படும்.

- காந்தி கண்ணதாசன் பி.ஏ., பி.எல்.,

No part of this book may be reproduced or transmitted inany form or by any means electronic or mechanical including photocopying or recording or by any information storage and retrieval system without permission in writing from Gandhi Kannadhasan, B.A., B.L., Chennai.

Price Rs: **650/-**

ARTHAMULLA HINDU MADHAM - Tamil

A Treatise on Hindu Religion

Meaning of Hindu Religion as Reflected in the Poet's life

Complete 10 volumes in one book and
bonus book of Q&A on Hindu Religion by the Poet

- Written By : Poet Laureate **KANNADHASAN**
- Twenty Second Impression : October 2025
- Publishing Editor : **GANDHI KANNADHASAN**
- Published By : **KANNADHASAN PATHIPPAGHAM**
23, Kannadhasan Salai,
Thiyagaraya Nagar, Chennai - 600 017.
Ph: 044-24332682 / 8712 / 98848 22125

ISBN: 978-81-8402-491-3

Books available at :

- No. 1212, Range Gowder Street, Coimbatore - 641 001.
Ph : 0422-4980023, Cell : 9884822139
- No. 1, Annai Complex, III Street, Vasantha Nagar,
Madurai - 625 003. Ph : 0452-4243793, Cell: 9884822126
- No. 37, Bharathy Street, Puducherry - 605 001.
Ph : 0413-4201202, Cell : 9884822128

Printed at Kannadhasan Pathippagham

பொருளடக்கம்

முதல் பாகம்

	ஸ்ரீ முகம்	11
	திருப்பணி	13
	முன்னுரை	15
	நோக்கம்	17
1.	உறவு	23
2.	ஆசை	29
3.	துன்பம் ஒரு சோதனை	35
4.	பாவமாம், புண்ணியமாம்!	40
5.	மறுபடியும் பாவம் - புண்ணியம்	47
6.	புண்ணியம் திரும்ப வரும்	53
7.	விதிப்படி பயணம்	58
8.	ஆணவம்	67
9.	தாய் - ஒரு விளக்கம்	73
10.	மங்கல வழக்குகள்	78
11.	கல்லானாலும்... புல்லானாலும்...	84
12.	நல்ல மனைவி	90
13.	நல்ல நண்பன்	97
14.	கீதையில் மனித மனம்	102
15.	உயர்ந்தோர் மரணம்	108
16.	கண்ணனை நினைப்பவர்கள் சொன்னது பலிக்கும்	112
17.	பூர்வ ஜென்மம்	118
18.	பிற மதங்கள்	126
19.	சமதர்மம்	130

20.	குட்டித் தேவதைகள்	135
21.	உலவும் ஆவிகள்	141
22.	சோதனையும் வேதனையும்	147
23.	ஒரு கடிதமும் பதிலும்	153
24.	பாவிகளே பிரார்த்தியுங்கள்	160

இரண்டாம் பாகம்

	திருமுருக கிருபானந்தவாரியார் அவர்கள் கருத்துரை	167
	பதிப்புரை	168
	முன்னுரை	169
1.	இதிகாசங்கள்	171
2.	சாதிகள்	177
3.	வாசலில் அமீனா நிற்கிறான்	183
4.	ஒரு புதிய சிந்தனை	188
5.	வரும் - ஏற்றுக் கொள்; தரும் - பெற்றுக்கொள்!	194
6.	நெஞ்சுக்கு நிம்மதி ஆண்டவன் சந்நிதி!	199
7.	எனக்குத் தெரிந்தவரை....	204
8.	வள்ளுவர் ஓர் இந்து	211
9.	கனவுகள்	216
10.	சகுனங்கள்	221
11.	ஏன் இந்த நம்பிக்கை	227
12.	இந்து மங்கையர்	233
13.	அங்காடி நாய்	239
14.	ஆண்டாள் தமிழை ஆண்டாள்!	244
15.	அறிவும் திருவும்	251
16.	இன்றைய இளைஞனுக்கு	256

மூன்றாம் பாகம்

	என் பணி	263
1.	அவனவன் தர்மம்	267
2.	விரும்பாதவனும் முடியாதவனும்	272

அர்த்தமுள்ள இந்துமதம் – பொருளடக்கம்

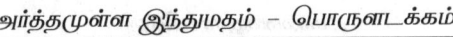

3.	இரத்தங்களின் யுத்தம்	277
4.	குடும்பம் என்னும் தர்மம்	283
5.	மெய்யுணர்வு	289
6.	மனிதாபிமானம்	294
7.	மாலைக்குள் பாம்பு	299
8.	மரத்தைத் தண்ணீரில் போடு	305
9.	காம உணர்ச்சி	310
10.	கோபம், பாவம், சண்டாளம்!	316
11.	மதுவும் மதமும்	325
12.	பக்குவம்	331
13.	இறைவனின் நீதிமன்றங்கள்	339

நான்காம் பாகம்

துன்பங்களிலிருந்து விடுதலை

1.	அத்தியாயம் - 1	351
2.	அத்தியாயம் - 2	354
3.	அத்தியாயம் - 3	358
4.	அத்தியாயம் - 4	363
5.	அத்தியாயம் - 5	366
6.	அத்தியாயம் - 6	372
7.	அத்தியாயம் - 7	377
8.	அத்தியாயம் - 8	382
9.	அத்தியாயம் - 9	386
10.	அத்தியாயம் - 10	391
11.	அத்தியாயம் - 11	396
12.	அத்தியாயம் - 12	405
13.	அத்தியாயம் - 13	413

ஐந்தாம் பாகம்

ஞானம் பிறந்த கதை

1.	காளஹஸ்தி	421
2.	பட்டினத்தார் சொல்கிறார்	425

கண்ணதாசனின்

3. பத்ரகிரியார் கூறுகிறார் 459
4. பட்டினத்தார் கூறுகிறார் 462
5. பத்ரகிரியார் கூறுகிறார் 466
6. பட்டினத்தார் முடிவுரை 469
7. பட்டினத்தார் புலம்பல் 477
8. பத்ரகிரியார் புலம்பல் 481

ஆறாம் பாகம்

நெஞ்சுக்கு நிம்மதி

1. லௌகீகம் 487
2. இசையும்கலையும் 490
3. சேவையில் நிம்மதி 497
4. பூஜையில் நிம்மதி 506
5. நம்பிக்கையில் நிம்மதி 524
6. இல்லறத்தில் நிம்மதி 527
7. படிப்பதில் நிம்மதி 533
8. ஆரோக்கியத்தில் நிம்மதி 536
9. தூக்கத்தில் நிம்மதி 542
10. உனக்குள்ளே நிம்மதி 546
11. முடிவுரை 550

ஏழாம் பாகம்

சுகமான சிந்தனைகள்

1. அத்தியாயம் - 1 557
2. அத்தியாயம் - 2 565
3. அத்தியாயம் - 3 571
4. அத்தியாயம் - 4 577
5. அத்தியாயம் - 5 583
6. அத்தியாயம் - 6 590
7. அத்தியாயம் - 7 602
8. அத்தியாயம் - 8 610

6

9.	அத்தியாயம் - 9	614
10.	அத்தியாயம் - 10	617

எட்டாம் பாகம்

போகம், ரோகம், யோகம்

1.	அத்தியாயம் - 1	623
2.	அத்தியாயம் - 2	635
3.	அத்தியாயம் - 3	645
4.	அத்தியாயம் - 4	654
5.	அத்தியாயம் - 5	671
6.	அத்தியாயம் - 6	681

ஒன்பதாம் பாகம்

ஞானத்தைத் தேடி

1.	மௌனம்	687
2.	உண்ணாவிரதம்	691
3.	இச்சா பத்தியம்	696
4.	குரு-சிஷ்ய பாவம்	701
5.	கடவுள் மனிதனாக	706
6.	சொர்க்கம்–நரகம்–புனர்ஜென்மம்	712
7.	கள்ளம்–கபடம்–வஞ்சகம்	722
8.	தெய்வத்தை அணுகும் முறை	727
9.	நாத்திக வாதம்	734
10.	பெரியது கேட்பின்...	739
11.	சில தத்துவங்கள்	743

பத்தாம் பாகம்

உன்னையே நீ அறிவாய்

1.	பதில் இல்லாத கேள்வி	751
2.	சேரிடம் அறிந்து சேர்	756
3.	பகுத்தறிவு	762
4.	ஈஸ்வர லயம்	769

கண்ணதாசனின்

5.	பொய்யில்லாவாழ்க்கை	778
6.	கடிவாளம்	787
7.	சில சித்திரவதைகள்	795
8.	வாழ்க்கை என்பது வாழவே	801
9.	நல்லவன் வாழ்வான்	803

கேள்வி-பதில்கள்

1.	சமயம்	809
2.	இராமாயணம்	865
3.	மகாபாரதம்	868
4.	பகவத் கீதை	871
5.	திருக்குறள்	874

முதல் பாகம்

# அர்த்தமுள்ள இந்து மதம்
- பாகம் 1

ஸ்ரீ காஞ்சி காமகோடி பீடாதிபதி
ஜகத்குரு ஸ்ரீசங்கராசார்ய சுவாமிகள்
ஸ்ரீ மடம்

முகாம்-சாரங்கபூர் (உத்திரப் பிரதேசம்)
தேதி:4.7.73

ஸ்ரீ முகம்

உலகில் உள்ள ஒவ்வொரு மதமும் ஒவ்வொரு காலத்தில் ஒரு மஹா புருஷரால் அந்தந்தக் கால தேசத்துக்கு ஏற்றவாறு தோற்றுவிக்கப்பட்டது. நமது இந்து மதம், ஒருவரால், காலத்திற்கேற்றவாறு தோற்றுவிக்கப்படாமல், உலகம் தோன்றின முதல், ஆண்டவராலேயே தோற்றுவிக்கப்பட்டு, எல்லாக் காலத்திற்கும், எல்லா மக்களுக்கும் ஏற்றவகையில், அனாதியாய் இருந்து கொண்டிருக்கிறது.

தற்போது இந்து மதம் தவிர, உலகில் உள்ள மதங்கள் எல்லாம் மூவாயிரம், நாலாயிரம் வருஷங்களுக்கு முன்பு தோன்றியுள்ளவை; அதற்கு முன்னால் இருந்த மதங்கள் எல்லாம் இப்போது இல்லை; ஆகவே, ஒருவரால், ஒருநாள் தோற்றுவிக்கப்பட்ட எந்த மதமாக இருந்தாலும், ஒருநாள் அதற்கு முடிவும் ஏற்பட்டு விடுகிறது.

நமது இந்து மதத்திற்கு அதுபோல ஒருநாளும் முடிவு ஏற்படாது. ஆனால் குறைவு ஏற்படலாம். குறைவு அவ்வப்போது தோன்றும். இறைவனின் அவதாரத்தினாலும் மஹா புருஷர்களாலும் ஞானிகளாலும் நிறைவு பெற்றுவிடும். இந்து மதத்தில் நடத்தக்கூடிய ஒவ்வொரு காரியத்திற்கும் சடங்கிற்கும் அர்த்தமுண்டு என்ற கருத்துக்களை எல்லாம் பாமர மக்கள் படித்து அறிந்து கொள்ளும் வகையில் கவிஞர் திரு.கண்ணதாசன்

கண்ணதாசனின்

அவர்கள் 'தினமணி கதிர்' மூலம் எழுதி வந்ததை, நல்ல கருத்துள்ள நூல்களாக வெளியிட்டு வரும் 'வானதி பதிப்பகம்' திருநாவுக்கரசு அவர்கள் வெளியிடுவதையறிந்து சந்தோஷிக்கிறோம்.

இதுபோன்ற நல்ல ஆஸ்திகக் கருத்துக்கள், எல்லா மக்களுடைய மனத்தில் ஊறி, இந்து தர்மத்தைக் கடைப்பிடித்து எல்லோரும் சுகமாக வாழ வேண்டும்.

நாராயண ஸ்மிருதி

திருப்பணி

நம் வாழ்க்கையில் நடைபெறுகிற ஒவ்வொரு நிகழ்ச்சியும், இறைவனுடைய ஏட்டினிலே உடனுக்குடன் பதியப்படுகிறது.

நாம் ஒருவருக்கு நன்மை செய்தால் நிச்சயமாக நற்பலன் ஏற்படுகிறது. ஒருவருக்கு தீமை செய்தால் கண்டிப்பாக அதற்குரிய தண்டனை கிடைக்கிறது. இவை இறைவனின் தீர்ப்புகள் என்பதைக் கவிஞர் கண்ணதாசன் தன் வாழ்க்கை அனுபவங்களைக் கொண்டு ஒப்பிட்டுப் பார்த்து, ஆராய்ந்து எழுதிய கட்டுரைகளே "கண்ணதாசனின் அர்த்தமுள்ள இந்து மதம்."

இந்து மதம் என்றால், ஆழமான தத்துவங்கள் உள்ளடங்கியது; மிக உயர்ந்த வாழ்க்கை நெறிகள் நிறைந்தது; அதை அணுகுவது கடினம்; அனுசரிப்பது கடினம்; அதன் அருமை பெருமைகளை - அதன் அர்த்தத்தை, வேதம் பயின்ற பண்டிதர்களும் அருள்பழுத்த ஞானிகளுமே புரிந்துகொள்ள முடியும். சாதாரண மக்கள் அதை அணுகவோ புரிந்து கொள்ளவோ முடியாது என்ற பயம் மேலிட்டிருந்தது. அந்த பயத்தினை எல்லாம் போக்கி, சாதாரண மக்களும், இந்து மதத்தின் தத்துவங்களை உணர்ந்துகொள்ள முடியும். அதன் சாரத்தைப் புரிந்து கொள்ள முடியும் என்று, மிக எளிமையாகவும், இனிமையாகவும் காட்டி விட்டார் கவிஞர் கண்ணதாசன். இந்துமதம் எவ்வளவு சுதந்திரம் உள்ளது. எவ்வளவு அர்த்தங்கள் பொதிந்துள்ளது என்பதனைக் கவிஞரின் கட்டுரைகளைப் படிப்பதன் மூலம் நாம் உணர்கிறோம்.

எத்தனையோ அறநிலையங்கள் ஒன்றுகூடிச் செய்ய வேண்டிய காரியங்களை, போதிக்க வேண்டிய நற்கருத்துக்களை, தனி ஒரு மனிதர், தம் எழுத்துச் சுடரால் மக்களை நல்வழிப்படுத்துகிற பெரும் பணியினைச் செய்துள்ளார். இது அவருக்கு இறைவன் அளித்த பேறு.

இந்து சமயத்தின் வளர்ச்சியிலும் மனித சமுதாயத்தின் நலத்திலும் கருத்து மிகச் செலுத்தி, தம் வாழ்க்கையில் பெற்ற அனுபவக் கீற்றுகளுக்கு உருக்கொடுத்து தத்துவத்தையும் ஞானத்தையும் சேர்த்து, கனியமுதம் போன்ற கட்டுரைகள் வடிவில், 'அர்த்தமுள்ள இந்து மத'மாகத் தந்துள்ள கவிஞர் கண்ணதாசன் அவர்களுடைய திருப்பணி மகத்தானது; பாராட்டுதற்குரியது.

இது ஒரு ஞானக் களஞ்சியம். இந்துமதம் தழைப்பதற்கும், மக்களின் மனநலம் பிழைப்பதற்கும், கவிஞர் கண்ணதாசன் அவர்களுடைய செழுமையான கருத்துக்கள் நிச்சயம் பயன்படும் என்பதை இந்நூலின் மூலம் நிரூபித்து விட்டார். அவருடைய சேவை போற்றுதற்குரியது.

இந்நூலுக்கு அருள் முத்திரையாக ஸ்ரீ காஞ்சி காமகோடி பீடாதிபதி ஸ்ரீ சங்கராசாரியார் அவர்களின் ஸ்ரீ முகம் கிடைத்திருக்கிறது. இதில் எல்லோரும் சுகமாக வாழப் பெரியவர்கள் அருளாசி வழங்கியிருக்கிறார்கள். இது ஒரு பெரும் பேறு.

கடவுளின் கருணையும், தமிழ் மக்களின் மகத்தான ஆதரவும் இந்நூலுக்கு இருக்கிறது என்ற நம்பிக்கையோடு, இந்து தர்மத்தின் பொன்னாரமாக வானதி பதிப்பகத்தின் சிறப்பு வெளியீடாக மகிழ்ச்சியோடு இதை வெளியிடுகிறேன்.

"அர்த்தமுள்ள இந்து மதம்" முதல் பகுதி இது. இரண்டாவது மூன்றாவது பகுதிகளும் வெளி வந்துள்ளன.

இந்நூலை, வானதி பதிப்பகத்தில் வெளியிட அனுமதியளித்த கவிஞர் கண்ணதாசன் அவர்களின் கருணை உள்ளத்துக்கு அன்பு கலந்த நன்றி. அவருடைய நூல்களைத் தொகுத்துத்தரும் திரு.இராம.கண்ணப்பன் அவர்களுக்கும் நன்றி.

இந்நூலை நீங்கள் படிப்பதோடு மட்டுமல்லாமல், உங்கள் நண்பர்களுக்கெல்லாம் பரிசளித்து இன்பமடைய வேண்டுகிறேன். கவிஞருக்கு நல்வாழ்த்துக் கூற வேண்டுகிறேன்.

ஏ.திருநாவுக்கரசு
வானதி பதிப்பகம்

முன்னுரை

இந்து மதத்தின் தத்துவங்களில் எனக்கு நீண்ட கால ஈடுபாடு உண்டு.

நான் நாத்திகனாக இருந்த காலத்தில்கூட, சில தத்துவங்களின் உள்ளர்த்தத்தை வியப்போடு நோக்கியிருக்கிறேன்.

அவற்றைப் பற்றியெல்லாம் பின்னால் நாம் எழுதப் போகிறோம் என்று கருதியதில்லை. கருதியிருந்தால், இன்னும் பல விஷயங்களைக் குறித்து வைத்திருப்பேன்.

காஞ்சிப் பெரியவர்களைப் போலவோ, வாரியார் சுவாமிகளைப் போலவோ ஆழமான தத்துவ அறிவு எனக்கில்லை.

அனுபவ ரீதியான உண்மைகளையே பெரும்பாலும் இதில் கூறியிருக்கிறேன்.

ஓராண்டுக்காலம் தொடர்ச்சியாக இது 'தினமணி கதிரில்' வெளிவந்தபோது இதற்குக் கிடைத்த வரவேற்பு எனக்குப் பெரும் வியப்பைக் கொடுத்தது.

எந்தப்பக்கம் திரும்பினாலும், இது பற்றிய பேச்சாகவே இருந்தது.

இது புத்தகமாக வரவேண்டுமென்றும் பலபேர் விரும்பினார்கள். வழக்கமாக எனது நூல்களை வெளியிடும் வானதி பதிப்பகம் இதையும் அழகாக வெளியிட்டிருக்கிறது.

இவ்வளவு குறைந்த விலையில் இவ்வளவு செம்மையாக இதனை வெளியிட்ட வானதி திருநாவுக்கரசு அவர்களுக்கும், வழக்கம் போல் இதனைத் தொகுத்து வைத்திருந்த தம்பி இராம.கண்ணப்பனுக்கும் என் நன்றி.

அன்பன்

29.6.73
விசாலாட்சி இல்லம்
சென்னை - 17

நோக்கம்

என் இனிய நண்பர்களே,

இந்து மதத்திற்குப் புதிய பிரசாரங்கள் தேவையில்லை.

ஏற்கெனவே உள்ள பிரசாரகர்கள், உபன்யாசகர்கள் யாரும் சக்தி குறைந்தவர்களல்லர்.

சொல்லப் போனால், அவர்களிடமிருந்து கற்றுக் கொண்ட விஷயங்களையே, நான் இப்போது எழுதப்போகிறேன்.

ஆகவே, 'புதிய பிரசாரகன் கிளம்பி இருக்கிறான்' என்ற முறையில், இந்தத் தொடர் கட்டுரையை யாரும் அணுகத் தேவையில்லை.

நான் நாத்திகனாக இருந்தது, இரண்டு மூன்று ஆண்டுகளே!

அதுவும், நாத்திகத்திற்கு ஒரு போலித்தனமான மரியாதை கிடைக்கத் தொடங்கிய இடைக்காலத்திலேயே!

நான் எப்படி ஆத்திகனானேன்?

கடவுளையும், புராணங்களையும் கேலி செய்வதற்காகக் கந்தபுராணம், பெரியபுராணம், கம்பனின் ராமகாதை, திருவாசகம், திருப்பாவை, திருவெம்பாவை, அதை உள்ளிட்ட நாலாயிர திவ்யப் பிரபந்தம், வில்லிபாரதம் அனைத்தையும் படிக்கத் தொடங்கினேன்.

அறிஞர் அண்ணா அவர்கள், கம்பனை விமர்சித்து, 'கம்பரசம்' எழுதியதற்குப் பின் அதன் எதிரொலியாகவே எனக்கு இந்த ஆசை தோன்றிற்று.

படித்தேன்; பல பாடல்களை மனனம் செய்தேன். விளைவு?

கம்பனைப் படிக்கப் படிக்க நான் கம்பனுக்கு அடிமையானேன்.

புராணங்களிலுள்ள தத்துவங்களைப் படிக்கப் படிக்க நான் கடவுளுக்கு அடிமையானேன்.

நாத்திகவாதம் என்பது அரசியல் நோக்கம் கொண்டது என்பதையும், உள் மனத்தின் உண்மையான உணர்ச்சி அல்ல என்பதையும் உணர்ந்தேன்.

கண்ணதாசனின்

மேலும் மேலும் கம்பனைப் படித்தேன்; கடவுளைப் படித்தேன்!

என் சிறகுகள் விரிந்தன; சொற்கள் எழுந்தன; பொருள்கள் மலர்ந்தன; காண்கின்ற காட்சிகளெல்லாம் கவிதையிலேயே தோன்றின.

புரட்சி என்கிற பேரில் குருட்டுத்தனமான நாத்திக மனப்போக்குத் தொடர்ந்திருந்தால், எனது எழுத்துக்கள் சுருங்கி, கருத்துகள் சுருங்கி, என் பெயரும் சுருங்கியிருக்கும்.

ரஷ்ய மக்களுக்கு நாத்திகவாதம் பொருத்தமாக இருக்கலாம். அவர்களது மூதாதையர்கள் ஆக்கி வைத்த மதங்களில், இந்து மதத்தில் உள்ளது போல் இவ்வளவு ஆழ்ந்த தத்துவங்கள் இல்லை. அருமையான கவிதை கலைகளில்லை.

'வாழ்க்கையில் நீ எந்தச் சாலையில் போனாலும் சரி, எதிர்ப்படும் மகிழ்ச்சியிலோ, துன்பத்திலோ நீ இறைவனின் எதிரொலியைக் கேட்கிறாய். அந்த எதிரொலியில் இந்து மதத்தின் சாரத்தைக் காண்கிறாய்!'

ஒருவன் சராசரி மனிதனாயினும் சரி, தலைமை வகிக்கும் மனிதனாயினும் சரி, ஒரு கட்டத்தில் உள்ளூர இறைவனை நம்பத் தொடங்குகிறான்.

அந்த நம்பிக்கையின் தொடர்ச்சியாக, ஏதாவதொரு, இந்துமதக் கதை அவன் நினைவுக்கு வருகிறது. 'அன்றைக்குச் சொன்னது சரியாகப் போய்விட்டது' என்று மனத்திற்குள்ளேயே கூறிக் கொள்கிறான்.

நாத்திக வாதத்தில் பணம் கிடைப்பதால், ஒரு சிலர் மட்டுமே, தங்களை 'இங்கர்சாலின் மாப்பிள்ளை'களாகக் கருதிக் கொண்டிருக்கிறார்கள்.

ஆனால், சமுதாயத்தை ஏமாற்றாத எந்தச் சராசரி மனிதனும், இந்துமதத் தத்துவத்தை விட்டு விலகிச் செல்ல முடியாது.

அவன் விரும்பினாலும், விரும்பாவிட்டாலும், அவன் போகும்சாலை, இந்துமதம் போட்ட சாலையாகத் தான் இருக்கும்.

'தெய்வ தண்டனை' என்று இந்து மதம் சொல்கிறதே, அதை நானே பலமுறை கண்ணெதிரில் கண்டிருக்கிறேன்.

சிறுவயதில் நான் வேலையில்லாமல் அலைந்த போது, ஒருவர் ஒரு மோசமான வேலையைச் சொல்லி, கேலியாக, "அந்த வேலைக்குப் போகிறாயா?" என்று கேட்டார்.

அர்த்தமுள்ள இந்துமதம் – பாகம் 1

'அதற்குத்தானா நாம் லாயக்கு' என்றெண்ணிய நான் அழுதுவிட்டேன்.

என்ன ஆச்சர்யம்!

சில ஆண்டுகளில், அதே வேலைக்கு அவருடைய மகன் போய்ச் சேர்ந்தான்.

நான் இதோ உங்கள் மத்தியில் நிற்கிறேன்.

எனக்குத் தெரிந்த நண்பர் ஓர் அதிகாரியின் மனைவியோடு கள்ள நட்பு வைத்திருந்தார். தன் மனைவியைப் பற்றி மட்டும் அவர் பெருமையாகப் பேசிக் கொண்டிருப்பார். ஆனால், அவருடைய நல்ல மனைவிகூடச் சில ஆண்டுகளில் வேறு ஒருவரோடு கள்ள நட்புக் கொண்டார்.

அந்த மனிதர் நிம்மதியின்றி அழுதார், அலைந்தார்.

அவரை நான் சந்தித்தபோது, என் நினைவுக்கு வந்தது இந்து மதம்!

நான் படமெடுத்தபோது, என் பங்காளி ஒருவருக்குக் கையெழுத்துப் போடும் உரிமை கொடுத்திருந்தேன்.

அவர், தமக்கு வேண்டிய ஒருவரிடம் ஐயாயிரம் ரூபாய் வாங்கிக்கொண்டு, என் கம்பெனி லெட்டர் பேப்பரில், வெறும் பேப்பரில், கையெழுத்துப் போட்டுக் கொடுத்துவிட்டார்.

அவர், அதை அறுபதாயிரம் ரூபாய்க்குப் பூர்த்தி செய்துகொண்டு என்னை மிரட்டினார்.

இரண்டு வருட காலங்கள் நான் நிம்மதியில்லாமல் இருந்தேன்.

இரவில் திடீர் திடீரென்று விழிப்பு வரும். 'கண்ணா கண்ணா!' என்று அழுவேன்.

அந்தப் 'பினாமி' நபர், ஒரு கம்பெனி ஆரம்பித்தார். அந்தக் கம்பெனியின் உபயோகத்திற்காக, அவசரமாக ஒரு வெறும் பேப்பரில் கையெழுத்துப் போட்டு, கம்பெனி மானேஜரிடம் கொடுத்துவிட்டுப் போனார்.

அந்த மானேஜருக்கும் அவருக்கும் ஒரு நாள் சண்டை வந்தது.

அந்த மானேஜருக்கு, நான் ஏமாற்றப்பட்ட விதம் தெரியும்.

ஆகவே, ஒருநாள் அதிகாலையில் அந்தப் பேப்பரைக் கொண்டு வந்து என்னிடம் கொடுத்தார்.

நான் அதிலே எழுபத்தையாயிரத்துக்குப் பூர்த்தி செய்து அவரைக் கூப்பிட்டுக் காட்டினேன்.

பினாமி நபர் என் காலைப் பிடித்துக் கொண்டு கெஞ்சினார்.

பிறகு இரண்டு பேருமே இரண்டு பேப்பர்களையும் கிழித்துப் போட்டுவிட்டோம்.

அப்போது என் நினைவுக்கு வந்தது இந்துமதம்!

என் வாழ்வில் ஏற்படும் ஒவ்வொரு எதிரொலியிலும், நான் அடிக்கடி சொல்வது 'நம் மூதாதையர்கள் முட்டாள்களல்ல' என்பதே.

ஆலமரம் போல் தழைத்துக் குலுங்கி நிற்கும் இந்து மதம், உன் வாழ்க்கையின் ஒவ்வொரு கட்டத்தையும், ஒவ்வொரு விநாடியையும் அளந்து கொடுக்கிறது.

இந்தியாவின் வடஎல்லையில் தோன்றி, இந்தியா முழுமையிலும் ஓடி, சீனா முழுவதையும் கவர்ந்து ஆசியாக் கண்டத்தையே அடிமை கொண்ட பௌத்த மதம், இந்து மதத் தத்துவங்களாலே சீரணிக்கப்பட்டு, இந்தியாவில் இல்லாமல் ஆகிவிட்டது.

தமிழில் ஐம்பெருங் காப்பியங்களில் சிலப்பதிகாரம், மணிமேகலை, குண்டலகேசி, சீவக சிந்தாமணி நான்கும், சமண பௌத்த மரபுகளைக் காட்டுவதை நாம் எண்ணிப் பார்த்தால், சமண பௌத்தத்தின் செல்வாக்கு தென்குமரிவரை எப்படியிருந்தது என்பதை அறிய முடியும்.

ஜைன - பௌத்த மதங்கள் பெற்றிருந்த செல்வாக்கை நமது வரலாறுகள் குறிப்பிடுகின்றன.

அவை எங்கே?

இந்து மதத்தின் தத்துவங்களுக்குள் அவை அடங்கிவிட்டன.

அந்த நதிகள் இந்துமாக்கடலில் சங்கமமாகிவிட்டன.

வள்ளுவன் குறிப்பிடும் 'ஆதிபகவன், உலகியற்றியான்' அனைத்தும், புத்தனை அல்லது ஜைன - சமயக் கடவுளையே!

இப்படி நான் சொல்வதற்குக் காரணம், வள்ளுவனுக்குப் பின்வந்த ஐம்பெரும் இலக்கியங்களில் சமண பௌத்த மரபு கலந்திருப்பதால்.

ராமானுஜர் காலத்திலிருந்து இந்துமதம் உத்வேகத்தோடு எழுந்திருக்கிறது.

அமைதியான முறையிலேயே அத்தனை மதங்களையும் ஆட்கொண்டிருக்கிறது.

காரணம், அதன் ஆழ்ந்த தத்துவங்களே!

சிலப்பதிகாரத்திலும் துர்க்கை கோயில் வருகின்றது என்பதிலிருந்து இந்து மதம் முன்பும் செழிப்பாகவே இருந்தது என்றாகிறது.

ஆனால், பல பூர்வீக மதங்களையும், தன்னுடைய கிளை அலுவலகமாக ஆக்கிக்கொண்டு, தானே தலைமை தாங்கத் தொடங்கிய காலம் ராமானுஜர் காலமே!

அத்தகைய இந்து மதத்தைப் பற்றி என்னுடைய குறைவான அறிவில் தோன்றிய குறைபாடான கருத்துக்களைத் தொடர்ந்து எழுதப் போகிறேன்.

இந்தத் தொடர் கட்டுரையில் நான் இந்து மத வரலாற்றை ஆராயப் போவதில்லை.

அதன் தத்துவங்கள் வாழ்க்கைக்கு எவ்வளவு பயன்படுகின்றன என்பதை மட்டும் எழுதுவேன்.

அன்பன்

சென்னை
22.08.72

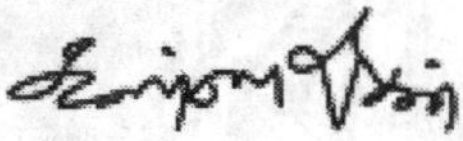

1

உறவு

'மனிதன், சமூக வாழ்க்கையை மேற்கொண்டுவிட்ட ஒரு மிருகம்' என்றார் ஓர் ஆங்கில அறிஞர்.

காட்டு மிராண்டிகளாகச் சிதறிக் கிடந்த மனிதர்கள் குடிபெயர்ந்து ஊர்ந்து வந்து ஓரிடத்தில் சேர்ந்தார்கள். அதனால் அவர்கள் சேர்ந்து வாழ்ந்த இடம் 'ஊர்' என்று அழைக்கப்பட்டது.

அதில் பலர் நகர்ந்து வந்து பெருங்கூட்டமாக ஓரிடத்தில் குடியேறினார்கள். அவ்விடம் 'நகரம்' என்றழைக்கப்பட்டது.

தனி மனிதர்கள் 'சமூக'மாகி விட்டார்கள்.

தனி மனிதனுக்கான நியதிகளோடு சமுதாயத்திற்காகச் சில சம்பிரதாயங்களும் உருவாயின.

அந்தச் சம்பிரதாயங்களுள் சில புனிதமாகக் கருதப்பட்டுத் தருமங்களாயின.

கணவன் - மனைவி உறவு, தாய் - தந்தை பிள்ளைகள் உறவு, தாயாதிகள் - பங்காளிகள் உறவு, ஊர்ப்பொது நலத்துக்கான கூட்டுறவு முதலியவைகள் தோன்றின.

தந்தைவழித் தோன்றல்களெல்லாம் 'பங்காளி'களாகவும், தந்தையுடன் பிறந்த சகோதரிகளெல்லாம் 'சம்பந்தி'களாகவும், தாய்வழித் தோன்றல்கள் 'தாயாதி'களாகவும் ஒரு மரபு உருவாயிற்று.

வார்த்தைகளைக் கவனியுங்கள்.

தந்தைவழி பங்குடையவன் என்பதாலே 'பங்காளி'யாகவும், தாயை ஆதியாக வைத்து விளைந்த சகோதரத்துவம் 'தாயாதி' என்றும் கூறப்பட்டது.

'சகோதரன்' என்ற வார்த்தையே 'சக உதரன் - ஒரே வயிற்றில் பிறந்தவன்' என்பதைக் குறிக்கும்.

சம்பிரதாயங்களாகத் தோன்றிய உறவுகள் மரபுகளாகி, அந்த மரபுகள் எழுதாத சட்டங்களாகிவிட்டன.

இந்த உறவுகளுக்குள்ளும், பொதுவாகச் சமூகத்திலும் நிலவ வேண்டிய ஒழுக்கங்கள் சம்பிரதாயங்களாகி, மரபுகளாகி, அவையும் சட்டங்களாகிவிட்டன.

கண்ணதாசனின்

இந்தச் சட்டங்களே நமது சமூகத்தின் கௌரவங்கள்; இந்த வேலிகள் நம்மைக் காவல் செய்கின்றன.

இந்த உறவுகள், ஒழுக்கங்களுக்கும், நிம்மதிக்குமாக உருவாக்கப்பட்டவை.

ஆனால் இவை மட்டும்தானா உறவுகள்?

இந்து மதம் அதற்கொரு விளக்கம் சொல்கிறது.

"பிறப்பால் தொடரும் உறவுகளல்லாமல், பிணைப்பால் தொடரும் உறவுகளே உன்னதமானவை" என்பது இந்துமதத் தத்துவம்.

பிறப்பின் உறவுகளே பேதலிக்கின்றன.

பெற்ற தந்தையைப் பிச்சைக்கு அலையவிடும் மகன் இருக்கின்றான்.

கட்டிய தாரத்தையும் பட்டினி போடும் கணவன் இருக்கிறான்.

தாயைத் தவிக்கவிட்டுத் தாரத்தின் பிடியில் லயித்துக் கிடக்கும் பிள்ளை இருக்கிறான்.

கூடப் பிறந்தவனே கோர்ட்டுப் படிக்கட்டுகளில் ஏறி எதிராக நிற்கிறான்.

சமூக மரபுகள் இவற்றை ஒழுக்கக் கேடாகக் கருதவில்லை.

முதலில் நமது சமூகங்களுக்கு, 'இவையும் ஒழுக்கக் கேடுகள்' என்று போதித்தது இந்து மதம்.

கணிகை ஒருத்தியைக் கட்டிலில் போட்டு இரவு முழுவதும் விளையாடுகிறோம். இச்சை தீர்ந்ததும், அவளைத் தள்ளிப் படு என்றுதான் சொல்லத் தோன்றுகிறதே தவிர, அங்கு நீக்க முடியாத பிணைப்பு ஏற்படுவதில்லை.

அந்த உறவு அந்த இரவுக்கு மட்டுமே!

அலுவலகத்தில் வேலை பார்க்கிறோம். வேலையிலிருந்து விலகியதும், வேலை பார்த்த இடத்தை மறந்துவிடுகிறோம். அந்தப் பிணைப்பு கூலிக்காகவே!

ஹோட்டலில் அறை எடுத்துக்கொண்டு தங்குவது போல் சில உறவுகள், சொந்த வீட்டில் வாழ்வது போல் சில உறவுகள்.

ஆயிரம் வாசல் இதயம்! யாரோ வருகிறார்கள். யாரோ போகிறார்கள்!

வாழ்ந்தால் சிரிக்கிறார்கள்; வறண்டால் ஒதுங்குகிறார்கள்; செத்தபின் ஒப்புக்காக அழுகிறார்கள்.

இரண்டு ஆத்மாக்கள் ஐக்கியமாகி, ஓர் ஆத்மா தாக்கப்படும் போது இன்னொரு ஆத்மாவும் இயற்கையாகத் துடிக்குமானால், அந்த உறவே புனிதமான உறவு.

பிறப்பில் சொந்தமிருந்தாலும் சரி, இல்லாவிட்டாலும் சரி.

அது மனிதனாயினும் சரி, நாய் பூனையானாலும் சரி.

எங்கே பந்தம் ஏற்றத்தாழ்வுகளில் சேர்ந்து வருகிறதோ, அங்கேதான் உறவிருக்கிறது.

கண்ணீரைத் துடைக்கின்ற கைகள், காயத்துக்குக் கட்டுப் போடும் கைகள், வறுமையில் பங்கு கொள்ளும் உள்ளம், சோதனையில் கூடவே வரும் நட்பு - உறவு பூர்த்தியாகிவிடுகிறது.

''அற்ற குளத்தி னறுநீர்ப் பறவைபோல்
உற்றுழித் தீர்வா ருறவல்லர் - அக்குளத்திற்
கொட்டியு மாம்பலும் நெய்தலும் போலவே
ஒட்டி யுறுவா ருறவு!'' - *ஔவையார்*

இதற்குப் புராணத்திலிருந்து ஒரு பகுதியை உதாரணம் காட்டி விரிவுரை தருகிறார். திருமுருக கிருபானந்த வாரியார்.

அதை அவருடைய வாசகத்திலேயே தருகிறேன்.

'இடர் வந்த காலத்தில்தான் சிநேகிதர், பந்துக்கள் முதலியவர்களுடைய அன்பைத் திட்டமாக அளந்தறியலாம். நமக்கு வரும் இடர்தான், சிநேகிதரையும் உறவின் முறையினரையும் அளக்கும் அளவுகோல். ஆதலால் அக்கேட்டிலும் ஒரு பயன் உளது என்றார் பொய்யில் புலவர்.

கேட்டினும் உண்டோர் உறுதி; கிளைஞரை
நீட்டி அளப்பதோர் கோல்.

இது சம்பந்தமாக, தருமபுத்திரர் வினவ, பீஷ்மர் கூறிய வியாக்கியானத்தை எடுத்துக் காட்டுவோம்.

காசிராஜனுடைய தேசத்தில் ஒரு வேடன், விடமுள்ள பாணத்தை எடுத்துக்கொண்டு, சேரியிலிருந்து புறப்பட்டு மானைத் தேடிப் போனான். அங்கு ஒரு பெரிய வனத்தில் மான்கள் அருகிலிருக்கக் கண்டு மாமிசத்தில் இச்சையுடைய அந்த வேடன், ஒரு மானையடிக்கக் குறிவைத்துக் கூரிய பாணத்தை விடுத்தான். தடுக்க முடியாத அந்தப் பாணம் குறி தவறியதால், அக்கானகத்திலுள்ள ஒரு பெரிய தழைத்த மரத்தின் மீது பாய்ந்தது. கொடிய விடந்தடவிய கணையினால் மிக்க வேகத்துடன் குத்தப்பட்ட அம்மரம், காய்களும் இலைகளும் உதிர்ந்து உலர்ந்து

கண்ணதாசனின்

போயிற்று. வானளாவி வளர்ந்தோங்கியிருந்த அத்தருவானது அவ்வாறு உலர்ந்தபோது, அதன் பொந்துகளில் வெகுநாள்களாக வசித்திருந்த ஒரு கிளி, அம்மரத்தின் மேலுள்ள பற்றினால் தன்னிருப்பிடத்தை விடவில்லை. நன்றியறிவுள்ளதும் தருமத்தில் மனமுள்ளதுமாகிய அந்தக் கிளி வெளியிற் சஞ்சரியாமலும், இரையெடாமலும், களைப்புற்றும், குரல் தழுதழுத்தும், மரத்துடன் கூடவே உலர்ந்தது. மரஞ்செழிப்புற்றிருந்த போது அதனிடஞ் சுகித்திருந்ததுபோல், அது உலர்ந்து துன்புறும்போதும் அதனை விட்டுப் பிரியாமல் தானுந்துன்புற்றிருந்தது. அந்தக் கிளியின் உயர்ந்த குணத்தை நன்கு நோக்குங்கள்.

சிறந்த குணமுள்ளதும், மேலான சுபாவமுள்ளதும் மனிதர்க்கு மேற்பட்ட நல்லொழுக்கமுடையதுமான அக்கிளி, அம்மரத்தைப் போலவே சுகத்தையும் துக்கத்தையும் அனுபவித்துக் கொண்டிருப்பதைக் கண்ட தேவேந்திரன் திகைப்படைந்தான். 'திரியக் ஜாதிகளுக்கு இல்லாத கருணையை இந்தப் பட்சி அடைந்திருப்பது எவ்வகை?' என்று நினைத்தான்; பிறகு, 'இதில் ஆச்சரியப்பட வேண்டியதில்லை. எல்லாப் பிராணிகளிலும் குணம், குற்றம் எல்லாம் காணப்படுகின்றன' என்ற எண்ணமும் இந்திரனுக்கு உண்டாயிற்று.

இங்ஙனமெண்ணிய இந்திரன், மானிட உருவெடுத்து ஓர் அந்தணன் வடிவமாகப் பூமியில் இறங்கி, அந்தப் பட்சியைப் பார்த்து, "ஓ பட்சிகளிற் சிறந்த கிளியே! உன் தாயாகிய தாக்ஷேயி உன்னால் நல்ல சந்ததியுள்ளவளாக ஆகிறாள். கிளியாகிய உன்னை நான் கேட்கிறேன். உலர்ந்துபோன இந்த மரத்தை ஏன் விடாமலிருக்கிறாய்?" என்று கேட்டான்.

இமையவர் தலைவனாம் இந்திரனால் இவ்வாறு கேட்கப்பட்ட கிளியானது அவனுக்குத் தலைவணங்கி நமஸ்காரம் புரிந்து, "தேவராஜாவே, உனக்கு நல்வரவு, நான் தவத்தினால் உன்னைத் தெரிந்து கொண்டேன்" என்று சொல்லிற்று. தேவேந்திரன் "நன்று! நன்று" என்று கூறி 'என்ன அறிவு' என்று மனத்திற்குள் கொண்டாடினான்.

இவ்வாறு சிறந்த செய்கையுள்ளதும், தருமத்தையே முக்கியமாகக் கொண்டதுமாகிய அந்தக் கிளியைப் பார்த்து இந்திரன், தான் கேட்பது பாபமென்று தெரிந்திருந்தும் கேட்கத் தொடங்கினான்.

"அறிவிற் சிறந்த பறவையே! இலைகளும் காய்களும் இன்றி உலர்ந்து, பறவைகளுக்கு ஆதரவற்ற இம்மரத்தை ஏன் காக்கிறாய்? இது பெரிய வனமாயிருக்கிறதே! இலைகளினால் மூடப்பட்ட

பொந்துகளும் சஞ்சரிக்கப் போதுமான இடமுள்ள இன்னும் அழகான மரங்களும் அநேகம் இப்பெரிய வனத்திலிருக்கையில் முதிர்ச்சியடைந்து, சக்தியற்று, இரசம் வற்றி ஒளிகுன்றிக் கெட்டுப் போன இந்நிலையற்ற மரத்தைப் புத்தியினால் ஆராய்ந்து பார்த்து விட்டு விடு.''

அமேரேசனுடைய இந்த வார்த்தையைக் கேட்டு தர்மாத்மாவான அந்தக்கிளி, மிகவும் நீண்ட பெருமூச்செறிந்து துயரத்துடன் பின்வருமாறு சொல்லத் தொடங்கிற்று:

''மகாபதியே! இந்திராணியின் கணவனே! யாவராலும் வெல்ல முடியாத தேவர்களிருக்கும் பொன்னுலகத்தில் வசிக்கும் நீ, நான் கூறுவதைத் தெரிந்து கொள். அநேக நற்குணங்கள் பொருந்திய இம்மரத்தில் நான் பிறந்தேன். இளமைப் பருவத்தில் நன்றாகப் பாதுகாக்கப்பட்டேன். பகைவர்களாலும் பீடிக்கப்படாமல் இருந்தேன். மழை, காற்று, பனி, வெயில் முதலிய துன்பங்களால் வருந்தாது, இத்தருவில் சுகித்திருந்தேன்.

வலாரியே! தயையும் பக்தியுமுள்ளவனாக வேறு இடம் செல்லாமலிருக்கும் என் விடயத்தில் அனுக்கிரகம் வைத்து என் பிறவியை ஏன் பயன்படாமற் செய்கின்றாய்? நான், அன்பும் பக்தியுமுள்ளவன். பாவத்தைப் புரியேன். உபகாரிகள் விடயத்தில் தயை செய்வதுதானே தருமத்திற்கு முக்கியமான இலக்கணம். தயை செய்வதே நல்லோர்களுக்கு எப்போதும் மனத்திருப்தியை உண்டாக்குகிறது. எல்லாத் தேவர்களும் தருமத்திலுள்ள சந்தேகங்களை உன்னிடத்திலேயே கேட்கின்றனர். அதனாலேயே, நீ தேவசிரேட்டர்களுக்கு அதிபதியாகப் பட்டாபிஷேகம் செய்யப்பட்டிருக்கிறாய். இந்திரனே! வெகுகாலமாக இருந்த மரத்தை நான் விடும்படி நீ சொல்வது தகாது. நல்ல நிலைமையிலிருந்ததை அடுத்துப் பிழைத்தவன், கெட்ட நிலைமைக்கு வந்தவுடன், அதை எப்படி விடலாம்?''

எக்காலமு மிப்பாதப மெனதாமென வைகி
முக்காலே முதிருங்கனி முசியாது நுகர்ந்தேன்
இக்காலமி தற்கிவ்வண மிடையூறு கலந்தாற்
சுக்காதகல் வதுவோவுணர் வுடையோர்மதி தூய்மையே!

- மகாபாரதம்

இவ்வாறு கூறிய, பொருளடங்கியதும், அழகுடையதுமாகிய கிளியினது வசனங்களால் மகிழ்வுற்ற இந்திரன், அதன் நன்றியறிவையும் தயையையும் எண்ணித் திருப்தியுற்று, தருமம் தெரிந்த அக்கிளியைப் பார்த்து, ''ஒரு வரம் கேள்!'' என்று சொன்னான்.

கண்ணதாசனின்

அன்பர்காள்! அக்கிளியானது தன் நன்மையைக் குறித்து வரம் கேட்கவில்லை. அதனுடைய பெருங்குணத்தை உற்று நோக்குங்கள்!

எப்போதும், பிறர் நோவாமையைப் பெரிதாகக் கருதிய அந்தக் கிளி, "ஏ தேவர் கோமானே! இம்மரமானது நன்றாகச் செழித்துத் தழைத்து ஓங்க வேண்டும்!" என்றது.

அப்பறவையினுடைய உறுதியான பக்தியையும் நிரம்பின நல்லொழுக்கத்தையும் அறிந்து களிப்புற்று இந்திரன் உடனே அம்மரத்தின் மீது அமிர்தம் பொழிந்தான். அதனால் அத்தரு, கனிகளும், இலைகளும், கிளைகளும் உண்டாக்கித் தழைத்தது.

கிளியினுடைய உறுதியான பக்தியால் அம்மரம் முன்னைக் காட்டிலும் மிகவும் நன்றாகச் செழித்தது.

நன்றியறிவு, தயை இந்தக் குணங்களின் பயனாகிய அச்செய்கையினால் கிளியும் அத்தருவில் இனிது மகிழ்ந்திருந்தது. தன் ஆயுள் முடிந்த பிறகு இந்திரலோகத்தையடைந்தது.

2
ஆசை

வாழ்க்கை எதிலே ஓடிக்கொண்டிருக்கிறது?

ஆசையிலும் நம்பிக்கையிலுமே ஓடிக் கொண்டிருக்கிறது.

சராசரி மனிதனை ஆசைதான் இழுத்துச் செல்கிறது.

அவன் தவறுக்கெல்லாம் அதுவே காரணமாகிறது.

'வேண்டும்' என்கிற உள்ளம் விரிவடைந்து கொண்டே போகிறது. 'போதும்' என்ற மனம் சாகும்வரை வருவதில்லை.

ஐம்பது காசு நாணயம் பூமியில் கிடந்து, ஒருவன் கைக்கு அது கிடைத்துவிட்டால், வழிநெடுக நாணயம் கிடைக்கும் என்று தேடிக்கொண்டே போகிறான்.

ஒரு விஷயம் கைக்குக் கிடைத்துவிட்டால் நூறு விஷயங்களை மனது வளர்த்துக் கொள்கிறது.

ஆசை எந்தக் கட்டத்தில் நின்றுவிடுகிறதோ, அந்தக் கட்டத்தில் சுயதரிசனம் ஆரம்பமாகிறது.

சுயதரிசனம் பூர்த்தியானவுடன், ஆண்டவன் தரிசனம் கண்ணுக்குத் தெரிகிறது.

ஆனால் எல்லோராலும் அது முடிகிறதா?

லட்சத்தில் ஒருவருக்கே ஆசையை அடக்கும் அல்லது ஒழிக்கும் மனப்பக்குவம் இருக்கிறது.

என் ஆசை எப்படி வளர்ந்ததென்று எனக்கே நன்றாகத் தெரிகிறது.

சிறு வயதில் வேலையின்றி அலைந்தபோது "மாதம் இருபது ரூபாயாவது கிடைக்கக்கூடிய வேலை கிடைக்காதா" என்று ஏங்கினேன்.

கொஞ்ச நாளில் கிடைத்தது.

மாதம் இருபத்தைந்து ரூபாய் சம்பளத்திலே ஒரு பத்திரிகையில் வேலை கிடைத்தது.

ஆறு மாதம்தான் அந்த நிம்மதி.

"மாதம் ஐம்பது ரூபாய் கிடைக்காதா?" என்று மனம் ஏங்கிற்று.

கண்ணதாசனின்

அதுவும் கிடைத்தது, வேறொரு பத்திரிகையில்.
பிறகு மாதம் நூறு ரூபாயை மனது அவாவிற்று.
அதுவும் கிடைத்தது.
மனது ஐநூறுக்குத் தாவிற்று.
அது ஆயிரமாக வளர்ந்தது.
ஈராயிரமாகப் பெருகிற்று.
யாவும் கிடைத்தன.
இப்பொழுது நோட்டடிக்கும் உரிமையையே மனது கேட்கும் போலிருக்கிறது!
எந்தக் கட்டத்திலும் ஆசை பூர்த்தியடையவில்லை.
'இவ்வளவு போதும்' என்று எண்ணுகிற நெஞ்சு, 'அவ்வளவு' கிடைத்ததும், அடுத்த கட்டத்திற்குத் தாண்டுகிறதே, ஏன்?
அதுதான் இறைவன் லீலை!
ஆசைகள் அற்ற இடத்தில், குற்றங்கள் அற்றுப் போகின்றன.
குற்றங்களும் பாபங்களும் அற்றுப்போய் விட்டால் மனிதனுக்கு அனுபவங்கள் இல்லாமற் போய்விடுகின்றன.
அனுபவங்கள் இல்லையென்றால், நன்மை தீமைகளைக் கண்டுபிடிக்க முடியாது.
ஆகவே தவறுகளின் மூலமே மனிதன் உண்மையை உணர்ந்து கொள்ளவேண்டும் என்பதற்காக, இறைவன் ஆசையைத் தூண்டிவிடுகிறான்.
ஆசையை மூன்றுவிதமாகப் பிரிக்கிறது இந்து மதம்.
மண்ணாசை!
பொன்னாசை!
பெண்ணாசை!
மண்ணாசை வளர்ந்துவிட்டால், கொலை விழுகிறது.
பொன்னாசை வளர்ந்துவிட்டால், களவு நடக்கிறது.
பெண்ணாசை வளர்ந்துவிட்டால், பாபம் நிகழ்கிறது.
இந்த மூன்றில் ஒரு ஆசைகூட இல்லாத மனிதர்கள் மிகவும் குறைவு.
ஆகவேதான், பற்றற்ற வாழ்க்கையை இந்துமதம் போதித்தது.
பற்றற்று வாழ்வதென்றால், எல்லாவற்றையும் விட்டுவிட்டு ஓடிப்போய் சந்நியாசி ஆவதல்ல!

அர்த்தமுள்ள இந்துமதம் - பாகம் 1

"இருப்பது போதும்; வருவது வரட்டும்; போவது போகட்டும்; மிஞ்சுவது மிஞ்சட்டும்" என்று சலனங்களுக்கு ஆட்படாமல் இருப்பதே பற்றற்ற வாழ்க்கையாகும்.

ஆசை, தீமைக்கு அடிப்படையாக இல்லாதவரை, அந்த ஆசை வாழ்வில் இருக்கலாம் என்கிறது இந்து மதம்.

நான் சிறைச்சாலையில் இருந்தபோது கவனித்தேன்.

அங்கே இருந்த குற்றவாளிகளில் பெரும்பாலோர் ஆசைக் குற்றவாளிகளே.

மூன்று ஆசைகளில் ஒன்று அவனைக் குற்றவாளியாக்கி இருக்கிறது.

சிறைச்சாலையில் இருந்துகொண்டு, அவன் "முருகா, முருகா!" என்று கதறுகிறான்.

ஆம், அவன் அனுபவம் அவனுக்கு உண்மையை உணர்த்துகிறது.

அதனால்தான் "பரம்பொருள் மீது பற்று வை; நிலையற்ற பொருள்களின் மீது ஆசை வராது" என்கிறது இந்துமதம்.

"பற்றுக பற்றற்றான் பற்றினை அப்பற்றைப்
பற்றுக பற்று விடற்கு"   - என்பது திருக்குறள்.

ஆசைகளை அறவே ஒழிக்க வேண்டியதில்லை.

அப்படி ஒழித்துவிட்டால் வாழ்க்கையில் என்ன சுகம்?

அதனால்தான் 'தாமரை இலைத் தண்ணீர் போல்' என்று போதித்தது இந்து மதம்.

நேரிய வழியில் ஆசைகள் வளரலாம்.

ஆனால் அதில் லாபமும் குறைவு, பாபமும் குறைவு.

ஆயிரம் ரூபாய் கிடைக்கும் என்று எதிர்பார்த்து ஐநூறு ரூபாய் மட்டுமே கிடைத்தால் அந்த ஐநூறு உனக்குப் பணமாகத் தெரியாது.

இருநூறு எதிர்பார்த்து உனக்கு ஐநூறு கிடைத்தால், நிம்மதி வந்துவிடுகிறது.

"எதிர்பார்ப்பதைக் குறைத்துக் கொள்; வருவது மனதை நிறைய வைக்கிறது" என்பதே இந்துக்கள் தத்துவம்.

எவ்வளவு அழகான மனைவியைப் பெற்றவனும், இன்னொரு பெண்ணை ஆசையோடு பார்க்கிறானே, ஏன்?

31

கண்ணதாசனின்

லட்சக்கணக்கான ரூபாய் சொத்துக்களைப் பெற்றவன் மேலும் ஓர் ஆயிரம் ரூபாய் கிடைக்கிறதென்றால் ஓடுகிறானே, ஏன்?

அது ஆசை போட்ட சாலை.

அவன் பயணம் அவன் கையிலில்லை; ஆசையின் கையிலிருக்கிறது.

போகின்ற வேகத்தில் அடி விழுந்தால் நின்று யோசிக்கிறான்; அப்போது அவனுக்குத் தெய்வஞாபகம் வருகிறது.

அனுபவங்கள் இல்லாமல், அறிவின் மூலமே தெய்வத்தைக் கண்டுகொள்ளும்படி போதிப்பதுதான் இந்துமதத் தத்துவம்.

'பொறாமை, கோபம்' எல்லாமே ஆசை பெற்றெடுத்த குழந்தைகள்தான்.

வாழ்க்கைத் துயரங்களுக்கெல்லாம் மூலகாரணம் எதுவென்று தேடிப் பார்த்து, அந்தத் துயரங்களிலிருந்து உன்னை விடுபடச் செய்ய, அந்தக் காரணங்களைச் சுட்டிக் காட்டி, உனது பயணத்தை ஒழுங்குபடுத்தும் வேலையை இந்துமதம் மேற்கொண்டிருக்கிறது.

இந்துமதம் என்றும் சந்நியாசிகளின் பாத்திரமல்ல.

அது வாழ விரும்புகிறவர்கள், வாழ வேண்டியவர்களுக்கு வழிகாட்டி.

வள்ளுவர் சொல்லும் வாழ்க்கை நீதிகளைப் போல இந்து மதமும் நீதிகளையே போதிக்கிறது.

அந்த நீதிகள் உன்னை வாழவைப்பதற்கேயல்லாமல் தன்னை வளர்த்துக் கொள்வதற்காக அல்ல.

உலகத்தில் எங்கும் நிர்பந்தமாகத் திணிக்கப்படாத மதம், இந்து மதம்.

உன் உள்ளம் நிர்மலமாக, வெண்மையாக, தூய்மையாக இருக்கிறது என்பதற்கு அடையாளமாகவே அது 'திருநீறு' பூசச் சொல்லுகிறது.

உன் உடம்பு, நோய் நொடியின்றி ரத்தம் சுத்தமாக இருக்கிறது என்பதற்காகவே, 'குங்குமம்' வைக்கச் சொல்கிறது.

'இவள் திருமணமானவள்' என்று கண்டுகொண்டு அவளை நீ ஆசையோடு பார்க்காமலிருக்கப் பெண்ணுக்கு அது 'மாங்கல்யம்' சூட்டுகிறது.

தன் கண்களால் ஆடவனுடைய ஆசையை ஒரு பெண் கிளறி விடக் கூடாது என்பதற்காவே, அவளைத் 'தலை குனிந்து' நடக்கச் சொல்கிறது.

அர்த்தமுள்ள இந்துமதம் - பாகம் 1

யாராவது ஆடவன் தன்னை உற்று நோக்குகிறான் என்பதைக் கண்டால், இந்தப் பெண்கள் மார்பகத்து ஆடையை இழுத்து மூடிக் கொள்கிறார்களே, ஏன்?

ஏற்கெனவே திருத்தமாக உள்ள ஆடையை மேலும் திருத்துகிறார்களே, ஏன்?

எந்தவொரு 'கவர்ச்சி'யும் ஆடவனுடைய ஆசையைத் தூண்டி விடக்கூடாது என்பதால்.

ஆம்; ஆடவன் மனது சலனங்களுக்கும், சபலங்களுக்கும் ஆட்பட்டது.

கோவிலிலே தெய்வதரிசனம் செய்யும்போது கூட கண் கோதையர்பால் சாய்கிறது.

அதை மீட்க முடியாத பலவீனனுக்கு, அவள் சிரித்துவிட்டால் எரியும் நெருப்பில் எண்ணெய் ஊற்றியதுபோல் ஆகிறது.

"பொம்பளை சிரிச்சா போச்சு; புகையிலை விரிச்சாப் போச்சு" என்பது இந்துக்கள் பழமொழி.

கூடுமானவரை மனிதனைக் குற்றங்களிலிருந்து மீட்பதற்கு தார்மீக வேலி போட்டு வளைக்கிறது இந்துமதம்.

அந்தக் குற்றங்களிலிருந்து விடுபட்டவனுக்கே நிம்மதி கிடைக்கிறது.

அந்த நிம்மதியை உனக்கு அளிக்கவே இந்துமதத் தத்துவங்கள் தோன்றின.

இன்றைய இளைஞனுக்கு ஷேக்ஸ்பியரைத் தெரியும்; ஷெல்லியைத் தெரியும்; ஜேம்ஸ்பாண்ட் தெரியும். கெட்டுப் போன பின்புதான், அவனுக்குப் பட்டினத்தாரைப் புரியும்.

ஓய்ந்த நேரத்திலாவது அவன் ராமகிருஷ்ண பரமஹம்சரின் உபதேசங்களைப் படிப்பானானால், இந்துமதம் என்பது வெறும் 'சாமியார் மடம்' என்ற எண்ணம் விலகிவிடும்.

நியாயமான நிம்மதியான வாழ்க்கையை நீ மேற்கொள்ள, உன் தாய் வடிவில் துணை வருவது இந்துமதம்.

ஆசைகளைப் பற்றி பரமஹம்சர் என்ன கூறுகிறார்?

"ஆழமுள்ள கிணற்றின் விளிம்பில் நிற்பவன், அதனுள் விழுந்துவிடாமல் எப்போதும் ஜாக்கிரதையாக இருப்பதைப்போல் உலக வாழ்க்கையை மேற்கொண்டவன் ஆசாபாசங்களில் அமிழ்ந்துவிடாமல் இருக்கவேண்டும்" என்கிறார்.

கண்ணதாசனின்

"அவிழ்த்து விடப்பட்ட யானை, மரங்களையும் செடி கொடிகளையும் வேரோடு பிடுங்கிப் போடுகிறது. ஆனால் அதன் பாகன் அங்குசத்தால் அதன் தலையில் குத்தியதும், அது சாந்தமாகி விடுகிறது."

"அதுபோல, அடக்கியாளாத மனம் வீண் எண்ணங்களில் ஓடுகிறது."

"விவேகம் என்ற அங்குசத்தால் அது வீழ்த்தப்பட்டதும் சாந்தமாகிவிடுகிறது" என்றார்.

அடக்கியாள்வதன் பெயரே வைராக்கியம்.

நீ சுத்த வைராக்கியனாக இரு. ஆசை வளராது. உன்னைக் குற்றவாளியாக்காது, உன் நிம்மதியைக் கெடுக்காது.

மதுரை - மீனாட்சி அம்மன் கோவில்

3
துன்பம் ஒரு சோதனை

வெள்ளம் பெருகும் நதிகளும் ஒருமுறை வறண்டுவிடுகிறது.

குளங்கள் கோடையில் வற்றி மழைக்காலத்தில் நிரம்புகின்றன.

நிலங்கள் வறண்ட பின்தான் பசுமையடைகின்றன.

மரங்கள் இலையுதிர்ந்து பின் தளிர் விடுகின்றன.

இறைவனின் நியதியில் நிரந்தரமாக வாழ்ந்து கொண்டிருப்பது மலை ஒன்றுதான்.

அதுவும் வளர்வதாகவும், அழிவதாகவும் விஞ்ஞானிகள் கூறுகிறார்கள்.

இறைவன் மனிதனையும் அப்படித்தான் வைக்கிறான்.

நிரந்தரமாக இன்பத்தை அனுபவித்தவனும் இல்லை. நிரந்தரமாகத் துன்பத்தில் உழன்றவனும் இல்லை.

முதற்கட்டம் வரவு என்றால், அடுத்த கட்டம் செலவு.

முதற்கட்டம் வறுமை என்றால், அடுத்த கட்டம் செல்வம்.

முதற்கட்டம் இன்பமென்றால், அடுத்த கட்டம் துன்பம்.

முதற்கட்டமே துன்பமென்றால், அடுத்த கட்டம் இன்பம். இறைவனது தராசில் இரண்டு தட்டுக்களும் ஏறி ஏறி இறங்குகின்றன.

"இடுக்கண் வருங்கால் நகுக; அதனை
அடுத்தூர்வ தஃதொப்ப தில்"

என்றான் வள்ளுவன்.

எல்லாச் செல்வங்களையும் நிரந்தரமாக எவனுக்கும் இறைவன் வழங்கியதில்லை.

அந்த நாளில் எனக்கு நல்ல பசியெடுத்தது; உணவு கிடைக்கவில்லை.

பின் பசியுமிருந்தது; உணவும் கிடைத்தது.

இப்போது உணவு கிடைக்கிறது; பசியில்லை.

35

கண்ணதாசனின்

அடுக்கடுக்காகப் பணம் சேர்த்து, ஆயிரம் வேலிக்கு மிராசுதாரரானார் ஒருவர்.

ஆன மறுநாளே, அவரை 'அரிசி சாப்பிடக் கூடாது; சர்க்கரை வியாதி' என்று சொல்லிவிட்டார் டாக்டர்.

சீனாவில் மாசே-துங் புரட்சி நடந்தபோது பல ஆண்டுகள் காடுமேடுகளில் ஏறி இறங்கினார். மனைவியைத் தோளில் தூக்கிக் கொண்டு அலையக்கூட வல்லமை பெற்றிருந்தார்.

புரட்சி முடிந்து, பதவிக்கு வந்த இரண்டே ஆண்டுகளில் நோயில் படுத்தார்.

ரஷ்யாவில் லெனின் கதையும் அதுதான்.

புரட்சி நடக்கும்வரை லெனின் ஆரோக்கியமாகவே இருந்தார். பதவிக்கு வந்த சில மாதங்களிலேயே படுக்கையில் விழுந்தார்; சில ஆண்டுகளிலேயே மரணமடைந்தார்.

எனது தி.மு.க. நண்பர்கள் ஒவ்வொருவரும் கடுமையான உழைப்பாளிகள்.

ரயிலிலும் கட்டை வண்டிகளிலும், கால்நடையாகவும் சென்று கூட்டத்தில் பேசுவார்கள். போராட்டத்தில் ஈடுபட்டுச் சிறைச்சாலைக்குப் போவார்கள்.

அப்பொழுதெல்லாம் அவர்கள் உடல்நிலை நன்றாகவே இருந்தது.

அவர்கள் பதவிக்கு வந்து நிம்மதியாக இருக்க வேண்டிய நேரத்தில் அவர்களில் பலருடைய ஆரோக்கியம் கெட்டுவிட்டது.

எனது நண்பர் ஒருவர் படமெடுத்தார்.

முதற்படமே அபார வெற்றி. அளவு கடந்த லாபம்.

அடுத்த படத்திலிருந்து விழத் தொடங்கியது அடி. இன்னும் அவர் எழ முடியவில்லை.

இன்னொரு பட அதிபர்...

ஊமைப்படக் காலத்திலிருந்து தொழிலில் இருக்கிறார். ஆரம்பக் கட்டத்தில் பல படங்கள் அவருக்குக் கை கொடுக்கவில்லை. மிகுந்த சிரமப்பட்டு சென்னைக்கு வந்து ஒரு படம் எடுத்தார்.

அவரது 'வாழ்க்கை'யையே அந்தப் படம்தான் தீர்மானிக்க வேண்டும் என்று பேசிக் கொண்டார்கள்.

அந்தப் படம் அமோகமாக ஓடியது.

அர்த்தமுள்ள இந்துமதம் – பாகம் 1

ஒரு புது நடிகையை நட்சத்திர நடிகையாக்கிற்று.

அது தெலுங்கிலும் வெற்றி; இந்தியிலும் வெற்றி. அது முதல் அவர் தொட்டதெல்லாம் வெற்றி.

பிறப்பிலிருந்து இறப்பு வரை துன்பமே இல்லாமல் வாழ்ந்தவர்கள் எத்தனை பேர்?

கண்களை மூடிக்கொண்டு எண்ணிப் பாருங்கள்.

ஒரு கட்டம் அப்படி என்றால், மறு கட்டம் இப்படி!

ஏற்றம் என்பது இறைவன் வழங்கும் பரிசு.

இறக்கம் என்பது அவன் செய்யும் சோதனை.

நீ நினைப்பது எல்லாமே நடந்துவிட்டால், தெய்வத்தை நம்ப வேண்டாம்.

எப்போது நீ போடும் திட்டம் தோல்வியுறுகிறதோ அப்போது உனக்கு மேலானவன் அதை நடத்துகிறான் என்று பொருள்.

எப்போது உன் திட்டங்கள் வெற்றி பெறுகின்றனவோ, அப்போது இறைவன் உனக்கும் அனுமதியளித்துவிட்டான் என்று பொருள்.

> "ஒன்றை நினைக்கின் அதுஒழிந்திட் டொன்றாகும்
> அன்றி அதுவரினும் வந்தெய்தும் - ஒன்றை
> நினையாது முன்வந்து நிற்பினும் நிற்கும்
> எனையாளும் ஈசன் செயல்"

என்பது முன்னோர் பழமொழி.

> "கற்பகத்தைச் சேர்ந்தார்க்குக்
> காஞ்சிரங்காய் ஈந்தேன்
> முற்பவத்தில் செய்தவினை"

இதுவும் அவர்கள் சொன்னதே.

உனது வாழ்க்கை பூஜ்ஜியத்திலே ஆரம்பமாகிறது. அதற்கு முன்பக்கம் நம்பர் விழுந்தால் இறைவனின் பரிசு; பின்பக்கம் விழுந்தால் அவனது சோதனை.

மேடும் பள்ளமுமாக வாழ்க்கை மாறி மாறி வந்தால் உனக்குப் பெரிய வீழ்ச்சியில்லை.

ஒரேயடியாக உச்சிக்கு நீ போய்விட்டால் அடுத்து பயங்கரமான சரிவு காத்திருக்கிறது.

கண்ணதாசனின்

என் வாழ்க்கை மேடும் பள்ளமுமாகவே போவதால், என் எழுத்து வண்டி இருபத்தைந்தாண்டு காலமாக ஓடிக் கொண்டிருக்கிறது.

இதைத்தான் "சகடயோகம்" என்பார்கள்.

வீழ்ச்சியில் கலக்கமோ எழுச்சியில் மயக்கமோ கொள்ளாதே!

'அடுத்த பாதை என்ன, பயணம் என்ன' என்பது, உனக்குத் தெரியாது; "எல்லாம் தெய்வத்தின் செயல்" என்றார்கள் நம் முன்னோர்கள்.

'ஆண்டவனின் அவதாரங்களே ஆண்டவன் சோதனைக்குத் தப்பவில்லை' என்று நமது இதிகாசங்கள் கூறுகின்றன.

தெய்வ புருஷன் ஸ்ரீராமனுக்கே பொய் மான் எது, உண்மை மான் எது என்று தெரியவில்லையே!

அதனால் வந்த வினைதானே, சீதை சிறையெடுக்கப்பட்டதும், ராமனுக்குத் தொடர்ச்சியாக வந்த துன்பங்களும்!

சத்தியதெய்வம் தருமனுக்கே சூதாடக்கூடாது என்ற புத்தி உதயமாகவில்லையே!

அதன் விளைவுதானே பாண்டவர் வனவாசமும் பாரத யுத்தமும்!

முக்காலமும் உணர்ந்த கௌதமனுக்கே, பொய்க் கோழி எது, உண்மைக் கோழி எது என்று தெரியவில்லையே!

அதனால்தானே அகலிகை கெடுக்கப்பட்டதும், சாபம் பெற்றதும்.

ஆம், இறைவனின் சோதனை எவனையும் விடாது என்பதற்கு, இந்தக் கதைகளை நமது இந்துமத ஞானிகள் எழுதி வைத்தார்கள்.

துன்பங்கள் வந்தே தீருமென்றும், அவை இறைவனின் சோதனைகள் என்றும், அவற்றுக்காகக் கலங்குவதும் கண்ணீர் சிந்துவதும் முட்டாள்தனமென்றும் உன்னை உணர வைத்து, துன்பத்திலும் ஒரு நிம்மதியைக் கொடுக்கவே அவர்கள் இதை எழுதி வைத்தார்கள்.

இந்தக் கதைகளை "முட்டாள்தனமானவை" என்று சொல்லும் அறிவாளிகள் உண்டு.

ஆனால், முட்டாள்தனமான இந்தக் கதைகளின் தத்துவங்கள் அந்த அறிவாளிகளின் வாழ்க்கையையும் விட்டதில்லை.

நான் சொல்ல வருவது, 'இந்து மதத்தின் சாரமே உனது லௌகிக வாழ்க்கையை நிம்மதியாக்கித் தருவது' என்பதையே.

அர்த்தமுள்ள இந்துமதம் - பாகம் 1

துன்பத்தைச் சோதனை என்று ஏற்றுக்கொண்டுவிட்டால், உனக்கேன் வேதனை வரப்போகிறது?

அந்தச் சோதனையிலிருந்து உன்னை விடுவிக்கும்படி நீ இறைவனை வேண்டிக்கொள்; காலம் கடந்தாவது அது நடந்துவிடும்.

தர்மம் என்றும், சத்தியம் என்றும், நேர்மை என்றும், நியாயம் என்றும் சொல்லி வைத்த நமது மூதாதையர்கள் முட்டாள்களல்ல.

கஷ்டத்திலும் நேர்மையாக இரு.

நீ ஏமாற்றப்பட்டாலும் பிறரை ஏமாற்றாதே.

உன் வாழ்நாளிலேயே அதன் பலனைக் காண்பாய்.

தெய்வநம்பிக்கை உன்னைக் கைவிடாது.

திருப்பரங்குன்றம்

4

பாவமாம், புண்ணியமாம்!

இதுவரை யாருடைய பெயரையும் நான் குறிப்பிடவில்லை.

இப்போது ஒருவருடைய பெயரைக் குறிப்பிட விரும்புகிறேன்.

பட அதிபர் சின்னப்ப தேவரை நீ அறிவாய்.

சிறுவயதிலிருந்தே அவர் தெய்வ நம்பிக்கையுள்ளவர்.

சினிமாத் தொழிலிலேயே மதுப்பழக்கமோ, பெண்ணாசையோ இல்லாத சிலரில் அவரும் ஒருவர்.

மிகவும் உத்தமர்கள் என்று சொல்லத்தக்க உயர்ந்தோரில் ஒருவர்.

முப்பது முப்பத்தைந்து வயதுவரை, அவரது வாழ்க்கை கடுமையான வறுமையிலும் ஏழ்மையிலும் கழிந்தது.

அப்போதும் அவர் நாணயத்தையும் நேர்மையையும் விட்டதில்லை.

குஸ்தி கோதா நடத்தினார். சிறிய பால் பண்ணை நடத்தினார். ஜுபிடர் பிக்சர்ஸ் படங்களில் ஸ்டண்ட் நடிகராக வேலை பார்த்தார்.

அவரது வரலாறு உழைத்து முன்னேற விரும்புகிறவர்களுக்கு ஒரு பாடமாகும்.

அந்த நேரத்தில் ஒரு வெற்றிலை பாக்குக் கடையில் அவருக்கு ஆறு ரூபாய் வரை கடனாகிவிட்டது.

கடைக்காரன் அவர் கழுத்தில் துண்டைப் போட்டு முறுக்கினான்; அந்தக் கடையிருக்கும் பக்கமே போக முடியாதபடி அவதிப்பட்டார்.

அடிக்கடி கோவைக்குப் பத்து மைலுக்கு அப்பாலிருக்கும் மருதமலைக்குப் போய் 'முருகா! முருகா!' என்று அழுவார்.

அந்தக் கோவிலோ ஜன நடமாட்டமில்லாத கோவில்.

கடைக்காரன் கோபித்துக் கொண்ட அன்று இரவு. அந்த மருதமலைக் கோவிலில் போய் உட்கார்ந்து கொண்டு அழுதார்; ''முருகா! காப்பாற்று'' என்று வேண்டிக்கொண்டார்.

அர்த்தமுள்ள இந்துமதம் - பாகம் 1

நள்ளிரவில் காடுகள் நிறைந்த அந்த மலையை விட்டு இறங்கினார்.

வழியில் ஒரு சிகரெட் பாக்கெட் கிடந்தது.

அதைக் காலால் உதைத்துக் கொண்டு நகர்ந்தார்.

கொஞ்சதூரம் வந்ததும் என்ன தோன்றிற்றோ?

அந்த சிகரெட் பாக்கெட்டை எடுத்துப் பார்த்தார்.

உள்ளே இரண்டு சிகரெட்டுகளும், பத்து ரூபாய் நோட்டும் இருந்தன.

அப்போது அவரது மனநிலை எப்படி இருந்திருக்கும்?

"நல்லவனாக வாழ்ந்தோம்; தெய்வத்தை நம்பினோம்; தெய்வம் கைவிடவில்லை" என்றுதானே எண்ணியிருக்கும்!

அந்த முருகன் அவரை வாழ வைத்தான்.

ஒவ்வொரு நாளும், "முருகா! முருகா!" என்று உருகுகிறார்.

"தனக்கு நஷ்டம் வந்தாலும் பிறருக்கும் நஷ்டம் வரக்கூடாது" என்று தொழில் புரிகிறார்.

அதனால், அவர் நாளுக்கு நாள் செழித்தோங்குகிறார்.

நீயும் நல்லவனாக இரு.

தெய்வத்தை நம்பு.

உனக்கு வருகிற துன்பமெல்லாம், பனிபோலப் பறந்து ஓடாவிட்டால், நீ இந்துமதத்தையே நம்ப வேண்டாம்.

"பாவமாம், புண்ணியமாம்; எந்த மடையன் சொன்னான்?"

"சொர்க்கமாம், நரகமாம்! எங்கே இருக்கின்றன அவை?"

"பாவமும் புண்ணியமும் பரலோகத்தில்தானே? பார்த்துக் கொள்வோம் பின்னாலே?"

இவையெல்லாம் நமது பகுத்தறிவு உதிர்க்கும் பொன் மொழிகள்.

பாவம் - புண்ணியம், சொர்க்கம் - நரகம் என்ற வார்த்தைகளைக் கேட்கின்ற இளைஞனுக்கு, அவை கேலியாகத் தெரிகின்றன.

'நரம்பு தளர்ந்துபோன கிழவர்கள், மரண பயத்தில் உளறிய வார்த்தைகள் அவை' என்று அவன் நினைக்கிறான்.

கண்ணதாசனின்

நல்லதையே செய்தால் சொர்க்கத்துக்குப் போவாய் என்றும் அங்கே வகைவகையாக விருந்துகள் உனக்குக் காத்திருக்குமென்றும், தீங்கு செய்தால் நரகத்துக்குச் செல்வாயென்றும், அங்கே உன்னை எண்ணெய்க் கொப்பரையில் போட்டு வறுத்தெடுப்பார்கள் என்றும் சொல்லப்படும் கதைகள் நாகரிக இளைஞனுக்கு நகைச்சுவையாகத் தோன்றுவதில் வியப்பில்லை.

ஆனால் இந்தக் கதைகள், அவனை பயமுறுத்தி, அவன் வாழ்க்கையை ஒழுங்குபடுத்துவதற்காகவே தோன்றிய கதைகள்.

அவனுடைய பற்றாக்குறை அறிவைப் பயமுறுத்தித்தான் திருத்த வேண்டும் என்று நம்பிய நம் மூதாதையர் அந்தக் கதைகளைச் சொல்லி வைத்தார்கள்.

இந்தக் கதைகள் நூற்றுக்கு ஐம்பது பேரையாவது திருத்தியும் இருக்கின்றன என்பதை அறிந்தால், நம் மூதாதையர் நம்பியுரைத்த கற்பனைகள்கூட, எவ்வளவு பலனை அளிக்கின்றன என்பதை அவன் அறிவான்.

பாவம் புண்ணியம் பற்றிய கதைகளை விடு; பரலோகத்துக்கு உன் ஆவி போகிறதோ இல்லையோ, இதை நீ நம்பவேண்டாம்.

ஆனால், நீ செய்யும் நன்மை தீமைகள், அதே அளவில் அதே நிலையில், உன் ஆயுட்காலத்திலேயே உன்னிடம் திரும்பிவிடுகின்றன.

அந்த அளவு கூடுவதுமில்லை, குறைவதுமில்லை.

ஒருவனை எந்த வார்த்தை சொல்லி நீ திட்டுகிறாயோ, அதே வார்த்தையில், எப்போதாவது ஒரு முறை நீ திட்டப்படுகிறாய்.

"எப்படித் தீர்க்க நினைக்கிறீர்களோ அப்படியே தீர்க்கப்படுவீர்கள்" என்று கிறிஸ்தவ வேதம் கூறுகிறது.

"செய்த வினை, அதே வடிவத்தில் திரும்ப வரும்" என்று முதன் முதலில் போதித்தது இந்துமதம் தான்.

"பாவம் என்பது நீ செய்யும் தீமை."

"புண்ணியம் என்பது நீ செய்யும் நன்மை."

"முற்பகல் செய்யின் பிற்பகல் விளையும்."

"அரசன் அன்று கொல்வான்; தெய்வம் நின்று கொல்லும்."

"விநாச காலே விபரீத புத்தி."

- இவையெல்லாம் இந்துக்களின் பழமொழிகள்.

ஊரைக் கொள்ளையடித்து, உலையிலே போட்டு, அதை உயில் எழுதி வைத்துவிட்டு மாண்டவன் எவனாவது உண்டா?

பிறர் சொத்தைத் திருடிக்கொண்டு, அதை நிம்மதியாக அனுபவித்து, அமைதியாகச் செத்தவன் எவனாவது உண்டா?

அப்படி ஒருவன் இருந்தாலும், அவன் எழுதி வைத்த உயிலின்படி அவன் சொத்துக்கள் போய்ச் சேர்ந்ததுண்டா?

எனக்குத் தெரிந்தவரை அப்படிப்பட்ட சொத்துக்களை நீதிமன்றத்தால் நியமிக்கப்படும் 'ரிஸீவர்'கள்தான் சாப்பிட்டிருக்கிறார்கள். இறந்தவனுடைய சந்ததி சாப்பிட்டதில்லை.

கொலை செய்துவிட்டுத் தலைமறைவாகி, தண்டனையில்லாமல் நிம்மதியாக வாழ்ந்து, வலி இல்லாமல் செத்தவன் உண்டா?

எனக்குத் தெரிந்தவரை இல்லை.

ஒருவன் செய்த எந்த பாவமும் அவன் தலையைச் சுற்றி ஆயுட்காலத்திலேயே அவனைத் தண்டித்து விட்டுத்தான் விலகியிருக்கிறது.

''பாவத்தின் சம்பளம் மரணம்'' என்கிறது கிறிஸ்துவ வேதம்.

இல்லை, பாவத்தின் சம்பளம் வயதான காலத்தில் திரும்பவரும் சிறு சேமிப்பு நிதி; சரியான நேரத்தில் அவனுக்குக் கிடைக்கும் போனஸ்!

சாவுக்குப் பின் நடப்பது இரண்டாவது விசாரணை!

முதல் தீர்ப்பு அவன் ஆயுட்காலத்திலேயே அளிக்கப்பட்டு நிறைவேற்றப்பட்டுவிடுகிறது.

எனக்கு நன்றாக நினைவிலிருக்கிறது **1953**-ஆம் ஆண்டு டால்மியாபுரம் போராட்டத்தில் பதினெட்டு மாதம் கடுங்காவல் தண்டனை விதிக்கப்பட்டு, நானும், நண்பர் அன்பில் தர்மலிங்கமும், மற்றும் இருபது பேரும் திருச்சி மத்திய சிறையில் இருந்தோம். அங்கே தூக்குத் தண்டனை பெற்ற கைதிகள் சிலரும் இருந்தார்கள்.

அவர்களைத் தனித்தனியாகச் சில அறைகளில் பூட்டி வைத்திருந்தார்கள்.

அவர்களிலே, 'மாயவரம் கொலை வழக்கு' என்று பிரபலமான வழக்கில், தூக்குத் தண்டனை விதிக்கப்பட்டவர்கள் ஏழு பேர்.

செஷன்ஸ் கோர்ட் அவர்களுக்குத் தூக்குத் தண்டனை விதித்தது.

கண்ணதாசனின்

அப்போது உயர்நீதிமன்ற நீதிபதிகளில் ஒருவராக இருந்தவர் திரு. சோமசுந்தரம்.

பெரும்பாலான கொலை வழக்குகளில் அவர் தூக்குத் தண்டனையை ஆயுள் தண்டனையாக மாற்றுவது வழக்கம்.

காரணம், பன்னிரண்டு வருடங்கள் கழித்துத் திரும்பப் போகும் குற்றவாளி நல்லவனாகத் திரும்பி வந்து அமைதியான வாழ்க்கை வாழ்வான் என்ற நம்பிக்கையே!

அவர் சட்டத்தோடு தர்மத்தையும் கலந்தே யோசிப்பார்.

செஷன்ஸ் கோர்ட்டின் தூக்குத் தண்டனையொன்றை அவர் ஊர்ஜிதம் செய்கிறார் என்றால், அதை ஆண்டவனே ஊர்ஜிதம் செய்ததாக அர்த்தம்.

மாயவரம் கொலை வழக்கில் ஏழு கைதிகளின் தூக்குத் தண்டனையை ஊர்ஜிதம் செய்தார்.

அவரைத் தொடர்ந்து சுப்ரீம் கோர்ட்டும், அதை ஊர்ஜிதம் செய்தது.

ஜனாதிபதிக்கு கருணை மனு போயிற்று. அவரும் தூக்குத் தண்டனையை ஊர்ஜிதம் செய்தார்.

காரணம், நடந்த நிகழ்ச்சி அவ்வளவு பயங்கரமானது.

மாயவரத்தில் நாற்பது வயதான ஒரு அம்மையார், விதவை. அந்த வயதிலும் அழகாக இருப்பார்.

சுமார் அறுபதினாயிரம் ரூபாய் பெறக்கூடிய நகைகளை அவர் வைத்திருந்தார்.

சொந்த வீட்டில் ஒரு வேலைக்காரப் பெண்ணை மட்டுமே துணையாகக் கொண்டு வாழ்ந்திருந்தார்.

அவரை மோப்பமிட்ட சிலர், ஒருநாள் இரவு அவர் வீட்டுக்குள் புகுந்தார்கள்.

ஐந்து பேர் அவரைக் கற்பழித்தார்கள். அந்த அம்மையார் மூச்சுத் திணறி இறந்து போனார்.

இறந்த பிறகும் இன்னொருவன் கற்பழித்தான்.

ஆம்; மருத்துவரின் சர்டிபிகேட் அப்படித்தான் கூறிற்று.

நகைகள் கொள்ளையடிக்கப்பட்டன! கொலைகாரர்கள் ஓடிவிட்டார்கள்.

பிடிபட்டவர்கள் ஏழு பேர்.

அர்த்தமுள்ள இந்துமதம் – பாகம் 1

சிறைச்சாலையில் அந்த ஏழு பேரில் ஆறுபேர் "நாளை தூக்குக்குப் போகப் போகிறோமே!" என்று துடித்துக் கொண்டிருந்தார்கள். "முருகா முருகா" என்று ஜபித்துக் கொண்டிருந்தார்கள்.

ஆனால், ஒருவன் மட்டும் சலனம் இல்லாமல் அமைதியாக இருந்தான்.

சிறைச்சாலையில் தூக்குத் தண்டனை பெற்ற கைதிகளை மற்ற கைதிகள் அணுகிப் பேச முடியாது.

நானும் நண்பர் அன்பில் தர்மலிங்கமும் அதிகாரிகளிடம் அனுமதி பெற்று, அவர்களை அணுகினோம்.

சலனமே இல்லாமலிருந்தானே அந்த மனிதன், அவனிடம் மட்டுமே பேச்சுக் கொடுத்தோம்.

உடம்பிலே துணிகூட இல்லாமல் சிறைச்சாலை விதிகளின்படி நிறுத்தப்பட்டிருந்த அந்த மனிதன், அமைதியாகவே பேசினான்.

நாளை சாகப்போகிறோம் என்ற கவலை அவனுக்கில்லை. அவன் சொன்னான்:

"ஐயா, இந்தக் கொலைக்கும் எனக்கும் சம்பந்தமே இல்லை. ஏற்கெனவே நான் மூன்று கொலைகள் செய்திருக்கிறேன். ஒவ்வொரு கொலை செய்யும்போதும் நான் ஊரில் இல்லாதது மாதிரி 'அலிபி' தயார் செய்துவிட்டு அந்தக் கொலையைச் செய்வேன். மூன்று கொலைகளிலும் நான் விடுதலையானேன். இந்தக் கொலை நடந்த அன்று நான் மாயவரத்திலேயே இருந்தேன். ஆண்டவன்தான் என்னை அங்கே இருக்க வைத்திருக்கிறான். பல நாட்களாக எனக்கு வலைவீசிய போலீசார், சரியான சாட்சியங்களோடு என்னைக் கைது செய்துவிட்டார்கள். காரணம், கொலை செய்தவர்களிலே மூன்று பேர் என் சொந்தக்காரர்கள். சாட்சியம் சரியாக இருந்ததால், எனக்குத் தூக்குத் தண்டனை விதிக்கப்பட்டு விட்டது. ஐயா! இந்தக் கொலைக்காக நான் சாகவில்லை. ஏற்கெனவே செய்த கொலைகளுக்காகவே சாகப் போகிறேன்."

அவன் சொல்லி முடித்தபோது, 'அரசன் அன்று கொல்வான், தெய்வம் நின்று கொல்லும்' என்ற பழமொழியே என் நினைவுக்கு வந்தது.

அப்போது மாலை ஐந்து மணி இருக்கும். அறைக்கதவு மூடப்படும் நேரம். நானும் தர்முவும் எங்களுடைய அறைக்குத் திரும்பினோம்.

தர்மு தன்னையும் மறந்து சொன்னார்,

"என்னதான் சொல்லையா, செய்யற பாவம் என்றைக்கும் விடாதய்யா!"

45

ஆமாம், பாவம் கொடுத்த, 'போனஸ்' தான் செய்யாத கொலைக்குத் தண்டனை.

அன்று இரவு நான் தூங்கவே இல்லை.

காலை ஐந்து மணிக்கு, "முருகா! முருகா!" என்று பலத்த சத்தம். கைதிகள் தூக்குமேடைக்குக் கொண்டு செல்லப்படுகிறார்கள்.

அப்போது நான் உணரவில்லை. இப்போது உணருகிறேன்.

"என்ன விலை நிர்ணயிக்கிறாயோ, என்ன விலை கொடுக்கிறாயோ, அதே விலை திரும்ப வரும்."

காசி - அன்னபூரணி - வாரணாசி

5
மறுபடியும் பாவம் – புண்ணியம்

"இந்து மதத்தைப் பற்றி எழுத வந்து எங்கெங்கோ நடந்த சம்பவங்களை விரித்துக் கொண்டு போகிறாயே, ஏன்?" என்று நீ கேட்பது எனக்குப் புரிகிறது.

இந்து மதத்தைப் பற்றி ராமகிருஷ்ணரும், விவேகானந்தரும், காஞ்சி ஆசாரிய சுவாமிகளும், விரிவுரை நிகழ்த்தும் வாரியாரும், பிறரும் சொல்லாத விஷயங்கள் எதையும் நான் புதியதாகச் சொல்லப் போவதில்லை.

ஆனால், அவர்கள் சொன்னபடியேதான் உன் வாழ்க்கை நடக்கிறது என்பதைச் சுட்டிக் காட்டுவது என் கடமை.

"ஒவ்வொரு ஒலிக்கும் எதிரொலி இருக்கிறது" என்பது அவர்கள் வாதம்.

அப்படி விவாதித்தபோது கண்ணெதிரே நடந்த சாட்சியங்களை அவர்கள் காட்டவில்லை. தத்துவார்த்த விளக்கமே கூறினார்கள்.

அந்தத் தத்துவார்த்தம் என்னைப் போன்றவர்களுக்கு.

அந்தத் தத்துவப்படி நடந்த சம்பவங்களை நான் எழுதுவது உன்னைப் போன்றவர்களுக்கு.

பாவம் - புண்ணியம் என்பதையெல்லாம், வெறும் தத்துவமாகவே கேட்டுக் கொண்டிருந்த மனிதனுக்கு சில நிகழ்ச்சிகளைச் சுட்டிக் காட்டினால் விளங்கும் என்பதற்காகவே இதை நான் எழுதுகிறேன்.

வாழ்க்கை ஒழுக்கத்தை, சமுதாய ஒழுக்கத்தை அதிகமாக வற்புறுத்துவது இந்து மதம்தான்.

அதன் பண்பாடுகள் உன்னதமானவை; அதன் சடங்குகள் அர்த்தமுள்ளவை.

மங்கல வழக்கு, அமங்கல வழக்கு எனப் பிறந்தது இந்துக்களிடம்தான்.

சில சின்னங்களை மங்கலமாகவும், சிலவற்றை அமங்கலமாகவும் அவர்கள் காட்டினார்கள்.

கண்ணதாசனின்

மங்கல நிகழ்ச்சிகள் நடக்கும் வீட்டில், அமங்கல வார்த்தைகூடக் கேட்கக்கூடாது என்றார்கள்.

பெண்ணுக்கு மங்கலம் என்பது தாலி.

திருமணத்தில் கட்டப்படும் அந்தத் தாலியை மரணத்தின் போது தான் கழற்றவேண்டும்.

எண்ணெய் தேய்த்துக் குளிக்கும்போதுகூடக் கழற்றக் கூடாது. அவ்வளவு புனிதமானது அது.

ஒரு உத்தமியின் கழுத்திலுள்ள தாலியை யார் அபகரித்தாலும், அந்தத் தாலி அவர்கள் குடும்பத்தையே அழித்துவிடும் என்பது, இந்துக்கள் நம்பிக்கை.

எனக்கொரு நிகழ்ச்சி நினைவுக்கு வருகிறது.

பதினான்கு ஆண்டுகளுக்கு முன்னால் நான் படம் எடுக்கத் தொடங்கியபோது, எனது பாட்டுத்திறமையை மட்டுமே வைத்து, ஒரு படமெடுக்க விரும்பினேன்.

நன்கு பாடக்கூடிய ஒரு நடிகரை அதற்கு ஏற்பாடு செய்தேன்.

ஒரு காலத்தில் ஓகோ என்று விளங்கிய அந்த நடிகர் நான் ஒப்பந்தம் செய்தபோது வறுமையிலிருந்தார்.

அவருடைய மனைவியின் கழுத்தில் தங்க மாங்கல்யம் இல்லை.

அரக்கு மஞ்சளை மஞ்சள் நூலில் கோர்த்து அணிந்திருந்தார்.

தாலி ஓரிடத்தில் அடகு வைக்கப்பட்டிருப்பதாக நடிகர் கூறினார்.

உடனே நான், அதற்கு வேண்டிய பணத்தை எடுத்துக் கொண்டு அவரைக் கூட்டிக்கொண்டு, அடகு பிடித்தவர் வீட்டிற்குப் போனேன்.

நடிகருடைய எல்லா நகைகளுமே அவரிடம்தான் அடகு வைக்கப்பட்டிருந்தன.

தாலிக்கு வேண்டிய பணத்தை மட்டும் கொடுத்துத் தாலியைத் திருப்பிக் கேட்டேன்.

அவர் பணத்தையும் வாங்கிக்கொண்டு, "ஏராளமான வட்டி பாக்கியிருக்கிறது, இதை வட்டிக்கு வரவு வைத்துக் கொள்கிறேன்; தாலியைத் தரமுடியாது" என்று சொல்லிவிட்டார்.

பணம் கொடுத்தும் அந்தத் தாலி கிடைக்கவில்லை.

பிறகு நான் மேலும் கொஞ்சம் பணம் கொடுத்து அவர் புதிய தாலியையே வாங்கி, தன் மனைவியின் கழுத்தில் கட்டினார்.

அர்த்தமுள்ள இந்துமதம் - பாகம் 1

என் படம் நடந்து கொண்டிருந்தபோதே, அந்த நடிகர் 'இன்சால்வென்ட்' ஆனார்.

ஆனால், மூன்றாவது மாதமே படம் வெளிவந்ததும் பத்துப் படங்களுக்கு அவர் ஒப்பந்தம் செய்யப்பட்டுப் பணமும் வந்தது. 'இன்சால்வென்சி'யும் ரத்தாயிற்று. அவருடைய சொத்துக்கள் அவருக்கே திரும்பி வந்தன. இன்று அவர் சுகமாக நாடகங்களிலும் படங்களிலும் நடித்துக் கொண்டிருக்கிறார்.

அவருடைய மனைவி உத்தமி.

புராண காலத்து சீதை, வரலாற்றுக் காலத்துக் கண்ணகிக்கு நிகரான சத்தியவதி.

அந்தச் சத்தியவதியின் தாலியை வைத்திருந்தாரே அவரது குடும்பம் பட்டபாடும், அதில் ஏற்பட்ட குழப்பமும், அவர் நோயில் இழுத்துக் கிடந்து மாண்டதும் விவரிக்க முடியாத பெருங்கதை.

அந்தத் 'தாலி' அவரது குடும்பத்தின் நிம்மதியையே அழித்து விட்டது.

இந்துக்களின் மங்கலசூத்திரம் தன் சக்தியைக் காட்டிவிட்டது.

பாவத்தின் விலை, அவரது வாழ்நாளிலேயே கிடைத்து விட்டது. நிற்க.

"அன்னையும் பிதாவும் முதல் தெய்வம்" என்பது இந்துக்கள் சம்பிரதாயம்.

"தாயைப் பணிந்தவன் கோவிலுக்குப் போக வேண்டாம்" என்பார்கள்.

தாய் - தந்தையைச் சுற்றி வந்த கணபதிக்குத்தான் சிவபெருமான் மாம்பழத்தை அளித்தார்; உலகத்தைச் சுற்றி வந்த முருகனுக்கு அல்ல.

தாய் தந்தையருக்குத் தொண்டு செய்து கொண்டிருந்த ஒரு பக்தன், மாறுவேடத்தில் வந்த இறைவனைக் கவனிக்கவில்லை என்றும், இறைவன் ஆத்திரமுற்றபோது 'தன் முதற்கடமை இதுதான்' என்று அவன் உறுதியாகக் கூறினான் என்றும், இறைவனே மனமயங்கி, அவன் பாதத்தில் விழுந்தான் என்றும் நாம் படிக்கிறோம்.

அந்தத் தாய் தந்தையரை மனமார நேசிக்கும் எவனுக்கும் எதிர்காலம் உண்டு.

நான் கண்ணெதிரிலேயே பார்க்கிறேன், பலரை.

49

ஆனால், தாயின் குரலைக் கேளாத ஒருவருடைய கதையை உனக்குச் சொல்ல வேண்டும்.

அவர் என்னுடைய சமூகத்தைச் சேர்ந்தவர்; ஏழைக் குடும்பத்திலே பிறந்தவர்.

அவரது விதவைத் தாய் தன் வயிற்றைக் கட்டிவைத்து மகனுக்குச் சோறூட்டுவாள்.

எங்கள் பக்கத்தில் பிள்ளைகள் இல்லாத பணக்காரர்கள் 'சுவிகாரம்' எடுக்கும் பழக்கம் பரவலாக உண்டு.

அந்தச் சுவிகாரத்தில் பிள்ளையைப் பெற்ற தாய்க்கு விலையாக ஒரு தொகையையும் தருவார்கள்.

அந்தத் தொகைக்காகவும், தன் பிள்ளையாவது நல்ல இடத்தில் வாழட்டுமே என்று சுவிகாரம் விட்டு விட்டாள், அந்தத் தாயார்.

ஏழை மகன் லட்சாதிபதியானான். பணக்காரப் பெண்ணைத் திருமணம் செய்துகொண்டான். வசதியான வாழ்க்கையில், பெற்ற 'தாயையே' மறந்துவிட்டான்.

அவனால் மறக்கமுடிந்தது; தாயினால் அது முடியவில்லை.

ஒரு நாள் நான் அந்த மனிதனைப் பார்க்கப் போனேன். காய்கிற வெயிலில், அந்த வீட்டின் வெளித்திண்ணையில் அந்த அம்மையார் உட்கார்ந்திருந்தார்கள்.

என்னைப் பார்த்ததும் "ஐயா, நீ யார்?" என்று கேட்டார்கள்.

"என்ன ஆச்சி? என்ன வேண்டும்?" என்று நான் கேட்டேன்.

உடனே அந்த மூதாட்டி, "தம்பி, உள்ளே இருப்பது என் பிள்ளைதான். சுவிகாரம் விட்டுவிட்டேன். அவனைப் பாக்குறதுக்காகக் காலையில் இருந்து திண்ணையிலேயே உட்கார்ந்திருக்கேன். ஒருத்தரும் விடமாட்டேங்கிறாங்க. நீயாவது எம் மகங்கிட்ட கொஞ்சம் சொல்லேன்" என்றார்கள்.

என் கண்கள் கலங்கிவிட்டன.

ஆசையாக, ஒரு கூடையில் பணியாரமும் உளுந்துவடையும் கொண்டு வந்து, துணியால் அதை மூடி வைத்திருக்கிறார்கள், தன் மகனுக்குத் தன் கையாலேயே ஊட்டி விடுவதற்காக.

நான் வேகமாக உள்ளே போய், அந்தப் பையனைப் பார்த்து, "உன்னைப் பெற்ற தாயார் வந்திருக்கிறார்கள். கொஞ்சம் உள்ளே கூப்பிட்டு உட்கார வைய்யப்பா" என்றேன்.

அர்த்தமுள்ள இந்துமதம் – பாகம் 1

அவர் கோபமாக, "அவுங்களுக்கு எப்பவும் இதே வேலையாய்ப் போச்சு. வராதே வராதேன்னா எதுக்காக வர்ராக?" என்று கூறிவிட்டு, கணக்குப் பிள்ளையை அழைத்து, "இந்தா ஆத்தா வந்திருக்காளாம், ஒரு இருநூறு ரூபாய் கொடுத்து, இனிமே இந்தப் பக்கம் வரவேண்டாம் என்று சொல்லு" என்றார்.

"அதை நீயே கூப்பிட்டுச் சொல்லேன்" என்றேன் நான்.

அவர் மறுத்துவிட்டார், மனைவிக்குப் பயந்து.

கணக்குப்பிள்ளை அந்தப் பணத்தைக் கொண்டு போய்க் கொடுத்ததும் அந்த அம்மையார்.

"அப்பச்சி! தம்பி! ஐயா! ஒருதரமாவது பார்த்துட்டுப் போயிடுறேன்!" என்று சத்தம் போட்டார்கள்.

அந்தக் குரல் அந்தப் பாவியின் காதில் விழவில்லை. விளைவு என்ன தெரியுமா?

தாயின் குரலைக் கேட்காத அந்தக் காதுகள், வேறு எந்தக் குரலையும் கேட்க முடியாதபடி, 'டமாரச்' செவிடாகிவிட்டன.

மனைவி மயக்கத்தில் மாதாவை மறந்தவன் கதி என்ன என்பதைப் புராணங்களைப் படித்து நீ நம்பவில்லையானால், உன் பக்கத்து வீடுகளில் கேட்டுப் பார். இப்படியொரு சம்பவம் அங்கேயும் நடந்திருக்கும்.

தாய் - தகப்பனுக்குச் செய்யும் பாவம் உன் தலையைச் சுற்றி அடிக்கும்.

ஆயிரம் மனைவிமார்களை விலைக்கு வாங்கலாம்; அன்னையும் பிதாவும் மறுபடி வரமுடியாது.

இந்துக்கள் சொன்ன தத்துவம் வேடிக்கைக் கதையல்ல.

'யாருக்கு நீ பாவம் செய்தாலும் அதற்குத் தண்டனை உண்டு' என்பது அழிக்கமுடியாத உண்மை.

இத்தகைய நிகழ்ச்சிகளை நான் விவரித்துக் கொண்டே போகலாம்.

எவ்வளவோ பாவிகள் தங்கள் வாழ்நாளிலே தண்டிக்கப்பட்டதை நான் பார்த்திருக்கிறேன்.

'பாவத்தின் அளவு எவ்வளவோ அவ்வளவே தண்டனை' என்பது, எவ்வளவு உண்மை!

இறைவன் தீர்ப்புகள் எப்படி இருக்கும் என்பதை இந்துக்கள் சொன்னதுபோல் வேறு யார் சொன்னார்கள்?

51

இறைவா, இந்து சமூகம் உன்னையும் உன் ராஜாங்கத்தையும் சரியாக அளந்து வைத்திருப்பதை எண்ணி எண்ணி நான் வியக்கிறேன்.

சொந்த நிகழ்ச்சிகளில் இந்த அனுபவத்தைக் காணாதவரை, ஞானமார்க்க உபதேசிகளை நான் கேலி செய்ததுண்டு.

ஒவ்வொரு படிக்கட்டிலும், ஒவ்வொரு உண்மையைக் காணக் காண, நமது ஞானிகள் 'அறிவுலகத்தின் சுடரொளிகள்' என்றுதான் நான் நம்புகிறேன்.

இசையின் சுவையைப் பாடல் அதிகப்படுத்துவது போல், தத்துவத்தின் உண்மையைச் சம்பவங்களே உறுதி செய்கின்றன.

'இந்து மகாசமுத்திரம்' என்ற பெயர், இந்துமதத்துக்கே பொருந்தும்.

'பாவமும் குற்றமும் செய்துவிட்டுத் தெய்வத்தை வணங்கினால் பலன் உண்டா?'

காசி விசாலாட்சி

6
புண்ணியம் திரும்ப வரும்

"**வந்த** வினையும் வருகின்ற வல்வினையும்,
கந்தனென்று சொல்லக் கலங்கும்."

ஆனால், செய்த வினையும் செய்கின்ற தீவினையும், ஓர் எதிரொலியைக் காட்டாமல் மறையமாட்டா.

நீ விதைத்த விதைகளை நீயே அறுவடை செய்த பின்னால்தான் அந்த நிலத்தில் வேறு பயிர்களைப் பயிரிடமுடியும்.

கொலை, களவு, சூது அனைத்தையும் செய்துவிட்டு, "குமரா! முருகா!" என்று கூவினால் குமரன் நீ வரும் கோயிலுக்குக் கூட வரமாட்டான்.

இதிலும் எனக்கோர் அனுபவம் உண்டு.

என்னிடம் படம் வாங்கிய ஒருவர், படத்துக்காக வசூலான பணம் கணக்குக் காட்டாமல், பொய்க் கணக்கு எழுதி, நான் அவருக்கு முப்பதினாயிரம் ரூபாய் தரவேண்டும் என்று கோர்ட்டிலே வழக்குத் தொடர்ந்தார்.

வேறு வழியில்லாமல் வயிற்றெரிச்சலோடு நானும் கொடுக்க வேண்டி வந்தது.

அவர் ஏற்கெனவே ஒரு பணக்காரச் செட்டியாரையும் ஆச்சாள்புரத்துக்காரர் ஒருவரையும் ஏமாற்றியவர்.

அவரது மூலதனமே ஏமாற்றுவதுதான்.

ஏமாற்றி என்ன பயன்?

அத்தனை பணமும் போய், நகை நட்டுகளும் போய் அன்றாடச் சோற்றுக்கே இன்று அலைமோதுகிறார்.

அவரை அடிக்கடி வடபழனி கோயிலில் காணலாம்.

உடம்புக்குச் சட்டையில்லாமல் இடுப்புக்குத் துண்டு கட்டிக் கொண்டு, அந்தப் 'பாபாத்மா' தினமும் கோயிலுக்கு வருகிறது.

நெற்றியில் கட்டுக்கட்டாக விபூதி; இரண்டு காதிலும் கதம்பப் பூக்கள்; கையில் தேங்காய் பழம் கொண்ட தட்டு.

அந்த மனிதர் தினந்தோறும் முருகனைத் தேடுகிறார்.

கண்ணதாசனின்

முருகனோ அவரைக் கண்டாலே ஓடுகிறான்.

ஒருவன் வந்த வழியைப் பார்த்துத்தான், கந்தன் வரப்போகும் வழியைத் திறந்து விடுகிறான்.

ராஜாங்கம் கட்டி ஆண்டவனுங்கூட, நேர்மை தவறி நடந்தால் நிம்மதி இல்லாமல் துடிக்கிறான்.

இறைவனின் தராசு வணிகனின் தராசு அல்ல; அது எடையைச் சரியாகவே போடுகிறது.

குளத்திலே ஒரு ரூபாயைத் தவறிப் போட்டுவிட்டால், குளம் வற்றியதும் அது உன் கைக்கே கிடைக்கிறது - அது நேர்மையாகச் சம்பாதித்த பணமாக இருந்தால்.

ஒரு நடைபாதையில் நீ கண்ணாடித் துண்டைப் போட்டால், நீ திரும்பி வரும்போது, அது உன் காலிலேயே குத்துகிறது.

குளிக்கும் அறையில் நான் எச்சிலைத் துப்பிவிட்டேன். ஒரு மணி நேரம் கழித்து நான் உள்ளே போன போது, அது என் காலையே வழுக்கி விட்டது.

விதி என்பது இறைவன் விதித்தது மட்டுமல்ல; நீயே விதித்ததுமாகும்.

ஊரையெல்லாம் கேலி செய்த ஒரு பணக்காரர், ஊர் முழுவதும் கேலி செய்யும் நிலையில் வாழ்ந்து மடிந்ததை நான் அறிவேன். அவரும் பக்தர்தான்!

பக்தி செய்யும் எல்லோருக்கும் பரமனருள் கிடைப்பதில்லை.

அது பாவம் செய்யாதவர்களுக்கு மட்டுமே கிடைக்கிறது.

'உண்மையே தெய்வம்,' 'அன்பே தெய்வம்' என்று இந்துமதம் சொன்னது அதனால்தான்.

'நம்பினோர் கெடுவதில்லை. நான்கு மறைத் தீர்ப்பு' உண்மைதான். 'கெட்டவன்' நம்பினால் அவனருள் கிட்டுவதில்லை.

அதுவும் உண்மைதான்.

காலங்களை நிர்ணயிக்கின்றவனும், வாழ்க்கையின் கதியையே உருவாக்குகின்றவனுமான பரம்பொருள், உன் வாழ்க்கைக்குப் பொறுப்பேற்றுக் கொள்ளவில்லை, ஆத்மாவுக்கே பொறுப் பேற்றுக் கொள்கிறான்.

மதத்துறையை 'ஆத்மார்த்தத் துறை' என்பது அதனால்தான்.

அர்த்தமுள்ள இந்துமதம் – பாகம் 1

நதியின் ஓட்டம் பள்ளத்தை நோக்கியே; அந்த நாயகனின் ஓட்டமும் எளிமையான நேர்மையை நோக்கியே.

ஒன்று, அறியாமல் செய்யும் தவறுகள் பாபங்கள் அல்ல; அவை வெறும் தவறுகளே!

அவற்றுக்கு உடனே மன்னிப்பு உண்டு.

அறிந்து செய்யும் தவறு, தவறல்ல; அது குற்றம்.

அதற்கு மன்னிப்புக் கிடையாது!

ஆண்டவனின் அவதாரங்களேகூட, அறியாமல் தவறு செய்திருப்பதாக வழக்குக் கதைகள் உண்டு.

ஸ்ரீ ராமச்சந்திரமூர்த்தி ஒருமுறை கங்கைக்குக் குளிக்கச் சென்றார்.

அவரது அம்பறாத் தூணியில் ஒரே ஒரு அம்பு மட்டுமே இருந்தது.

அந்த அம்பைப் படுக்கை வசமாக வைக்கக்கூடாதென்ற மரபுப்படி, அதைப் பூமியிலே குத்தி வைத்தார்.

"ஒற்றை அம்பை ஊன்றி வை" என்பது வழக்கு.

அம்பை ஊன்றிய ராமபிரான், கங்கையில் குளித்து விட்டுக் கரையேறினார்.

ஊன்றிய அம்பை எடுத்தார்.

அதிலொரு தேரைக் குஞ்சு குத்தப்பட்டிருந்தது.

பூமிக்குள்ளிருந்த தேரைக் குஞ்சை அவர் அறியாமல் குத்திவிட்டார்.

தேரைக் குஞ்சு சாகும் தருவாயிலிருந்தது.

ராமபிரான் கண்கள் கலங்கிவிட்டன.

"ஐயோ, தேரையே! நான் குத்தும்போது நீ கத்தியிருந்தால் காப்பாற்றி இருப்பேனே, ஏன் கத்தவில்லை?" என்றார்.

அதற்குத் தேரை சொன்னது:

"பெருமானே! யாராவது எனக்குத் துன்பம் செய்யும் போதெல்லாம் நான் 'ராமா ராமா' என்றுதான் சத்தமிடுவேன். அந்த ராமனே என்னைக் குத்துகிறார் என்னும்போது, யார் பெயரைச் சொல்லி ஓலமிடுவேன்?"

ராமபிரான் கண்ணீரோடு சொன்னார்:

55

''தேரையே, என்னை மன்னித்துவிடு. இது நான் அறியாமல் செய்த பிழை.''

தேரை சொன்னது,

''பெருமானே! 'அறியாமல் செய்கின்ற பிழைகள் அப்பொழுதே மன்னிக்கப்படுகின்றன' என்று சொன்னது உன் வாக்குத்தானே!''

தேரையின் ஆவி முடிந்தது.

நான் பாவம் என்று குறிப்பிடும்போது, நீ அறியாமல் செய்த பிழைகளை எல்லாம் பாபக்கணக்கில் சேர்க்காதே.

சிறுவயதில் கடன்தொல்லை தாங்காமல் நான் 'திருடியிருக்கிறேன்' - என் தாயின் பணத்தைத்தான்.

திருடிவிட்டு நிம்மதியில்லாமல் இருந்திருக்கிறேன்.

கடவுளை வேண்டியிருக்கிறேன் - ''இறைவா மன்னி'' என்று.

அந்தத் தவற்றைக் கடவுள் மன்னிக்கவில்லை என்றால் இந்த வாழ்க்கையை எனக்கு அருளியிருப்பாரா?

என்னுடைய நண்பர்களில் என்னிடம் உதவி பெறாதவர்கள் குறைவு.

உதவி பெற்றவர்களில் நன்றியுடையவர்கள் குறைவு.

என்னுடைய ஊழியர்களில் என்னை ஏமாற்றாதவர்கள் குறைவு.

ஏமாற்றியவர்களில் நன்றாக வாழ்கின்றவர்கள் குறைவு.

எழுத்தின் மூலமே சம்பாதித்தவர்களில் என்னைப்போல் சம்பாதித்தவர்கள் குறைவு.

சம்பாதித்ததை அள்ளி இறைத்ததில், என்னைப்போல் அள்ளி இறைத்தவர்கள் குறைவு.

இவ்வளவு அறியாமைக்கிடையிலேயும், ஏதோ ஒரு சுடரொளி என்னைக் காப்பாற்றுகிறது.

ஏன் காப்பாற்றுகிறது? எதனால் அது என்னைக் காப்பாற்றுகிறது?

என் தாய் - தகப்பன் செய்த தருமங்களை நினைக்கிறேன்.

'தர்மம் தலைகாக்கும்' என்ற இந்துக்களின் பழமொழி எனக்கு நினைவுக்கு வருகின்றது.

செய்த பாவம் தலையிலடிக்கிறது - செய்த புண்ணியம் தலையைக் காக்கிறது.

அர்த்தமுள்ள இந்துமதம் – பாகம் 1

ஆம்; செய்த புண்ணியம் திரும்பி வருகிறது.

புண்ணியம் என்பது, என்றும் எதிலும் நீ செய்யும் நன்றி!

பாவத்தில் முதற்பாவம், நன்றி கொல்லுதல்.

கஷ்டகாலத்தில் எனக்கு ஒரு ரூபாய் உதவியவரை நான் ஞாபகத்தில் வைத்துக் கைம்மாறு செய்திருக்கிறேன்.

அந்த நாயகன் அறிய நான் நன்றி கொன்றதில்லை.

ஆகவே பாவம் செய்யாமல், புண்ணியம் செய்து கொண்டே இறைவனைத் தியானித்தால் உன் வாழ்நாளிலேயே உனக்கொரு அதிர்ஷ்டம் காத்திருக்கிறது.

நான் தத்துவம் பேசவில்லை; அனுபவம் பேசுகிறது.

இந்து மதத்தின் ஒவ்வொரு அணுவையும் நான் உணர்வதற்கு எதையும் நான் படிக்கவில்லை.

சாதாரணப் பழமொழிகளும் அனுபவத்தில் அவற்றின் எதிரொலிகளுமே, இந்துமதத்தில் ஆழ்ந்த நம்பிக்கையை எனக்கு உண்டாக்கியிருக்கின்றன.

காஞ்சிபுரம் வரதராஜர் கோவில்

7
விதிப்படி பயணம்

உனக்கு விதிக்கப்பட்ட வாழ்க்கையே 'விதி' என்று கூறப்படுகிறது.

உனது வாழ்க்கை எந்தச் சாலையில் போனாலும், அது இறைவன் விதித்ததே.

ஜனனம் உலகமெங்கும் ஒரே மாதிரி இருக்கிறது.

பத்தாவது மாதம் ஜனனம் என்பது நிரந்தரமானது.

ஆனால் வாழ்க்கை ஏன் பல கோணங்களில் போகிறது? மரணம் ஏன் பல வழிகளில் நிகழ்கிறது?

நீ கருப்பையில் இருக்கும்போது, நீ போகப் போகிற பாதைகளும், சாகப்போகிற இடமும், நேரமும், உன் மண்டை ஓட்டுக்குள் திணிக்கப்படுகின்றன.

நீ எங்கே போனாலும், எப்படி வாழ்ந்தாலும், அது இறைவன் விதித்ததே.

மனத்தின் சிந்தனைப் போக்கு எப்படி வேண்டுமானாலும் போகலாம்; ஆனால் அது நடப்பதும் நடக்காததும் உன் விதிக்கோடுகளில் அடங்கி இருக்கிறது.

> ஊழிற் பெருவலி யாவுள மற்றொன்று
> சூழினும் தான்முந் துறும்

என்றார் வள்ளுவர்.

ஊழ் என்பது பூர்வ ஜென்மத்தையும், விதியையும் குறிக்கும்.

பூர்வ ஜென்மத்தின் எதிரொலியைக் கொண்டே அந்த ஜென்மத்தின் விதி நிர்ணயிக்கப்பெறுகிறது.

அதனை 'ஊழ்வினை உறுத்து வந்தூட்டும்' என்றான் இளங்கோ.

போன ஜென்மத்தில் உன் விதி பாவம் செய்யும்படி விதிக்கப்பட்டிருந்தால், அதற்கான பரிகாரம் இந்த ஜென்மத்தில் எழுதப்படுகிறது.

அர்த்தமுள்ள இந்துமதம் – பாகம் 1

ஆகவே விதியின் கோடுகள்தாம் உன்னை ஆட்சி செய்கின்றன என்பது, இந்துக்களின் அசைக்கமுடியாத நம்பிக்கை.

நீ எண்ணியது நடந்தாலும் நடக்காவிட்டாலும், எண்ணாதது நடந்தாலும், யாவும் உன் விதிரேகைகளின் விளைவே.

முயற்சி கால் பங்கு; விதியின் ஒத்துழைப்பு முக்கால் பங்கு.

"எல்லாவற்றுக்கும் காலநேரம் வர வேண்டும்" என்கிறார்களே இந்துக்கள். அதற்கு என்ன காரணம்?

இன்ன காரியங்கள், உனக்கு இன்ன காலங்களில் நடக்கும் என்று விதிக்கப்பட்டிருக்கிறது; அவ்வளவுதான்.

நினைவுகளின் மயக்கத்தை விதி ஒழுங்குபடுத்துகிறது.

இரண்டாவது உலக யுத்தத்தின்போது, ஹிட்லருக்கு இருந்த வசதியும், ஆயுதப் பெருக்கமும் வேறு எந்த நாட்டிற்கும் இல்லை.

ஒரே நாளில் போலந்தைப் பிடித்தான்.

வெறும் மிரட்டலிலேயே செக்கோஸ்லாவாகியாவைப் பிடித்தான்.

குண்டு போடாமலேயே பிரான்ஸைப் பிடித்தான்.

அவன் விரும்பியிருந்தால் ஐரோப்பாவையும், ஆறு நாட்களில் பிடித்திருக்கலாம்.

வெறும் வாய்வேட்டுக்களையே விட்டுக்கொண்டிருந்த சர்ச்சிலை, அவன் கனடாவுக்குத் துரத்தியடித்திருக்கலாம்.

(சர்ச்சில் தென் அமெரிக்காவுக்கு ஓடத் திட்டமிட்டிருந்தார்.)

அகில ஐரோப்பாவையும் பிடித்துவிட்டால், உலகத்தில் ஐரோப்பிய நாடுகளுக்குக் காலனிகளாக இருந்த ஆசிய - ஆப்பிரிக்க, அரேபிய நாடுகள் - சுமார் எண்பது - குண்டுகள் போடாமலேயே அவன் கைக்கு இயற்கையாகவே வந்திருக்கும்.

இது சுலபமாக நடந்திருக்கக் கூடியதே.

ஆனால், விதி ஹிட்லரின் ஆணவத்தை ஆட்சி புரிந்தது.

பிரிட்டனைக் 'கோழிக் குஞ்சு' என்று அவன் கேலி செய்துவிட்டு, 'யானையைச் சாப்பிட்டால்தான் என் பசி அடங்கும்' என்று, சோவியத் யூனியனுக்குள் நுழைந்தான்.

'அவனது சவக்குழி அங்கேதான் தோண்டப்படுகிறது' என்று விதி சிரித்தது.

59

சோவியத் யூனியனின் பருவகாலத்தில் அவன் சிக்கிச் சிக்கி இழுபட அமெரிக்காவும், பிரிட்டனும் தங்களைத் தயார் செய்து கொண்டுவிட்டன.

எச்சரிக்கையாக இருந்திராததால், உலகத்தையே ஆண்டிருக்கக்கூடிய ஹிட்லர், தன் பிணத்தைக்கூடப் பிறர் பார்க்க முடியாதபடி இறந்து போனான்.

எந்த மனிதனின் பாதையையும் திசை திருப்பிவிடும் விதி, ஹிட்லரின் ஆணவத்தையும் அழிவை நோக்கித் திருப்பிவிட்டது.

உலக வரலாறுகளைக் கூர்ந்து நோக்குங்கள்.

நினைத்ததை எல்லாம் நடத்தி முடித்தவன் எவன்?

நினைப்பவன்தான் நீ; முடிப்பவன் அவன்.

இந்துக்களின் தத்துவத்தில் இது முக்கியமானது.

நம்முடைய லகான் இறைவன் கையிலே உள்ளது என்பதை, இந்துமதம்தான் வலியுறுத்துகிறது.

பிச்சைக்காரி ராணியான கதையும், ராஜா பிச்சைக்காரனான கதையும் அதிர்ஷ்டம் என்ற பெயரிலோ, துரதிர்ஷ்டம் என்ற பெயரிலோ விதியின் பரிசளிப்பு.

''ஐயோ! எவ்வளவோ ஆசை வைத்திருந்தேனே, இப்படி ஆகிவிட்டதே'' என்று நீ பிரலாபித்துப் பயனில்லை.

''அப்படித்தான் ஆகும்'' என்று நீ ஜனிக்கும்போது எழுதப்பட்டிருக்கிறது.

ராமனையும் விதி ஆண்டது. சீதையையும் விதி ஆண்டது.

காமனையும் விதி ஆண்டது. ரதியையும் விதி ஆண்டது.

சோழநாட்டுக் கோவலனின் விதி, மாதவியின் மயக்கத்திலே இருந்தது.

கண்ணகியின் விதி மதுரையிலே இருந்தது.

பாண்டியன் நெடுஞ்செழியன் விதி, ஒரு காற்சிலம்பில் அடங்கியிருந்தது.

அலெக்சாண்டரின் விதி, பாபிலோனியாவில் முடிந்தது.

ஜூலியஸ் சீஸரின் விதி, சொந்த நண்பனின் கையிலே அடங்கியிருந்தது.

நெப்போலியனின் விதி, அவனது பேராசையிலே அடங்கியிருந்தது.

அர்த்தமுள்ள இந்துமதம் - பாகம் 1

காந்திஜியின் விதி, கோட்ஸேயின் கைத்துப்பாக்கியில் அடங்கி இருந்தது.

அடிமைகள் கிளர்ந்து எழுந்ததும், ஆதிக்க வெறியர்கள் விழுந்து துடித்ததும், காலமறிந்து கடவுள் விதித்த விதி.

கடவுளே இல்லை என்று வாதிடுவோரும் நீண்ட காலம் வாழவேண்டும் என்று இறைவன் ஏன் விதிக்கிறான்?

தங்கள் கொள்கைகள், தங்கள் கண் முன்னாலேயே தோல்வி அடைவதைக் கண்டு சாகவேண்டும் என்றுதான்!

உண்மையான பக்தி உள்ள சிலருக்கு ஆண்டவன் ஏன் நீண்ட ஆயுளைத் தருகிறான்?

'தாங்கள் பக்தி செலுத்தியது நியாயமே' என்று அவர்களும், அவர்களைப் பார்த்துப் பிறரும் உணர்வதற்காகத்தான்.

இறைவன் விதியை ஒரு வேடிக்கைக் கருவியாக வைத்திருக்கிறான்.

சக்தியும் சிவனும் பூமியில் பல வேடங்களில் பிறந்ததாக இந்துக் கதைகள் கூறுவது, இறைவன், தானும் விதிக்கு ஆட்பட்டு, அதன் சுவையை அனுபவிக்கிறான் என்பதைக் காட்டுவதற்காகத்தான்.

அந்தக் கதைகளை வெறும் கதைகளாக நோக்காமல், இறைவனின் தத்துவங்களாக நோக்கினால், மானிடத் தத்துவத்தை எப்படி இறைவன் வகுத்திருக்கிறான் என்பதை அறிய முடியும்.

விதி - மதி ஆராய்ச்சியில் மதியையே விதிதான் ஆட்சி செய்கிறது என்பதை நான் அனுபவத்தில் கண்டிருக்கிறேன்.

அதை ஒரு கதையாக மூன்று வருடங்களுக்கு முன்பு எழுதினேன்.

பிரவாகம்

ஞானி பிரகதீஸ்வரர், திருக்கோவிலுக்கு விஜயம் செய்தார்.

அவர் பெரிய மகான். உண்மையிலேயே ஞானி. சிறு வயதிலேயே துறவு பூண்டவர்.

கல்மண்டபத்தின் வடக்கில், அவருக்காக மேடை அலங்கரிக்கப்பட்டது.

எதிரே ஆண்களும் பெண்களும் கணக்கிலடங்காது கூடியிருந்தனர்.

61

வேதங்கள் பற்றியும், புராணங்களைப் பற்றியும் விளக்கிக் கொண்டே வந்த ஞானியார், 'யாரும் கேள்விகள் கேட்கலாம். பதில் சொல்லப்படும்' என்று தெரிவித்தார்.

யார் என்ன கேள்வி கேட்கப் போகிறார்கள் என்பதையே ஒவ்வொருவரும் ஆவலாக எதிர்பார்த்தார்கள்.

மண்டபத்தின் மேற்கு மூலையிலிருந்து ஓர் உருவம் மெதுவாக எழுந்து நின்றது.

நடுத்தர வயது; தீட்சண்யமான கண்கள்; பந்தபாசங்களில் அடிபட்டுத் தேறி வந்தது போன்ற ஒரு தெளிவு.

சபையில் இருந்த எல்லோரும் அவரையே திரும்பிப் பார்த்தார்கள்.

''தாங்கள் என்ன கேட்க விரும்புகிறீர்கள்?'' என்று ஞானியார் கேட்டார்.

அவர் சொன்னார்:

''சுவாமி!

விதியையும் மதியையும் பற்றி வெவ்வேறு காலங்களில் வெவ்வேறு சர்ச்சைகள் தோன்றி முடிவுக்கு வராமல் முடிந்திருக்கின்றன.

''விதியை மதியால் வெல்லலாம் என்றும், மதியை விதி வென்றுவிடும்'' என்றும், இரண்டு கருத்துகள் இன்னும் இருந்து கொண்டிருக்கின்றன.

''எது முடிவானதோ சாமிக்குத் தெரிந்தால் சொல்லுங்கள்.''

கேள்வி பிறந்ததும், ஞானியார் லேசாகச் சிரித்தார்.

மண்டபத்தில் இருந்த எல்லோரையும் பார்த்து, ''எல்லோரும் எழுந்து வெளியே செல்லுங்கள்; நான் கூப்பிட்ட பிறகு வாருங்கள்'' என்றார்.

மண்டபம் காலியாயிற்று.

இரண்டு நிமிஷங்கள் கழித்து, ''எல்லோரும் வாருங்கள்'' என்றழைத்தார்.

திபுதிபுவென்று எல்லோரும் ஓடிவந்து அமர்ந்தார்கள்.

ஞானியார் கேட்டார்:

''குழந்தைகளே, இந்த மண்டபத்தில் உட்கார்ந்திருந்தவர்கள் வெளியே போய் மீண்டும் உள்ளே வந்திருக்கிறீர்கள். உங்களில்

அர்த்தமுள்ள இந்துமதம் – பாகம் 1

போன தடவை உட்கார்ந்த அதே இடத்தில் உட்கார்ந்திருப்பவர்கள் எத்தனை பேர்?"

எல்லோரும் விழித்தார்கள்.

நாலைந்து பேர் மட்டும் பழைய இடத்தில் அமர்ந்திருந்தார்கள்.

மற்ற எல்லோரும் இடம் மாறி இருந்தார்கள்.

கேள்வி கேட்டவரைப் பார்த்து, ஞானியார் சொன்னார்:

"பாருங்கள், இந்தச் சின்ன விஷயத்தில்கூட இவர்கள் மதி வேலை செய்யவில்லை.

கொஞ்சம் நிதானமாக யோசித்தால், இவர்கள் மெதுவாக வந்து, அவரவர் இடங்களில் அமர்ந்திருப்பார்கள்!

இவர்கள் மதியை மூடிய மேகம் எது?"

கேள்வியாளர் கேட்டார்:

"இது அவர்கள் அறியாமையைக் குறிக்கும்; இதை விதி என்று எப்படிச் சொல்கிறீர்கள்?"

ஞானியார் சொன்னார்:

"அறியாமையே விதியின் கைப்பாவை.

அறிவு எல்லோருக்குமே தெளிவாக இருந்துவிட்டால், விதியும் இல்லை, விதித்தவனும் இல்லை."

கேள்வியார் கேட்டார்:

"மனிதனின் அறியாமையே விதி என்றால், விதிக்குத் தனி நியமங்கள் இல்லையா?"

ஞானியார் சொன்னார்:

"இருக்கின்றன!

இந்த உருவத்தில், இந்த இடத்தில் பிறக்கவேண்டும் என்று நீங்கள் நினைக்கவில்லை.

உங்களைப் பிறக்க வைத்தது விதியின் பிரவாகம்.

இப்படித்தான் வாழவேண்டும் என்று நீங்கள் திட்டமிடுகிறீர்கள்; அப்படி வாழவிடாமல் செய்வது விதியின் பிரவாகம்.

இந்தப் பெண்தான் எனக்குத் தேவை என்று முடிவு கட்டுகிறீர்கள்; அவளைக் கிடைக்க விடாமல் செய்வது விதியின் பிரவாகம்.

63

கண்ணதாசனின்

எப்போது நீங்கள் நினைத்தது நடக்கவில்லையோ அப்போது உங்கள் நினைவுக்கு மேல் இன்னொன்று இருக்கிறது என்று அர்த்தம்.

அதற்கு நம் மூதாதையர் சூட்டிய பெயரே விதி.''

கேள்வியாளர் கேட்டார்:

"அந்த விதி எப்போது நிர்ணயிக்கப்படுகிறது? எங்கிருந்து தொடங்குகிறது?''

ஞானியார் சொன்னார்:

"சூன்யத்தில் நிர்ணயிக்கப்படுகிறது; ஜனனத்தில் தொடங்குகிறது.

தான் நினைத்தபடியெல்லாம் வாழ்க்கையை நடத்தி முடித்தவர்கள் எத்தனை பேர்?

வீரன் வெற்றி பெற்றால், அது வீரத்தால் வந்தது.

கோழை தோல்வியுற்றால், அது கோழைத்தனத்தால் கிடைத்தது.

ஆனால் வீரன் தோல்வியுற்றாலோ, கோழை வெற்றி பெற்றாலோ, அவை விதியால் நிர்ணயிக்கப்பட்டவை!

வரலாற்று நதியைத் தனிமனிதனின் சாகசங்கள் இழுத்துச் செல்வதில்லை.

விதியே அழைத்துச் சென்றிருக்கிறது.

கோவலனை மதுரைக்கு அழைத்ததும், பொற்கொல்லனைச் சந்திக்க வைத்ததும் விதி.

மாதர்களாலேயே ஆரம்பமான பிரஞ்சு சாம்ராஜ்யம், மாதர்களாலேயே அழிவுற்றதற்குக் காரணம் விதி!

ஒன்று நடைபெற்ற பின்னால், 'கொஞ்சம் அப்படிச் செய்திருந்தால் நடந்திருக்காதே' என்று மதி சிந்திக்கிறது!

மதி ஏன் தாமதமாகச் சிந்திக்கிறது?

விதி முந்திக்கொண்டு விட்டது!''

கேள்வியாளர் கேட்டார்:

"அப்படியானால் மனிதனின் மதியால் ஆகக்கூடியது ஒன்றுமே இல்லையா?''

ஞானியார் சொன்னார்:

அர்த்தமுள்ள இந்துமதம் - பாகம் 1

"இருக்கிறது!

பள்ளம் என்று தெரியும்போது, அதில் விழாதே என்று எச்சரிப்பது மதி.

அதைப் பள்ளம் என்று தெரியவைத்தது விதி.

விதி வாசலைத் திறந்து கொடுத்தால், மதி மாளிகைக்குள்ளே நுழைகிறது.

விதி வாசலை மூடிவிட்டால், மதி அதிலே மோதிக் கொண்டு வேதனை அடைகிறது.

விதியென்னும் மூலத்திலிருந்து முளைத்த கிளையே மதி.

தந்தையைக் கொன்று சாம்ராஜ்யத்தைக் கைப்பற்றிய இளவரசர்களைப்போல் மதி சிலநேரம் விதியை வென்றிருக்கலாம்.

ஆனால் விதி அந்த மதியின் குழந்தையாக மறுபடியும் பிறந்து தந்தையைக் கொன்றுவிடுகிறது.

நியமிக்கப்பட்ட தர்மங்கள் சலனமடைவதும், நியமிக்கப்படாதவை உறுதிபெறுவதும், நமக்கு அப்பாற்பட்ட ஒரு சக்தியினாலே.

அதை என்ன பெயர் வைத்து அழைத்தாலும், அதுதான் நம்மை அழைத்துச் செல்கிறது.

சாமியாக இருந்தவன் யோகியாக மாறுவது அனுபவத்தால் வந்த மதி.

யோகி சாமியாக மாறுவது ஆசையின் மூலம் வந்த விதி.

தொடக்கம் பலவீனமானால், முடிவு பலமாகிறது.

தொடக்கம் பலமானால், முடிவு பலவீனமாகிறது.

தொடக்கமும் முடிவும் ஒரே மாதிரி இருந்தால் விதி வேலை செய்யவில்லை என்று அர்த்தம்.

அப்படி யாராவது இருக்கிறார்களா?"

ஞானியாரின் கேள்வி, கேள்வியாளரைச் சிந்திக்க வைத்தது.

கண்களை மூடிக்கொண்டு சிறிது நேரம் யோசித்தார்.

மண்டபத்தில் பரபரப்பு ஏற்பட்டது.

ஞானியார் அமைதியாகக் கேட்டார்:

"உங்கள் மதி வேலை செய்யவில்லையா?"

65

கேள்வியாளர் அமர்ந்தார்.

ஞானியார் சொன்னார்:

"ஜனனத்துக்கு முன்பும் மரணத்திற்குப் பின்பும், நாம் எங்கிருந்தோம், எங்கு போகிறோம் என்று தெரியும்வரை நமக்கு அப்பாற்பட்டது ஒன்று இருக்கிறது.

இடைப்பட்ட வாழ்க்கையை அது நடத்துகிறது.

நான் துறவியானதும் நீங்கள் சம்சாரிகளானதும் நமது விருப்பத்தால் மட்டும் விளைந்தவை அன்று.

காலை வெயிலில், நமது நிழல் நம் உயரத்தைவிடப் பன்மடங்கு உயரமாக இருக்கிறது.

மதியத்தில் நம்மைவிட அது கூனிக்குறுகிக் காலடிக்குள் ஒண்டிக் கொள்கிறது.

மாலையில் அது மீண்டும் உயரமாகிவிடுகிறது.

ஆனால், நம் உருவம் என்னமோ ஒரே மாதிரி இருக்கிறது.

நம் உருவமே விதி; நம் நிழலே மதி!"

மண்டபமே அதிரும்படி கையொலி கேட்டது.

சபை கலைந்தது.

கேள்வியாளர் மட்டும் வெளியே நின்றுகொண்டிருந்தார்.

"உங்கள் கேள்வியும் என் பதிலும் விதியல்ல; மதியே!

மதியால் விதியை ஆராய்ச்சி செய்யலாம். ஆட்சி செய்ய முடியாது" என்றபடி ஞானியார் நடந்தார்.

கேள்வியாளர் பின் தொடர்ந்தார்.

8
ஆணவம்

'நம்மிடம் ஏதுமில்லை' என்று நினைப்பது ஞானம்.

'நம்மைத் தவிர ஏதுமில்லை' என நினைப்பது ஆணவம்.

ஞானம், பணிந்து பணிந்து வெற்றிமேல் வெற்றியாகப் பெறுகிறது.

ஆணவம், நிமிர்ந்து நின்று அடி வாங்குகிறது.

நமது புராண இதிகாசங்களில் ஆணவத்தால் அழிந்தவர்களைச் சித்தரிக்காதது மிகவும் குறைவு.

ராமகாதையில் ராவணன், பாரதத்தில் துரியோதனன், இரணியன், கண்ணனால் கொல்லப்பட்ட நரகாசுரன், கந்தனால் கொல்லப்பட்ட சூரபத்மன், மற்றும் பத்மாசுரன் இவர்களெல்லாம் ஆணவத்தின் அடையாளச் சின்னங்கள்.

இவர்களுடைய முடிவு கொடுமையானதைக் காட்டி, இந்துமதம் ஆணவக்காரர்களை எச்சரிக்கிறது.

"நான்" என்னும் எண்ணம் ஒருவனுக்குத் தோன்றுகின்றதென்றால், அவன் தோல்விகளைச் சந்திக்கத் தயாராகிக் கொண்டிருக்கின்றான் என்று பொருள்.

அறிவு குறைவானவர்களுக்கே ஆணவம் வருகிறது.

நிறை குடங்களுக்கு அது வருவதில்லை.

வெற்றி மயக்கம் ஏற ஏற அறிவு தடுமாறி, முட்டாள்தனமான தைரியம் தோன்றி, 'எல்லாம் நாமே' என்ற எண்ணம் பிறந்து, தடுமாறிக் காரியம் செய்யத் தொடங்கியதும் ஒவ்வொரு தோல்வியாகத் தொடர்ந்து வந்து, ஆணவக்காரனைக் கூனிக் குறுகச் செய்கின்றன.

எனக்குத் தெரிந்த ஒரு நண்பர், நீண்ட கால நண்பர்.

ஆரம்பத்தில் மிகுந்த சிரமப்பட்டுக் கொண்டிருந்தார்.

அந்தச் சிரமத்தோடு கடன் வாங்கி ஒரு படம் எடுத்தார்.

கதை, வசனம், டைரக்ஷன் எல்லாம் அவரே.

படம், 'ஓகோ' என்று ஓடிற்று.

கண்ணதாசனின்

வெற்றி மயக்கத்தில் அவர் நிலை கொள்ளவில்லை!

உடனே ஒரே நேரத்தில், நாலைந்து படங்கள் எடுக்கப் போவதாக விளம்பரம் செய்தார்.

விநியோகஸ்தர்கள் அவரிடம் வந்து, "புதிய படங்களை நாங்கள் வாங்கிக் கொள்கிறோம்; யார் யார் நடிக்கிறார்கள்!" என்று கேட்டார்கள்.

அதற்கு அவர் கோபமாக, "எல்லாம் நானே. என் பெயருக்குத் தான் படமே தவிர நடிப்பவர்களுக்காக அல்ல; இஷ்டமிருந்தால் கையெழுத்துப் போடுங்கள்" என்று மிரட்டினார்.

நான் ஒருநாள் அவரைச் சந்தித்தபோது, "என் ஒவ்வொரு படத்தையும் 'பாக்ஸ் ஆபீஸ்' பண்ணிக் காட்டுகிறேன்" என்று என்னிடமே சவால் விட்டார்.

"என்னுடைய படம் என்றால், ஓலையிலே பிரிண்ட் பண்ணினாலும் ஓடும்" என்று சொன்னார்.

பெரிய பெரிய கோவில்களுக்கெல்லாம் வேண்டிக் கொண்டும், அவரது அடுத்த படம் படுதோல்வியடைந்தது. மூன்றாவது படமும் படுதோல்வி.

கடன்காரரானார்; கஷ்டப்படுகிறார்.

தன்னைத் தேடி வந்தவர்களிடம் ஆணவத்தோடு நடந்து கொண்ட அவர், தினமும் அவர்களைத் தேடி நடக்கிறார்.

இன்னொருவர் -

அவரும் கதை வசனம் எழுதி டைரக்ஷன் செய்கிறவர்.

அவர் விழித்துக் கொண்டிருக்கிற நேரத்தில், பெரும்பகுதி தன்னைப் பற்றியே பேசிக் கொண்டிருப்பார்.

நீங்கள் அவரோடு பேசப்போனால் நீங்களும் அவரைப்பற்றியே பேசினால்தான் அவர் உங்களோடு பேசுவார்.

வசனத்திலே வல்லினம் மெல்லினம் இருக்காது. ஆனால் குருட்டுத்தனமாக வந்த வெற்றி, அவரைக் குருடனாகவே ஆக்கிவிட்டது.

இதுவரை ஆணவக்காரர்கள் எப்படி அவதிப்பட்டார்களோ, அப்படிப்பட்ட அவதிக்கே அவரும் தயாராகிக் கொண்டிருக்கின்றார்.

மனிதன் உடம்பு மிகவும் பலவீனமானது.

அதில் ஒரு நரம்பைத் தட்டினால் பல நரம்புகளிலும் சங்கீதம் கேட்கிறது.

ஒரு வெற்றி கண்ணுக்குத் தெரிந்துவிட்டால், வரப்போவதெல்லாம் வெற்றியே என்ற திமிர் வருகிறது.

அந்தத் திமிர், யாரையும் அலட்சியப்படுத்தச் சொல்கிறது.

அடி பலமாக விழுந்ததும், திமிர் தானாக அடங்கிப் பணிவு எங்கிருந்தோ வந்துவிடுகிறது.

ஒரு சபைக்கு நான் போயிருந்தேன்.

பெரிய பெரிய அறிஞரெல்லாம் வந்திருந்தார்கள்.

அவர்களையெல்லாம் சாதாரணமாக நினைத்து, ஓர் அரைகுறைப் படிப்பாளி, ஆணவத்தோடு பேசிக்கொண்டு இருந்தார்.

அவரது ஆணவத்தைப் பார்த்து அவர் பேசியதிலிருந்த தவறுகளைக்கூட யாரும் திருத்தவில்லை.

ஒவ்வொரு வரியையும் முடிக்கும்போது, ''எப்படி நான் சொல்வது?'' என்று கேட்டுக் கொண்டே இருந்தார்.

நான் ஆத்திரம் தாங்காமல், ''ஒரு குழந்தை எப்படிச் சொல்லுமோ, அப்படியே சொல்கிறீர்கள்'' என்றேன்.

''தெளிவில்லாதவன், விவேகமற்றவன்'' என்பதை நயமாகவும், நளினமாகவும் சொன்னேன்.

சில கவியரங்கங்களிலும் இந்த அனுபவம் எனக்குக் கிடைத்திருக்கிறது.

இலக்கண மரபோ, இலக்கியச் சுவையோ தெரியாத சிலரும், அந்த அரங்கங்களில் தோன்றிவிடுவார்கள்.

என்னைத் தாக்கிவிட்டால் தாங்கள் பெரிய கவிஞர்கள் என்ற எண்ணத்தில், அசிங்கமாகத் தாக்குவார்கள்.

நான் அடக்கத்தோடும் பயத்தோடும் உட்கார்ந்திருப்பேன். திரும்ப அவர்களைத் தாக்கமாட்டேன்.

காரணம், கிருபானந்தவாரியார் சொன்ன ஒரு கதை.

கோயில் யானை ஒன்று நன்றாகக் குளித்துவிட்டு நெற்றியில் பட்டை தீட்டிக்கொண்டு சுத்தமாக வந்துகொண்டிருந்ததாம்.

ஓர் ஒடுக்கமான பாலத்தில் அது வரும்போது எதிரே சேற்றில் குளித்துவிட்டு ஒரு பன்றி, வாலை ஆட்டிக் கொண்டே வந்ததாம்.

கண்ணதாசனின்

யானை ஓர் ஓரத்தில் ஒதுங்கி நின்று அதற்கு வழிவிட்டதாம்.

அந்தப் பன்றி, எதிரே இருந்த இன்னொரு பன்றியிடம், "பார்த்தாயா, அந்த யானை என்னைக் கண்டு பயந்துவிட்டது!" என்று சொல்லிச் சிரித்ததாம்.

அந்த யானையைப் பார்த்து இன்னொரு யானை, "அப்படியா! நீ பயந்துவிட்டாயா?" என்று கேட்டதாம்.

அதற்குக் கோயில் யானை கீழ்க்கண்டவாறு பதில் சொன்னதாம்.

"நான் சுத்தமாக இருக்கிறேன். பன்றியின் சேறு என் மேல் விழுந்துவிடக் கூடாதே என்று ஒதுங்கினேன். நான் ஏறி மிதித்தால் அது துவம்சமாகிவிடும்; ஆனால் என் கால் அல்லவா சேறாகிவிடும்."

-இந்தக் கதையின்படி சிறியவர்களின் ஆணவத்தைக் கண்டு, நான் அடக்கத்தோடு ஒதுங்கிவிடுவது வழக்கம்.

முன்னேற விரும்புகிற எவனுக்கும் ஆணவம் பெருந்தடை.

ஆணவத்தின் மூலம் வெற்றியோ லாபமோ கிடைப்பதில்லை; அடிதான் பலமாக விழுகிறது.

தான் பணக்கார வீட்டுப்பெண் என்ற மமதையில் கணவனை அலட்சியப்படுத்தும் மனைவி;

தான் மந்திரியாகிவிட்ட போதையில் தொண்டர்களை அலட்சியப்படுத்தும் தலைவன்;

தான் சொன்ன ஏதோ ஒன்றை ஜனங்கள் ஏற்றுக் கொண்டார்கள் என்பதற்காகத் தினமும் எதையாவது சொல்லிக் கொண்டிருக்கும் தலைவர்கள்;

- இவர்களெல்லாம், ஒரு கட்டத்தில், அவமானத்தாலும் வெட்கத்தாலும் கூனிக் குறுகிப் போய்விடுகின்றார்கள்.

'எதற்கும் தான் காரணமல்ல; ஏதோ ஒரு சக்திதான் காரணம்' என்று எண்ணுகிறவன் ஆணவத்திற்கு அடிமையாவதில்லை.

'மற்றவர்களுக்கு என்ன தெரியும்' என்று நினைப்பவன், சபைகளில் அவமானப்படாமல் தப்பியதில்லை.

ஆணவத்தால் அழிந்துபோன அரசியல் தலைவர்கள் உண்டு; சினிமா நடிகர்கள் உண்டு; பணக்காரர்கள் உண்டு.

அடக்கத்தின் மூலமாகவே தோல்விகளில் இருந்து மீண்டும் வெற்றிகரமாக முன்னேறியவர்கள் பல பேருண்டு.

அர்த்தமுள்ள இந்துமதம் - பாகம் 1

மகாபாரதத்தில் நான் கேட்டிருந்த ஒரு சம்பவம்.

பரந்தாமன் மஞ்சத்தில் அமைதியாகத் தூங்கிக் கொண்டிருந்தானாம்!

துரியோதனனும் அர்ச்சுனனும் அவனிடம் உதவி கேட்கப் போனார்களாம்.

துரியோதனன் பரந்தாமனின் தலைமாட்டருகே அமர்ந்தானாம்.

அர்ச்சுனன் காலடியில் அமர்ந்தானாம்!

காலடியில் அமர்ந்திருந்ததால், விழித்ததும் முதன் முதலில் அவனையே பார்த்த பரந்தாமன், "என் உதவி உனக்குத்தான்" என்று கூறிவிட்டானாம்.

ஆணவம் தலைமாட்டில் அமர்ந்தது; அடக்கம் காலடியில் அமர்ந்தது.

அடக்கத்துக்கு உதவி கிடைத்தது.

பாரதப் போரில் ஆணவம் தோற்றது.

ஆணவத்தோடு நிமிர்ந்து நிற்கும் தென்னை, புயற்காற்றில் விழுந்து விட்டால் மீண்டும் எழுந்து நிற்க முடிவதில்லை.

நாணலோ பணிந்து, வளைந்து, எந்தக் காற்றிலும் தப்பிவிடுகிறது.

'எல்லார்க்கும் நன்றாம் பணிதல்' என்றான் வள்ளுவன்.

'அடக்கம் அமரருள் உய்க்கும்' என்றவனும் அவனே!

நான்கு வரி ஒழுங்காக எழுதுவதற்கு முன்னால், 'கம்பன் என்னிடம் பிச்சை எடுக்க வேண்டும்' என்று பேசுகிறவர்கள் உண்டு.

ஆனால், கம்பனுக்கு அந்த ஆணவம் வந்ததில்லை.

அதனால்தான், காலங்களுக்கும் நிலைக்கக்கூடிய காவியத்தை அவனால் எழுத முடிந்தது.

இந்துக்கள் வற்புறுத்தும் பணிவும் அடக்கமும் வாழ்வில் வெற்றியை நோக்கிப் போவதற்கான படிக்கட்டுகளே!

இந்தப் பணிவை வங்காளத்து இந்துக்களிடம் அதிகம் காணலாம்.

தன்னைவிட வயதில் மூத்தவரைச் சந்தித்தால், எந்தப் பேரறிஞனும், அவர்கள் காலைத் தொட்டுக் கும்பிடுகிறான்.

வெறும் வயதுக்கே அந்த மரியாதையைத் தருகிறான்.

கண்ணதாசனின்

என்னுடைய விழா ஒன்றில், ஒரு பெருந்தலைவரின் காலைத் தொட்டு வணங்கியதுபற்றி, என்னைச் சிலர் கோபித்தார்கள்.

நான் சொன்னேன்:

"அந்தக் கால்கள் தேசத்துக்காகச் சத்தியாக்கிரகம் செய்யப் போன கால்கள்.

சிறைச்சாலையில் பல்லாண்டு உலாவிய கால்கள்.

என்னுடைய கால்களுக்கு அந்தப் பாக்கியம் இல்லாததால், கைகளாவது அந்தப் பாக்கியத்தைப் பெறட்டுமே!"

சில சபைகளில், என்னை உட்கார வைத்துக் கொண்டே என்னைப் புகழ்வார்கள். எனக்கு சர்வாங்கமும் ஒடுங்கிவிடும்.

'நாம் என்ன எழுதிவிட்டோம்? என்ன செய்துவிட்டோம்?' என்ற எண்ணமே தோன்றும்.

'இப்படிப் புகழ்கிறார்களே' என்ற பயம் தோன்றும்.

ஆண்டவன், என் தலையில் ஆணவத்தை உட்காரவைத்து என்னை அவமானப்படுத்தியதில்லை!

அடக்கத்தில் இருக்கும் சுகம், ஆணவத்தில் இல்லை!

ஆணவத்தின் வெற்றி ஆரவாரங்களையும், அவற்றின் வீழ்ச்சியையும், இந்துக்களின் புராணங்களிலும் இதிகாசங்களிலும் படியுங்கள்.

'கீதையில் கண்ணன் சொல்லும் ஸ்வதர்மங்களில் அடக்கமும் ஒன்று' என்பதையும் அறியுங்கள்.

குருட்டுத்தனமாக ஏதேனும் வெற்றியோ பதவியோ கிடைத்துவிட்டால், அதை வைத்துக்கொண்டு, ஞானிகளையும் பெரியவர்களையும் அவமதிக்காதீர்கள்.

அடங்கி வாழ்ந்தால் ஆயுள் காலம் முழுவதும் ஓங்கி வாழலாம் என்பதே இந்து மதத்தின் சாரம்.

9

தாய் - ஒரு விளக்கம்

பெயர் சொல்ல விரும்பாத ஒரு நண்பர் கீழ்க்கண்ட கடிதத்தை எனக்கு எழுதியிருக்கிறார்.

அவர் எழுப்பியிருக்கும் ஐயம் சிந்தனைக்குரியது.

அதுபற்றி விளக்கம் கூறுமுன், அவரது கடிதத்தை அப்படியே சமர்ப்பிக்கிறேன்.

'தாயை வணங்கு; தந்தையைத் தொழு; தாயிற் சிறந்ததொரு கோயிலும் இல்லை; கோயிலில் சென்று அடையும் புண்ணியத்தை விடத் தாயை வணங்கிக் கிடைப்பது பெரும் புண்ணியம்' என்று, இந்த வாரக் கதிரில் எழுதியுள்ளீர்கள். நானும் சிறிதளவு படித்திருக்கிறேன்; ஆனால் எனக்கு ஒன்று மட்டும் விளங்கவில்லை; குழம்புகிறது.

அதாவது, தாய் எப்படிப்பட்டவராக இருப்பினும் அவர் எத்தகைய செயலைச் செய்பவராக இருந்தாலும் (கற்பல்ல ஈண்டு குறிப்பது) பிள்ளையிடம் வாஞ்சையோ பெரியோரிடத்து (தாய்க்கு) மதிப்போ, மஞ்சள் குங்குமம் தந்தவனிடத்து மாண்போ இன்றித் தான்தோன்றித்தனமாக நடக்கும் தாயைக்கூட மதிக்கலாகுமோ?

மேலும் கூட்டுக்குடும்பம் குழப்பமடைந்து சிதறிப்போகச் செய்யும் உள்ளம் படைத்து, கூச்சல் குழப்பம் மிகுதியும் விளைவித்து, வயது வந்த பிள்ளைகளை மதிக்காமல் நடக்கும் தாய்க்கு, "அர்த்தமுள்ள இந்து மதம்" என்ன சொல்கிறது?

இப்படிப்பட்ட ஒரு தாயை வைதால் ஏற்படக்கூடிய பாவ புண்ணியங்களைப் பற்றி நீங்கள் என்ன சொல்லப் போகிறீர்கள் என்பதை அறிய ஆவலுடன் இருப்பேன்! ஏன் தெரியுமா? நான் வீட்டுக்கும், வீட்டுப் பெரியோர்களுக்கும் நல்லது செய்ய முயல்கிறேன்; ஆனால் என் - இதன் மூலம் எனக்கு என்ன தண்டனை பாவ புண்ணியங்கள் கிடைக்கும்?"

உண்மைதான்.

ஒரு தாய் ராட்சசியாக இருந்துவிட்டால், அவளும் வணங்கத்தக்கவள்தானா?

கண்ணதாசனின்

மகனுக்குச் சோறு போடாமல், மணாளனை மதிக்காமல் கற்புநெறி உள்ளவளாக இருந்தாலும், இந்துக்கள் சொல்வது போல் ஓர் அன்னையின் குணம் இல்லாமல் ராட்சசப் போக்கில் நடப்பவளை எங்ஙனம் வணங்குவது?

முதலில் இதற்கு என் பதில்:

"அப்படிப்பட்ட தாய் லட்சத்தில் ஒருத்தியே" என்பதாகும்.

எந்த நியதியிலும் விதிவிலக்கு உண்டு.

ராட்சச தாயும் அப்படியே!

'மூன்று தலையோடு கன்றுக்குட்டி, ஐந்து குலை தள்ளிய வாழைமரம்' என்பது போல, குணங்கெட்ட தாயும் ஓர் அபூர்வ சிருஷ்டியே!

பசுக்கள் சாந்தமானவை. அவற்றில் முட்டித் தள்ளுகிற பசுக்களும் உண்டு. அவற்றில் சொந்தக் கன்றுகளையே முட்டித் தள்ளுகிற பசுக்களும் உண்டு. இவை அபூர்வமானவை.

கண்ணாடித் துண்டுகளையே தின்று ஒருவர் ஜீவிக்கிறாராம்.

பூமிக்கடியில் ஆறு மாதங்கள் இருந்த ஒருவர் உயிரோடு வெளிவருகிறாராம்.

இவர்கள் எப்படி லட்சத்திலோ, கோடியிலோ ஒருவராகக் காட்சியளிக்கிறார்களோ, அப்படியேதான் குணங்கெட்ட தாயும்.

சத்திய தேவதை ருத்திர தாண்டவமும் ஆடுவதாக இந்துக்களின் புராணங்கள் கூறுகின்றன.

ருத்திர தாண்டவம் முடிந்த பிறகு அமைதியடைகின்றது.

ராட்சச குணங்கொண்ட தாயும் தன் முதுமையில் அமைதியடைகிறாள்.

சட்டி தூக்கி, தெருத் தெருவாக அலைய வேண்டிய நிலைமைக்கு வருகிறாள்.

பரம்பொருள் அந்தத் தாயை அப்படித்தான் தண்டிக்கிறான்.

பசி, பட்டினி நோய்களால் வெந்து, தன் பாவங்களுக்குக் கழுவாய் தேடுகிறாள் அவள்.

அத்தகைய தாய்க்குத் துர்மரணமே சம்பவிக்கும் என்பது இந்துக்கள் நம்பிக்கை.

மலர் கல்லாகிவிட்டால் வாசம் போய்விடுகிறது.

தோற்றம் மலரானாலும் அது வெறும் கல்லே!

அர்த்தமுள்ள இந்துமதம் - பாகம் 1

குணம் கெட்ட தாயும் அப்படியே!

இப்படிப்பட்ட தாய் எப்படி உற்பத்தியாகிறாள்?

இந்துக்களின் பூர்வஜென்ம நம்பிக்கையை இங்கேதான் நானும் ஒப்புக் கொள்கிறேன்.

பூர்வஜென்ம பாவ புண்ணியம் தொடர்ந்து வருகிறது.

காரணம் தெரியாத துயரங்களுக்கு அதுதான் காரணம் என்பது இந்துக்கள் நம்பிக்கை.

'போன ஜென்மத்தில் மகனாலும் மணாளனாலும் பழி வாங்கப்பட்ட தாயொருத்தி, அடுத்த ஜென்மத்தில் இருவரையும் பழிவாங்குகிறாள்' என்றே நான் அதற்குப் பொருள் கொள்கிறேன்.

இது எனது யூகமே; வேறு பொருள்களும் இருக்கக்கூடும்.

இல்லையென்றால், உலகத்திலேயே மென்மையான அன்னையின் இதயம் கல்லாவது எப்படி?

இறைவனின் திருவிளையாடல்களில் இதுவும் ஒன்று என்பதைத் தவிர, வேறு பதில் சொல்ல எனக்குத் தோன்றவில்லை.

'எதிலும் விதிவிலக்கு உண்டு' என்பதைத்தான் மீண்டும் சொல்லிக் கொள்ள விரும்புகிறேன்.

கோடானு கோடி இந்துக்களில் இப்படிப்பட்ட தாய்மார்கள் விரல்விட்டு எண்ணக்கூடிய அளவே இருப்பார்கள்.

அதற்காக, அந்தத் தாயின் மகனோ, கணவனோ, தாய்க்குலத்தையே வெறுக்கக் கூடாது.

வகை வகையான மலர்கள் பூத்துக் குலுங்கும் உலகில் ஒவ்வொரு மலருக்கும் ஒவ்வொரு விதமான வாசம் உண்டு.

ஆனால் மலர் ஒன்று 'மல நாற்றம்' அடிப்பது உங்களுக்குத் தெரியுமா?

ஆனால் அபூர்வமான மலர்.

அது மலரும் செடியின் பெயர் 'பீநாறிச் சங்கு' என்பதாகும்.

அந்தச் செடியின் இலைகள்கூட மலநாற்றமே அடிக்கும்.

அந்த இலைகளை அரைத்துக் குடித்தால், உடம்பில் எவ்வளவு 'சிரங்கு' இருந்தாலும் உதிர்ந்துவிடும்.

அந்த மலரைத் தேடிப்பிடித்து வாங்கிப் பாருங்கள். அதைவிட அழகான மலர் உலகத்திலேயே கிடையாது.

75

கண்ணதாசனின்

ஆனால் அதை மூக்கிலே வைத்தால் மூன்று நாளைக்குச் சோறு செல்லாது.

அதுவும் இறைவனின் படைப்புத்தான்!

உலகத்திலுள்ள அபூர்வத் தன்மைகளை மனத்திற் கொண்டே, இந்துக்கள் பூர்வஜென்ம நம்பிக்கையை வளர்த்தார்கள்.

குணங்கெட்டவளைத் தாயாகப் பெற்றவர்கள், இந்தப் பூர்வஜென்ம நம்பிக்கையிலேயே அமைதியுற வேண்டும்.

அவர்கள் அவளை வணங்க வேண்டியதில்லை; அவளை விட்டு ஒதுங்கிவிட வேண்டும்.

முதுமையில் அவளே வந்து அவர்களை வணங்குவாள்.

விதிவிலக்குகளை வைத்துப் பொதுவான தத்துவங்களை யாரும் எடை போடக்கூடாது.

பொதுவில் 'தாய்மை' என்பது இந்துக்களால் சக்தி என்றழைக்கப்படுகிறது.

ரத்த பாசத்தை உடம்பு சிலிர்க்க வருணிப்பது இந்துமதம்தான்.

பூமியைப் 'பூமாதா' என்றும் பசுவைக் 'கோமாதா' என்றும் வருணிப்பவர்கள் இந்துக்கள்தாம்.

பொறுமையில் 'பூமாதேவி' என்றும், அமைதியில் 'பசு' வென்றும் சொல்பவர்கள் இந்துக்கள்தான்.

ஆகவே, பொறுமையும் அமைதியும் நிறைந்தவள் தாய் என்பது இந்துக்கள் மரபு.

பொறுமை, அமைதி, ரத்த பாசம், தன் வயிற்றைப் பட்டினி போட்டு மகனுக்கு ஊட்டுதல் - இவையே தாய்மை!

இந்துக்களிடையே ஒரு கதை உண்டு.

ஒரு தாய்; அவளுக்கு ஒரு மகன்; அந்த மகனோ தாசிலோலன்; ஒரு தாசியிடம் மனதைப் பறிகொடுத்தான்.

'மனம் போனபடியே பொருள் போகும்' என்றபடி பொருளையும் பறிகொடுத்தான்.

அவனிடம் பொருளில்லை என்பதை அறிந்த கணிகை அவனைத் துரத்தியடித்தாள்.

அவனோ மோக லாகிரி முற்றி, "உனக்கு எது வேண்டுமோ கொண்டு வருகிறேன்" என்று காலில் வீழ்ந்தான்.

அர்த்தமுள்ள இந்துமதம் – பாகம் 1

அவள் கேலியாகச் சிரித்துக்கொண்டே, "உன் தாயின் இருதயம் எனக்கு வேண்டும்" என்றாள்.

காம மயக்கத்தில் சிக்கிய அவன், தாயிடம் ஓடினான்.

"அம்மா! அவளுக்குக் கொடுப்பதற்கு என்னிடம் ஏதுமில்லை. உன் இருதயம் வேண்டும் என்கிறாள். அவளை என்னால் மறக்க முடியாதம்மா" என்றழுதான்.

தாய் கேட்டாள்:

"அதன்மூலம் அவள் திருப்தியடைந்து உன்னுடனேயே இருப்பாளோ மகனே?"

"இருப்பாள்!" என்றான் மகன்.

தன்னைக் கொன்று இருதயம் வெட்டி எடுத்துக் கொள்ளும்படி தாய் கூறினாள்.

அவன் தாயைக் கொன்றான்; இருதயத்தை எடுத்தான். வலது கையில் ஏந்தியவாறு கணிகை வீடு நோக்கி ஓடினான். வழியில் ஒரு கல் தடுக்கிக் கீழே விழுந்தான். கையிலிருந்த தாயின் இருதயம் நான்கு அடி தள்ளி விழுந்தது.

அடிபட்டு விழுந்த அவனைப் பார்த்து, அதே இருதயம் சொன்னது:

"ஐயோ! வலிக்கிறதா மகனே! நான் உயிரோடில்லையே உனக்கு மருத்துவம் செய்ய!"

மகன் "அம்மா!" என்றலறினான். அவன் ஆவி பிரிந்தது.

ஆம், அதன் பெயர்தான் தாய்மை!

ஓர் இடத்தில் நான் சொன்னேன், "இறைவன் உன் ஆத்மாவுக்கு மட்டுமே பொறுப்பேற்றுக் கொள்கிறான்" என்று.

ஆனால், ஓர் அன்னையோ உன் ஆத்மாவுக்கும் உடம்புக்கும் பொறுப்பேற்றுக் கொள்கிறாள்.

கடைசியாக, தாயை மதிப்பவர்களுக்கு, பக்தி செலுத்துவோர்களுக்கு, எப்படி வாழ்வு வரும் என்பதைச் சாதாரண மனிதனுக்கும் புரியும்படி சொல்கிறேன்.

இன்று படவுலகில் இருபது வருஷங்களாக அசைக்க முடியாமல் இருந்துவரும் நட்சத்திரங்கள், அரசியலில் திடீரென்று, அதிர்ஷ்டம் வாய்ந்த - குறைந்த கல்வியே உள்ள தலைவர்கள், அனைவரையும் எண்ணிப் பாருங்கள். அவர்கள் அனைவரும் தாயிடம் பக்தி செலுத்திய ஒரே காரணத்தினால் முன்னுக்கு வந்தவர்கள்!

77

10
மங்கல வழக்குகள்

சுயமரியாதை - சீர்திருத்த இயக்கம் தீவிரமாக இருந்த காலம்.

கடவுள் ஒழிப்பு, பார்ப்பன ஆதிக்க ஒழிப்பு, மூட நம்பிக்கை ஒழிப்பு என, அது ஆரவாரம் செய்த காலம்.

அந்த ஆரவாரத்தால் கவரப்பட்டவர்களில் நானும் ஒருவன்.

கறுப்புச் சட்டை போட்டுக் கொள்வதும், மதங்களையும் மதவாதிகளையும் கேலி செய்வதும், அந்த நாளில் இளைஞர்களுக்கு வேடிக்கை விளையாட்டாக இருந்தது.

அது ஒரு தத்துவமா, அதில் பொருள் உண்டா, பயனுண்டா என்று அறியமுடியாத வயது.

அந்த வயதிலும், அந்த நிலையிலும், இந்துக்களின் மங்கல வழக்குகள் மீது எனக்குப் பிடிப்புண்டு.

சில சீர்த்திருத்தத் திருமணங்களுக்கு நான் தலைமை தாங்கியிருக்கிறேன்.

மற்றும் சில திருமணங்களில் நான் பேசியிருக்கிறேன்.

இன்று மேலவைத் தலைவராக இருக்கும் திரு.சி.பி.சிற்றரசுவின் மகளுக்கு சீர்திருத்தத் திருமணம் நடந்த போது, நானும் அதில் கலந்து கொண்டேன்.

அங்கே பேசியவர்களில் பொன்னம்பலனார் என்று ஒருவரும் பேசினார்.

மணமக்களின் தலைமீது மஞ்சள் அரிசியும், புஷ்பங்களும் தூவப்பட்டது பற்றி அவர் குறிப்பிட்டார்.

"இங்கே மஞ்சள் அரிசி தூவினார்கள். இந்த முட்டாள்தனம் எதற்காக? பிணத்துக்கும்தான் மஞ்சள் அரிசி தூவுகிறார்கள். இவர்கள் மணமக்களா? இல்லை பிணங்களா?'' என்று அவர் பேசினார்.

எனக்கு நெஞ்சில் அடிப்பது போலிருந்தது.

திருமண வீட்டில் அமங்கலமாய்ப் பேசுகிறாரே என்று நான் வருந்தினேன்.

இன்னொரு சீர்திருத்தத் திருமணம்.

அர்த்தமுள்ள இந்துமதம் – பாகம் 1

அங்கே ஒருவர் கீழ்க்கண்டவாறு பேசினார்.

"இங்கே நடப்பது சீர்த்திருத்தத் திருமணம். இரண்டே நிமிடத்தில் செலவில்லாமல் முடிந்துவிட்டது. ஐயர் வரவில்லை, ஓமம் வளர்க்கவில்லை, அம்மி மிதிக்கவில்லை, அருந்ததியும் பார்க்கவில்லை. இங்கே ஐயர் வராததால் இந்தப் பெண் வாழமாட்டாளா? இவளுக்குப் பிள்ளை பிறக்காதா? ஐயர் வந்து நடத்தாததால் இவள் விதவையாகிவிடப் போகிறாளா? அப்படியே விதவையாகிறாள் என்றே வைத்துக் கொள்வோம். ஐயர் நடத்தும் திருமணங்களில் பெண் விதவையாவதில்லையா? அந்த ஐயர் வீட்டிலேயே விதவைகள் இருப்பார்களே! அவர் வந்து கட்டினால்தான் தாலி நிலைக்குமா? நாங்கள் கட்டி வைத்தால் அறுந்து போகுமா?"

- அவர் பேசி முடிக்கவில்லை. நான் அவர் கையைப் பிடித்து இழுத்து உட்கார வைத்தேன்.

"நடப்பது திருமணம்; நீ பேசுவது விதவையாவது எப்படி என்பதைப்பற்றி. பேசாமல் உட்கார்" என்றேன்.

பிறகு நான் பேசும்போது நமது மங்கல மரபுகள் பற்றிக் குறிப்பிட்டேன்.

'மங்கலம் - அமங்கலம்' என்று இந்துக்கள் பிரித்தது மூட நம்பிக்கையாலல்ல; அது மனோதத்துவ மருத்துவம்.

நல்ல செய்திகள், வாழ்த்துக்கள் ஒரு மனிதனின் காதில் விழுந்துகொண்டே இருந்தால், அவனது ஆயுளும் விருத்தியாகிறது; ஆனந்தமும் அதிகரிக்கிறது.

சந்தோஷச் செய்திகள், வெற்றிச் செய்திகள் கேட்கும்போது, உன் உடல் எவ்வளவு புல்லரிக்கிறது.

மங்கல வழக்குகள் அதற்காகவே ஏற்பட்டவை.

திருமணத்தில் மாங்கல்யம் கட்டும்போது ஏன் கெட்டிமேளம் கொட்டுகிறார்கள்?

ஏதாவது ஒரு மூலையில், யாரோ யாரையோ, 'நீ நாசமாய்ப் போக' என்றோ, 'உன் தலையில் இடி விழ' என்றோ அமங்கலமாய்த் திட்டிக் கொண்டிருக்கக்கூடும்.

அத்தகைய வார்த்தைகள் மணமக்களின் காதுகளில் விழக் கூடாது என்பதற்காகவே, அந்தச் சத்தத்தை அடக்குவதற்காகவே பலமாகக் கெட்டிமேளம் தட்டப்படுகிறது.

இதையெல்லாம் மூட நம்பிக்கை என்று சொல்லிக் கொண்டு துள்ளி வந்த சீர்திருத்தம், களை எடுக்கிற வேகத்தில் பயிரையே பிடுங்க ஆரம்பித்தது.

நமது மங்கல வழக்குகள் ஒரு நாகரிக சம்பிரதாயத்தையே உருவாக்கியுள்ளன. அவற்றுள் பல விஞ்ஞான ரீதியானவை.

மணமக்கள் வீட்டுக்குள் நுழையும்போது, ஏன் வலது காலை எடுத்து வைத்து வரச் சொல்லுகிறார்கள்.

மணவறையைச் சுற்றி ஏன் வலம் வருகிறார்கள்?

ஊர்வலம் வருவது என்று ஏன் கூறுகிறார்கள்?

எல்லாமே வலப்புறம் போவதன் நோக்கம் என்ன? காரணம், பூமியே வலப்புறமாகச் சுழல்கிறது என்பதுதான்.

மனிதனின் இரண்டு கால்களில் இரண்டு கைகளில் இடது கால் கைகளைவிட, வலது கால் கைகள் பலம் வாய்ந்தவை.

'சக்தியோடு வாழ' நிரந்தரமாக எதிலும் 'வலப்புறமாக வருவது நன்று' என இந்துக்கள் நம்பினார்கள்; நம்புகிறார்கள்.

'வலம்' என்பது 'நாம் வலிமையடைவோம்' என்றும் பொருள் தருகிறது.

'வலியோம், வல்லோம், வல்லம், வலம்'

- இந்த நான்கு வார்த்தைகளும் ஒரே பொருள் உடையவை.

தனது வலிமையின் மீது நம்பிக்கை வைத்து வாழ்வதற்கே வலது காலை முதலில் எடுத்து வைக்கச் சொன்னார்கள் இந்துக்கள்.

சாதாரணமாக, நண்பர்கள் வீட்டுக்கோ, திருமணங்களுக்கோ போகிறவர்கள், திரும்பிச் செல்லும் போது, 'போய் வருகிறேன்' என்று சொல்லிக் கொண்டு போவார்கள்.

அதன் பொருள், "இன்னும் பல திருமணங்கள், விழாக்கள் உன் வீட்டில் நடைபெறும்; நாங்கள் மீண்டும் வருகிறோம்" என்பதே.

அமங்கல வீடுகளுக்குச் செல்கிறவர்கள் திரும்பும் போது, "போகிறேன்" என்று சொல்லிக்கொண்டு போவார்கள்.

அதன் பொருள், "இனி உன் வீட்டில் அமங்கலம் நேராது. நாங்கள் வரவேண்டியதாயிருக்காது" என்று நம்பிக்கையூட்டுவதாகும்.

மணமக்களை, "பதினாறும் பெற்று பெருவாழ்வு வாழ்க" என்று ஏன் வாழ்த்துகிறார்கள்?

உலகத்திலுள்ள வாழ்க்கைப் பேறுகள், இந்துக்களால் பதினாறு வகையாகப் பிரிக்கப்பட்டிருக்கின்றன.

அவை மக்கட்பேறு, செல்வப்பேறு, உடல் நலம் எனப் பதினாறு வகையாக விரியும்.

மணமக்கள் அவ்வளவு சுகமும் பெறவேண்டும் என்பதையே, இந்துக்கள் 'பதினாறும் பெற வேண்டும்' என்று குறிப்பிடுகிறார்கள்.

நூற்றுக்கணக்கான ஆண்டுகள், விழுது விட்டு விழுது விட்டுத் தழைக்கும் மரம் ஆலமரம் ஒன்றுதான்!

ஓரிடத்தில் முளைக்கும் அறுகம்புல் அத்தனையையும் ஒருங்கு சேர்ப்பது ஒரே வேர்தான்.

இப்படித் தழைத்து நிற்பவை, வேரோடு வாழ்பவை பெருமைக்குரிய பேறுகள் அனைத்தையும், மங்கலவழக்கில் சேர்த்தார்கள் இந்துக்கள்.

'கணவரின் பெயரை மனைவி சொன்னால்கூட மரியாதையும் குறையும், மங்கலமும் குறையும்' என்று நம்பினார்கள்.

யாராவது ஒருவர் தும்மினால், பக்கத்தில் இருக்கிறவர்கள் 'வாழ்க' என்பார்கள்.

'தும்மினேனாக வழுத்தினாள்'' என்றான் வள்ளுவன்.

தும்மும் போது சிலர் 'நூறு வயது' என்பார்கள்.

எங்கள் பாண்டிய நாட்டில் பிச்சைக்காரர்கள் வந்து சோறு கேட்கும்போது, சோறு இல்லை என்றால் 'இல்லை' என்று சொல்ல மாட்டார்கள்.

'நிறைய இருக்கிறது; நாளைக்கு வா' என்பார்கள்.

தீபத்தை அணைக்கச் சொல்லும்போது, 'அணையுங்கள்' என்று சொல்லமாட்டார்கள். 'வளர்த்து விடு' என்பார்கள்.

வீட்டில் ஒருவர் இறந்துவிட்டதைக் குறிக்கும் போது 'சிவலோகப் பதவியடைந்தார்; பரலோகப் பிராப்தியடைந்தார்' என்பார்கள்.

பெண் ருதுவாவதைப் 'பூப்படைந்தாள், புஷ்பவதியானாள்' என்பார்கள்.

அதாவது 'பெண் மொட்டாக இருந்து புஷ்பம் போல் மலர்ந்திருக்கிறாள்' என்பது அதன் பொருள்.

மணமக்களின் முதலிரவை 'சாந்தி முகூர்த்தம்' என்பார்கள்.

கண்ணதாசனின்

"காதலில் துடித்துக் கொண்டிருந்த உள்ளம், ஆசைகளை அடக்கிக் கொண்டிருந்த உடம்பு அன்றைக்குச் சாந்தியடைகிறது" என்பது அதன் பொருள்.

இந்துக்கள் கூறும் ஒவ்வொரு வார்த்தையிலும் மங்கலமே நிறைந்திருக்கும்.

நான் சொல்லுவது சராசரி இந்துக்களை.

ஆத்திரக்காரர்கள் அமங்கலமாகப் பேசுவது இந்துக்களின் மரபைச் சேர்ந்ததல்ல.

நன்றாக வாழ்கிற பெண்ணை எங்களூரில் 'வாழ்வரசி' என்பார்கள். கொச்சைத் தமிழில் 'வாவரசி' என்பார்கள்.

பெரும்பாலான இந்து சமூகங்களில் 'கணவனை இழந்த பெண் வெள்ளைச் சேலை அணியவேண்டும்' என்று விதிவகுத்து வைத்திருப்பது ஏன்?

'இவள் கணவனை இழந்தவள்' என்று தனித்துக் காட்டுவதற்காகவும் கணவனை இழந்தும் 'தூய்மையானவள்' என்று குறிப்பதற்காகவும்.

ஆக, மங்கல மரபு அல்லது வழக்கு என்பது வாழ்க்கையில் நம்பிக்கையும் உற்சாகமும் உண்டாவதற்காகவே.

அமங்கலங்கள் குறிக்கப்படும்போதெல்லாம், அவற்றில் அடக்கமும் அமைதியும் வற்புறுத்தப்படுகின்றன.

"இந்தத் துயரங்கள் உனக்கு இறைவனால் அளிக்கப்பட்டிருக்கின்றன. இவற்றை நீ ஏற்றுக் கொள்" எனக் கூறுவதே அமங்கலங்களில் பலர் கூடிப் பரிந்துரைப்பதன் நோக்கம்.

வாழாமல் இறந்துபோன குழந்தைகளை - வாலிபர்களை - கன்னிப்பெண்களை - இந்துக்கள் புதைக்கிறார்கள்.

கொஞ்ச நாளாவது வாழ்ந்து இறந்தவர்களை எரிக்கிறார்கள்.

வாழாத உடம்பு மண்ணிலே கலந்து நிம்மதியடையவும், வாழ்ந்த உடம்பு விண்ணிலே கலந்து ஐக்கியமாகவும் அவர்கள் அவ்வாறு செய்கிறார்கள்.

சாம்பலை ஏன் நதியில் கரைக்கிறார்கள்?

"ஆறுபோல உன் ஆத்மா ஓடிக் கடல் போலிருக்கும் இறைவனோடு கலக்கட்டும்" என்பதற்கே.

இந்துக்களின் ஒவ்வொரு நடவடிக்கையையும், பழக்க வழக்கங்களையும் கூர்ந்து நோக்குங்கள்.

அர்த்தமுள்ள இந்துமதம் – பாகம் 1

அவர்கள் பேசும் ஒவ்வொரு வார்த்தையையும் பொருள் விரித்துப் பாருங்கள்.

இயற்கையாகவே மங்கலம், அமங்கலம் தெரிந்துவிடும். மங்கலச் சொற்கள், மங்கல அணி, மங்கல விழா என்ற வார்த்தைகள் இந்துக்களின் பண்பாட்டு உணர்ச்சியை அறிவுறுத்தும்.

அடுத்தவர் வீட்டில் சாப்பிடும்போது, சாப்பாடு மட்டமாக இருந்தாலும், 'அற்புதமாக இருக்கிறது' என்று சொல்லுவது இந்துக்கள் வலியுறுத்தும் நாகரிகம்.

"பெயக் கண்டும் நஞ்சுண்டமைவர், நயத்தக்க
நாகரிகம் வேண்டு பவர்."

என்றான் வள்ளுவன்.

உலகத்தில், நாகரிகம் என்பது இருபதாம் நூற்றாண்டின் பழக்க வழக்கங்களைக் குறிக்கிறது.

நமது நாகரிகமோ இரண்டாயிரம் ஆண்டுகளுக்கு முன்பே தோன்றிவிட்டது.

11
கல்லானாலும்... புல்லானாலும்...

'ஒரு பெண் உத்தமியாக இருக்க வேண்டும்; பத்தினியாக இருக்க வேண்டும்' என்ற மரபு எல்லா மதங்களிலும் உண்டு.

ஆனால் அதை வலியுறுத்தும் கதைகள் இந்துமதத்தில்தான் அதிகம்.

இந்துப் புராணங்களில் வரும் எந்த நாயகியும் அப்பழுக்கற்ற பத்தினியாகக் காட்சியளிப்பாள்.

குடும்பத்தில் கெட்ட சூழ்நிலை ஏற்படுவதற்குப் பெண்தான் காரணமாக அமைவாள் என்பதால், மானத்தையும் கற்பையும் பெண்ணுக்கே வலியுறுத்திற்று இந்துமதம்.

கற்பு என்பது, நல்ல தாயிடமிருந்து நல்ல மகள் கற்றுக் கொள்வது.

அடிப்படையிலிருந்தே அந்த ஒழுக்கம் வளரவேண்டு மென்பதற்கு, இந்துமதம் சான்று காட்டி நீதி சொல்கிறது.

'பிற புருஷனை அவள் மனத்தால் நினைத்தாலும் கற்பிழந்து விடுகிறாள்' என்று இந்துமதம் அச்சுறுத்துகிறது.

பெண் 'தலைகுனிந்து நடக்க வேண்டுமென்று, இந்துக்கள் விரும்புவது' அவள் பிற முகங்களைப் பார்க்காமல் இருப்பதற்குத் தான்.

அழகான ஆடவன் முகத்தை அவள் பார்த்து ஒரு கணம் அதிர்ச்சி வந்து, பிறகு அவள் தன்னிலைக்கு மீண்டால்கூடக் 'களங்கம்' என்று இந்துக்கள் கருதுகிறார்கள்.

'காலைப் பார்த்து நட' என்று அவர்கள் போதிப்பது அவள் பிற முகங்களைப் பார்க்காமல் இருப்பதற்கு மட்டுமல்ல; பூமியிலும் வாழ்க்கையிலும் வழுக்கி விழாமல் இருப்பதற்கும்கூட!

பெண்ணுக்கு அதை அதிகம் வலியுறுத்தினாலும் 'ஆணுக்கும் அது வேண்டும்' என்கிறது இந்துமதம்.

திருமணத்தில் பெண்ணுக்குக் கழுத்தில் மாங்கல்யம் கட்டுகிறார்கள்! காலிலே ஆடவனுக்கு வெள்ளியால் 'மெட்டி' போடுகிறார்கள். இவை ஏன்?

அர்த்தமுள்ள இந்துமதம் - பாகம் 1

நிமிர்ந்து நடந்துவரும் ஆடவன் கண்ணுக்கு எதிரே நடந்துவரும் பெண் கழுத்தில் மாங்கல்யம் இருப்பது தெரிய வேண்டும். 'அவள் அந்நியன் மனைவி' என்று தெரிந்து அவன் ஒதுங்கிவிட வேண்டும்.

தலைகுனிந்து நடக்கும் பெண்ணின் கண்களுக்கு எதிரே வரும் ஆடவன் கால் மெட்டி தெரியவேண்டும்; 'அவன் திருமணமானவன்' எனத் தெரிந்து அவள் ஒதுங்கிவிட வேண்டும்.

ஒரு பெண்ணும், காளையும் சந்தித்து ஒருவரையொருவர் காதலிக்கலாம். மணம் செய்து கொள்ளலாம். காதல் நிறைவேறவில்லை என்றால் பிரிவால் ஏங்கலாம்; துயரத்தால் விம்மலாம்; இறந்தும் போகலாம். அது ஒரு கதையாகவோ காவியமாகவோ ஆகலாம்.

ஆனால் திருமணமான ஒரு பெண்ணுக்கு பரபுருஷன் மீது ஆசை என்பது கிஞ்சித்தும் வரக்கூடாது.

தாலி என்பது பெண்ணுக்குப் போடப்படும் வேலி; அதை அவள் தாண்ட முடியாது.

தமிழகத்திலே ஒரு மன்னனுக்குத் 'தாலிக்கு வேலி' என்ற பெயரே உண்டு.

திருமணத்தின் போது 'அக்கினி' வளர்க்கிறார்களே, ஏன்?

அவர்களது எதிர்கால ஒழுக்கத்தில் 'அக்கினி' சாட்சியாகிறான்.

அவர்கள் வழி தவறினால் அந்த அக்கினி அவர்கள் உள்ளத்தை எரிக்கிறான்; அவர்களைத் தண்டிக்கிறான்.

அதனால்தான், கற்பு நிறைந்த பெண்ணைக் 'கற்புக்கனல்' என்கிறார்கள்.

அம்மி மிதிக்கிறார்களே, ஏன்?

எல்லாக் குடும்பங்களுக்கும் இன்றியமையாதது அம்மி. அந்த அம்மியின் மீது காலை வைப்பது, 'என் கால் உன்மீதுதான் இருக்கும்; உன்னைத் தாண்டிப் போகாது' என்று சத்தியம் செய்வதே.

"படி தாண்டாத பத்தினி" என்பது வழக்கு.

"படியைத் தாண்டமாட்டேன்" என்பதே அம்மியின் மீது சொல்லப்படுவது.

அருந்ததியைப் பார்ப்பது ஏன்?

"அருந்ததியைப் போல் நிரந்தரக் கற்பு நட்சத்திரமாக நின்று மின்னுவேன்" என்று ஆணையிடுவதே.

85

'பால் - பழம்' சாப்பிடுவது ஏன்?

அது ''பாலோடு சேர்ந்த பழம்போலச் சுவை பெறுவோம்'' என்று கூறுவதே.

பூ மணம் இடுவது ஏன்?

''பூமணம் போலப் புகழ் மணம் பரப்புவோம்'' என்றே!

மாங்கல்யத்தில் மூன்று முடிச்சுப் போடுவதேன்?

ஒரு முடிச்சு கணவனுக்கு அடங்கியவளென்றும், மறு முடிச்சு தாய் தந்தையருக்குக் கட்டுப்பட்டவளென்றும், மூன்றாவது முடிச்சு தெய்வத்துக்குப் பயந்தவளென்றும் உறுதி கொள்ளவைப்பதே.

ஆம்; பெண்ணிற்குத் 'தற்காப்பு' வேண்டும்; தாய் - தந்தை 'காப்பு' வேண்டும்; தெய்வத்தின் 'காப்பு' வேண்டும்.

இந்தக் காப்புகளுக்காகவே கையில் 'காப்பு' அணியப்படுகிறது.

'அவளைக் காப்பேன்' என்ற உத்தரவாதத்திற்காகவே கணவன் கையில் 'காப்பு'க் கட்டப்படுகிறது.

குழந்தைப் பருவத்திலிருந்து முதுமைப் பருவம் வரை ஒரு பெண்ணைப் பக்குவமாக வைத்திருக்க இந்துமதம் கூறும் வித்தியாசங்கள்தாம் எத்தனை!

'கற்புடைய பெண் நினைத்தால் கடவுள்களையே குழந்தைகள் ஆக்கலாம்' என்று போதிக்கும் அனுசூயையின் கதை.

'கற்புடைய பெண் விரும்பினால் சூரியனையே உதிக்காமல் செய்யலாம்' என்று கூறும் நளாயினியின் கதை.

'கற்புடைய பெண் மரணத்தையும் வெல்லுவாள்' என்று கூறும் சாவித்திரியின் கதை.

அதையே வேறு வடிவில் நாகபஞ்சமி கதை.

இவையெல்லாம் பொய்க்கதைகள் என்று வாதிக்கலாம். ஆனால் 'அவர்களைப் போல'த் தன் மனைவி இருக்கவேண்டும் என்று விரும்புகிறவனுக்கு இவை மெய்க்கதைகளே!

கொல்லப்பட்டான் கணவன் என்றறிந்து, துடித்தெழுந்து மதுரைநகர் வலம் வந்து, 'செங்கதிர்ச் செல்வனே! என் கணவன் கள்வனா?' என்று நியாயம் கேட்டுத் துர்க்கை கோயிலில் வளையல்களை உடைத்து மதுரையை எரித்தாள் கண்ணகி.

'அவள் இடது பக்கத்து மார்பைத் திருகி எறிந்தாள்; மதுரை எரிந்தது' என்கிறது சிலப்பதிகாரம்.

அர்த்தமுள்ள இந்துமதம் – பாகம் 1

"மார்பைத் திருகி எறிந்தால் மதுரை எரியுமா?" என்று கேலி பேசுவோருமுண்டு.

"இடது பக்கத்து மார்பை" என்று இளங்கோ சொல்வதைக் கவனிக்க வேண்டும்.

இடது பக்கம்தான் இதயம் இருக்கிறது; அதுவும் மார்பை ஒட்டியே இருக்கிறது.

'அந்த இருதயத்து அக்கினி மதுரையையே எரித்தது' என்பதைத்தான் இளங்கோ அப்படி விவரிக்கிறான்.

"கல்லானாலும் கணவன்! புல்லானாலும் புருஷன்" என்பது இந்துக்கள் பழமொழி.

"கல்லும் புல்லும் கணவனாகுமா?" என்று கேலி பேசுவோருமுண்டு.

வெறும் ஜடப் பொருள்களான கல்லையும், புல்லையும் இது குறிக்கவில்லை.

"உன் கணவன் மனது கல்லானாலும், அவன் உனக்குக் கணவனே; சம்பாதிக்க முடியாத சக்தியற்ற கோழையாக ஊருக்குப் புன்மையானவனாக, வெறும் புல்லைப் போல இருந்தாலும், அவன் உனக்குப் புருஷனே" என்பது அதன் பொருள்.

பெண்ணைத் தெய்வமாக்கிக் கணவனைப் பக்தனாக்கி வாழ்க்கையை சந்தோஷமாக்க, இந்துமதம் எடுத்துக் கொண்ட முயற்சியைப் போல வேறு எந்த மதமும் எடுத்துக் கொண்டதில்லை.

அந்நியப் புருஷன் தன்னைப் பார்க்கிறான் என்று தெரிந்ததும் முந்தானையைச் சரி செய்துகொள்ளும் பெண்கள் இந்துமதத்தின் சிருஷ்டிகள்.

கற்புக்கு இவ்வளவு காவல் வேலிகள் போட்ட பிறகும், பலாத்காரமாக, வேறுவழியில்லாமல் கெடுக்கப்பட்ட பெண்களுக்குப் பரிகாரமென்ன?

இங்கே நிகழ்ச்சியொன்று பழைய தத்துவத்தை வலியுறுத்துகிறது.

1947-48-ல் பாகிஸ்தானில் கற்பழிக்கப்பட்ட இந்துப் பெண்கள் லட்சோபலட்சமாக இந்தியாவுக்கு வந்தார்கள்.

"அவர்கள் உடலால்தான் கெட்டார்கள். உள்ளத்தால் கெடவில்லை. அவர்களை இந்து இளைஞர்கள் ஏற்றுக்கொள்ள வேண்டும்" என்று காந்தியடிகள் வாதாடினார்.

87

கண்ணதாசனின்

எத்தனை இளைஞர்களுக்கு அந்த அநியாயம் புரிந்ததென்று தெரியவில்லை.

ஆனால், காந்தியடிகள் நேசித்து வணங்கிய ராமபிரானின் வரலாற்றிலேயே அதற்கு நேரடியாகச் சாட்சியம் உண்டு.

அது அகலிகையின் கதை.

அகலிகையை முனிவன் மணந்தான்.

ஒருநாள் நள்ளிரவில் இந்திரன் சேவல் வடிவமெடுத்தான்; பொழுது விடிந்துவிட்டது போலக் கூவினான்.

உண்மையறியாத முனிவன் சந்தியாவந்தனத்திற்குப் புறப்பட்டான்.

இந்திரன், முனிவன்போல் வேடமிட்டு அகலிகையை நெருங்கினான்.

திரும்பி வந்த முனிவன் உண்மையறிந்தான்.

அகலிகையைக் கல்லாகச் சபித்துவிட்டான்.

ராமபிரானின் காலடி பட்டுத்தான் அந்த சாபம் நீங்க வேண்டும்.

ராமபிரான் ஒருநாள் அந்தக் கல்லை மிதித்தார். அகலிகை மீண்டும் உயிர் பெற்றாள்.

முனிவனோ, "நான் என்று நினைத்து இன்னொருவனோடு அவள் கலந்ததெப்படி? இவள் பத்தினியானால் எனக்கும் இன்னொருவனுக்கும் 'பேதம்' தெரியாதா?" என்று கேட்டான்.

அதற்கு ராமபிரான் சொன்னார்:

"கடந்த காலம், நிகழ் காலம், எதிர் காலம் ஆகிய திரிகாலமும் அறிந்த முனிவன் நீ! நீயே உண்மைச் சேவல் எது, பொய்ச் சேவல் எது என்று தெரியாமல் சந்தியாவந்தனத்துக்குப் புறப்பட்டாயே! அவளோ ஒரு காலமும் தெரியாத பேதை! உள்ளத்தால் உன்னையே நினைத்தாள். உடலால்தான் கெட்டாள்; ஆகவே ஏற்றுக்கொள்வது உன் கடமை."

முனிவன் அவளை ஏற்றுக்கொண்டுவிட்டான்.

பாகிஸ்தானில் கற்பழிக்கப்பட்ட பெண்கள் பற்றிய காந்தியடிகளின் வாதம், ராமபிரான் வாதத்தின் எதிரொலியே!

நான் ஏற்கெனவே சொன்னதுபோல அறியாமல் செய்த பிழைகள் மன்னிக்கப்பட வேண்டியவையே!

அவை விதிக்கணக்கில் சேர்க்கப்பட வேண்டியவையே!

அர்த்தமுள்ள இந்துமதம் - பாகம் 1

'அறிந்து கெடக்கூடாது' எனக் குலமாதருக்கு விதித்த தடை, நமது குடும்ப வாழ்வை எவ்வளவு நிம்மதியாக்கி இருக்கிறது!

கற்பு என்றொரு வேலி போட்டு, பெண்களைத் தெய்வங்களாக்கி, குடும்பங்களை மகிழ்ச்சிகரமாக்கிய 'ஏ! இந்து மதமே, உன்னை என் உயிராக நேசிக்கிறேன்.'

மீனாட்சி திருக்கல்யாணம்

12
நல்ல மனைவி

மனைவியைத் தேர்ந்தெடுப்பதில் இளைஞர்கள் கடைப்பிடிக்க வேண்டிய நிதானத்தையும் எச்சரிக்கையையும் இந்துமதம் வலியுறுத்துகிறது.

'அவசரத்தில் கல்யாணம் பண்ணி சாவகாசத்தில் சங்கடப்படாதே' என்பதே இந்துக்களின் எச்சரிக்கைப் பழமொழி.

இளம் பருவத்தின் ரத்தத்துடிப்பு வெறும் உணர்ச்சிகளையே அடித்தளமாகக் கொண்டது.

அந்தப் பருவத்தில் காதலும் தோன்றும்; காமமும் தோன்றும்.

ஒரு பெண்ணிடம் புனிதமான காதல் தோன்றிவிட்டால், உடல் இச்சை உடனடியாக எழாது.

அவளைப் பார்க்க வேண்டும், பார்த்துக் கொண்டே இருக்க வேண்டும்; பேச வேண்டும், பேசிக் கொண்டே இருக்க வேண்டும் என்ற ஆசை வளரும்.

அவளைக் காணாத நேரமெல்லாம் கவலைப்படும்.

கனவு காணும்.

கற்பனை செய்யும்.

மிகவும் சிறு பருவத்தில் மட்டுமே அத்தகைய புனிதக் காதல் தோன்றும்.

அது நிறைவேறி, வாழ்க்கை வெற்றிகரமாக நடப்பதும் உண்டு; நிறைவேறாமல் தலையணையைக் கண்ணீரால் நனைப்பதும் உண்டு. நிறைவேறிய பிறகு கூட்டுறவில் தோல்வி ஏற்படுவதும் உண்டு.

ஒரு பெண்ணின் மீது காதல் கொள்ளும்போது உடல் இச்சை உந்தித் தள்ளுமானால், அந்தக் காதல் ஆத்மாவின் ராகம் அல்ல; சரீரத்தின் தாளமே!

உடல் இச்சையால் உந்தித் தள்ளப்படும் எந்த இளைஞனும் நல்ல பெண்ணைத் தேர்ந்தெடுப்பதில் தவறிவிடுகிறான்.

எந்தப் பெண்ணைப் பார்த்தாலும் அவனுக்குப் பிடிக்கிறது.

அர்த்தமுள்ள இந்துமதம் – பாகம் 1

அவள் சரியானவள், இவள் தவறானவள் என்று உணர முடியாமல் போகிறான்.

பெரும்பாலும் தவறான ஒருத்தியே அவனுக்கு வந்து சேருகிறாள்.

பூரித்து நிற்கும் சரீரத்தில் மட்டுமே ஒருவனுடைய பார்வை லயித்துவிட்டால், அந்தச் சரீரத்துள்ளே இருக்கும் இதயத்தின் சலனத்தை, சபலத்தை, அகங்காரத்தை, மோசத்தை, வேஷத்தை அவன் அறியமுடியாமல் போகிறது.

ஆனால் ஆத்மாவின் ராகம் கண்களை மட்டும் கவனிக்கிறது.

அந்தக் கருநீலக் கண்கள் அவனைப் பார்த்து நாணுவதிலும், அச்சப்படுவதிலும் ஆத்மாவின் புனிதத்தன்மை வெளியாகிறது.

அங்கே உடல் உருவம் மறைந்து, உள்ளமே மேலோங்கி நிற்கிறது.

புனிதமான அந்தக் காதலை அறியாதவர்கள் உடல் இச்சையால் தவறான பெண்களை மணந்து, நிம்மதி இழந்துவிடுகிறார்கள்.

எதிர்காலக் குடும்ப நிம்மதியையும், ஆனந்தத்தையும் நாடும் இளைஞன், எத்தகைய பெண்ணைத் தேர்ந்தெடுக்க வேண்டும் என்பதற்கு வடமொழியில் ஒரு சுலோகம் உண்டு.

கார்யேஷு தாசி
கரணேஷு மந்திரி
ரூபேஷு லட்சுமி
க்ஷமவா தரித்ரி
போத்யேஷு மாதா
சயனேஸு வேஸ்யா
சமதர்ம யுக்தா
குலதர்ம பத்தினி

- சேவை செய்வதில் தாசியைப் போலவும்,

யோசனை சொல்லுவதில் மந்திரியைப் போலவும்,

அழகில் லட்சுமியைப் போலவும்,

மன்னிப்பதில் பூமாதேவியைப் போலவும்,

அன்போடு ஊட்டுவதில் அன்னையைப் போலவும்,

மஞ்சத்தில் கணிகையைப் போலவும்

நடந்துகொள்ளக்கூடிய ஒருத்தியே குலதர்ம பத்தினி என்கிறது அந்த சுலோகம்.

'கொண்டான் குறிப்பறிவாள் பெண்டாட்டி' என்ற பழமொழிக்கேற்பக் கணவனுக்கு என்னென்ன நேரங்களில் என்னென்ன தேவை என்பதை வீட்டுக்கு வந்த சில நாட்களிலேயே கண்டு கொண்டு, அந்தக் கடமைகளைச் செய்வதில் அவள் அடிமைபோல் இயங்க வேண்டும். (வட மொழியில் தாசி என்றால் அடிமை.)

அவள் கல்வியறிவுள்ளவளாய், இக்கட்டான நேரங்களில் நல்ல யோசனை சொல்பவளாய், ஒரு மந்திரியைப் போல இயங்க வேண்டும்.

'பார்ப்பதற்கு லட்சுமி மாதிரி இருக்கிறாள்' என்கிறார்களே, அந்த மகாலட்சுமியைப் போன்ற திருத்தமான அழகு இருக்க வேண்டும்.

அழகு என்றால், முடியை ஆறு அங்குலமாக வெட்டி, ஜம்பரைத் தூக்கிக் கட்டி, முக்கால் முதுகு பின்னால் வருவோருக்குத் தெரிகிற மாதிரி ஜாக்கெட் போட்டு, பாதி வயிற்றையும் பார்வைக்கு வைக்கும் நாகரிக அழகல்ல.

காஞ்சிபுரம் கண்டாங்கி கட்டி, அரைக்கை ரவிக்கை போட்டு, ஆறடிக் கூந்தலை அள்ளி முடித்து, மல்லிகைப் பூச்சூடி, முகத்துக்கு மஞ்சள் பூசி, குங்குமப் பொட்டு வைத்து, கால் பார்த்து நடந்து வரும் கட்டழகையே, 'மகாலட்சுமி போன்ற அழகு' என்றார்கள்.

அவள் பார்க்கும்போது கூட நேருக்கு நேர் பார்க்கமாட்டாள்.

"யான்நோக்கும் காலை நிலன்நோக்கும் நோக்காக்கால்
தான்நோக்கி மெல்ல நகும்."

- என்றான் வள்ளுவன்.

'ஒரு கண் சிறக்கணித்தாள் போல நகும்' என்பதும் அவனே.

எந்த ஆடவனின் அழகும் ஒரு பெண்ணின் பார்வையில் திடீரென்று அதிர்ச்சியைத் தருமென்றால், மகாலட்சுமி போன்ற குலப்பெண்கள், அந்த அதிர்ச்சிக்குப் பலியாகி விடுவதில்லை.

இடிதாங்கிக் கருவி, இடியை இழுத்துக் கிணற்றுக்குள் விட்டுவிடுவது போல், அழகான ஆடவன் தந்த அதிர்ச்சியை அடுத்த கணமே அவர்கள் விரட்டி விடுகிறார்கள்.

ரூபத்தில் மகாலட்சுமி, என்று சொல்லுகிற சுலோகம், அப்படிப்பட்ட ரூபத்திலுள்ள இதயத்தையும் மகாலட்சுமியின் இதயமாகவே காட்டுகிறது.

அர்த்தமுள்ள இந்துமதம் - பாகம் 1

பொறுத்தருள்வதில் அவள் பூமாதேவியைப் போல் இருக்க வேண்டும்.

கணவனது சினத்தைத் தணிக்கும் கருவியாக இருக்கவேண்டும்.

அவனது கோபத்தில் எண்ணெய் ஊற்றி குடும்பத்தை இரண்டாக்கி விடக்கூடாது.

நல்ல குலப்பெண்களால் அது முடியும்.

அறுசுவை உணவை அன்போடு ஊட்டுவதில், அவள் தாய்போல் இருக்கவேண்டும்.

'தாயோடு அறுசுவைபோம்' என்பது, நம் முன்னோர் மொழி.

பள்ளியறையில் அவள் கணிகையைப் போலவே நடந்து கொள்ளவேண்டும்.

கணிகையின் சாகசம், சாதுர்யம், ஊடல், கூடல் அனைத்தும் உள்ளவளாய் இருக்கவேண்டும்.

மீண்டும் மீண்டும் அவளையே பார்க்க வேண்டும் என்ற ஆசை கணவனுக்கு எழவேண்டும்.

-அப்படிப்பட்ட ஒரு பெண்ணைத் தன் பத்தினியாக ஏற்றுக் கொண்டவன், பெரும்பாலும் கெட்டுப் போவதும் இல்லை; வாழ்க்கையில் தோல்வியடைவதும் இல்லை.

நல்ல பெண்ணை மணந்தவன், முட்டாளாய் இருந்தாலும் அறிஞனாகிவிடுகிறான். அவன் முகம் எப்பொழுதும் பிரகாசமாயிருக்கிறது.

தவறான பெண்ணை அடைந்தவன், அறிஞனானாலும் முட்டாளாகி விடுகிறான்; அவன் முகத்தில் ஒளி மங்கிவிடுகிறது.

எல்லாம் சரி.

அத்தகைய நல்ல பெண்ணைக் கண்டு பிடிப்பது எப்படி?

அதற்குப் பாண்டிய நாட்டு இந்துக்களிடையே ஒரு பழமொழி உண்டு.

> 'தாயைப் பார்த்துப் பெண்ணெடு
> தரத்தைப் பார்த்து வரவிடு
> நிலத்தைப் பார்த்துப் பயிரிடு
> நேரம் பார்த்து முடிவெடு'

- என்பார்கள்.

"தாயைத் தண்ணீர்த் துறையில் பார்த்தால், மகளைப் படிக்கட்டில் பார்க்க வேண்டாம்" என்பார்கள்.

93

கண்ணதாசனின்

"தாயைப்போல பிள்ளை நூலைப்போல சேலை" என்பார்கள்.

தாயின் குணங்கள் பெண்ணுக்கும், தந்தையின் குணங்கள் பிள்ளைக்கும் படிவதாக ஐதீகம்.

அப்படிப் படியாமலும் போவதுண்டு; அது விதிவிலக்கு.

ஆகவே, தாயைப் பற்றித் தெரிந்து கொண்டால், பெண்ணைப் பார்க்க வேண்டியதில்லை.

இளைஞனின் துடிதுடிப்பு தாயைப்பற்றிக் கேள்வி கேட்பதில்லை. பெண்ணின் வாளிப்பான அங்கங்களே அவன் நினைவை மயக்குகின்றன.

அதனால்தான் 'பெற்றோர் பார்த்து மகனுக்குப் பெண் தேட வேண்டும்' என்கிறார்கள்.

பெற்றவர்கள் பெண் பார்க்கும்போது, பெண்ணின் குலம் கோத்திரம் அனைத்தையும் ஆராய்ந்து பார்த்த பிறகுதான், பேசி முடிக்கிறார்கள்.

அத்தகைய திருமணங்கள் - நிதானமாக அறிந்து முடிக்கப்பட்ட திருமணங்கள், நூற்றுக்குத் தொண்ணூறு வெற்றிகரமாக அமைந்திருக்கின்றன.

ஆத்திரத்தில் காதல்

அவசரத்தில் கல்யாணம்

- என்று முடிந்த திருமணங்கள், நூற்றுக்குத் தொண்ணூறு தோல்வியே அடைந்திருக்கின்றன.

ஆகவே, ஆயுள்காலக் குடும்ப வாழ்க்கைக்கு நிம்மதி வேண்டும் என்றால், பெண்களைத் தேடும் பொறுப்பைப் பெற்றோர்களிடம் விட்டுவிட வேண்டும்.

காவியத்துக்குச் சுவையான காதல் வாழ்க்கை, பல பேருக்கு நேர்மாறான பலனையே தந்திருக்கின்றது. (விதி விலக்குகளை இதில் நான் சேர்க்கவில்லை.)

குடிப்பிறப்புப் பார்த்துத்தான் பெண்களைத் தேர்ந்தெடுக்க வேண்டும். இல்லையென்றால் வாழ்க்கை முழுவதும் அமைதி இழந்து, அவமானம் சுமந்து, அழுது நொந்து சாக வேண்டியிருக்கும்.

'குடிப்பிறப்பு' என்பது ஜாதியைக் குறிப்பதல்ல; பெண் பிறந்த குடும்பத்தையே குறிப்பது.

எந்த ஜாதியிலும் நல்ல பெண்கள் தோன்றுகிறார்கள்; கெட்ட பெண்களும் இருக்கிறார்கள்.

நல்ல பெண்களைத் தேர்ந்தெடுப்பதில் ஜாதி - மதம் பார்ப்பது பயனற்றது.

குடிப்பிறப்புத்தான் இன்றியமையாதது.

இலங்கையில் சீதையைக் கண்டு திரும்பிய அனுமன், இராமனிடம் இப்படிச் சொல்கிறான்:

''விற்பெரும் தடந்தோள் வீர
வீங்குநீர் இலங்கை வெற்பின்
நற்பெரும் தவத்த ளாய
நங்கையைக் கண்டே னில்லை;
இற்பிறப் பென்ப தொன்றும்
இரும்பொறை என்ப தொன்றும்
கற்பெனும் பெயர தொன்றும்
களிநடம் புரியக் கண்டேன்!''

''ஆரிய புத்ரா! நான் இலங்கையில் சீதை என்னும் நங்கையைக் காணவில்லை.

''குடிப்பிறப்பு என்ற ஒன்றையும், சிறந்த பொறுமை எனும் ஒன்றையும், கற்பு எனும் ஒன்றையும் கண்டேன்'' என்கிறான்.

''நலத்தின்கண் நாரின்மை தோன்றின் அவனைக்
குலத்தின்கண் ஐயப் படும்''

என்றான் வள்ளுவன்.

''நடத்தையின் குற்றம் குலத்தின் குற்றமே'' என்பது வள்ளுவன் வாதம்.

ஆகவே, ஒரு பெண்ணின் குடிப்பிறப்பைக் கூர்ந்து அறிதல் இன்றியமையாதது.

நற்குடிப் பிறப்பை அறிந்துகொண்டுவிட்டால், பிறகு பெண்ணின் உருவத்தை மட்டும் பார்த்தால் போதும். மற்ற குணங்கள் தாய் வழியே வந்திருக்கும்.

பொறுப்பற்ற இளைஞன், குடும்பப் பொறுப்பை மேற்கொண்ட பிறகு, அந்த ரதம் நீண்ட தூரம் செல்ல வேண்டிய ரதம் என்பதை அறிந்தால், இதில் எச்சரிக்கையாக இருப்பான்.

நல்ல துணை கிடைக்காமல், பைத்தியக்காரரைப் போல் உலவும் துர்ப்பாக்கியசாலிகளின் கண்ணீரில் இருந்து, பெண்ணைத் தேர்ந்தெடுக்கும் பாடத்தை இளைஞர்கள் கற்றுக் கொள்ள வேண்டும்.

''பத்தாவுக் கேற்ற பதிவிரதை யாமானால்
எத்தாலும் கூடி வாழலாம் - சற்றேனும்
ஏறுமா றாக இருப்பாளே யாமாயின்
கூறாமற் சந்நியாசம் கொள்!''

''சண்டாளி சூர்ப்பநகை தாடகையைப் போல்வடிவு
கொண்டாளைப் பெண்ணென்று கொண்டாயே - தொண்டா
செருப்படிதான் உந்தன் செல்வமென்ன செல்வம்
நெருப்பிலே வீழ்ந்திடுதல் நேர்!''

என்றாள் தமிழ் மூதாட்டி.

''கைப்பிடி நாயகன் தூங்கையிலே அவன் கையை
எடுத்[து]
அப்புறம் தன்னில் அசையாமல் முன்வந்[து]
அயல்வளைவில்
ஒப்புடன் சென்று துயில்நீத்துப் பின்வந்[து]
உறங்குவாளை
எப்படி நான் நம்புவேன், இறைவா
கச்சி ஏகம்பனே!''

என்று புலம்பினார் பட்டினத்தார்.

சித்தர்கள், ரிஷிகள், சந்நியாசிகள் பலர் மனைவியால் விரக்தியுற்று அப்படி ஆனவர்கள் என்பதால்தான் நதிமூலம் ரிஷிமூலம் பார்க்கக் கூடாது என்கிறார்கள்.

''இல்லாள் அகத்திருக்க இல்லாத தொன்றில்லை
இல்லாளும் இல்லாளே ஆமாயின் - இல்லாள்
வலிகிடந்த மாற்றம் உரைக்குமேல் அவ்வில்
புலிகிடந்த தூறாய் விடும்.''

இதுவும் மூத்தோர் மொழி.

''இல்லாள் என்பவள் இல்லத்தை ஆள்பவள்; அவள் அன்பில்லாளாக, அடக்கமில்லாளாக பணமில்லாளாக, பத்தினித்தன்மை இல்லாளாக இருந்துவிட்டால், உன் வீடு புலி கிடந்த குகைபோல் ஆகிவிடும்'' என்பது முன்னோர் எச்சரிக்கை!

இந்துப்புராணங்களில் ஈடுபாடு கொண்டவர்கள், நல்ல மனைவியின் இலக்கணங்களை அறிவார்கள்.

இன்றைய இளைஞனுக்கும் மத ஈடுபாடு ஏற்பட்டுவிட்டால், அவன் கண்ணை மனது வென்று, நல்ல பெண்ணை நோக்கிக் கொண்டு போகும்.

13

நல்ல நண்பன்

நல்ல மனைவியைத் தேர்ந்தெடுப்பது போலவே, நல்ல நண்பனைத் தேர்ந்தெடுப்பதிலும் எச்சரிக்கையாகவே இருக்க வேண்டும்.

உன் எதிரியை நீ சுலபமாக அடையாளம் கண்டு கொண்டுவிட முடியும்.

ஆனால், நண்பர்களிலே, நல்ல நண்பர் யார் என்பது அனுபவத்தின் மூலமேதான் தெரியுமே தவிர, சாதாரண அறிவினால் கண்டுகொள்ள முடியாது.

முகத்துக்கு நேரே சிரிப்பவன்,

முகஸ்துதி செய்பவன்,

கூனிக் குழைபவன்,

கூழைக் கும்பிடு போடுபவன்,

- இவனெல்லாம் நல்ல நண்பன் மாதிரியே தோற்றமளிப்பான்.

எந்த நேரத்தில் அவன் உன்னைக் கவிழ்ப்பான் என்பது அவனுக்கும் கடவுளுக்கும் மட்டுமே தெரியும்!

ஆகவே ஒருவனை நண்பனாக்கிக் கொள்ளுமுன், அவனைப்பற்றி நன்றாகத் தெரிந்துகொள்ள வேண்டும்.

சரியாகத் தெரிந்த பின்புதான், அவனிடம் ரகசியங்களைப் பரிமாறிக் கொள்ளவேண்டும்.

நன்றாக ஆராய்ந்து, 'இவன் நல்லவன்தான்' என்று கண்டபின், ஒருவனை நண்பனாக்கிக் கொண்டுவிட்டால், பிறகு அவன்மேல் சந்தேகப்படக்கூடாது.

''அவசரத்தில் ஒருவனை நம்பிவிடுவதும், நம்பிக்கைக்கு உரியவன் என்று தேர்ந்தெடுக்கப்பட்ட ஒருவனைச் சந்தேகிப்பதும், தீராத துயரத்தைத் தரும்'' என்றான் வள்ளுவன்.

தேரான் தெளிவும் தெளிந்தான்கண் ஐயுறவும்
தீரா இடும்பை தரும்.

- சரி, நல்ல நண்பனைத் தேர்ந்தெடுப்பது எப்படி?

கண்ணதாசனின்

யாரோடு நீ பழக ஆரம்பிக்கின்றாயோ, அவனோடு நீ இனிமையாகப் பழகவேண்டும்.

கொஞ்ச காலத்திற்கு அதை, நீ நட்பாகக் கருதக்கூடாது.

வெறும் பழக்கமாகத்தான் கருதவேண்டும்.

உனக்குக் கஷ்டம் வந்தபோது அவன் கைகொடுத்தால், உன்னைப்பற்றி நல்லவிதமாக, நீ இல்லாத இடத்தில் அவன் பேசுவதைக் கேள்விப்பட்டால்,

பிறர் உன்னைப்பற்றித் தவறாகப் பேசும்போது, அவன் தடுத்துப் பேசியதாக அறிந்தால்,

அவனை நீ நம்பத் தொடங்கலாம்.

தொடர்ந்து இது போன்ற பல செய்திகளைக் கேள்விப்பட்ட பிறகுதான், அவனை நண்பனாக நீ வரித்துக் கொள்ளவேண்டும்.

பல இடங்களில் ஒரே மாதிரி ஒருவன் நடிக்க முடியாது. ஆகவே, உன்மீது அவன் வைக்கும் அன்பும் உண்மையாகத்தான் இருக்க முடியும்.

நட்பு என்பது வெறும் முகஸ்துதி அல்ல.

ஆபத்தில் உதவுவது ஒன்றே நட்பு.

நீ அழும்போது உண்மையிலேயே அவனுக்கும் அழுகை வருகிறது என்றால், அதுதான் நட்பு.

"முகநக நட்பது நட்பன்று; நெஞ்சத்து
அகநக நட்பதே நட்பு."

"உடுக்கை இழந்தவன் கைபோல ஆங்கே
இடுக்கண் களைவதாம் நட்பு."

என்றான் வள்ளுவன்.

நண்பர்களை மூன்று வகையாகப் பிரிக்கிறது ஒரு பழம்பாடல்.

பாடல் மறந்துபோய் விட்டது. விளக்கம் இதுதான்:

ஒன்று, பனைமரம் போன்ற நண்பர்கள்; இரண்டு, தென்னைமரம் போன்றவர்கள்; மூன்று, வாழைமரம் போன்றவர்கள்.

- பனைமரம் யாராலும் நட்டுவைக்கப்பட்டதல்ல.

பனம்பழத்தைத் தேடி எடுத்து யாரும் புதைப்பதில்லை.

அது தானாகவே முளைக்கிறது.

அர்த்தமுள்ள இந்துமதம் - பாகம் 1

தனக்குக் கிடைத்த தண்ணீரைக் குடித்துத் தானாகவே வளர்கிறது.

தனது உடம்பையும், ஓலையையும், நுங்கையும் அது உலகத்திற்குத் தருகிறது.

நம்மிடம் எந்த உதவியையும் எதிர்பாராமல், நமக்கு உதவுகிறவன், பனைமரம் போன்ற நண்பன்.

தென்னைமரம் நம்மால் நடப்படுகிறது.

அதற்கு அடிக்கடி தண்ணீர் ஊற்றி வளர்த்தால்தான் அது நமக்குப் பலன் தருகிறது.

அதுபோல், நம்மிடம் அவ்வப்போது உதவி பெற்றுக் கொண்டு நண்பனாக இருக்கிறவன், தென்னைமரத்துக்கு இணையான நண்பன்.

வாழைமரமோ, நாம் தினமும் தண்ணீர் ஊற்றிக் கவனித்தால்தான் நமக்குப் பலன் தருகிறது.

அதுபோல் தினமும் நம்மிடம் உதவி பெற்றுக் கொள்கிறவன் வாழைமரம் போன்ற நண்பன்.

இந்த மூவரில்,

- பனைமரம் போன்ற நண்பனே நீ தேர்ந்தெடுத்துக் கொள்ள வேண்டிய நண்பன்.

எனக்கு அப்படிப்பட்ட நண்பர்கள் சிலர் கிடைத்தார்கள்.

எனக்குக் கிடைத்த நண்பர்களில் நூற்றுக்கு ஒருவர் இருவரே அப்படிப்பட்ட நண்பர்களாக இருந்தார்கள் என்பது பொருத்தம்.

மற்றவர்கள் எல்லோரும் என்னிடம் பணம் பறிப்பதற்காகவே நண்பர்களாக இருந்தார்கள்.

அதிலே நான் ஏமாளியாக இருந்தேன் என்பதை ஒப்புக் கொள்வதில் வெட்கமில்லை.

ஆனால், என்னை ஏமாற்றிய நண்பர்கள் எல்லாம் இன்று செல்வாக்கிழந்து 'கோழிமேய்க்கிறார்கள்' என்பதை எண்ணும்போது, சிநேகிதத் துரோகிகளுக்கு இறைவன் அளிக்கும் தண்டனையைக் கண்டு, நான் மகிழ்ச்சியடைகிறேன்.

மற்றவர்களுக்கு அந்த அனுபவம் வரக்கூடாது என்பதற்காகவே இதை எழுதுகிறேன்.

இந்துக்களின் இதிகாசங்கள், நல்ல நண்பன் எப்படி இருப்பான் என்பதை நமக்குச் சுட்டிக்காட்டுகின்றன.

99

ஸ்ரீராமனுக்குக் கிடைத்த நண்பர்கள் ஒவ்வொரு மனிதனுக்கும் கிடைத்தால், துன்பங்களே இல்லாமல் போய்விடும். ஸ்ரீராமனின் துன்பங்களை யார் யார் பங்கு போட்டுக் கொண்டார்கள்?

அதை ரகுநாதனின் வாய்மொழியாகக் கம்பன் சொல்கிறான்.

''குகனொடும் ஐவ ரானோம்
முன்பின் குன்று சூழ்வான்
மகனொடும் அறுவ ரானோம்
எம்முறை அன்பின் வந்த
அகமலர் காதல் ஐய
நின்னொடும் எழுவ ரானோம்!''

வீடணன் நண்பனானபோது, வீடணனைப் பார்த்து ஸ்ரீ இராமன் சொன்ன வார்த்தைகள் இவை.

''வீடணா! நானும் இலக்குவனும், பரதனும், சத்துருக்கனனும் நான்கு சகோதரர்களாகப் பிறந்தோம்.

கங்கை இரு கரையுடையான், கணக்கிறந்த நாவாயான் குகனைச் சந்தித்தபோது, நாங்கள் ஐவரானோம்.

சுக்ரீவன் எங்களோடு சேர்ந்தபோது நாங்கள் அறுவரானோம்.

உன்னைச் சேர்த்து இப்போது எழுவராகி விட்டோம்.''

ஆம்! ராமனுக்கு அவர்கள் செலுத்திய அன்புக் காணிக்கை ராமனுடைய சகோதர்களாகவே அவர்களை ஆக்கிவிட்டது.

நல்ல நட்புக்கு என்னென்ன இலக்கணங்கள் உண்டோ அவை எல்லாம் கூடிவாய்க்கப் பெற்ற ஒருவன் நண்பனாக மட்டுமின்றிச் சகோதரனாகவும் ஆகிவிடுகிறான்.

நண்பர்கள் தனக்கு உதவி செய்தார்கள் என்பதற்காகத் தன் சொந்த சகோதரர்களையே விரோதித்துக் கொண்டு செஞ்சோற்றுக் கடன் கழித்து, ஒருவன் மகாபாரதத்தில் காட்சியளிக்கிறான்.

அவனே கர்ணன்.

கர்ணன் குந்தியின் மகன்; பாண்டவர்களின் சகோதரன்.

கௌரவர்கள் அவனிடம் பாராட்டிய நட்புக்காக, அவர்கள் செய்த உதவிக்காக, போர்க்களத்தில் தன் சகோதரர்களையே எதிர்த்தான் கர்ணன்.

நட்பு என்பதும், செஞ்சோற்றுக் கடன் கழித்து நன்றி செலுத்துவது என்பதும் இந்துக்களின் மரபு.

அர்த்தமுள்ள இந்துமதம் - பாகம் 1

அந்த மரபின், நட்பின் மேன்மையை வற்புறுத்தும் புராணக் கதைகள் பலவுண்டு.

நல்ல மனைவியை எப்படி இறைவன் அருளுகிறானோ, அப்படியே நல்ல நண்பர்களை அருளுமாறு இறைவனைப் பிரார்த்திப்பது நல்லது.

அகிலாண்டேஸ்வரி திருக்கோவில்

14
கீதையில் மனித மனம்

அர்ஜுனனுக்குப் பரந்தாமன் உபதேசித்தது பகவத் கீதை. மனிதனின் மனதைப்பற்றி அர்ஜுனனுக்கும் கண்ணனுக்கும் வாக்குவாதம் நடக்கிறது.

கண்ணன் சொல்கிறான்:

"அர்ஜுனா, எவன் தன்னையே உதாரணமாகக் கொண்டு இன்ப - துன்பங்கள் இரண்டையும் சமமாகப் பார்க்கிறானோ, அந்த யோகிதான் சிறந்தவன் என்பது துணிவு."

அர்ஜுனன் கேட்கிறான்:

"மதுசூதனா! உன்னால் கூறப்படும் சமநோக்கத்துடன் கூடிய யோகத்தின் ஸ்திரமான நிலையை என்னால் உணரமுடியவில்லை; காரணம், உள்ளம் சஞ்சலமுடையது.

கிருஷ்ணா! மனித மனம் சஞ்சலமுடையது; கலங்கவைப்பது; வலிமையுடையது; அடக்க முடியாதது; காற்றை அடக்குவது போல் அதை அடக்குவது கடினமானது."

பகவான் கூறுகிறான்:

"தோள் வலி படைத்த காண்டீபா! மனம் அடக்க முடியாதது; சலனமடைவது; இதில் ஐயமில்லை. ஆனால் குந்தியின் மகனே! பழக்கத்தால் அதை அடக்கமுடியும்."

இதையே ராமகிருஷ்ண பரமஹம்சர் இப்படிக் கூறுகிறார்:

"கீழே கொட்டிய கடுகைப் பொறுக்கி எடுப்பது வெகுசிரமம். அதுபோலப் பல திசைகளிலும் ஓடும் மனத்தை ஒருமைப்படுத்துவது எளிதன்று. ஆனால், வைராக்கியத்தால் அதைச் சாதித்துவிட முடியும்."

-மனித மனத்தின் சலனங்களை, சபலங்களை, எப்படி அடக்குவது, என்பதுபற்றி பரந்தாமன் அர்ஜுனனுக்கு உபதேசித்த பகுதி, பகவத் கீதையின் தியான யோகமாகும்.

சகல காரியங்களுக்கும் - இன்பத்திற்கும் துன்பத்திற்கும், நன்மைக்கும் தீமைக்கும், இருட்டுக்கும் வெளிச்சத்திற்கும்,

அர்த்தமுள்ள இந்துமதம் - பாகம் 1

பாவத்திற்கும், புண்ணியத்திற்கும், அன்புக்கும், வெறுப்புக்கும் மனமே காரணம்.

மனத்தின் அலைகளே உடம்பைச் செலுத்துகின்றன.

பகுத்தறிவையும் மனம் ஆக்கிரமித்துக் கொண்டு வழி நடக்கிறது.

கருணையாளனைக் கொலைகாரனாக்குவதும் மனம்தான்; கொலைகாரனை ஞானியாக்குவதும் மனம்தான்.

அது நோக்கிச் செல்லும் தடங்களின் அனுபவத்தைப் பெற்றுப் பேதலிக்கிறது; அப்போதுதான் அறிவு வேலை செய்கிறது.

எந்த அனுபவங்களையும் கொண்டுவருவது மனம்தான்.

இது சரி, இது தவறு என்று எடை போடக்கூடிய அறிவை, மனத்தின் ராகங்கள் அழித்துவிடுகின்றன.

உடம்பையும் அறிவையும் மனமே ஆக்கிரமித்துக் கொள்வதால், மனத்தின் ஆதிக்கத்திலேயே மனிதன் போகிறான்.

என்ன இந்த மனது?

காலையில் துடிக்கிறது; மதியத்தில் சிரிக்கிறது; மாலையில் ஏங்குகிறது; இரவில் அழுகிறது.

"இன்பமோ துன்பமோ எல்லாம் ஒன்றுதான். நடப்பது நடக்கட்டும்" என்றிருக்க மனம் விடுவதில்லை.

ஒரே சீரான உணர்ச்சிகள் இந்த மனத்துக்குத் தோன்றுவதில்லை.

எவ்வளவு பக்குவப்பட்டாலும் மனத்தின் அலைகளாலேயே சஞ்சலிக்கிறான்.

கடிவாளம் இல்லாத இந்த மனக்குதிரையை அடக்குவது எப்படி?

"வைராக்கியத்தால் முடியும்" என்கிறது கீதை.

அதையே சொல்கிறார் பகவான் ராமகிருஷ்ணர்.

அது என்ன வைராக்கியம்?

உள்ளத்தை ஒருமுகப்படுத்துவது; எந்த நிகழ்ச்சிகளுக்கும் அசைந்து கொடுக்காமல் இருப்பது.

மெழுகு போல் இருக்கும் மனதை மரக்கட்டை போல் ஆக்கிவிடுவது.

ஆசாபாசங்களில் இருந்து மனதை மட்டும் ஒதுக்கிவைத்து விடுவது; பந்தபாசங்களில் இணங்கிவிடாமல் இருப்பது.

103

பற்றறுப்பது; சுற்றுச் சூழ்நிலைகள் வெறும் விதியின் விளையாட்டுகளே என்று முடிவு கட்டிவிடுவது.

நடக்கும் எந்த நிகழ்ச்சியும் இறைவனின் நாடகத்தில் ஒரு காட்சியே என்று முடிவுக்கு வருவது.

ஜனனத்துக்கும் மரணத்துக்கும் இடைப்பட்ட வாழ்க்கை, சாட்டை இல்லாப் பம்பரம்போல் ஆட்டி வைக்கப்படும் வாழ்க்கையே என்று கண்டுகொள்வது.

துன்பத்தைத் தரக்கூடிய விஷயங்களை அலட்சியப்படுத்துவது.

இன்பமான விஷயங்களைச் சந்தேகமில்லாமல் ஏற்றுக் கொள்வது.

பிறர் தனக்கிழைத்த துன்பங்களை மறந்துவிடுவது, மன்னித்துவிடுவது.

முயற்சிகள் தோல்வியுறும்போது, 'இதற்கு இறைவன் சம்மதிக்கவில்லை' என்று ஆறுதல் கொள்வது.

'கணநேர இன்பங்களை' அவை கண நேர இன்பங்களே என்று முன் கூட்டியே கண்டுகொள்வது.

'ஆத்மா என்னும் மாயப்புறா அமரும் மாடங்களெல்லாம் நம்முடைய மாடங்களே' என்ற சம நோக்கத்தோடு பார்வையைச் செலுத்துவது.

காலையில் இருந்து மாலை வரை நடந்த நிகழ்ச்சிகள் ஆண்டவனின் கட்டளையால் செலுத்தப்பட்ட வாகனங்களின் போக்குத்தான் என்று அமைதி கொள்வது.

சொல்வதற்கும் எழுதுவதற்கும் சுலபமாக இருக்கிறது. ஆனால், எப்படி இது முடியும்?

பகவத் தியானத்தால் முடியும்.

அதிகாலையில் ஓர் அரைமணி நேரம், இரவிலே ஓர் அரைமணி நேரம், கோவிலிலோ, வீட்டுப் பூஜை அறையிலோ தனிமையில் அமர்ந்து, வேறு எதையும் நினைக்காமல் இறைவனையே நினைப்பது.

இறைவனை நினைத்துக் கொண்டிருக்கும்போதே, மனம் வேறு திசையில் ஓடினால் அதை இழுத்துப் பிடிப்பது.

பாசத்திலே மூழ்கிக் கிடந்த பட்டினத்தார் 'ஞானி'யானது இப்படித்தான்.

அர்த்தமுள்ள இந்துமதம் - பாகம் 1

தேவதாசிகளின் உறுப்புகளிலேயே கவனம் செலுத்திய அருணகிரிநாதர், ஆண்டவனின் திருப்புகழைப் பாடியதும் இப்படித்தான்.

இயற்கையாகவே கல்வியாற்றல் பெற்றிருக்கும் ஒரு கவிஞன், ஒரு பொருளைப்பற்றிக் கவிதையில் சிந்திக்கும் போது, அவன் மனம் கவிதையிலேயே செல்கிறது.

அதில் லயிக்கிறது, ரசிக்கிறது, சுவைக்கிறது.

அப்போது ஓர் இடையூறு, குறுக்கீடு வந்தாலும் அவனுக்கு ஆத்திரம் வருகிறது.

கண்கள் திறந்திருக்கின்றன. மனம் கவிதையில் ஆழ்ந்து கிடக்கிறது; அப்போது திறந்த கண்ணின் எதிரில் நிற்கும் மனைவிகூட அவன் கண்ணில் படுவதில்லை.

மரத்தில் அமர்ந்திருக்கும் பறவையை நோக்கி வில்லெடுக்கும் வேடனின் கண்களில் பறவை மட்டும் தெரியுமே தவிர, மரத்திலுள்ள இலைகள், காய்கள், கனிகள் தெரிவதில்லை.

கவிஞனுக்கும், வேடனுக்கும் சாத்தியமான மனதின் ஒருமுக நிலையை மற்றவர்களும் பெறமுடியும்.

அதாவது, ஒன்றையே நினைத்தல்.

அந்த லயம் கிட்டிவிட்டால் புலன்களும், பொறிகளும் செயலற்றுப் போகின்றன.

வாயின் சுவை உணர்வு, நாசியின் மண உணர்வு, கண்களின் காட்சி உணர்வு, செவியின் ஒலி உணர்வு, பிற அங்கங்களின் ஸ்பரிச உணர்வு அனைத்தையும் அடித்துப் போட்டுவிட்டு, புலியைக் கொன்ற வேடன்போல் மனது கம்பீரமாக நிமிர்ந்து நிற்கிறது. அதுதான் சரியான லயம்.

சங்கீத வித்வான் சரித்திர ஆராய்ச்சி செய்வதில்லை; ஸ்வரங்களையும் ராகங்களையுமே ஆராய்ச்சி செய்கிறான்.

ஒரே இடத்தில் ஒரே நிலையில் மனத்தைச் செலுத்தினால் சலனமில்லாத ஒரே உணர்ச்சி தோன்றுகிறது.

ஒரு கதை உண்டு!

ஒரு தாய் தனது ஒரு மாதக் கைக்குழந்தையோடு தரையிலே பாய் விரித்துப் படுத்திருந்தாள். அப்போது அவளுக்குக் கொஞ்ச தூரத்தில் பாம்பு வந்து நின்றது.

பாம்பைக் கண்ட உறவினர்கள் பதறினார்கள்; துடித்தார்கள்.

105

அந்தப் பாம்பு குழந்தையையும் தாயையும் கடித்து விடப்போகிறதே என்று பார்த்தார்கள்.

தாயின் பெயரைச் சொல்லி சத்தமிட்டார்கள்.

தாய் எழவில்லை.

ஓங்கித் தடியால் அடித்தார்கள்; அப்போதும் அவள் எழவில்லை.

பக்கத்தில் படுத்திருந்த குழந்தையின் மீது ஒரு மல்லிகைப் பூவை எடுத்துப் போட்டார்கள். தாய் உடனே விழித்துக்கொண்டு, அந்தப் பூவை எடுத்து அப்புறம் போட்டாள்.

தன்னை உதைத்தபோது கூடச் சொரணையில்லாது உறங்கிய தாய், குழந்தை மீது பூ விழுந்ததும் விழித்துக் கொண்டது எப்படி?

அந்த உள்ளம் குழந்தையிடமே லயித்துக் கிடந்ததால்தான்.

ஈஸ்வர பக்தியில் உடல் உருக, உள்ளம் உருக லயித்துக் கிடந்த அடியார்கள், ஆழ்வார்கள், நாயன்மார்கள் எல்லாம் மனதை ஒருமுகப்படுத்தியவர்களே.

இந்த மனத்தின் கோலங்களாலேயே நான் பலமுறை தடுமாறி இருக்கிறேன்.

ஆசைக்கும் அச்சத்துக்கும் நடுவே போராடி இருக்கிறேன்.

ஜனனம் தகப்பனின் படைப்பு; மரணம் ஆண்டவனின் அழைப்பு; இடைப்பட்ட வாழ்க்கை அரிதாரம் பூசாத நடிப்பு என்பதை, நாளாக நாளாக உணர்ந்து வருகிறேன்.

இன்னமும் முழுப்பக்குவம் கிட்டவில்லை.

திடீர் திடீரென்று மனதில் ஒன்றிருக்க ஒன்று பாய்கிறது.

ஒன்றை எடுத்தெறிந்தால், இன்னொன்று ஓடி வருகிறது.

ஒரேயடியாக மிதித்துக் கொன்றால்தான் நிம்மதி கிடைக்கும் என்பது தெரிகிறது.

என் கால்கள் இன்னும் அந்த வலுவைப் பெறவில்லை.

பெற முயல்கிறேன்; பெறுவேன்.

பிறந்தோருக்காகச் சிரிக்காமலும், இறந்தோருக்காக அழாமலும் பரந்தாமன் கூறியதுபோல் சமநோக்கத்தோடு நின்று, மன அமைதி கொள்ள முயல்கிறேன்.

அதை நான் அடைந்துவிட்டால், கடவுள் கண்களிலே கண்ணீர் வைத்ததற்கான காரணமும் அடிபட்டுப் போகும்.

அர்த்தமுள்ள இந்துமதம் – பாகம் 1

இவ்வளவையும் நான் சொல்லுவது லௌகிக வாழ்க்கையிலும் நம்மை அமைதிப்படுத்துவதே இந்துமதத்தின் நோக்கம் என்பதை விளக்கத்தான்.

லௌகிக வாழ்க்கையைச் செப்பனிடும் இந்துமதக் கருவிகளில் பகவத்கீதையும் ஒன்று என்பதுதான் என் துணிவு.

ஸ்ரீ பார்த்தசாரதி - திருவல்லிக்கேணி

15
உயர்ந்தோர் மரணம்

அவர்கள் சரித்திர நதியின் அணைக்கட்டுகள், அனுபவக் கல்லூரியின் பேராசிரியர்கள், அறிவெனும் நந்தா விளக்கின் ஜுவாலைகள்.

அவர்களது ஜனனம் ஒரு பொது விசேஷமாகக் கருதப்பட்டதில்லை.

ஆனால், மரணமோ, சரித்திரத்தில் மகத்தான மணிமண்டபமாகக் கருதப்படுகிறது.

உயர்ந்தோர்,

நல்லோர்,

பெரியோர்கள்,

ஞானிகள்-

இந்த வார்த்தைகளில் பாரதத்தின் முழு வரலாறுகளும் அடங்கிக் கிடக்கின்றன.

அந்த விளக்குகள் ஒளியைத் தந்தன; நாம் வாழ்க்கையைக் கண்டு கொண்டோம்.

அந்தக் கைகாட்டிகள் பாதையைக் காட்டின; நாம் போக வேண்டிய ஊருக்குப் போய்ச் சேர்ந்தோம்.

அந்த மேகங்கள் மழை பொழிந்தன; நாம் நமது நிலங்களைச் செழுமையாக்கிக் கொண்டோம்.

பிறக்கும்போது ஊமையாகவும், பருவகாலத்தில் குருடனாகவும், பற்றும் பாசமும் சூழ்ந்த பிறகு திருடனாகவும் முதுமைக் காலத்தில் பொறுமை இழந்தவனாகவும் வாழ்ந்து மடிகிற சாதாரண மனிதனுக்கு, அவர்கள்தான் செம்மையான சுகமான வாழ்க்கை நிம்மதியைக் காட்டினார்கள்.

அவன் கண்கள் காணத் தொடங்கும்போதே, நல்லவற்றைக் காணும்படி அறிவுறுத்தினார்கள்.

அவன் வாய் பேசத் தொடங்கும்போதே, உண்மையைப் பேசும்படி வலியுறுத்தினார்கள்.

அர்த்தமுள்ள இந்துமதம் – பாகம் 1

காதலிக்கும்போது பெண்களுக்குப் பண்புள்ள இலக்கணம் சொன்னார்கள்.

எப்படி வாழ்ந்தால் நிம்மதி என்பதற்கும் இலக்கணம் தந்தார்கள்.

நீதிக் கதைகளும், குட்டிக் கதைகளும் சொல்லி, நீதியை மனதில் பதிய வைத்தார்கள்.

ராஜ தண்டனையைவிடத் தெய்வத் தண்டனை உறுதியானது என்பதை நம்பிக்கையோடு பதியவைத்தார்கள்.

பிறரை ஏமாற்றாமல் வாணிபத்தில் லாபம் சம்பாதிக்க முடியும் என்பதையும், அடுத்தவன் சொத்தை அபகரிக்காமல் சுயமாகச் சம்பாதித்தே சேர்க்கமுடியும் என்பதையும், நமக்குக் கிடைக்கின்ற எல்லைக்குள்ளேயே நமது மகிழ்ச்சியை அதிகப்படுத்திக் கொள்ள முடியும் என்பதையும் அவர்கள்தான் விளக்கிச் சொன்னார்கள்.

மரணத்தின்பின், சொர்க்கமோ, நரகமோ கிட்டுவது, மரணத்திற்கு முன்னால் நீ வாழ்ந்த வாழ்க்கையைப் பொறுத்தது என்பதை அவர்கள்தான் தெளிவுபடுத்தினார்கள்.

'பேராசை பெரு நஷ்டம்' என்றார்கள். 'விநாசகாலே விபரீதபுத்தி' என்றார்கள். 'தன்வினை தன்னைச் சுடும்' என்றார்கள். 'முற்பகல் செய்யின் பிற்பகல் விளையும்' என்றார்கள். 'அரசன் அன்று கொல்வான், தெய்வம் நின்று கொல்லும்' என்றார்கள்.

சரியான பாதைக்கு உதாரணங்களாக ராமனையும் கண்ணனையும் காட்டினார்கள்.

தவறான பாதைக்கு இலக்கியங்களாக ராவணனையும் துரியோதனனையும் காட்டினார்கள்.

நமது வாழ்க்கை எத்தனை நாள் ஓடுகிறதோ, அத்தனை நாளுக்கும் நாட்குறிப்பு எழுதி வைத்ததுபோல் நன்மை, தீமைக் குறிப்பு எழுதி வைத்தார்கள்.

அப்படிச் சிலரைப் பாரத பூமி பெற்றதனால் தான் பயங்கர இருளுக்கிடையேயும் வெளிச்சம் நமக்குத் தெரிகிறது.

அயோக்கியர்களிடையே யோக்கியர்களையும், துரோகிகளுக்கிடையே நன்றியுள்ளவர்களையும் நம்மால் கண்டு பிடிக்க முடிகிறது.

பற்று, பாசத்தால் பரிதவித்து, சுற்றுச் சூழல்களால் துடிதுடித்து, 'கற்றதும் பயனில்லையே' என்று கதறும் போதும், நம்மைக்

109

கையமர்த்தி, அந்தச் சிக்கல்களிலிருந்து விடுபடுவது எப்படி என்பதை, அவர்களேதான் நமக்குக் காட்டினார்கள்.

சிலந்தி வலைபோல் பின்னப்பட்ட லௌகிக வாழ்க்கையில் துன்பங்களை எப்படிச் சமாளிப்பது என்பதையும் அவர்கள்தான் சொல்லித் தந்தார்கள்.

அவர்களது வாழ்நாளில் அவர்களைப் பற்றி உணர முடியாததை, அவர்கள் இறந்த பிறகு நாம் உணர்ந்து கொள்கிறோம்.

நல்லவர்களை நாம் அடையாளம் கண்டு கொள்வதற்காகவே அவர்களுக்கு மரணம் சம்பவிக்கிறது.

வாழ்ந்தநாளில் அவர்களை வசை பாடியவர்கள்கூட, அவர்கள் இறந்தநாளில் அவர்களுடைய நற்பண்புகளை எண்ணிப் பார்க்கிறார்கள்.

அன்றாட நிகழ்ச்சிகளின் மீது ஆத்திரமுற்று அவர்களைத் தாக்கியவர்கள்கூட அவர்களது மொத்தப் பண்புகளை எண்ணி வியக்கிறார்கள்.

'அவர்கள் உலகுக்காகவே வாழ்ந்தவர்கள்' என்பதை எண்ணும்போது 'நாமும் அதுபோல் வாழ வேண்டும்' என்று சிலராவது எண்ணுகிறார்கள்.

''குருடனுக்குக் கிடைக்கின்ற கைக்கோல் ஒரு ஞானியைப் போன்றது, அது அவனுக்கு வழி காட்டுவதால். எத்தனையோ குருடர்களுக்கு ஒரே கைக்கோல் வழி காட்டுகிறதென்றால், அது ஞானிக்கு ஞானியாகும்.''

வசிஷ்டர், வியாசர், வால்மீகி போன்றவர்கள் இந்துமதத்தின் பாரம்பரியங்கள்.

அந்தப் பாரம்பரியத்தில், நமது தலைமுறை கண்ட ஒரு ஞானி, ராஜாஜி.

தசரதன் இறந்தபோது, கதாபாத்திரத்தின் வடிவில் கம்பன் இப்படிப் புலம்புகிறான்:

> ''நந்தா விளக்கனைய
> நாயகனே நானிலத்தோர்
> தந்தாய் தனிஅறத்தின்
> தாயே தயாநிதியே
> எந்தாய் இகல்வேந்தர்
> ஏறே இறந்தனையோ

அர்த்தமுள்ள இந்துமதம் - பாகம் 1

அந்தோ இனிவாய்மைக்
காருளரே மற்றுலகில்?''

- ஆம்; இது தசரதனுக்கு மட்டுமல்ல, காந்திக்கும் பொருந்தும்; நேருவுக்கும் பொருந்தும்; ராஜாஜிக்கும் பொருந்தும்.

உயர்ந்தவர்கள் அனைவரும் ஒரு வரிசை.

அவர்களில் ஒருவருக்குச் சூட்டப்படும் புகழ்மாலை அனைவருக்கும் பொருந்தும்.

வார்த்தைகளை மாற்றாமல் பெயர்களை மட்டும் மாற்றினால் போதும்.

அவர்கள் அனைவரும் ஒரே சீராக வாழ்ந்தவர்கள்.

அவர்கள் மடியும்போது நாம் அழவேண்டியதில்லை.

அவர்களது தலைமுறையில் நாம் வாழ்ந்ததற்காக மகிழ்ச்சியடையவேண்டும்.

இந்துமத வேதங்கள் இப்படிச் சொல்கின்றன.

இறந்து போனவர்களுக்காக அழுது கொண்டிருப்பவர் கண்ணீரைத் துடையுங்கள்.

இதற்கு நீங்களும் தப்பமுடியாது என்பதை நினைவு கொள்ளுங்கள்.

எழுந்து ஸ்நானம் செய்யுங்கள்.

உங்களது லௌகிகக் கடமைகளைச் செய்யத் தொடங்குங்கள்.

உங்களது இரண்டாவது வாழ்க்கை ஈசுவரனிடத்துத் தொடங்கப்படுகிறது.

அந்த நம்பிக்கையோடு உங்கள் முதல் வாழ்க்கையை ஒழுங்காக நடத்துங்கள்.

ஆம்; தெய்வ நம்பிக்கையின் மீது உங்கள் கண்ணீரைத் துடையுங்கள்.

புனிதன் ராஜாஜியின் ஆத்ம சாந்திக்காகப் பிரார்த்தியுங்கள்.

'அவரது காலடிச் சுவடுகளில் இருந்து இன்னும் சில ஞானிகள் முளைத்தெழுவார்கள்' என்ற நம்பிக்கையோடு உங்கள் லௌகிக வாழ்க்கையைத் தொடங்குங்கள்.

கிருஷ்ணார்ப்பணம்.

16
கண்ணனை நினைப்பவர்கள் சொன்னது பலிக்கும்

நான் ஏற்கெனவே குறிப்பிட்டிருந்த சில அனுபவங்களைக் கூற விரும்புகிறேன்.

"நான் சொன்னால் பலிக்கும்; என் வாக்குப் பலிக்கும்" என்று தங்களைப் பற்றிச் சிலர் சொல்லிக் கொள்கிறார்களே அது என் விஷயத்திலும் உண்மையாக நடக்கிறது.

யாரையும் வஞ்சிக்காத ஒருவன், கடவுள் நம்பிக்கையுள்ள ஒருவன், மனதாரச் சொல்லும் எந்த வார்த்தைக்கும் உயிர் இருக்கிறது.

அந்த உயிர் தன் சக்தியைக் காட்டி விடுகிறது.

ஆத்திரத்தில் சொல்லும் வார்த்தைகள் மட்டுமின்றி இயற்கையாக வந்துவிழும் வார்த்தைகளும் பலித்து விடுகின்றன.

எல்லாவற்றுக்கும் தெய்வ நம்பிக்கைதான் காரணம்.

'கவிஞன் பாடினான், நகரம் எரிந்தது' என்றும், 'கலம்பகப் பாட்டினால் நந்திவர்மன் இறந்தான்' என்றும் நாம் கேட்கிறோம்.

நான் கவிஞனோ இல்லையோ கடவுள் நம்பிக்கையுடையவன்.

என்னையறியாமலேயே வந்து விழுந்த சில வார்த்தைகள் என் வாழ்விலும் நண்பர்கள் வாழ்விலும் எப்படிப் பலித்திருக்கின்றன என்பதை நான் எண்ணிப் பார்க்கிறேன்.

எனது நெருங்கிய நண்பர், நடிப்பிசைப் புலவர் கே.ஆர்.ராமசாமிக்காக, 1960-ல் ஒரு படத்தில் ஒரு பாடல் எழுதினேன்.

'பாடமாட்டேன் - நான்
பாடமாட்டேன்'

என்பது பாடலின் பல்லவி.

ஆம்; அதுதான் அவர் சினிமாவில் கடைசியாகப் பாடிய பாடல். அதற்குப் பிறகு அவர் பாடவே இல்லை.

எனது சொந்தப் படம் ஒன்றில் ஒரு சோகப் பாடல் எழுதினேன்.

'விடியும் விடியும் என்றிருந்தோம்
முடியும் பொழுதாய் விடிந்ததடா!-

அர்த்தமுள்ள இந்துமதம் – பாகம் 1

'கொடியும் முடியும் தாழ்ந்ததடா நம்
குடியும் குலமும் ஓய்ந்ததடா!'

- எவ்வளவு 'அறம்' நிறைந்த சொற்கள்!

எழுதும்போது எனக்கு அந்த உணர்ச்சி தோன்றவில்லை.

ஆனால், அந்தப் படத்தில் விழுந்த அடி, என்னைப் பத்து ஆண்டுகள் கலங்கவைத்தது.

அந்தப் படத்தின் படப்பிடிப்பு நடைபெற்றுக் கொண்டு இருந்தது, ஒரு ஸ்டூடியோவில்,

அந்த ஸ்டூடியோ கிண்டியில் இருந்தது.

மறுநாளைப் படப்பிடிப்புக்காக, அந்த ஸ்டூடியோ நிர்வாகியிடம் பத்தாயிரம் ரூபாய் நான் அச்சாரம் கொடுத்துவிட்டு வந்தேன்.

ஷூட்டிங்கிற்கான எல்லா ஏற்பாடுகளையும் செய்துவிட்டு வந்துவிட்டேன்.

மறுநாள் நடிகர்களெல்லாம் ஸ்டூடியோவிற்குப் போன பிறகு, அவசரமாக வரும்படி எனக்கு டெலிபோன் வந்தது.

நான் போனேன்.

எங்களுக்கு 'கால்ஷீட்' கிடையாது என்றும், ஒரு மாய மந்திரப் படத்திற்கு 'கால்ஷீட்' கொடுத்துவிட்டதாகவும் நிர்வாகி சொன்னார்.

அப்போது இசையமைப்பாளர் விசுவநாதனும் என் கூட இருந்தார்.

எனக்கு ஆத்திரமாக வந்தது.

கோபத்தில், அந்த ஸ்டூடியோ நிர்வாகியைத் திட்டிவிட்டு, "உன் ஸ்டூடியோ எரிந்து சாம்பலாகத்தான் போகும்" என்று கூறிவிட்டு, அலுவலகத்திற்கு வந்தேன்.

அலுவலகத்தில் வந்து உட்கார்ந்ததுதான் தாமதம், டெலிபோன் வந்தது.

"ஸ்டூடியோவில் படப்பிடிப்பு மண்டபம் நெருப்புப் பிடித்து எரிகிறது" என்று என் தயாரிப்பு நிர்வாகி கூறினார்.

அந்த மாய மந்திர செட்டில், சிங்கத்தின் வாயில் நெருப்பு வருவதுபோல் படம் பிடித்தார்கள் என்றும், அந்த நெருப்பு மேலேயிருந்த சாக்கிலே பற்றி, மண்டபம் எரிகிறது என்றும் அவர் சொன்னார்.

எனக்குத் தூக்கி வாரிப் போட்டது.

கூட இருந்த தம்பி விசுவநாதன் என் கையைப் பிடித்துக் கொண்டார்.

"அண்ணே, இனி யாரையும் ஏதும் சொல்லாதீர்கள்!" என்று கெஞ்சினார்.

என் சக்தியை உங்களுக்குச் சொல்லிப் பயமுறுத்த இவற்றை நான் சொல்லவில்லை.

"வஞ்சகமில்லாத ஆத்மா ஒரு வார்த்தை சொன்னாலும் பலிக்கும்" என்பது இந்துக்கள் நம்பிக்கை.

முனிவர்களின் சாபங்களையும், பத்தினிகளின் சாபங்களையும் நாம் புராணங்களில் படிக்கிறோம்.

நல்லது செய்தால் நல்லது வருகிறது. சொன்னது பலிக்கிறது.

நான் என் உறவினர்களில் சிலருக்குத் திருமணங்கள் நடத்தி வைத்திருக்கிறேன்.

அப்போதெல்லாம் என் குழந்தைகளின் திருமணங்களைப் பற்றி நான் சிந்தித்துக்கூடப் பார்த்ததில்லை.

"ஊரார் பிள்ளையை ஊட்டி வளர்த்தால், தன் பிள்ளை தானே வளரும்" என்ற இந்துக்களின் பழமொழியில் எனக்கு நம்பிக்கை உண்டு.

என் மூத்த பெண்ணுக்கு அப்போது பதினாறு வயது. திருமணத்திற்கு அவசரப்படத் தேவை இல்லாத வயது.

அப்போது ஒரு படத்தில், "பூ முடிப்பாள் இந்தப் பூங்குழலி" என்றொரு பாடல் எழுதினேன்.

அந்தப் படம் வெளியாயிற்று; பாடலும் பிரபலமாயிற்று.

ஒருநாள், வீட்டில் அந்த இசைத் தட்டைப் போட்டுக் கேட்டுக் கொண்டிருந்தபோது, என் இளைய சகோதரி வந்தார்கள்.

"ஒரு நல்ல மாப்பிள்ளை இருக்கிறது; அலமுவுக்குக் கல்யாணம் பேசலாமா?" என்றார்கள்.

"இந்த வயதில் என்ன கல்யாணம்?" என்றேன் நான்.

"சுபம் சீக்கிரம் என்பார்கள். பெண் திருமணத்தைச் சீக்கிரம் முடித்துவிடுவது நல்லது" என்றார்கள்.

"சரி, பேசுங்கள்" என்றேன்.

அர்த்தமுள்ள இந்துமதம் – பாகம் 1

கிராமத்துக்குச் சென்ற என் இளைய சகோதரி, எனது ஒன்றுவிட்ட சகோதரியிடம் சொல்லி, "அந்த மாப்பிள்ளையைப் பேச வேண்டும்" என்றார்கள்.

அதற்கு என் ஒன்றுவிட்ட சகோதரி, "எங்கள் வீட்டில் செய்யக்கூடாதா?" என்று கேட்டுவிட்டு நேரே சென்னைக்குப் புறப்பட்டு வந்துவிட்டார்கள்.

என் சகோதரரும், "அந்தச் சகோதரி வீட்டில்தான் செய்ய வேண்டும்" என்று உறுதியாகச் சொல்லிவிட்டார்.

அன்றைக்கே திருமணமும் பேசி முடிந்தது.

அப்போது 1967 தேர்தல் முடிந்த நேரம். தேர்தலில் வாங்கிய அடி; இரண்டு படங்களில் பட்ட கடன் எல்லாம் என்னைப் பின்னி எடுத்த நேரம்.

செட்டிநாட்டுத் திருமணம் என்றால் செலவு எப்படி இருக்கும் என்று உனக்குத் தெரியும்.

"காலணாக்கூட கையில் இல்லாமல் கல்யாணம் பேசி விட்டோமே!" என்று நான் கலங்கினேன்.

எங்கிருந்தெல்லாம் எனக்கு ஆறுதல் வந்தது தெரியுமா?

யாரிடமிருந்தெல்லாம் எனக்கு உதவி வந்தது தெரியுமா?

நான் எதிர்பாராத இடமெல்லாம் எனக்குக் கைகொடுத்தன.

நான் பிறருக்குத் திருமணம் செய்துவைத்தது வீண் போகவில்லை.

என் மகளின் திருமணத்தைக் கண்ணனே முன்னின்று நடத்தி வைத்துவிட்டான்.

திருமண வரவேற்பில் 'பூ முடிப்பாள் இந்தப் பூங்குழலி' என்ற பாடலைச் சௌந்தரராஜன் பாடும்போது,

'கைத்தலம் தந்தேன் என் கண்மணி வாழ
கடமை முடிந்தது கல்யாண மாக'

- என்ற என்னுடைய அடிகளே, என் கண்களில் ஆனந்தக் கண்ணீரை வரவழைத்தன.

அப்படியேதான் இரண்டாவது பெண்ணின் திருமணத்தைப் பற்றியும் நான் சிந்திக்கவில்லை.

'காசி விசாலாட்சி' என்றொரு கதையும் வசனமும் எழுத பெங்களூர் உட்லண்ட்ஸ் ஓட்டலில் தங்கியிருந்தேன்.

பாதிவரை எழுதிவிட்டேன்.

115

கண்ணதாசனின்

கிராமத்திலிருந்து காசிக்குச் சென்ற ஒரு தாயும் தகப்பனும் காலராவினால் பாதிக்கப்பட, காசி விசுவநாதரும் விசாலாட்சியுமே தாய் தகப்பனாக வந்திருந்து, ஒரு பெண்ணின் திருமணத்தைப் பேசி முடிக்கிறார்கள்.

அதிலே முடிவாக நான் எழுதிய வசனம், 'இந்த ஆடி போய் ஆவணியிலே திருமணத்தை வைத்துக் கொள்வோம்' என்பதாகும்.

அதை எழுதி நிறுத்தியபோது சென்னையிலிருந்து டிரங்கால் வந்தது.

"சில பத்திரங்களில் கையெழுத்துப் போட வேண்டும். ஒருநாள் வந்துவிட்டுப் போங்கள்" என்றார்கள்.

நான் வந்தபோது, என் வீட்டிற்குச் சில உறவினர்கள் வந்திருந்தார்கள்.

அவர்கள் "தம்பி, நல்ல பையன் இருக்கிறான்; குடும்பமும் சென்னையிலே இருக்கிறது; பேசலாமா?" என்றார்கள்.

பேசினார்கள்; மறுநாள் பெண்பார்க்க வந்தார்கள்.

"மாலையிலேயே நான் பெங்களூர் போகவேண்டும்" என்றேன்.

பெண் பார்த்துவிட்டுப் போனவர்கள், "நாளைக்கே பேசி முடித்துக் கொள்வோம்; பெங்களூர்ப் பயணத்தை ஒருநாள் ஒத்திப் போடுங்கள்" என்றார்கள்.

திருமணம் பேசி முடிந்துவிட்டது.

அப்போதும் பணம் இல்லாத நிலைதான்.

கண்ணன் எனக்கு வழி காட்டினான்.

தேவர் எனக்குக் கைகொடுத்தார்.

அர்த்தமுள்ள இந்துமதம் – பாகம் 1

கேட்ட பக்கமெல்லாம் உதவி கிடைத்தது.

திருமணம் மங்கலமாக முடிந்துவிட்டது.

"ஆவணியிலே திருமணத்தை வைத்துக் கொள்ளலாம்" என்று காசி விசுவநாதன் சொல்வதாக நான் வசனத்தில் எழுதினேன். ஆவணியிலேயே திருமணம் நடந்துவிட்டது.

நன்றியுடைமை, தெய்வபக்தி, வஞ்சகமற்ற உள்ளம் இவற்றுக்கு ஆண்டவன் எப்போதும் துணை நிற்கிறான்.

"கடவுளை நம்பினோர் கைவிடப்படார்." "நம்பினோர் கெடுவதில்லை, நான்கு மறைத்தீர்ப்பு" என்பதெல்லாம் இந்துக்களின் பழமொழிகள்.

விதையைப் போட்டுவிட்டுக் கனி வராதா என்று நான் ஏங்கி எதிர்பார்த்ததில்லை.

விதைத்துக் கொண்டே போனேன். திரும்பி வந்து பார்த்தபோது மரங்கள் பழுத்துக் குலுங்கின.

என்னால் நடத்த முடியாத நற்காரியங்கள் என் வீட்டிலே நடைபெறுமானால், இறைவனைத் தவிர வேறு காரணம் ஏது?

கண்ணனை நினைக்கிறேன்.
சொன்னது பலிக்கிறது.

இராமேஸ்வரம்

117

17
பூர்வ ஜென்மம்

"பூர்வ ஜென்மம் என்று ஒன்று உண்டா? பூர்வஜென்மத்தின் தொடர்ச்சியாக இந்த ஜென்மத்தில் நாம் நன்மை தீமைகளை அனுபவிக்கிறோம் என்பது உண்மையா?"

"ஜென்மங்கள் பற்றிய விஷயத்தில் கடவுளுக்குச் சம்பந்தம் என்ன?"

இந்தக் கேள்விகளுக்கெல்லாம் என்னுடைய பதிலைக் கூறுமுன் மதுரை ஆதீனகர்த்தர் ஸ்ரீலஸ்ரீ சோமசுந்தர ஞான சம்பந்த பராமாசாரிய சுவாமிகள் எழுதியுள்ள ஒரு சிறு நூலிலிருந்து விஷயங்களை வைக்கிறேன்.

"கடவுளை நோக்கிச் செய்கின்ற பிரார்த்தனை அல்லது வேண்டுகோள் பலனுடையதாக இருக்குமா? அப்படி ஒரு கடவுள் இருக்கிறாரா? அப்படி இருப்பாரென்றால், நமக்கும் அவருக்கும் எவ்விதத் தொடர்பும் இருக்கின்றதாகத் தெரியவில்லையே! அவ்வித மூட நம்பிக்கை நமது நாட்டை விட்டுப் போனாலன்றி நம் நாடு முன்னேற முடியாது" என்று சொல்கின்ற பலர், ஆலய வழிபாட்டிலும், வீட்டு வழிபாட்டிலும் தலைசிறந்த நமது தமிழகத்திலேயே உற்பத்தியாகி இருக்கிறார்கள். இவை வெளிநாடுகளிலிருந்து விதைத்த விதைகளால் ஏற்பட்டவை. இப்படிப்பட்ட கேள்விகளையும் இதற்கு மேலதிகமான கேள்விகளையும் பல்லாயிரம் வருஷங்களுக்கு முன்பே கேட்டு, அவர்களுக்கெல்லாம் பல நியாயங்களும் நிரூபணங்களும் கொடுத்து ஒத்துக்கொள்ளுமாறு நமது அருளாளர்களும் ரிஷிகளும் செய்து, அவற்றைப் பின் சந்ததியார்கள் யாவரும் உணர்ந்து கொள்ளுமாறு ஏடுகளில் எழுதியும் உதவியிருக்கிறார்கள். அந்த உண்மைகளை நாம் திருவருளால் கண்டுணர்ந்து இன்று வெற்றிமுரசு கொட்டிக் கையாண்டு வருகிறோம்.

அவ்வாறு கேட்கின்ற ஒருவரிடம், நாம் முதலாவதாக ஒரு கேள்வி கேட்கிறோம்: "நீ இந்த உலகத்தில் பிறந்து, நன்றாக உண்டு வளர்ந்து, இவ்வாறு பேசுவதற்கு மூல காரணம் உன்னுடைய அப்பாவும் அம்மாவும்தான் என்பதை ஒப்புக்

அர்த்தமுள்ள இந்துமதம் - பாகம் 1

கொள்கிறாயா?'' என்பதே அந்தக் கேள்வி. "ஆம்" என்று ஒப்புக் கொண்டால் மட்டும் மேற்கொண்டு பேசுவோம்.

மனிதனான எவனும் ஒப்புக் கொள்ளாதிருக்க முடியாது. "உன்னை உன்னுடைய அம்மாதானே பத்து மாதம் சுமந்து பெற்றெடுத்துப் பாலூட்டித் தாலாட்டி உணவு கொடுத்து வளர்த்து வந்தாள்? அப்படியிருக்க "நீ யாருடைய குழந்தை?" என்று கேட்டால், "நீ ஏன் அம்மாவின் பெயரைச் சொல்லாமல் அப்பாவின் பெயரைச் சொல்லி, அவருடைய மகன் என்று சொல்கிறாயே" என்று கேட்போம். உன்னைப் பெற்றெடுத்தது உனது தாயார்தான் என்பதே அவள் சொல்லத்தான் தெரியுமே தவிர, நீ அறியாதிருக்க, தகப்பனார் பெயரை உன் தாயார் சொன்னதைக் கேட்டுத் தானே ஒப்புக் கொண்டு சொல்லி வருகிறாய்?" என்போம். "ஆம்" என்று சொல்லாமல் தீராது.

தாயாருக்கே தான் பெற்ற பிள்ளையின் தகப்பனார் யார் என்று தெரியாத நிலையிலிருந்தால், தாயார் விலாசத்தைப் போட வேண்டியதைத் தவிர வேறு வழியில்லை. தாயார் பெயரை சொல்லாததும், தகப்பனார் பெயரைச் சொல்லாததும் உலகம் முழுவதிலும் நடைபெறுவதாகும். அதற்கு மூல காரணம் ஒன்று உண்டு. அதாவது, ஒரு விளைநிலம் ஒருவனுக்குச் சொந்தமாக இருக்க, அதில் உழவு செய்து வித்திட்ட அவனுக்குத்தான் அந்த நிலத்தில் விளைந்து வந்த பயிர் சொந்தமாகும். அதுபோல் மனைவி, கணவனுடைய உடைமை, வித்திட்டவனும் கணவன். ஆகவே, கணவனது உண்மையான மனைவியிடத்தில் உற்பத்தியான குழந்தைகள் சொந்தத் தந்தையின் குழந்தைகளாகின்றன.

அதனாலேயே பெண்களெல்லாம் கற்புடையவர்களாக இருக்க வேண்டுமென்பது உலக நீதி.

இரண்டாவது கேள்வி: "உனக்குக் கல்யாணமாகியிருக்கிறதா?" என்பதாகும். "ஆம்" என்பான். "பிள்ளைகள் இருக்கின்றனவா?" "ஆம், இருக்கின்றனர்!" "நீயும் உன் மனைவியும் விரும்பிய வண்ணம் குழந்தைகள் பிறந்தனவா?" "இல்லவே இல்லை" என்பான்.

நேருஜிக்கு எவ்வளவோ வசதிகள் இருந்தும் ஆண் குழந்தைகள் கிடையாது என்பதும், பல பெரிய பணக்காரர்களுக்கும், பதவியில் உள்ளவர்களுக்கும், சில வைத்திய நிபுணர்களுக்கும், விஞ்ஞானிகளுக்கும் குழந்தையே கிடையாது என்பதும், யாவரும் அறிந்த உண்மையாகும்.

அதற்கும் உண்மையான காரணம் உண்டு. அது எந்த மனிதனும் தனது விருப்பம்போல் ஆண் மகவுக்குரிய

வித்தையோ, பெண் மகவுக்குரிய வித்தையோ உற்பத்தி செய்து உண்டாக்கிக் கொள்ள முடியாததேயாகும். அந்த வித்தை, எல்லாம் வல்ல கடவுள் கொடுத்துத்தான் எந்தத் தந்தையும் பெறவேண்டியிருக்கிறது. கடவுள் கொடுக்க தந்தை பெற்று, தாயார் அதனைப் பெற்றதன் காரணத்தினாலேயே தாய் தந்தையரைப் 'பெற்றவர்கள்' அல்லது 'பெற்றோர்கள்' என்று சொல்லுகின்றோம்.

இந்த உண்மையை உணர்ந்த அருளாளர்கள், தந்தை இரண்டு மாதம் தங்குகின்ற நாற்றங்காலாகவும், தாயாரைப் பத்து மாதம் வளர்க்கின்ற விளைநிலமாகவும், இரண்டையும் உடையவர்கள் கடவுளே என்றும், அவற்றில் வித்திட்டவரும் கடவுளே என்றும் கண்டு, ஆண்டவனே உலகத்தில் பிறந்திருக்கிற எல்லா மனிதர்களுக்கும் எல்லாப் பிறவிகளுக்கும் உண்மையான அம்மையப்பன் ஆகின்றான் என்றும் அருளியிருக்கின்றார்கள்.

இந்துக்கள், கடவுளை 'அம்மையே அப்பா' என்றும், 'எந்தையாய் எம்பிரான்' மற்றும் யாவருக்கும் 'தந்தை தாய் தம்பிரான்' என்றும்; கிறிஸ்தவர்கள் 'நாமெல்லாம் பரமண்டலத்திலிருக்கின்ற பிதாவினது குழந்தைகளே' என்றும்; இஸ்லாமியர்கள் 'கடவுளே மனிதர்களைப் படைத்தார்' என்றும் கூறி வருகிறார்கள். யாரும் உயிர்களைக் கடவுள் படைத்ததாகச் சொல்லவில்லை.

மூன்றாவது கேள்வி: "உனக்கு ஒரு பெயரிடப் பெற்றிருக்கிறதல்லவா? அந்தப் பெயர் கண்ணுக்குத் தெரியாத உயிருக்கு இடப்பட்டதா? கண்ணுக்குத் தெரிகின்ற பாரமுள்ள உடலுக்கு இடப்பட்டதா? அல்லது வேறொரு பாரமில்லாத உன் உடலுக்கு இடப்பட்டதா?" என்று கேட்போம். "நான் பிறந்த பின்தான் பெயரிட்டிருக்கிறார்கள்; ஆணா பெண்ணா என்று பார்த்து என் பெற்றோர்கள்தான் பெயரிட்டிருக்கிறார்கள்" என்றுதான் (நாம் எழுதியிருக்கிற புத்தகத்தைப் படித்தறியாத) எவரும் சொல்வர்.

ஆனால் உண்மையில் மனிதராகப் பிறந்திருக்கிற எவருக்கும் பெயரிட்டவர் கடவுளேயாவார். ஒருவரை ஆணாகவோ பெண்ணாகவோ பிறக்கச் செய்ய வேண்டிய தகப்பனாருடைய உடலில், அதற்குரிய அணுப்பிரமாணமுள்ள அதிசூக்குமமான வித்தைச் செலுத்தி, முன்னரேயே அவருடைய வினைகளுக்குத் தகுந்த தலையெழுத்தை ஆணுக்கு வலது உள்ளங்கையிலும், பெண்ணுக்கு இடது உள்ளங்கையிலும் சுருக்கெழுத்துப் போன்ற இரேகைகளாகப் பொறித்து, இன்ன ஊரில், இன்ன

அர்த்தமுள்ள இந்துமதம் - பாகம் 1

ஜாதியில், இன்ன பெற்றோருக்கு இன்ன பெயரோடு, இன்ன விநாடியில் இன்னின்ன கிரக நிலையில் பிறக்க வேண்டுமென்று கடவுளே தீர்மானித்து, அதன்படி பிறக்கச் செய்து அவர் இட்ட பெயரையே இடும்படியாகவும், அவரவர் செய்த புண்ணிய பாவத்திற்கேற்ப இன்ன இன்ன இன்பம் துன்பம் அனுபவித்து வருமாறும் ஆட்சி புரிந்து வருகிறார். அந்தப் பெயரும் சொப்பனத்தில் பாரமுள்ள உடலின் உதவியின்றி, இன்பம் துன்பம் அனுபவிக்கின்ற, பாரமில்லாத உள்ளுடலுக்கே இட்டிருக்கிறார்.

இந்த அரிய பெரிய பேருண்மையை முதன் முறையாகக் கேட்கின்ற அனைவரும் ஆச்சரியப்படாமல் இருக்க முடியாது. ஒருவேளை, நமக்கு மூளைக்கோளாறாக இருக்கலாமோ என்றுகூடச் சில ஆத்திரக்காரர்கள் நினைக்கக்கூடும். நாம் இதனுடைய உண்மையைச் சோதித்து உணருவதற்காக ரூபாய் ஒரு லட்சத்திற்கு மேல் செலவு செய்த பின் இவ்விதம் கூறுகின்றோம்.

திருவள்ளுவர்:

"எப்பொருள் யார்யார்வாய்க் கேட்பினும் அப்பொருள்
மெய்ப்பொருள் காண்ப தறிவு"

என்றும்,

"எப்பொருள் எத்தன்மைத் தாயினும் அப்பொருள்
மெய்ப்பொருள் காண்பது அறிவு"

என்றும் கூறியிருப்பதனால், நாம் கூறும் இந்த உண்மையைச் சோதித்துப் பார்த்தபின், அதைப்பற்றி ஏதாவது சொல்ல வேண்டுமே தவிர, கேட்டமாத்திரத்தில் யாரும் எதையும் மறுத்தால் அது அறிவுடைமையாகாது.

பெயர்களைக் குறித்து கிறிஸ்துவ வேதநூலில் பிரசங்கி ஆகமம், அதிகாரம் 6, வசனம் 10-ல் "இருக்கிறவன் எவனும் தோன்று முன்னமே பெயரிடப் பெற்றிருக்கிறான். அவன் மனுஷன் என்பது தெரிந்திருக்கிறது" என்றும், இரேகை, சாஸ்திரத்தைக் குறித்து யோபு ஆகமம், அதிகாரம் 37, வசனம் 7-ல் "தாம் உண்டாக்கின சகல மனுஷரும் தம்மை அறியும்படி, அவர் சகல மனுஷருடைய கையையும் முத்தரித்துப் போடுகிறார்" என்றும் கூறியிருக்கிறது.

உதாரணமாக நாகர்கோவில் ஸ்ரீ ஆறுமுக நாவலரது நாடி சாஸ்திர ஏட்டில், அவருடைய பெயரை 'ஐந்தும் ஒன்றும் வதனமெனப் பெயரும் சூட்டி' என்று கண்டிருந்தது. ஐந்து +

121

ஒன்று = ஆறு; வதனம் என்றால் முகம்; ஆறுமுகம் என்பது ஆண்டவன் இட்ட பெயர்.

ஸ்ரீ வைகுண்டத்திலுள்ள ஒரு கத்தோலிக்கக் கிறிஸ்துவ அன்பருக்கு, 'சாவில் ஆறும் சாவில் ஒன்பதும் இவன் தன் நாமம்' என்று கண்டிருந்தது. 'ச' என்ற எழுத்து வரிசையில் ஆறாவது எழுத்து 'சூ' ஒன்பதாவது எழுத்து 'சை' அவரது தந்தை இட்ட பெயரும் 'சூசை' என்பதாகும். ஆண்டவன் கொடுத்த பெயரும் 'சூசை' என்பதாகும்.

ஓர் இந்துவைப்போல் மாறுவேஷம் போட்டுக் கொண்டு சென்ற, மதுரையிலுள்ள இஸ்லாமியருக்கு 'அப்துல் ரஹ்மான்' என்ற பெயர் கூறப் பெற்றிருக்கிறது. ஓர் ஆங்கிலேயர் பார்த்தபொழுது, 'முழத்தில் பாதி இவன் தன் நாமம்' என்றிருந்தது. அவரது பெயர் 'ஜான்' என்பதாகும். கோவையில் கௌமார மடத்தை நிறுவிய தலைவருக்கு 'இராமக் குட்டி' என்றும், பின் துறவு பூண்டு 'இராமானந்தர்' ஆவார் என்றும் கண்டிருந்தது. இவற்றின் உண்மைகளை, சென்னை அரசாங்கத்தார் கைரேகைகள் சம்பந்தமாக, 'சப்தரிஷி நாடி'யின் பழைய ஏட்டுப் பிரதிகளிலிருந்து பல புத்தகங்களை வெளியிட்டிருக்கிறார்கள்.

தமிழ்நாட்டில் கந்தர் நாடி, காக்கையார் நாடி, கௌசிகர் நாடி, சீவக - சிந்தாமணி, அநாகத வேதம் முதலிய பிற இரேகை சாஸ்திரங்களும் இருக்கின்றன. கடவுள் கொடுத்திருக்கும் அவ்விதத் தீர்ப்புகள் ஒவ்வொருவருக்கும் ஒவ்வொரு விதமாக இருப்பதற்குக் காரணம், அவரவர் சுயஅறிவு கொண்டு முன் பிறவிகளில் செய்த நல்வினை தீவினைகளில் ஏற்பட்ட வேற்றுமைகளே தவிர, கடவுளது பட்சபாதமுள்ள செயலால் அல்ல என்பதற்குரிய நிரூபணங்களும், இரேகை சாஸ்திர ஏடுகளில் காணப்பெறுகின்றன. கடவுள் கொடுக்கிற நியாயத் தீர்ப்பில் தவறு ஏதும் இருக்கமுடியாது.''

மதுரை ஆதீன கர்த்தர் மேற்கூறிய கருத்துப்படி நம்முடைய பிறப்பும், நமக்குப் பெயரிடப்படுவதும், நமது வளர்ப்பும், முற்பிறவியும், மறுபிறவியும் ஆக எல்லாமுமே இறைவன் கையில் தான் இருக்கின்றன.

''ஆட்டுவித்தால் யாரொருவர் ஆடாதாரே'' என்றும் முன்னோர்கள் சொல்லிச் சென்றார்கள்.

''முன்னர் நமதிச்சையில் பிறந்தோமில்லை.
முதல்இடை கடைநமது வசத்திலில்லை.

என்றான் மகாகவி பாரதி.

அர்த்தமுள்ள இந்துமதம் - பாகம் 1

எந்தத் தாயின் வயிற்றில், எந்த நேரம் நாம் பிறக்கிறோம் என்பதையும், நமக்கு என்ன பெயர் சூட்டப்படும் என்பதையும் இறைவன் குறிக்கிறான்.

பின்னாளில், நாம் வைத்துக் கொள்கிற புனைபெயரைக்கூட இறைவனே குறித்திருக்கக்கூடும் என்று நான் நம்புகிறேன்.

உதாரணமாக,

என் பெற்றோர் எனக்கிட்ட பெயர் முத்தையா.

இது வைத்தீசுவரன் கோயில் சுவாமியின் பெயர்.

அந்த சுவாமி எங்கள் குலதெய்வம்.

என் சகோதரருக்கு மறுபெயர் முத்துக்குமரன்.

என் பெயரை மாற்றி ஒரு புனைபெயர் வைத்துக் கொள்ள வேண்டும் என்று தோன்றியபோது 'கண்ணதாசன்' என்ற பெயர் எனக்கேன் தோன்றிற்று?

அப்போது பாரதிதாசன், சக்திதாசன், கம்பதாசன் என்றெல்லாம் பலர் இருந்ததால் அதுமாதிரி ஒரு பெயரை வைத்துக்கொள்ள விரும்பினேன்.

உண்மைதான்.

காலங்களால் அந்தப் பெயர் எவ்வளவு பொருத்தமாகிவிட்டது.

கண்ணனும் தன் பெற்றோருக்கு எட்டாவது குழந்தை!

நானும் எட்டாவது குழந்தை.

கண்ணனை வணங்கத் தொடங்கிய நாளில் இருந்து எனக்கு அமைதியும் ஞானமும் வரத் தொடங்கின.

சரியாகத் தேடிப் பார்த்தால் ஏதாவது ஒரு நாடி சாஸ்திரத்தில் இதை நான் காணக்கூடும்.

பூர்வ ஜென்மத்தில் நான் யாராக இருந்தேன் என்பதும் தெரியக்கூடும்.

நாடி சாஸ்திரம் அதையும் சொல்கிறது என்கிறார் ஆதீனகர்த்தர்.

உதாரணமாக,

"எகிப்து தேசத்தில் முன் பிறவியில் மன்னராக இருந்த ஒருவரே, இன்று திருநெல்வேலி ஜில்லாவில் சிங்கப்பட்டி ஜமீன்தாராகப் பிறந்திருக்கிறார்" என்று 'அநாகத வேதம்' என்ற நாடி சாஸ்திரத்தில் குறிப்பிடப்பட்டிருக்கிறதாம்.

அதில், முன் செய்த தீவினை இன்னதென்றும், அதற்குரிய பரிகாரம் இன்னதென்றும் குறிப்பிடப் பெற்று அந்தப் பரிகாரம்

கண்ணதாசனின்

செய்தபின் அவருடைய வியாதி பூரணமாகக் குணமாகி விட்டதாம்.

"ஒவ்வொரு உயிரும் மறுபிறப்பெடுத்து நன்மை தீமைகளை அனுபவிக்கிறது" என்னும் இந்துக்கள் நம்பிக்கை எனக்கும் இருக்கிறது.

'பதவீம் பூர்வ புண்ணியானாம்' என்பது வடமொழி சுலோகம்.

'மேலைத் தவத்தளவே யாகுமாம் தான்பெற்ற செல்வம்' என்பதும் தமிழ் மூதுரை.

முற்பிறப்பின் கருமவினைகள் அடுத்த பிறப்பிலும் தொடர்கின்றன.

அலகாபாத்தில் செல்வந்தர் மகனாகப் பிறந்தவர் பரத கண்டத்தில் பிரதம மந்திரியானதும், சேரிவாழ் மக்களிடையே பிறந்தவர் பாதுகாப்பு மந்திரியானதும், மராட்டியக் குடிமகன் ஒருவர் நிதி மந்திரியானதும், காஞ்சியிலும், திருவாரூரிலும் நடுத்தரக் குடும்பத்தில் பிறந்தவர்கள் முதல் மந்திரிகளானதும் அவர்களுடைய திறமையினாலா? முயற்சியினாலா?

எட்டாம் வகுப்பை எட்டிப் பார்க்காத ஓர் ஏழை, தமிழகத்தின் தலைவனாகி, ஆயிரம் பள்ளிக்கூடங்கள் கட்டி நூற்றுக்குத் தொண்ணூறு பேரைப் படிக்கவைத்தது எப்படி முடிந்தது?

"இட்டமுடன் என் தலையில் இன்னபடி
என்றெழுதி விட்ட சிவன்."

என்றொரு பாடல் சொல்கிறதே, அதன் பொருள் என்ன?

ஒவ்வொரு உயிரின் வாழ்வும் தாழ்வும், வறுமையும் வளமும், நோயும் சுகமும், இறப்பும் மறுபிறப்பும் ஆண்டவனின் இயக்கமே என்பதைத் தவிர வேறென்ன?

முற்றி முதிர்ந்த ஞானம் இவற்றை அடையாளம் கண்டு கொள்கிறது.

முயற்சியால் ஆகக்கூடிய திருவும், தெய்வத்தின் இயக்கத்தால் கிடைப்பதே.

ஆண்டவனின் தீர்ப்புக்கு யாரும் தப்பமுடியாது.

ஒரு தலைவருக்குப் புற்றுநோய் வந்தபோது "நாத்திகம் பேசியதால் வந்தது" என்றார்கள்.

ஆத்திகம் பேசிய ரமணரிஷிக்கு ஏன் வந்தது?

சிலருக்குப் பொடி போட்டதால் வந்தது என்றார்கள்.

அர்த்தமுள்ள இந்துமதம் - பாகம் 1

பொடி போடாதவர்களுக்கு ஏன் வந்தது?

'புகையிலை உபயோகிப்பதால் வருகிறது' என்கிறார்கள் மருத்துவர்கள்.

அதை உபயோகிக்காதவர்களுக்கு ஏன் வருகிறது?

ஆத்திகராக இருந்ததால், ஒருவர் நீண்டநாள் வாழ்ந்ததாகக் கூறுகிறார்கள்.

நாத்திகர்களும் நீண்ட நாட்கள் வாழ என்ன காரணம்?

அளவோடு சாப்பிடுகிறவர்கள் அதிக நாள் வாழலாம் என்கிறார்கள்.

அளவின்றிச் சாப்பிடுவோரும் வாழ்வதற்கு என்ன காரணம்?

இன்பத்தையோ துன்பத்தையோ தெய்வம்தான் வழங்குகிறது என்பதைத் தவிர வேறு என்ன காரணம்?

எந்தக் கணக்கைக் கொண்டு தெய்வம் வழங்குகிறது?

ஒவ்வொரு பிறவியின் கணக்கைக் கொண்டும் அடுத்த பிறவியை நிர்ணயிக்கிறது.

நூறாண்டுகள் வாழ்வது எப்படி என்ற நூலை எழுதியவர், அறுபது ஆண்டிலேயே காலமானதை நான் பார்த்திருக்கிறேன்.

ஆகவே, நமது கண்ணுக்குத் தெரியாத சூட்சும இயக்கம் என்று ஒன்று நடந்து கொண்டிருக்கிறது.

நாம் பிறந்துள்ள இந்தப் பிறப்பில் நடந்து கொள்கிற முறையை வைத்து, அதற்குரிய பரிசையோ தண்டனையையோ இந்தப் பிறப்பில் பாதியையும், அடுத்த பிறப்பில் பாதியையும் அனுபவிக்கின்றோம்.

"ஒருமைக்கண் தான்கற்ற கல்வி ஒருவர்க்கு
எழுமையும் ஏமாப் புடைத்து"

என்றான் வள்ளுவன்.

ஆகவே பிறவிகள் ஏழு என்பதை இரண்டாயிரம் ஆண்டுகளுக்கு முன்பாகவே, நம்மவர்கள் ஒப்புக் கொண்டிருக்கிறார்கள்.

அடுத்த பிறப்பு என்பது நம்முடைய ஆசையின்படியே விளைய இறைவன் அனுமதிப்பானானால், அடுத்த பிறவியில் நான் ஒரு நாயாகப் பிறந்து, இந்தப் பிறவியில் என்னிடம் நன்றியோடு நடந்தவர்களுக்கெல்லாம், அந்த நன்றியைத் திருப்பிச் செலுத்த விரும்புகிறேன்.

18
பிற மதங்கள்

இந்துமதம் பிற மதங்களை வெறுப்பதில்லை. சொல்லப்போனால் எல்லா மதங்களையும் தன்னோடு சமமாகவே கருதுகிறது.

மதத் துவேஷம், எந்தக் காலத்திலும், இந்துக்களால் ஆரம்பிக்கப்பட்டதில்லை.

அதன் பரந்த கரங்கள், அத்தனை மதங்களையும் அணைத்துக்கொண்டே வளர்ந்திருக்கின்றன.

ஓர் ஏரியின் நீரைப்போல் பரம்பொருளையும், அதில் இறங்குகின்ற பல படித்துறைகளைப்போல் எல்லா மதங்களையும் பரமஹம்சர் காணுகின்றார்.

அன்பின்மூலம் அன்பு வளர்வதைப்போல், வெறுப்பின் மூலம் வளர்வதில்லை என்கிறது இந்துமதம்.

வெறுப்பு ஒரு குறுகிய கூட்டுக்குள் சதிராடுகிறது.

அன்போ, வானையும் கடலையும்போல், அறிவை விரியச் செய்கின்றது.

நிலத்தைப் பங்கு போட்டுக் கொள்வதுபோல் வானத்தைப் பங்கு போட முடிவதில்லை.

'நிலம்' என்பது மதம்; 'வானம்' என்பது பரம் பொருள் என்கிறார் பரமஹம்சர்.

'சமணமதம் பரவிக் கிடந்த காலத்தில் அதைக் கருவறுத்து, சமணர்களைக் கழுவிலேற்றிய கூன்பாண்டியனும், மங்கையர்க்கரசியும்தான் பிறமதங்களைத் துவேஷித்த முதலாவதும் கடைசியுமான இந்துக்கள்.'

அவர்களுக்கு முன்னாலும் சரி, பின்னாலும் சரி, இந்துமதம் யாரையும் வெறுத்ததில்லை.

"வீட்டின் உச்சி முகட்டுக்குப் போக ஏணி, மூங்கில் படி, கயிறு - இவற்றில் ஏதேனும் ஒன்றின் உதவியைக் கொண்டு ஏறலாம். அதுபோலப் பரம்பொருளை அடைவதற்கு வேறு வேறு

அர்த்தமுள்ள இந்துமதம் – பாகம் 1

மார்க்கங்கள் உண்டு. உலகத்திலுள்ள ஒவ்வொரு மதமும் அப்படிப்பட்ட மார்க்கங்களில் ஒன்றைத்தான் காட்டுகிறது.

மின்சார விளக்கின் ஒளி மங்கலாகவோ, பிரகாசமாகவோ வெவ்வேறு இடங்களில் வெவ்வேறு விதமாகத் தோன்றுமாயினும், மின்சாரம் ஒரே இடத்திலிருந்துதான் வருகிறது.

அதுபோலவே, வெவ்வேறு காலத்தில் தேசந்தோறும் தோன்றிய மதபோதகர்கள் அனைவரும், சர்வ சக்தியுள்ள ஒரேயொரு மூலப்பொருளிடமிருந்து இடைவிடாது பெருகிக் கொண்டிருக்கும் ஒளியை வெளியிடும் தீப ஸ்தம்பம் போன்றவர்களே" என்றார் பரமஹம்சர்.

எல்லா மதங்களாலும் போற்றப்படும் இறைவன் ஒருவனாகவே இருந்தால் ஏன் அவனைப் பல மதங்களும் பல மாதிரி வருணிக்கின்றன?

இங்கு பரமஹம்சரின் பதில்:

"நீ வீட்டு எஜமான்; உன் மனைவிக்குக் கணவன்; மகனுக்குத் தந்தை; வேலைக்காரனுக்கு முதலாளி; ஆனாலும் நீ ஒருவன்தான்.

அவரவரும் உன்னிடம் கொண்ட உறவுமுறையை வைத்து உன்னைப் பார்ப்பதுபோல், பல மதத்தவரும் ஆண்டவனைப் பல விதத்தில் பார்க்கிறார்கள்."

ராமகிருஷ்ணரின் இந்த வாக்கு இந்துவின் விரிந்த ஞானத்துக்கு எடுத்துக்காட்டு.

இந்துமதத்திற்கு எதிராகப் பல கட்டங்களில் தோன்றிய நாத்திகவாதம், தானாகவே மடிந்து போனதற்குக் காரணம் இதுதான்.

சகிப்புத் தன்மையையும், அரவணைப்பையும் இந்து மதம் வலியுறுத்துகிறது.

"உடலில் பட்ட காயம் மறைந்துவிடும்; உள்ளத்தில் பட்டால் மறையாது. ஆகவே, பிறரை நீ புண்படுத்தாதே" என்கிறது இந்து மதம்.

தண்டனையைக் கடவுளின் பொறுப்பில் விட்டுவிடுவதால், நடைமுறைகளைத் தாங்கிக் கொள்கிற சக்தி இயற்கையாகவே வந்துவிடுகிறது.

"காலப்போக்கில் ஒவ்வொன்றும் மாறுகிறது" என்ற விஞ்ஞான உண்மையை, வேதாந்த உண்மையாக இந்துக்கள் எப்போதோ சொல்லிவிட்டார்கள்.

கண்ணதாசனின்

'மாறும்வரை பொறுத்திரு' என்பதே இந்து மதத்தின் உபதேசம்.

மனப்பக்குவம் இல்லாதவன், நினைத்தபடி எல்லாம் நடக்கிறான்.

வழியில் கிடைக்கும் அனுபவங்கள், அவனுக்கு அந்தப் பக்குவத்தை உண்டாக்கிவிடுகின்றன.

'வெறுப்பை வளர்ப்பவனும் என்றோ ஒரு நாள் பக்குவம் பெறுவான்; அதுவரை அவனை நாம் சகிப்போம்' என்பதே இந்து மதத்தின் சாரம்.

இவற்றை நான் குறிப்பிடுவதற்குக் காரணம் இந்தத் தொடர் கட்டுரையில், நான் பிற மதங்களை மதிக்கவில்லை என்று குற்றம் சாட்டி வந்த கடிதமே.

இந்து மதத்தின் சிறப்பியல்புகளை நான் விவரித்துக் கொண்டு போகும்போது, வேறு மதங்களுக்கு அந்தச் சிறப்பில்லை என்று கருதக்கூடாது.

நான் ஓர் இந்து என்ற முறையில், எனது மதத்தின் மேன்மைகளை நான் குறிப்பிடுகிறேன்.

அவை பிற மதங்களில் இருக்கலாம்; நான் மறுக்கவில்லை.

உதாரணமாக 'கல்லானாலும் புல்லானாலும்' என்ற கட்டுரையில் இந்துப் பெண்களின் கற்பியல்புகளை நான் விவரித்ததைப் படித்துவிட்டு, "எங்கள் மதத்தில் கற்புள்ள பெண்கள் இல்லையா?" என்று ஒரு கிறிஸ்துவ நண்பர் எனக்கு எழுதியிருக்கிறார்.

நான் அப்படிச் சொன்னேனா?

'கற்பை வலியுறுத்தும் கதைகள் இந்துமதத்தில் அதிகம்' என்றுதான் குறிப்பிட்டிருக்கிறேன்.

எனது மூதாதையர்கள் எப்படி எந்த மதத்தையும் வெறுக்கவில்லையோ, அப்படியே நானும் வெறுக்கமாட்டேன்.

"சாதாரண மனிதன் தன் அறியாமையால் தன் மதமே பெரியதென்று எண்ணி ஆரவாரம் செய்கிறான்.

உண்மை ஞானம் உதித்துவிட்டால், பிறமதங்களை அரவணைக்கிறான்" என்கிறார் பரமஹம்சர்.

உண்மை ஞானம் எனக்கு இன்னும் உதிக்கவில்லை. அது உதிக்கும் முன்னாலேயே எல்லா மதங்களையும் நேசிக்கும் அறிவை நான் பரமஹம்சரிடம் இருந்து பெற்றுக் கொண்டிருக்கிறேன்.

அர்த்தமுள்ள இந்துமதம் – பாகம் 1

ஆகவே, இந்தக் கட்டுரையில், தொடர்ச்சியாக இந்துமதத்தின் மேன்மையை நான் குறிப்பிடும் போதெல்லாம், பிறமதங்களில் அவை இல்லை என்று சொல்வதாகக் கருதக்கூடாது.

'என் மனைவி அழகானவள்' என்று சொன்னால் 'அவன் மனைவி கோரமானவள்' என்று அர்த்தமல்ல!

ராமானுஜர் – ஸ்ரீ பெரும்புதூர்

19
சமதர்மம்

'ஏழை ஏழையாகவே இருப்பது, அவன் தலையெழுத்து' என்று இந்துமதம் சொல்கிறதா?

ஏழை முயற்சி செய்து முன்னுக்கு வரக்கூடாதென்று இந்துமதம் தடுக்கிறதா?

'பணக்காரன் தேவைக்குமேல் சொத்து வைத்திருப்பதை இந்து மதம் அனுமதிக்கிறதா?'

இல்லை!

தர்மம் சரியாக விநியோகிக்கப்படவேண்டும் என்பதே இந்து மதத்தின் சாரம்.

கடந்த நூற்றாண்டுகளில் பணக்காரர்களாக இருந்தவர்கள், தங்கள் சுயநலத்துக்காக ஏழ்மையைத் 'தலைவிதி' என்றார்கள்.

ஏழைக்கு இறைவன் கொடுத்த அளவு மற்றவர்களோடு சம அளவுதான்.

ஆனால், ஏழையின் அளவைப் பணக்காரர்கள் பங்கிட்டுக் கொண்டார்கள்.

ஏழ்மை என்பது நிரந்தரமாக இருக்குமானால், அது இறைவன் விதித்த விதியாக இருக்கலாம்.

எப்போது ஏழையும் பணக்காரனாக வாய்ப்பிருக்கிறதோ, அப்போது அந்த வாய்ப்புகள் தடுக்கப்பட்டவன்தான் ஏழையாக இருக்கிறான் என்று அர்த்தம்.

'பேராசைக்காரர்கள் மோட்சத்துக்குப் போவதில்லை' என்று இந்துமதம் கூறுகிறது.

ஒருவனது அறிவை இறைவன் நிர்ணயிக்கலாம்; ஆனால் பொருளை அவன் நிர்ணயிப்பதில்லை.

'ஏழ்மை என்பது இறைவனால் நிர்ணயிக்கப்பட்டது அல்ல' என்று இந்துமதம் அறுதியிட்டுக் கூறுகிறது.

அந்தக் கால உபன்யாசகர்கள் இதுபற்றி என்ன சொன்னார்களோ, எனக்குத் தெரியாது.

ஆனால், இந்தக் காலத்தில் இந்துமதத் தத்துவங்களை லௌகீக வாழ்க்கைக்கு உகந்த வகையில் விமர்சிக்கும் காஞ்சி ஆச்சார்ய சுவாமிகளே, அதனைத் தெளிவுபடுத்தியிருக்கிறார்கள்.

தெளிவான சமதர்மமே இந்துமதத்தின் நோக்கம் என்பதை அவர்கள் தெளிவுபடுத்தியிருக்கிறார்கள்.

பொருளாதார சமதர்மத்தையே அவர்கள் குறிப்பிடுகிறார்கள்.

அவர்களது கருத்தை, அவர்களது வார்த்தைகளிலேயே அப்படியே தருகிறேன்.

இது யாரோ ஒரு துறவியின் பேச்சு என்று அப்போது படிக்காமல் இருந்தவர்கள், இப்போது படியுங்கள்.

அவர்கள் சொல்கிறார்கள்:

''ஸாயா தோயம் வஸநம் அஸநம்''

ஸாயா என்றால் நிழல்; தோயம் என்பது ஜலம்; வஸநம் என்பது உடுத்திக் கொள்கிற வஸ்திரம்; அஸநம் என்றால் ஆகாரம்.

மனுஷர்களுடைய மானம், உயிர் இரண்டையும் காப்பாற்றிக்கொள்ள, இந்த நான்கும் மிகவும் அவசியமானவை. நிழல் கொடுப்பது இந்தப் பூமிதான். பூமியிலிருந்து மண், கல், சுண்ணாம்பு எல்லாவற்றையும் பெற்றுக்கொண்டு வீடு கட்டிக் கொள்கிறோம். பூமியிலிருந்து ஜலம் வருகிறது. ஆகாரம், பூமியிலிருந்துதான் கிடைக்கிறது. வஸ்திரமும் பூமியிலிருந்து வரும்படியான பருத்தியினால்தான் கிடைக்கிறது. முடிந்த முடிவில், நாம் 'பூமி'யில்தான் மறைந்து போகிறோம். நமக்குத் தேவையானவற்றை எல்லாம் பூமிதான் கொடுக்கிறது, என்றாலும், 'பூமி'யில் இருந்து கிடைக்கும்படியான பொருள்களில், நமக்கு மிகவும் குறைச்சலாக எவ்வளவு வேண்டுமோ அவ்வளவுதான் உபயோகப்படுத்திக் கொள்ளவேண்டும். மானத்தைக் காப்பாற்றிக்கொள்ள ஆடை கட்டிக்கொள்ளவேண்டும். நமக்கு ஒரு வருஷத்திற்குக் குறைந்தது எவ்வளவு ஆடை வேண்டுமோ அவ்வளவுதான் உபயோகப்படுத்திக் கொள்ளவேண்டும். இந்த விஷயத்தில்தான் நாம் கவனம் செலுத்துவதில்லை.

ஆடை எதற்கு? மானத்தைக் காத்துக் கொள்வதற்காக, அதற்கு நல்ல கெட்டித் துணியாக, பருத்தி ஆடையாக இருந்தால் போதும். பகட்டாக இருக்க வேண்டும் என்பதற்காக மிக விலை உயர்ந்த ஆடைகளை அணிந்து கொண்டால், பட்டுத் துணிகளை அணிந்து கொண்டால், மற்றவர்கள் கௌரவமாக நினைப்பார்கள் என்று தப்பாக எண்ணிக் கொண்டு, அவ்வாறு செய்கிறோம். அதனால்,

கண்ணதாசனின்

மானத்தையும் மறைப்பதாக நினைக்க முடியாது. 'பாருடா எவ்வளவு இறுமாப்பு' என்றுதான் பார்க்கிறவர்களுக்குத் தோன்றும். இந்த விஷயத்தில் குடும்பம் செலவழிக்கிற பணத்தைக் கணக்கெடுத்தால், அந்தக் குடும்பத்தில் உள்ளவர்களுக்கு மானத்தைக் காத்துக்கொள்ளத் தேவைப்படும் துணி போக, பாக்கியை வைத்துக்கொண்டு, ஐந்து குடும்பங்களுக்கு வேண்டிய துணியைக் கூட சப்ளை பண்ணலாம்.

இரண்டாவது, பட்டுப்புடவை என்று வாங்குகிறார்களே தவிர, அதனால் பாவம் நிறைய வருகிறது. பட்டுப்புடவை, பட்டு வேஷ்டி இவற்றால் எத்தனை ஜீவன்களுக்கு ஹிம்சை ஏற்படுகிறது? செலவு அதில் அபாரமாக ஆகிறது. அஹிம்சை அஹிம்சை என்று சொல்லிக்கொண்டு மாமிசமே சாப்பிடுவது இல்லை என்று நாம் சொல்லிக் கொள்கிறோம். ஆனால் கொஞ்சம் யோசித்துப் பார்த்தால், நமக்கு இந்தப் பட்டுப்புடவை, பட்டு வேஷ்டி இவற்றினால் வருகிற பாவம் மாமிசம் சாப்பிடுகிறவர்களுக்குக் கூட வராது. ஓர் ஆடோ இரண்டு ஆடோ அங்கே உயிரை இழக்கின்றன என்றால், இங்கே கணக்கு வழக்கு இல்லாத ஜீவன்களுக்கு ஹிம்சை ஏற்பட்டு வருகிறது. கூடிய வரைக்கும் நாம் உடுத்திக் கொள்கிற வஸ்திரம் ஹிம்சை இல்லாத வஸ்திரமாக இருக்கவேண்டும். கெட்டியான வஸ்திரமாகவும், சாதாரண ஜனங்கள் எல்லாம் உடுத்திக் கொள்ளும்படியானதாகவும் இருக்க வேண்டும்.

மக்களுடைய வாழ்க்கைத் தரத்தை உயர்த்தவேண்டும் என்பதற்காக, அரசாங்கத்தார் அநேக திட்டங்களைப் போட்டுக் கொண்டிருக்கிறார்கள். நாட்டிலும் தரித்திரம் நாளுக்கு நாள் பெருகிக் கொண்டிருக்கிறது. வாழ்க்கைத்தரம் உயர்வது என்றால் ஒருவன் இரண்டு வேளை காப்பி சாப்பிடுவது, நான்கு வேளையாக வேண்டும்; இரண்டு வேஷ்டி வைத்துக் கொண்டிருப்பவன் இருபது வேஷ்டி வைத்துக் கொள்ளவேண்டும் என்கிற அபிப்பிராயம் வளர்ந்தால், அது பெரிய தப்பு. வாழ்க்கைத் தரம் உயர்வது என்று சொல்லிக்கொண்டு வாழ்க்கைத் தேவைகள் நாளுக்குநாள் மனுஷர்களுக்கு அதிகமாகிக் கொண்டே போனால், நாட்டில் தரித்திரந்தான் மிஞ்சும்.

மனுஷ்யர்களுக்கு மானம், உயிர் இரண்டையும் காப்பாற்றிக் கொள்ள மிக மிக அத்தியாவசியமானவை எவையோ அவை நாட்டில் உள்ள அத்தனை ஜனங்களுக்கும் கிடைக்கவேண்டும். அதற்குத்தான் திட்ட ஒழுங்கு எல்லாம் வேண்டும். அப்படி வாழவேண்டுமானால், வசதி உள்ளவர்கள்கூட, நாட்டில்

அர்த்தமுள்ள இந்துமதம் – பாகம் 1

இருக்கும்படியான பரமஏழை எப்படி வசிக்கிறானோ அப்படி வசிக்கப் பிரயத்தனம் பண்ணவேண்டும். சௌகர்யம் இருக்கிறவர்களும்கூடத் தங்களிடம் பணம் இருக்கிறது என்று தேவைக்குமேல் அதிகமான வசதிகளைப் பெருக்கிக் கொள்ள முடியாமல் இருக்கவேண்டும்.

வசதி இருக்கிறது என்று இவர்கள் பண்ணுகிற காரியங்கள் எல்லாம், அபரிக்ரகம் என்பதற்கு விரோதம்தான். இந்தத் தோஷம் வந்துவிட்டால் ஈசுவரானுக்ரகம் கிடையாது. மனுஷ்ய ஜென்மம், பிரயோஜனம் உள்ளதாக ஆக வேண்டுமானால், நமக்கு எவ்வளவு தேவையோ அதற்கு மேல் ஓர் இம்மிகூட விரும்பக்கூடாது. வசதி இருக்கிறது என்றால், அதைக்கொண்டு கஷ்டப்படுகிற இதர குடும்பங்களுக்கு - அந்தக் குறைச்சலான வசதியைக்கூடப் பெற முடியாதவர்களுக்கு - உதவி செய்வதுதான் புண்ணியம். இதுதான் அவனுக்கு மோக்ஷத்தை அளிக்கும்.

இது தெரியாமல், வசதி இருக்கிறவர்கள், தேவைக்கு மேல் பட்டுப்புடவை, பட்டு வேஷ்டி என்கிற தோஷத்தை அதிகமாக இப்போது பண்ணிக் கொண்டிருக்கிறது, ஒரு பக்கம்; அந்தச் சமயம் இவர்களைப் பார்த்து வசதி இல்லாதவர்களும் கூட கடன் வாங்கியாவது அவற்றை வாங்கவேண்டும் என்று கடனாளியாகி அநேக உபத்திரவங்களுக்கு உள்ளாகி வருகிறார்கள்.

பட்டுப்புடவையைப் போலத்தான் வைர ஆபரணங்களில் உள்ள ஆசை. இதில் போடுகிற பணம் வீண். 'கந்யாம் கநக ஸம்பந்தாம்' என்று பெண்ணைக் கொடுக்கும்போது ஸ்வர்ணம் கொடுப்பது என்கிற வழக்கம் இருந்திருக்கிறது. தங்கத்தில் போடுகிற பணமாவது பிரயோஜனப்படுகிறது. வைரத்தில் பிரயோஜனம் இல்லை. உபத்திரவம் இருக்கிறது.

ஐம்பது வருஷங்களுக்கு முன்னால் எல்லாம் யாரும் காப்பி சாப்பிட்டது இல்லை. குடிசையில்தான் இருந்தார்கள். காதில் பனை ஓலைதான் போட்டுக் கொண்டிருந்தார்கள். கேழ்வரகுக் கூழோ, கஞ்சியோதான் சாப்பிட்டார்கள். ஏழைகளோ, பணக்காரர்களோ எல்லோரும் ஒரே மாதிரியாகத்தான் இருந்தார்கள். நாம் பட்டுத்துணி உடுப்பது இல்லை. காப்பி குடிப்பது இல்லை என்று சங்கல்பம் செய்துகொண்டு விட்டால் இப்போது ஒரு குடும்பத்துக்குச் செலவாகிறதைக் கொண்டு, ஐந்து குடும்பங்கள் வாழ முடியும். தேவையை எவ்வளவுக்கு எவ்வளவு அதிகப்படுத்திக் கொள்கிறோமோ, அவ்வளவுக்கு அவ்வளவு சாந்தி ஏற்படாது, சௌக்கியம் ஏற்படாது. தரித்திரம், துக்கம் எல்லாந்தான் உண்டாகும்.

133

பட்டுப் புடவையில் காசு
போடவில்லை என்றால்,
காப்பிக் கொட்டையில் காசு
போடவில்லை என்றால்,
எல்லாக் குடும்பங்களும்
முன்னுக்கு வந்துவிடும்.
குடும்ப சௌகரியத்திற்காக
மட்டும் சொல்லவில்லை.
பட்டுப் புடவையினால்
வருகிற பாவங்கள் நமக்கு
இல்லை என்றால்,
மோக்ஷத்திற்குச் சிரமங்களே
இல்லாமல் போகும்.
அஷ்டாங்க யோகத்தின்
முதல் அங்கமே அஹிம்சை,
அபரிக்ரகம் - இவை
எல்லாம்தான். ஒரு
பிராணிக்குக்கூட நம்மால்
ஹிம்சை உண்டாகக்
கூடாது. நம்முடைய
தேவைக்கு மேல் ஒரு
துரும்பைக்கூட, வசதி
இருக்கிறது, பணம்
இருக்கிறது என்பதற்காக
வாங்கிக்கொள்ளக் கூடாது.
பணம் இருக்கிறது என்றால்,
இன்னும் சில குடும்பங்களுக்கு
உதவி செய்யலாம். இப்படிச்
செய்தால்தான்,
செய்வதற்குப்
பிரயத்தனமாவது
செய்தால்தான் சீக்கிரத்திலே
ப்ரம்ம சாட்சாத்காரத்தைப்
பெற முடியும். அஷ்டாங்க
யோகத்தின் முதல்படியே
இதுதான். முதல் படியை
மிதிக்காமல் மேல்படிக்குப்
போக முடியாது
என்பதற்காக இதைச்
சொன்னேன்.

20
குட்டித் தேவதைகள்

இந்துமதத்தின் பேரால் தமிழகத்தின் பட்டிதொட்டிகளிலெல்லாம் ஏராளமான சிறுதேவதைக் கோயில்கள் இருக்கின்றன.

இந்தியாவின் பிற மாநிலங்களிலும் இத்தகைய கோவில்கள் இருந்தாலும், தமிழகத்தில் உள்ளதுபோல் எல்லாக் கிராமங்களிலும் இருக்கவில்லை.

ரோமானிய நாகரிகத்திலும் ஒரு காலத்தில் இத்தகைய சிறு தேவதை நம்பிக்கை இருந்தது.

மழைதேவதை, காதல்தேவதை என்று பல தேவதைகள் வணங்கப்பட்டன.

அந்தக் காலத்தில் கிறிஸ்தவர்களிடையேயும் இந்த நம்பிக்கை இருந்ததாகத் தெரிகிறது.

கிரேக்க நாகரிகத்தில் இத்தகைய தேவதைகள் வணக்கம் பெருமளவில் இருந்தது.

ஆனால், அவையனைத்தும் மூலதெய்வத்தின் கிளைகளாகவும், தூதுவர்களாகவுமே வருணிக்கப்பட்டிருந்தன.

'ஊருக்கொரு தேவதை' என்ற நிலையில், இந்து சமயத்தைத் தவிர, வேறு எந்தச் சமயமும் சிறுதேவதை நம்பிக்கை கொண்டதில்லை.

இந்தச் சிறுதேவதைகள் எப்படித் தோன்றின?

இவையொன்றும் மூட நம்பிக்கையில் எழுந்தவை அல்ல.

"வையத்துள் வாழ்வாங்கு வாழ்பவன் வானுறையும்
தெய்வத்துள் வைக்கப் படும்."

என்றபடி ஆங்காங்கு வாழ்வாங்கு வாழ்ந்த பலர், தேவதைகளாகக் கருதப்பட்டனர்.

முத்தன், முனியன், காடன், மதுரை வீரன் என்பன போன்ற ஆண் தெய்வங்களும்;

ஆலையம்மன், எல்லையம்மன், படவட்டம்மன் போன்ற பெண் தேவதைகளும், ஏதோ ஒரு காலத்தில் வாழ்ந்து மடிந்தவர்களாக இருக்கவேண்டும்.

கண்ணதாசனின்

'கற்பரசி கண்ணகிக்குச் சேரன் செங்குட்டுவன் கோவில் கட்டினான்' என்ற செய்தியிலிருந்தே, கற்புடைய பெண்களுக்கு அந்தக் கற்பினால் ஊராரிடையேயும், தன் சுற்றத்தாரிடையேயும் பெருமை பெற்ற பெண்களுக்குக் கோவில் எழுப்புவது, இந்துக்களின் வழக்கமாய் இருந்திருக்கிறது என்பதை அறிய முடியும்.

கற்பு, 'அறம், மறம்' என இருவகையாகப் பிரிக்கப்படும்.

கணவன் கொல்லப்பட்டான் என்ற செய்தி அறிந்து பொங்கி எழுந்து, மதுரையை எரித்த கண்ணகியின் கற்பு - மறக்கற்பு.

கணவன் இறந்தான் என்ற செய்தியை அறிந்தவுடனேயே தானும் இறந்த கோப்பெருந்தேவியின் கற்பு - அறக்கற்பு.

இந்த அறம் - மறம் இரண்டையுமே தெய்வமாகக் கருதி இருக்கிறார்கள்.

மறக்கற்புடைய பெண்களே, ருத்ரதேவதைகளாகக் காட்சியளிக்கிறார்கள்!

காளி, மாரி போன்ற ருத்ரதேவதைகள் இவ்வழி நம்பிக்கையில் எழுந்தவையே!

அமைதியான அம்மன்கள் அறவழிக் கற்பில் எழுந்தவையே!

அதுபோல் ஆண் தெய்வங்களிலும் கோப தெய்வங்களாகக் காட்சியளிப்போர், வீரர்களாக வாழ்ந்திருக்க வேண்டும்.

ஒருவேளை, பயங்கரமான குணம் படைத்தவர்களாகவும் வாழ்ந்திருக்கலாம்.

அவர்களது ஆவியை அமைதிப்படுத்துவதற்கே பலிகொடுக்கும் பழக்கமும் வந்திருக்கலாம்.

பெண் தேவதைகளிலும் சில ருத்ரதேவதைகள் பயங்கரமான குணம் படைத்தவர்களாக இருந்து வாழ்ந்து, சாந்தி இல்லாமல் இறந்து போனவர்களாக இருக்கலாம்.

அவர்களையும் அமைதிப்படுத்தவே பலி கொடுக்கும் பழக்கம் வந்திருக்கலாம்.

எந்தக் காட்டு வழியிலும், சுற்று மதில் சுவர்கள் இல்லாமல், சில கோவில்களைப் பார்க்கிறோம்.

கையிலோ, இடையிலோ வாளுடன் கூடிய பயங்கரமான உருவம் படைத்த ஒரு வீரனின் சிலை; சுற்றிலும் இருபது முப்பது மண் குதிரைகள்!

அர்த்தமுள்ள இந்துமதம் – பாகம் 1

ஒவ்வோர் இடத்திலும் ஒவ்வொரு சிலைக்கும் வேறு வேறு பெயரிருக்கிறது.

ஒரே பெயரைக் கொண்ட பல சிலைகளும் உண்டு.

அவர்களுடைய சுற்றத்தினர், தங்கள் குலத்தில் வாழ்ந்த ஒருவனுக்கோ ஒருத்திக்கோ எழுப்பிய இந்தச் சிறு ஆலயங்கள், நாளடைவில் ஊராரின் நம்பிக்கைக்கு உரியனவாகி, தெய்வங்களாகி இருக்கவேண்டும்.

இந்தக் குட்டித்தேவதைகளை வணங்கும் எண்ணம் ஏன் வந்தது?

'மரணத்திற்குப் பிறகு ஆவி உலாவுகிறது' என்ற நம்பிக்கையிலேயே இது எழுந்தது.

அந்த ஆவியைச் சாந்தப்படுத்தினால், தங்கள் குடும்பத்திற்கு அது உதவும் என்று இந்துக்கள் நம்பினார்கள்.

இன்றைக்கும், இறந்து போனவருக்கு அனுதாபம் தெரிவிக்கும் போது, 'அவர் ஆத்மா சாந்தி அடைக!' என்று குறிப்பிடுகிறோம் அல்லவா!

இறந்துபோன தங்கள் மூதாதையருக்குப் படையலிடும் பழக்கம், இன்னும் இந்துக்களிடையே இருப்பதை நாம் பார்க்கிறோம்.

எங்கள் குடும்பங்களில், ஒவ்வொரு திருமணத்திலும் மாப்பிள்ளை அழைப்பிற்குப் பிறகு, முதல்நாள், மூதாதையர் படைப்பு நடைபெறுகிறது.

அவர்கள் கட்டியிருந்த வேட்டிகளும் சேலைகளும் பத்திரமாகப் பாதுகாக்கப்பட்டு, ஓர் ஓலைப் பெட்டியில் வைக்கப்பட்டிருக்கின்றன.

ஒவ்வொரு திருமணத்திற்கு முன்பும், அவற்றைத் துவைத்துக் காயப்போட்டு மடித்து, பழையபடியும் ஓலைப் பெட்டியில் வைத்து பக்கத்தில் இரண்டு குத்து விளக்குகளை ஏற்றிவைத்து, படைப்பு நடத்துகிறார்கள்.

சில வீடுகளில், கோடி ஆடைகளை வைத்து நடத்துவதும் உண்டு.

படைப்பு, பெரும்பாலும் கோழிஇறைச்சியும், முட்டையும் கலந்ததாக இருக்கும்.

ஏதாவதொரு பலி கொடுத்துச் சாந்தி செய்யவேண்டும் என்ற நம்பிக்கையில் எழுந்ததே அது.

கண்ணதாசனின்

கிராமங்களில் தேவதைக் கோவில்கள் பலவற்றில் சிலை உருவம் ஏதுமில்லாமல் ஒரு சமாதி மேடு மட்டுமே இருப்பதை நான் பார்த்திருக்கிறேன்.

அது அந்தத் தேவதை, வாழ்ந்து மடிந்த ஒரு பெண் என்பதை வலுப்படுத்துகிறது.

இராமநாதபுரம் ஜில்லா திருப்பத்தூர் தாலுக்காவில் நான் பிறந்த ஊர் சிறுகூடற்பட்டி என்ற கிராமமாகும்.

அங்கே 'மலைஅரசி', 'அழகியதேவி நாச்சியார்' என்ற இரண்டு தேவதைகள் உண்டு.

மலையரசியின் கோவில் ஒரு சிறிய குடிசை; அவ்வளவுதான்.

உள்ளே சிலை கிடையாது; ஒரு சமாதிமேடு மட்டுமே உண்டு.

அழகியதேவியின் கோவில் சுண்ணாம்புச் சுவரால் ஆனதுதான் என்றாலும், ஒரு தேவதைக் கோவில் என்ற அளவில், சிறியதாகவே இருக்கின்றது.

இந்தத் தேவதைகளை 'நாச்சியார்' என்ற பட்டப் பெயரோடு அழைக்கிறார்கள்.

'நாச்சியார்' என்ற பட்டம் முக்குலத்து ராணிகளுக்குரிய பட்டமாகும்.

'தேவி' என்ற பொருள் தருவது அந்தப் பட்டம்.

பெரும்பாலும், பாண்டிய நாட்டில் ராமநாதபுரம் ஜில்லாவில் மட்டுமே, இந்தப் பட்டப்பெயர் அதிகம்.

முக்குலத்துத் தாய்மார்கள், மற்ற ஜாதிப் பெண்களை வாழ்த்தும்போது, "நாச்சியார் நல்லா இருக்கணும்!" என்று வாழ்த்துவார்கள்.

பல இடங்களில் 'நாச்சியார் கோவில்கள்' என்ற கோவில்கள் உண்டு, 'நாச்சியாபுரம்' என்ற ஊர்கள் உண்டு.

'நாச்சியப்பன்' 'நாச்சியம்மை' என்ற பெயர்கள் அதனடியாகத் தோன்றியவையே.

ஆகவே, இராமநாதபுரம் ஜில்லாவிலுள்ள அம்மன்களில் பல, முக்குலத்து வீரப் பெண்மணிகளாக இருந்திருக்கவேண்டும்.

'எங்களூர் மலையரசி நாச்சியாரோடும், அழகிய தேவி நாச்சியாரோடும் கூடப்பிறந்த பெண்கள் ஐந்து பேரென்றும், அவர்கள் எழுவரும் தேவதைகள்' என்றும் கூறுகிறார்கள்.

அர்த்தமுள்ள இந்துமதம் - பாகம் 1

பக்கத்துப் பக்கத்து ஊர்களில் ஒவ்வொரு தேவதைக்கும் கோவில் இருக்கிறது.

எல்லாத் தேவதைகளின் பெயர்களும் அழகான தமிழ்ப் பெயர்கள்.

ஆகவே 'சிறுதேவதை வணக்கம், ஆவி நம்பிக்கையில் எழுந்ததே' என்று திட்டமாகக் கொள்ளலாம்.

நான் 'சிவகங்கைச் சீமை' படம் எடுத்துக் கொண்டிருக்கும்போது அதைப் பற்றிய விவரங்களைச் சேகரிப்பதற்காக சிவகங்கைப் பகுதிக்கும் போயிருந்தேன்.

அங்கே 'நரிக்குடி' என்ற ஊர்!

இருபது வீடுகளே இருக்கும் அந்த ஊரில் ஒரு பழங்காலக் கல் சத்திரம்.

'யாத்ரீகர்களுக்கு இரவு பகலாக உணவு பரிமாறிய இடம் அது' என்று சொல்லுவார்கள்.

மருதுபாண்டியர் ஆட்சிக்காலத்தில், அந்தச் சத்திரத்தில் ஓர் இளம் பெண்ணும், அவள் கணவனும் வந்து தங்கியிருந்தார்களாம்.

இரவு நேரத்தில், அவள் கணவனைச் சில பேர் கூட்டிக் கொண்டு போய்க் கொலை செய்து பக்கத்தில் இருக்கும் கண்மாய்க்குள் போட்டுக் கல்லை வைத்துவிட்டார்களாம்.

அவன் வளர்த்த நாய்க்குட்டி ரத்தக்கறையோடு ஓடிப்போய், அவன் தலைவியின் சேலையைக் கவ்விக் கூட்டி வந்து சடலத்தைக் காட்டிற்றாம்.

அவள் அழுது புலம்ப, ஊரெல்லாம் கூடி மருதுபாண்டியனுக்குச் செய்தி அனுப்பினார்களாம்.

மருதுபாண்டியர் வருகிற நேரத்தில், அந்தப் பெண் தன் கணவனோடு உடன்கட்டை ஏறுவதற்குத் தயாராக இருந்தாளாம்.

மருதுபாண்டியர் எவ்வளவோ தடுத்தும் கேளாமல், தான் கட்டியிருந்த சேலை, கழுத்தில் போட்டிருந்த கருமணி, கைகளில் போட்டிருந்த வளையல்கள் அனைத்தையும் கழற்றி வைத்துவிட்டு, வெள்ளைச் சேலையைக் கட்டிக்கொண்டு, உடன்கட்டை ஏறிவிட்டாளாம்.

அவள் அணிந்திருந்த ஆடை அணிமணிகளை ஓர் ஓலைப் பெட்டியில் வைத்து, மருதுபாண்டியர் வம்சாவளியில் ஒரு குடும்பத்தினர், பல தலைமுறையாகப் பூஜித்து வருகிறார்கள்.

139

கண்ணதாசனின்

மருதுபாண்டியனது ஆண் வாரிசுகள் அனைவரையும் வெள்ளைக்காரர்கள் கொன்றுவிட்டதால், பெண் வாரிசுகளே பாதுகாத்து வருகிறார்கள்.

175 ஆண்டுகளாக ஒரே பரண்மீது அந்தப் பெட்டி இருக்கிறது.

நாங்கள் போயிருந்தபோது, எத்தனையோ வருஷங்களாக அந்தப் பெட்டியின் மீது போடப்பட்ட காய்ந்த மாலைகளைப் பார்த்தோம்.

அவர்களைக் கெஞ்சிக் கேட்டு முதன்முறையாக அந்தப் பெட்டியைக் கீழே இறக்கிக் காட்டச் சொன்னோம்.

அது பழங்காலத்து ஓலைப்பெட்டி, ஆதலால் தொட்ட இடம் மட்டும் கையோடு வந்துகொண்டிருந்தது.

பிறகு அப்புறமாகப் பலகை கொடுத்து இறக்கிப் பார்த்தோம்.

அந்தச் சேலையையும், கருகமணியையும் பார்த்தபோது நான் கண்ணீர்விட்டு அழுதுவிட்டேன்.

அதைப் பாதுகாத்துக் கொண்டிருந்த முக்குலத்து மூதாட்டி, பாட்டின் மூலமே அவ்வளவு விஷயங்களையும் சொன்னார்.

(பாண்டிய நாட்டுப் பெண்களுக்குப் பாடல் என்பது உடம்போடு பிறந்தது.)

இன்றைக்கும், குட்டித் தேவதைகள் மிக அதிகமாக உள்ள நாடு பாண்டியநாடுதான்.

ஆகவே, இந்துக்களின் ஆவி நம்பிக்கை அழிக்க முடியாத நம்பிக்கை என்பது புலனாகிறது.

இன்றும், ஆவிகள் பற்றிய பல்வேறு செய்திகளை நாம் பத்திரிகைகளில் பார்க்கிறோம்.

அதில் எனக்கு ஒரே ஆசை.

தமிழகம் முழுவதிலும் உள்ள குட்டித் தேவதைகள் பற்றிய விவரங்களை யாராவது சேகரிக்கவேண்டும்.

அந்தத் தேவதைகள், பற்றிய கர்ண பரம்பரைச் செய்திகளையும் விசாரித்து எழுதவேண்டும்.

அப்படி முழுமையான விவரங்களுடன் கூடிய ஒரு நூலை யாராவது முயன்று ஊர் ஊராகப் போய் அதையே வேலையாக வைத்துக்கொண்டு எழுதுவாரானால், அந்த நூலுக்கு ஒரு நல்ல சன்மானம் தரவும், அதை என் நண்பர்கள் மூலம் வெளியிடவும் நான் தயாராக இருக்கிறேன்.

21
உலவும் ஆவிகள்

இறந்து போனவர்களுடைய ஆவிகள் தங்கள் குடும்பத்தினரைக் கண்காணிக்கின்றன என்பதற்கு, மறுக்க முடியாத ஆதாரங்கள் கிடைக்கின்றன.

ஆவி உலகில் உலவுகிற சிலர், தங்களுக்குப் பிரியமானவர்களின் உடலில் புகுந்து கொண்டு, அவர்களையே மீடியமாக வைத்து, மற்றவர்களோடு பேசுகிறார்கள் என்பது உண்மை.

அண்மையில் தினமணி கதிர் பத்திரிகையில் காங்கிரஸ் பிரமுகர் திரு.பி.ஜி. கருத்திருமன் அவர்கள் இதுபற்றி இரண்டொரு கட்டுரைகள் எழுதியிருந்தார்கள்.

இறந்து போனவர்களுடைய ஆவி தங்களுக்குப் பிரியமானவர்கள் உடலில் புகுந்து பேசுவதும் உண்டு. வேறு உடல்களை மீடியமாகக் கொண்டு பேசுவதும் உண்டு.

எனக்கே இதில் அனுபவம் உண்டு.

1941-ஆம் ஆண்டு என் உடன் பிறந்த நாலாவது சகோதரி இறந்து போனார்.

அவருக்கு இரண்டு பெண்களும், ஒரு பையனும் உண்டு.

அந்தப் பெண்களில் மூத்த பெண்மீது, என் சகோதரியின் ஆவி வந்து பேசுவது உண்டு.

ஏதாவது முக்கியமான பிரச்சினைகளைப்பற்றிப் பேசிக் கொண்டிருக்கும்போது என் சகோதரியின் ஆவி தன் மகள் உடம்பில் வந்து பேசும்.

அந்தப் பெண்ணுக்கு நான் மாமன்!

சாதாரண நேரங்களில் 'மாமா' என்றழைக்கின்ற அந்தப் பெண், ஆவி வந்து அழைக்கும்போது 'தம்பி' என்றழைக்கும்.

மற்ற உறவினரையும், என் சகோதரி எப்படி அழைப்பாரோ, அப்படியே அழைக்கும்.

மேலும், குரலும் என் சகோதரியின் குரலாகவே இருக்கும்.

இதை நான் பலமுறை கண்டிருக்கிறேன்.

ஆவி வந்து சொன்ன விஷயங்களெல்லாம் நடந்திருக்கின்றன.

இறந்து போனவர்களுக்குப் பிரியமான பதார்த்தங்களைச் செய்து நாம் படையல் நடத்துகிறோம் அல்லவா? அந்தப் பதார்த்தங்களை ஆவிகள் உண்ணுகின்றன என்பது ஐதீகம்!

தர்க்கத்திற்கு இது நிற்கமுடியாது என்று வாதிடுவோரும் உண்டு.

ஆனால் இறந்து போனவர்களுடைய ஆவி பற்றிய பல சம்பவங்களைத் தம் வாழ்நாளிலேயே கண்டிருக்கிறார் மதுரை ஆதீனகர்த்தர் ஸ்ரீலஸ்ரீ சோமசுந்தர ஞான சம்பந்த தேசிக பரமாசாரிய சுவாமிகள்.

அவர் கூறியுள்ள சில அனுபவங்களை அப்படியே இங்கு எடுத்துக் கொடுப்பது வாசகர்களைச் சிந்திக்க வைக்கும்.

அவர் சொல்லியுள்ள பல விஷயங்களில் சிலவற்றை மட்டுமே நான் இங்கே தருகிறேன்.

1

இறந்தவர்கள் மீடியமாக இருப்பவர்களுக்குத் தெரியாத பாஷையில் அறிவித்தல்:

தூத்துக்குடியில் வருமான வரி ஆபீசராக இருந்த ஓர் இஸ்லாமியர், இறந்தவர்களோடு பேசுவதன் உண்மையை அறிய வேண்டும் என்று, எமது தம்பியார் வீட்டிற்கு வந்து இருந்தார். அவர் தாமும் பேசிப் பார்க்கவேண்டும்; ஆனால் தமிழைத் தாய் பாஷையாகக் கொண்ட மீடியம் மூலம், அந்த மீடியத்திற்குக் கொஞ்சமும் பழக்கமில்லாத பாஷையாகவும் தமது தாய் பாஷையாகவும் இருக்கும் உருது பாஷையில் கேள்வி கேட்டுப் பதிலும் உருது பாஷையில் வந்தால்தான், அது மீடியத்தில் ஏற்பட்ட பதில் அல்ல, இறந்தவருடைய வாக்கே என்று உறுதியாகக் கூற முடியுமென்று சொன்னார். தம்பியார், ''யாரும் இவ்வாறு இதுவரை யோசித்துப் பார்க்கவில்லை; ஆபீசர் சொல்வது சரியான சோதனையே; சோதித்துப் பார்ப்போமே'' என்று பார்த்தார். 'உருது' ஒரு வார்த்தையும் தெரியாத பிராமணச் சிறுவன் மீடியமாக இருக்க, அவன் மூலம் உருது பாஷையில் பதில் வரவே ஆபீசரும் மற்றவர்களும் திகைத்துப் போனார்கள்.

மேற்கொண்டு பேசவேண்டும் என்று ஆபீசரும் விரும்பவே ஆவி உலகத்திலிருந்து அவருடைய கொழுந்தியாள், 'இப்பொழுது மேற்கொண்டு பேசவேண்டாம்; இங்கு பேசுகின்ற முறையிலேயே வீட்டில் வைத்துப் பேசுங்கள்; வீட்டில் இருக்கும் மகள் மீடியமாக இருக்கிறாள்' என்று அறிவித்துவிட்டாள். அதன்படி அவர் வீட்டில் வைத்துப் பேசவும், அதன் உதவியைப் பிறருக்கு எடுத்துச் சொல்லவும் ஆரம்பித்துவிட்டார். ஆனதால் நல்ல சக்தி வாய்ந்த

மீடியமாக இருந்தால், மீடியத்திற்குத் தெரியாத பாஷைகளிலும் பேச்சு நிகழ்த்தலாமென்பதும் அதில் மீடியத்தினுடைய அறிவின் விளக்கமோ, மீடியம் கள்ளத்தனமாக வேண்டுமென்றே தன்னுடைய கருத்தை ஆவி உலகக் கருத்தாக வெளிப்படுத்துகின்ற போலித்தனமோ, ஓர் அணுவளவும் கலக்கமுடியாதென்பதும் பெறப்படுகின்றதல்லவா?

2

மறதியாகப் பணம் வைக்கப்பட்ட இடத்தை இறந்தவர் அறிவித்தல்:

ஆவி உலகத்திலிருந்து அறிவித்தபடியே அந்த வருமானவரி அதிகாரி தன்னுடைய வீட்டில் உருது பாஷையில் தன்னுடைய சொந்த மகளை மீடியமாக வைத்துப் பேசியதில், அவருடைய மனைவியின் தங்கை ஆவியுலகத்திலிருந்து பல அரிய விஷயங்களை அறிவித்ததாகத் தெரிவித்தார். அவற்றுள் ஒன்றை மட்டும் இங்கு குறிப்பிடுகின்றோம். ஒருநாள் அவருடைய சட்டைப் பையில் போட்டு வைத்திருந்த ஒரு ரூபாயைக் காணாத காரணத்தால், அவர் தம்முடைய வேலைக்காரன் திருடியிருக்கலாம் என்று கருதி, அவனைக் கடுமையாகக் கோபித்து அடித்து விட்டார். மறுமுறை ஆவி உலகத்திலிருந்த தன்னுடைய கொழுந்தியாளோடு பேசியபோது காணாமற்போன ரூபாயைக் குறித்து அவர் ஒன்றும் பேசாதிருக்க, அந்த அம்மையார் அதைக் குறித்துப் பேசியதாகவும், அந்த ரூபாய் மேல் பையில் இருப்பதாகவும், அவரே ஞாபகக் குறைவாக அதில் போட்டிருக்க, கீழ்ப்பையில் போட்டதாக எண்ணிக் கொண்டதாகவும், அந்த வேலைக்காரனைப் பேசியதும் அடித்ததும் பாவமான காரியமென்றும், அந்தப் பாவத்தைப் போக்குவதற்கு அவனிடம் உண்மையைச் சொல்லி, அவனுக்கு ஒரு ரூபாய் வெகுமதி கொடுக்கவேண்டும் என்று அறிவித்ததாகவும், அவர் அந்தப்படியே நடந்துகொண்டதாகவும், அதிலிருந்து ஆவி உலகத்தில் புண்ணியப் பகுதியிலுள்ள சுற்றத்தார் தாங்கள் இருந்த வீட்டில் ஏதாவது விபரீதமான காரியங்கள் நடந்தால், அதை எவ்வளவு கருத்தோடு கவனித்து வருகிறார்கள் என்பதை அவர் உணர்ந்து கொள்ள முடிந்ததாகவும் அறிவித்தார்.

3

இறந்த இஸ்லாமியர் தானாகவே வலிய வந்து தன் மகனது வியாகூலத்தை நீக்கல்:

ஈரோடு மார்க்கத்தில் கரூருக்குச் சமீபமாயுள்ள புகழூரிலே ஒரு நாள் இரவு 1 மணிக்கு இறந்துபோன சுற்றத்தாருடன் பேசிக் கொண்டிருக்கையில் ஆவி உலகத்திலிருந்த ஓர் இஸ்லாமியர் வந்து தாம் அவ்வூரிலுள்ள (போஸ்ட் மாஸ்டர்) தபால் அதிகாரியினுடைய தகப்பனார் என்றும், தம்முடைய மகன் தூக்கம் வராமல் விழித்துக் கொண்டு படுக்கையில் உட்கார்ந்து கொண்டு இருப்பதாகவும், அவன் அவனுடைய மனைவியின் உடல்நிலை விஷயமாகவும் அவளுடைய பிள்ளைப் பேறு விஷயமாகவும் நினைத்துக் கொண்டே இருப்பதாகவும், அவனைத் தயவுசெய்து கூட்டிக் கொண்டு வந்து தம்மோடு பேச வைக்க வேண்டும் என்றும் வேண்டிக் கொண்டாராம்.

இரவில் 1 மணிக்கு அவரை அவ்விதம் கூப்பிடுவது சரியல்லவே என்று கேட்டபொழுது, ‘‘அவன் தூங்கிக் கொண்டிருப்பானானால் எழுப்பக்கூடாதுதான். ஆனால் விழித்துக் கொண்டிருக்கும் பொழுது தெரு வாயில் கதவை லேசாகத் தட்டினாலே அவன் வந்து திறந்து விடுவான்; அதைப்பற்றி யாதும் யோசிக்க வேண்டாம். அந்த உதவியைச் செய்து தரவேண்டும்’’ என்று வேண்டிக் கொண்டார். அதன்படி ஒரு வேலைக்காரனை அனுப்பி, ‘அவருடைய வீட்டுக் கதவைத் தட்டிப் பார்; விழித்திருந்து உடனே கதவண்டை வந்து யாரென்று கேட்டால், விவரம் சொல்லிக் கூட்டி வா; இல்லாவிடில் வந்துவிடு’ என்று அறிவித்திருந்தோம். அவனும் (போஸ்ட் மாஸ்டர்) தபால் அதிகாரி வீட்டுக்குச் சென்று லேசாகக் கதவைத் தட்ட, அவர் எழுந்து வந்து யாரென்று கேட்டு விவரம் அறிந்து, தகப்பனாரிடம் பேச வந்துவிட்டார். நாங்கள் இறந்தவர்களோடு பேசும் வழக்கமுள்ளவர்கள் என்பது மாத்திரம் அவருக்கு முன்னமேயே தெரியும். ஆவி உலகத்திலுள்ள தந்தையார் தமது மகனிடம், ‘கவலைப்பட வேண்டாம்; மனைவிக்குச் சுகமான பிரசவம் நடைபெறும்; பிறக்கப் போவது ஆண்குழந்தை’ என்று சொல்லி, குடும்ப சம்பந்தமாக எல்லா நலங்களும் உண்டாவதற்கு மேலுலகத்தில் தாமும் ஆண்டவனிடம் பிரார்த்தித்து வருவதாகவும், வேறு சில இடையூறுகளை வரவொட்டாமல் தாம் தடுத்து விட்டதாகவும் சொல்லி, மகனை உற்சாகப்படுத்தி அனுப்பி விட்டார்.

பின்னர், அதன்படியே மனைவிக்குச் சுக பிரவசம் நடந்து ஆண் மகவு பெற்றெடுத்தாள் என்பதை அறிவோம். இதிலிருந்து ஆவி உலகத்திலுள்ளவர்கள், நாம் நினைத்த மாத்திரத்தில் அந்த இடத்திற்கு வந்து நம்முடைய நிலைகளை நன்றாக அறிய முடிகிறதென்பதை உணருகிறோம். இதனை உபமானமாகக்

அர்த்தமுள்ள இந்துமதம் - பாகம் 1

கொண்டுவிட்டால் சர்வ வல்லமையுள்ள ஆண்டவன், நாம் நினைப்பதையும் பேசுவதையும் சொல்வதையும் அறிந்து கொண்டும் கேட்டுக் கொண்டும் பார்த்துக் கொண்டும் இருக்க முடியும் என்பதை யாரும் உய்த்து உணர்ந்து கொள்ளமுடியும் அல்லவா?

4

இறந்தவர் தம் தம்பியிடம் தனது மகனுடைய அந்தரங்கச் செயல்களை அறிவித்து மணம் முடிக்கச் செய்தல்:

ஒரு நாள் மதுரைக்கு வந்திருந்த நாட்டுக்கோட்டை செட்டியார் ஒருவர், அம்மைய நாயக்கனூருக்குத் தம்முடைய சொந்த மோட்டார் காரில் வந்து, காலம் சென்ற தம் தந்தையாருடன் பேசிப் பார்க்க வேண்டுமென்று விரும்பினார். அதன்படியே அவர் தம் தந்தையாருடன் பேசிக் கொண்டிருக்கும்பொழுது தந்தையார் தம்முடன் ஆவி உலகத்தில் இருந்த மூத்தமகன் (மதுரையிலிருந்து வந்திருந்த செட்டியாருடைய காலஞ்சென்ற தமையன்) தம்பியுடன் அவசரமாகப் பேசவேண்டுமென்று தம்முடன் வந்திருப்பதாக அறிவித்தார்.

அந்த அண்ணாவைப் பேசச் சொன்னபொழுது அவர், தம்முடைய மகன் காட்டுப்புத்தூரில் படித்துக் கொண்டிருப்பது போதுமென்றும், அவனைப் பற்றி அவ்வூரில் சில புகார்கள் வருகின்றனவென்றும், அவனும் இன்னொரு வயது வந்த பெண்ணும் காதல் கடிதங்கள் வரைந்து கொண்டிருக்கிறார்களென்றும், காரியம் முற்றிவிடுவதன் முன், அவனை ஊருக்குக் கூட்டிக்கொண்டு போய், வேறு பெண் பார்த்துக் கல்யாணம் செய்து வைத்துவிட வேண்டுமென்றும், இனி யாதொரு தாமதமும் செய்யக்கூடாதென்றும், அம்மைய நாயக்கனூருக்குக் கொண்டு வந்திருக்கிற காரிலேயே நேராகக் காட்டுப் புத்தூருக்குப் போய் அங்குள்ள தம் மகனைக் கூட்டிக் கொண்டு வந்துவிட வேண்டுமென்றும் தெரிவித்தார்.

பேச வந்த செட்டியாருக்கு ஒன்றும் புலப்படவில்லை. தாம் மதுரையில் அநேகரைக் காக்க வைத்துவிட்டு, இரவு திரும்பி வந்துவிடுவதாக அம்மை நாயக்கனூருக்கு வந்ததாகவும், ஆனதால் நேரே மதுரைக்குத் திரும்பிப் போய் அங்குள்ள காரியங்களைப் பார்த்துவிட்டு, மறுநாள் காட்டுப்புத்தூர் போவதாகவும் பதில் அறிவித்தார்.

ஆவி உலகத்திலிருந்து பேசிய தமையனும், மதுரைக் காரியத்தைப் பின்னால் பார்த்துக் கொள்ளலாம் என்றும்,

145

காட்டுப்புத்தூர் காரியம் மிகவும் அவசரமானது என்றும், மதுரைக்குத் தந்தியைக் கொடுத்துவிட்டு, நேரே காட்டுப்புத்தூருக்குச் சென்று, தன்னுடைய மகன் விஷயத்தைக் கொஞ்சமும் தாமதியாமல் கவனித்து ஆவன செய்துவிட்டுத்தான் மறுவேலை பார்க்க வேண்டுமென்றும் திரும்பத் திரும்பச் சொன்னார். அதைப்பற்றித் தன் தந்தையாரிடம் செட்டியார் கேட்டபொழுது அவரும் அது மிகவும் அவசரமான காரியம்தான் என்று சொல்லவே மதுரைக்குத் திரும்பிவிட வேண்டுமென்று எண்ணியிருந்த செட்டியார், அந்த எண்ணத்தை மாற்றி, தந்தியில் தான் காட்டுப்புத்தூருக்குச் சென்று வருவதாக அறிவித்துவிட்டு, அம்மையநாயக்கனூரிலிருந்தே காரில் காட்டுப்புத்தூருக்குப் போய்விட்டார்.

அங்கு சென்று காரியங்களைப் பரிசீலனை செய்து பார்க்க, தம் தமையனார் சொன்னது முற்றிலும் உண்மை என்று புலனாயிற்று. ஆனதால், தன் தமையனார் தனக்கு அறிவித்ததுபோல், படித்துக் கொண்டிருந்த பையனுடைய படிப்புக்கு அன்றோடு முற்றுப்புள்ளி வைத்துவிட்டு அவனைத் தன்னுடைய ஊருக்கு அழைத்துச் சென்று, காலதாமதமில்லாமல் கல்யாணமும் செய்து வைத்துவிட்டார். நாங்களும் அக்கல்யாணத்திற்குச் சென்று சிறப்பித்தோம்.

ஆகவே, ஆவி உலகத்திலிருக்கிற தந்தை தம்முடைய மகனுடைய நடத்தைகளைக் கண்காணித்து வருகிறார் என்பதும், அதற்கு இன்னது செய்யவேண்டுமென்று அறிவிக்க ஆர்வத்துடன் சந்தர்ப்பத்தை எதிர் நோக்கியிருக்கிறார் என்பதும் இதிலிருந்து புலப்படுகிறதல்லவா? அல்லாமலும் அம்மையும் அப்பனும் ஆகிய சர்வவல்லமையுள்ள ஆண்டவனும், நாம் செய்கின்ற காரியங்களை எல்லாம் நமக்குத் தெரியாமல் கண்காணித்து வருகிறார் என்பதை ஊகித்து உணர்ந்து கொள்ளவும், நாம் நம்முடைய நடத்தைகளைத் திருத்தி அமைத்துக் கொள்ளவும், இச்சம்பவம் உள்ளத்தைத் தூண்டுகிற அளவுக்கு, எத்தனை புத்தகப் படிப்பும் மக்களைத் தூண்ட முடியாதன்றோ!

22
சோதனையும் வேதனையும்

இந்தத் தொடர் கட்டுரை பற்றி எனக்கு ஏராளமான கடிதங்கள் வந்துள்ளன.

பெரும்பாலான கடிதங்களில் வேதனையும், சோதனையும், விம்மலும் தொனிக்கின்றன.

வாழ்க்கை என்பது இன்பமும் துன்பமும் கலந்ததுதான் என்பதை அறியமுடியாத, பக்குவமற்ற இளம் உள்ளங்கள், தங்கள் ஏக்கத்தை வெளியிட்டிருக்கின்றன.

சில கடிதங்கள் திகைப்பளிக்கக்கூடியவையாகவும் இருக்கின்றன.

உதாரணமாக, வடஆற்காடு திருப்பத்தூரிலிருந்து ஒரு சகோதரி, தனக்கு வேண்டிய வேறு ஒருவரது காதல் கவலையை வெளியிட்டிருக்கிறார்.

அந்தக் காதல், நினைத்துப் பார்க்கமுடியாத ஒன்றாக இருக்கிறது.

ஒரு பெண் தனது பெரியப்பாவின் மகனைக் காதலிக்கிறாளாம்.

இந்துக்களின் அழுத்தமான பண்பாட்டின்படி ரத்தபந்த சகோதரனாகிய ஒருவனை அவள் காதலிக்கக்கூடாதுதான் என்றும், ஆனால் எப்படியோ இருவருக்கும் அன்பு அரும்பிவிட்டதென்றும், இது பூர்வஜென்மத் தொடர்ச்சியாக இருக்கக்கூடும் என்றும், அவர் தெரிவிக்கிறார்.

இந்துக்கள் கற்பனைகூடச் செய்து பார்க்க முடியாத கெட்ட கனவு தீய நினைவு என்றே நான் இதைக் குறிப்பிடுவேன். "அந்த ஒருத்தி, ஒருவனை மனப்பூர்வமாகக் காதலித்துவிட்டதால் வேறொருவனை அவள் திருமணம் செய்துகொள்வது அவளது கற்பியல்பிற்குக் களங்கமல்லவா?" என்று அவர் கேட்கிறார். நான் அப்படி நினைக்கவில்லை.

ரத்த பந்தத்தை உணர்ந்துகொள்ளாத நினைவு காதலாகாது.

ஆகவே, அவள் வேறு ஒருவனை மணந்து கொள்வது தவறாகாது.

இந்துக்களின் உறவு முறைகள் மிகவும் கண்டிப்பானவை, அர்த்தமுள்ளவை. அதிலே தொய்வோ மாறுதலோ இதுவரை ஏற்பட்டதில்லை.

பங்காளி உறவும், மாமன் மைத்துனன் உறவும் வேறு வேறானவை.

அவை ரத்தத்தை அனுசரித்தே உண்டாக்கப்பட்டவை.

ஆகவே, பண்புகெட்ட நினைவிலிருந்து மீண்டும் வேறு திசையைத் தேர்ந்தெடுத்துக் கொள்வது ஒழுக்கத்திற்கு உயர்வே தவிர தவறாகாது என்பதை அந்தச் சகோதரிக்குத் தெரிவித்துக் கொள்ள விரும்புகிறேன்.

இன்னொரு நண்பர் மகுடஞ்சாவடி, அ.தாழையூரிலிருந்து கீழ்க்கண்டவாறு எழுதுகிறார்.

''என் தாய் மாமனுக்கு ஆறு பெண்கள். அவர்களில் ஒருத்தியை நான் மனமார விரும்புகிறேன். அவளும் என்னை விரும்புகிறாள். எங்கள் காதலைத் தங்கள் வார்த்தைகளில் கூறவேண்டுமானால், 'சரீரத்தின் தாளம் அல்ல; ஆத்மாவின் ராகம்.' தாங்கள் குறிப்பிடும் நற்குடியைச் சேர்ந்தவள். அதைவிட மேலாக, நைந்துபோன உறவை மீண்டும் ஏற்படுத்த, என் தாயே அப்பெண்ணை மருமகளாக்கப் பெரிதும் ஆவலாய் உள்ளார். ஆனால், என் சோதனை என் தந்தையிடம்தான் ஆரம்பிக்கிறது.

என் தந்தை, அவருக்கும் என் மாமாவிற்கும் முன்பு ஏற்பட்ட மனஸ்தாபத்தைக் காரணமாக வைத்து, என் மாமாவின் பெண்ணைத் திருமணம் செய்ய அனுமதிக்க மறுக்கிறார். அதைவிடப் பெரிய அதிர்ச்சி என்னவென்றால் என் மாமா வீட்டிற்குப் பக்கத்து வீட்டிலேயே ஒரு பெண்ணை எனக்குத் திருமணம் முடிக்க ஏற்பாடு செய்கிறார். அவர் பார்க்கும் பெண்ணும், தங்கள் கூற்றுப்படி 'நற்குடி'ப் பெண்தான். நானும் கண்டு பேசியிருக்கிறேன்... நல்ல அழகு, நல்ல குணம், நல்ல ஒழுக்கம் நிறைந்தவள்தான்.

நீங்கள் கூறுகிறீர்கள், ''பெற்றோர் பார்த்து மகனுக்குப் பெண் கேட்க வேண்டும்; அவர்கள் பெண்ணின் குலம் கோத்திரம் அனைத்தையும் ஆராய்ந்து பார்த்த பிறகுதான் பேசி முடிக்கிறார்கள்'' என்று. என்னைப் பொறுத்தவரை என் தாயும் தந்தையும் இருவேறு பெண்களை எனக்குப் பேசி முடிக்க விரும்புகின்றார்கள். அந்த இரு பெண்களுமே, நீங்கள் எத்தகைய பெண்களைச் சிபாரிசு செய்கிறீர்களோ அத்தனை தகுதிகளும் உடையவர்களே. ஆனால் என் மனம் என் மாமாவின்

அர்த்தமுள்ள இந்துமதம் - பாகம் 1

பெண்ணைத்தான் நாடுகிறது. என் தந்தையோ அதற்குச் சிறிதும் இணங்கத் தயாராய் இல்லை. அவரை மீறவும் எனக்குத் தைரியம் போதவில்லை. அம்மாவைப் புறக்கணிக்கவும் என் மனம் இடந்தரவில்லை. நான் அழுகிறேன்; குழம்புகிறேன்; துடிக்கிறேன். இந்தச் சூழ்நிலையில் தங்கள் கவிதை ஒன்று ஞாபகம் வருகிறது.

'நதியினில் வெள்ளம்
கரையினில் நெருப்பு
இரண்டிற்கும் நடுவே
இறைவனின் சிரிப்பு!'

எனவே, எனது இந்தக் கடிதத்திற்குத் தாங்கள் தயவு செய்து கொஞ்சம் மதிப்புக் கொடுத்து, என்னை இந்த இக்கட்டான சூழ்நிலையிலிருந்து விடுவிக்கவும், நான் எவ்வாறு நடந்து கொண்டால் பிரச்சனை தீரும் என்பதற்கு வழிகாட்டித் தாங்கள் பதிலளித்தீர்களானால் எனக்கு வழி காட்டிய 'கண்ணனாக'வே தங்களைப் பூஜிப்பேன் எனக் கூறி என் கடிதத்தை முடிக்கிறேன்.'

- இந்த நண்பரின் துயரம் எனக்குப் புரிகிறது.

'பெற்றோர்தான் பெண் தேடித்தர வேண்டும்' என்று நான் சொன்னதை ஒப்புக் கொண்டே அவர், தாயும் தகப்பனும் வேறு வேறு பெண்ணைப் பார்த்தால் என்ன செய்வது என்று கேட்கிறார்.

அப்போது விஷயத்தைப் 'புல் பெஞ்சு'க்கு விட்டுவிட வேண்டும். அதாவது, இருவரும் ஒரு நீதிபதியாக அமர்ந்து விடவேண்டும்.

எந்தப் பெண்ணுக்கு இவருடைய 'ஓட்டு' விழுகிறதோ அந்தப் பெண்ணுக்கு இரண்டு ஓட்டு விழுந்துவிட்டதாக அர்த்தம்.

மெஜாரிடியை நம்புகிற ஜனநாயகத்தில், இத்தகைய முடிவுதான் சரியானது.

பொதுவில் தங்களது காதல் துயரங்களையும் வேறு பல துயரங்களையும் ரசிகர்கள் வெளியிட்டிருக்கிறார்கள்.

"நான் கடவுளை மனதார நம்புகிறேன். எனினும் எனக்கு துயரத்தின் மேல் துயரம் வருகிறதே என்ன செய்ய?" என்று தஞ்சாவூரிலுள்ள ஒருவர் கேட்கிறார்.

எப்போது நமக்குத் துயரம் தொடர்ந்து வருகிறதோ அப்போதே நாம் இறைவனின் பார்வைக்கு இலக்காகி இருக்கிறோம் என்றுதான் அர்த்தம்.

வாரியார் சுவாமிகளும் அதைத்தான் கூறினார்.

149

கண்ணதாசனின்

சோதனை அதிகமாக இருந்தால் சுகம் பெரிய அளவில் வரப்போகிறது என்று அர்த்தம்.

உண்மையான பக்தனைத்தான் இறைவன் சோதிக்கிறான்.

திருடர்களை அவர்கள் இஷ்டம்போல போகவிட்டுத் தண்டனைக்கு ஆளாக்குகிறான்.

பக்தர்களைப் பரமன் சோதித்து, இறுதியில் சிறந்த அருள் வழங்கியதாக நமது புராணங்களில் உள்ளன.

முதலில், சோதனைகளாலே மனம் மரத்துப் போய்ப் பக்குவம் பெற்று விடுகிறது.

பக்குவம் வந்தபின் கைக்குவரும் எந்த லாபமும் தலைமுறைக்குத் தொடர்ந்து வருகிறது.

வீண் ஆரவாரங்கள், ஆர்ப்பாட்டங்கள் அடிபட்டுப் போய் நிதானம் வந்துவிடுவதால், பெரிய நன்மை வரும்போது ஆணவமோ அகந்தையோ வருவதில்லை; உள்ளம் அதை அமைதியாக வரவேற்கிறது.

சோதனைகளின் பலனாகக் கிடைத்த அடக்கமும் பணிவும் அதிகமாகின்றன.

சோதிக்கப்பட்ட மனிதன் பிறகு பலருடைய மரியாதைக்கும் உரியவனாகிறான்.

ஆகவேதான், நல்லவனை மிக நல்லவனாக்குவதற்கு வேதனைகளையும், சோதனைகளையும் இறைவன் தொடர்ந்து வழங்குகிறான்.

நண்பா, வருகின்ற சோதனைகளையெல்லாம் தாங்கிப் பார்க்க வேண்டும்.

ராசி மாறும்போது, ஜாதகத்தின் நல்ல நேரம் தோன்றும்போது, அதன் பலன் தெரியும்.

"நிழலருமை வெய்யிலிலே
நின்றறிமின் ஈசன்
கழலருமை வெவ்வினையில்
காண்மின்"

என்றார்கள்.

வீழ்ந்தவன் வீழ்ந்துகொண்டே இருந்து, வாழ்ந்தவன் வாழ்ந்துகொண்டே இருந்தால், இறைவனின் இயக்கம் சரிவர இயங்கவில்லை என்று பொருள்.

அர்த்தமுள்ள இந்துமதம் – பாகம் 1

ஆனால் வீழ்ந்தவனுக்கு எழுச்சியையும், எழுந்தவனுக்கு வீழ்ச்சியையும் மாறி மாறி நான் காண்கிறேன்.

இந்த எழுச்சியும் வீழ்ச்சியும்தான், இறைவன் இயங்கிக் கொண்டிருக்கிறான் என்பதைக் குறிக்கின்றன.

பிறந்துவிட்ட ஒவ்வொரு மனிதன் ஜாதகமும் இறைவனாலே கணிக்கப்பெறுகிறது.

வேறு, வேறான பாதைகளும், வாதைகளும் இறைவனை நினைக்கவைக்கின்றன.

மனிதனைப் பிரக்ஞையோடு வைத்திருப்பதற்குத்தான் இறைவன் ஒவ்வொருவருடைய விதியையும் மாற்றி மாற்றி அமைக்கிறான்.

விதியும் பூர்வஜென்மமும் ஒன்றோடொன்று தொடர்புடையவையாக இருப்பதற்குக் காரணமும் இதுதான்.

ஆகவே சிக்கல் நேரும்போதெல்லாம், 'கண்ணா' என்றோ, 'கந்தா' என்றோ ஒருமுறை அழைத்து, அதைத் தாங்கிக்கொண்டு அமைதியடையவேண்டும்.

'துன்பம் வரும்போது சிரி; அதற்கு அடுத்தாற் போல வருவது துன்பமாக இருக்காது' என்று வள்ளுவன் அறுதியிட்டுக் கூறினான்.

இந்துமதம் வேரூன்றியுள்ள இந்தியாவில் காலநிலையின் மாறுபாட்டுக் கணிதத்தை நாம் பார்க்கிறோம் அல்லவா?

கோடைக்கால வெயிலால் காய்ந்துபோன ஏரிகள் மாரிக்கால மழையால் மறுபடியும் நிரம்பவில்லையா?

> "காலம் ஒருநாள் மாறும் - நம்
> கவலைகள் யாவும் தீரும்!"

என் வாழ்க்கையிலேகூடப் பல நேரங்களில், துன்பம் தாங்காமல் தற்கொலையைப் பற்றி நான் சிந்தித்ததுண்டு.

அது நடக்காமற் போனதற்குக் காரணம், என்னாலும் 'ஏதோ ஆகும்' என்று இறைவன் எழுதியிருப்பதுதான்.

பலமுறை தற்கொலைக்கு முயன்ற ராபர்ட் கிளைவ், இந்தியாவையே ஆளக்கூடியவனாக வந்து சேரவில்லையா?

பாழும் மனது சில நேரங்களில் சஞ்சலிக்கும்.

'போதுமே, இந்தக் கஷ்டம்' என்று தோன்றும்.

'போய்ச் சேர்ந்துவிடலாம் அவனிடம்' என்று எண்ணும்.

கண்ணதாசனின்

குழம்பும், புலம்பும், தவிக்கும், தத்தளிக்கும்; நன்மை கிடைத்தவுடன் 'வாழ்ந்து பார்க்கலாம்' என்ற சபலம் வரும்.

அது அதிகமாகும்போது, வாழ்க்கையைப் பற்றிய நம்பிக்கையும் வந்துவிடும்.

அந்த நம்பிக்கையிலேதான் நண்பா சோதனைகளைத் தாங்கிக் கொள்ளவேண்டும்.

இறைவன் யாரையும் கைவிடமாட்டான்.

இது சத்தியம்.

திருப்பரங்குன்றம்

23

ஒரு கடிதமும் பதிலும்

உயர்திரு கவிஞர் கண்ணதாசன் அவர்களுக்கு; தாங்கள் எழுதிய 'கீதையில் மனித மனம்' படித்தபின் என் மனத்தின் ஓலத்தைத் தந்திருக்கிறேன்.

எண்ணங்கள் அலைமோதுகின்றன. அலைகள் சீர்படவில்லை. கரையை உடைத்து நிலத்தைச் சிதைக்குமோ என்ற பயம். நெஞ்சம் விம்மிப் புடைத்துத் தணியும் பெருமூச்சின் உஷ்ணத்தின் அளவைக் கலோரியில் கணக்கிட்டாலும், அது வரும். வெந்து நொந்து போன இதயத்தின் நிலையைக் கணக்கிடவோ, ஆற்றவோ என்றோ ஒரு நாள் உண்டு என்ற ஆணித்தரமான நினைவுகள்தான் நிம்மதியைத் தருகின்றன. இது எத்தனையோ ஞானிகள் போல், வேதாந்தத்தையோ, வாழ்க்கையின் தத்துவத்தையோ உணர்ந்த நிலை அல்ல. இதுதான் உண்மை நிலை என்று எண்ணும் சாசுவதமான பலம் கிட்டாதவரை, சுயபலத்தில் வாழ விழைகிறேன். கடவுளே, எனது பார்வையில் தெளிவையும் காலில் வலுவையும் கொடு என்று உன்னை நாடுகிறேன்.

'பிறப்பு, தகப்பன் அளிப்பது; இறப்பு ஆண்டவன் அழைப்பது; இரண்டுக்கும் இடைப்பட்டது, அரிதாரம் பூசப்படாத நடிப்பு என்னும் வாழ்க்கை!' எத்தனை அழகான உருவகம் தந்திருக்கிறீர்கள். இந்த நடிப்பில் நவரசம், அந்த நடிப்பில் சோகரசம்; அந்த நடிப்பில் ஆர்வமான நடிப்பு; அபசுரமான பாடல்கள்; ஓரே சத்தம்; ஆரவாரம்; காதே செவிடுபடும் அதிர்வுகள்; சுற்றும் சுழல்கள்; செருகும் நிலையில் கண்கள்; சுவாசம் சீரான நிலை தவறும் தருணம்; எங்கோ லேசாகிப் பறக்கும் கும்மென்ற இனந்தெரியாத பரபரப்பு; உடம்பெல்லாம் பஞ்சாகி, வெது வெதுப்பாகி நீறாகிக் கரைந்து போகும் நிலை. ஒரே வெளிச்சம்... பின் ஒரே இருட்டு... இருட்டு... இருட்டு... மையிருட்டு! எங்கே ஆரம்பித்து, எங்கே முடிகிறது என்று தெரியாத இருள்... வாழ்க்கைப் பயணம் ஒரு நிலை கடக்கும் விந்தைகள், 'who are you?' இந்தக் கேள்வியை எத்தனை முறை என்னுள் கேட்டுக் கொண்டாலும் பதிலே இல்லை. "What is the purpose of God in creations?" இந்தக் கேள்வியும் பதிலும் புரியாத தத்துவமே என எண்ணுகின்றேன்.

எனக்கு நன்றாகத் தெரியும் வாழ்க்கை மிகமிகச் சிறிது என்று. அதை முழுவதுமாக ரசித்துச் சுவைக்கப் போகிறேன். இந்த உடம்பு எத்தனை நாட்கள் தாங்கப்போகிறது? எல்லாம் அவன் இட்ட கட்டளைகள். அவன் போட்ட கட்டளைப்படி பிறந்த நாம், நமக்குள் ஏற்படுத்திக் கொள்வது கட்டுப்பாடு என்ற பிதற்றல்; கடமை என்ற அபத்தம்; கண்ணியம் என்ற ஊர் ஏமாற்று வேலை. இவை எல்லாம் நம்மில் கூட்டம் சேர்ந்துவிட்டதால், நம்மை வகைப்படுத்திக் கொள்ள பயத்தினால் போட்டுக் கொண்ட தற்காப்புகள் என்கிறது தற்கால ஹிப்பியிஸம். எல்லாவற்றையும் நேசி; அன்பாயிரு; உலக இன்பங்களை எல்லாம் தெவிட்டத் தெவிட்டச் சுவை என்கிறது. இதற்குத் தங்கள் பதில் என்ன?

என்னால் என் மனத்தை ஒருமைப்படுத்திக் கொள்ளமுடியும். இந்த வரியை எழுதுவதற்கு எத்தனை துணிச்சல் இருந்தால் இப்படி எழுதியிருப்பேன் என்று யூகிக்கலாம். ஆனால், இதில் ஏற்படும் போட்டா போட்டியில் வென்றவனையும் தோற்றவனையும் காண்பது கடினம். நான் வாளாவிருந்துவிட்டால், என்னைச் சுற்றியுள்ள ஆரவாரம் பரபரக்கிறது. என் உணவைத் திருட வேறு ஒருவன் மறைந்து பார்க்கிறான். ஒருவன் திருடுகிறான், ஒருவன் அனுபவிக்கிறான். எல்லோரும் சேர்ந்து 'ஏமாந்தவன்' என்று எனக்குப் பட்டமளிக்கிறார்கள். பலர் சந்தர்ப்பவாதிகளாகவே சௌபாக்கியமாய் இருக்கின்றனர். சிலர் என்னைப் பைத்தியக்காரன் என்றே நம்புகின்றனர்.

என் மனத்தை வலிமைப்படுத்த நான் உணர்ச்சி வசப்படுவதில்லை. கோபப்படுவதில்லை. என்னால் முடிந்தவரை தர்மம் செய்கிறேன். முடியாவிட்டால் இரக்கப்படுகிறேன். என்னைப் பார்த்து ஒருவன் பொறாமை கொள்ளாத அளவு இருக்கப் பழகிக்கொள்கிறேன். தனிமையில் கடவுளையே நினைக்கிறேன். ஒவ்வொரு கணமும், இப்போதைய வாழ்க்கையையும் போதுமான வசதிகளையும் கொடுத்தமைக்குக் கடவுளுக்கு நன்றி சொல்கிறேன். நான் ஒரே வார்த்தையில் பரம ஆத்திகன். படித்துக்கொண்டிருக்கும் மாணவனானாலும் தற்கால நாகரிகத்தின் நடைக்கேற்ற வேகத்தில் செல்லவொட்டாத என் பொருளாதார நிலையில், நான் அணியும் உடையில் கூட எனக்கு நிறைவு உண்டு. தனித்தவனாக இருப்பதும், பிறர் என்னைத் தனித்துப் பார்ப்பதும்கூட என்னில் தாழ்வுணர்ச்சியை ஏற்படுத்தியதில்லை. எனது மனத்துணிவிற்கும் தன்னம்பிக்கையின் வலுவிற்கும் சான்றுகள் இல்லை.

இயலாமை காரணமாக நான் இப்படியெல்லாம் இருக்கிறேன் என்பது உண்மை. எனினும், இதிலும் நிறைவு காணும் மனது

எனக்கு இருக்கிறது. வாழ்க்கையில் பலவற்றை இயலாமை காரணமாக விட்டுக் கொடுக்கும் போது 'தியாகம்' என்ற பெரிய வார்த்தையைப் போட்டு, அதற்குப் பக்கத்தில் ஒளிந்துகொண்டு மனம் வெம்பியே இருப்பவன், மனிதருள் சோடை போனவன் என்பது என் கருத்து. முழுவதுமாகப் பற்றற்ற வாழ்க்கையையா வலியுறுத்துகிறது இந்துமதம்.

அப்படி அனைவரும் பற்றற்றுப் போய்விட்டால் ரிசர்வ் பாங்க் அச்சடிப்பதை நிறுத்த நேரிடும்; லோக் ராஜ்ய சபாக்கள் பஜனை மடங்களாகும்; தொழிற்கூடங்கள் பர்ண சாலைகளாகும். நான் வாழும் காலம், பெட்ரோல் புகையும் பேரிரைச்சலும் உள்ள, அவசரமான, ஆபத்தான, குறுகியவாழ்க்கை. மதங்கள் அவனவனுக்குத் தன் நிலையையும், தனது பாரம்பரியத்தையும் Origin உணர்த்த பல சந்தர்ப்பங்களை, பல சடங்குகள் வாயிலாகத் தருகிறது. புத்தரின் போதனையில்கூடத் தலையாயது மனவடக்கம் தானே?

மனம் ஒருமைப்பட்டால் சிந்தனைகள் சீராகும். சிந்தனைகள் சீர்பட்டால் செயல்கள் செவ்வனே நடக்கும். சிந்தனையும் செயலும் ஒருமித்தால் நியாயம் அநியாயங்கள் தெளிவாகும். அத்தெளிவு உண்டானால் மன அமைதி உண்டாகும். நமக்குத் தற்போது அந்த அமைதிதான் தேவை. விவேகமற்றவன் சிந்திப்பதில்லை; விவேகமுள்ளவன் மனப் பக்குவம் அடைகிறான், இரண்டிற்கும் இடைப்பட்டவன் வாலிபால் பந்துபோல் அலைக்கழிக்கப்படுகிறான். அந்த மென்மையான இன்பமான, மனஅமைதியும் நிறைவும் பெறக் கீதை போன்ற இந்து மதத்தின் ஆணி வேரனைய பொக்கிஷங்கள், தற்கால நிலையில் ஒரு சராசரி நிலையாளன் கடைப்பிடிக்கும்படி என்ன சொல்கிறது என்பதையும், இதில் இந்துமதத்தின் தனித்துவம் பற்றியும் தங்களை எழுத வேண்டுகிறேன்.

தங்கள் அன்பன்,

எஸ். வெங்கட்ராமன்

கோயமுத்தூர் - 9

அன்புள்ள நண்பரே!

உங்கள் எண்ணம் எனக்குப் புரிகிறது.

உங்கள் மனத்தின் கோலங்களை எனக்கு விளங்கும்படியே வரைந்திருக்கிறீர்கள்.

மனிதனின் மனத்துக்கு முதல் தேவை, அமைதியும், நிம்மதியுமே!

கண்ணதாசனின்

எந்தெந்த வழிகளில் அவை உங்களுக்குக் கிடைக்குமோ அந்த வழிகளை நீங்கள் கடைப்பிடிப்பதை இந்துமதம் தடுக்கவில்லை.

நிச்சயமாக தவறான வழிகளின் மூலம் அவை கிடைக்கப் போவதில்லை.

காமுகனோ, கொலைகாரனோ, சூதாடியோ, பிறமனை நயந்து செல்லும் பேதையோ, ஏமாற்றுக்காரனோ நிரந்தரமான நிம்மதியை அடைவதில்லை.

ஆகவே, நிரந்தரமான நிம்மதிக்காகப் பிறர் வெறுக்காத நல்ல வழிகளைத்தான் நீங்கள் நாட முடியும்.

அந்த வழி எதுவானாலும், அதை நீங்கள் தேர்ந்தெடுத்துக் கொள்வதை இந்துமதம் தடுக்கவில்லை.

நீங்கள் சொல்வது போல், பற்றற்ற வாழ்க்கையை மட்டும் இந்து மதம் போதித்தால், ரிசர்வ் பாங்க் அச்சடிப்பதை நிறுத்த வேண்டும். லோக்சபையும், மக்கள் சபையும், பஜனை மடங்கள் ஆகும் என்பதையும் நான் ஒப்புக்கொள்கிறேன்.

இந்துமதம் லௌகீக வாழ்க்கையை வற்புறுத்துகிறது என்பதுதான், இதுவரை நான் எழுதி வந்திருக்கும் தொடர் கட்டுரையின் சாரமாகும்.

மனதுக்கு நிம்மதி என்பது பந்த பாசங்களை அறுத்து விடுவதால் மட்டுமே கிடைக்கும் என்று நான் வாதாட வரவில்லை.

கீதையைக் கண்ணன் உபதேசித்தது அர்ஜுனனுக்கு.

ஆகவே பந்தபாசத்தை அறுப்பது என்பது கீதையின் முழு நோக்கமாக இருக்கமுடியாது.

காரணம், அர்ஜுனன் பந்தபாசங்களுக்குக் கட்டுப்பட்டவன்.

காதல் உணர்ச்சி மிகுதியும் உள்ளவன்.

போர் என்று வந்தபின் உறவு பார்க்கக்கூடாது என்றுதான் கண்ணன் வாதாடுகிறான்.

அர்ஜுனன் ஆத்மராகம் சஞ்சலிப்பதைத்தான் நிறுத்த முயல்கிறான்.

தியானத்தால் மனதை ஒருமுகப்படுத்த முடியும் என்றுதான் கூறுகிறான்.

யாரையும் சந்நியாசியாகப் போகச் சொல்வது இந்துமதத்தின் நோக்கமல்ல.

அர்த்தமுள்ள இந்துமதம் – பாகம் 1

வாழ்வைக் கண்டு பயந்தவர்கள், நொந்தவர்கள், லௌகீக வாழ்க்கையில் நிம்மதி இல்லை என்று கண்டவர்கள், பற்றற்ற வாழ்வுக்குத் தங்களை அர்ப்பணித்துக்கொள்ள இந்துமதம் அனுமதிக்கிறது.

ஆனால், லௌகீக வாழ்க்கையிலே சரியானவற்றைத் தேர்ந்தெடுத்து மனநிம்மதியைப் பெறக் கூடியவர்களை அது தடுக்கவில்லை.

அதை ஊக்கப்படுத்துகிறது என்றுகூடச் சொல்லலாம்.

உங்களுடைய சலனம் "லௌகீக வாழ்க்கையில் மன நிம்மதியைப் பெறுவது எப்படி?" என்பதே.

நீங்கள் எவ்வளவு விவேகமுள்ளவராக இருந்தாலும் அந்த நிம்மதிக்கு இடையூறு எப்போதாவது வந்து சேருகிறது.

அது உங்கள் தலையெழுத்தைப் பொறுத்தது.

ஒரு நல்ல பெண்ணைத் தேர்ந்தெடுத்து, அவளோடு நிம்மதியாக வாழ நீங்கள் விரும்புகிறீர்கள் என்று வைத்துக் கொள்ளுங்கள்.

அந்தத் தேர்விலேயே விதி உங்களை வென்றுவிடக்கூடும்.

நீங்கள் எண்ணியது போன்ற மனைவியாக அவள் இல்லாமற் போய்விடக்கூடும்.

நிம்மதியாக நீங்கள் தேர்ந்தெடுத்த பெண்ணே, உங்கள் நிம்மதியை அழிக்கும் சக்தியாக ஆகிவிடக்கூடும்.

வாழ்க்கைக்குப் பொருள் வேண்டுமே என்று நீங்கள் தொடங்குகிற வாணிபம், ஒரு கட்டத்தில் வீழ்ச்சியுற்று, உங்கள் நிம்மதியை அழித்துவிடவும் கூடும்.

உங்கள் நண்பர்கள் நன்றி கெட்டவர்களாகி, உங்கள் நிம்மதியைக் கொன்றுவிடவும் கூடும்.

அதுவே லௌகீக வாழ்க்கைக்கு மனநிம்மதியை வேண்டுபவன், முதலில் அந்த மனதை எந்த அதிர்ச்சியையும் தாங்கக்கூடியதாகப் பக்குவம் செய்து கொள்ளவேண்டும்.

லௌகீக வாழ்க்கையில் மனதைக் கெடுப்பதற்குத்தான் ஏராளமான வழிகள் உள்ளன என்பதையும், முதலில் புரிந்து கொள்ளவேண்டும்.

கீதையில் கண்ணன் சொல்வது போல் எதிலும், சம நோக்கு ஏற்படும் நிலை வந்தால்தான், மனநிம்மதி சாத்தியமாகும்.

எனது வாழ்க்கையிலேயே இதற்கான அனுபவங்கள் உண்டு.

கண்ணதாசனின்

முதலில் நான் மனதாரக் காதலித்த பெண் எனக்குக் கிடைக்கவில்லை.

நான் கவலைப்பட்டேன்.

நிம்மதி இழந்தேன்.

பிறகு திருமணம் பேசும்போது, நான் குறிப்பிட்ட பெண் எனக்குக் கிடைக்கவில்லை.

நான் மீண்டும் நம்பிக்கை இழந்தேன்.

'விரும்பியது கிடைக்காவிட்டால், கிடைத்ததை விரும்பு' என்ற பழமொழிப்படி கிடைத்ததை விரும்பத் தொடங்கி, செயற்கையான நிம்மதியைத் தேடிக்கொண்டேன்.

நான் இருபத்தைந்து ரூபாய் சம்பளத்தில் ஓர் இடத்தில் வேலை பார்த்தபோது, அது எழுபத்தைந்து ஆகாதா என்று ஏங்கினேன்; ஆயிற்று.

அது இருநூறு ஆகாதா என்று ஏங்கினேன்; கிடைத்தது.

ஆயிரம் வராதா என்று அமைதி இழந்து கேட்டது மனது; அதுவும் வந்தது.

அது லட்சம் வரை போயிற்று; அப்போதும் நிம்மதி இல்லை.

வந்த ஏதும் தங்கவில்லை.

'செல்வம் என்பது செல்வதற்காக வருவதுதான்' என்று முடிவு கொண்டேன்.

பொருளைப் பெரிதாகப் பொருட்படுத்தாமல், 'வருவது வரும் போவது போகும்' என்று சமநோக்கு முடிவு கொண்டேன், அந்த வகையில் நிம்மதி வந்தது.

ஆனால், லௌகீக வாழ்க்கையில் ஒரு நிம்மதி வரும்போது, ஒரு துன்பமும் கூட வருகிறதே. என்ன செய்ய?

பேதலித்த மனத்தைப் பார்த்து, 'நினைக்கத் தெரிந்த மனமே! உனக்கு மறக்கத் தெரியாதா?' என்று அழுதேன்.

'இரண்டு மனம் வேண்டும்' என்று இறைவனைக் கேட்டேன்.

உபதேசத்தில் இறங்கியிருக்கும் எனக்கே இன்னும் முழு நிம்மதி கிட்டவில்லை.

பகவத் கீதையின் தியானயோகம் என்னைச் செம்மைப்படுத்தி வருகிறது.

அர்த்தமுள்ள இந்துமதம் – பாகம் 1

என்றோ ஒரு நாள் சாகப் போகிறோம்; செத்த பிணத்தின் முன் இனி, சாகப்போகும் பிணங்கள் கதறி அழப் போகின்றன.

வீடு வரை உறவு
வீதி வரை மனைவி
காடு வரை பிள்ளை
கடைசி வரை யாரோ?

- ஆம்; கதை ஒருநாள் முடியப்போகிறது.

சிலர் அழுது முடிக்கப் போகிறார்கள்!

பிறகு எல்லோரும் மறந்துவிடப் போகிறார்கள்!

காந்தியையும் நேருவையும் மறந்துவிட்ட ஜனங்கள் என்னையா நினைவில் வைத்துக்கொள்ளப் போகிறார்கள்?

- இப்படி நினைப்பேன்.

"போனால் போகட்டும் போடா! வாழ்க்கையை அனுபவித்துச் சாவோம்!" என்று முடிவு கட்டுவேன்.

ஒரு நாள் மயங்கிக் கிடப்பேன். மறுநாள் எதிர்காலத்தைப் பற்றிய பயம் வரும்.

உடனே அந்தப் பயத்தை மாற்றிக்கொள்வேன்.

ஆகவே, லௌகீக வாழ்க்கையில் இருந்துகொண்டே மனநிம்மதியைப் பெற எண்ணினால் தினசரி வருகின்ற இடையூறுகளைக் களைந்துகொண்டே இருக்கவேண்டும். இடையூறுகள் வந்தே தீரும்; அவற்றுக்குப் பயப்படக்கூடாது.

"எல்லாம் கண்ணனின் கட்டளை" என்று சிரித்துக் கொண்டே அப்புறப்படுத்தி விடவேண்டும்.

இப்படி ஓராண்டுக்குச் செய்து பாருங்கள். பிறகு உள்ளம் மரத்துப் போகும்; ஈட்டி வந்து குத்தினாலும் வலிக்காது.

முள்ளின்மீது உட்கார்ந்துகொண்டு ரோஜாப்பூவைப் பற்றிப் பாடுகிற சக்தி வந்துவிடும்.

நமது பிறப்பு கண்ணனின் விளையாட்டு என்ற ஞானம் வந்துவிடும்.

மற்றவர்களெல்லாம் சிறுவர்களாகவும் நாம் கொஞ்சம் பெரியவர்களாகவும் நமக்கே தோன்றும்.

அடிக்கடி பகவத்கீதை படியுங்கள்; பிறகு நீங்களே உங்கள் மனதைச் சோதித்துப் பாருங்கள்; தேறிவரும்.

எனக்கும் தேறி வருகிறது.

159

24
பாவிகளே பிரார்த்தியுங்கள்

(இது எல்லாப் பாவிகளுக்கும் அல்ல; அப்பாவிகளுக்கு மட்டும்!)

எங்கள் இறைவா!

மூல முதல்வனே!

அகல் விளக்குகள் ஒளிவிடும் உன் சந்நிதியில் நாங்கள் மண்டியிடுகிறோம்.

தாழ்ந்து கிடந்த எங்கள் கரங்கள் மேலெழுகின்றன.

இருகை கூப்பி வணங்குகிறோம்.

கூப்பிய கரங்களுக்குள் எந்த ஆயுதமும் மறைத்து வைக்கப்படவில்லை என்று கூறுகிறோம்.

சலனமற்ற கண்களையும், சபலமற்ற உள்ளத்தையும் எங்களுக்குக் கொடு.

கடந்த காலங்களில் நாங்கள் செய்த தவறுகளை மன்னித்துவிடு.

சூன்யத்தில் பிறந்த இதயம் வளர வளரக் காட்சிக்கு வருவது நியதி. ஆனால் எங்கள் இதயம் வளரவில்லை.

அது வளர்ச்சிக்குப் பிறகும் சூன்யமாகவே இருந்தது.

கைக்கோலை நழுவவிட்ட குருடன் கருந்தேளைப் பிடிப்பதுபோல் ஆன்மீக உணர்ச்சியை மறந்துவிட்ட நாங்கள் பாபத்தில் சிக்கினோம்.

அறிந்தோ, அறியாமலோ செய்த எங்கள் குற்றங்களை ஆதி நாயகனே மன்னித்துவிடு.

நாங்கள் அமுதென்று எண்ணி, நஞ்சை அருந்தினோம்.

மலரென்று எண்ணி முட்களைச் சூடினோம்.

எங்கள் கடிவாளம் ஆசையின் கையிலிருந்ததால் எங்கள் பயணத்தையும் ஆன்மா நடத்தமுடியவில்லை.

ஆசை அழைத்த வழி சென்றோம்; தண்டனை கிடைத்த பிறகுதான் தவறுகளை உணர்ந்தோம்.

அர்த்தமுள்ள இந்துமதம் – பாகம் 1

மலத்திலே கால் வைத்தபோது, அது மலமென்று எங்களுக்குத் தெரியவில்லை.

கையினால் தொட்டுப் பார்த்தபோதும் கண்டுகொள்ள முடியவில்லை.

மூன்றாவது, மூக்கிலே வைத்தபோதுதான் முழுவதும் புரிந்தது.

இவை ஒரு முட்டாள் செய்யும் காரியங்களே தவிர அக்கிரமக்காரன் செய்யும் காரியங்களல்ல.

நாங்கள் நடந்து சென்ற இருள்காட்டில் எங்கள் அறிவுச் சுடர் எரியவில்லை.

காற்றை மட்டுமே நம்பிப்போகும் பாய்மரப் படகு போல், ஆசையை மட்டுமே நம்பி எங்கள் வாழ்க்கைப் படகு போய்விட்டது.

நாங்கள் பிறர்மனை நயந்திருந்தால் அது எங்கள் பெண்ணாசையின் குற்றம்.

நாங்கள் பிறர்பொருள் விழைந்திருந்தால் அது எங்கள் பொன்னாசையின் குற்றம்.

நாங்கள் பிறர்நிலம் கவர்ந்திருந்தால் அது எங்கள் மண்ணாசையின் குற்றம்.

ஆசைகளை சிருஷ்டித்து, அந்த விளையாட்டில் எங்களைச் சிக்க வைத்து, வேடிக்கை பார்த்த எங்கள் பரம்பொருளே!

நிலைக்கும் என்று நாங்கள் எண்ணியவையெல்லாம் நிலையாதனவென்று இப்போது அறிந்தோம்.

மரத்திலிருந்து உதிர்ந்து விழுந்த சருகுகள், பசுமை இலைகளைப் பார்த்து ஏங்குவதுபோல், பாவிகளாகிய நாங்கள் உத்தமமான ஞானிகளைப் பார்த்து, அப்படியே நாமும் வாழக் கூடாதா என்று ஏங்குகிறோம்.

அந்த வாழ்க்கையை, ஏ, ஹரிஹரனே எங்களுக்கு அருள்வாயாக!

சமைக்கப்பட்ட சேவல் கூவ முடியாதென்பது எங்களுக்குத் தெரியும்.

முழுக்கத் தன்னை அழித்துக்கொண்டுவிட்ட மனிதன் உன்னை வேண்ட முடியாது என்பதும் எங்களுக்குத் தெரியும்.

நாங்கள் முழுக்க எங்களை அழித்துக்கொள்ளவில்லை.

பாதி வழியிலேயே எங்களுக்குக் கண் திறந்துவிட்டது.

கண்ணதாசனின்

எங்கள் இறகுகள்தான் பறிக்கப்பட்டிருக்கின்றன.

நாங்கள் கொல்லப்படவுமில்லை; சமைக்கப்படவுமில்லை.

இந்த நிலையில் ஏ, ஏகநாதா!

எங்கள் இறகுகள் மறுபடியும் வளர அனுமதி.

கண்ணென்பது நல்லவற்றைக் காணுவதற்காகவும், செவி என்பது நன்மொழிகளைக் கேட்பதற்காகவும், நாசி என்பது நறுமணங்களை நுகர்வதற்காகவும், வாய் என்பது நல்ல சேதிகளைச் சொல்வதற்காகவும், கை என்பது உதவி பெறத் தகுதியுள்ளவர்களுக்கு உதவுவதற்காகவும், கால் என்பது நல்லோரை நோக்கி நடப்பதற்காகவும் என்பதை நாங்கள் அறியாமற் போனோம்.

இந்த அங்கங்களில் ஒன்று அறியாமல் பிழை செய்திருந்தால் ஏ, ஆனந்த மூர்த்தியே! அந்த அங்கங்களைத் தண்டிக்காமல் விட்டுவிடு.

'தீர்க்கப்படமுடியாத நோய்களெல்லாம் தெய்வத்தின் கட்டளை' என்ற இந்துக்களின் மூதுரை எங்களுக்குப் புரிகிறது.

தீர்க்கமுடியாத நோய் எங்களுக்கு வராதவாறு, திருத்தாண்டவ மூர்த்தியே, எங்களுக்கு அருள் செய்!

மீன், பூச்சியைத் தின்பது பசியால்.

அந்த மீனை நாரை கொத்துவது பசியால்.

அந்த நாரையை மனிதன் கொல்வது பசியால்.

அந்த மனிதன் தவறுகள் செய்வதும் பசியால்.

எங்கள் தவறுகளுக்குப் பசி மட்டுமே காரணமாக இருந்தால், உடனடியாக மன்னித்துவிடு.

இந்த ஆசைக்கு அறியாமையே காரணம் என்றால் அந்த அறிவை நாங்கள் அடையாதவாறு தடுத்தது நீதான் என்பதால், நாங்கள் நிம்மதியாக வாழ உடனே அனுமதித்துவிடு.

பலாப்பழத்தில் சுளையைத் தேடி எடுக்க ஒரு கத்தி தேவைப்படுவதுபோல், லௌகீக வாழ்க்கையில் நியாயத்தைக் கண்டுகொள்ளப் புத்தி தேவைப்படுகிறது.

அந்தப் புத்தி எங்களுக்கு இல்லாமற் போய்விட்டது என்பதைச் சொல்லிக்கொள்ள, நாங்கள் வெட்கப்படவில்லை.

'ஒரு முட்டாள், தான் முட்டாள் என்பதைக் கண்டு கொள்ளும்போது, அறிவாளியாகிவிடுகிறான்' என்பது முன்னோர் வாக்கு.

நாங்கள் கண்டுகொண்டுவிட்டோம்.

பரம்பொருளின் சந்நிதானத்தில் எங்கள் பாபங்களைக் கழுவிவிட்டு, நிம்மதியை வாங்கிப்போக வந்திருக்கிறோம்.

இறைவா!

உன் சந்நிதியில் கற்பூரம் ஏற்றப்படுகிறது!

உனக்குச் செய்யப்படும் நைவேத்தியத்தில் வாழைப்பழமும் தேங்காயும் வைக்கப்படுகின்றன.

இவை ஏன் என்பதை, இப்போதுதான் நாங்கள் அறிந்துகொண்டோம்.

கற்பூரம் தன்னை அழித்துக் கொள்கிறது.

அது எரிந்து முடிந்த பிற்பாடு ஒரு கரித்தூள்கூட மிஞ்சுவதில்லை.

வாழை மட்டை, தண்டு, இலை, பூ, காய், பழம் அனைத்தையும் தந்து உதவுகிறது.

தென்னைமரம் கீற்று, இளநீர், தேங்காய் அனைத்தையும் தந்து உதவுகிறது.

இவற்றில் எந்தப் பாகமும் வீணாவதில்லை.

மனிதனும் அப்படி உலகிற்குப் பயன்படவேண்டும் என்ற இந்துக்களின் ஆசையையே இது குறிக்கிறது.

நாங்களோ மற்றவர்களைப் பயன்படுத்திக் கொள்ள விரும்பினோம்; நாங்கள் பயன்படவில்லை.

எங்கள் கண்கள் திறந்துவிட்டன.

நாங்கள் இனி எந்தச் சேவையைச் செய்ய வேண்டுமென்று நீ கனவில் வந்து கட்டளையிடுகிறாயோ, அந்தச் சேவையைச் செய்யக் காத்திருக்கிறோம்.

எங்கள் கனவில் உன்னை எதிர்பார்க்கிறோம்.

'லௌகீக வாழ்க்கையாக எவருக்கும் வேதனை இல்லாமல் வேடிக்கையாக நடத்தலாம்' என்று முதலுதாரணம் காட்டிய ஸ்ரீகிருஷ்ணா!

'லௌகீக வாழ்க்கையில் சில சட்டதிட்ட வரம்புகள் இருந்தால் காலங் கடந்தாவது வெற்றி வரும்' என்று நிரூபித்த ஸ்ரீராமா!

'ஒழுக்கம் மிகுந்த பக்திக்கு உருவகம் கொடுத்த முருகா!'

கண்ணதாசனின்

'இவை மூன்றிலும் எதை நீ தேர்ந்தெடுத்துக் கொண்டாலும் நானுனக்குத் துணை நிற்பேன் என்று உறுதி கூறும் சிவபெருமானே!'

'அந்த நால்வர் வழியில் ஒன்றைப் பின்பற்றும் முன்பு, அந்த வழியில் தொல்லையில்லாமலிருக்க அனுமதி வழங்கும், விநாயகப் பெருமானே!'

இந்துக்களின் பல தெய்வவணக்கங்கள் எவ்வளவு அர்த்தமுள்ளவை என்பதை நாங்கள் கண்டுகொண்டுவிட்டோம்.

எங்கள் பாவங்களை இங்கே சமர்ப்பிக்கிறோம். மன்னிப்பை எங்கள் வீட்டிற்கு அனுப்பிவையுங்கள்.

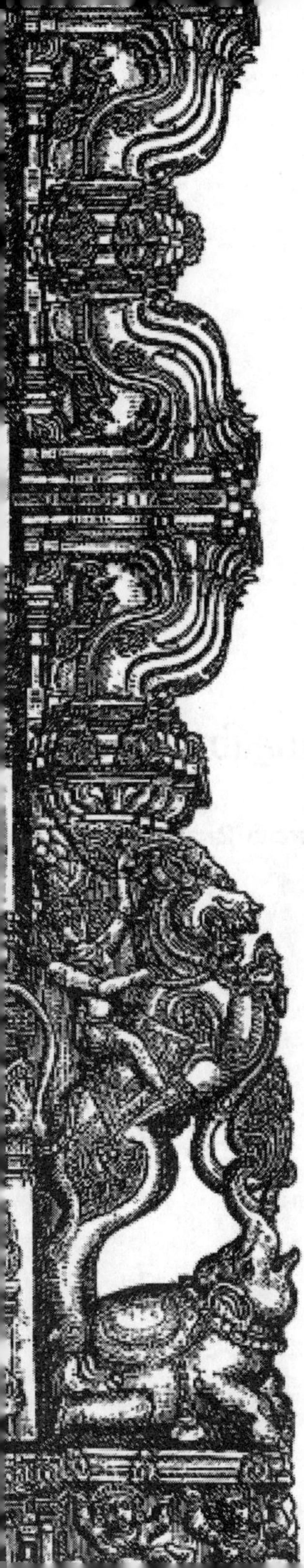

இரண்டாம் பாகம்

அர்த்தமுள்ள இந்து மதம்

- பாகம் 2

திருமுருக கிருபானந்தவாரியார் அவர்கள்
கருத்துரை

'அர்த்தமுள்ள இந்துமதம்' என்ற நூலை முழுவதும் படித்தேன். அ....ஆ! அன்பர் கண்ணதாசன் மிகவும் நன்றாக எழுதியுள்ளார். தனது அனுபவத்தைக் கொட்டி எழுதிய எழுத்து, நாடி நரம்பை மீட்டி விடுகின்றது. உண்மையிலேயே அவர்தான் உயிர்க்கவி. எனது பாராட்டுகள்.

முகாம்: காரைக்கால்   அன்பன்
15.8.73   **கிருபானந்தவாரி**

பதிப்புரை

மன உணர்ச்சிகளைக் கட்டுப்படுத்தி, மனிதனுக்கு சாந்தியையும் அமைதியையும் அளித்து, அவனை ஆனந்தப் பெருவாழ்வுக்கு அழைத்துச் செல்வது இந்துமதம். வாழ்வைத் துறந்து ஓட வேண்டும் என்ற கட்டுப்பாடில்லாது, வாழ்விலிருந்தே செவ்விய நெறியில் ஒழுகி, சிந்தையைக் கட்டுப்படுத்தி, தெய்வதரிசனத்தைப் பெற முடியும் என்ற உண்மையை இந்துமதம் எடுத்துக் காட்டுகின்றது.

கவிஞர் கண்ணதாசன் அவர்கள், தாம் கொண்டு பிறந்த ஞானத் திருவாலும், ஆர்வத்தோடு பயின்ற கல்வியாலும், தம் ஆழமான சிந்தனையாலும், இந்து மதத்தைக் குறித்துக் கருத்துச் செறிவுள்ள பல அரிய கட்டுரைகளை உருவாக்கியுள்ளார். தம் வாழ்வில் ஏற்பட்ட அனுபவ நிகழ்ச்சிகளையும் உணர்ச்சிகளையும் இவற்றில் இணைத்துக் கூறுகிறார். இவை சிந்தனைக்கு விருந்தாக அமைந்துள்ளன.

இக்கட்டுரைகளின் தொகுப்பாகிய அர்த்தமுள்ள இந்துமதம் என்ற நூலின் முதற்பகுதி வெளி வந்து பல்லாயிரக்கணக்கான மக்களின் மதிப்பையும் பாராட்டையும் பெற்றது. இப்போது அதன் இரண்டாம் பகுதி வெளி வருகிறது.

இதில் கவிஞர் அவர்கள், இந்து மக்களிடையே நிலவிவரும் பழக்க வழக்கங்களையும், அவற்றால் ஏற்படும் பலாபலன்களையும், ஒரு விஞ்ஞானியின் கண்ணோட்டத்தில் விளக்கமாகவும் சுவையாகவும் தந்துள்ளார்.

இதைத் தொடர்ந்து, கவிஞர் அவர்கள் இத்துறையில் இன்னும் நிறைய எழுதுவார்கள் என்று எதிர்பார்க்கிறேன்.

இந்நூலை வானதி பதிப்பக வெளியீடாக வெளியிட அனுமதித்த, அன்புக்குரிய கவிஞர் கண்ணதாசன் அவர்களுக்கும், அதற்கு ஒத்துழைப்பு நல்கிய திரு. இராம. கண்ணப்பன் அவர்களுக்கும் நன்றி.

இந்நூலை வாசகர்கள் பெரிதும் வரவேற்பார்கள் என நம்புகிறேன்.

அன்புள்ள
ஏ. திருநாவுக்கரசு
வானதி பதிப்பகம்.

முன்னுரை

அர்த்தமுள்ள இந்து மதத்தின் இரண்டாவது பகுதி இது. முதல் பகுதியில் சேராதவை அனைத்தும் இதில் அடங்கியுள்ளன.

தொடர்ச்சியாக மேலும் சில வாரங்கள் எழுதிய பின்னால் இதை வெளியிடலாமென்று கருதி இருந்தேன்.

ஆனால், ஆறு மாதங்களுக்கு ஒரு முறையாவது, ஒவ்வொரு பகுதி வெளிவர வேண்டும் என்ற எண்ணத்தில் இந்நூல் இரண்டாவது பகுதியாக வருகிறது.

இன்னும் சில மாதங்களில் மூன்றாவது பகுதி ஒன்றை வெளியிட ஆசை.

இந்து சமூகத்தின் பழக்க வழக்கங்கள் அனுஷ்டானங்கள் ஆகியவற்றை, இன்னும் விரிவாக ஆராய்வதற்கே 'கதிரில்' எழுதுவதைக் கொஞ்சகாலம் நிறுத்தி வைத்தேன்.

பெரும்பாலும் அனுபவபூர்வமான உண்மைகளைச் சொல்லுவதே என்னுடைய ஆசை.

மற்றக் கட்டுரைகளைப் போலல்லாது, இந்துமதக் கட்டுரைகள் நிம்மதியாக உட்கார்ந்து எழுதப்பட வேண்டும்.

அது மற்றவர்கள் சொல்லாததாகவும் இருக்க வேண்டுமென்றால், எல்லாவற்றையும் படிக்கவும் வேண்டும்.

இப்போது நிறைய படித்து வருகிறேன்; இனியும் தொடர்ந்து எழுதுவேன்.

எனது நூல்களை அழகாக வெளியிடும் வானதி பதிப்பகம் திருநாவுக்கரசு அவர்கள் இதனையும் அழகாக வெளியிட்டிருக்கிறார்கள். அவர்களுக்கும் வழக்கம்போல் இதனைத் தொகுத்துக் கொடுத்த, தம்பி இராம. கண்ணப்பனுக்கும், இதைப் படிக்கவிருக்கும் உங்களுக்கும் நன்றி.

14.11.73 அன்பன்
'கவிதா'
சென்னை - 18

சரஸ்வதி தேவி

1
இதிகாசங்கள்

லௌகிக வாழ்க்கையின் சகல பகுதிகளையும் உள்ளடக்கி, ஒரு பெருங்கதை எழுதக்கூடிய சக்தி இன்று எந்த எழுத்தாளருக்காவது உண்டா?

நாகரிகம் வளர்ந்துவிட்ட நிலையில், ஒரு நாட்டுக்கும் இன்னொரு நாட்டுக்கும் இடையே உள்ள தூரம் குறைந்து விட்ட நிலையில், பல நாட்டுக் கதைகளையும் படிக்கின்ற வாய்ப்பு அதிகப்பட்ட நிலையில், நம் மூதாதையர்களைவிட நாம் அறிஞர்கள் என்று கருதுகின்ற நிலையில், சகலவிதமான குணாதிசயங்களைக் கொண்ட பல பாத்திரங்களை உருவாக்கி ஒரே கதையாக எழுதுகின்ற சக்தி இன்று யாருக்காவது உண்டா? எனக்குத் தெரிந்தவரை இல்லை.

நம்முடைய இதிகாசங்களை வெறும் கற்பனைக் கதைகள் என்றே வைத்துக் கொள்ளுங்கள். அந்தக் கற்பனைக்கு ஈடு கொடுக்க உலகத்தில் இன்னும் ஓர் எழுத்தாளன் பிறக்கவில்லை.

பெருங்கதைகளும் அவற்றுக்குள் உப கதைகளுமாக எழுதப்பட்ட நமது இதிகாசங்களின் பாத்திரப் படைப்புத்தான் எவ்வளவு அற்புதம்!

அவை கூறும் வாழ்க்கைத் தத்துவங்கள்தான் எத்தனை!

நம்பிக்கை
அவநம்பிக்கை
ஆணவம்
மீட்சி
காதல்
கற்பு
ராஜதந்திரம்
குறுக்கு வழி
நட்பு
அன்பு
பணிவு
பாசம்
கடமை

- இப்படி வாழ்க்கையில் எத்தனை கூறுகள் உண்டோ அத்தனையும் நமது இதிகாசங்கள் காட்டுகின்றன.

171

கண்ணதாசனின்

மகாபாரதத்தை எடுத்துக் கொள்ளுங்கள் .
பொறுமைக்குத் தருமன்.
துடிதுடிப்புக்குப் பீமன்.
ஆண்மைக்கும் வீரத்திற்கும் அர்ச்சுனன்.
மூத்தோர் வழியில் முறை முறை தொடர நகுலன், சகாதேவன்.
பஞ்சபூதங்களையும் தன்னுள் அடக்கிக் கொண்ட சக்தி மிக்க ஆன்மாவாக, பாஞ்சாலி.
உள்ளதெல்லாம் கொடுத்து, கொடுப்பதற்கு இல்லையே என்று கலங்கும் வள்ளலாகக் கர்ணன்.
நேர்மையான ராஜதந்திரத்திற்கு எடுத்துக்காட்டாகக் கண்ணன்.
குறுக்குவழி ராஜதந்திரத்திற்கு ஒரே உதாரணமாகச் சகுனி!
தீய குணங்களின் மொத்த வடிவமாகக் கௌரவர்கள்!
தாய்ப்பாசத்திற்கு ஒரு குந்தி.
நேர்மையான கடமையாளனாக விதுரன்.
பாத்திரங்களின் சிருஷ்டியிலேயே சம்பவங்கள் கருக்கொண்டு விட்டன.
இந்தப் பாத்திரங்களின் குணங்களை மட்டும் சொல்லி விட்டால் கதை என்ன என்பது தற்குறிக்கும் புரியும்.
இந்தக் கதை வெறும் ஆணவத்தின் அழிவை தருமத்தின் வெற்றியை மட்டும் குறிப்பதல்ல.
லௌகிக வாழ்க்கையிலும் ஒவ்வொருவருக்கும் பயன்படக் கூடிய படிப்பினை இருக்கிறது.
கதையின் இறுதிக் களமான குருக்ஷேத்திரத்தில் கதையின் மொத்த வடிவத்திற்கும் தீர்ப்பு வழங்கப்படுகிறது.
அதுவரை சொல்லி வந்த நியாயங்கள் தொகுத்து வழங்கப்படுகின்றன.
பகவத் கீதை, மகாபாரதக் கதையின் சுருக்கமாகி விடுகிறது.
அரசியல் சமுதாய நீதிக்கு அதுவே கைவிளக்காகி விடுகிறது.
கண்ணனை நீ கடவுளாகக் கருத வேண்டாம்.
கடவுள், அவதாரம் எடுப்பார் என்பதையே நம்ப வேண்டாம்.
பரந்தாமன், வையத்துள் வாழ்வாங்கு வாழ்ந்து வானுறையும் தெய்வத்துள் வைக்கப்பட்டவன் என்றே எண்ணிப் பார்.
கீதையைத் தேவநீதியாக நீ ஏற்றுக் கொள்ளவில்லையென்றால், மனித நீதியாக உன் கண்முன்னால் தெரியும்.

அர்த்தமுள்ள இந்துமதம் - பாகம் 2

கண்ணன் வெறும் கற்பனைதான் என்றால், கற்பனா சிருஷ்டிகளில் எல்லாம் அற்புத சிருஷ்டி, கண்ணனின் சிருஷ்டி.

ஊழ்வினை பற்றித் தெரிய வேண்டுமா?- பாரதம் படி.

முற்பகல் செய்யின் பிற்பகல் விளையுமா?- பாரதம் படி.

ஒன்றை நினைத்தால் வேறொன்று விளையுமா? - பாரதம் காட்டும்.

செஞ்சோற்றுக் கடனா? நன்றியறிதலா? - பாரதம் காட்டும்.

பெற்ற மகனைத் தன் மகன் என்று சொல்ல முடியாத பாசக் கொடுமையா?- குந்தியைப் பார்.

ரத்த பாசத்தால் உன் உள்ளம் துடிக்கிறதா? சொந்தச் சகோதரர்களை எதிர்த்துப் போராட வேண்டி வருகிறதா? அப்போது உனக்கு என்ன செய்வதென்று தோன்றவில்லையா?

- கீதையைப் படி.

ஏழைக்கும் பணக்காரனுக்கும் நட்பு இருக்க முடியுமா?

- கண்ணன் கதைக்கு உபகதையான குசேலன் கதையைப் படி.

விஞ்ஞானம் வளராத காலத்தில், போர்த் துறையில் எத்தனை வகையான ராஜதந்திரங்கள் இருந்தன.

அத்தனையும் ஒட்டுமொத்தமாக அறிந்துக்கொள்ள மகாபாரதம் படி.

ஒரு பாத்திரத்திற்கு ஒரு குண விசேஷம் என்றால், அதைக் கதையின் இறுதிவரையில் கொண்டு செலுத்திய கற்பனைச் சிறப்பை அளவிட வார்த்தைகள் இல்லை.

ராமகதைக்கு வா!

காதல் என்றால் என்ன என்பதைக் காட்டக்கூடிய இலக்கியம் அதற்குமேல் ஒன்றில்லை.

சகோதரப் பாசம் ராமனுக்கும், லட்சுமணனுக்கும், பரதனுக்குமிடையே முழு வடிவில் சதுராடுகிறது.

குகனைப்போல் ஒரு நண்பன் கிடைத்தால், நான் இருந்த இடத்தில் இருந்தபடியே கோட்டைகளைப் பிடிப்பேன்.

அனுமானைப் போன்ற ஓர் ஊழியன் கிடைத்தால், அகிலத்தையே விலைக்கு வாங்குவேன்.

சீதையைப் போன்ற ஒரு தேவதை கிடைத்தால் கம்பனோடும் போட்டி போடுவேன்.

விபீஷணனைப் போன்ற ஒரு நியாயவான் கிடைத்தால், இன்றைய ஜனநாயகத்திற்கு நான் மரியாதை செலுத்துவேன்.

பாரதத்திற்குக் கர்ணனைப்போல் இதிலே செஞ்சோற்றுக் கடன் கழிக்கும் கும்பகர்ணன், நன்றிகெட்ட உறவுகளுக்கு ஒரு சவால்!

கோசலையைப் போல் ஒரு தாயும், தசரதனைப் போல் ஒரு தந்தையும் யாருக்கும் அமைந்துவிட்டால், கொடிய வறுமைகூட தோன்றாது!

இவ்வளவு நல்லவர்களைக் கொண்ட ராம காதையை இரண்டே தீயவர்கள் நடத்திச் செல்கிறார்கள்.

முதல் பகுதியைத் தள்ளிவிடுகிறாள் மந்தரை. இரண்டாவது பகுதியை ஏற்று நடத்துகிறான் இராவணன்.

ஆயிரம் நல்லவர்களுக்கு அவதியைத் தர, இரண்டு மூன்று தீயவர்கள் போதுமென்றது ராம காதை.

மந்தரையும், சூர்ப்பநனகையும், ராவணனுந்தாம் ராமனுக்குத் தெய்வவடிவம் தருகிறார்கள்.

நிழல் அருமை வெயிலிலே நின்று அறியப்படுகிறது.

வைணவ இதிகாச சிருஷ்டி இப்படி வானோங்கி நிற்பது கண்டு, சைவர்கள் சிருஷ்டித்ததே முருகன் கதை.

அங்கே வில்;

இங்கே வேல்!

அங்கே ராமன்;

இங்கே முருகன்!

அங்கே ராவணன்;

இங்கே சூரபத்மன்!

அங்கே ராவணனுக்குச் சில தம்பிகள்

இங்கே சூரபத்மனுக்குச் சில தம்பிகள்;

இரண்டிலும் ஏறத்தாழ ஒரே வகையான பாத்திரப் படைப்புகள்.

(விவரமாகத் தெரிந்துகொள்ள திரு ரா. பி. சேதுப்பிள்ளையின் ‘வேலும் வில்லும்’ படியுங்கள்)

ஆயினும், வைணவர்களின் அற்புதக் கற்பனையைச் சைவர்கள் வெல்ல முடியவில்லை!

சைவர்கள் பெரும்பாலும் நாமாவளியாகவே பாடி இருக்கிறார்கள்.

‘‘ஏறுமயில் ஏறி விளையாடும் முகம் ஒன்று’’ என்று இருக்கின்ற முகங்களுக்குக் கணக்குச் சொன்னார்களே தவிர, ஆழ்ந்த தத்துவங்களை அதன்மூலம் உணர்த்தவில்லை.

அர்த்தமுள்ள இந்துமதம் – பாகம் 2

ஆண்டாள் திருப்பாவையைப் படித்தாற்கூட நமக்கு மெய்சிலிர்க்கிறது.

மனித ஆன்மாவின் தெய்வீகராகத்தை அது மெய்சிலிர்க்கக் காட்டுகிறது.

அஃதன்றியும், கடவுளைக் காதலனாக பாவிப்பது என்ற சம்பிரதாயத்தை முதலில் துவக்கியது வைணவந்தான்.

பிறகு சைவமும் அதைப் பின்பற்றியது.

சைவத்திலும், முருகனையும் பரமசிவனின் வேறு சில வடிவங்களையும், காதலனாகப் பாவிப்பது வழக்கில் வந்தது.

ஆனால், சக்தியையோ, பிற பெண் தெய்வங்களையோ காதலியாகப் பாவிப்பதாக இல்லை.

அங்கேயும் இந்துக்கள் பண்பாடு காத்தார்கள்.

காதல் என்பது பாசத்தின் முதிர்ச்சியாகவே காட்டப்பட்டது.

சில இடங்களில் காமஉணர்ச்சி அதிகரித்திருந்தால் அது பரிபூரண நிலையைக் குறிக்கும்.

ஆதிமூலத்தோடு இரண்டறக் கலந்துவிட்ட தெய்வீக நிலையைக் குறிக்கும்.

வேறு எந்த மதத்தவரும், இந்துக்களைப் போல் இறைவனோடு நேரடியாகப் பேசுவதில்லை.

உனக்கு ஏன் மாடு என்றும், வீடு கிடையாதா என்றும், தாய் தகப்பன் இல்லையா என்றும், அதனால்தான் ஒருவன் வில்லால் அடித்தானா என்றும், ஏதோ நீண்ட நாள் பிரிந்திருந்த சொந்தக்காரர்களைக் கேட்பது போல, இறைவனைக் கேட்பவர்கள் இந்துக்கள் தான்.

இறைவனுக்கும் மனிதனுக்கும் அதிக இடைவெளியில்லாமல் சிருஷ்டித்தவர்களும் இந்துக்கள்தான்.

மூலமாக முளைத்தெழுந்தவனை உறவினன் ஆக்கிக் கொண்டவர்களும் இந்துக்கள்தான்.

காதல் வாழ்க்கையையும், திருமண வாழ்க்கையையும் கடவுளிடம் கண்டவர்கள் இந்துக்கள்தான்.

ஸ்தூலத்தை சிவமாகவும், ஆன்மாவை சக்தியாகவும், கண்டவர்கள் இந்துக்கள்தான்.

கடைசி ஏழைக்கும் கடவுளைச் சொந்தக்காரனாக அவனை ஆண்டியாகக் கண்டவர்களும் இந்துக்கள்தான்.

அந்தத் தமிழக இந்துக்களிலே சைவர்கள், முருகனைத் தமிழனாகக் கண்டார்கள்.

175

கண்ணதாசனின்

சைவர்கள் அவனைத் தமிழனாகக் கண்டபோது வைணவர்கள் திருமாலைத் தமிழாலேயே அழைத்தனர்.

சைவர்கள் 'ஸ்ரீரங்கம்' என்று சொன்னால், வைணவர்கள் அதைத் தமிழில் 'திருவரங்கம்' என்று சொல்லுவார்கள்.

எல்லாவற்றுக்கும் மேலாக, ஆன்மாவும் ஸ்தூலமும் ஆனந்தமாக ஆடிப் பாட வேண்டும் என்பதே இந்துக்களின் நோக்கமாக இருந்தது.

அந்த நோக்கத்தின் வடிவங்கள்தான் சைவ நடராஜரும் வைணவக் கண்ணனும்.

எங்கே தொட்டாலும், எதைப் படித்தாலும், இந்துக்கள் உருவாக்கிய பாத்திரங்கள் நம்மை வெறும் அதீத உலகிற்குக் கொண்டு போகவில்லை.

லௌகீக உலகத்தை எடுத்துக் காட்டுகின்றன.

கதைகளைப் பொய் என்று சொல்லலாம்.

அந்தக் கற்பனையின் சிறப்பை வியக்காமலிருக்க முடியாது.

சொல்லப்போனால், அத்தகைய கற்பனை, உலகத்தில் இந்தப் பல்லாயிரம் ஆண்டுகளில், வேறு எவனுக்கும் கிடையாது.

சிதம்பரம் நடராஜர் கோவில்

2

சாதிகள்

"இந்து சமய வரலாற்றின் மிக ஆரம்பக் காலத்தில் இந்து சமூகமானது பல நிலைகளாகப் பகுக்கப்பட்டு அமைந்திருந்ததையே விளக்கும் வகையில், சாதி முறையானது அமைந்திருந்தது. பழங்குடி மக்கள் என்ற அடிப்படையிலும், செய்தொழில் அடிப்படையிலும், சாதி முறையானது அமைந்ததில் ஏற்பட்ட குழப்பமானது கண்டிப்பான நியதிகளில் ஒன்றாகப் பழங்குடி மக்களுடைய பழக்க வழக்கங்கள் பிரத்தியேகமாக ஏற்றுக் கொள்ளப்படுவதற்கான காரணமாயுள்ளது. சாதிமுறை அமைப்பினுடைய சமூக அம்சத்தைப் பார்க்கும்பொழுது அந்த அமைப்பானது மனிதர்களால் உருவாக்கப்பட்டதே தவிர, அது தெய்வீக அமைப்பின் மர்மமாக அமைந்துவிடவில்லை. மக்களிடையே காணப்பட்ட உண்மையான வேற்றுமைகளுக்கு ஏற்பவும், இலட்சியமான வகையில் அமையவேண்டிய ஒற்றுமைக்காகவும், மனித சமுதாயத்தினை நெறிப்படுத்தி அமைப்பதற்காகவே, சாதி முறையானது அமைக்கப்பட்டது.

மிகப் பெரியதோர் அமைப்பினுடைய பல்வேறு அம்சங்களாகச் சமூகத்தினுடைய பல்வேறு பகுதிகளும் கருதப்பட்டது பற்றி முதல் முதலாக 'புருஷசூக்தம்' எனும் நூலில் ஜாதிமுறை அமைப்புப் பற்றிக் குறிப்பிடப்பட்டுக் காணப்படுகிறது. மனித சமுதாயமானது பல்வேறு உறுப்புகளுடன் கூடிய ஒரு முழுமைப் பொருளாகவும், அதனுடைய ஒவ்வோர் அங்கமும் தனக்கான பொறுப்புகளையும் கடமைகளையும் சரிவர நிறைவேற்றுவதன் மூலமாகப் பிற அங்கங்களும் தம்முடைய பொறுப்புகளையும் கடமைகளையும் செவ்வனே நிறைவேற்றுவதற்கு உதவியும், பிற அங்கங்கள் தம்முடைய பொறுப்புகளையும் கடமைகளையும் செவ்வனே நிறைவேற்றி வரக்கூடிய காரணத்தால், தன்னுடைய பொறுப்புகளையும் கடமைகளையும் செவ்வனே நிறைவேற்றும் வகையில், பல அம்சங்களும் ஒன்றை மற்றது இயல்பாகச் சார்ந்து அமையும் வகையில் அமைந்துள்ளன.

இந்தக் கண்ணோட்டத்துடன் பார்ப்போமேயானால் முழுப் பொருளினுடைய தன்மையானது அதனுடைய பல்வேறுபட்ட அங்கங்கள் ஒவ்வொன்றிலும் அமைந்தும், முழுப் பொருளினுடைய நல் இயக்கத்திற்கு அதனுடைய பல்வேறு அங்கங்கள்

ஒவ்வொன்றும் இன்றியமையாததாகவும் உள்ளன. ஒரு சமூகத்தினுடைய தேவைகள் அனைத்தையும் பூர்த்தி செய்யும் வகையில் பணியாற்றி வரக்கூடிய பல பிரிவுகளுடனும் கூடிச் சமூகங்கள் அனைத்தும் அமைந்து காண்கின்றன. பல்வேறு பிரிவுகளும் பொதுவானதோர் இலட்சியத்தை எய்தும் வகையில் செயலாற்றக்கூடிய காரணத்தால், அவற்றினிடையே ஒற்றுமையுணர்வும் சமூக சகோதரத்துவமும் நன்கு மருவுகின்றன. முதல் பிரிவாகப் பண்பாட்டின் வளர்ச்சிக்காகவும் ஆன்மீகத்தின் உயர்வுக்காகவும் முதலாவது பிரிவில் ஈடுபட்டவர்களையும், இரண்டாவது பிரிவாகப் போர்த்துறையிலும் அரசியலிலும் ஈடுபட்டுள்ளவர்களையும், மூன்றாவது பிரிவாகப் பொருளாதாரத் துறையிலும் வர்த்தகத்திலும், வாணிபத்திலும் ஈடுபட்டு உள்ளவர்களையும், நான்காவது பிரிவாகத் தேர்ச்சி பெறாத தொழிலாளிகளையும் உழைப்பாளிகளையும் கொண்டு, சாதி அமைப்பானது அமைந்தது.

மனித வாழ்க்கையினுடைய பல்வேறு கடமைகளும் மிகத் தெளிவான வகையில் புகுத்தப்பட்டும், அவற்றினுடைய பிரத்தியேகமான இயல்புகளும், எவ்வகையில் அவை பிறவற்றுடன் ஒருங்கே இயங்கினால் அதன் விளைவாக நிறைவு காண முடியும் எனும் நோக்குடன், அவை ஒவ்வொன்றினுடைய சிறப்பியல்புகளும் தெளிவாக ஏற்றுக் கொள்ளப்பட்டன. ஒவ்வொரு சாதிக்கும் சமூகத்தில் ஆற்ற வேண்டிய குறிப்பாக 'பணியும், கடமையும்' அது அனுசரிக்க வேண்டிய நியதியும் அதற்கான தனிப்பட்ட பாரம்பரியமும் உள்ளன. உணவியல் பற்றியும், திருமண இயல் பற்றியும் சில முறைகளைக் கையாண்டும், ஓரளவு பரம்பரை பழக்க வழக்கங்களை மேற்கொண்டும் பல்வேறு பிரிவுகளும் ஒன்றுக்கொன்று இயைந்து ஒற்றுமையுடன் கூடி வாழ்ந்து வரக்கூடிய ஒரு கூட்டு நிறுவனம் போன்றதுதான் சாதிமுறை அமைப்பு ஆகும்.

ஒவ்வொரு பிரிவும் பிற பிரிவுகளுடைய ஈடுபாடும் தலையீடுமின்றித் தனிப்பட்ட வகையில் தம்முடைய இலட்சியங்களையும் குறிக்கோள்களையும் எய்தும் முயற்சியில் பூரண சுதந்திரத்துடனும், சுயேச்சையாகவும், இயங்குவதற்குக் கூடிய வழிவகைகள் உள்ளன. பல்வேறு சாதிகளிடையே பல்வேறுபட்ட கடமைகளும் முழு அமைப்பினுடைய ரீதியில் முக்கியத்துவம் வாய்ந்ததாகவே அனைத்தும் கருதப்பட்டன. வேத நூல்களில் காணக்கூடிய உயரிய கருத்துகளைப் பிறருக்கு எடுத்துக் கூற வேண்டிய குருவினிடத்து காணப்பட வேண்டிய மனநிறைவும் அமைதியும், போர்க்களத்தில் சமர்புரியும் வீரனுடைய வீரமும் திறனும், வர்த்தக வாணிபத்தில் ஈடுபட்டுள்ளவருடைய மன நேர்மையும், தொழிலாளியின்

அர்த்தமுள்ள இந்துமதம் - பாகம் 2

பொறுமையுணர்வும் உழைப்புத் திறனும், இவையனைத்தும் சமுதாயத்தின் நல்வளர்ச்சிக்கு வழிக்கோலுகின்றன. இந்த அம்சங்கள் ஒவ்வொன்றுக்கும் தனிப்பட்ட முறையில் தனிப்பட்டதொரு நிறைவுநிலை என்பது ஒன்று உண்டு''.

- மேலே நீங்கள் படித்தது டாக்டர் ராதாகிருஷ்ணன் அவர்களுடைய கருத்துரையாகும்.

'இந்து தர்மமும் வாழ்க்கையும்' என்ற நூலில் அவர் இவ்வாறு கூறுகிறார்.

அவரது தெளிவான கருத்தை அறிந்து கொள்ள முடியாதவாறு, அந்த நூலை மொழிபெயர்த்தவர் கொடுமையான தமிழைக் கையாண்டிருக்கிறார். ஆயினும் அவருடைய தமிழையே நான் மீண்டும் மொழிபெயர்த்து ஓரளவு புரிந்து கொண்டேன்.

"சாதிப் பிரிவு என்பது நாட்டுக்குத் தேவையான நான்கு அம்சங்களைக் கொண்டது" என்கிறார் ராதாகிருஷ்ணன்.

1. ஆன்மிகத் துறை
2. அரசியல், போர்த்துறை
3. வாணிபம் - தொழில்துறை
4. தொழில்களை இயக்கும் தொழிலாளிகள் துறை.

- இவை பிரம்ம, க்ஷத்திரிய, வைசிய, சூத்ர என நான்கு வருணங்களாக அமைக்கப்பட்டன என்பது டாக்டர் ராதாகிருஷ்ணனின் வாதம்.

அவர் மட்டுமல்லாது, இந்துமதச் சான்றோர்களின் வாதமும் அதுதான்.

காழ்ப்புணர்ச்சியின்றி, ஆத்திரமின்றி, தத்துவரீதியாக இதை நாம் ஆராயவேண்டும்.

மேற்கண்ட நான்கு பிரிவுகளையும், சாதிப் பிரிவுகள் என்று அழைப்பதை நான் ஒப்புக் கொள்வதில்லை.

ஒவ்வொரு வருணத்துக்குள்ளும் பல்வேறு சாதிகள் இருக்கின்றன. ஆதலால், இந்த நான்கு பெரும் பிரிவுகளும் சாதிப் பிரிவுகள் ஆகமாட்டா.

முதலில், இந்த நான்கு பிரிவுகளும் ஏற்படுத்தப்பட்ட நோக்கத்தை நாம் புரிந்து கொள்ளவேண்டும்.

சமுதாய வாழ்க்கையையே நான்கு அங்கங்களாகப் பிரித்து, ஒன்றை ஒன்று அனுசரித்து வாழும் முறையை இந்துமதம் உருவாக்கியது.

179

ஆன்மிகத் துறையில் ஈடுபட்ட முதற் பிரிவினர், எல்லோருக்கும் கடவுள் நம்பிக்கையை உண்டாக்கவும், நீதி நியாயங்களைப் போதிக்கவும், வழி காட்டவும் உருவாக்கப்பட்டனர்.

இரண்டாவது பிரிவினர், அரசியலில் ஈடுபடவும், நாட்டை நிர்வகிக்கவும் பகைவரிடமிருந்து நாட்டைக் காக்கவும் உருவாக்கப்பட்டனர்.

மூன்றாவது பிரிவினர், வாணிபம் நடத்தவும், பொருளீட்டி நாட்டின் செல்வத்தை வளர்க்கவும் உருவாக்கப்பட்டனர்.

இந்த மூன்று துறைகளிலும் பயிற்சியற்றவர்கள், உடல் உழைப்பாளிகளாக இருந்து தொழில்களை இயக்கவும், கட்டடங்கள் கட்டவும் பயன்படுத்தப்பட்ட நான்காவது பிரிவினரானார்கள்.

இந்த நான்கு பிரிவுகளுக்குள்ளேயுமே, அன்றைய மொத்த சமுதாயமே அடங்கி விடுகிறது என்பதை நாம் கவனிக்க வேண்டும்.

நாகரிக உலகத்தின் விஞ்ஞான வளர்ச்சி தோன்றும் முன்பு நாடுகள் எந்த நிலையில் இருந்தனவோ, அந்த நிலையைக் கணக்கெடுத்தே இந்தப் பிரிவுகள் வகுக்கப்பட்டன.

அந்தநாளில் பிரம்மப் பிரிவைச் சேர்ந்தவன் ஆன்மிகத் துறையில் மட்டுந்தான் ஈடுபட்டான்.

க்ஷத்திரியன் அரசியலிலும் போரிலும் மட்டுந்தான் ஈடுபட்டான்.

வைசியன் வாணிபத்தில் மட்டுந்தான் ஈடுபட்டான்.

(சூத்திரன் என்றால் 'இழிமகன்' என்று இந்து மதம் கூறுவதாக் ஒரு பொய்யான வாதம் பலருடைய மனத்தைப் புண்படுத்தியிருக்கிறது.)

இந்து மதத்தையோ, 'சூத்திரன்' என்ற வார்த்தையையோ சரியாகப் புரிந்து கொள்ளாத எவனோ இட்டுக்கட்டி உரைத்த உரை இது.

'சூத்திரம்' என்றால், இயக்கப்படுவதற்கான 'இலக்கணம்' என்று பொருள்.

'சூத்திரன்' என்றால், 'இயக்குகிறவன்' என்று பொருள்.

(சூத்திரதாரி என்ற வார்த்தையின் மரூஉ அது)

ஆக அந்த நாளையச் சமுதாய அமைப்பின்படி இந்த நான்கு வருணங்கள் பிரிக்கப்பட்டன.

காலங்களால் சமுதாய அடிப்படை மாறி, அவரவர் ஏற்றுக் கொண்ட பணிகளும் மாறிவிட்டன.

மேற்கூறிய நான்கு பெரும் பிரிவைச் சேர்ந்தவர்களும் எல்லாத் தொழில்களிலும் காணப்படுகிறார்கள்.

அர்த்தமுள்ள இந்துமதம் – பாகம் 2

ஆன்மிகத் துறையில் அனந்தராம தீட்சிதர் மட்டும் இல்லை; கிருபானந்தவாரியாரும் இருக்கிறார்.

அரசியலில் காமராஜர் மட்டும் இல்லை; ராஜாஜியும் இருக்கிறார்.

வாணிபத் துறையில் ஈடுபடாத சாதிகளே இல்லை.

அதுபோல உடல் உழைப்பிலும் எல்லாப் பிரிவினரும் ஈடுபட்டிருக்கிறார்கள்.

ஆகவே, இந்து சமயம் தோற்றுவித்த வருணங்களின் நோக்கம் அடிபட்டுப் போய்விட்டது.

தாங்கள் மேற்சாதி என்று உயர்ந்த மனப்பான்மை கொண்டவர்களும், தாங்கள் கீழ்ச்சாதி என்ற தாழ்வு மனப்பான்மை கொண்டவர்களும், இன்று வெகுவாகக் குறைந்து விட்டார்கள்.

கீழ்ப்பால் ஒருவன் கற்பின்
மேற்பால் ஒருவனும் அவன்கட் படுமே

என்றபடி, ஹரிஜன் ஒருவர் கலெக்டராக இருக்க அவருக்குக் கீழே பிராமணர் ஒருவர் தாசில்தாராக இருப்பது இன்று சர்வசகஜம்.

இந்துமதம் பிரித்த பிரிவுகள் தொழில் நோக்கம் மட்டுமே கொண்டவை.

ஆகவே, இன்றைய மாறுதல்களையும் வளர்ச்சியையும் இந்துமதம் மகிழ்ச்சியோடு ஏற்றுக் கொள்கிறது.

தீண்டாமை என்பதும், தாழ்ந்தவன் உயர்ந்தவன் என்பதும், வெறுப்பின் அடிப்படையிலே தோன்றிய சாதிப் பிரிவுகளாக இந்து மதத்தின் மூல வேதங்கள் எவையும் கூறவில்லை.

நாடார், முதலியார், நாயக்கர், செட்டியார் என்ற சாதிப் பெயர்களெல்லாம் அந்த நாளில் ஒவ்வொரு துறையில் பங்காளிகளாக இருந்தவர்கள், தங்களுக்கு இட்டுக் கொண்ட பட்டப்பெயர் அல்லது குடும்பப் பெயர்களே!

இந்தச் சாதிப்பெயர் எதையும் இந்து வேதங்களில் காண முடியாது.

காலப்போக்கில், அவ்வப்போது தோன்றிய உபன்யாசிகள், அவரவர் மனப்போக்கின்படி உருவாக்கிய பேதங்களே அன்றி, இவை இந்துமதம் உருவாக்கிய பேதங்களல்ல.

இன்றைய சமுதாய அமைப்பின்படி, இந்த நான்கு வருணங்களைத் தொழில் முறையில் பிரிக்க முடியாது.

காலத்தைக் கொண்டு கவிதையை ஆராய்வது போலத்தான் மதத்தையும் ஆராய வேண்டும்.

181

கண்ணதாசனின்

அந்நாளைய சமுதாய அமைப்புத்தான் எந்நாளும் இருந்தாக வேண்டும் என்று இந்துமதம் வற்புறுத்தவில்லை.

ஆகவே வெறுப்பின்மீது கட்டப்பட்ட எந்தக் கட்டடமும், இந்து மதத்தால் உருவாக்கப்பட்டதல்ல என்பது உறுதி.

இந்த பேதங்களை உருவாக்கியவர்கள், தீண்டாமையை உருவாக்கியவர்கள், முற்பிரிவினர்கள்தான் என்ற பொய் வாதத்தைத் தகர்க்க, அதே பிரிவினர்தான் அவற்றை ஒழிப்பதிலும் ஈடுபட்டார்கள் என்பதை தேசிய போராட்டக் காலத்தில் நாம் கண்டிருக்கிறோம்.

இடைக் காலத்தில் வந்த சாதிகள், நம் தலைமுறையிலேயே மறையத் தலைப்பட்டிருப்பது, 'நாம் நல்ல காலத்தில் வாழ்கிறோம்' என்பதைக் காட்டுவதோடு, இந்துமதத்தின் மீது சுமத்தப்பட்ட களங்கத்தையும் துடைத்து வருகிறது.

ராமேஸ்வரம்

3

வாசலில் அமீனா நிற்கிறான்

தமிழர் ஒருவர் லண்டன் நகருக்குச் சென்றார்.

காலையில் குளித்துவிட்டுக் கட்டுக்கட்டாக விபூதி பூசினார்.

அதைப் பார்த்த ஓர் ஆங்கிலேயர் அவரிடம் கேட்டார்:

''ஏன் இப்படிச் சாம்பலை அள்ளி நெற்றியில் பூசுகிறீர்கள்?''

தமிழர் பதில் சொன்னார்:

''இந்த உடம்பு என்றாவது ஒருநாள் சாம்பலாகப் போகிறது என்பதை நாங்கள் தினமும் நினைவுபடுத்திக் கொள்கிறோம். அதன்மூலம் கெட்ட புத்தி விலகிவிடுகிறது''.

ஆங்கிலேயர் திகைத்துப் போனார்.

அன்று முதல் இந்துமதத்தைப் பற்றி ஆராய்ச்சி செய்யத் தொடங்கினார்.

இன்றும் லண்டனில் வாழ்ந்து கொண்டிருக்கும் அந்தத் தமிழர் எனக்குச் சொன்ன செய்தி இது.

யாக்கை நிலையாமையை இந்துசமய தத்துவஞானிகள் அடிக்கடிக் கூறி வந்திருப்பது, மனிதனை விரக்தியடையச் செய்வதற்கு அல்ல.

வாழ்க்கையில் ஒரு தைரியத்தை உண்டாக்குவதற்கே.

விட்டுவிடப் போகுதுயிர்; விட்ட வுடனே உடலைச்
சுட்டுவிடப் போகின்றார் சுற்றத்தார்

- என்று பட்டினத்தார் மரணத்தைச் சுட்டிக் காட்டியது, ஒருநாள் மரணம் வரப்போகிறது என்பதை உணர்ந்து அதுவரை வாழ்க்கையை நேர்மையாக நடத்துமாறு செய்வதற்கே.

இந்த ஞானம், ஒவ்வொரு சராசரி மனிதனுக்குக் கூட ஒருநாள் வருகிறது.

ஏதாவது ஒரு சாவு வீட்டுக்குப் போகும்போது, ''நாமும் சாகத்தான் போகிறோம்'' என்ற எண்ணம் வருகிறது.

அதையே 'மயான வைராக்கியம்' என்பார்கள்.

''காயமே இது பொய்யடா, காற்றடைத்த பையடா'' என்று பாடியவர், இறைவன் படைத்த உடலை அவமானப்படுத்துவதற்காகப் பாடவில்லை.

'பொய்யான இந்தக் காயத்தைக் காப்பாற்ற, நீ பொய் சொல்லாதே, நீ திருடாதே, பிறரை ஏமாற்றாதே' என்று எச்சரிப்பதற்காகப் பாடினார்.

'இந்த உயிர் இறைவன் கொடுத்த கடன்.

இந்த உடல் இலவசமாகக் கொடுத்த பரிசு.

தலை வழுக்கை விழுவதோ, ரோமம் நரைப்பதோ, பல் விழுவதோ இறைவன் நமக்குப் போடும் ஞாபகக் கடிதம்.

'நீ கையெழுத்துப்போட்ட பத்திரம் காலாவதியாகிப் போகிறது.

கடனைக் கட்டுவதற்குத் தயாராகிக் கொள்.

உன் உயிரை நான் ஜப்தி செய்யப் போகிறேன்''.

- என்று இறைவன் நம்மை எச்சரிக்கிறான்.

உயிரை ஜப்தி செய்தவற்காக, அமீனா எப்போதும் வாசலில் நிற்கிறான் என்பதை, நமது சித்தர்களும் ஞானிகளும் சுட்டிக் காட்டினார்கள்.

அந்த அமீனாவுக்கு யமன் என்றும், கூற்றுவன் என்றும் பெயர் கொடுத்தார்கள்.

உடலின் நிலையாமையை மனிதன் உணர்ந்து கொண்டிருந்தால், கூடுமானவரை அவன் மனத்தில் நாணயம், நேர்மை, இரக்கம், கருணை எல்லாம் வளர்ந்து விடுகின்றன.

சாவதற்குள் வாழ்ந்து பார்க்க வேண்டும் என்ற ஆசை வருகிறது.

துன்பங்களை அலட்சியப்படுத்தும் சக்தி வருகிறது.

அல்லது சாவதற்குள் நன்றாக உழைத்துக் குடும்பத்திற்கு ஒருவழி செய்துவிட வேண்டும் என்ற எண்ணம் வருகிறது.

யாக்கை நிலையாமையை மறந்தவர்கள், எப்படியாவது சம்பாதிக்க வேண்டும் என்று அலைந்து, சம்பாதித்த பணத்தைத் தாங்கள் அனுபவிக்காமலே மாண்டு போகிறார்கள்.

மரணத்தின் மகத்தான சக்தியை மரணம் வருமுன்பே மனிதனை அறிந்து கொள்ளச்செய்வது, இந்துசமயவாதிகளின் நோக்கங்களில் ஒன்றாகும்.

எதையும் அளவோடும் நியாயமாகவும் பகிர்ந்து அனுபவிக்கும் உணர்ச்சிக்கு இது அடித்தளம்.

ஆவியோடு காயம் அழிந்தாலும் மேதினியில்
பாவிஎன்று நாமம், படையாதே! - மேவியசீர்
வித்தாரமும் கடம்பும் வேண்டா மடநெஞ்சே!
செத்தாரைப் போலத் திரி!

இப்பிறப்பை நம்பி இருப்பாரோ நெஞ்சகமே!
வைப்பிருக்க வாயில் மனைஇருக்கச் - சொப்பனம்போல்
விக்கிப்பற் கிட்டக்கண் மெத்தப்பஞ் சிட்டு அப்பைக்
கக்கிச் செத்துக் கொட்டக் கண்டு!

ஒன்பதுவாய்த் தோல்பைக்கு ஒருநாளைப் போலவே
அன்புவைத்து நெஞ்சே அலைந்தாயே! - வன்கழுக்கள்
தத்தித்தத் திச்செட்டை தட்டிக்கட் டிப்பிட்டுக்
கத்திக்குத் தித்தின்னக் கண்டு!

முதற்சங்கு அமுதூட்டும், மெய்குழலார் ஆசை
நடுச்சங்கம் நல்விலங்கு பூட்டும் - கடைச்சங்கம்
ஆம்போ ததுஊதும், அம்மட்டோ? இம்மட்டோ?
நாம்பூமி வாழ்ந்த நலம்!
எத்தனைநாள் கூடி எடுத்த சரீரம் இவை!
அத்தனையும் மண்தின்ப தல்லவோ - வித்தகனார்
காலைப் பிடித்துமெள்ளக் கங்குல்பகல் அற்றிடத்தே
மேலைக் குடியிருப்போ மே?
இருப்பதுபொய் போவது மெய் என்றெண்ணி நெஞ்சே!
ஒருத்தருக்கும் தீங்கினை யுன்னாதே - பருத்ததொந்தி
நம்மதென்று நாமிருப்ப நாய்நரிகள் பேய்க்கழுகு
தம்மதென்று தாமிருக்கும் தான்!

- இவை பட்டினத்தார் பாடல்கள்.

காயம் நிலையாமையைப் பற்றிப் பாடிய பட்டினத்தார் வாழ்க்கையில் விரக்தியடைந்த நிலையில் தான் பாடினார் என்றாலும், அந்தச் சிந்தனை வந்த பிறகுதான், அவருக்கு அமைதி வந்தது என்பதை, அவரது வாழ்க்கையிலிருந்து காணுகிறோம்.

''செத்தாரைப் போலே திரி'', என்று அவர் சொன்னது பற்றில்லாமல் வாழச் சொன்னதாகும்.

அதே நேரத்தில், ஆவியும் காயமும் அழிவதென்றாலும், பாவி என்ற பெயரைப் படைக்கக்கூடாது என்று அவர் கூறுவது கவனிக்கத்தக்கது.

வாழ்க்கைக்கு மூன்று சங்குகள் என்கிறார் பட்டினத்தார்.

முதல் சங்கு பாலூட்டுகிறது, குழந்தையாக இருக்கும்போது.

இரண்டாவது சங்கு திருமணத்தின்போது ஊதப்படுகிறது.

மூன்றாவது சங்கு மரணத்திற்குப் பிறகு ஊதப்படுகிறது.

அதிலும் வார்த்தைகளோடு அழகாக விளையாடுகிறார் பட்டினத்தார்.

சங்கம் என்ற வார்த்தை சங்கையும் குறிக்கும்; சங்கமம் ஆவதையும் குறிக்கும்.

'முதற்சங்கம் அமுதூட்டும்' என்பது, சங்கு பால் கொடுப்பதைக் குறிக்கிறது.

'மொய்குழலார் ஆசை நடுச்சங்கம்' என்பது, ஆண் பெண் உறவு நடுவிலே சங்கமமாவதைக் குறிக்கிறது.

'கடைச்சங்கம்' என்பது கடைசியில் மரணத்தில் சங்கமமாவதைக் குறிக்கிறது.

"இவ்வளவுதான் நாம் பூமியில் வாழ்ந்த வாழ்க்கை" என்கிறார் பட்டினத்தார்.

'இந்த உடல் நமக்கே சொந்தம்' என்று நாமிருக்கிறோமாம்.

'நாயும் நரியும், பேயும் கழுகும், தாம் ஒரு நாள் இதை உண்ணப் போகிறோம்' என்று காத்துக் கொண்டிருக்கின்றனவாம்!

நிலையாத இந்த உடம்பின் மீது எவ்வளவு மோகம்; எவ்வளவு வருணனைகள்!

இந்த உடம்பும் அழகும் பொய்யென்று நினைப்பதில் என்ன லாபம் என்று நீங்கள் கேட்கக் கூடும்?

அளவுக்கு மிஞ்சிய பற்று அடிபட்டுப் போவது, முதல் லாபம்.

கடற்பாம்பின் கால்கள் போல் ஆசைகள் திசை தோறும் பரவாமல், கிடைத்த வரைக்கும் நிம்மதி என்று வருவது, இரண்டாவது லாபம்.

அதனால்தான் இந்துக்கள், பிற மதத்தவரைப் போல், இறந்தவர் உடலைப் புதைப்பதில்லை; எரித்து விடுகிறார்கள்.

இந்த உடம்புக்கான தவணை முடிந்துவிட்டது; அது சாம்பலாகி விடுவதுதான் நியாயம். அதைப் புதைத்து வைத்து, இன்னும் அது இருப்பது போன்ற பிரமையை உண்டாக்கக்கூடாது என்று இந்துக்கள் கருதினார்கள்.

புதைபட்ட உடலுக்கு, அது புதைக்கப்பட்ட இடம் சொந்தமாகி விடுகிறது.

எரிக்கப்பட்ட உடலுக்கு, எது சொந்தம்?

"காதற்ற ஊசியும் வாராது காண் கடைவழிக்கே" என்றார்கள்.

இறந்த உடலுக்கு, ஏன் ஆறடி நிலத்தைச் சொந்தமாக்க வேண்டும்?

அது சாம்பலாகிக் கரைந்து போவதுதான் முறை என்று நம்பினார்கள்.

அர்த்தமுள்ள இந்துமதம் - பாகம் 2

தங்களைத் தாங்களே சரிபார்த்துக் கொள்ள நமது தத்துவ ஞானிகள் வற்புறுத்திய நிலையே யாக்கை நிலையாமை.

"அமீனா வாசலில் நிற்கிறான்".

"இறைவனிடம் வாங்கிய கடனைத் திருப்பிக் கட்டத் தயாராக இருங்கள்".

மயிலாப்பூர்

4
ஒரு புதிய சிந்தனை

ராமகிருஷ்ணா மிஷனைப் போல, உத்திரப் பிரதேசம் ஷாஜஹான்பூரில் ஸ்ரீராம சந்த்ர மிஷன் என்று ஒன்று இருக்கிறது.

இதனுடைய ஸ்தாபகர் மகாத்மா ஸ்ரீராம் சந்த்ரஜி ஆவார்கள்.

அவர்களைப் பற்றிய விவரங்களோடு, அவர்கள் எழுதிய 'சத்யோதயம்' என்ற புத்தகத்தின் தமிழாக்கம் ஒன்றையும், சேலத்தைச் சேர்ந்த நண்பர் திருவேங்கடம் என்பார் எனக்கு அனுப்பியிருந்தார்.

இந்து மதத்தில் அவர் ஒரு புதிய மார்க்கத்தை உபதேசிக்கிறார்.

எனக்குத் தெரிந்தவரை இந்த மார்க்கம் மற்றவர்கள் சொல்லாத ஒன்றாகும்.

விக்கிரக ஆராதனையை வெறும் ஸ்தூல ஆராதனை என்று வருணித்து, அது மனத்தின் உள் நோக்கத்தை அதிகமாகப் பூர்த்தி செய்வதில்லை என்று சிலர் கூறியிருக்கிறார்கள்.

வெறும் ஸ்தூல வழிபாட்டில் சிக்கியவர்கள் பெரும் ஆன்மிகப் பயிற்சியைப் பெற்றதில்லை என்று அவர்கள் வாதிக்கிறார்கள்.

ஸ்ரீராம் சந்த்ரஜியும் அதைத்தான் கூறுகிறார் என்றாலும், மற்றவர்கள் கூறாத புதிய கருத்துகளையும் கூறுகிறார்.

கோஷ்டி பஜனைகளைப் பற்றி அவர் கூறும் போது, கூட்டமாக உட்கார்ந்து பஜனை செய்வதில், தெய்வத் தியானம் விருப்பத்தை நிறைவேற்றுவதில்லை என்கிறார்.

விக்கிரக ஆராதனையும், பஜனைகளும் பக்குவமில்லாத தாழ்ந்த நிலையில் - ஆரம்ப நிலையில் மட்டுமே பயன்படும் என்கிறார்.

சாதாரணமாக, இன்றைய இளைஞர்களின் மனத்தில் இதே சிந்தனை தோன்றியிருப்பது கவனிக்கத்தக்கது.

"கோவிலுக்குப் போய்க் கூட்டத்தோடு கோவிந்தா போடுவதில் என்ன கிடைக்கிறது?".

"பஜனைப் பாடல்களை சத்தம் போட்டுப் பாடுவதில் என்ன பயன் இருக்கிறது?" என்றுதான் இன்றைய இளைஞர்களும் கேட்கிறார்கள்.

அர்த்தமுள்ள இந்துமதம் – பாகம் 2

ஆத்மாவுக்கு அமைதிப் பயிற்சி அளிப்பது பற்றியும், மனத்தின் கடிவாளங்களை இழுத்துப் பிடிப்பது பற்றியும், ஸ்ரீராம் சந்த்ரஜியின் கருத்துக்கள் சுவையாக இருக்கின்றன.

முழுப் பிரயத்தனத்தோடு தனியாகத் தியானம் செய்வதை அவர் வற்புறுத்துகிறார்.

இவை அனைத்தையும் விட, லௌகீக வாழ்க்கையில் இருப்பவர்களுக்கு ஒட்டுமொத்தமாகப் பற்றற்ற வாழ்க்கையையும், துறவி வாழ்க்கையையும் போதிப்பதை அவர் கண்டிப்பதில் அர்த்தமிருக்கிறது.

குடும்ப வாழ்க்கையில் இருந்துகொண்டே பற்றுகளைச் சமநிலைப்படுத்தி, அளவற்ற ஆசையின்றிப் பண்பாடாக வாழும் வாழ்க்கையிலே மதபோதனைகளை போதிக்க வேண்டுமென்கிறார்.

நூற்றுக்குத் தொண்ணூறு பேர் லௌகீக வாழ்க்கையின் இச்சைக்கு ஆட்பட்டு வாழ விரும்புகிறார்கள்.

தொல்லைகளையும் துன்பங்களையும் காணும் போது, அவர்கள் வேதனை அடைகிறார்கள்.

அந்த வேதனையைச் சாக்காகக் கொண்டு, 'அவர்களை வீட்டைவிட்டு ஓடு' என்று போதிப்பது, என்ன நியாயம் என்று கேட்கிறார்.

அவர் கூறுகிறார்:

"உபத்திரவங்களும் இடுக்கண்களும் ஜீவிதத்தில் பூரணமாக இல்லாமற் போவதென்பது நடக்காத காரியம்; இயற்கைக்கும் மாறானது; உண்மையில், அவை நமது மேன்மைக்காகவே ஏற்பட்டவை. அவை நோயாளிக்கு ஆரோக்கியம் உண்டாவதற்காகக் கசப்பு மாத்திரைகள் கொடுப்பது போலாகும். மிக உயர்ந்த நல்ல வஸ்துவானாலும், சரியான முறையில் உபயோகப்படுத்தக்கூடாது போனால், உபத்திரவங்களை விளைவிக்கும். துன்பங்களின் விஷயமும் இப்படியே. எவற்றையும் சரியான காலத்தில், சரியான முறையில், சரியாக உபயோகித்தால், நாளடைவில் அவை நற்பலனை அளிப்பது திண்ணம். உண்மையில் துன்பங்களே நமக்கு மேன்மையான வழிகாட்டிகள். அவற்றால் நமது மார்க்கம் செம்மைப்படுகிறது. சாமானிய வாழ்க்கையில் ஈடுபட்டுள்ள மனிதனுக்கு அவனைச் சரியான முறையிலிருக்கச் செய்யத் துன்பங்கள் மிகவும் உதவியாயிருக்கும். குடும்பக் கஷ்டங்களையும் உலக வாழ்க்கையிலுண்டாகும் துயரங்களையும் பற்றி எனது குருநாதர் இப்படிச் சொல்வதுண்டு. 'நமது இல்லமே அமைதியும் பொறுமையும் அடைய நாம் பயிலுமிடம். கிருஹஸ்தாச்ரமத்தில்

189

நாம் படும் வறுமை, இடுக்கண்களைப் பதறாது பொறுப்பது நாம் இயற்றும் பெருந்தவம். இதனிலும் உயிரிய தவம் வேறொன்றுமில்லை. இப்படிப்பட்ட சந்தர்ப்பத்தில் நாம் என்ன செய்ய வேண்டுமென்றால், கோபத்திற்காவது துக்கத்திற்காவது இடங்கொடாமல், குறைகூறும் மனப்பான்மையை ஒழித்து நமது குற்றத்திற்காகவே நாம் அனுபவிக்கிறோம் என்று நினைத்து, சாந்த மனத்துடன் பொறுமையாய் இருக்கவேண்டும். காட்டில் தனித்த வாழ்வும், உலக விஷயங்களில் கலக்காது விலகி நிற்றலும் சிலருக்குப் பொறுமையையும், அமைதியையும் பழகச் சாதனங்களாகும். ஆனால் நமக்குப் பந்துமித்திரர்களின் இகழ்ச்சியும், சுடுசொற்களும் அரிய பெரிய தவத்திற்கொப்பாகி வெற்றிக்கு ஒப்பற்ற சாதனங்களாகின்றன.'

''உண்மையில் துன்பங்களையும் சடங்குகளையும் நாம் அமைதியுடன் பொறுத்தோமேயாகில், அவை நம்மை மேம்பாட்டடையச் செய்து, மேல்நிலைகளுக்குச் செல்வதற்கு வேண்டிய முக்கிய சாதனங்களாகும். அங்ஙனம் அல்லாது முரணான வழியில் உபயோகித்தோமேயாகில், நற்பலன் அழிந்துபோய் நாமடையவிருக்கும் ஆதாயம் கெட்டுப் போகும்.''

''பரித்தியாகம், அதாவது பற்றுதலற்ற தன்மை ஒரு முக்கிய நிலை என்பதில் சந்தேகமில்லை. பற்றற்றாலன்றி மாயையின் சிக்கல்களிலிருந்து தப்பமுடியாது. ஆனால் நாம் மனையை விட்டகன்று, குடும்பம் லௌகீக விஷயங்களெல்லாவற்றையும் புறக்கணித்துத் துறவு பூண்டு சந்நியாசியாக வேண்டியதில்லை. இல்லறமும் இல்வாழ்க்கையும் துறந்து உலக பந்தங்களை விட்டுவிட்டு, ஏகாந்தத்தை நாடி நிற்பதே பற்றற்றுப் போவதற்கு ஒரே சாதனம் என்னும் கொள்கையை நான் ஒப்புக்கொள்ள மாட்டேன். பலாத்கார முறையில் சர்வசங்க பரித்தியாகம் செய்வது நிஜமானதன்று. ஏனெனில் உலகத்தைத் துறந்துவிட்டாற் போலத் தோன்றினாலும் கூட, உட்கருத்தில் அவர்கள் உலகத்தைப் பற்றியே நிற்கக்கூடும். இல்லற வாழ்க்கையில் நாம் அநேக விஷயங்களைக் கவனிக்க வேண்டுமென்பதற்கு சந்தேகமில்லை. சம்சாரத்தைத் தாங்க வேண்டும். மக்களின் கல்விக்கு வேண்டிய ஏற்பாடுகளைச் செய்ய வேண்டும். அவர்கள் வேண்டுவனவற்றையும், அவர்களை வெப்பம், குளிர், நோய், துன்பங்கள், மற்றெல்லாவற்றிலிருந்தும் காப்பாற்ற வேண்டும். இப்படி முக்கியமாக வேண்டியவற்றிற்காக நாம் பணமும் ஆஸ்தியும் சம்பாதிக்கிறோம்.''

''இப்படி நாம் சம்பந்தப்பட்டுள்ள விஷயங்களில் அளவு கடந்து பற்றுதல் கொள்வதே உண்மையில் தீமையாகும். இதுவே நமது இடுக்கண்களுக்கு முக்கியக் காரணம். ஆனால், விருப்பு வெறுப்பற்று

அர்த்தமுள்ள இந்துமதம் - பாகம் 2

நமது கடமை என்று நாம் காரியங்களைச் செய்வோமாகில், உலகப் பற்றுதல்களினின்று ஒருவாறு விலகியவராகி, அநேக உடைமைகளைப் படைத்து அவற்றைக் கையாளுபவராயிருப்பினும், உண்மையில் உலகைத் துறந்தவராகிறோம். இத்தன்மையில் உடைமைகள் பலவானால் நமக்கு ஒப்படைக்கப்பட்டுள்ள தர்மத்தைச் செய்வதற்காகக் கொடுக்கப்பட்டுள்ளவை என்பதும் தெளிவாகும். சங்க பரித்தியாகம் என்பதற்கு உலகப் பற்றற்றுப் போதல் என்பது உண்மையான பொருளாம். உடைமைகள் இல்லாது போவதென்பது பொருளாகாது. ஆகையால், இன்றியமையாதவாறு ஆஸ்திகளைப் பெற்று உலகத்துடன் சம்பந்தம் கொண்டுள்ள இல்லற வாழ்க்கையை, விஷயங்களில் அளவுக்கு மிஞ்சிய பற்றற்று நடத்தினால், பரித்தியாகத்திற்கு, அதன் விளைவான சத்திய நிலை எய்துவதற்கும் இவை தடையாக மாட்டா.''

''எண்ணற்ற மகான்கள் ஆயுள் முழுவதும் இல்லற வாழ்க்கையை நடத்திக் கொண்டே மகோன்னதமான பூர்ணத்துவத்தை அடைந்திருக்கின்றனர். பரித்தியாகம் என்பது மனத்தின் உள்நிலை. அது வஸ்துகளின் நிலையற்றதும் மாறுபடுவதுமான தன்மையை உணர்த்துவதோடு அவற்றின்மேல் அவிச்சையை உண்டுபண்ணும். மேலும் நித்தியமானதும், மாறுபாடே இல்லாததுமான சத்தியத்தின் மேலேயே நோக்கம் நிலைத்து, விருப்பு, வெறுப்பு என்னும் உணர்ச்சிகளுமற்றுப் போகும். உண்மையான வைராக்கியம் (Renunciation) என்பது இதுவே.''

''நமது மனத்தின்கண் இந்தப் பாவம் ஏற்பட்டதும் நமக்குப் பற்றற்றுப்போம். கிடைத்த மட்டும் திருப்தியடைந்திருப்போம். பற்றற்றுப் போகவே, ஸம்ஸ்காரங்கள் உண்டாவது நின்று போகும். இப்பொழுது எஞ்சியுள்ளது ஏதெனில், இதுவரை சேமித்த ஸம்ஸ்காரங்களை ஜீவிதத்தில் அனுபவித்துக் கழிப்பதே. பிரகிருதியும் ஸம்ஸ்காரங்களை காரண சரீரத்துடன் அனுபவித்துத் தீர்த்துக் கொள்வதற்காகத் தக்க இடத்தைச் சிருஷ்டி செய்து நமக்கு உதவி செய்யும். இப்படியாகப் புரைகள் கரைந்து போனதும், நாம் சூக்ஷ்மரூபம் அடைந்து நிற்கின்றோம்.''

''நமது எண்ணங்களையும் செயல்களையும் அடக்குவதற்கு சதா ஒலித்துக் கொண்டேயிருக்கும் மனம் சரியான முறையில் வேலை செய்கின்றதா என்பதை கவனிக்க வேண்டும். மதபோதகர்கள் மிக்க கசந்த வார்த்தைகளால், மனதைக் கடிந்து தூஷித்து, அதற்கு கெட்ட பெயர்கள் எல்லாம் இட்டு, அதை நமது பெரிய விரோதி என்று பழிப்பதைப் பலமுறை கேட்டிருக்கின்றேன். இதன் காரணம் வெட்ட வெளிச்சமாகத் தெரியும். அவர்கள் நம்மிலுள்ள தீமைகள்

எல்லாவற்றிற்கும் மனமே காரணம் என்று நினைக்கிறார்கள். அதன் காரணமாக மனம் போன போக்கே போகாது, அதை நசுக்கிவிட வேண்டுமென்று ஜனங்களுக்குப் புத்தி புகட்டுவர். ஆனால் ஜனங்கள் மனத்தின் கவனத் தன்மையைக் கட்டுப்படுத்தவோ, அதன் சொற்படி கேளாதிருக்கவோ முடியாமல் இருக்கின்றனர்.''

''கோட்பாடுகளைச் சார்ந்து சொல்லப்பட்ட புத்திமதிகளும் உபந்நியாசங்களும் கொஞ்சமும் உபயோகப்படுவதில்லை. உபந்நியாசங்களைக் கேட்ட எவரும் மனமடக்குதல் என்பதை நடைமுறையில் அடைந்ததேயில்லை. மேலும் தற்காலச் சூழ்நிலைகளும், சந்தர்ப்பங்களும், மனத்தை மேன்மேலும் சலிக்கச் செய்கின்றன. இக்காலத்தில் ஒவ்வொருவரும் ஜீவிதம் நடப்பதே கடும் போரெனவும், வறுமை, பாதுகாப்பில்லாமை, இடுக்கண்கள், போட்டிகள் என்னுமிவற்றால் பாதிக்கப்பட்டிருப்பதாகவும், அவற்றின் விளைவினின்று தாம் விலகி நிற்க முடியாதென்றும் நினைப்பர். இதனால் எப்போதும் அமைதியின்மையும், மனசஞ்சலமும் ஏற்படும். இந்தப் பாவம் நமது சுவாசத்திலும் கலந்து உட்சென்று சூழ்நிலை சந்தர்ப்பங்களுக்கு ஏற்ப இழுத்துச் செல்லும். நமது தனிமையானது காற்றுக் காட்டிபோல் நமது பாதம் போகும் போக்கிலேயே போகும் தனது தைரிய சாகஸங்களால். இதை எவன் எதிர்த்து நின்று பாதிக்கப்படாமல் தன்னைக் காத்துக் கொள்கிறானோ அவனே தீரன்''.

ஸ்ரீராம்சந்த்ரஜியின் இந்தக் கருத்தை நான் முழு மனத்தோடு ஒப்புக் கொள்கிறேன்.

இந்தத் தொடர் கட்டுரையின் ஆரம்பக் கட்டத்திலேயே இதை நான் கூறியிருக்கிறேன்.

வாழ்க்கையை வாழ்க்கையாக ஒப்புக் கொண்டு, துன்பங்கள் வந்தே தீரும் என்பதைப் போதித்து, வருகிற துன்பங்களை எப்படிச் சமாளிப்பது என்று யோசனையும் சொன்னால், சராசரி மனிதனுக்கு அது வழி காட்டும்.

மதத்தின்மீது பற்றுதலையும் ஏற்படுத்தும்.

நான் படித்தவரை, பகவான் ராமகிருஷ்ண பரமஹம்சர் கடவுளை அடையும் வழி என்று சொன்னவை எல்லாம் முழுக்க முழுக்கப் பந்தபாசங்களை அறுத்தெறிந்து விட்டு வாழ்வது பற்றியனவாகவே இருக்கின்றன.

குடும்ப வாழ்க்கையை நடத்திக் கொண்டே ஒருவன் யோகியாக முடியும்; மகான் ஆக முடியும்; முக்தியடையவும் முடியும். அதற்கான வழியை இந்துமத போதகர்கள் அதிகம் சொல்லவில்லை என்பதே என் கருத்து.

வள்ளுவன் அதை வலியுறுத்தியிருக்கிறான்.

இல்லறத்தில் துறவறம் என்ற தலைப்பில் சொன்னவர்கள் கூட ஒரு கட்டத்தில் மனைவியைத் தாய்போலப் பாவிக்கச் சொல்லியிருக்கிறார்கள்.

உடல் இச்சைகளிலிருந்து விடுபடச் சொல்லியிருக்கிறார்கள்.

ஸ்ரீராம்சந்த்ரஜி எதிலிருந்தும் விடுபடச் சொல்லவில்லை. அதற்கு ஒரு அளவை நிர்ணயித்து கொள்ளச் சொல்லுகிறார்.

அந்த அளவு என்பது ஏறக்குறையத் திருக்குறளை ஒட்டியே இருக்கிறது.

பகவத் கீதையில் பரந்தாமன் கூறும் மனத்தின் சமநிலையே, வள்ளுவரும் ஸ்ரீராம்சந்த்ரஜியும் வலியுறுத்தும் அளவாகும்.

இன்பங்களையே அனுபவிக்காமல், ஒருவன் துறவு பூண்டால், அந்த இன்பத்தை நோக்கியே அவன் மனம் ஓடிக் கொண்டிருக்கும்.

அவன் எந்தக் காலத்திலும் முழு ஞானம் பெற முடியாது.

அனுபவித்து ஞானம் பெற்றவர்கள்தான் தலைசிறந்த ஞானிகளாகக் காட்சியளிக்கிறார்கள்.

பற்றற்ற வாழ்க்கை என்பதற்கு ஸ்ரீராம்சந்த்ரஜி கொடுக்கும் விளக்கத்தை நவநாகரிக இளைஞர்கள் கூட விரும்பி ஏற்றுக் கொள்ளுவார்கள்.

சத்தியம் உதயமாவதற்குத் தத்துவ ரீதியாகவும் பிரத்தியட்சக் கண்ணோட்டத்திலும் அவர் சொல்லும் வழிகளைச் 'சத்யோதயம்' என்ற நூல் தெளிவாக விவரிக்கின்றது.

இந்நூலைக் கல்லூரிகளில் பாடப் புத்தகமாக வைப்பதுக் கூட பொருத்தமானது என்பது என் கருத்து.

இந்தத் தமிழ் நூல் கிடைக்குமிடம்: ஸ்ரீராமசந்த்ரமிஷன், ஷாஜகான்பூர். (உ.பி.)

5
வரும் – ஏற்றுக்கொள்;
தரும் – பெற்றுக்கொள்!

லௌகீக வாழ்க்கையில் நாம் தவம் செய்கிறோம் என்றும், அந்தத் தவம் எத்தகையது என்றும் விளக்கி, ஸ்ரீராம்சந்த்ரஜி கூறியுள்ள கருத்துக்களை நான் முன்னே விவரித்தேன்.

உலக இச்சைகளுடனேயே உடைமைகளையும் பெற்றுப் பற்றற்று வாழ்வது என்ற கருத்து மிகவும் புதியது.

நம்முடைய சுற்றத்தாரும், நண்பர்களும், ஊழியர்களும் நமக்கு இழைக்கின்ற துயரங்களால் நமது மனம் பக்குவப்படுகிறது என்கிறார் அவர்.

அது மிகவும் உண்மை.

சிலர் நாக்கிலும் உடம்பிலும் ஊசியைக் குத்திக் கொள்கிறார்கள்.

சிலர் கூர்மையான ஆணிகளின் மீது படுத்துப் புரளுகிறார்கள்.

சிலர் கண்ணாடித் துண்டுகளை விழுங்கிக் காட்டுகிறார்கள்.

இந்த யோகங்கள் எல்லாம் சரீரத்தின் புறத்தோற்றம் பதப்படுத்தப்பட்டு, பக்குவம் பெற்றுவிட்டதைக் குறிக்கின்றன.

கடுந்துன்பங்களைத் தாங்கிக் கொள்வதன் மூலம் சரீரம் யோகம் செய்வதுபோல், பிறர் நமக்கு இழைக்கும் துன்பங்களைத் தாங்கிக் கொள்வதன்மூலம், உள்ளம் தவம் செய்கிறது.

ஆரம்பக் கட்டத்தில் சிறிய துன்பங்கூடப் பெரிதாகத் தெரியும்.

அது வளர வளர உள்ளம் மரத்துக் கொண்டே வரும்.

ஒரு கட்டத்தில் எதையும் தாங்கிக் கொள்கிற சக்தி வந்துவிடும்.

துன்பங்களின் மூலம் உலகத்தைக் கற்றுக் கொண்டவன் ஒரு ஞானியைவிடச் சிறந்த மேதையாகி விடுகிறான்.

ஓரளவு துன்பம் வந்தால் அழுகை வருகிறது.

தொடர்ந்து துன்பங்கள் வந்துக்கொண்டே இருந்தால், அழுவதற்கு சக்தி இல்லாமற் போய், வெறுப்பும் விரக்தியும் கலந்த சிரிப்பு வருகிறது.

ஒரு கட்டத்தில் எந்தத் துயரம் வந்தாலும் சிரிப்பது பழக்கமாகி விடுகிறது.

அதுவே ஞானம் வந்துவிட்டதென்பதற்கு அடையாளம்.

> **ஆவீன மழைபொழிய இல்லம் வீழ**
> **அகத்தடியாள் மெய்நோவ அடிமை சாக**
> **மாவீரம் போகுதென்று விதைகொண் டோட**
> **வழியிலே கடன்காரன் மறித்துக் கொள்ளச்**
> **சாவோலை கொண்டொருவன் எதிரே தோன்றத்**
> **தள்ளவொணா விருந்துவர சர்ப்பந் தீண்டக்**
> **கோவேந்தர் உழுதுண்ட கடமை கேட்கக்**
> **குருக்கள்வந்து தட்சணைகள் கொடுஎன் றாரே!**

என்றொரு பாடல்.

ஒரு மனிதனுக்கேற்பட்ட துயர அனுபவமாம் இது!

கற்பனை தான்!

ஆனால், ஒரே நேரத்தில் வரும் துயரங்களின் வரிசையைப் பாருங்கள்.

பசு மாடு கன்று போட்டதாம்.

அடாத மழை பெய்ததாம்.

வீடு விழுந்து விட்டதாம்.

மனைவிக்குக் கடுமையான நோய் வந்ததாம்.

வேலைக்காரன் இறந்து போனானாம்.

வயலில் ஈரம் இருக்கிறது.

விதைக்க வேண்டுமென்று ஓடினானாம்.

வழியில் கடன்காரர்கள் மடியைப் பிடித்து இழுத்தார்களாம்.

''உன் மகள் இறந்து போனாள்'' என்று சாவுச் செய்தியோடு ஒருவன் வந்தானாம்.

இந்த நேரத்தில் வீட்டுக்கு விருந்தாளிகள் வந்து சேர்ந்தார்களாம்.

பாம்பு அவனைக் கடித்துவிட்டதாம்.

நிலவரி வாங்க அதிகாரிகள் வந்து நின்றார்களாம்.

குருக்களும் தட்சிணைப் பாக்கிக்காக வந்திருக்கிறாராம்.

– ஒரே நேரத்தில் இவ்வளவு வந்து சேர்ந்தால் ஒருவனுக்கு அழுகையா வரும்?

இவ்வளவு துன்பங்களையும் சந்தித்த பிறகு, ஒருவன் மனம் மரத்துப் போகும்.

மரத்துப்போன நிலையில், துன்பங்களைக் கண்டு பிடிக்காமல் அலட்சியப்படுத்தத் தோன்றும்.

"நாமார்க்கும் குடியல்லோம், நமனை அஞ்சோம்" என்ற தைரியம் வந்துவிடும்.

சிறிதளவு இன்பமும் பெரியதாகத் தோன்றும்; பேராசை அடிபட்டுப் போகும்.

பல ஆண்டுகள் தவம் செய்து பெறுகிற ஞானத்தை விட இந்த ஞானம் அழுத்தமானது; ஆழமானது; உண்மையானது; உறுதியானது.

ஆகவே, லௌகீக வாழ்க்கைதான் - அதில் ஏற்படும் இன்ப துன்பங்கள்தான் - ஒரு மனிதனைப் பக்குவம் பெற்ற ஞானியாக்குகின்றன.

எனக்கு இதிலும் அனுபவம் உண்டு.

என் ஞானம் என்பது என் வாழ்க்கை அனுபவங்களிலிருந்து திரட்டப் பெற்ற தொகுப்பு நூல்.

பூனையின் மலமே புனுகு ஆவதுபோல, மோசமான அனுபவங்களே உண்மையான அறிவை உண்டாக்குகின்றன.

அனுபவங்களே இல்லாமல், இருபது வயதிலேயே ஒருவன் பற்றற்ற வாழ்க்கையைத் தொடங்கினால், அடுத்துச் சில ஆண்டுகளிலேயே அவன் லௌகீக வாழ்க்கைக்குத் திரும்பிவிடுவான்!

இல்லையேல் கள்ளத்தனமான உறவுகளில் இறங்குவான்.

அந்தத் துறவு போலித்தனமானது.

அண்ணா ஒரு முறை சொன்னதுபோல் "படுக்கையில் படுக்க வேண்டும், பாம்பு வர வேண்டும்; கடிக்க வேண்டும்; உயிர் துடிக்க வேண்டும், ஆனால் சாவு வரக்கூடாது" - இப்படித் தினமும் ஒருவனுக்கு நேர்ந்தால், பாம்பே அவனுக்கு வேடிக்கையான ஐந்து ஆகிவிடும்!

பிறகு அது வருமென்று தெரிந்தே அவன் படுப்பான்.

"கடிக்கும் என்று தெரிந்தே தயாராயிருப்பான், கவலைப்பட மாட்டான்".

ஸ்ரீராம்சந்த்ரஜி கூறும் 'லௌகீக வாழ்க்கையில் தவம்' என்பது இதுதான்.

யார் யாருக்கு நான் சோறு போட்டேனோ, அவர்கள் எல்லோரும் என் கையைக் கடித்திருக்கிறார்கள்.

அதிலிருந்து யாருக்குப் போடலாம், யாருக்குப் போடக்கூடாது என்ற புத்தி எனக்கு வந்துவிட்டது.

என் படுக்கையிலும் பாம்பு வந்து என்னைக் கடித்திருக்கிறது. இப்போதெல்லாம் பாம்பைப் பற்றிய பயமே எனக்கு இல்லாது போய்விட்டது.

துன்பம் துன்பம் என்று ஒவ்வொருவரும் தலையிலடித்துக் கொள்கிறார்களே! அவர்கள் அந்தத் துன்பந்தான் அவர்களுடைய குரு என்பதை மறந்து போகிறார்கள்.

கிராமங்களிலே 'பட்டறி, கெட்டறி' என்பார்கள். பட்டால் தான் அறிவு வரும்.

கெட்டால்தான் தெளிவு வரும்.

அறிவும் தெளிவும் வந்த பின்பு ஞானம் வரும்.

அந்த ஞானத்திலே அமைதி வரும்.

அந்த அமைதியில் பேராசை, கெட்ட எண்ணங்கள் எல்லாம் அடிபட்டுப் போகும்.

பற்று அளவோடு நிற்கும்.

உள்ளம் வெள்ளையடிக்கப்பட்டு நிர்மலமாக இருக்கும். அதுவே ஸ்ரீராம்சந்த்ரஜி கூறும், 'லௌகீகத்தில் நாம் செய்யும் தவம்'.

''எனக்கு என்ன சீர் கொடுத்தீர்கள்!'' என்று சகோதரி ஒருபக்கம் கண்ணீர் வடிப்பாள்.

''ஒரு நகையுண்டா நட்டுண்டா?'' என்று மனைவி உயிரை வாங்குவாள்.

பந்துமித்திரர்கள், நாம் வாழ்ந்தாலும் ஏசுவார்கள்; கெட்டாலும் ஏசுவார்கள்.

வறுமை ஒரு பக்கம் உடலை வாட்டும்.

அமைதியோடும் நிதானத்தோடும் இவற்றைச் சமாளித்து உள்ளத்தை ஒருமுகப்படுத்திக் கொண்டால், இந்தத் தவம் பலித்துவிடும்.

எனக்கு வரும் கடிதங்களில், ஒவ்வொருவரும் ஒவ்வொரு வகைத் துயரத்தால் விம்முவதை நான் காணுகிறேன்.

அந்தத் துயரங்களை அவர்கள் அலட்சியப்படுத்தியோ ஜீரணித்தோதான் அமைதி அடையவேண்டும்.

வருந்தி அழைத்தாலும் வாராத வாரா
பொருந்துவன போமினென்றால் போக - இருந்தேங்கி
நெஞ்சம் புண்ணாக நெடுந்தூரம் தாம்நினைந்து
துஞ்சுவதே மாந்தர் தொழில்.

என்றொரு வெண்பா.

கண்ணதாசனின்

நீ வருந்தி வருந்தி அழைத்தாலும் வரமுடியாதவை வரமாட்டா?
உன்னோடு ஒட்டிக்கொள்பவை போகச் சொன்னாலும் போகா!
நினைத்து நினைத்து அழுவதேன்?
ஸ்ரீராம்சந்த்ரஜி சொல்வதுபோல், துயரங்களை ஒரு தவம் என்றெண்ணு.
லௌகீக வாழ்க்கையிலே கிடந்து உழலு.
துயரங்களின் மூலம் அனுபவங்களைச் சேகரி.
இதுதான் உலகம் என்று முடிவுக் கொள்.
இதுதான் நமக்கு விதிக்கப்பட்ட பாதை என்று அறிந்துக் கொள்.
இறைவனை வழிபடு!
காலை முதல் மாலை வரை நடந்தவற்றையெல்லாம் இரவிலே மறந்துவிடு.
மறுநாள் பொழுது மயானத்தில் விடியாது;
அமைதியில் விடியும்.
அளந்து வாழும் மனத்தின் சமநிலை திருடனுக்குக்கூடக் கிடைத்துவிடும்!
பரிதாபத்துக்குரிய கிரகஸ்தனுக்கு அது ஏன் கிடைக்காது?

திருவாலங்காடு

6
நெஞ்சுக்கு நிம்மதி ஆண்டவன் சந்நிதி!

பேச்சு மூச்சற்ற பேரின்ப வெள்ள முற்று
நீச்சுநிலை காணாமல் நிற்கும்நாள் எந்நாளோ!

இப்படி, சாவை அழைக்கவில்லை தாயுமானவர்; எல்லாம் கடந்த பேரின்ப நிலையை அழைக்கிறார்.

சர்வாங்கமும் ஒருமுகமாகி இன்ப துன்பங்களைக் கடந்து நிற்கும் நிலையே பேரின்ப நிலையாகும்.

புலன்களும் பொறிகளும் மனிதனுக்குள் உள்ளவையே.

அவற்றைக் கட்டுப்படுத்த மனிதனால் முடியும் என்பது நமது ஞானிகளின் வாதம்.

சமயத் துறையின் மூலம் அதனைச் சாதிக்க முடியும் என்பதை அவர்கள் காட்டினார்கள்.

சராசரி மனிதன் புற உணர்ச்சிகளால் அகவுணர்ச்சி பாதிக்கப்படுகிறான்.

அகவுணர்ச்சியின் பாதிப்பால் புறத் தோற்றத்திலும் மாறுதலடைகிறான்.

அடுத்தது காட்டும் பளிங்குபோல் நெஞ்சம்
கடுத்தது காட்டும் முகம்

என்றார் வள்ளுவர்.

இப்படி மனத்தால் உடலும் உடலால் மனமும் பாதிக்கப்படுவதிலிருந்து நீங்கி, பேச்சு மூச்சற்ற பேரின்ப வெள்ளத்தைக் காண விழைகிறார் தாயுமானவர்.

துன்பங்களிலிருந்து விடுபட, நமது சித்தர்களும் ஞானிகளும் சொல்லிப்போன வழிகள் ஏராளம்.

பாதிப்புகள் தவிர்க்க முடியாதவை.

அந்தப் பாதிப்புகளைத் தாங்கிக் கொள்ளும் சகிப்புத் தன்மை, பயிற்சியின் மூலமும் அனுபவங்களின் மூலமும் வரும்.

நான் முன் கட்டுரைகளில் சொன்னபடி ஒவ்வொரு துன்பத்திற்கும் மூலமிருக்கிறது.

கண்ணதாசனின்

ஏதோ ஒன்றின் தொடர்ச்சியே அது.

அது போன ஜென்மத்தின் தொடர்ச்சியாகவும் இருக்கலாம்; இப்பிறப்பில், ஒரு கட்டத்தில் நிகழ்ந்த நிகழ்ச்சிக்கு எதிரொலியாகவும் இருக்கலாம்.

காலிலே ஒரு முள் குத்துவதற்குக் கூட உனக்கு விதிக்கப்பட்ட விதி காரணமாக இருக்கிறது.

ஆகவே துன்பம் எத்தகையதாயினும், அது நீயே உண்டாக்கிக் கொண்டதாயினும், உன்னை உண்டாக்கும்படி தூண்டிய சக்தி ஒன்றிருக்கிறது.

அந்த சக்தியிடம் விண்ணப்பித்துக் கொண்டால் பலன் தருகிறது.

"எல்லாத் துன்பங்களுக்கும் விதி காரணமென்றால் நிலையானதும் நிரந்தரமானதுமான அந்த விதி, பிரார்த்தனையின் மூலம் எப்படி மாறிவிடும்!" என்று ஒருவர் கேட்கிறார்.

ஓடிக்கொண்டிருக்கும் வெள்ளத்தை அணை கட்டி நிறுத்துவதுபோல், பிரார்த்தனை துயரங்களை நிறுத்துகிறது.

இயற்கையாகவே, அது ஒரு மனச் சாந்தியை உண்டாக்குகிறது.

துன்பம் ஓரளவு குறைந்தாலும், பிரார்த்தனை பலனுள்ளதாகத் தோன்றுகிறது.

நீ நம்பிக்கை வைக்கின்ற டாக்டர் மருந்துக்குப் பதிலாக வெறும் தண்ணீரையே ஊசிமூலம் ஏற்றினாலும் நோய் குறைந்துவிட்டது போல உனக்குத் தோன்றுகிறது.

அது தோன்றுவதுதான் முக்கியம்.

அது தோன்றுவதற்கு நம்பிக்கைதான் பிரதானம்.

மருந்து பாதி, மன நம்பிக்கை பாதி!

பிரார்த்தனை பாதி, நம்பிக்கை பாதி!

நம்பிக்கையோடு பிரார்த்தித்தால், விதியின் வேகம் குறைந்து விட்டதாக உனக்கே தோன்றுகிறது.

விரோதித்து நின்ற விதி, ஒத்துழைப்பதாகவும் தோன்றுகிறது.

'கடவுளை நம்பினோர் கைவிடப்படார்' என்று, ஒரு வரியில் சொல்லி வைத்தார்கள் நம்முடைய மூதாதையர்கள்.

நம்பிக்கையே வெற்றிக்கும் நிம்மதிக்கும் அடிப்படை.

ஆதி மனிதன், கடலைக்கண்டு பயந்தான்.

அடுத்த மனிதன், கொஞ்ச தூரம் கடலுக்குள் நடந்து பார்த்தான்.

அவனுக்கு அடுத்தவன், நீந்திப் பார்த்தான்.

அர்த்தமுள்ள இந்துமதம் – பாகம் 2

இன்னொருவன் கட்டையைப் பிடித்துக் கொண்டு பயணம் போனான்.

கட்டை, படகு ஆயிற்று; படகு கப்பலாயிற்று; பயணம் சுலபமாயிற்று.

கடலும் கடக்கக்கூடியதே என்ற நம்பிக்கை வந்தது.

உலகம் உருண்டை என்ற உண்மையும் தெரிந்தது.

விமானத்தின் பறக்கும் உயரத்தையும் வேகத்தையும் கொஞ்சங்கொஞ்சமாக அதிகப்படுத்திக் கொண்டே போன மனிதன், சந்திரமண்டலம் வரை பயணம் போகலாம் என்ற நம்பிக்கை கொண்டான்.

அந்த நம்பிக்கை வீண்போகவில்லை.

பையன் ஒழுங்காகப் படிப்பான் என்ற நம்பிக்கையால் தான், அவனை வெளியூரில் படிக்க வைத்துவிட்டு நிம்மதியாக இருக்கிறார் தந்தை.

மனைவியைப் பிரிந்து வாணிபத்திற்காக வெளியூர் போகிறவன், திரும்பி வரும்வரை மனைவி பத்தினியாக இருப்பாள் என்ற நம்பிக்கையில்தான் போகிறான்.

இன்பமும் நிம்மதியும் நம்பிக்கையில்தான் தோன்றுகின்றன.

நான் கடவுளிடம் நம்பிக்கை வைத்தது வீண்போகவில்லை.

அதிலும் ஒருவனையே பற்றி நிற்பது என்ற முடிவு கட்டிக்கொண்டு 'சிக்கெனப் பிடித்தேன் தேவனே உன்னை' என்று கண்ணனைப் பற்றி நிற்பது, பலனளித்தது.

சிலருக்கு சக்தி நம்பிக்கை பலம் தருகிறது.

சிலருக்கு சிவநம்பிக்கை.

சிலருக்கு முருக நம்பிக்கை.

இன்னும் எத்தனையோ!

நீ நல்ல தொழிலாளியாக இருந்தால், மோசமான முதலாளிகூட உன்னிடம் அன்பு காட்டுகிறான்; கருணை காட்டுகிறான்.

நீ நம்பிக்கையுள்ள பக்தனாக இருந்தால் குட்டித்தேவதைகள் கூட உன்னை ரட்சிக்கின்றன.

துன்பங்களைக் களைவதற்கு நம்பிக்கையே முக்கியம்.

முதன் முதலில் ஒரு பத்திரிகையில் போய் நான் சேர்ந்தபோது, "உனக்கு புரூப் பார்க்கத் தெரியுமா?" என்று கேட்டார்கள்.

உண்மையில் எனக்குத் தெரியாது.

துணிந்து 'தெரியும்' என்று கூறி விட்டேன்.

அதற்கொன்றும் 'டிப்ளமா' தேவையில்லையே!'

நேரே அச்சகத்திற்குப் போனேன்.

முன்பு திருத்தப்பட்ட புரூப்புகளைப் பார்த்தேன்.

உடனே நானும் திருத்த ஆரம்பித்துவிட்டேன்.

அந்தக் கலையில் எனக்கு வெகுநாளாகப் பயிற்சி இருப்பதுபோல் பத்திரிகையாளருக்குத் தோன்றிற்று.

பிறகு, ''தலையங்கம் எழுதத் தெரியுமா?'' என்றார்கள்.

''தெரியும்'' என்றேன்; எழுதிவிட்டேன்!

''அற்புதம்! அற்புதம்!'' என்றார்கள்.

அதன் பலன் ஆசிரியருக்கு வேலை போய்விட்டது; நான் ஆசிரியனாகி விட்டேன்!

எதிலுமே நம்பிக்கை பலன் தருகிறது என்றால், அத்துன்பங்களைக் களையத் தெய்வநம்பிக்கை பலன் தராதா?

''நம்பினோர் கெடுவதில்லை; நான்கு மறை தீர்ப்பு'' என்றார்கள்.

உண்மையில், நம்பிக்கை என்பது இயற்கையாகவோ செயற்கையாகவோ வெற்றி பெற்று விட்டது போல் தோற்றமளித்து, நிம்மதியைத் தருகிறது.

சீதை இலங்கையிலிருந்தபோது, 'ராமன் வருவான்' என்று நம்பினாள்.

ராமனும், 'சீதையைக் காண்போம்' என்று நம்பினான். ராவணனும் 'ராமன் வரத்தான் போகிறான்' என்று எதிர்பார்த்தான்.

அந்த நம்பிக்கை ஒருவரைப் பற்றி ஒருவர் அறிந்ததாலே ஏற்பட்ட நம்பிக்கை.

தெய்வத்தை நம்பும்போது அறிந்து நம்பவேண்டும்.

ஏதோ கஷ்டம் வந்துவிட்டது, கோவிலுக்குப் போய் வருவோம் என்று போய் வருவதில் அர்த்தமில்லை.

அறிவு ஒரு சக்தியின் மீது லயித்து நம்பிக்கை உதயமாக வேண்டும்.

அதற்குப் பகுத்தறிவு தேவையில்லை.

'இந்தத் தெய்வம் நம்மைக் காப்பாற்றும்' என்று உனக்கே தோன்றி, அந்த லயத்தில் நம்பிக்கை பிறக்கவேண்டும்.

உலகத்தில் பகுத்து அறியவேண்டிய விஷயங்கள் சில உண்டு.

அப்படியே ஏற்றுக்கொள்ள வேண்டிய சில விஷயங்கள் உண்டு.

அர்த்தமுள்ள இந்துமதம் – பாகம் 2

மனைவியின் உள்ளத்தை நீ பகுத்தறிய முயலலாம்.

உடலைப் பகுத்தறிய முயன்றால், அவள் அழகு தெரியாது. எலும்பும் சதையுந்தான் தோன்றும்.

ஸ்தூலங்களைப் பகுத்தறிந்தால் அவை வெறும் கல்லும் செம்புமாகத் தோன்றும்.

அப்படியே ஏற்றுக்கொண்டால், அந்த சக்தி உன்னை ஆகர்ஷிக்கும்.

நம்பிக்கை கொண்டவர்களை அந்தச் சக்தி எப்படியும் ஒரு கட்டத்தில் வாழவைக்கும்.

மனிதனின் பலவீனமான மனத்தை அறிந்துதான் இந்துக்கள் நம்பிக்கையோடு வழிபடுவதை வற்புறுத்தினார்கள்.

எத்தகைய துயரங்களிலிருந்தும் விடுபடுவதற்கு வழி சொன்னார்கள்.

ஒவ்வொரு சிருஷ்டியிலும் சிக்கல் இருக்கிறது என்பதை முதலில் உணர்ந்துக் கொள்ளவேண்டும்.

அந்தச் சிக்கல்களிலிருந்து தன்னை விடுவித்துக் கொள்வதற்கே ஒவ்வொரு ஜீவனும் வாழ்க்கையை நடத்துகிறது.

ஆகவே, பிரார்த்தனையே ஒரு யோகமாகவும் பயிற்சியாகவும் கொண்டு, நம்பிக்கையை வளர்த்துக் கொண்டே வந்தால், துன்பங்கள் விலகாவிடினும் அவற்றைப் பற்றிய பயம் நீங்கி, நிம்மதி ஏற்பட்டுவிடும்.

நெஞ்சுக்கு நிம்மதி;
ஆண்டவன் சந்நிதி!

7

எனக்குத் தெரிந்தவரை....

"அன்புள்ள கவிஞ!

தாங்கள் தினமணி கதிரில், 'அர்த்தமுள்ள இந்து மதம்' என்ற தலைப்பில் எழுதிவரும் கட்டுரைகளைத் தொடர்ந்து படித்து வருகிறேன். கட்டுரைகளில் எழும் ஐயங்களையும் அவற்றிற்குரிய தங்களின் பதில்களையும் உடனுக்குடன் இலங்கையிலிருந்து தொடர்புக் கொண்டு பெறமுடியாதிருப்பதால், இக்கடிதத்தின் மூலம் விளக்கம் பெற முனைந்துள்ளேன்.

1. தாங்கள் மூன்று வகை நண்பர்களைப் பற்றிக் கூறியுள்ளீர்கள். *(தி. கதிர் 16.2.73)* அவர்கள் பனை, தென்னை, வாழை போன்றவர்கள் என்று. 'வாழை' என்பது தவறானது. கமுகு என்பது சரியானது. இதனை நாலடியார் என்னும் நூலில் வரும் பாடல் ஒன்று விளக்குகிறது.

கடைஆயார் நட்பில் கமுகுஅனை யார் ஏனை
இடைஆயார் தெங்கின் அனையர் - தலைஆயார்
எண்ணரும் பெண்ணைபோன்று இட்டஞான்று இட்டதே
தொன்மை உடையார் தொடர்பு [நாலடியார் 216]

2. ''ஊழ்வினை உறுத்து வந்தூட்டும்'' என்று கூறியவர் வள்ளுவன் என்று கூறியுள்ளீர்கள். (தி. கதிர் *17.11.72*) இப்படிக் கூறியவர் இளங்கோ அடிகளார்; வள்ளுவர் அல்லர்.

3.''அர்ச்சுனனுக்குப் பரந்தாமன் உபதேசித்தது பகவத் கீதை'' *(தி.கதிர் 22.12.72)* என்று எழுதியுள்ளீர்கள். பரந்தாமன் என்றழைக்கப்படும் மகாவிஷ்ணுவால் உபதேசிக்கப்பட்டதோ அல்லது கூறப்பட்டதோ அல்லது எழுதப்பட்டதோ அல்ல பகவத்கீதை. யாரோ ஒருவரோ அல்லது சிலரோ கூறிய கருத்துக்களைக் கண்ணன் கூறியது -அருளியது என்று வேறு யாரோ கதை கட்டிவிட்டார்கள்.

'கீதை பரந்தாமனால் பகரப்பட்ட கருத்து' என்று திட்ட வட்டமாகத் தெரிந்திருந்தால், சங்கம் மருவிய காலத்தில் பிற்கூற்றில் வாழ்ந்த முதல் ஆழ்வார்களான பொய்கை ஆழ்வார், பூதத்தாழ்வார், பேய் ஆழ்வார் போன்றோர், அல்லது பிற்காலத்தில் வாழ்ந்த ஏனைய ஒன்பது ஆழ்வார்கள் தமது பிரபந்தங்களில்

அர்த்தமுள்ள இந்துமதம் - பாகம் 2

விளக்கி காட்டியிருப்பர். கீதையைப் பற்றியோ அது பரந்தாமனால் ஆக்கப்பட்டது என்பது பற்றியோ எந்தவிதக் கருத்தையும் அவர்கள் கூறவில்லை. வைணவ மதத்துக்கும் அதன் கருத்துகளுக்கும் முன்னோடிகளான ஆழ்வார்கள் கூறாத கருத்தைப் பிற்காலத்தவர் தவறாக எடை போடுவது அறிவுக்கு ஏற்றதல்ல.

4. தங்களின் கட்டுரைகளில், 'தமிழர் என்றால் இந்துக்கள், இந்துக்கள் என்றால் தமிழர்' என்ற முரண்பாடான 'தொனி' காணப்படுகிறது. தமிழர் வேறு; இந்துக்கள் வேறு. தமிழரில் ஒரு பகுதியினர் பிற்காலத்தில் இந்துக்களாக மாறினரே ஒழியத் தமிழர் அனைவரும் இந்துக்களல்லர். புத்த சமயம், கிறிஸ்தவ சமயம் முதலியன போல், 'இந்துமத' மும் மிகப் பிற்காலத்தில் தமிழ் நாட்டுக்கு வந்து புகுந்ததேயன்றி, 'தமிழர்' என்ற ஓர் இனம் உருவானபோது, அவர்களிடையே எந்தவித மதப் பாகுபாடோ, மூடக் கருத்துகளோ இன்று காணப்படுவது போல் காணப்படவில்லை. அன்று வாழ்ந்த திராவிடத்தார் 'மதம்' அற்றவர்கள். அன்பு வாழ்க்கை வாழ்ந்தவர்கள்.

'இந்து' என்ற சொல்லே, மிக்க அண்மைக்காலத்தில் தோன்றியதென்று அறிஞர்கள் ஆராய்ந்துள்ளார்கள். 'அநேகமாக இந்தியாவில் முஸ்லீம் படையெடுப்புகள், தொடங்கிய கி.பி. 1001-க்குப் பின் உள்ள காலத்திற்றான் 'இந்து' என்ற சொல் ஒரு மதத்தைச் சுட்டி வருகிறது. அச்சொல் முதன் முதல் கி.பி. 8 - ஆம் நூற்றாண்டைச் சேர்ந்த ஒரு நூலிலேயே காணப்பட்டது என்று கூறப்படுகிறது. முஸ்லீம் படை எடுப்பாளர், இந்தியாவை 'இந்துஸ்தான்' என்றே அரேபியப் பெயரால் அழைத்தனர். அவர்களே முதன்முதலாக இந்திய மக்களின் மதத்தை 'இந்துமதம்' என்றும், அதனைப் பின்பற்றுவோரை இந்துக்கள் என்றும் அழைத்தனர் - ஆதாரம், அமெரிக்கக் கலைகளஞ்சியம்.

('The use of the world 'Hindu' to describe a religion probably post-dates the muslim invasion of India which began in 1001 A.D. the Word itself is said of occur for the first time in a book of the 8th century A.D. The Muslim invaders whose Arabic name for India was 'Hindustan' who first called the religion of the people of India 'Hinduism' and its adherents Hindus - The Encyclopedia Americana'.)

வரலாறு இப்படி இருக்கும்போது, தங்களின் கட்டுரை ஒன்றில் (தி. கதிர் 1.12.72 மங்கல வழக்குகள்), "அடுத்தவர் வீட்டில் சாப்பிடும்போது சாப்பாடு மட்டமாக இருந்தாலும் அற்புதமாக இருக்கிறது என்று சொல்வது இந்துக்கள் வலியுறுத்தும் நாகரீகம்''.

பெயக்கண்டும் நஞ்சுண் டமைவர் நயத்தக்க
நாகரிகம் வேண்டு பவர்

“நமது (இந்துக்கள் -?) நாகரிகமோ 2000 ஆண்டுகளுக்கு முன் தோன்றிவிட்டது” என்று குறிப்பிட்டிருக்கிறீர்கள்.

தங்களின் கூற்றுப்படி பார்த்தால் மதப் பாகுபாடற்ற - மதத்தைப் பற்றிப் பொருட்படுத்தாத ‘மதம்’ என்று ஒன்று இருக்கிறது; என்று எவ்விடத்திலும் கூறாத திருவள்ளுவரும், ஓர் இந்து; அவர் எழுதிய திருக்குறளும் இந்துமத நூல். ஏன், சங்க நூல்களே இந்துமத நூல்கள் என்றல்லவோ மக்கள் தவறாகக் கருதிவிடுவார்கள் என்று எண்ணுகின்றேன்.

முந்தை யிருந்து நட்டோர் கொடுப்பின்
நஞ்சும் உண்பர் நனிநாகரிகர்

என்று, திருக்குறளுக்குப் பல நூற்றாண்டுகளுக்கு முன் எழுந்த சங்க நூலான நற்றிணை, மேற்காட்டப்பட்ட திருக்குறளுடன் ஒத்த கருத்தைக் கூறுவதால், நற்றிணைக் காலத்துத் தமிழரும் இந்துக்களாகவன்றோ மாறிவிட்டிருப்பர்?

நான் இவ்வாறு கருதுவதற்குக் காரணம், தாங்கள் வேறோர் கட்டுரையில் (தி.கதிர் 24.11.72 பிற மதங்கள்) ‘நான் ஒரு இந்து என்ற முறையில் எனது மதத்தின் மேன்மைகளை நான் குறிப்பிடுகிறேன்’ என்று, பெரியாரின் பள்ளியில் படித்த பாடத்தையும் மறந்து கூறியதாம்.

இவற்றிற்குத் தாங்கள் தக்க பதில் அளிப்பீர்கள் என்று கருதுகிறேன்.

யாழ்பாணம் **அண்ணா இராசேந்திரம்**

பதில்

நண்பரே, தங்கள் கேள்விக்குத் தாங்கள் கொடுத்துள்ள எண் வரிசையிலேயே நானும் பதில் தருகிறேன்.

1. தாங்கள் குறிப்பிட்டுள்ள நாலடியார் பாடல் எனக்கும் நினைவுக்கு வருகிறது.

இந்த நாலடியார் பாடலைக் கொண்டே ‘நல்ல நண்பர்கள்’ என்ற தலைப்பில் முன்பு தென்றலில் ஒரு கட்டுரை எழுதியிருக்கிறேன்.

அதில் பனை, தென்னை, பாக்கு என்றே குறிப்பிட்டிருக்கிறேன். ஆனால் பின்பு ஒரு முறை திருமுருக கிருபானந்தவாரியார் சுவாமிகளின் விரிவுரை ஒன்றைக் கேட்டபோது, கடை நண்பர்களுக்குப் பாக்கு மரத்தைவிட வாழைமரம் பொருத்தம் என்று கருதினேன்.

வாழை மரத்தைச் சுட்டி அவரொரு பாடலும் சொல்லியதாக நினைவு.

தங்களைப் போலவே வேறு சில நண்பர்கள் சில பாடல்களைக் குறிப்பிட்டு எழுதியிருக்கிறார்கள்.

அவர்களுக்கு நன்றி.

2. நீங்கள் சொன்னது சரி.

'ஊழ்வினை உறுத்து வந்தூட்டும்' என்பது இளங்கோவடிகளின் கூற்றே. அது எனக்குத் தெரியும்.

ஆனால், எதை எடுத்தாலும் 'வள்ளுவன் வள்ளுவன்' என்று சொல்லிப் பழக்கப்பட்டு விட்டதால், மேற்கூறிய சொற்களையும் கவனக்குறைவாக வள்ளுவன் சொல்லியதாக எழுதிவிட்டேன்.

இதுநாள்வரை இதனைத் தங்களைத்தவிர வேறு யாரும் கவனப்படுத்தவில்லை.

காரணம், நான் தவறாகச் சொல்ல மாட்டேன் என்ற நம்பிக்கையாக இருக்கலாம்! அல்லது மேற்போக்காகப் படித்தபோது, இந்தத் தவறு புரியாமல் இருந்திருக்கலாம். எனது கவனக்குறைவை நினைவுபடுத்தியமைக்கு நன்றி.

3. பார்த்தனுக்குப் பரந்தாமன் உபதேசித்தது தான் 'கீதை' என்பதிலே எனக்கு எந்தவித ஐயப்பாடுமில்லை.

அர்ஜுனன் கண்ணனை விளித்துக் கேள்விக் கேட்பதும், கண்ணன் பதில் சொல்லுவதுமாகவே கீதையின் வடிவம் இருக்கிறது.

அதனை இடைச் செருக்கல் என்று யாரும் ஒப்புக் கொள்ளமாட்டார்கள்.

அன்றியும், திருக்குறளை ஒரு தொகுப்பு நூல் என்று சொன்னால், அது எவ்வளவு தவறாகுமோ, அவ்வளவு தவறு கீதையையும் தொகுப்பு நூல் என்பது.

சங்கம் மருவிய காலத்தில் வாழ்ந்த ஆழ்வார்களோ, பிற்கால ஆழ்வார்களோ, தமது பிரபந்தங்களில் 'கீதா சாரியன் கண்ணன்' என்று கூறுவதால், கீதை வெறும் தொகைநூல் என்றாகிவிட்டது.

திருக்குறளை மேற்கோளாகக் கொள்ளும் இளங்கோ அடிகள், குறள் வள்ளுவன் பாடியது என்று கூறாததால் அது வேறு எவரோ பாடியது ஆகாது.

பிற்காலக் கம்பன், சிலப்பதிகாரத்தையும் இளங்கோவையும் சுட்டிக் காட்டாததால், சிலம்பு இளங்கோ பாடியதல்ல என்றாகிவிட்டது.

கண்ணதாசனின்

கண்ணனைப் போலவே, தங்களையும் ஆசாரியர்களாகக் கருதிக்கொண்ட ஆழ்வார்கள், அதனைச் சுட்டிக் காட்டாதிருக்கலாம்.

அதற்காகக் கீதையிலே மிகத் தெளிவாக தெரியும் பார்த்தன் - பரந்தாமன் உரையாடல் வடிவத்தைக் கட்டுக்கதை என்று ஏற்றுக் கொள்ள நான் தயாராயில்லை.

4. எனது கட்டுரைத் தொடரில் தமிழர் என்றால் இந்துக்கள் என்றோ, இந்துக்கள் என்றால் தமிழர்கள் என்றோ, மொத்தமாக நான் எங்கேயும் கூறவில்லை.

தமிழர்களில் இந்துக்களாக உள்ளவர்களின் பழக்க வழக்கங்களையே நான் குறிப்பிட்டிருக்கிறேன்.

தாங்கள் கூறுவதுபோல, தமிழர்களில் ஒரு பகுதியினர், பிற்காலத்தில் இந்துக்களாக மாறினார்கள் என்பதையும் வாதத்துக்காக நான் ஒப்புக் கொள்கிறேன்.

நான் செய்துக் கொண்டிருப்பது 'இந்து மதம்' எப்போது தோன்றியது? என்ற ஆராய்ச்சி அல்ல.

இந்து மதத்திலுள்ள பண்பாடுகள், பழக்க வழக்கங்கள், மரபுகள், வழக்குகள் ஆகியவை பற்றிய விரிவுரையே.

'தமிழர்' என்றொரு இனம் உருவானபோது, 'அவர்களிடம் எந்தவிதமான மதக்கருத்துகளும் இல்லை' என்று நீங்கள் சொல்வது நகைப்புக்கு இடமானது.

உலகில் எந்த இனம் பிறந்தபோதும், மதமும் கூடவே பிறந்ததில்லை.

பிற்காலத்தில், அந்தந்த இனங்கள் ஒவ்வொரு அடிப்படைத் தத்துவத்தை ஏற்றுக்கொண்டு, அதற்கொரு பெயர் வைத்துக்கொண்டது தான், மதத்தின் வரலாறு.

அப்படித்தான் தமிழர்களிலும் ஒரு பகுதியினர் இந்துக்கள் ஆனார்கள்.

'அன்று வாழ்ந்த திருவிடத்தார் மதம் அற்றவர்கள்' என்பது வெறும் கட்டுக்கதை.

'பகுத்தறிவு' என்ற பெயரால், பழைய தமிழனின் வரலாற்றையும் மலிவான விலைக்கு வாங்கித் திருத்தம் பெற்ற புதிய பதிப்பாக வெளியிட்டுச் சிலர் செய்த திருக்கூத்து.

சிந்துவெளி நாகரிகத்திலேயே தமிழர்களுக்கு இறை வழிபாடு இருந்திருக்கிறது.

இறைவழிபாடு உள்ளவர்களைத் தான் 'மதம்' என்ற சொல் ஒன்று சேர்க்கிறது.

தமிழர்களிடையே பலவகையான மதங்கள் இருந்தன என்பது உண்மையே தவிர, 'மதமே இல்லை' என்பது ஈரோட்டுக் கடைத்தெருவில் வாங்கி வந்து காஞ்சிபுரம் சந்தையில் விலையான வாதம்.

'இந்து' என்ற சொல் எந்தக் காலத்தில் வந்தது என்ற ஆராய்ச்சி எனக்குத் தேவையில்லை என்றாலும், அது பிற்காலத்தில் வந்தது என்பதை ஒப்புக் கொள்கிறேன்.

அதற்காக, 'இந்து' என்ற வார்த்தை பிறந்த பிறகுதான் மதம் பிறந்தது' என்றா நீங்கள் கருதுகிறீர்கள்?

'சைவர்கள்' என்றும் 'வைணவர்கள்' என்றும் தனித் தனியாக அழைக்கப்பட்ட எல்லாரையும் ஒன்றாகச் சேர்த்துப் பிற்காலத்தில் சூட்டப்பட்ட பெயரே 'இந்து' என்பது. அது நீங்கள் குறிப்பிட்ட காலத்தில்தானா அல்லது வேறு காலத்திலா என்பது, அதுபற்றி ஆராய்ச்சி செய்வபவர்தாம் கூறவேண்டும்.

வள்ளுவர் குறள்களில் பல்வேறு சமயக் கருத்துகளும் காணக் கிடக்கின்றன.

பௌத்த கருத்துகளும் அதில் இருந்தாலும், வள்ளுவன் ஒரு புனிதமான இந்து என்பதில் எனக்குச் சந்தேகமில்லை.

அவன் இறைவனை 'ஆதிபகவன்' என்றழைக்கிறான். ''பகவான் என்றால் என்ன?''

''பகவானே ஈசன்; மாயோன் பங்கயன் சினனே புத்தன்'' - என்பது சூத்திரம்.

'பகவான்' என்ற வார்த்தை, 'ஈசன்' என்ற சிவனையும், 'மாயோன்' என்ற திருமாலையும், 'பங்கயன்' என்ற பிரம்மாவையும், 'சினன்' என்ற ஜைனனையும், புத்தனையும் குறிக்கிறது.

(நான் முதல் இதழில் 'ஆதிபகவான்' என்பது ஜைன - சமணக் கடவுள்களையே குறிக்கிறது என்றே எழுதியிருக்கிறேன்.

ஆனால், சூத்திரப்படி பிரம்மா, விஷ்ணு, சிவன் என்ற இந்துக் கடவுள்களையும், அந்த வார்த்தை சுட்டிக் காட்டுகிறது.

அஃதன்றியும்,

'தாமரைக் கண்ணன்' என்றும், 'அறவாழி அந்தணன்' என்றும், 'வேண்டுதல் வேண்டாமை இலான்' என்றும் பல இடங்களில் அவன் குறிப்பிடும் இறைவன் கருத்து, இந்துமதக் கருத்தாகவே இருக்கிறது.

(அடுத்த இதழில், 'வள்ளுவன் ஒரு இந்துவே' என்பதை நிலைநாட்ட ஒரு முழுக் கட்டுரையே எழுதுகிறேன்.)

கண்ணதாசனின்

"நாகரீகம்' பற்றிய கருத்து நற்றிணையிலும் காணப்படுவதால், "நற்றிணைக் காலத் தமிழர்கள் இந்துக்களா?" எனக் கேட்கிறீர்கள்.

அதே நாகரீகம் இன்று இந்துக்களாக இருக்கிற தமிழர்களிடம் காணப்படுகிறது என்றுதான் நான் கூறினேனே தவிர, அந்த நாகரீகத்திற்கு என்ன வயது என்று நான் ஆராயவில்லை.

நற்றிணைக் காலத்தில் இந்துமதம் இருந்ததில்லை என்பதற்கு நீங்கள் காட்டும் ஆதாரம் என்ன?

நீங்கள் இரண்டு வரி ஆதாரம் காட்டினால், இருந்தது என்பதற்கு நான் நான்கு வரி காட்டுவேன்.

அது வெறும் ஆராய்ச்சியே!

கடந்து போன காலங்களைப் பற்றிக் கற்பனாவாத ஆராய்ச்சியில் நான் ஈடுபட விரும்பவில்லை.

இந்து மதத்தில் என்னென்ன அர்த்தங்கள் உள்ளன என்பதே நான் எழுதும் விரிவுரை.

நான் பெரியார் பள்ளியில் படித்தவன் என்பதை மறந்து விட்டதாகக் கூறுகிறீர்கள்.

நான் சுயமரியாதை இயக்கத்திலோ கருஞ்சட்டைப் படையிலோ, திராவிடர் கழகத்திலோ இருந்ததே இல்லை.

தி.மு.க. ஆரம்பிக்கப்பட்டபோது அதில்தான் நான் சேர்ந்தேன்.

அங்கேயும் நாத்திக வாதம் நாலைந்து ஆண்டுகள் தான் நடந்தது.

பிறகு, அவர்களே 'ஒன்றே குலம்; ஒருவனே தேவன்' என்று ஆரம்பித்து விட்டார்கள்.

அவர்கள் சொல்லும் ஒருவன் 'யார்' என்பதை அவர்களுக்குச் சொல்வதே என் கட்டுரை.

8
வள்ளுவர் ஓர் இந்து

ஒரு மனிதன் எந்த மதத்தைச் சேர்ந்தவன் என்று எப்படிக் கண்டுபிடிப்பது? இந்துக்களின் நெற்றி மதச் சின்னத்தைக் காட்டுகிறது.

கிறிஸ்தவர்களின் கழுத்தில் தொங்கும் சிலுவை அவர்கள் கிறிஸ்தவர்கள் என்பதைக் குறிக்கிறது.

முஸ்லீம்களின் ஆடையும், தொப்பியும், கோஷாவும் அவர்கள் முஸ்லீம்கள் என்பதைத் தெளிவாக்குகின்றன.

ஆனால், இந்தச் சின்னங்கள் ஏதுமில்லாத நவநாகரீக இளைஞன் ஒருவனை, அவன் எந்த மதத்தைச் சேர்ந்தவன் என்று எப்படிக் கண்டுபிடிப்பது?

ஒரு கதை உண்டு.

ஒரு மனிதன் பன்னிரண்டு மொழிகள் பேசுவானாம்.

ஒவ்வொரு மொழியையும், அந்தந்த மொழிக்காரர்கள் எப்படிப் பேசுவார்களோ அப்படியே, அதே தொனியொடும் உச்சரிப்போடும் பேசுவானாம்.

அவனுடைய தாய்மொழி எது என்று யாருக்கும் தெரியவில்லையாம்.

அவனைக் கேட்டால் அவனும் சொல்ல மறுத்துவிட்டானாம்.

அவனது தாய்மொழியைக் கண்டுபிடிக்க அவனது நண்பர்கள் ஒரு வேலை செய்தார்களாம்.

ஒருநாள், அவன் நன்றாகத் தூங்கிக் கொண்டிருக்கும் போது 'பளார்' என்று அவன் முதுகிலே ஓங்கி அடித்தார்களாம்.

அவன், ஆத்திரத்தோடு, "எந்தடா நாயாடி மோனே" என்று சொல்லிக் கொண்டே எழுந்து உட்கார்ந்தானாம்.

அவனது தாய்மொழி மலையாளம் என்பது தெரிந்து விட்டதாம்.

தன்வயமற்ற நிலையில் ஒருவன் பேசுகிற பேச்சுத்தான் உண்மையான பேச்சு.

அது போதையாயினும் சரி, உற்சாகமாயினும் சரியே.

நடக்கும் வழியில் ஒரு கல் தடுக்கிவிட்டதென்றால் ஒருவன் 'கடவுளே' என்கிறான்; அவன் இந்து.

கண்ணதாசனின்

'அல்லா' என்றால், அவன் முஸ்லீம்.

'கர்த்தரே' என்றால், அவன் கிறிஸ்தவன்.

ஒவ்வொரு மதத்துக்காரருக்கும் முக்கியமான கட்டங்களில் எல்லாம், தனது மத தத்துவம், தனது கடவுள் நினைவுக்கு வருவதுபோல், ஒவ்வொரு மதக் கவிஞனுக்கும், தனது எழுத்துகளில் தனது கடவுள் பற்றிய சிந்தனையே வரும்.

வள்ளுவனும் அப்படியே!

இறைவனைப்பற்றி, அவன் குறிப்பிடுகிற சில வார்த்தைகள் வேறு சில மதக்கடவுளுக்கும் பொருந்தும் என்றாலும், பெரும்பாலானவை நேரடியாக இந்துமதக் கடவுள்களையே குறிக்கின்றன.

உதாரணமாக, 'வேண்டுதல் வேண்டாமை இலான்' என்பது, எல்லா மதத்தின் மூலவருக்கும் பொருந்தும் என்றாலும், விருப்பு வெறுப்பற்றவன் என்று இந்துக்களே இறைவனை அதிகம் கூறுகிறார்கள்.

ஆழ்வார்கள், நாயன்மார்கள் பாடல்கள் அனைத்திலும் இந்த எண்ணம் பிரதிபலிக்கிறது.

'கடவுள்' என்ற வார்த்தையை வள்ளுவன் பயன்படுத்தவில்லை என்றாலும், 'கடந்து உள்ளிருப்பவன்' என்ற பொருளில் இந்துக்கள் மட்டுமே அதனைப் பயன்படுத்துகிறார்கள்.

'இறைவன்' என்ற சொல் 'கடவுள்' என்ற பொருளில் வள்ளுவனால் இரண்டு இடங்களில் பயன்படுத்தப்படுகிறது.

ஐந்தாவது குறளில், 'இருள்சேர் இருவினையும் சேரா இறைவன்' என்றும்,

பத்தாவது குறளில், 'பிறவிப் பெருங்கடல் நீந்துவர் நீந்தார் இறைவனடி சேராதார்' என்றும், அது ஆளப்படுகிறது.

கடவுளை 'இறைவன்' என்று பௌத்தர்களோ, முஸ்லீம்களோ, கிறிஸ்தவர்களோ கூறத் தொடங்குவதற்குப் பல நூற்றாண்டுகளுக்கு முன்னால் வள்ளுவன் கூறியிருக்கிறான். (மற்றவர்கள் பின்னால் எடுத்துக் கொண்டார்கள்.)

வள்ளுவன் காலத்தில் பௌத்த மதமும் இந்தியாவிலேயே பிறந்த வேறு சில மதங்களும் மட்டுமே இருந்தன.

அந்நாளில் அவை, கடவுளை 'இறைவன்' என்று அழைத்ததில்லை.

ஆனால், இந்துக்களின் கடவுள் பாடல்கள், பிரபந்தங்கள் அனைத்திலும் அந்த வார்த்தை வருகிறது.

அதிலும் வினைகள் இருவகை; அவை நல்வினை, தீவினை எனச் சொல்வோர் இந்துக்கள்.

அஃதன்றியும், இறைவன் என்ற சொல்லை அரசன் என்ற பொருளில் ***690, 733, 778*** ஆவது குறள்களில் வள்ளுவன் கையாள்கிறான்.

இறைவனையும், அரசனையும் வேறு எந்த மதத்தவரும் ஒன்றாகக் கருதுவதில்லை. ஒரே சொல்லால் அழைப்பதில்லை.

பிற்காலத்தில் தமிழ் இந்துக்கள் இன்னும் ஒரு படி மேலே போய், 'கோ' என்ற வார்த்தைக்கு 'இறைவன், அரசன், பசு' என்ற மூன்று அர்த்தத்தையும் கொடுத்திருக்கிறார்கள்.

'இறைவனடி சேர்வது' என்ற மரபு இந்துக்களுக்கு மட்டுமே உண்டு.

வையத்துள் வாழ்வாங்கு வாழ்பவன் வானுறையும்
தெய்வத்துள் வைக்கப் படும்

என்ற குறளில் வரும், 'வானுறையும் தெய்வம்' இந்துக்களுக்கு மட்டுமே உண்டு.

தெய்வம் வானத்தில் இருக்கிறது என்பதை மற்ற மதத்தவர் ஒத்துக் கொள்வதில்லை.

'பெயக் கண்டும் நஞ்சுண்டமைவர்' என்ற குறள், ''திருப்பாற்கடல் கடையப்பட்டபோது ஆலகால விஷத்தை அள்ளியுண்ட பரமசிவனையே குறிக்கிறது'' என்கிறார் பேராசிரியர் திரு. ஜி. சுப்பிரமணிய பிள்ளை. 'அடியாருக்கு, நஞ்சமுதம் ஆவதுதான் அற்புதமோ?' என்கிறார் சேக்கிழார் பெருமான்.

நற்றிணையில் வரும், 'நஞ்சுண்பர் நனிநாகரிகர்' என்ற தொடரும் சிவனாரைக் குறிப்பதாக நான் சொன்னால் யார் மறுக்க முடியும்?

அஃதன்றியும், ஒரு குறளில் இந்துக்களுக்கு மட்டுமே உரிய இந்திரனைச் சாட்சிக்கழைக்கிறார் வள்ளுவர். வேறு எந்த மதத்தவருக்கும் 'இந்திரன்' என்று ஒருவன் இல்லை. அதிலும் இந்திரன் சம்பந்தப்பட்ட இந்து மதம் ஒன்றையே வள்ளுவர் உவமிக்கிறார்.

ஐந்தவித்தான் ஆற்றல்
அகல் விசும்புளார் கோமான்
இந்திரனே சாலுங் கரி.

ஐந்து பொறிகளையும் அடக்காது சாபம் எய்திய இந்திரன், அடக்குவோனுடைய ஆற்றலுக்குச் சான்றாகிறான் என்கிறார்.

கெட்டுப் போனவனைக் காட்டி நல்லவனைப் புகழ்வது போல், பொறி அடக்காத இந்திரனைக் காட்டி அடக்குவோரின் ஆற்றலை வியக்கிறார் வள்ளுவர்.

இந்துக்களின் புராணப்படி, 'அகல் விசும்புளார் கோமான்' என்றே இந்திரனை அழைக்கிறார்.

அவர் கூறும் உவமான கதை அகலிகையின் கதையாகும்.

இன்னுமோர் இடத்தில்,

கோளில் பொறியிற் குணமிலவே எண்குணத்தான்
தாளை வணங்காத் தலை

-என்கிறார்

இந்துக்களின் இறைவனுக்கு மட்டுமே எட்டு குணங்கள் கற்பிக்கப்பட்டிருக்கின்றன. (அதாவது, பரமசிவனுக்கு.)

பரிமேலழகர் சொற்படி அந்த எட்டு குணங்கள் கீழ்க் கண்டவை.

தன் வயத்தனாதல்

தூயவுடம்பினனாதல்

இயற்கையுணர்வினனாதல்

முற்றுமுணர்தல்

இயல்பாகவே பாசங்களின் நீங்குதல்

பேரருளுடைமை

முடிவிலாற்றலுடைமை

வரம்பில் இன்பமுடைமை

- சைவ ஆகமத்திலும் இவ்வாறு கூறப்பட்டிருக்கிறது.

அப்பர் சுவாமிகளும், 'எட்டு வான் குணத்து ஈசன்' எனப் பாடினார்.

கற்றதனால் ஆயபயன் என்கொல் வாலறிவன்
நற்றாள் தொழாஅர் எனின்.

என்றொரு குறள்.

இதில் 'வாலறிவன்' என்பது, மற்ற மதக் கடவுள்களையும் குறிக்கக்கூடிய மயக்கத்தைத் தரும். ஆயினும், எங்கும், எப்பொழுதும், தானாகவே அனைத்தையும் அறியும் ஞானத்தைக் குறிப்பதால், 'அங்கிங்கெனாதபடி எங்கும் பிரகாசமாய் ஆனந்தமூர்த்தியாகி' நிற்கும் ஈசனைக் குறிப்பதாகக் கொள்ளலாம்.

அதுபோலவே, 'தனக்குவமை இல்லாதான்' என்ற சொல்லும் மயக்கத்தைத் தரும். ஆயினும், அதுவும் ஈசனைக் குறிப்பதாக எடுத்துக் கொள்ள முடியும்.

அர்த்தமுள்ள இந்துமதம் - பாகம் 2

அப்பர் சுவாமிகள் பாடல் ஒன்றை மேற்கோள் காட்டிப் பேராசிரியர் ஜி. சுப்பிரமணிய பிள்ளை அவர்கள் இதனை விளக்கியிருக்கிறார்கள்.

ஒரு குறளில் வரும் 'மலர்மிசை ஏகினான்' என்ற வார்த்தை பல பொருள் தருமாயினும், பரிமேலழகர் உரைப்படியும், பிற்கால நாயன்மார்கள் பாடல்களின் படியும், அதுவும் சிவபெருமானையே குறிக்கின்றது.

பிறவியைப் 'பெருங்கடல்' என்று இந்துக்கள் மட்டுமே குறிப்பதால், நான் முன்பு சொன்ன அந்தக் குறளும் வள்ளுவன் ஓர் இந்துவே எனக் காட்டுகிறது.

மற்றும்,

பற்றுக பற்றற்றான் பற்றினை அப்பற்றைப்
பற்றுக பற்று விடற்கு

- என்றும்,

தாம்வீழ்வார் மென்தோள் துயிலின் இனிதுகொல்
தாமரைக் கண்ணான் உலகு

- என்றும்,

இந்துக்களின் துறவுத் தத்துவத்தையும், தலைவன் பெயரையும் வள்ளுவர் குறிப்பிடுகிறார்.

வள்ளுவர் கூறும், 'தானமும் தவமும்' இந்துக்களின் மரபுகளே.

துறவறத்தின் பெருமையைப் புத்தமதமும் கூறுமாயினும், இந்திரனைப் பற்றிய குறிப்பு வள்ளுவரின் 'நீத்தார் பெருமை' என்ற அதிகாரத்திலேயே வருவது குறிப்பிடத்தக்கது.

இவ்வாறு வள்ளுவப் பெருந்தகை, தொட்ட இடமெல்லாம், இந்துக் கடவுள்களையும், இந்துக்களின் மரபையுமே கூறுவதால், அவரும் ஓர் இந்துவே என்பது சந்தேகத்திற்கு இடமில்லாத உண்மை.

அவரைத் தூக்கத்தில் தட்டி எழுப்பியிருந்தாலும், 'இறைவா' என்றுதான் சொல்லி இருப்பார்.

அறத்துப்பாலில் காணும் அறமும், பொருட்பாலில் காணும் பொருள்களும், தமிழர்களுக்கு மட்டுமே உரியவையாக அன்று இருந்தன.

ஆகவே, தமிழரான வள்ளுவர் ஓர் இந்து; இந்துவான வள்ளுவர் ஒரு தமிழரே ஒரு தமிழனே என்பது எனது துணிபு.

9
கனவுகள்

ஆண்டாள் கனவு காண்கிறாள்; அற்புதமான கனவு; இனிமையான கனவு கலியாணமாகாத ஒவ்வொரு கன்னிப் பெண்ணும் காணுகின்ற கனவு.

நிறைவேறாத காரியங்களைப் பற்றிக் கனவு காண்பதிலே தான் எவ்வளவு சுகம்!

இந்தக் கனவுகளிலே பலவகை உண்டு.

அரைகுறைத் தூக்கத்தில் வரும் கனவு, நினைவின் எதிரொலி.

பகல் தூக்கந்தான் பெரும்பாலும் அரைகுறை தூக்கமாக இருக்கிறது.

ஆகவேதான், 'பகல் கனவு பலிக்காது' என்கிறார்கள்.

ஆழ்ந்த தூக்கத்தில் வரும் கனவு பெரும்பாலும் பலிக்கிறது.

ஆழ்ந்த தூக்கம் என்பது அதிகாலையில் தான் வருகிறது.

ஆகவே, 'காலைக் கனவு கட்டாயம் பலிக்கும்' என்கிறார்கள்.

ஆண்டாள் காண்பதோ காலைக் கனவுமல்ல; பகல் கனவுமல்ல. அது ஆசையின் உச்சம்; பக்திப் பெருக்கு; பரவசத் துடிப்பு.

கண்ணனை மணவாளனாகக் காண்கிறாள் கோதை.

'உன் கையிற் பிள்ளை உனக்கே அடைக்கலம்' என்று தன்னை அவன் கையில் தருகிறாள் நாச்சியார்.

கண்ணாடி முன் நிற்கிறாள்.

பூச்சூடி, குழல் முடித்து, பொட்டிட்டு நின்று, தன் திருமுகத்தைத் தானே பார்க்கிறாள்.

ஆண்டாளின் ஸ்தூலத்திற்குக் கண்ணாடியில் தெரியும் அவளது உருவமே தோழியாகிறது.

"அடி தோழி!

நான் கனவு கண்டேன்.

வாரண மாயிரம் சூழ வலம்வந்து
நாரணன் நம்பி நடக்கின்றான் என்றெதிர்
பூரண பொற்குடம் வைத்துப் புறமெங்கும்
தோரணம் நாட்டக்கனாக் கண்டேன் தோழீ நான்."

அர்த்தமுள்ள இந்துமதம் - பாகம் 2

- "எல்லே இளங்கிளியே! என் கனவைக் கேட்டாயா?
ஆயிரம் யானைகள் சூழ நாரண நம்பி வந்தான்;
அவன் வரும்போது பூரண கும்பங்கள் எழுந்தன;
தோரணங்கள் நாட்டப்பட்டன.

கதிரொளி தீபம் கலசமுட னேந்தி
சதிரிள மங்கையர் தாம்வந் தெதிர்கொள்ள
மதுரையார் மன்னர் அடிநிலை தொட்டெங்கும்
அதிரப் புகுதக் கனாக் கண்டேன் தோழீநான்.

- ஆம்!
ஒளி மிகுந்த தீபங்களைக் கையிலேந்திக் கொண்டு சதிராடும் இளமங்கையர் வந்தார்கள்.

அவனை எதிர்க்கொண்டார்கள்.

அந்த மதுரையார் மன்னர், மாயக் கண்ணன் எனது பாதத்திலிருந்து உச்சிவரை உடம்பே அதிர்ந்து போகுமாறு புகுந்ததாகக் கனவு கண்டேன்.

அந்த மைத்துனன் நம்பி, மதுசூதனன் வந்தென்னைக் கைத்தலம் பற்றக் கனவு கண்டேன்.

அடி தோழி! என் கனவு நனவாகும்."

- ஆம், ஆண்டாளின் கனவு, அவளது ஆசையின் விரிவு! ஏக்கத்தின் இலக்கியம்!

இத்தகைய கனவுகளைப் பற்றி இந்துமதம் என்ன சொல்கிறது.

கனவுகள் நினைவுகளுக்கு அப்பாற்பட்டவையாக இருந்தால், அவை பலிக்கும் என்கிறது.

சிலப்பதிகாரத்தில் 'கனாத்திறம் உரைத்த காதை' வருகிறது.

'முத்தொள்ளாயிர' நாயகிகளும் கனவு காண்கிறார்கள்.

திருக்குறளிலும் கனவுக் குறிக்கப் பெறுகிறது.

கனவு என்பதை இறைவன் விடும் முன்னறிவிப்பு என்றே நான் கருதுகிறேன்.

இந்துக்களுக்கு கனவு நம்பிக்கை அதிகம்.

எனக்கு மிக அதிகம்.

காரணம், நான் கண்ட கனவுகள் பெரும்பாலும் பலித்திருக்கின்றன.

1948-ஆம் ஆண்டு நான் சேலத்தில் வேலை பார்த்தபோது அரிசிப்பாளையத்தில் தங்கியிருந்தேன்.

கண்ணதாசனின்

என்னோடு பூந்தோட்டம் திருநாவுக்கரசு என்ற நண்பரும், சாந்தி மா. கணபதி என்ற நண்பரும் தங்கியிருந்தார்கள்.

அவர்களில் பூந்தோட்டம் திருநாவுக்கரசு இப்பொழுது சிங்கப்பூரில் நல்ல உத்தியோகத்தில் இருக்கிறார்.

சாந்தி மா. கணபதி என்ற நண்பர், 1960-ல் காலமானார்.

ஒருநாள் காலையில், காந்தியடிகளைச் சுட்டுக் கொன்று விட்டதாக எனக்கொரு கனவு வந்தது.

காலையில் எல்லாரிடத்திலும் அதைச் சொன்னேன்.

"சீ சனியனே! உன் கருநாக்கை வைத்துக்கொண்டு சும்மாயிரு. எதையாவது உளறித் தொலைக்காதே" என்று எல்லாரும் என்னைக் கோபித்துக் கொண்டார்கள்.

அன்று மாலை வானொலி கண்ணீரோடு ஒரு செய்தியைச் சொன்னது, "காந்தியடிகள் சுட்டுக் கொல்லப்பட்டார்" என்று.

எனது நண்பர்கள் திகைத்துப் போனார்கள்; என்னை எச்சரித்தார்கள்.

"இதோ பார்! நீ கனவு கண்டதாகச் சொன்னால் யாரும் நம்பமாட்டாகள். இதிலே உனக்கும் சம்பந்தமிருப்பதாகச் சொல்லிவிடுவார்கள். ஆகவே, வாயை மூடிக் கொண்டு சும்மாயிரு" என்றார்கள்.

எனக்கு, அந்தப் பயம் தெளியவே வெகு நாளாயிற்று.

சில கனவுகள் ஆணியடித்தாற்போல் எதிர்மறை பலன்களைக் காட்டுகின்றன.

உதாரணத்திற்கு, என் கனவில் மலம் வந்தால் மறுநாள் எங்கிருந்தாவது பணம் வருகிறது.

நூற்றுக்கணக்கான முறை அந்தக் கனவைக் கண்டு மறுநாளே பலனடைந்திருக்கிறேன்.

பல் விழுவதாகக் கனவு கண்டால், மறுநாளே என்மீது கோர்ட்டில் புது வழக்கு வருகிறது.

இருபது வருடங்களாக அடிக்கடி நான் படிப்பது போலக் கனவு காண்கிறேன்.

ஒவ்வொரு தடவையும் அந்தக் கனவு வந்த பிறகு என் புகழ் உயர்ந்து வந்திருக்கிறது.

பல தடவை ரயிலுக்குப் போகும்போது ரயிலைத் தவற விடுவதாகக் கனவு கண்டிருக்கிறேன்.

அப்போதெல்லாம் ஏதாவதொரு நல்ல சந்தர்ப்பத்தை நான் இழந்திருக்கிறேன்.

அர்த்தமுள்ள இந்துமதம் – பாகம் 2

உயரமான இடத்தில் ஏறி இறங்க முடியாமல் தத்தளிப்பதாகக் கனவு கண்டிருக்கிறேன்.

அப்போதெல்லாம் வாழ்க்கையில் ஏதாவது சிக்கல் வந்து தீர்க்க முடியாமல் கலங்கியிருக்கிறேன்.

ஏறிய உயரத்திலிருந்து மளமளவென்று இறங்கி வருவது போலக் கனவு கண்டால், வந்த சிக்கல் தீர்ந்து விடுகிறது.

கனவில் வெள்ளம் வந்தால், காலையில் பணம் வருகிறது.

அந்த வெள்ளம் வடிந்து போவது போல் கனவு கண்டால், பணம் செலவழிந்து போகிறது.

1967-ஆம் ஆண்டு பொதுத் தேர்தல் நடந்தபோது, காங்கிரஸ் தோற்றுப் போவதையே கனவில் கண்டேன்.

ஒரு கோட்டை!

நானும் மற்ற காங்கிரஸ் நண்பர்களும் அங்கே நிற்கிறோம்.

மூவேந்தர் காலத்து ஆடை அணிந்து, தி.மு. கழக நண்பர்களெல்லாம் படைகள் போல வந்து, அந்தக் கோட்டையைச் சூழ்ந்து கொள்கிறார்கள்.

அந்தக் கனவைப் பற்றி அப்பொழுதே எனது நண்பர்கள் பலரிடமும் கூறினேன்; அது பலித்து விட்டது.

1971-ஆம் ஆண்டுத் தேர்தலில் யானை என்னைத் துரத்திக் கொண்டு ஓடி வந்து, எனக்கு மாலை போடுவது போலக் கனவு கண்டேன்.

அந்தத் தேர்தலில் நான் சார்ந்திருந்த இந்திரா காங்கிரசுக்குப் பலத்த மெஜாரிட்டி கிடைத்தது.

இரண்டாண்டுகளுக்கு முன், ஒரு மலை மீது நான் சுற்றி வருவதாகவும், அந்த மலையில் எங்கும் நாமம் போட்டிருக்கவும் கனவு கண்டேன்.

திருப்பதிக்குச் சென்று திரும்பி வந்தேன்.

பல தொல்லைகள் மளமளவென்று தீர்ந்தன.

அதன் பிறகுதான், "திருப்பதி சென்று திரும்பி வந்தால் ஒரு திருப்பம் நேருமடா - உன் விருப்பம் கூடுமடா" என்ற பாட்டை எழுதினேன்.

என் கனவில் கண்ணன் அடிக்கடி வருகிறான்; ஆனால் என்னோடு பேசுவதில்லை.

ஒருவேளை இது என் நினைவின் எதிரொலியாக இருக்கலாம்.

219

கண்ணதாசனின்

தி.மு.க. விலிருந்து நான் பிரிந்த பிறகு, நானும் சம்பத்தும் தமிழ் தேசியக் கட்சியின் சார்பில் பெங்களூரில் ஒரு கூட்டத்தில் பேசச் சென்றோம்.

மத்தியானம் உட்லண்ட்ஸ் ஓட்டலில் நான் நன்றாகத் தூங்கிக் கொண்டிருந்தபோது, நான் கூட்டத்திற்குச் செல்வதாகவும், அங்கே கல்லெறி நடப்பதாகவும், என் கார்க் கண்ணாடி உடைந்ததாகவும் கனவு கண்டேன்.

அது பகல் கனவுதான், என்றாலும் ஆழ்ந்த தூக்கத்தில் வந்த கனவு.

என்ன ஆச்சரியம்! நான் கண்ட கனவு அன்று மாலையே அப்படியே நடந்தது.

காரில் எந்தக் கண்ணாடி உடைந்ததாகக் கனவு கண்டேனோ அதே கண்ணாடி உடைந்தது.

கனவில் வந்த முகங்களே என் கண் முன்னாலும் காட்சியளித்தன.

வாய் நிறைய ரோமம் இருப்பதாகவும், அது இழுக்க இழுக்க வந்து கொண்டிருப்பதாகவும் கனவு கண்டேன்.

அப்பொழுதெல்லாம் தொல்லை மாற்றித் தொல்லை வரும்.

சிவனடியார்களின் கனவில் ஆண்டவன் வந்து, 'இந்த இடத்துக்கு வா' வென்று சொன்னதாகவும் அவர்கள் அந்த இடத்திற்குச் சென்று அமைதி கொண்டதாகவும் செய்திகள் படிக்கிறோம்.

அவை பொய்யல்ல என்றே நான் நினைக்கிறேன்.

'நிர்மலமான தூக்கத்தில் களங்கமற்ற உள்ளத்தில் தோன்றும் கனவுகள் பலிக்கின்றன' என்பது இந்துக்களின் நம்பிக்கை.

அந்தக் கனவுகளை நாம் வரவழைக்க முடியாது.

அவை ஆண்டவன் போட்டுக் காட்டும் படங்கள்.

10
சகுனங்கள்

'இறைவனுடைய ஆதிக்கக்கோடு இல்லாத இடமே இல்லை' என்பது இந்துக்களின் நம்பிக்கை.

காலுக்கு அணியும் காலணியிலிருந்து, தலைக்குப் பிடிக்கும் குடை வரை, ஒவ்வொன்றிலும் இறைவனுடைய ஆதிக்கம் இருக்கிறது.

அன்றாட நிகழ்ச்சிகளெல்லாம் இறைவன் கலைத்துப் போடும் சீட்டு விளையாட்டுகள்.

அந்த விளையாட்டில் சிலர் ஜெயிக்கிறார்கள்; சிலர் தோற்றுப் போகிறார்கள்!

சீட்டு நன்றாக விழுந்து விட்டவர்கள் இரண்டாவது ரவுண்டிலேயே விரித்து விடுகிறார்கள்.

அவர்களை, 'நல்ல ராசிக்காரர்கள்' என்பார்கள் இந்துக்கள்.

'இந்த நேரத்தில், இந்த மரத்திலிருந்து இத்தனை இலைகள் உதிர வேண்டும்' என்பதும் இறைவனுடைய ஆணையே.

யாரும் விதைக்காமலேயே காடு மேடுகளில் செடிகள் வளர்கின்றன.

விதைத்தும், நட்டும் தோட்டங்களில் வளர்கின்றன.

ஆகவே நமது செயல்களுக்கு அப்பாற்பட்டும் ஓர் இயக்கம் நடக்கிறது; நம்முடைய செயலில் இறைவனுடைய இயக்கம் தொடங்குகிறது.

கண்ணாடி என்பது இறைவன் படைத்தது அல்ல.

ஆனால், கண்ணாடிக்குத் தேவையான மூலப் பொருள் இறைவனால் உண்டாக்கப்பட்டது.

மின்சாரமாயினும், விமானம் போன்ற வாகனங்கள் ஆயினும், அவை அனைத்துமே இறைவனால் உண்டாக்கப்பட்டவையல்ல.

ஆனால், அவற்றுக்குப் பயன்படும் 'மூலம்' இறைவனிடமிருந்தே வருகிறது.

ஒரு ஆக்கத்தைக் காண்கிற கண்கள் மூலத்தைக் காணும்போது, அது இறைவன் கொடுத்தது என்பதை உணர்கின்றன.

ஆகவே, எந்த ஜடப்பொருள்களோ, ஸ்தூலமோ இயங்கும் இயக்கங்கள் அனைத்துக்குமே இறைவனே காரணம்.

இறைவனுடைய சிருஷ்டியில் காரணமே இல்லாத காரியம் எதுவுமில்லை.

ஒருவரோடொருவர் சண்டை போடும்போது 'காரணமே இல்லாமல் சண்டைக்கு வருகிறாயா!' என்று சொல்வதுண்டு.

காரணம் இல்லாமல் சண்டை எப்படி வரும்? குறைந்த பட்சம் அவன் குடித்திருப்பான்; அல்லது புத்தி புரண்டு போயிருக்கும்.

அதுதான் அங்கே காரணம்.

இறைவன் படைத்த இந்தப் பூமியில், ஒவ்வொரு அலுவலிலும் அவனது ஆதிக்கம் இருக்கிறது என்பதை 'அங்கிங்கெனாதபடி எங்கும் பிரகாசமாய்' இருப்பதாக இந்துக்கள் சொல்கிறார்கள்.

'மூலத்தின் மூலமாய் முளைத்தெழுந்த லிங்கம்' என்கிறார்கள்.

'தோன்றுமிடம் எங்கும் ஜோதிப் பிழம்பானாய்' என்கிறார்கள்.

'அணுவில் அணுவாய் அமர்ந்திருக்கும் வித்து' என்கிறார்கள்.

'அனைத்துக்குமே அவன்தான் மூலம்' என்பதால் ஆண்டவனை 'ஆதிமூலம்' என்கிறார்கள்.

இந்துக்கள் குறிக்கும் இறைவனின் முதற்பெயரே 'ஆதிமூலம்' தான்.

ஆதிக்கு 'அந்தம்' உண்டு என்பதனால், 'அனாதி' என்றும் அழைக்கிறார்கள்.

'அந்தம்' அவனுக்கு வராது என்பதால், 'அனந்தன்' என்கிறார்கள்.

அனந்தராமன்,

அனந்தகிருஷ்ணன்,

அனந்தநாராயணன்,

- என்ற பெயர்களைக் கவனியுங்கள்.

ஆகவே,

மூலம் அவனே,

இயக்கம் அவனே.

முடிவில்லாமல் இயங்குவதும் அவனே.

அந்த இயக்கம் ஒவ்வொன்றிலும் இருப்பதால், ஒவ்வொரு நிகழ்ச்சிக்கும் அர்த்தம் இருக்கிறது என்பது இந்துக்களின் நம்பிக்கை.

இருதய சுத்தியோடு இருப்பவள் - இருக்க வேண்டியவள் பெண்.

அர்த்தமுள்ள இந்துமதம் - பாகம் 2

அவளுக்கு இடக்கண்ணும், இடத்தோளும் துடித்தால் அது நல்ல சகுனம்.

அந்த இடக்கண்ணின் மேல் இமை துடித்தால் கணவனிடம் இருந்து நல்ல சேதி; கீழ் இமை துடித்தால் தாய் வீட்டிலிருந்து நல்ல சேதி.

வல்லமை காட்டவும், வாணிபம் செய்யவும், வரவு வைக்கவும், வலக்கையைப் பயன்படுத்தும் ஆடவனுக்கு, வலக்கண் துடிப்பது நல்ல சகுனம்.

வலக்கண்ணின் மேல் இமை, புகழ், கீழ் இமை பொருள்.

பிராமணர்கள் இறைவனிடம் இருந்து செய்தி கொண்டு வருகிறவர்கள் என்று எல்லா ஜாதி இந்துக்களும் நம்பினார்கள்.

புறப்படும்போது ஒரு பிராமணன் எதிரே வந்தால், அவன் துன்பச் செய்தி கொண்டுவருகிறான் என்று கருதினார்கள்.

ஒன்றுக்கு மேற்பட்டவர்கள் வந்தால், நல்ல செய்தி கொண்டு வருகிறார்கள் என்று கருதினார்கள்.

இந்த நம்பிக்கை பலருக்குப் பலித்திருக்கிறது.

சவரம் செய்யும் பரியாரி எதிரே வருவது கெட்டசகுனம் என்கிறார்கள்.

காரணம், மொட்டையடிப்பதும் அந்தத் தொழிலாளியின் தொழிலில் ஒரு வகையாக இருப்பதால், கஷ்டமோ, நஷ்டமோ வருகிறது என்கிறார்கள்.

அதே நேரத்தில் சலவைத் தொழிலாளியின் வருகையை நல்ல சகுனம் என்கிறார்கள்.

காரணம், அழுக்கு நீக்கித் தூய்மைப்படுத்துவது அவன் தொழில்.

ஆகவே, கவலை நீக்கி மகிழ்ச்சி தருவது அவன் வருகை.

பாற்குடம் எதிரே வந்தால் மங்கலம். எண்ணெய்க் குடம் எதிரே வந்தால் அமங்கலம்.

பால் புனிதமானது; பிறப்பிலிருந்து இறப்புவரை பயன்படுவது.

எண்ணெய் அமங்கலமானது; காரணம், அது எரிப்பதற்கு பயன்படுவது.

அதுபோலவே, விறகுச்சுமை வருவதும் அமங்கலம் என்கிறார்கள்.

சுமங்கலி, கர்ப்ப ஸ்திரீ எதிரே வருவதும் மங்கலம்.

விதவை எதிரே வருவது அமங்கலம்.

223

கண்ணதாசனின்

காரணங்கள் காட்சியிலேயே இருக்கின்றன; விளக்கம் தேவையில்லை.

கழுதை கத்தினால் நல்ல சகுனம்.

காரணம், அது உறவைத் தேடிக் கத்துகிறது.

காக்கை கரைந்தாலும் கழுதை கத்தினாலும் உறவு வருகிறது.

பூனை வலமிருந்து இடமாகப் போனால் துன்பம் விலகுகிறது.

கூட்டிப் பெருக்கும்போதோ, ஒன்றை அப்பால் தள்ளும்போதோ, வலமிருந்து இடமாகத்தானே தள்ளுகிறோம்.

அதுபோல், எழுதும்போதோ, கோடு போடும் போதோ இடமிருந்து வலமாகப் போடுகிறோம்.

அதனால், பூனை இடமிருந்து வலமாகப் போனால் துன்பம் வருகிறது.

காரணம், எழுத்திலே செலவும் எழுதலாம்; வரவும் எழுதலாம்; இல்லையா?

மண ஓலையும் எழுதலாம்; மரண ஓலையும் எழுதலாம்; இல்லையா?

இடமிருந்து வலம் எப்போதும் சந்தேகத்திற்கு உரியது.

அதனால் 'யானை வலம் போனாலும் பூனை வலம் போகக் கூடாது' என்பார்கள்.

'நரி வலம் நல்லது' என்பார்கள்.

சிலர், 'நரி எந்தப் பக்கம் போனாலும் நல்லது' என்பார்கள்.

(காரணம், அது மேலே விழுந்து கடித்துத் தொலைக்காமல், எந்தப் பக்கமாவது போகிறதே, அதற்காக இருக்கலாம்.)

குரைக்கின்ற நாய் ஓலமிடத் தொடங்கினால், அந்த ஒலியே அவலமாக, மரண ஓலமாகப் படுகிறது.

அதை ஏதோ ஒரு மரணம் பற்றிய முன்னறிவிப்பு என்று நம்பினார்கள்.

வாழ்க்கை முழுவதையும் மங்கலம், அமங்கலம், என்று பிரித்த இந்துக்கள், சகுனத்தையும் 'மங்கலம், அமங்கலம்' என்று பிரித்தார்கள்.

நடக்கும் போது கால் தடுக்குவதை இந்துக்கள் 'கெட்ட' சகுனமாக கருதுகிறார்கள்.

எனக்கு இதில் நல்ல அனுபவம் உண்டு.

1953- ஆம் ஆண்டு ஜூலை மாதம் டால்மியாபுரம் போராட்டம் நடந்தது. அதன் மூன்றாவது கோஷ்டிக்கு நான் தலைவன்.

அர்த்தமுள்ள இந்துமதம் – பாகம் 2

முதல் இரண்டு கோஷ்டிகளையும் போலீசார் கைது செய்துவிட்டார்கள்.

மூன்றாவது கோஷ்டியை நான் தலைமை தாங்கி நடத்திச் சென்றேன்.

நடந்து போகும்போது, எனது வலதுகால் பெருவிரலை ஒரு கல் தடுக்கிவிட்டது.

அப்பொழுதே நினைத்தேன், ஏதோ நடக்கப்போகிறதென்று.

தடியடி, துப்பாக்கிப் பிரயோகம், பின் கலவர வழக்கு, பதினெட்டு மாதத் தண்டனை என்று நான் பட்டபாடு என் வலக்காலுக்குத் தான் தெரியும்.

காரைக்குடி நகரசபைத் தலைவராக இருந்தவர் திரு. மெய்யப்பச் செட்டியார்.

அவர் ஒருமுறை சென்னைக்குக் குடும்பத்தோடு வந்தார்.

ஒருநாள் இரவு ஊருக்குத் திரும்ப விரும்பினார்.

அவருடைய டிரைவர், 'ராத்திரியில் வேண்டாமே காலையில் போவோம்' என்றார். 'முடியாது. இப்போதே புறப்படுவோம்' என்றார் அவர்.

அவருடைய பியட் காரில், மேல் கேரியரில் அவரது பெட்டி, படுக்கை அனைத்தையும் வைத்துக் கட்டினான் டிரைவர்.

கட்டிக் கொண்டிருக்கும்போதே படுக்கை கீழே விழுந்தது.

'படுக்கை கீழே விழுகிறது' என்றுகூட ஒருவர் சொன்னார்.

'பரவாயில்லை; இந்த டிரைவர் வேண்டுமென்றே செய்கிறான்' என்று சொன்ன மெய்யப்பன் தாமே அதை எடுத்துக் கட்டித் தம் தாயாரையும், மனைவியையும் காரில் ஏற்றிக் கொண்டு புறப்பட்டார்.

திருச்சி செல்லும் வழியில், பெரம்பலூருக்குச் சிறிது தூரத்தில், தோல் ஏற்றப்பட்டு நின்றுகொண்டிருந்த ஒரு லாரியின் மீது அந்தக் கார் மோதி அந்த இடத்திலேயே மெய்யப்பச் செட்டியார் மரணமடைந்தார்.

அவரது குடும்பத்தினர் பலத்த காயங்களோடு ஆஸ்பத்திரியில் சேர்க்கப்பட்டனர்.

அந்த நிகழ்ச்சியில் எனக்கு ஏற்பட்ட அதிர்ச்சி ஒரே ஒரு விஷயத்தைப் பற்றியது.

காரிலிருந்து தவறி விழுந்தது படுக்கை; அந்தப் பயணமே அவரது கடைசிப் படுக்கையாகி விட்டது.

225

கண்ணதாசனின்

சில சகுனங்கள் இறைவனின் முன்னறிவிப்புகளே. சந்தேகமேயில்லை!

நான் ஒரு படம் எடுத்துக் கொண்டிருந்தேன். அந்தப் படத்தைக் கோவை நீலகிரி ஜில்லாக்களுக்கு விற்பதற்காக ஒரு நாள் இரவு எட்டு மணிக்குக் கோவை விநியோகஸ்தர் மணியிடம் பேசிக் கொண்டிருந்தேன்.

விலைபேசி முடிந்தது. பத்தாயிரம் ரூபாய் பணத்தைக் கையிலெடுத்து வைத்துக் கொண்டு, 'அக்ரிமெண்ட் அடியுங்கள்' என்றார்.

அவர் சொன்னவுடனேயே மின்சார விளக்கு அணைந்தது.

எனக்குச் சுருக்கென்றது.

அவர் உடனே எழுந்து, 'வேண்டாம்; பிறகு பார்த்துக் கொள்ளலாம்' என்று சொல்லிவிட்டுப் போய்விட்டார்.

அவர் நினைத்ததுபோல, நான் பயந்தது போல, அந்தப் படம் தோல்வியடைந்தது.

என் வீட்டிற்கு அருகே தினமும் காலையில் இரண்டு வட இந்திய சுமங்கலிகள் ஒரு கையில் பாற்செம்பும், ஒரு கையில் பூக்கூடையும் எடுத்துக்கொண்டு கோயிலுக்குப் போவார்கள்.

நான் புறப்படுகிற நேரத்தில் அவர்கள் எதிரே வந்தால் அன்று எல்லாக் காரியங்களும் பிரமாதமாக நடக்கும்.

ஆணையாகச் சொல்லுகிறேன்.

அவர்கள் எதிரே வந்த நாட்களெல்லாம் எனக்கு நல்ல நாட்களாகவே இருந்திருக்கின்றது.

நம்பிக்கை, மனப்பூர்வமான நம்பிக்கை.

ஆம்; நம்பிக்கையில்தானே இந்துக்களின் சர்வ வல்லமையும் அடங்கியிருக்கிறது.

வீட்டுக்கு எந்தத் திசையை நோக்கி வாசல் வைப்பது என்பதிலிருந்து, தலையை எந்தத் திசையில் வைத்துப் படுப்பது என்பது வரை -

நம்பிக்கை, நம்பிக்கை, நம்பிக்கை!

இதை மூடநம்பிக்கை என்பார்கள் சிலர்.

அவர்களை அவர்களுடைய பகுத்தறிவு காப்பாற்றட்டும்!
எங்களை எங்களது நம்பிக்கை காப்பாற்றட்டும்.

11
ஏன் இந்த நம்பிக்கை

"**தத்**துவ ஞானம் எது பேசினாலும் பேசுக; பிராமணவாதம் எதனைக் கொள்ளினும் கொள்ளுக; உலகிலே மரணம் என்பது இருக்கும் வரையும், மனித இதயத்திலே பலவீனம் இருக்கும் வரையும், அந்த பலவீனத்திலே மனிதனுடைய இதயத்திலிருந்து அழுகுரல் வரும் வரையில், ஆண்டவனிடத்தில் நம்பிக்கை இருந்தே தீரும்".

- என்கிறார் சுவாமி விவேகானந்தர்.

ஆம். பலவீனத்திலும் பயத்திலுந்தான் கடவுள் நம்பிக்கை தோற்றமளிக்கிறது.

இந்து சமயமன்றிப் பிற சமயங்களும் இந்த உண்மையை ஒப்புக் கொண்டிருக்கின்றன.

நீண்ட நாட்களுக்கு முன் ஒரு திரைப்படத்தில் கேட்டதாக நினைவு.

ஓர் ஆசிரியர் தன் மாணவியைப் பார்த்துக் கேட்கிறார்:

"கடவுள் எங்கே இருக்கிறார்?"

மாணவி சொல்லுகிறாள்:

"தூணிலும் இருக்கிறார், துரும்பிலும் இருக்கிறார்."

"இல்லை; அது பழங்கதை. வாழ்க்கை நன்றாக இருக்கும் போது கடவுள் இல்லை; வறுமை வரும்போது அவர் உடனே வருகிறார்.

வெற்றி பெற்றவனுக்குக் கடவுள் இல்லை; தோல்வியுற்றவன் நெஞ்சில் உடனே தோற்றமளிக்கிறார்."

- என்றார் ஆசிரியர்.

ஆம்; பாவம் செய்யும்போது கடவுள் இல்லை.

அதற்குரிய தண்டனையை அனுபவிக்கும் போது கடவுள் இருக்கிறார்.

ஒலியிலே தோன்றாத கடவுள், எதிரொலியில் தோன்றுகிறார்.

சிலையிலே காணமுடியாத தெய்வம், சிந்தையிலே சாட்சிக்கு வருகிறது.

227

கண்ணதாசனின்

'கடவுள் நம்பிக்கை என்பது ஏதாவதொரு வடிவத்தில் எல்லோருக்கும் இருந்தே தீருகிறது' என்பது இந்துக்கள் முடிவு.

'உயர்ந்தனவோ தாழ்ந்தனவோ அனைத்திலுமே நான் இருக்கிறேன் என்றான் கண்ணன் சொல்கிறான்.

அர்ஜுனனிடம் கண்ணன் சொல்கிறான்:

"அர்ஜுனா, தேவர் கூட்டங்களும், முனிவர்களும் என் உற்பத்தியை உணரமாட்டார்கள்; ஏனென்றால், அவர்களுக்கு முற்றிலும் முதற்காரணம் நானே.

ஆதி இல்லாதவன் என்றும், பிறவாதவன் என்றும், உலகிற்கு தலைவன் என்றும், என்னை அறிகிறவன் மனிதர்களுள் மயக்கமில்லாதவன்.

புத்தி, ஞானம், தெளிவு, பொறுமை, சத்தியம், அடக்கம், அமைதி, இன்பம், துன்பம், பிறப்பு, இறப்பு, அஞ்சுதல், அஞ்சாமை, அஹிம்சை, மனத்தின் நடுநிலை, திருப்தி, தவம், தானம், புகழ்ச்சி, இகழ்ச்சி அனைத்துமே என்னிடத்திலிருந்தே உண்டாகின்றன.

வேதங்களுள் நான் சாமவேதம்; தேவர்களுள் இந்திரன்; இந்திரியங்களுள் நான் மனது; உயிர்களில் நான் உணர்வு.

புரோகிதர்களுள் நான் பிரகஸ்பதி; சேனாதிபதிகளில் நானே தேவசேனாதிபதியாகிய முருகன்; நீர் நிலைகளில் நான் கடல்.

ஆயுதங்களில் நான் வஜ்ராயுதம்; பசுக்களில் நான் காமதேனு; தம்பதிகள் நடுவே நான் மன்மதன்; பாம்புகளில் நான் வாசுகி.

நாகங்களில் நான் அனந்தன்; மழைத் தேவதைகளில் வருணன்; அடக்கியாள்வோர்களில் நான் எமன்.

விலங்குகளில் நான் சிங்கம்; பறவைகளில் நான் கருடன்.

தூய்மை தருவனவற்றுள் நான் காற்று; ஆயுதம் ஏந்தியவர்களில் நான் ராமன்; மீன்களிலே நானே மகரமீன்; நதிகளில் நானே கங்கை.

அர்ஜுனா! சிருஷ்டிப் பொருளுக்கு முதல், இடை, கடையாகிய மூன்றும் நானே.

வித்தைகளில் நானே ஆத்ம வித்தை. வாதம் செய்பவர்களிடம் நானே வாதம்.

பெண்மையில் நானே புகழ், திரு, சொல், நினைவு, அறிவு, திண்மை, பொறுமை.

காலங்களில் நானே வசந்தம்; மாதங்களில் நானே மார்கழி; தருக்களில் நானே தேவதாரு.

வாசகர்களின் சூதாட்டம் நானே; அழகும், மனத் தெளிவும், செயலாற்றும் வன்மையும் சேர்ந்தவர்களிடத்தில் அனைத்தும் நானே!

தண்டிப்பவர்களிடத்தில் நானே செங்கோல் ஆகிறேன்; வெற்றி வேண்டுவோரிடத்தில் நானே நீதி.

ரகசியங்களில் நானே மவுனம்; ஞானிகளுடைய ஞானமும் நானே.

"அர்ஜுனா அனைத்துக்கும் வித்து எதுவோ அது நானே".

- இது கண்ணனின் திருவாய்மொழி.

எல்லாம் நானே என்று சொல்லவந்த பரந்தாமன் எவை எவை உயர்ந்தவையோ, எவை எவை பிரச்சினைக்குரியவையோ, அவற்றைச் சுட்டிக்காட்டி, இந்த அகிலத்தில் தான் யார் என்பதை விளங்க வைக்கிறான்.

ஸ்தூலமாகக் காட்சிதரும் அழகிய கண்ணன் நிலை, இவை அனைத்தையுமே உள்ளடக்கியது.

தெளிவு, மயக்கம் இரண்டிலுமே திரண்டு நிற்கும் அந்த இறைவனைக் கர்மத்தைவிட ஞானமே அதிகமாக அறிகிறது.

கர்மத்தின் விளைவாக வரும் ஞானம், அதைவிட விரைவாகப் புரிந்துக்கொள்கிறது.

நம் கண்ணுக்குத் தெரியும் உலகத்தைவிட கண்ணுக்குத் தெரியாத சூட்சம உலகம் பல மடங்கு பெரிதாக இருக்கிறது.

அவை அனைத்தையும் இயக்கும் மூலப் பொருளை அனுபவம் அடிக்கடி நினைவுக்குக் கொண்டு வருகிறது.

கடவுள் நம்பிக்கையல்ல.

விஞ்ஞானிகூட விளக்கம் சொல்ல முடியாத ரகசியம் இறைவனின் சிருஷ்டியில் இருக்கிறது.

உலகத்தில் இருநூறு கோடி மனிதர்கள் இருப்பதாக வைத்துக் கொண்டால், அந்த இருநூறு கோடியிலும் ஒருவரைப் போல் காட்சியளிக்கும் இன்னொருவர் இல்லை.

ஒருவருக்கொருவர் பத்துக்கு ஒன்பது ஒற்றுமை இருந்தால், ஒன்றாவது மாறுபட்டு நிற்கும்.

நூற்றுக்கு நூறு உடலமைப்பும், குரலமைப்பும் உள்ள இருவரை நீங்கள் காண முடியாது.

இரட்டைப் பிள்ளைகளாகப் பிறப்பவரிடையே கூட ஏதாவதொரு வித்தியாசத்தைக் காணமுடியும்.

குணங்களிலும் ஒருவருக்கொருவர் கொஞ்சமாவது மாறுதல் இருந்தே தீரும்.

என் தந்தை குடிக்க மாட்டார்; வேறு பெண்களை ஏறெடுத்துப் பார்க்க மாட்டார்; ஆனால் சீட்டாடுவார்.

நானோ, சீட்டு மட்டும் ஆடமாட்டேன்.

ஆகவே, இருநூறு கோடிக்கும் தனித்தனி 'டிசைன்' செய்தவன் இறைவன்.

இது மனிதனால் ஆகக்கூடியதா?

மனித முயற்சியால் நடக்கக் கூடியதா?

உலகமெங்கும் நீதித் துறையினர் குற்றவாளிகளின் கைரேகைகளைப் பதிவு செய்கிறார்களே, ஏன்?

ஒருவனின் கைரேகை போல் இன்னொருவனின் ரேகை இருக்காது என்பது ஒரு நம்பிக்கையாகும். விஞ்ஞானமும் அதை ஒப்புக் கொண்டிருக்கிறது.

இருநூறு கோடி கைகளுக்கும் தனித்தனி 'டிசைன்' போட்டிருக்கிறான் இறைவன்.

படிப்பறிவில்லாதவர்களைக் கைரேகை வைக்கச் சொல்வதற்குக் காரணம் இதுதான்.

குறுக்கெழுத்துப் போட்டியில், ஒரு எழுத்தை மாற்றினால் ஒரு கூப்பன் அதிகமாவது போல், ஒவ்வொரு பிறவிக்கும் ஒவ்வொரு ரேகையை மாற்றுகிறான் இறைவன்.

வியக்கத்தக்க அவனது சிருஷ்டியிலேயே அவனைக் கண்டுகொள்ள முடிகிறது.

அப்படியும் கண்டு கொள்ளாதவர்கள், தங்கள் பலவீனத்தால் ஏற்பட்ட துன்ப அனுபவங்களிலே கண்டு கொள்ளுகிறார்கள்.

விஞ்ஞான ரீதியாக இன்று சொல்லப்படும் உண்மைகளை இந்துமதம் எப்போதோ சொல்லிவிட்டது.

இந்துமதத்தின் தனிச்சிறப்பு அதுதான்.

சிலை வழிபாட்டு நிலையையும் அது ஒப்புக் கொண்டிருக்கிறது. அதற்கு அப்பாற்பட்டு மனத்துள்ளே கடவுளைக் காணும் நிலையையும் 'மேல்நிலை' என்று கூறுகிறது.

சிலையை வெறும் கல் என்று சொல்லும் நாஸ்திகனுக்கும், மனம் என்னும் ஒன்று இருக்கிறது.

அது மரணப்படுக்கையிலாவது கடவுளைப் பற்றிப் பேச வைக்கிறது.

பிறப்புக்குத் தகப்பன் கொடுத்தது ஒரு துளி ரத்தம் மட்டுமே.

இவ்வளவு எலும்புகளும், நரம்புகளும் ரேகைகளும் எங்கிருந்து வந்தன?

மண்டையோட்டை அறுத்துப் பார்த்தால் உள்ளே ரோமம் இல்லை. இந்த ரோமம் வளர்வது எப்படி?

நாம் வளர்வது எப்படி?

குழந்தைப் பருவத்தில் விழுந்த பல் முளைப்பது எப்படி?

ஒன்பது ஓட்டைகள் இருந்தும் உள்ளே இருக்கும் காற்று உலாவிக்கொண்டே இருப்பது எப்படி?

இவை அறிவு போடும் கேள்விகள்.

ஆனால் அனுபவம் காட்டும் உண்மைகள், இவற்றை விட அதிகமாகக் கடவுள் நம்பிக்கையை உறுதி செய்கின்றன.

இறைவனின் அஸ்திவாரம் என்ன என்பதனை முதலிலேயே கண்டுகொண்டவர்கள் இந்துக்கள்தான்.

இரக்கம், அன்பு, கருணையைக் காட்டிய பௌத்தமதம் கடவுள் ஒன்றைக் காட்டவில்லை.

ஆனால், கடவுள் என்று ஒன்றைக் காட்டிய இந்துமதம் இரக்கம், அன்பு, கருணையை விட்டுவிடவில்லை.

பௌத்த மதத்தை இந்துமதம் ஜீரணித்து விட்டதற்குக் காரணம் இதுதான்.

வாழ்க்கையைக் 'கர்ம காண்டம்', 'ஞான காண்டம்' என்று பிரித்தது இந்துமதம்தான்.

கர்ம காண்டத்தின் தொழில்கள் காரணமாக ஜாதி உண்டு. ஞான காண்டத்தில் ஜாதி இல்லை; யாவரும் சந்நியாசி ஆகலாம்.

லௌகீக வாழ்க்கையையும், தெய்வ நம்பிக்கையையும் ஒன்றாக இணைத்தது இந்துமதம்.

உணவு, மருத்துவம், தொழில் அனைத்திலும் பாவ புண்ணியங்களைக் காட்டுவது இந்து மதம்.

உடல் இன்பத்தைக் ஒப்புக்கொண்டது இந்துமதம்.

அதற்கு மேற்பட்ட துறவு நிலையிலும் ஆதிக்கம் செலுத்துவது இந்துமதம்.

இன்பங்களுக்குச் சடங்குகள் செய்வது இந்து மதம். துன்பங்களுக்கு ஆறுதல் சொல்வது இந்துமதம்.

கண்ணதாசனின்

ஆகவேதான், எந்த நிலையிலும் ஒரு இந்துவுக்குக் கடவுள் நம்பிக்கை எழுந்துக்கொண்டே இருக்கிறது. அந்த நம்பிக்கை இல்லாதவனும், மேற்சொன்ன நிலைகளுக்குத் தப்ப முடியாது.

'ஆஸ்தி' என்றால் சொத்து.

'நாஸ்தி' என்றால் பூஜ்ஜியம்.

'நாஸ்திகன்' ஒன்றுமில்லாத சூனியம்.

இந்துவின் கடவுள் சூனியத்தில் தோன்றி, செல்வத்தில் பரிணமிக்கிறான்.

ஆகவே, நாஸ்திகனும், இந்துவே; ஆஸ்திகனும் இந்துவே. இரண்டு பேரும் கடவுளைப் பற்றியே பேசுகிறார்கள்.

தாரமங்கலம்

12
இந்து மங்கையர்

இந்துக்களின் குடும்ப வாழ்க்கை பலவித சம்பிரதாயங்களைக் கொண்டது.

அந்தச் சம்பிரதாயங்கள் 19-ஆம் நூற்றாண்டின் இறுதியில் எப்படி இருந்தன என்பதை, சுவாமி விவேகானந்தரின் அமெரிக்கச் சொற்பொழிவுகளால் அறிய முடிகிறது.

சுவாமி கூறுகிறார்:

"இந்தியாவில் லட்சியப் பெண்மணி, தாய். அன்னையே முன்னறி தெய்வம். இறுதியாக, அறியப்படுவதும் அன்னையே. 'பெண்' என்ற சொல் இந்தியனுக்கு எண்ணத்தில் தாய்மையையே நினைவுபடுத்துகிறது. ஆண்டவனையே அவர்கள் அன்னை என்றுதான் வணங்குகிறார்கள். குழந்தைப் பருவத்திலே, நாங்கள் ஒவ்வொரு நாளும் விடியற்காலத்தில் சிறு கிண்ணத்தில் தண்ணீர் எடுத்துச் சென்று அன்னையின் முன் வைப்போம். அவள் அதிலே தன் காற் பெருவிரலைத் தோய்ப்பாள். அந்நீரை நாங்கள் பருகுவோம்.

மேலை நாட்டிலே பெண் என்றால் மனைவி. பெண்மை என்னும் லட்சியம், இங்கே மனைவியாகக் குவிந்திருக்கிறது. இந்தியாவில் பாமரன் கருத்துப்படி பெண்மணியின் முழுச் சக்தியும் தாய்மையில் ஒருமுகப்பட்டுள்ளது. மேல் நாட்டிலே மனைவி, வீட்டை ஆள்கிறாள். இந்தியக் குடும்பத்திலே வீட்டை ஆள்பவள் தாய். மேலை நாட்டுக் குடும்பத்தில் ஒரு தாய் நுழைந்தால் அவர் மனைவிக்கு அடங்கியே இருக்க வேண்டும். ஆனால், எங்கள் நாட்டிலே மனைவிதான் தாய்க்கு அடங்கவேண்டும்.

மனைவி என்ற இடத்தில் இந்தியப் பெண்மணி வகிக்கும் நிலை என்ன? இன்னும் என்னை ஈன்றெடுத்துப் புகழுக்கெல்லாம் பாத்திரமாகிய அன்னையின் நிலை என்ன? ஒன்பது மாதம் என்னைக் கருவிலே காத்த அவள் நிலை யாது? தேவைப்பட்டால் இருபது தடவையானாலும் எனக்காகத் தன் உயிரைத் தரக்கூடிய அவள் எங்கே? நான் எவ்வளவு தீயவனானாலும் தன் அன்பு என்றும் மறவாத தாயின் நிலை எது? ஒரு சிறிது யான் அவளைத் தவறாக நடத்தியதும் உடனே மணமுறிவு வேண்டி நீதிமன்றம் செல்லும்

233

மனைவியோடு ஒப்பிடுங்கால் அந்தத் தாய் எங்கே? ஓ! அமெரிக்க மங்கையரே! அவள் எங்கே?

எங்கள் தாய்! அவளுக்கு முன்னால் நாங்கள் இறப்பதாயினும் அவள் மடியிலே தலைவைத்தே இறக்க ஆசைப்படுகிறோம். 'பெண்ணென்பது உடலோடு உறவு ஏற்படுத்தக்கூடிய பேர்தானா! இந்துக்கள் அந்தப் பெயரை நிரந்தரமாகப் புனிதமாக்கி விட்டார்கள். 'காமம்' என்பதே என்றும் அணுகாத, தீய நினைவுகளே என்றும் நெருங்காத ஒரு பெயர், தாய் எனும் ஒன்றைத் தவிர வேறு எது?

எங்கள் நாட்டிலே ஒவ்வொரு பெண்ணையும், 'தாயே' என்றுதான் நாங்கள் அழைக்கிறோம். சிறுமியைக் கூட 'அம்மா' என்றுதான் அழைக்கிறோம்.

இங்கே அமெரிக்கப் பெண்களை நான் 'தாயே' என்று அழைத்தபோது அவர்கள் திடுக்கிட்டார்கள். எனக்குக் காரணம் புரிந்தது. தாய் என்றால் வயது முதிர்ந்தவர்கள் என்று இங்குள்ளவர்கள் எண்ணுகிறார்கள். எங்கள் நாட்டில் பெண்கள் அனைத்துமே தாய்மை.

தாய்தான் முதலில்; பின்புதான் மனைவி; நான் மணம் புரிந்துகொண்டிருந்தேனாயின், என் மனைவி, என் அன்னையை வருத்தப்படுத்தத் துணிந்தால் நான் அவளை வெறுப்பேன். ஏன், நான் என் தாயை வணங்கவில்லையா? அவளுடைய மருமகள் ஏன் அவளை வழிபடலாகாது? நான் வழிபடும் ஒருவரை அவள் வழிபட்டால் என்ன? என் தலைமேலே ஏறிக்கொண்டு என் தாயை அதிகாரம் செய்ய அவள் யார்? தாய்மையிலிருந்தே பெரும் பொறுப்பு ஏற்படுகிறது. அதுதான் அடிப்படை! அங்கிருந்து முன்னேறுங்கள்''.

ஆம், இந்துவின் குடும்பம் என்பது தாய்மையையே தலையாகக் கொண்டது.

அங்கிருந்துதான் ஒவ்வொரு கிளையும் தொடங்குகிறது.

தாயை மகன் நேசிப்பதுபோல், மருமகளும் நேசித்தாக வேண்டும்.

தன் தாயை நேசிக்காத மனைவியை, கணவன் தான் நேசிக்கக் கூடாது.

தாய் வேர்.

மகன் மரம்.

அந்த மரக்கிளையில் வந்தமரும் பறவையே மனைவி.

அர்த்தமுள்ள இந்துமதம் - பாகம் 2

தன்மீது விளையாட அந்தப் பறவைக்கு மரம் இடம் கொடுத்ததால் மரத்தின் வேரை அது கொத்தித் தின்ன முடியாது.

இந்துக் குடும்பத்தில் மருமகள் என்பவளின் அந்தஸ்து வீட்டுக்கு ராணி என்னும் அந்தஸ்தல்ல; தாய் என்னும் ராணியின் தோழி என்னும் அந்தஸ்தே.

கணவன் தன்னிடம் பெறும் சுக அனுபவங்களுக்காகவும், சந்தோஷங்களுக்காகவும், அவனது தாயை அவள் விலையாகக் கேட்க முடியாது.

எவள் இல்லையென்றால் இந்தப் பூமியில் அவன் ஜனித்திருக்க முடியாதோ, அவளேதான் எல்லோரையும்விட உயர்ந்தவள்.

அந்தத் தாயின் அந்தஸ்தை ஒப்புக்கொண்ட மருமகள்தான், தனக்கு வரப்போகும் மருமகளிடம் அந்த அந்தஸ்தை எதிர்பார்க்க முடியும்.

மருமகளும் ஒரு நாள் மாமியார் ஆகத்தான் போகிறாள்.

ஆகவே, குடும்பக் கோவிலின் கோபுரம் அன்னையே.

இந்துக்கள் பொருளாதாரத்திலும் அதே நிலையை வைத்திருந்தார்கள்.

மகன், தான் தனியாகச் சம்பாதிக்கிற பணத்தைத் தாய் தந்தைக்குத் தெரியாமல் மனைவியிடம் கொடுக்க முடியாது.

மகனையும், மருமகளையும் அதே அளவிலே கட்டுப்படுத்துவதற்குத்தான், 'பாட்டனின் சொத்து பேரனுக்கு' என்ற சம்பிரதாயத்தை ஏற்படுத்தினார்கள்.

தன் தகப்பன் சொத்தை மகன் விற்றுவிட்டால், பேரன் கோர்ட்டுக்குப் போனால், அந்த விற்பனை செல்லுபடியாகாது.

இந்துக்களின் பொருளாதாரப் பாதுகாப்பும் இதிலே அடங்கியிருக்கிறது.

'தாயின் தனி உடைமைகள் பெண் மகளுக்கே' என்பது இந்துக்களின் சம்பிரதாயம்.

மகனது குடும்பத்துக்குப் பாதுகாப்புக்காக, 'தகப்பன் சொத்துப் பேரனுக்கு' என்றும், பெண் மக்களுக்குப் பாதுகாப்பாகத் 'தாயின் சொத்து பெண் மக்களுக்கு' என்றும் வகுத்தார்கள்.

அதனால் ஒவ்வொரு பெண்ணுக்கும் தாய் வழியில் சொத்து வருகிறது.

அவளது பிள்ளைக்குப் பாட்டன் வழியில் சொத்து வருகிறது.

மகன் சம்பாதிப்பது அவனது பேரனுக்குப் போகிறது.

கண்ணதாசனின்

ஆகவே, ஒவ்வொரு தலைமுறைக்கும் சொத்துப் பாதுகாப்பு இருக்கிறது.

இதிலே இன்னும் ஒரு கௌரவத்தை இந்து மகன் தாய்க்கு அளித்தான்.

அதாவது, தாயின் முன்னிலையில் மனைவியோடு பேசுவதில்லை.

இன்று காலம் மாறிவிட்டது.

சம்பிரதாயங்கள் மீறப்படுகின்றன.

தாயின் முன்னிலையில் மனைவியின்மீது கைபோடுவதுகூட வேடிக்கையாகிவிட்டது.

போன தலைமுறை வரை நமது இந்து சமுதாயம் கண்டிப்பான சம்பிரதாயங்களை அனுஷ்டித்தது.

தாய் தகப்பன் விழித்துக் கொண்டிருக்கும்போது கணவனும் மனைவியும் தனியறைக்குள் செல்ல மாட்டார்கள்.

கணவன் பெயர் 'சங்கரன்' என்றிருந்தால் இதே சங்கரன் என்ற பெயரில் அவனுக்கொரு தம்பியோ வேலைக்காரனோ இருக்கலாம்.

அவனை, 'டேய் சங்கரா?' என்று அழைக்க நேரிடலாம்.

அது கணவனை அவமானப்படுத்துவதாக அமையலாம்.

ஆகவேதான், கணவன் பெயரைச் சொல்லக் கூடாது என்று வைத்தார்கள்.

பெண்ணுக்கு அடக்கம் போதிக்கப்பட்டது.

சத்தம் போட்டுச் சிரிப்பது இழிவான பெண்களின் குணம் என்று கருதப்பட்டது.

அதனால், 'நகுதல் - நகைத்தல்' என்று மெல்லச் சிரிப்பதை, அது பெண்ணுக்கு வலியுறுத்தியது.

அந்தச் சிரிப்பையும் அவள், பிற ஆடவர் முன்னிலையில் சிரிக்கக் கூடாது.

காரணம், எவனாவது ஒரு ஆடவன் அந்தச் சிரிப்பைத் தவறாக எடுத்துக் கொள்ளக் கூடும்.

"பொம்பிளை சிரிச்சாப் போச்சு, புகையிலை விரிச்சாப் போச்சு" என்பது பழமொழி.

நேருக்கு நேராக அவள் யாரையும் பார்க்கக் கூடாது.

இந்தப் பார்வை, சிரிப்பு - இரண்டையும் ஒரு குறளில் சொன்னான் வள்ளுவன்.

அர்த்தமுள்ள இந்துமதம் – பாகம் 2

யான்நோக்குங் காலை நிலன்நோக்கும் நோக்காக்கால்
தான்நோக்கி மெல்ல நகும்

ஆம், பாராதபோது பார்க்கும், மெல்ல நகும். அவ்வளவுதான்.

காதல் உணர்ச்சியில் அவள் உடலில் எவ்வளவோ மாறுதல்கள் ஏற்படும்.

அவள் உள்ளம் கொதிக்கும். ஆனால், அப்போதும் அவள் ஊமையாகவே இருப்பாள்.

'நாணம்' என்பது தமிழ்ச் சொல்தான்; என்றாலும், இமயமுதல் குமரிவரையிலே உள்ள இந்துப் பெண்களுக்கு அது பொதுச் சொல் ஆகும்.

இந்துக்கள் இந்த நாணத்தை மனப் பழக்கமாகத் தொடங்கி, உடற் பழக்கமாகவே ஆக்கிவிட்டார்கள்.

இந்துப் பெண்களுக்கு நாணம் சொல்லித் தெரியவேண்டிய கலையல்ல; அது அவள் ரத்தத்திலேயே ஊறியிருக்கிறது.

சாந்தி முகூர்த்தத்தன்று, மணமகளை இரண்டொரு மங்கல மங்கையர் அழைத்துக் கொண்டு போய் பள்ளியறையில் உட்கார வைக்கும் பழக்கம் இந்துக்களிடையே உண்டு.

ஏனந்தப் பழக்கம்?

காமத்தால் துடித்தும், நாணத்தால் நடக்க முடியாமலிருக்கும் அந்தப் பெண்ணை, நாலுபேர் நடத்திக் கொண்டு போவதாக ஐதீகம்.

இதைத் 'தனியறை சேர்த்தல்' 'அமளியிற் சேர்த்தல்' என்று இதிகாசங்களும் இலக்கியங்களும் கூறுகின்றன.

இவையனைத்தும் பலமான கட்டுக்காவற் சம்பிரதாயங்கள்.

இவற்றை மீறுவோர் உண்டு. தவறுவோர் உண்டு.

இவர்கள் சமுதாய அங்கவீனர்கள்.

இவர்கள் நற்குடிப் பிறவாதவர்கள்.

வள்ளுவன் தெளிவாகவே சொன்னான்.

நலத்தின்கண் நாரின்மை தோன்றின் அவனைக்
குலத்தின்கண் ஐயப் படும்

- என்று.

'ஒருவன் அல்லது ஒருத்தியின் நடத்தை தவறாயின் அவர்களது குலமே சந்தேகத்திற்குரியது' என்றான் வள்ளுவன்.

237

கண்ணதாசனின்

இன்னும் மணமாகாத இந்து இளைஞன், தனது சம்பிரதாயங்களின்படி அமையப்பெற்ற ஒரு பெண்ணோவியத்தைத் தேர்ந்தெடுத்தால், அவனது வாழ்க்கை நிம்மதியாக இருக்கும்.

நீண்ட நாள் கணவனைப் பிரிந்திருந்தாலும், நெறிமுறை பிறழாது, உலை மூச்சைப்போல அனல் மூச்சை ஜீரணித்து உப்பைக் குறைத்துச் சாப்பிட்டும், குளிர்ந்த நீராடியும் காம உணர்ச்சியே இல்லாமல் வாழும் ஓர் இந்துப் பெண் கிடைப்பதுபோல், கணவன் பெறக்கூடிய பெரும்பேறு வேறு எதுவுமே இல்லை.

கண்களையும் கவர்ச்சிகளையும் நம்பி, கட்டுப்பாடற்ற பெண்ணின் வலையில் விழுவோர் ஒன்று பைத்தியமாவார்கள்; அல்லது தற்கொலை செய்து கொள்வார்கள்.

இந்துச் சட்டங்கள் மட்டுமல்லாது, சம்பிரதாயங்களும்கூட, சகல வழிகளிலும் செம்மையான வாழ்க்கைக்கு உத்திரவாதம் அளிக்கின்றன.

வாழ்க்கை என்பது உடல் இச்சை மட்டுமன்று.

அதனையும் மீறிச் சில சுகங்களும் பெருமைகளும் உண்டு.

உடல் இச்சை மட்டும் மூல ஆதாரமாக இருந்து விட்டால், பெண்ணைத் தேர்வதில் இளைஞன் தவறி விழுவான்.

தாய்க்கும் தனக்கும், அடங்கிய பெண்ணுக்கு அழகு தேவையில்லை.

அவள் அழகில்லாதவளானாலும், அவளுக்குத் தெய்வமும் நிகரில்லை!

13
அங்காடி நாய்

மனத்தை 'அங்காடி நாய்' என்கிறார் பட்டினத்தார். கடைத்தெருவில் ஒவ்வொரு கடையாக ஓடி அலைகின்ற நாயைப்போல், மனமும் ஓடுகிறது என்றார்.

மனிதனின் துயரங்களுக்கெல்லாம் காரணம் மனந்தானே!

'பேயாய் உழலும் சிறுமனமே' என்கிறார் பாரதியார்.

மனத்தின் ஊசலாட்டத்தைப்பற்றி அவரும் கவலை கொள்கிறார்.

பயப்படக்கூடிய விஷயங்களிலே, சில சமயங்களில் இந்த மனம் துணிந்து நிற்கிறது.

துணியவேண்டிய நேரத்தில் பயந்து ஒடுங்குகிறது.

காரணம் இல்லாமல் கற்பனைகளை வளர்த்துக் கொண்டு கலங்குகிறது.

நடந்துபோன காலங்களுக்காக அழுகிறது.

நடக்கப்போகும் எதிர்காலத்தைக் கண்டு அஞ்சுகிறது.

அடுத்தவர்களுக்கு ஆறுதல் சொல்ல முனைந்து நிற்கிறது.

அந்த ஆறுதல் தனக்கே தேவைப்படும்போது சக்தியற்றுப் போய்விடுகிறது.

பசுமையைக் கண்டு மயங்குகிறது.

வறட்சியைக் கண்டு குமுறுகிறது.

உறவினருக்காகக் கலங்குகிறது.

ஒரு கட்டத்தில் மரத்துப்போய் விடுகிறது.

ஆசைகளை வளர்த்துக் கொள்கிறது.

ஆசாபாசங்களில் அலைமோதுகிறது.

விரக்தியடைந்த நிலையில், தன் கழுத்தைத் தானே அறுத்துக்கொள்ளும் வலிமையைத் தன் கைகளுக்குக் கொடுத்துவிடுகிறது.

கொலை, திருட்டு, பொய், இரக்கம், கருணை, பாசம் எல்லாவற்றுக்கும் மனமே காரணம்.

கண்ணதாசனின்

மனத்தின் இயக்கமே மனித இயக்கம்.

எதிலும் துணிந்து நிற்கக்கூடிய சக்தி எப்போது இந்த மனத்துக்கு வரும்?

'எல்லாம் மாயையே' என்ற இந்து தத்துவத்தை நம்பினால் வரும்.

கீதையிலே கண்ணன் கூறுகிறான்:

"என்னைப் பரம் எனக் கொள்க; வேறொன்றில் பற்றையழித்து என்னைத் தியானித்து வழிபடுக. இறப்பும் பிறப்புமாகிய கடலிலிருந்து உன்னை நான் கைதூக்கி விடுவேன்''.

நல்லது; அப்படியே செய்து பார்ப்போம்.

ஆனாலும் முடியவில்லையே!

நெருப்புக்குத் தப்புகிறோம்; நீரில் மூழ்குகிறோம்.

நாய்க்குத் தப்புகிறோம்.

நரியின் வாயில் விழுகிறோம்.

ஒன்றை மறந்தால், இன்னொன்று வருகிறது.

புகை பிடிப்பதை நிறுத்துவதற்காக வெற்றிலைப் போடப்போய், வெற்றிலைப் போட்டுக்கொண்டே புகைபிடிக்கும் இரட்டைப் பழக்கம் வருவதுபோல், மறக்க முயன்றவற்றை மறக்கமுடியாமல், புதிய நினைவுகளும் புகுந்துக்கொண்டு விடுகின்றன.

கள்ள நோட்டு அடித்ததற்காக ஒருவனைச் சிறையில் தள்ளினார்களாம். அவன் சிறையில் இருந்துக் கொண்டே கள்ள நோட்டைத் தயாரித்தானாம்! இனி அவனை எங்கே கொண்டு போய்த் தள்ளுவது?

மனத்துக்கு, மனைவியைவிட மற்றொருத்தியே அழகாகத் தோன்றுகிறாள்.

கைக்குக் கிடைத்துவிட்ட மலரில் வாசம் தெரிவதில்லை.

கிடைக்காத மலர்கள் கற்பனையில் எழுந்து மனத்தை இழுக்கின்றன.

நிறைவேறிவிட்ட ஆசைகளில், மனது பெருமிதப்படுவதில்லை.

நிறைவேறாத ஆசைகளுக்காகவே இது மரண பரியந்தம் போராடுகிறது.

மகாலட்சுமியே மனைவியாகக் கிடைத்தாலும் சினிமா நடிகைக்காக ஏங்கி நிற்கும் ரசிகனைப்போல், உள்ளவற்றைவிட இல்லாதன குறித்தே மனம் ஏங்குகிறது.

பிறர் புகழும்போது நெக்குருகுகிறது.

இகழும்போது கவலைப்படுகிறது.

அர்த்தமுள்ள இந்துமதம் - பாகம் 2

ஓராயிரம் பின்னல்கள்; ஓராயிரம் சிக்கல்கள்!

சிலந்தி எப்படி வலை கட்டிற்றென்று அதற்குத்தான் தெரியும்.

இந்தச் சிக்கல்கள் எப்படி வருகின்றன என்று இறைவனுக்குத்தான் தெரியும்.

கப்பலில் பயணம் செய்வது நம் பொறுப்பு.

அதை கரை சேர்க்க வேண்டியது இறைவன் பொறுப்பு.

அலை இல்லா கடல் ஒன்றை இறைவன் உருவாக்கும்போது சலனமில்லாத மனம் ஒன்றும் உருவாகி விடும்.

'மரம் வைத்தவன் தண்ணீர் ஊற்றுவான்' என்பார்கள்.

'எப்போது ஊற்றுவான்?' என்று மனம் ஏங்குகிறது.

சலனமும், சபலமும், கவலையும் இல்லாதவர்கள் யார் இருக்கிறார்கள்?

செத்துப்போன தன் குழந்தையை உயிர் மீட்டுத் தரும்படி, புத்த தேவனிடம் ஒரு தாய் கெஞ்சினாளாம்.

"சாவே நிகழாத வீட்டில் சாம்பல் எடுத்துவா, மீட்டுத் தருகிறேன்" என்று புத்தர் சொன்னாராம்.

தாய், நாடெல்லாம் அலைந்து, "சாவு நிகழாத வீடே இல்லையே!" என்றாளாம்.

"இந்தக் கதையும் அதில் ஒன்றுதான்". என்று கூறிப் புத்தர் அவளை வழியனுப்பினாராம்.

கவலையே இல்லாத மனிதன் என்று ஒருவனை நான் பார்த்துவிட்டால், நான் கவலைப்படுவதில் நியாயம் உண்டு.

எனக்கு நூறு என்றால் இன்னொருவனுக்கு இருநூறு.

அதுவரைக்கும் நான் பாக்கியசாலி.

அவனைவிடக் குறைவாகத்தானே இருக்கிறேன்.

எல்லாம் நிறைவேறி, நிம்மதியாக உயிர் விடும் வாய்ப்பு எவனுக்குமே இல்லை.

ஒருவனுக்குத் துயரம் மனைவியால் வருகிறது.

ஒருவனுக்கு மக்களால் வருகிறது.

ஒருவனுக்கு நண்பனால் வருகிறது.

ஒருவனுக்கு எதிரியால் வருகிறது.

ஒருவனுக்கு சம்பந்தமே இல்லாத எவனாலோ வருகிறது.

கடலில் பாய்மரக் கப்பல்தான் காற்றிலே தள்ளாடுகிறது.

எதிலும் கெட்டிக்காரனாக இருப்பவனுக்குத்தான் அடிக்கடி சஞ்சலம் வருகிறது.

காகிதக் கப்பலுக்கு என்ன கவலை?

மனம் காகிதம்போல மென்மையாக இருக்கட்டும்.

சுகதுக்கங்கள், கோடை, பனி, மழை - அனைத்தையும் தாங்கட்டும்.

மனதுக்கு வருகின்ற துயரங்களைப் பரந்தாமனிடம் ஒப்படைத்து விடு.

பிறர்க்குத் தொல்லையில்லாமல் உன் மகிழ்ச்சியை நீ அனுபவி.

சாவைத்தான் தவிர்க்க முடியாது; சஞ்சலத்தைத் தவிர்க்க முடியும்.

சிறு வயதில் எனக்குத் தாய், தந்தையர்கள் சாவார்கள் என்று எண்ணும்போது தேகமெல்லாம் நடுங்கும்.

ஒரு நாள் அவர்கள் இறந்தே போனார்கள்.

நாற்பத்தெட்டு மணி நேரத்தில் நடுங்கிய தேகம் அடங்கிவிட்டது.

''ஐயோ, இது நடந்துவிடுமோ?'' என்று எண்ணினால்தான் துடிப்பு, பதைப்பு.

''நடக்கத்தான் போகிறது'' என்று முன்கூட்டியே முடிவு கட்டிவிட்டால், அதிர்ச்சி உன்னிடம் நெருங்காது.

தர்மனும் அழுதான், பீமனும் அழுதான், ராமனும் அழுதான், ராவணனும் அழுதான்.

நெஞ்சத்தின் பதைப்பை, 'கடன்பட்ட நெஞ்சம்' என்றான் கம்பன்.

பட்ட கடன் ஒன்றானால், பத்திரத்தைத் தீர்த்து வாங்கிவிடலாம்.

ஒவ்வொரு கடனையும் தீர்த்த பிறகும், வட்டி பாக்கி நிற்கிறது.

மழை நின்று விட்டாலும், தூவானம் தொடர்கிறது.

மரண பரியந்தம் மனம் தன் வித்தையைக் காட்டிக் கொண்டே இருக்கிறது.

மனத்துக்கு இப்படியெல்லாம் சுபாவங்கள் உண்டு என்று இருபது வயதிலேயே தெரிந்து கொண்டு விட்டால், பிறகு வருவனவெல்லாம் மாயையே என்று வைராக்கியம் பிறந்துவிடும்.

என்னதான் நடக்கும் நடக்கட்டுமே
இருட்டினில் நீதி மறையட்டுமே

அர்த்தமுள்ள இந்துமதம் - பாகம் 2

தன்னாலே வெளிவரும் தயங்காதே
ஒரு தலைவனிருக்கிறான் மயங்காதே

செங்காட்டில் ஆடுகின்ற தேசிகனைப் போற்றுங்கள்.

மனம் அங்காடி நாய்போல் அலைவதை அடக்குங்கள்.

சாகப்போகும் கட்டைக்குச் சஞ்சலம் எதற்கு?

செத்தார்க்கு நாம் அழுதோம்.

நாம் செத்தால் பிறரழுவார்.

அதோடு மறந்து விடுவார்.

மனத்துக்கு நிம்மதியைக் கொடுங்கள்.

பகவான் கிருஷ்ணனின் காலடிகளைக் கட்டிப் பிடித்துக் கொண்டு தூங்குங்கள்.

இங்கே இருந்தாலும் அவன்தான் காரணம்; அங்கு சென்றாலும் அவன்தான் காரணம்.

இங்கிருந்து அவன் கொண்டு போகும் தூதுவனுக்குப் பேர்தான் மரணம்.

அடுத்த ஜனனத்தை அவன் நிர்ணயிக்கட்டும்.

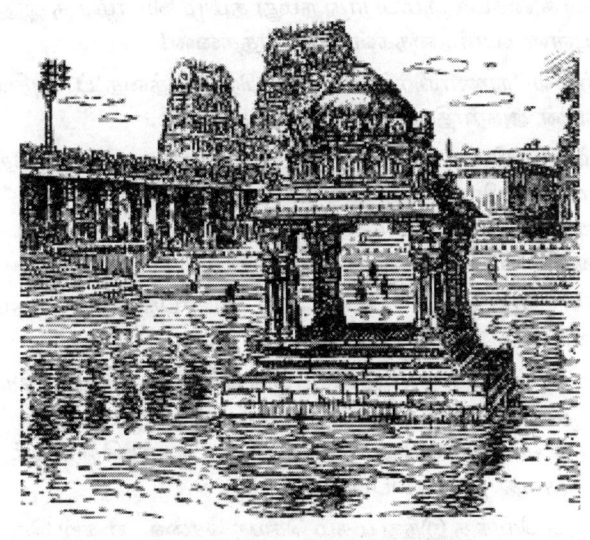

காஞ்சிபுரம் - ஏகாம்பரேஸ்வரர்

14

ஆண்டாள் தமிழை ஆண்டாள்!

தமிழிலே காதல் இலக்கியங்கள் ஏராளம். அவற்றில் மனிதனைக் காதலனாக்கிக் காட்டும் இலக்கியங்கள் பல.

அரசனைக் காதலனாக்கிக் காட்டும் இலக்கியங்கள் சில.

அவையெல்லாம் ஆடவனைப் பெண் காதலிக்கும் இலக்கியங்கள்.

ஆனால், ஆண்மையில் பெண்மை கண்டு, அதை 'நாயகி பாவ' மாகக் கொண்டு, இறைவனை நாயகனாக வரிக்கும் சமய இலக்கியங்கள் தனிச்சுவை வாய்ந்தவை.

ஆணைப் பெண் காதலிக்கும் போது வருகின்ற உருக்கத்தைவிட, ஆணே பெண்ணாகும் உருவகத்தில் உருக்கம் அதிகம்.

காதலுக்குச் சொல்லப்படும் இலக்கணங்களையெல்லாம் அந்த ஆணாகப் பிறந்த பெண் உருவங்கள் எப்படி எப்படி கையாளுகின்றனர்.

அப்படிக் கையாளும்போது நமது தமிழ் மொழிக்கு இந்து சமயம் வழங்கியுள்ள வார்த்தைகள்தான் எத்தனை!

அவற்றில் 'நாலாயிரத் திவ்யப் பிரபந்தத்தை'ப் புதிய தமிழ்ச் சொற்களின் அகராதி என்றே அழைக்கலாம்.

பெண்மையின் காதல் அவஸ்தையைச் சித்தரிக்கும் முத்தொள்ளாயிரப் பாடல்களோ, மற்றச் சங்க காலத்து அகநூல்களோ, ஏன், கம்பராமாயணமோ கூடக் காட்டாத வான வேடிக்கைகளைப் பிரபந்தம் காட்டுகிறது.

தூதும் மடலும், உலாவும் பிரபந்தமும் தமிழுக்குப் புதியவையல்ல.

ஆனால், பக்திச் சுவையை இலக்கியச் சுவையாக்கித் தமிழ் நயமும், ஓசை நயமும், பொருள் நயமும் கலந்து படிப்பவர்களுக்குத் தெய்வீக உணர்ச்சியையும், லௌகீக உணர்ச்சியையும் ஒன்றாக உண்டாக்குவது திவ்வியப்பிரபந்தம்.

இதை 'தமிழுக்கு இந்து மதம் செய்த சேவை' என்று சொல்வதிலே தவறென்ன?

அர்த்தமுள்ள இந்துமதம் - பாகம் 2

தமிழ் அகத்துறையில் அச்சம், நாணம், மடம், பயிர்ப்பு என்ற குணங்களும், விரக வேதனையால் அங்கங்களில் ஏற்படும் மாறுதல்களும் விரிவாகச் சொல்லப்பட்டுள்ளன.

தமிழ் படிக்கும் ஒருவன், எல்லாத் தமிழ் இலக்கியங்களிலும் இந்த ஒரே ஒரு விஷயம் வேறு வேறு விதமாகச் சொல்லப்படுவதை அறிவான்.

அகநூல் விதிப்படி, நாணிக் கண்புதைத்தல், நெஞ்சோடு கிளத்தல் என்றெல்லாம் பகுத்துக்கொண்டு, எழுதப்பட்ட நூல்கள் உண்டு.

தனித் தனிப் பாடல்களாக விரக வேதனைகளைப் பல்வேறு வகையில் காட்டும் பாடல்களும் உண்டு.

அவற்றிலெல்லாம் காதல் என்பது கற்பியலிலும் முடியும்; இல்லை, களவியலிலும் முடியும்.

அந்த இலக்கியங்களுக்குக் காதலை மிகைப்படச் சித்தரிப்பதைத் தவிர, வேறு நோக்கம் கிடையாது.

ஆனால், சமய இலக்கியத்தில் காதலுக்கும் பக்தியே மூலநோக்கமாகும்.

தேனிலே மருந்து குழைப்பதுபோல், காதலிலே பக்தியைக் குழைத்தால், சராசரி மனிதனை அது வசப்படுத்துமென்றே சமய இலக்கியங்கள் அவ்வாறு செய்தன.

நாமும் வெறும் நாமாவளிகளைவிட இந்தச் சுவையையே பெரிதும் விரும்புகிறோம்.

உலகத்தில் எல்லாமே இறைவனுடைய இயக்கம்.

ஆண் - பெண் உறவு இதற்கு விதிவிலக்கல்ல.

அந்தச் சுவை மிகைப்படப் போயினும் தவறில்லை.

அது ஞானியை இறைவனிடமும், நல்ல மனிதனை மனைவியிடமும் சேர்க்கிறது.

அந்த வகையில் பிரபந்தம் காட்டும் திருமொழிகள் அளவிட முடியாத உணர்ச்சிக் களஞ்சியங்கள்.

நாச்சியார் திருமொழியில் பல தமிழ் வார்த்தைகள் எனக்கு வியப்பளித்தன.

ஆண்டாள் என்றொரு பெண்பாற் பிறப்பு இல்லை என்றும், அது பெரியாழ்வார் தமக்கே கற்பித்துக் கொண்ட பெண்மை என்றும் சிலர் கூறுவர்.

ஆனால், வடக்கே ஒரு மீராபாயைப் பார்க்கும் தமிழனுக்குத் தெற்கே ஓர் ஆண்டாளும் இருந்திருக்கலாம் என்ற நம்பிக்கை வரும்.

245

அது எப்படியாயினும், நமக்குக் கிடைத்திருப்பது ஓர் அரிய கலைச் செல்வம்.

நானும் என்னைக் காதலியாக்கிக்கொண்டு, கண்ணனை நினைத்து உருகியிருக்கிறேன்.

கண்ணன் என்னும்
மன்னன் பெயரைச்
சொல்லச் சொல்ல
கல்லும் முள்ளும்
பூவாய் மாறும்
மெல்ல மெல்ல...

-என்றும்,

கண்ணனை நினைக்காத நாளில்லையே
காதலில் துடிக்காத நாளில்லையே

- என்றும், இசைக்காக ஏதேதோ புலம்பியிருக்கிறேன்.

ஆனால், 'இசை மங்கலம்', 'சொல் மங்கலம்'. 'பொருள் மங்கலத்'தோடு புதுத் தமிழ்ச் சொற்களைத் தூக்கிப் போட்டுப் பந்தாடி இருக்கும் நாச்சியார் திருமொழி, எனது சிறுமையை எண்ணி எண்ணி என்னை வெட்கப்படவே வைத்தது.

அந்தச் சீர்மல்கும் ஆயர்பாடிச் செல்வச் சிறுமியரை கூர்வேல் கொடுந்தொழிலனிடம் - நந்தகோபாலன் குமரனிடம் - ஏகாந்த கன்னி யசோதை இளஞ்சிங்கத்திடம், கார்மேனிச் செங்கண் கதிர்மதியம் போல் முகத்தானிடம் அழைத்துச் செல்வது, தமிழில் அற்புதமான பாவைக் கூத்து.

'நாம் நெய்யுண்ணோம், பாலுண்ணோம், மையிட்டெழுதோம், மலரிட்டு நாம் முடியோம்' என்கிறார் நாச்சியார்.

'அவன் ஓங்கி உலகளந்த உத்தமன்.'

ஆகா; எவ்வளவு அற்புதமான உருவகம்? அங்கு நீங்காத செல்வமாக நிற்பன எவை தெரியுமா?

வாங்கக் குடம் நிறைக்கும் வள்ளற்பெரும் பசுக்களாம்!

பசுவுக்கு 'வள்ளல்' என்ற பட்டத்தை, பக்தியின்றி எது சூட்டும்?

ஓர் உருவகத்தைக் கேளுங்கள். அதுவும் விஞ்ஞான உண்மை.

மழை பெய்வதை நாச்சியார் கூறுகிறார்:

ஆழி மழைக் கண்ணா
ஒன்றுநீ கைகரவேல்
ஆழியுள் புக்கு
முகந்துகொடு ஆர்த்தேறி

ஊழி முதல்வன்
    உருவம்போல் மெய்கருத்துப்
பாழியந் தோளுடைப்
    பத்மநாபன் கையில்
ஆழிபோல் மின்னி
    வலம்புரிபோல் நின்றதிர்ந்து
தாழாதே சார்ங்கம்
    உதைத்த சரமழைபோல்
வாழ உலகினில் பெய்திடாய்!

... கடலிலே புகுந்து நீரை எடுத்து, ஊழி முதல்வன் உருவம் போல் உடம்பு கருத்து மேகமாகி, அந்தப் பத்மநாபன் கையில் ஆழிபோல் மின்னி, சங்குபோல் முழங்கி, வில்லிலிருந்து பொழிந்த அம்பு மழைபோல் மழை பெய்யக் கோருகிறார் நாச்சியார்.

அந்தக் கண்ணன் மாயன், வடமதுரை மைந்தன்!

'வீங்கு நீர் இலங்கை' என்றானே கம்பன், இங்கே நாச்சியார் 'தூயபெருநீர் யமுனைத் துறைவன்' என்கிறார்.

தாயைக் குடல் விளக்கம் செய்த தாமோதரனே- எவ்வளவு புதிய சொல்லாட்சி!

அதோ வருகிறான் கண்ணன்.

தூமணி மாடத்துச் சுற்றும் விளக்கெரிய, தூபம் கமழத் துயிலணைமேல் கண்வளரும் மாமன் மகளே, மணிக்கதவம் தாள் திறவாய்; மாமீர்! ஏ, மாமிமார்களே; அவளை எழுப்பீரோ!

நாற்றத் துழாய்முடி நாராயணன் வந்திருக்கிறான்! நம்மால் போற்றப் பறைதரும் புண்ணியன் அவன். குற்றமொன்றில்லாத கோவலர்தம் பொற்கொடியே! சிற்றாதே - நீ அசையாதே, பேசாதே, நீ செல்லப் பெண்டாட்டி!

வார்த்தை வந்து விழுகிறதே நாச்சியாருக்கு!

புள்ளினம் புலம்புகிறது. நீ குள்ளக் குளிரக் குடைந்து நீராடாமல் பள்ளிக்கிடத்தியோ! அடப்பாவி! உங்கள் புழக்கடைத் தோட்டத்து வாளியுள், செங்கழுநீர் வாய் நெகிழ்ந்து ஆம்பல் வாய் கூம்புதடி!

எல்லே! (இது பாண்டி நாட்டு வழக்கு)

இளங்கிளியே! இன்னும் உறங்குதியோ!

ஐயோ, இதென்ன; கண்ணனும் தூங்குகிறானோ?

அம்பரமே, தண்ணீரே, சோறே, அறஞ்செய்யும் எம்பெருமான்! நந்தகோபாலா! எழுந்திராய்!

அம்மா, யசோதா!

கொம்பனார்க்கெல்லாம் கொழுந்தே! குல விளக்கே! எம்பெருமாட்டி! உன் மகனுக்குக் கொஞ்சம் சொல்லம்மா.

ஒருத்தி மகனாய்ப் பிறந்து ஓரிரவில் ஒருத்தி மகனாய் வளர்ந்தவனல்லவா! அவனை அருத்தித்து வந்திருக்கிறோம்.

ஏ, கண்ணா!

ராசலீலை மறந்தாயா! குத்துவிளக்கெரியக் கோட்டிக்கால் கட்டிலின் மேல் மெத்தென்ற பஞ்ச சயனத்தின் மேலேறி, கொத்தலர் பூங்குழல் நப்பின்னை கொங்கைமேல் வைத்துக் கிடந்த மலர் மார்பா! வாய் திறவாய்!

அடியம்மா, நப்பின்னை!

நீ உன் மணவாளனை விட்டு எந்த நேரமும் எழுந்துவர மாட்டாயா?

எந்த நேரமும் பிரிவு பொறுக்க மாட்டாயா?

நல்லது!

இது தத்துவமல்ல; தகவுடையதுதான்!

ஏ, கப்பல்(நடுக்கம்) தவிர்க்கும் கலியே! வெப்பம் கொடுக்கும் விமலா!

நாங்கள் ஆற்றாது வந்துன் அடி பணிகின்றோம். எழுந்து வா!

கிண்கிணியாய்! செய்ய தாமரைப் பூப்போல உனது செங்கண் சிறுகச் சிறுக எங்கள் மேல் விழிக்காதோ!

அன்று இந்த உலகை அளந்தாயே! சென்று தென்னிலங்கை வென்றாயே!

கன்றை எறிந்தாயே! சகடம் உதைத்தாயே! குன்றைக் குடையாக எடுத்தாயே!

மாலே மணிவண்ணா!

கோல விளக்கே, கொடியே, விதானமே!

ஆலிலையில் துயில் கொள்ளும் ஐயா!

கூடாரை வெல்லும் சீர் கோவிந்தா!

எழுந்துவர மாட்டாயா?

சூடகமும், தோள்வளையும், தோடும், செவிப்பூவும், பாடகமும் மற்றும் பல்வேறு நகைகளும் நாம் அணிவோம்.

ஆடை உடுப்போம்! அதன் பின்னே பாற்சோறு மூட நெய்பெய்து முழங்கை வழிந்துவரக் கூடியிருந்து உண்போம்.

ஆகா!

சோற்றையே மூடுகிற அளவுக்கு நெய்யாம்! அதை அள்ளி உண்ணும்போதும் முழங்கை வழியாக வழியுமாம்!

மேலும் சொல்கிறார் நாச்சியார்:

குறைவொன்றும் இல்லாத கோவிந்தா!

அறியாத பிள்ளைகள் அழைக்கிறோம்; கோபப்படாதே! வங்கக்கடல் கடைந்த மாதவா, கேசவா, எழுந்து வா! வா வா!

நாச்சியாருக்குப் பெருக்கெடுத்த காதல் நமக்கும் பெருக்கெடுக்கிறது.

அவர் காதல் மட்டுமா கொண்டார்; கடிமணமும் செய்து பார்த்தார்.

வாரணம் வந்ததாம்; பூரண பொற்குடம் வந்ததாம்; தோரணம் நாட்டினார்களாம்; வாழை, கமுகு தொங்கவிட்ட பந்தலாம்; இந்திரன் உள்ளிட்ட தேவர் குழ குழாமெல்லாம் வந்திருக்கிறார்களாம்; நாச்சியார் மந்திரக் கோடிப் பட்டு உடுத்தி வந்தாராம்; மாயவன் மணமாலை சூட்டினானாம்!

நான்கு திசையிலிருந்து தீர்த்தம் கொண்டு வந்தார்களாம்; பார்ப்பனப் பெரியவர்கள் பல்லாண்டு பாடினார்களாம்.

கதிர் போன்று ஒளிவிடும் தீபத்தை, கலசத்தோடு ஏந்தியபடி, சதிரிள மங்கையர் வந்து எதிர் கொண்டார்களாம்; மத்தளம் கொட்டினார்களாம்; சங்குகள் வரிசையாக நின்று ஊதினவாம்.

முத்துக்களால் அலங்காரம் செய்யப்பட்ட அந்தப் பந்தலில், மைத்துனன் நம்பி மதுசூதனன் வந்து கைத்தலம் பற்றினானாம்!

அவன் இம்மைக்கும் ஏழேழ் பிறவிக்கும் துணையல்லவா! அவன் நன்மையுடையவன் அல்லவா!

ஆகவே, செம்மையுடைய திருக்கையால் பாதம் பற்றி அம்மி மிதிக்க வைத்தானாம்!

அவன் எப்படி?

ஏ, வெண் சங்கே; நீ சொல்!

அவன் வாய் இதழில் கற்பூரம் மணக்குமோ? கமலப்பூ மணக்குமோ? அந்தத் திருப்பவளச் செவ்வாய்தான் தித்தித்திருக்குமோ?

ஏ, சங்கே, பெரும் சங்கே! வலம்புரிச் சங்கே! பாஞ்ச சன்னியமே!

அவன் இதழ்ச் சுவையை எனக்குச் சொல்ல மாட்டாயா!

ஏ, மேகங்காள்!

விண்ணில் மேலாப்பு விரித்தாற் போன்ற மேகங்காள்!

கண்ணதாசனின்

மாமுத்த நீர் சொரியும் மாமுகில்காள்!
களங்கொண்டு கிளர்ந்தெழுந்த தண்முகில்காள்!
கார்காலத் தெழுகின்ற கார்முகில்காள்!
மதயானை போலெழுந்த மாமுகில்காள்!
வேங்கடத்தைப் பதியாக வைத்து வாழும் மேகங்காள்!
எனக்குப் பதியாகி, என் கதியாக அவன் கருதவில்லையா!
ஒரு பெண் கொடியை வதைசெய்தால், இவ்வையகத்தார் மதிப்பாரா?

-நாச்சியார் துடிக்கிறார்; நாமும் துடிக்கிறோம்!
நாச்சியார் உருகுகிறார்; நாமும் உருகுகிறோம்!
நாச்சியார் கெஞ்சுகிறார்; நாமும் கெஞ்சுகிறோம்!
நாச்சியார் கொஞ்சுகிறார்; தமிழும் கொஞ்சுகிறது!

ஆண்டாள்

15

அறிவும் திருவும்

இந்துக்களின் கடவுள் கொள்கை முற்றிலும் லௌகீகத்தை ஒட்டியதே.

குடும்ப வாழ்க்கையின் கூறுகளே, தெய்வ அம்சங்களாகச் சித்தரிக்கப்பட்டிருக்கின்றன.

சிவனுக்குப் பார்வதி என்று ஒரு மனைவி உண்டென்றும், முருகன், கணபதி ஆகிய மக்கள் உண்டென்றும், ஒரு குடும்பத்தைக் காட்டினார்கள்.

சிவனுடைய ஒவ்வொரு அவதாரத்திலும், சக்தியும் அவதாரம் செய்து, கணவன் - மனைவி ஆகிறார்கள்.

சிவன் சொக்கநாதர் ஆனால், சக்தி மீனாட்சி ஆகிறாள்.

சிவன் விசுவநாதரானால், சக்தி விசாலாட்சி ஆகிறாள்.

சிவன் ஏகாம்பரேசுவரர் ஆனால், சக்தி காமாட்சி ஆகிறாள்.

அதுபோல், பிரகதீசுவரர் - பிரகதாம்பாள்.

ஒவ்வொரு சிவன் கோவிலிலும், சிவசக்தியின் பெயர் மாற்றமிருக்கும்.

அது போலவே,

திருமால் கண்ணனானால், திருமகள் ருக்மணி ஆகிறாள்.

திருமால் வேங்கடத்தான் ஆனால், திருமகள் அலர்மேலு மங்கை ஆகிறாள்.

திருப்பதியில் இருந்து, ஸ்ரீரங்கமும், திருவல்லிக்கேணி, அரியக்குடி அத்தனை இடங்களிலுமுள்ள திருமால் கோயில்கள் வேறு பெயர்களைச் சூட்டுகின்றன.

சைவர்கள் சிவனையும், வைணவர்கள் திருமாலையும் தந்தையாகக் கொண்டு இயங்குகிறார்கள்.

சைவர்களுக்கு வைணவர்கள் சம்பந்திகள்.

சைவ - வைணவத் தகராறு என்பது, சம்பந்திகள் தகராறே!

திருமாலின் தங்கையைத்தான் சிவன் மணந்தார்.

அதுபோல், ஒவ்வொரு கடவுளுக்கும் பத்தினி உண்டு.

பிரம்மாவுக்கு சரஸ்வதி; இந்திரனுக்கு இந்திராணி; முருகனுக்குத் தெய்வானை-வள்ளி; கணபதி மட்டுமே பிரம்மச்சாரி.

இப்படி ஏன் கடவுளுக்குக் குடும்பங்களை வகுத்தார்கள்?

தெய்வமும் லௌகீகத்துக்குத் தப்பவில்லை என்பதைக் குறிக்கவே!

இந்துமதம் என்பது லௌகீகத்தையே முதற்படியாகக் கருதுகிறது.

துறவு என்பது இரண்டாம் பட்சமே.

குடும்பங்களில் கணவன்-மனைவி தகராறு வருவது போல், சிவனுக்கும் சக்திக்கும் தகராறு வந்ததாகச் கதைகள் உண்டு.

மனிதக் குடும்பங்களில் என்னென்ன காரணங்களுக்காகத் தகராறு வருமோ, அதே காரணங்களுக்காகத்தான் கடவுள் குடும்பங்களிலும் தகராறு வந்திருக்கிறது.

இதைக் கேட்கின்ற வேறு நாட்டவர்களுக்கு வியப்பாக இருக்கும்.

எந்த மதமும் கணவன் - மனைவியாகக் கடவுளைக் கண்டதில்லை.

கணவனுக்குரிய இடம் எது? மனைவிக்குரிய இடம் எது?

இந்துமதக் கதைகள் பதில் சொல்லும்.

இந்துமதம் வெறும் சந்நியாசிகளுக்கும், வாழ்க்கையைக் கண்டு பயந்தவர்களுக்கும் மட்டும் அடைக்கலம் கொடுப்பதல்ல.

அது போலவே, மனித வாழ்க்கையின் நாகரீகம் கலைகள் அனைத்தையுமே இந்துமதம் எதிரொலிக்கிறது.

சினம்-சினத்தால் அழிவு.

பொறாமை - பொறாமையால் அழிவு.

ஆணவம் - ஆணவத்தால் அழிவு.

துரோகம் - துரோகத்தால் அழிவு.

- இவைபோல் வாழ்க்கையில் எத்தனை கோணங்கள் உண்டோ, அத்தனை கோணங்களும் இந்துமதக் கொள்கைகளில் உண்டு.

கல்வி பற்றியும், கல்லாமை பற்றியும் கதைகள் உண்டு.

கல்விக்கு சரஸ்வதி, செல்வத்துக்கு லட்சுமி என்றெல்லாம் வாழ்க்கைத் தேவைக்கும் கடவுள்களை வைத்தது இந்துமதம்.

ஏன், கலைகளைக்கூட இந்துமதம் தன் வழிகளில் ஒன்றாக ஏற்றுக்கொண்டது.

அர்த்தமுள்ள இந்துமதம் - பாகம் 2

கடவுள் நாட்டியமாடுவதாக எந்த மதத்திலாவது கதைகள் உண்டா?

சரசுவதி வீணை வாசிக்கிறாள்! நாரதர் தம்புரா மீட்டுகிறார்! நந்தி மத்தளம் கொட்டுகிறார்.

நடராசர் நாட்டியமாடுகிறார்.

இப்படி, மனிதர்களின் ஆசைகளுக்கும் உல்லாசப் பொழுது போக்குக்குங்கூட இந்துமதம் வழிவகுத்துத் தருகிறது.

போர் செய்வது பற்றியும் கதைகளுண்டு; சமாதானம் பற்றியும் கதைகளுண்டு; தூது செல்வது பற்றியும் கதைகளுண்டு; பேரம் பேசுவது பற்றியும் கதைகளுண்டு; கடன் வாங்குவது பற்றியும் கதைகளுண்டு.

பொய் சொல்வது பற்றியும், பொய் சொல்லாதது பற்றியும் அரிச்சந்திரன் கதைபோல் இப்படி ஆயிரங்கதைகளுண்டு.

இந்துமதத்தின் மூல நோக்கம் வாழ்க்கையின் சகல பகுதிகளையும் சுட்டிக் காட்டுவதே!

அடுத்தவன் மனைவியைத் தாயாக நினைத்த கதை நூற்றுக்கணக்கிலுண்டு.

அடுத்தவன் மனைவியைக் கெடுத்து இழிநிலை அடைந்த கதைகள் உண்டு.

இந்திரன்-அகலிகை.

சந்திரன்- தாரை.

வள்ளுவன் குறள், எப்படிப் போகின்ற பக்கமெல்லாம் எதிரொலிக்கின்றதோ, ஒவ்வொரு அனுபவத்திலும் ஓடி வந்து நிற்கிறதோ, அதுபோல, இந்தப் புராணக் கதைகளும் வந்து நிற்கின்றன.

விஞ்ஞான ரீதியாகவும் இந்துக்கள் சிந்தித்தார்கள்.

வானத்தில் பறக்கும் புஷ்பக விமானத்தைக் கற்பனை செய்தார்கள்.

கடல் நீரை மேகம் வாங்கி மழையாகப் பொழிவதை அப்பொழுதே சொல்லிவிட்டார்கள்.

பூமி சுற்றுவதைப் பிரதட்சணம், அப்பிரதட்சணம் என்று அப்பொழுதே சுட்டிக் காட்டினார்கள்.

சந்திர கிரகணத்தைத் தத்துவமாகச் சொன்னார்கள்.

நட்சத்திரங்களின் நடமாட்டத்தை விரிவாக எழுதி வைத்தார்கள்.

கண்ணதாசனின்

சந்திரமண்டலம் பூமியிலிருந்து எவ்வளவு தூரத்திலிருக்கிறது என்பதையும், செவ்வாய்க் கிரகம் அதைவிடத் தூரம் என்பதையும், அப்பொழுதே சொல்லிவிட்டார்கள்.

இந்துக்களின் விஞ்ஞான அறிவை விரிவாக ஆயிரம் பக்கங்களிலே எழுதலாம்.

மகாபாரதத்திலும் ராமாயணத்திலும் வரும் அஸ்திரங்களின் வகைகளைப் படிக்கும்போது, அவற்றைப் பார்த்துத்தான் குண்டு செய்யவே மேலைநாடு கற்றுக்கொண்டதோ என்று நினைக்கத் தோன்றுகிறது.

தஞ்சை சரசுவதி மகாலிலிருந்து ஏராளமான ஏடுகளை இங்கிலாந்துக்குக் கொண்டு போயிருக்கிறார்கள்.

விஞ்ஞானத்தில் பலதுறைகளை அவற்றிலிருந்தே கண்டு பிடித்ததாக ஓர் ஆங்கிலேயர் எழுதிய கட்டுரையை பதினெட்டாண்டுகளுக்கு முன் ஒரு மொழிபெயர்ப்பில் நான் படித்தேன்.

பல நூற்றாண்டுகளாக, வாழ்க்கையின் சகல கோணங்களையும் விஞ்ஞான ரீதியாக இந்துக்கள் கூறி வைத்திருக்கிறார்கள்.

நீருக்கு ஒரு கடவுள் - வருணன்.

நெருப்புக்கு ஒரு கடவுள் - அக்கினி.

காற்றுக்கு ஒரு கடவுள் - வாயு.

வெளிச்சத்துக்கு ஒரு கடவுள் - சூரியன்.

இந்துமதத்தின் ஆரம்ப காலத்தில் சூரிய வணக்கமே தெய்வ வணக்கமாக இருந்து வந்திருக்கிறது.

காலங்களில் அது வளர்ந்து ஒவ்வொரு துறையாகக் கண்டுபிடிக்கப்பட்டிருக்கிறது.

ஒவ்வொரு அனுபவத்தின் மீதும் புதிய புதிய தத்துவங்கள் தோன்றியிருக்கின்றன. இது நீண்ட கால மதமாகையால், ஆண்டுக்காண்டு பக்குவப்பட்டு, இன்று தழைத்துக் குலுங்கி நிற்கிறது.

ஆராய்ந்து பார்த்தால், இந்துக்களின் ஒவ்வொரு பண்டிகைக்கும் ஓர் அர்த்தமிருக்கிறது.

இப்போது நாம் சரசுவதி பூஜையையும், ஆயுத பூஜையையும் கொண்டாடுகிறோம்.

சரசுவதியையும், மகாலட்சுமியையும் வணங்கினோம்.

அதாவது அறிவையும், செல்வத்தையும் வணங்கினோம்.

அர்த்தமுள்ள இந்துமதம் - பாகம் 2

வாழ்க்கை என்பது என்ன? - அறிவும் செல்வமுந்தான். அறிவுக்குத் தலைவியான சரசுவதி யார்?

அவளுக்குக் கலைமகள், வாணி, சரசுவதி என்ற பெயர்களும் உண்டு.

திருப்பாற் கடலில் தேவர்கள் அமுதம் கடைந்த போது அதில் உண்டானவள் சரசுவதி என்பது ஐதீகக் கதை.

அவள் கல்வி, கலைக்கு மட்டுமே தலைவி.

அமிர்தம் கடைந்தபோது அவள் உருவானவள் என்று ஏன் குறிப்பிட்டார்கள்.

உள்ளத்தை அறிவால் தோண்டி எடுக்கும்போது வாழ்க்கை ஒளி அடைகிறது என்பதாம்.

கலைக்கு முக்கியம், தெய்வத்தை வணங்கித் தொடங்குவது.

அதுவே கலைமகள் கையில் உள்ள ஜெபமாலை.

அவள் ஒரு கையில் ஏடு வைத்திருக்கிறாள்.

- அது கல்வி வடிவம்.

கையில் உள்ள வீணை, நாத வடிவம்.

அவளுக்கு வெள்ளை உடை.

அமர்ந்திருப்பது வெள்ளைத் தாமரை மீது.

வெள்ளை உள்ளமே கல்வியும், கலையும் வளர்வதற்கு முக்கியம் என்று அவை குறிக்கின்றன.

கயவனுக்கும், திருடனுக்கும் கல்வி வராது; கலையுணர்ச்சி இருக்காது.

அதுபோலவே திருமகள் வடிவம்.

கல்வி மட்டும் போதாது. வாழ்க்கைக்குப் பொருளும் வேண்டும் என்பதைக் குறிக்கவே திருமகள் வடிவம்.

பூமியில் வாழும் உயிர்களுக்கெல்லாம் திருமால் வடிவம் கூறப்பட்டிருக்கிறது.

அந்த உயிர்களுக்குச் செல்வம் வழங்குபவள் திருமாலின் மனைவியான திருமகள்.

பொதுவில் மனித வாழ்க்கையின் குறிக்கோளை இந்துமதமே பூர்த்தி செய்கிறது.

அதன் தத்துவங்கள், கல்வெட்டுகள். அறிவுடையோர் அதனை மதிப்பர்; திருவுடையோர் அதற்கு நன்றி கூறுவர்.

255

16

இன்றைய இளைஞனுக்கு

நாப்பிளக்கப் பொய்பேசி நவநிதியம் தேடி
நலமொன்றும் இல்லாத நாரியரைக் கூடிப்
பூப்பிளக்க வருகின்ற புற்றீசல் போலப்
பொலபொலலெனக் கலகலலெனப் புதல்வர்களைப் பெறுவீர்
காப்பதற்கும் வழியறியீர் கைவிடவும் மாட்டீர்
கவர்பிளந்த மரத்துளையில் கால் நுழைத்துக்கொண்டு
ஆப்பதனை அசைத்திட்ட குரங்கதனைப் போல
அகப்பட்டீர் கடந்துழல அகப்பட்டீர் நீரே! - பட்டினத்தார்.

'ஏ மனிதர்களே! நாக்கே பிளந்துவிடும்படியாகப் பொய் பேசுவீர்கள்!

புதிய புதிய செல்வங்களைத் தேடுவீர்கள்!

பூமியைப் பிளந்துக்கொண்டு வருகின்ற புற்றீசல் போலப் பொலபொலவென்று கலகலவென்று பிள்ளைகளைப் பெறுவீர்கள்!

காப்பதற்கும் உங்களுக்கு வழி தெரியாது; அவர்களைக் கைவிடவும் மாட்டீர்கள்.

பாதி பிளந்து ஆப்பு வைக்கப்பட்ட மரத்துளையில் காலை வைத்துக்கொண்டே ஆப்பைப் பிடுங்குகிற குரங்கு, மரத்துளையில் கால் மாட்டிக் கொண்டு திண்டாடுவது போல பந்த பாசத்தில் கிடந்து உழலுவீர்கள்!' என்று சிரிப்போடு சொல்கிறார் பட்டினத்தார்.

தொட்ட பின்பே பாம்பு என்றறியும் மனிதர்கள்... -

சுட்ட பிறகே நெருப்பென்றறியும் அப்பாவிகள் -

அவர்கள் பட்ட பின்புமே கெட்ட பின்புமே பரம்பொருளை நினைக்கிறார்கள்.

ஆரம்பத்திலிருந்தே வாழ்வை வகுத்துக்கொள்ள அவர்களால் முடிவதில்லை.

ராமலிங்க வள்ளலாரைப் போலவோ, ராமகிருஷ்ண பரமஹம்சரைப் போலவோ, சுவாமி விவேகானந்தரைப் போலவோ, இளம் பருவத்திலே ஞான ஒளியைப் பெற அவர்களால் முடியவில்லை.

'ஆட்டுவித்தால் யாரொருவர் ஆடாதாரே!'

சாட்டை இல்லாப் பம்பரம் போல் ஆட்டி வைக்கிறான் கண்ணன்.

'உண்டு, உண்டு' என்று ஓடி, பிறகு 'இல்லை, இல்லை' என்று ஏமாந்து, 'எங்கே எங்கே' என்று தேடி, 'இதோ, இங்கே இங்கே' என்று கண் மயங்கி, வெட்ட வெளிப் பொட்டலிலே விட்டெறிந்த பந்தினைப்போல், 'ஆடி ஓடி அமர்ந்தேன் பராபரமே!' என்று அமர்ந்து விடுகிறார்கள்.

அனுபவங்களுக்குப் பிறகுதான் உண்மை அவர்களுக்குத் தெரிகிறது.

அந்த உண்மையை ஆரம்பத்திலேயே கண்டு கொள்வதெப்படி?

இது இன்றைய இளைஞனுக்குச் சொல்லவேண்டிய பாடம்.

குத்திய பின்பே முள்ளென்று அறியாமல், 'இது முள்' என்று பார்வையிலேயே அவன் தெரிந்துக் கொள்ளவேண்டும்.

அதற்கு என்ன வழி?

இதோ ராமகிருஷ்ணர் சொல்கிறார்:

''வீட்டு ஈயானது ஒரு சமயம் அழுகிய புண்ணின் மீதும், மறு சமயம் நிவேனத்துக்கு வைத்திருக்கும் பொருளின்மீதும் உட்காரும். ஆனால், தாமரையிலுள்ள தேனை அருந்தும் வண்டு, அதைத் தவிர வேறொன்றையும் மதியாது. நீ வீட்டு ஈயைப் போலிராமல் தேன் வண்டைப் போலிரு''.

-பரமஹம்சரின் இந்த வாக்கு, இன்றைய இளைஞன் கடைபிடிக்க வேண்டிய அறிவியல் அரிச்சுவடி.

வாழ்க்கைப் பாதையில் நீண்ட தூரம் பயணம் செய்யவிருக்கும் இளைஞன் முதற்கோணல், முற்றும் கோணல் என்பதை நினைத்தே தன் படிப்பைத் தொடங்க வேண்டும்.

அந்தப் படிப்பையும் தேன் வண்டைப்போல் தேடிப் பிடித்துப் படிக்க வேண்டும்.

வாழ்க்கைக்குத் தேவையில்லாத, பயன்படாத, நூல்களைப் படித்துக் காலத்தை வீணாக்கக் கூடாது.

கற்க கசடறக் கற்பவை கற்றபின்
நிற்க அதற்குத் தக

- என்றான் வள்ளுவன்.

பயனற்ற நூல்களில் காலம் வீணாகிறது.

பண்பாடற்ற நண்பர்களால் மனம் பாழாகிறது.

கண்ணதாசனின்

அலட்சிய மனப்பான்மையால் அறிவு மயங்குகிறது.

வெறும் ஆரவாரங்களில் போலி வாழ்க்கையே கிட்டுகிறது.

அஞ்சியஞ்சிச் சாவதால் ஆன்மா அடிமையாகி விடுகிறது.

படிப்பது என்பது, வரப்போகும் காலங்களுக்குப் போடப்படும் அஸ்திவாரம். ஆனால், தவறாகப் படிக்கும் படிப்புப் பயனற்றுப் போகிறது.

எதிர்காலத்தைப் பற்றிச் சிந்திக்க முடியாத வயது இளம் வயது.

ஆனால், சிந்தித்தே தீரவேண்டிய வயதும் அதுதான்.

'சித்திரப்பாவையின் அத்தக அடங்கி' நல்ல பாடங்களைக் கேட்டு, நாளையப் பொழுதுக்குத் தன்னைத் தயார் செய்துக் கொள்ள வேண்டிய வயது பள்ளி வயதுதான் என்பதை இளைஞன் மறக்கக்கூடாது.

அவனுக்குச் சாப்பாட்டைப் பற்றியும், தூக்கத்தையும் பற்றியும் இந்துமதம் கூறுகிறது.

கீதையில் பரந்தாமன் கூறுகிறான்:

"அர்ஜுனா!

அதிகமாக உண்ணுபவனுக்கும் யோகமில்லை; ஒன்றும் உண்ணாதவனுக்கும் இல்லை; தூக்கத்தில் அதிக விருப்பமுடையவனுக்கும் இல்லை; தூங்காமலேயே விழிப்பவனுக்கும் இல்லை. அளவான ஊண்ணும் உழைப்புமுடையவனுக்கும் அளவான உறக்கமும் விழிப்புமுடையவனுக்கும் துன்பம் துடைக்கும் யோகம் கிட்டுகிறது''.

- அதையே பரமஹம்சர் கூறுகிறார்:

"பகலில் திருப்தியாகச் சாப்பிடலாம். ஆனால் இரவில் உணவு, அளவு குறைந்ததாயும் சத்துக் குறைந்ததாயும் இருக்கட்டும். சரீரத்திற்கு உஷ்ணத்தையும் மனத்துக்குச் சஞ்சலத்தையும் கொடுக்கும் உணவை உட்கொள்ளாதே! இழவு வீடுகளில் நடக்கும் சாப்பாட்டுக்குப் போகாதே. புரோகிதத்தால் பிழைப்பவர் வீட்டிலும் சாப்பிடாதே. இறைவனுக்குப் படைக்கக்கூடியது போன்ற சுத்தமான ஆகாரத்தையே சாப்பிடு''.

ஆம். முதலில் ஆராய்ந்து தேர்ந்தெடுத்துப் படிக்கும் படிப்பு; அடுத்து அளவான சுத்தமான உணவு; அடுத்தது அளவான உழைப்பும் உறக்கமும்.

நான் சின்ன வயதில் படித்த எல்லாப் பாடங்களும் எனக்கு நினைவில் இருக்கின்றன.

அர்த்தமுள்ள இந்துமதம் - பாகம் 2

அவைதான் இத்தனை ஆண்டுகளாக எனக்குக் கை கொடுத்து வருகின்றன.

ஆனால், முறையற்ற உணவு, அதற்கு நேர்மாறான பட்டினி, அளவற்ற தூக்கம் - இவற்றால் என் உடம்பு கெட்டுவிட்டது.

ஆரம்பத்திலிருந்தே உணவு முறையை ஒழுங்குபடுத்திக் கொள்ளவில்லையே என்று இன்று நான் வருந்துகிறேன்.

நல்ல வேளையாக இறைவன் எனக்களித்த வரம், அன்று நான் அர்த்தம் தெரியாமலே மனப்பாடம் செய்த பாடல்கள் அனைத்தும் இன்று அர்த்தத்தோடு வந்து உதவி புரிகின்றன.

இந்துமதத்தின் உபதேசங்களை இன்றைய இளைஞன் ஒதுக்கிவிடாமல் படிக்கவேண்டும்.

நோய்கள் பற்றியும் மருந்துகள் பற்றியும்கூட இந்துமதம் முழு அளவில் சொல்லி வைத்திருக்கிறது.

இன்றைய இளைஞன் திருமூலரின் திருமந்திரத்தை மனப்பாடம் செய்யவேண்டும்.

அவை இப்போது உதவாவிட்டாலும், பின்னாளில் உதவும்.

சந்தம் நிறைந்த பாடல்கள் விரைவிலே மனத்தில் பதியும்.

"சித்தர் ஞானக்கோவை" என்று வழங்கப்படும் நூலில் பட்டினத்தார், சிவவாக்கியர், பத்திரகிரியார் பாடல்களை மனப்பாடம் செய்தால், பெண்ணாசை குறையும்.

எப்படிப்பட்ட பெண்ணைத் திருமணத்திற்குத் தேர்ந்தெடுக்க வேண்டும் என்று ஏற்கெனவே எழுதியிருக்கிறேன்.

ஆரம்பப் படிக்கட்டுகளை இவ்வளவு அழகாகப் போட்டுக் கொண்டு விட்டால், எதிர்காலத்தில் துன்பமிருக்காது; சோர்விருக்காது; அவமானம் நிகழாது. சென்ற இடமெல்லாம் சிறப்பும் கிடைக்கும்.

நண்பர்கள் இருப்பார்கள்; எதிரிகள் இருக்கமாட்டார்கள்.

வரவறிந்து செலவு செய்யும் புத்தி வந்துவிடும்.

வாழ்க்கை என்பது பங்கீடு செய்யப்பட்ட சாலையாகிவிடும்.

என்னைப்போல அடிக்கடி சோகப்பாட்டுப் பாட வேண்டியிராது.

சராசரி மனிதன் லௌகீக வாழ்க்கையில் எல்லாவித சுகங்களையும் அடைவதற்கு, இந்துமத நூல்கள் நல்ல வழி காட்டுகின்றன.

வரவு செலவு பற்றிக்கூட நமது பெரியவர்கள் நமக்கு வழிகாட்டி இருக்கிறார்கள்.

259

கண்ணதாசனின்

காஞ்சிப் பெரியவர்கள் ஒன்று சொன்னதாக எனக்கு ஞாபகம்.

"ஒருவரிடம் கடன் வாங்கினால் எப்படியாவது கஷ்டப்பட்டு ஒரே தவணையில் பணத்தைக் கொடுத்துப் பத்திரத்தைத் திருப்பி வாங்கிவிடு. கொஞ்சம் கொஞ்சமாகக் கட்டத் தொடங்கினால், அதன் வட்டிக் கணக்கு தலைமுறை தலைமுறைக்கு வரும்''.

ஆம், அதிலும் இன்றைய இளைஞன் எச்சரிக்கையாக இருக்கவேண்டும்.

கடைசியாக சாப்பாடு பற்றிய அனுபவம்.

எதை எதைச் சாப்பிடக்கூடாது என்று நான் ஒரு பாடல் எழுதியிருக்கிறேன்.

....
....

தட்டைப் பயறுகள் மொச்சை
சாகர எறாக்கள் நண்டு
கொட்டை உருளைக் கிழங்கில்
கொடியதோர் வாய்வு தோன்றும்
தொட்டுப் பாராதே என்றும்
சுவைக்காக நோய் பெறாதே!

-நமது மூதாதையர்கள் வாய்வு, உஷ்ணம், சீதம், சிலேட்டுமம், பித்தம் என்று நோய்களுக்கான காரணங்களையே தெளிவாக விளக்கியுள்ளார்கள்.

இன்றைய இளைஞன் மர்ம நாவல்களை விட்டு விட்டு, மதநூல்களைப் படித்தால், வாழ்க்கையில் சகல பகுதிகளுக்கும் வழி கிடைக்கும்.

மூன்றாம் பாகம்

அர்த்தமுள்ள இந்து மதம்
- பாகம் 3

என் பணி

வாழ்க்கையைப் பல வகையாகக் கூறு பிரிக்க ஆரம்பித்தால், எண்ணத் தெரியாத அளவு கூறுகளைக் காணலாம்.

இவ்வளவுதான் வாழ்க்கை என்று, ஒரு பட்டியலைப் போட்டு யாரும் முடித்துவிட முடியாது.

யார் எவ்வளவு பெரிய பட்டியல் போட்டாலும் அவர்கள் விட்டுவிட்டதை இன்னொருவர் சுட்டிக்காட்ட முடியும்.

அதிலும், இந்து மதம் கூறும் லௌகீக வாழ்க்கையை வரிசைப்படுத்தத் தொடங்கும் போது நூற்றுக்கணக்கான பிரிவுகள், கிளைகள் காட்சியளித்துக் கொண்டேயிருக்கின்றன.

'அர்த்தமுள்ள இந்துமதம்' முதல் இரண்டு பாகங்களில், சில விஷயங்களை நான் கூறியிருக்கிறேன்.

இது மூன்றாவது பாகம்.

இதிலும் சில விஷயங்கள் குறித்தே எழுதியிருக்கிறேன்.

இன்னும் எழுதவேண்டியவை ஏராளம் என்றே எனக்குத் தோன்றுகிறது.

சராசரி மனித வாழ்க்கையில் குறுக்கிடும் பொது உயர்வுகளையே இதுவரையிலும் கூறியிருக்கின்றேன்.

பிரதியொரு மனிதனுக்கும் சம்பந்தமுள்ள விஷயங்களையே தொட்டிருக்கிறேன்.

ஆஸ்திகனாயினும் நாஸ்திகனாயினும் அவன் தப்ப முடியாமல் சிக்கிக்கொள்ளும் அம்சங்களையே விளக்கியிருக்கிறேன்.

கண்ணதாசனின்

இனிவரும் பாகங்களில் சிலர் ஒதுக்கி வைத்திருக்கும் தத்துவங்களை விவரிக்க இருக்கிறேன்.

உதாரணமாக:

சரஸ்வதி பூஜை, ஆயுத பூஜை, விநாயக சதுர்த்தி போன்ற பண்டிகைகள் எவ்வளவு அர்த்தமுள்ளவை, தேவையானவை என்பதை விளக்குவது என் நோக்கம்.

அதுபோலவே இதிகாச விளக்கங்கள், ராமன் கிருஷ்ணனது பல கோஷங்கள், சைவ-வைஷ்ணவ மார்க்க நிலைகள் பலவற்றையும் எழுத எண்ணம்.

இந்த மூன்று பாகங்களிலும் 'பகவத் கீதை'யை ஆங்காங்கே தொட்டுச் செல்லும் நான், ஒரு முழு மனித வாழ்வுக்கும் பகவத் கீதை எவ்வாறு பயன்படுகிறது என்பதை விவரிக்க விரும்புகிறேன்.

இந்து மதத்தில், தொட்ட இடமெங்கும் நவமணிகள் தட்டுப்படுகின்றன.

அவற்றின் தரத்தை எடுத்துரைக்கும் வைர வணிகர்கள் நாட்டில் நிறைய உண்டு.

அணிந்து பார்த்தவன் என்ற முறையில், அனுபவப்பூர்வமான விஷயங்களே என்னால் பரிசீலிக்கப் படுகின்றன.

தத்துவங்கள், அனுபவங்களுக்கு ஒத்து வருவது அரசியலில் குறைவு. ஆனால் ஆன்மீகத்தில் அதிகம்.

இறைவனது இயக்கத்தைப் பற்றிய விரிவான பரிசீலனையே என் முயற்சி.

என்னால் பரிசீலிக்கப்பட முடியாதவையும், அதற்கப்பாற்பட்டவையும் நிறைய உண்டு.

எனக்குத் தெரியாத விஷயங்களைக் காஞ்சிப் பெரியவர்கள், வாரியார் சுவாமிகள் போன்றவர்களிடம் கேட்டுத் தெரிந்து கொண்டாவது, என்னுடைய பாணியில் உங்களுக்குத் தருவேன்.

அர்த்தமுள்ள இந்துமதம் - என் பணி

ஆரவாரமில்லாத ஒரு ஆழமான கிணற்றில் இருந்து மூன்றாவது குடத்தில் நான் எடுத்துத் தரும் தண்ணீர் இது.

வற்றாத இந்தக் கிணற்றிலிருந்து, மேலும் மேலும் தண்ணீர் எடுப்பதற்குப் போதுமான ஆரோக்கியத்தை, இறைவன் எனக்கு அருள வேண்டும்.

பக்தி மார்க்கத்தில் ஏற்படும் நிம்மதியொன்றையே மூலதனமாகக் கொண்டு, பல வேலைகளுக்கிடையிலும், இதனை எழுதியிருக்கிறேன்.

அந்த நிம்மதியை, 'இடையூறில்லாத' நிம்மதியாக இறைவன் எனக்கருள வேண்டும்.

'கல்' என்று எடுத்துக்கொண்டு இந்து மதத்திற்குள் நுழைந்தாலும், 'கனி' என்று எடுத்துக் கொண்டு நுழைந்தாலும், ஒவ்வொன்றைப் பற்றியும் ஏராளமான பக்கங்கள் எழுதமுடியும்.

அப்படி எழுதுகின்ற சக்தியை இறைவன் எனக்குத் தொடர்ந்து அருளவேண்டும்.

நீண்ட காலத்திய மத சம்பிரதாயத்தைக் காப்பாற்றுவதற்கு, எனது இந்தப் பணி ஓரளவாவது பயன்படுமானால் நான் வாழ்க்கையில் வீணாக்கிவிட்ட நாள்களைப் பற்றி வருத்தப்பட மாட்டேன்.

என் எதிர்காலப் பணி இறைவன் கையில் இருக்கிறது.

வழக்கம்போலவே இதனை அழகாக வெளியிட்டுள்ள வானதிபதிப்பகம் **திருநாவுக்கரசு** அவர்களுக்கும், தொகுத்துக் கொடுத்த தம்பி **இராம.கண்ணப்பனுக்கும்**, அச்சிட்டுத் தந்த அச்சகத்துக்கும், படிக்கவிருக்கும் உங்களுக்கும் என் நன்றி.

அன்பன்,

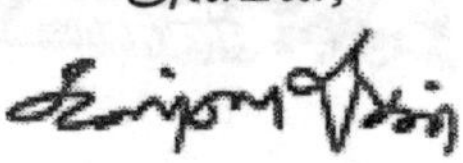

தெட்சிணாமூர்த்தி

1
அவனவன் தர்மம்

இதுவே என் பணி.

இதில் எவ்வளவு தொல்லைகள் வந்தாலும் நான் பின் வாங்க மாட்டேன்.

வெற்றி தோல்விகளைப் பற்றி எனக்குக் கவலையில்லை.

இதுவே என் கடமை.

'இவைதான் சரியானவை' என்று சில நியதிகளை நான் வகுத்துக்கொண்டு விட்டேன். அந்தப் பாதையில் முன்னேறுவதே என் லட்சியம்.

யார் எவ்வளவு அழிந்தார்கள் என்பது பற்றியோ உயர்ந்தார்கள் என்பது பற்றியோ நான் ஏன் கவலைப்படவேண்டும்?

இதுவே என் சுதர்மம்.

பகவத் கீதையில் 'கர்ம யோகம்' சுதர்மத்தை வலியுறுத்துகிறது.

'கர்மத்தைச் செய் பலனை என்னிடம் ஒப்படைத்து விடு' என்பது இங்கேதான் சொல்லப்படுகிறது.

ஸ்ரீராமகிருஷ்ணமடம் வெளியிட்டுள்ள 'பகவத் கீதை'யின் கர்மயோகத்தில் ஓர் உதாரணம் காட்டப்படுகிறது. அது இது;

"தேள் ஒன்று கங்கையில் மிதந்து சென்றது. அதன் மீது பரிதாபப்பட்ட ஒரு சந்நியாசி அதை எடுத்து வெளியில் விட முயன்றார். அது அவரைக் கொட்டிவிட்டு மறுபடியும் நீரில் விழுந்தது. மீண்டும் அவர் எடுத்து விட்டார். மீண்டும் அது கொட்டிற்று. 'ஏன் இப்படிச் செய்தீர்கள்?' என்று ஒருவர் கேட்டார். சந்நியாசி சொன்னார்: 'கடைசிவரை அது தன் சுபாவத்தை விடவில்லை; நான் ஏன் என்னுடைய சுதர்மத்தை விட வேண்டும்?'

உண்மைதான். நன்மை செய்வது என்று தீர்மானித்து விட்டால் நன்றி கெட்டவனுக்குக்கூட அதைச் செய்வதுதான் சுதர்மம்.

உதவி வரைத்தன்று உதவி உதவி
செயப்பட்டார் சால்பின் வரைத்து

என்றான் வள்ளுவன்.

'ஏதோ, உதவி செய்ய வேண்டும் என்று நீ எல்லோருக்கும் செய்து விடாதே; யாருக்குச் செய்கிறோம் என்பது முக்கியம் என்றான் அவன்.

அதாவது நன்றியுள்ளவனுக்கு உண்மையாகவே தேவைப்படுகிறவனுக்குச் செய்யப்பட வேண்டும் என்பது அவன் கருத்து.

அதையும் தாண்டுகிறது பகவத் கீதை.

'உன்னுடைய கர்மம் நன்மை செய்வதானால் அதை யாருக்கு வேண்டுமானாலும் செய்; அதுவே சுதர்மம்' என்கிறது.

நன்றி கெட்டவனுக்கு உதவினால் விளைவு என்ன? இளித்தவாய்ப் பட்டம்!

அதையும் ஏற்றுக்கொள்ளச் சொல்கிறதா கீதை? ஆம்!

காரணம் நீ செய்யும் நன்மை ஏதோ ஒரு வடிவத்தில் வட்டியோடு உனக்குத் திரும்பிவிடுகிறது. அவன் செய்கிற தீமை வட்டியோடு அவனுக்குப் போய்ச் சேருகிறது. எவ்வளவு காலத்தில் இது நடக்கும் என்பது மட்டுமே ரகசியம்.

ஆனால் நடக்கும் என்பது உண்மை.

சுதர்மத்தின் சாரம் என்ன?

'எதைச் செய்ய விரும்புகிறாயோ அதைச் செய்துகொண்டே போ' என்பதுதான்.

நான் கவியரசராகவோ கவிச்சக்ரவர்த்தியாகவோ மாறப் போகிறோம் என்றெண்ணிப் பேனாவை எடுத்ததில்லை. எழுதிக் கொண்டே போனேன்; போகிறேன்.

யார் யாரெல்லாம் கேட்டார்களோ அவர்களுக்கெல்லாம் எழுதிக் கொடுத்தேன்.

கதையில் வரும் சம்பவங்களுக்கே பாடல் எழுதினேன்.

எதிரே வந்த மாலைகளைப் பார்த்துப் பின்னாலே திரும்பிப் பார்த்தேன். அங்கேயும் மாலைகள் வந்து கொண்டிருந்தன. நான் நின்று விடவில்லை.

'எமிலி ஜோலா'வின் பேனாவைப் போல் எழுதிக் கொண்டே சாய்ந்து விடவேண்டும் என்பதே என் சுதர்மம்.

சலனங்களும் சபலங்களும் வருகின்றன. எனக்குப் புரிகிறது.

இந்த இடையூறுகள் என் சுதர்மத்தைத் தடுத்துவிடவில்லை.

இருப்பதை எல்லாம் கொடுப்பது என்றும் நினைப்பதை எல்லாம் எழுதுவது என்றும் நான் வகுத்துக் கொண்ட நியதியிலிருந்து பின்வாங்கவில்லை.

சாலை மிகவும் நீளமானது.

சந்திப்புகள் மிக அதிகம்.

மான்கள் மட்டுமா எதிரே வருகின்றன? பாம்புகளும், குரங்குகளும் வருகின்றன.

'இவை தன் சுதர்மத்தை ஒழிக்கவே' என்று நான் கருதுகிறேன்.

என் கையில் கடைசியாக இருக்கும் இரண்டு ரூபாயைக் கேட்பதற்கு ஒருவர் வராதபோதுதான், நான் அதைச் செலவழிக்கிறேன்.

என்னை அடித்துப் போட்டுவிட்டு அதை ஒருவன் பறித்துக் கொண்டு போனால், என் சுதர்மத்தை அவன் நிறைவேற்றுகிறான் என்று நான் கருதுகிறேன்.

கர்மத்தை யோகமாக்கிக் கொண்டுவிட்டால் பிறர் செய்யும் துன்பங்களினால் வலி தோன்றாது.

அம்பு ரத்தத்தைத் தொட்டபிறகுதான் 'பாய்ந்திருக்கிறது' என நினைவு வருகிறது.

தோல் மரத்துப்போய் விட்டதுபோல் ரத்தமும் மரத்துப்போய்விட்டால் சுதர்மத்துக்கு இடையூறு இல்லை.

செய்யும்கர்மங்கள் 'ஜாம் ஜாம்' என்று தொடர்கின்றன.

மனிதன் செய்யும் கர்மம், அவன் மரணத்தினால் தான் முடிய வேண்டும்.

அவன் கர்மம் முடிந்த பிறகுதான் பிறர் அவனுக்குக் கர்மம் செய்கிறார்கள்.

மனிதன் தன்வயமற்ற பிறகே பிறரது கர்மத்தை எதிர்பார்க்க வேண்டும் என்பதே அதன் நோக்கம்.

உன் கர்மத்தில் நீ பிறருக்குப் பாலூற்றாவிட்டாலும் பிறர் உனக்குச் செய்யும் கர்மத்தில் பாலூற்றுகிறார்கள்.

எல்லாம் 'நீயும் ஊற்றி இருப்பாய்' என்ற நம்பிக்கையில்தான்.

மனைவி மகாலட்சுமியாக இல்லை என்பதற்காக, நீ அவளுக்குச் செய்யவேண்டிய கர்மத்திலிருந்து பின் வாங்க முடியாது.

நண்பன் நன்றி கெட்டவன் என்பதற்காக நீ உன் சுதர்மத்தை விட்டுவிடக் கூடாது.

பெற்ற மகனைக் கர்மத்துக்குப் பாத்தியப்பட்டவன் என்று ஏன் கூறுகிறார்கள்?

கண்ணதாசனின்

குறைந்த பட்சம், ஒரு மனிதன், தன் மகனுக்காவது நல்ல கர்மத்தைச் செய்து சுதர்மத்தை நிறைவேற்றுகிறான்.

அதை மட்டுமே அவன் சுதர்மம் என்று கருதுகிறான். இது கடைசிப் பட்சமான சுதர்மம்.

வேறு ஒன்றுமே செய்ய முடியாத சராசரி மனிதனுக்கு அதுகூடப் போதுமானதே.

அவனைப் போலவே அவன் மகனும் தன் தகப்பனுக்குக் கர்மத்தைச் செய்து சுதர்மத்தை நிறைவேற்றுகிறான்.

அப்படிச் செய்யாத பிள்ளைகளும் உண்டு.

அவை பூர்வ ஜென்மத்தின் பாவச் சின்னங்கள்

எனக்கு நன்றாக நினைவிருக்கிறது.

நானும் கண்ணனைப்போல் ஒருத்தி மகனாய்ப் பிறந்து ஒருத்தி மகனாய் வளர்ந்தவன்தான்.

என் சுவிகாரத் தாயார் மரணப்படுக்கையில் இருந்தார்கள்.

ஏதோ ஒரு பிள்ளையைச் சுவிகாரம் எடுப்பதே 'கடைசி நாளில் கர்மம் செய்ய வாரிசு வேண்டும்' என்பதற்காகத்தான்.

பள்ளி கொண்டுவிட்ட என் தாயாரின் அருகில், நான் பத்து நாட்கள் இருந்தேன். மயக்க நிலையே நீடித்தது. மரணம் தாமதித்தது.

'இன்னும் பத்துப் பதினைந்து நாட்களாகும்' என்று மருத்துவர்கள் சொன்னார்கள். நான் சென்னைக்குத் திரும்பி விட்டேன்.

சில நாட்களுக்குப் பிறகு புதுச்சேரியில் நானும் இசையமைப்பாளர் விஸ்வநாதனும் உட்கார்ந்து எழுதிக் கொண்டிருந்தபோது, மதியம் இரண்டு மணிக்கு, என் சுவிகாரத் தாயார் இறந்துவிட்ட செய்தி எனக்குக் கிடைத்தது.

என்னுடைய பெரிய கார் அப்பொழுது பழுது பார்ப்பதற்காகச் சென்றிருந்தது. தம்பி விஸ்வநாதனின் காரை எடுத்துக் கொண்டு புறப்பட்டேன்.

விஸ்வநாதனின் டிரைவர் முத்து ஒரு அற்புதமான டிரைவர். அவனும் வெகு வேகமாகத்தான் சென்றான்.

நான் வீட்டருகில் செல்லும்போது, சடலம் இறுதி யாத்திரைக்குத் தயாராகிக் கொண்டிருக்கிறது.

அர்த்தமுள்ள இந்துமதம் – பாகம் 3

'சுவிகாரம் கூட்டியுங்கூடக் கொள்ளி வைக்கப்பிள்ளை இல்லாமற் போய்விட்டதே' என்று எல்லோரும் பேசிக் கொண்டிருந்தார்கள்.

ஏழு வயதான என் மகன் கொள்ளி வைக்க ஏற்பாடாகி இருந்தது.

சடலத்தைத் தூக்க முயலும்போது நான் போய்விட்டேன்.

என் கண்ணன் என் சுதர்மத்தை நிறைவேற்றி விட்டான்.

கர்மத்துக்குப் பாத்தியப்பட்டவனைக் களங்கத்திலிருந்து காப்பாற்றிவிட்டான்.

விளைவு எதுவாக வேண்டுமானாலும் இருக்கட்டும். உன் காலடிச் சுவடுகளில் ஜாக்கிரதையாக இரு.

அதன் பெயரே பகவத் கீதை கூறும் சுதர்மம்!

மதுரை – மீனாட்சி அம்மன் கோவில்

2
விரும்பாதவனும் முடியாதவனும்

'முடியாதவனை மன்னித்துவிடு; விரும்பாதவனைத் தண்டித்துவிடு' என்கிறது இந்துதர்மம்.

தன்னால் செய்ய முடிந்த ஒன்றைச் செய்ய விரும்பாதவன் சமுதாய விரோதி.

ஆனால், அதே காரியத்தைச் செய்ய விரும்பியும் முடியாதவன் அனுதாபத்திற்குரியவன்.

நாடிழந்த பாண்டவர்கள் துரியோதனனிடம் கேட்டது என்ன? 'குறைந்த பட்சம் சில ஊர்களாவது, சில வீடுகளாவது கொடுங்கள்' என்பதுதான்.

செய்ய முடியாதா துரியோதனனால்? முடியும்; ஆனால் விரும்பவில்லை. அதன் விளைவே பாரதயுத்தம்.

அனுமானும் விபீஷணனும் உரைத்தபடி சீதையைத் திரும்பக் கொண்டுபோய் விட்டுவிட்டு வந்திருக்க முடியாதா, இராவணனால்? முடியும்; ஆனால் விரும்பவில்லை. அதன் விளைவே ராம-ராவண யுத்தம்.

'உன்னால் முடிந்ததைச் செய்' என்று ஏன் பெரியவர்கள் உபதேசிக்கிறார்கள்?

"பெரிய விஷயத்தைச் செய்ய நினைத்தேன். முடியவில்லை" என்று வருந்திக் கொண்டிருக்காதே; "எவ்வளவு முடியுமோ அவ்வளவு செய்" என்பது அதன் பொருளாகும்.

என் உடம்பு என் கையளவில் எட்டுச்சாண் உயரம் இருக்கிறதென்றால், எறும்பின் உடம்பு அதன் கையளவில் எட்டுச்சாண் தான்.

உணவைச் சமைத்ததும் யாராவது ஒரு அன்னக் காவடிக்கோ பிச்சைக்காரனுக்கோ போட்டுவிட்டுச் சாப்பிடுவது என்ற பழக்கம் இந்துக்களுக்கு உண்டு.

பெட்டி நிறைய பணம் இருக்கிறது. பெட்டிச் சாவியும் செட்டியார் மடியில் இருக்கிறது. கொட்டிய கண்ணீரோடு திருமணமாகாமல் கோதையர் சிலர் கஷ்டப்படுகிறார்கள். இவர்

அர்த்தமுள்ள இந்துமதம் - பாகம் 3

கொஞ்சம் பெட்டியைத் திறந்தால் இறைவன் அவர்களுக்குச் சொர்க்க வாசலைத் திறப்பான். இவரால் முடியும்; ஆனால் விரும்பவில்லை.

இந்து தர்மத்தில் இவருக்குரிய தண்டனை என்ன?

வாழ்க்கையை ஓரளவுக்காவது அனுபவிக்க விரும்பியவர்களுக்கு அதனை மறுத்தாரல்லவா? அதனால் இவர் எதையும் அனுபவிக்க முடியாமல் போய்விடும்.

பல லட்சம் செலவு செய்து இவர் தம் பெண்ணுக்குக் கல்யாணம் செய்திருப்பார். அது மலடியாகப் போய்விடும். அல்லது வாழா வெட்டியாகப் போய்விடும்.

'அறஞ்செய விரும்பு' என்றார் ஔவைப்பாட்டி.

'செய்' என்று அவர் ஆணையிடவில்லை 'விரும்பு' என்றுதான் சொன்னார்.

காரணம், செய்ய முடியாதவரும் இருக்கலாம் அல்லவா!

அவன் விரும்பினால்கூட போதும்; அதுவே கருணையின் பரப்பளவாகும்.

யூதர்களை மன்னித்திருக்க முடியாதா ஹிட்லரால்?

போரின் நாசத்தைத் தடுத்திருக்க முடியாதா ஹிட்லரால்?

முடிந்தும் அவன் விரும்பவில்லை. விளைவு...?

மற்றவர்களை அவன் எப்படி நடத்தினானோ? அப்படியே இறைவன் அவனை நடத்தினான்.

வண்டி மாட்டை நீ ஒரு அடி அடித்தால்கூட, அதற்குப் பதிலடி உனக்குக் கிடைக்கிறது.

வண்டிமாட்டுக்கு நீ வைக்கோல் போட்டால்கூட, அதற்குக் கைம்மாறாக ஒரு கவளச்சோறு உனக்குக் கிடைக்கிறது.

ஆகவே விரும்பு; முடிந்தால் செய்; முடியாவிட்டால் விரும்பு.

'விரும்பு' என்ற உடனேயே தஞ்சாவூரைப் பார்த்து, இந்த நிலமெல்லாம் நம்முடைய நிலமாக இருக்கக்கூடாதா என்று விரும்பாதே!

அதன் பெயர் விருப்பமல்ல; ஆசை!

விரும்புவது என்ற வார்த்தையே நல்லதை விரும்புவதைத்தான் குறிக்கும்.

தவறு செய்ய நினைப்பது விரும்புவதாகாது; திட்டமிடுவதாகும்.

273

கண்ணதாசனின்

ஆயிரம் ஏக்கர் நிலத்தை வளைத்துப் போட்டுக் கொண்டு அடுத்தவனுக்கு அரை ஏக்கர்கூடக் கொடுக்க விரும்பாதவன் இறுதியில் அனுபவிக்கப் போவது எத்தனை ஏக்கர்?

வெறும் ஆறடிதான்!

இந்து சம்பிரதாயத்தில் அதுகூடக் கிடையாது.

ஆறடி நிலத்தில் மாறி மாறி மாறி ஆயிரக்கணக்கானவர்கள் கொளுத்தப்படுகிறார்கள்.

இறைவன் தன்னுடைய விருப்பத்தைப் பூமியில் எப்படிப் பரவலாக வைத்தான்?

நீ சிந்தும் துளித் தண்ணீர், எறும்பு குளிக்கும் படித்துறையாகி விடுகிறது.

கழுதைக்கும் உணவாகட்டும் என்றுதானே காகிதத்தைக் கண்டு பிடிக்கும் அறிவை மனிதனுக்குக் கொடுத்தான்.

விளைவுகளில் நல்லவை எல்லாம் இறைவனது விருப்பத்தின் விளைவுகளே!

'நெல்' என்று ஒன்றை அவன் படைக்க விரும்பாமல் இருந்திருந்தால், 'சோறு' என்ற ஒன்றை நாம் கண்டிருக்க மாட்டோம்.

'இறைக்கின்ற கேணி ஊறும்' என்று ஏன் கூறுகிறார்கள்?

'கொடுக்கின்ற இடத்திலேதான் இறைவன் அருள் சுரக்கும்' என்பதால்.

தேங்கிய நீர் தேங்கியே கிடந்துவிட்டால், நோய்களுக்கு அது காரணமாகிறது.

தேங்கிய செல்வமும் தேங்கியே கிடந்துவிட்டால் பாவங்களுக்கு அது காரணமாகிவிடுகிறது.

இல்லாமை கொடுமையல்ல; இயலாமை குற்றமல்ல; விரும்பாமையே பாபமாகும்.

மனிதனுடைய மனோதர்மம் சரியாக இருந்து விட்டால் 'சமதர்மம்' என்ற வார்த்தை அரசியலில் ஏன் அடிபடப் போகிறது?

ஒவ்வொரு மனிதனும் ஏதோ அகத்தியர் காலத்திலிருந்து வாழ்ந்து கொண்டிருப்பது போலவும் இன்னும் ஆயிரம் ஆண்டுக் காலத்துக்கு வாழப்போவது போலவும் திட்டமிட்டே பொருள்களைப் பதுக்கி வைக்கிறான்.

அர்த்தமுள்ள இந்துமதம் – பாகம் 3

குருட்டுப் பிச்சைக்காரனின் சட்டியில் பத்துப் பைசாவைப் போட்டுவிட்டு இருபது பைசாச் சில்லரை எடுப்பவனும் இருக்கிறான்.

செய்ய விரும்பாமையும் திருட்டுத்தனமுமே சமூகத்தைப் பாழ்படுத்துகின்றன.

பிள்ளையே இல்லாத ஒரு கோடீஸ்வரர், எல்லையே இல்லாத ஒரு வீடு கட்டி இருக்கிறார்.

கணவனும் மனைவியும் மட்டுமே மாடி ஏறி இறங்கிக் கொண்டிருக்கிறார்கள்.

அவர் விரும்பினால் எத்தனையோ சுற்றங்களை வாழ வைக்கலாமே!

மனக் கதவு அடைத்துக் கொண்டது; அதனால் வாசற் கதவும் அடைப்பட்டு விட்டது!

கடைசியில் அவரது சமாதியாவது அந்த வீட்டிற்குள் அமையப் போகிறதா என்றால் இல்லை.

அவரது வேலைக்காரனை எரித்த இடத்திலே தான் அவரையும் எரிக்கப் போகிறார்கள்.

வெறும் பிரமை, மயக்கம், சகலமுமே நிலையாகிவிட்டது போல் தனக்குள்ளே ஒரு தோற்றம்!

இத்தகைய மூடர்களுக்காகவே இந்துமதம் நிலையாமையைப் போதித்தது.

திரும்பத் திரும்ப, 'நீ சாகப் போகிறாய், சாகப் போகிறாய்' என்று சொல்வதன் மர்மம் இதுதான்.

நிலையாமையை எண்ணி விரும்பாமையைக் கைவிடு.

உன்னைப் பற்றிய புள்ளி விவரம் கணக்கெடுக்கப்படும் போது எத்தனை வீடு கட்டினாய் என்று கணக்கு எடுக்கப்படுவதில்லை. எவ்வளவு செய்தாய் என்பதே ஏட்டுக்கு வருகிறது.

எந்த நிலத்திலும் ஏதாவது ஒன்று விளையும். குறைந்த பட்சம் பறங்கியும் பூசணியுமாவது விளையும்.

நீ குறைந்தபட்சம் விரும்பி அதைச் செய்தால், அதுவே உன்னைப் பெரிய தோட்டக்காரனாக்கிவிடும்.

மற்றவர்கள் பார்த்துக் கொண்டிருக்கும்போது சாப்பிட்டால் உடம்புக்கு ஆகாது என்றும், திருஷ்டி படும் என்றும் இந்துக்கள் ஏன் சொல்கிறார்கள்?

275

கண்ணதாசனின்

'பிறருக்குப் பகிர்ந்து உண்ணாமை பாபம்' என்று அப்படிச் சொல்கிறார்கள்.

சரியோ தவறோ, செய்ய முடியாதவனுக்கு நல்ல இருதயத்தையும், செய்ய விரும்பாதவனுக்குச் செல்வத்தையும் வழங்கியிருக்கிறான் இறைவன்.

கடலிலே நீரை வைத்து அதைக் குடிக்க முடியாமல் ஆக்கியவனல்லவா அவன்!

இதற்குக் காரணம் உண்டு.

ஒவ்வொருவருடைய புத்தியையும் அளவெடுப்பதற்கு இறைவன் நடத்தும் லீலை அது.

அனுபவத்தின் மூலம் ஒன்று நன்றாகத் தெரிகிறது.

செய்ய முடிந்தும் விரும்பாதவனுடைய செல்வம் மோசமான முறையில் அழிந்து போகிறது. அவனுடைய மரணமும் அப்படியே!

செய்ய விரும்பி முடியாதவனுடைய நிலை முடிவில் நிம்மதியடைகிறது.

காரணம், அவனிடம் இல்லை என்பது அவனுக்குத் தெரியும், ஆண்டவனுக்கும் தெரியும்.

இதுவரையில் தர்மம் செய்யாத பணக்காரன் நிம்மதியாகச் செத்ததும் இல்லை; அவன் சந்ததி அந்தச் செல்வத்தை அனுபவித்ததும் இல்லை.

ஏன் பலருக்குச் சந்ததியே இல்லை.

3
இரத்தங்களின் யுத்தம்

'பரசுராமன் பரசுராமன்...' என்று மூன்று முறை அழைக்கிறார் நீதிமன்றத்தின் டவாலி.

அடுத்தாற்போல், 'பரசுராமன் மகன் ரங்கராஜன்' என்று மூன்று முறை அழைக்கிறார்.

மகன் வாதி; தகப்பன் பிரதிவாதி.

நீதிமன்றத்திலே ரத்தம் நேருக்கு நேராக மோதிக் கொள்கிறது.

பாச அணுக்களால் ஊறி வளர்ந்த ரத்தம், பகை அணுக்களுக்கு இடம் கொடுத்தது எப்படி?

ஆம், சமயங்களில் அது தவிர்க்க முடியாததாகி விடுகிறது.

தந்தையும் மகனும் மோதிக்கொள்வதும், அண்ணனும் தம்பியும் மோதிக் கொள்வதும் விபரீதமான நிகழ்ச்சிகளே. ஆயினும் எப்படியோ இவை நடந்து விடுகின்றன.

அன்பையும் பாசத்தையும் வலியுறுத்தும் இந்துமதம் தவிர்க்க முடியாத சில விதிவிலக்குகளையும் சுட்டிக் காட்டுகிறது.

உறவு ரத்தம் பகையாக மாறுவதே விதியின் வலிமை என்கிறது.

என்னுடைய ரத்தம் மிகவும் மென்மையானது.

உறவினருக்குச் சிறிது துன்பம் என்றாலும்கூட, என்னால் தாங்கிக் கொள்ள முடியாது.

அவர்கள் என்னை ஏமாற்றிவிட்டால்கூடப் பகை உணர்ச்சி எனக்கு வருவதில்லை.

சில இடங்களில் உறவினர்கள் மோதிக் கொள்ளும் வேகத்தைப் பார்க்கும்போது எனக்குத் திகைப்பு ஏற்படும்.

ஐந்து ரூபாய் வித்தியாசத்துக்காக அப்பனும் மகனும் அடிதடியில்கூட இறங்கி விடுகிறார்கள்.

தகப்பனார் இறந்து கிடக்கிறார். அவரது ஐந்து பிள்ளைகளும் பிணத்தின் பக்கமே போகவில்லை; பெட்டகத்தை உடைத்துப் பணத்தைப் பங்குபோடத் துவங்குகின்றனர்.

அடிதடி அரிவாள் தூக்கும் வரையில் முன்னேறுகிறது.

அவர்களது மனைவிமார்கள், உடனே இரண்டாவது போர்க்களத்தைத் துவங்குகிறார்கள்.

பிணம் இரண்டு நாட்கள் கிடந்து நாற்றம் எடுக்கிறது.

இரவு பகலாகப் பங்காளிகள் சமாதானம் செய்கிறார்கள்.

கடைசியில், மூத்த பிள்ளை கொள்ளிவைப்பதற்குக் கூட பணம் கேட்கிறான்.

இறந்து போனவனுக்காக ஒரு பிள்ளைகூட அழவில்லை.

அவன் சம்பாதித்த சொத்தும், கொண்டுவந்த மருமக்களும் தந்தை மகன் என்ற புனிதமான உறவை எவ்வளவு கேவலப்படுத்தி விட்டன.

- என் உறவினர் ஒருவர் வீட்டில் நான் கண்ட காட்சி இது.

ஒரு தந்தை நன்றாகச் சம்பாதித்தார்.

தனது நான்கு பெண்களுக்கும் நல்ல இடத்தில் திருமணம் செய்து வைத்தார்.

தனது இரண்டு பிள்ளைகளுக்கும் அழகான பங்களாக்களைக் கட்டிக் கொடுத்தார்.

பெரிய இடத்தில் பெண் எடுத்தார்.

பிறகு, தமக்கென்று கொஞ்சம் செல்வத்தை ஒதுக்கிக் கொண்டு, ஒரு கோயில் விடுதியில் கடைசிக் காலத்தைக் கழித்தார்.

மரணத் தருவாயில் ஆஸ்பத்திரியில் சேர்க்கப்பட்டு அங்கே மரணமடைந்தார்.

அவரது சடலத்தைத் தங்கள் வீட்டில் போட்டுத் தூக்க ஒரு பிள்ளையும் ஒப்புக்கொள்ளவில்லை.

அவர்களல்லவா குழந்தைகள்!

என் வீட்டில் வேலைக்காரன் இறந்து போனாலும், அந்தச் சடலத்தைக்கூட அலங்கரித்து என் வீட்டிலிருந்தே தான் தூக்கி அனுப்புவேன்.

அவனோ தந்தை; வீடும் அவன் கட்டிக்கொடுத்த வீடு; பெற்ற பிள்ளைகள் பிணத்துக்குக்கூட இடம் தரவில்லை.

'நதிமூலம் ரிஷி மூலம் பார்க்கக்கூடாது' என்பார்கள்.

காரணம் பல ரிஷிகள் மனைவியராலும், பிள்ளைகளாலும் ஆனார்கள் என்பதால்.

ரத்தம் தண்ணீரைவிட கனமானது என்பார்கள்.

அர்த்தமுள்ள இந்துமதம் - பாகம் 3

என்னுடைய கணக்கில் அது புஷ்பத்தைவிட மென்மையானது.

என் சகோதரருக்கு உடல்நிலை சரியில்லையென்று கேள்விப்பட்டால், என் உடம்பிலிருக்கும் ரத்தம் முழுவதும் தலைக்கு ஏறுகிறது, ரத்தக் கொதிப்பு அதிகமாகிறது.

ஆனால் சிலரது ரத்தம் இரும்பைவிடக் கனமாக இருக்கிறது. இரும்பைப்போல் அது துருப்பிடித்துப் போகிறது.

உறவுகளில் மனிதனுடைய இஷ்டமே இல்லாமல் இறைவனே நேரடியாக வழங்கும் உறவுகள் தாய், தந்தை, சகோதர உறவுகள்.

மனிதனுடைய மந்த புத்தியும், இறைவனுடைய சொந்த புத்தியும் சம அளவில் தேடித் தரும் உறவு, மனைவி உறவு.

அது சரியாக அமைந்தாலும், தவறாக அமைந்தாலும், அதைத் தேடி எடுத்ததில் மனிதனுக்குப் பங்கு இருக்கிறது.

ஆனால், பிறப்பிலும், உடன் பிறப்பிலும், மனித அறிவுக்கு வேலையே இல்லை.

அது முழுக்க முழுக்க இறைவனுடைய நியதியில் வருவது.

பின் ஏனங்கே பகை வந்து, பாசம் சாகிறது?

அதைத் தெளிவாகக் கண்டுகொள்ள வேண்டுமென்றால் மீண்டும் நாம் 'பகவத் கீதை' க்குள்ளே தான் நுழைய வேண்டும்.

பாரதப்போரில் உறவுகள் ஒன்றையொன்று எதிர்க்க வேண்டி வந்தது.

இத்தனைக்கும் சிற்றப்பன், பெரியப்பன் பிள்ளைகள்தான். உடன் பிறந்த அண்ணன் தம்பிகள்கூட அல்ல!

அதிலும் அர்ச்சுனன் மயங்கி விழுகிறான் - பாவம் அவன் என்னைப்போல.

பார்த்தனின் சாரதி பரந்தாமன் அவனைத் தூக்கி நிறுத்துகிறான்.

தவிர்க்க முடியாத அந்த யுத்தத்திற்கான நியாயங்களைக் கூறுகிறான்.

ஒருவன் மனம் முழுக்கக் கல்லாகிவிட்ட பிறகு அவனைப் பற்றிய உறவு முறைகளை மறந்துவிடவேண்டும் என்கிறான்.

ஒரு சகோதரனின் கழுத்தை இன்னொரு சகோதரன் அறுக்க முயன்றால், அதைத் தடுப்பதற்கு அவன் கையையாவது வெட்ட வேண்டி வருகிறதே! விருப்பத்திற்கு விரோதமான இந்த வினைக்கு விதியைத் தவிர, வேறு எந்தக் காரணத்தைக் கூற முடியும்.

279

கண்ணதாசனின்

இது 'தற்காப்பு' என்ற தலைப்பில் அடங்கும்.

இருவருமே ஒருவர் கழுத்தை ஒருவர் அறுக்கத் துணிந்து விட்டால், அந்தக் கேள்விக்கு இறைவன் தான் பதில் சொல்ல வேண்டும்.

பிறப்பு நிர்ணயிக்கப்பட்டபோது, அதன் நோக்கத்திற்கு ஒரு சட்டத்தையும், அந்தச் சட்டத்திற்குச் சில செக்ஷன்களையும், இறைவன் விதித்திருக்கிறான்.

பூர்வ ஜென்மத்தை ஆதாரமாகக் கொண்டு ஒவ்வொரு பிறப்புக்கும் ஒவ்வொரு செக்ஷனை வழங்கியிருக்கிறான்.

சில பிறப்புகள் பந்த பாசத்தினால் உருகிச் சாகவும், சில உறவுகள் பகையினால் போரிட்டுச் சாகவும், அவன் நிர்ணயித்திருக்கிறான்.

அதை அவன் நிர்ணயித்ததால்தான், அவனே கண்ணன் வடிவில் அதற்கு நியாயத்தைக் கற்பிக்கிறான்.

"அர்ச்சுனா,

கொலை செய்வது பாவம் என்றா நீ மயங்குகிறாய்? இல்லை, அப்படித்தான் நீ என்ன கொலையே செய்யாதவனா?

ஏற்கெனவே பல போர்களில் பலரைக் கொன்றவன் நீ. இங்கே ஏன் மயங்குகிறாய்?

எதிரே நிற்பவர்கள் யாரென்று பார்த்ததும் உனக்கு மயக்கம் வருகிறது இல்லையா?''

- என்று கேட்கிறான்.

பாவம் அர்ச்சுனன்!

சிருஷ்டிகர்த்தா, பாண்டவர்களுக்கும் கௌரவர்களுக்கும் ஒரே மாதிரியான குணத்தைக் கொடுக்கவில்லை.

ஒரு ரத்தத்தை மலராகவும், ஒரு ரத்தத்தை இரும்பாகவும் படைத்தான்.

இரும்பு எழுந்து நின்றாலும்கூட மலர் துவண்டு விழுகிறது.

வாழ்க்கையின் எல்லாக் கட்டங்களையுமே, சில குடும்பங்களில் இப்படி க்ராஸ் போட்டு வைத்திருக்கிறான் இறைவன்.

அந்த க்ராஸ் இறைவனாலேயே விழுந்தது என்று கண்டு விட்டுக் கொடுக்கும்படி புஷ்பங்களை வேண்டிக் கொள்கிறது இந்துமதம்.

இரண்டு கைகளையும் தட்டினால்தானே சத்தம் வருமென்று, மென்மையான கையை அது அப்புறப்படுத்துகிறது.

‘வன்செயலில் ஈடுபடும் கை தன் கருமத்தின் பலனை அனுபவிக்கும், என்று போதிக்கிறது.

பின் ஏன் பரமாத்மா அர்ச்சுனனை மட்டும் கொலை புரியத் தூண்டினான்?

ஒரு காடு அழிந்தால்தான் ஒரு வயல் உருவாகும் என்ற நிலை அங்கேயிருந்தது.

நான் வைத்த மரங்கள், நான் வளர்த்த மரங்கள் என்று பார்த்துப் பார்த்து மயங்குவதில் பயனில்லை.

அவற்றைவிடப் பயனுள்ள தானியங்களுக்காக அவற்றை அழிப்பது முறையே.

அங்கே நியாயம் தேவையைப் பொறுத்தது.

அப்படி இன்றியமையாத தேவை வரும்போது ரத்தங்களுக்குள் யுத்தம் வரலாம்; நீதிமன்றத்து டவாலியும் மூன்றுமுறை கூப்பிடலாம்.

ஆனால், மிகமிக இன்றியமையாத கட்டங்களைத் தவிர மற்ற நேரங்களில், மேன்மையான உறவுகள் விட்டுக் கொடுத்துப் போவதையே இந்துமதம் வலியுறுத்துகிறது.

தகப்பன்தான் இறந்து போய்விட்டானே, தம்பிக்கு என்ன ஆட்சியென்று ராமன் சிங்காசனத்தில் போய் உட்கார்ந்திருந்தால் யார் கேட்டிருக்கப் போகிறார்கள்?

கைகேயியின் கைகளில் விலங்கு மாட்டி, பரதனையே பாதுகாப்பாகக் காட்டுக்கு அனுப்பியிருந்தால் அதுவும் ஒரு கதையாகத்தானே இருந்திருக்கும்!

அப்படி ஆகியிருந்தால், ஸ்ரீராமன் ஸ்ரீராமச்சந்திர மூர்த்தியாக ஆகியிருக்க மாட்டார்; அயோத்தி இன்னொரு பங்காளதேஷ் ஆகியிருக்கும்.

ராமன் பரதனுக்கு விட்டுக் கொடுக்க, பரதன் ராமனுக்கு விட்டுக் கொடுக்க - விட்டுக் கொடுப்பதிலேயே ஒரு நாகரீக சம்பிரதாயத்தை உருவாக்கியது ராமாயணம்.

ஒரு நாற்காலி இருக்குமிடத்தில் இரண்டுபேர் நின்று கொண்டிருந்தால், ஒருவரைப் பார்த்து ஒருவர் ‘நீங்கள் உட்காருங்கள்’ என்று சொல்வது நாகரீகமா? ஒருவரைப் பிடித்துத் தள்ளிவிட்டுத் தான் போய் உட்காருவது நாகரீகமா?

கண்ணதாசனின்

விட்டுக் கொடுப்பது தவறில்லை; அது யுத்தத்தைத் தடுக்கிறது; ரத்தத்தைக் காப்பாற்றுகிறது.

இதில் நாம் இறைவனிடம் வேண்டிக் கொள்வது ஒன்றுதான்.

"இறைவா,

இனிமேலாவது தொட்டுக் கொடுக்கும் உறவுகளைத் தராதே; விட்டுக் கொடுக்கும் உறவுகளையே உலகத்துக்குக் கொடு!"

தாராசுரம்

4
குடும்பம் என்னும் தர்மம்

ஒரு பத்திரிக்கையில் படித்தேன்.

தமிழர் ஒருவர் வெளி நாட்டிற்குச் சென்றிருந்தாராம். அங்கு ஓர் அமெரிக்கத் தம்பதிகளைச் சந்தித்தாராம். அவர்கள் ஹோட்டலுக்கு வெளியிலேயே கட்டிப் பிடித்துக்கொண்டு நின்றார்களாம்.

தமிழரைப் பார்த்து அந்த அமெரிக்கர், "இவள் எனது மூன்றாவது மனைவி" என்று அறிமுகப்படுத்தி வைத்தாராம். "முதல் இருவரையும் வெட்டி விட்டதாக" வேறு சொன்னாராம்.

"ஒத்து வரவில்லை என்றால் ஒதுக்கிவிடுவதுதான் நல்லது" என்று போதித்தாராம்.

"வாழ்க்கையை வாழ்க்கையாகவே எடுத்துக் கொள்ள வேண்டும்; அதற்கென்று பண்பாடு எதற்காக?" என்று வேறு வினவினாராம்.

"கட்டிக்கொண்டு விட்டோம் ஒருத்தியை என்பதற்காகச் சண்டை போட்டுக்கொண்டே அவளோடு வாழ்வதில் என்ன அர்த்தம்? புதிதாக ஒன்றை ஏற்றுக் கொள்வதுதான் நியாயம்" என்று வேறு போதித்தாராம்.

ஆடுமாடுகள் இப்படித்தான் செய்கின்றன. ஆனால், அவை ஒப்பந்தத்திற்காகப் பதிவாளர் அலுவலகத்திற்கும் போவதில்லை; வெட்டுவதற்காக நீதி மன்றத்திற்கும் போவதில்லை.

'எப்படி வேண்டுமானாலும் வாழலாம்' என்று முடிவு கட்டிவிட்டால் ஆண் பெண் என்ற இரண்டு வகை மிருகங்கள் தான் மிஞ்சும்.

மாமன் - மைத்துனன் என்ற பண்பாட்டு உறவுக்கு அங்கே வேலை இல்லை.

ஆனால், அந்த வகை உறவில்தான், இந்து தர்மம் உலகெங்கும் தலை தூக்கி நிற்கிறது.

குடும்ப வாழ்க்கையை ஒரு அறம் என்று போதித்தது இந்து தர்மம். அதனால்தான் தமிழ், அதனை 'இல்லறம்' என்றது.

கண்ணதாசனின்

இந்து தர்மத்தில் ஒருவன் எத்தனை மனைவியரை வேண்டுமானாலும் கொள்ளலாம். ஆனால், அத்தனை பேருக்கும் அவன் ஒருத்தன்தான் கணவன்.

ஒருத்தியை அவன் ஒதுக்கி வைத்திருந்தாலும், சாகும் வரையிலும் அவள், அவனது மனைவியே.

அவளை எல்லா வகையிலும் திருப்தி செய்ய வேண்டியது கணவனின் கடமை.

அந்தக் கடமையில் தவறுவோர் பலருண்டு.

அவர்கள் அந்தத் தர்மத்தை மறந்தவர்களே தவிர, அந்தத் தவற்றைச் செய்ய அனுமதிக்கப்பட்டவர்களல்ல.

இந்துமதத்திலும் சில பிரிவினரிடத்தில், அறுத்துக் கட்டும் பழக்கம் இருந்திருக்கிறது. சில இடங்களில் இன்னும் இருக்கிறது.

இதனை இந்துதர்மம் அங்கீகரிக்கவில்லை.

இது எப்படி ஏற்பட்டது?

கோஷ்டிச் சண்டைகளால் ஏற்பட்ட வஞ்சம் தீர்க்கும் மனப்பான்மையில் ஏற்பட்டது.

'பெண் கொடுத்துப் பெண் எடுப்பது' என்றொரு பழக்கம் உண்டு.

ஒரு வீட்டினுள் ஓர் இளைஞனும் இளம் பெண்ணும் இருந்தால் அதேபோல ஓர் இளைஞனையும், இளம் பெண்ணையும் பெற்ற குடும்பத்தினர், தங்கள் பெண்ணைக் கொடுத்து அந்தப் பெண்ணை எடுத்துக் கொள்வார்கள்.

இதில் ஒரு ஜோடி சந்தோஷமாக வாழும்போது, இன்னொரு ஜோடி சண்டை போட்டுக்கொள்ள நேரலாம்.

சண்டைபோடும் கணவன், தன் மனைவியைப் பிறந்த வீட்டிற்கே திருப்பியனுப்பினால், அங்கே சந்தோஷமாக வாழ்கிற கணவன்கூடத் தன் மனைவியைப் பிறந்த வீட்டுக்கு அனுப்பி விடுவான்.

வஞ்சம் தீர்ப்பதற்காக தங்கள் பெண் கழுத்திலிருந்த தாலியை அறுத்துவிட்டு, வேறொருவனுக்கு அவளைக் கட்டி வைத்தால், அவர்களும் அதே போலச் செய்துவிடுவார்கள்.

ஆத்திரத்தில் உருவான இந்தப் பழக்கம், கடைசியில் ஒரு சம்பிரதாயமாகவே மாறிவிட்டது.

அர்த்தமுள்ள இந்துமதம் - பாகம் 3

இந்தச் சம்பிரதாயத்தை வெறும் கதைகளிலேகூட இந்து தர்மம் ஏற்றுக்கொண்டதில்லை.

தர்மங்களின் வரிசையில் குடும்ப தர்மத்தையும் அது சேர்த்தது.

உடலைவிட மனைவியின் ஆன்மாவையே முதலில் கணவன் திருப்தி செய்ய வேண்டும்.

ஆனால், மனைவியோ கணவனின் உடலைத் திருப்தி செய்து, ஆன்மாவைப் பெற்றுக் கொள்ளவேண்டும்.

கணவன், மனைவியின் உடலைத் திருப்தி செய்வதும் இன்றியமையாததாகவே கருதப்பட்டது. ஆனால், அது இரண்டாம் பட்சமாக வைக்கப்பட்டது.

உண்மையை ஒப்புக் கொள்வதானால் நூற்றுக்கு எண்பது ஆடவர்கள் உடல் உறவில் தம் மனைவிக்கு முழுத்திருப்தியையும் அளித்ததில்லை. இதுவே மேல்நாடாக இருந்தால் விவாகரத்துக்கு இந்த ஒரு காரணம் போதும்.

தான் திருப்தியுறும் அளவையே தேவையான அளவாகக் கருதுகிறவள் இந்துமத மனைவி.

அந்தப் பொறுமையின் மூலம் ஒரு கட்டத்தில் முழுத் திருப்தியடைந்து விடுகிறாள்.

விரிவாகப் பார்ப்போம்.

திருமணம் ஆன புதிதில், கொஞ்ச காலத்துக்குக் கணவன் மட்டுமே சந்தோஷமடைகிறான்.

உடம்பில் இருந்த வெறியும் சூடும் காமக் கலப்பில் இவனைப் பலவீனமாக்கி விடுகின்றன.

ஒரே உடலில் அவன் தொடர்ந்து உறவு கொள்வதால் நாளாக நாளாக அவனது பலவீனம் மறைந்து பலசாலியாகி விடுகிறான்.

மனைவியின் உடம்பில் சேமிக்கப்பட்டிருந்த வெறிவெள்ளம், அவனைப் பலவீனமாக்கிச் சீக்கிரம் திருப்தியுறச் செய்துவிடுகிறது.

ஒரே தம்பதிகள் நீடித்து வாழ்வதன் மூலம், உணர்ச்சிக் கலப்பில் சமகால போகத்திற்கு வந்து விடுகிறார்கள்.

கணவனின் உடம்பிலிருந்து சுக்கிலமும், மனைவியின் உடம்பிலிருந்து சுரதமும் வெளியாகும் நேரம் ஒரே நேரமாகயிருந்தால் அது சமகால போகம் என்றழைக்கப்படும்.

அந்த சமகால போகத்தில் இருவர் உடம்பும் பலமடைகின்றன.

மழைத் தண்ணீர் சாலை வழியாக ஏரியில் விழும் போது, ஏரியிலுள்ள மீன் அந்தத் தண்ணீர் வழியாகச் சாலைக்கு வருவது போல், சுக்கிலத்தின் ஜீவ அணுக்கள் மனைவியின் உடம்பிலும், சுரதத்தின் ஜீவ அணுக்கள் கணவனின் உடம்பிலும் மாறி மாறிப் புகுந்து கொள்கின்றன.

ஒரே தம்பதிகள் நீண்ட நாள் வாழ்வதன் மூலமே இந்தச் சமகால போகம் சாத்தியமாகிறது.

ஒருவர் மீது ஒருவருக்குள்ள பிடிப்பு அதிகமாகிறது.

நோய் நொடியில்லாத ஆரோக்கியமான குழந்தைகள் பிறக்கின்றன.

தாய் - தந்தை மீது பாசத்தோடு அவை வளர்கின்றன.

அங்கு ஒரு மகிழ்ச்சிகரமான இல்லம் உதயமாகிறது.

அத்தகைய, இல்லங்களின் மீது ஒரு ஆரோக்கியமான நாடு உருவாகிறது.

ஆகவேதான் இந்து தர்மம் இல்லறத்தை வலியுறுத்திற்று.

இல்லறத்தில் உடல் உறவு ஒரு பகுதியே.

அதில் மற்றொரு பகுதி, வெளி உலகத்தோடு தொடர்புடையது.

அதன் பெயரே விருந்தோம்பல்.

செல்கின்ற விருந்தினரை வழியனுப்பி, வருகின்ற விருந்தினருக்காகக் காத்திருப்பவன் இல்லறவாசி.

அதனை ஒருவகை நாகரீகம் என்கின்றது இந்து தர்மம்.

குறைந்தபட்சம், ஓர் அதிதிக்காவது சோறு போடாமல் கணவனும் மனைவியும் சாப்பிடக்கூடாது.

யாராவது ஒரு அன்னக்காவடி, பரதேசி, பிச்சைக்காரன் வருகிறானா என்று பார்த்துக் கொண்டே இருப்பார்கள்.

வருகின்ற விருந்தாளிக்கும் ஒரு நாகரீகத்தைப் போதித்தது இந்து மதம்.

சாப்பாடு நன்றாக இல்லாவிட்டாலும் 'பிரமாதம்' என்று சொல்லிவிட்டுப் போவதே அந்த நாகரீகம்.

இன்னும் அற்புதமான நாகரீகம் என்னவென்றால் கணவன் சாப்பிட்ட இலையிலேயே மனைவி சாப்பிடுவது.

'அது ஆரோக்கியக் குறை' என்போர் உண்டு.

'கணவனுக்கு எவ்வளவு ஆரோக்கியம் இருக்கிறதோ அவ்வளவு தனக்கும் இருக்க வேண்டும்' என்று நினைப்பவளே இந்து மனைவி.

கணவன் காசநோய்க்காரன் என்றால், அந்த நோயைத் தானும் ஏற்றுக்கொள்ளவே, அவள் அவனது இலையில் சாப்பிடுகிறாள்.

கடல்கொண்ட 'லெமூரியா' கண்டத்தில் வாழ்ந்தவரிடையே ஒரு பழக்கம் இருந்ததாம்.

மணமகனின் வலதுகைப் பெருவிரலைக் கத்தியால் லேசாகக் கிழித்து, அதுபோல் மணமகளின் பெருவிரலையும் கிழித்து, இரண்டையும் ஒன்றாக வைத்துக் கட்டுப்போட்டு விடுவார்களாம்.

ரத்தம் கலந்து விடவேண்டும் என்பதற்காகவே இந்த ஏற்பாடு.

அதைத் தார்மீகமாகவே செய்து விடுகிறாள் இந்து மனைவி.

கணவன் சாப்பிடுவதற்கு முன்பு அவள் சாப்பிடுவதில்லை; அது எத்தனை நாளாயினும் சரி.

தீனிக்குப் பேர் போன மேல்நாட்டில், மனைவி சாப்பிட்ட மிச்சம் கணவனுக்குக் கிடைத்தால் பெரிய விஷயம்.

இப்போது குலமகளிர் அனைவரும் எல்லா நாள்களிலும் மல்லிகைப் பூவைத் தலையில் சூடுகிறார்கள்.

ஆனால், அந்நாளில் ஒரு அற்புதமான பழக்கம் இருந்தது.

பலர் அறியக் கணவனும் மனைவியும் படுக்கைக்குச் செல்லாத காலம் அது.

நடு இரவில் சந்தித்துப் பிரித்து, தனியே படுக்கும் காலம் அது.

மாலை நேரத்தில் கணவனுக்கு மனைவியின் உடல் நிலை தெரிந்துவிடும்.

அவள் தலையில் மல்லிகைப்பூ இல்லை என்றால் அவள் வீட்டுக்கு விலக்காகி இருக்கிறாள் என்று பொருள்.

பெரும்பாலும் வீட்டுக்கு விலக்கானவர்கள், தனி அறையில் இருப்பது பழக்கம்.

கணவனும் மனைவியும் தனியாக இருக்காத வீட்டில் மனைவி தன் நிலையைக் கணவனுக்குத் தெரிவிக்கும் ஜாடையே மலர் இல்லாத கூந்தல்.

மனைவி கருவுற்றால், அவள் கருவுற்றிருப்பதை மாமியார் அறிந்துதான் மகனுக்குச் சொல்வாளே தவிர மனைவியே சொல்வதில்லை.

கண்ணதாசனின்

அது திருமணத்திற்குப் பின்வரும் 'தோன்றா நாணம்' எனப்படும்.

அஃதன்றியும், தன் கணவனைப் பற்றி மற்றவர்களிடம் குறிப்பிடும் சமயம் வரும்போது, 'என் கணவர் என்றோ, என் அத்தான், என்றோ கூறுவதில்லை. தன் குழந்தையின் பெயரைச் சொல்லி 'அவனுடைய தகப்பனார்' என்று சொல்வது வழக்கம்.

அது கணவனுக்கும், உலகத்திற்கும் செய்யும் சத்தியமாகும்.

"தாய் அறியாத சூல் உண்டோ?" என்பார்கள்.

'தான் கருவுற்றது தன் கணவனுக்கே' என்று அவள் சத்தியம் செய்கிறாள்.

எங்கள் ஜாதியில் கணவன் இறந்ததும் மனைவி பாடும் ஒப்பாரிப் பாட்டில், கணவனை 'பிஞ்சு மக்கள் ஐயா' என்றுதான் அழைப்பாள்.

இல்லறத்தில் அற்புதமான சட்டதிட்டங்களை வகுத்துக் கொடுத்தது இந்துதர்மம்.

அவ்வப்போது வரும் கோபதாபங்களை நீக்கி விட்டுப் பார்த்தால், ஒரு இந்துக் குடும்பம் இரண்டாயிரம் கோயில்களுக்குச் சமமாகக் காட்சியளிக்கும்.

திருவண்ணாமலை

5

மெய்யுணர்வு

துன்பப்படுகிறவனுக்கு ஆறுதல் சொல்லும் போது, ''எல்லாத்துக்கும் மனசுதான் காரணம். நடந்தது நடந்து போச்சு, சும்மா இருப்பா'' என்று நாம் கூறுகிறோம்.

அதை சுவாமி விவேகானந்தர் இப்படிக் கூறுகிறார்:

''நீவிர் எல்லோரும் ரோமில் வசித்து வந்த ஒரு செல்வந்தன் தன் வரலாற்றினைக் கேட்டிருப்பீர்கள். அதாவது அவன் ஒரு நாள் தன்னிடம் இருப்பது பத்து இலட்சம் பவுன் சொத்தேதான் என்பதைக் கண்டு கொண்டான். அவன், தான் 'நாளைப் போதில் என்ன செய்வேன்' என்று சொல்லி உடனே தன்னையே மாய்த்துக் கொண்டான். அவனுக்குப் பத்து லட்சம் பவுன் உடைமை வறுமையெனவே தோன்றிற்று. எது மகிழ்ச்சி? எது துக்கம்? அது மறைந்து கொண்டே செல்லும் ஓர் அளவு. நான் சிறு குழந்தையாய் இருந்த பொழுது 'ஒரு வண்டிக்காரனாய் இருக்கக் கூடுமாயின் வண்டியை ஓட்டிச் செல்வது மகிழ்ச்சியாக இருக்கும்' என நினைத்தேன். இப்போது அவ்வாறு நான் கருதவில்லை. 'நீங்கள் எந்த இன்பத்துடன் ஒட்டிக் கொள்வீர்கள்?' இதுதான் நாம் எல்லோரும் அறிந்து கொள்ள வேண்டிய முதல் கருத்து. இதுதான் நம்மைவிட்டு இறுதியாக அகன்று செல்லும் மூடக்கொள்கைகளிலொன்று. ஒவ்வொருவனும் இன்பத்தை வெவ்வேறு வகையில் அறிந்து கொள்கிறான். நாளும் ஓர் உருண்டை கஞ்சா உட்கொண்டாலன்றி மகிழாத மனிதன் ஒருவனை யான் கண்டுள்ளேன். தவிர, கஞ்சாவினாலேயே ஆன ஒரு சொர்க்கத்தைப் பற்றிய கனவினையே அவன் காண்பானன்றோ? அது எனக்கு மிகவும் கெட்ட சொர்க்கமாகும். அரேபியக் காவியங்களில் நீர்ப்பெருக்குள்ள ஆறுகள் பாய்ந்தோடும் பக்கங்களிற் காணும் அழகிய தோட்டங்கள் நிறைந்த ஒரு போகபூமி பற்றி நாம் அடிக்கடி படிக்கிறோம். எனது வாழ்க்கையின் பெரும் பகுதியையும் மிகுதியான நீர்ப்பெருக்குள்ள நாட்டிலேயே கழிக்கலானேன். பெரு வெள்ளத்தினால் பல கிராமங்களும் அழிந்து பல்லாயிரக்கணக்கான மக்களும் அது வாயிலாக ஆண்டுதோறும் உயிர் இழக்கலானார்கள். ஆகவே எனது கற்பனைச் சொர்க்கத்தில் ஆறு பாய்ந்து செல்லும்

கண்ணதாசனின்

தோட்டங்கள் இரா. அதற்கு மாறாக மழையே இல்லாத நாடாகவே அது விளங்கும். நம் இன்பங்கள் பலகாலும் மாறிக்கொண்டே இருப்பன. ஓர் இளைஞன் சொர்க்கம் பற்றிக் கனவு காண்பானானால் அவன் ஓர் அழகிய மனைவியுள்ள இன்ப மயமான இடத்தையே காண்பான். அதே மனிதன் கிழவனாகிவிடில் அவனுக்கு ஒரு மனைவி வேண்டியிராள். நமது தேவைகளே நமக்குரிய துறக்கத்தினை உண்டு பண்ணுகின்றன. அச்சுவர்க்கமும் நமது தேவைகளின் மாறுதல்களுடன் மாறுபாட்டடைகின்றது. பொறி புலன் நுகர்ச்சிகளையே தமது வாழ்க்கைப் பயனெனக் கொண்டு அவற்றை இச்சிக்கும் மாந்தரின் சொர்க்கம் ஒன்றை நாம் பெற்றிருப்பின் நமக்கு முன்னேற்றம் இல்லை என்பது திண்ணம், ஆன்மாவுக்கு இதனினும் பயங்கரமான சாபக்கூற்று இருக்க இயலாது. இதுதானா நாம் அடையக்கூடிய சிறந்த நிலை? ஒரு சிறு அழுகுரல், ஒரு நடனம் பின்னர் நாய் போன்ற சாவு - இத்தகைய பொருள்களை இச்சிக்கும் போது நீங்கள் மனிதவர்க்கத்தின் மீதே எத்தகைய சாபமொழி கூறுகின்றீர்கள் உலக இன்பங்களுக்காக நீங்கள் ஏக்கம் கொண்டு அழும்போது இதனைத்தான் நீங்கள் செய்கிறீர்கள்! ஏனெனில் மகிழ்ச்சி உண்மையில் யாதென்பதை நீங்கள் அறியவில்லை. தத்துவ சாத்திரம் போதிப்பது இன்பங்களைத் துறந்து விடுவதன்று. ஆனால் இன்பம் உண்மையில் யாதென்று அறிவதே!

நார்வே நாட்டினரின் சொர்க்கமென்பது ஒரு மகத்தான போர்க்களம். அங்கு யாவரும் ஓடின் (கடவுள்) திருமுன்னர் அமர்ந்திருக்கின்றனர். காட்டுப் பன்றி வேட்டை நடக்கிறது. பின்னர் போர் மூண்டு ஒருவர் ஒருவரைத் துண்டு துண்டாக வெட்டி வீழ்த்துகின்றனர். எப்படியோ போர் முடிந்து சிறிது நேரம் சென்றதுமே அவர்கள் ஏற்ற வடுக்கள் யாவும் ஆறிவிடுகின்றன. யாவரும் மண்டபத்துக்குள் புகுந்து ஆயத்தமாகவுள்ள பன்றி மாமிசம் தின்று, குடித்துக் கழித்த பின்னர் அக்காட்டுப் பன்றி மீளவும் உயிர் பெற்று மறுநாள் வேட்டைக்குத் தயாராகி விடுகிறது. அது நமது சொர்க்கம் போன்றேதான் உளது. சிறிதும் மோசமானதாக இல்லை. ஒரே வேறுபாடு மட்டும் இருக்கலாம். நம் கருத்துகள் சற்றே பண்பட்டவைதாம். நாம் காட்டுப் பன்றிகளை வேட்டையாட விழைகின்றோம். நார்வேயர்கள் போன்றே அதே பன்றியைத் தின்னவும், அது மறுநாள் தங்களது இன்பத்துக்கென மீண்டும் உயிர் பெறவும், இப்படித் தங்கள் சுகபோகங்களில் நெடுங்காலம் தொடர்ந்திருப்பது போன்று நமக்கும் இன்பங்களெல்லாம் நீடித்து நிற்குமிடத்துக்குச் செல்ல நாம் ஆசைப்படுகிறோம்.''

அர்த்தமுள்ள இந்துமதம் - பாகம் 3

எது கிடைத்து விடுகிறதோ அது சாதாரணமாகத் தெரிகிறது.

எங்கே சுலபமாக வாழ்கிறோமோ, அங்கே பாலைவனமாகக் காட்சியளிக்கிறது.

அல்லும் பகலும் கணவனோடு படுக்கையில் இருக்க மனைவி தயாராக இருக்கிறாள். அதனால் அவள் அழகற்றவளாகவும் சுகமற்றவளாகவும் காணப்படுகிறாள்.

மூன்று மாத காலம் பயணம் செய்து காசிக்குப் போன நம்முடைய மூதாதையர்கள், 'மூன்று வாரத்திலே போகும்படி வசதி ஏற்படாதா?' என்று ஏங்கினார்கள். இப்போது மூன்று மணி நேரத்தில் போகக்கூடிய வசதி வந்துவிட்டது. ஆனால் அதுவே நமக்கு அதிகமாகத் தெரிகிறது.

ஒன்றில் நின்று கொண்டே இன்னொன்றை நோக்கிக் கொண்டிருக்கும் பொய்யான வாழ்க்கையிலேயே மனித வாழ்க்கை ஓடிக் கொண்டிருக்கிறது.

'இருக்கும் இடமே இன்பமயமானது' என்று சில நேரங்களில் தோன்றுகிறது.

அது ஒரு கட்டத்தில் 'என்ன வாழ்க்கை' என்று அலுப்பாகி விடுகிறது.

பின் எதுதான் நிரந்தரமானது? எதுதான் நிலையான சுகம் தருவது?

'நாம் அடைகின்ற மகிழ்ச்சியும் உண்மையானதல்ல. துயரமும் உண்மையானதல்ல' என்கிறார் சுவாமி விவேகானந்தர்.

வாழ்நாள் முழுவதும் ஒரே காட்டில் இருந்து, ஒரே நதியில் குளித்து அதே காட்டில் சமாதியாகிவிடுகின்ற ஞானம் எல்லோருக்கும் வருவதில்லை.

இடம்விட்டு இடம் மாறும் சபலம்; பெண் மாற்றிப் பெண் பார்க்கும் சலனம்; வருவது போதாது. மேலும் வேண்டும் என்ற தொடர்ச்சியான ஆசை! மனிதவாழ்க்கை மரத்திலிருந்து உதிரும் இலைபோல் ஆடி ஆடிக் கொண்டே கீழே விழுகிறதே தவிரக் கல் விழுந்த மாதிரி நேராக விழுவதில்லை.

பொய்யான உணர்ச்சியில் விளைந்த ஜனனம்; பொய்யான ஆசைகளால் உந்தப்பட்ட வாழ்க்கை; முடிவில் சாக விரும்பாமல் சாகும் அவலம் - இதுதான் மானிட ஜென்மம்.

இதனிடையிலே மெய்யுணர்விற்கு 'ஞான தீபம்' காட்டுகிறார் சுவாமி விவேகானந்தர்.

ஏதோ ஒருநாள் பாயசம் சாப்பிட்டுவிட்டு வாந்தி எடுத்தவன், பாயசத்தைக் கண்டாலே பயப்படுகிறான்.

எப்போதோ ஒரு தடவை, ஒரு இடத்தில் தேளைக் கண்டவன், அந்த இடத்தைக் கண்டாலே அஞ்சத் தலைப்படுகிறான்.

ஒரு இடத்தில் தங்கமோதிரத்தைக் கண்டெடுத்தவன் அங்கே தினமும் ஒரு தங்க மோதிரம் கிடைக்கும் என்று எதிர்பார்க்கிறான்.

தற்காலிக நிகழ்ச்சிகளுக்கு நிரந்த முலாம் பூசுகிறான். நிரந்தரமான நிலைகளிலே நிம்மதி இல்லாமல் தவிக்கிறான்.

இந்த மனத்தில் மெய்யுணர்வு தோன்றுவது எப்போது?

வளர்ந்துவிட்ட, மனிதனின் கைகால்கள் எப்படி மேலும் வளர்வதில்லையோ அப்படியே, நடந்துவிட்ட நிகழ்ச்சிகளும் மேலும் நடப்பதில்லை என்பதையும், கிடைத்துவிட்ட பொருளே மீண்டும் கிடைப்பதில்லை என்பதையும், கிடைக்காத பொருள் மீது ஆசைப்படுவது வீண்வேலை என்பதையும் கண்டு கொண்டு, அன்றாடம் ஐந்தொகை போட்டு வாழ்க்கைக் கணக்கை முடிக்க வேண்டும்.

இதனைத்தான் சுவாமி விவேகானந்தர் ‘மெய்யுணர்வு’ என்கிறார்.

எளிமையாகவும் தெளிவாகவும் நம்முடைய மூதாதையர் சொன்னதுபோல் சொல்ல வேண்டுமென்றால், ‘நம்மாலே ஆவது ஏதுமில்லை நடப்பதெல்லாம் அவன் செயல்’ என்று முடிவு கட்டுவதுதான் மெய்யுணர்வு.

பகுத்தறிவுக் களஞ்சியங்கள் இதனை மறுத்தல் கூடும்.

‘மனிதனால் ஆகாதது ஒன்றுமில்லை’ என்று வாதாடக்கூடும்.

நான் ஒன்று கேட்பேன்.

அவர்கள் வாழ்க்கையிலே அவர்கள் நினைத்தது போல் நடந்த விஷயங்கள் எத்தனை? அவர்கள் நினைக்காமலேயே நடந்த விஷயங்கள் எத்தனை?

எந்தக் கட்டத்தில் அவர்கள் திருப்தியுற்றார்கள்?

ஏன் அவர்களுடைய ஆசையும் வருஷாவருஷம் வளர்ந்து கொண்டே வந்தது?

அவர்களுடைய பகுத்தறிவு ஏன் அதனைத் தடுக்கவில்லை?

கருமத்தைவிட ஞானம் பெரிதென்று சொன்ன பரந்தாமனைப் பார்த்து, ''அப்படியென்றால் என்னை ஏன் கருமம் செய்யச் சொல்லுகிறாய்?'' என்றான் அர்ஜுனன்.

அங்கேதான், கருமத்தின் முடிவில் இருந்து ஞானம் தொடங்குவதைப் பரந்தாமன் விவரிக்கின்றான்.

பார்க்கும்போது பெண் அழகாகவே இருக்கிறாள்; படுக்கை கொண்ட சில நாளில் மேக வியாதி வந்து விடுகிறது.

'வெறும் அழகில் மயங்கிவிடக்கூடாது' என்ற ஞானம் அங்கேதான் வருகிறது.

மெய்யுணர்வு கானல் நீர் என்பதை உணர உணர, 'மெய்யுணர்வு' தொடங்கும். அது அனுபவத்தால் மட்டுமே அறியப்படும். ஆனால், சுவாமி விவேகானந்தர் அதை அறிவால் உணர்ந்தார். அதனால் இளம்பருவத்திலேயே, அவருக்கு அந்த ஞானம் வந்துவிட்டது.

மெய்யுணர்வு தோன்றிவிட்டால், இனிப்பில்லை; கசப்பில்லை; விருப்பில்லை; வெறுப்பில்லை; ஜனனத்திலே சந்தோஷமில்லை; மரணத்திலே துக்கமில்லை. அடிமேல் அடி விழுந்தாலும் கூட அது கல்லிலே விழுந்த அடியாக இருக்குமே தவிரச் சதையிலே விழுந்த அடியாக இருக்காது.

மெய்யுணர்வு பல்லவிதான், 'போனால் போகட்டும் போடா' என்பது.

அழுவதன் மூலம் தடுக்கக்கூடியது ஏதுமில்லை; சிரிப்பதன் மூலம் அடையக்கூடியது ஏதுமில்லை; துடிப்பதன் மூலம் எந்தப் பரிகாரமும் கிடைப்பதில்லை.

கல்லாக இருந்து மனிதனாக வாழ்வதே மெய்யுணர்வு மனிதனாக இருந்து, ஞானியாக வளர்வதே மெய்யுணர்வு.

'மெய்' என்பது உடம்பையும் குறிக்கும்; உண்மையையும் குறிக்கும். ஆனால் 'உடம்பு' என்பது உண்மையல்ல!

மெய்யுணர்வு உடல் உணர்வைக் குறிப்பதல்ல, உண்மை உணர்வைக் குறிப்பது.

காலாகாலங்களுக்கு நிம்மதியை விரும்புகிற மனிதனுக்கு இந்த மெய்யுணர்வே சரியான வழி.

6
மனிதாபிமானம்

'சக்தியும் சிவனும், அர்த்தநாரீஸ்வரர் கோலத்தில் பாதியாக இருக்கிறார்களே, அவர்களது மீதிப் பாதி எங்கே போயிற்று' என்று விநாயகப் பெருமானை யாரோ கேட்டார்களாம்.

அதற்கு விநாயகர் 'சிவத்தின் பாதிதான் உலகத்தில் ஆண்களாகவும், சக்தியின் பாதிதான் உலகத்தில் பெண்களாகவும் அவதரிக்கிறார்கள்' என்றாராம்.

இப்படி ஒரு கதை நான் படித்தேன்.

'தெய்வம் மனுஷ ரூபயனா' என்பது வடமொழி சுலோகம்.

ஒவ்வொரு மனிதனும் பரமனின் அணுவில் தோன்றியவனே!

ஒவ்வொரு பெண்ணும் சக்தியின் அணுவில் பிறந்தவளே!

அதனாலேதான், பிறக்கும்போது குழந்தை வஞ்சகம், சூது, கள்ளம், கபடு அறியாததாக இருக்கிறது.

தெய்வீக அணுவின் அடையாளச் சின்னமே குழந்தை.

ஒவ்வொரு குழந்தையும் தெய்வமாகவே அவதரிக்கிறது!

பிறகு ஏன், சில குழந்தைகள் திருடர்களாகவும், சில குழந்தைகள் அறிஞர்களாகவும், வளர்கின்றன.

இறைவன் உலகத்தில் உணர்ச்சிக்களத்தை உருவாக்க விரும்புகிறான்; உலகத்தை இயக்க விரும்புகிறான்.

எல்லாக் குழந்தைகளும் பிறந்தபோது இருந்தது போலவே வளரும்போதும் இருந்துவிட்டால், உலக வாழ்க்கைக்கு அர்த்தம் இல்லாமற் போய்விடும்.

மாறுபட்ட உணர்ச்சி இல்லை என்றால், மோதல்கள் இல்லாமற் போய்விடும்.

மோதல்கள் இல்லை என்றால், உண்மை என்ற ஒன்று அறியப்படாமற் போய்விடும்.

'நிழலருமை வெய்யிலிலே நின்றறிமின்' என்றார்கள்.

நிழலை உணர வெயில் தேவை.

அர்த்தமுள்ள இந்துமதம் – பாகம் 3

மழையை உணர வறட்சி தேவை.

மனிதாபிமானத்தை உணர மிருகத்தனம் தேவை.

தெய்வீகத்தை உணர மனிதர்கள் தேவை.

உமையும் மகேஸ்வரனும் படைத்த ஆண் பெண்கள் மூன்று வகையாக உருப்பெறுகிறார்கள்.

மிருகம்;

மனிதன்;

தெய்வம்.

கேவலமான உணர்வுக்கும், உயர்ந்த உணர்வுக்கும் நடுவே சராசரி மனிதன் நிற்கிறான்.

மிருகத்தைப் பார்க்கும்போது, மனிதாபிமானத்தின் மீது பற்று வருகிறது.

மனிதனைப் பார்க்கும்போது, தெய்வம் தேவைப்படுகிறது.

எல்லோருமே தெய்வங்களாகிவிட்டால், தெய்வத் தத்துவம் செத்துப்போகும்.

எல்லோருமே மிருகங்களாகிவிட்டால், தெய்வமே பயனற்றுப் போகும்.

நடுவே நிற்கும் மனிதனே, உலக இயக்கத்தின் பிதாவாகிறான்.

அவனைப் பார்த்தே தெய்வங்களும், மிருகங்களும் உணரப்படுகின்றன.

அதனால்தான் மிருகத்திற்கும் தெய்வத்திற்கும் நடுவே உள்ள மனிதனிடம் ஒரு அபிமானத்தை வளர்க்க இந்துமதம் முயற்சி எடுத்தது.

இதன் பெயரே மனிதாபிமானம்!

இதிகாசங்களில் வருகிறவர்கள் மனிதர்கள்தான். ராமன் என்ற மனிதன் தன் நடத்தையால் தெய்வமானான்.

இராவணன் என்ற மனிதன் தன் நடத்தையால் மிருகமானான்.

பாண்டவர்கள் தெய்வமானார்கள்.

கௌரவர்கள் மிருகமானார்கள்.

மனிதனுக்கு மனிதன் அபிமானத்தை வளர்த்தால் மனிதன் உள்ளத்திற்குள்ளேயே தெய்வம் தோன்றிவிடுகிறது.

295

கண்ணதாசனின்

மனத்தைக் 'கோயில்' என்கிறார்கள்; அதில் அமர்த்தப்படும் தெய்வமே மனிதாபிமானம்.

ஞானிகள் வானத்திலிருக்கும் தெய்வத்தைக் காண முயலவில்லை; மனிதனுக்குள்ளே தெய்வத்தைக் காண முயன்றார்கள்.

'தர்மம்' என்ற வார்த்தையின் மூலம், கோவிலிலிருக்கும் தெய்வத்தை மனிதனுடைய இதயத்திற்குள் கொண்டுவர முயன்றார்கள்.

அன்புள்ளவன் தெய்வம்.

கருணையுள்ளவன் தெய்வம்

கற்புள்ளவள் தெய்வம்.

'பண்புள்ளவள் தெய்வம்' - என்று மனித நிலையின் மேம்பாடுகளைத் தெய்வ நிலைகளாகக் குறித்தார்கள்.

அதனால்தான், கீழ்த்தர உணர்வுகளிலிருந்து மனிதனை மேல்நோக்கிக் கொண்டு வருவதற்கு 'மதம்' என்ற ஒரு அமைப்பு தேவைப்பட்டது.

அந்த வகையில், முதலில் தோன்றிய மதம் இந்துமதமே.

சராசரிக் கடமைகளில் இருந்து மனிதனை அப்புறப்படுத்தாமல், அவன் இருக்கும் இடத்தையே கோவில் ஆக்க முடியும் என்று காட்டியது இந்து மதம்.

மழையை வரவழைப்பவளும், வாழை மட்டையை எரியச் செய்பவளும் மட்டுமே பத்தினியல்ல.

கணவன் கண்களில் மழை வராமலும், அவன் உள்ளத்தில் கனல் எரியாமலும் பார்த்துக் கொள்பவளே பத்தினி.

அத்தகைய பத்தினி இருக்குமிடம் குடிசையாயினும் அது கோயிலாகிவிடுகிறது.

வெறும் கையில் விபூதியை வரவழைப்பவன் ஞானியல்ல; வெறும் உள்ளத்தில் விவேகத்தை வளர்த்துக் கொள்பவனே ஞானி.

வளர்த்த விவேகத்தைப் பயனுள்ள வகையில் விநியோகிப்பவனே விஞ்ஞானி.

இவர்கள் ஆண்டவன் வகுத்த சாலையையே அறியக் கூடியவர்கள்; எந்தப் பயணத்தையும் நிர்ணயிக்கக் கூடியவர்கள்.

அதனால்தான், மற்ற ஆத்மாக்களைவிட அவர்கள் மகாத்மாக்களாகக் காட்சியளிக்கிறார்கள்.

ஆகவே, இருக்கும் இடத்தைக் கோயிலாக்குவது மனிதாபிமானம். அந்த மனிதாபிமானத்தை உருவாக்குவது மதாபிமானம்.

அந்த வகையில், மற்ற மதத்திற்கு இல்லாத தனித் தன்மை இந்து மதத்திற்கு உண்டு.

'இத்தனை தடவை கோயிலுக்குப் போய், இத்தனை முறை நீராடினால்தான் புண்ணியம்' என்று எந்தத் தத்துவமும் சொல்லவில்லை.

அவை நம்முடைய ஆத்ம திருப்திக்காக நாம் ஏற்படுத்திக் கொண்டவை.

குடும்பத்தைக் கோவில் ஆக்கிக்கொள்ள முடியாதவர்கள் துயரங்களைக் கொட்டி அழுவதற்காக ஏற்படுத்திக் கொண்ட இடங்களே, கோயில்கள்.

மனத்தைக் குளிப்பாட்டி மகேஸ்வரனைக் காணச் சக்தியற்ற உள்ளங்கள், உடலைக் குளிப்பாட்டி உமாபதியைக் காண ஏற்படுத்தப்பட்டவையே பொதுக் குளங்கள்.

அடக்க ஒடுக்கத்தோடு ஆயிரக்கணக்கானவர்களைச் சந்திப்பதால், மனோதத்துவப்படி அந்த அடக்கம் பிறக்கும் வரும் என்பதைக் காட்டுவதற்காகவே, தேர்த்திருவிழாக்கள்.

தனிமையில் ஒருமுகப்படுத்த முடியாத மனது, சந்நிதானத்தில் ஒருமுகப்படுத்தப்படுகிறது.

சிந்தனைக் குழப்பங்களில் ஆழ்ந்துவிடாமலிருக்கத் தேங்காய் உடைப்பதிலும், தீபாராதனை காட்டுவதிலும் சிந்தனை திருப்பி விடப்படுகிறது.

குறைந்த பட்சம், மனிதனை மனிதனாக வைப்பதற்கே இந்துமதம் பெருமுயற்சி எடுத்தது.

எல்லோரும் சங்கராசாரிய சுவாமிகளாகிவிட்டால், உபதேசத்திற்கு என்ன மரியாதை?

ஆனால், வசதியுள்ளவர்கள் பாரியாகலாம், பச்சையப்பராகலாம், அழகப்பராகலாம்.

மன நிலையில் தெளிவுள்ளவர்கள் தலைவர்களாகலாம்.

உடல் நிலையில் வலுவுள்ளவர்கள் தொண்டர்களாகலாம்.

கண்ணதாசனின்

ஒன்றும் முடியாதவர்கள், நான்கு சுவர்களுக்குள் அடங்கியுள்ள தங்கள் குடும்பத்தை நாணயமான முறையில் காப்பாற்றலாம்.

எறும்பைக்கூட மிதிக்காத அளவுக்குக் கொல்லாமை; இருப்பதைப் பகிர்ந்து கொடுக்குமளவுக்கு வள்ளல் தன்மை; மனிதாபிமானத்தை இப்படி வளர்க்கிறது இந்து மதம்.

இயலாமையிலும் திருடாமையைப் போதிக்கிறது இந்துமதம்.

மந்திரிக்குப் பதவி போனால் வீட்டைக் காலி செய்கிறான்.

மனிதன் பதவி போனால் உலகைக் காலி செய்கிறான்.

ஆனால், உயிருள்ளவரை ஒவ்வொரு மனிதனும் மனிதப் பதவியில் இருக்கிறான்.

மந்திரிப் பதவி தவறு செய்தால் விசாரணைக் கமிஷன் போடலாம்; மனிதப் பதவி தவறு செய்தால் மகேஸ்வரன்தான் விசாரிக்க வேண்டும்.

அந்த நீதிமன்றத்தில் மனிதன் கைகட்டி நிற்காமல் இருக்க, இகலோகத்திலேயே அவனது தஸ்தாவேஜுகளைச் சரி செய்து கொடுப்பதே இந்துமதம்.

அது சொல்லும் மனிதாபிமானத்தின் சுருக்கம் என்ன?

நன்மை செய்தவனுக்கு நன்றி காட்டு; தீமை செய்தவனை மறந்துவிடு.

நீ முடிந்தால் நன்மை செய், தீமை செய்யாதே. ஒவ்வொரு மனிதனும் இதைக் கடைபிடிக்க ஆரம்பித்தால் பகையும் நோயும் இல்லாத சமுதாயம் உருவாகும்.

அந்தச் சமுதாயத்தை உருவாக்குவதே இந்துமதத்தின் நோக்கம்.

இன்று வரையிலே நிரூபிக்கப்பட்டுள்ள ஒரு உண்மை 'ஒரு நல்ல இந்து நல்ல மனிதனாகத்தான் இருப்பான்' என்பதே.

7
மாலைக்குள் பாம்பு

'உலகத்தைப் பிரபஞ்சம்' என்றது வடமொழி. பஞ்ச பூதங்களின் சேர்க்கைதான் உலகமாக உருவாகி இருக்கிறது. அதனாலேயே, இந்தப் பெயர்.

இந்த உலகத்தை மறந்து, இதில் ஏற்படும் பற்று, பாசம், இன்பம், துன்பம் அனைத்தையுமே மறந்து இறைவனிடம் லயிப்பது எப்படி?

அந்த ஞானத்தைப் பெறுவது எப்படி?

அழகான பெண் கண்ணெதிரே தோன்றினாலும் அதில் அவள் தெரியக்கூடாது; இறைவனே தெரிய வேண்டும்.

கோடிக்கணக்கான ரூபாய்கள் கண் எதிரே கொட்டிக்கிடந்தாலும், அதிலே செல்வம் தெரியக்கூடாது; தெய்வமே தெரிய வேண்டும்.

உலகத்திலேயே உயர்ந்தது என்று கருதப்படுகிற பதவியே உனக்குக் கிடைத்தாலும், அந்தப் பதவியின் சுகம் உனக்குத் தெரியக்கூடாது; பரம்பொருளே தெரிய வேண்டும்.

உற்றார் உறவினர்கள் செத்துக்கிடக்கும்போது கூட அங்கே ஒரு சடலம் சாய்ந்து கிடப்பது உனக்குத் தெரியக் கூடாது; தர்மதேவன் பள்ளி கொண்டிருப்பது தெரிய வேண்டும்.

'இன்பங்களில் அவன்; துன்பங்களில் அவன்; பிறப்பில் அவன்; இறப்பில் அவன்.'

'அங்கிங்கெனாதபடி எங்கும் பிரகாசமாய் ஆனந்த மூர்த்தியாக', அவனே உன் கண்ணுக்குத் தெரிய வேண்டும்.

இது எப்படிச் சாத்தியமாகும்?

அழகான மான்குட்டி இறந்து போனால், உள்ளே இருக்கும் மாமிசப் பிண்டத்தை வெளியே தூக்கி எறிந்து விட்டு அதைப் பாடம் பண்ணி வைத்துவிட வேண்டும்.

கல்லின்மீது மழை விழுந்தாலென்ன, வெயில் விழுந்தாலென்ன?

சிலையின் மீது தண்ணீரை ஊற்றினாலென்ன, வெந்நீரை ஊற்றினாலென்ன?

கண்ணதாசனின்

சலனங்களுக்கு ஆட்படாத சமநிலை அதுவே.

அந்தச் சமநிலையில் இறைவனைக் காணமுடியும்.

மனிதனைப் பாவம் செய்யத் தூண்டுவது எது என்று கண்ணனிடம் அர்ஜுனன் கேட்டான். அதன் பெயரே 'ஆசை' என்றான் கண்ணன்.

- பகவத் கீதை இதைக் கூறுகிறது.

காம குரோத மத மாத்சரியங்கள் ஒன்றா, இரண்டா?

எதுவும் பூர்த்தியடைவதில்லை.

'இத்தோடு போதும்' என்று எதையும் விடமுடிவதில்லை.

நினைவுகள் பின்னிப் பின்னி இழுக்கின்றன.

மனித வீணையில் விநாடிக்கு விநாடி சுதிபேதம்.

ஆயிரக்கணக்கான சிக்கல்களில் இருந்து விடுபட்டு ஆண்டவனிடத்தில் ஐக்கியமாவதற்கு இந்துமதம் வழி காட்டுகிறது.

அதிலே ஒரு சுகம் இருக்கிறது; பயமற்ற நிலை இருக்கிறது.

வாழ்ந்துக்கொண்டே சாவது லௌகீகமாகி விட்டால், செத்தவன் போல் வாழ்வதுதான் ஞானமாகி விடுகிறது.

தாமரை இலைத் தண்ணீரை இந்துமதம் உதாரணம் காட்டுகிறது.

அதையும் தாண்டித் தத்தளிக்காத தண்ணீராக வாழ்வதற்கும் வழி சொல்கிறது.

ஒரு கட்டம் வரையில் இனிப்பை ருசி பார்த்த பிறகு அதுவே கசப்பாகி விடுகிறது.

கசப்பை உணரத் தொடங்கும்போது, வாழ்க்கை வெறுப்பாகி விடுகிறது.

வெறுப்பே வளர்ந்து வளர்ந்து, இதயம் நெருப்பாகி விடுகிறது.

இந்த வளர்ச்சிக்கு ஆசைதான் காரணமாகி விடுகிறது.

பிரபஞ்ச உணர்ச்சிகளில் இருந்து தன்னை முற்றிலும் விலக்கிக் கொண்டு, சாவைக் கண்டு அழாமலும், பிறப்பைக் கண்டு மகிழாமலும், ஞான யோக நிர்விகல்ப சமாதி அடைவதில் ஒரு சுகம் இருக்கிறது.

''இந்தப் பூமியில் வாழ்ந்துகொண்டே இந்தப் பூமியின் நிகழ்ச்சிகளுக்கு ஆட்படாமல் இருப்பது எப்படி?'' என்று கேட்பீர்கள்.

அதைத்தான் சொல்ல வருகிறேன்.

சில நாட்களுக்கு முன் பாதி முடிந்த தெலுங்குப் படம் ஒன்றைப் பார்த்தேன். அதன் பெயர் சீதா கல்யாணம்.

திரையில் சீதை காட்சியளித்தாளோ இல்லையோ, என் நினைவு கம்பராமாயணத்திற்குத் தாவி விட்டது.

பிறகு படத்தில் என்ன காட்சிகள் வந்தன என்பது எனக்கு நினைவில்லை.

கண்கள் திரையையே பார்த்துக் கொண்டிருந்தன. ஆனால் இதயமோ, கம்பராமாயணத்தின் மிதிலைக் காட்சிப் படலத்தை ஞாபகப்படுத்திக் கொண்டிருந்தது.

மீண்டும் அதை இழுத்து வந்து, படத்திலே நிறுத்துவது, எனக்குச் சிரமமாகத்தான் இருந்தது.

அங்கே ஒரு நிகழ்ச்சியில் லயித்த மனம், அடுத்தடுத்த நிகழ்ச்சிகளைக் கண்டும், காணாமல் இருந்து விட்டது.

லயித்து நிற்பது, ஒருவகைச் சித்தப் பிரமையே.

இறைவனிடத்தில் லயித்து நின்றுவிட்டால், பிரபஞ்சத்தின் சகல நிகழ்ச்சிகளில் இருந்தும் நாம் விடுபட்டு விடுகிறோம்.

காஞ்சிப் பெரியவர்களின் கருத்துகளைத் திரட்டித் 'தெய்வத்தின் குரல்' என்றொரு புத்தகத்தை 900 பக்கங்களில் வானதிபதிப்பகம் வெளியிட்டிருக்கிறது.

அதிலுள்ள பெரியவர்களின் கருத்து ஒன்றை, முழுமையாக இங்கே தந்தால், உங்களுக்கு விவரம் புரியும்.

எந்த வரியையும் விலக்க முடியாதபடி அந்தக் கட்டுரை அமைந்திருக்கிறது.

'கண்ணனும் சொன்னான், கம்பனும் சொன்னான்' என்பது அந்தக் கட்டுரையின் தலைப்பு.

அந்தச் சிறிய கட்டுரையை அப்படியே தருகிறேன்.

''ஆத்மாதான் எல்லாவற்றுக்கும் ஆதாரம். ஆனால், அதுவே அவற்றைக் கடந்திருக்கிறது என்றால் அதெப்படி என்று தோன்றுகிறது; குழப்பமாயிருக்கிறது; ஸ்ரீகிருஷ்ண பரமாத்மா

கீதையில் இம்மாதிரிப் பல தினுசாக குழப்பிக் குழப்பிப் பிறகு ஒரேயடியாகத் தெள்ளத் தெளிவாகப் பண்ணிவிடுவார்.

'நான் எல்லாப் பொருட்களிலும் இருக்கிறேன். எல்லாப் பொருட்களும் என்னிடம் இருக்கின்றன' என்று கீதையில் ஓரிடத்தில் ஸ்ரீ கிருஷ்ணபகவான் கூறுகிறார் (யோமாம் பச்யதி ஸர்வத்ர, ஸர்வம் சமயி பச்யதி) எல்லாப் பொருட்களும் இவரிடம் இருக்கின்றன என்றால், இவர் தான் அவற்றுக்கெல்லாம் ஆதாரமான ஆத்மா என்றாகும். ஆனால், எல்லாப் பொருட்களிலும் இவர் இருக்கிறார் என்றால், அவைதான் இவருக்கு ஆதாரம் என்று ஆகுமே, இதில் எது சரி என்ற குழப்பம் ஏற்படலாம்.

ஸ்வாமி அல்லது ஆத்மாவே எல்லாவற்றுக்கும் ஆதாரம் என்பதுதான் சரி. அவர் எல்லாவற்றுள்ளும் இருக்கிறார் என்பதால் அவை இவரைத் தாங்குகின்றன என்று ஆகாது. இவரால்தான் அவற்றுக்கு உருவமும் உயிரும். இவர் இல்லாமல் அவை இல்லை. எனவே, அவை இவருக்கு ஆதாரமல்ல; இவர்தான் சகலத்தையும் ஆட்டிப் படைப்பவர். இதை ஸ்ரீ கிருஷ்ணனே தெளிவாகச் சொல்கிறார்.

பொம்மலாட்டப் பொம்மை மாதிரிதான் சகல பிராணிகளும். உள்ளேயிருந்து ஈசுவரனே அவற்றை ஆட்டி வைத்துக் கொண்டிருக்கிறான் (ஈச்வர ஸர்வ பூதானாம் ஹ்ருதே தேசே அர்ஜீனதிஷ்டத பிராம்யன் ஸர்வ பூதானி யந்த்ராரு டானி மாயயா) என்கிறார்.

இப்படிக் குழப்பத்தைத் தெளிவு செய்கிற பகவான், அதே கீதையில் மறுபடியும் குழப்பம் செய்கிறார். 'எல்லாப் பொருட்களிலும் நான் இருக்கிறேன்; எல்லாப் பொருட்களும் என்னிடம் உள்ளன' என்று கூறுபவரே, 'என்னிடத்தில் ஒரு பொருளும் இல்லை. நானும் ஒரு பொருளிலும் இல்லை' என்கிறார் (நச மத் ஸ்தானி ந சாஹம்'தேஷ் அவஸ்தித;) இங்கே ஆத்மா எல்லாவற்றையும் கடந்தது என்ற தத்துவம் பேசப்படுகிறது.

'இது என்ன குழப்புகிறாயே' என்றால் எல்லோருக்கும் விளங்குவதில்லை (ந அகம் ப்ரசாக ஸர்வஸ்ய;) அதுதான் 'என் யோக மாயா' (யோக மாயா ஸமாவ்ருத;) என்று ஒரு போடு போடுகிறார்.

'இது என்ன உபதேசம் வேண்டிக் கிடக்கிறது? ஒன்றும் புரியவில்லையே!' என்று தோன்றுகிறதா?

நன்கு ஆலோசித்துப் பார்த்தால் குழப்பத்துக்குத் தெளிவு காணலாம். 'நான் ஒருவருக்கும் விளங்க மாட்டேன்' என்று பகவான் சொல்லியிருந்தால், 'ஆயிரம் பேர் இருந்தால் ஆயிரம் பேருக்கும் விளங்கமாட்டான்' என்று அர்த்தமாகும். ஆனால் அப்படியின்றி 'நான் எல்லாருக்கும் விளங்க மாட்டேன்' என்றால் 'ஆயிரம் பேரில் **999** பேருக்கு விளங்காமலிருந்தாலும் இருக்கலாம். ஒருவனுக்காவது விளங்குவேன்' என்றுதான் பொருள். பகவான் 'எல்லோருக்கும் (ஸர்வஸ்ய) விளங்க மாட்டேன்' என்றாரேயன்றி 'ஒருவருக்கும் (கஸ்யாபி) விளங்க மாட்டேன்' என்று சொல்லவில்லை. அப்படியானால் அவரும் சிலருக்கு விளங்குகிறார் என்றாகிறது.

அந்தச் சிலர் யார்? இவர் சொன்ன யோக மாயையால் பாதிக்கப்படாத ஞானிகள். 'நான் எல்லாப் பொருளிலும் இருக்கிறேன், ஒரு பொருளும் என்னிடம் இல்லை' என்று பகவான் முரண்பாடாகப் பேசியது போலத் தோன்றுவதற்கு இத்தகைய ஞானிகளே விளக்கம் தந்து தெளிவு செய்வார்கள்.

தெருவிலே ஒரு பூமாலை கிடக்கிறது. அரை இருட்டு; எவனோ அந்தப் பக்கம் வந்தவன் அதை மிதித்து விட்டு, 'ஐயோ பாம்பு, பாம்பு' என்று பயத்தால் கத்துகிறான்.

மாலையாக இருப்பதும், பாம்பாக இருப்பதும் ஒன்றுதான். இது மாலைதான் என்று தெரிந்தவுடன் அவனுக்குப் பாம்பு இல்லையென்று தெரிந்து விடுகிறது. ஆனால் முதலில் பாம்புக்கு ஆதாரமாக இருந்தது என்ன? மாலைதான்.

மாலையைப் பாம்பு என எண்ணுவதுபோல், அஞ்ஞானிகள் ஒன்றேயான பிரம்மத்தைப் பலவான பிரபஞ்சமாகப் பார்த்து மயங்குகிறார்கள். இந்தப் பிரபஞ்சத்துக்கு ஆதாரம் பிரும்மம்தான்.

'இந்தப் பிரபஞ்சத்துக்குள் நான் இருக்கிறேன். பிரபஞ்சம் என்னிடத்திலிருக்கிறது' என்று சொன்னால் என்ன அர்த்தம்? 'மாலைக்குள்தான் பாம்பு இருக்கிறது. பாம்புக்குள்தான் மாலை இருக்கிறது' என்பது எப்படியோ, அப்படித்தான். இரண்டும் உண்மைதானே?

பாம்பு என்று அலறியவனுக்குப் பாம்பு மாலையைத் தனக்குள் 'விழுங்கி' விட்டது. அவன் பார்வையில் ஆதாரமாக இருப்பது பாம்பு. அஞ்ஞானம் நீங்கி 'இது மாலைதான்' என்று உணர்ந்து கொண்டவனுக்கு மாலை பாம்பைத் தன்னுள் மறைத்துவிடுகிறது. மாலை தான் ஆதாரமாகத் தெரிகிறது.

மாயையினால் மூடப்பட்டுப் பிரபஞ்சத்தைச் சத்தியம் என்று பார்த்தாலும், பிரபஞ்சத்துக்கு ஆதாரமாக இருந்து தாங்குபவன் ஈசுவரன்தான்.

பிரபஞ்சத் தோற்றத்தை ஞானத்தினால் விலக்கியவனுக்கு ஈசுவரனே எல்லாமாய், தானுமாய்த் தோன்றுகிறான். ஈசுவரனைத் தவிர வெறும் தோற்றமாகக்கூடப் பிரபஞ்சம் என்று எதுவுமே ஞானியின் நிர்விகல்ப ஸமாதியில் தெரியாது. பிரபஞ்சம் என்றே ஒன்று இல்லாத போது, அது ஈஸ்வரனிடத்தில் இருப்பதாகவோ அல்லது ஈசுவரன் அதனுள் இருப்பதாகவோ சொல்வதும் அபத்தம்தானே! அஞ்ஞான தசையில் உடம்பு, பிராணன், மனசு, அறிவு என்றெல்லாம் தெரிகின்றன. ஞானம் வந்தால், ஆத்மானந்தம் புரிகிற போது இது எதுவுமே இல்லைதான்; இது எல்லாவற்றையும் கடந்துதான் அந்த நிலை வருகிறது. இதனால்தான் ஸ்ரீ கிருஷ்ண பகவான் முடிந்த முடிவான ஞான நிலையில் நின்று 'என்னிடத்திலும் பொருள்கள் இல்லை, 'நானும் பொருள்களிடத்திலில்லை' என்று கூறி விட்டார். எவனோ அஞ்ஞானி மாலையைப் பாம்பாக நினைத்தான் என்பதால் உண்மையிலேயே ஒரு பாம்பு மாலைக்குள் இருந்ததாகவோ அல்லது பாம்புக்குள் மாலை இருந்ததாகவோ சொல்லலாமோ?

கம்பர், சுந்தர காண்டத்தில் இதைத்தான் சொல்கிறார்.

அலங்கலில் தோன்றும் பொய்ம்மை
அரவுஎனப் பூதம் ஐந்தும்
விலங்கிய விகாரப் பாட்டின்
வேறுபா டுற்ற வீக்கம்
கலங்குவ தெவரைக் கண்டால்
அவர்என்பர் கைவி லேந்தி
இலங்கையில் பொருதா ரன்றே
மறைகளுக் கிறுதி யாவார்!

'அலங்கல்' என்றால் மாலை. 'அரவு' என்றால் பாம்பு. அலங்கலில் தோன்றும் பொய்ம்மை அரவு - மாலையில் தோன்றும் பாம்பு என்ற மெய்யான எண்ணம். இது போலப் பஞ்சபூதங்கள் ஒன்று சேர்ந்து பொய்யான பிரபஞ்சம் என்ற வீக்கிமாகி மயக்குகிறதே. அது யாரைக்கண்டால் விலகிப் போய் மாலையான ஈசுவரன் மட்டும் தெரியுமோ அவர்தான் ராமச்சந்திரமூர்த்தி என்றார்.

பரம வைஷ்ணவரான கம்பர், வைரமாத்ம ஸ்வரூபத்தை இப்படி ஸ்வச்சமான அத்வைத பாஷையில் சொல்கிறார்.

8
மரத்தைத் தண்ணீரில் போடு

காஞ்சிப் பெரியவர்கள் ஒன்று கூறியிருக்கிறார்கள்:

"கிணற்று நீருக்குள் நீரை நிரப்பிக்கொண்ட குடத்தை இழுக்கும்போது கனம் தெரியவில்லை; ஆனால் தண்ணீர் மட்டத்துக்கு மேலே குடம் வந்தவுடன் கனக்க ஆரம்பித்து விடுகிறது. எளிதில் புரட்ட முடியாத பெரிய மரங்களை வெள்ளத்தில் உருட்டித்தான் புரட்டி இழுப்பது வழக்கம். அதேமாதிரி நம் துன்பங்களையெல்லாம் 'ஞானம்' என்னும் தண்ணீரில் அமுக்கிவிட வேண்டும். அப்போதும் துக்கம் கொஞ்சம் இருக்கத்தான் செய்யும். ஆனால், தண்ணீருக்குள் இருக்கிற குடம் மாதிரித் துக்கம் பரமலேசாகிவிடும்."

லௌகீகத்தில் இருந்து சுத்தமாக விடுபட்டு விட்ட ஒரு சந்நியாசி, லௌகீக வாழ்வில் துக்கத்தைக் குறைப்பதற்குச் சொல்லும் அற்புத வழி அது.

இந்துமதம் லௌகீகத்தையே முதற்படியாகக் கொண்டது என்பதற்கு சாட்சி.

வாழ்வைப் பற்றிய சிக்கலில் மனதை ஈடுபடுத்திக் கொண்டு குழம்பித் தவிக்கும் கோடானுகோடி மக்களுக்கு இந்துமதம் ஒரு ஆறுதல் சொல்கிறது.

சித்தம் தெளிவற்றிருந்தால் பிரமை பிடித்து விடுகிறது. அது தெளியும்போது, ஞானஒளி பெற்று விடுகிறது.

இக வாழ்க்கையைச் சுகமாக்கித் தர, பிற மதங்கள் செய்யாத முயற்சியை இந்துமதம் செய்கிறது.

துக்கமே இல்லாத சந்நியாசிகள்கூடத் துக்கத்தைப் பற்றிச் சிந்திக்கிறார்கள்.

மரணமே இல்லாத பரமாத்மாகூட மரணத்தைப் பற்றிப் பேசுகிறது.

எங்கே எது இல்லை? காட்டில் மட்டுந்தானா முள் இருக்கிறது? அது ரோட்டிலும் இருக்கிறது! பார்த்து நடப்பவன் காட்டில்கூட நடந்துவிட முடியும்; பாராமல் நடப்பவன் ரோட்டில்கூட நடக்க முடியாது.

கவலை என்பது ஒரு வலை.

தனக்குத்தானே அதை வீசிக் கொள்கிறவர்கள் உண்டு.

பல நேரங்களில் ஆண்டவனும் அதை வீசுவதுண்டு.

வலைக்குத் தப்பிய மீன்கள், நீர் வற்றிவிட்டால், மரணத்துக்குத் தப்புவதில்லை.

காலம்தான் வித்தியாசம். சில முந்திக் கொள்கின்றன. சில பிந்திக் கொள்கின்றன.

ஒவ்வொருவன் கண்ணுக்கும், அடுத்தவன் சந்தோஷமாக இருப்பது போலவே தோன்றுகிறது.

அவன் பார்க்கும் கண்ணாடி நல்ல கண்ணாடியாக இருந்தால்தானே, அவன் முகத்தைக் காட்டும்.

வண்டியின் மீது மற்றவர்கள் பாரத்தை ஏற்றுக்கிறார்கள். வண்டி தானே ஏற்றிக்கொள்வதில்லை.

மனித மனமோ தானே சுமைகளை ஏற்றிக் கொள்கிறது.

ஏற்றிய சுமையை எளிமைப்படுத்த என்ன வழி?

'ஞானம் எனும் தண்ணீரை நிறையக் குடி' என்கிறார்கள் காஞ்சிப் பெரியவர்கள்.

'ஞானம் ஞானம்' என்கிறோமே அது என்ன?

சட்டையைப் போடும்போது, கிழிந்த சட்டை என்று தெரிந்தே போட்டுக் கொள்வது; பிறகு 'ஐயோ, இது கிழிந்திருக்கிறதே' என்று அங்கலாய்க்காமல் இருப்பது; அதன் பெயரே ஞானம்.

'இது இவ்வளவுதான்; இப்படித்தான்' என்று தேறுவதும் தெளிவதும் ஞானம்.

'எது எப்படியிருந்தால் என்ன; இறைவன் விட்ட வழி, என்றிருப்பது ஞானம்.

குடிசைகளே நிரம்பிய காட்டில்கூட ஏதாவது ஒரு ஓட்டு வீடு இருக்கிறதல்லவா?

துயரங்களே நிரம்பிய மனதிற்கும் ஏதாவது ஒரு நிம்மதி வந்தே தீரும்.

எந்தச் சந்நிதியில் நிற்கிறோம் என்பது முக்கியம்.

குளிக்கும் அறைக்குள் போய் நின்று கொண்டு கோகுலக்கண்ணன் படத்தைத் தேடக்கூடாது. பூஜை அறைக்குள் 'ஷவர்பாத்' இல்லையே என்று வருந்தக் கூடாது.

தேர்வும் தெளிவும் சரியாக இருந்தால், ஞானம் சரியாகிவிடும்.

ஞானத்தண்ணீர் பெருகி ஓடினால், துன்ப மரங்கள் எளிமையாகி விடும்.

மாட்டி இருப்பது விலங்குதான் என்று தெரிந்து கொண்டு, நடக்க ஏன் முயல வேண்டும்?

"ஐயோ! நடக்கமுடியவில்லையே" என்று ஏன் அழ வேண்டும்?

ஒவ்வொரு மரமும் இடைவெளி விட்டு நிற்கும் தென்னந்தோப்பைப்போல இரண்டு சுகங்களுக்கிடையில் ஒரு துயரம் இருக்கிறது.

இரண்டு துயரங்களுக்கிடையே ஒரு சுகம் இருக்கிறது. இதுதான் லௌகீக வாழ்க்கை.

கல் குத்தினால் வலிக்கிறது. கண்ணாடி குத்தினால் ரத்தம் வருகிறது. கவனித்து மருந்து போட்டால் ஆறிவிடுகிறது. கவனிக்காமல் விட்டால் 'ஸெப்டிக்' ஆகிறது. கவனித்தும் 'ஸெப்டிக்' ஆனால் ஏதோ பூர்வ ஜென்ம பாபம் இருக்கிறது.

துன்பத்தின் கதை இத்தோடு முடிந்துவிடுகிறது.

ஜன்னலின் அளவைப் பொறுத்தே காற்று வருகிறது.

ஜன்னல்கள் இல்லாத வீடு சுகாதாரத்தைக் கெடுக்கிறது.

அதுபோல், சூழ்நிலைகளைப் பொறுத்துத் துன்பம் வருகிறது; அந்தச் சூழ்நிலைகளை நீக்கிக்கொள்ளும் பொறுப்பு மனிதனுக்குத் தான் இருக்கிறது.

நம்மையறியாமல் வருவது நாம் அறியாமலே தீர்க்கப்படுகிறது.

நாம் அறிந்து வருவதை நாமே தீர்த்துவிட முடியும்.

இந்த இரண்டுவகைத் துன்பங்களில், முதல்வகை ஈஸ்வர பக்தியால் விலகுகிறது.

இரண்டாவது வகை, கூரிய புத்தியால் விலகுகிறது.

பக்தியும் இல்லாமல் புத்தியும் இல்லாமல், 'ஐயோ அம்மா' என்று அலறுவதில் என்ன பொருள்?

பசுவை வாங்கி வந்தால் பால் கறக்கலாம்; காளையை வாங்கிவிட்டுக் கடவுள்மீது குறை சொல்வதில் என்ன அர்த்தம்?

காரணத்தோடு வரும் துன்பங்களை, விவேகத்தோடு சமாளிக்க வேண்டும்.

குடித்துவிட்டுக் காரோட்டி விபத்திற்குள்ளானால் அது காரணத்தோடு வரும் துன்பம்.

ரயில் விபத்தில் நீ சிக்கிக்கொண்டால், அது காரணமில்லாமல் வரும் துன்பம்.

முன்னதை நீ தடுக்கலாம்; பின்னதைக் கடவுள் தான் தடுக்க வேண்டும்.

இரண்டுக்கும் 'ஞானம்' என்றுதான் பெயர்.

சம்பாதிப்பது போதவில்லை என்றால் அது ஒருவகைத் துன்பம். நிறையச் சம்பாதித்தும் போதவில்லை என்றால் அது ஒருவகைத் துன்பம். சம்பாத்தியமே இல்லை என்றால் அது ஒருவகைத் துன்பம்.

எது உன் வாழ்க்கையில் நேர்ந்தாலும், அதன் மறுபகுதி துன்பம்.

தலையில் கை வைத்துக்கொண்டு தடுமாறுகிறவனுக்குத் துன்பம் தீராது.

ஞானம் என்ற தண்ணீரில் துன்பத்தை அமுக்கி இழுத்தால் பாரம் குறையும்.

நம்மைப் பிறக்க வைத்தபோது, தாய் பட்டது துன்பம்; தாய் இறந்துபோனால் உறவினர் படப்போவது துன்பம்; இரண்டுக்கும் இடையிலே நாம் அனுபவிப்பது துன்பம்.

எல்லாவற்றுக்கும் பரிகாரம் மனதை ஞானத்தண்ணீரில் முக்கி எடுப்பதே.

வாழ்க்கையில் எந்தப் படிக்கட்டில் துன்பம் இல்லை?

பணம் இல்லை என்றால் துன்பம்.

அதிகம் சேர்ந்துவிட்டால் வருமானவரி துன்பம்.

வடதுருவத்திற்குப் போனாலும் பனிக்கட்டிதான்; தென் துருவத்திற்குப் போனாலும் பனிக்கட்டிதான்.

'துன்பம் ஒரு சோதனை' என்று முன்பே நான் எழுதி இருக்கிறேன்.

துக்கச் சுமையைக் குறைக்கக் காஞ்சிப் பெரியவர்கள் சொன்ன உதாரணம் என்னை மெய்சிலிர்க்க வைத்ததால், இதனை மீண்டும் எழுதுகிறேன்.

'ராமன் கிடைப்பானா' என்று கலங்கிய சீதை; அவன் கிடைத்த பின்னாலும் காடு சென்று கலங்கிய சீதை; காட்டிலும் ஒருவனால் தூக்கிச் செல்லப்பட்டுக் கலங்கிய சீதை; அவனைக் காணாமல் தினந்தினமும் கலங்கிய சீதை; வந்து தன்னை மீட்டதும் அவனால் சந்தேகிக்கப்பட்ட சீதை! சீதையின் வாழ்க்கையிலே ஒரு சுவடுக்கு மறுசுவடு துன்பம் என்றால், என் நிலையும் உன் நிலையும் என்ன?

அர்த்தமுள்ள இந்துமதம் – பாகம் 3

காட்டில் முளைத்த மரமும் கவலையுறும் காலம் இலையுதிர் காலம்.

ஆற்று மணலும், கவலைப்படும் காலம், கோடைக் காலம்.

பகுத்தறிவற்ற விலங்குகளும் கவலைப்படும் காலம், அவை பயப்படும் காலம்.

இவற்றுக்கெல்லாம் யார் ஆறுதல் கூறப்போனார்கள்?

மானிட ஜாதி ஆறுதல் தேடுகிறது.

திடீரென்று கேரளாவில் இருந்தொருவர் 'ட்ரங்கால்' போட்டுத் தம் துன்பங்களைச் சொல்லி என்னிடம் ஆறுதல் கேட்கிறார்.

அதையே அவர் பக்கத்து வீட்டுக்காரனிடம் சொன்னால், அவன் தன் துன்பங்களைச் சொல்வான்; அதுவே ஆறுதலாகி விடும்.

மறுபடியும் தொடக்கத்தைச் சொல்லி முடிக்கிறேன்.

மரங்களைத் தண்ணீரில் போட்டு இழுப்பது போல், துக்கங்களை ஞானத்திலும் நிதானத்திலும் இழுத்துப் பாருங்கள்.

அப்போதும் அது குறையவில்லையென்றால், துக்கப்படுவதையே வாழ்க்கையாக்கிக் கொள்ளுங்கள்; வேறென்ன செய்வது?

9
காம உணர்ச்சி

மனிதன் என்று ஒருவன் இருக்குமிடம் எங்கும், காமம் என்று ஒன்று இருந்தே தீருகிறது.

அது ஆண்மை, பெண்மை இரண்டையும் சோதிக்க ஆண்டவன் நடத்தும் லீலை.

உடல் உணர்வு அல்லது பாலுணர்ச்சி என்பது மேலோங்கிய நிலையிலேயே உலகத்தில் பாவங்கள் அதிகரித்தன.

நமது இதிகாசங்கள், புராணங்கள் மட்டுமல்லாது வரலாறும் அதையே குறிக்கிறது.

சரிந்துபோன சாம்ராஜ்யங்கள் பலவற்றிற்கு, காமமே முதல் காரணமாக இருக்கிறது.

தலைமறைவாக இருந்த கொள்ளைக்காரர்கள், புரட்சிக்காரர்களில் பலர், தம்மை மறந்த நிலையில் பிடிபட்டதற்கும், காமமே காரணமாக இருக்கிறது.

சராசரி மனித வாழ்வில் பசி, காமம் இரண்டும் தவிர்க்க முடியாதவை.

கட்டுப்பாடாக அதைத் தவிர்த்தவர்களுக்குப் பெயரே ஞானிகள்.

உடல் வற்றிப்போய் காய்ந்த எலும்புக்கூடக் கிடைக்காமல், பசியோடு அலையும் ஆண் நாய் ஒன்று ஒரு பெண் நாயைக் கண்டவுடன் பசியையும் மறந்து, காம உணர்வு கொள்வதாக ஒரு பாடல் உண்டு.

வட மொழியில் 'காமம்' என்ற வார்த்தைக்கு, 'பாலுணர்ச்சி' என்பது மட்டுமல்லாமல், வேறு பல பொருள்களும் உண்டு.

ஆனால், பாலுணர்ச்சியை மையமாகக் கொண்டு, இந்துமதத் தத்துவங்களை ஆராயப் புகுந்தால், அதைத் தவிர்ப்பதற்கு, அது சொல்லும் வழிகள் ஏராளம்.

முதலில், சந்நியாசிகளில் ஒரு வகையினர் நிர்வாணமாக இருப்பதே, இந்த உணர்ச்சியைத் தவிர்க்கத்தான்.

அர்த்தமுள்ள இந்துமதம் - பாகம் 3

'பார்ப்பதற்கு அருவருப்பான ஒரு தோற்றத்தைத் தான் பெற்றிருந்தால், பெண்களுக்குத் தன்மீது ஆசை வராது' என்பதே அந்த நிர்வாணத்தின் நோக்கம்.

ஆடை, அணி மணி அலங்காரங்களினால் மூடப்பட்ட உடம்பு, சுருதியைத் தூண்டிவிடுகிறது.

அழகாக அலங்கரிக்கப்பட்ட சிகையும், க்ஷவரம் செய்யப்பட்ட முகமும் பெண்களின் உணர்ச்சித் தந்தியை மீட்டி விடுகின்றன.

ஆகவே, அலங்கோலமான உருவத்தைச் செயற்கையாக தேடிக்கொள்வதே ஜடாமுடி தரிப்பதன் நோக்கம்.

அவர்கள் வெறும் கோவணத்தோடு இருப்பதற்கும் காரணம் அதுதான்.

அண்மையில் 'ஹரே கிருஷ்ணா ஹரே ராமா' இயக்கம் அமெரிக்காவில் வெகு வேகமாகப் பரவத் தொடங்கியதும், அங்கு ஏற்படுத்தப்பட்ட ஆசிரமங்களில் ஒன்றில் ஒரு புது யாகத்தைத் தொடங்கினார்கள்.

சுமார் பன்னிரண்டு ஆண்களும் பெண்களும், 'ஒரு ஆண் ஒரு பெண்' என்று மாற்றி மாற்றி வட்டமாகத் தொடையளவு தண்ணீரில் நின்றார்கள்.

ஒருவர் தோள் மீது ஒருவர் கை போட்டுக்கொண்டார்கள்.

'ஒருவரது அங்கத்தை இன்னொருவர் பார்த்தாலும் தோளிலே கை போட்டுக் கொண்டாலும் உணர்ச்சி கிளர்ந்தெழாமல் அடக்கவேண்டும்' என்பதே இந்த யாகத்தின் நோக்கம்.

'லைப்' என்ற பிரபல ஆங்கிலப் பத்திரிகையில் இந்தப் படத்தை நான் பார்த்தேன்.

உடம்பு ஆரோக்கியமாக இருக்கும்போதே, காம வேகத்தைத் தவிர்ப்பதற்கு இந்துமதம் வழி காட்டுகிறது.

சகல உணர்வுகளையும், உறவுகளையும், துறந்துவிட்ட நிலைக்கு, 'நிர்வாணம்' என்பது பெயர்.

அந்த மகா நிர்வாணத்தை, இந்து தத்துவங்களில் இருந்தே பௌத்தம் எடுத்துக்கொண்டது.

இந்துமதமே உலகின் ஆதி மதம்.

'சந்நியாசம்', 'துறவு' என்பவை அது உண்டாக்கியவையே.

அந்தத் துறவு நிலையை உடையவர்களே உலகத்திற்கு உபதேசிக்க முடியும் என்பதால் பின்னால் தோன்றிய ஒவ்வொரு மதமும் அதனை மேற்கொண்டன.

கண்ணதாசனின்

உணர்ச்சியைத் தூண்டும் உணவுப் பொருள்களையும் உஷ்ணத்தை அதிகரிக்கும் உணவுப் பொருள்களையும் விலக்கி, கடுங்குளிரிலும்கூட குளிர்ந்த நீரிலே நீராடி, காம உணர்வை அகற்றினர் இந்து ஞானிகள்.

ஆண் பெண் உறுப்புக்களுக்கு அவர்கள் 'ஜனனேந்திரியங்கள்' என்று பெயர் கொடுத்தார்கள்.

சில உயிர்களுக்குப் பிறப்பைக் கொடுப்பதற்காக மட்டுமே இந்த அங்கங்கள் படைக்கப்பட்டிருப்பதாக அவர்கள் நம்பினார்கள்.

அதில் ஏற்படுகின்ற சுகத்தை 'அற்ப சுகம்' என்றார்கள்.

தமிழுங்கூட அதைச் 'சிற்றின்பம்' என்றே அழைத்தது.

மனைவி என்பவள் தன் கணவனின் காமச் சூட்டைத் தணிப்பதற்காக வரும் வெறும் கருவியல்ல.

அதற்கு மேற்பட்ட சமூக சம்பிரதாயங்களே அவளுக்கு அதிகம்.

ஆணைவிடப் பெண்ணுக்கு ஐந்து மடங்கு அதிகமான உணர்ச்சி உண்டு.

ஆனால், பத்து மடங்கு அடக்கம் உண்டு.

இது இயற்கையாக அவளுக்கு வந்ததல்ல.

இந்துமதம் காலகாலங்களாகப் பெண்ணை அப்படிப் புடம் போட்டு எடுத்தது.

இழிந்த குலப்பெண்கள், இதன் மறு எல்லைக்குப் போவதுண்டு.

அந்த இரண்டு வகைப் பெண்களையும் ஐம்பெருங்காப்பியங்களில் ஒன்றும், சமண இலக்கியங்களில் ஒன்றுமான 'சீவக சிந்தாமணி' காட்டுகிறது.

ஒரு பாடலில் உயர்ந்த பெண்ணைக் குறிக்கும் போது,

சாமெனில் சாதல் நோதல்
தன்னவன் தணந்த காலை
பூமனும் புனைதல் இன்றிப்
பொற்புடன் புலம்ப வைகிக்
காமனை என்றும் சொல்லார்
கணவற்கை தொழுது வாழ்வார்!
தேமலர்த் திருவோ டொப்பார்
சேர்ந்தவன் செல்லல், தீர்ப்பார்!

- என்கிறது.

தாழ்ந்த பெண்டிரைக் குறிக்கும்போது,

பெண்ணெனப் படுவ கேண்மோ
    பீடில பிறப்பு நோக்கா
உள்நிறை உடைய வல்ல
    ஓராயிரம் மனத்த வாகும்,
எண்ணிப்பத் தங்கை யிட்டால்
    இந்திரன் மகளும் ஆங்கே
வெண்ணெய்க்குள் றெரியுற் றாற்போல்
    மெலிந்துபின் நிற்கு மன்றே!

- என்கிறது.

இந்த இருவகைப் பெண்டிரில், முதல் வகையினர் நூற்றுக்குத் தொண்ணூறு பேராவர்.

இரண்டாம் வகையினர் விதிவிலக்கில் சேர்க்கப்படவேண்டியவர்கள்.

ஒரு குல மகளுக்குப் பள்ளியறையும், காம உணர்ச்சியும், ஒரு குழந்தைக்குத் தாயாகிற தொழிலுணர்ச்சியே தவிர, சுகம் முதல் காரணமாகாது.

'சுகமும் அதிலே ஒன்று' என்பதைத் தவிர, அதற்கு ஒரு தனி முக்கியத்துவத்தை அவர்கள் கொடுப்பதில்லை.

காரணம், இந்துமதம் அவர்களை அப்படி வளர்த்திருக்கிறது.

கணவனிடம் அத்தகைய சுகம் கிடைக்காவிட்டாலும் குழந்தைக்குப் பாலூட்டுவதிலேயே அதைப் பெற்றுவிடுகிறாள் ஒரு இந்துப் பெண்.

காமத்தின் மின்சாரத் தாக்குதல், நற்குடிப் பிறந்த இந்துப் பெண்களிடம் பலிப்பதில்லை.

ஆனால், ஆடவர்களது நிலை வேறு.

அவர்களது ரத்த அரிப்பு, அந்த எல்லைக்கும் அவர்களைத் தூண்டுகிறது.

லௌகீக மனிதனுக்கு இந்த ராட்சத அரிப்பு ஏற்படும் போது, குலப்பெண்களைக் கெடுக்காமல், அவன் அந்த உணர்ச்சியைத் தணித்துக்கொள்வதற்காகவே 'தேவதாசி முறை' ஏற்பட்டது.

முடிந்தவர்களுக்கு ஏக பத்தினி விரதத்தையும், முடியாதவர்களுக்கு இந்த வகை வாழ்க்கையையும், அது அனுமதித்தது.

ஒரே இதிகாசத்தில் ஒரே அரண்மனையில், இந்த இருவகைக் காட்சிகளையும் அது காட்டிற்று.

கண்ணதாசனின்

'தசரதனுக்கு அறுபதினாயிரம் மனைவியர்' என்றது.

அவன் மகன் ராமன், 'ஏகபத்தினி விரதன்' என்றது.

அது தசரதன் செயலைக் குற்றம் சாட்டவில்லை.

ஆனால், ராமனின் நடத்தையைப் புகழ்ந்துரைத்தது.

பல மாதர் உறவுக்கு அது நியாயம் கற்பிக்கவில்லை.

ஆனால், அனுமதித்தது.

அதே சமயம், ஒருதார வாழ்க்கையை உயர்ந்த இடத்தில் வைத்துப் போற்றிற்று.

அதைத் 'தெய்வீகம்' என்றது.

மனித மனத்தின் சபலங்களை அங்கீகரித்து, அதைத் தட்டிக் கொடுத்து, மெதுமெதுவாக மீட்பதே அதுசெய்யும் பணி.

எந்த உணர்ச்சியையும், அது அறுவைச் சிகிச்சை மூலம் தீர்க்க விரும்பவில்லை.

அங்கீகரித்துத் திருத்தும் நாகரீகத்தைக் கையாண்டது.

"நீ பன்றியைக் கூடச் சாப்பிடலாம்; ஆனால் உடலில் கொழுப்பேறிவிடும், பார்த்துச் சாப்பிடு" என்று சொன்னதே தவிர, கட்டளையிடவில்லை.

எண்ணெய் ஸ்நானம் செய்த அன்று மனைவியோடு உறவு கொண்டால், சிலருக்கு ஜன்னி காணும்.

அந்த உடற்கூற்று உண்மையைக்கூட, அது நாகரீகமாக 'தரித்திரம் பிறக்கும்' என்று சொன்னதேதவிர 'ஜன்னி காணும்' என்று பயமுறுத்தவில்லை.

அது காமத்தை ஒருவகைக் குற்றமாகக் கருதவில்லை.

ஆனால், குற்றங்களுக்குக் காரணமான காமத்தை அது கதைகளிலே விவரிக்கிறது.

இளம் விதவைகள் வேதம் படிக்கிறார்கள், புராணம் படிக்கிறார்கள், இதிகாசம் படிக்கிறார்கள். உணர்ச்சியடங்கி விடுகிறதே! எப்படி?

அவர்களே நமது வாரப் பத்திரிகைகளையும், மாதப் பத்திரிகைகளையும் தொடர்ந்து படித்தால் என்னவாகும்?

சராசரி மனிதனின் தவிர்க்கமுடியாத உணர்ச்சியாகிய காமத்தை, இந்துமதம் எவ்வளவு வைதிகமாகக் கையாளுகிறது.

அர்த்தமுள்ள இந்துமதம் - பாகம் 3

'காமம் எப்போது பாவமாகிறது' என்பதை அது எவ்வளவு அற்புதமாக விவரிக்கிறது.

இந்து சாஸ்திரங்களில், ஓரிடத்தில் 'உடலுக்கு ஏற்ற உறவு எது?' என்பதுகூடக் கூறப்பட்டிருக்கிறது.

'தன்னைவிடப் பத்து வயதுக்குமேல் அதிகமான ஒரு பெண்ணுடன் ஒருவன் உறவு கொண்டால், அவன் உடம்பு மெலிந்து முகம் களையிழந்து போகிறது.

வயது குறைந்த பெண்ணோடு தொடர்பு கொண்டால் முகம் பிரகாசமடைகிறது.

ஒரு மத சாஸ்திரம் இதை ஏன் விவரிக்க வேண்டும்?

ஒன்று - ஒரு ஆரோக்கியமான உடம்புக்குப் பொறுப்பேற்றுக் கொள்வது.

இரண்டு - பத்து வயது அதிகமான பெண் - குறைந்த வயதுடைய ஆணுடன் தொடர்பு கொள்ள வருகிறாள் என்றால், ஒன்று அவள் கெட்ட நடத்தையுடையவளாக இருக்கவேண்டும்; அல்லது இன்னொருவன் மனைவியாக இருக்கவேண்டும்; அதைத் தடுப்பது.

அப்படியென்றால் குறைந்த வயதுடைய பெண்ணோடு தொடர்பு கொள்வதைச் சிலாகித்துப் பேசுவது கற்பழிப்பதற்கு வகை செய்யாதா?

இல்லை; அதனால்தான் அது பல தார மணத்தை ஏற்றுக் கொண்டது.

நீ எதை விரும்பினாலும், அதற்கொரு அளவை நிர்ணயித்து அதை அனுமதித்துப் பின் உன்னை ஞானியாக்குவதே இந்துமதம்.

காம உணர்ச்சியிலும் அதன் கட்டம் அத்தகையது தான்.

எப்போது காமஉணர்ச்சி பாவமாகிறதோ, -அப்போது தண்டனை கடுமையாகிறது.

இந்துமதத்தின் பயமுறுத்தல் என்பது அங்கே மட்டும்தான் வருகிறது.

'யாரையும் கெடுக்காத, யாருக்கும் தீங்கிழைக்காத ஒரு ஆடவனின் உணர்ச்சிகளை, இந்துமதம் மனப்பூர்வமாக ஏற்றுக்கொள்கிறது' என்று நான் சொன்னால் யார் அதை மறுக்கமுடியும்?

10
கோபம், பாவம், சண்டாளம்!

'ராமன் காடு செல்ல வேண்டும்' என்று கைகேயி கேட்டுப் பெற்ற வரத்தால், ராமன் எள்ளளவும் சினம் கொள்ளவில்லை.

ஆனால், அவன் உடம்புக்கு வெளியே நிற்கும் உயிர் போல, அவனையே முற்றிலும் பற்றித் தொடர்ந்த இலக்குவன், பெருங்கோபம் கொள்கிறான்.

அவனை எவ்வளவோ சமாதானம் செய்கிறான் ராமன்.

"தம்பி! எனக்கு நீ வெளியில் நடமாடும் உயிரல்லவா? நான் சொல்வதைக் கேள். நீ தைரியசாலி, உன் கோபத்தையும் உன்னைப் பற்றிய துக்கத்தையும், நீ அடக்கியாள வேண்டும். இது உன்னைப் பிடித்துக் கொண்டு வெறியாட்டம் ஆட இடம் கொடுக்காதே. தருமம் என்பதைப் பலமாகப் பற்றிப் பிடித்து, இப்போது ஏற்பட்ட அவமானத்தை ஒரு பெரிய சந்தோஷமாக மாற்றுவோம். பட்டாபிஷேகத்தை முற்றிலும் மறந்துவிட்டு நம் கருத்தை எல்லாம் வேறு துறையில் செலுத்துவோம். 'நம்மைப் பெற்ற தந்தையின் நிலை இப்போது என்ன?' என்பதை நன்றாக ஆலோசிப்போம். அவருக்கு ஏற்பட்டிருக்கும் பயன் என்ன என்பதை நாம் உணர்ந்து நடந்து கொள்ளவேண்டும். எந்தக் காரணத்தைக் கொண்டோ கொடுத்துவிட்ட ஒரு வரத்தை, 'இல்லை' என்று இப்போது சொன்னால் அசத்தியத்தில் இறங்கினதாகும். பாவம் வந்து சுற்றிக் கொள்ளும். இதுவரையில் அவர் நடத்திய சகல தர்மமும், தானமும், புண்ணிய கருமங்களும் பயனின்றிப் போகும். இந்தப் பெரும் பயத்தினால் நம் தந்தை வேதனைப்படுகிறார். அவரது பயத்தைத் தீர்ப்பதல்லவோ நம்முடைய கடமை? என்னைப்பற்றி வருந்துகிறார். எனக்கு வருத்தம் கொஞ்சமும் இல்லை. உனக்கும் வருத்தம் இல்லை என்று அவரது சந்தேகத்தை முற்றிலும் போக்கி அவருக்கு நாம் வழி ஏற்படுத்திக் கொடுக்கவேண்டும். நமக்கு உயிர் கொடுத்த தந்தையின் பயத்தைப் போக்கி அவர் மனம் நிம்மதியடையச் செய்வது புத்திரர்களாகிய நம்முடைய கடமை. பரலோகத்தைப் பற்றி நம்முடைய தந்தை பயப்படுகிறார். அந்தப் பயத்தை நாம் போக்க வேண்டும். இதுவரையில் நாம் அவருக்கு எள்ளளவும் துக்கமோ அதிருப்தியோ தந்ததில்லை. இப்போது நாம் அவர்

பரலோகத்தைக் குறித்து பயப்படுவதற்குக் காரணமாகி விட்டோம். அதைச் சுலபமாக நாம் தீர்க்கலாம். அப்படிச் செய்யாமல் அவருடைய சங்கடத்தை அதிகப்படுத்தலாமா? இந்தக் காரணத்தினால், லட்சுமணா! பட்டாபிஷேகத்தைப் பற்றி முற்றிலும் என் மனம் விலகி, வனம் போவதிலேயே ஈடுபட்டு விட்டது. நான் காட்டுக்குப் போய் பரதனுக்குப் பட்டாபிஷேகம் செய்வதே என்னுடைய ஆசையும் மகிழ்ச்சியுமாகிவிட்டது. இதைத் தாமதப்படுத்தினால் கைகேயிக்குச் சந்தேகம் உண்டாகும். ஆனபடியால், இன்றே வனம் சென்று அவளுடைய மனம் நிம்மதியடையச் செய்யவேண்டும். சத்தியப் பிரதிக்ஞையைப் பற்றிய பயம் தீர்ந்துபோய் நம் தந்தை சுகமாக இருப்பார். நான் துயரமடைவேன் என்றல்லவா அவர் வேதனைப்படுகிறார். எனக்குக் கொஞ்சமும் துக்கமில்லை என்று அவருக்குத் தெளிவாகச் செய்தால் அவருடைய வேதனை அவரை விட்டு விலகும். இதனாலேயேதான் நான் அவசரப்படுகிறேன். கைகேயியைப் பற்றி நாம் கோபித்துக் கொள்ளக் கூடாது. நம்மிடத்தில் அவள் இதுவரையில் எவ்வளவு ப்ரீதி வைத்திருந்தாள்! திடீரென்று இம்மாதிரியான எண்ணம் அவளுக்கு உண்டானது விதியின் காரணம். நாம் அவளை நிந்திக்கலாகாது. மனிதர்கள் ஏதேதோ சங்கற்பம் செய்வார்கள்; ஆனால் விதி வேறு விதமாகத் தீர்த்து விடுகிறது! இது கைகேயினுடைய காரியமே அல்ல. விதி அவளை ஒரு அறிவில்லாத கருவியாகப் பயன்படுத்தியிருக்கிறது. பழியைச் சுமக்கும் துக்கம் அவளுக்கு வந்து சேர்ந்திருக்கிறது. அவளிடத்தில் நாம் வைத்து வந்த அன்பு அப்படியே இருக்க வேண்டும். வஞ்சக எண்ணம் அவள் உள்ளத்தில் முந்தியே இருந்திருந்தால், அவள் நடவடிக்கை வேறு விதமாக இருந்திருக்கும். திடீரென இந்த விதம் நிர்த்தாட்சண்யமாக, ராமனை 'நீ வனவாசம் செல்' என்று தன் வாயாலே சொல்வதற்குக் காரணம் தெய்வச் செயலே! சந்தேகமில்லை! அவள் மேல் நாம் கோபம் கொள்ளக்கூடாது! அவள் எவ்வளவு மேன்மைக் குணம் பொருந்தியவள். நம்மைப் பெற்ற தாயைப் போலப் பார்த்து வந்தாள். பண்பாடு அடைந்தவள் புருஷன் எதிரில் இம்மாதிரிக் கூச்சமின்றி ஏன் நடந்துகொண்டாள்? இதற்குத் தெய்வத்தின் செயல் அல்லாமல் வேறு காரணம் இருக்க முடியாது. விதியை யார்தான் எதிர்க்கமுடியும்? மகாதீரர்களான ரிஷிகள் கூடத் தங்கள் தவத்திலிருந்து திடீரென வழுவிப் போயிருக்கிறார்கள். தெய்வத்தால் வந்ததை எதிர்க்கும் ஆற்றலைக் கைகேயி எப்படிப் பெறுவாள்? நம்முடைய மனோ தைரியத்தால் இந்த அனர்த்தத்தை நாம் சந்தோஷ நிகழ்ச்சியாகச் செய்து விடுவோம். அதுவே நம் வீரத்திற்கு அடையாளம். லட்சுமணா! வனம் செல்வதற்குச்

சங்கற்பம் முறைப்படி செய்து பெரியோர்களுடைய ஆசியைப் பெற்றுக்கொண்டு நாம் உடனே போகவேண்டும். தாமதம் கூடாது. அபிஷேகத்திற்குக் கொண்டு வந்திருக்கும் கங்கை ஜலத்தைக் கொண்டுவா. அதையே வனவாச விரத சங்கல்பத்திற்கு உபயோகித்துக் கொள்கிறேன்; இல்லை! வேண்டாம். அந்த ஜலம் பட்டாபிஷேகத்திற்கு உபயோகப்பட வேண்டிய ராஜாங்கப் பொருள். அதை நாம் எப்படித் தொடலாம். நாமே கங்கை சென்று ஜலம் கொண்டு வருவது நலம். தம்பி! விசனப்படாதே! ராஜ்யம் சம்பத்து - இவைப்பற்றிச் சிந்தனை செய்யாதே. வனவாசம் எனக்கு மேன்மையான பாக்கியம். நம்முடைய சிறிய அன்னை பெயரில் கோபிக்க வேண்டாம். தெய்வம் வகுத்ததை அவள் பெயரில் போடலாகாது'' என்றான்.

எந்தக் காரியம் நடந்தாலும், அதற்கு 'விதிதான்' காரணம் என்று முடிவு கட்டிவிட்டால், கோபம் வராது அல்லவா?

'இன்னார் தன்னை வஞ்சம் தீர்த்துக் கொள்ள முயன்றார்கள்' என்று நினைத்து வேதனையடைவதைவிட, 'இதிலே விதி விளையாடுகிறது' என்று முடிவு கட்டிவிடுவது கோபமே எழாமல் செய்துவிடும் அல்லவா?

நதியின் பிழையன்று நறும்புன லின்மை; அற்றே
பதியின் பிழையன்று; பயந்து நமைப் புரந்தாள்
மதியின் பிழையன்று; மகன்பிழை யன்று மைந்த!
விதியின் பிழை; நீ இதற்கு என்னை வெகுண்ட தென்றான்.

- கம்பர் சித்திரத்தில் இலக்குவன் கோபத்தையடக்க ராமன் சொன்ன சமாதானம் இது.

உவமைதான் எவ்வளவு சுவையானது!

தண்ணீரில்லாமல் போவது, நதி செய்த குற்றமல்லவே?

அதுபோலவே காய்ந்து போய்க் கிடப்பது காடு செய்த குற்றமல்லவே?

கடலில் திமிங்கலங்கள் இருப்பது கடல் செய்த குற்றமல்லவே?

ஒன்றுக்காகவே ஒன்றைக் கோபித்துக்கொண்டால் நிம்மதியை இழப்பதுதான் மிஞ்சும்.

ஆகவே, 'எந்தக் கட்டத்திலும், எந்தச் சூழலிலும் கோபமே வரக்கூடாது' என்று போதிக்கிறது இந்துமதம்.

'ஆறுவது சினம்' என்றார் ஔவையார்.

அர்த்தமுள்ள இந்துமதம் – பாகம் 3

'எரிகிறதைப் பிடுங்கினால். கொதிக்கிறது அடங்கிப் போகும்' என்பது கிராமத்துப் பழமொழி.

'சினம் என்பது சேர்ந்தாரையே கொல்லும்' என்றார் வள்ளுவர்.

அதற்குச் 'சேர்ந்தாரைக் கொல்லி' என்றே ஒரு பட்டம் கொடுத்தார்.

உன் கோபம் செல்லாத இடத்தில் நீ கோபம் கொள்ளுவது தீமை பயக்கும்.

'செல்லக்கூடிய இடத்திலும் அதைவிடத் தீமை எதுவுமே இல்லை' என்றார் அவர்.

செல்லா இடத்துச் சினந்தீது; அல்லிடத்தும்
இல்லதெனில் தீய பிற.

செல்லிடத்துக் காப்பான் சினங்காப்பான்; அல்லிடத்துக்
காக்கிலென் காவாக்கால் என்?

உன் மனைவியை நீ உதைத்தால் யாரும் உன்னைக் கேட்க முடியாது.

அவளும் உன்னைத் திருப்பி உதைக்க மாட்டாள்.

இது உன் கோபம் செல்லக்கூடிய இடந்தான்.

ஒரு பயில்வானிடம் நீ கோபம் கொண்டால் அவன் உன்னைத் தீர்த்துக் கட்டிவிடுவான்.

அது உன் கோபம் செல்லாத இடம்.

இந்த இரண்டு இடங்களிலுமே கோபம் தவறு என்கிறார் வள்ளுவர்.

'கோபம் பாவம், சண்டாளம்' என்கிறார்கள் நமது மூதாதையர்கள்.

இராமாயணத்தில் முக்கியமான கட்டம் எங்கிருந்து தொடங்குகிறது?

முதலில் சூர்ப்பனகை மீது இலக்குவன் கொண்ட கோபம்.

அதனால் மூக்கிழந்து நின்ற தங்கையைப் பார்த்து, இராவணன் கொண்ட கோபம்.

இலக்குவன் கோபம், செல்லக்கூடிய இடத்திலேயே நிகழ்ந்தது.

இராவணன் கோபம், செல்லாத இடத்திலே நிகழ்ந்தது.

இராம கதையில் ஒரு முடிச்சு விழுந்தது.

கண்ணதாசனின்

ஆத்திரத்தில் மகனை வெட்டியவன், குழந்தையைக் கொன்றவன் - என்று எத்தனை குற்றவாளிகளை நீ வாழ்க்கையில் சந்தித்திருக்கிறாய்!

'கொலை' என்பது எந்தக் காரணத்திற்காக நிகழ்ந்தாலும், அதற்கு மூலகாரணம் கோபந்தானே!

சிறைச்சாலையில் உள்ள கொலைக் குற்றவாளிகள் அனைவருமே ஆத்திரத்தால் அறிவிழந்தவர்கள்தான்.

நான் திருச்சி சிறையில் இருந்தபோது, அண்ணன் தம்பிகளாகவே ஜோடி ஜோடிகளாகச் சில ஆயுட்காலக் கைதிகள் இருந்தார்கள்.

வயற்காட்டுக்குக் கஞ்சி கொண்டுபோன அண்ணனின் மனைவியை ஒருவன் கையைப் பிடித்து இழுத்தான்.

அவனை வெட்டிக் கொல்ல அண்ணன் போனான்.

கூடவே தம்பியும் போனான்.

விளைவு!

கைப்பிடித்து இழுத்தவன் கொல்லப்பட்டான்.

ஆனால், அண்ணனின் மனைவி நிர்க்கதியானாள்.

காவலுக்கு ஆள் இல்லாத நிலையிலேயே, கொல்லப்பட்டவனின் உறவினர்கள் சிலராலே அவள் கற்பழிக்கப்பட்டாள்.

அதைத் தடுக்க அந்தச் சகோதரர்களால் முடியவில்லையே!

எதன்மீது ஆத்திரமுற்று அவர்கள் கொலை புரிந்தார்களோ - அதே காரியம் நடந்தே விட்டது.

அப்போது அவர்கள் அந்தக் கொலையை மட்டும் செய்யாமல், வேறு வழியில் எதிரியைப் பழி வாங்கியிருந்தால், வெளியிலேயே இருந்து தங்கள் குலமகளைக் காப்பாற்றி இருக்க முடியும்.

கோபம் முதற்கட்டத்தில் 'வென்றது' போலத் தெரிந்தால் 'நிரந்தரமாகத் தோல்வியடையப் போகிறது' என்று பொருள்.

திருச்சியிலிருந்து பெரம்பலூர் செல்லும் வழியில் மலையடிவாரத்தில் ஒரு சிற்றூர்.

அங்கே இரண்டு சகோதரர்கள்.

இருவரும் 'ரெட்டியார்' சாதியைச் சேர்ந்தவர்கள்.

அவர்களுடைய சிற்றன்னைக்கும், அந்த ஊர்க் கிராம முன்சீப்பிற்கும் தொடர்பு ஏற்பட்டுவிட்டது.

அர்த்தமுள்ள இந்துமதம் – பாகம் 3

தன் சொத்துக்களை எல்லாம் அந்தக் கிராம முன்சீப்பிற்கு அவள் கொடுக்கப்போவதாக, அவர்கள் கேள்விப்பட்டார்கள்.

ஆத்திரமுற்றார்கள்.

பட்டப்பகலில் இருவரும் சிற்றன்னையை வெட்டிக் கொன்றார்கள்.

கண்கண்ட சாட்சிகள் ஏராளம்.

இருவரும் ஆயுள் தண்டனை விதிக்கப்பட்டார்கள்.

விளைவு?

சிற்றன்னையின் சொத்துக்களை அவள் விரும்பியது போலவே கிராம முன்சீப்பே அனுபவிக்க ஆரம்பித்தார்.

இதன் பொருள் என்ன?

'எது நடக்கக்கூடாது' என்பதற்காக நீ கோபப்படுகிறாயோ, நீ கோபப்பட்டு நிதானமிழந்த ஒரே காரணத்திற்காக, அது நடந்தே விடுகிறது.

ஆகவே, எதையும் சாதிக்க விரும்பும் மனிதனுக்கு 'நிதானம்' தான் அற்புதமான ஆயுதமே தவிர கோபம் அல்ல.

கைகேயி வாங்கிய வரங்கேட்டு இலக்குவன் கோபப்பட்டது போலவே இராமனும் கோபப்பட்டிருந்தால், அந்த வரத்தை மீறி முடி சூட்டிக்கொண்டிருந்தால் - 'ஸ்ரீராமச்சந்திர மூர்த்தி' என்ற தியாக புருஷனை நாம் வணங்கப் போவதில்லை.

பாகிஸ்தானில் இந்துக்களுக்கு நேர்ந்த அநீதியை எதிர்த்து அப்பொழுதே நேருஜி நேரடி யுத்தம் தொடர்ந்திருந்தால், உலகத்தில் அவருடைய மரியாதையும் உயர்ந்திருக்காது. நம்முடைய மரியாதையும் உயர்ந்திருக்காது.

அரபு நாடுகளின் நட்புறவும் கிடைத்திருக்காது.

உள்நாட்டில் நிம்மதியும் இருந்திருக்காது.

அவரது நீண்டகாலச் சகிப்புத் தன்மையின் விளைவாக எதிரிகள் தாங்களாகவே பணிந்தார்கள்.

வெற்றிக்கு மேல் வெற்றி பெற்ற ஹிட்லரின் கோபம் தானே, அவனது சடலத்தைக்கூட ஜெர்மானிய மக்கள் காண முடியாமல் அழித்துவிட்டது.

காமம், குரோதம், லோபம், மதம், மாச்சரியம் - என்று ஐந்து தீய குணங்களை வடமொழி குறிப்பிடுகிறது.

இதில், 'குரோதம்' இரண்டாவது இடத்தை வகிக்கிறது.

321

கண்ணதாசனின்

'பஞ்சமாபாதகங்களில் கோபம் ஒன்று' என்கிறது.

எவ்வளவு பெரிய கொடுமை உனக்கு இழைக்கப்பட்டாலும், அந்த நேரத்தில், அதை விதி என்று சகித்துக் கொண்டுவிட்டால், கொஞ்ச நாளில் நிலைமையே தலைகீழாகிவிடும்.

கோபத்தில் உடனே நீ நடவடிக்கை எடுத்தால் நிலைமை பயங்கரமாகிவிடும்.

முன்பெல்லாம் 'எவரையாவது தாக்கி எழுத வேண்டும்' என்று எனக்குத் தோன்றினால் அவசரமாக எழுதிவிடுவேன்.

பிறகு சாவகாசத்தில் சங்கடப்படுவேன்.

இப்பொழுதெல்லாம் எழுதத் தோன்றுவதை இரண்டு நாள் ஒத்திவைக்கிறேன்.

சூடு தணிந்து மனோபாவம் மாறிவிடுகிறது.

முன்பு, தினமும் ஒரு எதிரியைச் சம்பாதித்துக் கொள்வேன்.

இப்போது அது இல்லை.

எல்லா மனிதரும் கோபத்தை மட்டும் கைவிட்டுவிட்டால், கோர்ட்டுகளின் வேலை குறைந்து போகும்.

பத்திரிகைகளுக்குப் பரபரப்பான செய்தி கிடைக்காது.

ஒவ்வொரு மனித ஆத்மாவும் 'மகாத்மா' ஆகிவிடும்.

சரீர தத்துவப்படி ஒரு உணர்ச்சியில் இதயம் விழுந்து கொதிக்கும்போது, உடம்பும் கொதிக்கிறது.

அந்தக் கொதிப்பு மூளையிலும் ஏறுகிறது.

உஷ்ணத்தால் தாக்கப்பட்ட மூளை நிதானமிழந்து போகிறது.

ஆகவே, செய்தியைக் காதில் வாங்கும்போதே மிகச் சாதாரணமாக, சகஜமாக வாங்கிக் கொள்வது ஒன்றே கோபம் வராமல் தடுக்க ஒரே வழி.

கடைசியாக-

கோபத்தைப் பற்றி, காஞ்சிப் பெரியவர்கள் கூறியுள்ள கருத்தை அப்படியே கொடுத்து முடிக்கிறேன்.

அவர் சொல்கிறார்:

"நமக்கு அநேக சந்தர்ப்பங்களில் கோபம் வருகிறது; முக்கியமாக இரண்டு விதங்களில் கோபம் வருகிறது.

ஒருவன் ஒரு தப்புக் காரியம் செய்தால் அவனிடம் கோபம் ஏற்படுகிறது. அல்லது ஒருவன் நம்மைத் தூஷித்தால் அவனிடம் கோபம் வருகிறது. யோசித்துப் பார்த்தால் இந்த இரண்டு விதங்களிலும், எவரிடமும் கோபம் கொள்வதற்கு நமக்கு யோக்கியதை இல்லை என்று தெரியும்.

ஒருவன் தப்புப் பண்ணுகிறான் என்றால் கோபம் கொள்கிறோமே, அப்படியானால் நாம் தப்புப் பண்ணாதவர்களா? ஒருவனைப் பாவம் என்று நாம் துவேஷிக்கும் போது, நாம் அந்த பாவத்தைப் பண்ணாதவர்தானா என்று நினைத்துப் பார்க்க வேண்டும். காரியத்தில் பண்ணாவிட்டாலும் மனசால் பண்ணிக் கொண்டேதான் இருக்கிறோம். நம்மைவிடப் பாவமும் தப்பும் பண்ணுகிறவர்கள் இருக்கலாம். நம் மனசு ஏதோ ஒரு அளவுக்குப் பக்குவம் அடைந்திருப்பதால், நாம் இந்த அளவு பாவத்தோடு நிற்கிறோம். அவனுடைய மனசுக்கு இந்தப் பக்குவம்கூட வராததால் இன்னும் பெரிய பாவம் பண்ணுகிறான். நாம் செய்கிற தவறுகளைத் திருத்திக் கொள்வதற்கு எத்தனை பாடுபட வேண்டியிருக்கிறது? நம்மையும்விட மோசமான நிலைக்கு இறங்கிப் பாவங்களைச் செய்யப் பழகிவிட்ட இன்னொருத்தனின் மனசுக்கும் அதிலிருந்து மீளுவது சிரமமான காரியம்தான். அப்படிப்பட்டவனோடு நாம் சேர்ந்திருக்கவேண்டும் என்பதில்லை. அஸத்ஸங்கத்தை விட்டு ஸத்ஸங்கத்தில் சேர்வதுதான் ஆத்மா விருத்திக்கு முதல் படி என்று சகல சாஸ்திரங்களும் சொல்கின்றன. ஆனால் பாவிகளை நாம் வெறுப்பதிலும் கோபிப்பதிலும் பயனில்லை. 'அவர்களுடைய மனசும் நல்ல வழியில் திரும்ப வேண்டும்' என்று பிரார்த்திப்பதொன்றே நாம் செய்ய வேண்டியது. ஈசுவரானுக்கிரகத்தில், நம்மில் யாருக்காவது அனுக்கிரக சக்தி கிடைத்திருந்தால், அதை இந்தப் பாவிகள் கரையேறுவதற்கே உபயோகிக்க வேண்டும்.

நம் கோபம் எதிராளியை மாற்றாது. அவனுக்கு நம்மிடத்தில் கோபத்தை உண்டாக்குவதுதான் அதன் பலன். இரண்டு பக்கங்களிலும் துவேஷம் வளர்ந்துக் கொண்டே போகும். ஒருவன் தன் தப்பைத் தானே உணர்ந்து திருந்தச் செய்யாமல், நம் கோபத்துக்குப் பயந்து நடந்து காட்டுவதில், நமக்குப் பெருமையில்லை. இது நிலைத்தும் நிற்காது. அன்பினாலேயே பிறரை மாற்றுவதுதான் நமக்குப் பெருமை; அதுதான் நிலைத்து நிற்கும்.

ஒருத்தன் பாவம் செய்ய அவனுடைய மனசு, சந்தர்ப்பம் இரண்டும் காரணமாகின்றன. நாம் பல பாவங்களைச் செய்யாமல்

சந்தர்ப்பங்களே நம்மைக் கட்டிப் போட்டிருக்கலாம். எனவே ஒரு பாவியைப் பார்க்கும் போது, 'அம்பிகே! இந்தப் பாவத்தை நானும் கூட செய்திருக்கலாம். ஆனால், அந்தச் சந்தர்ப்பம் தராமல் நீ கிருபை செய்தாய். அந்தக் கிருபையை இவனுக்கும் செய்யம்மா' என்று பிரார்த்திக்க வேண்டும்.

இரண்டாவதாக நம்மை ஒருத்தர் துவேஷிக்கிறார் என்றும் கோபம் கொள்ள வேண்டியதில்லை. நாம் எத்தனை தூஷணைக்குத் தக்கவர் என்பது நம் உள்மனசுக்குத் தெரியும். ஒரு வேளை நம்மைத் தூஷிக்கிறவர் நாம் செய்யாத தவறுக்காக நம்மைத் திட்டிக் கொண்டிருக்கலாம். ஆனால் நாம் செய்த தவறுகள் அதைவிடப் பெரியவை என்று நம் அந்தரங்கத்திற்குத் தெரியும். நம் தவறுகளைக் கழுவிக்கொள்வதற்காக, ஒவ்வொரு நாளும், அம்பாளிடம் பச்சாதாபத்துடன் அழவேண்டிய நிலையில் தான் இருக்கிறோம். இந்த நிலையில் உள்ள நாம் பிறரைத் தப்புக் கண்டுபிடித்துக் கோபிக்க நியாயம் ஏது?

நாம் தப்பே செய்யவில்லை என்றால், அப்போது பிறரைக் கோபிக்கலாமா என்றால், இப்படித் தப்பே பண்ணாத நிலையில் நாம் அன்புமயமாகி விடுவோம். அப்போது நமக்குப் பாவியிடமும் கருணை தவிர வேறு எந்தப் பாவனையும் இராது; கோபமே உண்டாகாது. நாம் தப்புச் செய்தவர்கள் என்றாலோ, நமக்குப் பிறரைக் கோபிக்க யோக்கியதை இல்லை. தப்பே பண்ணாத நிலையிலோ, எல்லாம் அம்பாள் லீலைதான் என்று தெரிகிறது. லீலையில் யாரைப் பூஜிப்பது, யாரைத் தூஷிப்பது? எப்படிப் பார்த்தாலும் கோபம் கூடாதுதான்.

மனிதனைப் பாவத்தில் அழுத்துகிற இரண்டு பெரும் சக்திகள், 'காமமும் குரோதமுமே' என்கிறார் கிருஷ்ண பரமாத்மா. அதாவது நம் கோபத்தினால் நமக்கே தான் தீங்கு செய்து கொள்கிறோம். பெரும்பாலும், நம்முடைய கோபத்தை எதிராளி பொருட்படுத்துவதே கிடையாது. ஆத்திரப்படுவதால், நாமே நம் மனசு, சரீரம் இரண்டையும் கெடுத்துக் கொள்வதோடு சரி. அன்பாக இருப்பதுதான் மனிதனின் ஸ்வபாவமான தர்மம். அதுதான் ஆனந்தமும். அன்பு நமக்கும் ஆனந்தம் எதிராளிக்கும் ஆனந்தம். 'அன்பே சிவம்' என்பார்கள். நாம் எல்லாரும் அன்பே சிவமாக அமர்ந்திருக்கப் பிரயாசைப்பட வேண்டும்.''

11

மதுவும் மதமும்

மதுப் பழக்கம் உள்ள ஒருவனே மதுவினால் விளையும் தீமைகளைத் தெளிவாக எடுத்துரைக்க முடியும்.

'எனக்கு இருபதாண்டுகளாக அந்தப் பழக்கம் உண்டு' என்பது ஒன்றும் புதிய செய்தியல்ல.

அந்தத் தார்மீக ஒழுக்கக்கேட்டிற்கு நான் வக்காலத்து வாங்க வரவில்லை.

ஆனால், 'சட்டத்தினால் மதுவை ஒழிக்க முடியாது' என்று நான் வாதிட்டிருக்கிறேன்.

சட்டம் போட்டு ஒன்றை மறைக்க, மறைக்க அது பற்றிய ஆசைகளே கிளர்ந்து எழும்.

முழுக்க மூடிக்கொண்டிருக்கும் பெண்ணைப் பார்க்க விரும்பும் கண்ணைப்போல், முழுக்க மறைக்கப்பட்ட ஒன்றைச் சுவைக்க விரும்புவது மனித இயல்பு.

ஆகவேதான், 'மதுப்பழக்கம், விலைமாதர் உறவு இரண்டையும் சட்டத்தின் மூலம் ஒழிக்க முடியாது' என்று நான் வாதிடுகிறேன்.

அடுத்தவனுக்குத் தீமை பயக்கக்கூடிய சமுதாய ஒழுக்கக்கேட்டை மட்டுமே சட்டம் தடுக்க முடியும்.

தனிமனிதனின் ஒழுக்கத்திற்கு அது உத்தரவாதம் தேடமுடியாது.

காரணம் - அவன் எங்கேயாவது மறைந்து நின்று கொண்டு, அந்த ஒழுக்கக்கேட்டிற்குப் பலியாவான்.

ஆகவே, மது, விலைமாதர் என்ற இரு விஷயங்களில் அழுத்தமான 'நீதி' போதனையே மனிதனின் மனத்தை மாற்ற முடியும்.

"குடித்தால் உன் உடம்பு கெடும்.

மலத்துக்கும், சோற்றுக்கும் வித்தியாசம் தெரியாது.

காரணம் இல்லாமல் வீண் பகைகளைக் கொண்டுவந்து சேர்க்கும்.

கண்ணதாசனின்

நீ என்ன சொன்னாலும் உலகம் உன்னை நம்பாது.

நீ நிதானமாகப் பேசினாலும் கூட, 'இது குடிகாரன் பேச்சு' என்று தள்ளிவிடும்.

நீ குடிக்கும் மது, உன் குடும்பத்தின் வாழ்வைக் குடித்துவிடும்.

உன் வருமானம் பாழாகும்.

செய்ய வேண்டிய காரியத்தைச் செய்ய வேண்டிய காலத்தில் செய்ய முடியாது.

மதுவினால் நீ நோயுற்றால், உனக்காக யாரும் வருத்தப்பட மாட்டார்கள்.

குடும்பத்தாலும் சமுதாயத்தாலும் ஒதுக்கப்பட்ட புல்லாக, பூச்சியாக நீ மாறிவிடுவாய்.

நற்குலப் பெண்கள் உன் அருகில் வரவே பயப்படுவார்கள்.

மொத்தத்தில் நீ மனிதனாகவே வாழ முடியாது"

- இப்படி அவனுக்கு இடித்துக் காட்டினால், ஒரு கட்டத்தில் இந்த அனுபவம் அவனுக்கு வந்து, மதுவைக் கைவிட்டு விடுவான்.

ஆகவேதான், இந்தியா தோன்றிய காலத்தில் இருந்து, பின் இந்து மதம் பிறந்த காலத்தில் இருந்து மதுவுக்கு எதிராக மதம் வாதாடிப் போதித்திருக்கிறதே தவிர, அரசர்களிடம் தன் சக்தியைப் பயன்படுத்தி, அதைத் தடைசெய்யச் சொன்னதில்லை.

"மது உள்ளே போனால், மதி வெளியே போகும்."

"சாராயத்தை உள்ளே போட்டால் பூராயம் எல்லாம் வெளியே வந்துவிடும்"

"குடிகாரன் பேச்சு பொழுது விடிஞ்சாக்கப் போச்சு"

"கள்ளுக் குடிச்சவனுக்குச் சொல்லுப் புத்தி ஏறாது."

- இவையெல்லாம் கிராமத்துப் பழமொழிகள்.

மதுவிலக்குப் பிரச்சாரம் இந்தியாவில் பல கோணங்களில், பல விதங்களில், பல கட்டங்களில் நடைபெற்று வந்திருக்கிறது.

அப்பொழுதெல்லாம், நாட்டிலே குடிகாரர்கள் குறைவாகவே இருந்தார்கள்.

என்று மதுவிலக்குச் சட்டம் வந்ததோ, அன்றிலிருந்துதான் குடிப்பவர்கள் அதிகமானார்கள்.

ஆகவே, இந்த வகையிலும் மதம் போதித்து எழுப்பும் தார்மீகச் சக்தியை சட்டம் உருவாக்க முடியாது.

அர்த்தமுள்ள இந்துமதம் – பாகம் 3

இந்து மதம், மது உண்பவர்களையே 'அரக்கர்கள்' என்று அழைத்தது.

மதுவினால் மதியிழந்தோர் கதைகள் இந்துமத ஏடுகளில் ஏராளம், ஏராளம்.

எங்கள் குடும்பத்தில் நான்தான் குடிக்கப் பழகிய முதல் மனிதன்.

எனக்கு முந்திய தலைமுறையில் ஒவ்வொருவரும் குடித்து விட்டு வருவோனைக் கண்டால், காலால் உதைப்பார்கள்.

என் தந்தை ஒரு கிராம முன்சீப்பையே அப்படி உதைத்திருக்கிறார்.

அந்நாளில், அரசாங்கம் லைசென்ஸ் கொடுத்தாலும் ஊருக்குள்ளே கள்ளுக்கடையோ சாராயக்கடையோ வைக்க எந்தக் கிராமத்திலும் யாரும் இடம் கொடுக்க மாட்டார்கள்.

குடித்துவிட்டுச் சபைக்கு வரும் ஒருவனை அந்நாளில் காணவே முடியாது.

குடிப்பவனுக்குப் பெண் கொடுக்க மாட்டார்கள்.

காரணம், இந்துமதத்தின் உணர்ச்சிகரமான போதனை அவ்வளவு சக்தி வாய்ந்ததாக இருந்தது.

தாங்கள் குடிப்பதற்குப் பெரும்பாலோர் சொல்லும் காரணம்- 'கவலைகளை மறப்பதற்கே' என்பதாகும்.

ஒரு இடத்தில் கம்பன், இதனை சுக்ரீவன் வாய்மொழியாக மிக அழகாகச் சொல்லுகிறான்.

"நெருப்பை நெய்யால் அணைத்தேன்" என்கிறான்.

கவலைக்காகக் குடிக்க ஆரம்பித்தால், உள்ளே போய் விழுந்த மது, அந்தக் கவலையை அதிகப்படுத்துமே தவிரக் குறைக்காது.

ஒரு குடிகாரன், குடிக்க ஆரம்பிக்கும்போது எதை நினைத்துக் கொண்டு குடிக்கத் துவங்குகிறானோ, அதுதான் அவன் குடித்து முடித்துத் தூங்கும்வரை விசுவரூபம் எடுத்து நிற்கும்.

முதல் ரவுண்டு குடிக்கும்போது, 'ஒருவனை உதைக்க வேண்டும்' என்று நீ நினைத்தால் மூன்றாவது ரவுண்டு முடிந்ததும், அவனைத் தேடி உன்னைப் போகச் சொல்லுமே தவிர, அந்தக் கோபத்தை அது குறைக்காது.

அதனால்தான், மேலை நாட்டார் தனியாகக் குடிப்பது இல்லை.

கண்ணதாசனின்

'சொசைட்டி டிரிங்கிங்' என்று கூட்டம் கூட்டமாகக் குடிக்கத் தொடங்கினார்கள்.

குடித்துவிட்டு நாட்டியமாடத் தொடங்கினார்கள்.

விளைவு -

'எவ்வளவு குடிக்கிறோம்' என்ற அளவு தெரியாமல் அற்ப ஆயுளிலேயே மாண்டு போனார்கள்.

தனியாகக் குடித்தால், கவலையின் அளவு அதிகமாகிறது. கூட்டமாகக் குடித்தால், குடிக்கும் அளவு அதிகமாகிறது.

நமது புராணங்களில், 'குடிப்பவனது வயிறு பெரிதாக இருக்கும்' என்று குறிப்பிடுகிறார்கள்.

அரக்கர்களின் வயிற்றை அப்படியே வர்ணிக்கிறார்கள்.

இது ஒரு மருத்துவ உண்மை.

குடிக்க குடிக்க, வயிற்றுக்குள்ளே 'Fluid' உற்பத்தியாகிறது.

'வயிறு மகோதரம்' போல் ஆகிவிடுகிறது.

ஈரலில் 'Liver Sirosis' என்ற நோய் உற்பத்தியாகிறது.

ஆரம்ப காலத்தில், குடிகாரர்கள் நிறையச் சாப்பாடு சாப்பிடுவார்கள்.

நாள் ஆக ஆக, குடி அதிகமாகி சாப்பாடு குறைந்துவிடும்.

'மரணம் வாசல் வரைக்கும் வந்துவிட்டது' என்பது இதன் பொருள்.

தண்ணீரையும் நாம் குடிக்கிறோம்; பாலையும் குடிக்கிறோம்.

ஆனால், எதையும் 'குடி' என்று அழைப்பதில்லை. இதை மட்டும் ஏன் 'குடி' என்கிறோம்? இது ஒன்றுதான், உயிரைக் குடிக்கிறது.

குடியைப்பற்றிச் சொல்கின்ற புராண இதிகாசங்கள் எல்லாம் 'அவர்கள் குடித்தார்கள்' என்று கூறிவிட்டு அதன் மூலம் என்னென்ன தவறுகள் செய்தார்கள் என்பதையே விவரிக்கின்றன.

வள்ளுவர், சுருக்கமாக, 'நஞ்சுண்பார் கள்ளுண்பவர்' என்றார்.

'இந்திரன் மதி மயங்கி, அகலிகை கெடுக்கப்பட்டதற்கும் மதுவேதான் காரணம்' என்று ஓர் உபன்யாசகர் சொல்லக் கேட்டிருக்கிறேன்.

என் அனுபவத்தில், சாராசரி மூளை சுறுசுறுப்பாக வேலை செய்து கடைசியில் முட்டாள்தனமாக முடிவெடுக்கும்படி வைப்பது மது ஒன்றே.

இரவு நேரத்தில், அக்கம் பக்கத்தார் விழித்துக் கொள்ளும்படியாகக்கூட நான் சத்தம் போட்டிருக்கிறேன்.

எவ்வளவு அறிவுள்ள மனிதனையும் முட்டாளாக்கிவிடும் அந்த மதுவிற்கு அடிமையாகி விட்டால், பிறகு மீள்வது கடினம்.

கம்பராமாயணத்தில், மதுவுண்டு மயங்கிய சுக்ரீவன், தன் நிலமைக்கு இரங்கி, கீழ்க்கண்டவாறு புலம்புகிறான்.

''உறவுண்ட சிந்தை யானும்
உரைசெய்வான்! ஒருவற்கு இன்னம்
பெறல் உண்டோ?அவரால் ஈண்டுயான்
பெற்றபேர் உதவி; உற்றது
இறல்உண்டோ? என்னின் தீர்வான்
இருந்தபேர் இடரை எல்லாம்
நறவுஉண்டு மறந்தேன்! காண
நாணுவல், மைந்த!'' என்றான்.

ஏயின அது அலால், மற்று ஏழைமைப் பாலது என்னோ?
''தாய் இவள் மனைவி'' என்னும் தெளிவு இன்றேல்!
தருமம் என் ஆம்?

விவினை ஐந்தின் ஒன்று ஆம்; அன்றியின் திருக்கு நீங்க
மாயையின் மயங்குகின்றோம்; மயங்கினமேல் மயக்கம்வைத்தோம்.

'தெளிந்து தீவினையைச் செற்றார் பிறவியின் தீர்வர்' என்ன
தீளிந்திலா உணர்வி னோரும் வேதமும் விளம்ப வேயும்
தெளிந்து உறை புழுவை நீக்கி, நறவு உண்டு
நிறைகின்றேனால்
அளிந்து அகத்து: எரியும் தீயை நெய்யினால் அவிக்கின் றாரின்,
'தன்னைத்தான் உணரத் தீரும் தகைஅறு பிறவி,
என்பது என்னத்தான் மறையும் மற்றத் துறைகளும்
இசைத்த எல்லாம்

முன்னை, தான் தன்னை ஓராமுழுப்பிணி அழுக்கின் மேலே
பின்னைத்தான் பெறுவது அம்மா; நறவுஉண்டு திகைக்கும்
பித்தோ?

அளித்தவர் அஞ்சும் நெஞ்சின் அடைத்தவர், அறிவில், மூழ்கிக்
குளித்தவர், இன்ப துன்பம் குறைந்தவர், அன்றி வேரி
ஒளித்தவர் உண்டு, மீண்டும் இவ்வுலகு எல்லாம் உணர ஓடிக்
களித்தவர் எய்தி நின்ற கதிஒன்று கண்டது உண்டோ?

செற்றது பகைஞர், நாட்டார் செய்தபேர் உதவி தானும்
கற்றதும், கண்கூடாகக் கண்டதும், நிலைவ லாளர்
சொற்றதும், மானம் வந்து தொடர்ந்ததும் படர்ந்த இன்பம்
உற்றதும் உணரார் ஆயின் இறுதிவேறு இதனின் உண்டோ?
வஞ்சமும், களவும், பொய்யும், மயக்கமும் மரபுஇல் கொட்பும்
தஞ்சம் என்றாரை நீக்கும் தன்மையும், களிப்பும் தாக்கும்
கஞ்சமெல் அணங்கும் தீரும், கள்ளினால்! அருந்தினாரை
நஞ்சமும் கொல்வது அல்லால்; நரகினை நல்காது அன்றே
கேட்டனன் 'நறவால் கேடுவரும்' எனக் கிடைத்த அச்சொல்
காட்டியது; அனுமன் நீதிக் கல்வியால் கடந்தது அல்லால்
மீட்டு இனி உரைப்பதே என்ன? விரைவின் வந்து அடைந்த வீரன்
மூட்டிய வெகுளி யால்யாம் முடிவதற்கு ஐயம் உண்டோ?
''ஐய நான் அஞ்சினேன்; இந்நறவனின் அரிய கேடு;
கையினால் அன்றி யேயும் கருதுதல் கருமம் அன்றால்;
வெய்யது ஆம் மதுவை; இன்னம் விரும்பினேன் என்னின்
செய்ய தாமரைகள் அன்ன சேவடி சிதைக்க'' என்றான் வீரன்!

இந்தக் கட்டுரைத் தொடரில், நான் ஏன் மதுவிலக்குப் பிரச்சாரம் செய்ய வருகிறேன் என்றால், சில வேதங்களையும், கம்பராமாயணத்தையும், திருக்குறளையும் படித்தது - ஒன்று;

என் அனுபவம் - இரண்டு.

மதுவினால், உண்மையிலேயே நான் போய்ச் சேர வேண்டிய ஊருக்குப் போய்ச் சேர முடியாமல் ரயிலைத் தவற விட்டிருக்கிறேன்.

வாழ்க்கை ரயிலையும் தவற விட்டிருக்கிறேன்.

ஒரு இந்து, மது அருந்துவதை மதம் நியாயப்படுத்தவில்லை.

வழக்கம்போலவே அவனைத் தட்டிக் கொடுத்துத் தர்ம போதனை மூலம் திருப்புகிறது.

மது விலக்கை சரியாகச் செயல்படுத்த வேண்டும் என்றால், அது நமது போலீஸ்காரர்களால் இயலாது.

மத விரிவுரையாளர்களால் மட்டுமே இயலும்.

12
பக்குவம்

'பக்குவம்' என்பது என்ன?

ஒரு மனிதன் பக்குவம் அடைவதற்கு முன் உள்ள நிலை என்ன? அடைந்த பின் காணும் நிலை என்ன?

பகவான் ஸ்ரீராமகிருஷ்ணர், சில அற்புதமான உவமைகளைக் கூறுகிறார்.

ஒன்று...

குடத்தில் தண்ணீர் மொள்ளும் போது 'பக்பக்' கென்று சத்தம் உண்டாகிறது.

குடம் நிரம்பியதும் அச்சத்தம் நின்று விடுகிறது.

இரண்டு....

ஒரு வீட்டில் விருந்துக்குப் பலரை அழைத்தால் முதல்முதலில் அவர்கள் போடும் சத்தம் அதிகமாக இருக்கும்.

சாப்பிட உட்காரும் வரையில் அச்சத்தம் இருக்கும்.

இலையில் அன்னம் பரிமாறி விருந்தினர்கள் சாப்பிடத் தொடங்கியதும், முக்கால்வாசிச் சத்தம் நின்றுவிடும்.

கடைசியாகத் தயிர் பரிமாறும்போது, அதை உண்ணும் 'உஸ் உஸ்' என்ற சத்தம்தான் கேட்கும்.

மூன்று...

தேனீயானது மலரில் உள்ளே இருக்கும் தேனையடையாமல், இதழ்களுக்கு வெளியே இருக்கும் வரையில் ரீங்காரம் பண்ணிக்கொண்டு பூவைச் சுற்றிச் சுற்றி வரும்.

ஆனால், பூவுக்குள் நுழைந்துவிட்டால் சத்தம் செய்யாமல் தேனைக் குடிக்கும்.

நான்கு...

புதிதாக வேறு மொழியைக் கற்றுக் கொள்பவன் தான் பேசும்போதெல்லாம் அம்மொழியின் வார்த்தைகளை உபயோகித்துத் தனது புது ஈடுபாட்டைக் காட்டிக் கொள்வான்.

அந்த மொழியில் விற்பன்னனோ, தன் தாய் மொழியில் பேசும்போது, அந்த மொழி வார்த்தைகளை உபயோகிப்பதில்லை.

ஐந்து...

ஒரு மனிதன் சந்தைக் கடைக்கு வெகு தூரத்தில் இருக்கும்போது, உருத்தெரியாத 'ஓ' என்ற சத்தத்தை மட்டும் கேட்கிறான்.

ஆனால், அவன் சந்தைக்குள் நுழைந்தவுடன் ஒருவன் உருளைக்கிழங்கிற்கும், மற்றொருவன் கத்திரிக்காய்க்கும் பேரம் பண்ணுவதைத் தெளிவாகக் கேட்கிறான்.

ஆறு...

சுடாத மாவுப் பலகாரம் ஒன்றைக் கொதித்துக் கொண்டிருக்கும் நெய்யில் போட்டால் முதலில் 'பட்பட்' என்ற சத்தம் உண்டாகும்.

அந்தப் பலகாரம் வேக வேக அதன் சத்தம் குறையும்.

முற்றிலும் வெந்தவுடன் சத்தமே கேட்காது.

- பக்குவமற்ற நிலைக்கும், பக்குவ நிலைக்கும் இடையே உள்ள வித்தியாசத்தைப் பகவான் எவ்வளவு அழகாகக் கூறியிருக்கிறார்.

கல்லூரியில் படிக்கும்போது, ஒரு இளைஞனுக்கு எல்லாமே வேடிக்கையாகத் தெரிகிறது.

கல்யாணமாகிக் குழந்தை குட்டிகளோடு அவன் வாழ்க்கை நடத்தும்போது, ஒவ்வொரு வேடிக்கைக்குள்ளும் வேதனை இருப்பது அவனுக்குப் புரிகிறது.

இளமைக் காலத்து ஆரவாரம், முதுமை அடைய அடையக் குறைந்து வருகிறது.

ஒவ்வொரு துறையிலும், நிதானம் வருகிறது.

இளம் பருவத்தில் இறைவனைப்பற்றிய சிந்தனை அர்த்த புஷ்டியற்றதாகத் தோன்றும்.

வாழ்வில் அடிபட்டு வெந்து, நொந்து ஆண்டவனைச் சரணடைய வரும்போது, அவனது மாபெரும் இயக்கம் ஒன்று பூமியில் நடைபெறுவது புத்தியில் படும்.

பக்குவமற்றவனுக்கு நாத்திகம், அராஜகம் எல்லாமே குஷியான தத்துவங்கள்.

பக்குவம் வர வர, ரத்தம் வற்ற வற்ற இந்தத் தத்துவங்கள் எல்லாம் மறுபரிசீலனைக்கு வரும்.

நடைமுறைக்கு ஒத்த சிந்தனை, பக்குவப்பட்ட பிறகே தோன்றும்.

அர்த்தமுள்ள இந்துமதம் – பாகம் 3

இருபது வயது இளைஞனைப் பெண் பார்க்கச் சொன்னால் எல்லாப் பெண்களுமே அவன் கண்களுக்கு அழகாய்த்தான் தெரிவார்கள்.

நாற்பது வயதிற்கு மேலேதான், நல்ல பெண்ணைத் தேர்ந்தெடுக்கும் தெளிவு அவனுக்கு வரும்.

கல்லூரி மாணவனைப் படிக்கச் சொன்னால் காதல் கதையையும், மர்மக் கதையையும் படிப்பதில்தான் அவன் கவனம் செலுத்துவான்.

காதலித்துத் தோற்றபின்தான், அவனுக்குப் பகவத் கீதையைப் படிக்கும் எண்ணம் வரும்.

விளையாட்டுத்தனமான மனோபாவம் பிடிவாதத்திற்குப் பெயர் போனது.

எதையும் சுலபத்தில் ஏற்றுக்கொண்டு 'அதைவிட உலகமே கிடையாது' என்று வாதாடும்.

எதிர்த்தால் வேரோடு பிடுங்க முயலும்.

பக்குவமற்ற நிலை என்பது இரண்டு 'எக்ஸ்ட்ரீம்' நிலை.

ஒன்று, இந்த மூலையில் நின்று குதிக்கும், அல்லது அந்த மூலையில் இருந்து குதிக்கும்.

பக்குவ நிலைக்குப் பெயரே நடு நிலை.

மேலை நாட்டில் ஒரு பழமொழி உண்டு.

'இருபது வயதிற்குள் ஒருவன் கம்யூனிஸ்ட் ஆகவில்லை என்றால் அவன் அப்பாவி; முப்பது வயதிற்கு மேலும் அவன் கம்யூனிஸ்டாக இருந்தால் அவன் மடையன்!'

- இதுதான் அந்தப் பழமொழி.

பரபரப்பான பருவ காலத்தில் கோயிலுக்குப் போனால் தெய்வம் தெரியாது என்பது மட்டுமல்ல, அங்கே சிலையில் இருக்கும் அழகுகூடத் தெரியாது.

ஐம்பது வயதில் கோயிலுக்குப் போனால், சிலையில் இருக்கும் ஜீவனும் தெரியும்.

இதில் வெறும் பருவங்களின் வித்தியாசம் மட்டுமில்லை.

பக்குவத்தின் பரிணாம வளர்ச்சியும் அடங்கியிருக்கிறது.

ஏன், உடம்பேகூட இருபது வயதில் எந்த உணவையும் ஜீரணிக்கிறது.

333

கண்ணதாசனின்

நாற்பதிற்கு மேலேதானே 'இது வாய்வு' இது பித்தம், என்கிற புத்தி வருகிறது.

'டென்ஷன்' என்ற ஆங்கில வார்த்தைக்குச் சரியான தமிழ் வார்த்தை எனக்குப் புரியவில்லை.

'முறுக்கான நிலை' என்று அதைக் கூறலாம்.

அந்த நிலையில் 'எதையும் செய்யலாம், எப்படியும் செய்யலாம்' என்கிற 'திமிர்' வருகிறது.

அதில் நன்கு அனுபவப்பட்ட பிறகு, 'இதைத்தான் செய்யலாம்' 'இப்படித்தான் செய்யலாம்' என்ற புத்தி வருகிறது.

இனி விஷயத்திற்கு வருகிறேன்.

'ஞான மார்க்கப் பக்குவமும் அப்படிப்பட்டது தான்' என்பதைக் கூறவே இவற்றைக் கூறினேன்.

உள்ளம் உடலுக்குத் தாவி, உடல் ஆன்மாவுக்குத் தாவிய நிலையே, பக்குவப்பட்ட நிலை.

தேளைப் பிடிக்கப் போகும் குழந்தை, அதையே அடிக்கப் போகும் மனிதனாக வளர்ச்சியடைகிறது.

அதற்குப் பிறகு, அந்தத் தேளிடமேகூட அனுதாபம் காட்டும் ஞானியாக அந்த மனிதன் மாறி விடுகிறான்.

இன்றைய பக்குவம் இருபதாண்டுகளுக்கு முன் எனக்கு இருந்திருந்தால், எனது அரசியலில்கூட முரண்பாடு தோன்றியிருக்காது.

வெறும் உணர்ச்சிக் கொந்தளிப்பில், நன்மை தீமைகளை உணரும் நிதானம் அடிபட்டுப் போகிறது.

ஆரம்பத்தில் 'இதுதான் சரி' என்று ஒன்றை முடிவு கட்டிவிட்டு, பின்னால் 'இது தவறு' என நாமே சொல்ல வேண்டிய நிலை வருகிறது.

சரியாகக் கணக்கிட்டால், மனித வாழ்க்கைக்கு மூன்று கட்டங்கள்.

முதற் கட்டம் - ஒன்றுமே புரியாத உணர்ச்சிக் கூத்து.

இரண்டாவது கட்டம் - ஏதோ இருப்பதாக, ஆனால் தெளிவாகத் தெரியாத, மயங்கிய நிலை.

மூன்றாவது கட்டம் - பிரபஞ்சம் எவ்வளவு பெரியது என்றும், நமக்கும் மேலே ஒரு நாயகன் இருக்கிறான் என்றும் முழு நம்பிக்கை கொண்ட ஞானநிலை.

அர்த்தமுள்ள இந்துமதம் – பாகம் 3

இந்த மூன்றாவது நிலையை முதற் கட்டத்திலேயே எய்தியவர்கள் பலர் உண்டு.

சுவாமி விவேகானந்தரைப் போல, வளைந்து கொண்டே வளர்ந்த மரங்கள் உண்டு.

அவர்கள் எல்லாம் பூர்வ ஜென்ம புண்ணியத்தால் அந்த நிலையை எய்தியவர்கள்.

மற்றவர்கள், அனுபவத்தின் மூலமாகத்தானே பக்குவ நிலையை அடைய வேண்டியிருக்கிறது!

எகிப்து மன்னன் பாரூக், பட்டம் துறந்து பாரிஸ் நகரில் சீரழிந்தபோதுதான் 'மனிதாபிமானம்' என்றால் என்ன என்பதை உணர முடிந்தது.

ஆனால், அரண்மனை வாசத்திலேயே அதனை உணர்ந்து கொண்ட சித்தார்த்தன், கௌதம புத்தரான வரலாறும் நம்முடைய நாட்டிலே உண்டு.

தூக்கத்திற்கும் விழிப்பிற்கும் நடுவே தடுமாறும் மனிதர்கள் நம்முடைய நாட்டிலே மிக அதிகம்.

ஒன்று, தூங்குவதென்றால் நிம்மதியாகத் தூங்கி விடவேண்டும்.

விழிப்பதென்றால் சுறுசுறுப்பாக விழித்துக் கொள்ள வேண்டும்.

தூக்கமும் விழிப்புமாக இருப்பதால் தூக்கத்தின் பலனும் கிட்டாது, விழிப்பின் பலனும் கிட்டாது.

'மனப்பக்குவம்' என்பது அனுபவங்கள் முற்றிப் பழுத்த நிலை.

அந்த நிலையில் எதையுமே 'இல்லை' என்று மறுக்கின்ற எண்ணம் வராது.

'இருக்கக்கூடும்' என்றே சொல்லத் தோன்றும்.

எனது நண்பரும் முன்னாள் அமைச்சருமான தோழர் நெடுஞ்செழியன் அவர்கள், ஒரு கட்டுரையில் "நாஸ்திகன் தன் கொள்கையில் தெளிவாகவே இருக்கிறான்" என்றும், "ஆஸ்திகன் தான் தடுமாறுகிறான்" என்றும், "கடவுள் இல்லை என்பதை நாஸ்திகன் உறுதியாகச் சொல்லுகிறான்" என்றும், "உண்டு என்பதற்கு ஆஸ்திகன் ஒழுங்காக விளக்கம் தர முடியவில்லை" என்றும் எழுதியிருக்கிறார்.

நல்லது.

'இல்லை' என்று சொல்பவனுக்கு எந்தப் புத்தியும் தேவையில்லை.

எதைக் கேட்டாலும் 'இல்லை' என்று சொல்ல முட்டாளாலும் முடியும்.

ஆனால் 'உண்டு' என்று சொல்பவனுக்குத்தான் அதை நிலைநாட்டப் போதுமான அறிவு தேவைப்படும்.

''பூமிக்குக் கீழே என்ன இருக்கிறது'' என்று கேட்டால் எதுவுமே இல்லை, என்று குழந்தைகூடப் பதில் சொல்லிவிட முடியும்.

ஆனால், ''அடியிலே நீர்; அதன் கீழே நெருப்பு'' என்று சொல்ல விஞ்ஞான அறிவு வேண்டும்.

பாத்திரம் செய்பவனுக்குப் பல நாள் வேலை; போட்டு உடைப்பவனுக்கு ஒரு நாள் வேலை.

நாஸ்திகன் எப்போதுமே தெளிவாக இருக்க முடியும்.

காரணம் எதைக் கேட்டாலும், எந்திரம் போல் 'இல்லை இல்லை' என்று மட்டுமே அவன் பதில் சொல்லப் போகிறான்.

நன்றாகத் தலையாட்டத் தெரிந்த அழகர் கோயில் மாட்டை விடவா அவன் உயர்ந்து விட்டான்.

ஆனால், ஆஸ்திகனோ, விபூதிக்கு ஒரு காரணம், குங்குமத்திற்கு ஒரு காரணம், திருமண்ணுக்கு ஒரு காரணம் சொல்லியாக வேண்டும்.

சொல்வது மட்டுமல்ல, எதிரியையும் ஒப்புக் கொள்ள வைக்க வேண்டும்.

ஒன்றை ஒப்புக்கொண்டு, அதன் உட்கீற்றுகளை விவரிப்பதற்குத் தகுந்த பக்குவம் தேவை.

ஆஸ்திகன், பிரபஞ்சத்தின் தோற்றம் முதல் இயக்கம் வரையில் கண்டுபிடிக்க முயலுகிறான்.

ஜனனம், மரணம் இரண்டையும் அவன்தான் ஆராய்கிறான்.

அப்படி ஆராய்ந்து இந்து வேதாந்திகள் செய்த முடிவை இதுவரை விஞ்ஞானம் தாண்டியதில்லை.

வேதங்களின் முடிவையே, விஞ்ஞானம் தன் முடிவாக ஏற்றுக் கொண்டிருக்கிறது.

ஆனால், விஞ்ஞானமும் அறியாமல், மெய்ஞ்ஞானமும் அறியாமல், அஞ்ஞானத்தைக் கொண்டு உழலும் நாஸ்திகனுக்கு, எல்லாம் இயற்கையாக நடக்கின்றன' என்று சொல்லத் தெரிகிறதே தவிர, அந்த இயற்கை என்பது என்னவென்று சொல்லத் தெரியவில்லை.

பக்குவ நிலைக்கும், பக்குவமற்ற நிலைக்கும் வேறுபாடு இதுதான்.

"கோயிலுக்குப் போய் ஏன் தேங்காய் உடைக்க வேண்டும்?"

"அப்படிக் கோயிலிலே என்ன இருக்கிறது?" என்று நாஸ்திகன் கேட்கிறான்.

அந்தத் தேங்காயை உடைக்கும் வரையில், 'அந்தத் தேங்காய்க்குள் என்ன இருக்கிறது?' என்பது அவனுக்குத் தெரியுமா?

அதில் வழுக்கையும் இருக்கலாம், முற்றிய காயும் இருக்கலாம்.

ஆகவே, உடைத்த பின்பே காயைக் கண்டு கொள்ளும் மனிதன், உணர்ந்த பின்பு தெய்வத்தைக் காண முடியும் என்பது உறுதி.

'கடவுளே இல்லை' என்று வாதாடியவன் எவனும் 'எனக்கு மரணமே இல்லை' என்று வாதாட முடியவில்லையே!

'மரணம்' என்று உணரப்படும்போதே சிலருக்குப் பக்குவம் வருகிறது.

எனக்குத் தெரிந்த மிகப் பெரிய நாஸ்திகர் கூட தமது அந்திம காலத்தில் யார் கொடுத்த விபூதிகளையும் பூசிக் கொண்டார்கள்.

மரணத்தின் பின் எங்கே போகப் போகிறோம் என்று நிச்சயமாகத் தெரியும் வரை ஈசுவரன் ஒருவன் இருப்பது உறுதி.

நன்கு பக்குவப்பட்டவர்கள், தம் வாழ்நாளிலேயே காணமுடிகிறது.

இப்போதெல்லாம், 'போலித்தனம் எது? பொய் எது?' என்பதைக் கண்டுகொள்ளக்கூடிய தெளிவு எனக்கு வந்து விட்டது.

காரணம், வயது மட்டுமல்ல, பக்குவம்.

செருப்புப் போடாத காலத்தில், மலத்தை மிதித்திருக்கிறேன். அதனால், இப்போது செருப்புப் போடுகிறேன்.

கடலை மாவில் செய்த பலகாரத்தைச் சிறுவயதில் விரும்பிச் சாப்பிட்டேன். இப்போது அது தவறு என்பதை உணருகிறேன்.

என் முன்னால் ஒரு வாதியையும் பிரதிவாதியையும் கொண்டு வந்து நிறுத்தி, 'யார் நிரபராதி' என்று சொல்லச் சொன்னால் அவர்களது வாக்குமூலங்கள் இல்லாமலேயே, நான் அவர்களைக் கண்டுபிடிப்பேன்.

அரசியலில் கூட **1969**-ல் நான் எடுத்த முடிவுக்குத் தான் **1971**-ல் பலபேர் வந்தார்கள்.

கண்ணதாசனின்

1972- ல் எனது பெருந்தலைவரே வந்தார்.

1977-ல் பெரும்பாலோர் வந்திருக்கிறார்கள்.

என்னுடைய தீர்க்கதரிசனத்துக்கு முதல் அடிப்படை அறிவல்ல; அனுபவம்.

தலைப்பை மீண்டும் நினைவுபடுத்தினால், அதன் பெயரே 'பக்குவம்.'

13

இறைவனின் நீதிமன்றங்கள்

முன்னுரை

மனித வாழ்க்கையில் பல்வேறு சிக்கல்கள் இருக்கின்றன.

வானிலும், மண்ணிலும் பல்வேறு கோளங்கள் இயங்குகின்றன.

மனித உடம்பிலிருக்கும் ஆயிரக்கணக்கான நரம்புகள் போல், வாழ்க்கையில், ஆயிரக்கணக்கான சாலைகள் ஒன்றையொன்று வெட்டிக் கொண்டு போகின்றன.

குளங்களில் அலைகள் ஒன்றிலிருந்து பத்தாக, பத்திலிருந்து நூறாகக் கிளைத்துக் கொண்டே செல்கின்றன.

எங்கே தொடக்கம் எங்கே முடிவு என்பது ரகசியமாக வைக்கப்பட்டிருக்கிறது. அவ்வளவு சிக்கல்களையும் விசாரித்துத் தீர்ப்பு வழங்க ஒரு நீதிமன்றம் போதாது.

மற்ற மதங்களில் 'சுப்ரீம் கோர்ட்' மட்டுமே இருக்கிறது.

ஒரே நாயகனுடைய விசாரணைக்கு ஒரு கோடி வழக்குகளும் வைக்கப் பெறுகின்றன.

அதனால் வழக்குகள் பைசலாவதில் தாமதமாகின்றன.

வழக்கின் தரத்திற்கேற்ப பெஞ்சு கோர்ட்டுகளும், செஷன்ஸ் கோர்ட்டுகளும், உயர்நீதி மன்றங்களும், சுப்ரீம் கோர்ட்டும் அவற்றைப் பகிர்ந்து கொண்டு விசாரிப்பதை பூமியில் நாம் பார்க்கிறோம்.

இந்த அடிப்படையில் தான், இந்து மதத்தில் 'இறைவனின் நீதிமன்றங்'களும் அமைந்து இருக்கின்றன.

'பெஞ்ச் கோர்ட்' நீதிபதிகாளகச் சில தேவதைகள்.

'மொபைல் கோர்ட்' நீதிபதிகளாகச் சில தேவதைகள்.

அப்படியே படிப்படியாக விசாரிக்கும் தெய்வங்கள்.

இவற்றில் சிவன், பிரம்மா, விஷ்ணு என்ற அமைப்பு 'சுப்ரீம் கோர்ட்' அமைப்பாகும்.

கண்ணதாசனின்

கண்ணன், முருகன், விநாயகர் என்ற அமைப்பு உயர் நீதிமன்ற அமைப்பாகும்.

காளியம்மன், மாரியம்மன் என்ற அமைப்பு செஷன்ஸ் கோர்ட் அமைப்பாகும்.

ஊருக்கு ஊர் காணப்படும் குட்டித் தேவதைகள் அமைப்பு 'மாஜிஸ்திரேட் கோர்ட்' அமைப்பாகும்.

இறந்துபோன மூதாதையர் 'பெஞ்ச் கோர்ட்' நீதிபதிகளாவர்.

குட்டிச் சாத்தான் போன்றவை, மொபைல் நீதிபதிகளாகும்.

எண்ணிப் பார்க்கும்போது, இயற்கையான ஒரு மதத்தின் நிலைக்குத் தேடிக் கொண்ட செயற்கையான கற்பனை போலத் தோன்றும்.

ஆனால், வழக்குகள் பைசலாகும் முறையை விவரிக்கும் போது இது எவ்வளவு உண்மை என்பது தெரியவரும்.

சிவனையோ, விஷ்ணுவையோ வணங்கி சீக்கிரம் தீர்ப்புப் பெற்றவர் யாருமில்லை.

ஏறவேண்டிய அளவு படிக்கட்டுகளில் ஏறி இறங்கிய பின்னால், காலந்தாழ்ந்து அவர்கள் தீர்ப்பு கைக்குக் கிடைக்கிறது.

கண்ணன், முருகன், விநாயகர் போன்ற உயர்மன்ற நீதிபதிகள் ஏற்கெனவே இருக்கும் சட்டங்களுக்குப் 'புது ரூலிங்' கொடுக்கிறார்கள்.

காலத்தால் மாறுகின்ற நியாயங்கள், இந்த ரூலிங்கின் விளைவாகத் தோன்றியவையே.

இந்தத் தொடர் கட்டுரையில் ஒவ்வொரு நிகழ்ச்சிகளைக் குறிப்பிட்டுத் தீர்ப்புகளைக் காட்டுகின்றேன்.

உதாரணத்திற்கு, தலைகீழாக நடந்து எத்தனை படிக்கட்டுகள் ஏறிக் காரைக்கால் அம்மையார் 'சுப்ரீம் கோர்ட்' தீர்ப்புப் பெற்று முக்தியடைந்தார் என்பதைக் குறிப்பிடலாம்.

இதுபோன்ற பல செய்திகள்.

இந்தத் தொடர் கட்டுரையை இப்படி வரிசைப்படுத்திக் கொள்கிறேன்.

1. மொபைல் கோர்ட்.
2. பெஞ்ச் கோர்ட்.
3. மாஜிஸ்திரேட் கோர்ட்.
4. செஷன்ஸ் கோர்ட்.

அர்த்தமுள்ள இந்துமதம் – பாகம் 3

5. ஹைகோர்ட்.
6. சுப்ரீம் கோர்ட்.

மாஜிஸ்திரேட் கோர்ட்டுக்கு வரும் பெரிய வழக்குகள் செஷன்ஸுக்கு 'கமிட்' செய்யப்படுகின்றன.

அங்கே தீர்ப்புக் கிடைத்ததும் 'அப்பீல்' செய்யும் உரிமையோடு (Right to Appeal) ஹைகோர்ட்டுக்கு அப்பீல் செய்யப்படுகின்றது.

அங்கேயும் தீர்ப்பு ஒரே மாதிரி இருந்தால், 'அப்பீல் செய்ய அனுமதி கேட்டு, (Leave to Appeal) சுப்ரீம் கோர்ட்டிடம் அப்பீல் செய்யப்படுகின்றது.

சட்டத்திலுள்ள நடைமுறை, தர்மத்தில் எப்படி செயல்படுகின்றது?

சமயங்களில் சட்டம், தர்மத்திற்கு விரோதமாக இருக்கக்கூடும். ஆனால், தர்மம் சட்டத்திற்கு நியாயமாகவே இருக்கிறது.

கலவர வழக்கில் சில பேருக்கு இரண்டு வருடம் கடுங்காவல் தண்டனை விதிக்கிறார் மாஜிஸ்திரேட்.

சில சமயங்களில், கொலை வழக்குக்கே இரண்டு வருடம் தண்டனைதான் கிடைக்கிறது செஷன்ஸில்.

அங்கே சந்தேகத்தின் பலன், எதிரிக்கு அளிக்கப்படுகிறது.

சட்டநீதி மன்றங்களில்தான் சந்தேகம் எழுகிறதே தவிர, தர்ம நீதி மன்றத்தில் சந்தேகத்துக்கு இடமில்லை.

ஆகவே, தீர்ப்பு அளந்து வழங்கப்படுகிறது.

திருட்டுக் குற்றத்திற்காகப் பல வகையான தண்டனைகளைப் பலவகையான மாஜிஸ்திரேட்டுகள் வழங்குகிறார்கள்.

அது அவர்களுடைய மனோபாவத்தையும், அன்றைக்கு அவர்கள் குடும்பத்தில் நடந்த தகராறுகளையும் குறிக்கும்.

ஆனால், தர்ம நீதி மன்றத்தில் தண்டனை, பாவத்தை விட அதிகமாக இருக்காது.

ஏராளமான நிகழ்ச்சிகள், செவிவழிச் செய்திகள், புராணங்கள், இதிகாசங்கள் இதை உறுதி செய்கின்றன.

அடுத்து, மொபைல் கோர்ட் நீதிபதிகளைச் சந்திப்போம்.

1. மொபைல் கோர்ட் நீதிபதிகள்

உலவும் ஆவிகள் பற்றி, அர்த்தமுள்ள இந்துமதம் முதல் பாகத்தில், நான் ஏற்கெனவே கூறியுள்ளேன். அந்த வகை ஆவிகளே 'குட்டிச் சாத்தான்' போன்றவை.

341

ஆசை நிறைவேறாமல் இறந்த உயிர்களும்; தற்கொலை செய்துகொண்ட அல்லது கொல்லப்பட்ட உயிர்களும் குட்டிச் சாத்தான்களாகின்றன என்பது என் கருத்து.

ஒருசில சாத்தான்கள் நல்லது செய்கின்றன.

பலவந்தமாகக் கொல்லப்பட்டவர்களின் ஆவிகள் பழி வாங்குகின்றன.

சத்திய சாயிபாபா என்பவரைப் பற்றிக் கூறப்படும் தகவல்கள், அவர் பல குட்டிச் சாத்தான்களை ஏவலுக்கு அமர்த்திக் கொண்டவர் என்றே எண்ணத் தோன்றுகிறது.

அவரது தலைமயிர் திடீரென்று இரும்புபோல் இருக்குமாம்; யாராவது அதைத் தொட்டால் கையெல்லாம் ரத்தமாகிவிடுமாம்.

திடீரென்று அவர் விபூதி கொடுப்பாராம்; வெறும் கையிலேயே விபூதி வருமாம்.

பிறரது கனவில் ஊடுருவும் சக்தி அவருக்கிருக்கிறது என்பது உண்மை.

குட்டிச் சாத்தான்கள் மூலமாகவே அப்படி ஊடுருவ முடிகிறது என்று நான் நம்புகிறேன்.

என்னுடைய கனவிலும் அவர் இரண்டுமுறை ஊடுருவினார்.

முதல் முறை வந்த கனவில், சத்திய சாயிபாபா அமர்ந்திருக்கிறார்; நான் கைகளால் ஊர்ந்து அவர் அருகே செல்கிறேன்.

இரண்டாவது கனவில், சத்திய சாயிபாபா அமர்ந்திருக்கும் கட்டடத்துக்குள் ஒரு கரண்ட் என்னை இழுக்கிறது; நான் அதை எதிர்த்துப் போராடுகிறேன். 'கிருஷ்ணா! கிருஷ்ணா!' என்று நான் சப்தமிடுகிறேன். அந்தக் கரண்ட் என்னை விட்டுவிடுகிறது.

சத்திய சாயிபாபா செய்வதாகச் சொல்லப்படும் காரியங்கள் அனைத்துமே, சித்து வேலையாகவே எனக்குத் தோன்றுகின்றன.

இதே போல் பன்றிமலை சுவாமிகளைப் பற்றியும் ஏராளமான கதைகள் கூறப்படுகின்றன.

அவரை ஒரு நாள் பார்க்கப் போனேன்.

அங்கிருந்த ஒரு மலர் மாலையிலிருந்து ஏழு எட்டு மலர்களை உருவிக் கைக்குள் தேய்த்தார். உடனே அனைத்தும் திருப்பதி அட்சதைகளாக மாறின.

அர்த்தமுள்ள இந்துமதம் – பாகம் 3

அவர் பாம்பு என்று ஒரு காகிதத்தில் எழுதி வைக்கிறார். அதை நீங்கள் விரலால் தொட்டால் விஷம் ஏறுகிறது.

நெருப்பு என்று எழுதி வைக்கிறார்; தொட்டால் சுடுகிறது.

சந்தனம் என்று எழுதி வைக்கிறார்; தொட்டால் மணக்கிறது.

ஆங்கிலத்தில் கட்டுரை எழுதும் அளவு அவர் வல்லுநர் அல்ல.

நீங்கள் ஏதாவது விஷயம் பற்றி ஆங்கிலத்தில் கட்டுரை எழுதித் தரும்படி அவரிடம் கேட்டால் அவர் 'முருகா' என்பார். எங்கிருந்தோ டைப் அடிக்கப்பட்ட காகிதங்கள் வந்து விடுகின்றன.

திட்டவட்டமாகக் குட்டிச் சாத்தான் ஏவல் கொண்டவர் என்றே நான் கருதுகிறேன்.

கோவை ஜெயில் ரோடில் 1950-ஆம் ஆண்டில் நான் தங்கியிருந்தபோது என்னிடம் ஒரு சாமியார் வந்தார். அவர் இரண்டு ரூபாய்கள்தாம் என்னிடம் கேட்டார். கொடுத்தேன். அவர் ஒரு தாயத்துக் கொடுத்தார். அவர் ஒரு காகிதத்தில் 'நல்லது நடக்கும்' என்றும் ஒரு காகிதத்தில் 'கெட்டது நடக்கும்' என்றும் எழுதித் தூரத்தில் வைத்தார். நாலடி தூரத்தில் தாயத்தை வைத்தார். தாயத்து ஊர்ந்து சென்று 'நல்லது நடக்கும்' என்ற காகிதத்தில் ஏறிற்று.

ஏதோ ஒரு ஆவியை அடக்கி வைத்திருப்பவர் போலிருந்தது அவர் செய்கை.

வீதியிலே வித்தை காட்டுகிறவன், ஒரு துணிபொம்மையின் தலையில் அடித்தால், பார்த்துக் கொண்டிருப்பவர்கள் எல்லோருடைய தலையிலும் அடி விழுகிறது. மேலும் அவன் செய்யும் குட்டிச் சாத்தான் வித்தைகளை எல்லாம் நீங்கள் அறிவீர்கள்.

மாஜீக் நிபுணர்களும் குட்டிச் சாத்தான்களை அடக்கியாள்பவர்களே!

இந்தச் சாத்தான்களை எதிரியின் மேல் ஏவ முடியும் என்கிறார்கள் சிலர்.

எனக்கு அதில் நம்பிக்கை இல்லை.

'சோற்றிலே மலம் வந்து விழுந்தது, வீட்டிலே கல் விழுந்தது, எல்லாம் குட்டிச் சாத்தான் வேலை' என்று சொல்வோர் உண்டு. இவை எவ்வளவு தூரம் உண்மை என்று எனக்குத் தெரியாது.

343

கண்ணதாசனின்

ஆனால், ஆவிகள் உலவுவதும், அவையே குட்டிச் சாத்தான்கள் என்று அழைக்கப்படுவதும் அசைக்க முடியாத உண்மை.

இந்த ஆவிகளை எப்படிச் சிலர் அடக்கியாளுகிறார்கள் என்ற வித்தைதான் எனக்குத் தெரியவில்லை.

குட்டிச் சாத்தான்கள் நல்லவர்களுக்கு வழித் துணையாக விளங்குகின்றன.

தீயவர்களுக்குத் தீங்கு செய்கின்றன.

இந்தச் சாத்தான்கள் வயல்களைக் காவல் செய்கின்றன.

இறைவனிடமும் மனிதனிடமும் பேசுகின்றன.

ஒரு குறிப்பிட்ட காலத்தில், இவை மீண்டும் பிறக்கின்றன.

மனிதர்களாகவோ, மிருகங்களாகவோ தோன்றுகின்றன.

ஏழைகளுக்கு உணவு வழங்குகிறவர்கள் வீட்டையும், பிறர் கஷ்டத்தில் உதவுகின்றவர்கள் வீட்டையும், இவை காவல் காக்கின்றன.

உண்மையில், இவை 'மொபைல் கோர்ட்' நீதிபதிகளாகவே விளங்குகின்றன.

2. பெஞ்ச் கோர்ட் நீதிபதிகள்

பாண்டிய மண்டலத்தின் கிராம தேவதைகளுக்கு திருவிழா நடைபெறும்போது 'புரவி எடுத்தல்' என்றொரு விழா நடைபெறும்.

மண்ணாலே குதிரை செய்து கோவிலுக்கு அருகில் நிறுத்திவிடும் பழக்கமே அது.

அவர்களுடைய சக்திக்குத் தகுந்தபடி, குதிரை பெரியதாகவோ சிறியதாகவோ இருக்கும்.

ஒரு காலத்தில் குதிரை வீரர்களைக் கௌரவிப்பதற்காக வந்த இப்பழக்கம், நாளடைவில் எல்லாச் சிறு தேவதைகளுக்கும் எடுக்கின்ற பழக்கமாகி விட்டது, முத்தன், முனியன், காட்டேரி என்கிற சிறு தேவதை பெயர்களெல்லாம் வீரனாக வாழ்ந்திருந்த யாரோ ஒருவரைக் குறிக்கும் பெயர்களே!

பாண்டிய நாட்டிலுள்ள ஐயனார் கோவில்களில் இந்தப் புரவி எடுக்கும் பழக்கம் அதிகம்.

பாண்டிய நாட்டில் ஒரு கிராமத்திலிருந்து மறுகிராமத்திற்குப் போகிறவன், வழியில் இத்தகைய மண் புரவிகளை ஏராளமாகச் சந்திப்பான்.

இது ஒரு வகையான வீர வணக்கம்.

எங்கள் ஊரிலே 'மலையரசி அம்மன்' கோயில் என்று ஒன்று உண்டு 'பூமலைச்சி அம்மன்' கோயில் என்றும் உண்டு.

பக்கத்து ஊர்களில், 'பொன்னழகி அம்மன்' என்ற பெயரிலும், வேறு பெயர்களிலும் அம்மன் கோயில்கள் உண்டு.

இந்த அம்மன்களெல்லாம், ஒரு காலத்தில் வாழ்ந்தவர்கள் என்றும் சகோதரிகள் என்றும் கூறுகிறார்கள்.

அவற்றில் 'மலையரசி அம்மன்' மீது எனக்கு ஈடுபாடுண்டு.

அந்தக் கோவிலில் போய்ச் சத்தியம் செய்தால், யாருமே அதை மீற மாட்டார்கள்.

யாரிடமாவது கடன் கொடுத்து ஏமாந்தவர்கள், கோர்ட்டுக்கு போக வழி இல்லாவிட்டால், அந்தக் கடன் பத்திரத்துக்கு ஒரு காப்பி எடுத்து மலையரசியின் கோவிலில் வைத்து விடுவார்கள். கடனை ஏமாற்றியவன் குடும்பம் அழிந்தே போய்விடும்.

நான் கண் முன்னாலேயே இதனைக் கண்டிருக்கிறேன்.

அங்கே மலையரசி நீதிபதியாகவே வாழ்கிறாள்.

எங்கள் குடும்பத்தைச் சேர்ந்த ஒரு மூதாட்டியினுடைய மாங்கல்யத்தை அடகு பிடித்திருந்தார் ஒருவர். பணத்தோடு போய்க் கேட்டபோது, "தாலி வட்டியோடு மூழ்கி விட்டது" என்று கூறி அதைத் தர மறுத்து விட்டார்.

"உன் குடும்பம் சந்ததி இல்லாமல் போய்விடும்" என்று திட்டிவிட்டார் அந்த மூதாட்டி.

என்ன ஆச்சரியம்!

அந்தக் குடும்பம் ஆண் வாரிசு இல்லாமல் அழிந்து போய்விட்டது.

நமது மூதாதையர் நம்பி உரைத்த எவையுமே பொய்யல்ல என்பதை நான் கண் முன்னாலேயே கண்டிருக்கிறேன்.

ஏழைப்பெண் ஒருத்திக்குத் திருமணம் பேசிக் கொண்டிருந்தார்கள். அவள் அழகாக இருந்ததால் பெரிய இடத்துச் சம்பந்தம் கிடைக்கும் போலிருந்தது. பொறாமைக்காரர்கள் சிலர் அந்தப் பெண்ணைப் பற்றி அவதூறு கூறித் திருமணத்தைத் தடுத்து விட்டார்கள்.

அந்தப்பெண், காலையில் குளித்துவிட்டு ஈரப்புடவையோடு, இருபத்தொரு நாள்கள் அம்மன் கோவிலை வலம் வந்தாள்.

அவதூறு கூறியவர்கள் குடும்பம் சின்னா பின்னமாகி விட்டது.

கண்ணதாசனின்

'பெஞ்ச் கோர்ட்' நீதிபதிகளைப் போன்ற கிராம தேவதைகள் தம்மை நம்பினோரைக் காக்கிறார்கள்; அவர்கள் எதிரிகளைக் கருவறுக்கிறார்கள்.

முத்தாளம்மன், முத்துமாரியம்மன் போன்ற அம்மன்கள் எல்லாம் சக்தி வாய்ந்தவை என்பதைக் குறிக்க ஏராளமான கதைகள் உள்ளன.

ஏதாவதொரு வகையில் அவற்றின் சக்தி வெளிப்பட்டிருக்கிறது.

சென்னை நகரில் ஆலையம்மன், எல்லையம்மன், படவட்டம்மன் என்று பல அம்மன்கள் இருக்கின்றன.

படவட்டம்மன் என்பது 'படை வீட்டு அம்மன்' என்பதின் மரூஉ ஆகும்.

இன்றைய சென்னை நகரம் பல கிராமங்களின் தொகுப்பாகும்.

மயிலாப்பூர், திருவல்லிக்கேணி, அடையாறு, வண்ணாரப்பேட்டை என்று பல கிராமங்கள் அக்காலத்தில் விளங்கின.

இவை ஒன்றுக்கு ஒன்று தொடர்பில்லாத கிராமங்கள். இடையில் பெரும் காடுகள் இருந்திருக்கின்றன. இந்தக் கிராமங்களின் எல்லைகளில் சிறு தேவதைக் கோயில்கள் இருந்திருக்கின்றன!

1945-ல் சென்னை நகருக்கு வந்து இருந்தபோது கோடம்பாக்கம் பகுதி பெரும் காடாக இருந்தது. அங்கே மிகப் பெரிய தோட்டம், 'நவாப் தோட்டம்' என்பது.

சினிமாவுக்கு அவுட்டோர் சூட்டிங் போகிறவர்கள் கோடம்பாக்கத்துக்குத்தான் போவார்கள்.

ஆற்காடு நவாப் குதிரைகளைக் கட்டுகிற இடமாக அது இருந்ததால் 'கோடாபாக்' என்று அதற்குப் பெயர் வைத்தார்.

'கோடா' என்றால் உருது மொழியில் குதிரை என்று அர்த்தம்.

ஆற்காடு நவாப்பை முன்னிட்டுத்தான் அந்த ரோடும் 'ஆற்காடு ரோடு' என்று பெயர் பெற்றது.

1945-ல் காடாக இருந்த கோடம்பாக்கத்தில் மூன்று சிறு தேவதைக் கோயில்கள் இருந்தன. அவை இன்றும் இருக்கின்றன.

வடபழனி ஆண்டவர் கோவிலும் அவற்றில் ஒன்று.

அந்தக் கோவிலில் ஒரு சாமியார் இருந்தார். முள்ளாலே செய்யப்பட்ட பாதரட்சையைத்தான் அவர் அணிவார். முட் படுக்கையில் தூங்குவார். அவர்தான் வடபழனி கோவிலுக்குப் பூஜை புனஸ்காரங்கள் செய்து கொண்டிருந்தார்.

மயிலாப்பூர்

'முதலில் சிறு தேவதைக் கோவிலாக இருந்த அதுதான்' பிற்பாடு முருகன் கோவிலாயிற்று.

இந்தச் சிறு தேவதைகளின் சக்திகளைப் பற்றிச் சென்னை நகரில் ஏராளமான கதைகள் உண்டு.

பாண்டிய நாட்டு அளவுக்குத் தொண்டை மண்டலத்திலும் இந்தச் சிறு தேவதைகள் ஆதிக்கம் புரிந்து வருகின்றன.

'அரசன் அன்று கொல்வான், தெய்வம் நின்று கொல்லும்' என்ற பழமொழியை இந்தச் சிறு தேவதைகள் தான் உறுதிச் செய்கின்றன.

எங்கள் ஊருக்குப் பக்கத்தில், பள்ளத்தூர் என்ற ஊரில் 'சோலை ஆண்டவர் கோயில்' என்றொரு கோவில் உண்டு.

அந்தக் கோவிலிலுள்ள தெய்வம் சக்தி வாய்ந்தது என்று ஊரார் நம்புகின்றனர்.

திருட்டுப் போன தாலி திரும்பி வந்ததாகவும், வண்டிச் சக்கரத்தில் நசுக்கப்பட்ட குழந்தை உயிர் பெற்றதாகவும் பல கதைகளை அங்கே கூறுகிறார்கள்.

மொத்தத்தில், இந்துக்களின் சிறு தேவதை வழிபாடு நல்ல நம்பிக்கையின் அடிப்படையில் எழுந்ததே தவிர, மூட நம்பிக்கையில் எழுந்தது அல்ல.

கீழ்க்குலத்து மக்களால் மட்டுமே மதித்து வணங்கப்பட்ட சிறு தேவதைகள், இப்போது எல்லோராலும் மதிக்கப்படுகின்றன.

அவை செய்யும் சாகஸங்களை அறிந்தவர்கள் அவற்றை 'பெஞ்ச் கோர்ட் நீதிபதிகள்' என்றழைப்பதில் என்ன தவறு? அந்தச் சிறு தேவதை ஆதர்ஸம் எனக்கும் உண்டு.

எனக்கு வழிகாட்டியவள் எங்கள் ஊர் மலையரசி அம்மன்தான் என்று நான் இன்னமும் நம்புகிறேன்.

நான்காம் பாகம்

துன்பங்களிலிருந்து விடுதலை

- பாகம் 4

நாட்டையே கட்டி ஆண்டவர்கள் எல்லாம் கூட
கோர்ட்டை மிதிக்கும்படி விதி வைக்கிறதே!
உனக்கும் எனக்கும் வருவது துன்பமா என்ன?

அத்தியாயம் - 1

அவன் பணக்காரனோ, ஏழையோ, எங்கும் புகழ் பெற்றவனோ, காதவழி கூடப் பெயரில்லாதவனோ-எவனாக இருந்தாலும் அவனவன் உள்ளத்திலும் ஒரு நெருப்பு எரிந்து கொண்டே இருக்கிறது.

அந்த நெருப்பின் ஜுவாலை கூடலாம், குறையலாம்-குறைந்த பட்சம் புகை மண்டலமாவது மண்டிக் கிடக்கிறது.

ஒவ்வொரு நெஞ்சிலும் ஏதேனும் ஒரு வடு விழுந்திருக்கிறது.

ஒரு வேளையாவது மனிதன் மூச்சு, அனல் மூச்சாக இறங்குகிறது.

அவலம், ஆதங்கம், ஏக்கம், தோல்வி, குத்தல், குடைச்சல்.

ஒவ்வொரு மனிதனும், மரணத்தைப் பற்றி ஒரு முறையாவது சிந்திக்கிறான்.

'இதைவிடச் செத்துப்போவது நல்லது கடவுளே' என்று நூற்றுக்குத் தொண்ணூறு பேர் சொல்லியிருக்கிறார்கள்.

'போதுமடா சாமி' என்று அலுத்துக் கொள்ளாதவர்களே இல்லை.

'என்னை நிம்மதியாக இருக்க விடுங்களேன்' என்று ஒவ்வொரு குடும்பஸ்தனும் சத்தம் போட்டிருக்கிறான்.

நிம்மதி: அது தெய்வத்தின் சந்நிதி.

துன்பம்: அது சாத்தானின் சந்நிதி.

சாத்தானின் சந்நிதியில் இருந்து நீங்கள் தெய்வத்தின் சந்நிதிக்குப் போக விரும்புகிறீர்களல்லவா?

வாருங்கள்! உலகத்தின் மூலத்தைக் காண்பதற்கு முன்னால், துயரத்தின் மூலத்தைக் காணலாம்.

துன்பம் மொத்தத்தில் இரண்டு வகையாக வருவது.

ஒன்று, மனிதன் தானாகவே கை கால்களை மாட்டி இழுத்துக் கொள்வது; மற்றொன்று, அவனுக்குச் சம்பந்தமில்லாமலேயே விதி விளையாடுவது.

இரண்டாவது வகையில் அவனுக்குச் சம்பந்தமில்லையாயினும், விதி அவன் மூலமாகவே செயல்படுகிறது.

விளையாட்டிலே நீ கீழே விழுந்து காலை ஒடித்துக் கொண்டால், அது விதியின் செயல்தான். ஆனால், உன்னையே விளையாடச் சொல்லி, நீயாகவே விழுந்து கால் ஒடியும்படி அது வைத்து விடுகிறது.

ஒரு பெண்ணை நீ காதலித்து, அந்தக் காதலே துயரமாகிவிடுமானால், விதி உன் கண்களிலிருந்து விளையாடி இருக்கிறதென்று பொருள்.

சரியான தொழில் ஒன்றைத் தேர்ந்தெடுத்து, அது தவறானதாகிக் கையைச் சுட்டுக்கொள்ள நேருமானால், விதி உன் மூளையில் நின்று விளையாடி இருக்கிறதென்று பொருள்.

ஒவ்வொரு சிக்கலிலும், பின்னலிலும் விதியின் பங்கு பெரியது.

நீ சாப்பிடும் சாப்பாட்டில் பல்லி எச்சமிட்டு நீ நோய் வாய்ப்பட நேர்ந்தால், உனக்குச் சம்பந்தமில்லாமல் விதி செயல்பட்டதாகப் பொருள்.

'இது என்ன செய்துவிடப் போகிறது' என்று ஏதாவதொரு தவறான வழியில் நீ இறங்கிவிட்டால், அதில் உன் செயல் முக்கால் பங்கு, விதி கால் பங்கு.

ஆகவே, ஒவ்வொரு துன்பத்திற்கும் ஒரு பின்னணி இருக்கிறது.

அதனால்தான், புத்தி தாமதமாக உதயமாகியது.

இந்தத் துன்பங்களைக் களைவதற்கு வழி என்ன?

ஒரே வரியில் சுலபமாகச் சொல்வதென்றால், சித்தர்களும், ஞானிகளும் சொன்னது போல் பந்தம், பாசம், உடமைகள் அனைத்தையும் தூக்கியெறிந்துவிட்டு, 'வீடு நமக்குண்டு திருவாலங்காடு, நிமலர் தந்த ஓடுண்டு அட்சய பாத்திரம்' என்று உடை கோவணத்தோடு ஓடி விடுவதுதான் ஒரே வழி.

ஆனால், லௌகீகத்தில் இருப்பவனுக்கு இப்படியொரு யோசனையைச் சொல்வதை விட மடத்தனம் வேறு இருக்க முடியாது.

ஏற்படும் பிணைப்புகளை உறுதி செய்துகொண்டே நிம்மதியாக வாழ்வதற்கு வழி செய்வதுதான், பயனுள்ளதாக அமையும்.

மனிதன் அனுபவிக்க விரும்பும் பொருள்களில் இருந்து அவனை அப்புறப்படுத்துவதும் சுலபமான காரியமல்ல.

அர்த்தமுள்ள இந்துமதம் - பாகம் 4

எல்லோரையும் அப்படி அப்புறப்படுத்தி விட்டால், உலக இயக்கங்கள் ஸ்தம்பித்துப் போகும்.

ஆகவே, வாழ்க்கை நடைமுறைகள் பற்றிய சில எச்சரிக்கைகளை – வலிமையான உள்ளத்தை அவனுக்குத் தந்து, இன்பத்தோடு கலந்து வரும் துன்பங்களைக் களைந்தெடுக்க வழி காண்பதே நல்லது.

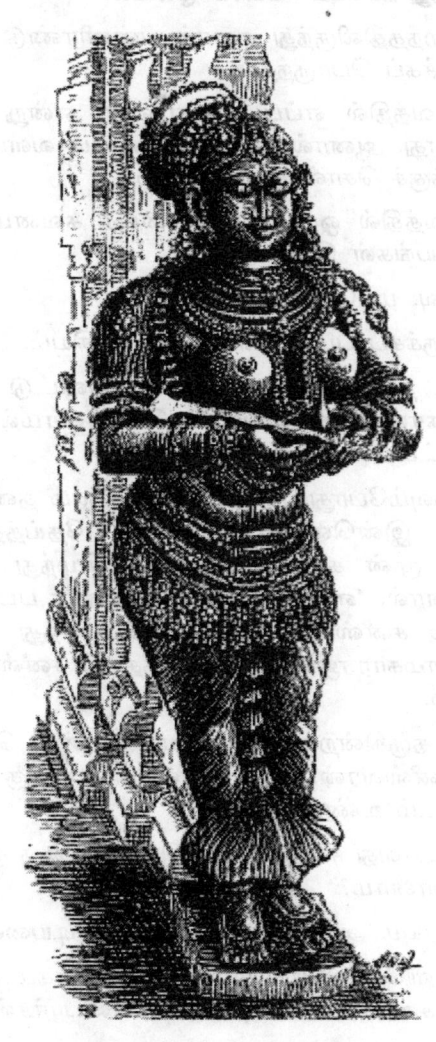

அத்தியாயம் – 2

"ஆரம்பத்தில் பிறப்பும் நம்கையில் இல்லை;
அடுத்தடுத்து நடப்பும் நம்வசம் இல்லை."

குழந்தை பிறந்ததிலிருந்து சுமார் பன்னிரண்டு வருஷங்கள் வரை இது முழுக்கப் பொருந்தும்.

'இந்தப் பருவத்தில் எப்படி வாழ்வது' என்று அவனுக்குச் சொல்லிப் புரியாது. ஆனால், அவனை 'எப்படி வளர்ப்பது' என்று தாய் தந்தையர்க்குச் சொல்வது முக்கியம்.

இந்தப் பருவத்தில் ஒரு குழந்தையைக் கவனமாகப் பழக்க வேண்டிய விஷயங்கள் இரண்டு.

ஒன்று, உணவு; மற்றொன்று, கல்வி.

சுத்தமாக இருக்கப் பழக்கி வைப்பது முக்கியம்.

கிராமத்தில் நான் வெளியே போய்விட்டு வீட்டுக்குத் திரும்பினால், கால்களை அலம்பிக் கொள்ளாமல் வீட்டுக்குள் அனுமதிக்க மாட்டார்கள், என் தாயார்.

காலைக் கழுவும்போது, முழுப் பாதத்திலும் தண்ணீர் ஊற்றி ஒரு காலால் இன்னொரு காலைத் தேய்த்துக் கழுவச் சொல்வார்கள். முன் காலில் தண்ணீர் விழுந்து கணுக்காலில் விழாமல் போனால், 'எந்த இடத்தில் தண்ணீர் படவில்லையோ அந்த இடத்தில் சனீஸ்வரன் வந்து உட்கார்ந்து கொள்வான்' என்பார்கள். நளமகாராஜனை அப்படித்தான் சனீஸ்வரன் பற்றிக் கொண்டானாம்.

பேரின்பம் தருகின்றவன் பரமேஸ்வரன்; பெருந்துன்பம் தருகின்றவன் சனீஸ்வரன். இந்த இரண்டு பேருக்கு மட்டும்தான் 'ஈஸ்வரன்' பட்டம் உண்டு.

இந்த இரண்டாவது ஈஸ்வரன் எப்பொழுது ஒரு குழந்தையைப் பற்றி கொள்கிறானாம்?

தயிரும், கீரையும் அதிகம் சாப்பிட வேண்டியவை.

ஆனால், இரவிலே இவற்றைச் சாப்பிடவே கூடாது. அப்படிச் சாப்பிட்டால், 'சனீஸ்வரன் பிடிப்பான்' என்பார்கள்.

ஏன் சொன்னார்கள்?

அர்த்தமுள்ள இந்துமதம் – பாகம் 4

தயிரும், கீரையும் முழு அளவில் ஜீரணமாகப் பதினெட்டு மணி நேரமாகும்.

பகலில் சாப்பிட்டால், காலையிலேயே தெளிவாக மலஜலம் கழியும். இரவிலே சாப்பிட்டால் மறுநாள் மத்தியானம் அகாலத்தில் வயிற்றைக் கலக்கும்.

இந்துக்களின் தெய்வ நம்பிக்கை பெரும்பாலும் ஆரோக்கியத்தை அடிப்படையாகக் கொண்டது.

ஒன்று, உடல் ஆரோக்கியம்; மற்றொன்று, ஆன்ம ஆரோக்கியம்.

பன்னிரண்டு வயது வரையில் நான் தலை முடியை கிராப்பு வெட்டிப் பழகியதில்லை. மொத்தமாக வளர விட்டு விடுவார்கள். எனக்கு என் தாயார் ஜடை போட்டுவிடுவார்கள். 'மலைக் கோயிலுக்கு முடி, அழகர் கோயிலுக்கு முடி' என்று ஒவ்வொரு கோயிலுக்காக முடி வளர்க்கச் சொல்வார்கள்.

ஒரு கோயிலுக்குப் போய் முடி இறக்கிக் கொண்டு வந்தவுடனேயே, அடுத்த கோயிலுக்காக 'நேர்ந்து' விடுவார்கள்.

காரணம், பால வயதில் சேருகிற அழுக்கு, மூளையின் ஆரோக்கியத்தைப் பாதிக்காவண்ணம் அடிக்கடி 'முடி இறக்குதல்' என்ற பெயரில் மொட்டை அடித்துக் கொண்டு இருப்பார்கள். அதையும் தெய்வத்தின் பெயரால் கட்டுப்பாடாகச் செய்வார்கள்.

புத்த சந்நியாசிகளும் சரி, சமண சந்நியாசிகளும் சரி, இந்து சந்நியாசிகளில் ஒரு பகுதியினரும் சரி தலையை மொட்டையாக வைப்பதற்குக் காரணம் இதுதான்.

அடுத்தது, புதன் கிழமையும், சனிக்கிழமையும், மறந்து விடாமல் எண்ணெய் தேய்த்துக் குளிப்பாட்டுவார்கள்.

செவ்வாயும், வெள்ளியும் பெண்களுக்கு.

உடம்பிலே உஷ்ணக் கோளாறு வராமல் இருக்க இதுவே ஒரே வழி.

எண்ணெய் தேய்த்துக் குளிக்கும் நாளில் மோர் சாதமோ, தயிர் சாதமோ சாப்பிட விடமாட்டார்கள்.

குளிர்ச்சியாக எண்ணெய் தேய்த்துக் கொள்ளும்போது மேலும் குளிர்ச்சி தரக்கூடிய பொருள்களைச் சாப்பிடக் கூடாது என்பார்கள்.

தாய் தந்தையின் சுவை உணர்ச்சிதான் குழந்தையைப் பற்றிக் கொள்கிறது. அதனால்தான் குழந்தை கருவில் இருக்கும் போது

355

தாய் பத்தியமாக இருக்கிறாள். குழந்தை பிறந்த பிறகும் பெற்றோர் உணவு முறையைக் கட்டுப்பாடாகக் கடைப்பிடித்தால், குழந்தைக்கும் அதே பழக்கம் வரும்.

அதோடு உணவு நேரத்தைப் பற்றிய உணர்ச்சியையும் குழந்தைக்கு உண்டாக்க வேண்டும்.

காலையில் ஆறு மணியடித்தால், 'ஆறு மணி, ஆறு மணி– எழுந்திரு' என்று எழுப்ப வேண்டும்.

காலைக் கடன்களை முடிக்க வைக்க வேண்டும்

எட்டு மணியடித்ததும், 'எட்டு மணி, எட்டு மணி– பலகாரம்' என்று அவசரப்படுத்த வேண்டும்.

பள்ளிக்குச் சென்று திரும்பியதும், 'ஒரு மணி, ஒருமணி' என்று சாப்பாட்டுக்கு அவசரப்படுத்த வேண்டும்.

இரவிலே 'எட்டு மணி, எட்டு மணி' என்று, துரிதப்படுத்த வேண்டும்.

பல வருஷங்கள், இந்த மணியைப் பற்றிய உணர்ச்சி ஒரு குழந்தைக்குப் படிந்து விட்டால், உடம்புக்கே இது பழக்கமாகி விடும்.

அகால உணவை அந்த உடம்பு ஏற்க மறுக்கும்.

காலம், ஆரோக்கியமான உணவு, அதன் அளவு இந்த மூன்றையும் குழந்தையின் உடற் பழக்கமாக ஆக்கிவிட வேண்டும்.

படிப்பு என்பது, இயற்கையாகவே சில குழந்தைகளுக்கு வரும்; சில குழந்தைகளுக்கு வராது. வராத குழந்தையை உதைத்துப் படிக்க வைப்பது பயன் தராது.

'படிக்காவிடில் வாழ்க்கை இருண்டு போகும்' என்று அடிக்கடி சொல்வதன் மூலம், கல்வியைப் பற்றி ஒரு உணர்ச்சியை உண்டாக்கலாம்.

ஒழுங்கான பழக்க வழக்கங்களை மட்டும் ஒரு குழந்தைக்கு உண்டாக்கிவிட்டால், பிறகு அது எந்தத் துறையில் ஈடுபடுவதையும் அனுமதித்து விடலாம். ஏதாவது ஒரு துறையில் அது முன்னேறிவிடும்.

பின்னாளில் அதற்கு வரக்கூடிய உடல் துன்பம் மனத் துன்பம் இரண்டில் இருந்தும், பெற்றோர் அந்தக் குழந்தையை ஓரளவு காப்பாற்றிவிட முடியும்.

அர்த்தமுள்ள இந்துமதம் – பாகம் 4

'வறுமை நிறைந்த வீட்டில் பெரும்பாலும் அகால நேரத்தில்தானே உணவு கிடைக்கும்' என்ற கேள்வி எழும்.

அகாலத்தில் கிடைக்கும் உணவைக் கூடச் சூடாக்கிக் காலத்தில் சாப்பிடப் பழக்க வேண்டும்.

'கல்வி கற்க முடியாதே' என்பீர்கள்.

வறுமையைவிடச் சிறந்த பள்ளிக்கூடம் வேறெதுவும் கிடையாது.

நான் சொல்வது நம்மால் ஆகக்கூடிய காரியங்களை மட்டுமே.

அத்தியாயம் – 3

பன்னிரண்டு வயதுக்கு மேல் அறிவுக்கண் லேசாகத் திறக்கிறது. ஆடல், பாடல்களில் உற்சாகம் பிறக்கிறது. உயரமான இடங்களைக் கண்டால் ஏறிக் குதிக்கச் சொல்கிறது. நீருற்றுகளில் கரணமடிக்க அவாவுகிறது. புதிய புதிய ஆடைகளிலே கவனம் போகிறது. உடலின் வலிமை நிரந்தரமானது என்றே நிச்சயமாகத் தோன்றுகிறது. சீக்கிரமே அது விலகியும் விடுகிறது.

எந்த இளைஞனும் நிதானிக்க வேண்டிய இடம் இதுதான்; ஆனால், நிதானிக்கவே முடியாத நேரமும் இதுதான்.

பக்குவமற்ற ரத்த அணுக்களின் பரிணாம வளர்ச்சி, உற்சாகத்தையே மூலதனமாக்கி விடுகிறது.

உணர்ச்சியே பிரதானமாக அங்கம் வகிக்கிறது.

இது கற்பூரப் பருவம்.

ஆசைத்தீ உடனுக்குடன் பற்றி கொள்ளும் பருவம்.

நடுத்தரக் குடும்பத்து இளைஞர்கள் மிகவும் பயத்தோடும், பொறுப்போடும் கல்வி கற்றாலும், ரத்த வேகம் அவர்களையும் விடுவதில்லை.

இந்த நாளில், ஒரு இளைஞன் எந்தெந்த உணவுகளை விரும்புகிறானோ, அவற்றிலுள்ள தீமைகளை யார் சொன்னாலும் கேட்க மாட்டான்.

கடலைமாவில் செய்த பலகாரங்களையும், வாய்வுப் பதார்த்தங்களையும் விரும்பிச் சாப்பிடுவான்.

அவற்றின் எதிரொலி நாற்பது வயதுக்கு மேல்தான் அவன் காதுகளுக்குக் கேட்கும்!

இருபது வயதிலிருந்து முப்பது வயது வரை, நான் சேலத்தில் இருந்தபோது ஒவ்வொரு இரவிலும் குறைந்தது அரைக்கிலோ உருளைக்கிழங்கு சாப்பிடுவேன். அதற்கேற்ற உழைப்பு இல்லாததால், இப்போது எனக்கிருக்கும் ஒரே துயரம்– வாய்வு துயரம்.

இளம்பருவத்தில் நடப்பதும் ஓடி ஆடுவதுமாக இருக்கிற இளைஞன், உட்கார்ந்து வேலை செய்யத் தொடங்கியதும் உடல் துன்பம் ஆரம்பமாகும்.

அர்த்தமுள்ள இந்துமதம் – பாகம் 4

இளம் வயதிலிருந்து, மரண காலம் வரையிலே ஒருவன் நடந்து கொண்டே திரிந்தால், பெரும்பாலான நோய்கள் போய்விடும்.

தினசரி கால் வலிக்க மலை ஏற வேண்டும் என்று தான், இந்துக்கள் கோயில்களை மலை மீது கட்டினார்கள்.

உடம்பு வியர்க்க மலை மீது ஏறி நூற்றியொரு பிரகாரம் சுற்றி, அதன் பிறகு குளிர்ந்திருக்கும் தண்ணீர்க் குளத்தில் விழுந்து குளித்தால் அது போன்ற சுகமும், ஆரோக்கியமும் வேறெதுவும் இல்லை.

பாகற்காய், நாவற்பழம் போன்றவற்றை அந்த வயதிலிருந்தே விரும்பி அதிகமாகச் சாப்பிட்டுக் கொண்டு வந்தால், தகப்பனுக்கு சர்க்கரை வியாதி இருந்தாலும் மகனுக்கு வராது.

சந்நியாசிகளின் உணவுமுறை எப்போதும் இப்படித்தான் இருக்கும்.

திருமுருக கிருபானந்தவாரியார் சுவாமி அவர்களுக்கு இப்போது எழுபது வயதாகிறது. கடந்த நாற்பத்தைந்து ஆண்டுகளாக அவர் சமயப்பிரச்சாரம் செய்து வருகிறார். ஒரு நாள் கூட அவர் உடல் நலிவு என்று ஓய்வெடுத்துக் கொண்டதில்லை.

இந்த ஆரோக்கியத்திற்குத் தெய்வ பக்தியும், உணவு முறையுமே காரணமாகும்.

ஆன்மாவிற்குச் சக்தி தரத் தெய்வ பக்தியும், உடலுக்கு வலுவு தர உணவும், ஒழுங்கும்.

அகால உணவை இளைஞன் அறவே ஒழிக்க வேண்டும்.

சந்தியா காலம், உச்சிவேளை, அர்த்த சாமம் என்ற கோயில் பூஜைக்குக்கூட குறிப்பிட்ட நேரங்கள் ஒதுக்கப்படுகின்றன.

உப்பு, உறைப்பு, புளிப்பு, இனிப்பு இவை நான்கும் குறைவாகவும், கசப்பும், துவர்ப்பும் அதிகமாகவும் சேர்த்துக் கொண்டே வந்தால், பிற்காலத்தில் உடம்பிலிருந்து அடிக்கடி ரத்தம் எடுக்க வேண்டி வராது.

காப்பி, தேநீர் அருந்துகின்ற இளைஞர்கள் காபியை உடனே நிறுத்தி விட்டுத் தேநீரை எவ்வளவு வேண்டுமானாலும் அருந்தலாம். அதில் ஐந்து வகை வைட்டமின் சத்துக்கள் இருப்பதாக ரஷ்ய விஞ்ஞானிகள் கண்டுபிடித்திருக்கிறார்கள்.

உலக விஞ்ஞானிகளில், ரஷ்ய விஞ்ஞானிகள் மட்டும்தான் ஒரு தரம் செய்த முடிவை மறுதரம் மாற்றுவதில்லை.

இந்த வம்பு எதற்கென்றுதான் நம்முடைய மூதாதையர்கள் வேறு வகையான சாறுகளை அருந்தினார்கள்.

ஆவாரம்பூவைக் காயப்போட்டு இடித்துக் காப்பித்தூள் போல் வடிகட்டிப் பாலோடு சேர்த்துச் சாப்பிடுகிறார்கள்.

நாரத்தை அல்லது எலுமிச்சை இலையைக் கிள்ளிப் போட்டுத் தண்ணீரில் வேக வைத்தால், தேயிலையின் நிறத்திலேயே அதைவிடச் சுவையான பானம் ஒன்று உருவாகிறது.

இது எனது சிறைச்சாலை அனுபவம்.

மாத்திரைச் சீசாவையே பார்த்தறியாத அந்நாளைய இந்துக்கள், இன்றிருப்பது போன்ற பரவலான மாரடைப்புக்கு ஆளானதில்லை.

உடல் உழைப்பு, விழுந்து குளிப்பது, உணவு முறை - இந்த மூன்று டாக்டர்கள் அந்நாளையை இந்துக்களைக் காப்பாற்றி வந்தார்கள்.

உணவும் நோயும் பற்றித் தெரிந்து கொள்ள, திருமூலர் 'திருமந்திரம்' படியுங்கள்.

எந்த உணவுக்கு என்ன குணம் என்பதை அறிந்து கொள்ளப் 'பதார்த்தகுண சிந்தாமணி' படியுங்கள்.

வாழ்க்கையின் பிற்காலத் துன்பங்களிலெல்லாம் மிகப் பெரிய துன்பம், ஆரோக்கியத்தை இழந்துவிடுவதே ஆகும்.

ஆஸ்பத்திரியில் ஆறு மாதம் படுக்க வேண்டிய நிலைமை வரும்போது தான் வாயைக் கட்டாத தன் தன்மை புரியும்.

கொழுப்புச் சத்துள்ள உணவுகளை -நெய், முட்டை, ஆட்டிறைச்சி போன்றவற்றை இளம் பருவத்திலேயே அறவே ஒதுக்கி விட்டால் மரண பரியந்தம் ஆரோக்கியம் இருக்கும்.

துன்பங்களிலெல்லாம் பெரும் துன்பமான நோய் பிடிக்காது.

இளைஞன் முதலில் கற்றுக் கொள்ள வேண்டியது, உடலைக் காப்பாற்றிக் கொள்வது பற்றியே.

மனத் துன்பத்தை நீயே விலக்கிக் கொள்ள முடியும். உடற் துன்பம் வந்தால் ஊரூராக டாக்டரைத் தேடச் சொல்லும்.

இந்துக் குடும்பங்களில் அந்நாளில் என்னென்ன உணவு சாப்பிட்டார்கள். என்பதைக் கேட்டுத் தெரிந்து எழுதி வைத்துக் கொள்ள வேண்டும்.

அர்த்தமுள்ள இந்துமதம் - பாகம் 4

நவீன உணவு முறையிலே, கொழுப்பிலே வடிக்கப்பட்ட நெய் சேர்க்கிறார்கள். அதைவிடத் தீங்கு வேறெதுவும் இல்லை.

அடுப்பிலே விறகைப் போட்டு எரித்துச் சமைப்பதிலேயே ஒருவகை ஆரோக்கியம் இருக்கிறது. அதே ஆரோக்கியம் எண்ணெய் அடுப்பிலோ, வாயு அடுப்பிலோ கிடைப்பதில்லை.

விறகிலும் வேம்பு, புளி, கருவேல விறகுகளே ஆரோக்கியமானவை.

அடுத்தது, காமஉணர்ச்சி வசப்பட்ட இளைஞன் செயற்கை முறையைப் பின்பற்றிச் சீரழிவதை காந்தி அடிகளே ஒரு முறை 'ஹரிஜன்' பத்திரிகையில் எழுதியுள்ளார். 'மாணவர்க்கு' என்று எழுதியுள்ள தொகுப்பில் இதனை விரிவாகக் காணலாம்.

வடமொழியில் இதனை 'முஷ்டி மைதுனம்' என்பார்கள்.

இந்தத் தவறின் மூலம், நெஞ்சு கூடு கட்டும்; கண் குழி விழும்; முகம் களை இழக்கும்; புத்தி மழுங்கிப்போகும்.

இது இளைஞர்களிடம் அதிகமாகப் பரவிய நேரத்தில் இதற்கு மாற்றாக 'அக்கோவிரான்' என்றொரு மருந்தே வந்தது.

'தன்னைத்தானே மகிழ்வித்தல் தாளாத பாவம்; ஆணோடு ஆண் கலப்பது அதைவிடப் பாவம்' என்பது கிராமத்துப் பழமொழி.

பிரம்மச்சாரி இளைஞன் குடும்ப வாழ்க்கைக்குத் திரும்பும் போது, இந்தத் தவறு பயங்கரமாக எதிரொலிக்கும்; செயலற்ற நிலை பிறக்கும்; குடும்ப வாழ்வில் அருவருப்புத் தோன்றும்; குழந்தையும் ஆரோக்கியமாக இருக்காது.

உயர்நிலைப் பள்ளி, கல்லூரி மாணவர்கள் மிக எச்சரிக்கையாக இருக்க வேண்டிய கட்டம் இது.

இன்று வாய்ப்புக்கள், வசதிகள் அதிகமாகி விட்டதால், இந்தச் சீர்கேடு மிகவும் குறைவு.

பிற்கால உடல் துன்பங்களில் இருந்து விடுபடப் பன்னிரண்டு வயது முதல் இருபத்தி நான்கு வயது வரையுள்ள பிரம்மச்சாரி இளைஞர்கள், உடலைப் பேணுவது பற்றியே நான் முக்கியமாகக் குறிப்பிட்டிருக்கிறேன்.

இந்தக் காலத்தில் அவர்களுக்கு வரக்கூடிய மனக்கவலை எல்லாம், 'அப்பா பணம் அனுப்பவில்லையே, கடன் அதிகமாகிவிட்டதே' என்பது மட்டும்தான்.

இது விரைவில் தீரக்கூடிய ஒன்றே.

அதற்காக ஹாஸ்டலில் திருடுகிற பழக்கத்தை ஏற்படுத்திக் கொள்ளவே கூடாது.

'தொட்டில் பழக்கம் சுடுகாடு மட்டும்' என்பார்கள்.

'ஐந்தில் வளையாதது ஐம்பதில் வளையாது' என்பார்கள்.

'பின்னால் நீ பழுக்கப் போவது பலாப் பழமாகவா? இல்லை காஞ்சிரம் பழமாகவா?' என்று நிர்ணயிக்கப் போவது இந்தப் பருவம்தான்.

பால பருவத்தில் ராமன் ஏந்திப் பழகிய கோதண்டம் தான் பின் பருவத்தில் இலங்கையில் கை கொடுத்தது.

'துன்பம், துன்பம்' என்று ஏங்கும் முதியவர்களிடம் நெருங்குவதற்கு முன்னால், இன்னும் பெரிய சிக்கலில் மாட்டிக் கொள்ளாத இளைஞனை எச்சரிப்பதே, இந்த அத்தியாயத்தின் நோக்கம்.

இந்த வயதில் நன்மை தீமைகளையும், கற்கும் கல்விகளையும் ஒழுங்காகக் கற்றுத் தேறவில்லை என்றால், 'துள்ளித் திரியும் வயதில் என் துடுக்கடக்கி, பள்ளிக்கு அனுப்பி வைத்திலனே என் தந்தையாகிய பாதகனே' என்று பாடிய பட்டினத்தார் போல் பதற வேண்டியிருக்கும்.

அறிவால் உணர்ந்து விடு; இல்லையேல் அனுபவம் காட்டிவிடும்.

அத்தியாயம் - 4

எனக்கு வரும் கடிதங்களில் காதல் தோல்வி பற்றிய கடிதங்கள் அதிகம்.

காதலைப் பற்றிக் காந்தியடிகளும் கூடச் சொல்லி இருக்கிறார்.

'அது தேவையானது; தவிர்க்க முடியாதது; ஆனால் அது வேறொரு பிறப்புக்கான காரியம்தான்' என்று கூறி இருக்கிறார்.

அந்நாளிலெல்லாம் பெண் பருவம் அடைவதே, பதினெட்டு வயதுக்கு மேல்தான்.

ஆணுக்கும், பெண்ணுக்கும் காதல் என்பது உள்ளுக்குள்ளேயே தோன்றி, உள்ளுக்குள்ளேயே அடங்கிவிடும் ஒன்றாக இருந்தது.

நாகரீக உலகில் அது கடிதங்களாக விளையாடுகிறது.

பருவத்தின் உணர்ச்சி 'இவள் இல்லாவிட்டால் உலகமே இல்லை' என்று முடிவுகட்டிவிடுகிறது. அதற்காகவே மருகுகிறது; உருகுகிறது. அது நிறைவேறாமல் போனால் துன்பம் பெருகுகிறது.

உஷாவைச் சிறை எடுத்த அநிருத்தன் போலவும், சுபத்திரையை மணந்த அர்ஜுனன் போலவும், எந்தத் தடைகளையும் வென்று ஒரு பெண்ணை மணம் முடித்துக் கொள்ள முடியுமானால், நீ துணிந்து அவளைக் காதலிக்கலாம். இல்லையேல், 'இவளைத்தான் மணக்கப்போகிறோம்' என்று தெரிந்து சீதையைக் காதலித்த ராமனைப் போல், உன் காதலும் இருக்க வேண்டும்.

எனக்கும் வாழ்க்கையில் ஒரு தோல்வி உண்டு.

தங்கம் ஏற்றி வந்த நான்கு கப்பல் கவிழ்ந்து போனால் கூட அவ்வளவு துயரம் இருக்காது.

முதல் காதலின் தோல்வியில் அவ்வளவு துயரம். ஆனால், அந்தக் காதலே ஒரு மடத்தனம் என்பது இப்போதுதான் எனக்குப் புரிகிறது.

முதலில்— என்னைவிட அந்தப் பெண்ணுக்கு ஒரு வயது அதிகம். இரண்டாவது, எனக்கு முன்னால் திருமணம் செய்ய வேண்டிய ஒரு சகோதரரும், ஒரு சகோதரியும் இருந்தார்கள். எங்களிடம் வசதி இல்லை.

இந்தக் காதல் எப்படிக் கைகூடும்?

கண்ணதாசனின்

அவளும் என்னை விரும்பினாள். நானும் அவளை விரும்பினேன் என்பதைத் தவிர, மணம் முடிக்கும் வாய்ப்பே இல்லாத ஒரு காதல் என்ன ஆகும்?

குளிக்கிறேன் என்று கல்லிலே விழுந்து விட்டுத் தண்ணீர் இல்லையே என்றால், கல்லிலே தண்ணீர் எங்கிருக்கும்?

குளிப்பதற்காக விழுவதென்றால், குளத்தில் விழ வேண்டும்.

காதலிக்கிறேன் என்றால், கல்யாணத்திற்கு வாய்ப்பு உண்டா என்று பார்த்துத்தான் காதலிக்க வேண்டும்.

குருடன், கையிலுள்ள கோலைத் தரையிலே தட்டிப் பார்க்கிறான்; அது தரையில் படாமல் போனால், பள்ளம் என்று தெரிந்து கொள்கிறான். பிறகு தரையிருக்கும் பக்கம் தட்டிப் பார்த்துத் திரும்பி நடக்கிறான்.

'காதலுக்கு கண் இல்லை' என்பது உண்மைதான். ஆனால் அந்தக் குருடனுக்கு இருக்கும் விவஸ்தை கூடவா இல்லாமல் போயிற்று?

சூர்ப்பனகை ராமனை விரும்பியதற்குப் பெயரும் காதல்தான்; இராவணன் சீதையை விரும்பியதற்குப் பெயரும் காதல்தான்; கோவலன் மாதவியை நாடியதற்குப் பெயரும் காதல்தான்; சீதா-ராம, ராதா-கிருஷ்ண காதலர்களும் காதலர்கள்தான்.

இவற்றில் உன் காதல் எந்த ரகம்?

எந்த ரகமும் இல்லை. கண் போன போக்கிலே மனம் போய்விட்டது. அவ்வளவுதான்!

ஜெயித்து வந்த குதிரை என் குதிரை என்று நினைப்பது போல், கல்யாணம் செய்து காதலிப்பதைப் போன்ற வம்பில்லாத வேலை வேறெதுவும் இல்லை.

இல்லையென்றால், இது நிறைவேறும் என்று நன்றாகத் தெரிந்து கொண்டு, காதலைத் தொடங்கினால் தோல்வி இல்லை.

இன்னொன்றும் துணிந்து சொல்வேன்.

ஐம்பத்தாறு தேசத்து ராஜாக்களும் தமயந்தியை விரும்பினார்கள். அவள் கையிலே ஐம்பத்தாறு மாலைகள் இல்லை. நளனை எதிர்பார்த்தாள்; வந்தான்; மாலையிட்டாள்.

பிருதிவிராஜன்-சம்யுக்தை கதையும் இதுதான்.

அம்பிகாபதியும், அமராவதியும் கொலைக் களத்திற்கே தயாரானார்கள்.

ரோமியோவும், ஜுலியட்டும் மரணத்திற்கே துணிந்தார்கள்.

இந்தத் துணிச்சல் எதையும் ஏற்றுக் கொள்ள மாட்டாய்; நீ யாரைக் காதலிக்கிறாயோ அவள் உன் வீடு தேடி வந்து விட வேண்டும்; இல்லையா?

நீயாக நினைப்பது, நீயாக ஏங்குவது, பிறகு நீயாக அழுவது! என்ன கூத்து இது?

ஆகவே, திட்டம் தெரிந்து காதலி; தோல்வி இல்லை.

அப்படியும் தோல்வி வந்தால், கல்யாணம் செய்து காதலி; தோல்வி வராது.

வெறும் கற்பனா வாசகங்களையும், காவியங்களையும் படித்துவிட்டு உடம்பை அலட்டிக் கொள்வதில் என்ன லாபம்?

ஒரு ஆணுக்கு ஒரு நல்ல பெண்துணை வேண்டும். அதை நீயாகப் பார்ப்பதை விடத் தாய்–தந்தையர் பார்த்தாலென்ன?

ராமன்–சீதை திருமணத்தை வசிஷ்டரும், ஜனகரும்தான் பேசி முடித்தார்களே தவிர, அவர்களே பேசி முடிக்கவில்லை.

ஆகவே, காதல் தோல்வி என்பது மறக்கக்கூடிய துன்பம்தான் என்பது என்னுடைய கருத்து, சொல்லப்போனால் அதைத் துன்பக் கணக்கிலேயே நான் சேர்த்ததில்லை.

வேறு பெண்ணே இல்லாத உலகத்தில்தானே, நீ ஒருத்திக்காக ஏங்க வேண்டும்?

மதுரையில் இருந்து திருப்பதிக்குப் போக முடியவில்லை என்றால், அழகர் கோயிலுக்குப் போ. அதை விடுத்துத் திருப்பதியை நினைத்து அழுதால் திருமால் என்ன இறங்கி வரப் போகிறாரா?

காதல் புனிதமானது! வீணாக அதை நீ களங்கப்படுத்தாதே; பேசாமல் கல்யாணம் செய்து கொள்.

அத்தியாயம் - 5

"ஒட்டகம் முட்செடியைத் தின்பதற்கு விரும்புகிறது. ஆனால் முட்களைத் தின்னும்போது அதன் வாயிலிருந்து இரத்தம் பீறிட்டு வருகிறது. இருப்பினும் அது முட்களையே தின்னச் செல்கிறது; அதை விடுவதில்லை. சம்சாரிகள் எத்தனையோ துன்பங்களுக்கும் கஷ்டங்களுக்கும் உள்ளாகிறார்கள். இருப்பினும் சில நாட்களிலேயே அவற்றை மறந்து முன் போலவே ஆகிவிடுகிறார்கள்.

மனைவி இறந்து விடுகிறாள், அல்லது துரோகம் செய்து விடுகிறாள் என்று வைத்துக் கொள்வோம். கணவன் அதோடு சந்நியாசி ஆகிவிடுகிறானா? இல்லை; அவன் வேறு கல்யாணம் செய்து கொள்கிறான்.

குழந்தை இறந்து விட்டால் பெற்றோர் அழுகிறார்கள்; அந்தக் கவலையும் சில நாட்களே. பிறகு தாய் தன் அலங்காரங்களைத் தொடங்குகிறாள். ஆசையை வளர்க்கிறாள். அடுத்த குழந்தைக்குத் தாயாகி விடுகிறாள்.

பெற்ற பெண்ணுக்குக் கல்யாணம் செய்வதற்காகச் சொத்துகளையே சிலர் இழந்து விடுகிறார்கள். அதில் நன்றாக அவதிப்பட்டும் கூட, அடுத்தொரு பெண்ணைப் பெற்றுக் கொள்கிறார்கள்.

கோர்ட்டில் வழக்காடிச் சிலர் எல்லா சொத்துக்களையும் இழந்து விடுகிறார்கள். ஆனால், மிச்சமிருக்கும் சொத்தை விற்றாவது இன்னொரு வழக்குப் போடுகிறார்கள்.

பாம்பு, பெருச்சாளியை விழுங்க முயல்கிறது. விழுங்கவும் முடியவில்லை; துப்பவும் விரும்பவில்லை.

"மனித வாழ்க்கை இதுதான்."

—பகவான் ராமகிருஷ்ணர் 'ஆப்பசைத்த குரங்கின் நிலையிலுள்ள கிரகஸ்தர்களை' இப்படி விமர்சிக்கிறார்.

இதோ, திருமணம் நடக்கப் போகிறது.

நீ குடும்பத்திற்குள் நுழையப் போகிறாய்.

திருமணத்தை நினைக்கும்போது குதூகலமாகத்தான் இருக்கிறது.

அர்த்தமுள்ள இந்துமதம் – பாகம் 4

பஜ்ஜி சாப்பிடும்போது கடலைமாவின் சுவைதான் தெரியுமே தவிர எதிரொலி தெரியாது; வயிற்றை வலிக்கும்போது தான் அது புரியும்.

திருமணம் நடக்கும்போது, அந்த உற்சாகத்தில் எதிர்காலத்தைப் பற்றிய சிந்தனை வராது.

ஆனால், எதிர்காலம் திருமண காலத்தைப் போல இருக்காது என்பது உண்மை.

பொறுப்பற்ற நிலையிலே திருமணம்; பொறுப்பைச் சுமந்த நிலையில் குடும்ப வாழ்க்கை.

பெண்ணின் அழகு; வரதட்சணை வரவு; நண்பர்கள் கூட்டம்; வாழ்த்துத் தந்திகள்– இதிலே கவலைப்படுவதற்கு என்ன இருக்கிறது?

இரண்டு குழந்தை பிறந்து திக்குமுக்காடும்போது சந்தோஷப்படுவதற்கு என்ன இருக்கிறது?

இன்பமும் துன்பமும்– நேரத்தையும் சூழ்நிலையையும் பொறுத்தவை.

நேரம் இறைவனின் நிர்ணயம்.

'சஞ்சலமிக்க மனதைப் பயிற்சியால் தெளிய வைக்க முடியும்' என்று பகவான் கீதையிலே சொன்னது போல் குடும்பத்தில் நுழைந்தவுடனேயே சில பயிற்சிகளை மேற்கொண்டால், எதிர் காலத்தில் நாமாக வரவழைத்துக் கொள்ளும் சில துன்பங்களைத் தடுத்துவிட முடியும்.

திருமணம் முடிந்து விட்டது.

முதல் இரவு.

ஒரு நல்ல குடும்பப் பெண்ணுக்கு அதுதான் முதலிரவாக இருக்க முடியும்.

உனக்கும் அதுதான் முதல் இரவா?

'இல்லை' என்றால் உனக்குச் சொல்லவேண்டியது எதுவும் இல்லை; அனுபவம் இருக்கும்.

உனக்கும் அது தான் முதல் இரவு என்றால், அந்த இரவில் நீ ஒரு இளைஞனின் துடிப்போடு நடந்து கொள்ளக் கூடாது. ஒரு ஞானியின் பக்குவத்தோடு நடந்துகொள்ள வேண்டும்.

அவளுக்குச் சொல்லக் கூடியது: முதல் நாளில் கணவனுடைய மனோபாவங்களை அறிந்து கொள்ள வேண்டுமே தவிரத் தன்

367

மனோபாவங்களை வெளிப்படுத்தக் கூடாது. இருவருக்கும் பொதுவாகச் சொல்கிறேன்:

பக்திமிக்க பூஜையறை காதலர்கள் பள்ளியறை
சக்தியொடு நாயகனார் தவம்புரியும் மேருமலை
அக்கரையும் இக்கரையும் அதன் நடுவே காவிரியும்
பக்குவமாய் ஓடுதல்போல் பயிலுகின்ற கல்வியறை
முற்றுமது காமசுகம் முளைக்கின்ற பூமியல்ல;
மற்றுமொரு ஜீவனுக்கு வரவுசொல்ல வந்தஇடம்!
தம்பதிகள் உறவினிலே தாய்வயிற்றில் பிள்ளைவரும்
தாய்தகப்பன் குணம்போல சேய்க்குணமும் தவழ்ந்துவரும்
ஆதலின் ஒன்றையொன்று அனுசரித்துப் போவதுதான்
காதலிலும் இன்பம்வரும்; கண்மணிக்கும் நல்லகுணம்!
காதலில் மனைவியவள் கருவடைந்த பின்னாலே
ஐந்துமா தம்வரைக்கும் அழுவதென்ப தாகாது
அன்னை அழுதாலோ அலறியவள் துடித்தாலோ
அங்கம் பழுதுபட்டு அழகிழந்த பிள்ளைவரும்
கண்ணிரண்டும் கெட்டுவரும் கைகால் விளங்காது
வாய்மொழியும் தேறாது வாரிசுக்கும் உதவாது
எப்போதும் சிரித்தபடி இருக்கின்ற பெண்மயில்தான்
தப்பாமல் நல்லதொரு தங்கமகன் ஈன்றெடுப்பாள்!
கணவன் அழகாகக் கண்மணியை எதிர்பார்த்தால்
மனைவி மனம்நோகும் வார்த்தைசொல்லக் கூடாது.
அன்பு மொழிபேசி அரவணைத்து எந்நாளும்
தன்னையே மனைவியவள் சார்ந்திருக்கச் செய்து விட்டால்
பொன்னை வடித்ததுபோல் புத்திரர்கள் பிறப்பார்கள்!

கணந்தோறும் கணந்தோறும் கணவனையே நினைத்திருந்தால்
அவள்பெறும்ஓர் பிள்ளைஎன்றும் அப்பாவைப் போலிருக்கும்.
ஆளான பின்னாலே ஆண்டாண்டு பொறுத்தவள்தான்
நாளாகி வயதாகி நல்லமணம் முடித்தவள்தான்
ஆசை நிறைந்தாலும் அடக்கம் மிகுந்தவள்தான்
ஆனாலும் அந்த அழகுமயில் வாழ்க்கையிலே
சூலான பின்னால்தான் சுகம்காணும் மயக்கம்வரும்!
தேடும் மனையாளைத் திருப்தியுடன் வைத்திருந்தால்
கூடுகின்ற சந்ததியும் குணத்தோடு வந்துதிக்கும்!
மணவாழ்வு வாழுகையில் மறுவார்த்தை ஆகாது!
'தாய்கொடுத்த சீர்வரிசை சகிக்கவில்லை' என்பதுவும்
ஜாடையாய்ப் பேசுவதும் தரம்குறைத்துக் காட்டுவதும்
'அப்பன் கொடுத்ததொரு ஆழாக்கு' என்பதுவும்
வடுவாக நின்றுவிடும் வாழ்நாளில் ஆறாது!

கொண்டவள்மேல் ஓர்பொழுது கோபம்வருமென்றால்
சண்டாளி சூர்ப்பனகை தாடகைநீ என்றெல்லாம்
அண்டாவில் அள்ளிவந்து அளந்துவைக்கக் கூடாது.
'நாளைக்குப் பார்ப்போம், நடப்பதெல்லாம் நடக்கட்டும்'
என்றே படுத்துவிட்டால் எழுந்திருக்கும் வேளையிலே
பெண்டாட்டி அன்புவரும் பெரிய நினைவுவரும்!
கடுகு அரிசியினைக் கற்தரையில் கொட்டிவிட்டால்
உடனே பொறுக்கிஅதை ஓர்புறத்தில் சேர்த்திடலாம்
வார்த்தையினைக் கொட்டிவிட்டால் மறுபடியும் திரும்பாது!
ஆழாக்கு அரிசியிட்டு அதில்வாழ்வு வாழ்ந்தாலும்
தாளாத காதலுடன் தாய்போல ஊட்டிவிட்டால்
தேவர் அமுதமெல்லாம் 'சீ' என்றே ஆகிவிடும்!
வாழ்வதற்கும் தாழ்வதற்கும் மனசுதான் காரணமாம்
இன்பமென எண்ணிவிட்டால் எப்போதும் இன்பமயம்!
துன்பமெனத் தோன்றினாலோ தொலையாத துன்பமயம்!

ராமனது துன்பம்இனி நமக்குவரப் போவதில்லை
சீதைபட்ட வேதனையைச் சிந்தித்தால் துன்பமில்லை!
ஆதாரம் ஒன்றையொன்று அண்டிநிற்க வேண்டுமென்றே
ஓர்தாரம் கொள்கின்றோம் உடனிருந்து வாழுகின்றோம்.
சேதாரம் என்றாலும் சேர்ந்துவிட்ட பின்னாலே
காதோரம் அன்புசொல்லிக் கலந்திருந்தால் துன்பமில்லை!
குற்றமெல்லாம் பார்த்துக் குறைபேசத் தொடங்கிவிட்டால்
சுற்றமென ஏதுமில்லை சொந்தமென நாதியில்லை!
பற்றுவைத்தால் வைத்தஇடம் பம்பரம்போல் ஆடிவிடும்
தள்ளிவைத்தால் தங்கமதும் தவிடாக மாறிவிடும்!
'கையில்அரைக் காசுமில்லை கடன்கொடுப்பார் யாருமில்லை'
என்றிருக்கும் வேளையிலே இருப்பதையே பெரிதாக்கி
கொத்தாகக் கீரைதனைக் குழம்புவைத்துப் போட்டாலும்
சத்தமின்றிச் சாப்பிடுங்கள் தருவான் இறைவன்!
சண்டையிட்டு ஆவதென்ன சஞ்சலம்தான் மிஞ்சிவிடும்
அண்டை அயல்சிரிக்கும் அத்தனையும் கேலிசெய்யும்!
பகலில் அக்கம்பக்கம் பார்த்தபின்னால் பேசுங்கள்;
அந்திபட்டால் எப்போதும் அதுகூடக் கூடாது!
வீட்டுக் கதைகளுக்கு விபரங்கள் வேண்டுமென்றால்
கூட்டாகக் கட்டிலிலே குலவுங்கள் பேசுங்கள்!
பால்கணக்கோ மோர்க்கணக்கோ பட்டெடுத்த கடைக்கணக்கோ
பேசும் கணக்கெல்லாம் பிறர்முன்னால் பேசாதீர்!
தப்புக் கணக்கென்று சந்தேகம் கிளப்பாதீர்!
பெண்டாட்டி தப்பென்று பிறர்முன்னால் சொல்லிவிட்டால்

கொண்டாட்டம் ஊருக்கு கொட்டுவார் கையிரண்டை!
பால்போன்ற வேட்டியிலே பட்டகறை அத்தனையும்
பார்ப்பவர் கண்களுக்கு படம்போல தோன்றிவிடும்!
நாட்டுமக்கள் வாழ்க்கையெல்லாம் நாலும் கலந்துதான்
வீட்டுக்கு வீடுஒரு விரிவான கதையிருக்கும்
உன்கதையைக் கேட்டதனால் ஊரார் அழுவதில்லை!
சிலரோ சிரிப்பார்கள்; திண்டாடு என்பார்கள்!
நாட்டிலா வாழுகிறோம்; நாலும் திரிந்திருக்கும்
காட்டில் உலாவுகிறோம்; கவனம் மிகத்தேவை!
எடுத்தஅடி ஒவ்வொன்றும் எச்சரிக்கையாய் விழுந்தால்
அடுத்தஅடி தப்பாது ஆண்டவனார் துணையிருப்பார்!
இந்துமதப் பெண்களது எத்தனையோ துன்பங்கள்
மௌனம்எனும் தீயினிலே மாயமாய்ப் போனதுண்டு
'வாய்க்கட்டு வேண்டும்' என்று வகையாய் உரைப்பார்கள்!
அதற்குப் பொருளிரண்டு: 'ஆகாத வார்த்தைகளை
ஊரெங்கும் வீசாமல் உள்ளேவை' என்பதொன்று;
'வாய்ச்சுவையை நாடி வயிற்றைக் கெடுக்காமல்
வாய்க்கட்டுப் போடு' என்னும் வகையான புத்தியொன்று!
'பெருக்கத்து வேண்டும் பணி' வென்றும், எந்நாளும்
'சுருக்கத்து வேண்டும் உயர்' வென்றும் சொன்னார்கள்!
வற்றாத செல்வங்கள் வளமாகச் சேருகையில்
அடக்கம் பணிவிருந்தால் அனைவருமே மதிப்பார்கள்!
இவ்வளவு பணமிருந்தும் எவ்வளவு பணிவென்று
ஊரார் புகழ்வார்கள் உன்னடியில் பணிவார்கள்!
'கையில் பணமில்லை கடனாளி யாகிவிட்டான்'
என்றெல்லாம் ஊரார் ஏளனமாய்ப் பேசுகையில்
கைநிறைய மோதிரங்கள் கடிகாரம் சங்கிலிகள்
பட்டாடை கட்டி பவனிவர வேண்டும்நீ!
அப்போது ஊரார் அதைஎன்ன சொல்வார்கள்?
'எவனோ புளுகுகிறான்; இவனா கடனாளி?
பெண்டாட்டி பேரில் பெரியபணம் வைத்துள்ளான்'
என்பார்கள்; நீயே இன்னுமொரு தொழில் செய்தால்
அவரே பணம்தந்து ஆதரிக்க வருவார்கள்!
நான்குபுறம் கத்தி நடுவிலொரு முள்வேலி
முள்வேலி மீதே மோகனமாய் நாட்டியங்கள்.
இதுதானே வாழ்க்கை! எதற்குக் கலங்குகிறாய்?
காலத்தைப் பார்த்துக் கணக்காய்த் தொழில் செய்தால்
ஞாலமே உன்கையில்; நவின்றாரே வள்ளுவனார்!
நீரில் அழுக்கிருந்தால் நீரருந்த மாட்டோமா?

காய்ச்சிக் குடிக்கின்றோம்; கவலைக்கு வேலையென்ன?
'இடுக்கண் வருங்கால் நகு' என்றால் எந்நாளும்
அடுத்து வருவ துபோல் இருப்பதில்லை.
சகடத்தில் ஏறிவிட்டால் தாழ்ந்தும் உயர்ந்தும்வரும்
இருட்டு வெளிச்சமென இரண்டுவைத்தான் பேரிறைவன்.
இன்ப துன்பங்களுக்கு இதுதான் நியதி என்றான்!
கோடை வெயிலடித்துக் கொளுத்துகின்ற வேளையிலே
அம்மா மழைஎன் றலறுகிறோம், மழைவந்து
வெள்ளம் பெருக்கெடுத்து வீதியையே மூழ்கடித்தால்
வெய்யிலையே தேடி விரிகதிரை வணங்குகிறோம்!
கூடும் குறையும் குறைந்ததெல்லாம் கூடிவிடும்;
வாடும் வரளும் வரண்டதெல்லாம் வளமாகும்
எப்போது எதுநடக்கும் இறைவனுக்குத் தான்தெரியும்.
நடைபோடும் யந்திரங்கள் இவ்வுலகில் ஏதுமில்லை
போடும் நடையைப் பொடிநடையாய்ப் போடுங்கள்
நடைபோடும் வேலைதான் நாம்செய்யக் கூடுவது!
பார்த்து நடந்து பக்குவமாய்த் தொடருங்கள்
அப்போதும் முதுகினிலே அடிவிழுந்தால் 'எல்லாமே
தப்பாத ஈசன் சாட்டை' யென எண்ணுங்கள்!
கண்ணீரால் எந்நாளும் கவலை மறைவதில்லை,
விண்ணாளும் வேந்தன் வீடுசெல்லும் காலம்வரை
எண்ணுவன எண்ணுங்கள்; இயங்குங்கள் துன்பமில்லை.

அத்தியாயம் – 6

இந்தியா ஒரு பயங்கரமான பாதாளத்தை நோக்கிப் போய்க் கொண்டிருக்கிறது.

''படிப்பதற்குக் கல்லூரி இல்லை. படித்து வந்தாலும் வேலை இல்லை!'' என்ற நிலைமை பெருகிக் கொண்டே போகிறது.

இனி எவ்வளவு பெரிய மேதைகள், ஞானிகள் ஆட்சி பீடம் ஏறினாலும், அந்தத் திண்டாட்டத்தை முழுக்க ஒழித்து விடுவதென்பது கடினமே.

ஆகவே, பட்டம் பெற்ற அத்தாட்சியை கையிலே வைத்துக் கொண்டிருக்கும் இளைஞன், வெறும் படிக்கட்டுக்களில் தினம் தினம் ஏறி இறங்கிப் பயனில்லை.

'குமாஸ்தா வேலையாவது கிடைத்தால் போதும்' என்று கருதும் சுபாவமும் மாற வேண்டும்.

நமது நாட்டில் பெரிய மனிதர்களில் பெரும்பாலோர் மனிதாபிமானம் இல்லாதவர்கள்.

அவர்களிடம் போய்ச் சிபாரிசுகளுக்குக் கைக்கட்டி நிற்பது அடிமைத்தனமானது; அவமானகரமானது; ஆனாலும் பரவாயில்லை என்றாலோ பயனும் அற்றது.

அதைவிடச் சற்றுத் தனியாக உட்கார்ந்து, சுயபுத்தியோடு சிந்தியுங்கள்; வேலையில்லாத் திண்டாட்டத்தில் இருந்து விடுபட ஒரு நல்ல வழி உங்களுக்குத் தெரியும்.

இங்கே என் கதையைக் கொஞ்சம் சொல்வதும் பொருந்தும்.

நான் பன்னிரண்டு வயதிலேயே எட்டாம் வகுப்புப் படித்து முடித்தேன். அதற்கு மேல் படிப்பை எட்டிப் பார்க்க வசதியில்லை. 'பிள்ளை ஊர் சுற்றுகிறானே, உருப்படாமல் போய்விடுவானே' என்று பெற்றோர் கவலைப்பட்டார்கள். என் தந்தை, ஏ.எம்.எம்.கடையில் பர்மாவில் தலைமை நிர்வாகியாக இருந்தார். அதனால் என்னைச் சென்னைக்கு அழைத்து வந்து அவர்களுக்குரிய திருவொற்றியூர் 'அஜாக்ஸ்' தொழிற்சாலையில் டெஸ்பாட்சிங் குமாஸ்தாவாகச் சேர்த்து விட்டார்.

வாரம் ஐந்து ரூபாய்ச் சம்பளம் எனக்குக் கட்டுப்படியாகத்தான் இருந்தது. ஆனாலும் அது வளர்ச்சிக்கு உகந்ததாக இல்லை என்று நான் கருதினேன்.

அர்த்தமுள்ள இந்துமதம் - பாகம் 4

கடிதங்களைப் பதிவு செய்யும் ரிஜிஸ்தருக்குள்ளேயே ஒரு நாற்பது பக்க நோட்டை வைத்துத் தினமும் கவிதை எழுதிக் கொண்டிருந்தேன்.

அப்போது அங்கே அக்கௌண்டண்டாக இருந்த பத்மநாபன் என்பவர், 'கவிதை ஆத்மாவுக்குத்தான் திருப்தி; சோறு போடாது' என்பார்.

பிறகு கதை எழுதிப் பார்த்தேன்.

பிறகு அந்த வேலையை விட்டு, அலைந்து திரிந்து ஒரு பத்திரிகையில் இடம் பிடித்துக் கொண்டே முன்னேறினேன்.

படிப்புக் குறைவாக உள்ள ஒருவன், ஏதாவது ஒரு வழியில் சுயமுயற்சியில் முன்னுக்கு வந்துவிட முடியும் என்றால் படித்தவர்களால் ஏன் முடியாது?

தலையில் இருக்கும் கையை எடுங்கள்.

உங்கள் அறிவு ஆராய்ச்சியில் இறங்கட்டும்.

ஏதோ ஒரு தொழில் உங்கள் கண்களுக்குத் தெரியும்.

சென்னை ஸ்டுடியோக்களிலே ஒரு நடுத்தர வயதுக்காரர் அடிக்கடி காணப்படுவார். கையில் ஒரு பெரிய பையிருக்கும். அதில் அப்பளம், வடாகம், ஊறுகாய், கருவேப்பிலைப் பொடி அனைத்தும் இருக்கும். அவை கடையில் வாங்கியவையல்ல; அவரும் அவர் மனைவியும் மக்களும் தயார் செய்தவை; எந்தப் புகழ் பெற்ற கம்பெனியில் வாங்கினாலும் அவ்வளவு சுவையாக இராது. ஸ்டுடியோவில் இசைக் குழுவினர், டைரக்டர்கள் ஆகியோரோடு, நானும் அதைத்தான் வாங்குவேன். எப்படியும் அறுபதில் இருந்து எழுபது ரூபாய்க்கு விற்று விடுவார். குறைந்தது இருபது ரூபாய் லாபம் கிடைக்கும்.

இவர் குடியிருக்கும் பக்கத்து வீடுகளில் உள்ளவர்கள், தங்கள் தேவைக்கெல்லாம் அவரிடம் தான் வாங்குவார்கள்.

மாதம் குறைந்தது எழுநூற்றைம்பது ரூபாய் கிடைக்கும்.

மனைவி, மக்களோடு வீட்டிலேயே உட்கார்ந்து அப்பளம் போடுவது, ஊறுகாய் போடுவது; காலையில் குழந்தைகள் பள்ளிக்குப் போகும்; மனைவி சமையல் செய்யத் தொடங்குவாள்; அவர் விற்பனைக்குப் புறப்படுவார்.

கைகட்டி நிற்காத அற்புதமான வாழ்க்கை.

இப்போது மிகப் புகழ் பெற்றிருக்கும் 777-ஆம் நெம்பர் திடீர்ச் சாம்பார், திடீர்த் தக்காளி சூப் உங்கள் நினைவுக்கு வரும்.

373

கண்ணதாசனின்

முப்பத்து மூன்று ஆண்டுகளுக்கு முன்பு இந்த ஸ்ரீராமபவன், தம்பு செட்டி தெருவில் ஒரு சிறு கட்டடத்தில் இருந்தது. குறிப்பிட்ட சிலரே உட்கார்ந்து சாப்பிடக்கூடிய அந்த இடத்தில், வெறும் இட்லி சட்னியில் தொடங்கிய அந்த வியாபாரம், இப்போது ஆல் போல் தழைத்து அருகு போல் வேரோடி விட்டது.

தொழிலில் எந்தத் தொழில் கேவலம்?

'உட்லாண்ட்ஸ் ஹோட்டல்' கிருஷ்ணா ராவ் அவர்கள் தன்னுடைய வரலாற்றை என்னிடம் சொன்னார்கள்.

முதலில் வீட்டில் பலகாரம் செய்து, அதைத் தட்டிலே தூக்கி விற்பனை செய்தாராம்.

அதிலே சிறுகச் சிறுக மிச்சமான பணத்தைச் சேர்த்துப் பழைய உட்லாண்ட்ஸைக் குத்தகைக்கு எடுத்தாராம். அந்தக் குத்தகைக் காலத்தில் மிச்சமான பணத்தைக் கொண்டு புது உட்லாண்ட்ஸை விலைக்கு வாங்கினாராம்.

(எலியட்ஸ் ரோட்டில் அந்தப் புது உட்லாண்ட்ஸ் இருக்கும் கட்டடம்தான் என்னை வேலைக்குச் சேர்த்துக் கொண்ட ஏ.எம்.எம். முருகப்பச் செட்டியாரின் கட்டடம்.)

இப்படி ஹோட்டல் தொழிலில் முன்னேறியவர்கள் பலர்.

சமையல் வேலை செய்து கொண்டிருந்த ஒருவர், ஒரு அசைவ ஹோட்டல் நடத்தத் தொடங்கி, ஐந்து டாக்ஸிகளும் ஒரு பங்களாவும் வாங்கியிருக்கிறார்.

சென்னை நகரில் சில கூர்க்காக்கள் உண்டு. இவர்களை யாரும் வேலைக்கு நியமித்ததில்லை. தாங்களாகவே இரவில் சில குறிப்பிட்ட தெருக்களில் தரையைத் தட்டிக்கொண்டு 'ரோந்து' வருவார்கள். தெருவாசிகளுக்கு தைரியம் கொடுப்பது போல் அடிக்கடி விசில் அடிப்பார்கள்; ஆபத்தில் ஓடி வருவார்கள். மாதம் பிறந்தால் ஒவ்வொரு வீட்டுக்காரரும் இரண்டு ரூபாயிலிருந்து ஐந்து ரூபாய் வரை கொடுப்பார்கள். எப்படியும் ஒரு கூர்க்காவுக்கு முன்னூறு ரூபாய்க்கு மேல் சேர்ந்து விடும்.

பதினைந்து வருஷங்களுக்கு முன், ஒரு கையிழந்த முடவர் ஒருவர் என்னிடம் வேலை கேட்டார்.

நான் அவருக்கு ஒரு டிரங்க் பெட்டி வாங்கிக் கொடுத்து சுமார் இருநூறு ரூபாய் பெறுமானமுள்ள குடும்ப வாழ்க்கை பற்றிய புத்தகங்களை ஒரு பதிப்பகத்திலிருந்து வாங்கிக் கொடுத்தேன். குழந்தை வளர்ப்பு, சமையல் கலை போன்ற புத்தகங்கள் அவை.

வீட்டுக்கு வீடு போய், அந்தப் புத்தங்களை விற்றார். முதல் நாளே நூறு ரூபாய்க்கு விற்பனை. அதற்குக் கமிஷன் இருபத்தைந்து ரூபாய், பிறகு அதையே அவர் தொடர்ந்தார்.

மாதம் அந்தத் தனி நபருக்கு ஐந்நூறு ரூபாய்க்குக் குறையாமல் வருமானம் வந்தது.

பிறகு வசதியான சாப்பாடு, தங்குவதற்கு ஒரு அறை; ஓரளவுக்குப் பணம் சேர்ந்ததும் கிராமத்தைப் பார்க்கப் போய்விட்டார்.

பெரும் பணத்தைச் செலவழித்து, பி.ஏ., எம்.ஏ., என்று பட்டம் வாங்கி, குமாஸ்தா வேலைக்குக் குட்டிக்கரணம் போடுகின்ற மடத்தனத்தை விட, இத்தகைய சுய தொழில்கள் எவ்வளவு கௌரவமானவை.

சாப்பாட்டு விடுதி வைப்பது கௌரவக் குறைவா?

புத்தகத்தைத் தூக்கி விற்பது மரியாதைக் குறைவா?

‘வேலை கிடைக்கவில்லை, ஒரே துன்பம்’ என்று மூக்கைச் சிந்துவதை விட, இப்படி ஒரு முயற்சி செய்தால் என்ன?

சென்னையில் இருந்து திருச்சி போகும் வழியில் தொழுப்பேடு என்றொரு கிராமம். அங்கு ஒரு ‘ரயில்வே கேட்’ உண்டு. கேட் அடைத்திருக்கும் போது கார் நிற்க வேண்டி வரும். கிராமத்துப் பெண்கள் மோர் விற்பார்கள். ஒரு டம்ளர், பத்துக்காசு.

நான் இரண்டு டம்ளர் குடித்துவிட்டு, இரண்டு ரூபாய் கொடுப்பேன்; என் மனைவி கோபித்துக் கொள்வாள்.

“வேலை இல்லை என்று பல்லவி பாடாமல், பிச்சை எடுக்காமல் இப்படித் தொழிலைச் செய்கிறாளே ஒருத்தி, அதைக் கௌரவிக்க வேண்டுமல்லவா?” என்பேன்.

வாழ நினைத்தால் வாழலாம். வழியா இல்லை பூமியில்?

வேலை கிடைக்காதது ஒரு துன்பமல்ல; வேலை உங்களுக்குள்ளேயே இருக்கிறது.

முயற்சி செய்யுங்கள்.

நீங்கள் கண்டடைவீர்கள்.

மேஜையில் உட்கார்ந்து அழுக்குப் படாமல் எழுதிக் கொண்டிருப்பதுதான் கௌரவம் என்று கருதினால், கடன்காரனாகிக் கைகட்டி நிற்கும் போது, அந்தக் கௌரவம் முழுவதும் போய்விடும்.

சந்தோஷமாக ஒரு குடும்பம் முழுவதும் பார்க்கக் கூடிய தொழிலைத் தேர்ந்தெடுத்துக் கொண்டு, வீட்டுக்குள்ளேயே பெண்டாட்டி பிள்ளைகளோடு பேசிக்கொண்டு, லாபகரமானதாகவும் தொழில் நடத்த முடியும்.

சிவகாசி நகரில் ஒவ்வொரு குழந்தையும் ஒரு நாளைக்கு மூன்று ரூபாய் சம்பாதிக்கிறது. ஒவ்வொரு தாயும் ஐந்து ரூபாய் சம்பாதிக்கிறாள். தகப்பன் பத்து ரூபாய் வரை சம்பாதிக்கிறான்.

அந்த ஊரில் நீங்கள் சினிமா பார்க்கப் போனால், முண்டாசு கட்டி முதல் வகுப்பில் உட்கார்ந்திருக்கும் தொழிலாளியையும், அவன் பக்கத்தில் உட்கார்ந்திருக்கும் முதலாளியையும் சந்திக்க முடியும்!

நம் வாழ்க்கையை நாமே நடத்திச் செல்லக் கடவுள் நாலாயிரம் வழிகளைத் திறந்து விட்டிருக்கிறார்.

இந்து தர்மப்படி, ஆயிரம் பேர்கள் வேலை பார்க்கும் ஒரு ஆபீஸில் குமாஸ்தாவாக இருந்து கூட்டத்தோடு கோவிந்தா போடுவதை விட, ஒரு சிறு தொழிலைச் சுய தர்மமாக ஏற்றுக் கொண்டு நடக்கிறவன் பொருளாதாரத்தில் மட்டுமல்ல; பக்தியோகத்திலும் வெற்றி பெற்று விடுகிறான்.

புராணத்தில் ஒரு கதையுண்டு.

கிருஷ்ணனுக்கு ஒரு முறை துலாபாரம் நடத்தினார்களாம். கிருஷ்ணன் தராசின் ஒரு தட்டில் ஏறி நின்றாராம். சத்தியபாமா மறுதட்டில் நகைகளை அனைத்தையும் டன் கணக்கில் அள்ளிக் கொட்டினாராம். எடை பூர்த்தியாகவில்லை. ருக்குமணி பக்தியோடு கிருஷ்ணனின் கால்களைத் தொட்டு வணங்கி, ஒரு துளசி இலையைக் கிள்ளி அந்தத் தட்டிலே வைத்தாளாம். உடனே கிருஷ்ணனுடைய தட்டு உயர்ந்து அந்தத் தட்டு தாழ்ந்து நின்றதாம்.

பக்தி சிரத்தையோடு செய்யப்படும் சுயகர்மமே சுயதர்மத்தின் முதற்படி.

சுயகர்மம் அளவுடையதாயினும், அதுவே அளவில்லாதது.

ராமனுக்கு நாடு இல்லாமல் போனபோது கூட, குகனிடம் படகு இருந்ததை நினைவில் வைத்துக் கொள்ளுங்கள்.

அத்தியாயம் - 7

'கடனும் வாங்காதே, கடனும் கேட்காதே' என்றொரு பழமொழி உண்டு. ஆனால் இன்றைய பொருளாதாரத்தில் இது காரிய சாத்தியமானதல்ல.

ஆளுக்கு ஆள் கடன் வாங்குவதைவிட அதிகமாக, ஒரு நாட்டிடம் இன்னொரு நாடு கடன் வாங்கும் காலம் இது.

கடனும் அதற்கான வட்டியும், தார்மீகமாக தத்துவரீதியாக சட்டபூர்வமாக ஒப்புக் கொள்ளப்பட்டுவிட்ட காலம் இது.

வட்டிக்கு வெள்ளைக்காரன் 'இன்ட்ரெஸ்ட்' என்ற பெயர் வைத்தான். அந்த வார்த்தைக்கு 'அக்கறை' என்றொரு பொருளுண்டு.

வட்டி என்று ஒன்று கிடைப்பதினால்தான் கொடுப்பவன் அக்கறையோடு கொடுக்கிறான். திருப்பிச் செலுத்துகிறவனும் பயந்துக் கொண்டு அக்கறையோடு செலுத்துகிறான்.

கடனே வாங்காமல் தொழில் செய்வது கடினம். பெரும் பணம் முதலீடு செய்கிறவனும், அதைவிடப் பெரும்பணம் கடன் வாங்க வேண்டியிருக்கிறது.

தொழிலின் அளவைப் பொறுத்துக் கடனின் அளவும் குறைகிறது; உயர்கிறது.

தகப்பன் சொத்து வசதியாகவும், பிள்ளை சிக்கனமாகவும் இருந்தால், அடுத்த தலைமுறை கடன் வாங்க வேண்டி இராது. ஆனால், அடுத்த தலைமுறையின் தலையெழுத்து கடனாகவே ஆகிவிடும். 'உட்கார்ந்து செலவழித்தால் உழக்குக் கூட மிஞ்சாது' என்பார்கள்.

ஆகவே, வசதியுள்ளவனும் தொழில் செய்து தீரவேண்டியிருக்கிறது. வட்டி அவன் தலையிலும் ஏறி உட்காருகிறது.

அப்படிக் கடன் வாங்கும்போது தேவை என்பதற்காக மட்டும் கடன் வாங்கக்கூடாது. 'திருப்பிக் கொடுக்க முடியுமா?' என்று யோசிக்க வேண்டும்.

தமிழிலே பணத்தை 'நாணயம்' என்பார்கள்.

அந்த வார்த்தை, கடன் வாங்கியவன் நடந்து கொள்ள வேண்டிய முறையைக் குறிக்கும்.

கையிலே பத்தாயிரம் ரூபாய் இருந்தால், எட்டாயிரம் ரூபாய்க்கு வீடு வாங்கி, மீதிப் பணத்தில் பத்திரம் பதிந்து குடி புகுந்து விட வேண்டும்.

அதையும் குழந்தை பேரில் 'மைனர்' சொத்தாக வைத்து விட்டால், அவசர காலத்தில் அடகு வைக்காமல் கஷ்ட காலத்தில் குடியிருக்கப் பயன்படும்.

கையில் இருப்பது பத்தாயிரம்; கடன் வாங்குவது நாற்பதாயிரம்; இப்படி ஐம்பதாயிரத்திற்கு வீடு வாங்கி, மாதம் அறுநூறு ரூபாய் வட்டி கட்டுவதைவிட, ஐந்நூறு ரூபாய் வாடகை வீட்டில் ஆனந்தமாகக் குடி இருக்கலாம்.

கட்டியவனுக்கு ஒரு வீடு; கட்டாதவனுக்குப் பல வீடு.

வாங்கிய வீட்டை விற்க நேர்ந்தால் உயிர் போகும்; வாடகை வீட்டை மாற்ற நேர்ந்தால் கவலை ஏது?

என் அனுபவங்களிலேயே உச்சக்கட்ட அனுபவம், இந்தக் கடன்தான்.

பத்தாயிரம் ரூபாய் கடன் வாங்கி, அதற்கு வட்டியாக முப்பதாயிரம் கட்டியிருக்கிறேன்.

என் பொருட்டுக் கையெழுத்துப் போடும் உரிமையை ஒருவனிடம் கொடுத்துவிட்டு, அவன் வாங்கிய கடனுக்கெல்லாம் நான் பாத்தியப்பட்டிருக்கிறேன்.

கொஞ்சம் கொஞ்சமாகக் கடனை அடைப்பது என்று முடிவு கட்டி, அடைக்கத் தொடங்கி இரட்டிப்புப் பணம் கொடுத்திருக்கிறேன்.

காஞ்சிப் பெரியவர்கள் ஒன்று சொன்னார்கள்;

"கடனைத் திருப்பிக் கொடுக்கும்போது, கொஞ்சம் கொஞ்சமாகக் கொடுத்தால், அது ஆயுட்காலத்திற்கு வரும். முடிந்தவரை மொத்தமாகக் கொடுத்துப் பத்திரத்தைத் திருப்பி வாங்கிவிடு!" என்றார்கள்.

அதே நேரத்தில் நான் ஒருமுறை கூறியிருக்கிறேன். "யாரோடும் கூட்டுச் சேர்ந்து தொழில் நடத்தாதே; அப்படி நடத்தினால் கையெழுத்துப் போடும் உரிமையை அவனுக்குத் தராதே" என்று.

வாங்கிய கடனுக்கு அழலாம்; வாங்காத கடனுக்குமா அழ வேண்டும்?

அர்த்தமுள்ள இந்துமதம் – பாகம் 4

என் தாயார் அடிக்கடி சொல்லுவார்கள். "கடனில்லாக் கஞ்சி கால் வயிறு போதும்!" என்று.

துயரங்களிலெல்லாம் மிகப்பெரிய துயரம், கடன்படுவது. அதிலே பணம் மட்டுமா போகிறது? மானமும் போகிறது; உயிரும் போகிறது.

அதனால்தான் மரண வேதனையால் துடித்த இராவணன் நெஞ்சத்தை "கடன் கொண்டார் நெஞ்சம்" என்றான் ஒரு கவிஞன்.

விடங்கொண்ட மீனைப் போலும்
வெந்தழல் மெழுகு போலும்
படங்கொண்ட பாந்தள் வாயிற்
பற்றிய தேரை போலும்
திடங்கொண்ட ராம பாணம்
செருக்களத் துற்ற போது
கடன்கொண்டார் நெஞ்சம் போல
கலங்கினான் இலங்கை வேந்தன்!

கூடுமானவரை கடன் என்னும் சிக்கல் இல்லாமலேயே வாழ்வை நடத்தப் பார்ப்பது மரியாதை.

வாங்கித்தான் தீரவேண்டும் என்றால், பத்துப் பேர் வலியவந்து, 'நான் தருகிறேன்' என்று சொல்லும்படி நாணயத்தைக் காப்பாற்றிக் கொள்ள வேண்டும்.

ஒரு ரூபாயை நாலு ரூபாயாக்கும் தொழில் திறமை உனக்கு இருந்தால், கடன் வாங்கு.

அந்த ஒரு ரூபாய் இருபத்தைந்து காசாக ஆகிவிடும் என்றால், அந்த இருபத்தைந்து காசை மூட்டை தூக்கியாவது சம்பாதி.

எங்கள் செட்டிமார்கள் வட்டித்தொழிலை, 'தாயைக் கொல்லாத' தொழில் என்பார்கள்.

அதாவது அடகு பிடிக்கும் தொழிலில் மூலதனத்தை யாரும் இழப்பதில்லை. மூலதனம் தாய்; வட்டி குழந்தை. குழந்தைகள் குறைந்தாலும் தாய் சாவதில்லை.

அது தாயைக் கொல்வதில்லையே தவிர, கடன் பட்டவனைக் கொன்று விடுகிறது.

ஏழாவது தேதி சம்பளம் வந்ததும் மீட்டுக் கொள்ள முடியும் என்றால், முதல் மாதம், இருபதாம் தேதி அடகு வைப்பதில் தவறில்லை.

வட்டி கட்ட முடியாத நிலை வந்தால், நகையை விற்றுவிடுவது லாபகரமானது. இல்லையேல் ஆயிரம் ரூபாய் நகை ஐந்நூறு ரூபாய்க்கு ஏலம் போய்விடும்.

கடன் பட்டவன் குடும்பம் என்னாகும் என்பதற்கு இந்துப் புராணங்களிலே காந்தியைக் கவர்ந்த கதை ஒன்று உண்டல்லவா, அதுதான் அரிச்சந்திரன் கதை.

பணத்தின் வலிய சக்தி அங்கு சுடுகாடு வரை வருகிறதல்லவா?

சந்திரமதியின் தாலி மட்டும் மற்றவர்களின் கண்ணுக்குத் தெரிந்திருக்குமானால், அதையும் 'ஜப்தி' செய்திருப்பார்கள் அல்லவா?

அடகு வைத்துச் சூதாடி, கடன்பட்டுக் காடு சென்ற பாண்டவர் கதை, காலகாலங்களாக வரும் கதையல்லவா?

ஒருவன் அடகு வைக்கத் தொடங்கி விட்டால், அது எது வரை போகும்?

மனைவியையே ஈடுகட்டும் வரை போகும் என்பதற்கு, 'பாரத'த்தை விடவா வேறு உதாரணம் வேண்டும்?

'கடன்' என்ற வார்த்தைக்கு 'கடமை' என்றொரு பொருள் உண்டு.

கடமையை ஒழுங்காகச் செய்து வரவுக்குள் வாழத் தொடங்கினால், ஓரளவுக்குக் கடன் சுமையில் இருந்து தப்பலாம்.

"ஆன முதலில் அதிகம் செலவானால்
மானமிழந்து மதிகெட்டுப் போன திசை
எல்லோர்க்கும் கள்ளனாய் ஏழுபிறப்பும் தீயனாய்
நல்லோர்க்கும் பொல்லனாம் நாடு!"

ஜமீன்தாரி முறை பரவலாக இருந்த காலத்தில் விவசாயிகள், தாங்கள் பட்ட கடனுக்குத் தங்கள் குழந்தைகளை காலகாலங்களுக்கு அடிமையாக்க வேண்டி வந்ததல்லவா?

கொத்தடிமை முறை அதில் ஏற்பட்டதுதானே?

அண்மையில் கள்ளக்குறிச்சி தாலுக்காவில் ஒரு குறிப்பிட்ட மலை ஜாதியினர் முழுவதும், இன்றுவரை கொத்தடிமைகளாக இருந்தது கண்டுபிடிக்கப்பட்டதல்லவா?

ஆகவே கடன் வாங்கும் போது அலட்சிய புத்தியோடு வாங்காதே!

அது கழுத்தில் வந்து அமரப்போகும் சனீஸ்வரன் என்ற பயத்தோடு வாங்கு.

அர்த்தமுள்ள இந்துமதம் – பாகம் 4

சினிமாத் தொழிலில் பெரும்பாலோர் - படத் தயாரிப்பாளர்கள் - தங்கள் லாபம் முழுவதையும் வட்டியாகக் கொடுக்கிறார்கள். சில சந்தர்ப்பங்களில், தங்கள் வீட்டையும் எழுதிக் கொடுத்துத்தான் படத்தை வெளியிடுகிறார்கள்.

திடீரெனப் பணக்காரன் ஆக வேண்டும் என்று நீ விரும்பினால், நீ செய்யும் தொழிலில் கடன்காரனாகவும் வசதியுண்டு.

நாளைய பொழுது கேள்விக்குறியாகாமல் இருக்கக் கடன் வாங்காதே!

இன்றையப் பொழுது கேள்விக்குறியாகாமல் இருக்கச் சுறுசுறுப்பாகத் தொழில் செய்.

என்ன தொழில் செய்வது என்கிறாயா? முந்தைய அத்தியாயத்தைப் படித்துப் பார்.

காசி – அன்னபூரணி

அத்தியாயம் - 8

மனிதனுக்கு ரத்தக் கொதிப்பு ஏன் வருகிறது?

'மெண்டல் டென்ஷன்' என்கிறார்கள் டாக்டர்கள்.

இதயத்துடிப்பு அதிகமாவதற்கும் அதுவே காரணம்.

உணர்ச்சி அதிகரிக்க அதிகரிக்க மனம் உடலைத் தாக்குகிறது. உடலின் மென்மையான ரத்தம் கொதிக்கத் தொடங்குகிறது. அந்தக் கொதிப்பு அதிகமாகி அதிகமாகி இருதயத்தைத் தாக்குகிறது.

கொழுப்புச் சத்துக்களாலும் ரத்தக் கொதிப்பு அதிகமாகும் என்றாலும், அது இல்லாதவனுக்கும் ரத்தக்கொதிப்பு வருவதற்கு 'டென்ஷன்' தான் காரணம்.

குடும்பம், தொழில், கடன் இந்த மூன்றிலேயும் டென்ஷனை வளர்க்கும் சூழ்நிலை உண்டு என்றாலும், பயங்கரமான டென்ஷன் மனதுக்கு ஏற்படுவதே பகை உணர்ச்சியால்தான்.

குடும்பக் கோபம் தணியும்; தொழிலின் கவலை தணியும்; கடன் கவலை தணியும்; ஆனால், பகை உணர்ச்சி மட்டும் சீக்கிரம் தணியாது.

ஒரு தடவை யார் மீதாவது பகை ஏற்பட்டு விட்டால், அது திடீர் திடீர் என்று தோன்றும்.

கோடைகாலத்து மேகம் போல கூடும்; விலகும்; சமயங்களில் மழைகாலத்து மேகம் போல ஏழு நாட்களுக்கு மூடிக் கிடக்கும்.

எவனையாவது உதைக்க வேண்டும் போல் தோன்றும்; அதற்கான சக்தி இருக்காது. ஆனால், ஆத்திரம் மட்டும் தணியாது.

மூடி வைத்த கண்ணாடிச் சீசாவுக்குள் அடைப்பட்ட ஆவி கொதிக்கத் தொடங்கினால், சீசா வெடித்துப் போகும்.

உள்ளுக்குள்ளேயே வெந்து கொண்டிருக்கும் பகை உணர்ச்சி எதிரியைத் தாக்காது; உன் உடலைத்தான் தாக்கும்.

பிறருக்குப் பகைவன் என்று தன்னை வரித்துக்கொண்டு விட்டவன், தானே தனக்கு எதிரியாகிறான்.

இராமன், இராவணனைப் பகையாக நினைக்கவில்லை; அதனால் அவனுக்கு இராவணனை எண்ணித் துடிக்க வேண்டிய

அவசியம் ஏற்படவில்லை; சீதையை எண்ணி உருகுகிற நிலைதான் ஏற்பட்டது.

இராவணனோ சூர்ப்பனகையின் போதனையால், 'ராமன் பகைவனே' என்று முடிவு கட்டிவிட்டான். அந்தப் பகை, அவனது மரண பரியந்தம் இருந்தது.

சீதையை அடைய முயன்றான், தோற்றான்; ஆத்திரம் வளர்ந்தது.

தம்பி விபீஷணன் அவனை விட்டுப் பிரிந்தான்; இன்னும் அது வளர்ந்தது.

அனுமன் வரவால் அது அதிகரித்தது.

அமர்க்களத்து நிகழ்ச்சிகளால் அது நெருப்பாய்க் கொதித்தது.

அப்போது 'அலோபதி' மருத்துவம் இல்லை. இருந்திருந்தால், இராவணனின் ரத்தக் கொதிப்பையும் கம்பன் விவரித்திருப்பான்.

'பகைவனுக்கு அருள்வாய்' என்று சொன்ன ஞானிகளெல்லாம் கருணையால் சொல்லவில்லை; ரத்தக்கொதிப்பு வராமல் இருக்க மருந்து சொன்னார்கள்.

பகைவனே இல்லாமல் இருப்பது எப்படி?

சில விஷயங்களை ஜீரணிக்க வேண்டும்; சில விஷயங்களை அலட்சியப்படுத்த வேண்டும்.

பெற்ற பிள்ளை ஒரு தவறு செய்துவிட்டால், அதை ஜீரணித்துப் பிள்ளையைத் திருத்து.

அடுத்தவன் உன்னைப் பற்றி அவதூறு பேசினால் அதை அலட்சியப்படுத்து.

கத்திரிக்காயை ஜீரணி; அதன் காம்பை அலட்சியப்படுத்து.

மாறாகக் காம்பை ஜீரணிக்க முயன்றால் ஜீரணமாகாது; காயை அலட்சியப்படுத்தினால் பசி அடங்காது.

'போனால் போகட்டும் போடா' என்பது ஒரு பொதுத் தத்துவம்.

கலைவாணர் என்.எஸ்.கே. அவர்களுடன் அவரது வீட்டில் ஒரு நாள் நான் அமர்ந்திருந்தேன். அப்போது அந்த வீட்டுக்கு ஒரு கடன்காரர் ஜப்தி கொண்டு வந்தார்.

"என்ன?" என்று கேட்டார் கலைவாணர். "அட்டாச்மெண்ட்" என்றான் அமீனா.

கண்ணதாசனின்

"ஆகா! ஆகா! உனக்கும் நமக்கும் நல்ல அட்டாச்மெண்ட்" என்று சிரித்தார். அவர் பதறவில்லை; பயப்படவில்லை; மிகச் சாதாரணமாகவே அதை எடுத்துக் கொண்டார்.

அமீனா கண்ணீர் வடித்தானே தவிர, கலைவாணர் கண்ணீர் வடிக்கவில்லை.

லண்டன் பாராளுமன்ற உறுப்பினரான ஒரு பெண்மணி, ஒருமுறை பிரதம மந்திரி சர்ச்சிலைப் பார்த்து ஆத்திரத்தோடு கத்தினாள்:

"நான் மட்டும் உமது மனைவியாக இருந்தால், என் கையாலேயே உமக்கு விஷம் கொடுப்பேன்!" என்று.

ஆத்திரமில்லாமல் சர்ச்சில் பதில் சொன்னார்:

"அம்மணி! உங்களைப் போன்ற மனைவி எனக்குக் கிடைத்தால் விஷத்தைச் சந்தோஷமாகக் குடிப்பேன்!" என்று.

உன்னோடு வாழ்வதை விட 'விஷமே மேல்' என்பது அதன் பொருள்.

ஆத்திரமான கேள்விகளை அமைதியாகச் சமாளித்தால் பகைவனே நண்பனாகி விடுவான்.

சமயங்களில் நாமே தவறு செய்து விடுகிறோம்; அதுவே எதிரொலிக்கும் போது ஆத்திரப்படுகிறோம்; இது மனித சுபாவம்.

ஆனால், தர்மன் ஆத்திரப்படவில்லையே!

பாஞ்சாலி துகிலுரியப்பட்ட போது, தர்மன் சபையிலேதான் இருந்தான். அவன் கோழையல்ல; ஆயினும் அமைதியாக இருந்தான். காரணம், நாம் செய்த தவறுக்குப் பிறரை நோவானேன் என்பதே.

வட்டமேஜை மாநாட்டுக்கு முழந்துண்டு கட்டி காந்தி போனபோது, வெள்ளைக்காரப் பிரபுக்கள் கேலியாகக் காந்தியைப் பார்த்துச் சிரித்தார்கள். காந்தி அமைதியாகப் புன்னகைத்தார்.

இறுதியில் வென்றது அமைதிப் புன்னகையே தவிர, கேலிச் சிரிப்பல்ல.

வெல்லக் கூடிய பகையின் மீது நீ சபதமெடுத்தால் உன் உடல்நிலை ஆரோக்கியமாக இருக்கும்.

காரணம் தன்னம்பிக்கையின் உச்சம்.

அர்த்தமுள்ள இந்துமதம் - பாகம் 4

'துச்சாதனனின் தொடையைப் பிளந்து ரத்தம் குடிப்பேன்' என்று பீமன் சபதம் செய்த போது, அவனது ரத்தக் கொதிப்பு அதிகமாகவில்லை.

காரணம், தன்னால் அது முடியும் என்ற நம்பிக்கை, 'அல்டோமெட்' மாத்திரை போல கூடவே நின்றது.

'செல்லா இடத்து சினம் தீது.'

(இதை நான் 'அர்த்தமுள்ள இந்து மதம்' மூன்றாம் பாகத்தில் 'கோபம் பாவம் சண்டாளம்' என்ற தலைப்பில் விவரித்துள்ளேன்.)

பகவான், கீதையிலே மூன்று குணங்களை விவரிக்கிறார் அல்லவா? சத்துவ குணம், ரஜோ குணம், தமோ குணம் என்று. அதிலே சத்துவ குணம் எதையும் புன்னகையோடு அலட்சியப்படுத்தும்.

ரஜோ குணம் பழிதீர்க்க நினைக்கும்.

தமோ குணம் அதை நினைத்து நினைத்து அழும்.

பின் இரண்டு குணங்களில் உன் உடல்நிலை பாதிக்கப்படும்.

முதல் குணத்தில் எதிரியே பாதிக்கப்படுவான்.

சாத்விக குணம் உள்ளவனையே, 'சாது' என்கிறார்கள்.

'சாது மிரண்டால் காடு கொள்ளாது' என்பார்கள்.

அடிக்கடி கோபப்படுகிறவனை ஊர் மதிக்காது.

சாதுவுக்குக் கோபம் வந்தால், 'இவனுக்கா கோபம்' என்பார்கள்.

புலன்களை அடக்கி, ஒருமுகப்படுத்தி, எதிரியையும் பரிதாபமாகப் பார்த்து அனுதாபப்படத் தொடங்கினால், பகை உணர்ச்சி அழியும்; பகைவன் பணிவான்; உள்ளம் ஒரு முகப்படும்; உடல்நிலை ஒரே சீராக இருக்கும்.

பகையிலே தாறுமாறாக வந்து விழும் வார்த்தைகள், பிறகு நட்பு வரும்போது குறுக்குச் சுவராகித் தடைக்கல்லாகி விடும்.

பகையில் நிதானம் வந்தால், நட்பு சந்நிதானமாகி விடும்.

அந்தச் சந்நிதானத்தில் பகைவன் பக்தனாவான்; நீ தெய்வமாவாய்.

385

அத்தியாயம் - 9

'பன்றியோடு சேர்ந்த கன்றும் மலம் தின்னும்' –என்பார்கள்.

பழமொழி கேட்பதற்கு எப்படியோ இருக்கிறதா? நல்லது. ஆனால் உண்மைதான்.

யாரோடு, நீ பேசுகிறாயோ அவனுடைய நடத்தையைப் பொறுத்தே உன் புத்தி செயல்படுகிறது.

ஏன், வர்ணங்களிலேகூட ஒரு மனோதத்துவம் உண்டு.

கறுப்பு வர்ணத்தையே பார்த்துக் கொண்டிருப்பவனுக்குக் கல்மனம்; வெள்ளை நிறத்தைப் பார்த்தால் தூய்மை; பச்சை தயாள சிந்தை; மஞ்சள் மங்கலமுடையது.

வாசனையிலும் அந்தப் பேதம் உண்டு.

நறுமண மலர்களை முகரும்போது உன் மனமும், முகமும் பிரகாசிக்கின்றன.

நாற்றத்தை முகரும்போது உனக்கே அருவருப்பு.

அதுவே உனக்குப் பழக்கமாகி விட்டால், உன்னைப் பார்க்கும்போதெல்லாம் எதிரிகளுக்கு அருவருப்பு.

சகவாச தோஷமும் இதுதான்.

நான் பன்னிரண்டு வயதில் தமிழ் வித்துவான் பரீட்சையில் புகுமுக வகுப்பு எழுதினேன். அப்போது அமராவதி புதூர் குருகுலத்தில் எட்டாம் வகுப்பு படித்துக் கொண்டிருந்தேன். அங்கேயே வித்துவான் பட்டப்படிப்புத் தொடங்கினார்கள். அப்போது வித்துவான் பட்டப்படிப்புக்கு இவ்வளவு ஆங்கிலப்படிப்பு வேண்டும் என்ற விதிமுறை இல்லை.

முதல் வருடம் 'என்ட்ரன்ஸ்' பாஸ் செய்தேன். அப்போது எனக்குத் தமிழ் கற்றுக் கொடுத்த ஆசிரியர் ராமநாதபுரம் வித்துவான் ராமசாமிப் பிள்ளை. அவரது எளிய தோற்றம் என்னைக் கவர்ந்தது.

அத்தோடு நான் கிராமத்துக்கு வந்துவிட்டேன்.

வித்துவான் படிப்பைத் தொடர வேண்டும் போல் தோன்றிற்று.

அர்த்தமுள்ள இந்துமதம் - பாகம் 4

பக்கத்து ஊரான கீழ்ச்செவல்பட்டியில் இருந்த வித்துவான் முத்துகிருஷ்ண ஐயரிடம், தினமும் நான்கு மைல்கள் நடந்து போய்த் தமிழ் இலக்கியம் கற்றுக் கொண்டேன்.

அதையும் முழுமையாகக் கற்கவில்லை.

குருகுலத்திலும், பிறகு சென்னைக்கு வந்ததும், பன்மொழிப் புலவர் அப்பாத்துரையார் அவர்களிடம் தான் பல விஷயங்களைத் தெரிந்து கொண்டேன்.

குருகுலத்தில் நான் படித்த போது அவர்தான் தலைமை ஆசிரியர்.

அவர்களிடம் நான் பாடம் கற்றுக் கொண்டேன்; பழகியும் வந்தேன்.

அந்தப் பழக்கத்தில் தான், எனக்குப் பணிவு ஏற்பட்டது.

புதுக்கோட்டை, ராயவரத்தில் ஒரு பத்திரிகையில் நான் ஆசிரியராக இருந்த போது, சில நண்பர்களின் தொடர்பு எனக்கு ஏற்பட்டது. அந்தத் தொடர்பில்தான் மதுப்பழக்கம் ஆரம்பமாயிற்று.

பன்னிரண்டு வருஷங்களுக்கு முன் திருமுருக கிருபானந்த வாரியாரின் தொடர்பு ஏற்பட்டது.

திடீரென்று அவர் எனக்கு ஒருநாள் டெலிபோன் செய்து, ஒரு திருக்குளத் திருப்பணிக்காக என்னைப் பார்க்க வருவதாகச் சொன்னார்.

நான் உடனே, 'சுவாமி நீங்கள் வரவேண்டாம்; நானே வருகிறேன்' என்று கூறி ஒரு நண்பரிடம் ரூபாய் ஐயாயிரம் கடன் வாங்கிக் கொண்டு, நேரே சிந்தாதிரிப்பேட்டையிலுள்ள அவரது இல்லத்திற்குச் சென்றேன்.

அவர் காலைத் தொட்டு வணங்கி, அந்தப் பணத்தைக் கொடுத்தேன்.

பிறகு அவர் சொற்பொழிவுகளைக் கேட்க ஆரம்பித்தேன். அதிலிருந்து என் போக்கே மாறி விட்டது.

1949—இல் நாத்திக நண்பர்களின் சகவாசத்தால் நாத்திகனானவன், வாரியார் சுவாமிகளின் சகவாசத்தால் 'அர்த்தமுள்ள இந்துமதம்' எழுதத் தொடங்கினேன்.

இன்று எனக்கே நான் சிறந்தவனாகக் காட்சியளிக்கிறேன்.

பஜகோவிந்தத்தில் ஸ்ரீ ஆதிசங்கரர் மிக அழகாகச் சொன்னார்:

ஸத்ஸங்கதேவே நிஸ்ஸங்கத்வம்
நிஸ்ஸங்கத்வே நிர்மோஹத்வம்
நிர்மோஹத்வே நிஸ்சலத்வம்
நிஸ்சலதத்வே ஜீவன்முக்தி

–நல்ல ஞானிகளுடைய தொடர்பு ஏற்பட்டால், சொந்தம் பந்தம், மயக்கம் விலகிவிடும்.

அது விலகினால், காசு பணத்தின் ஆசை விலகிவிடும்.

அந்த ஆசை விலகிவிட்டால், மனதுக்கு நிம்மதி வந்துவிடும்.

அந்த நிம்மதி வந்துவிட்டால், ஆத்மா சாந்தியடையும்.

நல்ல சகவாசத்தில் எவ்வளவு பெரிய வாழ்க்கை அடங்கிக் கிடக்கிறது!

காஞ்சிப் பெரியவர்களைப் பார்க்கும் போதெல்லாம், 'நாமும் அவரது மடத்தில் ஊழியம் பார்க்கக் கூடாதா?' என்று எனக்குத் தோன்றுகிறது.

கட்டுப்பாடற்ற வாழ்க்கை நடத்தும் நண்பர்களோடு சேர்ந்து விட்டாலோ, 'இதல்லவோ வாழ்க்கை' என்று தோன்றுகிறது.

எதைச் சார்ந்து நிற்கிறோமோ, அதன் வடிவத்தை அடைந்து விடுகிறோம்.

அதனால்தான் நான் இப்போதெல்லாம் வேடிக்கை விளையாட்டுக் கூட்டத்தில் இருந்து விலகியே நிற்கிறேன்.

சார்ந்தால் மேதைகளைச் சாருகிறேன்; இல்லையேல் தனிமையை விரும்புகிறேன்.

லண்டனில் இருக்கும் வரை கீழ்த்தரமானவன் என்று பெயர் வாங்கிய கிளைவ், இந்திய மண்ணுக்கு வந்ததும் வீரனாகி விட்டான்.

கணிகையாகத் தொழில் நடத்திய ஒருத்தி, புத்தபிரானைச் சந்தித்ததும் ஞான தீட்சை பெற்று விட்டாள்.

திருமாலை வணங்கிய சேர மன்னன், முடி துறந்து குலசேகர ஆழ்வாரானான்.

கண்ணனை நம்பிய குசேலன் குபேரனானான்.

துரியோதனன் சோற்றைத் தின்று விட்டதால் தான், சூரகர்ணன் அநியாயத்திற்கே துணை போக வேண்டி வந்தது.

சகுனியைச் சார்ந்த கௌரவர்கள் அழிந்தார்கள்; கண்ணனைச் சார்ந்த பாண்டவர்கள் வாழ்ந்தார்கள்.

அண்ணனைத் துறந்து ராமனைச் சார்ந்த விபீஷணன் அரசுரிமை பெற்றான்.

இராவணனை அண்டி நின்றார், அவனது முடிவையே பெற்றார்கள்.

ராமனைச் சார்ந்து நின்றதால், ஒரு குரங்குக்குக் கூட நாட்டிலே கோயில் தோன்றிற்று.

'சிறிய இனங்களைக் கண்டு அஞ்சுங்கள்; சேராதீர்கள்' என்றான் வள்ளுவன்.

செம்மண்ணில் மழை விழுந்தால், தண்ணீரின் நிறம் சிவப்பு; கரிசல் காட்டில் விழுந்தால் கருப்பு.

மனிதனின் சேர்க்கையைப் பொறுத்தே மதிப்பு இதுவும் வள்ளுவன் சொன்னதே.

'உன் மனதைப் பொறுத்து உனக்கு உணர்ச்சிகள் எழலாம்; நீ சேரும் இனத்தைப் பொறுத்தே உன் யோக்கியதை தீர்மானிக்கப்படும்' என்பது வள்ளுவன் சொல்லே.

நல்ல கூட்டத்தில் சேர்ந்தால், எல்லாப் பொருள்களும் கிடைக்கும்.

திருடர்களுடனே சேர்ந்தால், நீ சிறைச்சாலைக்குத் தப்ப முடியாது திருடாவிட்டாலும் கூட.

நல்லோர் உறவைப் போல் துணையும் இல்லை; தீயோர் உறவைப் போல துன்பமும் இல்லை.

நல்லது.

இவன் நல்லவன், இவன் கெட்டவன் என்று எப்படித் தெரிந்து கொள்வது?

அவனோடு ஒட்டாமலேயே பல நாட்கள் ஆராய்வது, ஆராய்ந்து தெளிந்த பின் உறவு கொள்வது.

'ஆராயாமல் ஒருவனை நல்லவன் என்று முடிவு கட்டுவதும் தப்பு, நல்லவன் என்று தெரிந்த பிறபாடு அவன் மீது சந்தேகப்படுவதும் துன்பம்' என்றான் வள்ளுவன்.

மனைவியைத் தேர்ந்தெடுக்கும்போது இருக்கும் புத்தி மற்ற சகவாசங்களைத் தேர்ந்தெடுக்கும் போதும் இருக்கவேண்டும்.

'தீயவர்' என்றால் தீயைப் போன்றவன் என்று அர்த்தம்.

அதற்கு எதிர்மறை என்ன?

'நல்லவர்' என்பார்கள்; அது தவறு.

தீயைப் போன்றவர் என்பதற்கு எதிர்மறை தண்ணீரைப் போன்றவர் என்பதாகும்.

அதை 'நீரவர்' என்றான் வள்ளுவன்.

தீ சுடும்; தண்ணீர் குளிரும்.

குளிர்ச்சியான உறவுகளே, குதூகலமான உறவுகள்.

நம்பிப் பணத்தைக் கொடுத்தால் ஏமாற்றுகின்றவன், நம்பி வீட்டுக்குள் விட்டால் நடத்தை தவறுகிறவன், நம்பித் தொழிற் பங்காளியாக்கினால் மோசம் செய்கிறவன், நம்பிப் பின்பற்றினால் நட்டாற்றில் விடுகிற தலைவன்– இவர்களால்தான் பெரும் நஷ்டங்களும், துன்பங்களும் வருகின்றன.

ஆகவே, இளம்பருவத்தில் இருந்தே ஆட்களை அடையாளம் கண்டு பழகத் துவங்கினால், பல வகையான துன்பங்கள் அடிபட்டுப் போகும்.

அது மட்டுமல்ல, நீ நஷ்டப்படும்போது மளமளவென்று உதவிகளும் கிடைக்கும்.

சாதாரணமாக வழித்துணைக்குக் கூட ஒரு அயோக்கியனை நம்பக்கூடாது; ஆனால் மரண பரியந்தம் ஒரு உத்தமனை அவன் பரம ஏழையாக இருந்தாலும் நம்பலாம்.

தான்கூடச் சாப்பிடாமல், உனக்குப் பரிமாறும் ஏழைகளும் உண்டு.

உன் மேலாடையைத் திருடி வைத்துக் கொள்ளும் பணக்காரர்களும் உண்டு.

இனமும் குணமும்தான் முக்கியமே தவிரப் பணம் அல்ல இதில் முதலிடம் வகிப்பது.

முதலாளி நொடித்துப் போனபோது, அவரைத் தன் வீட்டிலேயே வைத்துச் சோறு போட்ட வேலைக்காரனைக் கண்டிருக்கிறேன்.

அவராலே பணக்காரரானவர்கள் எல்லாம், அவரைக் கைவிட்டதையும் பார்த்திருக்கிறேன்.

'இனம்' என்பது ஜாதியைக் குறிப்பதல்ல; குணத்தைக் குறிப்பது.

'சிற்றினம்' என்பது குணத்தால் கீழ் மக்களைக் குறிப்பது.

அவர்களிடமிருந்து அறவே விலகி, ஒவ்வொரு துறையிலும் உத்தமர்களையே சார்ந்து நின்று பாருங்கள்; பெருமளவு துன்பத்திலிருந்து விடுபடுவீர்கள்.

அத்தியாயம் - 10

பந்த பாசங்களை அறவே அறுத்து விடும்படி இன்றைய இளைஞனுக்குப் போதிப்பது, சமயக் கருத்துகளின் மீதே ஒரு வெறுப்பை உண்டாக்கிவிடும்.

இந்துமதம் அப்படிப் போதிக்க விரும்புகிறதா என்றால், அதுவும் இல்லை.

லௌகீகத்தில் இருப்பவனுக்குச் சில யோசனைகளைச் சொல்லித் திருத்தும் முயற்சியில், இந்துமதம் நீண்ட காலமாக வெற்றி பெற்றிருக்கிறது.

லௌகீகத்தை முழுக்க வெறுத்தவனை மட்டுமே அது துறவுக்குப் பக்குவப்படுத்துகிறது.

ஆகவே, உனக்குச் சகோதரிகள் இருக்கிறார்களா? சகோதரர்கள் இருக்கிறார்களா? தாய் தகப்பன் உயிரோடு இருக்கிறார்களா? மனைவி குழந்தை உண்டா? நல்லது.

'ரத்தம் தண்ணீரை விடக் கனமானது' என்றார்கள்.

என் கணக்கில் அது, 'மலரை' விட மென்மையானது.

'தானாடா விட்டாலும் சதை ஆடும்' என்பார்கள்.

பத்து மாதம் சுமந்த வயிறு–

பள்ளிக்கூடம் வரை சுமந்து சென்ற தோள்–

தம்பியைக் குளிக்க வைத்து சோறூட்டிய அக்காள்–

அண்ணன் அழுதால் தானும் அழக்கூடிய தங்கை–

நான்கு சுவர்களுக்குள்ளே, நீண்ட காலமாக ஒரு தர்மம் இயங்கிக் கொண்டிருக்கிறது.

ஒரே வயிற்றில் பிறப்பது, 'சக உதிரம்' என்று நான் முன்பே குறிப்பிட்டிருக்கிறேன்.

ஒரே ரத்தம் உணர்ச்சிகளுக்குத்தான் ஆட்பட முடியும்.

என்னைப் பொறுத்தவரை ரத்தத்தில் இருக்கும் மின்சார வேகம், செல்வத்திலோ, செல்வாக்கிலோ இல்லை.

பணத்தைச் சேர்த்துவிட்ட மகன், தாய்–தந்தை உட்பட உறவைப் புறக்கணிக்கிறான்.

'பசிக்கிறது' என்று படியேறிப் பத்து ரூபாய் கேட்டால், "உங்களுக்குக் கொட்டியழ என்னால் முடியாது," என்று ஓலமிடுகிறான்.

நெருங்கிய பந்தங்கள் படி அரிசிக்காகக் காத்துக் கொண்டிருக்கும் போதே, கொக்கு மீனைத் தின்பது போல், தான் மட்டும் தின்று கொண்டிருக்கிறான்.

எங்கள் குடும்பத்தில் ஒருவர் பட்டினி கிடக்கிறார் என்றால், என் ரத்தமே தேவையானாலும் நான் கொடுத்துவிடுவேன்.

பிறப்பில் இருந்து பொறுப்பேற்றுக் கொண்ட ஜீவன்களை, வசதி வருகிற போது கைவிடுகிறவன், 'ரௌத்ரவாதி நரக'த்துக்குப் போய்ச் சேருகிறான்.

'அந்த நரகம் மரணத்திற்குப் பின்னால் தானே' என்பாய்; இல்லை. நீ வாழும் போதே உன் தலையில் ஏறி உட்காரும்.

காரணம் தெரியாமல் வரும் துன்பங்களுக்கெல்லாம் காரணம் இதுவே.

'ஐயா, பசி' என்று ஒருவன் பிச்சை கேட்டால், அரை வயிற்றுச் சோறாவது போடு.

"அட மகனே! நானும் உன் அப்பாவும் படுகிற பாட்டைப் பார்த்தாயா? நீதான் தனிக்குடித்தனம் போய் விட்டாயே! நல்லா இருப்பா! நாங்களும் இன்றைக்கோ நாளைக்கோ என்றிருக்கிறோம். இதுவரை எங்களுக்கு அரை வயிற்றுக் கஞ்சியாவது ஊற்றக்கூடாதா?" என்று, தாய் கண்ணீர் வடித்தால், அந்தக் கண்ணீரில் இருந்து கிருமிகள் புறப்பட்டு நோயாக உன்னைப் பீடிக்கும்.

அம்புகள் புறப்பட்டு, உன் அங்கங்களைக் குத்தும்; கனவலைகள் புறப்பட்டு உன் தூக்கத்தைக் கெடுக்கும்; கங்கை வெள்ளம் போல் அது பெருகி உன்னை அடித்துக் கொண்டு போகும்.

இது ஒன்றும் பயமுறுத்தல் அல்ல.

'நான் யாருக்கும் ஒரு தீங்கும் செய்யவில்லையே, எனக்கு அடுக்கடுக்காகத் துன்பங்கள் வருகின்றனவே' என்று சில பேர் ஓலமிடுகிறார்கள் அல்லவா? அவர்கள் வாழ்க்கையை ஆராய்ந்து பார்த்தால் யாரையோ பட்டினியோடு துரத்தி இருப்பார்கள்.

மகனை அளவில்லாமல் உண்ண வைத்து அழகு பார்த்தவள் தாய். வயோதிக காலத்தில் அவள் உண்ண அழகு பார்க்க வேண்டியவன் மகன்.

அர்த்தமுள்ள இந்துமதம் - பாகம் 4

அந்தக் கடமையில் அவன் தவறினால், அப்பொழுதே துன்பம் பற்றுகிறது.

"அட, மகனே! இரண்டு தங்கைகள் கல்யாணமாகாமல் இருக்கிறார்கள். ஒருத்திக்கு முப்பது; ஒருத்திக்கு இருபத்தெட்டு வயதாகிவிட்டது. உனக்குப் புண்ணியமாகப் போகட்டும். இரண்டு பேருக்கும் ஒரு வாழ்க்கையைக் காட்டக் கூடாதா?" என்று மகனை, கெஞ்சிய தாயை நான் பார்த்திருக்கிறேன்.

பணக்காரர் வீட்டுக்குச் சுவீகாரம் போய்விட்டான் மகன். பிறந்த இடத்துத் தங்கைகள், பருவம் தாண்டிப் பரிதாபமாக இருக்கிறார்கள். இரண்டு கல்யாணங்களுக்கும் ஆகக் கூடிய செலவு அவனைப் பொறுத்த வரை, ஒரு மாத வருமானம்.

"நல்ல இடத்தில் செய்வதென்றால்தான் அவ்வளவு செலவாகும். நொண்டி முடத்திற்குக் கட்டி வைத்தால் போதும்; தாய்க்குச் சுமையில்லாமல் போய்விடுகிறோம்" என்றார்கள், அவர்கள்.

எங்கள் ஜாதியில் வேட்டி கட்டி இருப்பதாலேயே ஒரு மாப்பிள்ளை முப்பதாயிரம் சீதனம் கேட்பான்.

தற்குறி, பேதை, சம்பாதிக்கத் தெரியாதவனாகப் பார்த்துப் பெண்ணைக் கொடுப்பதென்றால் கூடக் குறைந்தது அவ்வளவு செலவாகும்.

ஆனால் மகனோ, "மொத்தத்தில் நான் பத்தாயிரம் கொடுத்து விடுகிறேன்; என்னை ஒன்றும் தொந்தரவு செய்யாதீர்கள்" என்றான்.

"சுபகாரியம் ஆத்ம ரட்சகம்" என்பார்கள்.

பசித்தவனுக்குப் போதாத அளவு சோறு போடுவதும், கல்யாணத்திற்குப் பயனில்லாத அளவுக்குக் குறைந்த தொகை கொடுப்பதும் ஒன்றாகும்.

கூடப் பிறந்த தங்கையின் திருமணப் பொறுப்பைக் கூட ஏற்றுக் கொள்ள முடியாத ரத்தமும், தண்ணீரைவிடக் கனமானதுதானா?

இல்லை, அது சாக்கடையை விட மோசமானது.

நாட்டுக்காகத் துன்பங்களை ஏற்றுக் கொண்டிருக்கிறார்கள் பலர்.

அநாதை இல்லம் வைத்து, பாவப்பட்ட ஜென்மங்களைக் காப்பாற்றுகிறார்கள் சிலர்.

குடிசைகளுக்குச் சென்று தொண்டு புரிகிறார்கள் சிலர்.

கண்ணதாசனின்

தன்னை வருத்திப் பிறரைக் காப்பாற்றும் மகாத்மாக்கள் இருந்த பூமியிலே இருக்கிறார்கள் அவர்கள்.

இங்கே, பிறரையல்ல, ஒரே ரத்தத்தின் சுக துளிகளைப் பிச்சைக்காரர்கள் போல் உட்கார வைத்து இருக்கிறார்கள் சில மகாராஜாக்கள்.

பெற்ற தாய் தந்தை கொடுமையே செய்தாலும், சகோதரிகள் வசைமாரி பொழிந்தாலும் அவர்கள் சாப்பாட்டுக் கிண்ணத்தை நெய்ச் சோற்றால் நிரப்ப வேண்டியது உனது சுயதர்மம்.

பகவான் சொன்ன சுய தர்மம், கதவைச் சாத்திக்கொண்டுதான் மட்டும் சாப்பிடுவதல்ல. அதிதிக்குச் சோறிட்டு ஒரு ஜீவாத்மாவைத் திருப்தி செய்வதன் மூலம் நீ அவனைத் திருப்தி செய்யவில்லை; அந்தப் பரமாத்மாவைத் திருப்தி செய்கிறாய்.

யாரோ ஒருவருக்குச் செய்வதே பரமாத்மாவுக்குச் செய்வதென்றால், உடன் பிறந்தாருக்குச் செய்வது, முப்பத்து முக்கோடித் தேவருக்கும் செய்வதாகும்.

ரத்த பந்தங்களைக் கவனிக்காதவன் எத்தனை கோயில்கள் கட்டினாலும், அவற்றிலே கற்சிலை இருக்கும்; ஈஸ்வரன் இருக்க மாட்டான்.

"பாரதத்திலே தர்மன்தானே சூதாடித் தோற்றான்?" சட்டப்படி நாட்டிலும் வீட்டிலும் ஐந்தில் ஒரு பங்குதானே அவனுக்கு உரியது.

தங்களுடைய சொத்துக்களையும் சேர்த்து அண்ணன் சூதாட்டத்தில் இழந்த போது, 'எங்களுக்கு இதில் சம்பந்தமில்லை' என்று மற்றவர்கள் 'கோர்ட்டு'க்கா போனார்கள்?

அன்னையின் முயற்சியால் நாடு கிடைத்தும், அண்ணனிடமுள்ள ரத்த பாசத்தால், அதையே மறுத்தானே பரதன்?

உங்களில் எத்தனை பேர் அப்படி மறுப்பீர்கள்?

காட்டுக்குப் போன அண்ணன், பதினான்கு ஆண்டுகள் கழித்து வந்துவிடாமல் இருக்கவேண்டும் என்று கவலைப்படுவீர்கள்.

உறவினர்களைக் கவனிக்காமல் இருப்பதும், உடல் நோய்க்கு மூலகாரணம்.

கடைசிக் காலத்தில் மனம் பேதலிப்பதற்கும் அதுவே காரணம்.

நான் சம்பாதிக்கிறேன்; இழந்திருக்கிறேன். ஆனால் உறவினர் வீட்டுத் திருமணங்களுக்கும், வாழ்க்கைக்கும் பெருமளவு உதவியும் இருக்கிறேன்.

அதன் மூலம், பல நேரம் ஐந்து பத்து ரூபாய்க்குக் கூட கஷ்டப்பட்டிருக்கிறேன்.

ஆனால், பகவான் அருளால் என் வாழ்வில் எத்தகைய தாழ்வும், அழிவும் ஏற்படவில்லை.

என் உடல் நிலையை நானே கெடுத்துக் கொண்டிருக்கிறேன். ஆனால், பகவான் அதை மீட்டுக் கொடுத்திருக்கிறார்.

எதையாவது ஒன்றை எழுத நினைக்கும் போது, அந்த நேரம் வரை, திடமான ஆரோக்கியத்தையும் உற்சாகத்தையும் எனக்கு அளிக்கிறார்.

'ஊரார் பிள்ளையை ஊட்டி வளர்த்தால் தன் பிள்ளை தானே வளரும்' என்பார்கள்.

கண்ணெதிரே காண்கின்றேன்; வளருகிறார்கள்.

'அன்னமிட்ட வீடு, சின்னம் கெட்டுப் போகாது' என்பார்கள். 'சின்னம்' என்றால் அடையாளச் சின்னம்; அதையும் நேருக்கு நேர் பார்க்கிறேன்.

'இறைக்கிற கேணி ஊறும்' என்பார்கள்.

நான் அளவுக்கு மேல்தான் இறைக்கிறேன்; அதனால் எவ்வளவு ஊற முடியுமோ, ஊறுகிறது.

துன்பங்களிலிருந்து விடுதலையை வேண்டும் மனிதன், தான் சேகரிக்கும் பாவத் துன்பங்களை விட்டுவிட வேண்டும்.

அந்தப் பாவத் துன்பங்களில் ஒன்றுதான், உறவினர்களைக் கவனிக்காமல் இருப்பது.

'தாயைத் தவிக்க விட்டு விட்டுக் காசியாத்திரை போகிறான்!' என்பார்கள் கிராமங்களில்.

'காசிக்குப் போனாலும் கர்மம் தொலையாது' என்பார்கள் அடுத்தபடியாக.

பிறரைக் காப்பாற்றுவதைச் சுய தர்மமாகக் கொள்ளாத மனிதனுக்குத் துன்பம் தலைமாட்டிலேயே காத்திருக்கும்.

முதலில், பெரும் பணம் உள்ளவர்கள் அதைப் பெட்டியில் வைத்துப் பூட்டுவதை நிறுத்துங்கள்.

நம்முடைய உதவிக்குக் காத்திருப்பவர்கள் எத்தனை பேர் என்று பட்டியலைத் தயார் செய்யுங்கள்.

பிறகு பெட்டியைத் திறந்து பணத்தை எடுங்கள்.

நீங்கள் பணத்தை எடுத்ததும், அந்தப் பணம் இருந்த இடத்தில் பரமாத்மா இருந்து கொண்டு உங்களுக்குக் காவல் இருப்பான்.

அத்தியாயம் - 11

நாற்பது வயதை நீ தாண்டி விட்டால், இதற்கு முன்னாலே விளைவித்த பயிர்களை எல்லாம் அறுவடை செய்ய வேண்டியிருக்கும்.

அந்த நாள் உணவு, ஆட்டபாட்டங்கள் இவற்றின் எதிரொலி இப்போது தான் கேட்கத் தொடங்கும்.

இதற்கு முன்னால், உனக்கு மது அருந்தும் பழக்கம் இருந்திருக்குமானால், இப்போது உன் ஞாபக சக்தியை மெதுமெதுவாக மேகங்கள் மூடும்.

இதற்கு முன்னால் கல்லும் உனக்கு ஜீரணமாகி இருக்கும்; இனி அரிசியும் பருப்புமே உன்னோடு சண்டை போடும்.

இதற்கு முன்னால் எதைச் சாப்பிடலாம் என்று நீ டாக்டரைக் கேட்டிருக்க மாட்டாய்; இனிக் கேட்க வேண்டி இருக்கும்.

முந்திய அத்தியாயங்களில் குறிப்பிட்டிருப்பதைப் போல், இதுவரை கீழ்கண்ட விஷயங்களை நீ கவனித்து வந்திருந்தால்,

இந்தப் பருவமும் உனக்கு இளமைப் பருவமே!

1. கைகள் இரண்டையும் வீசியபடி முடிந்த வரை நீண்ட தூரம் நடத்தல்.
2. வாயுப் பதார்த்தங்களைச் சாப்பிடாமல் இருத்தல்.
3. கடலை மாவு, கடலை எண்ணெய் ஆகியவற்றை ஒதுக்குதல்.
4. தவறான உறவுகள் கொள்ளாதிருத்தல்.
5. விழுந்து குளித்தல்.
6. இனம் அறிந்து சேருதல்.
7. இருதயத்திற்குத் துன்பம் கொடுக்கக்கூடிய தொல்லைகளில் மாட்டிக் கொள்ளாதிருத்தல்.
8. எதையும் அளவோடு வைத்திருத்தல்.

—நாற்பது வயது வரை இவற்றை ஒருவன் கடைப்பிடித்தால், இப்போது அவனைப் பார்க்கிறவர்கள், 'உங்களுக்கு இருபத்தைந்து வயதா?' என்று கேட்பார்கள்.

ஆயுள் எவ்வளவு என்று நிர்ணயிப்பது நம் கையில் இல்லை. ஆனால், ஆயுள் உள்ளவரை ஓடியாடிக் கொண்டிருக்கும் வித்தையில் நம்முடைய திறமையும், முயற்சியும் கூட அடங்கிக் கிடக்கின்றன.

தசரதன் அறுபதினாயிரம் மனைவியரை மணந்தது உண்மையோ இல்லையோ, அவனது வரலாற்றையும், அவன் ஆண்மை காத்ததையும் படிக்கும் போது, ஒரு ஆயிரம் மனைவியரையாவது திருப்தி செய்யக்கூடிய சக்தி அவனுக்கு நீண்ட காலம் இருந்திருக்கின்றது என்பது புலப்படுகிறது.

மனதறிந்து, புராணத்திலோ இதிகாசத்திலோ நல்ல பாத்திரங்கள் துன்பங்களை வரவழைத்துக் கொண்டதில்லை. தானே வரும் துன்பங்களை, 'அவனவன் கர்மா' என்பார்கள்.

பகவானே கூட அவற்றைத் தவிர்க்க முடியவில்லை.

மீண்டும் உதாரணத்திற்கு, இராமாயணத்தையும் பாரதத்தையும் தான் நாம் திறக்க வேண்டிருக்கும்.

ஆகவே, நாற்பது வயதை ஒரு 'எல்லைக்கல்' என்று வைத்து, நீ வாழ்க்கையை நடத்தவேண்டும்.

நாற்பது வரையிலே ஒலி எழும்பும் வீணைகள், நாற்பதுக்கு மேலேதான் எதிரொலியைக் கேட்கத் தொடங்குகின்றன.

செய்த நன்மை, தீமைகளின் எதிரொலியும், இப்போது தான் கேட்கத் தொடங்கும்.

இதுவரை அவற்றை அலட்சியப்படுத்தக்கூடிய ரத்தம் இருந்தது; இப்போது ரத்தத்தைவிட, எதிரொலி சக்தி வாய்ந்ததாகக் காட்சியளிக்கும்.

துன்பத்தின் பரிபூரண சக்தியும், இப்போது தலையைச் சுற்றி வட்டமிடத் தொடங்கும்.

மனைவி, மக்கள், பொறுப்பு, பொருளாதாரநிலை அனைத்தையும் பற்றிய கவலை, இந்தப் பருவத்தில் ஆரம்பமாகும்.

இதுவரை வாழ்க்கையை ஒழுங்காக வாழாதவனைச் சுற்றி அவை பேய் போல் நின்று கூத்தடிக்கும்.

"ஐயோ! தாங்க முடியவில்லை!" என்ற ஓலம் இப்போது தான் ஆரம்பமாகும்.

"இதுவரை எப்படியோ வாழ்ந்துவிட்டேன். தெரியாமல் வாழ்ந்து விட்டேன். மன்னித்துக்கொள். என் துன்பங்களுக்குப் பரிகாரம் கூறு!" என்கிறாயா? நல்லது.

கண்ணதாசனின்

பாவங்களுக்கு மன்னிப்புத் தருகிற பாதிரியார் நானல்ல என்றாலும், ஓரளவுக்குப் பரிகாரம் சொல்லக்கூடிய பக்குவம் எனக்கு உண்டு.

நாற்பது வயது, ஞானம் பிறக்கும் வயது.

மீண்டும் நானே உதாரணமாகிறேன்.

"என்ன நீ பெரிய மேதையா! உன்னையே உதாரணமாக்கிக் கொண்டு போகிறாய்?" என்று கேட்கிறீர்களா! நான் பன்னிரண்டு வயதில் இருந்தே உலகத்தைப் பார்த்திருக்கிறேன். ஆகவே நான் அறிவியல் மேதை இல்லை என்றாலும், அனுபவ மேதை.

இதுவரை நான் சொல்லி வந்த எல்லா வகைத் துன்பங்களையும், நான் அனுபவித்திருக்கிறேன்.

ரத்த வேகம் என்ன செய்யும் என்பதை நான் அறிவேன்.

கள்வனாக, காமுகனாக, நாத்திகனாக, வெறியனாக, கடன்காரனாகப் பலவகையான பின்னல்களை நானே பின்னி, நானே அவிழ்க்க முயன்றிருக்கிறேன்.

உறவு, பகை இரண்டாலும் வஞ்சிக்கப்பட்டிருக்கிறேன்.

உலகத்தைப் பக்கத்தில் இருந்தும் பார்த்திருக்கிறேன்; தூரதிருஷ்டியிலும் கண்டிருக்கிறேன்.

பல நாள் பட்டினியுடன் கிடந்திருக்கிறேன்; வசதி வந்தபோது கருங்குரங்கில் இருந்து பச்சைப்பாம்பு வரை சாப்பிட்டும் பார்த்திருக்கிறேன்.

நான் 'மாஸ்டர் ஆப் ஆல் சப்ஜெக்ட்ஸ்' இல்லை என்றாலும், எத்தனை வியாதிகள் உண்டு, எத்தனை மருந்துகள் உண்டு என்பது எனக்குத் தெரியும்.

பெண்மையில் எத்தனை வகை உண்டு; எத்தனை குணம் உண்டு என்பதை நான் அறிவேன்.

துன்பங்களில் எத்தனை ரகம் உண்டு என்பதும் எனக்குப் புரியும்.

எனது நிலத்து விளைச்சலைக் கொண்டே, உனது பசியைத் தீர்க்க முயல்கிறேன்.

மூன்று வருஷங்களுக்கு முன், கவலைக்கு மருந்து என்று கருதிய நான் 'பெதடின்' போடத்தொடங்கினேன். அதைப் பற்றிப் பெருமையாக ஒரு கவிதையும் எழுதினேன்.

நாள் ஒன்றுக்கு *1200 மி.கி.* பெதடின் போட்டேன்.

அர்த்தமுள்ள இந்துமதம் – பாகம் 4

இருதய வியாதியால் துடிப்பவருக்கே 100 மில்லிகிராம் தான் போடுவார்கள். அந்த 100 மில்லிகிராமிலேயே அவர்கள் நான்கு நாட்கள் தூங்குவார்கள்.

நானோ 1200 மில்லிகிராம் பெதடினோடு, ஏராளமான மதுவும் அருந்துவேன்.

அதே நேரத்தில் ஈரலைக் காப்பாற்றிக் கொள்ள மாத்திரைகளும் சாப்பிடுவேன்.

என் குழந்தைகள் எல்லாம் பெருந்தலைவர் காமராஜ் அவர்களிடம் போய் அழுதன.

அப்பொழுது முதலமைச்சராக இருந்த என் அருமை நண்பர் கருணாநிதியிடம் போய் அழுதன.

காமராஜ் என்னைக் கூப்பிட்டு, "இந்த சனியனை நிறுத்திவிடேன்!" என்றார்.

கருணாநிதியோ, "எங்களைச் சீக்கிரமாக அழ வைக்க விரும்புகிறாயா?" என்று கேட்டார்.

பல திசைகளில் இருந்தும் பலர் புத்திமதி சொல்லத் தலைப்பட்டார்கள்.

"பல பேருக்குப் புத்தி சொல்லக் கூடிய ஒருவனுக்கு இது தேவைதானா?" என்று ஒருநாள் நானே யோசித்தேன்.

பெதடின் பழகிக் கொண்டவர்களை, 'அடிமைகள்' என்பார்கள்.

மதுப் பழக்கத்தை யாரும் விட முடியும். ஆனால், இந்தப் பழக்கத்தை எவனும் தானே விட்டதாக உலகத்தில் வரலாறே கிடையாது.

அதிலேயும் ஒன்றரை வருஷ காலம் அதற்கு நான் அடிமையாகவே ஆகியிருந்தேன்.

திடீரென்று ஒரு நாள் ஏதோ எனக்குத் தோன்றிற்று. அது 1975-ஆம் ஆண்டு, ஏப்ரல் 29-ம் தேதி.

நேரே சென்னை, கோடம்பாக்கத்தில் உள்ள திரு.நாகிரெட்டியார் அவர்களின் ஹாஸ்பிட்டலுக்குப் போனேன்.

நாகிரெட்டியாரின் மகளை மணந்த மாப்பிள்ளை, அந்த ஹாஸ்பிட்டலின் தலைமை டாக்டராக இருந்தார்.

பெத்தடினை விட்டுவிட விரும்புவதாக அவரிடம் சொன்னேன்.

399

''உண்மையிலேயா?'' என்று கேட்டார்.

அவர் மீது தவறில்லை. அப்படி வந்தவர்களில் சிலர் அர்த்தராத்திரியிலேயே ஓடி விட்டார்களாம்.

நானோ, ''நிச்சயமாக விட விரும்புகிறேன். எனக்குக் குழந்தைகள் அதிகம். எல்லாக் குழந்தைகளும் அழுகின்றன. இதனால் உடம்பில் என்ன எதிரொலி வந்தாலும் பரவாயில்லை!'' என்றேன்.

வசதிகள் மிக்க விஜயா ஹாஸ்பிட்டலில், ஐந்து நட்சத்திர ஹோட்டல்களை விடச் சிறந்த அறைகள் உண்டு.

அவற்றிலே ஒரு அறையை அவர் எனக்காக ஏற்பாடு செய்தார்.

''இதோ பாருங்கள், உங்கள் ஆசை எனக்குப் புரிகிறது. ஆனால் இந்த அடிமைத்தனம் சீக்கிரம் விலகி விடாது. இன்றோ நாளையோ உங்களுக்கு பெதடின் போட்டுக் கொள்ள வேண்டும் போல் தோன்றினால் என்னிடம் கேளுங்கள்; வெளியிலே போகாதீர்கள்!'' என்றார்.

அன்று மாலையே என்னால் தாங்க முடியவில்லை. 'ஒன்றே ஒன்று போடுங்கள்' என்று கெஞ்சினேன். போட்டார்.

இரவிலே மறுபடியும் கேட்டேன்; மறுத்து விட்டார். அதிகாலையில் ஒரு டாக்ஸி வைத்து கொண்டு வெளியே போய் ஒரு டாக்டரிடம் போட்டுக் கொண்டு வந்துவிட்டேன்.

அவருக்கு நம்பிக்கை போய்விட்டது.

எனக்கே என்மீது கோபம் வந்தது.

'சீ! என்ன எழுதி என்ன பயன்? இந்த யோக்கியதை கூட நமக்கு இல்லாமல் போய்விட்டதே' என்று அழுகை அழுகையாக வந்தது.

அப்போது என் பேரக் குழந்தைகள் எல்லாம் என்னைப் பார்க்க வந்தார்கள். எனக்கொரு வைராக்கியம் பிறந்தது.

மென்டல் ஹாஸ்பிட்டல் டாக்டர் ராமச்சந்திரன் வரவழைக்கப்பட்டார்.

அவர் என்னைக் காலைப் பலகாரம் சாப்பிட வைத்து வாலியம்–5 மாத்திரையில் இரண்டும், லிபிரியம்–10 மாத்திரையில் இரண்டும், 'பைசெப்டோன்' மாத்திரையும் கொடுத்தார்.

நன்றாகத் தூங்கினேன்.

மதிய உணவிற்குப் பிறகும் அதே மாத்திரைகள்; இரவிலும் அதே மாத்திரைகள்.

அர்த்தமுள்ள இந்துமதம் – பாகம் 4

இப்படி ஏழு நாட்களுக்கு பிரக்ஞை இல்லாமல் தூங்கினேன். பிறகு எதிரொலிகள் ஆரம்பமாயின.

கடுமையான கால்-கை வலி; திடீர் என்று சர்க்கரைக் குறைவு; ரத்தக் கொதிப்பு ஏறுதல்-இறங்குதல்; நான் பேசுவது எனக்கே புரியாத நிலை; எழுத முடியாத மயக்கம். இதனை (With Reaction) என்பார்கள்.

ஒரு வருஷ காலம் படாத பாடுபட்ட பிற்பாடு, இப்போது ஓரளவுக்கு நான் பழைய மனிதனாகிவிட்டேன்.

அதுவும் ஓரளவுக்குத் தான்.

இடையில் எத்தனையோ முறை 'பெதடின்' தாகம் வந்தது. கட்டுப்பாடாக ஒதுக்கி விட்டேன்.

இது என்னுடைய சக்தியால் அல்ல; பகவான் அருளால்.

உலகத்தில் உள்ள எந்த நன்மை தீமையைப் பற்றி நீ சொன்னாலும், அதில் ஓரளவாவது எனக்கு அனுபவம் உண்டு.

எப்போதும் நான் வெற்றியில் குதிப்பதில்லை; இப்போதும் அப்படித்தான்.

ஆனால், முன்பெல்லாம் துன்பங்கள் என்னை சுட்டெரிக்கும்; பகவான் அருளால் இப்போது அவை என்னை நெருங்க முடிவதில்லை. மிகச் சுலபமாக அவற்றை அலட்சியப்படுத்த முடிகிறது.

கடந்த காலங்களில் ஒழுங்காக வாழவில்லையே என்று வருந்துகிற, நாற்பது வயதுக்கு மேற்பட்ட நண்பர்களுக்கு என் யோசனை இதுதான்:

அலட்சியப்படுத்துங்கள்! அலட்சியப்படுத்துங்கள்!

மனித விளையாட்டில் கடைசி விளையாட்டு மரணம்! அதற்குத் தப்பியவன் எவனுமில்லை.

ஆகவே, அழுவதற்கு நேரம் ஒதுக்குவது வீண் வேலை.

இனி நாம் புதுப்பருவம் எடுக்கப் போவது, அடுத்த ஜென்மத்தில் தான்.

ஆகவே, இனி, ஜாக்கிரதையாகப் போகும் இளைஞர்களைப் பார்த்து ஏங்குவதில் பயனில்லை.

'இடுக்கண் வருங்கால் நகுக.'

401

கண்ணதாசனின்

தொல்லைகள் அதிகமாகும் போது கிராமத்துப் பெரியவர்களைப் போல், 'எல்லாம் பகவான் செயல்' என்று சொல்லிக் கொள்ளுங்கள்.

மேலும் மேலும் தொல்லைகள் வந்தால், 'எவ்வளவு தூரம் நடத்துகிறானோ, நடத்தட்டும்,' என்று அமைதியாகச் சொல்லுங்கள்.

மாரடைப்பு வருகிற மாதிரிச் சிந்திக்காதீர்கள்.

மற்ற விஷயங்களில் கவனம் செலுத்துங்கள்.

ஆற்றாமை என்று யார் சொன்னாலும் பரவாயில்லை; துரோகிகளைக்கூட மன்னித்து விடுங்கள்.

அது நம் கருணையினால் அல்ல; நாமும் மகாத்மா ஆவதற்கல்ல; நம் இதயத்தைக் காப்பாற்றிக் கொள்ள.

எனக்கு எப்போதுமே பெருங்கோபம் வருவது சாப்பாட்டிலே தான்.

நான் விரும்பியவாறு உணவு அமையவில்லையென்றால் அதை அப்படியே தூக்கி சமைத்தவரின் முகத்திலே கொட்டிவிடுவேன்.

இப்போதெல்லாம் பிடிக்காததை ஒதுக்கி விட்டுக் கண்களை மூடிக்கொண்டு சாப்பிட்டுவிட்டு எழுந்திருக்கிறேன்.

துன்பம் வரும்; அது வரத்தான் செய்யும். இறைவனின் இயக்கத்தில் அது சரிபாதி.

பகல் என்றால் இரவு உண்டு.

வசந்தத்தின் பிறகு கோடை.

பூமியை பகவான் ஒரு முறை காயப்போடுகிறான்; ஒரு முறை வளப்படுத்துகிறான்.

மரத்தில் இருந்து இலைகளை உதிர்க்கிறான்; தழைக்க வைக்கிறான்.

ஒரு ஜீவனுக்குப் பிறப்பைக் கொடுக்கிறான்; ஒரு ஜீவனை எடுத்துக் கொள்கிறான்.

அவனது பேரேட்டிலே வரவுக்குத் தக்கபடி செலவிருக்கிறது.

ஏழையின் கவலையைவிடப் பணக்காரனின் கவலை அதிகம்.

அடுத்தவன் நன்றாக இருப்பதாக எண்ணுவது வெறும் மயக்கம்.

'தம்மின் மெலியாரை நோக்கித் தமதுடைமை
அம்மா பெரிதென்று அகமகிழ்க!'

அர்த்தமுள்ள இந்துமதம் - பாகம் 4

'உனக்குக் கீழே உள்ளவர் கோடி; நினைத்துப் பார்த்து நிம்மதிதேடு.

என் தாயார் அடிக்கடி சொல்லுவார்கள், 'நம்மிலும் தாழ்ந்து நாலாயிரம் பதினாயிரம்' என்று.

காலுக்குச் செருப்பில்லாதவர்கள், கால் இல்லாதவர்களைப் பார்த்து ஆறுதலடையுங்கள்.

தலைக்கு எண்ணெய் இல்லாதவர்கள், முடி இல்லாதவர்களைப் பார்த்து ஆறுதலடையுங்கள்.

யானை மீது ஏறியவன் கீழே விழுவதைப் பார்த்து, நமக்கு யானை வேண்டாம் என்று முடிவு கட்டுங்கள்.

'உங்கள் கையில் இருந்து ஒரு விரலை எடுக்க வேண்டும்' என்று டாக்டர் சொன்னால், ஏற்கெனவே கால் எடுக்கப்பட்டவனைப் பார்த்து நிம்மதியடையுங்கள்.

'துன்பங்களிலெல்லாம் குறைந்தபட்சத் துன்பம் நமக்கு வந்ததுதான்' என்று கருதினால், எந்தத் துன்பமும் துன்பமாக இருக்காது.

நாற்பது வயதுக்கு மேற்பட்ட பருவம்தான், மனிதன் உடம்பை அலட்டிக் கொள்ளும் பருவம்.

உடம்பிலே காற்றுப் பட்டாலும், கணை பாய்கிறது போல் தோன்றும் பருவம்.

அலோபதி மருத்துவத்தில் புதிதாகக் கண்டு பிடிக்கப்பட்டுள்ள வியாதிகள் எல்லாம், இந்த வயதுக்கு மேலே தான் வருகின்றன.

காரணம், உடம்பு மட்டுமல்ல; மனமும் கூட.

அந்த மனத்தை – ஐம்புலன்களை, ஆத்மாவில் அடக்கச் சொன்னான் பகவான் கீதையிலே.

இன்பம்–துன்பம், இருட்டு–வெளிச்சம் இவற்றைச் சமமாக நோக்கச் சொன்னான்.

'இப்படி நோக்குகிறவர்கள் இவ்வுலகிலும், அவ்வுலகிலும் இணையற்றிருப்பார்கள்' என்றான்.

மகாகவி பாரதியின் பாடல் ஒன்று எனக்குத் தெளிவான வழி காட்டிற்று.

அது இது:

சென்றதினி மீளாது மூடரே நீர்
சென்றதையே எந்நாளும் சிந்தை செய்து

கண்ணதாசனின்

கொன்றழிக்கும் கவலையெனும் குழியில்வீழ்ந்து குமையாதீர்...
இன்று புதிதாய்ப் பிறந்தோம் என்று நீவீர்
எண்ணமதைத் திண்ணமுற இசைத்துக் கொண்டு
தின்று விளையாடி இன்புற்று இருந்து வாழ்வீர்!

பழமுதிர்ச்சோலை

அத்தியாயம் - 12

பகவான் கீதையில் ஒரு இடத்தில் சொல்கிறான், 'கூடுகின்ற பெருங்கூட்டத்தில் வெறுப்புக் கொள்' என்று. தனிமையில் இனிமையைத்தான் அவன் அப்படிக் கூறுகின்றான்.

'தனிமை கண்டதுண்டு; அதிலே சாரம் இருக்குதம்மா' என்றான் பாரதி.

பரபரப்பான நகர, நாகரீகத்தில் தனிமை எங்கே நமக்குக் கிடைக்கிறது?

கிராமத்து நண்பர்கள் மேல் எனக்கொரு பொறாமை உண்டு.

ஒவ்வொரு கிராமத்தைப் பார்க்கும் போதும், 'நமது வாழ்க்கை இங்கேயே அமைந்திருக்கக் கூடாதா?' என்றே நான் ஏங்குகிறேன்.

ஆயிரம் விலங்குகளுக்கு காலையும், கையையும் கொடுத்து விட்ட நிலையில், இந்த ஏக்கம் எப்போது தீரப் போகிறது?

குளுகுளுவென்று காற்றடிக்கும் ஆற்றங்கரையையும், கரையில் இருக்கும் மரங்களையும், பச்சைப் புல்வெளியையும், பறந்து செல்லும் பட்சி ஜாலங்களையும், துள்ளியோடும் கன்றுக் குட்டிகளையும், தொடர்ந்து செல்லும் பசுக்களையும், ஆயர் மகளிரின் வளைகுலுங்கும் கைகளையும், களை எடுப்போரின் கலகலப்பையும், வைக்கோற் கட்டைத் தலையில் சுமந்து வரப்பிலே போகும் விவசாயிகளையும், அழகான கிராமத்துக் கோயில்களையும் பார்க்கப் பார்க்க மனது என்ன பரவசப்படுகிறது!

எனது துன்பங்கள் அதிலே மறைகின்றன.

'மலை வாசம் போனால் என் மனதில் இருக்கும் சுமைகளெல்லாம் இறங்கி விடுகின்றன' என்றார் ஜவஹர்லால் ஒரு முறை.

கிராமம், நகரத்திலே இருப்பவனுக்குச் சுமை தீர்க்கும் பூமியாகிறது. ஆனால் கிராமத்திலே இருப்பவனின் நிலை என்ன?

அங்கேயே உழன்று கொண்டிருப்பவனுக்கு இந்த அற்புதக் காட்சிகளும் துன்பங்கள் தானே?

துன்பத்தை மனத்திலேயே வைத்திருப்பவன், எங்கே போனாலும் துன்பம்தான்.

இறக்கி வைக்கத் தெரிந்தவன், எங்கே இருந்தாலும் இறக்கி வைத்துவிட முடியும்.

ஆனால், இறக்கி வைக்கும் இடமும் சுகமாக அமைந்து விட்டால், அது தானாகவே உன் மனதிலிருந்து இறங்கிவிடும்.

தனிமையில் உட்கார்ந்து கொண்டு, 'அது என்ன ஆகுமோ, இது என்ன ஆகுமோ?' என்று அழுகின்றவன், எங்கே உட்கார்ந்து அழுதால் என்ன?

ஆனால், இயற்கையாகவே துன்பங்களை அகற்றத் தெரிந்தவன் குளிர்ந்த சூழ்நிலையில் அவற்றை அடக்கிவிட முடியும். தனிமை– அதிலும் பலவந்தமான தனிமை– மனைவி மக்களைப் பிரித்துக் கொண்டுபோய்ச் சிறையிட்ட தனிமை– அந்தத் தனிமையிலேதான் காந்திஜியின் சிந்தனைகள் வளர்ந்தன; நேருஜி உலக வரலாறு எழுதினார்; வினோபாஜி கீதையை முழுக்க ஆராய்ந்து தெரிவித்தார். நானும் கூட இருபத்தாறு வயதில் ஒரு காவியம் எழுதி விட்டேன்.

ஞானிகள் தனிமையில் தோன்றிய தத்துவங்களே, இந்து மதத்தின் சாரம்.

பரமார்த்திக ஞானத்தைத் தெளிவாக விளக்குவதற்கு பரமஹம்ஸரின் தனிமை பயன்பட்டது.

ஆல்வாய் நதிக் கரையில் ஆதிசங்கரர் மேற்கொண்ட தனிமையே, அத்வைத சித்தாந்தத்திற்கு ஆணிவேர்.

தனிமையாக உட்கார்ந்து சுகமாகச் சிந்தித்தால் அகக்கவலை, புறக்கவலை இருக்காது.

எங்கே தனியாக உட்கார்ந்து சிந்தித்துப்பார்.

கற்பனை புறாவைப் பறக்க விடு.

அழகான பெண் ஒருத்தியைக் காதலிப்பது போலவும், அடுக்கடுக்காகப் புகழ் மாலைகள் குவிவது போலவும், ஊரெல்லாம் உன்னைத் தேடுவது போலவும் கற்பனையை வளர்த்துக் கொள்.

அப்படியே வீடு திரும்பு; சாப்பிட்டு விட்டுத் தூங்கு. இனிமையான கனவுகள் வரும்.

சுமைகளையும், தொல்லைகளையும் பற்றிப் பயந்துக் கொண்டே படுத்தால் தூக்கம் பிடிக்காது. திடீர் திடீரென்று விழிப்பு வரும். கெட்ட கனவுகள் வரும்; அப்போது யாராவது

அர்த்தமுள்ள இந்துமதம் – பாகம் 4

மெதுவாகக் கூப்பிட்டால் கூடச் செவிட்டில் அடிப்பது போலிருக்கும்.

பயத்தினால் புலன்கள் மென்மையாகி விடுகின்றன. தைரியத்தினால் தான் அவை கனமடைகின்றன.

தைரியத்தை வளர்ப்பதற்குத் தனிமையைப் போல சிறந்த சாதனம் வேறெதுவும் இல்லை.

அதிலும் பசுமை நிறைந்த காடுகளில் நடந்து சென்றால் ஒரு உற்சாகமும், தைரியமும் வரும்.

அதனால் தான் ஞானிகள் தங்கள் வாழ்க்கைக்குக் காடுகளை தேர்ந்தெடுத்தார்கள்.

கட்டுப்பாடற்ற சிட்டுக் குருவிகள்; மரமேறித் தாவும் குரங்குகள்; துள்ளித் திரியும் மான் குட்டிகள்– இவற்றைக் காணும் போது உள்ளம் எவ்வளவு உற்சாகமடைகிறது!

பரபரப்பான வாழ்க்கையில் இந்த நிம்மதி எது?

காடுகளில் திரியும் கொடிய திருடர்களிடம் கூடக் கருணையும், அன்பும் இருக்கும்.

காரணம், அது காடு வளர்த்த மனோதத்துவம்.

தற்கொலை செய்து கொள்ள விரும்புகிறவன் கூடக் காட்டுக்குப் போனால் அந்த எண்ணத்தை விட்டு விடுகிறான்.

ஜீவாத்மா, மகாத்மா ஆவது தனிமையிலே.

அண்மையில் ஆப்பிரிக்கக் காடுகளில் வாழுகின்ற மிருகங்கள் பற்றி, நான் ஒரு ஆங்கிலப் படம் பார்த்தேன்.

அதற்கு 'யானை ராஜா' என்று பெயரிட்டு, நானே பின்னணி உரை எழுதி, முன் பகுதியையும் பின் பகுதியையும் நானே பேசி இருக்கிறேன்.

அது வெறும் படம்தான். ஆனால், அதைப் பார்த்துக் கொண்டிருந்த தொண்ணூறு நிமிஷங்களும் ஆப்பிரிக்கக் காட்டிலே உலாவுவது போலிருந்தது.

கேள்வி கேட்பாரில்லாமல் ஓடிக்கொண்டிருக்கும் ஆறுகள்; அந்த ஆறுகளிலே லட்சக்கணக்கில் நாரைகள் சிறகடித்துக் கொண்டே, அவை தண்ணீர் மீது ஓடுவதும், பிறகு அணி வகுத்துக் கொண்டு பறப்பதும், வானிலே வட்ட வடிவமாக சதுரவடிவமாக அவை அணி வகுப்பதும், ஏதோ ஆயிரம் பூமாலைகளை ஆளுக்கொன்றாக எடுத்துக் கொண்டு வகை வகையாக ஆட்டுவது போலிருந்தது.

கண்ணதாசனின்

இடுப்பளவு தண்ணீரிலே அங்கேயே உட்கார்ந்திருக்க வேண்டும் போல் தோன்றிற்று.

ஓடிக் கொண்டிருக்கும் இடுப்பளவு தண்ணீரில் உட்கார்ந்திருந்தால் உஷ்ணக் கோளாறு வராது; மனம் கொதிக்காது. சாத்வீகக் குணம் வரும். 'போனால் போகட்டும்' என்ற உணர்வு வரும். எந்தத் துன்பத்தையும் அலட்சியப்படுத்தும் அமைதிவரும்.

துன்பங்களை ஜீரணிப்பதற்குத் தனிமையின் இனிமையான சூழ்நிலை பெரும் உதவி செய்கிறது.

ஒன்று செய்யுங்கள்.

கிராமத்தில் இருப்பவர்கள், பக்கத்தில் இருக்கும் காட்டில் நல்ல நிழல் தரக்கூடிய மரத்தின் கீழ் உட்கார்ந்து கொள்ளுங்கள். அதுவும் ஓடுகிற தண்ணீரிலோ, குளத்துத் தண்ணீரிலோ விழுந்து குளித்த பிற்பாடு துண்டை விரித்து உட்காருங்கள்.

நகரத்தில் இருப்பவர்கள், காற்றோட்டமான தனி அறையைத் தேர்ந்தெடுத்துக் கொண்டு அங்கே உட்காருங்கள்.

இதற்குக் காலை அல்லது மாலை நேரமே உகந்தது.

எதிரே ஏதாவது ஒரு தெய்வத்தின் சிலை இருந்தால் நல்லது; இல்லாவிட்டாலும் கவலை இல்லை.

எங்கே, பிரார்த்தியுங்கள்:

"பிறப்புக்கு முன்னாலும் இறப்புக்குப் பின்னாலும் பொறுப்பேற்றுக் கொண்டிருக்கும் பெருமானே! உன்னை நான் வணங்குகிறேன்."

"மரத்தில் இருந்து உதிர்ந்த சருகு, காற்றாலே அலைக் கழிக்கப்படுவது போல், மண்ணிலே விழுந்து நானும் அலைக் கழிக்கப்படுகின்றேன்."

"எனக்கு வரும் துன்பங்கள் எவையும் என்னால் உண்டாக்கப் பட்டவையல்ல. அப்படி நானே உண்டாக்கி இருந்தால், அது பூர்வ ஜென்மத்தின் தொடர்ச்சியாக இருந்தால், என் மீது கருணை வைத்து அவற்றை எடுத்துக் கொண்டு விடு."

"நான் அரக்கனாக இருந்ததில்லை; இருக்கவும் மாட்டேன். அப்படி இருந்திருந்தால் என் அறியாமையை மன்னித்து விடு."

"நல்லது என்று நினைத்து நான் செய்வதெல்லாம் தீமையாக முடிவதென்றால், அதற்கு உன்னைத் தவிர வேறு காரணம் இருக்க முடியாது."

அர்த்தமுள்ள இந்துமதம் - பாகம் 4

"என் அறிவு சிறியது; உன் ஆட்சி பீடம் பெரியது."

"அகந்தை, ஆணவம் இவற்றால் நான் தவறு செய்திருந்தால், இதுவரை நான் அனுபவித்த தண்டனை போதும்.

இனி ஒருவருக்கும் கனவிலும் நான் தீங்கிழைக்க மாட்டேன். இறைவா, எனக்கும் மற்றவர்கள் தீங்கிழைக்காவண்ணம் அருள் செய்."

—இப்படிப் பிரார்த்தித்துவிட்டு, கீழ்கண்ட பாடல்களைப் பாடுங்கள்:

தாய்தந்தை இச்சையினால் தாரணியிலே நான்பிறந்தேன்
நாய்பட்ட பாடெல்லாம் நான்படவோ பரம்பொருளே!

தண்ணீரைக் கூடத் தவறி மிதித்தறியேன்
கண்ணீரைச் சிந்திக் கலங்குவதேன் பரம்பொருளே!

அல்லற்பட் டாற்றாது அழுதேன் எனக்குவந்த
தொல்லையெல்லாம் தீர்த்துத் துயர்துடைப்பாய் பரம்பொருளே!

மாட்டின்மேல் உண்ணியைப்போல் மானிடர்கள் செய்கின்ற
கேட்டை எல்லாம்நீக்கிக் கிளைத்தருள்வாய் பரம்பொருளே!

தோழன்என எண்ணித் தொடர்ந்தேன்; நீயும் ஒரு
வேழம்போ லானால் விதிஎதுவோ பரம்பொருளே!

கொண்ட மனையாளும் கொட்டுகின்ற தேளானால்
பண்டுநான் செய்ததொரு பாவமென்ன பரம்பொருளே!

ஈன்றெடுத்த பிள்ளைகளும் எனக்கே பகையானால்
சான்றோர்க்கு நான்செய்த தவறெதுவோ பரம்பொருளே!

தடம்பார்த்து நான்செய்த சரியான தொழில்கூட
கடன்கார னாக்கியதே! கைகொடுப்பாய் பரம்பொருளே!

ஒருவேளைச் சோற்றை உட்கார்ந்தே உண்ணுகையில்
மறுவேளைச் சோறெனக்கு மயங்குவதேன் பரம்பொருளே!

செய்யாத குற்றமெல்லாம் செய்தேன் எனச்சொல்லி
பொய்யான வழக்கென்மேல் போடுவதேன் பரம்பொருளே!

எந்தவழக் கானாலும் என்னோடு நீயிருந்து
சொந்தமெனக் காத்துத் துணையிருப்பாய் பரம்பொருளே!

பஞ்சாட்சரம் சொல்லிப் பழகா திருந்ததற்கு
நஞ்சாய்க் கொடுத்தாய்நீ நானறிந்தேன் பரம்பொருளே!

உன்னைத் தவிரஒரு உயிர்த்துணையைக் காணாமல்
எண்ணி வதைகின்றேன்! எனைக்காப்பாய் பரம்பொருளே!

கண்ணாடித் துண்டுகள்என் காலிலே தைக்கவில்லை
கண்ணிலே தைத்தென்னைக் கலக்குவதேன் பரம்பொருளே!

எங்கும் நிறைந்தாயே எவரையும்நீ காப்பாயே
தங்குவதற் கென்வீடு தரமிலையோ பரம்பொருளே!

கங்கையிலே மூழ்கிவரக் காசுபணம் இல்லையென்று
என்கையால் விளக்கொன்றை ஏற்றுகிறேன் பரம்பொருளே!

ஏற்றுகின்ற விளக்குக்கு எண்ணெயில்லை என்றக்கால்
ஊற்றுகின்ற நெய்யாக ஓடிவா பரம்பொருளே!

ஊனக்கண் எத்தனைதான் உலகத்தைப் பார்த்தாலும்
ஞானக் குருடனுக்கு நலமேது பரம்பொருளே!

பாலூட்ட வந்தாயே பரிந்தே எனையணைத்து
தாலாட்ட வருவாயா தாயே! பரம்பொருளே!

ஆற்றில் ஒருகாலும் அறியாமை என்பதொரு
சேற்றிலொரு காலுமாகத் திரிகின்றேன் பரம்பொருளே!

எந்தக்கால் வைத்தாலும் ஏதோ தடுக்கிறது
சொந்தக்கால் இல்லைஎனத் துணிந்தேன் பரம்பொருளே!

உன்காலை வாங்கி உலாவ மறந்தபின்னர்
என்காலைக் கொண்டுநான் எதுசெய்வேன் பரம்பொருளே!

தான்போட்ட கண்ணியிலே தானே விழுந்ததுபோல்
நான்போட்டு விழுந்தேனே நலந்தருவாய் பரம்பொருளே!

சூதாடித் தோற்றவர்க்குத் துணைஇருக்க வந்தாயே
வாதாடிக் கெட்டவர்க்கு வழியொன்று காட்டாயோ!

அரக்கர் குலமெல்லாம் அன்றோ டழியவில்லை
இரக்கமில்லார் வடிவாக இன்னும் இருக்குதையோ!

பாய்விரித்துச் சோறு பல்பேர்க்கும் தந்தவனே
வாய்நிறையும் சோற்றுக்கும் வழிகாட்ட மாட்டாயா!

எத்தனையோ கேள்விகளை எழுப்பிவிட்டாய் பூமியிலே
இத்தனைக்கும் நான்ஒருவன் எப்படித்தான் பதில்சொல்வேன்!

துன்பத்தைத் தானே தொடர்ந்தெனக்கு வைத்தாய்!
இன்பத்தை எப்போது எனக்குவைப்பாய் பரம்பொருளே!

ஐயாநின் பாதம் அடியேன் மறவாமல்
மெய்யாய்த் தொழுகிறேன்! வினைதீர்ப்பாய் பரம்பொருளே!

காவல்ஒரு வில்லாகக் கருணைஒரு வேலாக
கோவில்உருக் கொண்டாயே குறைதீர்க்க மாட்டாயோ!

தூங்குகிற வேளைநீ தோன்றுவாய் கனவில்என
ஏங்குகிறேன் ஐயா! நீ எப்போது வருவாயோ!

மஞ்சளினைச் சுண்ணாம்பு மணந்தால் சிவப்பதுபோல்
நெஞ்சமெல்லாம் துன்பத்தால் நிறைந்து சிவப்பதென்ன!

பழுதறியாப் பிள்ளைஇது பாவமே செய்தாலும்
அழுதறியா வாழ்வொன்றை அளிப்பாய் பரம்பொருளே!

நெஞ்சறிய ஓர்போதும் நிறைபாவம் செய்ததில்லை
அஞ்சாமற் சொல்கின்றேன் அகம்தானே என்சாட்சி!

மாற்றார் உரிமையைநான் மனமறியக் கவர்ந்திருந்தால்
ஆற்றா தழுவதுஎன் அகக்கடமை என்றிருப்பேன்!

இந்துமதச் சாத்திரங்கள் எதையும் பழித்திருந்தால்
பந்துபடும் பாடு படுவதற்குச் சம்மதிப்பேன்!

நற்கோவில் சிலையதனை நான்உடைத்துப் போட்டிருந்தால்
தற்காலத் தொல்லைகளைத் தாங்கத் துணிந்திருப்பேன்!

அடுத்தார் மனைவியைநான் ஆசைவைத்துப் பார்த்திருந்தால்
படுத்தால் எழாதபடி பாய்விரித்துக் கிடந்திருப்பேன்!

நல்லதொரு தண்ணீரில் நஞ்சை விதைத்திருந்தால்
கல்லாய்க் கிடப்பதுஉன் கருணைஎன நினைத்திருப்பேன்!

தாயை மகனைத் தனித்தனியே பிரித்திருந்தால்
நாயையே என்னைவிட நற்பிறவி என்றிருப்பேன்!

கல்யாண மாகாத கன்னியரைப் பற்றியொரு
சொல்லாத வார்த்தையினைச் சொன்னால் அழிந்திருப்பேன்!

பருவம் வராதவளைப் பள்ளியறைக் கழைத்திருந்தால்
தெருத்தெருவாய் ஒருகவளம் தேடித் திரிந்திருப்பேன்!

நானறிந்து செய்ததில்லை; நலமிழந்து போனதில்லை;
வாய்திறந்து கேட்கிறேன் வாழவைப்பாய் பரம்பொருளே!

சக்தியுள மட்டில் தவறாமல் நாள்தோறும்
பக்திசெயப் புறப்பட்டேன் பக்கம்வா பரம்பொருளே!

மாடுமனை மாளிகைகள் மலர்த்தோட்டம் கேட்கவில்லை
பாடும்படும் என்நெஞ்சில் பாலூற்று பரம்பொருளே!

தாயும்நீ தந்தைநீ சார்ந்திருக்கும் சுற்றமும்நீ
வாயும்நீ வயிறும்நீ வரமளிக்கும் தேவனும் நீ!

நோயும்நீ மருந்தும்நீ நோவுடனே சுகமும்நீ!
ஆயும் குணளிக்கும் ஆறாவ தறிவும்நீ!

கண்ணதாசனின்

இறப்பும் பிறப்பும்நீ இருட்டும் வெளிச்சமும்நீ
மறப்பும் நினைப்பும்நீ மனக்கோவில் தேவதைநீ!

எல்லாமும் நீயே எனைப்பெற்ற பெருந்தாயே
இல்லாதான் கேட்கிறேன் இந்தவரம் அருள்வாயே!

இன்பவரம் தாராமல் இதுதான்உன் விதியென்றால்
துன்பமே இன்பமெனத் தொடர்வேன் பரம்பொருளே!

பாமர மனிதனுக்கு நான் சொல்லும் தியான யோகமே மேலே கண்டது.

ஆனால், பக்குவம் பெற்ற மனிதர்களுக்குச் சற்று கடுமையான தியான முறையைப் பகவான் கீதையிலே விளக்குகிறான்.

எப்படி உட்காருவது, உடம்பை எப்படி வைத்துக் கொள்வது, அந்தத் தியானத்தில் என்ன பயன், எந்த வகையில் மனதுக்கு நிம்மதி என்பதையெல்லாம் தெளிவுபடுத்துகிறான்.

'சஞ்சலம் மிக்க மனத்தை என்ன செய்ய முடியும்?'' என்ற அர்ஜுனனின் கேள்விக்கு பகவான் அதிலே பதில் சொல்கிறான்.

மனம் அங்கும் இங்கும் அலையும்போது, மூளையும் உடலும் வெகுவாகப் பாதிக்கப்படுகின்றன.

பேயாய் உலாவும் சிறுமனத்தை, மனக் குரங்கை அடக்கியாள்வதன் மூலமே மனிதனின் துன்பங்களிலிருந்து விடுதலை பெறமுடியும்.

ஆழ்ந்த தியானத்தில், அலைபாயும் நினைவுகள் அடைபட்டுப் போகின்றன.

பகவான் சொல்லும் முறைப்படி நீங்கள் தியானம் செய்ய ஆரம்பித்தால், அந்த நேரத்தில் பக்கத்திலே வெடிகுண்டு வெடித்தாலும் உங்கள் காதுக்குக் கேட்காது.

ரம்பையே எதிரிலே வந்து நின்றாலும் உங்களுக்குத் தெரியாது. விஷத்தையே உங்கள் வாயில் வைத்தாலும் அதன் கொடுமையை உணர மாட்டீர்கள். கொடிய காற்று உங்கள் நாசியில் புகுந்தாலும் உங்கள் நாசிக்கு அந்த உணர்வு இருக்காது. நெருப்பையே உங்கள் உடம்பில் அள்ளிக்கொட்டினாலும் அது உங்களைச் சுடாது.

மொத்தத்தில் ஐந்து புலன்களும் செயலற்று நிற்கும்; மனம் ஒரே சம நோக்கில் இருக்கும்.

அந்தத் தியான யோகம் உங்களின் நீங்காத கவனத்துக்கு உரியது.

அத்தியாயம் - 13

'மனித உயிர்களுக்கு மறு பிறப்பு உண்டு' என்பதை இப்போது எல்லா மதங்களுமே ஒப்புக்கொள்ளத் தொடங்கி விட்டன.

பிறப்பின் முடிவு இறப்பு—இறப்பின் முடிவு பிறப்பு. பல்லாயிரம் ஆண்டுகளுக்கு ஒரு உயிர் பூமியிலே மீண்டும் மீண்டும் பிறக்கிறது.

ஏழு பிறப்பு என்பது தவறான வாதம்.

'எழு பிறப்பு' என்ற வள்ளுவன் வார்த்தைக்கு, 'எழுகின்ற ஒவ்வொரு பிறப்பும்' என்பது பொருள்.

'இம்மைக்கும் ஏழேழ் பிறவிக்கும்' என்பது பிரபந்தம்.

'ஏழேழ் பிறவி' என்றால், நாற்பத்தொன்பது பிறவி' என்று அர்த்தமல்ல. 'எழுந்து வரும் ஒவ்வொரு பிறவிக்கும்' என்பது பொருள்.

சில உயிர்கள், போன வேகத்தில் திரும்புகின்றன. சில உயிர்கள் ஓய்வெடுத்துத் திரும்புகின்றன.

புதிய வடிவங்கள் பிறந்த பின்னாலும், பழைய வடிவங்கள் கனவில் வந்து பேசுகின்றன.

இம்மையில் பக்தியைச் செம்மையாகச் செலுத்தி ஈஸ்வரனிடமே லயித்து விட்ட உயிர், பிரிந்தால் மீண்டும் அது திரும்புவதில்லை. மறு பிறப்பு என்ற துயரம் அதற்கு இல்லை.

மற்றொன்று, ''சில நேரங்களில் மரணம் அடைகிற உயிர் மீண்டும் திரும்புகிறதென்றும், வேறு சில நேரங்களில் மரணம் அடைகிற உயிர் திரும்புவதில்லை என்றும், தன்னைச் சரணடையும் உயிர் எப்போது மரித்தாலும் அதற்கு மறு பிறப்பு என்ற துன்பமே இல்லை'' என்றும் பகவான் கூறுகின்றான்.

எப்போது மரிக்கின்ற உயிர், மறுபடியும் பிறந்து அவஸ்தைப்படுகின்றது?

புகை சூழ்ந்த நேரம், இரவு நேரம், கிருஷ்ண பக்ஷம், தக்ஷிணாயணம் ஆகியவற்றில் இறப்பவர்கள், சந்திரனின் வழியில் செல்கிறார்கள்.

சந்திர கதியை அடைந்த எந்த உயிரும் மீண்டும் திரும்புகிறது. காரணம், சந்திரன் என்பது அகங்காரம்; சூரியன் என்பது, உண்மை அறிவு.

கண்ணதாசனின்

சந்திரனுக்கு இயற்கை ஒளி கிடையாது. சூரியனுடைய ஒளியை வாங்கித் திருப்பி அனுப்புகிறான்.

சந்திரனுடைய அகங்காரத்தை தனக்குள் அடக்கிக் கொண்டவன் பரமாத்மா. அவனைச் சரணடைந்து விட்டால் இந்த மறுபிறப்பை வெல்லலாம்.

எப்போது மரணம் அடைகிறவர்களுக்கு இயற்கையிலேயே மறுபிறப்பு இல்லை?

நெருப்பு, வெளிச்சம், பகல், சுக்லபக்ஷம், உத்தராயணம் இவற்றில் மரிக்கிறவர்கள் மீளாத வழியில் சென்று ஈஸ்வரனோடு ஐக்கியமடைந்து விடுகிறார்கள். இவர்களுக்கு மறுபிறவி இல்லை.

உத்ராயணம் என்பது சூரியனின் வடதிசைப் பயணம். அதனால்தான், இறந்து போனவர்களை வடக்கே தலைவைத்துப் படுக்க வைக்கிறார்கள், முக்தியடைவதற்காக.

உயிரோடு இருப்பவர்கள் வடக்கே தலைவைத்துப் படுக்கக் கூடாது என்று சொல்வதும் அதற்காகவே.

இந்தப் பிறப்பில் துன்பங்களை அனுபவித்தவர்கள் இன்னும் ஒரு பிறப்பையா விரும்புவார்கள்?

மாதா உடல்சலித்தாள் வல்வினையேன் கால்சலித்தேன்
வேதாவும் கைசலித்து விட்டானே-தாதா
இருப்பையூர் வாழ்சிவனே இன்னும்ஓர் அன்னை
கருப்பையூர் வாராமற் கா!

—என்றார் பட்டினத்தார்

"பிறவா வரம் வேண்டும் எம்மானே" என்று புலம்பினார் ஒருவர்.

"மறுபடியும் கருவடையும் குழியில் தள்ளி
வருத்தப் படுத்தவேண்டாம்"

—என்று வேண்டுகோள் விடுத்தார் ஒருவர்.

"அன்னை எத்தனை அன்னையோ
அப்பன் எத்தனை அப்பனோ
இன்னும் எத்தனை ஜென்மமோ?"

—என்று கலங்கினார் ஒருவர்.

மறு பிறப்பைப் பற்றிய திடமான நம்பிக்கையும், 'ஐயையோ! படமுடியாதினித் துயரம்! பட்டதெல்லாம் போதும்' என்ற அவலமும் சேர்த்து இதிலே எதிரொலிக்கின்றன.

அர்த்தமுள்ள இந்துமதம் – பாகம் 4

மறு பிறப்பு இல்லாமல் இருப்பதற்கோ, அப்படிப் பிறந்தாலும் பூர்வ ஜென்மத்தைப் பற்றித் தெளிவாகத் தெரிந்து கொள்வதற்கோ ஒரே வழி ஈஸ்வர பக்தி.

அதையும் தெளிவாகச் சொல்வதென்றால், கிருஷ்ண பக்தி. ஏனென்றால், பகவான் மட்டும் தான் மறுபிறவி இல்லாமல் இருக்க வழி சொல்கின்றான்.

எங்கள் குடும்பத்தில் நான் சந்தித்த முதல் மரணம் முப்பத்து மூன்று ஆண்டுகளுக்கு முன் நிகழ்ந்தது.

எனது நாலாவது சகோதரியான காந்திமதி ஆச்சியின் மரணமே அது.

அந்தச் சகோதரி சத்தம் போட்டுப் பேசாது. அவ்வளவு அடக்கம், பொறுமை, பண்பாடு.

அவரது மரண ஊர்வலத்தின் போது லேசாக மழை பெய்தது. அந்த ஊரே அதைப்பற்றி பெருமையாகப் பேசிற்று.

பதினைந்து ஆண்டுகளுக்கு முன், 1962–இல் நானும் சம்பத் அவர்களும் தமிழ் தேசியக் கட்சியின் சார்பில் சுற்றுப் பயணத்தை மேற்கொண்டபோது, மதுரை மாவட்டத்தில் ஒரு காப்பித்தோட்ட அதிபரின் வீட்டுக்குச் சாப்பிடப் போனோம்.

நான் தலைகுனிந்து சாப்பிட்டுக்கொண்டே இருந்தேன்.

ஒரு அம்மையார் சற்று அதிகமாகக் குழம்பு ஊற்றி விட்டார்.

"போதும் அம்மா!" என்று சொன்னபடியே நிமிர்ந்து பார்த்தேன். என் உடம்பெல்லாம் வியர்த்து விட்டது. அப்படியே என் சகோதரியின் தோற்றம், அதே முகம், அதே மூக்குத்தி, அதே சிரிப்பு!

இது என்ன அதிசயம்! இதைவிட அதிசயம், அவர் பெயரும் காந்திமதிதான்!

பாண்டிய நாட்டில் 'காந்திமதி' என்ற பெயர் அதிகம் என்றாலும், இந்த ஒற்றுமையில் எனக்கு மறுபிறப்புத் தத்துவம் தான் தோன்றிற்று.

பகவான் ஒன்று சொல்கிறான், 'மனம், உயிர், ஆத்மா மூன்றும் வேறு வேறு' என்று.

உடம்பை விட்டு உயிர் பிரியும் போது, ஆத்மாவும் பிரிகிறது. அதனால்தான் இறந்து போனவர்களுக்கு அனுதாபம் தெரிவிக்கும் போது, "அவரது ஆத்மா சாந்தியடையட்டும்" என்கிறோம்.

415

கண்ணதாசனின்

மனிதனின் பாவ புண்ணியங்களை கவனிக்கிற இந்த ஆத்மா, உயிரைக் கையோடு அழைத்துக் கொண்டு மறு கூட்டிலே புகுந்து விடுகிறது.

அந்த ஆத்மா சாந்தியடைந்து விட்டால், அந்த உயிரையும் தன்னோடு வைத்துக் கொண்டு விடுகிறது.

இந்தப் பிறவியில் துன்பங்களை அனுபவித்தவர்கள், தன் வாழ்நாளிலே துன்பங்களிலிருந்து விடுதலை பெற முடியவில்லை என்றால், கடைசியாக அவர்கள் பெறக் கூடிய விடுதலை, 'ஆத்ம சாந்தி.'

ஈஸ்வரபக்தி இல்லாதவனுடைய ஆத்மாவும், தற்கொலை செய்து கொள்கிறவனுடைய ஆத்மாவும் எப்போதும் சாந்தியடைவதில்லை.

மறு உலகில் அவை, பேயாய் கணங்களாய்த் திரிகின்றன. மீண்டும் இந்தப் பூமியிலே பிறந்து விட்ட இடத்திலிருந்து துன்பத்தைத் தொடருகின்றன.

ஆகவே லௌகீகத்தில் போராடிப் பார்த்து இறுதியாகத் துன்பங்களிலிருந்து விடுதலை பெற முயற்சிக்கிறவனுக்குக் கைகொடுக்கும் ஒரே மார்க்கம், பக்தி மார்க்கம்.

இங்கே மீண்டும் என் கதைக்கு வருகிறேன்.

இருபது வருஷங்களுக்கு முன்னால், என் எழுத்துக்களை நீங்கள் படித்திருப்பீர்கள். ஆண்டுகளுக்கு ஆண்டு அதிலே மாறுதலைக் கவனித்திருக்கிறீர்கள். இதற்குக் காரணம் என் திறமை அன்று; பக்தி மார்க்கத்திலே ஏற்பட்ட பற்றுதலே.

முன்பெல்லாம் துன்பங்களில் நடுக்கம் வரும்; தூக்கம் வராது. இப்போது வருவது போல் தூக்கம் எப்போதுமே வந்ததில்லை.

பெரிய பெரிய நிகழ்ச்சிகளைப் பற்றிக் கேள்விப்படும் போதெல்லாம் சிரிப்புத்தான் வருகிறது.

'அது இல்லை, இது இல்லை' என்ற சிந்தனைகள் எல்லாம் போய்விட்டன. 'இருப்பது கடவுள் கொடுத்தது' என்று இயற்கையாகவே தோன்றுகிறது.

உடல் நோயைப் பொறுத்தவரை தினமும் மாலையில் ஒரு டாக்டரைச் சந்திக்கிறேன். அவர் தான் டாக்டர் கிருஷ்ணன்! அவரை ஊனக் கண்ணால் பார்க்க முடியாது; ஞானக் கண்ணால் தான் பார்க்கலாம்.

சட்டங்களிலும் இ.பி.கோ, இ.பு.கோ. ஆகியவற்றைக் கண்டு நான் பரிதாப்படுகின்றேன்; அவற்றை அலட்சியப்படுத்துகிறேன்.

நான் பயப்படுவது 'ப.பு.கோ' ஒன்றுக்குத்தான். அதாவது 'பகவான் புரொஸீஜர் கோர்ட்' ஒன்றுக்குத்தான். காரணம் என்னுடைய புருஷன் இப்போது கம்பீரமாக நிற்கிறான்.

வடமொழியில் 'புருஷன்' என்றால் 'ஆத்மா' என்று அர்த்தம். கணவன் தான் மனைவியினுடைய 'ஆத்மா' என்பதால் தான் அவனைப் 'புருஷன்' என்று அழைத்தார்கள்.

அடிக்கடி சொல்லும் ஒன்றையே நான் மீண்டும் ஞாபகப்படுத்த விரும்புகிறேன்.

''ஒன்று நடந்து தான் தீரும் என்றால் அதைப் பற்றிக் கவலைப்பட்டு என்ன பயன்?''

அத்தனையையும் பகவானிடம் ஒப்படையுங்கள்.

இந்த வாழ்க்கையில் கசப்பையே இனிப்பாக்கிக் கொள்ளுங்கள்; இருட்டையே வெளிச்சமாக்கிக் கொள்ளுங்கள்; நஷ்டத்தையே லாபமாக்கிக் கொள்ளுங்கள்; எது நேர்ந்தாலும் கவலைப் படாதீர்கள்.

விதி என்ற உண்மையைப் போட்டு, அதைத் துடைத்து விடுங்கள்.

எந்தச் செய்தியையும் அமைதியாகக் கேளுங்கள்; உடம்பை அலட்டிக் கொள்ளாதீர்கள்.

யாராவது தாறுமாறாக உங்களிடம் பேசிக் கொண்டிருந்தால், நீங்கள் சொல்லுவதே சரியாக இருக்கக்கூடும் என்று சொல்லி விடுங்கள்.

உங்களை 'முட்டாள்' என்று திட்டினால், ''எனக்குக் கூட அந்தச் சந்தேகம் உண்டு!'' என்று கூறுங்கள்.

உங்கள் மனைவி சண்டை போட்டால், 'சம்சாரத்தில் இதுதான் முக்கிய கட்டம்' என்று கருதுங்கள்.

யாராவது உங்களை அவமானப்படுத்தினால், ஒரு அனுபவம் சேகரிக்கப்பட்டுவிட்டதென்று கருதுங்கள்.

வருகின்ற துன்பங்கள் எல்லாம் ஒன்று, இரண்டு, மூன்று என்று அனுபவமாகச் சேகரித்துக் கொள்ளுங்கள்.

புதுப்புது அனுபவமாகச் சேகரியுங்கள்; ஒரே அனுபவத்திற்கு இரண்டு மூன்று பதிப்புகள் போடாதீர்கள்.

கண்ணதாசனின்

'நம்மால் ஆவது ஒன்றுமில்லை' என்ற நினைப்பு, 'நமக்கு வந்தது துன்பமில்லை' என்று நினைக்க வைத்துச் சாந்தியைத் தரும்.

'நாட்டையே கட்டி ஆண்டவர்கள் எல்லாம் கூட கோர்ட்டை மிதிக்கும்படி விதி வைக்கிறதே!' உனக்கும் எனக்கும் வருவது துன்பமா என்ன?

ஐந்தாம் பாகம்

ஞானம் பிறந்த கதை
- பாகம் 5

உலக வாழ்க்கையில் நான்
செல்வத்தை மட்டுமல்ல
அனுபவங்களையும் திரட்டியவன்.
உலகம் புள்ளிகளால் ஆனது என்றால்,
ஒவ்வொரு புள்ளியும் எதனால் ஆனது என்று
எனக்குத் தெரியும்.

காளஹஸ்தி

காளத்திநாதன் கண்கொள்ளாக் காட்சியில் வீற்றிருக்கும் சிவஸ்தலம்.

இன்றைக்கு ஆயிரம் வயதைக் கடந்து விட்ட அந்தத் திருக்கோயிலைப் பாடிப் புகழாத ஞானிகளே இல்லை!

மாலவன் குன்றத்துக்கு அருகிலேயே காளத்திநாதன் தன் ஆலயபீடத்தை அமைத்துக் கொண்டுள்ளான்.

சேர, சோழ, பாண்டிய பல்லவ நாடுகளில் இருந்து வரும் சைவர்களும், வைணவர்களும், ஓரிடத்தில் சந்தித்த பின்புதான் வைணவர்கள் திருப்பதிக்கும், சைவர்கள் காளஹஸ்திக்கும் செல்ல வேண்டி இருக்கும்.

புரவியும், தேரும், பல்லக்கும், மாட்டு வண்டிகளும் மட்டுமே இருந்த அந்தக் காலத்தில் குமரி முனையில் உள்ள பக்தன் கூட காளத்திநாதனையும், கார்மேக வண்ணனையும் தரிசிக்க ஓடோடி வருவது வழக்கமாயிருந்தது.

ஆயிரம் ஆண்டுகளுக்கு முன்பு ஒரு நாள்...

காளத்திநாதர் சந்நிதி களைகட்டிக் கொண்டிருந்தது. நூற்றுக்கணக்கான புரவிகளும், ரதங்களும் கோயிலைச் சுற்றியுள்ள சோலைகளில் காணப்பட்டன. கச்சையணிந்த இளம் மங்கையரும், கட்டிய சேலையாலேயே மார்பை மூடிக் கொண்டிருக்கும் மாதரும், கையது கொண்டு மெய்யது பொத்தி ஆண்டிகளும் கூட்டம் கூட்டமாகக் காணப்பட்டார்கள்.

ஆலயத்தின் உள்ளேயிருந்து கம்பீரமான ஒரு குரல் வெளிவந்தது. இனிமையான சாரீரத்தில் அது சில விருத்தப் பாக்களைப் பாடிற்று.

''பத்தும் புகுந்து பிறந்து வளர்ந்து பட்டாடை சுற்றி
முத்தும் பவளமும் பூண்டு ஓடிஆடி முடிந்த பின்பு
செத்துக் கிடக்கும் பிணத்தருகே இனிச்சாம் பிணங்கள்
கத்துங் கணக்கென்ன? காண்கயி லாபுரிக் காளத்தியே!

பொன்னால் பிரயோசனம் பொன்படைத்தார்க்குண்டு; பொன்படைத்தோன்
தன்னால் பிரயோசனம் பொன்னுக்கங் கேதுண்டு: அத்தன்மைபோல்
உன்னால் பிரயோசனம் வேணதெல்லாம்உண்டு உனைப்பணியும்
என்னால் பிரயோசனம் ஏதுண்டும் காளத்தி ஈச்சுரனே!

காளஹஸ்தி

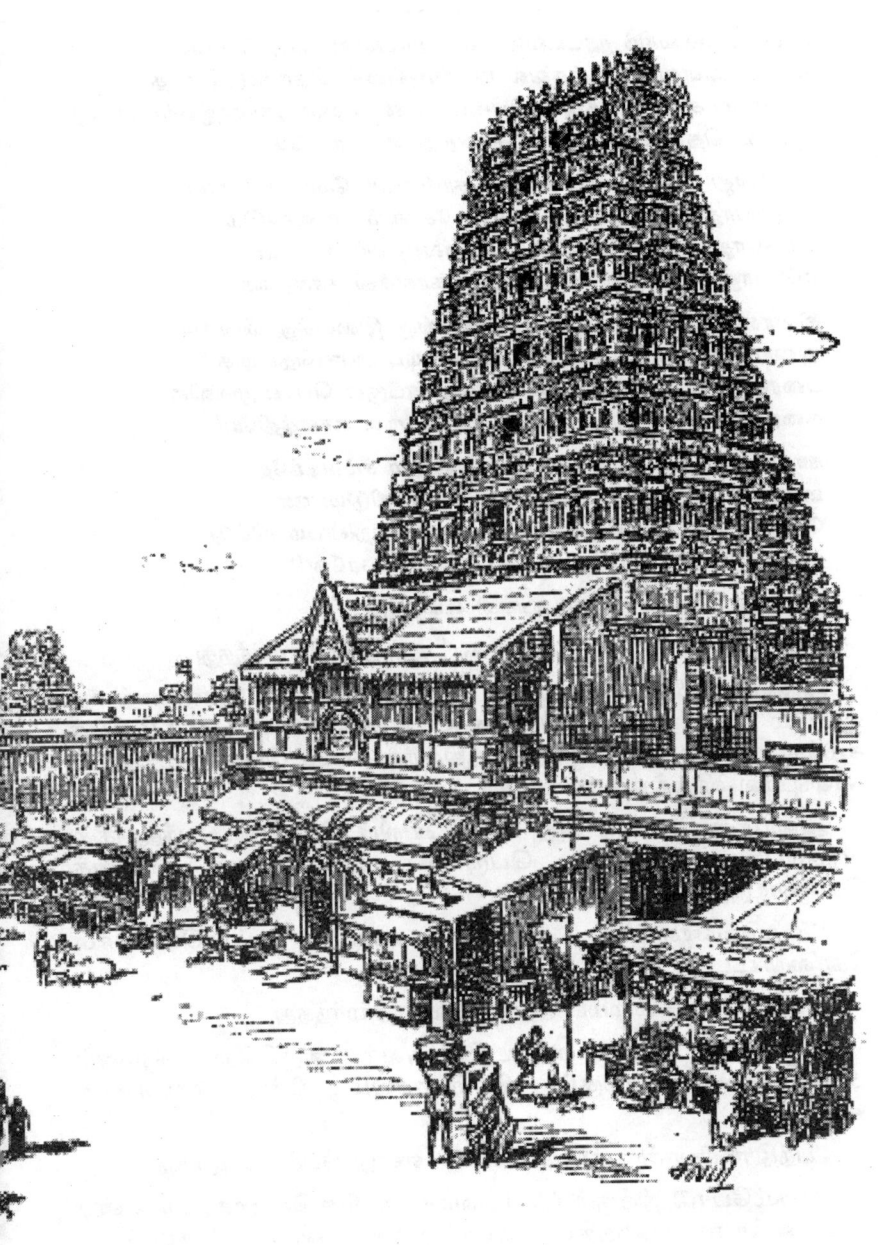

கண்ணதாசனின்

வாளால் மகவரிந் தூட்டவல் லேன்அல்லன்; மாது சொன்ன
சூளால் இளமை துறக்கவல் லேன்அல்லன்;தொண்டுசெய்த
நாளாறில் கண் இடத்து அப்பவல் லேன்அல்லன்;நான்இனிச்சென்று
ஆளாவ தெப்படியோ திருக்காளத்தி அப்பருக்கே?

முப்போது அன்னம் புசிக்கவும் தூங்கவும் மோகத்தினால்
செப்போது இளமுலை யாருடன் சேரவும் சீவன்விடும்
அப்போது கண்கலக்கப்படவும் வைத்தாய், ஐயனே
எப்போது காணவல்லேன்? திருக்காளத்தி ஈச்சுரனே!

இரைக்கே இரவும் பகலும் திரித்திங்கு இளைத்து மின்னார்
அரைக்கே அவலக் குழியருகே அசும்பு ஆர்த்தொழுகும்
புரைக்கே உழலும் தமியேனை ஆண்டருள் பொன்முகலிக்
கரைக்கே கல்லால் நிழற்கீழ் அமர்ந்தருள் காளத்தியே!

நாறும் குருதிச் சலதாரை நாள்தொறும் சீழ்வடிந்தே
ஊறும் மலக்குழி காமத் துவாரம் ஒளிந்திடும்புண்
தேறுந் தசைப்பிளப் பந்தரங் கத்துள சிற்றின்பம் விட்டு
ஏறும் பதந்தரு வாய் திருக் காளத்தி ஈச்சுரனே!''

'ஓம் நமசிவாய' என்று ஓங்கி ஒலித்தது.

'அர ஹர மகாதேவ்' என்று கூட்டம் எதிரொலித்தது.

அந்தக் கம்பீரமான உருவம் மானங்காக்க ஒரு கோவணத்தை மட்டும் ஆதாரமாகக் கொண்டு, கையிலே ஒரு கரும்பைச் சுமந்தபடி எழுந்து நின்றது. வந்திருந்த கூட்டமெல்லாம் அதன் காலடியில் விழுந்து வணங்கிற்று.

ஆலயத்தை விட்டு அது வெளியேறிப் பிரசன்னப் பந்தலுக்கு வந்தபோது, அங்கே பெருங்கூட்டம் ஒன்று காத்துக் கொண்டிருந்தது.

''திருவெண்காடர் வாழ்க'' என்று கூட்டமெல்லாம் கோஷமிட்டது.

அந்த ஞானப் பிழம்பு அரங்கிலேறி அமர்ந்தது.

அப்போது தான் கூட்டம் அவர் அருகிலே, ஞானப் பிழம்பாகவும், அழகுப் பிழம்பாகவும் நின்ற ஒருவரைக் கவனித்தது.

''பத்திரகிரியார்! பத்திரகிரியார்!'' என்று பேச்சு எழுந்தது.

''கரும்போடு நிற்கும் பெரியவர்தான் திருவெண்காடர் என்ற பட்டினத்தார்; பக்கத்தில் நிற்பவர்தான், அவரது பிரதம சீடர் பத்திரகிரி மகாராஜா!'' என்று ஒரு தந்தை மகனுக்கு விளக்கம் சொன்னார்.

பட்டினத்தார் சொல்கிறார்:

'பக்த கோடிகளே!' என்று ஆரம்பித்தார் பட்டினத்தார்.

'என் வாழ்க்கையில் நடந்த சம்பவங்களை உங்களுக்கு விவரிப்பது, என் கடமை என்று கருதுகிறேன்.

என்னைப் பார்க்கின்ற உங்களில் பலருக்கு, துறவறம் பெருமைக்குரியது என்று தோன்றும். இளமையிலே துறவு பூணலாமா என்ற எண்ணமும் சிலருக்கு எழலாம்.

இல்லறம், துறவறம் இரண்டையும் தெளிவாக விவரிப்பது, என் முதல் கடமை.

வாழ்க்கையின் சகல அனுபவங்களையும் பெற்ற பிற்பாடு துறவியாகும் ஒருவன், இல்லறத்தின் கஷ்ட நஷ்டங்களைத் தெளிவாகப் பிறருக்கு எடுத்துணர்த்த முடியும்.

புது வாழ்வில் புகுகின்ற மனிதனுக்கு அது பெரும் உதவி புரியும்.

இயலாமை மட்டுமே இளமைத் துறவை மேற்கொள்ளலாம். அல்லது இறை அருளால் ஞானம் பெற்ற இளம் பருவம், அந்தத் துறையில் அடி எடுத்து வைக்கலாம்.

ஆனால், வெய்யிலில் நின்றவனுக்கு நிழல் தரும் சுகத்தைப் போல, லௌகீகத்தில் இருந்து துறவறத்துக்கு வரும் ஒருவனுக்கு துறவு தரும் இன்பம், இளமைத் துறவுக்குக் கிடையாது.

எல்லோரும் லௌகீகத்தில் ஈடுபடுங்கள். அதுவே உங்களுக்குச் சுகமாக அமைந்து விட்டால், உலக இயக்கத்தை உங்கள் இல்லறத்தின் மூலம் நடத்துங்கள். அதைத் தாங்க முடியாதவர்கள் மட்டும் வெளியே வாருங்கள். அதிகம் போனால் நூற்றுக்கு ஒருவர் மட்டும் தான் அப்படி வருவீர்கள். அப்போது போதிப்பவர்கள் குறைவாகவும், கேட்பவர்கள் அதிகமாகவும் இருப்பீர்கள். எல்லோரும் பல்லக்கில் அமர்ந்தால் தூக்குவது யார்? எல்லோரும் ஞானிகளாகி விட்டால் போதனைக்கென்ன அவசியம்?

உலக வாழ்க்கையில் நான் செல்வத்தை மட்டுமல்ல, அனுபவங்களையும் திரட்டியவன்.

காவிரிப் பட்டினக் கடற்கரையில் இருந்து புறப்பட்ட என் கப்பல்கள், கடல் கடந்த நாடுகளில் இருந்து கட்டி கட்டியாகத் தங்கத்தை ஏற்றி வந்தன.

ஆனால், கரையிலேயே நின்று கொண்டிருந்த நான் கப்பல் கப்பலாக அனுபவங்களைச் சேகரித்துக் கொண்டு இருந்தேன்.

வரவு–செலவுக் கணக்கெழுதும் வணிக மகன், தனது குறிப்பேட்டில் இன்பங்களைச் செலவு செய்து, துன்பங்களை வரவு வைத்தான்.

உலகம் புள்ளிகளால் ஆனது என்றால் ஒவ்வொரு புள்ளியும் எதனால் ஆனது என்று எனக்குத் தெரியும்.

சிரிப்புக்குக் காரணமும், அழுகைக்கு அர்த்தமும் எனக்குப் புரியும்.

ஏராளமான அனுபவங்களைச் சேகரித்த பிற்பாடும் ஆனந்தமான வாழ்க்கையிலே நான் தொடர்ந்து போயிருக்க முடியும். ஆனால், வேதம் அறிந்த பிராமணன் அதை நாலு பேருக்காவது சொல்லாமற் போவது எவ்வளவு பாவமோ, அவ்வளவு பாவம் பிறர்க்குத் தனது அனுபவங்களைச் சொல்லாமல் இருப்பது.

அதனால்தான் நான் இந்தக் கோலம் கொண்டு திருக்கோயில்களுக்குச் சென்று மீளுகிறேன்.

எந்தத் திருத்தலத்தில் என்னுடைய சமாதி காத்திருக்கிறதோ எனக்குத் தெரியாது. ஆனால், இப்போது நான் மேற்கொண்டிருப்பது நிர்விகல்ப சமாதி.

கேளுங்கள், எனக்கு ஞானம் பிறந்த கதையைக் கேளுங்கள்.

திரை கடலோடித் திரவியம் தேடும் மூன்றாம் வருணத்தவரான வணிகர்கள் மரபில் நான் ஒருவன்.

பூம்புகார்ச் சோழர்களும் சரி, பிற சோழர்களும் சரி, தாங்கள் மூடி சூட்டிக் கொள்ளும்போது வணிகர்களிலேயே மிகப் பெரிய தனவந்தராக இருப்பவர் தான் அந்த மகுடத்தை எடுத்துக் கொடுக்க வேண்டும். ஏறக்குறைய மூன்று தலைமுறைகளாக நாங்களே மகுடங்களை எடுத்துத் தந்திருக்கிறோம் என்பதிலிருந்து எத்தனை தலைமுறைகளாக எங்கள் குடும்பம், செல்வம் நிறைந்ததென்று நீங்கள் கண்டு கொள்ளலாம்.

என் தந்தை பெயர் சிவநேசன் செட்டியார். தாய் ஞானகலை ஆச்சி.

நான் பிறந்ததும் என் கழுத்திலும் கை கால்களிலும் ஆடிய தங்க நகைகளைப் போலவே, நான் படுத்திருந்த தொட்டிலுக்கும் நவமணிகள் பூட்டப்பட்டன.

அர்த்தமுள்ள இந்துமதம் – பாகம் 5

எனது ஆட்காட்டி விரலினால் எனது குரு மண்ணில் என்னை 'ஹரிஓம்' என்று எழுத வைத்த போது, இறைவன் தத்துவத்தையே நாம் ஒருநாள் அறிவோம் என்று எண்ணியதில்லை.

கிண்கிணிச் சதங்கையோடு துள்ளி விளையாடிய இளம் குழந்தை பாடம் படித்தது, திங்களில் பத்து நாள்; ஆடி மகிழ்ந்தது மீதி இருபது நாள்.

காவிரிக் கரையில் சிறுவர்களோடு ஆடுவேன்; குதிரைக் குட்டிகளில் ஏறி எருமைகளைத் துரத்துவேன். 'குதிரை போகும் வேகம் எருமை போகவில்லையே ஏன்?' என்று யோசிப்பேன்.

கூற்றுவன் தன் கடமையைக் குறைவாகச் செய்யவே எருமையை அவனுக்கு வாகனமாகக் கொடுத்தார்கள் என்பது இப்போது புரிகிறது.

'பிள்ளை படிக்கவில்லையே' என்று பிறப்புக்குக் காரணமான தந்தை வருந்தினார்.

'படிக்காவிட்டால் என்ன, பத்துத் தலைமுறைக்குச் சொத்திருக்கிறதே' என்று பத்துமாதம் சுமந்த மாதா தேற்றினாள்.

இவை அத்தனையும் நடந்தது ஆறு வயது வரையிலேதான்.

எனது ஆறாவது வயதில் ஈன்ற தந்தை சான்றோனை அடைந்தார்.

காவிரிப்பூம்பட்டினமே எங்கள் மாளிகை முன்னால் கூடி என் தந்தையின் சடலத்தைச் சுமந்து சென்று எரியூட்டிற்று.

புகார் நகரத்தில் எங்களுக்கு இருந்த வாணிபக் கடைகள் இருபது. யவனர்களோடு வாணிபம் செய்வதற்காகவும், யவனர்கள் தெருவில் நான்கு கடைகள் இருந்தன. விலைமதிக்க முடியாத மாணிக்கங்கள் அவற்றிலேதான் இருந்தன.

தந்தை காலமானதும் செல்வச் சுமையும், வாணிபப் பொறுப்பும் என் தாயின் தலையிலே விழுந்தன.

'இல்லங்காக்கும் நாயகிக்கு செல்வமும் காக்கத் தெரியுமே அன்றி, வாணிபம் செய்யத் தெரியாதே' என்று, என் அம்மான் அந்தப் பொறுப்பை ஏற்றுக் கொண்டார். தாயின் உடன் பிறந்த மூவருள் இளையவர் அவர்.

பொருளில் மிகுந்தவர். அவரது பெயர் சிவசிதம்பரம் செட்டியார். அவரது மனைவி பெயர் சிவகாமி ஆச்சி.

கண்ணதாசனின்

ஒன்றைக் கூற மறந்தேன். எனக்கொரு தமக்கை உண்டு என்பதை நீங்கள் அறிவீர்கள். அந்தத் தமக்கையின் பெயர் தில்லையம்மை.

எனது அம்மான் சிவசிதம்பரம் செட்டியாருக்கு ஒரே ஒரு பெண் மகவு. அவள் பெயர் சிவகலை.

செல்வக்கலை கூடிய குடும்பத்தில் எல்லாமே கலைகளாக இருப்பதில் வியப்பில்லை. எனக்கு மட்டும் எங்கள் பெற்றோர், சுவேதாரண்யன் என்று செல்லப் பெயரிட்டு அழைத்தார்கள்.

உங்களில் பலர் அறிந்த விஷயங்கள்தான் இவை. ஆயினும் மாதரார்க்குப் புரியும் வண்ணம் பெயர்களை விளம்பினேன்.

பத்தாண்டுச் சிறுவனாக நான் வளர்ந்த போது எனது கவனம், மனித வாழ்க்கையின் பல்வேறு கூறுகளிலேயும் திரும்பிற்று.

அவ்வளவு சின்ன வயதிலா என்று நீங்கள் ஐயப்படுவீர்கள். அது தெளிவானதோர் ஞானமன்று. இன்ப உணர்வுகள் நிறைந்த புதுமையான அறிவு.

அப்போது கடலோடிக் கொண்டிருந்த எங்கள் கப்பல்கள் பன்னிரண்டு, அதில் ஒன்று என் தந்தை கடல் கடந்து செல்வதற்காகப் பயன்படுத்தப்பட்டது. அதில் துடுப்பு வலிப்போர் மட்டும் இருபது பேர். அவர்கள் தங்குவதற்கும், இடம் உண்டு. என் தந்தைக்காக அலங்கரிக்கப்பட்ட தனி அறை உண்டு. உள்ளே அமர்ந்தால் இல்லத்தில் அமர்வது போலவே இருக்கும். அந்தக் கப்பலில் பயணம் செய்து பார்க்க நான் அவாவினேன்.

வாணிபத்துக்காக நாங்கள் அடிக்கடி போகும் இடங்களில் ஒன்று பன்னீராயிரம் தீவு.

நான், என்னுடன் ஒத்த செல்வச் சிறுவர்கள் இருவர்– பெயர்கள் மாணிக்கம், வைரம்– அவர்களும், என் தாயின் அனுமதி பெற்று அந்தக் கப்பலில் பயணம் செய்தோம்.

கப்பல் தளத்தில் நின்று வானையும் கடலையும் நோக்கிய போது, அந்தப் பிரம்மாண்ட சிருஷ்டி என்னை வியக்க வைத்தது.

புவி வாழ்க்கையில் மிகப் பெரியவனாகக் காட்சியளிக்கின்ற மனிதன் கூட, கடலுக்குள்ளே விழுந்து விட்டால் அவன்மீனுக்குச் சிறியவனாகி விடுகிறான். சம்சாரக் கடலும் அப்படித்தான்.

இதை நான் அன்று உணரவில்லை.

பழந்தீவுகளில் நான் போய் இறங்கியபோது, அந்த நாட்டு மக்களைப் பார்ப்பதற்கு எனக்குப் பரிதாபமாக இருந்தது.

நாகரீகத்தில் முன்னேறிய சோழ நாடு எங்கே? உலகம் தோன்றியபோது எப்படி இருந்தார்களோ அப்படியே இன்னும் இருக்கும் இந்தத் தீவு மக்கள் எங்கே?

எங்கள் கப்பலைக் கண்டதும், எங்களோடு வாணிபம் செய்யும் தீவு வணிகர்கள், கடல் துறையில் கூடி விட்டார்கள்.

'செட்டியார் மகன்' என்று என்னை அவர்கள் அழைத்துக் கொண்டு போய் நடத்திய இராஜோபசாரம் இன்னும் என் மனதை விட்டு நீங்கவில்லை.

அடுத்த வீடு சென்றாலும் மரியாதை; அடுத்த நாடு சென்றாலும் மரியாதை; பிறப்பில் இருந்தே வறுமையை அறியாத சுகபோகத்தோடு, பத்து வயதிலேயே பிறரது மரியாதை; அது எங்களிடம் குவிந்து கிடந்த பொருளுக்குத் தான் தரப்பட்ட தென்றாலும், என்னை ஒரு ஆணவக்காரனாக ஆக்குவதற்கு அதுவே போதுமானதாக இருந்தது.

எனது பதினாறாவது வயதில் கடைகளை நானே கவனிக்க ஆரம்பித்தேன்.

குதிரைக் குட்டிக்கு ஓடக் கற்றுக் கொடுக்க வேண்டுமா? வணிகனுக்குக் கணக்கு வராமற் போனால், அதுதானே பூர்வ ஜென்மபாவம்.

குறையாகவே படித்த எனக்கு, கூட்டத் தெரியும்; பெருக்கத் தெரியும்; கழிக்கத் தெரியும்; வகுக்கத் தெரியும். எங்கள் சமூகத்தில் ஒருவன் இந்த நாலும் தெரிந்தவனாக இருந்தால், அவனால் கடையை நடந்த முடியும்.

இந்தப் பருவம்தான் என் வாழ்வில் அதிசயமான பருவம்.

அழகிய ரதத்தில் என் வீட்டிலிருந்து நான் கடைக்குப் போகும் போதெல்லாம், இத்தனை நாழிகைக்கு நான் வருவேன் என்று எத்தனை பெண்கள் வாசலிலேயே நிற்பார்கள்!

தேவனுக்காகக் காத்துக் கொண்டு நிற்கும் தேவதைகள் போல, அவர்கள் எனக்காகக் காத்துக் கொண்டு நிற்பார்கள்.

சாளரத்துத் திரைச் சீலையை விலக்கிக் கொண்டு நாணம் மிகுந்த பதுமைகள் சிலவும், என்னைப் பார்ப்பதுண்டு.

ஐந்து வயதிலேயே மணம் முடித்துவிடும் எங்கள் குலத்தில் நான் ஒருவன்தான் பதினாறு வயது வரையிலே மணம் முடிக்கப்படாதவனாக இருந்தேன்.

எனக்கு வாழ்க்கைப்பட வேண்டும் என்றே பல பெண்களும் தங்கள் பெற்றோரால் வளர்க்கப்பட்டுக் கொண்டிருந்தார்கள்.

இத்தனைக்கும் என் சகோதரிக்கு எட்டு வயதிலேயே திருமணம் ஆகிவிட்டது. அவளை மணந்து கொண்ட பையனின் குடும்பமும் கோடிக்கு அதிபதியான குடும்பம் தான். ஆயினும் பெரியவளாகும் வரை தாய் வீட்டிலேயே வளருகின்ற சம்பிரதாயத்தில் அவள் வளர்ந்து கொண்டிருந்தாள். பதினெட்டு வயதில் பெரியவளானாள்.

ஆறாவது மாதம், தன் நாயகனோடு இல்லறம் காண அவனது இல்லத்திலேயே குடிபுகுந்து விட்டாள்.

பெண்ணைப் பெற்றவர்களுக்கெல்லாம் நான்தான் தனி மரமாகக் காட்சி தந்து கொண்டிருந்தேன்.

மற்றவர்களைப் போலவே என் அம்மானும் தன் மகளை எனக்காக வளர்த்துக் கொண்டு வந்தார்.

ஏராளமான பெண்கள் தேடி வருகின்றனர் என்றாலே நல்ல பெண்ணைத் தேர்ந்தெடுக்கக் கூடிய அறிவை இளமை இழந்து விடுகிறது. 'எதுவும் கிடைக்கும்' என்ற ஆணவம் வந்து விடுகிறது. அந்த ஆணவத்தினிடையிலேயும் எனக்குப் பேரொளியாகத் திகழ்ந்தவள், நவமாணிக்கம் செட்டியாரின் மகள் மரகதம்.

பலர் என்னைக் கவனித்தாலும் நான் கவனித்தது அவளைத்தான்; அவளை நான் கவனிக்கிறேன் என்பதிலே பிறருக்குப் பொறாமை.

மற்றவர்களுக்கு என்ன? என் மாமன் மகள் சிவகலைக்கே அதிகம் பொறாமை. யாரிடம் சொல்வாள் இதை? என் தாயிடம் சொன்னாள்.

என் தாய் ஒருநாள் என்னை அருகே அழைத்து, "என் மகனே, வயது வந்ததும் மணம் முடிக்காமல் இருப்பது, எதிர்காலத்தில் சிதறிய எண்ணங்களுக்கு வித்திட்டு விடும். ஆகவே, என் தம்பி மகளுக்கும் உனக்கும் திருமணம் முடிக்க முடிவு செய்துவிட்டேன்" என்றார்கள்.

'நான் ஒருத்தியை விரும்புகிறேன்' என்று தாயிடம் சொல்லும் பழக்கம் இல்லையே நமக்கெல்லாம்!

நான் மவுனத்தில் ஆழ்ந்தேன்! என் மயக்கம் அன்னைக்குப் புரிந்தது.

"அதனால்தான் இந்த அவசரம்" என்றார்கள். "தம்பி மகளிருக்க அந்நியத்தில் பெண்ணெடுத்தால், அந்தப் பெண்ணுக்குத் திருமணம் ஆகுமா? காரணம் கூறிக் கதை கட்டமாட்டார்களா? ஒரு பெண்ணை நீ அடைய, உறவுப் பெண் வாழ்விழப்பதா?" என்றார்கள்.

அர்த்தமுள்ள இந்துமதம் – பாகம் 5

இறைவனிடம் கூட நான் எதையும் மறுத்துப் பேசுவேன்; என் தாயிடம் பேசுவதில்லை.

அன்னையின் விருப்பத்திற்குப் பணிந்தேன்; மணத்திற்குத் துணிந்தேன்.

ஆம், 'துணிந்தேன்' என்று சொல்வதே பொருந்தும். ஒருவன் திருமணம் செய்து கொள்வதென்பது எவ்வளவு துணிவான செயல்? அதிலேயும் வாய்த்துடுக்கு நிறைந்த பெண்ணல்லவா எனக்கு வாழ்க்கைப்படப் போகிறாள்!

எதிர்ப்பேச்சு, ஏடாகூடம், எகத்தாளம் எவ்வளவுக் கண்டிருக்கிறேன் அவளிடம்!

'மனைவி என்பவள் தாயின் துணைக்கு வருகிறவளே' என்று முடிவு கட்டி, தாயின் விருப்பத்தை நிறைவேற்றினேன்.

திருமணம் நடந்தது. காவிரி நகரமே அதிர்ந்தது; விருந்தினர், உணவை உறிஞ்சி உண்ட ஓசை, கடல் ஒலியையும் மிஞ்சியது.

எங்கள் குலத்துச் சம்பிரதாயங்களில் ஒன்று விருந்தில் முக்கனி போடக் கூடாதென்பது. அது மன்னவர்கள் தரும் விருந்தில் மட்டுமே நடக்கலாம். மற்றையோர் ஏதேனும் ஒரு கனி குறைவாகவே போடவேண்டும். ஆனால் அந்தச் சம்பிரதாயத்தை மீறி மன்னர் குல விருந்து போலவே விருந்து நடத்தினேன் நான்.

எங்கள் குலத்தில் 'இசை குடிமானம்' என்று ஒன்று எழுதுவார்கள். குடும்பத்தில் பாரம்பரியமான புகழ், மானம், மரியாதை, இவற்றைக் காப்பாற்றுவதற்கான துணை அது.

எங்கள் சம்பிரதாயங்கள் முற்றும் சைவ நெறிகளுக்குக் கட்டுப்பட்டவை.

திருமணத்தின்போது ஆசை உணர்வுகள் மீறிய நிலையில் தான் இருந்தேன் என்றாலும், நமது வைதிக நெறிகளை அறிந்து கொள்வதில் ஆர்வம் இருந்தது.

எங்கள் குலத்தில் தாலி கட்டுவதை 'திருப்பூட்டுவது' என்பார்கள். மாங்கல்யம் பெண்ணுக்கு நீங்காத செல்வமாகப் பூட்டப்படுகிறது.

முன்பின் அறிமுகமில்லாத ஒருத்தி அந்தத் 'திருப்பூட்டப் பட்டதும்' கணவனது பாதக் கமலங்களில் சரணடைந்து விடுவாள்.

அவன் கூன், குருடு, நொண்டியாக இருந்தால் கூட அவள் கவனம் வேறுபக்கம் திரும்புவதில்லை.

நான் அங்கம் குறைந்தவனல்ல. 'தங்கமே என்று தாய் என்னைத் தாலாட்டியது முற்றும் பொருந்தும்' என்று வேண்டாதவர்கள் கூடச் சொல்வார்கள்.

கேளுங்கள்.

இசை, குடி, மானத்தைக் காப்பாற்ற நான் சிவகலையின் கரம் பற்றி இல்லறத்தில் புகுந்தேன்.

உடல் உறவில் சற்று அதிகமாகவே ஈடுபட்டேன்.

என்ன ஆச்சரியமோ, மங்கலம் கழுத்தில் விழும் வரை வாய்த்துடுக்காக இருந்த சிவகலை, மங்கலம் விழுந்ததும் மந்திரத்தில் கட்டுண்டவள் போலானாள்.

உடம்பு திருப்தியடைந்து விட்டால், உடும்பு கூடப் பிடியை விட்டு விடுகிறது.

மஞ்சள் பூசி, திலகம் அணிந்து, கழுத்தைக் கவ்விக் கொண்டிருக்கும் அட்டிகையோடு பட்டுப்புடவை கட்டி அவள் என் எதிரில் வரும்போதெல்லாம், உடல் வெறியால் துள்ளிக் குதித்து கட்டிப்பிடிக்கின்ற நான், காலங்கள் செல்லச் செல்ல ஒரு தெய்வீக உணர்ச்சியால் கட்டுண்டேன்.

உடலிலுள்ள ஜீவ அணுக்கள் சமாதானம் பெறத் தொடங்கின. அவளைப் பார்க்கும் போதெல்லாம் உயர்ந்த எண்ணங்களே உருவாயின.

ஆனால், ஆண்டுகள் ஐந்து ஆகியும் மகனுக்குப் பிள்ளைப் பேறு இல்லையே என்ற கவலை என்னைப் பெற்றவளை வாட்டி எடுத்தது.

'மூன்று தலைமுறைகளுக்கு மேல் தாழ்ந்தவர்களும் இல்லை; மூன்று தலைமுறைக்கு மேல் வாழ்ந்தவர்களும் இல்லை' என்பார்கள்.

எங்கள் வம்சத்தின் செல்வப் பெருமைக்கு நான் மூன்றாவது தலைமுறை. என்னோடு கதை முடிய வேண்டியது தானா? அடுத்த ஒரு வாரிசு பிறப்பதற்கில்லையா?

நான் அதைப்பற்றி அதிகம் கவலைப்படவில்லை. ஆனால், என் தாய் எதற்காக உயிர் வாழ்ந்தார்களோ, அது நிறைவேறவில்லையே என்பது அவர்கள் கவலை.

ஒருநாள் மெதுவாக என்னைப் பார்த்து, "ஐயா! நான் சொன்னால் வருந்தாதே! ஒன்றிருக்க ஒன்று கொள்வது நம் இனத்தில் இயற்கைதான். என் தம்பி மகளை வைத்து விட்டே

அர்த்தமுள்ள இந்துமதம் - பாகம் 5

இன்னொரு பெண்ணை உனக்குத் திருமணம் செய்ய முடிவு கட்டி இருக்கிறேன்'' என்றார்கள்.

நான் துடித்துப் போனேன்.

"ஆத்தா, பழக்க வழக்கங்கள் வேறு; மனிதனின் விருப்பங்கள் வேறு; குலப் பழக்கம் என்பதற்காக ஒரு தாசியின் உறவைக் கொள்ளவும் மாட்டேன்; இன்னொரு பெண்ணை மணக்கவும் மாட்டேன். சிவகலையிடம் அந்த சிவநாதனின் கலையை நான் கண்டு கொண்டிருக்கிறேன். சைவர்களுக்கு எப்படி சிவபெருமான் ஆதிமூலமோ அப்படியே எனக்குச் சிவகலைதான் எல்லாமும். அவளைத் தொட்ட கையால் ரம்பையர் கிடைத்தாலும் தொடமாட்டேன். ஒன்றுக்கு மேல் திருமணம் செய்து கொள்வது எப்படி நம் குலப்பழக்கமோ, அப்படியே பிள்ளை இல்லாதவர்கள் சுவீகாரம் என்று பிள்ளை கூட்டிக் கொள்வதும் வழக்கம்தான். வருகின்ற பிள்ளைக்கு தாய் தந்தையரிடம் பாசம் இல்லாமல் போனாலும், தாய் தகப்பன் தங்களுக்குள் உள்ள பாசத்தைத் தளராமல் வைத்துக் கொள்ள முடியுமல்லவா?" என்றேன் நான்.

அன்னை ஆறுதல் பெறவுமில்லை; என்னைக் கட்டாயப் படுத்தவும் இல்லை.

மாடத்துச் சாளரத்தில் நின்று எங்கள் பேச்சைக் கவனித்த சிவகலையின் கண்கள் நீரூற்றுப் போல் பொங்கி நின்றதையும் நான் கண்டேன்.

அன்று அவள் என்னிடம் நடந்து கொண்ட முறை, தெய்வத்தை நெருங்கிவிட்ட பக்தையின் பிரீதியைப் போல் காட்சி தந்தது.

கணவன், மனைவியின் நலனில் அக்கறை செலுத்தினால் மனைவி, கணவன் கால்களுக்கே அணியாகி விடுகிறாள்.

அன்பு, அரக்கைக் கூடத் தண்ணீரிலே கரைத்து விடுகிறது. பாசம், கல்லைக் கூட எரித்துச் சாம்பலாக்கி விடுகிறது. வெறுப்பு தெய்வத்தைக்கூட வெகு தூரம் விரட்டி விடுகிறது.

சிவகலையும் நானும் சிவஸ்தலங்களுக்கு யாத்திரை போனோம்.

பிள்ளை இல்லாதவர்கள் கடைப்பிடிக்கும் இரண்டாவது வழி அதுதானே?

அதிலும் பயனில்லை.

சொத்துக்கு நான் வாரிசு தேடவில்லை. இல்லாதது கூட நல்லது என்று நினைத்தவன். ஆயினும் தாய், என்னைப் பெற்றவள்;

கண்ணதாசனின்

இறந்து விட்டால் என்னால் பெற முடியாதவள். அவளது ஆன்மத் துடிப்புக்காக இறைவனை இறைஞ்சினேன். பலன் இல்லை.

'எங்கே மீண்டும் ஒரு சபலம் என் தாய்க்குத் தோன்றி விடுமோ' என்று சிவகலை அழுதாள்.

பனித்திருந்த அவளது கண்களை நான் துடைத்தேன். சரியாக அதைத் துடைக்கும் போது ஒரு குழந்தை அழும் சத்தம் என் காதுக்குக் கேட்டது.

நான் திகைத்தேன். "ஒரு குழந்தை அழுகிறதே. உனக்குக் கேட்கிறதா?" என்றேன். "இல்லையே" என்றாள். "எங்கே மீண்டும் அழு" என்றேன். அவள் அழுதாள். நான் கண்ணீரைத் துடைத்தேன்.

கண்ணீரைத் துடைக்கும் போதெல்லாம் குழந்தை அழும் சத்தம் கேட்டது.

"இறைவா, என்ன இது அதிசயம்!"

இது ஏதோ ஒரு சோதனை என்று கருதி, அன்று இரவு அவளை விட்டுப் பிரியாமல் அவள் அருகிலேயே படுத்திருந்தேன்.

திடீரென்று அவள், "எனக்கு பிள்ளை பேறு உண்டா?" என்று கேட்டாள்.

அப்படிக் கேட்ட உடனேயே மீண்டும் பிள்ளை அழும் சத்தம் கேட்டது. பிறகு நான் அவளைப் பேசவும் விடவில்லை. அழவும் விடவில்லை. ஆலிங்கனத்திலேயே தூங்கினேன்.

ஒரு கனவு...

ஒரு வயோதிக பிராமணரும், அவர் மனைவியும் எங்கள் வீட்டுத் திண்ணையில் உட்காருகிறார்கள்.

கால், கைகள் கழுவுவதற்காக ஒரு செப்புக் கலயத்தில் தண்ணீரோடு வந்த நான், அவர்களையே பார்த்துக் கொண்டிருக்கிறேன்.

"ஆமாம் சுவாமி நான்தான் அது... என்ன வேண்டும்," என்கிறேன்.

"எங்களுக்கு ஒன்றும் வேண்டாமப்பா, எங்கள் குழந்தையைக் காப்பாற்று" என்கிறார்கள்.

அப்படிச் சொன்னார்களே தவிர, அவர்கள் கைகளிலே குழந்தை இல்லை.

"எங்கிருந்து வருகிறீர்கள்? எங்கே குழந்தை?" என்கிறேன்.

''திருவொற்றியூரில் இருந்து வருகிறோம். குழந்தை திருவிடை மருதூரில் இருக்கிறது!'' என்கிறார்கள்.

'என்ன இது! ஒன்றுக்கொன்று சம்பந்தமில்லாமல்? திருவொற்றியூர் எங்கே? திருவிடைமருதூர் எங்கே?' என்று நான் சிந்தித்துக் கொண்டிருக்கும் போது—

''இந்தா! இந்தச் சேலையால் தொட்டில் கட்டு'' என்று கூறி ஒரு பழைய சேலையைக் கொடுக்கிறார்கள்.

அந்தச் சேலையை நான் பிரித்து பார்க்கிறேன். அதில் சிதம்பரம் நடராஜன் கோயில் நந்தி உருவம் இருக்கிறது. அதைப்பார்த்து விட்டு அவர்களைப் பார்த்தால், அங்கே அவர்கள் இல்லை.

அங்கேயும், ஒரு நந்தி இருப்பது போல தெரிகிறது.

என்ன இது! கூத்தன் கூத்தாடுகிறானோ?

''ஐயா... ஐயா!'' நான் கத்துகிறேன்.

''என்ன ஐயா?'' என்று சிவகலை விழித்துக்கொள்கிறாள்.

நான் சுற்றுமுற்றும் பார்க்கிறேன். பிறகு நடந்ததை அவளிடம் சொல்கிறேன். பிறகு, ஏதோ இது சிவ சோதனை என்று ஆறுதலடைகிறோம்.

மறுநாள் எனக்கு நிம்மதி இல்லை.

திருவொற்றியூரில் தொடங்கி, திருவிடைமருதூர் வரை யாத்திரை போகும்படி பரமன் பணிக்கின்றானோ என ஐயமுற்றேன்.

தாயிடம் இதைக் கூறினேன்.

''ஒற்றியூரானுக்குச் சாத்துவதற்கு ஒரு வைரமாலையும், வழிநெடுக உள்ள கோயில்களுக்குப் புலிக்காசு மாலைகளும் வாங்கிக் கொண்டு, மனைவியையும் அழைத்துக் கொண்டு போய்வா மகனே!'' என்றார்கள்.

சிவகலை மகிழ்ந்தாள். திருத்தல விஜயம் என்றாலே எனக்கும் மகிழ்ச்சிதான்; நானும் மகிழ்ந்தேன்.

நாங்கள் இருவரும் தாயின் காலில் விழுந்து ஆசி பெற்றுக்கொண்டு புறப்படும் போது, எதிரிலே வந்த தமக்கை ஒரு 'நல்ல சொல்' சொன்னாள்:

''இவ்வளவு நாளாகப் பிறக்காத குழந்தை, திருவொற்றியூர் சென்றா பிறக்கப்போகிறது?'' என்பதே அது.

அவளுக்கு மூன்று குழந்தைகள். எங்களுக்குக் குழந்தைகள் இல்லை என்றால், எங்கள் சொத்தெல்லாம் 'தன் குழந்தைகளுக்குத்தான்!' என்று அவள் நினைத்தாள்.

நினைக்கட்டும்; பேசட்டும்; கூடப்பிறந்த ரத்தம்; குற்றம் பார்க்கில் சுற்றம் இல்லை.

நாங்கள் புறப்பட்டோம்.

ரதம் போய்க்கொண்டே இருந்தது.

திடீரென்று சிவகலையின் முகம் வியர்ப்பானேன்?

நல்ல காற்றோட்டத்தில் வியர்ப்பானேன்.

நான் முகத்தைத் துடைத்து விட்டேன்.

"ஏதோ மயக்கம்" என்றாள் அவள்.

திடீரென்று அவள் மார்பகம் நனைந்தது.

ரதத்தை நிறுத்தினேன்.

காரணமில்லாமல் அவள் அழுதாள். கண்ணீரைத் துடைத்தேன். அப்போதும் அதே குழந்தை கத்தும் சத்தம்!

இதுவும் பிரமைதானா?

ரதத்தின் திரைச்சீலையை விலக்கிக் கொண்டு வெளியில் எட்டிப்பார்த்தேன்.

சாலை ஓரத்தில் ஓர் ஆலமரம்; அருகிலே ஒரு தொட்டில்; அதன் பக்கத்தில் ஒரு வயோதிக பிராமணரும், அவர் மனைவியும்; அவர்கள் முன்னாலே யாராவது காசு போடுவார்கள் என்று விரிக்கப்பட்ட துணி.

அவர்களை உற்றுப் பார்ததேன். கனவிலே வந்த அவர்களே தான்!

சிவகலையை அழைத்துக் கொண்டு அவர்கள் அருகே சென்று, "ஐயா, நீங்கள் யார்?" என்றேன்.

"நாங்கள் திருவிடைமருதூர்" என்றார் அவர்.

எனக்கு மெய்சிலிர்த்தது.

தொட்டிலைப் பார்த்தேன். அதே சேலை, அதே நந்தி ஓவியம்!

நான் அவர் காலில் விழுந்து வணங்கினேன். அவர் என்னைக் கைத்தாங்கலாக எடுத்தார்.

"குழந்தை...." என்று இழுத்தேன்.

அர்த்தமுள்ள இந்துமதம் - பாகம் 5

"எங்களுடையதுதான், நீண்ட காலம் கழித்துப் பிறந்தது. வயிற்றுச் சோற்றுக்கே வழி இல்லை. இதை எப்படிக் காப்பாற்றப் போகிறோம்? யாரோ பட்டினத்துச் செட்டியாம். அவனிடம் இதைக் கொடுத்தால் எடைக்கு எடை பொன் கிடைக்கும் என்று யாரோ கனவிலே சொன்னார்கள். நடந்தே வந்தோம்; பசி தாங்கவில்லை. யாசகத்துக்காகத் துண்டைக் கீழே விரித்துப் போட்டுவிட்டு உட்கார்ந்து விட்டோம்!" என்றார் அவர்.

அவர் கண்களில் இருந்து கண்ணீர் வடிந்தது. எனக்கு அதைத் துடைக்க வேண்டும் போல் தோன்றிற்று. துடைத்தேன். என்ன அதிசயமோ, குழந்தை சிரிக்கிற சத்தம் கேட்டது.

பெரியவரையும் அவர் மனைவியையும் அழைத்துக் கொண்டு புகாருக்குத் திரும்பினேன்.

அது இறைவன் அனுப்பிய குழந்தை என்பதில் எனக்குச் சந்தேகம் இல்லை.

தத்து எடுக்கும் விழாவைப் பிரமாதமாக ஏற்பாடு செய்தோம்.

"வேறு ஜாதி குழந்தையை தத்து எடுப்பது செல்லாது" என்று தமக்கை வாதாடினாள்.

"தமக்கே வேண்டும்" என்றுதானே 'தமக்கை' நினைப்பாள்! தங்கையாக இருந்தால், 'தன் கையில் உள்ளது போதும்' என்று நினைப்பாள்.

இதை வேடிக்கையாகச் சொல்கிறேன், சாத்திரமன்று!

எங்கள் பங்காளிகள் அதை ஒப்புக்கொள்ளவில்லை. ஆனால், வேறு ஜாதிப் பிள்ளை என்பதில் எல்லோருக்கும் குறை இருந்தது.

துலாபாரம் நடத்தினோம்.

குழந்தை தன் எடையை விட அதிகமாகப் பொன்னை இழுத்தது. கடைசியில் திருவிடைமருதூர் கோயிலுக்காகச் செய்த காசு மாலையை அதில் போட்டோம். துலாம் சரியாயிற்று.

விழா முடிந்தது.

விடைமருதூரார் விடை பெற்றார்.

பையனுக்கு 'மருதவாணன்' என்று பெயரிட்டு வளர்த்தோம்.

தான் பெற்ற பிள்ளை போலவே சிவகலைக்கு அவன் தோன்றினான்; எனக்கும் அப்படியே.

பருவம் வந்தது; பையனைப் பள்ளிக்கு அனுப்பினோம்.

கண்ணதாசனின்

அப்பனுக்கு ஏற்றபடி பிள்ளையும் தப்பாமல் இருந்தான். அவனும் படிக்க மறுத்தான்.

'ஆண்டவனே! நீ நேரடியாகக் கொடுத்த பிள்ளையும் இப்படியா?' என்று அவனை நொந்து கொண்டேன்.

பள்ளிக்கூடத்தில் குரு எல்லோரையும் கேள்வி கேட்டால், இவன் குருவைக் கேள்வி கேட்பானாம்!

"ஏண்டா ஒழுங்காகப் படிக்கவில்லை?" என்று ஒரு நாள் அவனைக் கேட்டேன்.

"நீங்கள் படித்தால்தானே, நான் படிக்க" என்றான் அவன்.

அப்போது நான் பாடினேன்:

துள்ளித் திரியும் பருவத்திலே என் துடுக்கடக்கி
பள்ளிக்கு அனுப்பிலனே என் தந்தையாகிய பாதகனே!

—என்று.

எங்கள் பரம்பரைக்கே கல்வி பாக்கியம் இல்லை என்று நான் முடிவு கட்டினேன்.

சொத்துக்களையாவது பையன் காப்பாற்றட்டும் என்று கருதினேன். ஒரு நாள் கடைக்குக் கூட்டிக் கொண்டு போனேன்.

அங்கே அவன் ஒரு மாணிக்கத்தை எடுத்து, "அப்பச்சி, இதை நெருப்பிலே போட்டால் என்னவாகும்?" என்று கேட்டான்.

"சாம்பலாகும்" என்றேன்.

"காய்ந்த எரு முட்டையை நெருப்பிலே போட்டால்" என்றான்.

"அதுவும் சாம்பலாகும்" என்றேன்.

கணக்கு எழுதச் சொன்னேன்.

"முப்பதிலே நாற்பது போனால் எவ்வளவு?" என்று என்னையே கேட்டான்.

"நாற்பது எப்படியடா போகும்?" என்றேன்.

"போகும்" என்றான்.

"போனால் என்ன வரும் தெரியுமா?"

"என்ன வரும்?" என்றான்

நான் பேசாமல் இருந்து விட்டேன்.

இந்தப் பிள்ளை தேறாது என்று முடிவு கட்டினேன். சொத்துக்களைப் பத்திரப்படுத்தத் தொடங்கினேன்.

''பையனைக் கடல்கடந்து அனுப்பினால், வாணிபத்தில் புத்தி வரும். சொத்துக்களைக் காப்பாற்றும் ஆசை வரும்'' என்று என் ஆத்தாள் சொன்னார்கள்.

என்னுடைய தனிக்கப்பலில் அவனைக் கடாரத்துக்கு அனுப்ப ஏற்பாடு செய்தேன். அவனுக்கு அதிலே மிகவும் மகிழ்ச்சி.

''அப்பச்சி, கடாரத்திலே இதுவரை நீங்கள் கொள்முதல் செய்யாத பொருளெல்லாம் நான் கொள்முதல் செய்வேன்!'' என்று சூளுரைத்தான்.

''மகனே, அதைத்தானடா உன்னிடம் எதிர்பார்க்கிறேன்'' என்று தட்டிக் கொடுத்தேன்.

கப்பலில் அவனை ஏற்றியபோது அவன் பேசிய பேச்சுக்கள், வயது வந்த செட்டிப் பிள்ளையின் அனுபவ ஞானமே அவனுக்கு இருப்பதாகக் காட்டின.

''அப்பத்தாளைக் கவனித்துக் கொள்ளுங்கள் அப்பச்சி!'' என்றான். ''ஆத்தாள் மோர் ஊற்றிக் கொள்ளக் கூடாது!'' என்றான்.

அப்பப்பா! கடல் கடந்து போகிறோம் என்றவுடன் அவனுக்கு வந்த பாசமும், பரிவும், என்னையே திகைக்க வைத்தது.

எண்பத்தியாறு நாட்களுக்குப் பிறகு என் மகனை என் கப்பல் சுமந்து வந்தது.

சுட்டிப் பிள்ளையாகப் போன அவன், இப்போது சிவபக்தனாகத் திரும்பி இருந்தான்.

கப்பலில் நான் வைத்திருந்த திருநீற்றையெல்லாம் அவன் நெற்றிதான் தாங்கிக் கொண்டிருந்தது!

கப்பலில் இருந்து ஒரு சிறு கைப்பெட்டியோடு இறங்கி வந்த அவன், ''அப்பச்சி! பணியாட்களை விட்டு செல்வங்களையெல்லாம் இறக்கச் சொல்லுங்கள்; நான் அப்பத்தாளைப் பார்க்கப் போகிறேன்!'' என்று சொல்லிவிட்டுப் போய்விட்டான்.

அவன் போனதும், நானே முன்னின்று அனைத்தையும் இறக்கச் சொன்னேன்.

அன்று பெட்டி பெட்டியாக இறக்க வேண்டிய பொருள்கள், மூட்டை மூட்டையாக இறங்கின.

கண்ணதாசனின்

தங்கத்தையோ, நவமணிகளையோ, மூட்டை கட்டக் கூடாதே!

ஒரு மூட்டையை நான் பிரித்துப் பார்த்தேன். உள்ளே எல்லாம் எரு முட்டைகள். தவிட்டு உமிகள்!

எனக்கு ஆத்திரம் தாங்க முடியவில்லை. ஒரு மூட்டையை அப்படியே தூக்கச் சொல்லி வீட்டுக்குப் போகச் சொன்னேன்.

ஆத்திரத்தோடு அவனைத் தேடினேன்.

அதிசயமாக எனக்கு ஆத்திரம் வந்ததைப் பார்த்த என் ஆத்தாள், "என்ன ஐயா! ஏன் இந்தப் பதற்றம்?" என்றார்கள்.

"ஆத்தா! உன் பேரன் கொள்முதல் செய்த செல்வத்தைப் பார்த்தாயா?" என்று சினத்தோடு மூட்டையைக் காலால் உதைத்தேன்.

ஒரு மூட்டை பந்து போல் எழுந்து சுவரில் மோதி விழுந்து உடைந்தது.

நான் திகைத்தேன்; திணறினேன்; உள்ளே அத்தனையும் நவமணிகள்.

கொட்டிக்கிடந்த தவிட்டு உமிகள் வெறும் உமிகள் அல்ல, தங்க உமிகள்!

எனக்கு ஆனந்தம் தாங்கவில்லை; ஒரே கப்பலில் கோடிக் கணக்கில் செல்வம் வந்துவிட்டது; சொத்து குவிந்து விட்டது.

ஆசையோடும் பாசத்தோடும், "மகனே! மகனே!" என்று அவனைத் தேடினேன்.

உடனே என் ஆத்தாள், அவனது கைப்பெட்டியை என்னிடம் கொடுத்து, "இதோ பாரப்பா! அது மருக்கொள்ளிப்பிள்ளை! 'அப்பத்தா, அப்பச்சி வந்ததும் இதைக் கொடுத்துவிடு! என்னை இனித் தேட வேண்டாம் என்று சொல்லிவிடு' என்று சொல்லிவிட்டு போய்விட்டது!" என்றார்கள்.

'மறுபடியும் இது என்ன மாயவேலை?' என்று எண்ணியவாறு நான் அந்தக் கைப்பெட்டியைத் திறந்து பார்த்தேன்.

உள்ளே ஒரு காதற்ற ஊசியும் ஓர் ஓலை நறுக்கும் இருந்தன.

அந்த ஓலை நறுக்கில், "காதற்ற ஊசியும் வாராது காண் கடை வழிக்கே" என்று எழுதப் பெற்றிருந்தது.

என் மாளிகை என் கண் முன்னே சுழன்றது.

அதில் இருந்து பொடிப்பொடியாக மாணிக்கங்கள் உதிர்ந்தன. என் தாயார் சக்தி போல தோற்றமளித்தார்கள். கந்தன் போலவே என் மகன் கற்பனையில் தோன்றினான். கைலயங்கிரியில் ருத்திர தாண்டவம் நடப்பது போல கண்ணுக்குத் தெரிந்தது.

அது வரையில் எவ்வளவோ கண்டிருந்த எனக்கு, மிகச் சாதாரணமாகத் தெரிந்திருக்க வேண்டிய விஷயம் தெரியவில்லையே?

''மகனே...!'' என்றழைக்க நா எழுந்தது. 'அம்மையே அப்பா' என்றுதான் வார்த்தை வந்தது.

எனக்கு ஞானம் பிறந்தது.

செல்வத்தின் நிலையாமை, பளிச்சென்று என் கண்களுக்குத் தெரிந்தது.

அங்கிருந்து வீட்டுக்கு ஓடினேன்.

என் இல்லத்தரசி சிவகலையைப் பார்த்தேன்; அந்த உருவம் எனக்குத் தெரியவில்லை; ஒரு எலும்புக்கூடே தெரிந்தது.

கொஞ்சம் திருநீற்றைக் கையில் அள்ளினேன். சாம்பலாகப் போகும் கையோடு அந்தச் சாம்பல் சொந்தம் கொண்டாடிற்று. காயத்தின் நிலையாமையும் அப்போது தான் எனக்குப் புரிந்தது.

''உலகியல் ஆதாரங்கள் எல்லாமே பொய்! பொய்!'' என்று யாரோ என் தலையில் அடிப்பது போலிருந்தது.

மனைவி என்றொரு விலங்கு! அவளுக்கு செல்வம் என்றொரு பேராசை!

இவற்றில் எது நிலையானது?

மாடத்தின் மீது ஏறித் திறந்தவெளி மாடத்துக்குப் போனேன். புகார் நகரத்தை உற்றுக் கவனித்தேன்.

என் பொருள் எங்கே என்று கேட்பவனும் கையைத்தான் நீட்டுகிறான்; யாசிப்பவனும் கையைத்தான் நீட்டுகிறான்.

கோடி வராகனுக்குச் சொத்துள்ளவனும் ஓடி ஓடித் தேடுகிறான். கும்பியை நிரப்பக் கூழுக்கு அலைபவனும் ஓடி ஆடுகிறான்.

பொய் பேசும் வணிகன்தான் பொருளைக் குவிக்கிறான்; உண்மையே பேசுகின்றவன் உருப்படாமல் போகிறான்.

மனைவிக்குக் காவல் என்று சொத்து; சொத்துக்குக் காவல் என்று மனைவி.

இந்த கொண்டாட்டத்தில் பிள்ளையோ, பிள்ளை; பொருள் அற்றுப் போனாலோ குடும்பத் தொல்லை; ஓடி விடலாம் என்றாலோ பாசம் போடுகிறது எல்லை. ஆப்பு அசைத்த குரங்கல்லவா மனிதன்?

நாப்பிளக்கப் பொய்யுரைத்து நவநிதியம் தேடி,
நலனொன்று மறியாத நாரியரைக் கூடிப்
பூப்பிளக்க வருகின்ற புற்றீசல் போலப்
புலபுலெனக் கலகலெனப் புதல்வர்களைப் பெறுவீர்
காப்பதற்கும் வகையறியீர்; கைவிடவு மாட்டீர்
கவர்பிளந்த மரத்துளையிற் கால்நுழைத்துக் கொண்டே
ஆப்பதனை யசைத்துவிட்ட குரங்கதனைப் போல
அகப்பட்டீர் கிடந்துழல அகப்பட்டீரே!

கடல் அலைகள் நகரத்தை மோதுவதைக் கண்டேன்.

மோதுகின்ற அலைக்கு ஆசை வெறி; திரும்பிப் போகும் அலைக்கு ஞான வெறி.

நான் திரும்பிப் போக விரும்பினேன்.

எனது சமுதாய தர்மம் பூர்த்தியாகி விட்டதாகக் கருதினேன். மனைவிக்கு மகிழ்ச்சி, சொத்து; இனி எனக்கென்ன கடமை?

நான் என் சுய தர்மத்தில் இருந்து தப்பி ஓடி விட்டதாக யாரும் சொல்ல முடியாது.

நான் துறவியாக முடிவு கட்டினேன்.

சிவகலையிடம் சொன்னேன்.

அழுதாள்; கதறினாள்.

அவளே சிவகலை; துறவுக் கலையில் வீட்டில் இருக்க முடிவு கட்டினாள்; என் பாதங்களிலே விழுந்து வணங்கினாள்.

என் மூதாதையர்களில் ஒருவர் துறவியாகப் போனவர். அவர் எங்கள் வீட்டில் விட்டுப் போன காஷாயம் ஒன்றை வைத்து, அவர் நினைவாகப் படைப்பு நடத்தி வருகிறோம்.

அதே காஷாயத்தை சிவகலையின் கையிலிருந்து நான் பெற்றுக் கொண்டேன்.

பெற்றது மனைவியிடம்; அணிவது தாயின் முன்பு என்று கருதித் தாய் தனியாக இருந்த எங்கள் பெரிய மாளிகையை நோக்கி நடந்தேன்.

முதலில் நான் துறந்தது. என் மனைவியை; இரண்டாவது நான் துறந்தது என் ரத்தத்தை.

அர்த்தமுள்ள இந்துமதம் – பாகம் 5

பட்டினத்துச் செட்டி நடந்து போவதைப் பட்டினமே வேடிக்கை பார்த்துத் திகைத்தது.

தாயிடம் சென்றேன். என் ஞானத்தைச் சொன்னேன்.

அவர்கள் அழவில்லை; 'எதிர்பார்த்தேன்' என்றார்கள்.

அறிவிலே குரு பேசுகிறான். அனுபவத்தில் இறைவன் பேசுகிறான்.

"நான் காஷாயம் அணியப் போகிறேன்; ஆசீர்வதியுங்கள்!" என்றேன்.

"அதை என் கண் முன்னாலேயே பிரித்துப் பார் மகனே!" என்றார்கள்.

பிரித்தேன்! முழுக் காஷாயமாக இல்லை. ஆறு கோவணமாக இருந்தது.

"மகனே, இது என் மாமனார் சொத்து, 'முற்றும் துறந்தவனுக்கு முழு ஆடை ஆகாது' என்று அவர் சொல்லுவார்; அதனால் தான் உன்னைப் பிரித்துப் பார்க்கச் சொன்னேன்" என்றார்கள்.

எனக்கு இரண்டாவது ஞானம் பிறந்தது.

முழு ஆடையே ஒரு சொத்தல்லவா? சுமையல்லவா?

நான் தனியறையில் சென்று ஆடைகளைக் களைந்து; கௌபீனதாரியாகத் தாயின் முன் வந்து நின்றேன்.

"மகனே! உடல் சுமை இறங்கி விட்டது; மனச்சுமை இறங்கி விட்டதா?" என்று கேட்டார்கள்.

என்ன இது அதிசயம்? லௌகீகத்தைத் தவிர ஒன்றுமே தெரியாத என் தாயாரா இப்படிப் பேசுகிறார்கள்?

"மனம் ஒரு நாய்; அது கூடவே வரும்" என்று மேலும் உரைத்தார்கள்.

நான் கண்ணீரோடு, "போய் வரட்டுமா ஆத்தா?" என்றேன்.

"துறவி எங்காவது போய் வருவானா?" என்றார்கள்.

எனக்கு மூன்றாவது ஞானம் பிறந்தது.

நான் அதிர்ந்த நிலையில். "ஆத்தா! நான் போகிறேன்!" என்றேன்.

"சுயதர்மத்தை முடிக்காதவன் எங்காவது போய் விடுவது உண்டா?" என்றார்கள்.

"இன்னும் எனக்கென்ன சுயதர்மம்?" என்றேன்.

443

"தாய் தந்தை, ஒரு பிள்ளையிடம் கடைசியாக எதிர்ப் பார்ப்பது, கொள்ளி வைப்பதைத்தானே மகனே," என்றார்கள்.

"அப்படி என்றால் 'போய் வருகிறேன்' என்று சொல்வது தானே ஆத்தா சரி!" என்றேன்.

"இல்லை 'வருகிறேன்' என்று மட்டும் சொல்ல வேண்டும். மகன் போகிறான் என்ற உணர்வு தாய்க்கு ஏற்படக் கூடாது. எப்போது வருவான் என்ற உணர்வு ஏற்பட வேண்டும்; போய் வருகிறேன் என்றால் அது மனித வார்த்தை. 'வருகிறேன்' என்றால், அது நினைத்தால் வருவேன் என்கிற ஈஸ்வரலயம். ஒரு துறவிக்கு அந்த லயம்தானே வேண்டும்?" என்றார்கள்.

எனக்கு நான்காவது ஞானம் பிறந்தது.

அவர்கள் காலில் விழுந்து வணங்கினேன்.

நான் புறப்படும்போது ஒரு சிறு சேலைத் துணியில் எதையோ முடிந்து என் இடுப்பிலே கட்டி விட்டார்கள். அது என்னவென்று எனக்கு அப்போது தெரியவில்லை.

"இந்த முடிச்சு அவிழ்ந்து விழுந்தால், நான் மரணமடையப் போகிறேன் என்று அர்த்தம். எங்கிருந்தாலும் வந்துவிடு!" என்றார்கள்.

ஈஸ்வரன் அவர்களோடு என்ன பேசினானோ அவனுக்கே வெளிச்சம்!

நான் திரும்பினேன்.

"மகனே! உன் ஐயாவுக்கு (தாத்தாவுக்கு) ஞான தீட்சை அளித்த குருவுக்கு இப்போது நூற்றிப் பத்து வயதாகிறது. மாயூரம் சாலையில் சிவானந்த மடத்தில் இருக்கிறார். அவரிடம் தீட்சை பெற்றுக்கொள்!" என்றார்கள்.

நான் பாதி வெந்த சோறாக மாயூரம் சாலையை நோக்கிப் புறப்பட்டேன்.

சிவானந்த மடம் எங்கள் சமூகத்தினராலேயே கட்டப்பட்டது. அதை 'ஓயா மடம்' என்றும் கூறுவார்கள். ஞானிகள் தங்குவதற்காக மட்டுமின்றி, வழிப்போக்கர்களுக்கு அன்னமிடுவதற்காகவும் அது ஏற்படுத்தப்பட்டது. என் தந்தை, அதற்கு ஏராளமான பொருளுதவி புரிந்துள்ளார். நான் அதன் உள்ளே நுழைந்து பார்த்ததில்லை.

முதன் முதலாக அதற்குள்ளே நுழைந்ததும், உள்ளே இருந்து வெளிவந்த சாதாரணப் பரதேசியிடம் கூட எனக்கு மரியாதை ஏற்பட்டது.

வாசனைப் புகை கமழ்ந்தது. இளநீர், முல்லைப்பூக்களின் வாசனை வந்தது. மங்கலமான ஓர் எண்ணம் அதில் வேரோடியது.

புனித மண்டபத்திற்குள் இந்த பூத உடல் நுழைந்தது.

சமணர்களும், பிறரும் கூட காலில் விழுந்து வணங்கக் கூடிய துறவியாக, புலித்தோல் ஆசனத்தில் அமர்ந்திருந்தார் சிவானந்த யோகி.

நான் அவர் காலில் விழுந்து வணங்கினேன். அவர் கண்ணைத் திறந்து பார்த்தார்.

நான் விவரங்களைச் சொல்லவே இல்லை; அவரே சொன்னார்.

''தண்ணீரில் குளிப்பவனுக்கு நெருப்புச் சுடும்; நெருப்பிலே குளிப்பவனுக்கு தண்ணீர் சுடும்; இரண்டுக்கும் நடுவிலே உட்கார்ந்திருப்பவனுக்கு இரண்டுமே சுடும். போகி நீரிலே குளிக்கிறான்; யோகி நெருப்பிலே குளிக்கிறான். ரோகி நடுவிலே நிற்கிறான்; நீ போகத்துக்குத் திரும்ப நினைத்தால் முடியாது; ரோகத்திலேதான் விழ வேண்டி இருக்கும்.'' அவர் பேசி முடித்தார்.

என்னை ஆசீர்வதித்தார். இடது காதிலே ஒரு மந்திரத்தைச் சொன்னார். அது சைவ மந்திரம். அவர் அதைச் சொல்லும் போது, வலது காதிலே ஒரு வைணவ மந்திரம் கேட்டது. 'பிரம்மம் ஒன்றே' என்பதை அது உணர்த்திற்று.

அந்த லயத்திலேயே நான் புறப்பட்டேன்.

மடத்தின் வாசலில் திருவோடு இல்லாதவர்களுக்கு அழகான திருவோடுகளை இலவசமாக வழங்கிக் கொண்டிருந்தார்கள். அது ஒரு வகை தர்மம்.

அந்தத் திருவோட்டை கையில் வாங்கிக் கொண்டு ஊரே என்னை வேடிக்கை பார்க்கும் நிலையில் நேரே என் தாயாரின் இல்லத்துக்கு வந்தேன். முதல் பிச்சையைத் தாயின் கையிலே தான் வாங்க வேண்டும்.

வீடிருக்க, தாயிருக்க, வேண்டுமனை யாளிருக்க,
பீடிருக்க, ஊணிருக்க, பிள்ளைகளுந் தாமிருக்க,
மாடிருக்க, கன்றிருக்க வைத்த பொருளிருக்க,
கூடிருக்க நீ போன கோலமென்ன கோலமே?

—என்று ஆயிரக்கணக்கானவர்கள் வேடிக்கை பார்க்க, தாயின் இல்லத்தின் முன்னாலே நின்று, 'தாயே பிச்சை' என்று கோஷம் கொடுத்தேன்.

கண்ணதாசனின்

கையில் ஏதும் இல்லாமல் வந்த என் தாயார், என்னைப் பார்த்துச் சிரித்தபடி, ''மகனே இன்னும் நீ பணக்காரனா?'' என்றார்கள்.

''ஏன் தாயே அப்படிச் சொல்கிறீர்கள்?'' என்றேன்.

''வீடு உனக்கு அந்நியமாகி விட்டது; ஆனால், ஒரு ஓடு உனக்குச் சொந்தமாகி விட்டதே!'' என்றார்கள்.

எனக்கு ஐந்தாவது ஞானம் பிறந்தது.

அந்த ஓட்டைத் தூக்கியெறியப் போனேன்.

''நில், ஓட்டை வைத்துக் கொள். ஆனால், அதன் மீது பாசம் வைக்காதே! அது காணாமல் போனால், 'என் ஓடு எங்கே?' என்று தேடாதே!'' என்றார்கள். பிறகு பிச்சை இட்டார்கள்.

அடுத்தது மனைவியின் இல்லம்; அவள் கண்ணீராலே பிச்சையிட்டாள்.

அடுத்துத் தமக்கையின் இல்லம்.

எனது குரல் கேட்டதுதான் தாமதம். ஆச்சி வீட்டின் கதவு அகலத்தில் திறந்தது. எனக்காக காத்திருந்தவள் போல் தோற்றமளித்தாள் என் தமக்கை.

''உள்ளே வா தம்பி. அக்காளின் கையால் பிச்சையிடும் போது, வாசற்படி தாண்டி நிற்கக் கூடாது; ஒரு வேளை சாப்பிட்டுவிட்டுப் போ!'' என்றார்கள்.

அந்த பந்தத்தில் நான் உருகி விட்டேன்; விட்ட குறை தொட்ட குறை.

உள்ளே போனேன். தடுக்கு ஒன்று போட்டாள். இலை விரித்தாள். காய்கறி வைத்தாள். அன்னம் படைத்தாள். அள்ளி உண்ணப் போகும் போது ''தம்பி!'' என்றாள்.

''என்ன?'' என்றேன்.

''நானும் நீயும் பெற்றோர்களுக்கு ஒரு மகள், ஒரு மகனாகப் பிறந்தோம். உன் மனம் ஏனோ இப்படி மாறி விட்டது. அதற்காகக் கோடிக்கணக்கான நம் பூர்வீகச் சொத்தை நாய் பேய்கள் தின்னக் கூடாது தம்பி. 'என்னுடைய சொத்துக்களெல்லாம் என் ஆச்சி மக்களையே சேர வேண்டும்' என்று ஒரு ஓலை நறுக்கில் எழுதி ஊர் பெரியவரிடம் சாட்சிக் கையெழுத்து வாங்கிக் கொடுக்கக் கூடாதா?'' என்றாள்.

நான் சிரிக்கவில்லை; அவள் அள்ளியிட்ட அன்னம் சிரித்தது.

அர்த்தமுள்ள இந்துமதம் - பாகம் 5

பிச்சைக்காரனுக்கு அள்ளி இட்டாலும், பிரதிபலனை எதிர் பார்க்கின்ற சமூகம். நான் என்ன பதிலைச் சொல்வேன்.

"நான் இறந்து போய்விட்டால் சொத்துக்கள் உங்களுக்குத் தானே வரப்போகிறது!"

"உன் மனைவி..." என்றாள்.

"அவளையும் கொன்று விடலாமா?..." என்றேன்.

"போகின்ற கோயில்களில் எங்காவது உனக்குப் புத்தி கெட்டு, தர்மச் சொத்தாக்கி விட்டால் எனக்கு எப்படிக் கிடைக்கும்?" என்றார்கள்.

நான் கையில் எடுத்த அன்னத்தை அப்படியே இலையில் போட்டு விட்டு வெளியேறினேன்.

வழியிலே ஒரு குடும்பச் சண்டை.

மூன்று சகோதரர்கள் சண்டை போட்டுக் கொண்டு இருந்தார்கள்.

ஒருவன் சொன்னான்: "உங்களோடு பிறந்த பாவத்தை அங்கப்பிரதட்சணம் செய்துதான் தீர்க்க வேண்டும்!" என்று.

எனக்கு எவ்வளவோ தோன்றிற்று.

மறுநாள் நகர் முழுவதும் அங்கப்பிரதட்சணம் செய்ய முடிவு செய்தேன்.

பிறகு திருத்தலங்களுக்குச் செல்வது என்று முடிவு கட்டினேன்.

அன்று இரவு சிவானந்த மடத்தில் படுத்திருந்தேன்.

காலையில் அங்கப் பிரதட்சணம் தொடங்கினேன். என்னுடைய வேலையாட்கள் எல்லாம் பக்கத்திலேயே வந்து கொண்டிருந்தார்கள்.

என் தாய் வீட்டருகே செல்லும் போது, என் தாயாருடன் என் தமக்கை சண்டையிட்டுக் கொண்டிருப்பது நன்றாகக் கேட்டது.

"பட்டினத்துச் செட்டி பரதேசி ஆனாண்டி" என்று தெருவிலே ஒரு பெண் பாட்டுப் பாடிக் கொண்டு போனாள்.

அனுபவங்கள் சேகரிக்கப்பட்டன. ஆனந்த மார்க்கம் என் கண்ணுக்குத் தெரிந்தது.

கடைகளில் குலுக்கிய நாணய ஓசை என் காதுகளில் விழவில்லை.

கண்ணதாசனின்

தன் வீட்டில் ஒரு வேலை அதிதியாக இருக்கும்படி என்னைக் கேட்டவர்கள் ஏராளம்.

ஆனால், அன்றும் நான் சிவானந்த மடத்து அதிதியே.

இரவு நேரம், மடத்தில் நான் சாப்பிடப் போகிறேன். என் சகோதரி மக்கள் இருவரும் ஓடி வந்து என் கழுத்தைக் கட்டிப் பிடித்துக் கொண்டார்கள்.

"அம்மான்! அம்மான்!" என்று அழுதார்கள்.

பழையபடியும் பந்த பாசமா?

சொத்துக்களுக்காகவே என் சகோதரி தன் பிள்ளைகளை அனுப்பி இருக்கிறார்களா?

குழந்தைகளைப் பார்த்து தான் பரிதாபப்பட்டேன்.

தங்கள் தாயை மன்னித்து விடும்படி கேட்டுக் கொண்டார்கள்.

"பரமன் மன்னிப்பான்" என்றேன்.

ஓட்டிலேயே ஊற்றிச் சுடும் அப்பம் இரண்டைக் கொடுத்து ஆத்தாள் கொடுத்ததாகச் சொன்னார்கள்.

அவர்களை அனுப்பி விட்டு, அந்த அப்பத்தை பிட்டுப் பார்த்தேன்.

அப்பத்துக்கு நடுவே ஒரு சாண உருண்டை. அதுவும் நீல நிறத்தில் காட்சி அளித்தது. அதன் உள்ளே இருந்தது, எரி நஞ்சு. அப்பத்தைச் சாப்பிட்டால் அந்த எரி நஞ்சு உள்ளே சென்று சாணம் கரைந்ததும் ஆளைக் கொன்று விடும்.

அதைச் சோதித்துப் பார்க்க விரும்பினேன். இரவோடு இரவாக அதை எடுத்துக் கொண்டு போய் என் தமக்கை வீட்டுக் கூரையின் மேல் போட்டுவிட்டு, 'தன் வினை தன்னைச் சுடும்; ஓட்டப்பம் வீட்டைச்சுடும்' என்று சொல்லிவிட்டு வந்துவிட்டேன்.

மறுநாள் தமக்கை வீடு எரிவதாகச் செய்தி வந்தது.

வெயிலில் சாணம் காய்ந்ததும், விஷத்தால் அது எரிந்து விட்டது.

வீட்டுக்குத்தான் சேதம்! அவர்களுக்கல்ல.

பிறகு நான் அங்கிருந்து திருத்தல யாத்திரைக்குப் புறப்பட்டேன்.

எனக்கு ஒரு பிள்ளையைக் கொடுத்து, அதன் மூலம் ஞானத்தைக் கொடுத்த, தில்லையிலே விளையாடும் சிவகாமி நாதனைக் காண விழைந்தேன். நேரே சிதம்பரம் சென்றேன். ஆனந்தக் கூத்தனின் முன்னால் மெய்மறந்து பாடினேன்:

அர்த்தமுள்ள இந்துமதம் - பாகம் 5

காம்பிணங் கும்பணைத் தோளார்க்கும் பொன்னுக்குங் காசினுக்குந்
தாம்பினங் கும்பல வாசையும் விட்டுத் தனித்துச் செத்துப்
போம்பிணந் தன்னைத்திரளாகக் கூடிப்புரண் டினிமேற்
சாம்பிணங் கத்துதை யோ?வென் செய்வேன் தில்லைச் சங்கரனே!

காடே திரிந்தென்ன?காற்றே புசித்தென்ன! கந்தைசுற்றி
ஓடே எடுத்தென்ன?உள்ளன்பி லாதவ ரோங்கு விண்ணோர்
நாடே யிடைமரு தீசர்க்கு மெய்யன்பர் நாரியர்பால்
வீடே யிருப்பினு மெய்ஞ்ஞான வீட்டின்ப மேவுபவரே!

என் மகனைச் சுமந்து வந்த பிராமணர்கள், எந்தத் திருவிடை மருதூரில் இருந்து வந்தார்களோ, அந்தத் திருவிடைமருதூரில் நான் மெய் மறந்து பாடிக்கொண்டே இருந்த போது, என் உடம்பில் ஏதோ ஊர்வது போல் தோன்றிற்று. கண்ணை விரித்துப் பார்த்தேன்.

என் தாயார் என் இடுப்பில் கட்டிவிட்ட சேலைத்துணி முடிச்சு அவிழ்ந்திருந்தது. அதில் இருந்து அரிசியும், உப்பும் என் தொடையில் உருண்டு கொண்டிருந்தன.

''ஆத்தா!'' என்று அலறினேன்.

நல்லவேளை, நான் திருவொற்றியூரில் இருக்கும் போது ஆண்டவன் இந்தச் சோதனையைக் காட்டி இருந்தால், மரணம் நிகழ்ந்து சடலம் எரிந்த பின்தானே நான் புகாருக்குப் போயிருக்க முடியும்?

திருவிடைமருதூரில் இருந்து கால்நடையாகவே புகாருக்கு ஓடினேன்.

வீட்டை நெருங்க, நெருங்க 'கடைசியாக ஒரு மொழியாவது தாயுடன் உரையாட மாட்டோமா?' என்று மனம் அடித்துக் கொண்டது.

வெளியிலே ஏராளமான கூட்டம். விலக்கிக் கொண்டு உள்ளே ஓடினேன்.

என் தாயாரின் ஆவியைத் தில்லைக்கூத்தன் எனக்காகவே நிறுத்தி வைத்திருந்தான்.

என் தந்தை இறந்த நாளில் இருந்து என் தாயார், தன் கணவனோடு தூங்கி இருந்த கட்டிலில் தூங்குவது இல்லை. பாயை விரித்துத் தரையிலேதான் தூங்குவார்கள்.

இப்போது இருப்பது மரணப் படுக்கை அல்லவா! அதனால் கடைசியாக அந்தக் கட்டிலில் போட்டிருந்தார்கள். பக்கத்தில் போய் உட்கார்ந்தேன்.

கண்ணதாசனின்

"ஆத்தா" என்றேன்.

"சுவேதா!" என்றார்கள்.

"வந்து விட்டாயா?" என்றார்கள்.

"வந்து விடுவேன் என்றபடி வந்து விட்டேன்!" என்றேன்.

"இனி நான் வெந்து விடுவேன்!" என்றார்கள்.

என் கையைக் கெட்டியாகப் பிடித்துக் கொண்டார்கள். என்னைக் குனியச் சொல்லிக் கன்னத்தில் முத்தம் இட்டார்கள். நான் மறுபடியும் குழந்தையானேன்.

பிடித்திருந்த கையை எடுக்க முயன்றேன். முடியவில்லை. "ஆத்தா!" என்றேன். திறந்திருந்த அவர்கள் கண்களை மூடினேன்.

நான் அழுதேன். என் தமக்கையும் அழுதாள்.

என் அழுகை ஓயவில்லை. அவள் அழுகை ஓய்ந்து விட்டது.

சடலத்தைத் தூக்குவதற்கு முன்பாகவே, "எந்தப் பெட்டகத்தையும் யாரும் திறக்கக் கூடாது" என்று சத்தம் போட்டார்கள் தமக்கை.

என்னையே நினைத்து எனக்காகவே உருகி, வெள்ளைக் கலை உடுத்தி விதவை போல் நின்ற என் மனைவியைப் பார்த்துத்தான் அப்படிச் சத்தம் போட்டார்கள்.

நான் எதுவும் பேசவில்லை.

என்னைப் பெற்றவள் போய்விட்டாள் நான் இனிப் பெற முடியாதவள் போய்விட்டாள். நான் லௌகீகத்தில் இருந்து எனக்குப் பிள்ளை பிறக்குமானால் என் தாயே வந்து பிறக்கக் கூடும். அதற்கும் வழியில்லை.

ஊரார் கூடினர். உறவினர் கூடினர். சடலத்தை வைத்துக் கொண்டே சொத்துத் தகராறு நடந்தது.

பங்காளிகள் இரவு வரை வாதிட்டனர்.

முழுவதும் தனக்கே என்றாள் தமக்கை. குறுக்கே நிற்கவில்லை என் மனைவி. ஆயினும் பங்காளிகள் சம்மதிக்கவில்லை.

"நான்கில் ஒரு பங்கு தமக்கைக்கு, மூன்று பங்கு என் மனைவிக்கு" என்று தீர்ப்பளித்தார்கள். ஆனால், நான் சொல்வதே முடிவு என்றார்கள்.

நான், "எல்லாம் கோயிலுக்கே!" என்று கூறிவிட்டேன்.

பிறகு நான் கொள்ளி வைக்கக் கூடாது என்று தடுத்தாள் தமக்கை. அதுவும் ஏற்கப்படவில்லை.

கேளுங்கள்.

நீங்கள் சொத்து வைத்துவிட்டு இறந்தால் உங்களைப் பற்றி யாரும் கவலைப்பட மாட்டார்கள். சொத்தைப் பற்றியேதான் கவலைப்படுவார்கள். சொத்து இல்லாமல் இறந்தால்தான் உங்களுக்காக அழுவார்கள்.

சொத்துள்ளவன் 'சீக்கிரம் சாகமாட்டானா?' என்று சுற்றத்தார் நினைப்பார்கள். சொத்தில்லாதவன் 'உயிரோடு இருந்தால்தானே நம்மைக் காப்பாற்றுவான்' என்று உங்களுக்காகப் பிரார்த்திப்பார்கள்.

சடலம் குளிப்பாட்டப்பட்டது. அப்போது தான் எனக்கொரு பாடல் தோன்றிற்று.

அத்தமும் வாழ்வு மகத்துமட்டே! விழி யம்பொழுக
மெத்திய மாதரும் வீதிமட்டே விம்மி விம்மியிரு
கைத்தல மேல் வைத்தழு மைந்தருஞ்சுடு காடுமட்டே
பற்றித் தொடரு மிருவினைப் புண்ணியப் பாவமுமே!

தாய்க்குச் சிதை!

என்னைப் பெற்று வளர்த்துப் பேணிய மாதா எரியப் போகிறாள்! நான் பிள்ளையானேன். ஞானி என்பதை மறந்தேன். அழுதேன்; துடித்தேன்; பாடிப் பாடிப் புலம்பினேன்.

ஐயிரண்டு திங்களா யங்கமெலா நொந்து பெற்றுப்
பையலென்ற போதே பரிந்தெடுத்துச் -செய்யவிரு
கைப்புறத்தி லேந்திக் கனகமுலை தந்தாளை
எப்பிறப்பிற் காண்பேன் இனி?

முந்தித் தவங்கிடந்து முந்நூறு நாளளவும்
அந்திபக லாச்சிசுவை யாதரித்துத் -தொந்தி
சரியச் சுமந்து பெற்ற தாயார் தமக்கோ
எரியத் தழல் மூட்டுவேன்?

வட்டிலிலும் தொட்டிலிலும் மார்மேலும் தோள்மேலும்
கட்டிலிலும் வைத்தென்னைக் காதலித்து -முட்டச்
சிறகிலிட்டுக் காப்பாற்றிச் சீராட்டும் தாயக்கோ
விறகிலிட்டுத் தீ மூட்டுவேன்?

நொந்து சுமந்து பெற்று நோவாம லேந்திமுலை
தந்து வளர்த்தெடுத்துத் தாழாமே -அந்திபகல்

கண்ணதாசனின்

கையிலே கொண்டென்னைக் காப்பாற்றுந்தாய் தனக்கோ
மெய்யிலே தீ மூட்டுவேன்?

அரிசியோ நானிடுவே னாத்தாள் தனக்கு;
வரிசையிட்டுப் பார்த்து மகிழாமல்-உருசியுள்ள
தேனே! அமிர்தமே! செல்வத் திரவியப்பூ
மானே! எனவழைத்த வாய்க்கு?

அள்ளி இடுவ தரிசியோ? தாய் தலைமேற்
கொள்ளிதனை வைப்பேனோ? கூசாமல்- மெள்ள
முகமேல் முகம் வைத்து முத்தாடி யென்றன்
மகனே! எனவழைத்த வாய்க்கு?

முன்னை யிட்டதீ முப்பு ரத்திலே
பின்னை யிட்டதீ தென்னி லங்கையில்;
அன்னை யிட்டதீ அடிவ யிற்றிலே
யானு மிட்டதீ மூள்க! மூள்கவே!

வேகுதே தீயதனில் வெந்து பொடிசாம்ப
லாகுதே பாவியே னையகோ!-காகம்
குருவி பறவாமல் கோதாட்டி யென்னைக்
கருதி வளர்ந்தெடுத்த கை!

வெந்தாளோ சோணகிரி வித்தகா! நின்பதத்தில்
வந்தாளோ என்னை மறந்தாளோ? சந்ததமும்
உன்னையே நோக்கி யுகத்து வரங்கிடந்தென்
தன்னையே ஈன்றெடுத்த தாய்!

வீற்றிருந்தா அன்னை; வீதிதனி லிருந்தாள்
நேற்றிருந்தாள், இன்றுவெந்து நீறானாள் -பாற்றெளிக்க
எல்லாரும் வாருங்கள்! ஏதென்றி ரங்காமல்
எல்லாம் சிவமயமே யாம்.

ஈன்றெடுத்த மாதாவின் சடலம் எரிந்து முடிந்தது.

யுக யுகாந்தரங்களுக்கு வாழப் போவது போல் தாய்க்கு மகளாகி, பின்பு மகனுக்குத் தாயாகி, 'எல்லாம் இவ்வளவு தான்' என்று சொல்லும்படி எரிந்து சம்பலாகி, யாக்கை நிலையாமையிலிருந்துதானே இறைவனின் நிலைத்த தன்மை தெரிகிறது.

இனி என் அன்னைக்கு இன்ப துன்பங்களில்லை. எனக்கு அந்த நிலை எப்பொழுதோ? ஆனால், தளதளவென்றிருக்கிற இந்த உடம்பு சாம்பலான பின்னால் மீண்டும் ஒரு வயிற்றில் பிறக்கும்

அர்த்தமுள்ள இந்துமதம் – பாகம் 5

துயரத்தை இறைவா எனக்குத் தராதே என்று திருவிருப்பைச் சிவனை நான் வேண்டிக் கொண்டேன்.

> மாதா வுடல் சலித்தாள்; வல்லினையேன் கால்சலித்தேன்
> வேதாவுங் கைசலித்துவிட்டானே-நாதா
> இருப்பையூர் வாழ்சிவனே, இன்னுமோ ரன்னை
> கருப்பையூர் வாராமற் கா!

நான் தெற்கே நகர்ந்தேன்.

சோழ நாட்டுத் திருப்பதிகளை எல்லாம் சுற்றிப் பார்த்து விட்டு இறுதியில் சிதம்பரம், சீர்காழி மார்க்கமாக திருவொற்றியூர் சென்று, அங்கே அமைதி பெற்று விடுவதென்று முடிவு கட்டினேன்.

சோழ நாட்டில் நான் சுற்றி வரும்போது என்னுடைய இறுதிக்காலம் திருவொற்றியூரில் இல்லை என்பதை முடிவு கட்டினேன். எங்கள் செல்வத்தின் மீதே கண்ணாக இருந்த என் தமக்கையின் கணவர், என்னைப் பின் தொடர்ந்து பல ஆட்களை அனுப்பி இருந்தார்.

ஒரு சத்திரத்தில் ஒருவர் என் பக்கத்திலேயே வந்து உட்கார்ந்தார். அங்கிருந்த பிற அன்னக் காவடியினருக்கு நான் சொன்னபோது, அவர்கள் அவனைத் துரத்தியடித்தார்கள்.

பொன்னுக்கு வேலை செய்கிறவர்களைவிட, அன்புக்குப் பணி செய்கிறவர்கள் ஆண்மை மிக்கவர்களாக இருப்பார்கள்.

திருக்காட்டுப் பள்ளியில் எனக்கு ஏராளமான சீடர்கள் சேர்ந்தார்கள். அவர்களிலே பலர் இளைஞர்கள். இளமையிலேயே லௌகீகத்தை வெறுத்தார்கள். ஆனால் உடல் வலுமிக்கவர்கள்.

அவர்களுடைய துணையோடு நான் சோழ நாட்டை விட்டு வெளியேற முயன்றேன். சிதம்பரம் எல்லை அருகே என் மைத்துனரின் அடியாட்கள் எங்களை வழி மறித்தார்கள். என்னுடன் இருந்த சீடர்கள் கடுமையாகப் போரிட்டார்கள். அவர்களைத் துரத்தி அடித்தார்கள்.

இனித் தெற்கே இருப்பதை விட வடக்கே சென்று உஜ்ஜைனி மாகாளியைத் தரிசிக்கலாம் என்று முடிவு கட்டினேன்.

உஜ்ஜைனி

ஊழித் தாண்டவத்தின் நாயகி, மாகாளி உலா வரும் பூமி.

பரத கண்டம் முழுவதும் காளி வணக்கம் தோன்றுவதற்குக் காரணமான உஜ்ஜைனி.

சக்திதேவியின் ருத்திர வடிவம். தான் அழிப்பவள் மட்டுமின்றி அளிப்பவளும் என்பதைக் காட்டிக் கொண்டிருக்கும் உஜ்ஜைனி.

பல நூற்றாண்டுகளாகச் சோழ நாட்டு மக்கள் வடதிசையிலும், வடமேற்கிலும் சென்று கொண்டிருந்த நாடுகள் இரண்டு.

ஒன்று கலிங்கம்; இன்னொன்று உஜ்ஜைனி.

அகன்ற சாலைகள், கூடல் நகரத்தைப் போல் நான்கு மாடங்கள் இல்லை என்றாலும், இரண்டு மாட வீதிகள்.

வணிகர்களுக்கு கடமை (வரி) இல்லாத காரணத்தால் பாரத கண்டத்தின் பல்வேறு நாடுகளில் இருந்து வரும் வாணிப வண்டிகள்.

கடைகளில் குவிந்து கிடக்கும் பல்வேறு பொருட்களில் பாண்டிய நாட்டு முத்துக்கள், மலைநாட்டு யானைத்தந்தங்கள், அகில், நன்னாரிவேர்கள், சுக்கு, மிளகு வகைகள் இவற்றைக் காணலாம்.

நான்குக்கு ஒரு கடையிலாவது தமிழ் பேசுகிறவர்களைக் காணலாம்; அவர்களிடம் பழகிப் பழகிப் கொச்சைத் தமிழ் பேசும் உஜ்ஜைனி மக்களையும் காணலாம்.

அந்தக் கடைத் தெருவுக்கு மத்தியில் நாங்கள் நடந்து சென்றபோது எங்களைக் கண்டு பலர் சிரித்தார்கள்!

காரணம் கோவணாண்டிகளாக அங்கே சாலையில் நடப்பவர் யாருமில்லை.

''கோவணமே சுமை'' என்று கருதுவது ஒரு வகை ஞானம். தலை முதல் கால் வரை மூடி இருப்பது ஒரு வகை ஞானம்.

திடீரென்று, 'விலகுங்கள், விலகுங்கள்' என்ற ஒலி கேட்டது.

எல்லாரும் விலகினார்கள். நாங்கள் விலகவில்லை. யாருக்காக விலகுகிறார்கள் என்பதைப் பார்க்க விரும்பினோம்.

மகாராஜா, அரண்மனையில் இருந்து ஆற்றங்கரை வசந்த மாளிகைக்குப் போகிறாராம். விஷயம் அவ்வளவுதான்.

அரசரின் ரதம் வந்தது. காவலர்கள் பிடித்துத் தள்ள முயன்றார்கள். கண்டு கொண்டார் மகாராஜா.

என்னைப் பார்த்துக் கேட்டார்: ''யார் நீ?''

நான் சொன்னேன்: ''மனித உயிர்கள் தங்களைத் தாங்களே கேட்டுக் கொள்கின்ற கேள்வி!''

''எங்கிருந்து வருகிறாய்?''

''கருப்பையில் இருந்து!''

''எங்கே போகிறாய்?''

''இடுகாட்டுக்கு!''

''இங்கென்ன வேலை?''

''இடையில் ஒரு நாடகம்!''

''தங்குவது எங்கே?''

''வானத்தின் கீழே!''

''ஒழுங்காகப் பதில் சொல், கேட்பது அரசன்!''

''பதில் சொல்பவனும் அவனே!''

–மகாராஜா யோசித்தார்.

''திமிரா உனக்கு?'' என்று சேவகர்கள் நெருங்கினார்கள்.

''அவனை விட்டு விடுங்கள்'' என்று சொல்லிவிட்டு மகாராஜா போய்விட்டார்.

அவர் போனதும் கடைத் தெருவே என்னை ஆச்சரியமாகப் பார்த்தது. அங்கிருந்த தமிழர்கள் எல்லாம் எங்கள் கால்களிலேயே விழுந்தார்கள்.

அவர்கள் என்னைப் பார்த்து 'பட்டினத்துச் செட்டி' என்று அழைத்தார்களே, தவிர யாரும் 'திருவெண்காடர்' என்று அழைக்கவில்லை. வெகு நாளைக்கு முன்பே உஜ்ஜைனிக்கு வந்துவிட்டவர்கள் அவர்கள்.

தங்கள் இல்லங்களில் தங்கும்படி வேண்டினார்கள்.

'இருபது சீடர்களோடு இல்லங்களிலே தங்க விரும்பவில்லை' என்று கூறி காளி கோயில் விடுதிக்கே போய்விட்டோம்.

அங்கேயும் செட்டியார்கள் கட்டிய விடுதி ஒன்றிருந்தது.

காவிரிப் பூம்பட்டினத்துச் செட்டியார் ஒருவர் தான் அங்கே கணக்காயராகவும் இருந்தார். நாங்கள் பெரும் உபச்சாரத்தோடு அங்கே வரவேற்கப்பட்டோம்.

இரவு நேரம் நான் உட்கார்ந்து ஏடு படித்துக் கொண்டிருந்தேன். அந்தச் சத்திரத்தின் கதவுகள் எப்போதுமே மூடப்படுவதில்லை. ஆகையால், வங்கதேசத்து சந்நியாசி ஒருவர் அந்த நேரத்திலும் அங்கே வந்தார். காவி ஆடையால் உடம்பில் முழுக்கப் போர்த்தி இருந்தார். சோளிய பிராமணர்களைப் போல் முன்குடுமி வைத்திருந்தார். நெற்றியில் சந்தனக் கோடுகள் போட்டிருந்தார்.

இரண்டு கன்னத்திலும் குங்குமம் பூசி இருந்தார். புருவங்களுக்கு மேலே கரும்புள்ளி செம்புள்ளி குத்தி இருந்தார்.

எனக்குக் கொஞ்ச தூரத்தில் அவர் வந்து உட்கார்ந்தார்.

நான் சிவபுராணம் படிக்கும் போது அவர் சிருங்காரப் பாட்டுபாட ஆரம்பித்தார்.

மூடிய ஆடை முற்றக் களைந்து முகம் தழுவி
சூடிய கொங்கை சுற்றிப் பிடித்துச் சுடர் பரப்பி
வாடிய ரோமக் கால்களை மெல்ல வருடிவிட்டு
நாடிய இன்பம் மாந்தருக் குண்டு நமக்கில்லையே!

—எனக்குக் கோபம் வந்தது; திரும்பிப் பார்த்தேன். உடனே மற்றொரு பாட்டைப் பாடினார்.

செப்பளவு கொங்கைச் சேயிழை யாரைத் திரட்டி வந்து
முப்பொழு தென்றும் முகத்தோடு சேர்த்து முத்தமிட்டுக்
கொப்புளத் தொட்டிக் குளத்தினில் மூழ்கிக் குளிப்பதைப்போல்
அப்பனைப் பாடித்துதிப்பதில் ஏது ஆனந்தமே!

நான் அவரை அடக்க விரும்பவில்லை. உடனே நான் ஒரு பாட்டுப் பாடினேன்:

பெண்ணாகி வந்ததொரு மாயப் பிசாசம் பிடித்தெனையே
கண்ணால் வெருட்டி முலையால் மயக்கிக் கடிதடத்துப்
புண்ணாங் குழியிடைத் தள்ளி,என் போதப்பொருள் பறிக்க
எண்ணா துனைமறந் தேனிறைவா! கச்சி யேகம்பனே!

—அந்தப் பாட்டைக் கேட்டவர் சிரித்தார்; பதிலுக்கு நானும் சிரித்தேன்.

''ஒக்கச் சிரித்தால் வெட்கமில்லை!'' என்றார்.

''மாதொருத்தி இல்லை என்றால் நாம் பிறப்பதில்லையே!'' என்றார்.

''யாம் பிறந்த அவ்விடத்தை யாம் கலப்பதில்லையே!'' என்று கீழ்க்கண்ட வெண்பாவை பாடினேன்:

சிற்றமும் பலமும் சிவனும் அருகிருக்க
வெற்றம் பலம்தேடி விட்டோமே -நித்தம்
பிறந்தஇடம் தேடுதே பேதை மடநெஞ்சம்
கறந்தஇடம் நாடுதே கண்.

''சிற்றம்பலத்திற்கும் சிவகாமி உண்டு'' என்றார்.

''சிவன் காமம், மண் படைக்கும்; இவன் காமம், என் படைக்கும்?'' என்றேன்.

அர்த்தமுள்ள இந்துமதம் - பாகம் 5

"ரத்த அணுச் செத்தவன்தான் தத்துவத்தில் விழுவான்!" என்றார்.

"தத்துவத்தை மறந்தவன் தான் ரத்தத்தால் எரிவான்!" என்றேன்.

"ஆண்மை இலான் தத்துவங்கள் அவனுக்கே பொருந்தும்" என்றார்.

"ஆண்மையினைச் சோதித்த அனுபவமே ஞானம்" என்றேன்.

"நாளைக்கோர் பெண் கிடைத்தால் நான் கூட சம்சாரி" என்றார்.

"வேளைக்கொன்று கிடைத்தாலும் வெறுப்பவனே சந்நியாசி" என்றேன்.

"நதிமூலம், ரிஷி மூலம் நான் கேட்டதுண்டு; இது எவர் மூலமோ? அறியேன்!" என்றார்.

"வாதற்ற பெண்டாட்டி வாய்த்ததுண்டு; என்றாலும், காதற்ற ஊசிதான் காட்டியது மூலம்!" என்றேன்.

"ஊசியினால் ஆசை ஓடிவிட்டால், மீண்டுமொரு பாசியினால் இந்தப் பந்தம் திரும்பாதோ!" என்றார்.

"வேசியினால் கெட்டால் விரைவில் திரும்பிவிடும்; மெய்ஞான மெய்யழுத்தம் விண் வரையில் கூட வரும்" என்றேன்.

"சுற்றம் தவறு, துணை தவறு; அதனால்தான் முற்றும் தவறென்று முனிவர் புலம்புகிறார்."

"கற்றும் தெளியாதான் காண்பதெல்லாம் தவறென்பான்! முற்றும் தெரிந்த பின்னே முழுச்சுமையை நான் துறந்தேன்!" என்றேன்.

"பத்தினியாய் ஓர் மனைவி பாராதான் ஞானி" என்றார்.

"சித்தர்கள் கதையல்ல; திருவருள்சேர் ஞானி" என்றேன்.

"ஒரு மனது நமக்கிருந்தால் யாருக்கும் ஒரு மாது!" என்றார்.

"எந்த ஒரு பெண்ணுக்கும் இரண்டு மனம் உண்டு!" என்றேன்.

"மொத்தத்தில் சொல்வது முட்டாள்கள் ஞானம்" என்றார்.

"முட்டாள்தனமே முழு ஞானம்!" என்றுரைத்தேன்.

"சக்தி கதை அதுதானா? தத்துவமும் அதுதானா?" என்றார்.

"சக்தி ஒரு ஞானக் கலை; சம்சாரக் கலை அல்ல" என்றேன்.

"அரசனது பத்தினிகள்...?" என்றார்.

''அவர்களுக்குப் பல மனது...!'' என்றேன்.

அப்போது அவர் நேரடியாகவே திரும்பினார்.

''அறிந்து பேசு!'' என்றார்.

''ஆண்டவனைக் காணுமிடத்தும் நான் அறிந்துதான் பேசுவேன்'' என்றேன்.

''மன்னர் குலத்தை இகழ்ந்ததற்கு மரியாதையாக மன்னிப்புக் கேள்'' என்றார்.

''மகேசனிடம்கூட அதை நான் கேட்டதில்லை'' என்றேன்.

''என்னைப் பார்!'' என்றார்.

பார்த்தேன்; பர்த்ருஹரி மகாராஜா!

''துறவிக்கு வேந்தன் துரும்பு'' என்றேன்.

''வேந்தன் சீறினால்...'' என்றார்.

''வேதத்தை என் செய்ய முடியும்...?'' என்றேன்.

(இப்போது அவர் பக்கத்தில் இருந்த பத்ரகிரியார் பயத்தோடு அவர் பாதத்தை தொட்டார்.)

''இல்லை, சுயவரலாற்றில் உண்மையை மறைப்பவன், தான் ஏன் பிறந்தேன் என்பதையே அறியாதவன்'' என்று சொல்லி மேலும் தொடர்ந்தார் பட்டினத்தார்:

''வீடு விட்டவனுக்கு ஓடு எதற்கு?'' என்று சொல்லிக் கொண்டே போய்விட்டார்.

உடனேயே என் சீடர்களெல்லாம் என்னைச் சுற்றி உட்கார்ந்து கொண்டு என்ன நடக்குமோ என்று அஞ்சினார்கள்.

''அரசன் சீறினால் மரணம் கிடைக்கிறது; ஆண்டவன் சீறினால் நரகம் கிடைக்கிறது. மரணத்திற்குப் பயப்படாதீர்கள்; நரகத்திற்குப் பயப்படுங்கள்!'' என்றேன்.

அவர்கள் நினைத்ததில் தவறில்லை; எதிர்பார்த்ததும் நடந்தது.

சிறிது நாழிகைக்கெல்லாம் அரண்மனைக் காவலர்கள் எங்களைச் சிறைப்படுத்தினார்கள்.

சிறிதளவும் எங்கள் உடலுக்குத் துன்பம் தராமல் சிறைச் சாலைக்கு அழைத்துச் சென்றார்கள்.

எங்களைத் தனித்தனி அறைகளில் அடைத்துப் பூட்டினார்கள்.

அடுத்தது என்ன நடந்தது?

பத்ரகிரியாரே சொல்வார்.

பத்ரகிரியார் கூறுகிறார்:

சுவாமிகள் உரைத்த மொழி, என்னை ஆத்திரக்காரனாக்கவில்லை; சிந்தனையாளனாக்கிற்று.

அரண்மனைக்குச் சென்றேன். இளங்காற்றுத் தாலாட்டும் மேன்மாடத்தில் உலாத்தினேன்.

''எந்தப் பெண்ணுக்கும் இரண்டு மனம்; சக்தி தத்துவத்தைக் கூட அது விட்டதில்லையாமே!''

நான் அப்படி நினைக்கவில்லை.

எனது பட்டத்து ராணி ஒரு தெய்வத் திருமகள். அவளுக்கு ஒரே மனம். அது முற்றிலும் என் மீதே!

இரவுக்கு ஒரே நிலவு; பகலுக்கு ஒரே ஆதவன்.

எனக்கு அவள்; அவளுக்கு நான்!

நிலா முற்றத்துச் சாய்வு மஞ்சத்தில் அமர்ந்தேன்.

காற்சலங்கை ஒலி கேட்டது. அது என் தேவதை வரும் அறிவிப்பு!

தோள் தொட்டது தென்றல்; அது அவளது கைவிரல்!

பாடிற்று ஒரு குயில்; அது அவள் பேசிய மொழி.

மெதுவாகத் திரும்பிப் பார்த்தேன். அவள் முகத்தையே உற்று நோக்கினேன்.

களங்கம் நீங்கிய பூரண சந்திரனாயிற்றே இது! இதற்கா களங்கம்? நான் நம்ப மாட்டேன்.

''பிரபு'' என்றாள் ராணி.

''தேவி!'' என்றேன்.

''சிருங்கார சதகம் பாடும் நேரத்தில், சிந்தனைக்கு வேலை என்ன?'' என்றாள்.

''சிருங்காரலயத்தில், சோகம் இழைவது உண்டா?'' என்றேன்.

''மன மயக்கம் காதல்; மதி மயக்கம் சோகம்'' என்றாள் அவள்.

''என் மதி மயங்குகிறது!'' என்றேன்.

அவள் தனது மெல்லிய பஞ்சு போன்ற இதழ்களால் என் இதழ்களில் முத்தமிட்டாள்.

என் மதி மயக்கம் நீங்கி, மன மயக்கம் அதிகரித்து விட்டது.

எனது தேவி பாரம்பரிய ராஜகுமாரி அல்ல. தாய் ஒரு நாடு; தந்தை ஒரு நாடு; அவர்கள் வாழ்ந்தது உஜ்ஜைனி. பத்து வயது முதல் நான் அவளை அறிவேன். பதினாறாவது வயதில் மணம் முடித்தேன்.

சிருங்காரத்தைப் பற்றி எனக்குச் சில விஷயங்கள் தெரியும்.

ஒரு பெண் சுகமானவளா இல்லையா என்பதை, அவளை ஸ்பரிசிக்கும்போதே நான் கண்டு கொள்வேன்.

முதல் நாளிலேயே அவளை நான் தீண்டிய போது என்னை மெய்மறக்கச் செய்தது.

பல பெண்ணைச் சந்தித்த ஒருவன்தான் சரியான பெண்ணை அடையாளம் கண்டு கொள்ள முடியும்.

வகை வகையான பெண்ணை ரசித்தது உண்டு. ஆனால், இவ்வளவு மகிழ்ச்சியை எவளிடமும் பெற்றதில்லை. அதனால் இவளை 'ராஜ மோகினி' என்று அழைப்பது பழக்கம்.

அவள் என்னை முத்தமிட்டதும், தெள்ளிய தடாகத்தில் சுவாமிகள் கிளப்பிவிட்டிருந்த அலை ஓய்ந்து விட்டது.

நான் அவளது கழுத்தில் முத்தமிட்டேன்.

பழங்கதையானதால், பச்சையாகச் சொல்கிறேன். அவளது கன்னத்தை என் உதட்டுக்குள் இழுத்துக் கொண்டேன்.

"என் தெய்வமே..." என்றாள்.

மதுவினை ஊற்றிக் கொடுத்தாள். அதிகம் பருகினேன். பருகப் பருக அவளது பிணைப்பு அதிகமாயிற்று. பிறகென்ன உள்ளத்து ரகசியம் வெளிவரத் தொடங்கியது.

"உனக்கு இரண்டு மனம் என்று ஒரு ஆண்டி சொன்னான்" என்றேன்.

"யாரவன்?" என்றாள். அழுதாள்; அரற்றினாள்.

"உங்களைத் தவிர ஒருவரை நான் மனத்தாலும் நினைத்திருந்தால், அந்த நெருப்பு என்னைத் தீண்டட்டும்" என்றாள்.

அர்த்தமுள்ள இந்துமதம் – பாகம் 5

காம மயக்கத்தில் கட்டுண்ட ஒருவன் அந்த இன்பத்துக்குக் காரணமானவள் என்ன சொன்னாலும் கேட்பானல்லவா? இனந்தெரியாத விழுக்காடு காமம் ஒன்றுதானல்லவா?

கள்ளருந்துவதில் உள்ள ஒரே துயரம், நாம் எதை நினைக்கிறோமோ, அதை அது வளர்த்துவிடும்.

என் மனைவிக்கு இரண்டு மனம் என்று சொன்ன அந்த ஆண்டியை, என்னவோ செய்ய வேண்டும் போல் எனக்குத் தோன்றிற்று.

பொழுது விடியும் வரையில், போக அமளியில் அவளோடு விளையாடினேன்.

பின்னாளில் மகா நிர்வாணத்திற்குப் பக்குவப்பட்ட நான், அன்று அவளது முழு நிர்வாணத்தில் மோக வசப்பட்டேன்.

என்றைக்கும் இல்லாத மகிழ்ச்சியை அன்றைக்கு அவள் எனக்குத் தந்தாள்.

காலையில், எனக்குக் கள் வெறியும், காம வெறியும் தணிந்தன. தூக்க மயக்கத்தில் சாய்ந்து கிடந்தேன். ஆனால், அவளோ ஏதோ ஒரு வெறியில் உந்தப்பட்டவள் போல் காட்சியளித்தாள்.

குளித்துவிட்டு வந்தவுடனேயே அமைச்சரை அழைத்துக் கொண்டு சிறைச்சாலைக்குச் சென்றாள்.

போகட்டும்; என்ன வேண்டுமோ செய்யட்டும் என்று நான் பேசாமல் இருந்து விட்டேன்.

இனி, சுவாமிகள் சொல்வார்கள்.

பட்டினத்தார் கூறுகிறார்:

சிறைச்சாலை ஆனால், என்ன, அறச்சாலை ஆனால் என்ன?

செங்கதிர் முளைத்ததும் என் கடன் முடிந்தது. சிவனாரைத் தொழுவது என் பணி. அன்றும் அவ்வண்ணமே தொழுது கொண்டிருந்தேன்.

நான் ஒவ்வொரு வரியாகப் பாடப் பாட, பக்கத்து அறைக் கூடங்களில் இருந்த என் சீடர்கள். "போற்றி, போற்றி!" என்று சொல்லிக் கொண்டிருந்தனர்.

சலங்கை ஒலி கேட்டது! உமாதேவியார் வருகிறார்களா? நான் பாட்டை நிறுத்தவில்லை.

"ஏ ஆண்டி!" என்றார்கள் அவர்கள்.

"நான் ஆண்டியைத்தான் பாடிக் கொண்டிருக்கிறேன்" என்றேன்.

"ஆண்டி வேறு எதனைப் பாடுவான்?" என்றார்கள்.

"அரசர்களும் அவன் முன்னால் ஆண்டிதான்" என்றேன்.

"உன் நெற்றியில் உள்ள சாம்பல் போல் உன் உடம்பும் ஆகும்!" என்றார்கள்.

"தங்கள் உடம்பு தங்கத்தால் ஆனதா!" என்றேன்.

"சந்நியாசிக் கழுதைக்கு வாய்க்கொழுப்பா?" என்றார்கள்.

"நானும் சம்சாரக் கழுதையாக இருந்தவன் தான்" என்றேன்.

"யாரிடம் பேசுகிறாய் தெரியுமா...?" என்றார்கள்.

"அந்த சிவபெருமானின் ரோமக் கால்களில் ஒன்று குதித்துக் கூத்தாடுகிறது," என்றேன்.

"நான் உஜ்ஜைனியின் பட்டத்து ராணி!" என்றார்கள்.

"அந்த மாகாளியும் உங்களுக்கு அடுத்தபடிதானா?" என்றேன்.

"நான் காளி ஆனால், காளி என் கைக்குழந்தையாவாள்" என்றார்கள்.

"காளி கைக்குழந்தையானால் நான் தாயாகித் தாலாட்டுப் பாடுவேன்!" என்றேன்.

''உனக்கு சக்தி இருந்தால், இந்தச் சிறைச்சாலையை உடைத்து வெளியே வா! பார்க்கலாம்...''

''நான் சித்தனல்ல தாயே! பக்தன், முக்தன்!'' என்றேன்.

''கையாலாகாத கழுதைக்குப் பேச்சென்ன பேச்சு? ஆமாம், எனக்கு கூட இரண்டு மனது என்றாயாமே?'' என்றார்கள்.

''அந்த இறைவிக்கேகூட'' என்றேன்.

''என்னைவிட உயர்ந்த ஒருத்தியை உதாரணம் காட்டி விட்டதாக நினைப்போ?'' என்றார்கள்.

நான் சிரித்தேன். கிடைக்கக் கூடாதவனுக்குப் பதவி கிடைத்து விட்டால், அவனுக்கு வரக்கூடாத புத்தி எல்லாம் வந்து விடுகிறது.

ஆதிக்க வெறியால் அந்த அம்மையார் உலக மாதாவை அவமதித்தார்.

நான் ஒரே வரியில் சொன்னேன்:

''காற்றடிக்கும் போது துரும்பு, மலையை விட அதிக உயரத்தில் பறக்கக் கூடும். அதனால் துரும்பை விட மலை தாழ்ந்ததாகி விடாது.''

மகாரணியாருக்கு ஆத்திரம் அதிகமாகி விட்டது. அவர்களே கைதட்டிக் காவலர்களை அழைத்துச் சொன்னார்கள்: ''நாளை காலையில் சூரியோதயத்தில் இவனைக் கழுவிலே ஏற்றுங்கள்'' என்றார்கள்.

ஆணை பிறப்பித்தவுடன் அதிகாரி ஏன் நிற்கப் போகிறார்? அவர்கள் போய்விட்டார்கள்.

நான் கலங்கிவிடவில்லை.

ஏற்கெனவே செத்து விட்டதாக நினைக்கிற ஒருவனுக்கு எப்போது சாவு வந்தாலும் அது ஒரு சடங்கு என்று தானே நினைப்பான்? ஸ்தூலத்தில் என்ன இருக்கிறது? எல்லாம் ஆத்மாவிலே அடங்கி இருக்கிறது.

பாம்பு, சட்டை கழற்றுவது போல், ஆன்மா இந்தக் கூண்டை ஒரு நாள் கழற்றி விடுகிறது.

காவிரிப்பூம்பட்டினத்தில் பிறந்த ஒரு வணிக மகன் உடம்பு, உஜ்ஜைனியில் எரிக்கப்பட வேண்டும் என்பது அந்தக் காளத்திநாதன் அருளானால், நான் யாரை, எதைத் தடுக்க?

பக்கத்துக் கூடங்களில் இருந்து கேட்டுக் கொண்டிருந்த என் சீடர்கள் வாய்விட்டு அழுதார்கள்.

கண்ணதாசனின்

மரணத்தைப் பற்றி எவ்வளவு சொல்லி, நான் அவர்களைப் பக்குவப்படுத்தி இருந்தென்ன? அப்படியும் அவர்கள் அழுகிறார்கள்.

சிறு வயதில் நான், திருமால் கோயிலில் கேட்ட கதை ஒன்று நினைவுக்கு வருகிறது.

அர்ஜுனனுக்கு பகவத் கீதையை முழுக்க முழுக்க உபதேசித்து விட்டு, ரதத்தின் மேற்குடையிலே போய் உட்கார்ந்து கொண்டானாம் கிருஷ்ணன். யுத்தம் நடந்ததாம். அர்ஜுனனின் மகன் அபிமன்யு அதிலே இறந்து விட்டானாம். அர்ஜுனன் புலம்பி அழுதானாம். அப்போது மேற் குடையில் இருந்து பத்துச் சொட்டுக் கண்ணீர் அர்ஜுனன் தலையிலே விழுந்ததாம். ஆம்; கண்ணனும் அழுது கொண்டிருந்தானாம்.

உடனே அர்ஜுனன் கேட்டானாம், "கண்ணா! நான் தான் மகனுக்காக அழுகிறேன்; மரணத்தைப் பற்றிக் கவலைப்படாத நீ ஏன் அழுகிறாய்?" என்று.

கண்ணன் சொன்னானாம். "இல்லையடா அர்ஜுனா! மனத்தைத் திடமாக வைத்துக் கொள்வது பற்றி உனக்கு இவ்வளவு நேரம் கீதை உபதேசித்தேனே, அது எவ்வளவு சீக்கிரம் வீணாகிவிட்டது!" என்று.

அது போலவே என் சீடர்கள் இருந்தார்கள்.

நாளை கழுவிலேற்றப்பட வேண்டியவன் என்ற முறையில் ஒவ்வொரு காவலரும் மெதுமெதுவாக என்னைப் பார்த்து விட்டுப் போனார்கள்.

நான் ஆளுக்குக் கொஞ்சம் திருநீறு கொடுத்தேன்.

மறுநாள் பொழுது புலர்ந்தது.

மகாராணியின் மேற்பார்வையில் என்னைக் கழுவிலேற்றும் பணி துவங்கியது.

மகாராஜா என்ன ஆனார், என்று எனக்குத் தெரியாது. பின்னாளில் அவர் கூறியதிலிருந்து அவர் முழுக்க மதுவில் ஆழ்ந்து கிடந்ததையும், அவருக்கு மகிழ்ச்சி ஊட்ட மகாராணியாரே நான்கு பெண்களை ஏற்பாடு செய்திருந்ததையும் நான் தெரிந்து கொண்டேன்.

காவலர்கள் என்னைத் தூக்கி கழுவிலே உட்கார வைத்தபோது நான் பாடினேன்:

என்செய லாவதியாதொன்று மில்லை; இனித்தெய்வமே
உன்செய லெயென் றுணரப் பெற்றேன்; இந்த வூனெடுத்த
பின்செய்த தீவினையாதொன்று மில்லை பிறப்பதற்கு
முன்செய்த தீவினை யோலிங்ங னேவந்து மூண்டதுவே!

பாடி முடித்தபோது நான் சுய நினைவில் இல்லை. விழித்துப் பார்த்த போது, சிறைச்சாலையில் படுக்க வைக்கப்பட்டிருந்தேன். இடையில் கழுமரம் தீப்பற்றி எரிந்ததாகவும், காவலர்கள் மயங்கி மயங்கி விழுந்ததாகவும், மகாராணியாரை ஒரு நாகப் பாம்பு துரத்தியதாகவும் என்னிடம் சொன்னார்கள். இது என்ன லீலையோ நானறியேன்!

பத்ரகிரியார் கூறுகிறார்:

எனக்கும் அது புரியவில்லை. ''அந்த ஆண்டி ஒரு மாய வேலைக்காரன். சித்து வேலைக்காரன்'' என்று என் ராணி புலம்பிக் கொண்டிருந்தாள்.

சிறைச்சாலையை நன்றாக கவனிக்கும்படி சில ஆட்களை அனுப்பிவிட்டு, நான் படுக்கையிலேயே கிடந்தேன்.

மூன்று தினங்கள் சென்றன.

என்னைச் சுற்றிலும் நான்கு அந்தப்புர நாயகிகள் இருந்தார்களே தவிர, ராணி இல்லை.

அவள் கழுமர நிகழ்ச்சியில் கலங்கி நிற்கிறாள் என்று எண்ணி சுவாமிகளை நானே கழுவில் ஏற்றுவது என்று முடிவுகட்டி, ஒரு நாள் மாலை நான் தனியாகவே சிறைக்கூடத்திற்குச் சென்றேன். அன்று கழுவேற்ற அல்ல; கழுவேற்றப் போகிறேன் என்ற செய்தியைச் சொல்ல.

அப்போது சுவாமிகள் வெறும் கோவணத்தோடு குளிர்ந்த தரையில் படுத்திருந்தார்கள்.

நான் ஆத்திரத்தோடு, ''நாளை உன்னைக் கழுவேற்றப் போகிறேன்'' என்றேன்.

சுவாமிகள் அமைதியாக, ''உன் கையால் நான் சாக வேண்டும் என்றுதான், அன்று நான் சாகவில்லை போலிருக்கிறது!'' என்றார்கள்.

''உன் சித்து வேலை என்னிடம் பலிக்காது!'' என்றேன்.

''நான் செத்த மனிதன், எனக்கேனப்பா சித்து வேலை?''

''பர்த்ருஹரியின் மனைவி சந்தேகத்துக்கு அப்பாற் பட்டவள்'' என்றேன்.

''சந்தேகம் பர்த்ருஹரிக்கும் அப்பாற்பட்டது'' என்றார்கள்.

''என் ராணிக்கும் இரண்டு மனம் என்று சொன்னதற்கு மன்னிப்புக் கேள்!'' என்றேன்.

''மகேசனைத் தவிர மற்றவர்களிடம் மன்னிப்புக் கேட்பதில் இகத்துக்கும் லாபமில்லை; பரத்துக்கும் லாபமில்லை!'' என்றார்கள்.

அர்த்தமுள்ள இந்துமதம் – பாகம் 5

"அப்படி என்றால் நாளைக் காலையில் சாவதற்குத் தயாராயிரு" என்றேன்.

"நான் இப்பொழுதே தயார். நீ போ, முடியுமானால் நிம்மதியாகத் தூங்கு! காலையில் வா!" என்றார்கள்.

நான் அரண்மனைக்குத் திரும்பினேன்; மாடத்தில் உலாத்தினேன். காலையில் சுவாமிகளைக் கழுவேற்றப் போகும் செய்தியை ராணிக்குச் சொல்ல விரும்பினேன்.

பள்ளி அறையில் தேடினேன்; அவளில்லை.

அந்தப்புரத்திலே தேடினேன்; அவளில்லை.

அந்த நள்ளிரவிலே ஏதோ ஒரு சக்தி என்னைக் குதிரை லாயத்தின் பக்கம் இழுத்துச் சென்றது. அங்கே நான் கண்ட காட்சி...

அதை விவரிக்க என்னால் முடியவில்லை.

அஸ்வபாலன் என்ற குதிரைக்காரன் மடியில் எனது பட்டத்துராணி படுத்திருந்தாள்.

அப்போது எனக்கு ஒரு நிகழ்ச்சி புலனாயிற்று.

என் மனைவி அந்த அஸ்வபாலனைக் கேட்டாள்: "நீண்ட நாட்கள் வாழக்கூடிய ஒரு கனியை, ஒரு முனிவர் என் கணவருக்குக் கொடுத்தார். என் கணவர் அதை என்னிடம் கொடுத்தார்; நான் உங்களிடம் கொடுத்தேன். நீங்கள் சாப்பிட்டீர்களா?" என்று.

அதற்கு அவன் சொன்னான்: "இல்லை; அதை என் ஆசை நாயகி காமினியிடம் கொடுத்தேன்!" என்றான்.

நான் மயங்கிக் கிடந்த போது அதே காமினி, அதே பழத்தை என்னிடம் கொடுத்தாள், அந்தப்புரநாயகி என்ற முறையில்.

எனக்கிருந்த போதை மயக்கத்தில் அது அவளிடம் எப்படி வந்தது, என்று கேளாமல் தூங்கிவிட்டேன்.

இப்போது புரிந்தது.

காமனை மிஞ்சும் அழகனெனப் புகழப்பட்ட பர்த்ருஹரியின் மனைவி, உலகத்திலேயே கோரமான ஒரு குதிரைக்காரன் மடியில் படுத்திருப்பதைப் பார்த்தேன்.

'பெண்ணுக்கு இரண்டு மனம்' என்று சுவாமிகள் சொன்னது பொய்யல்ல.

ஒரு மனம் பூக்கடை; ஒரு மனம் சாக்கடை!

467

கண்ணதாசனின்

குதிரைக்காரனிடம் அவள் சொன்னாள்: "நீ கொடுத்த விஷத்தைப் பாலிலே போட்டு, என் கணவரின் பள்ளியிலே வைத்திருக்கிறேன்; நாளை அவர் உயிரோடு இருக்க மாட்டார். பிறகு நீதான் ராஜா!" என்று.

நல்லவேளை; அந்தப் பாலை நான் குடிக்கவில்லை.

நான் பார்த்துக் கொண்டிருக்கும்போதே அஸ்வபாலன், "மூன்று நாட்களாக என்னை ஏன் ஏமாற்றினாய்?" என்று அவளை அடித்தான்.

அவள், அவன் காலில் விழுந்து மன்னிப்புக் கேட்டாள்.

'குடிப்பிறப்பு என்றால் என்ன' என்று அப்போது எனக்குப் புரிந்தது.

அவள் 'பள்ளி அறைக்குப் போகலாம்' என்றாள்.

'இல்லை; இங்கேயே' என்று அவன் அவளோடு உறவு கொண்டான்.

'இதற்கு மேல் என்னைப் பேச வைக்காதீர்கள்' என்று பத்ரகிரியார் விக்கி அழுதார்.

அவரைத் தட்டிக் கொடுத்தபடி பட்டினத்தார் முடித்து வைக்கிறார்.

பட்டினத்தார் முடிவுரை:

பந்த பாசங்களை அறுத்து விட்டாலும் பழைய பாவங்களை எண்ணும்போது, மனிதனுக்கு கண்ணீர் பெருக்கெடுக்கிறது.

தீண்டக்கூடாத ஒன்றைத் தீண்டிவிட்டபின், கையைக் கழுவித் துடைத்துவிட வேண்டுமே தவிர, அடிக்கடி வாசனை பார்க்கக் கூடாது.

கோபிகள், பாவிகள், இழிமக்கள் இவர்களின் தொடர்பிலே தான் மனிதனுக்கு ஞானம் பிறக்கிறது.

தரமில்லாத ஒரு இடத்தில் பெண் எடுத்த காரணத்தால், சக்கரவர்த்தியாக வேண்டிய பத்ரகிரியார் தத்துவ ஞானியாகி விட்டார்.

தமிழ்ப் பெரியவர்கள் எல்லாம் குடிப்பிறப்பை அடிக்கடி வலியுறுத்தியதற்குக் காரணம் இதுதான்.

நலத்தின்கண் நாரின்மை தொன்றின் அவனைக்
குலத்தின்கண் ஐயப் படும்.

—என்றார் வள்ளுவப் பெருந்தகை.

ஒருத்தியின் நடத்தை தவறாகத் தோன்றுமானால் அவள் பிறந்த குடும்பத்தையே கவனிக்க வேண்டும்.

குடிப்பிறப்பைப் பார்த்துப் பெண் எடுத்து விட்டால், எடுக்கப்பட்ட பெண் கோபக்காரியாக, கொடுமையாக மாறினாலும் மாறாலாமே தவிர, நடத்தை கெட்டவளாக ஆக மாட்டாள்.

யாரோ ஒருத்தி— அழகியாயிருந்தாள்— அது ஒன்றே போதுமானதாக இருந்தது பத்ரகிரிக்கு; விளைவு, நரக வேதனை; சித்ரவதை.

மேனி மயக்கத்தின் முடிவு, ஞான மயக்கமாகத்தானே இருக்க முடியும்?

சிறைக்கூடத்திலே நான் நிம்மதியாகத் தூங்கிக் கொண்டிருந்தேன்.

கம்பிக் கதவுகளுக்கு வெளியே விம்மல் சத்தம் கேட்டது. பிற உயிர்களின் அழுகை ஒலி, எப்போது உன் ஆன்மாவுக்குள் இருந்து

கண்ணதாசனின்

நீ அழுவது போலவே கேட்கிறதோ, அப்போது தான் நீ பக்குவம் பெற்ற ஞானி ஆகிவிட்டாய் என்று அர்த்தம்.

படுத்த நிலையிலேயே கண்ணை விழித்துப் பார்த்தேன். பத்ரகிரியார் நின்றிருந்தார். தூரத்தில் சில காவலாளிகள் கையைக் கட்டிக் கொண்டு நின்றார்கள்.

அவரது கண்ணீரைப் பார்த்தவுடனேயே எனக்கென்னவோ, 'பெண்ணுக்கு இரண்டு மனம்' என்ற வார்த்தை நினைவுக்கு வந்தது.

"கதவை நீங்கள் திறப்பதா நான் திறப்பதா?" என்றேன்.

"நீங்கள்தான் திறக்க வேண்டும்" என்று சாவியை என்னிடம் நீட்டினார் பத்ரகிரியார்.

நான் கம்பிகளுக்கு வெளியே கையைவிட்டுச் சிறைக்கூடப் பூட்டைத் திறந்தேன்.

"சுவாமி! நீங்கள் திறந்தது பூட்டையல்ல; என் அகக் கண்களை" என்றார் பத்ரகிரியார்.

"அல்ல; வேறு யாரோ அந்தக் கண்களைத் திறந்த பிறகுதான் நீங்கள் இங்கே வந்திருக்கிறீர்கள்!" என்றேன்.

"உண்மைதான் சுவாமி; தீயொழுக்கம் கொண்டவள் தான் கணவனின் ஞானக் கண்களைத் திறக்கிறாள்" என்றார் பத்ரகிரியார்.

"எல்லார் கதையுமே அதுவல்ல; நான் கூட ஒரு முறை:

கைப்பிடி நாயகன் தூங்கையி லேயவன் கையெடுத்
தப்புறந்தன்னி லசையாமல் முன்வைத் தயல்வளவில்
ஒப்புடன் சென்று துயனீத்துப் பின்வந்து உறங்குவாளை
எப்படி நானம்புவேன் இறைவா! கச்சி ஏகம்பனே!

—என்ற பாடலை, காஞ்சி ஏகாம்பரேஸ்வரர் சந்நிதியில் பாடினேன். பலர் என் மனையாளே அப்படி என்று கருதி விட்டார்கள்.

மனைவியால் நிலை குலைந்தவர்களின் மனசாட்சியாக நின்று நான் பாடினேனே தவிர, என் மனையாள் அப்படி அல்ல.

பொன்னாசையையும், மண்ணாசையையும் வெறுத்து என்னை எண்ணாத எண்ணமெல்லாம் எண்ண வைத்தவன் ஒரு பிராமணச் சிறுவன்.

அர்த்தமுள்ள இந்துமதம் - பாகம் 5

"பர்த்ருஹரி, காலையில் என்னைக் கழுவேற்ற வருவாய் என்று கருதினேன்; நீயே கழுவேற்றப்பட்ட நிலையில் கண்ணீரோடு வருவாய் என்று நான் கருதியதில்லை" என்றேன்.

"சுவாமி! என்னை மணந்து கொண்ட ஒருத்தி, ஒரு கோரமான குதிரைக்காரன் மீது ஆசை வைத்தாளே! விதியின் விளையாட்டில் இத்தகைய விபரீதம் உண்டா?" என்று கேட்டார் பத்ரகிரியார்.

"அது தேனீயாக இருந்தால் தேனை மட்டும்தான் அருந்தும்; சாதாரண ஈயாக இருந்தால் நைவேத்தியத்திலும் உட்காரும், மலத்திலும் உட்காரும். சுவாமியின் பிரசாதத்தில் உட்கார்ந்த நாமா மலத்தில் உட்காருகிறோம் என்று சிந்தித்துப் பார்ப்பதில்லை. அன்று உன் பட்டத்து ராணி என்னிடம் பேசிய வார்த்தைகளில் இருந்தே, அவள் நலங்கெட்ட குடும்பத்தில் பிறந்தவள் என்பதை நான் கண்டு கொண்டேன். வார்த்தைகளே, பிறப்பை வெளிப்படுத்துகின்றன!" என்றேன்.

"என் மோக வெறியில் உங்களை அலட்சியப்படுத்தி விட்டேனே...!" என்று கண்ணீர் வடித்தார் பத்ரகிரியார்.

"நீ எதை விரும்புகிறாயோ அதை ஒரு கட்டத்தில் வெறுக்கவும், எதை வெறுக்கிறாயோ அதை ஒரு கட்டத்தில் விரும்பவும் வைப்பதே இறைவனுடைய லீலை!" என்றேன் நான்.

"ஒன்றை விரும்பும் போதே, ஒரு நாள் வெறுக்க வேண்டி இருக்கும் என்று எண்ணி கொண்டு விட்டால், விருப்பு வெறுப்புகள் சமமாகி விடும்" என்றேன்.

"நான் இனி என்ன செய்ய வேண்டும் சுவாமி" என்று கேட்டார் பத்ரகிரியார்.

"அவளைத் துறந்துவிடு" என்றேன்.

"இல்லை, அவளுக்கு மரண தண்டனை விதிக்கப் போகிறேன்!" என்றார்.

"ஒழுக்கம் தவறுவதே ஒருத்திக்கு மரணதண்டனை தானே... இனி, புதிய தண்டனை எதற்கு?" என்றேன்.

"அவளை மட்டும் துறப்பதா? அரசையும் துறப்பதா?" என்று கேட்டார்.

"மேலாடையை இழப்பதா, கீழாடையையும் சேர்த்து இழப்பதா என்று நீதான் முடிவு செய்யவேண்டும்" என்றேன்.

"சுவாமி! நீங்கள் உடனே அரண்மனைக்கு வர வேண்டும்!" என்றார்.

அரண்மனைக்கெல்லாம் போகமாட்டேன் என்று சொல்வது போலித்தனமான ஞானம் அல்லவா?

"வருகிறேன்" என்று சீடர்களோடு புறப்பட்டேன்.

வானளாவிய அரண்மனை கண்டேன்; வாரணம் கண்டேன்; பரிகள் கண்டேன்; மானுடத்தின் மகத்துவத்தைக் காணவில்லை.

மண் குடிசைக்கும் ஒளியூட்டக்கூடிய மாபெரும் பத்தினிகள் பலருண்டு; பளிங்கு மாளிகையையும் ஒளியிழக்க வைக்கும் ஒரு பத்தினியல்லவா இந்த மாளிகையில் குடியிருக்கிறாள் என்றெண்ணியபோது, எனக்குச் சிரிப்பு வந்தது.

நேரே அரியாசனத்திற்கு என்னை அழைத்துப் போனார் பத்ரகிரியார்.

'தன் நிலை அறிவான் நாயகன்' என்பதை அறியாத அவரது பத்தினி அதைத் தடுத்தாள்.

"அரசனது ஆசனத்தில் ஆண்டியா?" என்றாள் அவள்.

"ஏன்? அரசன் உட்காரக் கூடிய இடத்தில் ஒரு குதிரைக் காரனும் உட்காரலாம்!" என்றார் பத்ரகிரியார்.

சிருங்கார சதகம் பாடியவர் அல்லவா?

வைராக்கியம் அவரை நோக்கி வந்து கொண்டிருந்தது.

"இந்த ஆண்டியை விட குதிரைக்காரர்கள் மோசமானவர்கள் அல்ல!" என்றாள் அவள்.

"அனுபவித்தவர்களுக்குத்தானே தெரியும்... எனக்கென்ன தெரியும்?" என்றார் அவர்.

"நான் பத்தினியானால், இந்த அரியாசனம் அவருக்கு இடம் கொடுக்காது!" என்றாள் அவள்.

பத்ரகிரியார் சிரித்தார். நான் சிரிக்கவில்லை.

'பத்தினி' என்றொரு வார்த்தை இருப்பதையாவது அவள் அறிந்திருக்கிறாளே! போதாதா?

திடீரென்று அவர் என்ன நினைத்தாரோ, அவளது ஆடைகளைக் கிழித்து நிர்வாணமாக்கினார்.

நான் தடுக்க முயன்றேன்; முடியவில்லை.

பத்ரகிரியார் வெறிபிடித்த வேங்கையானார்.

அவள் முகத்திலே கரும்புள்ளி, செம்புள்ளி குத்த வைத்தார். அந்தக் கோலத்திலேயே அவளைக் குதிரையில் ஏற்றி உட்கார வைத்தார்.

முன்னாலே ஒருவனைத் தண்டோராப் போட வைத்தார்.

''பதித் துரோகத்திற்கு இது பரிசு'' என்று அவனைச் சொல்ல வைத்தார்.

அவளை நகர்வலம் வர வைத்தார்.

ஆத்திரமடைந்த ஒருவன், கடைசியாகத் தன் ஆத்திரத்தைத் தீர்த்துக் கொள்வதை யாரும் தடுக்க முடியாது; ஆனால், அந்த ஆத்திரம் தீர்ந்ததும் அவன் அழுவான்; அப்போது தான் அவனுக்கு விஷயங்களைச் சொல்ல முடியும்.

பத்ரகிரியாரும் அழுதார். நான் அவருக்கு ஞான தீட்சை நடத்தி வைத்தேன்.

'கட்டிய ஆடையுடனேயே உங்களோடு புறப்படுகிறேன் சுவாமி!'' என்றார்.

''தென்நாட்டுத் திருத்தலங்களை ஒருவன் தரிசிக்க ஆரம்பித்தால், பிறகு அவனுக்கு எந்த ஆசையும் வராது, புறப்படு!'' என்றேன்.

வாரிசு இல்லாத நாட்டை, காவலர்கள் கையில் ஒப்படைத்தார். இருவரும் வாசல் வரை வந்தோம். எதிரே குதிரையில் பட்டத்து ராணியின் சடலம் வந்தது.

ஏற்கெனவே அவளது ஆணவத்தால் ஆத்திரமுற்றிருந்த ஜனங்கள், துரோகமும் செய்தாள் என்பதால் கல்லால் அடித்துக் கொன்று விட்டார்கள்.

பத்ரகிரி குதிரை அருகே வந்தபோது, அந்தச் சடலம் அவர் காலடியில் விழுந்தது. அதிலிருந்து விலகி என்னைத் தொடர்ந்தார்.

அரண்மனை வெளிப்புற வாசலில் நின்று முதன் முதலாகப் பிச்சை கேட்டார்; பிறகு வீதி தோறும் பிச்சை.

இதிலே அதிசயம் என்னவென்றால் வடமொழி, தென் மொழி இரண்டிலேயுமே அவர் கைதேர்ந்தவராக இருந்ததுதான்.

உஜ்ஜைனியைச் சேர்ந்த ஒரு மன்னர். சிருங்காரக் களியாட்டங்களில் ஈடுபட்ட நிலையிலும் தமிழ் மொழியைப் பழுதறக் கற்றிருந்தது எனக்கு ஆச்சரியமாகவே இருந்தது.

சோழ மண்டலத்திலிருந்து குடியேறிய தமிழ்ப்பெரும் புலவர் ஒருவரிடத்தில் தமிழ் கற்றிருந்தார் பத்ரகிரியார்.

கல்லாதவன் கற்க விரும்பினால், அவன் முதலில் கற்பது தமிழைத்தானே!

கண்ணதாசனின்

தமிழிலும் இனிமையான மொழியை உலகம் இன்னும் காணவில்லையே!

ஒவ்வொரு வீட்டின் முன் நின்றும், 'அன்னமிடுங்கள் தாயே!' என்று அவர் கேட்ட தொனியே எனக்குச் சுகமாக இருந்தது.

தனது மன்னனை கண்ணீரோடு அனுப்பியது உஜ்ஜைனி.

வந்து கொண்டே இருந்தோம். வழியில் ஒரு சிறிய காளி கோயில். இரவில் அங்கே தங்கலாம் என்று உள்ளே நுழைந்தோம்.

"திருவமுது தயாராக இருக்கிறது!" என்றான் பரிசாரகன்.

உணவு கொண்டோம். காளியின் சந்நிதானத்தில் தலை வைத்துத் துயிலத் தொடங்கினோம்.

நள்ளிரவு. ஒரு நாயின் முனகல் கேட்டது. மெதுவாக நான் எழுந்து பார்த்தேன். கோயிலின் கிழக்கு மூலையில் ஒரு நாய் குட்டி போட்டிருந்தது.

"நாய் பல குட்டி போடும்' என்பார்கள். ஆனால், அந்த நாயோ ஒரு குட்டி போட்டிருந்தது. அதுவும் பெண் குட்டி.

அந்தக் குட்டியை நான் கையிலெடுத்ததும், நாய் தலையைத் தூக்கிப் பார்த்துவிட்டு இறந்துவிட்டது.

எனக்குத் தெளிவாகத் தெரிந்தது. அந்த நாய்க்குட்டி வேறு யாருமல்ல; பத்ரகிரியாரது பட்டத்து ராணியின் மறுபிறவி.

தீயவர்களை ஆண்டவன் உடனேயே திருப்பி அனுப்புகிறான், பாவ விமோசனத்துக்காக.

"சுவாமி, இதை எங்கேயோ பார்த்தது போலிருக்கிறது?" என்றார் அவர்.

அது மறுபிறப்பு என்பதற்கு வேறு சாட்சி எதற்கு?

காலையில் அங்கிருந்து நாங்கள் புறப்பட்டோம்.

பத்ரகிரியார், எனது பரமானந்த சீடராகப் பின் தொடர்ந்தார்.

உஜ்ஜைனி காளி கோயிலில் எனது திருவோட்டைத் தட்டிவிட்ட பிறகு, நான் புது ஓடு வாங்கவில்லை.

'விமலர் தந்த ஓடுண்டு அட்சய பாத்திரம்' என்று நான் பாடியது, என்னுடைய இரண்டு கைகளையே.

ஓடு வாங்காத நான், எங்கேயும் கற்றரையைத் துடைத்து அதிலேயே சாப்பிட்டு வந்தேன்.

ஓரிடத்தில் நான் சாப்பிட்டுக் கொண்டிருக்கும் போது, என்னிடம் வந்து பிச்சை கேட்டான் ஒரு பஞ்சப் பரதேசி. நான் சொன்னேன், ''அப்பா நான் ஒரு ஆண்டி! அதோ உட்கார்ந்திருக்கிறான் ஒரு பணக்காரன்! அவனைக் கேள்!'' என்று.

உடனே பத்ரகிரியார் ஓடிவந்து, ''என்ன சுவாமி, என்னைப் பணக்காரன் என்கிறீர்கள்!'' என்றார்.

''பின் என்னப்பா? என்னிடம் என்ன இருக்கிறது? உனக்குச் சொந்தமாக ஒரு ஓடும் நாயும் இருக்கின்றனவே!''

பத்ரகிரியார் ஓட்டைத் தூக்கி ஏறிந்து நாயைத் துரத்தினார். ஓடு பட்டு அந்த நாய் இறந்தது; அதன் பாவக் கதையும் முடிந்தது.

பிறகு இருவரும் வந்து கொண்டிருக்கும் வழியில் ஒரு கரும்புக் காட்டருகில் அமர்ந்தோம்.

பசி அதிகம். இரண்டு கரும்புகளை எங்களுக்குக் கொடுத்தார் ஒரு நாட்டுப்புறத்தவர்.

கரும்பைக் கடித்த போது, அடிக்கரும்பு இனித்தது. நுனிக் கரும்பு கசந்தது.

''ஏன் இப்படி?'' என்று தெரியாதவன் போல் கேட்டேன், அந்த நாட்டுப்புறத்தவரை.

''வாழ்க்கையில் தொடக்கம் இனிமை, முடிவில் அவலம்!'' என்றார் அவர்.

சொல்லிவிட்டுப் போயே போய்விட்டார் அவர்.

சிவபெருமானே அப்படி வந்ததாகத்தான் கருதி, நான் இந்தக் கரும்பைச் சுமந்து கொண்டிருக்கிறேன்.

அந்தத் தத்துவத்தைக் குறிக்கவே. நான் இந்தக் கரும்பைச் சுமந்து கொண்டிருக்கிறேன்.

இருவினை அகன்று எய்திய ஞானம், இறைவனை எங்களுக்குக் காட்டித் தந்திருக்கிறது.

செல்வம் செல்வம் என்று பேயாக அலைந்த என் தமக்கையும் அவள் கணவனும் எனக்கிழைத்த தீமைகளால் பெரு நோய்ப்பட்டு மாண்டனர். அவளது குழந்தைகள், திருக்காளத்தியில் நான் இருந்த போது என்னிடம் வந்து ஆசி பெற்றுப் போயினர்.

இது எங்களுக்கு ஞானம் பிறந்த கதை.

சம்சாரத்தில் உழன்று, அந்த ஞானத்தை அடைய முயற்சியுங்கள்.

எல்லாம் வல்லவன் இறைவன்.

பிறப்புக்கு முன்பும், இறப்புக்குப் பின்பும் பொறுப்பேற்றுக் கொள்கிறவன் அவனே.

தாயின் வயிறும், சுடுகாடுமே அவனது அரசாங்கங்கள். அதனால்தான் சுடுகாட்டில் அவன் ருத்திர தாண்டவம் ஆடுகிறான்.

'ஓம் நமசிவாய' என்று உரத்த குரலில் கூறுங்கள்.

மூன்று விரல்களும் நன்றாகப் பதியும்படி திருநீறுபூசுங்கள்.

அந்த மூன்று கோடுகளும் பிறப்பு, இறப்பு, இடைப்பட்ட வாழ்வு மூன்றையும் குறிக்கும்.

'ஓம் நமசிவாய' என்று முடித்தார், பட்டினத்தார்.

திருக்காளத்தி அவரையும் பத்ரகிரியாரையும் பிரியாவிடை கொடுத்து அனுப்பியது.

❑

பட்டினத்தார், பத்ரகிரியார் பாடல்களில் நான் விரும்பும் பாடல்களை மட்டும் தந்திருக்கிறேன். இதில் பாட பேதமோ, இலக்கணப் பிழையோ இருக்குமானால் நான் படித்த பதிப்புகளின் குற்றமே தவிர, என் குற்றமல்ல.

பட்டினத்தார் புலம்பல்

மென்று விழுங்கி விடாய்கழிக்க நீர்தேடல்
என்று விடியும் எனக்கு எங்கோவே-நன்றி
கருதார் புரமூன்றும் கட்டழலால் சென்ற
மருதாஉன் சந்நிதிக்கே வந்து.

கண்டம் கரியதாம்; கண்மூன்று உடையதாம்
அண்டத்தைப் போல அழகியதாம்-தொண்டர்
உடல்உருகத் தித்திக்கும் ஓங்குபுகழ் ஒற்றிக்
கடலருகே நிற்கும் கரும்பு.

ஓடுவிழுந்து சீப்பாயும் ஒன்பதுவாய்ப் புண்ணுக்கு
இடுமருந்தை யான்அறிந்து கொண்டேன்-கடுஅருந்தும்
தேவாதி தேவன் திருவொற்றியூர்த் தெருவில்
போவார் அடியிற் பொடி.

வாவிஎல்லாம் தீர்த்தம்; மணல்எல்லாம் வெண்நீறு
காவனங்கள் எல்லாம் கணநாதர்;-பூவுலகில்
ஈது சிவலோகம் என்றென்றே மெய்த்தவத்தோர்
ஓதும் திருவொற்றி யூர்.

ஆரூரர் இங்கிருந்த அவ்வூர்த் திருநாளென்று
ஊரூர்கள் தோறும் உழலுவீர்! -நேரே
உளக்குறிப்பை நாடாத ஊமர்காள் நீவீர்
விளக்கிருக்கத் தீத்தேடு வீர்.

எருவாய்க்கு இருவிரல்மேல் ஏர்உண்டு இருக்கும்
கருவாய்க்கோ கண்கலக்கப் பட்டாய்! -திருவாரூர்த்
தேரோடும் வீதியிலே செத்துக் கிடக்கின்றாய்
நீரோடும் தாரைக்கே நீ!

எத்தனைஊர் எத்தனைவீடு எத்தனைதாய்? பெற்றவர்கள்
எத்தனைபேர் இட்டழைக்க ஏன்என்றேன்-நித்தம்
எனக்குக் களையாற்றாய் ஏகம்பா; கம்பா
உனக்குத் திருவிளையாட் டோ?

அத்திமுதல் எறும்பீ றானவுயிர் அத்தனைக்கும்
சித்தம் மகிழ்ந்தளிக்கும் தேசிகா-மெத்தப்
பசிக்குதையா! பாவியேன் பாழ்வயிற்றைப் பற்றி
இசிக்குதையா காரோண ரே!

பொய்யை ஒழியாய்; புலாலை விடாய்; காளத்தி
ஐயரை எண்ணாய்; அறம்செய்யாய்;-வெய்ய
சினமே ஒழியாய்; திருவெழுத்தைந்து ஓதாய்;
மனமே உனக்கென்ன மாண்பு?

மண்ணும் தணல்ஆற வானும் புகைஆற
எண்ணறிய தாயும் இளைப்பாறப்-பண்ணுமயன்
கையாறவும் அடியேன் காலாறவும் காண்பார்
ஐயா! திருவை யாறா!

காலன் வருமுன்னே கண்பஞ் சடையுமுன்னே
பாலுண் கடைவாய்ப் படுமுன்னே-மேல்விழுந்தே
உற்றார் அழுமுன்னே ஊரார் சுடுமுன்னே
குற்றாலத் தானையே கூறு!

சிற்றம் பலமும் சிவனும் அருகிருக்க
வெற்றம் பலம்தேடி விட்டோமே-நித்தம்
பிறந்தஇடம் தேடுதே பேதைமட நெஞ்சம்
கறந்தஇடம் நாடுதே கண்!

தோடவிழும் பூங்கோதைத் தோகைஉனை இப்போது
தேடினவர் போய்விட்டார் தேறியிரு-நாடிநீ
என்னை நினைத்தால் இடுப்பில் உதைப்பேன்நான்
உன்னை நினைத்தால் உதை!

வாசற் படிகடந்து வாராத பிச்சைக்குஇங்
காசைப் படுவதில்லை அண்ணலே!-ஆசைதனைப்
பட்டிறந்த காலமெல்லாம் போதும் பரமேட்டி
சுட்டிறந்த ஞானத்தைச் சொல்.

நச்சவரம் பூண்டானை நன்றாய்த் தொழுவதுவும்
இச்சையிலே தான்அங் கிருப்பதுவும்-பிச்சைதனை
வாங்குவதும் உண்பதுவும் வந்துதிரு வாயிலில்
தூங்குவதும் தானே சுகம்.

இருக்கும் இடம்தேடி என்பசிக்கே அன்னம்
உருக்கமுடன் கொண்டு வந்தால் உண்பேன்-பெருக்க
அழைத்தாலும் போகேன் அரனே! என்தேகம்
இளைத்தாலும் போகேன் இனி.

விட்டுவிடப் போகுதுயிர்! விட்டஉடனே உடலைச்
சுட்டுவிடப் போகின்றார் சுற்றத்தார்-அட்டியின்றி
எந்நேர மும்சிவனை ஏற்றுங்கள்; போற்றுங்கள்;
சொன்னேன் அதுவே சுகம்.

*ஆவியோடு காயம் அழிந்தாலும் மேதினியில்
பாவி என்று நாமம் படையாதே!-மேவியசீர்
வித்தாரமும் கடம்பும் வேண்டா மடநெஞ்சே
செத்தாரைப் போலே திரி.*

*வெட்ட வெளியாய் வெளிக்கும் தெரியாது!
கட்டளையும் கைப்பணமும் காணாது!-இட்டமுடன்
பற்றென்றால் பற்றாது; பாவியே நெஞ்சில்
அவன் இற்றெனவே வைத்த இனிப்பு.*

*இப்பிறப்பை நம்பி இருப்பாயோ நெஞ்சமே!
வைப்பிருக்க வாயில்மனை இருக்கச்-சொப்பனம்போல
விக்கிப்பற் கிட்டக்கண் மெத்தப்பஞ்சிட்டு அப்பைக்
கக்கிச்செத் துக்கொட்டக் கண்டு.*

*மேலும் இருக்க விரும்பினையே! வெண்விடையோன்
சீலம் அறிந்திலையே! சிந்தையே!-கால்கைக்குக்
கொட்டையிட்டு மெத்தையிட்டு குத்திமொத்தப் பட்டஉடல்
கட்டையிட்டுச் சுட்டுவிடக் கண்டு.*

*ஒன்பது வாய்த் தோல்பைக்கு ஒருநாளைப் போலவே
அன்புவைத்து நெஞ்சே அலைந்தாயே!-வன்கழுக்கள்
தத்தித்தத் திச்செட்டை தட்டிக்காட் டிப்பிட்டுக்
கத்திக்குத் தித்தின்னக் கண்டு.*

*இன்னம் பிறக்க இசைவையா நெஞ்சமே?
மன்னரிவர் என்றிருந்து வாழ்ந்தாரை-முன்னம்
எரிந்தகட்டை மீதில் இணைக்கோ வணத்தை
உரிந்துருட்டிப் போட்டது கண்டு!*

*முதற்சங்கு அமுதூட்டும்! மொய்குழலார் ஆசை
நடுச்சங்கு நல்விலங்கு பூட்டும்!-கடைச்சங்கம்
ஆம்போ ததுஊதும்! அம்மட்டோ, இம்மட்டோ,
நாம்பூமி வாழ்ந்த நலம்?*

*எத்தனை நாள்கூடி எடுத்த சரீரம்இவை?
அத்தனையும் மண்தின்ப தல்லவோ?-வித்தகனார்
காலைப் பிடித்துமெள்ளக் கங்குல்பகல் அற்றிடத்தே
மேலைக் குடியிருப் போமே!*

*எச்சிலென்று சொல்லி இதமகிதம் பேசாதீர்
எச்சில் இருக்கும் இடம்அறியீர்-எச்சில்தனை
உய்த்திருந்து பார்த்தால் ஒருமை வெளிப்படும்; பின்
சித்த நிராமயமா மே!*

கண்ணதாசனின்

எத்தனைபேர் நட்டகுழி? எத்தனைபேர் தொட்டமுலை?
எத்தனைபேர் பற்றி இழுத்தஇதழ்?-நித்தம்நித்தம்
பொய்யடா பேசும்புவியின் மடமாதரை விட்டு
உய்யடா! உய்யடா! உய்!

இருப்பதுபொய் போவதுமெய் என்றெண்ணி நெஞ்சே
ஒருத்தருக்கும் தீங்கினை எண்ணாதே!-பருத்ததொந்தி
நம்மதென்று நாமிருப்ப நாய்நரி பேய்கழுகு
தம்மதென்று தாமிருக்கும் தான்!

எத்தொழிலைச் செய்தாலும் ஏதவத்தைப் பட்டாலும்
முத்தர்மனம் இருக்கும் மோனத்தே-வித்தகமாய்க்
காதிவிளை யாடிஇரு கைவீசி வந்தாலும்
தாதிமனம் நீர்க்குடத்தே தான்!

மாலைப் பொழுதில்நறு மஞ்சள் அரைத் தேகுளித்து
வேலை மெனக்கிட்டு விழித்திருந்து-குலாகிப்
பெற்றாள்; வளர்ந்தாள்; பெயரிட்டாள்; பெற்றபிள்ளை
பித்தானால் என்செய்வாள் பின்?

திருவாலங்காடு

பத்ரகிரியார் புலம்பல்

முத்திதரும் ஞானமொழியாம் புலம்பல் சொல்
அத்தி முகவன்தான் அருள்பெறுவ தெக்காலம்?

நூல்

ஆங்காரம் உள்ளடக்கி ஐம்புலனைச் சுட்டெரித்துத்
தூங்காமல் தூங்கிச் சுகம்பெறுவ தெக்காலம்?

நீங்காச் சிவயோக நித்திரை கொண்டே இருந்து
தேங்காக் கருணைவெள்ளம் தேக்குவதும் எக்காலம்?

தேங்காக் கருணைவெள்ளம் தேங்கியிருந் துண்பதற்கு
வாங்காமல் விட்டகுறை வந்தடுப்ப தெக்காலம்?

ஓயாக் கவலையினால் உள்ளுடைந்து வாடாமல்,
மாயாப் பிறவி மயக்கறுப்ப தெக்காலம்?

மாயாப் பிறவி மயக்கத்தை ஊடறுத்துக்
காயா புரிக்கோட்டை கைக்கொள்வ தெக்காலம்?

சேயாய்ச் சமைந்து செவிடூமை போல்திரிந்து
பேய்போல் இருந்துஉன் பிரமைகொள்வ தெக்காலம்?

பேய்போல் திரிந்து, பிணம்போல் கிடந்த பெண்ணைத்
தாய்போல் நினைத்துத் தவம்முடிப்ப தெக்காலம்?

கால்காட்டிக் கைகாட்டிக் கண்கள் முகம்காட்டி
மால்காட்டும் மங்கையரை மறந்திருப்ப தெக்காலம்?

பெண்ணினல்லார் ஆசைப் பிரமையினை விட்டொழித்துக்
கண்ணிரண்டும் மூடிக் கலந்திருப்ப தெக்காலம்?

வெட்டுண்ட புண்போல் விரிந்த அல்குல் பைதனிலே
தட்டுண்டு நிற்கை தவிர்வதும் எக்காலம்?

தந்தை, தாய், மக்கள் சோதரரும் பொய்யெனவே
சிந்தைதனில் கண்டு கிறுகிறுப்ப தெக்காலம்?

வம்படிக்கும் மாதருடன் வாழ்ந்தாலும் மன்னுபுளி
யம்பழமும் ஓடும்போல் ஆவதினி எக்காலம்?

பற்றற்று நீரில் படர்தா மரை இலைபோல்
சுற்றத்தை நீக்கிமனம் தூரநிற்ப தெக்காலம்?

சல்லாப லீலையிலே தன்மனைவி செய்தசுகம்
சொல்லாரக் கண்டெனக்குச் சொல்வதினி எக்காலம்?

மரும அயல்புருடன் வரும்நேரம் காணாமல்
உருகு மனம்போல் என்உள்ளம் உருவதும் எக்காலம்?

தன்கணவன் தன்சுகத்தில் தன்மனம்வே றானதுபோல்
என்கருத்தில் உன்பதத்தை ஏற்றுவதும் எக்காலம்?

கூடிப் பிரிந்துவிட்ட கொம்பனையே காணாமல்
தேடித் தவிப்பவள்போல் சிந்தைவைப்ப தெக்காலம்?

எவ்வனத்தின் மோகம் எப்படியுண் டப்படிபோல்
கல்வனத் தியானம் கருத்துவைப்ப தெக்காலம்?

கண்ணால் அருவி கசிந்து முத்துப் போல் உதிரச்
சொன்ன பரம்பொருளைத் தொகுத்தறிவ தெக்காலம்?

ஆக மிகவுருக, அன்புருக, என்புருகப்
போக அனுபூதி பொருத்துவதும் எக்காலம்?

நீரில் குமிழ்ப்போல் நிலையற்ற வாழ்வைவிட்டுன்
பேரில் கருணைவெள்ளம் பெருக்கெடுப்ப தெக்காலம்?

அன்பைஉருக்கி, அறிவை அதன் மேல்புகட்டித்
துன்ப வலைப்பாசத் தொடரறுப்ப தெக்காலம்?

மனதைஒரு வில்லாக்கி, வான்பொறியை நாணாக்கி
எனதறிவை அம்பாக்கி, எய்வதினி எக்காலம்?

கடத்துகின்ற தோணிதனைக் கழைகள்குத்தி விட்டாற்போல்
நடத்துகின்ற சித்திரத்தை நான்அறிவ தெக்காலம்?

நின்றநிலை பேராமல், நினைவில்ஒன்றும் சாராமல்
சென்றநிலை முக்திஎன்று சேர்ந்தறிவ தெக்காலம்?

பொன்னும் வெள்ளியும்பூண்ட பொற்பதத்தை உள்அமைத்து
மின்னும் ஒளிவெளியே விட்டடைப்ப தெக்காலம்?

அருணப்பிரகாசம் அண்டம் எங்கும் போர்த்தது போல்
கருணைத் திருவடியில் கலந்துநிற்ப தெக்காலம்?

பொன்னில் பலவிதமாம் பூடணம்உண் டானதுபோல்
உன்னில் பிறந்து உன்னில் ஒடுங்குவதும் எக்காலம்?

நாயில் கடைப்பிறப்பாம் நான்பிறந்த துன்பம்அற
வேயில் கனல்ஒளிபோல் விளங்குவதும் எக்காலம்?

சூரியனின் காந்தஒளி சூழ்ந்துபஞ்சைச் சுட்டதுபோல்
ஆரியநின் தோற்றத்து அருள்பெறுவ தெக்காலம்?

இரும்பில் கனல்மூட்டி இவ்வுருபோய் அவ்வுருவாய்க்
கரும்பில் சுவைரசத்தைக் கண்டறிவ தெக்காலம்?

கருக்கொண்ட முட்டைதனை கடல்ஆமை தான்நினைக்க
உருக்கொண்ட வாறதுபோல் உனைஅடைவை தெக்காலம்?

வீடுவிட்டுப் பாய்ந்து வெளியில் வருவார்போல்
கூடுவிட்டுப் பாயும் குறிப்பறிவ தெக்காலம்?

கடைந்த வெண்ணெய்மோரில் கலவாத வாறதுபோல்
உடைந்து தமியன்உனைக் காண்பதுவும் எக்காலம்?

இருளை ஒளிவிழுங்கி ஏகஉருக் கொண்டாற் போல்
அருளை விழுங்கும்இருள் அகன்றுநிற்ப தெக்காலம்?

மின்எழுந்து மின்ஒடுங்கி விண்ணில் உறைந்தாற்போல்
என்னுள்நின்று என்னுள்ளேயே யான்அறிவ தெக்காலம்?

கண்டபுனல் குடத்தில் கதிர்ஒளிகள் பாய்ந்தாற்போல்
கொண்ட சொரூபமதைக் கூர்ந்தறிவ தெக்காலம்?

பூணுகின்ற பொன்அணிந்தால் பொன்சுமக்கு மோஉடலைக்
காணுகின்ற என்கருத்தில் கண்டறிவ தெக்காலம்?

செம்பில் களிம்புபோல் சிவத்தை விழுங்கமிக
வெம்பிநின்ற மும்மலத்தை வேறுசெய்வ தெக்காலம்?

ஆவியும் காயமும்போல் ஆத்துமத்து நின்றதனை
பாவி அறிந்துமனம் பற்றிநிற்ப தெக்காலம்?

ஊமை கனாக்கண்டு உரைக்கறியா இன்பம்அதை
தாம்அறிந்து கொள்வதற்கு நாள்வருவ தெக்காலம்?

எள்ளும் கரும்பும் எழுமலரும் காயமும்போல்
உள்ளும் புறமும்நின்று உற்றறிவ தெக்காலம்?

அன்னம் புனலை வகுத்தமிழ்தை உண்பதுபோல்
என்னை வகுத்துன்னை இனிக்காண்ப தெக்காலம்?

அந்தரத்தில் நீர்பூத்து அலந்தெழுந்த தாமரைபோல்
சிந்தைவைத்துக் கண்டு தரிசிப்ப தெக்காலம்?

பிறப்பும் இறப்பும் அற்றுப் பேச்சும்அற்று மூச்சும்அற்று
மறப்பும் நினைப்புமற்று மாண்டிருப்ப தெக்காலம்?

மன்னும் பரவெளியை மனவெளியில் அடைத்தறிவை
என்னுள் ஒரு நினைவை எழுப்பிநிற்ப தெக்காலம்?

தன்உயிரைக் கொண்டு தான்திரிந்த வாறதுபோல்
உன்உயிரைக் கொண்டு இங்கு ஒடுங்குவதும் எக்காலம்?

சேற்றில் கிளைநாட்டும் திடமாம் உடலைஇனிக்
காற்றில்உழல் சூத்திரமாய்க் காண்பதினி எக்காலம்?

என்வசமும் கெட்டு இங்கிருந்த வசம்அழிந்து
தன்வசமும் கெட்டுஅருளைச் சார்ந்திருப்பது எக்காலம்?

தன்னை மறந்து தலத்து நிலைமறந்து
கன்மம் மறந்து கதிபெறுவ தெக்காலம்?

என்னை என்னிலே மறைந்தே இருந்த பதிமறந்து
தன்னைத் தானேமறந்து தனித்திருப்ப தெக்காலம்?

தன்னையும் தானேமறந்து தலைவாசல் தாழ்போட்டே
உன்னை நினைத்துள்ளே உறங்குவதும் எக்காலம்?

இணைபிரிந்த போதில்அன்றி இன்பமுறும் அன்றிலைப்போல்
துணைபிரிந்த போதுஅருள்நூல் தொடர்ந்துகொள்வ தெக்காலம்?

ஆட்டம்ஒன்றும் இல்லாமல் அசைவுற்றும் காணாமல்
தோட்டம்அற்ற வான்பொருளைத் தேடுவது எக்காலம்?

முன்னை வினையால் அறிவு முற்றாமல் பின்மறைந்தால்
அன்னை தனைத்தேடி அமுதுண்ப தெக்காலம்?

கள்ளுண்டவர்போல் கனிதரும் ஆனந்தம் அதால்
தள்ளுண்டு நின்றபடி தடைப்படுவ தெக்காலம்?

நான்என்ற ஆணவமும் தத்துவமும் கெட்டொழிந்தே
ஏன்என்ற பேச்சுமின்றி இலங்குவதும் எக்காலம்?

நான்அவனாய்க் காண்பதெல்லாம் ஞானவிழியால் அறிந்து
தான் அவனாய் நின்று சரண் அடைவ தெக்காலம்?

ஆறாம் பாகம்

நெஞ்சுக்கு நிம்மதி
- பாகம் 6

நெஞ்சுக்கு நிம்மதி - அதுவே
ஆண்டவன் சந்நிதி

1
லௌகீகம்

"புதிதாய்ப் பிறந்த கன்றுக்குட்டி, தாய் ஊட்டும் காலத்தைத் தவிர மற்றப் போதெல்லாம் வெகு குதூகலத்துடன் துள்ளிக் குதிக்கின்றது. பெரியதாகி, நுகத்தடியை வைப்பதற்காகக் கழுத்தில் கயிறைக் கட்டியவுடன் அதன் குதூகலங்களெல்லாம் போய் விடுகின்றன. அதன் முகத்தில் துக்கக் குறி தோன்றுகிறது. உடம்பு எலும்பளவாய் மெலிகின்றது. அதுபோல, உலக விஷயங்களில் ஈடுபடாதிருக்கும் வரையில் ஒரு பையன் கவலையற்றுச் சந்தோஷ சித்தனாகவே இருப்பான். கல்யாணமாகி உலகக் கட்டு ஒன்று ஏற்பட்டுக் குடும்பப் பொறுப்பை வகிக்க வேண்டி வந்ததும், அவனுடைய சந்தோஷங்கள் எல்லாம் பறந்தோடி விடுகின்றன. முகத்தில் துக்கம், துன்பம், கவலை இவற்றைக் குறிக்கும் அடையாளங்கள் தோன்றுகின்றன; காலையில் வீசும் காற்றைப் போல சுயேச்சையாகவும், அன்றலர்ந்த பூவைப்போல புதியதாகவும், அழகிய பனித்துளியைப் போல பரிசுத்தமாகவும், ஆயுள் உள்ளளவும் பாலனாகவே இருப்பவன் எவனோ அவன்தான் பாக்கியவான்."

—இது பகவான் ராமகிருஷ்ணரின் அருள் வாக்கு.

வாழ்க்கை ஆறு வயதிலே தொடங்கி, அறுபது வயது வரை போகின்றதென்றால் ஒவ்வொரு ஐந்து வருடத்திலும் ஒவ்வொரு மாற்றமிருக்கிறது.

ஐந்தைந்து வருடங்களில் பாராளுமன்றங்களும், சட்ட சபைகளும், மந்திரி சபைகளும் மட்டும் மாறுவதில்லை; மனிதனுடைய மனதும் உடம்பும் மாறுகின்றன.

ஒவ்வொரு கோடை காலமும், பனிக்காலமும், மழை காலமும் அந்த வித்தியாசத்தை உணர்த்துகின்றன.

ஐந்து ஆண்டுகளுக்கு முன்புவரை, உதக மண்டலத்தின் குளிர் காற்று என் உடம்புக்கு மிகவும் இதமாக இருந்தது. இப்பொழுது சென்னை நகரத்து வாடை கூட ஒத்துக் கொள்வதில்லை.

எட்டு ஆண்டுகளுக்கு முன் நானும், முன்னாள் துணை வேந்தர் தெ.பொ.மீ. அவர்களும், தம்பி எம்.எஸ்.விஸ்வநாதனும், இந்திய

கம்யூனிஸ்ட் கட்சி எம்.எல்.ஏ. அம்பிகாபதியும் சோவியத் யூனியனுக்குச் சென்றிருந்தோம்.

மாஸ்கோ நகரத்துப் பனி மழையில் 'ஓவர் கோட்' இல்லாமல் அலைந்தோம்; பூட்ஸ் இல்லாமல் செருப்புக் காலோடு நடந்தோம்.

நகர மாந்தர் எங்களைப் பார்த்துத் திகைத்தார்கள்.

இப்போது, பனிக்காற்றை சுவாசித்தாலே எனக்கு முகம் வீங்கிக் கொள்கிறது.

காலங்களாலே பருவங்கள் மாறுகின்றன. பருவங்களாலே உடல் மனோநிலைகள் மாறுகின்றன. பொறுப்புகள் வருகின்றன.

நெஞ்சு நிறைய இருந்த நிம்மதி மெது மெதுவாகக் குறைந்து அந்த இடத்தில், துக்கமும் துயரமும் உட்காரத் தொடங்குகின்றன.

குரங்குகள் போல மரங்களில் தாவித் திரிந்த காலம் போய், யானையைப்போல ஒவ்வொரு படிக்கட்டிலும் காலை வைத்து பார்த்து இறங்க வேண்டிய நிலைமை வருகிறது.

இன்பத்துக்காக ஏங்கிய நெஞ்சு, இப்போது நிம்மதிக்காக ஏங்கத் தொடங்குகிறது.

லௌகீகத்தில் ஈடுபட்ட குடும்பஸ்தனுக்குப் பொறாமையும் குறையத் தொடங்குகிறது.

சலனமும், சபலமும் ஆட்டிப் படைக்கின்றன.
எங்கே நிம்மதி என்று தேடச் சொல்கிறது.
சிலரை வீட்டை விட்டு ஓடச் சொல்கிறது.
சிலரைத் தற்கொலைக்குத் தூண்டுகிறது.

பகவான் ஸ்ரீபரமஹம்சர் வேறொன்றும் கூறுகிறார்:

"சில வேளைகளில் மதப் பற்றுள்ள பக்தர்களுடன் சில லௌகீகர்களும் என்னிடம் வருகின்றனர். லௌகீகர்களுக்கு மத விஷயமான சம்பாஷணைகளில் விருப்பம் இருப்பதில்லை. ஈஸ்வரனைப் பற்றி பக்தர்கள் விரிவாகப் பேசிக் கொண்டிருக்கும் போது, இந்த லௌகீகர்கள் பொறுமை இல்லாமல் 'எப்போது திரும்பிப் போவது? இன்னும் எவ்வளவு நேரம் இங்கு இருக்கப் போகிறீர்கள்?' என்று ரகசியமாகக் கேட்கிறார்கள்; பக்தர்கள், 'கொஞ்சம் பொறு; போய்விடலாம்' என்கிறார்கள். அவர்களோ, 'அதுவரை நாங்கள் படகிலே உட்கார்ந்திருக்கிறோம்' என்று போய்விடுகிறார்கள்.

புறாவின் கழுத்தைத் தொட்டுப் பார்த்தால் அது பொறுக்கித் தின்ற தானியம், அதன் இரைப்பையில் இருக்கும். அதுபோலவே

அர்த்தமுள்ள இந்துமதம் - பாகம் 6

உலகப் பற்றுள்ளவனுக்கு அவனது விவகாரமே கழுத்தில் ஏறி நின்று கொண்டிருக்கும்."

கைவிலங்கு, கால்விலங்குகளை மாட்டிக் கொண்ட பிறகு நிம்மதியற்ற நிலை என்பது எல்லாருக்கும் வந்தே தீருகிறது.

ஆரம்பத்தில் இருந்தே துன்பங்களை விலக்கிக் கொண்டு வருவது எப்படி என்பதை, 'அர்த்தமுள்ள இந்து மதம்' நான்காம் பாகத்தில் சொன்னேன்.

இப்போது லௌகீகர்கள் எந்தெந்த வழியில் நிம்மதியை நாடலாம் என்பதை விவரிக்க வருகிறேன்.

திருத்தணி

2
இசையும்கலையும்

சங்கீதம் மனத்தை இளகச் செய்கிறது. கல்லைக் கனியாக்குகிறது.

தாலாட்டுப் பாடினால் தூக்கம் வருகிறது; சோக கீதம் பாடினால் அழுகை வருகிறது; காமரஸப் பாட்டில் உணர்ச்சி வெறி ஏறுகிறது; கடவுள் பக்திப் பாடலில் நெஞ்சம் நெகிழ்கிறது.

நமது கடவுள் வடிவங்கள் அனைத்துக்குமே, 'இசை' ஆதாரவடிவமாக நிற்கிறது.

வீணை இல்லாத கலைமகளா?

மத்தளம் இல்லாத நந்தியா?

புல்லாங்குழல் இல்லாத கிருஷ்ணனா?

நாட்டியம் ஆடாத நடராஜனா?

விஞ்ஞானத்தில் ஒரு உண்மை உண்டு.

சில வகையான அலைகள் உடம்பை ஆட்டிப் படைக்கின்றன.

நான்கு வேதங்களையும் ஓதும்போது, நான்கு வகையாக ஓதுகிறார்கள்.

அந்த ஒலி அலைகள் வானவெளியையும், சுவாசிக்கின்ற காற்றையும் சுத்தப்படுத்துகின்றன.

'ஓம்' என்கிற பிரணவ மந்திரத்தைக் கூட்டாக உச்சரிக்கும் போது, அந்த ஒலி இயற்கையில் எதிரொலிக்கிறது.

அவரைக் கொடிக்கு சங்கு ஊதினால் அது நன்றாகக் காய்க்கிறது.

இடைவிடாத கோயில் மணியோசையில் காற்றே சங்கீத மயமாகி விடுகிறது.

வீணை, வயலின், சிதார் போன்ற நரம்புக் கருவிகளில் பிறக்கும் இசை காது நரம்புகளைச் சுகப்படுத்தி, இதயத்தை மென்மையாக்குகிறது.

பூபாளம் பாடிக்கொண்டே பொழுது விடிகிறது.

ஆனந்த பைரவி பாடிக்கொண்டே உலகம் இயங்குகிறது.

நீலாம்பரி பாடிக்கொண்டே தூங்கப்போகிறது.

மல்லாரி ராகம் வாசித்தால் சுவாமியின் ரதம் கிளம்புகிறது.

அமிர்தவருஷிணி பாடினால் மழை பொழிகிறது.

புன்னாகவராளி பாடினால் பாம்பு கூடப் படம் எடுத்து ஆடுகிறது.

அறிவற்ற ஜந்துகளையும், அசையாப் பொருள்களையும் கூட இசை தன் வசப்படுத்திக் கொள்கிறது.

அந்த இசையின் மூலமும், நாட்டியத்தின் மூலமும் இயற்கையாகவே ஒரு நிம்மதியை மனிதன் பெற முடியும்.

ஆனால் இசை, சுதி சுத்தமாக இருக்க வேண்டும்.

நாட்டியம் ஆடும் பெண், பார்ப்பதற்கு லட்சணமாக இருக்க வேண்டும்.

பதம் பாடுகிறவர்கள் புரியும்படி பாட வேண்டும்.

பக்க வாத்தியங்கள் சுகமான இசை எழுப்ப வேண்டும். கோரமான வர்ண விளக்குகளால் கண்ணைக் கெடுக்கக் கூடாது.

நாட்டியம் ஆடுபவர்கள் பச்சை, மஞ்சள், சிவப்பு, இளம் வெள்ளை முதலிய ஆடைகளையே அணிந்திருக்க வேண்டும்.

இசையும் நாட்டியமும் ஒன்றை விட்டு ஒன்றைப்பிரிக்க முடியாதபடி இருந்தால், அதைப் பார்ப்பவனையும் கேட்பவனையும் அதைவிட்டுப் பிரிக்க முடியாது.

அந்த லயத்தின் பெயரே சுகம்; அந்தச் சுகத்தில் கிடைப்பதே நிம்மதி.

எனக்கு பிடித்த ராகங்கள் ஆனந்தபைரவி, சுபபந்து வராளி, மோகனம், சாருகேசி, சகானா, காம்போதி, சங்கராபரணம் ஆகியன.

மற்றும் சில ராகங்களும் உண்டு.

திருமண வீட்டில் தாலி கட்டும் போது வாசிக்கப்படுவது, ஆனந்த பைரவி. அந்த நேரத்திற்கு அது எவ்வளவு பொருத்தமான ராகம்!

அந்த ராகம் காதில் விழும்போதே, கவலைகள் மறந்து விடுகின்றன.

மேல் நாட்டு இசை என்ற பெயரில், டபரா டம்ளர்களைப் போட்டு அடித்து, உயிரை வாங்குகிறார்கள் இப்போது?

வாத்தியங்களிலும் அமங்கல வாத்தியங்கள் உண்டு. அவை தாரை, தம்பட்டை, கொம்பு முதலியன.

அவை வெறியை எழுப்புகின்றன.

போர் வீரனையும், யானைகளையும் கிளப்பி விடவே அந்நாளில் அவை பயன்படுத்தப்பட்டன.

ஊதுவத்தி வாசனையில் கூட மங்கலம், அமங்கலம் என்ற இரண்டு வகை உண்டு.

ஒரு வகையான ஊதுவத்தி இறந்து போனவர்களின் சடலத்தின் அருகே வைக்கப்படுவது. மற்றொன்று சுப காரியங்களுக்குப் பயன்படுத்தப்படுவது.

அதுபோலவே வாத்தியங்களிலும் அமங்கலம் உண்டு.

கச்சேரியில், அமங்கல ராகங்களைப் பாகவதர்கள் பாடாமல் இருப்பது நல்லது.

முகாரி ராகம், கேட்பவனுக்கு நாளைய பொழுதைப் பற்றிய கவலையை எழுப்புகிறது.

இன்ப ராகங்கள் நம்பிக்கையை உண்டாக்குகின்றன.

வீட்டிலே தகராறு, நிம்மதி இல்லை என்றால் கலை நிகழ்ச்சியில் போய் உட்காருங்கள்.

நமது இசையில், பக்தி ரஸத்தோடு காம ரஸமும் அதிகம் கலந்திருப்பதற்குக் காரணம் இதுதான்.

ஞானத்தைப் போலவே காமமும் ஒரு நிலை யோகம். சிற்றின்ப ரஸம் ஒரு வகையான நம்பிக்கையை ஊட்டுகிறது.

கண்ணனைப் பற்றிப் பாடிய ஆண்டாளும், காதல் உணர்வுகளையே ஒரு வகை ஞானமாக வெளியிட்டாள்; அல்லது ஞானத்தை காதல் வழியே காட்டினாள்.

'கட்டியணைத்தேன்; முத்தம் கொடுத்தேன்' என்றெல்லாம் பாடப்படும் காதல் பாடல்கள், நிம்மதியற்ற லௌகீகனுக்கு ஒரு நிம்மதி ஏற்படுத்தவே ஏற்பட்டன.

முழுக்க ஞான மார்க்கத்தை உபதேசிக்கும் ஞானிகள், தாங்கள் இருக்கும் உயர்ந்த நிலை கருதி இதை வெளிப்படையாகச் சொல்ல வெட்கப்படுவது நியாயமே!

ஆனால், உலக வாழ்க்கையில் உள்ளவனின் நிம்மதிக்கு வேறு வகையான வழிகளையும் அவர்கள் சுட்டிக் காட்டி இருக்கிறார்கள்.

என்னைப் பொறுத்தவரை இந்து மதம் ஒப்புக் கொண்டுள்ள சில உண்மைகளை, பச்சையாகவும், பகிரங்கமாகவும் சொல்லிக் குடும்பஸ்தனுக்கு அமைதியைத் தருவது நல்லது என்று கருதுகிறேன்.

காமம் அல்லது காதல் என்பது மத விரோதமானது அல்ல என்பதால்தானே கம்பனுக்குப் பிறகு அருணகிரி நாதராயினும், ஆண்டாளாயினும், மற்றும் ஆழ்வார்கள் நாயன்மார்களாயினும், அனைவருமே அதைப் பக்தியோடு கலந்து கொடுத்திருக்கிறார்கள்.

இன்ப உணர்வின் போது பல பிரச்சினைகள் மறக்கப்படுகின்றன.

அதை இசையிலே கேட்கும் போது கேள்விச் சுகமே கூடப் போதுமானதாக இருக்கிறது.

கண்டு, கேட்டு, உண்டு, உயிர்த்து அனுபவிப்பதை விட இசைக் காமத்தில் ஆன்மாவுக்கு ஒரு லயம் இருக்கிறது.

சுகமான சங்கீதம், சுகமான பாடல் – நெஞ்சுக்கு நிம்மதி.

நம்முடைய இசையின் தாத்பரியத்தைக் காஞ்சிப் பெரியவர்கள் கீழ்க்கண்டவாறு சொல்லுகிறார்கள்.

இசையின் மூலமாகவே ஈஸ்வர அனுபவத்தைப் பெற முடியும் என்பது அவர்களது வாதம்.

அவர்களது பொன்மொழிகள் அப்படியே இங்கே தரப்படுகின்றன:

கல்வித் தெய்வமான சரஸ்வதி, கையிலே வீணை வைத்திருப்பது எல்லாருக்கும் தெரியும். பரமேசுவரனின் பத்தினியான சாக்ஷாத் பராசக்தி கையிலே வீணை வைத்திருப்பதாகக் காளிதாஸர் ‘நவரத்னமாலா’ ஸ்தோத்திரத்தில் பாடுகிறார். அம்பாள் விரல் நுனியால் வீணையை மீட்டிக் கொண்டிருப்பதாகவும், ஸரிகமபதநி என்ற ஸப்த சுரங்களின் மாதுரியத்தில் திளைத்து ஆனந்திப்பதாகவும் பாடுகிறார்.

ஸரிகம பதநி ரதாம் தாம்
வீணா ஸங்கராந்த காந்தஹெஸ் தாந் தாம்!

அப்படிச் சங்கீதத்தில் மூழ்கியுள்ள ‘சிவகாந்தா’ (சிவனின் பத்தினி) சாந்தமாகவும் (அமைதியாகவும்), ம்ருதுனஸ்வாந்தா

வாகவும் (மென்மையான திருவுள்ளம் படைத்தவளாகவும்) இருக்கிறாள் என்கிறார் காளிதாசர். அவளை நமஸ்கரிக்கின்றேன் என்கிறார்.

சாந்தாம் ம்ருதன ஸ்வாந்தம்
குசபரதாந்தாம் நமாமி சிவகாந்தம்!

அவர் சுலோகத்தைச் செய்துகொண்டு போயிருக்கிற ரீதியைக் கவனித்தால், அம்பிகை ஸங்கீதத்தில் அமிழ்ந்திருப்பதாலேயே சாந்தஸ்வரூபிணியாக ஆகியிருக்கிறாள் என்று தோன்றுகிறது. அதேபோல ஸங்கீத அனுபவத்தினால் தான் அவளுடைய உள்ளம் மிருதுளமாக புஷ்பத்தைப் போல மென்மையாக, கருணாமயமாக ஆகியிருக்கிறது என்று தொனிக்கிறது.

சாக்ஷாத் பராசக்தியை இப்படிச் சங்கீத மூர்த்தியாக பாவிக்கும் போது அவளுக்குச் சியாமளா என்று பெயர். ஸங்கீதத்தில் தோய்ந்து ஆனந்தமாகவும், சாந்தமயமாகவும் குழந்தை உள்ளத்தோடும் உள்ள சியாமளாவைத் தியானித்தால் அவள் பக்தர்களுக்குக் கருணையைப் பொழிவாள். அவளது மிருதுவான இதயத்திலிருந்து கருணை பொங்கிக் கொண்டேயிருக்கும். தெய்வீகமான ஸங்கீதம் ததும்பும் சந்நிதியில், சாந்தமும் ஆனந்தமும் கைகூடும். இந்த ஸ்லோகத்திலிருந்து ஸங்கீதமானது ஆனந்தம், சாந்தம், மிருதுவான உள்ளம், கருணை, அன்பு ஆகிய எல்லாவற்றையும் அளிக்கும் என்று தெரிகிறது.

வேத அத்தியாயனம், யோகம், தியானம், பூஜை இவற்றைக் கஷ்டப்பட்டு அப்பியசிப்பதால் கிடைக்கிற ஈசுவரானுபவத்தைத் தெய்வீகமான ஸங்கீதத்தின் மூலமும், நல்ல ராக, தாள, ஞானத்தின் மூலமும் சுலபமாகவும், சௌக்கியமாகவும் பெற்று விடலாம். இப்படி தர்ம சாஸ்திரம் எனப்படும், ஸ்மிருதியைத் தந்திருக்கும் யக்ஞவல்கிய மஹரிஷியே சொல்லியிருக்கிறார். வீணாகானத்தை அவர் குறிப்பிட்டுச் சொல்லியிருக்கிறார்.

'அப்ரயத்னேஷ்'... கடுமையான முயற்சி இல்லாமலே—ஸங்கீதத்தில் மோக்ஷமார்க்கத்தில் போய்விடலாம் என்கிறார். நம் மனத்தைத் தெய்வீகமான ஸங்கீதத்தில் ஊற வைத்து, அதிலேயே கரைந்து போகச் செய்தால் கஷ்டமில்லாமல் ஈசுவரனை அனுபவிக்கலாம். நாம் பாடி, அனுபவிக்கும் போதே இந்த ஸங்கீதத்தைக் கேட்கிறவர்களுக்கும் இதே அனுபவத்தைத் தந்து விடலாம். வேறு எந்தச் சாதனையிலும் பிறத்தியாருக்கும் இப்படிச் சமமான அனுபவ ஆனந்தம் தர முடியாது. ஸங்கீதம் என்ற மார்க்கத்தின் மூலம், தங்கள் இதயங்களைப் பரமேசுவரனிடம்

சமர்ப்பணம் செய்த தியாகராஜர் போன்ற பக்தர்கள், ஸங்கீதமே சாக்ஷாத்காரத்தைத் தரும் என்பதற்குச் சாட்சிகளாக இருக்கிறார்கள்.

அம்பாள் தான் பிரம்மத்தின் சக்தி, நாதம் ஈசுவரன் அல்லது, பிரம்மா. அம்பாள் ஸங்கீதத்தில் சொக்கி ஆனந்தமாயிருக்கிறாள் என்றால், பிரம்மாவும் சக்தியும் வேறு வேறாக இல்லாமல் ஒன்றிய அத்வைத ஆனந்தத்தையே குறிக்கும். அம்பாள் தன் இயற்கையான கருணையைப் பொழிந்து, ஸங்கீதத்தின் மூலம் அவளை உபாஸிப்பவர்களது ஆன்மா பரமாத்மாவிலேயே கரைந்திருக்குமாறு அருளுகிறாள்.

நமது தொண்டை என்கிற மாமிச வாத்தியத்தில் காற்றைப் புரட்டுகிறோம். தவிர ஸங்கீத வாத்தியங்கள் பல இருக்கின்றன. எல்லாவற்றிலும் இந்தப் புரட்டல் மாத்திரம் பொது. தவில், மிருதங்கம், கஞ்சிரா போன்ற சர்ம வாத்தியங்களில் தோலில் புரட்டுகிறார்கள். வீணை, பிடில், தம்புரா போன்ற நரம்பு வாத்தியங்களில் தந்தியில் புரட்டுகிறார்கள். இந்த வாத்தியங்களில் புரட்டுகளுக்கு நடுவே இழைந்து வரும் ‘அனுரணனம்’ என்ற இழைப்பு ஒலி நயமான இன்பம் தருகிறது. ஒரு தரம் மீட்டினால் உண்டாகும் ஒலி இழுத்துக் கொண்டே நிற்கிறது. முதல் மீட்டில் உண்டான ஒலி நீடித்து, இரண்டாவது மீட்டில் எழும்பும் ஒலியோடு தழுவி நிற்கிறது. இதுவே ‘அனுரணனம்.’ புல்லாங்குழல், நாயனம் போன்ற துவாரமுள்ள தந்திர வாத்தியங்களில், காற்றைப் புரட்டுகிறார்கள். ஹார்மோனியமும் ஒரு விதத்தில் வாத்தியந்தான். அதில் வாய்க்குப் பதில் துருத்தி இருக்கிறது. புல்லாங்குழலிலும், நாயனத்திலும் துவாரங்களை விரலால் மாற்றி மாற்றி அடைத்துத் திறக்கிறார்கள் என்றால், ஹார்மோனியத்தில் பில்லைகளை மாற்றி மாற்றி அழுத்தி எடுக்கிறார்கள். தத்துவம் ஒன்று தான்.

சப்தத்தைப் புரட்டுவதோடு அங்கங்களையும் புரட்டி விட்டால் நாட்டியக் கலை உண்டாகிறது. சங்கீதத்தை காதால் கேட்டு, அர்த்த ஆனந்தமும், ஸ்வர ஆனந்தமும் பெறுகிறோம். நாட்டியத்தில் இவற்றோடு ‘கண்ணால் பார்த்து ‘அங்காசர்ய’ ஆனந்தமும் (அங்கங்களை முறைப்படி அசைப்பதால், புரட்டுவதால் ஏற்படும் இன்பமும்) பெறுகிறோம்.

நவரஸ உணர்ச்சிகளை விளக்குகிற அங்க அசைவான அபிநயம் மட்டுமல்லாமல், நவரஸமில்லாத வெறும் அங்க சரிய (அங்கப் புரட்டு) மட்டுமே ஆனந்தம் தருவது உண்டு என்பதால் தான், நிருத்தம் என்ற கலை ஏற்பட்டிருக்கிறது. ஈசுவரனுக்குச் செய்கிற அறுபத்து நாலு உபசாரங்களில், சங்கீதத்தோடு கூட நிருத்தமும்

உபசாரமாகச் சொல்லப்படுகிறது. கீர்த்தனத்தில் சப்தம், அர்த்தம், லயம் யாவும் சேர்ந்து இன்பம் தருகின்றன. சுரம் பாடும்போது, சப்தமும், லயமும் மட்டும் இன்பம் தருகின்றன. ராக ஆலாபனத்தில் வெறும் சப்தம் மாத்திரம் ஆனந்தம் தருகிறது அல்லவா? நிருத்தத்தில் வெறும் அங்கசரியை மட்டும் லயத்தோடு சேர்த்து ஆனந்தம் தருகிறது.

இந்தக் கலைகள் யாவும் காந்தர்வ வேதம் எனப்படும். காந்தர்வர்கள் உற்சாகப் பிறவிகள்; அவர்கள் எப்பொழுதும் பாடிக் கொண்டும் ஆடிக் கொண்டும் இருப்பார்கள். மனதுக்கு உற்சாகம் தரும் கலைகளுக்கு இதனாலேயே, காந்தர்வ வேதம் எனப் பெயர் ஏற்பட்டிருக்கிறது.

3
சேவையில் நிம்மதி

'பிறருக்குச் சேவை செய்வதே, பிறவி எடுத்ததன் பயன்' என்பார்கள்.

நாட்டுக்காகவே தங்களை நேர்ந்து கொண்டுவிட்ட ஞானிகளும், தலைவர்களும், இந்தப் பரதக் கண்டத்தில் ஏராளமாக வாழ்ந்திருக்கிறார்கள்.

சுயநலமும் இங்கேதான் அதிகம்; பொது நலமும் இங்கே தான் அதிகம்.

ஆதி சங்கரர், ராமானுஜர், மகாவீரர், புத்தர் ஆகிய சமய ஞானிகள்; காந்திஜி போன்ற தேசத் தலைவர்கள்; இவர்களெல்லாம் சேவைக்கென்றே தங்களை அர்ப்பணித்துக் கொண்டார்கள்.

அந்த வரிசையில், நம் கண் முன்னால் வாழ்ந்து கொண்டிருக்கும் கலியுகத்தின் கண்கண்ட தெய்வம் ஸ்ரீ காஞ்சிப் பெரியவர்கள்; பிஞ்சுப் பருவத்திலேயே தன்னை ஒழுக்கச் சேவைக்கு ஒப்படைத்துக் கொண்டவர்.

கொடிய நாத்திகன் கூட நாக்கிலே பல்லைப் போட்டு, அவர்கள் மீது ஒரு குற்றத்தைச் சுமத்த முடியாது.

ஒரே நாளில் கோடி ரூபாய் வேண்டுமென்றாலும், 'செக்'கிலே கையெழுத்துப் போட்டுக் கொடுத்து, அதை அவரையே நிரப்பிக் கொள்ளச் சொல்லக் கூடியவர்கள் இந்த நாட்டில் ஏராளமான பேர் இருக்கிறார்கள்.

ஆனால், மறந்தும் கூட அவர் செல்வத்தை நினைத்து அறியாதவர்.

எந்தக் காரியத்துக்கும் பிறரை அண்டி அறியாதவர்.

தன்னுடைய உயர்ந்த ஸ்தானத்தை ஒருவகைக் 'கறை'யும் இல்லாமல் காப்பாற்றியவர்.

இந்து சமயத்துக்கும் மனித குலத்துக்கும் அவர் ஆற்றியுள்ள சேவைகள் கணக்கிலடங்காதவை.

அண்மையில் தேனம்பாக்கம் குடிசையில், ஒன்பதரை மணிக்கு நான் அவரைச் சந்தித்தேன்.

இந்த நாட்டின் பிரதமராக இருந்த திருமதி. இந்திரா காந்திக்குக் கிடைக்காத ஓர் அரிய வாய்ப்பு எனக்குக் கிடைத்தது.

இந்திரா காந்தி ஒரு மணி நேரம் காத்துக் கொண்டிருந்தும் கூட அவரோடு ஒரு வார்த்தை பேச முடியவில்லை.

ஆனால், நான் வந்திருப்பதாக ஜன்னல் வழியாகச் செய்தி சொல்லப்பட்டதும், தூங்கிக் கொண்டிருந்த பெரியவர்கள் அரிக்கேன் விளக்கை ஏற்றிக் கொண்டு எழுந்து வந்து விட்டார்கள்.

என்னை அழைத்துச் சென்றவர்கள், காஞ்சிபுரம் சங்கரபக்த ஜனசபாவைச் சேர்ந்த திரு.வைத்தியும், வைத்தாவும் ஆவார்கள்.

ஸ்ரீ பெரியவர்கள், தான் தங்கியிருக்கும் குடிலின் நிலைப்படியிலேயே ஒரு பாயைப் போட்டுக்கொண்டு உட்கார்ந்து விட்டார்கள்.

என்னோடு நாற்பத்தைந்து நிமிஷம் பேசிக் கொண்டிருந்தார்கள்.

குலசேகர ஆழ்வாரைப் பற்றியும், கொங்கு நாட்டைப் பற்றியும், மலையாள மொழியைப் பற்றியும் விவாதித்தார்கள்.

''எனக்கு ஆரோக்கியம் வேண்டும்'' என்று யாசித்தேன்.

''நல்ல சேவை செய்யிறே. நல்லா இருப்பே!'' என்று ஆசீர்வதித்தார்கள்.

''வர்றவா! எல்லாம் உன்னைப் பத்தித்தான் சொல்றா!'' என்றார்கள்.

அந்த முக்கால் மணி நேரத்தில், ஆண்டவனுடனேயே பேசிக் கொண்டிருப்பதாக எனக்குத் தோன்றியது.

சேவை, சேவை; சேவையைத் தவிரத் தனது தேவை என்றே ஒன்றை அறியாத ஒரு மகாத்மாவின் முன்னால் நான் கைகட்டி மெய்மறந்து நின்றேன்.

இரவு வெகு நேரம் ஆகியும் கூட எனக்காக அவர்கள் எழுந்து வந்ததும், என்னிடம் மனம் விட்டுப் பேசியதுமே எனக்குக் கிடைத்த புது ஆரோக்கியமாகத் தோன்றியது.

அவர்களுடைய நிம்மதி நமக்கெல்லாம் இருந்தால் போதாதா?

நீண்ட காலத் தன்னலத் துறப்பும், சேவையுமே அவருக்கு நிம்மதியைத் தந்து, சமயத்து மக்களுக்கும் நிம்மதியைத் தந்திருக்கின்றன.

அர்த்தமுள்ள இந்துமதம் - பாகம் 6

அவரைப் போல நாம் ஆக முடியாது.

விஞ்ஞானத்தின் நாகரீக வசதிகள் எதையும் பயன்படுத்திக் கொள்ளாமல் மண்ணெண்ணெய் விளக்கும், தன் கை விசிறியுமாய் அவர் வாழ்கிறார்.

சீடர்களைக் கூப்பிட்டுக் கை கால் பிடிக்கச் சொல்லும் பழக்கம் கூட அவருக்குக் கிடையாது.

காம, குரோத, லோப, மத, மாச்சரியங்கள் அனைத்தையும் துறந்தவர்.

சில பிராமண நண்பர்கள் அரசியலில் தேர்தலுக்கு நிற்பார்கள். ஸ்ரீ பெரியவர்களிடம் உள்ள ஈடுபாட்டின் காரணமாக அவரிடம் சென்று ஒரு ஸ்ரீ முகம் கேட்பார்கள். யாரையும் அவர் ஆதரிக்க மறுத்து விடுவார்.

அரசியல் சிக்கலில் மாட்டிக் கொள்ளாத ஒரே பீடம், காஞ்சி காமகோடி பீடம்தான்.

அவர் லௌகீகத்தில் ஈடுபட்டவர் அல்ல என்றாலும், லௌகீகவாதிகள் எப்படி வாழ்வது என்பதை அவரிடம் கற்றுக் கொள்ள வேண்டும்.

விலங்கு இருந்தால் தானே கால் வலிக்கும்; பணம் இருந்தால் தானே தூக்கம் கெடும்.

அவரிடம் இருந்து நாம் கற்றுக் கொள்ள வேண்டியது, பொதுச் சேவை.

முடிந்தால் பத்துப் பேருக்கு உதவு; இல்லையென்றால் தெருவிலே போகும் போது, கண்ணாடித் துண்டு கிடந்தால் அதை எடுத்துக் குப்பைத் தொட்டியில் போட்டு விட்டுப் போ.

சாலையில் காரில் அடிபட்டு ஒரு நாய் கிடந்தால் அதை எடுத்து அடக்கம் செய்.

அநாதைப் பிணத்துக்குத் தோள் கொடுத்துச் சுடுகாட்டுக்குத் தூக்கி கொண்டு போ.

ஆபத்தில் சிக்கிச் கொண்ட யோக்கியனுக்குக் கைகொடு.

சேவை செய்யும் போது பலனை எதிர்பார்க்காதே.

உயர்ந்த இடம் கிடைக்கும் என்ற நோக்கத்தோடு சேவை செய்யாதே.

தண்ணீரில் வாழுகின்ற மீன் அதை விட உயர்ந்த பாலிலே வாழும்படி கெஞ்சினாலும் வாழாது. வாழ முடியாது.

நம்முடைய உள்ளங்கையிலே எவ்வளவு சாதம் அடங்குமோ அதன் பேர்தான் கவளம்.

'இது நமது கடமை' என்று ஒரு சேவையைச் செய்.

ஊருக்குச் செய்ய முடியாவிட்டாலும் உன் குடும்பத்துக்குச் செய். அதன் பெயரும் சுய தர்மம்தான்.

பொதுச் சேவை என்ற பெயரில் அரசியலில் ஈடுபடுவதனால் நாட்டுக்கு அதனால் பயன் இருந்தாலொழிய, எந்தத் தலைவனையும் நம்பி இறங்காதே.

வில்லங்கங்கள் இல்லாத சேவையில் ஒரு நிம்மதி இருக்கிறது.

மிக முக்கியமான சேவை, தாய்க்கு மகன் செய்யும் சேவையாகும்.

வங்காளத்து இந்துக்கள், காலையிலேயே தாயை வணங்குகிறார்கள். ஒரு தட்டிலே தன் தாயின் சுத்தமான காலை வைத்து, அதைக் கங்கா தீர்த்தத்தால் கழுவி, அந்தத் தண்ணீரையே குடிக்கிறார்கள்.

பெரும்பாலான வங்காள குடும்பங்களில், மாமியார் மருமகள் சண்டை பார்க்க முடியாது.

சுவாமி விவேகானந்தர் சொன்னார்:

''மனைவி என்ற இடத்தில் இந்தியப் பெண்மணி வகிக்கும் நிலை என்ன?' என்று நீங்கள் கேட்கிறீர்கள். 'அமெரிக்கக் குடும்பத்தில் அன்னைக்கு அளிக்கப்படும் நிலை யாதோ? ஈன்றெடுத்துப் புகழுக்கெல்லாம் பாத்திரமான அன்னையின் நிலை என்ன? ஒன்பது மாதங்கள் எனக்குத் தன் உயிரைத் தரக்கூடிய அவள் எங்கே? நான் எவ்வளவு தீயோனானாலும், எவ்வளவு இழிந்தவனானாலும் தன் அன்பு என்றும் மாறாத தாயின் நிலை எது? ஒரு சிறிது யான் அவளைத் தவறாக நடத்தியதும், உடனே மணமுறிவு வேண்டி நீதிமன்றம் செல்லும் மனைவியோடு ஒப்பிடுங்கால், அத்தாய் எங்கே? ஓ! அமெரிக்க மங்கையரே! அவள் எங்கே? எங்கே? நான் அவளை உங்கள் நாட்டில் காணவில்லை! நாங்கள் இறக்கினும், எங்கள் மனைவியரும் மக்களும் அவளுடைய இடத்தை அடைய வேண்டுமென்று விழைய மாட்டோம். எங்கள் தாய்! அவளுக்கு முன்னால் நாங்கள் இறப்பதாயின், அவள் மடியில் மீண்டும் தலை வைத்தே இறக்க ஆசைப்படுவோம்! அவள் எங்கே ? பெண் என்பது வெறும் உடலோடு மட்டும் உறவுபடுத்தக் கூடிய ஒரு பெயர்தானா? ஆ! ஊன் ஊனோடு ஒட்டிக் கொண்டிருக்க வேண்டும் என்பதைப்

அர்த்தமுள்ள இந்துமதம் – பாகம் 6

போன்ற லட்சியங்களை எல்லாம் கண்டு இந்தியா நெஞ்சு நடுங்குகிறது! இல்லை! இல்லை! மங்கையே, மெய்யோடு தொடர்புடைய எதனோடும் உன்னைத் தொடர்பு படுத்துதல் கூடாது. என்றென்றைக்கும் அப்பெயர் புனிதமாக்கப்பட்டு விட்டது. காமம் என்பதே என்றும் அணுகாத, தீய நினைவுகள் என்றும் நெருங்காத ஒரு பெயர்தான் தாய். அதுதான் இந்தியாவின் இலட்சியம்.

உங்களில் கத்தோலிக்கத் திருச்சபையைச் சேர்ந்த பிச்சையேற்கும் சந்நியாசிகள் இருக்கிறார்கள் அல்லவா? எங்கள் நாட்டில் அது போன்று ஓர் ஒழுக்க முறையைப் பின்பற்றும் ஒரு பரம்பரை இருக்கிறது. நான் அதைச் சார்ந்தவன். விளங்கக் கூற வேண்டுமானால் ஆடை முதலியன அதிகம் இன்றி வீடுதோறும் சென்று பிச்சை ஏற்று அதனால் உயிர் வாழ்ந்து, மக்கள் விரும்பும்போது உபதேசித்து, கிடைத்த இடத்தில் உறங்குவது போன்ற ஒரு நெறியைப் பின்பற்றுவோர், ஒவ்வொரு பெண்மணியையும், 'தாயே' என்றுதான் அழைக்க வேண்டும். ஒவ்வொரு பெண்ணையும் சிறுமியையும் கூட 'அம்மா' என்றுதான் அழைக்க வேண்டும். இது தான் என் நாட்டுப் பழக்கம். மேற்கு நாட்டுக்கு வந்தும் அதே பழக்கம் நிலைபெற்ற காரணத்தால், பெண்களைப் பார்த்து 'ஆம் தாயே' என்ற போது அவர்கள் திடுக்கிட்டார்கள். அவர்கள் ஏன் அப்படி அஞ்சி நடுங்க வேண்டும் என்பது எனக்கு விளங்கவில்லை. பிறகே காரணத்தைக் கேட்டறிந்தேன். 'தாய்' என்றால் வயது முதிர்ந்தவள் என்று அவர்கள் எண்ணுவதே அதற்குக் காரணம். மிகச் சிறந்ததான, தன்னலம் கருதாத, துயரெல்லாம் பொறுக்கும், என்றும் மன்னிக்கும் தாய்மையே இந்தியப் பெண் இனத்தின் இலட்சியம். மனைவி, பின்னே நிழல் போன்று நடந்து வருவாள். மனைவி, தாயின் வாழ்க்கையை அடியொற்றி நடக்க வேண்டும். அதுவே அவள் கடமை. ஆனால், தாயே அன்பின் உருவம்; அன்னையே வீட்டை ஆள்பவள்; வீட்டிற்குத் தலைவியும் அவளே. குழந்தை குறும்பு செய்தால், அதைக் கண்டிப்பவன் தந்தை. எப்போதும் குழந்தைக்கும், தந்தைக்கும் இடையே புகுந்து அணைப்பவள் தாய். இது இந்தியாவில் உள்ள நிலை. இங்கே இதற்கு நேர்மாறாய் இருப்பதை நீங்கள் காண்பீர்கள். குழந்தையைக் கடிந்து கொள்வது தாயின் தொழில்; பாவம் அப்பாவியான தந்தை குறுக்கிட்டுச் சமாதானம் செய்பவன். இலட்சியங்கள் எப்படி வேறுபடுகின்றன; கவனித்தீர்களா? நான் குறை கூறுவதாக எண்ணக் கூடாது. நீங்கள் செய்வது முற்றிலும் நன்றே, ஆனால், எங்கள் வழியோ பல ஊழிகளாய்ப் போதிக்கப்பட்டு வழிவழியாக வருவது.

பிள்ளையைச் சபிக்கும் தாயைப் பற்றி நீங்கள் கேள்விப்பட இயலாது. அவள் சுபாவம் எப்போதும் மன்னிக்கும் சுபாவமே! எப்பொழுதும் மன்னிப்பே! 'பரலோகத்திலுள்ள எங்கள் பிதாவே' என்று சொல்வதற்கு மாறாக, நாங்கள் எப்போதும் 'தாயே' என்றுதான் கூறுவோம். அக்கருத்தும், அச்சொல்லும் இந்தியர் நெஞ்சிலே என்றும் எல்லையற்ற அன்புடன் தொடர்பு கொண்டிருக்கின்றன. நிலையற்ற நம் உலகிலே, அன்னையின் அன்பே ஆண்டவன் அன்பிற்கு அண்மையிலே அமைந்து கிடப்பது. 'அம்மா தாயே கருணை காட்டுக; நான் தீயோனாக, பல குழந்தைகள் தீயவர்களாக இருந்திருக்கிறார்கள்; ஆனால், தீய தாய் ஒரு போதும் இருந்ததில்லை' என்றார் மகான் ராமப்பிரசாதர். இதுதான் இந்தியாவின் நிலை."

அத்தகைய தாயைத் தெய்வமாகக் கருதி, அவளுக்குச் செய்யும் சேவையை முதற்சேவையாகக் கொள்ளவேண்டும்.

நல்ல மனைவி வாய்த்தவன், அந்த மனைவிக்கே கூடச் சேவை செய்வதில் தவறில்லை.

சேவை தாயிடம் தொடங்கி, தாய் நாடு என்று வளர்ந்து, தெய்வ சேவையில் முடிவடைகிறது.

இத்தகைய சேவைகளில் தன்னை அர்ப்பணித்துக் கொண்டவன், இருக்கின்ற ஆடைகளை அணிந்து கொள்ளுவான்; ஆனால் அதை அழுக்கில்லாமற் பார்த்துக் கொள்ளுவான்.

கிடைக்கின்ற உணவைச் சாப்பிடுவான். ஆனால், அது ஆரோக்கியமானதா என்பதை மட்டும் கவனிப்பான்.

எல்லாவற்றுக்கும் மனதுதான் காரணம்.

இந்த நிலையை, 'இயக்கத்தில் இயங்காமை' என்பார்கள்.

அதாவது இயங்கிக் கொண்டே இயங்காமல் இருப்பது.

கடலின் மேற்பகுதி இயங்கும்போது அடிப்பகுதி இயங்காமல் இருக்கிறதல்லவா? அதுபோல.

ஒரு நாள் சமைக்க முடியாது என்று மனைவி படுத்து விட்டால், இவன் தானே சமையல் செய்வது என்று சந்தோஷமாக ஆரம்பிப்பான்; அதைப் பார்த்து அவளே வந்து சேர்ந்து கொள்வாள். நிம்மதி வந்து விடும்.

அடம் பிடிக்கின்ற பிள்ளையை அடிக்க மாட்டான்; அரவணைத்துக் கொண்டு போவான்.

துரோகம் செய்கின்ற நண்பர்களை மன்னித்து விட்டு, விலகி விடுவான்.

கூலியைக் குறைத்துக் கொடுக்கும் முதலாளிக்கு 'கடவுள் கூலி கொடுப்பார்' என்று நிம்மதியடைவான்.

நோய் வரும்போது, 'இது கர்மவினை' என்று ஆறுதல் அடைவான்.

கடன் வரும்போது, அமைதியாக அதனைச் சமாளிப்பான்.

தாயின் சேவையில் வாழ்வைத் தொடங்குகிறவன், தர்மம் தவறிப் போக மாட்டான்.

இறுதியில் தெய்வத்தோடு ஐக்கியமடைவான்.

உலகத்துக்கு அவனே தெய்வமாகக் காட்சியளிப்பான்.

இப்போதும் சேவையைப் பற்றி உங்களிடம் பேசுவதற்கு நான் காஞ்சிப் பெரியவர்களையே துணைக்கு அழைக்கிறேன்!

''மனிதனாகப் பிறந்தவனுக்கு எவ்வளவோ பாக்கியங்கள் உண்டு. எல்லாப் பாக்கியங்களுக்கும் மேலான பாக்கியம் பிறருக்கு சேவை செய்வதே.

சேவை என்று தெரியாமலே, அனைவரும் நமது குடும்பத்துக்காகச் சேவை செய்கிறோம். அதோடு, நமக்குச் சம்பந்தமில்லாத குடும்பத்துக்கும், ஊருக்கும், நாட்டுக்கும், சர்வதேசத்துக்கும் நம்மால் முடிந்த சேவை செய்ய வேண்டுமென்கிறேன். நமக்கு எத்தனையோ கஷ்டங்கள். உத்தியோகத்தில் தொந்தரவு, சாப்பாட்டுக்கு அவஸ்தை, வீட்டுக் கவலை - இத்யாதி இருக்கின்றன. நம் சொந்த கஷ்டத்திற்கு நடுவில் சமூக சேவை வேறா என்று எண்ணக் கூடாது. உலகத்துக்குச் சேவை செய்வதாலேயே சொந்தக் கஷ்டத்தை மறைக்க வழி உண்டாகும். அதோடு கூட, 'அசலார் குழந்தைக்குப் பாலூட்டினால் தன் குழந்தை தானே வளரும்' என்றபடி, நம்முடைய பரோபகாரத்தின் பலனாய் பகவான் நிச்சயமாக நம்மைச் சொந்தக் கஷ்டத்திலிருந்து கை தூக்கி விடுவான். ஆனால், அதை இப்படி ஒரு லாப-நஷ்ட வியாபாரமாக நினைக்காமலே பிறர் கஷ்டத்தைத் தீர்க்க நம்மாலானதைச் செய்ய ஆரம்பிக்க வேண்டும். ஆரம்பித்து விட்டால் போதும். அதனால் பிறத்தியார் பெறுகிற பலன் ஒரு பக்கம் இருக்கட்டும், நமக்கே ஒரு சித்த சுத்தியும், ஆத்ம திருப்தியும் சந்தோஷமும் ஏற்பட்டு, அந்த வழியில் மேலும் மேலும் செல்லுவோம்.

மனிதர்களுக்கு மட்டுமின்றி, மாடு போன்ற ஜீவன்களுக்கும் சேவை செய்ய வேண்டும். பழைய நாளில், கால்நடைகளுக்காகவே குளம் வெட்டுவது, அவை உராய்ந்து தினவு தீர்த்துக் கொள்வதற்கு அங்கங்கே கல் போடுவது என்று வைத்துக்கொண்டிருந்தார்கள். தினமும் ஒவ்வொருவரும் ஒரு மாட்டுக்கேனும் ஒரு பிடி புல் கொடுப்பதை 'கோ க்ராஸம்' என்று பெரிய தர்மமாகச் சாஸ்திரங்களில் சொல்லியிருக்கிறது. 'க்ராஸம்' என்றால் ஒரு வாயளவு. இங்கிலீஷில் புல்லை Grass என்பது கூட இதிலிருந்தே வந்திருக்கலாம்.

யாகம், யக்ஞம், தர்ப்பணம், திவசம், முதலியன இந்த உலகத்திலிருப்பவர்களுக்கு மட்டுமின்றி, மற்ற உலகத்திலிருப்பவர்களுக்கும் நம் சேவையை விஸ்தரிக்கின்றன என்ற உணர்வோடு அவற்றைச் செய்ய வேண்டும். இவையெல்லாம் மந்திரத்தோடு சேர்த்துச் செய்யப்படும் சேவை.

நம்மைப் போல் சேவை செய்ய விருப்பம் உள்ளவர்களை எல்லாம் சேர்த்துக் கொண்டு எல்லாரும் ஒரு சங்கமாக, ஒரே அபிப்பிராயமாக இருந்து கொண்டு சேவை செய்வது சிலாக்கியம். அப்படிப் பலர் கூடிச் செய்யும் போது நிறையப் பணி செய்ய முடியும். சத்தியத்தாலும், நியமத்தாலும் இப்படிப்பட்ட சங்கங்கள் உடையாமல் காக்க வேண்டும். பரோபகாரம் செய்பவர்களுக்கு ஊக்கமும் அத்தியாவசியமான அவமானத்தையும் பொருட்படுத்தாத குணம் வேண்டும்.

பொழுதுபோக்கு என்று ருசியாகத் தின்கிற இடத்திலும், கண்களைக் கவர்கின்ற காட்சிசாலைகளிலும் பொழுதை வீணாக்குவது தவறு. இந்தப் பொழுதைப் பிறருக்குச் சேவை செய்வதில் செலவிடவேண்டும்.

'வாழ்க்கைத் தொல்லைகளிடையே கொஞ்சம் உல்லாசமாகப் பொழுதுபோக்குவது ஒரு தப்பா' என்று கேட்பீர்கள். உங்களுக்குச் சொல்கிறேன்: பரோபகாரமாகச் சேவை செய்தால் அதுவே விளையாட்டு; அதுவே இன்பம்.

கிருஷ்ண பரமாத்மா இப்படித்தான்; வெளியிலே விளையாடுவதாகத் தெரிந்தாலும், உள்ளே அத்தனையும் பரோபகாரச் சேவையைத்தான் செய்தான். எத்தனை பெருடைய எத்தனை எத்தனை கஷ்டங்களை விளையாட்டாகவே போக்கடித்தான். குன்றைத் தூக்கிப் பிடித்தது, விளையாட்டு மாதிரி இருக்கும். ஆனால், கோபர்களைக் காப்பதற்காகவே அத்தனை பெரிய மலையைப் பாலகிருஷ்ணன் தூக்கினான். சின்னக்குழந்தை. விஷம் கக்கும் காளிங்கன் படத்திலே நர்த்தனம்

செய்தது. வெளியில் பார்த்தால் விளையாட்டு; உண்மையிலேயே அதுவும் ஜனங்களைக் காத்து அவர்களுக்கு நீர் நிலையை மீட்டுத் தருவதற்காகச் செய்த சேவைதான். இப்படித்தான் எத்தனையோ சேவை. ''அவனைப் போல் விளையாடியவனும் இல்லை; அவனைப் போல சேவை செய்தவனும் இல்லை'' என்று கிருஷ்ண பரமாத்மாவின் உதாரணத்தில் பார்க்கிறோம். லௌகீக சேவை மட்டும் இல்லை; ஞானம், விளையாட்டு எல்லாம் அவனிடம் ஒன்றாக இருந்தன. துளி கூடப் பற்றுதல் இன்றியே இத்தனையும் செய்தான்; சிரித்துக் கொண்டே சாந்தமாக இவ்வளவையும் செய்தான். அதனாலேயே, அநாயாசமாகச் செய்ய முடிந்தது. நம்மிடம் சிரிப்பும், சாந்தமும் எப்போதும் இருக்க வேண்டும். தைரியம், ஊக்கம் இவற்றோடு.

பகவான் எடுத்த பல அவதாரங்களில், கிருஷ்ணாவதாரத்தில் தான் சேவை அதிகம். ராமாவதாரத்திலும் சேவைக்கென்றே ஆஞ்சநேய ஸ்வாமி வந்தார். இவர்கள் இருவரையும் ஸ்மரித்து, நாமும் சுத்தமான உள்ளத்துடன், எந்த சுயநலமும் கருதாமல் எவ்வித விளம்பரத்துக்கும் ஆசைப்படாமல் சேவை செய்ய வேண்டும்.

நமக்குத் 'தீட்டு' ஏற்பட்டால் அச்சமயத்தில் உலகோடு சேர முடியாமல் ஒதுங்கி இருக்கிறோமல்லவா! அவ்விதமே உலகுக்கு உபயோகமாகச் சேவை செய்யாத ஒவ்வொரு நாளும் நமக்குத் தீட்டு நாள் என்று கருதி, அவரவர் தம்மாலான சேவைகளில் ஈடுபட வேண்டும்.

ஜீவராசிகளுக்குச் செய்கிற உபகாரத்தால், சகல பிராணிகளுக்கும் மாதா - பிதாவாக இருக்கப்பட்ட பரமேசுவரனுக்கே பூஜை பண்ணியதாக ஆகிறது. இதைத்தான் திருமூலர், திருமந்திரத்திலும் சொல்லியிருக்கிறார்.

''நடமாடக் கோயில் நம்பர்க் கொன்றீயில்
படமாகக் கோயில் பகவற் கதாமே''

இதற்கு அர்த்தம், ''மக்களுக்குச் செய்கிற உதவி சாக்ஷாத் ஈசுவரப் பிரீதியாகச் செய்கிற பூஜையே ஆகும்'' என்பது.

4

பூஜையில் நிம்மதி

சந்நியாசிகளும், சாதுக்களும் செய்வது போன்ற ஒரு பூஜையை இங்கே சொல்லி, உங்களை நான் பயமுறுத்தப் போவதில்லை.

ஸ்ரீ காஞ்சிப் பெரியவர்கள் சொல்வது போல, சில எளிமையான வழிகளையே சொல்லப் போகிறேன்.

ஆத்மாவையும், உடலையும் அமைதியடையச் செய்வதே பூஜையின் நோக்கம். இரண்டும் அமைதியுற்ற நிலையே, நிம்மதிக்கு மூலாதாரம்.

பகவத் கீதை படித்திருப்பீர்கள். அதிலுள்ள தியான யோகம் உங்களுக்கு விளங்கியிருக்கும். அது சற்று கடுமையானது.

எளிமையான முறையில் ஒரு சிறிய அறையைத் தேர்ந்தெடுத்துக் கொள்ளுங்கள். அந்த அறையில் விநாயகர், சூரியன், ஈஸ்வரன், விஷ்ணு, அம்பாள் இந்த ஐந்து தெய்வங்களையும் வைத்துக் கொள்ள வேண்டும்.

அன்பும் பக்தியும் மீறிப்போய், கிடைக்கின்ற சுவாமி படங்கள், சிலைகள் அனைத்தையும் வைத்துக் கொள்வது தவறில்லை என்றாலும், பெரியவர்கள் சொல்வது போல மேற்கண்ட ஐந்து மூல மூர்த்திகளையும் ஒருங்கு வைத்துப் பூஜை செய்வதே சிறந்தது.

இதற்குப் 'பஞ்சாயதன பூஜை' என்று பெயர்.

இந்த மூர்த்திகளைக்கூட ஓவிய ரூபமாகவோ, சிலை வடிவமாகவோ வைக்காமல் வேறொன்றில் ஆவாகனம் செய்து வைப்பது நல்லது என்கிறார் பெரியவர்.

அவை இயற்கையாகக் கிடைக்கும் ஐந்து பொருள்களில் அமைந்திருக்க வேண்டும்.

இவற்றில் ஈஸ்வரனுக்குரிய - 'பாண லிங்கம்;' இது நர்மதை நதியில் ஓங்கார குண்டத்தில் கிடைக்கிறது.

அம்பிகைக்குரியது, 'ஸ்வர்ணமுகி சிலா' என்ற கல்; தங்க ரேகை ஓடிய அந்தக் கல், ஆந்திர தேசத்தில் ஸ்வர்ணமுகி ஆற்றில் கிடைக்கிறது.

விஷ்ணுவின் வடிவமான, 'சாலக் கிராமம்,' நேபாளத்தில் கெண்டகி நதியில் கிடைக்கிறது.

சூரியனுக்குரிய 'ஸ்படிகம்', தஞ்சாவூரில் வல்லத்துக்குப் பக்கத்தில் கிடைக்கிறது.

விநாயகருக்குரிய 'சோனபத்திரக் கல்' கங்கையோடு கலக்கும், 'சோனே' ஆற்றில் அகப்படுகிறது.

இந்த ஐந்தையும் ஒரு இடத்தில் சேர்த்து வைத்தால், தேசத்தையே ஒரு இடத்தில் வைத்துப் பார்த்தது போல் இருக்கும்' என்கிறார் பெரியவர்.

எல்லாக் கற்களுமே வழுவழுப்பாக இருக்குமாம். இடுக்குகள், இடைவெளிகள் இருக்காதாம். கழுவுவதும், துடைப்பதும் சுலபமாம். அபிஷேகம் செய்து துடைக்க அதிக நேரம் ஆகாதாம். இதற்கு பூஜை மண்டபம் கூடத் தேவை இல்லையாம். ஒரு சின்ன சொம்பிலோ, சம்புடத்திலோ கூடப் போட்டு வைத்து விடலாமாம்.

நாலு கரண்டி தீர்த்தத்தில் அபிஷேகம் செய்து சந்தனம், குங்குமம், அட்சதை வைத்து அர்ச்சனை செய்து நைய்வேத்தியம் காட்டலாமாம்.

வெளியூருக்கு அதை எடுத்துக்கொண்டு போகலாமாம்; அங்கே புஷ்பம் கிடைக்கவில்லையே என அலையாமல் வில்வ இலையையும், துளசி தலத்தையும் காய வைத்து எடுத்துக் கொண்டு போனால், ஈஸ்வரனையும், விஷ்ணுவையும் அவற்றால் அர்ச்சிக்கலாமாம். மற்ற தெய்வங்களையும் அட்சதையால் அர்ச்சனை செய்யலாமாம். நைவேத்தியத்திற்கு காய்ந்த திராட்சைப் பழங்களைக் கொண்டு செல்லலாமாம்; எல்லாவற்றையும் ஒரு சின்னப் பெட்டியில் வைத்து எடுத்துக் கொண்டு போய் விடலாமாம்.

இந்தப் 'பஞ்சாயதன' பூஜைக்கு, பின்னால் புத்துயிர் கொடுத்தவர் ஸ்ரீ ஆதிசங்கரர். அவர் இந்த ஐந்து தெய்வங்களோடு, முருகப் பெருமானையும் சேர்த்துப் பார்த்தார்.

நாமும், மேற்கண்ட ஆவாகனக் கற்களோடு ஒரு சிறு வேலையும் வைத்துக் கொள்ளலாம்.

கண் ஒன்றைப் பாராமல், காது ஒன்றைக் கேளாமல், மனம் ஒன்றை நாடாமல், வாய் ஒன்றைப் பேசாமல், கை ஒன்றைத் தேடாமல், சிந்தனை ஈஸ்வரன்; ஜெபிப்பது அவனையே; பூஜை தீபாராதனை கைகளால் என்றிருக்க வேண்டும்.

அறைக்கதவை நன்றாகச் சாத்திக் கொள்ள வேண்டும். எவ்வளவு நேரம் முடியுமோ, அவ்வளவு நேரம். இது ஒரு வகை ரிலாக்ஸேஷன்.

உங்களுக்குத் தொல்லை கொடுத்தவர்களைக் கவனித்துக் கொள்ளும் பொறுப்பைச் சுவாமிகளிடம் விட்டுவிடுங்கள். துன்பங்களை அவன் மீது இறக்கி வைத்து விடுங்கள்.

'மரணத்திற்கு எப்போதும் தயார்; அதுவரை அமைதியைக் கொடு' என்று வேண்டுங்கள்.

'வடிவேலறிய வஞ்சகம் இல்லை' என்று சத்தியம் செய்யுங்கள். உடம்புக்கு ஆரோக்கியத்தையும், உள்ளத்துக்கு அமைதியையும் பிரார்த்தியுங்கள்.

விநாயகரைப் பிரார்த்தியுங்கள். கீழ்க்கண்ட ஔவையாரின் அகவலைப் பாராயணம் செய்யுங்கள்.

சீதக் களபச் செந்தா மரைப்பூம்
பாதச் சிலம்பு பலஇசை பாடப்
பொன்னரை ஞாணும் பூந்துகில் ஆடையும்
வண்ண மருங்கில் வளர்ந்து அழகு எறிப்பப்
பேழை வயிறும் பெரும்பாரக் கோடும்

வேழ முகமும் விளங்குசிந் தூரமும்
அஞ்சு கரமும் அங்குச பாசமும்
நெஞ்சிற் குடிகொண்ட நீல மேனியும்
நான்ற வாயும் நாலிரு புயமும்
மூன்று கண்ணும் மும்மதச் சுவடும்

இரண்டு செவியும் இலங்குபொன் முடியும்
திரண்டமுப் புரிநூல் திகழொளி மார்பும்
சொற்பதம் கடந்த துரியமெய்ஞ் ஞான
அற்புதம் நின்ற கற்பகக் களிறே!
முப்பழம் நுகரும் மூஷிக வாகன!

இப்பொழுது என்னை ஆட்கொள வேண்டித்
தாயாய் எனக்குத் தானெழுந்து அருளி
மாயாப் பிறவி மயக்கம் அறுத்தே,
திருந்திய முதல்ஐந் தெழுத்தும் தெளிவாய்ப்
பொருந்தவே எந்தன் உளந்தனில் புகுந்து

குருவடி வாகிக் குவலயம் தன்னில்
திருவடி வைத்துத் திறமிது பொருளென
வாடா வகைத்தான் மகிழ்ந்து எனக்கருளிக்

கோடா யுதத்தால் கொடுவினை களைந்தே
உவட்டா உபதேசம் புகட்டிஎன் செவியில்

தெவிட்டா ஞானத் தெளிவையும் காட்டி
ஐம்புலன் தன்னை அடக்கும் உபாயம்
இன்புறு கருணையின் இனிதெனக்கு அருளி
கருவிகள் ஒடுங்கும் கருத்து அறிவித்து
இருவினை தன்னை அறுத்திருள் களைந்து

தலமொரு நான்கும் தந்தெனக் கருளி
மலமொரு மூன்றின் மயக்கம் அறுத்தே
ஒன்பது வாயில் ஒருமந் திரந்தால்
ஐம்புலக் கதவை அடைப்பதும் காட்டி
ஆறா தாரத்து அங்குச நிலையும்

பேரா நிறுத்திப் பேச்சுரை அறுத்தே
இடபிங் கலையின் எழுத்து அறிவித்துக்
கடையிற் சுழுமுனை கபாலமும் காட்டி
மூன்று மண்டலத்தின் முட்டிய தூணின்
நான்றெழு பாம்பின் நாவில் உணர்த்திக்

குண்டலி அதனில் கூடிய அசபை
விண்டெழு மந்திரம் வெளிப்பட உரைத்து
மூலா தாரத்தின் மூண்டெழு கனலைக்
காலால் எழும்பும் கருத்து அறிவித்தே
அமுத நிலையும் ஆதித்தன் இயக்கமும்

குமுத சகாயன் குணத்தையும் கூறி
இடைச்சக் கரத்தின் ஈரெட்டு நிலையும்
உடற் சக்கரத்தின் உறுப்பையும் காட்டிச்
சண்முக தூலமும் சதுர்முக சூட்சமும்
எண்முக மாக இனிதெனக்கு அருளிப்

புரியட்ட காயம் புலப்பட எனக்குத்
தெரியெட்டு நிலையும் தரிசனப் படுத்தி
கருத்தினில் கபால வாயில் காட்டி
இருத்தி முத்தி இனிது எனக்கருளி
என்னை அறிவித்து எனக்கருள் செய்து

முன்னை வினையின் முகலைக் களைந்து
வாக்கும் மனமும் இல்லா மனோலயம்
தேக்கியே என்றன் சிந்தை தெளிவித்து
இருள்வெளி இரண்டிற்கு ஒன்றிடம் என்ன
அருள்தரும் ஆனந்தத் தழுத்திஎன் செவியில்

கண்ணதாசனின்

எல்லை யில்லா ஆனந்தம் அளித்து
அல்லல் களைந்து அருள்வழி காட்டிச்
சத்தத்தி னுள்ளே சதாசிவம் காட்டிச்
சித்தத்தி னுள்ளே சிவலிங்கம் காட்டி
அணுவிற்கு அணுவாய் அப்பாலுக்கு அப்பாலாய்

கணுமுற்றி நின்ற கரும்புள்ளே காட்டி
வேடமும் நீறும் விளங்க நிறுத்திக்
கூடுமெய்த் தொண்டர் குழாத்துடன் கூட்டி
அஞ்சுக் கரத்தின் அரும்பொருள் தன்னை
நெஞ்சக் கருத்தின் நிலையறி வித்துத்

தத்துவ நிலையைத் தந்தெனை யாண்ட
வித்தக விநாயக! விரைகழல் சரணே!

சூரியனை வணங்குகிறவர்கள் கீழ்க்கண்ட எனது பாடலைப் பாடுங்கள்.

ஆயிரம் கரங்கள் நீட்டி
 அணைக்கின்ற தாயே போற்றி!
அருள் பொங்கும் முகத்தைக் காட்டி
 இருள் நீக்கம் தந்தாய் போற்றி!

தாயினும் பரிந்து சாலச்
 சகலரை அணைப்பாய் போற்றி!
தழைக்கும் ஓர்உயிர்கட் கெல்லாம்
 துணைக்கரம் கொடுப்பாய் போற்றி!

தூயவர் இதயம் போல
 துலங்கிடும் ஒளியே போற்றி!
தூரத்தே நெருப்பை வைத்துச்
 சாரத்தைத் தருவாய் போற்றி!

ஞாயிறே! நலமே போற்றி!
நாயகன் வடிவே போற்றி!
நானிலம் உளநாள் மட்டும்
 போற்றுவோம் போற்றி! போற்றி!

ஈஸ்வரனை வணங்குகிறவர்கள் கீழ்க்கண்ட இராமலிங்க சுவாமிகளின் மகாதேவ மாலைப் பாடலைப் பாடுங்கள்.

உலகநிலை முழுதாகி ஆங்காங் குள்ள
 உயிராகி உயிர்க்குயி ராம்ஒளிதான் ஆகிக்
கலகநிலை அறியாத காட்சி யாகிக்
 கதியாகி மெய்ஞ்ஞானக் கண்ணதாகி
இலகுதிதா காசமதாய்ப் பரமா காச

இயல்பாகி இணையொன்றும் இல்லா தாகி
அலகில்அறி வானந்த மாகிச் சச்சி
தானந்த மயமாகி அமர்ந்த தேவே!

உலகமெலாம் தனிநிறைந்த உண்மை யாகி
யோகியர்தம் அனுபவத்தின் உவப்பாய் என்றும்
கலகமுறா உபசாந்த நிலைய தாகிக்
களங்கமற்ற அருள்ஞானக் காட்சி யாகி
விலகலுறா நிபிட ஆனந்த மாகி
மீதானத் தொளிர்கின்ற விளக்க மாகி
இலகுபரா பரமாய்ச்சிற் பரமாய் அன்பர்
இதயமலர் மீதிருந்த இன்பத் தேவே!

வித்தாகி முளையாகி விளைவ தாகி
விளைவிக்கும் பொருளாகி மேலு மாகிக்
கொத்தாகிப் பயனாகிக் கொள்வோ னாகிக்
குறைவாகி நிறைவாக்கிக் குறைவி லாத
சத்தாகிச் சித்தாகி இன்ப மாகிச்
சதாநிலையாய் எவ்வுயிர்க்குஞ் சாட்சி யாகி
முத்தாகி மாணிக்க மாகித் தெய்வ
முழுவயிரத் தனிமணியாய் முளைத்த தேவே!

வேதாந்த நிலையாகிச் சித்தாந் தத்தின்
மெய்யாகிச் சமரசத்தின் விவேக மாகி
நாதாந்த வெளியாகி முத்தாந் தத்தின்
நடுவாகி நவநிலைக்கு நண்ணா தாகி
மூதாண்ட கோடியெல்லாம் தங்கி நின்ற
முதலாகி மனோதீத முத்தி யாகி
வாதாண்ட சமயநெறிக் கமையா தென்று
மவுனவியோ மத்தினிடை வயங்குந் தேவே!

வாயாகி வாயிறந்த மவுன மாகி
மதமாகி மதங்கடந்த வாய்மை யாகிக்
காயாகிப் பழமாகித் தருவாய் மற்றைக்
கருவிகர ணாதிகளின் கலப்பாய்ப் பெற்ற
தாயாகித் தந்தையாய்ப் பிள்ளை யாகித்
தானாகி நானாகிச் சகல மாகி
ஓயாத சக்தியெல்லாம் உடைய தாகி
ஒன்றாகிப் பலவாகு ஓங்குந் தேவே!

அடியேன் பிழையனைத்தும் பொறுத்தாட் கொண்ட
அருட்கடலே! மன்றோங்கும் அரசே! இந்நாள்
கொடியனேன் செய்பிழை திருவுள் ளத்தே

கொண்டுதியோ கொண்டுகுலங் குறிப்ப துண்டே!
நெடியனே முதற்கடவுட் சமூகத் தோர்தம்
நெடும்பிழைகள் ஆயிரம் பொறுத்த மாயை
ஓடியநேர் நின்றபெருங் கருணை வள்ளல்
எனமறைகள் ஓதுவதிங் குனைத்தா னன்றே!

அன்பர்திரு உளங்கோயி லாகக் கொண்டே
அற்புதசிற் சபையோங்கும் அரசே! இங்கு
வன்பரிடைச் சிறியேனை மயங்க வைத்து
மறைந்தனையே ஆனந்த வடிவோய்! நின்னைத்
துன்பவடி வுடைப்பிறரில் பிரித்து மேலோர்
துரியவடி வினனென்று சொன்ன வெல்லாம்
இன்பவடி வடைந்தன்றே எந்தாய் அந்தோ
என்னளவெனச் செல்வேனிவ் வேழையே னே!

அருளுடைய பரம்பொருளே! மன்றி லாடும்
ஆனந்தப் பெருவாழ்வே! அன்பு ளோர்தம்
தெருளுடைய உளமுழுதும் கோயில் கொண்ட
சிவமே!மெய் அறிவுருவாம் தெய்வமே! இம்
மருளுடைய மனப்போதை நாயினேன் செய்
வன்பிழையைச் சிறிதேனும் மதித்தி யாயில்
இருளுடைய பவக்கடல்விட் டேறேன் என்னை
ஏற்றுவதற் கெண்ணுகஎன் இன்பத் தேவே!

திருமாலை வணங்குகிறவர்கள் பிரபந்தத்திலுள்ள திருமங்கையாழ்வாரின் பின்வரும் பாடலைப் பாடுங்கள்.

கொங்க லர்ந்த மலர்க் குருந்த
மொசித்த கோவல னென்பிரான்
சங்கு தங்கு தடங்கடல் துயில்
கொண்ட தாமரைக் கண்ணனின்
பொங்கு புள்ளினை வாய் பிளந்த
புராணர் தம்மிடம் பொங்குநீர்
செங்க யல்திளைக் கும்சு னைத்திரு
வேங் கடமடை நெஞ்சமே!

பள்ளி யாவது பாற்க டலரங்
கம்இ ரங்கவன் பேய்முலை,
பிள்ளை யாயுயி ருண்ட வெந்தை
பிரான வன்பெருகும் இடம்
வெள்ளி யான்கரி யான்மணி நிற
வண்ண னென்றெண்ணி, நாடோறும்
தெள்ளி யார்வணங் கும்ம லைத்திரு
வேங் கடமடை நெஞ்சமே!

நின்ற மாமரு திற்று வீழ
நடந்த நின்மலன் நேமியான்
என்றும் வானவர் கைதொ ழும்இணைத்
தாம ரையடி யெம்பிரான்
கன்றி மாரி பொழிந் திடக்கடி
தாநி ரைக்கிடர் நீக்குவான்
சென்று குன்ற மெடுத்த வன்திரு
வேங் கடமடை நெஞ்சமே!

பார்த்தற் காயன்று பார தங்கைசெய்
திட்டு வென்ற பரஞ்சுடர்
கோர்த்தங் காயர் தம்பாடி யில்குர
வைபிணைந்த எம் கோவலன்
ஏத்து வார்தம் மனத்துள்ளான் இட
வெந்தை மேவிய யெம்பிரான்
தீர்த்த நீர்த்தடஞ் சோலை சூழ்த்திரு
வேங்க டமடை நெஞ்சமே!

வண்கை யானவு ணர்க்கு நாயகன்
வேள்வி யில்சென்று மாணியாய்
மண்கை யாலிரந் தான்ம ராமர
மேழு மெய்த வலத்தினான்
எண்கை யானிம யத்துள் ளானிருஞ்
சோலை மேவிய எம்பிரான்
திண்கைம் மாதுயர் தீர்த்த வன்திரு
வேங்க டமடை நெஞ்சமே!

எண்டி சைகளு மேழு லகமும்
வாங்கிப் பொன்வயிற் றில்பெய்து
பண்டோ ராலிலைப் பள்ளி கொண்டவன்
பான்ம திக்கிடர் தீர்த்தவன்
ஒண்டி றல்அவு ணன்உ ரத்துகிர்
வைத்தவன் ஒள்ளெ யிற்றோடு
திண்டி றல்அரி யாய வன்திரு
வேங்க டமடை நெஞ்சமே!

பாரு நீரெரி காற்றி னோடா
காச மும்இவை யாயினான்
பேரு மாயிரம் பேச நின்ற
பிறப்பி லிபெரு கும்இடம்
காரும் வார்பனி நீள்வி சும்பிடைச்
சோரு மாமுகில் தோய்தர

சேரும் வார்பொழில் சூழெ ழில்திரு
வேங்க டமடை நெஞ்சமே!

அம்ப ரம்அனல் கால்நி லம்சல
மாகி நின்ற அமரர்கோன்
வம்பு லாமல மேல்ம லிமட
மங்கை தான்கொழு நன்அவன்
கொம்பி னன்னவி டைம டக்குற
மாதர் நீளித ணங்தொறும்
செம்பு னம்அவை காவல் கொள்திரு
வேங்க டமடை நெஞ்சமே!

பேசும் நின்திரு நாம மெட்டெழுத்
தும்சொல் லிநின்று பின்னரும்
பேசு வார்தமை யுய்ய வாங்கிப்
பிறப்ப றுக்கும் பிரானிடம்
வாச மாமலர் நாறு வார்பொழில்
சூழ்த ரும்உல குக்கெல்லாம்
தேச மாய்த்திக ழும்ம லைத்திரு
வேங்க டமடை நெஞ்சமே!

செங்க யல்திளைக் கும்சு னைத்திரு
வேங்க டத்துறை செல்வனை
மங்கை யர்தலை வன்க லிகன்றி
வண்ட மிழ்ச்செஞ்சொல் மாலைகள்
சங்கை யின்றித் தரித்து ரைக்கவல்
லார்கள் தஞ்சம தாகவே
வங்க மாகடல் வையங் காவலர்
ஆகி வானுல காள்வரே!

வறுமையில் வாடுபவர்கள் அம்பாளை வணங்குங்கள்.

அம்பாளை வணங்குகிறவர்கள் கீழ்க்கண்ட இராமலிங்க சுவாமிகளின் பாடல்களைப் பாடுங்கள்.

கடலமுதே! செங்கரும்பே! யருட்
கற்பகக் கனியே!
உடலுயிரே! யுயிர்க்குள் ளுணர்வே!
யுணர் வுள்ளொளியே!
அடல்விடை யாரொற்றி யாரிடங்
கொண்ட அருமருந்தே!
மடலவிழ் ஞான மலரே!
வடிவுடைய மாணிக்கமே!

கண்ணே!யக் கண்ணின் கருமணி!
மணியில் கலந்தொளிசெய்
விண்ணே! வியனொற்றி யூரண்ணல்
வாமத்தில் வீற்றிருக்கும்
பெண்ணே! மலைபெறும் பெண்மணியே!
தெய்வப் பெண்ணமுதே!
மண்ணேய நீத்தவர் வாழ்வேமணி
வடிவுடை மாணிக்கமே!

முப்போது மன்பர்கள் வாழ்த்தொற்றி
யூரெம் முதல்வர் மகிழ்
ஒப்போ தருமலைப் பெண்ணமுதே!
யென் றுவந்துநினை
எப்போதுஞ் சிந்தித்திடர் நீங்கிடு
வார்தனக் கருள்வாயே!
மைப்போ தனையகண் மானே
வடிவுடை மாணிக்கமே!

தாயே! மிகவும் தயவுடை
யாளெனச் சாற்றுவரிச்
சேயேன் படுந்துயிர் நீக்கவென்னே
உளஞ் செய்திலையே
நாயேன் பிழையினி நாடாது
நல்லருள் நல்கவரு
வாயே! வெம்ஒற்றி மயிலே
வடிவுடை மாணிக்கமே!

பூவாய்! மலர்குழற பூவாய்! மெய்
யன்பர் புனைந்த தமிழ்ப்
பாவாய்! நிறைந்தபொற் பாவாய்! செந்
தேனிற் பகர் மொழியாய்!
காவா யெனவயன் காவா
பவனுங் கருதுமலர்
வாவா யெழி லொற்றி வாழ்வே!
வடிவுடை மாணிக்கமே!

ஒயா இடர்கொண் டுலைவேனுக்
கன்பர்க் குதவுதல் போல்
ஈயா விடுனுமோ ரெள்ளளவேனு
இரங்கு கண்டாய்
சாயா அருள்தரும் தாயே!
எழிலொற்றித் தற்பரையே!

மாயா நலமருள் வாழ்வே
வடிவுடை மாணிக்கமே!

வாழி!நின் சேவடி போற்றி, நின்
பூம்பத வாரிசங்கள்
வாழி!நின் றாள்மலர் போற்றி, நின்
கண்ணொளி வாழி; நின்சீர்
வாழி!யென் னுள்ளத்தில் நீயுநின்
னொற்றி மகிழ்நருநீ
வாழி!யென் னாருயிர் வாழ்வே
வடிவுடை மாணிக்கமே!

கந்தனை வழிபடுகிறவர்கள் கந்தசஷ்டிக் கவசத்தின் 270 வரிகளையும் பாடுங்கள்.

அதற்காக நீங்கள் தனியாக ஒரு புத்தகம் வாங்க வேண்டாம் என்று அதையும் இங்கே பிரசுரிக்கிறேன்.

இந்தக் கவசம் கந்தர் வழிபாட்டில் மிக முக்கியமானதாகக் கருதப்படுகிறது.

கிராமம் கிராமமாகப் பாடப்படுகிறது.

இதைப் பாடுகிறவர்கள், தங்களுக்கு ஒரு நிம்மதி இருப்பதாக உண்மையிலே நம்புகிறார்கள்.

எங்கே பாடுங்கள்:

காப்பு

அமர ரிடர்தீர அமரம் புரிந்த
குமரனடி நெஞ்சே குறி.

துதிப்போர்க்கு வல்வினை போம்; துன்பம்போம்; நெஞ்சில்
பதிப்போர்க்குச் செல்வம் பலித்துக் – கதித்தோங்கும்
நிஷ்டையுங் கைகூடும், நிமலரருள் கந்தர்
சஷ்டி கவசம் தனை.

நூல்

சஷ்டியை நோக்கச் சரவண பவனார்
சிஷ்டருக் குதவும் செங்கதிர் வேலோன்
பாதம் இரண்டில் பன்மணிச் சதங்கை
கீதம் பாடக் கிண்கிணி யாட
மையல் நடனஞ்செய்யும் மயில்வா கனனார்

கையில் வேலால் எனைக் காக்கவென் றுவந்து
வரவர வேலா யுதனார் வருக
வருக வருக மயிலோன் வருக
இந்திரன் முதலா எண்டிசை போற்ற
மந்திர வடிவேல் வருக வருக!

வாசவன் முருகா வருக வருக
நேசக் குறமகள் நினைவோன் வருக
ஆறுமுகம் படைத்த ஐயா வருக
நீறிடும் வேலவன் நித்தம் வருக
சிரகிரி வேலவன் சீக்கிரம் வருக!

சரவண பவனார் சடுதியில் வருக
ரவண பவச ரரரர ரரர
ரிவண பவச ரிரிரிரி ரிரிரி
விபச சரவண வீரா நமோநம
நிபவ சரவண நிறநிற நிறென

வசுர வணப வருக வருக
அசுரர் குடிகெடுத்த ஐயா வருக
என்னை ஆளும் இளையோன் கையில்
பன்னிரண் டாயுதம் பாசாங் குசமும்
பரந்த விழிகள் பன்னிரண் டிலங்க
விரைந்தெனைக் காக்க வேலோன் வருக
ஐயும் கிலியும் அடைவுடன் சவ்வும்
உய்யொளி சௌவும் உயிரைங் கிலியும்

கிலியுஞ் சௌவும் கிளரொளி யையும்
நிலைபெற் றென்முன் நித்தமும் ஒளிரும்
சண்முகன் நீயும் தனியொளி யொவ்வும்
குண்டலி யாஞ்சிவ குகன் தினம் வருக!

ஆறு முகமும் அணிமுடி ஆறும்
நீறிடு நெற்றியில் நீண்ட புருவமும்
பன்னிரு கண்ணும் பவளச்செவ் வாயும்
நன்னெறி நெற்றியில் நவமணிச் சுட்டியும்
ஈராறு செவியில் இலகுகுண் டலமும்
ஆறிரு திண்புயத் தழகிய மார்பில்
பல்பூ ஷணமும் பதக்கமும் தரித்து
நன்மணி பூண்ட நவரத்ன மாலையும்

முப்புரி நூலும் முத்தணி மார்பும்
செப்பழ குடைய திருவயி றுந்தியும்

துவண்ட மருங்கில் சுடரொளிப் பட்டும்
நவரத்தினம் பதித்த நற்சீ ராவும்
இருதொடை யழகும் இணைமுழந் தாளும்
திருவடி யதனில் சிலம்பொலி முழங்க
செககண செககண செககண செகண
மொகமொக மொகமொக மொகமொக மொகென

நகநக நகநக நகநக நகென
டிகுகுண டிகுடிகு டிகுகுண டிகுண

ரரரர ரரரர ரரரர ரரர
ரிரிரிரி ரிரிரிரி ரிரிரிரி ரிரிரி
டுடுடுடு டுடுடுடு டுடுடுடு டுடுடு
டகுடகு டிகுடிகு டங்கு டிங்குகு
விந்து விந்து மயிலோன் விந்து
முந்து முந்து முருகவேள் முந்து
என்றனை யாளும் ஏரகச் செல்வ
மைந்தன் வேண்டும் வரமகிழ்ந் துதவும்
லாலா லாலா லாலா வேசமும்
லீலா லீலா லீலா விநோ தனென்று

உன் திருவடியை உறுதியென் றெண்ணும்
என்தலை வைத்துன் இணையடி காக்க
என்னுயிர்க் குயிராம் இறைவன் காக்க
பன்னிரு விழியால் பாலனைக் காக்க

அடியேன் வதனம் அழகுவேல் காக்க
பொடிபுனை நெற்றியைப் புனிதவேல் காக்க
கதிர்வேல் இரண்டும் கண்ணினைக் காக்க
விதிசெவி இரண்டும் வேலவர் காக்க

நாசிகளி ரண்டும் நல்வேல் காக்க
பேசிய வாய்தனைப் பெருவேல் காக்க
முப்பத் திருபல் முனைவேல் காக்க
செப்பிய நாவைச் செவ்வேல் காக்க

கன்னமி ரண்டும் கதிர்வேல் காக்க
என்னிளங் கழுத்தை இனியவேல் காக்க
மார்பை ரத்ன வடிவேல் காக்க
சேரிள முலைமார் திருவேல் காக்க

வடிவே லிருதோள் வளம்பெறக் காக்க
பிடரிக ளிரண்டும் பெருவேல் காக்க

அழகுடன் முதுகை அருள்வேல் காக்க
பழுபதி னாறும் பருவேல் காக்க

வெற்றிவேல் வயிற்றை விளங்கவே காக்க
சிற்றிடை யழகுறச் செவ்வேல் காக்க
நாணாங் கயிற்றை நல்வேல் காக்க
ஆண்குறி யிரண்டும் அயில்வேல் காக்க
பிட்ட மிரண்டும் பெருவேல் காக்க
பணைத் தொடை இரண்டும் பருவேல் காக்க

கணைக்கால் முழந்தாள் கதிர்வேல் காக்க
வட்டக் குதத்தை வல்வேல் காக்க
ஐவிரல் அடியினை அருள்வேல் காக்க
கைகளி ரண்டும் கருணைவேல் காக்க

முன்கையி ரண்டும் முரண்வேல் காக்க
பின்கையி ரண்டும் பின்னவள் இருக்க
நாவில் சரஸ்வதி நற்றுணை யாக
நாபிக் கமலம் நல்வேல் காக்க
முப்பால் நாடியை முனைவேல் காக்க

எப்பொழு தும்எனை எதிர்வேல் காக்க
அடியேன் வதனம் அசைவுள நேரம்
கடுகவே வந்து கனவேல் காக்க
வரும்பகல் தன்னில் வச்சிரவேல் காக்க
அரையிருள் தன்னில் அனையவேல் காக்க

ஏமத்தில் சாமத்தில் எதிர்வேல் காக்க
தாமதம் நீக்கிச் சதுர்வேல் காக்க
காக்க காக்க கனகவேல் காக்க
நோக்க நோக்க நொடியில் நோக்க
தாக்க தாக்க தடையறத் தாக்க

பார்க்க பார்க்க பாவம் பொடிபட
பில்லி சூனியம் பெரும்பகை அகல
வல்ல பூதம் வலாட்டிகப் பேய்கள்
அல்லற் படுத்தும் அடங்கா முனியும்
பிள்ளைகள் தின்னும் புழக்கடை முனியும்

கொள்ளிவாய்ப் பேய்களும், குறளைப் பேய்களும்
பெண்களைத் தொடரும் பிரமராட் சதரும்
அடியனைக் கண்டால் அலறிக் கலங்கிட
இரிசு காட்டேரி இத்துன்ப சேனையும்
எல்லிலும் இருட்டிலும் எதிர்ப்படும் அண்ணரும்

கனபூசை கொள்ளும் காளியோ டனைவரும்
விட்டாங் காரரும் மிகுபல பேய்களும்
தண்டியக் காரரும் சண்டாளர் களும்
என்பெயர் சொல்லவும் இடிவிழுந் தோடிட
ஆனை யடியினில் அரும்பா வைகளும்

பூனை மயிரும் பிள்ளைகள் என்பும்
நகமும் மயிரும் நீண்முடி மண்டையும்
பாவைக ளுடனே பலகல சத்துடன்
மனையிற் புதைத்த வஞ்சனை தனையும்
ஒட்டியப் பாவையும் ஒட்டியச் செருக்கும்

காசும் பணமும் காவுடன் சோறும்
ஓதும் அஞ்சனமும் ஒருவழிப் போக்கும்
அடியனைக் கண்டால் அலைந்து குலைந்திட
மாற்றார் வஞ்சகர் வந்து வணங்கிட
காலதூ தாளெனைக் கண்டாற் கலங்கிட

அஞ்சி நடுங்கிட அரண்டு புரண்டிட
வாய்விட் டலறி மதிகெட் டோட
படியினில் முட்டி பாசக் கயிற்றால்
கட்டுடன் அங்கம் கதறிடக் கட்டு
கட்டி உருட்டு கால் கை முறிய

கட்டு கட்டு கதறிடக் கட்டு
முட்டு முட்டு விழிகள் பிதுங்கிட
செக்கு செக்கு செதில் செதிலாக
சொக்கு சொக்கு சூர்ப்பகைச் சொக்கு
குத்து குத்து கூர்வடி வேலால்

பற்று பற்று பகலவன் தணலெரி
தணலெரி தணலெரி தணலது வாக
விடு விடு வேலை வெருண்டது வோடப்
புலியும் நரியும் புன்னரி நாயும்
எலியும் கரடியும் இனித் தொடர்ந் தோட

தேளும் பாம்பும் செய்யான் பூரான்
கடிவிட விஷங்கள் கடித்துய ரங்கம்
ஏறிய விஷங்கள் எளிதினில் இறங்க
ஒளிப்புஞ் சுளுக்கும் ஒருதலை நோயும்
வாதஞ் சயித்தியம் வலிப்புப் பித்தம்

குலைசயங் குன்மம் சொக்குச் சிரங்கு
குடைச்சல் சிலந்தி குடல்விப் புருதி

பக்கப் பிளவை படர்தொடை வாழை
கடுவன் படுவன் கைத்தாள் சிலந்தி
பற்குத் தரணை பருஅரை யாப்பும்

எல்லாப் பிணியும் என்றனைக் கண்டால்
நில்லா தோட நீஎனக் கருள்வாய்
ஈரேழு உலகமும் எனக் குறவாக
ஆணும் பெண்ணும் அனைவரும் எனக்கா
மண்ணா ளரசரும் மகிழ்ந்துற வாகவும்

உன்னைத் துதிக்க உன்திரு நாமம்
சரவண பவனே சைலொளி பவனே
திரிபுர பவனே திகழொளி பவனே
பரிபுர பவனே பவமொளி பவனே
அரிதிரு மருகா அமரா வதியைக்

காத்துத் தேவர்கள் கடும்சிறை விடுத்தாய்
கந்தா குகனே கதிர்வே லவனே
கார்த்திகை மைந்தா கடம்பா கடம்பனை
இடும்பனை யழித்த இனியவேல் முருகா
தணிகா சலனே சங்கரன் புதல்வா

கதிர்கா மத்துறை கதிர்வேல் முருகா
பழநிப் பதிவாழ் பாலகு மாரா
ஆவினன் குடிவாய் அழகிய வேலா
செந்தின்மா மலையுறும் செங்கல்வ ராயா
சமரா புரிவாழ் சண்முகத் தரசே

காரார் குழலாள் கலைமகள் நன்றாய்
என்நா இருக்க யானுனைப் பாட
எனைத் தொடர்ந்திருக்கும் எந்தை முருகனைப்
பாடினேன் ஆடினேன் பரவச மாக

ஆடினேன் ஆடினேன் ஆவினன் பூதியை
நேச முடன்யான் நெற்றியில் அணிய
பாச வினைகள் பற்றது நீங்கி
உன்பதம் பெறவே உன்னரு ளாக

அன்புடன் இரட்சி அன்னமுஞ் சொன்னமுந்
மெத்தமெத் தாக வேலா யுதனார்
சித்திபெற் றடியேன் சிறப்புடன் வாழ்க
வாழ்க வாழ்க மயிலோன் வாழ்க
வாழ்க வாழ்க வடிவேல் வாழ்க

வாழ்க வாழ்க மலைக்குரு வாழ்க
வாழ்க வாழ்க மலைக்குற மகளுடன்
வாழ்க வாழ்க வாரணத் துவசம்
வாழ்க வாழ்களன் வறுமைகள் நீங்க

எத்தனை குறைகள் எத்தனை பிழைகள்
எத்தனை அடியேன் எத்தனை செயினும்
பெற்றவன் நீகுரு பொறுப்பது உன்கடன்
பெற்றவள் குறமகள் பெற்றவ ளாமே

பிள்ளையென் றன்பாய்ப் பிரிய மளித்து
மைந்தனென் மீதும் மனமகிழ்ந் தருளித்
தஞ்சமென் றடியார் தழைத்திட அருள்செய்
கந்தர் சஷ்டி கவசம் விரும்பிய

பாலன் தேவ ராயன் பகர்ந்ததைக்
காலையில் மாலையில் கருத்துடன் நாளும்
ஆசா ரத்துடன் அங்கந் துலக்கி
நேசமுடன் ஒரு நினைவது வாகிக்

கந்தர் சஷ்டிக் கவசம் இதனைச்
சிந்தை கலங்காது தியானிப் பவர்கள்
ஒருநாள் முப்பத் தாறுருக் கொண்டு
ஓதியே செபித்து உகந்துநீ றணிய

அஷ்டதிக் குள்ளோர் அடங்கிலும் வசமாய்த்
திசைமன்ன ரெண்மர் சேர்ந்தங்கு அருளுவர்
மற்றவ ரெல்லாம் வந்து வணங்குவர்
நவகோள் மகிழ்ந்து நன்மை யளித்திடும்

நவமத னெனவும் நல்லெழில் பெறுவர்
எந்த நாளுமீ ரெட்டாய் வாழ்வார்
கந்தர்கை வேலாம் கவசத் தடியை
வழியாய்க் காண மெய்யாய் விளங்கும்

விழியாற் காண வெருண்டிடும் பேய்கள்
பொல்லா தவரைப் பொடிபொடி யாக்கும்
நல்லோர் நினைவில் நடனம் புரியும்
சர்வ சத்ரு சங்கா ரத்தடி

அறிந்தென துள்ளம் அஷ்ட லட்சுமிகளில்
வீரலட் சுமிக்கு விருந்துண வாகச்
சூரபத் மாவைத் துணித்தகை யதனால்
இருபத் தேழ்வர்க் குவந்தமு தளித்த

குருபரன் பழநிக் குன்றினி லிருக்கும்
சின்னக் குழந்தை சேவடி போற்றி!
எனைத்தடுத் தாட்கொள என்றன துள்ளம்
மேவிய வடிவுறும் வேலவ போற்றி!

தேவர்கள் சேனா பதியே போற்றி!
குறமகள் மனமகிழ் கோவே போற்றி!
திறமிகு திவ்விய தேகா போற்றி!
இடும்பா யுதனே இடும்பா போற்றி!
கடம்பா போற்றி கந்தா போற்றி!
வெட்சி புனையும் வேளே போற்றி!
உயர்கிரி கனக சபைக்கோ ரரசே!
மயில்நட மிடுவாய் மலரடி சரணம்!

சரணம் சரணம் சரணம் பவஓம்
சரணம் சரணம் சண்முகா சரணம்!

'வெறும் வயிறோடுதான் பூஜை செய்ய வேண்டும்' என்று சொல்வார்கள். 'குளித்து விட்டுத்தான் பூஜை செய்ய வேண்டும்' என்பார்கள். எல்லாச் சூழ்நிலைகளுக்கும், எல்லா வேளைகளுக்கும் அது பொருந்தாது.

துன்பம் நெருங்கும் போதெல்லாம் பூஜையில் உட்காருங்கள். சோதனை நேரும்போதெல்லாம் உட்காருங்கள். அடுத்தவர்மீது கோபம் வரும்போது உட்காருங்கள்.

சந்தோஷம் வரும்போது நன்றி செலுத்துவதற்காக உட்காருங்கள். நோயுற்றபோது நோய் தீரப் பிரார்த்தியுங்கள்.

புறத்தூய்மை வெறும் தண்ணீரால் அமைகிறது; அகத்தூய்மைதான் உங்கள் வாய்மையில் காணப்பட வேண்டும்.

பக்தித் தத்துவம் பயன் மிக்கது.

பாவிகளையும் துரோகிகளையும் விட்டு விலகி நிற்கப் பரமேஸ்வரனைச் சரணடையுங்கள்.

பிறப்பிற்கு முன்னால் அவனிடம் தான் இருந்தோம். இறப்புக்குப் பின்னால் அவனிடம் தான் போகப் போகிறோம்.

5
நம்பிக்கையில் நிம்மதி

எதன் மீது எனக்குச் சந்தேகம் வந்தாலும் நிம்மதி பாழாகிறது.

இது மனைவியாயினும் சரி. மகேஸ்வரனாயினும் சரி!

எது பிடிக்கவில்லையோ அதில் இருந்து ஒதுங்கி நில். ஆனால், தினமும் சந்தேகப்பட்டு உடம்பையும் மனத்தையும் கெடுத்துக் கொள்ளாதே.

சாப்பிட்டு முடிந்த பின், எதைச் சாப்பிட்டோமோ என்று நினைத்தால், அடிவயிற்றைக் கலக்கும்.

சாப்பிடுவதற்கு முன்னாலேயே நன்றாகப் பார்.

கல்யாணம் கட்டி சாந்தி முகூர்த்தம் முடிந்த பின் 'இதையா கட்டிக் கொண்டோம்' என்று நினைத்தால் நிம்மதி அடியோடு போய்விடும்.

முன்னாலே யோசி.

யோசித்துச் செய்த முடிவுகளில் நம்பிக்கை வை.

திருப்பதிக்குப் போவது என்று முடிவு கட்டினால் திரும்பி வரும்போது பலன் இருக்கும் என்று நம்பு.

நம்பிக்கையும் சந்தேகமும் மாறி மாறி ஊடாடினால், அப்போதும் நிம்மதி இருக்காது.

மீன் கூடைக்குப் பக்கத்தில் பூக்கூடையை வைத்தால் மீன் வாசமும் தெரியாது; பூ வாசமும் தெரியாது. கலப்படமான ஒரு அருவருப்பே தோன்றும்.

நண்பன் தீயவன் என்றால், விலகிவிடு; நல்லவன் என்றால் நம்பிவிடு.

விலக்கியவனை நம்பத் தொடங்காதே; நம்பியவனை விலக்கத் தொடங்காதே.

'இன்றையப் பொழுது நன்றாக இருக்கும்' என்று நம்பு; நன்றாகவே இருக்கும்.

அர்த்தமுள்ள இந்துமதம் – பாகம் 6

'என் மனைவி உத்தமி' என்று நம்பு; அவள் தவறாகவே நடந்தாலும், உனக்கு நிம்மதி இருக்கும். தன் தவறுகளுக்காக அவள் இந்த ஜென்மத்தில் வெந்து வெந்து சாவாள்.

இறங்குகிற தொழிலில் நம்பி இறங்கு; தொழில் திறமையே உனக்கு வந்து விடும்.

தண்ணீரில் விழுந்து விட்டால், 'நீந்தத் தெரியும்' என்று நம்பு; நீந்தத் தெரிந்து விடும்.

கடன் வந்து விட்டால், 'கட்ட முடியும்' என்று நம்பு; கட்டிவிட முடியும்.

'முடியாது, முடியாது' என்பவனும், 'அது இல்லை, இது இல்லை' என்று வாதிடும் நாத்திகனும் மரக்கட்டைகள்.

'உண்டு' என்பவனுக்கே உள்ளம் வேலை செய்கிறது.

எதையும் கண்ணால் கண்டால்தான் நம்புவேன், என்கிறவன் முகத்தில் மட்டுமே கண்களைப் பெற்றவன்; அகத்திலே கண்ணில்லாதவன்.

ஊனக் கண் ஒரு கட்டத்திலே ஒளியிழந்து போகும்; ஞானக்கண் எப்போதும் பிரகாசிக்கும்.

நம்பிக்கையோடு முயன்றால், சாணத்தில் தங்கம் கிடைக்கும்.

சந்தேகத்தோடு பார்த்தால், தங்கமும் சாணம் மாதிரித்தான் தெரியும்.

கல்யாணமான ஒருத்தி, பாலகிருஷ்ணன் பொம்மையை வைத்துக் கொண்டு, "வாடா கண்ணா! வாடா கண்ணா!" என்று அழைத்துப் பார்க்கட்டும், மலடி வயிற்றிலும் மகன் பிறப்பான்.

திருநீறோ, திருமண்ணோ இடும்போது கடனுக்கு இடாமல் நம்பிக்கையில் இடு. அவை இருக்கும் வரை மூளை பிரகாசிக்கும்.

நம்பியவர் கெட்டாரா? நம்பாதவர் வாழ்ந்தாரா?

ஒரு தாயின் தெய்வ நம்பிக்கையால், புத்தியில்லாது இருந்த நானும் ஓரளவு புத்தியுள்ளவனானேன்.

என்னுடைய தெய்வ நம்பிக்கையால் நான் எதிர்பாராத அளவுக்குச் சூழ்நிலைகள் வாய்த்துள்ளன.

முப்பத்து மூன்று வருஷங்களுக்கு முன்னால், பத்திரிகையில் வேலைக்குச் சேர்ந்தபோது, "ப்ரூப் படிக்கத் தெரியுமா?" என்றார்கள்; "தெரியும்" என்றேன். பழக முடியும் என்று நம்பினேன். பழகிக் கொண்டேன்.

கண்ணதாசனின்

"கவிதை எழுதத் தெரியுமா?" என்றார்கள்; நம்பினேன். எழுதினேன்.

'முடியும்' என்றால் முடிகிறது; தயங்கினால் சரிகிறது.

கூந்தலை முடிக்கக் கை இல்லாதவர்களுக்குத்தானே, அது சரிந்து விழுகிறது.

'நாளைக்குத் திருச்சி போய்ச் சேருகிறோம்' என்று ராக்போர்ட் எக்ஸ்பிரஸில் ஏறு; அது திருச்சி போய்ச் சேர்ந்துவிடும்.

'இதுவா? போகுமா?' என்று சந்தேகப்படு; அது புறப்படவே புறப்படாது.

சீதை பத்தினி என்ற நம்பிக்கையில்தான், ராமன் தைரியமாக இருந்தான்; ராமன் வருவான் என்ற நம்பிக்கையில்தான் சீதை உயிரோடிருந்தாள்.

ராமன் மீது நம்பிக்கை வைத்தே, விபீஷணன் அவனோடு சேர்ந்தான்.

இராவணன் மீது நம்பிக்கை வைத்தே, கும்பகர்ணன் அவனோடிருந்தான்.

நம்பினால் கை கொடுப்பது நம்பிக்கை.

ஈஸ்வரனை நம்பி நம்பி விழு.

பகவானை நம்பி அவன் பாதாரவிந்தங்களில் விழு.

விழுந்த பின் எழுவதற்கு உன் கைகள் தாம் பயன்படுகின்றன என்றால், அந்தக் கைகள் அவனுடைய கைகள் என்று அர்த்தம்.

அங்கே போனால் அது கிடைக்காது; இங்கே போனால் இது கிடைக்காது என்று சந்தேகப்பட்டால், நீ எங்கேயும் போக மாட்டாய்; எதிலும் முன்னேற மாட்டாய். இருந்த இடத்தில் இருந்தே சாவாய்.

6
இல்லறத்தில் நிம்மதி

நடத்தை கெட்ட மனைவி ஒரு நரகம்.

மனைவி நடத்தை கெட்டவளாக இருந்தால், அவளை விட்டு ஒதுங்கி விடலாம்.

ஆனால், கோபக்காரியாகவோ, குணங்கெட்டவளாகவோ இருந்தால், அந்த மனைவியைத் திருத்தி வழிக்குக் கொண்டு வந்துவிட முடியும்.

பண்பான மனைவி கிடைத்தும், கோபதாபங்களினால் வாழ்க்கையை வீணாக்கிக் கொள்ளக் கூடாது.

தகராறு இல்லாத குடும்பம் இல்லை.

'வீட்டிற்கு வீடு வாசற்படி' என்பார்கள்.

'ஒவ்வொரு கூந்தலிலும் பேனிருக்கும்' என்பார்கள்.

எறும்பின் உடம்பு, அதன் கையால் எட்டுச் சாண்.

'யானைக்குத் தன் உடம்பைத் தூக்க முடியவில்லையே' என்று கவலையிருந்தால், 'அணிலுக்கு உடம்பு போதவில்லையே' என்ற கவலை உண்டு.

ஏழைக்குச் சாப்பாட்டுப் பிரச்சினை என்றால், பணக்காரனுக்கு வருமானவரிப் பிரச்சினை.

பொருளாதாரம் சரியாக இருந்தாலும், கணவனோ தாரமோ சரியாக இல்லாத குடும்பங்கள் உண்டு.

இரண்டு பேரும் சரியாக இருந்தாலும், பொருளாதாரம் சரியாக இல்லாத குடும்பங்கள் உண்டு.

காதலித்துக் கல்யாணம் செய்து கொண்டவர்களே, கட்டிலைப் பிரித்துப் போட்டுக் கொண்டதுண்டு.

பெற்றோர் பார்த்துப் பேசி முடித்த திருமணத்தில், பேரன்பு வெள்ளம் பெருகியதும் உண்டு.

அன்பிருந்தும், பணம் இருந்தும், சந்ததி இல்லாத குடும்பங்கள் உண்டு.

கண்ணதாசனின்

சந்ததி பெருகிக் கிடந்தும், சாப்பாட்டுக்கே கஷ்டப்படுவோர் உண்டு.

கிராமங்களில், 'ஐந்து விரல்களும் ஒரே மாதிரியாகவா இருக்கின்றன?' என்பார்கள்.

அமெரிக்காவில் பகல் என்றால், இந்தியாவில் இருட்டு.

அடுத்தவர் நன்றாக வாழ்வது போலவும், நாம் மட்டுமே சிரமப்படுவது போலவும் சில பேருக்குப் பிரமை.

ஒன்றை மட்டுமே உறுதியாக நம்புங்கள்.

பிரச்சினை இல்லாத குடும்பமே இல்லை.

'ஐயோ நிம்மதி இல்லையே'... என்று அலுத்துக் கொள்ளாதவனே இல்லை.

அந்த நிம்மதியைத் தேடி அலைவதில் பயனில்லை.

அது உங்கள் நெஞ்சுக்குள்ளேயே இருக்கிறது.

வெளியில் இருந்து வீட்டுக்குத் திரும்பும் போதே, பிரச்சினையோடு திரும்பக் கூடாது.

மனைவியும், சில கேள்விக்குறிகளோடு கணவனை வரவேற்கக் கூடாது.

எதையும் அடித்துப் பேசக்கூடாது; இடித்துச் சொல்லக்கூடாது.

'நீங்கள் வாங்கி வந்த காய்கறி மகா மட்டம்' என்று மனைவி சொன்னால், 'எந்த நாய் சொன்னது' என்று கேட்கக் கூடாது; 'தப்பாகத்தான் வாங்கி வந்துவிட்டேன்' என்று ஒப்புக் கொண்டுவிட வேண்டும்; பிரச்சினை அதோடு முடிந்துவிடும்.

'சாப்பாடு மகா மட்டம்' என்று கணவன் சொன்னால், 'எனக்குத் தெரிந்தது இவ்வளவுதான்; வேண்டுமானால், உங்க அம்மா வீட்டில் போய்ச் சாப்பிடுங்கள்' என்று சொல்லக் கூடாது. 'இன்றைக்கு என்னவோ உடம்புக்கே சரியில்லை. படுத்துக் கிடந்தேன்; நாளைக்கு நன்றாகச் செய்து வைக்கிறேன்' என்று சொல்ல வேண்டும்.

மனைவி நல்ல புடவை கட்டினால், கோபித்துக் கொள்ளக்கூடாது. 'இன்னும் நல்ல புடவை கட்டம்மா! எவ்வளவு செலவானாலும் வாங்கித் தருகிறேன்' என்று சொல்ல வேண்டும்.

மனைவி குளித்துவிட்டு வரும்போது, 'இப்போதுதான் நீ மகாலட்சுமி' என்று புகழ வேண்டும்.

கணவன் வெளியிலிருந்து வரும்போது மனைவி, 'ஐயய்யோ! வியர்த்திருக்கிறதே, உடம்பு மெலிந்திருக்கிறதே' என்று புலம்ப வேண்டும்.

மனைவியைக் கணவன், 'அம்மா' என்றே அழைக்க வேண்டும். மனைவி கணவனை 'ஐயா' என்றே அழைக்க வேண்டும்.

சில குழந்தைகளுக்குப் பிறகு, மனைவி கணவனுக்குத் தாயாகி விடுகிறாள்; கணவனே மனைவிக்கும் தாயாகி விடுகிறான்.

தனிக்குடித்தனம் என்றால், கதவைச் சாத்திக் கொண்டு மனைவிக்குக் கணவன் தலைவார வேண்டும்; கணவனுக்கு மனைவி தலைசீவ வேண்டும்.

கோபத்தில் ஏதாவது வார்த்தை வளர்ந்து விட்டால், அன்று இரவே சமாதானம் செய்து, உடலுறவு கொள்ள வேண்டும்.

இலக்கியங்களில், கோபமே இல்லாத காதலர்கள் கூடச் செயற்கையாக ஒரு கோபத்தை வரவழைத்துக் கொள்கிறார்கள்; அதன் பெயர் ஊடல்.

ஊடலுக்குப் பிறகு கூடல் மிகவும் சுகமாக இருக்கும்.

தன் தாயை மனைவி நன்றாக நடத்தினால், கணவனுக்கு நிம்மதி.

தன் தாய் வீட்டைப் பற்றிக் கணவன் பெருமையாகச் சொன்னால், மனைவிக்கு நிம்மதி.

பள்ளி அறையிலே கணக்கு வழக்குகள் பேசக்கூடாது.

'அவர்கள் வசதியாக இருக்கிறார்கள்; இவர்கள் வசதியாக இருக்கிறார்கள் எனக்குத்தான் ஒன்றுமில்லை' என்ற ஏக்கம் வரக்கூடாது.

'இந்தக் கட்டில் நல்ல கட்டில். இந்த அறை நல்ல அறை; இதுதான் எனக்குப் பிடித்திருக்கிறது' என்று நல்ல விஷயங்களையே பேச வேண்டும்.

கணவனோடு இருக்கும்போது, மனைவி மல்லிகை முல்லைப் பூக்களைத்தான் சூட வேண்டும்; கனகாம்பரம், நீலாம்பரம் போன்ற கண்றாவிப் பூக்களைச் சூடக்கூடாது.

தலைக்குத் தேங்காயெண்ணெய் அல்லது நல்லெண்ணெய் தான் தேய்க்க வேண்டும்; ஷாம்பு போடக்கூடாது.

பௌடர் போடுகிற பெண்ணானாலும், குளிக்கும்போது முகத்திற்கு மஞ்சள் பூச வேண்டும்.

கண்ணதாசனின்

மூக்குத்தி அணிந்த பெண், கணவனை மின்சாரம் மாதிரி இழுப்பவள்.

இன்னும் பெண்ணுக்கு மூக்குக் குத்தாதவர்கள் குத்தி விடுங்கள்.

மூக்குத்தியிலும் கல்வாழை விசிறி போன்ற மூக்குத்தி (பேசிரி என்பார்கள்) விசேஷ சக்தி வாய்ந்தது.

காஞ்சி காமாட்சி, மதுரை மீனாட்சி, திருச்சனூர் அலமேலு – மூக்குத்தி இல்லாத தாயாரைப் பார்க்கவே முடியாது.

காலில் பெருவிரலுக்கு அடுத்த விரலில் வெள்ளியால் மெட்டி போட வேண்டும். கணவனைக் கவர்ச்சிக்கும் பொருள்களில் அதுவும் ஒன்று.

மாத விலக்கானபோது தலையிலே பூ வைக்கக்கூடாது.

சாதாரணமாகச் சமையற்கட்டிற்கே போகக் கூடாது என்பார்கள். மனைவியே சமைக்க வேண்டியிருக்கும் குடும்பங்களில் இன்றைக்கு இது சாத்தியமில்லை.

முக்கியமாகக் கணவனும் மனைவியும் சிந்திக்க வேண்டியது வார்த்தைகளில் ஜாக்கிரதை வேண்டும்.

எள்ளைக் கொட்டினால் பொறுக்கி விடலாம். சொல்லைக் கொட்டினால் பொறுக்க முடியுமா?

முள்ளாலே பட்ட காயம் விரைவில் மாறும்; சொல்லாலே பட்ட காயம் மாறாது.

கணவன் மனைவி உடலுறவில், கணவன் மிகவும் நிதானமாகவும், உற்சாகமாகவும் இருக்க வேண்டும்.

மனைவி திருப்தியடைய வேண்டுமென்றால், உடலுறவின் போது வேறு சிந்தனைகளை மேற்கொண்டு, உறவில் அதிக நேரம் எடுத்துக் கொள்ள வேண்டும்.

அதிலே ஒன்றை மட்டும், கணவன் உணர வேண்டும்.

உடலுறவுக்கு மனைவியை நெருங்கும் போது, அவளும் திருப்தியடைந்து நிம்மதியாகத் தூங்க வேண்டும் என்பதைக் கவனத்தில் கொள்ள வேண்டும்.

இல்லறத்தைத் தர்மமாக ஏற்றுக்கொண்டு விட்ட மனிதனுக்கு அதை விவரிப்பதில் தவறில்லை என்றே கருதுகிறேன்.

உடலுறவில், மனைவிக்கோ, கணவனுக்கோ கசப்புத் தோன்றினால், அது காலா காலங்களுக்கு நிம்மதியைக் கெடுத்துவிடும்.

கூடுமானவரை, மனைவி கூந்தலை நீளமாக வைத்துக் கொள்ள வேண்டும். கூந்தலின் நீளத்தைப் போலவே கணவனின் ஆசையும் நீண்டு கொண்டிருக்கும்.

இரவு நேரத்தில் கருப்பு, ரத்தச்சிவப்பு, கடல் நீலம் ஆகிய நிறங்களைக் கொண்ட சேலைகள் உடுத்தக் கூடாது. லேசான வர்ணம் படைத்ததாக இருக்க வேண்டும்.

அதிகாலையில் கணவன் தூங்கி கொண்டிருக்கும் போது, அவன் முகத்தருகில் முகத்தைக் கொண்டு வந்து ‘இதோ பாருங்கள்’ என்று எழுப்பித் தன் முகத்தில் விழிக்க வைக்க வேண்டும்.

காலையில் கணவன் வெளியில் செல்லும் போது, கூடவே சென்று வழியனுப்ப வேண்டும்.

திரும்பி வந்ததும், அவனை ஒரு தட்டிலே நிற்கச் சொல்லி அதிலே தண்ணீரை ஊற்றிப் பாதங்களை நன்றாகக் கழுவி விட வேண்டும்.

வெளி உலகின் அழுக்குகளும், துன்பங்களும் அதோடு கழுவப்பட்டுவிடும்.

கணவனைக் குளிப்பாட்டி விடுவது மனைவியின் கடமையாக இருக்குமானால், கணவனுக்கு அலுவலகத்தில் கூட அவளது ஞாபகம் தான் வரும்.

வீடு சிறியதாக இருந்தாலும், பூஜை அறை என்று ஒன்று கட்டாயம் வேண்டும். அது இயலாதென்றால், ஒரு அலமாரியாவது வேண்டும்.

வானொலி கேட்டாலும், டெலிவிஷன் பார்த்தாலும் குடும்பத்தோடு உட்கார வேண்டும்.

காலையில் வெளியில் புறப்படும்போதே, மத்தியானச் சாப்பாட்டுக்கு என்ன செய்ய வேண்டும் என்பதைச் சொல்லிவிட்டுப் போக வேண்டும்; பிறகு வந்து, ‘அது இல்லை இது இல்லை’ என்று சண்டை போடக்கூடாது.

வசதியுள்ளவர்கள் ஒரு வீணை வாங்கி வைத்துக் கொள்ள வேண்டும்.

கண் விழிக்கும் போது வீணையைப் பார்த்தால், அதைவிட விசேஷம் வேறெதுவும் இல்லை.

ஒருவரையொருவர் அனுசரித்துப் போனால் உலகத்தையே தனக்குள் அடக்கிக் கொள்ள முடியும்.

‘இரண்டு கை தட்டினால் தானே சத்தம் கேட்கும்’ என்பார்கள்.

கண்ணதாசனின்

ஒருவருக்குக் கோபம் வந்தால், ஒருவர் விட்டுக் கொடுக்க வேண்டும்.

மீண்டும் சொல்கிறேன். எல்லாவற்றுக்கும் மனதுதான் காரணம்.

'பெண்டாட்டிதானே, சொல்லிவிட்டுப் போகிறாள்' என்றும், 'கணவன் தானே, பேசட்டும்' என்று விட்டுக் கொடுத்து விட்டால் உள்ளம் துடிக்காது; உடல் வலிக்காது; ஊர் சிரிக்காது.

ஒரு படத்தில் நான் ஒரு பாடல் எழுதினேன்:

நெஞ்சுக்கு நிம்மதி ஆண்டவன் சந்நிதி
நினைத்தால் எல்லாம் உனக்குள்ளே!
கொஞ்சும் மனமும் குளிர்ந்த வாழ்வும்
கொண்டு வந்தாலென்ன நமக்குள்ளே!

7

படிப்பதில் நிம்மதி

இளம் பருவத்தில் எனக்கொரு பழக்கம் உண்டு.

படுத்துக்கொண்டே படிக்கத் தொடங்கினால் அப்படியே தூங்கி விடுவேன்.

எனக்கு 9.2.50-இல் முதல் திருமணமாயிற்று. அந்நாளில் வேறு வேலையும் கிடையாது.

எனது தாயார் அருமையாகப் பலகாரம் செய்வார்கள். நான்கு தோசைகளைத் தக்காளிப் பச்சடியோடு சாப்பிட்டு விட்டு படுத்துக் கொண்டு படிக்கத் தொடங்குவேன். நன்றாகத் தூங்கிவிடுவேன்.

பகல் ஒரு மணிக்கு எழுப்புவார்கள். அருமையான சாப்பாடு; சாப்பிட்டு விட்டு படிப்பேன். அப்படியே தூங்கிவிடுவேன்.

மாலை ஐந்து மணிக்கு எழுப்புவார்கள்.

மூளை ஒரே நினைவில் ஒன்றி லயிக்கும்போது, கண்ணும் அதையே பார்க்கும்போது, பக்தியோகம் போன்ற ஒரு நிலை ஏற்படுகிறது.

உடலின் நரம்புகள் அப்படியே சோர்வுற்றுச் சொர்க்க போக தூக்கத்தில் ஆழ்த்துகின்றன.

ஆங்கிலத்தில் இதனை 'கான்ஸன்ட்ரேஷன்' என்பார்கள்.

நன்றாக ஊன்றிப் படிக்கத் தொடங்குங்கள்; கவலைகள் மறந்து போகும்.

சொந்தக்காரர்களின் பிணத்துக்குப் பக்கத்தில் நிற்கும் போதுகூடப் புத்தகத்தைக் கையில் எடுத்து விட்டால், நான் அதிலேயே லயித்து விடுவேன்.

நிம்மதிக்காகப் படிக்கிறேன் என்று பயங்கர கதைகள், மர்மக் கதைகளைப் படிக்காதீர்கள்; சுகமான கதைகளைப் படியுங்கள்; இலக்கியம் படியுங்கள்; நகைச்சுவைத் துணுக்குகளைப் படியுங்கள்.

நீங்கள் பக்திப் புத்தங்களைத்தான் படிக்கவேண்டும் என்று நான் வற்புறுத்தவில்லை.

பொழுது போக்கிற்கான விஷயங்களையும், மூளைக்கு அதிக வேலை கொடுக்காததுமான புத்தகங்களைப் படியுங்கள்.

நிம்மதி வேண்டும் என்று படிக்கும் போது உற்சாகத்தை ஊட்டக்கூடிய புத்தகங்களைப் படிக்க வேண்டும். அவை சிற்றின்ப நூல்களாக இருந்தால் கூடக் கவலை இல்லை.

சிற்றின்பம் ஒன்றும் பஞ்சமா பாதகத்தில் ஒன்றல்ல!

சர்ச்சில் ஒருமுறை சொன்னார்:

"அரசியலில் அவதிப்பட்டு ஏதாவது நிம்மதி வேண்டுமென்றால் நான் ஒரு கட்டுக் காகிதங்களோடு தனியறையில் உட்கார்ந்து விடுவது வழக்கம். எழுதத் தொடங்கிவிட்டால் எனக்கு உலகமே மறந்து போகும். அதிலேயும் இந்த ஆங்கிலம் இருக்கிறதே, அது ஒரு அற்புதமான மொழி. எழுத எழுத இயற்கை நீரூற்றுப்போல் வந்துகொண்டே இருக்கும்."

—சர்ச்சிலுக்கு ஆங்கிலம் தாய்மொழி; அதனால் அதைப் புகழ்ந்தார். நமக்குத் தமிழும், வடமொழியும் கண்கள்.

வடமொழியில் காளிதாசன் நூல்களையும் பிறவற்றையும் படிக்கலாம்.

தமிழில் இலக்கியம் தெரிந்தவர்கள் நளவெண்பா, முத்தொள்ளாயிரம், கலித்தொகையில் இறங்கினால் சுவையாக இருக்கும்.

அல்லாதவர்கள், கதைப் புத்தகங்களை நாடுங்கள்.

பக்தியில் திளைப்பவர்கள், பகவத் கீதையில் லயிக்கலாம்.

என்னைப் பற்றி உலகத்தில் இரண்டு விதமான அபிப்பிராயம் உண்டு. மதுப்பழக்கமும், மாதர் உறவும் உள்ளவன் என்பது உலகறிந்த அபிப்பிராயம். இந்த இரண்டிலும் எவ்வளவோ துயரங்களையும், அவமானங்களையும் நான் மறந்திருக்கிறேன். நவ நவமான உலகங்களை நான் பார்த்திருக்கிறேன். ஆனந்த வரியில் மூழ்கித் திளைத்திருக்கிறேன்.

சுற்றுச் சூழ்நிலைகளைப் பற்றிச் சிந்தித்ததே இல்லை.

அதே நேரத்தில், ஆர்மோனியத்துக்கு முன்னால் பாட்டு எழுத உட்கார்ந்து விட்டால், 'ஏழு உலகங்களுமே என் காலடியில் கிடப்பது போல்' தோன்றும்.

உட்கார்ந்து எழுதுவேன், எழுவேன்; நடப்பேன், பணத்துக்காகத் தான் பாட்டெழுதுகிறோம் என்ற பிரமையே இருக்காது.

அர்த்தமுள்ள இந்துமதம் - பாகம் 6

பத்திரிகைகளுக்குக் கவிதை எழுத உட்கார்ந்தாலோ, சொர்க்கத்தில் மிதப்பது போல் தோன்றும்.

புத்தகத்தைப் படிக்கத் தொடங்கி விட்டாலோ, பக்கத்தில் யார் நின்றாலும் தெரியாது.

அந்நாளிலெல்லாம் எனக்குக் கடன் தொல்லை அதிகம்.

பாட்டு எழுதிக் கொண்டிருக்கும் போதே, வீட்டுக்குக் கடன்காரன் 'ஜப்தி' கொண்டு வந்திருப்பதாகச் செய்தி வரும்.

பாட்டை முடிக்காமல் எழுந்து போக மாட்டேன்.

பாட்டுக்கான பணத்தை அப்படியே வாங்கிக் கொண்டு போய்க் கடன்காரனிடம் கொடுத்துவிடுவேன். அதைப் பற்றிக் கவலைப்பட மாட்டேன்.

எப்போதும் நிம்மதியாக இருக்க வேண்டும்.

வருவது வரட்டும்; போவது போகட்டும்; கொண்டு வந்தோமா? கொண்டு செல்லப் போகிறோமா?

இந்த மாதிரி நேரங்களில் அலுப்புத் தோன்றும்போதெல்லாம், பட்டினத்தார் தத்துவத்தைப் படியுங்கள்.

குணங்குடி மஸ்தானின் பாடல்களைப் படியுங்கள்.

தமிழ் எழுத்தாளர்களில் உங்களுக்குப் பிடித்தமானவர்களுடைய புத்தகங்களைப் படியுங்கள்.

பிறமொழி எழுத்தாளர்களில் காண்டேகர், நா.ஸி.பட்கே, சரத் சந்திர சட்டர்ஜி, ராகுல சாங்கிருத்தியாயன், கே.ஏ.அப்பாஸ், முல்க்ராஜ் ஆனந்த், தகழி சிவசங்கரன் பிள்ளை, கேசவதேவ் முதலியவர்கள் எழுதிய நூல்களைப் படியுங்கள்.

பொழுது போக்கிற்குப் பொகாஷியோ, மாப்பஸான் கதைகள், ஆயிரத்தொரு இரவு அராபியக் கதைகள், பஞ்ச தந்திரக் கதைகள் ஆகியவற்றைப் படியுங்கள்.

எந்த எந்தப் புத்தகங்கள் படிப்பதற்குச் சுகமானது என்பது பற்றித் தெரிந்து கொள்ள வேண்டுமானால் எனக்கு எழுதுங்கள்; சொல்கிறேன்.

8
ஆரோக்கியத்தில் நிம்மதி

"**நோ**யற்ற வாழ்வு நான் வாழ வேண்டும்" என்று உருகினார் ஒருவர். அதுபற்றி நான் 'அர்த்தமுள்ள இந்துமதம்' நான்காம் பாகத்தில் கூறியுள்ளேன்.

நோய் இல்லாமலிருக்கச் சில வழிகளையும், உணவு முறைகளையும் அதில் நான் கூறியுள்ளேன். அதில் விட்டுப் போன சிலவற்றை இங்கே கூறுகிறேன்.

சாப்பாட்டிலே தினம் ஒரு கீரை சேர்த்துக் கொண்டு வர வேண்டும். மத்தியானம் மட்டும், அந்தக் கீரை பொரியலாகவோ, மசியலாகவோ, மண்டியாகவோ வேண்டுமானாலும் இருக்கலாம். எந்தக் கீரையுமே வயிற்றில் மலம் கட்டாமல் பார்த்துக் கொள்ளும்.

முளைக்கீரை, அரைக்கீரை, பொன்னாங்கண்ணிக் கீரை, பருப்புக் கீரை, ஆரைக்கீரை, சிறுகீரை, முருங்கைக்கீரை, மணத்தக்காளிக் கீரை, அகத்திக்கீரை, பசளைக்கீரை, கோவைக்கீரை, குறிஞ்சாக்கீரை, புளிச்சங்கீரை, மஞ்சள் கரிசலான் கண்ணிக் கீரை.

மேற்குறித்த கீரைகளில் ஏதாவது ஒன்றைப் பகலிலே சேர்த்துக் கொள்ள வேண்டும்.

மழைக்காலத்திலும், பனிக்காலத்திலும் மத்தியானத்தில் 'தூதுவளை' ரசம் வைத்துச் சாப்பிட வேண்டும்.

அதில் ஜலதோசம் பிடிக்காது; சளி கட்டாது; குளிர்ந்த தண்ணீரில் குளித்தால் கூட எதுவும் செய்யாது.

கோடை காலத்தில் மணத்தக்காளிக் கீரை சூப் வைத்துச் சாப்பிட வேண்டும்.

அது உடம்பில் இருக்கும் நெருப்பை அப்படியே அணைத்து விடும். வாய்ப்புண், வயிற்றுப் புண் எல்லாவற்றையும் உடனடியாக ஆற்றிவிடும்.

சித்திரை, வைகாசி அறுபது நாளும் தொடர்ந்து பொன்னாங்கண்ணிக் கீரை சாப்பிட்டு வந்தால், பகலிலேயே நட்சத்திரத்தைப் பார்க்கலாம் என்பார்கள்.

அகத்திக்கீரை, புகை பிடிக்கும் பழக்கம் உள்ளவர்களுக்கு அற்புதமான மருந்து. நுரையீரலைப் பாதுகாக்கிறது; உடம்பைச் சத்தோடு வலுவாக வைத்திருக்கிறது; மயிர்க்கால்களெல்லாம் வியர்வையை வெளியிடும் சக்தியைத் தெளிவாகப் பெற்று விடுகின்றன. 'வயிற்றுப் புண்ணுக்கு அகத்திக்கீரை' என்றொரு பழமொழியே உண்டு.

சர்க்கரை வியாதிக்கு முருங்கைக்கீரை கண்கண்ட மருந்து. அது பசியையும் தாங்கும்; பஞ்சத்தையும் தாங்கும்.

நாட்டிலே பெரும் பஞ்சம் வந்தபோது வரகு அரிசிச் சோறும், கோவைக்காய்ப் பொரியலும், முருங்கைக்கீரை வதக்கலும் தானே மக்களைக் காப்பாற்றின.

முருங்கைக்கீரையில் இரும்புச் சத்து உண்டு; வைட்டமின் வகைகள் அதிகம் உண்டு. முருங்கைப்பூ, ஆண்மை நரம்புகளை முறுக்கேற்றும்; முருங்கைக்காயும் அப்படியே.

அப்படி ஒரு மரத்தைப் படைத்ததற்காக ஆண்டவனுக்கு நன்றி செலுத்த வேண்டும். அது ஏழைகளுக்காக இறைவன் அளித்த வரம்.

கிராமத்திலே ஒரு நாடோடிப் பாடல் உண்டு.

மந்தையிலே மாடு மேய்க்கும்
மச்சானுக்கு மத்தியானம்
மொந்தையிலே சோற்றைப் போட்டு
முருங்கைக் கீரையை வதக்கிக் கொட்டி

—என்று அந்தப் பாடல் துவங்கும்.

நகரத்தில் உடம்புக்குச் சக்தி இல்லாமற் போனதற்கு முருங்கைக் கீரை சாப்பிடாததுதான் காரணம்.

முருங்கைக்கீரை கிடைப்பது போல், அவ்வளவு சுலபத்தில் ஆரைக்கீரை கிடைக்காதென்றாலும், முருங்கைக் கீரையைப் போல் சர்க்கரை வியாதியைக் குணப்படுத்தும் சக்தி அதிலும் உண்டு.

'ஒரு காலடி நாலிலைப் பந்தலடி' என்று ஔவையாருக்கும், கம்பருக்கும் தகராறு வந்த போது ஔவையாரால் சொல்லப்பட்டது. இந்த 'ஆரைக்கீரை'யைப் பற்றி சொல்லப்பட்டதேயாகும்.

மஞ்சள் கரிசலான் கண்ணிக் கீரை குடிகாரர்களுக்கு ஒரு வரப்பிரசாதம். ஈரல் சம்பந்தப்பட்ட நோய்களுக்கு, மாத்திரைகள் இதிலிருந்துதான் செய்யப்படுகின்றன.

இது கொஞ்சம் கசக்கும்; சாறு பிழிந்தும் சாப்பிடலாம்; மசித்தும், துவையலரைத்தும், சூப் வைத்தும் சாப்பிடலாம்.

குறிஞ்சாக் கீரையும், வயிற்றுப் புண்ணுக்கும் சர்க்கரை வியாதிக்கும் ஒரு அற்புதமான மருந்தாகும்.

சிறுநீர் நிறையப் போக வேண்டுமென்றால், மாத்திரை சாப்பிடாதீர்கள்; பசலைக்கீரை சாப்பிடுங்கள்.

எந்தப் பெண்ணும், கர்ப்பமான நாளிலிருந்து ஆறு மாத காலம் வரை, தொடர்ந்து பசலைக்கீரை சாப்பிட்டே ஆக வேண்டும். அதிலும் தலைப் பிரசவத்துப் பெண் கண்டிப்பாகச் சாப்பிட வேண்டும்.

இல்லையென்றால் 'லாஸிக்ஸ்' மாத்திரை போட வேண்டிய நிர்ப்பந்தம் வரும். அந்த மாத்திரை போட்டால் சிறுநீரோடு பொட்டாஷியம் போய்விடும். சோகை பிடித்தது போலாகிவிடும். பிறகு, அதைச் சரிக்கட்ட தக்காளி ஜூஸோ, ஆரஞ்சு ஜூஸோ சாப்பிட வேண்டிவரும். பிறக்கும் குழந்தையின் ஆரோக்கியம் கெட்டுவிடும்.

தாய்மார்கள், கர்ப்பமுற்ற பெண்களுக்குத் தயவு செய்து ஆறுமாத காலம் பசலைக் கீரை சமைத்துக் கொடுங்கள். கருவுற்றிருக்கும் பெண், பசலைக் கீரையைத் தொடர்ந்து முறையாகச் சாப்பிட்டுக் கொண்டு வந்தால், பிரசவம் சுலபமாக அமையும்; அவஸ்தை இராது. அதோடு சிறுநீர் பிரிவதற்கு வாழைத்தண்டும், கீரைத்தண்டும் கண்கண்ட நல்ல மருந்துகள்.

இரண்டு வகையான உணவுகளைப் பற்றி, உலகத்தில் இரண்டு வகையான அபிப்பிராயங்கள் நிலவுகின்றன.

சைவ உணவு நல்லதா? மாமிச உணவு நல்லதா?

ஹிட்லர் தனது ரகசிய சம்பாஷணைகளில் இப்படிச் சொல்கிறார்:

''சைவ உணவைப் போன்று உடலுக்கு வலிமையும், ஆரோக்கியமும் வேறு எதிலும் இல்லை!''

மிருகங்களிலே கூட மாமிசம் சாப்பிடுகின்ற மிருகங்கள் கொஞ்சத் தூரம் ஓடினாலும், நாக்கைத் தொங்கப் போட்டு விடுகின்றன.

உதாரணம்: நாய், நரி, சிங்கம், புலி.

காய்கறி உணவு அருந்தும் மிருகங்கள், அவை எவ்வளவு பெரியதாக இருந்தாலும், எவ்வளவு வேகமாக ஓடினாலும் நாக்கைத் தொங்கப் போடுவதில்லை.

உதாரணம்: யானை, குதிரை, ஒட்டகம், மான், பன்றி.

மாமிசம் சாப்பிடுவது, மதத்துக்கு விரோதமானது அல்ல என்றாலும், உடம்புக்கு அதனால் நன்மையை விடத் தீமையே அதிகம். அதிலுள்ள 'புரொட்டீன்'களைக் காய்கறிகளிலேயே பெற்று விடலாம்.

வங்காளத்து இந்துப் பிராமணர்கள் மீன் சாப்பிடுகிறார்கள்; மீனை அவர்கள் காய்கறி வகைகளிலேதான் சேர்க்கின்றார்கள்.

வேறு சிலர் முட்டை சாப்பிடுகிறார்கள். முட்டையிலுள்ள 'வெள்ளைக் கரு'வை எல்லோருமே சாப்பிடலாம் என்பது என்னுடைய கருத்து.

உணவில் அதிகம் வெங்காயம் சேர்த்துக் கொள்ளவேண்டும். இது இதயத்திற்கு நல்லது.

வாயுத் தொல்லை இல்லாதவர்களுக்கு உருளைக்கிழங்கு நல்லது.

மொத்தத்தில் நகரத்து உணவை விட, கிராமத்து உணவு நீண்ட நாள் வாழ வைக்கிறது.

இறைவனுக்கு வைக்கப்படும் நைவேத்தியங்கள் மருத்துவ முறைப்படி ஆனவை.

பால் அதிகம் சாப்பிடுவது ஒன்றே, தேவையான புரதச் சத்துகளை உடலுக்குத் தந்து விடும்.

பதினெட்டுச் சித்தர்களில், 'தேரையார்' என்று ஒருவர் இருந்தார். எமனை விரட்டுவதற்கே அவர் சில வழிகளைச் சொல்கிறார்.

அந்தப் பாடல்களையும் அவற்றின் பொருள்களையும் கீழே தருகிறேன்.

''பாலுண்போம்; எண்ணெய்பெறின் வெந்நீரில் குளிப்போம்.
பகல் புணரோம்; பகல் துயிலோம்; பயோதரமும் மூத்த
ஏலஞ்சேர் குழலியரோ டிளவெயிலும் விரும்போம்;
இரண்டடக்கோம்;ஒன்றை விடோம்;இடதுகையிற் படுப்போம்.
மூலஞ்சேர் கறினுகரோம்; மூத்ததயிர் உண்போம்.
முந்நாளில் சமைத்தகறி அமுதெனினும் அருந்தோம்.
ஞாலந்தான் வந்திடினும் பசித்தொழிய உண்ணோம்,
நமனார்க்கிங் கேதுகவை நாமிருக்கு மிடத்தே!''

பாலுணவை உண்ணுவோம்! எண்ணெய் தேய்த்துக் குளிக்கும் போது வெந்நீரில் குளிப்போம். பகலில் உடலுறவு கொள்வதையும்,

தூங்குவதையும் தவிர்ப்போம். கரும்பென இளிப்போராயினும் வயதில் மூத்த பெண்களோடும், வாசக் குழலினை உடைய பொது மகளிரோடும் உடல் உறவு கொள்ள மாட்டோம்; காலை இளம் வெயிலில் அலைய மாட்டோம். மலம், சிறுநீர் முதலியவற்றை அடக்கி வைத்திருக்க மாட்டோம்; படுக்கும்போது எப்போதும் இடது கைப்புறமாகவே ஒருக்களித்துப் படுப்போம். புளித்த தயிருணவை விரும்பி உண்போம். முதல் நாள் சமைத்த கறி உணவு, அமுதம் போன்றிருப்பினும், அதனை மறுநாள் உண்ணுதல் செய்ய மாட்டோம்; பசிக்காத போது உணவருந்தி, உலகமே பரிசாகக் கிடைப்பதெனினும் ஏற்க மாட்டோம்; பசித்த பொழுது மட்டும் உண்ணுவோம். இவ்வாறு மேற்கண்ட ஒழுக்க முறைகளை நடைமுறையில் கடைப்பிடித்து வருவோமானால் நம்மிடம் எமன் நெருங்க அஞ்சுவான்; நீண்ட ஆயுளோடு நாம் வாழ முடியும்.

''உண்பதிரு போதொழிய மூன்று பொழுதுண்ணோம்;
உறங்குவது இரவொழிய பகலுறக்கம் கொள்ளோம்;
பெண்ணுறவு திங்களொருக் காலன்றி மருவோம்;
பெருந்தாக மெடுத்திடினும் பெயர்த்துநீர் அருந்தோம்;
மண்பரவு கிழங்குகளில் கருணையன்றிப் புசியோம்;
வாழையிளம் பிஞ்சொழிய காயருந்தல் செய்யோம்;
நண்புபெற உண்டபின்பு குறுநடையும் பயில்வோம்;
நமனார்க்கிங் கேதுகவை நாமிருக்கு மிடத்தே!''

ஒரு நாளைக்கு இரண்டு பொழுது மட்டும் உண்போம்; இரவில் நன்றாகத் தூங்குவோம்; பகலில் தூங்க மாட்டோம். பெண்ணின்பால் உடலுறவை மாதம் ஒரு முறை மட்டும் வைத்துக் கொள்வோம். உணவு உண்ணும் போது தாகம் அதிகம் இருப்பினும் இடையிடையே நீரினைப் பருக மாட்டோம்; வாழைக்காயில் பிஞ்சுக்காய்களையே கறி சமைத்து உண்ணுவோம்; முற்றிய காய்களைக் கறி சமைத்து உண்ண மாட்டோம்; உண்டவுடனேயே சிறிது தூரம் நடத்தலாகிய பயிற்சியைச் செய்வோம். இவ்வாறு நம் செயல்கள் இருக்குமெனின் காலன் நம்மை நெருங்கக் கலங்குவான்; நீண்ட ஆயுளைப் பெற்று வாழ்வோம்.

''ஆறுதிங்கட் கொருதடவை வமனமருந் தயில்வோம்;
அடர்நான்கு மதிக்கொருக்கால் பேதியுரை நுகர்வோம்;
தேறுமதி ஒன்றரைக்கோர் தரநசியம் பெறுவோம்;
திங்களரைக் கிரண்டுதரம் சவலிவிருப் புறுவோம்;
வீறுசதுர் நாட்கொருகால் நெய்முழுக்கைத் தவிரோம்;

விழிகளுக் கஞ்சனம்மூன்று நாட்கொருக்கா லிடுவோம்;
நாறுகந்தம் புட்பமிவை நடுநிசியில் முகரோம்
நமனார்க்கிங் கேதுகவை நாமிருக்கு மிடத்தே!''

ஆறு மாதங்களுக்கு ஒரு முறை வாந்தி மருந்தை உட்கொள்வோம். நான்கு மாதங்களுக்கு ஒரு முறை பேதி மருந்தை உட்கொள்வோம்; ஒன்றரை மாதத்திற்கு ஒருமுறை மூக்கிற்கு மருந்திட்டுச் சளி முதலிய பீனச நோய் வராமல் தடுப்போம். வாரம் ஒருமுறை முகச்சவரம் செய்து கொள்வோம்; நான்கு நாட்களுக்கு ஒருமுறை எண்ணெய் தேய்த்துக் குளிப்போம்; மூன்று நாட்களுக்கு ஒருமுறை கண்ணுக்கு மை இடுவோம்; மணம் வீசும் கந்தம், மலர் போன்றவற்றை நள்ளிரவு நேரத்தில் நுகர்தலைச் செய்ய மாட்டோம். இவ்வாறு மருத்துவ விதிமுறைகளை நாம் மேற்கொண்டொழுகினால் எமன் நம்மை நெருங்க விரும்ப மாட்டான்; நீண்ட ஆயுளோடு வாழ்வோம்.

''பகத்தொழுக்கு மாதர்அசம் கரம் துடைப்ப மிவைதூள்
படநெருங்கோம்; தீபமைந்தர் மரநிழலில் வசியோம்;
சுகபுணர்ச்சி அசனபச னத்தருணஞ் செய்யோம்;
துஞ்சலுண விருமலஞ்செய் யோகமழுக் காடை;
வகுப்பெருக்கிற் சிந்துகேசம் இவைமாலை விரும்போம்;
வற்சலம்தெய் வம்பிதுர்சற் குருவைவிட மாட்டோம்;
நகச்சலமும் முடிச்சலமும் தெறிக்குமிட மணுக்கோம்;
நமனார்க்கிங் கேதுகவை நாமிருக்கு மிடத்தே!''

மாத விலக்கடைந்த பெண்கள், ஆடு, கழுதை முதலானவைகள் வரும் பாதையில் எழும் புழுதி, மேலே படும் படி நெருங்கி நடக்க மாட்டோம்; கூட்டுமிடத்தில் உண்டாகும் தூசியும் மேலே படும்படி நடந்து கொள்ள மாட்டோம்; இரவில் விளக்கொளியில் நிற்போரின் நிழலிலும், மர நிழலிலும் நிற்க மாட்டோம்; பசியின் போதும், உண்டவுடனேயும் உடலுறவு கொள்ள மாட்டோம். அந்திப் பொழுதில் தூங்குதல், உணவுண்ணல், காமகுரோதச் செயல்கள், அழுக்குடை தரித்தல், தலைவாரி மயிர் உதிரச் செய்தல் போன்ற காரியங்களைச் செய்ய மாட்டோம்; நம்பால் இரக்கம் உள்ள தெய்வங்கள், பிதுரர், குரு ஆகியோரை எப்போதும் வணங்குவோம்; பிறர் கை உதறும் போது, நகத்தினின்று விழும் தண்ணீரும், குளித்து முடி தட்டும்போது உதிரும் தண்ணீரும் மேலே தெறித்து விழும் இடத்தில் நடக்க மாட்டோம். இத்தகைய நெறிகளில் நாம் நடந்தால், எமன் நம்மை அணுக அஞ்சுவான், நீண்ட காலம் ஆரோக்கியமாக வாழுவோம்.

9

தூக்கத்தில் நிம்மதி

"தூக்கம் உன் கண்களைத் தழுவட்டுமே
அமைதி உன் நெஞ்சில் நிலவட்டுமே—அந்தத்
தூக்கமும் அமைதியும் நானானால்..."

—என்றொரு பாடலைக் கேட்டிருப்பீர்கள்.

இது ஷேக்ஸ்பியர் வரிகளின் தமிழாக்கம். ரோமியோ ஜூலியட்டில்...

Sleep Dwell upon Thine Eyes
peace in Thy Breast
Would I were Sleep and Peace
So Sweet to Rest

தூங்குவது போலும் சாக்காடு; தூங்கி
விழிப்பது போலும் பிறப்பு

—என்றான் வள்ளுவன்.

தூக்கத்தில் கிடைக்கும் மயான அமைதி வேறு எதிலே கிடைக்கப் போகிறது! அது கவலைகளை மூடி வைக்கிறது! கண்ணீரை ஒத்தி எடுக்கிறது; நாளையப் பொழுது பற்றிய கேள்விக் குறிகளை நிறுத்தி வைக்கிறது.

மானிட தர்மத்தை ஒழுங்காக நிறைவேற்றவே, மனிதன் அடிக்கடி தூங்கித் தூங்கி விழித்து எழுகிறான்.

நோயாளியைக் கேள்வி கேட்கும் டாக்டர், "தூக்கம் வருகிறதா? பசி எடுக்கிறதா?" என்று இரண்டு கேள்விகளைத் தானே கேட்கிறார். உறக்கம் கெட்டவன் வாழ்க்கையே நரகம்.

தலையணைக்குக் கீழே துயரங்களைப் புதைத்து வைத்துக் கொண்டு, திரும்பிப் படுப்பவனுக்கு வேறு எந்த வகையிலே நிம்மதி?

மாத்திரை சாப்பிட்டுத் தூங்குகிறவன், கவலைகளைச் சாகடிக்கவில்லை; நரம்புகளைச் சாகடிக்கிறான்.

மரணம் இறுதியாக வரும்வரை, வாழ்க்கையின் மூன்றில் ஒரு பகுதி தூக்கமாக இருக்க வேண்டும்.

அர்த்தமுள்ள இந்துமதம் - பாகம் 6

அதற்கென்ன வழி?

> "வீடு வரை உறவு
> வீதி வரை மனைவி
> காடு வரை பிள்ளை
> கடைசி வரை யாரோ?"

—பாடு; தூங்கிவிடு.

செத்துப் போனால் யாரும் கூட வரப்போவதில்லை; இருக்கின்ற காலத்தில் துடிப்பென்ன? திகைப்பென்ன?

நடப்பது நடக்கட்டும்; நாளை பார்த்துக் கொள்ளலாம் என்று நினைத்து விடு; நிம்மதியான தூக்கம் வரும்.

எப்படிப் படுத்தால் தூக்கம் வருமோ அப்படிப் படு.

ஆனால், ஆடவன் குப்புறப் படுத்தாலும் படுக்கலாம்; பெண் மல்லாந்து படுக்கக் கூடாது; ஒருக்களித்துத்தான் படுக்க வேண்டும். அதனையும் முந்திய அத்தியாயத்தில் சொன்னபடி இடது கையில்தான் படுக்க வேண்டும். அப்போதுதான் இதயம் சுகமாக இயங்கும். சுவாசம் லகுவாக வெளிவரும்.

தூக்கத்தில் கனவே வரவில்லையென்றால் மிகவும் நல்லது; அது ஆழ்ந்த தூக்கம்.

ஆழ்ந்த தூக்கத்தின் மறுபகுதி தான் கனவு வருவது.

மேலே உத்திரம் உள்ள வீடாக இருந்தால், உத்திரத்துக்கு நேரே தலையை வைக்காதே; கனவு வரும்.

தலையணைக்கு அடியில் கொஞ்சம் விபூதியோ, குங்குமமோ வைத்துக் கொண்டு படு; கெட்ட கனவு வராது.

படுக்கப் போகும்போது பூஜை செய்துவிட்டுப் படு; பயமோ கவலையோ இருக்காது.

யாரையும் திட்டிவிட்டு, அதே கோபத்தோடு போய்ப் படுக்காதே; தூக்கம் வராது.

சாப்பிட்ட பிறகு, கொஞ்சம் குறுநடை போட்டுப் படு; தூக்கம் வரும்.

பக்கத்தில் நண்பனோ, மனைவியோ படுத்திருந்தால், நல்ல விஷயங்களைப் பேசிக் கொண்டே படு; தூக்கம் வரும்.

எந்தக் காரணம் கொண்டும், இரவிலே மணிக்கு மணி அடிக்கும் கடிகாரம் வைக்காதே; அது தூக்கத்தைக் கெடுப்பதற்கென்றே கண்டுபிடிக்கப்பட்டது.

சுகமான மிருதுவான சங்கீதத்தைக் கேட்டுக் கொண்டே படு; தூக்கம் வந்து விடும்.

மலேசியாவில் 'கோங்கான் கீரை' என்றொரு கீரை இரவிலே தரப்படுகிறது. அதை மட்டும் காலை – இரவிலே சாப்பிடலாம்; அதைச் சாப்பிட்டு விட்டுத் தூங்கினால் எந்த இடிச் சத்தமும் எழுப்பாது.

வாயுப் பதார்த்தங்களை இரவிலே சாப்பிடாதே; நள்ளிரவில் அது வயிற்றைப் புரட்டும்.

நான் இருபத்தெட்டு வருஷங்களாக இரவிலே இட்லி அல்லது தோசைதான் சாப்பிடுகிறேன்.

அண்மையில் ஒரு நாள், சாப்பாடு சாப்பிட்டுப் பார்த்தேன்; அன்று சுகமாக தூக்கம்! காரணம் அதில் உளுந்து இல்லை.

சர்க்கரை வியாதி இல்லாதவர்கள், தேங்காய்ப் பாலும் ஆப்பமும் சாப்பிட்டுவிட்டுப் படுக்கலாம். தேங்காய்ப் பாலிலுள்ள மதமதப்பில் நல்ல தூக்கம் வரும்.

சட்டையோ, பனியனோ, போட்டுக் கொண்டு இரவிலே தூங்கக் கூடாது. பூச்சிகள் உள்ளே போனால் ஒரு தடவைக்கு மூன்று தடவை கடிக்கும்.

என்னதான் குளிரடித்தாலும் சடலத்தை மூடுவது போல் உடலை மூடிக் கொள்ளக் கூடாது; மூக்கு மட்டும் வெளியே சுத்தமான காற்றைச் சுவாசிக்க வேண்டும்.

இரவிலே படுப்பதற்கு முன், பால் குடிக்கும் பழக்கம் உள்ளவர்கள் நான்கு வெள்ளைப் பூண்டுப் பற்களைக் கடித்துத் தின்று விட்டுப் பால் குடிக்க வேண்டும்.

அதனால் வயிற்றில் இருக்கும் வாயு பகவான், காலையில் தன் மூதாதையர்களோடு ஐக்கியமாகி வெளியேறி விடுகிறான்.

அமுங்கி அமுங்கி 'ஜோல்ட்' அடிக்கும் மெத்தையில் யாரும் படுக்கக் கூடாது.

உடம்பின் நடுப்பகுதி தாழ்ந்தும், மேலும் கீழும் உயர்ந்தும் இருந்தால் புரண்டு படுப்பது சிரமம். அதனால் அடிக்கடி விழிப்பு வரும்.

வழுவழுப்பான தரையில் பாயை விரித்துப் படுப்பது வெகு சுகம்.

அர்த்தமுள்ள இந்துமதம் – பாகம் 6

எங்கள் கிராமங்களில் பர்மாவில் இருந்து ஒரு பாய் வாங்கி வருவார்கள். 'பர்மாப் பாய்' என்று. மகாராஜாக்களின் மெத்தைகள் எல்லாம் அதனிடம் பிச்சை வாங்க வேண்டும்.

இப்போது 'பத்தமடைப் பாய்' ஓரளவு அந்த நிலையில் இருக்கிறது.

வசதி உள்ளவர்கள், கடம்பமரக் கட்டிலில் பாய் இல்லாமல் படுத்தால், உடம்பு வலியெல்லாம் தீர்ந்து விடும்.

வெட்ட வெளியில் படுக்கிறவர்கள், வேப்பங்காற்றில் படுக்க வேண்டும்.

இப்போது வேப்ப மரங்களே குறைந்து வருகின்றன. தோட்டம் உள்ளவர்கள் வேம்புகளை நட்டு வையுங்கள்.

இரவில் படுக்கும் போது, 'ஆலிவ் எண்ணெய்' என்று ஒரு எண்ணெய் இருக்கிறது. அதை முகத்தில் தடவிக் கொண்டு படுத்தால் காலையில் களை இழந்த முகம் கூடப் பிரகாசமாக இருக்கும்.

சினிமா நடிகைகள் முகத்தைக் கழுவும் போது அந்த எண்ணெய் போட்டுத்தான் கழுவுகிறார்கள். அதனால் 'கருப்பி சிவப்பி'யாகத் திகழ்கிறார்கள்.

எல்லாவற்றிற்கும் மேலாகச் சாயங்காலத்தில் மூன்று மைல் நடந்தோ, நன்றாக விளையாடி விட்டோ, குளித்துவிட்டுச் சாப்பிட்டு விட்டுத் தூங்குங்கள்; ஒரு பயலையும் கேட்க வேண்டாம்.

காலையில் விழிக்கும் பொழுது யார் முகத்திலும் விழிக்க விரும்பாவிட்டால், விழிக்கும்போது இரண்டு உள்ளங் கைகளையும் நன்றாகச் சூடேற்றி முகத்தில் தேய்த்து விட்டு அந்தக் கைகளைப் பாருங்கள்; அதுவே ஒரு சூரிய நமஸ்காரம்.

10
உனக்குள்ளே நிம்மதி

'**தே**டுங்கள்; கண்டடைவீர்கள்' என்பது ஏசுநாதர் வாக்கு.

'எங்கே நிம்மதி? அங்கே கிடைக்குமா? இங்கே கிடைக்குமா?' என்று தேடினால் நீங்கள் காணமாட்டீர்கள்.

அது உங்கள் உள்ளத்துக்கு உள்ளேயே ஒளி மயமாக நிற்கிறது.

பாண்டவர்களும், வனவாசம் புரிந்தார்கள்; ராமனும் வனவாசம் சென்றான்; தேவர்களும் ஒளிந்து வாழ வேண்டியிருந்தது.

கேட்பவர்களுக்கெல்லாம் வரம் கொடுத்த சிவபெருமானுக்கும் நிம்மதியற்ற காலம் இருந்தது.

நிம்மதிக் குறைவு என்பது எல்லோருக்கும் ஒரு நாள் வந்தே தீர்கிறது.

பணக்காரனாயினும், ஏழையாயினும் வாழ்க்கைப் பயணத்தில், ஏதோ ஒரு சக்கரத்தில் காலைக் கொடுத்து விடுகின்றான்; கொஞ்சக் காலம் அவனை வாட்டி எடுக்கிறது.

ஜீரணிக்கத் தெரிந்தவனுக்கு மலை கடுகளவு; அது தெரியாதவனுக்கு கடுகு மலையளவு.

கொஞ்சம் மௌனத்தைக் கடைப்பிடியுங்கள். அதில் ஒருவகை நிம்மதியுண்டு.

'மௌனம் கலக நாஸ்தி' என்பார்கள்.

அளந்து பேசி, அளந்து வாழ்கிறவனுக்கு அதிகபட்ச ஆசை கிடையாது.

ஆசை குறையக் குறையத் துன்பமும் குறைந்து போகிறது.

வாழ்க்கை கட்டுக்குள் வந்தால், மனமும் கட்டுக்குள் வந்து விடுகிறது; துன்பமும் கட்டுக்குள் நின்று விடுகிறது.

எதுவும் அளவு கடந்து போகும்போதுதான் ஒரு எதிரொலியைக் கொண்டுவந்து காட்டுகிறது.

இருட்டு – வெளிச்சம், இன்பம்– துன்பம் இரண்டையும் சமமாகக் கருதும்படி பகவான் கீதையிலே போதித்தான்.

பகலிலே, குருடனுக்கும் கண் தெரியும். ஆனால், இருட்டிலே எவனுக்குக் கண் தெரிகிறதோ அவனே ஞானி.

முதுகு சொரணையற்றுப் போய் எவனுக்கு வலி தெரியாமல் போய் விடுகிறதோ, அவனே நிம்மதியடைந்தவன்.

“உடம்பிலுள்ள எல்லா வாசல்களையும் செம்மையாக அடக்கி, மனத்தை உள்ளேயே நிலை நிறுத்தி, உயிரை அறிவோடு நன்றாக நிலைநாட்டித் தியானத்தைக் கைக்கொண்டு என்னையே நினைத்தவனாய் எவன் தன்னை மறந்து விடுகிறானோ, அவன் பரம்பொருளை அடைகிறான்” என்கிறான் பகவான் கீதையிலே.

நீங்கள் பரம்பொருளை அடைகிறீர்களோ இல்லையோ... நிம்மதியை அடைகிறீர்கள்.

பகவத்கீதையிலே, ‘க்ஷேத்ரம்’ பற்றியும் ‘க்ஷேத்திரக்ஞன்’ பற்றியும் பேசப்படுகிறது.

‘க்ஷேத்திரம்’ என்பது உடல், ‘க்ஷேத்திரக்ஞன்’ என்பது உயிர்.

எது நிம்மதி இழக்கிறது? க்ஷேத்திரமா? க்ஷேத்திரக்ஞனா?

உடலுக்கு நிம்மதி இல்லையென்றால், மருத்துவன் உண்டு. உயிருக்கு நிம்மதி இல்லையென்றால் நீங்களே மருத்துவர்கள்.

கட்டிக் கொடுத்த சோறும், சொல்லிக் கொடுத்த புத்தியும் தலைமுறைக்கு வரமாட்டா.

இந்த நூலில் கண்டபடி, நீங்கள் நடந்து கொண்டு விட்டாலும் கூட, உங்களை நீங்களே வாதித்துக் கொண்டிருந்தால் நெஞ்சுக்கு நிம்மதி வராது.

ஆன்மாவின் சொரூபத்தை உணர்ந்து. அதன் இயக்கத்திற்கு ஒத்துழைப்பதுதான் தேகம் என்பதை அறிந்து ஒழுங்காக இயங்கினால், நிம்மதி நெஞ்சுக்குள்ளே இருப்பதைக் காணலாம்.

அது ஒன்றும் கடையில் விற்கும் கத்திரிக்காய் அல்ல... வசதியுள்ளவன் வாங்கிக் கொள்வதற்கு!

மீண்டும் சொல்கிறேன், மனசுதான் காரணம்.

ஒன்றைச் ‘சரி’ என்று நினைத்து விட்டால் மனசு நிம்மதியடைகிறது. ‘தவறு’ என்று நினைத்து விட்டால் மனசு தாவிக் குதிக்கிறது.

அதனால்தான், ‘நடப்பதெல்லாம் நன்மைக்கே’ என்கிறார்கள். நல்ல மனைவியின் மேல் சந்தேகப்பட்டே, வாழ்க்கையை அழித்துக் கொண்டவர்களும் உண்டு.

கண்ணதாசனின்

மோசமான மனைவியையே முழுக்க நம்பி, நிம்மதியாக வாழ்ந்து முடித்தவர்களும் உண்டு.

பத்தாயிரம் ரூபாய் சம்பாதித்துப் புத்தி கெட்டு அலைந்தவர்களும் உண்டு; இருநூறு ரூபாய்ச் சம்பளத்தில் இணையற்ற அமைதி கண்டவர்களும் உண்டு.

அழுக்கு வேட்டியைத் துவைத்துக் கட்டுவதிலே ஆனந்தம் அடைந்தவர்களும் உண்டு; சலவை வேட்டியிலும் சரிகை இல்லையே என்று சலித்துக் கொண்டவர்களும் உண்டு.

மனது எந்த ஒன்றைக் காண்கிறதோ அப்படியே ஆகிவிடுகிறது.

அற்புதம் என்று அது முடிவு கட்டிவிட்டால், அது அற்புதமாகவே ஆகிவிடுகிறது.

மோசம் என்று தோன்றி விட்டால், மோசமாகவே காட்சி அளிக்கிறது.

பல நேரங்களில் மனது, தன் கணக்கை மாற்றிக் கொள்கிறது. நானே முதற் கட்டத்தில் ஒருவரைப் பற்றிப் போடுகிற கணக்கை மறு கட்டத்தில் மாற்றிக் கொண்டிருக்கிறேன்.

மாறுதல் மனிதன் இயற்கை. அதில் இன்பம் தோன்றும்போது உடனடியாக நிம்மதி.

'இந்தப் பேரிடியை என்னாலே தாங்கவே முடியாது' என்று சில சமயங்களில் சொல்கிறோம். ஆனாலும், நாம் உயிரோடு தான் இருக்கிறோம்.

காரணம் என்ன? மனசு, வேறு வழி இல்லாமல் அதைத் தாங்கிவிட்டது என்பதே பொருள்.

உலகத்தில் எது தவிர்க்க முடியாதது?

பிறந்த வயிற்றையும் உடன் பிறப்புகளையும்தான் மாற்ற முடியாதே தவிர, பிற எதுவும் மாற்றத்திற்குரியதே.

நானே சொல்லி இருக்கிறேன்... 'ஜனனத்தையும் மரணத்தையும் தவிர அனைத்துமே மறுபரிசீலனைக்குரியவை' என்று.

மனைவியை மாற்றலாம். வீட்டை மாற்றலாம்; நண்பர்களை மாற்றலாம்; தொழிலை மாற்றலாம். எதையும் மாற்றலாம்.

மாறுதலுக்குரிய உலகத்தில் நிம்மதி குறைவதற்கு நியாயம் என்ன?

மனது நம்முடையது; நாம் நினைத்தால் அதை மாற்றிக் கொள்ளலாம்.

அர்த்தமுள்ள இந்துமதம் – பாகம் 6

நமக்கு முன்னால் வாழ்ந்து செத்தவர்களெல்லாம், ஆயுட் காலம் அமைதியாக இருந்து செத்தவர்களல்ல.

இனி வரப் போகிறவர்களும், நிரந்தர நிம்மதிக்கு உத்தரவாதம் வாங்கிக் கொண்டு வரப் போகிறவர்களல்ல.

"அவரவர்க்கு வாய்த்த இடம்
அவன் போட்ட பிச்சை;
அறியாத மானிடர்க்கு
அக்கரையில் பச்சை"

எந்த துன்பத்திலும் சிக்கிக் கொள்ளாதீர்கள்.
மனத்தை எளிமையாக வைத்திருங்கள்.
கவலைகளற்ற ஒரு நிலையை மேற்கொள்ளுங்கள்.
நிரந்தரமான நிம்மதிக்கு ஈஸ்வரனை நாடுங்கள்.

"நெஞ்சுக்கு நிம்மதி ஆண்டவன் சந்நிதி
நினைத்தால் எல்லாம் உனக்குள்ளே!"

திருப்பதி

11
முடிவுரை

கடைசியாக முடிவுரைக்கும் நான் காஞ்சிப் பெரியவர்களின் உதவியை நாடுகிறேன்.

"என்னது! பெரியவர்கள் உரையைப் போட்டே பக்கத்தை நிரப்புகிறாயா? எழுதுவதற்குச் சோம்பேறித்தனமா?" என்று கேட்கிறீர்களா?

இல்லை. நான் எதைச் சொல்ல விரும்புகிறேனோ, அதைப் பெரியவர்கள் முன்பே சொல்லியிருக்கிறார்கள்.

அதையே என்னுடைய பாஷையில் பேத்து மாத்துப் பண்ணுவதை விட, அப்படியே கொடுத்து விடுவது மரியாதை என்பதால் கொடுக்கிறேன்.

பெரியவர்களின் அரிய விஷயங்களைத் தேடி அலைய முடியாதவர்கள், இதன் மூலம் பயனடையட்டும் என்று நான் கருதுகிறேன்.

இப்போது 'அர்த்தமுள்ள இந்து மதம்' வரிசை, ஒரு லட்சத்தைத் தாண்டிவிட்டது.

பெரியவர்களின் அற்புதக் கருத்துக்களை இதன் மூலம் பரப்புவது என் ஆசை.

இந்த கருவூலங்களைப் பரவலாக இளைஞர்களிடம் விநியோகிப்பது என் நோக்கம்.

இவற்றைப் படிப்பதன் மூலம், பெரியவர்கள் உரைகளை இளைஞர்கள் தேடிப் படிப்பார்கள் என்பது உறுதி.

துக்கத்தைக் குறைப்பதற்கும், ஒரு யோகத்தைக் கடைப்பிடிப்பதற்கும். அவர் சொன்ன வழிகளை மட்டுமே இதில் நான் எடுத்துத் தருகிறேன்.

அவர்கள் சொல்கிறார்கள்:

"நாம் எல்லோரும் பரம்பொருளைப் பற்றிய உண்மையான ஞானத்தைப் பெற முயல வேண்டும். இந்த ஞானம் என்பது என்ன? பரம்பொருளைத் தவிர வேறு எதுவுமே இல்லை என்பதுதான். அந்த ஒன்று தான் இத்தனையாகவும் தோன்றுகிறது.

இத்தனையான தோற்றங்களிலேயே மனதைச் செலுத்திக் கொண்டிருந்தால், சஞ்சலம், ஏற்றத்தாழ்வு இவற்றால் உண்டாகும் கஷ்டங்கள் எல்லாம் ஏற்பட்டுக் கொண்டுதான் இருக்கும். இத்தனை தோற்றத்திலிருந்தும் மனதைத் திருப்பி, இவற்றுக்குக் காரணமான ஒன்றையே அறியத் தொடங்கினால், எண்ணமும் பலவாறாக ஓடி அவதிப்படாமல் சஞ்சலங்கள் ஓயும். ஓடுற வஸ்து என்று பின் சலிக்கவோ, ஏற்றத் தாழ்வுக்கோ இடம் ஏது? அந்த நிலையிலேயே நித்திய சுகத்தைப் பெறலாம். அந்த நிலையைத்தான் ஞானம் என்கிறோம்.''

''உலக வாழ்வில்கூட, சுகம் வருவது போலிருக்கிறது. ஆனால், அது நிச்சயமாக நிலைத்து இருப்பதில்லை. வெளியிலிருந்து வருகிற சுகத்தை, நாம் எப்படிச் சாசுவதமாக்கிக் கொள்ள முடியும்? வெளியிலிருந்து வருவது நமக்கு ஸ்வாதீனப் படாமல், நம் கைவிட்டு ஓடியும் விடும். அப்போது, அதனால் கிடைக்கிற சுகமும் போகத்தான் செய்யும். இப்படித்தான் அந்த நிமிஷம் சுகமாக இருப்பது அடுத்து நிமிஷமே மறைகிறது. அடர்ந்த மரத்தின் கிளைகள் ஆடுகிறபோது, இடுக்கு வழியாக கொஞ்சம் வெளிச்சம் வந்து பாய்ந்து விட்டு, அடுத்த நிமிஷமே நிழல் வந்து மூடிக்கொள்வது போலத்தான். உலகத்தின் துன்பத்துக்கு நடுவில் கொஞ்சம் சுகம் தலையை எட்டிப் பார்த்து விட்டு ஓடி விடுகிறது. நிரந்தர சுகம் என்பது, உலகத்துக்கு காரணமான ஒன்றை அறிவதுதான்.

உலக வாழ்வில் சகல மனிதர்களுக்கும், அளவில்லாத கஷ்டங்கள் உண்டாகத்தான் செய்யும். பணக்காரன், பெரிய பதவியில் இருப்பவன் கஷ்டமில்லாமல் இருப்பதாக மற்றவர்கள் நினைக்கலாம். அப்படி நினைத்துத் தாங்களும் அவர்களைப் போல பணமும் பதவியும் பெறப் பாடுபடலாம். ஆனால், பணக்காரனை பதவியில் உள்ளவனைக் கேட்டால் தெரியும். அவனுக்கு எத்தனை கஷ்டங்களென்று. நாம் திண்ணையில் இருக்கிறோம். விழுந்தால் சிராய்த்துக் கொள்வதோடோ, சுளுக்காவதோடோ போய் விடும். பணக்காரனும், பதவிக்காரனும் மாடி மேல் இருக்கிறார்கள். எனவே, அவர்கள் விழுந்தால் எலும்பெல்லாம் முறிந்து போகும். பிராணாபத்து ஆகும். ஒருவனுக்குப் பணமும், பதவியும் உள்ளபோதே அதனால் உண்டாகிற சிறிது சுகத்தோடு, தன் பணம் பதவி போகக் கூடாது என்று கவலை, சுகத்தை விட அதிகமாக இருக்கிறது. இதனால் தான் உலகத்தில் எவனுமே தான் சந்தோஷமாக இருப்பதாகச் சொல்லக் காணோம்! ஒவ்வொருவனும் தானே மகா புத்திசாலி, தானே ரொம்ப அழகு

என்று நினைத்துக் கொண்டிருப்பது போல, அதிகம் துக்கமுள்ளவனும் தானே என்று நினைத்துக் கொண்டிருக்கிறான்.

துக்கம் நம் உடன்பிறப்பு, நம் பூர்வ கர்மவினையின் பயனாக இந்த துக்கங்களுக்கு, நாம் முன்னமேயே விதை போட்டிருக்கிறோம். இதிலிருந்து தப்ப வழியில்லை.

ஆனால், கர்மத்தினால் ஏற்படும் கஷ்டத்தைப் பொறுத்துக் கொண்டு, சாந்தமாக இருக்க வழி உண்டு. புதிதாகக் கர்ம மூட்டையைப் பெருக்கிக் கொண்டு எதிர்காலத்தில் கஷ்டத்தை அதிகமாக்கிக் கொள்ளாமலிருக்க வழி உண்டு. முதலில் சொன்ன ஞானம் அந்த வழி.

சித்தப்பிரமை பிடித்த ஜடமாகி விட்டால் கஷ்டம் தெரிவதில்லை. பைத்தியத்தின் கஷ்டம் வேரூன்றி நிற்பதில்லை. ஆனால், சித்தப்பிரமையில் நித்திய ஆனந்தமும் இல்லை. தூக்கத்தில் துக்கமுமில்லை. ஆனால், தூக்கத்தில் சுகமாக இருக்கிறோமென்று அறிவும் இல்லை. ஞானிதான் எப்போதும் விழிப்பிலேயே இருக்கிறான். அவனது தேகத்தில் சிரமங்களே இராது என்பதில்லை. ஆனால், அவனுடைய மனத்தில் கிலேசமே இராது. வெளியே இருக்கிற சிரமம் அவன் உள்ளே பாதிப்பதில்லை.

துக்கம் என்பதே தன்னைத் தொடாமல் எவன் ஒருவன் இருக்கிறானோ, அவன் யோகி. பாபம், அதாவது மனத்தின் அசுத்தந்தான் துக்கத்திற்குக் காரணம். மனதில் உள்ள அசுத்தங்கள் எல்லாம் நீங்கினால், அது தானாகவே பரமாத்மாவின் பக்கம் திரும்பி விடும். ஒழுங்கினாலும், கட்டுப்பாட்டினாலும் தான் மனத்தின் அசுத்தங்களை அகற்ற முடியும். இந்தச் சரீரக் கூட்டிலிருந்து ஆத்மா பிரிந்து போவதற்கு முன்பு, சரியான கல்வியின் மூலமும் அப்பியாசத்தின் மூலமும் கட்டுப்பட்டு, ஒழுங்காக வாழ்ந்து அசுத்தங்களைப் போக்கிக் கொண்டு விட வேண்டும். அப்படி செய்து ஜெயித்தால், கடைசியில் தேக வியோகமே பரமாத்மாவுடன் சேர்ந்து விடுகிற யோகமாகி விடும்.

யோகிக்கு அடையாளம் என்ன? பரமாத்மாவைச் சேர்ந்து விட்ட அவனது மனசு, வேறு எதையுமே சேர்த்துக் கொள்ள நினைக்காது.

மனசு அதற்கப்புறம் ஓடவே கூடாது. அப்படி ஆகிவிட்டால் தான், அதற்கப்புறம் இப்போது இந்த மனசினால் நமக்கு உண்டாகி இருக்கிற அத்தனை தொந்தரவுகளும் தொலைந்து போகும். அந்த நிலையைப் பெறுவதற்கு எதைச் சேர வேண்டும்? மனது எதிலிருந்து

அர்த்தமுள்ள இந்துமதம் - பாகம் 6

உற்பத்தியாயிற்றோ அதைத்தான் சேர வேண்டும். மனது, அதன் மூலத்தில் சேர்ந்து விட்டால் அங்கே அப்படியே கரைந்து போய்விடும்; அப்புறம் ஓடாது. அதுவே சகல தொந்தரவுகளிலிருந்தும் விடுபட்ட நிலை. நதி இருக்கிறது. அதன் மூலம் உண்டான இடம் என்ன? சமுத்திரம். சமுத்திர ஜலம்தான் ஆவியாகப் போய், வேறொரு இடத்திலிருந்து நதியாக ரூபம் எடுக்கிறது. அந்த ஆறு ஓடாத ஓட்டமில்லை. இப்படி ஓடி ஓடிக் கடைசியில், தன் மூலமான சமுத்திரத்தில் வந்து விழுகிறது. அப்புறம்? அதற்குத் தனி ரூபம் உண்டா? ஓட்டம் உண்டா? ஒன்றும் இல்லை.

இப்படி நதிகளுக்கெல்லாம் மூலமாக இருந்து, முடிவில் அவற்றைத் தன்னிலே சேர்ந்துக் கொள்கிற சமுத்திரம் மாதிரி, தம் மக்களை எல்லாம் முடிவான சேர்க்கையில், யோகத்தில் தன்னோடு கரைத்துக் கொள்கிற ஒன்று இருக்கிறதா என்றால் இருக்கிறது; சமாதி நிலையில் ஞானிகள், யோகிகள் தங்கள் தனி மனசைக் கரைத்து விட்டு, வெளிப்பிரக்ஞையே இல்லாமல் இருக்கும் போது, அந்த வஸ்துவை விட்டு விட்ட மாதிரி நமக்குத் தோன்றினால் கூட உண்மையில் இது நீங்காத சேர்க்கைதான். உள்ளூர அந்தச் சேர்க்கையின் அனுபவமேதான். அவர் வெளிப் பிரக்ஞையோடு இருப்பது மாதிரி நமக்குத் தோன்றுகிற போது கூட, அதை அடைய வேண்டும் என்ற ஆசை எதுவுமே அவருக்கு இல்லை. ஏதாவது ஒன்று தனக்கு வேண்டுமென்று, கொஞ்சம் கொஞ்சம் ஒருவனுக்குத் தோன்றி விட்டால் கூட, அவன் யோகியில்லை. அவன் ஸ்வாமியைச் சேரவில்லை என்று அர்த்தம்.

யோகியின் அடையாளத்தை வேறு விதமாகவும் சொல்லலாம். அவனுடைய சித்தம் பரமாத்மாவிடமே நிலைத்து விட்டது என்றால், அதற்கப்புறம் எந்தப் பெரிய துக்கம் வந்தாலும் அது துளி கூட ஆடக்கூடாது. அசையக்கூடாது. அழக்கூடாது. இப்படியில்லாமல் சித்தம் கொஞ்சம் சலித்து விட்டால் கூட, அவன் பரமாத்மாவை அடையவில்லை என்றே அர்த்தம்.

யோகிக்கு அநேக துக்கம் வரும்; அதாவது ஊர் உலகத்துக் கெல்லாம் அது துக்கமாகத் தோன்றும். ஆனால், அவனுக்குத் துக்கம் லவலேசமும் தெரியாது. பட்ட கட்டை மாதிரி இருப்பான். பட்ட கட்டை என்பது கூடச் சரியல்ல. அது உணர்ச்சியே இல்லாத நிலையல்லவா? யோகி ஒருத்தன்தான், பூரண பிரக்ஞையோடு இருக்கிறவன். அவன் ஸ்தானந்தனாக இருக்கிறவன். அது வேண்டும், இது வேண்டும் என்பதே இல்லாமல் சதா ஆனந்தமாக ஒருவன் உட்கார்ந்து கொண்டிருந்துவிட்டால் அது தான் யோகம்.

553

கண்ணதாசனின்

அவனுக்கு ஸ்வபாவமாகவே கருணை மாத்திரம் சுரந்து கொண்டிருக்கும், யாரிடத்திலும் கோபம் வெறுப்பு வராது. இன்னொரு பிராணிக்குத் தன்னால் இம்மியும் ஹிம்சை வரக்கூடாது என்கிற எண்ணம் மட்டுமே இருக்கும். வெளி உலகத்தின் பார்வைக்கு, அவன் என்னென்ன காரியம் செய்தாலும் அதிலெல்லாம் அவனுக்குத் 'தான் செய்கிறோம்' என்ற அகங்கார எண்ணமே இராது. சொந்தப்பற்றே இல்லாமல் பரம காருண்யம் மட்டுமே அவனுடைய காரியங்களில் இருக்கும். வெளியே பார்க்கிற காரியம் கடுமையாக இருந்தாலும் கூட, உள்ளுக்குள்ளே அதுவும் பரம காருண்யம் தவிர வேறாக இராது. மகா யோகியான பரமேஸ்வரன் இப்படித்தான் சம்ஹாரம் செய்கிறார். நமக்கு அது கொடுமையாகத் தெரியலாம். ஒவ்வொரு ஜீவனும் எத்தனை பாப ஜீவனாயிருந்தாலும் சிறிது காலமாவது கர்ம கதியிலிருந்து விடுதலை அடைந்து தன்னிடம் லயித்திருப்பதற்கு அவர் சம்ஹாரம் செய்கிறார். தினமும் நமக்குத் தூக்கத்தைக் கொடுத்து, அந்த நேரத்தில் சுக துக்கங்களிலிருந்து நமக்கு விடுதலை தருகிற மாதிரி, இந்தச் சரீரம் விழுந்த பின்னும் கொஞ்ச காலம் சிரம பரிகாரம் தருகிறார். தினமும் தூங்கிவிட்டு மறுநாள் விழித்துக் கொண்டு பழையபடி நல்லது கெட்டதுகளில் விழுகிற மாதிரி இச்சரீரம் போய்ச் சிரம பரிகாரம் ஆனபின், இன்னொரு சரீரத்தில் விழித்துக் கொள்கிறோம். இந்த அலைச்சல், புனரபி மரணம்- கூடாது. இந்தச் சரீரம் போனால், இன்னொரு முறை சரீரம் வரக்கூடாது. அப்படிச் செய்து கொள்ள வேண்டும். கட்டுப்பாடு, ஒழுங்கு, பரம கருணை, தபஸ், பூஜை, யக்ஞம், தானம் எல்லாம் அதற்குத்தான். குழந்தையாக இருக்கிற காலத்தில் இருந்தே இவற்றில் எல்லாம் பழக்கம் வேண்டும். அப்படிப் பழகினால்தான். கோடானுகோடி ஜனங்களை இந்த மாதிரி படிப்படியாக உயர்த்துவதற்கு முயன்றால்தான் எங்கேயாகிலும் ஒரு யோகி, ஒரு ஞானியாவது பூரணமாக உண்டாவார். அப்படி ஒருத்தர் உண்டாவதுதான் இத்தனை மனுஷ்ய சிருஷ்டிக்கும் பலன்."

ஆகவே, நிம்மதியற்ற மனிதனாக நீங்கள் இல்லாமல் ஒரு யோகியாக, ஞானியாக மாறுங்கள்.

கோடிக்கணக்கான மக்களைப் பழக்குவதற்குக் குருவாக மாறுங்கள்.

இந்திய சமுதாயத்தை ஆனந்த மயமான சமுதாயமாக்க ஒத்துழையுங்கள்.

உள்ளத்தில் உண்மை ஒளியைக் காண்பதற்கு உலகத்திற்கு வழிகாட்டுங்கள்.

ஏழாம் பாகம்

சுகமான சிந்தனைகள்

- பாகம் 7

காலங்களே தருகின்றன, அவையே பறிக்கின்றன;
காலங்களே சிரிக்கச் செய்கின்றன; அவையே அழவும் வைக்கின்றன.
காலம் பார்த்துக் காரியம் செய்தால், பூமியையே விலைக்கு வாங்கலாம்.
காலங்களிலேயே காரியங்களின் வெற்றி தோல்விகள் அடங்கி இருக்கின்றன.

அத்தியாயம் - 1

இளம் பருவத்து இனிய நினைவுகள் என்னைத் தாலாட்டுகின்றன.

கை கால்களுக்கு ஜீவனிருக்கும் காலத்தில் மரங்களின் உயரம் கூடக் குறைந்து விடுகிறது.

ஏரியில் நீந்திய மீனுக்குத் தெரியும், அதைவிட நான் எவ்வளவு வல்லவன் என்று.

இளமை என்பது ஒரே ஒரு தரம் ஆண்டவனால் பரிசளிக்கப்படுகிறது.

மாமரத்தில் மாங்காய் காய்க்கும் போது மனித மனத்திலே துடிதுடிப்பிருக்கும் காலமே இளமைக்காலம்.

இளமையின் சிந்தனைகள் சுகமானவை.

அவை வானக் கூரையைப் பிளந்து கொண்டு மேலே தாவுகின்றன.

காட்டாற்று வெள்ளத்தில் குதித்து எதிர் நீச்சல் போடுகின்றன.

கங்கை நதிக்கு குறுக்கே பாய்ந்து, தன் கைகளாலேயே அதைத் தடுத்து நிறுத்த முயல்கின்றன.

ரத்தத்தின் ஜீவ அணுக்கள் சித்தத்தை துடிதுடிக்க வைக்கின்றன.

இன்பம் துன்பம் இரண்டிலும் மிகைப்பட்ட நிலையை இளமைக்காலம் கண்ணுக்குக் காட்டுகிறது.

அது மேளச் சத்தத்தோடு சேர்ந்து கொள்கிறது.

வீணையின் ஒலியில் நர்த்தனமாடுகிறது.

மார்கழிப் பனியில் சட்டையைக் கழற்றிவிட்டு அந்தப் பனியை அனுபவிக்கச் சொல்கிறது.

கோடை காலத்து வியர்வையைக் கம்பீரமாகத் துடைத்துவிடச் சொல்கிறது.

'இப்போது உனக்கு என்ன வேண்டும்' என்று இளமையைக் கேட்டால், 'எல்லாம் வேண்டும்' என்கிறது.

இரதத்திலே கயிற்றைக் கட்டிப் பல்லாலே இழுக்கிறது.

முதுமையில் தூக்கவே முடியாத எலும்புகளைப் பல்லால் நறநறவென்று கடித்துத் துப்புகின்றது.

கிராமத்து வாழைத் தோட்டங்களுக்குள்ளே ஓடி விளையாடச் சொல்கிறது.

எந்தப் பெண்ணைக் கண்டாலும் மனம் ஏதோ செய்கிறது.

ஆடல், பாடல், எதிர்வழக்காடல், ஏச்சுக்கு ஏச்சு, பேச்சுக்குப் பேச்சு— ருத்ர மூர்த்தியின் ஆனந்தத் தாண்டவம், இளமையின் ஊழிக்கூத்து.

எனக்குப் பன்னிரண்டு வயதானபோது கிராமத்தின் பனைமரத் தோப்புகளில் அடிக்கடி அமர்ந்திருப்பேன்.

மாடு மேய்க்கும் சிறு பெண்கள் பாடிக்கொண்டே போவார்கள்.

ஆயர்குலச் சிறுவர்கள் சுதி சேராமல் புல்லாங்குழல் வாசிப்பார்கள்.

பருந்தைப் பார்த்தால் பறக்க நினைப்பேன்.

வெள்ளாடுகளைப் பார்த்தால் ஓட நினைப்பேன்.

பூமியைக் குத்தியதும் பீறிட்டுக் கிளம்பும் செயற்கை நீரூற்றுகளைப் போல வாலிபத்தின் சிந்தனையும் வளமானதாகவே இருந்தது.

அது ஆடி மகிழ்ந்த காலம்.

இது எண்ணிப் பார்க்கின்ற காலம்.

அதே துடிதுடிப்பை மீண்டும் பெறுவதற்கு நான் வைத்தியரை நாடப் போவதில்லை.

அந்தச் சுகமான சிந்தனைகளை இப்போது நான் வேறு பக்கம் திருப்பி இருக்கிறேன்.

வேதாந்தத்தில்,

தத்துவ விசாரத்தில்,

—சுகமான சிந்தனைகள் புறப்படுகின்றன.

அங்கொன்றும் இங்கொன்றுமாகப் படித்த சில விஷயங்கள், இப்போது ஜீரணிக்கப்படுகின்றன.

'சிந்தனையில் எனக்கு என்ன வேண்டும்' என்று அருட்பெரும் ஜோதி வள்ளலாரைக் கேட்டேன்.

அர்த்தமுள்ள இந்துமதம் - பாகம் 7

அவர் சொன்னார்:

"தம்பி! மனம் சலனமுடையது; சபலம் மிக்கது; ஆனால் அக்கம் பக்கம் திரும்பாமல் ஒரே நோக்கில் ஆண்டவனை எவன் தியானிக்கிறானோ, அவனது நட்பு உனக்கு வேண்டும்.

கோயில் கட்டுகிறேன் என்பான்; கோயில் சொத்திலேயே கொள்ளையடிப்பான். அரகர சிவ சிவ என்பான்; அங்கு வரும் பெண் மீதே கண்ணாக இருப்பான். மனம் ஒன்று நாடும்; காதொன்று கேட்கும்; வாயொன்று பேசும்; இவன் பக்தனல்ல; போலி; வேடதாரி. ஒருமையுடன் தியானிக்கும் உத்தமர்தம் உறவு உனக்கு வேண்டும்.

உள்ளத்தில் வஞ்சம் மறைந்திருக்கும்; முகத்திலே புன்னகை மலர்ந்திருக்கும்.

'வாருங்கள் வாருங்கள்' என்று வாயால் அழைப்பான்; சமயம் வாய்த்தால் காலைத்தான் வாருவானே தவிர உன்னை வரவேற்க மாட்டான்.

'பொய்' என்று தெரிந்து கொண்டே சத்தியம் செய்வான், அவன் கள்ளத்தில் பூத்த மலர்; கபடத்தில் புழுத்த புழு; வெள்ளத்தில் வந்த குப்பை; வேஷத்தில் வாழும் மனிதன்.

அந்த நடிகனோடு, நீ உறவு கொள்ளாதே!

பாடுவதென்றால், மனிதனைப் பற்றிப் பாடாதே; இறைவனைப் பற்றிப் பாடு; பேசுவதென்றால் அவனைப் பற்றியே பேசு.

அவன் ஏராளமான வரங்களை உனக்கு அள்ளித் தராவிட்டாலும் உன்னைக் கேலி செய்யமாட்டான்.

தோளிலே கைபோட்டுப் பையிலே என்ன இருக்கிறது என்று தடவும் நண்பனை விட்டு விலகு.

யாரையோ, ஊரையோ காப்பாற்ற வேண்டுமானால் பொய் பேசு; இல்லையேல் பொய்யே பேசாதே.

ஆசைகளில் எல்லாம் உச்சமான ஆசை எது தெரியுமா? பெண்ணாசை!

மூன்று நாட்களாகப் பட்டினி கிடக்கும் ஒருவனின் முன்னால் சோற்றையும் வைத்துப் பெண்ணையும் வைத்தால் அவன் முதலில் பெண்ணையே தொடுவான்.

மனித மனத்தின் மைய மண்டபத்தில் இருந்தே துயரங்கள் எழுகின்றன.

வாளிப்பான உடம்பையும் வளமான கூந்தலையும் பார்த்து மோகித்து விடாதே.

இந்திரியம் தீர்ந்துவிட்டால், சுந்தரியும் பேய் போலே!

பெண்ணை மறக்க எப்போது 'கற்றுக்' கொள்கிறாயோ, அப்போது உன்னை நினைக்கக் கற்றுக் கொள்கிறாய்.

உன்னை நினைக்கக் கற்றுக் கொண்டு விட்டால், நீ மறக்கவே முடியாதபடி தெய்வம் வந்து உன் மனத்திலே உட்கார்ந்து கொண்டு விடும்.

எல்லாவற்றுக்கும் 'அறிவு' வேண்டும்.

அவனது 'கருணை' என்னும் நிதி வேண்டும்.

மதத்திலே அன்பு வேண்டும்; வெறி கூடாது.

ஒழுக்கம் என்னும் நெறி வேண்டும்; அடுத்தவன் பணத்தில் குறி கூடாது.

பலபேர் சொன்ன விஷயங்கள்தான். அவற்றைப் பற்றி ஒழுகாத காரணத்தால் வயதான காலத்தில் புலம்புவோர் எவ்வளவு பேர் தெரியுமா?

அதனால்தான் ''சென்னை நகரக் கந்த கோட்டத்தில் குடியிருக்கும் சண்முகவேலைப் பற்றி இப்படிப் பாடினேன்'' என்று பாடிக்காட்டினார்:

ஒருமையுடன் நினதுதிரு மலரடி நினைக்கின்ற
உத்தமர்தம் உறவு வேண்டும்
உள்ளொன்று வைத்துப் புறமொன்று பேசுவார்
உறவுகல வாமை வேண்டும்
பெருமைபெறு நினது புகழ் பேசவேண்டும்
பொய்மைபேசா திருக்க வேண்டும்
பெருநெறி பிடித்தொழுக வேண்டும் மதமானபேய்
பிடியா திருக்க வேண்டும்
மருவுபெண் ஆசையை மறக்கவே வேண்டும்உனை
மறவா திருக்க வேண்டும்
மதிவேண்டும் நின்கருணை நிதிவேண்டும் நோயற்ற
வாழ்வுதான் வாழ வேண்டும்
தருமமிகு சென்னையில் கந்தகோட்டத் துள்வளர்
தலம் ஓங்கும் கந்தவேளே
தண்முகத் துய்யமணி உண்முகச் சைவமணி
சண்முகத் தெய்வ மணியே!

–இந்தத் தத்துவங்களில் எனக்கு எவ்வளவு அனுபவங்கள் தெரியுமா?

நான் கடன்பட்டுக் கஷ்டப்பட்ட காலத்தில் என்னைக் காப்பாற்றுவார் என்று ஒரு வழக்குரைஞரை அண்டினேன்.

அவருடைய சகாக்களோ, என்னுடைய எதிரிகளுக்கெல்லாம் நண்பர்களாக இருந்தார்கள்.

வாங்காத கடனை எல்லாம் நான் கட்டவேண்டியிருந்தது.

கையெழுத்தும் இல்லை; நான் வாங்கவும் இல்லை; அப்படி இருந்தும் ஒரு வழக்கு என்மீது டிகிரி ஆயிற்று.

அவர் சிரித்துப் பேசுவார்; 'கவிஞரே' என்று உயிரை விடுவார்.

ஆனால், அந்தரங்கத்தில் என் கழுத்தை அறுத்து விட்டார்.

இறைவனுடைய தர்மச்சக்கரம் நியாயம் கேட்கும் என்பதைத் தவிர, வேறு எதை நான் எதிர்பார்க்க முடியும்?

கடவுளின், தண்டனையை நான் நம்புகிறேன்.

உத்தமமான பக்தனுக்குக் கூடத்தான் சோதனைகள் வருகின்றன; ஆனால், அவை காலம் பார்த்து மீளுகின்றன.

உள்ளொன்று வைத்துப் புறமொன்று பேசும் வஞ்சகர்களோ, ஆனந்தமாக வாழ்ந்துகொண்டே இருப்பார்கள்.

அடிவிழ ஆரம்பித்தால் அவர்களைத் தூக்கிப் பிடிக்க ஆள் இருக்காது.

அவர்களது பிணத்தின் முன்னால்கூட மற்றவர்கள் குசுகுசுவென்று கேவலமாகப் பேசிக் கொண்டிருப்பார்களே தவிர, புகழ்ந்து பேச மாட்டார்கள்.

சூதாட்டத்தில் ஈடுபட்ட என்னுடைய தந்தையார் சில நகைகளை ஒருவரிடம் ஈடு வைத்தார்.

ஐயாயிரம் ரூபாய் பெறுமானமுள்ள நகைக்கு ஆயிரமோ, ஆயிரத்து ஐநூறோதான் வாங்கி இருப்பார்.

மீட்பதற்கு வசதி இல்லாமற் போய்விடும்.

நகை வட்டியிலே மூழ்கி விட்டதாகச் செட்டியார் அறிவித்து விடுவார்.

இப்படிப் போன சொத்துக்கள் ஒன்றா, இரண்டா?

என் தாயார் அடிக்கடி ஒரு பழமொழி சொல்வார்கள், 'நந்தம் படைத்த பண்டம் நாய் பாதி; பேய் பாதி' என்று.

கண்ணதாசனின்

சென்னை அயனாவரம் கிராமமே எங்களைச் சேர்ந்தது.

அங்கே வாழுகின்ற மக்கள் அனைவரும் அறிவார்கள்.

மத்திய அரசாங்கம் கோச் பாக்டரி கட்டியிருக்கும் இடமும் எங்கள் இடமே.

இன்று பத்துக்கோடி ரூபாய் பெறுமானமுள்ள அந்தச் சொத்துக்களில் ஒரு அங்குலம் கூட எங்களுக்கு உதவவில்லை.

அதனை கவனிப்பதற்காக நியமிக்கப்பட்டிருந்தவர் வசதியாக அதனை அனுபவித்தார்.

முன்பெல்லாம் அவர் எப்போது சந்தித்தாலும், 'எதற்காகக் கவலைப்படுகிறீர்கள்; உங்கள் சொத்து கோடி பெறும்' என்பார்.

அந்தக் கோடியையும் தான் அனுபவிக்க நினைத்தாரே தவிர, எங்களுக்குத் தர விரும்பவில்லை.

இது சம்பந்தமாக நீதிமன்றத்தில் சுமார் முப்பது வழக்குகள் நடைபெறுகின்றன.

ஒரு வழக்கு முடிந்து சுமார் இருபது லட்ச ரூபாய் பெறுமானமுள்ள ஒரு இடம் எங்களுக்குத் தீர்ப்பாயிற்று.

நானும் எனது சகோதரர் ஏ.எல்.எஸ். அவர்களும் அந்த இடத்தைச் சென்று பார்த்த போது, அங்கே 'கருணாநிதி நகர்' என்று போர்டு போட்டிருந்தது. சுமார் நூறு குடிசைகள் போடப்பட்டிருந்தன.

அந்தக் குடிசைகளை இடித்துத் தள்ளுவதற்கு கோர்ட் உத்தரவிட்டிருந்தது.

அந்தப் பகுதியில் வாழும் திரு.வேலூர் நாராயணன் அவர்களோடு குடிசை வாசிகளை அணுகிக் கேட்டோம்.

யாரும் குடிசைகளைக் காலி செய்வதாக இல்லை.

என் சகோதரரும் போனால் போகட்டும் என்று விட்டு விட்டார்.

இன்னும் ஐகோர்ட் உத்தரவு எங்கள் கையில் இருக்கிறது.

அந்தச் சொத்துக்கு முதல் பங்காளியான என் சகோதரி, என் வீட்டிலேயே என் அரவணைப்பிலேயே வாழ்ந்து, அதே ஏக்கத்திலேயே மாண்டு போனார்.

வஞ்சகர்களை நம்பினால் சொத்துக்கள் போகும்; மானம் பறிபோகும்.

உத்தமர்கள் உறவு, தலைமாட்டிலேயே காவலிருக்கும்.

அர்த்தமுள்ள இந்துமதம் – பாகம் 7

1944-ல் முதன் முதலாக 'திருமகள்' என்ற பத்திரிகையில் எனக்கு வேலைக்காகச் சிபாரிசு செய்து ஒரு நண்பர் கடிதம் கொடுத்தார்.

திருச்சியில் அவர் கடிதம் கொடுத்தார். நான் புதுக்கோட்டைக்குப் போக வேண்டும்.

கையிலே பணம் இல்லை.

'மலையரசி தாயே' என்று வேண்டியபடி பாலக்கரை வழியே நடந்து கொண்டிருந்தேன்.

திடீரென்று ஒரு கடை என் கண்ணில்பட்டது.

அது ஒரு வட்டிக் கடை அல்ல, வட்டக் கடை.

கொஞ்சம் கமிஷன் எடுத்துக் கொண்டு நோட்டுகளுக்கு சில்லரை கொடுக்கும் கடை.

அதிலே உட்கார்ந்திருந்தார் ஒருவர்.

அவர் பெயர் வையிரவன் செட்டியார். எங்கள் ஊரைச் சேர்ந்தவர்.

நான் அவரிடம் போய் கடிதத்தைக் காட்டிக் கெஞ்சினேன்.

அவர் ஐந்து ரூபாய் எடுத்துக் கொடுத்தார்.

காலத்தால் அவர் செய்த அந்த உதவி எனக்கு முதல் உத்தியோகத்தை வழங்கிற்று.

இறை நம்பிக்கையின் விளைவாகத் துன்பத்துக்கிடையேயும் இன்பமும் தோன்றுவதை நான் பார்க்கிறேன்.

இப்போது நான் நினைத்தால் செய்ய முடியாத பல காரியங்களை, இதற்கு முன்னாலேயே செய்து முடிக்கும்படி இறைவன் எனக்கு உதவி இருக்கிறான்.

உதாரணம், எனது ஐந்து புதல்வியரின் திருமணங்கள்.

எனது ஏராளமான ஆழ்ந்த தத்துவார்த்த எழுத்துக்கள்.

நான் கவிதையிலே பொய் சொல்லுவேன், கற்பனை என்ற பெயரில். ஆனால், வாழ்க்கையில் பொய் சொல்ல மாட்டேன்.

எனக்கு மதநெறி உண்டு; வெறி கிடையாது.

எங்கே, இப்போது மீண்டும் வள்ளலார் பாடலைப் படித்துப் பாருங்கள்.

இந்தப் பாடல், துயரப்பட்டபின் எனது சிந்தனையைக் கிளறிற்று.

உங்களுக்கு இதுவே ஒரு சுகமான சிந்தனையாக இருக்கும்.

563

மலைக்கோட்டை - திருச்சி

அத்தியாயம் - 2

இறைவனை நெருங்கிவிட்ட ஞானிக்கு அரசனும் துரும்பாகி விடுகிறான்.

கனபரிமாணத்தில் அளவிட முடியாததாக இருக்கும் ஆலமரத்தைக் கண்ணுக்குத் தெரியாத காற்றும் சாய்த்து விடுகிறது.

துறவிக்கு வேந்தன் துரும்பு.

சொத்து சுகங்களில் எவனுக்குப் பற்றில்லையோ, அவனுக்கு இவை எல்லாமே துச்சம்.

'நான், நான்' என்னும் ஆணவத்தைப் பற்றி, 'அர்த்தமுள்ள இந்து மதம்' முதல் பாகத்தில் எழுதியிருக்கிறேன்.

அந்த ஆணவம் போகிக்கு வரும்; யோகிக்கு வராது.

எல்லாவற்றையும் கடந்த நிலை ஞானியின் நிலை.

'என்னுடையது' என்று சொல்ல இறைவனைத் தவிர அவனுக்கு எதுவும் இல்லை.

கடவுள் ஒரு நாள் பூமிக்கு வந்தார்.

அந்த மிராசுதார் ஒரு பெரிய நஞ்சை நிலப்பரப்பைக் காட்டி, "இவையெல்லாம் என்னுடையவை," என்றார்.

தன்னுடைய சொத்துக்களை ஒவ்வொன்றாகச் சுட்டிக் காட்டி, "இது எனக்குச் சொந்தம்," என்றார்.

கடவுள் அமைதியாக அவருடைய உடம்பைச் சுட்டிக் காட்டி, "இது எனக்குச் சொந்தம்," என்றார்.

எவ்வளவு பெரிய ஆணவக்காரனும் இறுதியில், இறைவன் என்னும் நெருப்புக்கே சொந்தமாகி விடுகிறான்.

ஆனால், பற்றற்ற துறவியின் சடலம் எரியும்போது கூட அந்த நெருப்பு அவர்கள் ஊனுடலை எரிப்பதோடு நின்று விடுவதில்லை; ஞான ஒளியையும் பரப்புகிறது.

புறப்பட்ட இடம் எவனுக்குத் தெரிகிறதோ, அவனுக்கே தான் போய்ச் சேர வேண்டிய இடமும் தெரியும்.

கண்ணதாசனின்

ஜனநாயகத்தில் ஐந்து வருட காலம் என்று சொல்லிக் கொண்டு பதவிக்கு வருகிறவனே, அந்தப் பதவி நிரந்தரமானது, என்பது போல் ஆடத் தொடங்கி விடுகிறான்.

அவன் மந்திரியான உடனே அரசாங்கக் கார்கள் ஓடி வருகின்றன.

அதிகாரிகள் சலாம் போடுகிறார்கள்; போலீஸ்காரர்கள் சல்யூட் அடிக்கிறார்கள்.

அதே போலீஸ்காரன் ஒரு சமயத்தில் அதே மந்திரியை கைது செய்கிறான்.

தான் நியமித்த நீதிபதியாலே அவன் விசாரிக்கப்படுகிறான்.

தான் நிர்வகித்த சிறைச்சாலைக்குள்ளேயே அவன் குடியேறுகிறான்.

மற்றவர்களை அவன் எப்படி நடத்தினானோ, அப்படியே அவனும் நடத்தப்படுகிறான்.

ஆனால், பற்றற்ற துறவிக்கோ, இந்தச் சிக்கல்கள் எவையும் இல்லை.

தன் உடலுக்காக ஒரு 'சோப்பு'க் கூட அவன் வாங்குவதில்லை.

கங்கையில் தண்ணீர் ஓடினால் அவன் குளிக்கிறான்; அது வற்றிவிட்டால் அவன் கிணற்றுத் தண்ணீரை நாடுகிறான்.

ஆனால், பதவி மோகக்காரனோ, ஒரு புதிய கங்கையை உற்பத்தி செய்ய விரும்புகிறான்.

"விட்டுவிடப் போகுதுயிர், விட்டவுடனே உடலை சுட்டுவிடப் போகின்றார் சுற்றத்தார்," என்றார் பட்டினத்தார்.

"மேல் விழுந்து உற்றார் அழுமுன்னே ஊரார் சுடும் முன்னே குற்றாலத்தானையே கூறு." என்றார்.

மரணம் நிச்சயம் என்று தெரிந்தும், மனிதன் ஆசையாலும் ஆணவத்தாலும் அலைமோதுகிறான்.

ஆனால், ஞானிக்கு ஒருவகை ஆணவம் வருகிறது. அந்த ஆணவம் வென்றும் விடுகிறது.

"நாமார்க்கும் குடியல்லோம், நமனை அஞ்சோம்" என்றாரே அப்பர் சுவாமிகள், அவர் கடைசி வரையிலே தன்னை ஒரு இறைவனின் குடிமகனாகக் கருதினாரே தவிர, ஒரு அரசனின் குடிமகனாகக் கருதியதில்லை.

ஒரு பஞ்சப் பரதேசி, துறவி, சொத்து சுகம் ஏதுமற்ற ஞானி.

அர்த்தமுள்ள இந்துமதம் - பாகம் 7

குளிர்காலத்தில் வெயில் காய்வதற்காக ஆற்று மணலிலே துண்டை விரித்து அவர் படுத்திருந்தார்.

உலகத்தையே வெல்லப் புறப்பட்ட மகா அலெக்சாண்டர் அவன் அருகிலே வந்தான்.

ஞானி அவனைக் கவனிக்கவில்லை.

கால்மேல் கால் போட்டபடி சூரிய கிரணங்களில் குளித்துக் கொண்டிருந்தார்.

"நான் அலெக்சாண்டர் வந்திருக்கிறேன்!" என்றான் அவன்.

"அப்படியா?..." என்று சாதாரணமாகச் சொன்னார் ஞானி.

"ஏ, ஞானியே! உனக்கு என்ன வேண்டும், கேள்; நான் தருகிறேன்!" என்றான் அலெக்சாண்டர்.

"எனக்கு ஒரு உதவி வேண்டும்," என்றார் ஞானி.

"என்ன வேண்டும்? பொன் வேண்டுமா? பொருள் வேண்டுமா, மாளிகை வேண்டுமா?" என்று கேட்டான்.

"ஒன்றும் வேண்டாம். நீ கொஞ்சம் விலகி இருக்க வேண்டும். உன் நிழல் வெயிலை மறைக்கிறது" என்கிறார் ஞானி.

அலெக்சாண்டர் என்றால் உலகமே நடுங்கும்; ஞானி நடுங்கவில்லை.

அலக்சாண்டரின் ஆணவத்தை, ஞானியின் ஆணவம் தோற்கடித்தது.

காரணம், ஞானிக்குத் தேவை என்று எதுவுமில்லை.

யாரிடமிருந்தும் எதையும் எதிர்பாராத ஆணவம், தன்னம்பிக்கை.

ஆசை வயப்பட்ட ஆணவம், திமிர்.

ஒரு ஞானியிடம் ஒரு பணக்காரன் போனான்.

"இதோ பார்! நான் வந்திருக்கிறேன்" என்றான்.

ஞானி அமைதியாக அவனைப் போகும்படி கை அசைத்தார்.

"பின் எப்பொழுது வருவது?" என்று அவன் கேட்டான்.

"நான் செத்த பிறகு வா" என்றார் அவர்.

"நீ செத்த பிறகு நான் வந்து என்ன செய்வது?" என்றான் அவன்.

கண்ணதாசனின்

"நான் என்றால், நான் அல்லடா! 'நான் வந்திருக்கிறேன்' என்றாயே, அதிலுள்ள 'நான்' என்ற ஆணவம் செத்த பிறகு வா!" என்றார் அவர்.

மனிதர்களுக்கு வெற்றி வரும்போது, இந்த ஆணவம் கூடவே வரும்.

அடி விழும்போது அதுவும் நாய்க்குட்டிபோல் அடங்கி விடும்.

ஆனால், ஞானியின் ஆணவம், இறைவனைச் சந்திக்கின்ற வரை நீடிக்கும்.

காரணம் அந்த ஆணவம் தன்னை அறிந்து கொண்டதற்கான தத்துவ விளக்கம்.

"மனிதர்களைப் பார்த்து இறைவன் இரண்டு முறை சிரிக்கிறான்" என்றார், ஸ்ரீராமகிருஷ்ண பரமஹம்சர்.

"இது என் சொத்து! இது என் சொத்து!" என்று பங்காளிகள் சண்டையிடும் போது ஒருமுறை சிரிக்கிறானாம்!

"நோயாளியைப் பார்த்து மருத்துவர் கவலைப்படாதே; 'நான்' குணப்படுத்தி விடுகிறேன்" என்று சொல்லும் போது ஒருமுறை சிரிக்கிறானாம்!

உலகத்தில் தலைசிறந்த- முடிவான டாக்டர் ஆண்டவனே! மற்றவர்களெல்லாம் தற்காலிகமானவர்களே!

வாழ்க்கை அரங்கில் எவனுடைய ஆணவமும் செல்லுபடியாகாது.

ஆனால், ஞானியின் ஆணவம் உலகத்தையே ஆட்டுவிக்கும்.

சொல்லப் போனால் அதற்குப் பெயர் ஆணவமல்ல; தெய்வீக உணர்ச்சியின் திரட்சி.

ஞானி இறைவனுடைய காலாக நிற்க விரும்புகிறான். மனிதனோ இறைவனுடைய தலையே தானென்று எண்ணுகிறான்.

"ஆனாத செல்வத் தரம்பையர்கள் தற்சூழ
வானாளும் செல்வமும் மண்ணரசும் யான்வேண்டேன்
தேனார் சோலைத் திருவேங்க டச்சுனையில்
மீனாய்ப் பிறக்கும் விதியுடையே னாவேனே!"

—என்று இறைஞ்சினார், குலசேகர ஆழ்வார்.

மன்னாதி மன்னன், மகுடம் தாங்கிய தலைவன், வேங்கடத்தானின் பாதத்தில் அவன் தலை மோதிற்று.

இறை நம்பிக்கை என்பது சாதாரண மனிதனையே அரச பதவிக்கு உயர்த்தி விடுகிறது.

அரசனுக்கு பூமியிலே வைகுந்த பதவியைத் தருகிறது.

அரசு பதவி என்றால், எல்லோரையும் ஆட்டிப் படைக்கின்ற சக்தி.

இன்னும் நம் நாட்டில் கோடீஸ்வரர்கள் இருக்கிறார்கள்; நிலப் பிரபுக்கள் இருக்கிறார்கள்; தொழில் அதிபர்கள் இருக்கிறார்கள்; ஆனால், காஞ்சிபுரத்து சந்நியாசியின் காலைத்தான் உலகம் தொட்டு வணங்குகிறதே தவிர, கோடீஸ்வரனின் காலை, அவனிடம் பணம் பெற்றுக் கொண்டவன் கூடத் தொடுவதில்லை.

பெறுதலைவிட, துறத்தலுக்குரிய மரியாதை அதுதான்.

வரவு—செலவு எழுதுகின்ற செட்டியாரைவிட, துறவு கொண்டு விட்ட ஞானிக்குத்தான் மரியாதை அதிகம்.

ஆசையும் தேவையும் இல்லாதவன் எவனுமே தலைநிமிர்ந்து நிற்க முடியும்.

எனக்கு ஒரு பணக்காரரைத் தெரியும்.

கோடி ரூபாய்க்கு அவருக்குச் சொத்து உண்டு.

இப்பொழுது அவரிடம் போய், 'கொத்தவால் சாவடியில் கத்தரிக்காய் வாங்கி ஜாம்பஜாரில், கொண்டு வந்து விற்றால் பத்து ரூபாய் கிடைக்கும்' என்று சொல்லுங்கள்; வருவார்.

நம்மிடந்தான் கோடி இருக்கிறதே, பத்து எதற்கு என்று கருத மாட்டார்.

அக்காளை மணந்தவனுக்கு தங்கையும் தேவைப்படுகிறது.

சென்னையில் புதுநகர் வந்தால் ஆங்காங்கே புதுபங்களா சிலருக்குத் தேவைப்படுகிறது!

இவனையெல்லாம் வருமானவரி அலுவலகக் குமாஸ்தா கூட மிரட்டுவான்.

ஆசை வளர்வதும், ஆணவம் பெருகுவதும் மனிதனது அழிவுக்கே அறிகுறி.

இன்றைய அறிவு எனக்கு ஒரு முப்பது ஆண்டுகளுக்கு முன்பு இருந்திருக்குமானால், நான் ஒரு துறவியாகவே இருந்திருப்பேன்.

லௌகீகத்தில் இறங்கிவிட்ட மனிதனது நிலைமைதான் என்ன?

நாய்க்குட்டி வளர்க்கிறான்; அதற்குப் பால் வேண்டுமே என்று பசு மாடு வாங்குகிறான்.

பசுவைப் பாதுகாக்க வேண்டுமே என்று வேலைக்கு ஆளை வைக்கிறான்; வேலைக்காரனைக் கண்காணிக்க வேண்டுமே என்று வீட்டுக்காரியைக் கொண்டு வருகிறான்.

வீட்டுக்காரி வந்த பின் சும்மா இருக்க முடியவில்லை; பிள்ளைகளைப் பெற்றுக் கொள்கிறான். பிள்ளைகளுக்கு அது வேண்டும், இது வேண்டும் என்று ஆசைவயப்பட்டு அலைகிறான்.

நினைத்தது கிடைக்கவில்லை என்றால் தலையில் அடித்துக் கொண்டு அழுகிறான்; நினைத்ததெல்லாம் கிடைத்து விட்டால் 'நான் யார் தெரியுமா?' என்கிறான்.

ஒன்று அவலம்.

இன்னொன்று ஆணவம்.

இந்த இரண்டுமற்ற நிலையில் ஒரு மனிதனுக்குத் தேவையானது லௌகீக வாழ்விலும் ஒரு ஞானியின் பக்குவம்.

அப்படிப்பட்டவனை, 'இல்லறத் துறவி' என்பார்கள்.

'வெள்ளை வேட்டி சந்நியாசி' என்பார்கள்.

அவன், வருவதைக் கடவுள் பெயராலே செலவு எழுதுகிறான்.

லௌகீகத்தில் இருந்து கொண்டே ஞான மார்க்கத்தைக் கடைப்பிடிப்பவனும், எந்தக் காலத்திலும் யாருக்கும் அஞ்ச வேண்டியதில்லை.

நமது தலைமுறையில் காந்திஜி ஒரு உதாரணம்.

அவர் நீட்டிய கையில் கொட்டிக் கொடுத்தது நாடு.

கொட்டிக் கொடுத்ததை அப்படியே குவித்துக் கொடுத்தார் நாட்டுக்கு.

தேவதாஸ் காந்திக்குக் கொடுத்தாரா, தேறாத பிள்ளைக்கு ஒதுக்கினாரா?

குடும்பத்தில் இருங்கள்.

ஞானியாகத் திகழுங்கள்.

பசி எவ்வளவோ அவ்வளவுக்கு உணவு தேடுங்கள்.

பறவைக்குக் கூடு போதும்; சிங்கத்தின் குகை தேவை இல்லை.

சிங்கத்தின் குகை அதற்குத் தேவைப்பட்டால், சிங்கத்திற்கு அது தேவைப்படும்.

அத்தியாயம் - 3

காலங்கள் கடவுள் பாடும் ராகங்கள், அவை வீணடிக்கப்பட்டு விட்டால் திரும்பக் கிடைப்பதில்லை.

ஒரு வருஷம் முடிகிறது என்றால், ஒரு வயது முடிகிறது என்று பொருள்.

வயதுக்கு ஏறுகிற சக்தி உண்டே தவிர, இறங்குகிற சக்தி கிடையாது.

எத்தனை வயது வரை ஒருவன் வாழ்ந்தான் என்பது கேள்வியல்ல; ஒவ்வொரு வயதிலும் அவன் என்ன செய்தான் என்பதே கேள்வி.

மராட்டிய வீரன் சிவாஜியின் வயதைப்பற்றி யார் கவலைப்பட்டார்கள்? அவன் நடத்திய வீர சாகஸங்கள் வரலாறாயின!

ஆதிசங்கரர் சமாதி அடையும்போது வயது முப்பத்து இரண்டுதான்.

ஆனால், அந்த வயதுக்குள் அவர் ஆற்றிய காரியங்களின் பயனே இன்றைய பீடங்கள்.

இந்துதர்மத்தின் மறுமலர்ச்சிக்கு ஆதிசங்கரர் ஒரு மைல்கல்.

இந்தியாவின் தேசிய ஒருமைப்பாட்டுக்கு இலக்கணம் வகுத்தவரும் அவரே.

வயதுகள் கூடலாம், குறையலாம்; ஆனால் ஓடுகிற வருஷங்கள் உருப்படியான வருஷங்களாக இருக்கவேண்டும்.

இன்ன ஆண்டில், இன்ன காரியம் நடந்தது என்று வரலாறு எழுதப்படுமானால், அந்த வரலாற்றில் எங்காவது ஒரு மூலையில் நம்முடைய பெயர் இருக்க வேண்டும்.

உண்டோம், உறங்கினோம், விழித்தோம் என்று வாழ்கிறவர்கள் விலங்குகளே!

பயனற்ற காரியங்களில் பொழுதைச் செலவழிப்போர் பயனற்ற பிறவிகளே!

571

எந்தக் காரியத்தை எந்தக் காலத்தில் செய்ய வேண்டுமோ, அந்தக் காலத்தில் செய்துவிட வேண்டும். இல்லையேல் பின்னால் வருந்த நேரிடும்.

எனது இளமைக் காலங்கள்— அவற்றை நான் எண்ணிப் பார்க்கிறேன்.

எழுத உட்கார்ந்தால் மளமளவென்று என் கைப்படவே நாற்பது ஐம்பது பக்கங்கள் எழுதியதை எண்ணிப் பார்க்கிறேன்.

பரபரப்பான நடை; சுறுசுறுப்பான சிந்தனை; துருதுருவென்றிருந்த மூளை.

எல்லாவற்றையும் எண்ணிப் பார்க்கிறேன்.

அவை, எவ்வளவு வீணாகி விட்டன என்பதை எண்ணும் போது, 'இறைவா, இன்னொரு முறை இளமையைத் தர மாட்டாயா?' என்று கெஞ்சத் தோன்றுகிறது.

'அதைப் பூத்தகமாக எழுத வேண்டும். இதைப் புத்தகமாக எழுத வேண்டும்' என்றெல்லாம் இப்போது ஆசை பெருக்கெடுத்து ஓடுகிறது.

திடீர் திடீரென்று உடம்பு சோதனை செய்கிறது.

இந்தச் சோதனை இல்லாத காலங்களில் பயனற்ற அரசியல் கட்டுரைகளை எழுதினேன்; பயனற்ற மேடைகளில் காட்சியளித்தேன்; வீண் வம்புகளில் ஈடுபட்டேன்; விளையாட்டுகளையே வாழ்க்கை என்று கருதினேன்.

சிந்தனைகளைச் செயல்படுத்தும் ஆசைகள் வளர்ந்தபோது அந்தச் சக்தியை வழங்க, உடம்பு அடிக்கடி மறுக்கிறது.

இரணியனுக்கும் பிரஹலாதனுடைய வயதிருந்தால் அவன் நரசிம்ம அவதாரத்துடனேயே சண்டை போட்டுப் பார்த்திருப்பான்.

அறிவும் உணர்ச்சியும் தாமதித்தே வருகின்றன; ஆனால், காலம் முந்திக் கொண்டு வருகிறது.

இருபது வருஷங்களுக்கு முன்பு குமரியாக இருந்தவள் இப்போது கிழவியாகக் காட்சியளிக்கிறாள்.

அப்போது அவளுக்காக ஏங்கிய ஆடவர்களும், இப்போது அவளிடம் ஆத்ம விசாரம்தான் பேச முடிகிறது.

முன்பு எனக்கு வந்த வருமானம் இப்போது இல்லை.

அர்த்தமுள்ள இந்துமதம் - பாகம் 7

அந்த வருமானத்தை நான் செலவழித்த போது இதே போல் வந்து கொண்டே இருக்கும் என்று கருதினேன்.

ஆனால், அந்தக் காலத்துக்கும் இந்தக் காலத்துக்கும் உள்ள பேதம் இப்போதுதான் புரிகிறது.

மலர் பூத்தவுடனேயே அது கூந்தலுக்குப் போகாவிட்டால், அது வாடியவுடனேயே காலடியில் விழத்தான் வேண்டியிருக்கும்.

ஈயம் பாத்திரமாக இல்லாவிட்டால், அது பேரீச்சம் பழத்துக்குத்தான் விலையாக இருக்கும்.

குருக்ஷேத்திரம் எப்போது நடந்தது?

பாண்டவர்கள் வனவாசம் முடிந்த பிறகு.

அதற்கு முன்னாலேயே கண்ணன் அந்தப் போரைத் துவக்கி இருக்கலாம். ஆனால் அந்தக் காலம், யுத்த தர்மத்திற்கு நியாயமான காலமாக இருக்காது.

இரண்டாவது உலக யுத்தத்தை ஹிட்லர் தொடங்கிய காலம் அற்புதமான காலம்.

அவன் திட்டம் ஒழுங்காக இருந்திருக்குமானால் அவனே உலகத்தின் ராஜா!

அதுபோலவே, தாமதித்து அமெரிக்கா போரில் இறங்கின காலமும் அற்புதமான காலம்.

பங்களா தேசத்துக்குள் இந்தியா புகுந்த காலமே அருமையான காலம். அதற்கு முந்தி இருந்தால் உலகத்தின் வசை இருந்திருக்கும்; பிந்தி இருந்தால் இந்தியப் பொருளாதாரம் நாசமாகி இருக்கும்.

இளம் பருவத்தில் பைரன் ஒரு இளம் பெண்ணைக் காதலித்தான்; அவள் மறுத்து விட்டாள்.

நாற்பது வயதுக்கு மேல் அவளே அவனைத் தேடி வந்தாள் ஆசையோடு; அவன் மறுத்து விட்டான்.

சகல வசதிகளும் படைத்த இராவணன், சீதையின் சுயம்வரத்திற்கு முன்பே அவளை சிறையெடுத்திருந்தால் அவன் மீது பழி வந்திருக்காது. ஒரு வேளை சீதையே அவனை ஏற்றுக் கொண்டிருக்கக் கூடும்.

அரசாங்க வேலையில் சேருவதற்குக் குறிப்பிட்ட ஒரு வயது நிர்ணயித்திருக்கிறார்கள். அந்த வயது கடப்பதற்கு முன்னாலேயே அதில் சேர்ந்து விடவேண்டும். காலம் போய்விட்டால், பிறகு கடைகளில் தான் வேலை பார்க்க வேண்டிவரும்.

573

சபரிமலை, ஜோதி கூட ஒரு குறிப்பிட்ட நாளில்தான் தெரிகிறது; தினசரி தெரிவதில்லை.

காலத்தின் பெருமையை உணர்ந்தவன்தான் காரியத்திலும் பெருமை கொள்ள முடியும்.

இன்று நான் செய்யும் புத்தகப் பணிகளைப் பத்து ஆண்டுகளுக்கு முன் நான் துவங்கியிருந்தால், எதிர்கால மாணவன் சிலப்பதிகாரத்திற்கும், மணிமேகலைக்கும் என் உரையைத்தான் படிப்பான்.

'இப்போது திருக்குறள் உரையை மட்டுமாவது எழுதி முடித்து விட முடியாதா?' என்று தோன்றுகிறது.

'முடியும்' என்ற நம்பிக்கை இருக்கிறது.

ஆரம்பத்தில் இருந்தே எனது சினிமாப் பாடல்களையும், இசைத் தட்டுக்களையும் தொகுத்து வைத்திருந்தால், இன்று இது ஒரு தனி 'லைப்ரரி' ஆகியிருக்கும்.

முறையாக **1944**–ல் இருந்தே நான் டைரி எழுதத் தொடங்கி இருந்தால், உலகத்தில் வேறு எவனுக்கும் இல்லாத வரலாறு எனக்கு இருப்பதை உலகம் கண்டு கொண்டிருக்கும்.

வெள்ளம் போல வருமானம் வந்தபோது ஒரு தோட்டத்தையும் வாங்கி, ஒரு கிருஷ்ணன் கோயிலையும் கட்டி வைத்திருந்தால், இப்போது அந்த ஆசையால் வெந்து சாக வேண்டியிருக்காது.

அப்போது குழந்தைகள் பெயரால் குறைந்த பட்ச டெபாசிட் போட்டிருந்தால்கூட, மரணத்தைப் பற்றிய நினைப்பு வரும்போது குழந்தைகளைப் பற்றிய கவலை வராது.

அப்போது வாங்கிய சொத்துகளை விற்காமல் இருந்திருந்தால் கூட இப்போது எதிர்காலத்தைப் பற்றிய கவலையிராது.

அப்போது காலம் கனிவாக இருந்தது.

பணம் வந்தது; உடம்பு துடிதுடிப்பாக இருந்தது; 'போனால் போகட்டும் போடா' என்ற புத்தியும் இருந்தது.

இப்போது பழங்கணக்குகள் பரிசீலிக்கப்படுகின்றன.

பாய்மரக் கப்பல், காற்றை நம்பிப் போய்க் கொண்டிருக்கிறது.

புயல் காலத்தில் வானளாவி எழுந்த அலைகள், இப்போது அமைதியாக நாகநர்த்தனமாடுகின்றன.

நம்முடைய நண்பர்களும் காலங்களே; பகைவர்களும் காலங்களே.

காலங்களே தருகின்றன; அவையே பறிக்கின்றன.

காலங்களே சிரிக்கச் செய்கின்றன; அவையே அழவும் வைக்கின்றன.

'ஞாலம் கருதினும் கைகூடும்; காலம்
கருதி இடத்தால் செயின்'

-என்றான் வள்ளுவன்.

காலம் பார்த்துக் காரியம் செய்தால், பூமியையே விலைக்கு வாங்கலாம்.

பத்து வருடங்களுக்கு முன்னால் கேரளாவில் பரபரப்பான கொலை ஒன்று நடந்தது.

கேரளா முழுவதிலும் அதைப்பற்றிய பேச்சாகவே இருந்தது. அடுத்த மாதமே அதைக் கதையாக எழுதிப் படமாக எடுத்து விட்டார் ஒருவர். அவர் லட்சாதிபதியாகி விட்டார்.

கைவண்டிக்காரர்கள் காய்கறி விற்கிறார்கள்; மாம்பழ சீஸன் வந்தால் மாம்பழம் விற்கிறார்கள்.

பனிக்காலத்தில் ஐஸ் கட்டியையும், காற்றடிக்கிற காலத்தில் மாவையும் வியாபாரம் பண்ணக்கூடாது.

'முறைகோடி மன்னவன் செய்யின்; உறைகோடி
ஒவ்வாது வானம் பெயல்'

—என்றான் வள்ளுவன்.

சித்திரை வைகாசி மாதங்களில் ஏரி குளங்களைத் தூரெடுக்க வேண்டும். அப்படித் தூரெடுக்கத் தவறினால், ஐப்பசி கார்த்திகையில் பெய்கிற மழைத் தண்ணீர் குளங்களிலும், ஏரிகளிலும் தங்காது.

வானம் பார்த்த பூமியில் பங்குனி மாதம் விதை விதைக்கின்றவன் விதைத்த விதையையும் சேர்ந்தே இழப்பான்.

'ஆடிப் பட்டம் தேடி விதை' என்பார்கள்.

ஆவணியில் தண்ணீர் இறைத்தால் போதும், புரட்டாசியில் இருந்து மழை உதவி செய்துவிடும்.

காலங்களிலேயே காரியங்களின் வெற்றி தோல்விகள் அடங்கி இருக்கின்றன.

நல்ல பெண் கிடைக்கும் போது திருமணத்தை முடிக்காமல் விட்டுவிட்டால், பிறகு எந்தப் பெண் கிடைத்தாலும் போதும் என்ற நிலைமை வந்து விடும்.

காலத்தால் கிடைக்கும் நல்ல நண்பர்கள் மீண்டும் கிடைக்க மாட்டார்கள்.

இராவணன் தோற்ற பிறகு விபீஷணன் ராமனைத் தேடி வந்திருந்தால், ராமனே அவனை ஒரு அடிமையாகத்தான் நடத்தி இருப்பான்.

காலம் பார்த்து சுக்ரீவன், ராமனைச் சேராமல் இருந்திருந்தால், வாலி வதமும் நடந்திருக்காது; சுக்ரீவனுக்குப் பட்டமும் கிடைத்திருக்காது.

கம்சன் போட்ட தவறான காலக் கணக்கினால்தான் கிருஷ்ணாவதாரம் நமக்குக் கிடைத்தது.

காலத்தின் கருணையால்தான் அசுரக் கூட்டம் அழிந்தது.

காலத்தைச் சரியாகப் பிடித்துக் கொண்டால், தெருப் பிச்சைக்காரியும் மகாராணியாகலாம்.

சினிமா உலகிலேயே நான் பார்க்கிறேன். காலத்தால் தவறான ஆட்களைச் சந்தித்து, கல்யாணம் என்ற பெயரில் வாழ்வு இழந்து போன நடிகைகளும் உண்டு. பெரும் பணக்காரர்களைப் பிடித்துக் கொண்டு உலகம் முழுவதும் விஜயம் செய்யும் நடிகைகளும் உண்டு.

அதிர்ஷ்டம் என்பது வேறொன்றுமில்லை; வருகின்ற காலத்தை ஒழுங்காகப் பிடித்துக் கொள்வதே.

நீங்கள் அதிர்ஷ்டக்காரர்களா என்பதைச் சோதிக்கக் காலம் அறிந்து காரியம் செய்தீர்களா, என்பதை எண்ணிப்பாருங்கள்.

அத்தியாயம் – 4

பொங்கல் விழா எப்போதும் நான்கு நாட்கள் கொண்டாடப்படுகிறது.

அவை முறையே போகி, பொங்கல், மாட்டுப் பொங்கல், காணும் பொங்கல்.

இந்த நான்கையும் பற்றி பல ஆண்டுகளாகவே பலர் தவறான விளக்கங்கள் கூறி வருகிறார்கள்.

'போகி நாள்' என்பதைப் 'போக்கி நாள்' என்கிறார்கள்.

அதாவது வீட்டிலுள்ள கழிவுப் பொருட்களை, பழையனவற்றைப் 'போக்கும் நாள்' என்கிறார்கள்.

எப்போதுமே சுத்தப்படுத்தும் நாளை ஒரு திருநாளாக எந்தக் காலத்திலும் கொண்டாடியதில்லை.

'போகி' என்ற வார்த்தை தெளிவாகவே இருக்கிறது.

விளைச்சல் என்பது, 'போகம்' என்படும்.

போகத்துக்குரியவன் நிலச்சுவான்தார். அதனால் தான் அந்த விழா, நிலம் உள்ளவர்களின் வீட்டில் மட்டும் தடபுடலாக இருக்கும்.

போகத்துக்குரியவனின் விழா 'போகி விழா'

வயலில் இறங்கி உழைக்கும் விவசாயிக்கு உள்ள விழா, 'பொங்கல் விழா, அவனுக்குப் பயன்படும் மாடுகளுக்கான விழா, 'மாட்டுப் பொங்கல்' விழா.

அந்த உணவைப் பகிர்ந்து கொள்ளும் நிலமும் இல்லாத, விவசாயமும் செய்யாத பொதுமக்களின் விழா, 'காணும் பொங்கல்' விழா.

இதுதானே வரிசை.

நிலத்துக்குரியவன்,

விவசாயி,

காளை மாடு,

கண்ணதாசனின்

பொதுமக்கள்.

நான்கு நாள் விழாவிலும் பொங்கல் என்பது எங்கள் பக்கங்களில் திறந்த இடத்திலேயே வைக்கப்படும்; அதாவது சூரிய வெளிச்சம் படுகிற இடத்தில்.

அது வானத்துக்குச் செலுத்தும் நன்றி.

ஆரோக்கியத்திற்காக எந்தெந்தப் பொருட்களை உபயோகப் படுத்துகிறோமோ, அவை எல்லாம் பொங்கலிலே பயன்படுத்தப்படும்.

திருவிழாக்களின் வார்த்தைகளையும், நோக்கங்களையும், அடிப்படைகளையும், புரிந்து கொள்ளாமல் பலர் விளக்கம் கூறி விடுகிறார்கள்.

'கற்பைக் காப்பாற்றிக் கொள்வது' என்றால், 'கர்ப்பப் பையைக் காப்பாற்றிக் கொள்வது' என்கிறார்கள்.

கர்ப்பமானவளெல்லாம் கற்பை இழந்து விட்டவளா என்ன?

இடம் நோக்கிப் பொருள் கொள்ளுதல் தமிழ் இலக்கிய மரபு.

எங்கள் பக்கங்களில் 'ஆடிவேவு' என்று ஒன்று எடுப்பார்கள்.

புதிதாகக் கல்யாணமான தம்பதிகளை ஆடியிலே பிரித்து வைப்பார்கள்.

காரணம், ஆடியிலே சேர்ந்திருந்தால், சித்திரை வெய்யிலிலே குழந்தை பிறக்குமே என்பதற்காக.

சுயமரியாதை விளக்கக் கூட்டங்களிலே ஒரு விளக்கம் சொல்லுவார்கள்.

'கலி'யாணம் என்றால், 'சனியன் பிடித்தல்' என்று அர்த்தமாம்.

'கலி' என்றால் சனியனாம்; 'ஆணவம்' என்றால் 'பிடித்த'லாம்.

கலி—கலி புருஷன்; சரிதான்.

'ஆணவம்' என்றால் 'பிடித்தல்' என்று இவர்களுக்கு யார் சொன்னது?

அதோடு அந்த வார்த்தை கல்யாணமா? கலியாணமா?

சில காரியங்களுக்கான காரணங்களை, சிலர் நன்றாகச் சொல்லுகிறார்கள்.

"சட்டியில் இருந்தால்தானே அகப்பையில் வரும்" என்பது பழமொழி.

அதற்கு வாரியார் சுவாமிகள், ''சஷ்டியில் விரதம் இருந்தால், அகம் என்னும் பையில் அருள் சுரக்கும்'' என்றார்கள்.

இது ஒரு அற்புதமான விளக்கம்.

'அறப்படித்த மூஞ்சூறு கழுநீர்ப்பானையில் விழுந்ததாம்.' என்பார்கள்.

ரொம்பப் படித்த மூஞ்சூறு கழுநீர்ப்பானையில் விழுந்ததென்று சொல்லுவார்கள்.

அதுவல்ல பொருள்.

'அறவடித்த முன்சோறு கழுநீர்ப் பானையில் விழுந்ததாம்' என்பது பழமொழி. சோற்றை வடிக்கத் தொடங்கும் போது, முன்னால் நிற்கும் சோறு கழுநீர்ச் சட்டியில்தான் விழும்.

இல்லையென்றால் மூஞ்சூறுக்கும், படிப்பிற்கும், கழுநீர்ப்பானைக்கும் என்ன சம்பந்தம்?

'கடவுள்' என்ற வார்த்தைக்குப் பொருள் சொல்லும் போது, 'எல்லாவற்றையும் கடந்து உள்ளிருப்பவன்' என்று வராது.

கட+உள்=கடவுள்.

'நீ பந்த பாசங்கள் எல்லாவற்றையும் கட, உனக்குள்ளே கடவுள் இருப்பான்' என்பது பொருளாகும்.

தமிழில், 'பகுபதம் பகாபதம்' என இரண்டு வகை உண்டு. அவை பிரித்துப் பார்க்க வேண்டியவை; பிரித்துப் பார்க்கக் கூடாதவை.

கோ+இல்=கோயில்.

—இது பகுபதம்

'புரவி' இது பகாபதம்.

இதை, புர் + அவி, என்று பிரித்துப் பார்க்கக் கூடாது.

அறிஞர் அண்ணா அவர்களும், மற்றும் நாவலரும் மறியல் செய்து கோர்ட்டில் நின்றபோது, அறிஞர் அண்ணா அவர்கள் என்னிடம் கேட்டார்கள், ''மறியல் என்ற வார்த்தையை மறு + இயல் என்று பிரித்துப் பொருள் கொள்ளலாமா?'' என்று.

மறு + இயல், 'மறுவியல்' என்று வருமே தவிர, மறியல் என்று வராது.

ஆக, தமிழ் இலக்கண மரபிலும், வடமொழி மரபிலும் லேசான மாற்றங்களே கிராமங்களிலும் ஏற்பட்டிருந்தன.

அற்புதமான இலக்கியச் சொற்களெல்லாம், வழக்குச் சொற்களாகப் பயன்படுகின்றன.

இவற்றை உலகிற்குச் சொல்லும் போது, இளைஞனின் எதிர்காலத்தையும் கருத்தில் கொள்ள வேண்டும்.

பெரியவர்கள் தவறாகச் சொல்லி விட்டால், அவன் அப்படியே அதை நம்பித் தவறாகப் பொருள் கொண்டு விடுவான்.

என் வாழ்க்கையில் ஒரு உதாரணம்:

பதினெட்டுச் சித்தர்களில் தேரையார் என்பவர் ஒரு பாடல் பாடியிருக்கிறார்.

அதில், 'இரண்டடக்கோம்; ஒன்று விடோம்,' என்று ஒரு இடம் வருகிறது.

அதன் பொருள், 'மலஜலம் வந்தால் அடக்கமாட்டோம், விந்தை வீணாக வெளிப்படுத்தமாட்டோம்' என்பதாகும்.

இந்தப் பொருளே, எனக்கு இப்போதுதான் புரிந்தது.

நான் ஏழாம் வகுப்பு படித்தபோது, ஒரு ஆசிரியர் எனக்கு சொன்ன பொருள்: 'இரண்டடக்கேல்' என்றால் "மலஜலம் வந்தால் அடக்காதே;" 'ஒன்றை விடேல்' என்றால் "சிறுநீரை அடிக்கடி விடாதே" என்பதாகும்.

ஒன்றுக்குப் போவதென்றால் சிறுநீர் கழிப்பதென்றும், இரண்டுக்குப் போவதென்றால் மலம் போவதென்றும் முடிவு கட்டி, அவர் அப்படிச் சொல்லி விட்டார்.

விளைவு, அடிக்கடி ஒன்றுக்குப் போவதென்றால் நான் பயப்பட ஆரம்பித்தேன்; அடக்க ஆரம்பித்தேன்.

வாத்தியார் சொன்னதாயிற்றே! பயப்படாமல் இருக்க முடியுமா?

ஆகவே, அறிஞர்கள் எனப்படுவோர் வார்த்தைகளுக்குப் பொருள் சொல்லும் போது, அது எதிர்கால இளைஞனின் புத்தியைப் பாதித்துவிடாமல் கூற வேண்டும்.

தமிழிலே சில விஷயங்கள் இயற்கையாகவே மரபாகி இருக்கின்றன.

அப்பா, அம்மா, அண்ணன், அக்கா, அத்தை, அம்மான் எல்லாமே 'அ' கரத்தில் தொடங்குகின்றன.

தம்பியும், தங்கையும் 'த'கரத்தில் தொடங்குகின்றன.

மாமன், மாமி, மைத்துனன், மைத்துனி, 'ம' கரத்தில் தொடங்குகின்றன.

ஆரம்பத்தில் திட்டமிட்டுச் செய்தார்களா இவற்றை என்பது தெரியவில்லை. ஆனால், சொல்லும் பொருளும் சுவையாக ஓட்டிவரும் மரபு தமிழில் அதிகம்.

வடமொழியில் இருந்து ஏராளமான வார்த்தைகளை தமிழ் பின்னாளில் எடுத்துக் கொண்டிருக்கிறது. உருதுக்காரர்களும் வாரி வழங்கிவிட்டுப் போயிருக்கிறார்கள்.

எந்த மொழி வார்த்தைகள் என்று தெரியாமலே பல வார்த்தைகளும் வழங்கப்படுகின்றன.

விவஸ்தை
அவஸ்தை
சபலம்
வஜா
லவலேசம்
லஞ்சம்
லாவண்யம்
ஜீரணம்

—இப்படி ஏராளமான திசைச் சொற்கள், ஒன்றா இரண்டா?

சரியான பொருள் தரும் சொற்களை அப்படியே கையாளுவதால் மயக்கம் நீங்குகிறது.

உலகத்துக்கும், இறைவனுக்கும் சக்தியை வழங்குவதால், உமாதேவியார் 'சக்தி' என்று அழைக்கப்படுகிறார்.

'ஸ்வம்' என்றால், தானே எழுந்தது; ஆகவே ஆதிமூலம் 'சிவம்' ஆனது.

'பருவத குமாரி' பார்வதி ஆனாள்.

'ஸீதா ரஸ்தா' என்றால் ஹிந்தியில் நேரான சாலை.

'ஸீதா' என்றால் வடமொழியில் 'நேரானவள்' என்று பொருள்.

அவள் ஜனகனின் மகள்; ஆகவே, 'ஜானகி.'

மிதிலைச் செல்வியாதலால், 'மைதிலி.'

விவேகம் கொண்டவள் ஆதலால், 'வைதேகி.'

ரகுவம்சத்தில் தோன்றியதால் ராமன், 'ரகுபதி.'

'கோதண்டம்' என்ற வில்லை ஏந்தியதால், 'கோதண்டபாணி.'

தசரதனின் மகன் என்பதால், 'தாசரதி.'

கண்ணதாசனின்

அதுபோலவே 'மது' என்ற அரக்கனைக் கொன்றதால் கண்ணன், 'மதுசூதனன்.'

கேசியைக் கொன்றதால், 'கேசிநிகேதன்.'

அழகாய் இருப்பதால், 'முருகன்.'

துன்பங்களை நாசப்படுத்துவதால், 'விநாயகன்.'

இடையூறுகளைத் தீர்த்து வைப்பதால், 'விக்னேஸ்வரன்.'

யானை முகம் படைத்தால், 'கஜானன்.'

கணங்களுக்குத் தலைவனானதால் 'கணபதி', 'கணேசன்.'

நீர்வாழ் இனங்களில் தூங்காதது, 'மீன்' ஒன்றுதான்.

தூங்காமலே இருப்பதால் மதுரையில் இருப்பவள், 'மீனாட்சி.'

'காமம்' என்றால் 'விருப்பம்.' மனித விருப்பத்தை ஆட்சி செய்வதால் காஞ்சியில் இருப்பவள், 'காமாட்சி.'

'தாமரை'யில் இருந்து உள்ளங்களை ஆள்வதால் இலக்குமிக்குப் பெயர், 'பத்மாட்சி,' 'கமலாட்சி.'

வடதிசையில் இருந்தபடி அகில பாரதத்தையும் விசாலமாக ஆள்வதால், 'விசாலாட்சி.'

–கிட்டத்தட்ட இந்து மதத்தின் சொற்பொருள்களுக்கு ஒரு அகராதியே தயாரிக்கலாம்.

'தேம்' என்றாலும் தெய்வம்.

'தேவம்' என்றாலும் தெய்வம்.

'தேங்காய்' என்ற சொல்லே தேம் + காய் தெய்வத்துக்கான காய்; இனிமையான காய் என்ற இரண்டு பொருட்களைத் தரும்.

ஆக, காரணப் பெயர்கள், பொருட் பெயர்கள் என்று எடுத்துக்கொண்டு போனால், தமிழும், வடமொழியும் போட்டி போட்டுக் கொண்டு மோதுகின்றன.

மோசமானது ஒன்றை 'கஸ்மாலம்' என்கிறோம் அல்லவா? இது 'கச்மலம்' என்ற வடமொழியின் திரிபு என்பதை காஞ்சிப் பெரியவாளின் புத்தகத்தில் படித்தேன்.

சொற்களைக் கேட்கின்றபோது பொருட்களைச் சிந்தியுங்கள்! சொற்களுக்கும் பொருட்களுக்குமுள்ள தொடர்பைச் சிந்தியுங்கள்!

அதுவும் மத சம்பந்தமான சொற்களைக் கூர்ந்து கவனியுங்கள்.

கிட்டத்தட்ட பாதி விஷயங்கள் உங்களுக்கு இயற்கையாகவே புரிந்துவிடும்.

அத்தியாயம் - 5

"என்ன குழந்தை பிறந்திருக்கிறது?" என்று கேட்கிறார்கள்.

'பெண் குழந்தை' என்று பதில் வருகிறது.

பாட்டி அலுத்துக் கொள்கிறாள்.

அத்தனைக்கும் அவளும் ஒரு பெண்தானே!

என் தாயாருக்கு முதற்குழந்தை பெண்ணாகப் பிறந்தது.

மருமகளுக்குக் குழந்தை பிறந்தால், மாமியார் வந்து மருந்து இடித்துக் கொடுப்பது எங்கள் குல வழக்கம்.

"பெண் குழந்தையா பெற்றிருக்கிறாள்?" என்று எங்கள் பாட்டி அலுப்போடு வந்தார்களாம்.

இரண்டாவது குழந்தையும் பெண்ணாகப் பிறந்தது.

பாட்டியிடம் போய்ச் சொன்னார்களாம்.

"இவளுக்கு வேறு வேலை இல்லையா...?" என்று பாட்டி அலுத்துக் கொண்டார்களாம். ஆனாலும் வந்து மருந்து கொடுத்தார்களாம்.

மூன்றாவது குழந்தையும் பெண்ணாகப் பிறந்தது.

என் பாட்டியோ, "அவளையே மருந்து இடித்துக் குடிக்கச் சொல்!" என்று சொல்லி விட்டார்களாம்.

பிறகு, அவர்களைக் கெஞ்சிக் கெஞ்சி அழைத்து வந்தார்களாம்.

நாலாவது குழந்தை வயிற்றில் இருந்த போது என் தாயார் வயிற்றில் நெருப்பைக் கட்டிக் கொண்டிருந்தார்களாம்.

ஆண்டவன் லீலையைப் பாருங்கள்; அதுவும் பெண்ணாகவே பிறந்தது.

கடைசிவரை என் பாட்டி அந்தக் குழந்தையைப் பார்க்கவே இல்லையாம்.

"மலையரசி அம்மன் புண்ணியத்தில் ஐந்தாவதாக என் மூத்த சகோதரர் பிறந்தார்" என்று என் தாயார் சொல்வார்கள்.

எந்தப் பெண்ணுமே தனக்கு ஆண் குழந்தை பிறக்க வேண்டும் என்றே ஆசைப்படுகிறாள்.

பெண் குழந்தை பிறந்தால் பெற்ற தாயே சலித்துக் கொள்கிறாள்.

"பெண்ணென்று பூமிதனில்
பிறந்து விட்டால் -மிகப்
பீழை இருக்குதடி தங்கமே தங்கம்!"

—என்றான் பாரதி.

பெண் பிறப்பு என்ன அப்படிப் பாவப்பட்ட பிறப்பா?

தாய் என்கிறோம்; சக்தி என்கிறோம்; ஆனால், குழந்தை மட்டும் பெண்ணாகப் பிறக்கக் கூடாது என்று ஆசைப்படுகிறோம்.

என்னைப் பொறுத்தவரையில் பெண் பிறந்தால் நான் மகிழ்ச்சியடைகிறேன்.

கார் விபத்தில் சிக்கி நான் பாண்டிச்சேரி 'ஜிப்மர்' மருத்துவமனையில் இருந்த போது, என்னைப் பார்த்துப் பார்த்து அழுதவை, பெண் குழந்தைகளே!

ஆண்பிள்ளையோ மனைவி வந்து விட்டால், அப்பனை வீட்டை விட்டுக் கூடத் துரத்தி விடுவான்.

பெண் குழந்தையின் பாசமும், பரிவும் ஆண் குழந்தைக்கு வராது.

ஒரு வயதுப் பெண் குழந்தைக்குக்கூட தாய், தகப்பன் மீதிருக்கிற பாசம் தெய்வீகமாக இருக்கும்.

அதிலும், இந்தியப் பெண்மை என்பதே மங்கலமானது.

அதன் இரத்தம், இரக்கம், கருணை, பாசங்களாலே உருவானது.

மேல் நாட்டுப் பெண்மைக்கும் இந்தியப் பெண்மைக்கும் உள்ள பேதம் இதுதான்.

மேல் நாட்டுப் பெண்மை ஒரு இடத்திலும் ஒட்டு, உறவு, பாசம் என்பதை வளர்த்துக் கொள்வதில்லை.

அது தண்ணீரில் விட்ட எண்ணெயைப் போல் தனித்தே நிற்கிறது.

இந்தியாவில்தான் இது சங்கிலி போட்டுப் பின்னப்படுகிறது.

எனக்கு நன்றாக நினைவிருக்கிறது.

அர்த்தமுள்ள இந்துமதம் – பாகம் 7

என் சின்ன வயதில் எங்கள் சமூகத்தில் பெண்கள் குறைவு. அதனால், ஒரு பெண்ணை ஒரு வாலிபன் கல்யாணம் செய்து கொள்ள வேண்டுமென்றால் ஐம்பதாயிரம், அறுபதாயிரம் பணம் கொடுக்க வேண்டியிருக்கும்.

நான் வளர வளரக் கவனித்து வந்தேன்.

என் முதல் சகோதரி திருமணத்தின் போது பெண்ணின் விலை, மிக அதிகம்.

இரண்டாவது சகோதரிக்குத் திருமணம் நடந்த போது, அது குறைந்தது.

மூன்றாவது சகோதரியின் திருமணத்தின் போது, அது மேலும் குறைந்தது.

நான்காவது சகோதரியின் திருமணத்தின் போது, அது மிக மிகக் குறைந்து விட்டது.

ஐந்தாவது திருமணம் வந்த போது மாப்பிள்ளைக்கு நாங்கள் பணம் கொடுக்க வேண்டி வந்தது.

ஆறாவது திருமணத்தில் அது இன்னும் அதிகமாயிற்று.

இப்போது பெண்ணைப் பெறுகிறவர்கள் எல்லாம் நடுங்குகிறார்கள்.

நான் ஐந்து பெண்களுக்குத் திருமணம் செய்தேன்.

என் அண்ணனும், தேவரும் கைகொடுத்தார்கள்.

இப்பொழுது அதே திருமணங்களைச் செய்வதென்றால் என்னால் முடியாது.

சுவாமி விவேகானந்தர் சொன்னது போல், பெண் பிறந்து விட்டால் தாய் தகப்பனின் தலை சுழல்கிறது. அந்தப் பொருளாதார நோக்கத்தில் பெண் பிறப்பு வெறுக்கப்படுகிறது.

ஆண் குழந்தை அடி மடையனாக இருந்தாலும் அவனுக்கு நல்ல விலை கிடைக்கிறது.

தாய்மையின் கம்பீரத்தை, 'சக்தி' வடிவமாகக் காணும் இந்திய நாடு, பெண்ணை வெறுக்க நேர்வது எவ்வளவு துரதிருஷ்டம்?

வரதட்சணை முறையைப்பற்றி எவ்வளவோ பேர் எவ்வளவோ சொல்லிவிட்டார்கள். ஆனால், அந்தக் கொடுமை இன்னும் நீடித்துக் கொண்டேதானிருக்கிறது.

பெண்மையின் எதிர்காலம் முழுவதுமே பணத்தில் அடங்கிக் கிடக்கிறது. அதன் மேன்மை உணரப்படவில்லை.

கண்ணதாசனின்

உத்தமமான ஏழைப் பெண்மையில் தெய்வீகம் காட்சியளிக்கவில்லை.

ஒரு ஏழைப் பெண், தான் குங்குமம் வைப்பதற்கே கண்ணீர் வடிக்க வேண்டியிருக்கிறது.

கழுத்திலே ஒரு பொட்டுத் தாலியைக் கட்டிக் கொள்வதற்குத் தாய் தகப்பனைக் கசக்கிப் பிழிய வேண்டியிருக்கிறது.

கூன், குருடு, செவிடு, நொண்டிக்காவது வாழ்க்கைப்பட்டு, 'சுமங்கலி' என்ற பெயரோடு சாவதற்கு இந்துப் பெண் ஆசைப்படுகிறாள்.

ஆனால், அதற்கும் விலை தேவைப்படுகிறது.

நடுத்தரக் குடும்பத்தில் பிரச்சினைகளிலெல்லாம் பெரிய பிரச்சினை, மகளே!

எங்கள் சமூகத்தில் மகளைத் திருமணம் முடித்துக் கொண்டு விடுவதோடு தகப்பன் கவலை தீர்ந்து விடுவதில்லை.

தீபாவளி வந்தாலும், பொங்கல் வந்தாலும், மகள் பிரசவித்தாலும் அவன் பணம் தேட வேண்டியிருக்கிறது.

இல்லையென்றால், 'உன் அப்பன் என்னடி கொடுத்தான்?' என்று மாமியார் கன்னத்தில் இடிக்கிறாள்.

கட்டிக்கொண்ட கணவனோ கல்லுப் பிள்ளையார் மாதிரி இருக்கிறான்!

அவனுக்குச் சுயதர்மமும் தெரியாது; சுயகர்மமும் புரியாது.

'எனக்கு மனைவிதான் தேவை; மாமனார் வீட்டு சீர்வரிசை அல்ல!' என்று சொல்லக்கூடிய ஆண் மகனாக அவன் பெரும்பாலும் இருப்பதில்லை.

"அடியம்மா! கதையைக் கேட்டாயா? அண்ணன் மனைவிக்கு சம்பந்தி வீட்டார், போட்ட சங்கிலி காற்றிலே பறக்கும்," என்று நாத்தனார் கேலி செய்கிறாள்.

ஒரே வீட்டில் ஒரு மருமகள் ஏழையாகவும், இன்னொரு மருமகள் பணக்காரியாகவும் வந்து விட்டால், அந்த ஏழை மருமகள் படும்பாட்டை இறைவன் கூடச் சகிக்கமாட்டான்.

இந்துக்களின் துயரங்களிலெல்லாம் பெரிய துயரம் இந்தத் துயரமே.

சனாதன வைதிக இந்துக்கள் கூட இதில் கருணை உள்ளவர்களாக இல்லை.

அர்த்தமுள்ள இந்துமதம் – பாகம் 7

சீதையை ராமன் மணந்ததும்,

ருக்மிணியைக் கண்ணன் மணந்ததும்,

—சீர்வரிசைகளுக்காக அல்ல.

வள்ளி, தெய்வானையிடம் உமா தேவியார் என்ன சீர்வரிசைகளா கேட்டார்கள்?

அகலிகை என்ன கொண்டு வந்தாள், முனிவரின் ஆசிரமத்திற்கு?

'நாளை உதயமாகக் கூடாது' என்று சூரியனுக்கே கட்டளையிட்ட நளாயினி, கற்பென்னும் அணிமணிகளை மட்டுமே அணிந்திருந்தாள்.

தேவர்களைக் குழந்தைகளாக்கிய அனுசூயையின் கழுத்தில் திருமாங்கல்யம் மட்டுமே பிரகாசித்தது.

இந்து வேதம் படிக்கிறான்; புராணம் படிக்கிறான்; இதிகாசம் படிக்கிறான்.

மகனுக்குப் பெண் தேடும் போது, மனிதாபிமானத்தையே இழந்து விடுகிறான்.

ஊரில் நடக்கும் திருமணங்களை எல்லாம் பார்த்தபடி உள்ளுக்குள் குமுறும் இந்துப் பெண்கள் எவ்வளவு பேர்?

பையன் பட்டப் படிப்புப் படித்து விட்டான் என்பதற்காக, 'ஸ்கூட்டர் கொடு; பங்களா கொடு' என்று வம்பு செய்யும் மாமன்மார் எத்தனை பேர்?

இந்து சமூகத்தில் புரையோடிவிட்ட இந்தப் புற்று நோயை இளைஞர்கள் களைந்தாக வேண்டும்.

அழகான ஒரு அனுசூயையைத் தேர்ந்தெடுப்பதே அவனுடைய பணியே தவிர, ஸ்கூட்டருக்காகவும், வரதட்சணைக்காகவும் எந்த அலங்கோலத்திலும் சிக்கிக் கொள்வதல்ல.

'ஒரு பெண் புக்ககம் வருகிறாள் என்றால், ஒரு தெய்வம் அடியெடுத்து வைக்கிறது' என்று பொருள்.

'தெய்வமே வைரநகைகளோடு வந்தாக வேண்டும்' என்று ஒரு நல்ல இந்து கேட்க மாட்டான்.

கற்புடைய ஒரு பெண்ணைவிட, அவள் அணிந்து வரும் நகைகள் விலையுயர்ந்தவையல்ல.

அழகான புள்ளிமானிடம் கவிஞன், கலையைத்தான் எதிர்பார்க்க வேண்டுமே தவிர மாமிசத்தையல்ல!

கண்ணதாசனின்

பையனைப் படிக்க வைக்கும்போதே, தான் செய்யும் செலவுகளையெல்லாம் சம்பந்தியிடம் வட்டி போட்டு வசூலிப்பது என்று தகப்பன் முடிவு கட்டிக் கொள்கிறான்.

அதை ஒரு தார்மீகப் பெருமையாகவும் கருதுகிறான்.

இந்து தர்மத்தின் முழு ஆதார சுருதியையும் அவன் அங்கேயே அடித்துக் கொன்று விடுகிறான்.

அவன் திருநீறு பூசுகிறான்; திருமண் இடுகிறான்; ஒரு மணி நேரம் பூஜையில் அமர்கிறான்; உலக க்ஷேமத்துக்காக பிரார்த்திக்கிறான்; வீட்டில் இருக்கிற சாமி சிலைக்குக் கூட வைர நகை செய்து போட்டு அழகு பார்க்கிறான்; ஆனால், மருமகளைத் தேர்ந்தெடுக்கும் போது மட்டும் அவன் யூத வியாபாரியாகி விடுகிறான்.

கண்ணைப் பறிக்கின்ற அழகு – கடவுளே மதிக்கின்ற கற்பு – ஆனால், அவளோ ஒரு நடுத்தரக் குடும்பத்துப் பிறப்பு.

அந்த இரண்டு அற்புதமான குணங்களுக்காக ஒரு பணக்காரன் அவளை கட்டிக்கொள்ள முன் வரவில்லையே?

ஒரு அனாதைக்கோ, தற்குறிக்கோ அல்லவா அந்தத் தெய்வப் பெட்டகம் போய்ச் சேருகிறது?

பொருளாதாரம் பெண்ணின் வாழ்வோடு விளையாடுவதை, இளைஞர்கள் தடுக்க வேண்டும்.

'உத்தியோகம் பார்க்கின்ற பெண் எனக்கு வேண்டும்' என்று ஒரு இந்து இளைஞன் கேட்பது எனக்குப் புரிகிறது.

அந்தப் பொருளாதாரத்தில் அடிப்படை நியாயம் இருக்கிறது.

"நான் படித்திருக்கிறேன்! நாற்பதாயிரம் வேண்டும்" என்பது தான் எனக்குப் புரியவில்லை.

துர்பாக்ய வசமாக ஏழைகளுக்கும், நடுத்தர மக்களுக்குமே குழந்தைகள் அதிகம் பிறக்கின்றன.

அதிலும் வறுமை மிக்க இல்லங்களில் இறைவன் பெண்ணாகவே படைத்துத் தள்ளுகிறான்.

அவன் இந்துக்களை ஆத்ம சோதனை செய்கிறான்.

'பிரமாத தத்துவம் பேசும் நீங்கள் என் சிருஷ்டியை எப்படி மதிக்கிறீர்கள்? பார்க்கிறேன்!' என்று சவால் விடுகிறான்.

நாம் ஒருபோதும் அவனது சவாலை ஏற்றுக் கொண்டதில்லை.

அர்த்தமுள்ள இந்துமதம் - பாகம் 7

ஒரு கையில் தராசையும், ஒரு கையில் பையையும் வைத்துக் கொண்டுதான் பெண்ணைத் தேடுகிறோம்.

நமக்கு வருகிற வியாதிக்கெல்லாம் காரணம், இதுவே.

பெண்ணை மாமியார் வீட்டுக்கு வழியனுப்பும் போது பெற்றோர் கண்ணீர் வடிக்கிறார்களே, ஏன்?

திருமணத்திற்கு முன் இவ்வளவு பாடுபடுத்தினார்களே, திருமணத்திற்குப் பின் என்ன செய்வார்களோ...?' என்று அஞ்சுகிறார்கள்.

என்னையே எனது ஒரு பெண்ணின் திருமணத்தில் அழ வைத்திருக்கிறார்கள்.

'இவர் கவிஞராயிற்றே, கவியரசாயிற்றே' என்ற மரியாதையெல்லாம் இந்த விஷயத்தில் கிடையாது.

பெண்ணைப் பெற்றவன், கண்ணீர் விட்டே ஆக வேண்டும்; அவ்வளவுதான்.

'பாரதத்தில் ஒருமுறைதானா குருக்ஷேத்திரம் நடந்தது?'

நாம் ஒவ்வொருவரும் குருக்ஷேத்திரம் நடத்திக் கொண்டிருக்கிறோம்.

எனக்கு நெருங்கிய நண்பராக இருந்த எழுத்தாளர் காலமானார்; அவருக்கு நான்கு பெண்கள்.

அவர் உயிருடன் இருக்கும்போதே ஒருத்திக்கு முப்பத்தி நான்கு வயது; ஒருத்திக்கு முப்பது வயது; ஒருத்திக்கு இருபத்தி ஆறு வயது; ஒருத்திக்கு இருபது வயது.

ஒருத்திக்கும் திருமணம் ஆகவில்லை.

இங்கே கலப்புத் திருமணத்திற்குத் தங்கப் பதக்கம் கொடுக்கிறார்களாம்!

இந்தக் கொடுமையில் இருந்து சமுதாயம் மீள வேண்டும்.

இது வெறும் வாதப் பிரதிவாதங்களால் நடக்கின்ற காரியமல்ல.

"இறைவா! எனக்கு ஒரு சீதையைக் கொடு; அனுசூயையைக் கொடு; கோலார் தங்கச்சுரங்கம் வேண்டாம்" என்று பிரார்த்திக்க வேண்டும்.

'நான் வரதட்சணை வாங்காதவன்' என்பதே ஒரு இந்து இளைஞனின் பெருமையாக இருக்க வேண்டும்.

589

அத்தியாயம் - 6

இந்து தெய்வங்கள் மனித வாழ்க்கைக்குச் சம்பந்தமில்லாத உன்னத நிலையில் வைத்து எண்ணப்படுவதில்லை.

'தெய்வத்துக்கு இணையாக எதையும் சொல்லக் கூடாது' என்று கட்டளை போடுவதில்லை.

இந்து தெய்வம் மனித வடிவில் இயங்கும்.

மனித வாழ்க்கையின் பல கூறுகளிலும் தன்னைச் சம்பந்தப்படுத்திக் கொள்ளும்.

அது காதலிக்கும்; பரவசப்படும்; அது போர் புரியும்; யுத்த தர்மத்தைப் போதிக்கும்.

அது தூது செல்லும்; அரசு தர்மத்தைப் புகட்டும்.

காதலனையும் காதலியையும் சேர்த்து வைக்கின்ற வேலைக்குக் கூட அது துணை புரியும்.

ஆகவேதான் இந்து இதிகாசங்களோ, புராணங்களோ வறட்டுத்தனமாக இல்லை.

மற்ற மதத்தவர்கள் படித்தால் குட்டு வெளிப்பட்டு விடுமே என்று பயப்படுவதாக இல்லை.

நமது இதிகாசங்களில் லௌகீகத்தின் கம்பீரம் இருக்கிறது.

சுகமான காதலியின் கனவு இருக்கிறது.

அவற்றில் ஒன்று ராதா –கிருஷ்ண பாவம்.

இந்த பாவத்தை ஒரு காமநூல் போலவே வடித்தார் ஜயதேவர்.

அது ஞானத்தின் முதிர்ச்சி பெற்ற நிலையாயினும் காமரசமாகவே தோற்றமளிக்கிறது.

நூற்றுக்கணக்கான ஆண்டுகளுக்கு முன்னால் அவர் 'அஷ்டபதி கீதகோவிந்தம்' என்ற தலைப்பில் இதனை எழுதினார்.

ஒவ்வொன்றும் எட்டு சரணங்கள் கொண்ட இருபத்து நான்கு கீதங்களாக அவர் இதனை வடித்தார்.

அர்த்தமுள்ள இந்துமதம் – பாகம் 7

இதில் ஒரு வேடிக்கை. இதைப் படித்த வெள்ளைக்கார அதிகாரி ஒருவர், 'இது ஒரு ஆபாச நூல்' என்று தடை செய்ய உத்தரவிட்டார்.

அதோடு ஜயதேவரைக் கைது செய்யும்படியும், ஆணை பிறந்தது.

அதன் பிறகுதான் ஜயதேவர் வாழ்ந்தது பலநூறு ஆண்டுகளுக்கு முன்பு என்பது விளக்கப்பட்டது.

ராதை, கிருஷ்ணனுக்காக ஏங்குகிறாள்; கிருஷ்ணன், ராதைக்காக ஏங்குகிறான்; தோழி ஒருத்தி தூது செல்கிறாள்; இடையில் அனைத்தும் வருணனைகள்; அவர்கள் வாழ்ந்த கதைகள்.

ஒவ்வொன்றும் சுவையான வருணனை.

சற்று பச்சையாக இருந்தாலும் தேவ பாவத்தோடு அவற்றை எடுத்துக் கொண்டு பார்க்கும் போது, லௌகீக வாழ்க்கையிலும் மனிதனுக்கு இச்சை வருகிறது.

நல்ல காதலன் காதலியின் இலக்கிய பாவம், கீத கோவிந்தம் முழுவதிலும் இழையோடுகிறது.

அதனால், அதன் உபந்யாசகர்கள் இதை மேடையில் எடுத்துச் சொல்வதில்லை.

பக்தி நூல் வரிசையில் பலர் இதைச் சேர்ப்பதும் இல்லை.

ஆனால், நான் இதனைச் சேர்க்க விரும்புகிறேன்.

அண்மையில் கீத கோவிந்தத்தில் இருந்து எட்டு கீதங்களை கவிதைகளாக எனது 'கண்ணதாசன்' இதழில் எழுதியுள்ளேன்.

மற்றவற்றையும் கவிதையாக எழுதி முடிக்க இருக்கிறேன்.

தோழி கண்ணனிடம் சொல்கிறாள்:

"கேசவா! ராதா எவ்வளவு மெலிந்து விட்டாள் தெரியுமா? அவள் கழுத்தில் தங்க வடம் போட்டிருப்பாளே, அதைத் தாங்கக்கூடச் சக்தி இல்லாமற் போய்விட்டது அவளுக்கு; மயங்கி மயங்கி விழுகிறாள்.

கேசவா! நீ மறைந்து நிற்கிறாய்;
அவள் மயங்கி நிற்கிறாள்!

குளிர்ச்சியான சந்தனத்தை அவள் மார்பில் பூசினேன். 'ஐயோ, கொதிக்கிறதே!' என்றாள்.

கண்ணதாசனின்

'நான் படும் துன்பத்தில் ஏனடி நஞ்சிட்டுக் கொல்கிறாய்?' என்றாள்.

அவள் நெஞ்சில் நெருப்பு மூண்டிருக்கின்றது. அதனால் வருகின்ற மூச்செல்லாம் அனல் மூச்சாக வருகின்றது.

கேசவா! நீ மறைந்து நிற்கிறாய்;
அவள் மயங்கி நிற்கிறாள்!
கண்ணா! என்ன வஞ்சனை உனக்கு!

அவள் இவ்வளவு மெலியும்படி வஞ்சித்து விட்டாயே?

கேசவா! நீ மறைந்து நிற்கிறாய்;
அவள் மயங்கி நிற்கிறாள்!

கண்ணெனும் வலைவீசி உன்னைக் கட்டியிழுக்க நினைத்தாள்; மணிவண்ணன், தப்பிவிட்டான் என்றதும் மாயக்கண்ணீர் வடித்தாள்.

புண்ணாகி விட்டது அவள் நெஞ்சு; புனலாடுகின்றன அவள் கண்கள்; அனல் பட்ட புழுவானாள் ராதை!

கேசவா! நீ மறைந்து நிற்கிறாய்;
அவள் மயங்கி நிற்கிறாள்!

மாந்தளிர் மஞ்சத்தில் படுக்க வைத்தேன். 'ஐயோ! மஞ்சத்தில் ஏனடி நெருப்பை இட்டாய்' என்றாள்!

கொஞ்சமா அவள் துயரம்...?
கேசவா! நீ மறைந்து நிற்கிறாய்;
அவள் மயங்கி நிற்கிறாள்!

குன்றத்தைக் குடையாகப் பிடித்தவனே! ஆயர் குலம் காத்தவனே!

கோபியரை முத்தமிடும் கோபாலா!

கம்சக் கூட்டத்தின் வம்சத்தையே கருவறுத்த கண்ணா!

அடியவர்க்குக் கருணை மழை பொழியும் கார்முகிலே!

ராதையைக் காத்தருள மாட்டாயா...?"

—தோழியின் உரை கேட்டான் கண்ணன். அவனுக்கும் ஏக்கம் பிறந்தது.

தன்னுடைய தாபத்தையும் அவளிடம் கூறுகிறான். ராதையை உடனே அழைத்து வரச்சொல்கிறான்.

தோழி, ராதையிடம் சொல்கிறாள்:

அர்த்தமுள்ள இந்துமதம் - பாகம் 7

"ராதா! கண்டேன் கண்ணனை!

தென்றல் தாலாட்டுமிடத்தில் அவன் இருக்கிறான். அங்கே செம்பூக்கள் மணம் பரப்புகின்றன.

பிரிந்திருக்கும் காதலர்களை வாட்டி எடுப்பானே மன்மதன், அவன் கண்ணனையும் வாட்டுகிறான்.

    மாதைப் பிரிந்து தடுமாறி
    மயங்குகிறானே வனமாலி!

மன்மதன் கணைகள் வீச, மதியும் வந்து உயிர் குடிக்க, அந்த வெண்ணிலா ஒளியில் தன்னை மறந்து தன்னந் தனியே வாடுகிறான்.

    மாதைப் பிரிந்து தடுமாறி
    மயங்குகிறானே வனமாலி!

நள்ளிரவு.

தேனீக்கள் இசை பாடுகின்றன. அந்தப் பாடல்களில் மலர்கள் உறங்குகின்றன; ஆனால் மாயவன் உறங்கவில்லை.

அங்குமிங்கும் அலைகிறான்; ஏங்குகின்றான்!

    மாதைப் பிரிந்து தடுமாறி
    மயங்குகிறானே வனமாலி!

அவன் தன் இல்லத்தைத் துறந்தான். காட்டுப் பூக்களால் மெத்தை விரித்துக் காட்டிலே காத்திருக்கிறான்.

எப்பொழுதும் அவன் வாயிலிருந்து, 'ராதா! ராதா....!' என்ற ஒலியே புறப்படுகிறது.

புல் மஞ்சத்தில், பூப்படுக்கையில் உண்ணாமல், உறங்காமல், முல்லைச் சிரிப்புதிர்த்து மோகத்தால் வாடுகிறான்.

    மாதைப் பிரிந்து தடுமாறி
    மயங்குகிறானே வனமாலி!

இரவு நேரத்தில் மரத்தில் அமர்ந்திருக்கும் குயில்கள் சிறகடித்தால், 'என் ராதை தான் வருகிறாளோ...?' என்று அங்குமிங்கும் ஓடுகிறான்; ஆசையுடன் தேடுகிறான்.

நங்கை உன்னைக் காணாவிட்டாலும் அவன் நம்பிக்கை தளரவில்லை.

மங்கலான இந்த இரவு, உன்னை அவன் சந்திக்கும் நேரமடி!

மாதைப் பிரிந்து தடுமாறி
மயங்குகிறானே வனமாலி!

வானில் இடி இடித்தால், 'இது ராதையின் கால் சிலம்பு ஒலி,' என்கிறான்.

கானகத்தில் அவன் உன்னைக் கட்டி அணைத்ததை எண்ணி எண்ணி உன் அழகையே புகழ்ந்து கொண்டிருக்கிறான்.

மாதைப் பிரிந்து தடுமாறி
மயங்குகிறானே வனமாலி!

பட்டாடை புனைந்து பரிமளிக்கும் கூந்தலுடன் இட்டமுடன் விளையாட ஏற்ற இடம் நாடி, கட்டழகன் செல்கிறான்; காதலி நீ பின் தொடர்க, முட்டியெழும் ஆசையை மோகனமாய்த் தீர்ப்பதற்கு!

ஆற்றங்கரையருகே ஆனந்தத் தென்றலடி!
பற்றியொரு கரத்தால் பாசமிகு கோபியரின்
கொங்கை தழுவி வனமாலி விளையாட!

'ராதை! ராதை!' என வேய்ங்குழல் ஊதுகிறான்!

பாவை மென்னுடல் தழுவும் சற்றே பரிமளிக்கும் பூவை நின்னாசை நினைப்பால் கூறுகிறான்.

ஆற்றங்கரையருகே ஆனந்தத் தென்றலடி!
பற்றியொரு கரத்தால் பாசமிகு கோபியரின்
கொங்கை தழுவி வனமாலி விளையாட!

பறவை சிறகடிக்க, பசுங்கொடிகள் அசைந்தாட, 'பாவை வருவாள்' என்று எதிர்பார்த்து ஏக்கமுற,

புத்தம் புதுமலராய்ப் பூவமளி அமைத்து, அவன் நீ வருவாய் என வழிமேல் விழி வைத்துக் காத்திருப்பான்!

ஆற்றங் கரையருகே ஆனந்தத் தென்றலடி!
பற்றியொரு கரத்தால் பாசமிகு கோபியரின்
கொங்கை தழுவி வனமாலி விளையாட!

ஒலிக்கும் நூபுரங்கள், மாபெரும் தொல்லையடி!

மறைவாய் கலவி செய்ய மாபெரும் இடையூறு!

கருப்பில் ஆடையுடன் கங்குல் கவிகையிலே, இருள்சேர் பூப்பந்தல் இனிதாய்ச் சேர்ந்திருக்க, தருணம் இதை உணர்ந்து தடுமாற்றம் அகற்றிவிடு!

அர்த்தமுள்ள இந்துமதம் - பாகம் 7

ஆற்றங் கரையருகே ஆனந்தத் தென்றலடி!
பற்றியொரு கரத்தால் பாசமிகு கோபியரின்
கொங்கை தழுவி வனமாலி விளையாட!

முரஹரி மார்பிடை முயங்கும் மாலையடி, கார்மேகக் கூட்டத்தில் வெண்பறவைக் காட்சியடி!

மின்னல் இடையாளே!

ஊடல் அகற்றி இனி இன்னல் தீர்க்க வரும் இனியவனைக் கூடிடுக! தருணம் இது, தோழி, தடுமாற்றம் அகற்றிவிடு!

ஆற்றங் கரையருகே ஆனந்தத் தென்றலடி!
பற்றியொரு கரத்தால் பாசமிகு கோபியரின்
கொங்கை தழுவி வனமாலி விளையாட!

பூமகள் விரித்த மஞ்சம்; பொன்னுடலைச் சாய்த்தவுடன், மேகலையை அவிழ்ந்து விடு! மோகத்தோடு உறவாடு!

பங்கயக் கண் திறந்தே பார்த்துப் பருகிடுவான்.

அங்காந்து காத்திருப்பான். ஆரத் தழுவியவன் உடலைப் புறம் தழுவி, உண்ணும் சுவை கூட்டி கேட்டது கேட்டபடி தடைகள் சொல்லாமல், ஏதும் மறைக்காது, எதிர்த்தொன்றும் சொல்லாது, தூமலர்த்தேன் உறிஞ்சும் தும்பியைப் போலவனும் காமவிருந்தாடக் களிப்போடுறவாடு!

ஆற்றங்கரையருகே ஆனந்தத் தென்றலடி!
பற்றியொரு கரத்தால் பாசமிகு கோபியரின்
கொங்கை தழுவி வனமாலி விளையாட!

நாளை வரை அவனும் காத்திருக்க மாட்டான்; பாளைச் சிரிப்புதிர்க்கும் பாவை நீ புறப்படு!

காளை அவன் மனத்தைக் கண்ணாடிப் பெட்டகம் போல், நோவாது கொள்ள மதுஹரியும் மனங்களிக்க!

மருள்கொள் புலவியிலே மதி மயக்கம் தந்திடவே தருணம் இது தோழி! தயங்காமல் புறப்படுக!

ஆற்றங் கரையருகே ஆனந்தத் தென்றலடி!
பற்றியொரு கரத்தால் பாசமிகு கோபியரின்
கொங்கை தழுவி வனமாலி விளையாட!"

கண்ணனும் ராதையும் கலந்து விளையாடியதை, காமரஸமாகச் சித்தரிக்கும் ஜயதேவர், அதில் ஒரு ஞானரஸத்தையும் ஊட்டுகிறார்.

595

கண்ணதாசனின்

'காமக் கலவி' என்பது ஒருவகை லயம்.

ஒன்றோடு ஒன்று கலந்து ஒன்றாகவே காட்சியளிப்பது அது.

அது அத்வைத நிலை, சமாதி நிலை.

பேசுவது சரீரங்களைப் பற்றியேயாயினும், உள்ளுணர்வு ஆன்மாவைப் பற்றியது.

இரண்டற்ற நிலையில் ஜீவராசிகள் முழுவதுமே ஒவ்வொரு கட்டத்தில் இயங்குகின்றன.

அந்த லயத்தில் மானிடஜாதி ஈடுபட வேண்டுமென்று தான் இல்லறத்தை ஒரு புனித 'அற'மாக ஆக்கினார்கள்.

ஆடு மாடுகளுக்குக்கூட திடீர் திடீரென்று அந்த உணர்வு பெருக்கெடுக்கிறது.

ராதா கிருஷ்ண பாவம், லௌகீகத்தின் சாரம்.

'பகவானைப் பற்றி இப்படிப்பட்ட கதைகளா?' என்று கேட்கக் கூடாது.

பகவான், லோகாயத சுகத்தின் குருவாக ஆக்கப்படுகிறான்.

காமத்துக்கெனக் கூறப்படும் சாஸ்திரம், பகவான் வடிவத்தில் காட்டப்படுகிறது.

வாழ்க்கையின் உச்சக்கட்ட உணர்ச்சியாக, அது எழுந்து நிற்கிறது.

செயலின் மூலம் செயலற்ற நிலையே காமம்.

அந்த இயக்கத்தில் மனம் ஒன்று பட்டபின் வேறு சிந்தனைகள் இயங்காமல் நின்று விடுகின்றன.

அவனையே அவளும், அவளையே அவனும் நினைக்கிறார்கள்.

பக்தி தத்துவத்திலும் இதுதானே நிலை!

படுக்கை அறை 'பள்ளியறை' என்று அழைக்கப்படுகிறது.

ஆண்டவன் சயனிப்பதும், 'பள்ளி' என்று கூறப்படுகிறது.

உடல் உறவில் அடைகின்ற அமைதி, பக்தியிலும் கிடைக்கிறது.

பக்தியில் கிடைக்கின்ற ஆனந்தநிலை உடல் உறவிலும் கிடைக்கிறது.

சிருஷ்டியில், 'ஆண்–பெண்' என்று இரண்டு படைக்கப்பட்டு, இரண்டுக்கும் உணர்வுகள் உண்டாவது ஏன்?

அர்த்தமுள்ள இந்துமதம் - பாகம் 7

சிருஷ்டிகர்த்தா, சிற்றின்பத்திற்கு விரோதியாக இருந்திருந்தால், அவன் இப்படிப்பட்ட இரண்டு வடிவங்களை ஏன் படைக்க வேண்டும்?

'சிற்றின்பம்' என்ற வார்த்தையிலும், 'இன்பம்' இருக்கிறது; பேரின்பத்திலும் இருக்கிறது.

கோபுரங்களில் காமரஸப் பதுமைகளை வைப்பதும் அதற்காகவே.

நேபாளக் கோயில்களில் ஒரு பெண் படுத்திருப்பது போன்ற சிலைகள் உண்டு. அதன் பெண் குறியில் தான் குங்குமம் கொட்டி, வைக்கப்படுகிறது, என்று முன்பே சொல்லியிருக்கிறேன்.

ஏன், சிவலிங்க வடிவமே அதுதானே!

காரணம் உலக இயக்கத்துக்கு இது தேவை.

திருமணங்களின் மூலம் குடும்பங்கள் உருவாகிப் பண்பாடுகள் காக்கப்படுகின்றன.

மாதா மாதம் இறைவன் பூமிக்கு வந்து சில உயிர்களைப் படைத்துக் கொண்டிருக்க முடியாது. அதற்காக அவன் உருவாக்கிய கருவிகளே ஆணும் பெண்ணும்.

அவை சிருஷ்டிக்கான கருவி என்பதால் யந்திரம் மாதிரி இயங்க முடியாது.

அந்த உறவு சந்தோஷமில்லாமல், பானை செய்வது போலவும், பாத்திரம் செய்வது போலவும், அதுவும் ஒரு தொழிலாகி விட்டால், அந்த தொழிலாளர்கள் ஓய்வெடுத்துக் கொள்ள விரும்புவார்களே தவிர, பணி செய்ய மாட்டார்கள்.

அதனால் தான் சிருஷ்டி தத்துவத்தில் ஒரு சுகபோக லயம் கலக்கப்பட்டது.

அதுவும் வெறும் சுகமாக இருந்தால் ஆடு மாடுகளைப் போல, அந்த நேரத்து உணர்ச்சியாகி விடும்.

ஆகவே, அது கலையாக விவரிக்கப்பட்டது.

பலவகையாக அது வடிவமெடுத்தது.

ஒவ்வொரு சிறு காரியமும், பிரமாதப்படுத்தப்பட்டன.

வெறும் பார்வையே கூட காவியமாக்கப்பட்டது.

முத்தம் இடுவது கூட வகை வகையாக விவரிக்கப்பட்டது.

வீடு விட்டுக் காடு சென்ற முனிவர்களே கூட அதைப்பற்றி விவரிக்கத் தொடங்கினார்கள்.

அங்கங்களின் ஒவ்வொரு மயிர்க்காலும் கூட காவியங்களுக்கான கருவாக அமைந்தது.

வருணனைகளைப் படிக்கும் போதே, 'வாழ்ந்து பார்க்க வேண்டும்' என்று ஆசை கிளர்ந்தெழுமாறு எல்லா பாஷைகளிலும் இந்தச் சுவையே மிகைபடத் தொடங்கிற்று.

ஆகவே, நோக்கம் சிருஷ்டி; அதற்கே இரண்டு கருவிகள்; அந்த இரண்டு கருவிகளைத் தூண்டிவிடும், வருணனைகள்.

மூலநோக்கம் சிருஷ்டி என்பதனை மனத்திலே கொண்டால், சிற்றின்பம் விரஸமாகத் தெரியாது.

காமம், உடலுறவு புனிதமாகி விடும்.

அந்தப் புனிதமான உடலுறவை ஜயதேவர் வருணிக்கிறார்.

''கட்டி உடல் தழுவிக் காதல் புரிகையிலே மட்டில்லா இன்ப வெள்ளம் பொங்கிப் பெருக்கெடுக்க, கண்ணை இமைமூடில் காதல் சுகம் பெருகும்'' என்று கண் இமை திறந்து அங்கே கலவிச் சுகம் கண்டார்.

ஒருவர் இதழ் ஒருவர் கடித்து உறிஞ்சித் தேன்மாந்தும் பருகுவாய்க் கள்ளின் இணை கூறச் சுவையுண்டோ?

கலவிப் போர் இன்னும் வெற்றி தோல்வி என்று பகுத்துரைக்கும் வண்ணம் நடந்து முடியவில்லை.

இதுதான் துவக்கம்!

இன்பத்தின் வருணனைகள் இதுவென்று உரைப்பதற்கு என்னால் இயலவில்லை.

முடிவின் நிலை என்ன?

யார் உரைக்க வல்லாரோ?

கைகள் சிறைபிடிக்க, கடினமுலை மார்தாக்க, கை நகங்கள் உடல் கீற, மையச் சிவந்த வாய் பற்கள் கடித்து உதற, கார் குழலைக் கைப்பிடித்துக் கலைத்து இழுத்து, உயிர்த் துடிப்போடு கனிவாயில் வாய்வைத்துக் கள்ளூறுஞ்சும் வகையுரைக்கப் போமோ!

போதை தலைக்கேற புதுக்கனிகள் சுவைக்கின்றார். காதல் விளையாட்டுக்கென்றே இலக்கணங்கள் ஓதி உணராது உடல் புணர மாட்டாதோ?

கலவி மயக்கத்தின் அடையாளம், அறிவார்கள், உலவும் உள்ளத்து உணர்ச்சி பொங்கி, போர் ஆரம்பித்தவுடன் ஆனந்தம் பொங்குதடி!

தேரா விளையாட்டு தெவிட்டா இன்பச்சுவை; என்னென்ன ஆடலடி! எப்படித்தான் கூடுகிறார்?

கன்னல் பிழிந்தாற்போல் கலவி பிழிந்த சுகம், கடலின் அடுக்கடுக்காய் பொங்கி வரும் அலையாம்!

உடலை ஒருவனுக்கு ஒப்படைத்த மங்கையவள், தலைவன் தாக்கியதும் தான் எதிர்த்து தாக்கியதும், முலைகள் குதித்து வர மெய் தழுவிக் குதித்ததுவும், அலையா மனம் அடக்கி அந்தரத்தில் நின்றதும், வாக்கு மனம் செயல் இம்மூன்றும் மறைந்ததடி!

தாபச் சுரம் பெருக, தணிந்தபின் உடல் சோர, வாடும் மலர்க்கொடிபோல், வாடி உடல் சாய, பேசும் பேச்சிறைக்க, பேசாது மூச்சிறைய, வாசமலர் விழியாள் வைத்தில் கண்ட சுகம் நாசம் அடைவதுண்டோ, நலிவுடலும் கொள்வதுண்டோ?

பேசும் மாந்தர்களே!

புவியில் கூடலுக்கு நேரம் உண்டோ?

''பாற்கடலின் கரை அருகில் பாவை உன் அழகுடலைப் பார்த்த பரமசிவன், 'மனம் கொண்ட காதல் இனி நடவாது' என்று உணர்ந்து, நலிவுற்ற மனத்தாலே சிவகாமி சிந்தை கவர் சிவனார் அந்நாளில் ஆலகால விஷம் அருந்தியதை நானறிவேன்!''

–பற்பலவாம் பேச்சுரைத்துப் பன்மாயக் கள்வனவன் பொற்கொடியின் சோர்ந்த உடல் பூமியில் சாய்ந்துறக்கம் மேற்கொண்ட வேளையிலே,

மெல்ல அவள் மேலாடை அப்புறமாய் ஒதுக்கி, ஆர்த்தெழுந்த தொங்கையினை கொப்பூழ் வனப்போடு குனிந்தபடி பார்த்திருந்தான்!

தீராது விளையாட்டுப்பிள்ளை, என் கண்ணன்
நேராது தீங்கு என்றும் நம்மை தினம் காப்பான்!

காலமெல்லாம் கண்விழித்துக் கண்கள் சிவப்பாக, பற்பதித்து, செவ்விதழும் வெளுத்துப் பொலிவிழக்க, நற்கூந்தல் சூடுமலர், சருகாய் வாடிவிட, ஆடை சீர்குலைய, அங்கம் வெளித்தெரிய இரவைக் கலைத்தொரு கதிரோன் வெளிப் போந்தான்.

நம்பி முகம் பார்த்து நாணும் கண்ணிரண்டும் வம்பு செய் காதல் உணர்வை மீட்டி விட, நம்பியுடன் நங்கை நாடிப் புணர்ந்ததனை நாவால் எடுத்துரைக்க நல்ல சொல் கிடைக்கவில்லை!

முடித்த குழல் அவிழ்ந்து மொய்த்துத் தரை புரள, வடித்து உடல் நீரால் கணைக் கதுப்பொளிர, தடித்த செவ்வாயும் தனிக்காதல்

மணம் பரப்ப, கொங்கை மேல் குதித்து முத்து வடம் குலுங்க, மங்கையவள் மேகலையும் மண்ணில் சிதறி விழ அருகிருப்பார் பாராது அல்குல் அணிமார்பாம் மருளும் பேதை கரம் மறைவாய்க் காத்தபடி உருகித் தடுமாறும் ராதையைக் கண்டவுடன் 'வருக' என கண்ணன் விடு கோரிக்கை கண்டவுடன், 'தையல் காணிக்கை'யென்று, உடல் உண்ட சுகம் மீண்டும் உண்ண வருவதற்கு, தன்மாலை துறந்தவளும் தாவி அவன் மேல் விழுந்து கொண்ட சுவைக்கு ஒருகணக்கும் இல்லையடி!

பனியால் வளர்ந்து வரும் பச்சைப் புல் போல கனிவாய் முறுவலிக்கும் கன்னி உடல் ஒசிய, காதல் குரல் எடுக்க, சொற்கள் பொருளிழக்க, நாதன் தரும் இன்பத் தடுமாற்றம் நிலைகுலைக்க, இதழ்கள் ஒவ்வொன்றில் எத்தனையோ பற்குறிகள்!

கோதை முக அழகை உண்டு ரசிக்கையிலும், இதமாய் உடல் தழுவி இருக்கும் சேர்க்கையிலும் எத்தனையோ இன்பமடி! எடுத்துரைக்க வார்த்தை இல்லை!

—மேலே வடமொழி மூலத்தில் இருந்து என் நண்பர் 'ஆஷா' மொழி பெயர்த்ததை, அப்படியே கொடுத்திருக்கிறேன்.

இந்து மார்க்கத்தின் லௌகீக சுகத்துக்கு உச்சகட்ட உதாரணம், ஜயதேவர் அஷ்டபதி.

என்னைப் பொறுத்தவரை காமத்தைப் பாடி மனிதனை ஞானத்துக்குப் பக்குவப்படுத்துவதைப் பெரிதும் விரும்புகிறேன்.

அண்மைக் காலங்களில் அமெரிக்க நாட்டில் இந்து மதம் பரவி வரும் வேகம் நமக்குத் தெரிந்ததே. அங்கே இந்தியாவில் இல்லாத ஒரு புதுவித யோகத்தைக் கற்பித்தார்கள்.

சுமார் இருபது ஆண்களும், பெண்களும் நிர்வாணமாக நின்று கொள்வது; அதுவும் இடுப்பளவு தண்ணீரில் ஒரு ஆண, ஒரு பெண்ணென்று வட்டமாக நிற்பது; ஒருவர் தோளில் ஒருவர் கைபோட்டுக் கொள்வது; ஆனால் யாருக்கும் காம இச்சை வரக்கூடாது. இப்படி ஒரு பயிற்சி.

மூன்றாண்டுகளுக்கு முன் 'லைப்' பத்திரிகையில் இந்தப் படத்தையே நான் பார்த்தேன்.

காம நிலையில் இருந்து கொண்டே காமத்தை மறப்பதென்பது இதன் பெயர்.

அப்படி ஒரு பக்குவம் எல்லாருக்குமே ஏற்பட்டு விடாது.

ஜயதேவரின் ராதா கிருஷ்ண பாவனை, காம உணர்வினையே தூண்டக்கூடும். ஆனால், அதிலிருந்து ஒரு ஞானயோகத்தை உருவாக்கும் முயற்சியை அறிவாளிகள் ஏன் மேற்கொள்ளக் கூடாது.?

வீணாக ஜயதேவரின் அஷ்டபதி கீத கோவிந்தத்தை ஒதுக்கி விடுவதில் பொருளில்லை.

கண் அந்த நூலைக் காண வேண்டும்; மனம் அதைப் படிக்க வேண்டும்; ஆண்மையுள்ள உடம்பு கூட உணர்ச்சியற்றிருக்க வேண்டும்; அதுதான் ஞானத்தின் பரிபக்குவ நிலை.

பிள்ளையார்பட்டி

அத்தியாயம் – 7

கீதையில் பகவான் மனிதர்களை மூன்று வகையாக விவரிக்கிறான்.

மொத்த மானிட வர்க்கத்தையே மூன்று குணங்களாகப் பிரிக்கிறான்.

சத்துவ குணம்,

ரஜோ குணம்,

தமோ குணம்.

சத்துவ குணம் கொண்டவனைத்தான் நாம், 'சாது' என்கிறோம்.

ரஜோ குணம் கொண்டவனைத்தான், 'அவனுக்கென்னப்பா ராஜா!' என்கிறோம்.

தமோ குணம் கொண்டவனைத்தான், 'சுத்தத் தாமசம்' என்கிறோம்.

இந்த மூன்றிலும் உடல் தோற்றமும் வேறுபடும்; ஆன்மத் தோற்றமும் வேறுபடும்.

பெரிய அறிஞர்கள் கருத்துப்படி உடலுக்கு ஆன்மாவின்மீது ஒரு ஆதிக்கம் இருக்கிறது. ஆனால், ஆன்மா உடலை ஆதிக்கம் செய்ய முடியாமல் தவிக்கிறது.

முதல் வகையான சத்துவ குண மனிதன், ஆன்மாவை தன் ஆதிக்கத்துக்குக் கொண்டு வந்து விடுகிறான்.

இரண்டாம் வகை ரஜோ குண மனிதன், ஆன்மாவைப் பற்றிய உணர்வே இல்லாமல், 'உடல் இச்சைகளே உலகம்' என்று வாழ்ந்து விடுகிறான்.

மூன்றாவது தமோ குண மனிதனுக்கு ஆன்மா, உடம்பு இரண்டைப் பற்றியும் எந்த உணர்ச்சியும் இல்லை.

எல்லாருக்கும் சத்துவ குணம் அமைவது கடினம்.

விவேகமும், புலனடக்கமும் எதிலும் உணர்ச்சிவசப்படாத தன்மையும், 'எல்லாம் தன்னுடைய தகுதிக்குக் கீழ்ப்பட்டவையே'

அர்த்தமுள்ள இந்துமதம் - பாகம் 7

என்ற எண்ணமும் ஒரு மனிதனை சத்துவ குண மனிதனாக ஆக்குகின்றன.

அழகான வாலிபன்; சுண்டினால் இரத்தம் தெறிக்கும் பருவம்; அழகான பெண்கள் அவனைச் சுற்றிச் சுற்றி வருகிறார்கள்.

அவர்களையெல்லாம் பார்த்து, 'நீங்கள் பெண் வடிவில் வந்த மாயப் பிசாசுகள், உங்கள் அழகு இரத்தம், சதைகளால், ஆனது என்பதைத் தவிர அதற்கு வேறொரு அர்த்தமும் இல்லை' என்று சொல்லக்கூடிய பக்குவம் அவனுக்கு வந்து விடுமா?

மோக லாகிரியில் மூச்சுத் திணறும் பருவத்தில், தாகமே எடுக்காத சத்துவ குண மனிதனாக அவன் மாறி விட முடியுமா?

அப்படி ஒரு வேளை அறைக்குள்ளே போட்டுப் பூட்டி வைத்தாலும் கூட, அவன் அறைக் கதவுகளை உடைத்துக் கொண்டு ஓடவே விரும்புவான்.

உலகத்தையும், உடம்பையும் பற்றிய ஆழ்ந்த நுண்ணறிவு கொண்ட ஒருவனுக்கே சத்துவ குணம் கைகூடும்.

இது ஒரு பெரிய விஷயம். இதைப்பற்றி மிகப் பெரியவர்கள் பலரும் பேசி இருக்கிறார்கள்; எழுதியிருக்கிறார்கள்.

சொல்லப் போனால் 'தாமரை இலைத் தண்ணீர் போல் ஒட்டாமல் வாழ்வது' என்று நீண்ட காலமாக தமிழிலும் வடமொழியிலும் கூறப்பட்டு வருகிறதே, அது இதுதான்.

காஞ்சிப் பெரியவர்க்கு நீங்கள் காமத்தை ஊட்டிவிட முடியாது; கோபத்தை உண்டாக்க முடியாது.

பெண்கள் தன்னைப் பார்க்க வரும்போது அவருக்குக் காமாட்சியின் சொரூபம் தெரியுமே தவிர, அவர்களது மோகன அழகு புலப்படாது.

இப்படிப் புலன்களை ஒடுக்கி, எல்லாப் பொருள்களின் தகுதியும் தனக்குக் கீழேதான் என்று வைத்துக் கொண்டவர்கள் கோடியில் ஒருவராக மட்டுமே, ஞானிகளாக உலகத்தில் திகழ்ந்திருக்கிறார்கள்.

உடம்புக்குத் தனித்து இயங்கும் சக்தி உண்டு. மனத்தை அது கசக்கிப் பிழியும். போகக் கூடாத இடத்துக்கெல்லாம் அது போகச் சொல்லும். செய்யக்கூடாத காரியங்களை எல்லாம் அது செய்யச் சொல்லும். ஈடுபடக் கூடாத விஷயங்களிலெல்லாம் ஈடுபடச் சொல்லும்.

உடம்பு சரியாக இருந்தால் மனதும் செழிப்பாக இருக்கும்.

603

உடம்பு தளர்ந்து போனால், மனதும் தளர்ந்து போகும்.

உடம்பு ஓடினால், மனதும் ஓடும்.

உடம்பு படுத்தால், மனதும் படுக்கும்.

மனத்தின் செழுமையான வடிவமே ஆன்மா.

உடம்புக்கு ஆன்மாவின் மீது அவ்வளவு ஆதிக்கம் இருக்கிறது.

இந்த ஆதிக்கத்தைப் பிரித்தெடுத்தவனுக்குப் பெயரே சாது; அவனே சாத்விகக் குணம் படைத்தவன்.

'இந்தப் பெண் இல்லாவிட்டால், நான் உயிரோடு வாழவே முடியாது,' என்று கதறுகிற ஒருவனை, அவளிடமிருந்து நீங்கள் எப்படி பிரிப்பீர்கள்?

இதில் எனக்கு அனுபவம் உண்டு.

அவள் என்னதான் கழிசடையாக, மோசமானவளாக இருந்தாலும், 'அவளுக்கு மேல் உலகம் இல்லை' என்று ஒரு போதை, ஒரு புது இளைஞனுக்கு ஏற்பட்டு விடுமானால் அவனை ஆண்டவனால் கூட மாற்ற முடியாது.

அவனே அதில் ஈடுபட்டுச் சீரழிந்து, தட்டுத் தடுமாறி, 'ஐயோ! போதுமடா சாமி' என்று அலறித் திரும்பினால் தவிர, பிறர் சொல்லி அவனை மாற்ற முடியாது.

அது போன்றதே உடம்பிற்கும் ஆன்மாவிற்கும் உள்ள நெருக்கம்.

சமயங்களில் ஆன்மா தனியாகவும் வேலை செய்யும்.

'மனசாட்சி மனசாட்சி' என்கிறோமே, அது இதுதான்.

உடம்புக்கு ஆன்மாவின் மீது ஆதிக்கமே இல்லாமல் அடித்தவர்கள் தான் உலகத்தை திருத்திய உத்தமர்களாக இருக்கிறார்கள்.

அவர்களின் பெயரே சாதுக்கள்:

அவர்களது ஆன்மா தனித்து இயங்குவதை நமது புராண இதிகாசங்கள் கதைகளாகக் கூறுகின்றன.

'சத்துவ' குணம் உன்னதமானது தான். ஆனால், இந்த சத்துவ குணம் உள்ளவன் மானிட ஜாதியிலே இருக்க வேண்டும் என்றால், இவனது பிரகாசத்தைக் குறைக்க வேண்டும்' என்றார் வினோபாஜி.

மூன்று குணங்களையுமே கடந்து விட்டால், ஒருவன் குணங்களற்ற தெய்வீகப் புருஷனாகி விடுகிறான்.

எல்லாருமே தெய்வீகப் புருஷராகி விட்டால், சராசரி வாழ்க்கை ஸ்தம்பித்துப் போகும்.

அதனால் ரஜோ குணத்தையும், தமோ குணத்தையும் வென்று சமத்துவ நிலைக்கு வந்திருக்கும் ஒரு மனிதனை, மனித வாழ்க்கைக்கு அடங்கிய நிலையிலேயே வைத்திருக்க வேண்டும் என்கிறார்.

அதற்கு அவர் உதாரணம் சொல்லும் போது, 'கண்ணாடி விளக்கில் புகை படிந்திருந்தால் துடைக்கிறோம். அது தமோ குணம். அதில் ஒட்டி இருக்கும் ஒட்டடையை விலக்குகிறோம்; அந்த ஒட்டடையின் பெயர் ரஜோ குணம். இப்போது விளக்கு பிரகாசமாகி விட்டது. கண்களை கூசுகின்ற நிலையில் இருந்து அதை மட்டுப்படுத்த அதன் மீது வெள்ளைக் காகிதத்தைச் சுற்ற வேண்டும்' என்கிறார்.

சத்துவ குணம் பெற்று விட்டவன் ஆணவக்காரனாக ஆகிவிடாமல் இருப்பதற்காக, அவனது நிலையை மட்டுப்படுத்த வேண்டும் என்கிறார்.

இப்படி சத்துவ குணம் கொண்டவர்கள் உலகில் மிகவும் குறைவாக இருப்பதால், இவர்களுக்குக் கர்வம் வந்து விடுகிறதாம். அதனால் எல்லாருமே சத்துவ குணம் கொண்டவர்களாக ஆகி விட வேண்டுமாம்.

அதற்கு அவர் கீழ்கண்ட உதாரணங்களைக் கூறுகிறார்:

''நாம் தினமும் தூங்குகிறோம். ஆனால், நம்முடைய தூக்கத்தைப் பற்றி யாரிடமாவது பெரிய விஷயமாகப் பேசுகிறோமா? இல்லை. ஒரு நோயாளிக்குப் பதினைந்து நாள் தூக்கமே வராமல் இருந்து, பிறகு சிறிது தூக்கம் வந்தால் அவன் எல்லாரிடமும் 'நான் நேற்று நிம்மதியாகத் தூங்கினேன்' என்கிறான். அவனுக்கு அது முக்கியமாகத் தோன்றுகிறது. இன்னொன்று சொல்கிறேன். நாம் இருபத்தி நான்கு மணி நேரமும் மூச்சு விடுகிறோம். ஆனால், நாம் யாரிடமாவது நானொரு மூச்சு விடும் பிராணி என்று சொல்லிக் கொள்வதுண்டா? ஹரித்துவாரத்தில் கங்கையில் எறியப்பட்ட ஒரு துரும்பு ஆயிரத்து ஐநூறு மைல் பிரயாணம் செய்து கல்கத்தா போய் சேர்ந்தால், அது ஒன்றும் ஆச்சரியகரமானதல்ல. ஆனால் அதே கங்கையில் ஒருவன் எதிர் நீச்சல் போட்டால் அது ஒரு ரெக்கார்டு. ஆகவே, இயற்கையான விஷயங்களில் நமக்கு கர்வம் வருவதில்லை. ஒரு பெரிய நல்ல காரியம் செய்து விடும்போது வருகிறது.''

சத்துவ குண மனிதனுக்கு அது வராமல் பார்த்துக் கொள்ள வேண்டும்.

ஆனால், மகான்கள் எல்லா உயிர்களிடத்தும் அன்பு செலுத்துவதால், இந்த சத்துவ குணம் அவர்களைக் கர்விகளாக்குவதில்லை.

மக்கள் அவர்களை மொய்த்துக் கொள்கிறார்கள்.

மகான்கள் தங்கள் உடலைப்பற்றிக் கவலைப்படுவதில்லை; ஆனால், மக்கள் அவர்களது உடலைப்பற்றிக் கவலைப்படுகிறார்கள்.

காரணம், அவர்கள் ஆன்மாவையும் உடலையும் முழுக்கப் பிரித்து விட்டவர்கள். அப்படிப்பட்டவர்களிடம் ஆணவம் நெருங்காது. சத்துவ குணம் பெற்றவன் அந்த நிலையை நெருங்க வேண்டும்.

அடுத்தவன் 'ரஜோ குண' மனிதன்.

நாம் பெரும்பாலும் இந்த வகையினரே.

எதிலும் 'நான், நான்' என்று அலைகின்ற புத்தி இந்த ரஜோ குணத்துக்கு உண்டு.

'கண்ணாடியில் முகம் தெரிந்தால் மட்டும் போதாது, உடலும் தெரிய வேண்டும்' என்று கருதும்.

ஒரு அமெரிக்க ஜனாதிபதியைப் பற்றிச் சொன்னது போல, குழந்தை பிறந்த வீட்டுக்குப் போனால், 'தானே குழந்தையாக இருக்க வேண்டும்' என்று கருதும்.

திருமண வீட்டுக்குப் போனால், 'தானே மாப்பிள்ளையாக இருக்கக் கூடாதா' என்று ஏங்கும்.

செத்த வீட்டுக்குப் போனால், 'தானே பிணமாக இருக்கக் கூடாதா' என்று ஆசைப்படும்.

புகழ், பொருள், பதவி எது கிடைத்தாலும் அது தனக்கென்று நினைக்கும்.

அதிசயமான பாதைகள், ஆச்சரியமான நடத்தைகள், ஆசைமயமான கர்மங்கள் இவையே ரஜோ குணம்.

ரயிலில் திருச்சிக்குப் போனால் நேரம் ஆகுமே என்று காரில் போக ஆசைப்படும்.

காரில் ஐந்துமணி நேரமாகிறதே என்று விமானத்தில் போக விருப்பம் கொள்ளும்.

நாளாக நாளாக விமானத்தின் ஒரு மணி நேரப் பயணம் கூட அதற்குப் 'போர'டிக்கும்.

வினோபாஜி சொன்னதுபோல், மலையைத்தூக்கிக் கடலை மூடச் சொல்லும்; கடல் தண்ணீரைக் கொண்டு போய் சகாரா பாலைவனத்தைக் கடலாக மாற்றச் சொல்லும்.

இந்த ரஜோ குணம் கொண்டவனின் ஆசையிலேதான் உலகத்தின் பலவித இன்ப துன்பங்கள் உற்பத்தியாயின.

தங்கத்திற்கும் வைரத்திற்கும் மரியாதை அளித்தவன் இவன்தான். ஏராளமான நிலப்பரப்பிற்குச் சொந்தம் கொண்டாடுவது என்ற எண்ணத்தை உண்டாக்கியவன் இவன்தான். அழகான பெண்ணுக்கு வலைவீசும் சுபாவம் இவனாலேயே பிறந்தது.

முத்துகளை மாலையாகக் கட்டி அணியும் பழக்கத்தை இவன் உண்டாக்காமல் இருந்திருந்தால், முத்து என்பது இவன் குழந்தைகளின் விளையாட்டுப் பொருளாக இருந்திருக்கும்.

இவனது சுயதர்மம் என்பதே, இவனுடைய விருப்பங்களின் இயக்கம்தான்.

பிறரைக் காப்பாற்றுவதே தனது சுயதர்மம் என்று எண்ணத் தொடங்கும் போது, இவனுக்கு சத்துவகுணம் வந்துவிடும்.

ரஜோ குணத்தின் உச்சியில் இருப்பவன் சுயதர்மத்தைப் பற்றிய உணர்ச்சியே இல்லாத ஜடம்.

மனைவி மாதவிலக்காகி இருந்தாலும், தனக்கு ஆசை வந்து விட்டால், மஞ்சத்துக்கு வந்தாக வேண்டும் என்று கருதுபவன்.

'தனக்கு எது பிடிக்கிறதோ அது மற்றவர்களுக்கும் பிடிக்க வேண்டும், இல்லையென்றால் அவர்கள் தன்னோடு இருக்க முடியாது' என்று நினைப்பவன்.

இவனது தேவைகள் மறுக்கப்பட்டு, இவனது பாதைகள் வெறுக்கப்பட்டு, இவனது செயல்களுக்கு வழியில்லாமற்போய் இவன் தளரும்போது, சத்துவ குணத்தின் நிழல் இவன் மீது படிகிறது.

இந்தக் குணம் ஹிட்லருக்கும், முஸோலினிக்கும் மட்டும் இருந்ததில்லை! கருப்பூர் கணக்குப்பிள்ளையையும், பஞ்சாயத்து யூனியன் தலைவரையும் கூட விடுவதில்லை.

மேலே நான் சொல்லி இருப்பது ரஜோ குணத்தின் உச்சகட்ட வெறி.

ஆனால், இதுவே நியாயமாக இருக்குமானால் இதுதான் லௌகீக வாழ்க்கைக்குத் தேவையான குணம்.

உலக இயக்கமே இந்தக் குணத்தின் மூலமே இயங்குகிறது.

சத்துவ குணம் உலக இயக்கத்தை ஒழுங்குபடுத்துகிறது.

ரஜோ குணம்தான் அதை இயக்குகிறது.

குடியிருக்க ஒரு சிறு வீடு. குடும்பம் நடத்த அன்பான மனைவி. தேவைக்கேற்ற வசதி. சக்திக்கேற்ற உழைப்பு. ஆசைப்படுவதை நியாயமாக அனுபவிப்பது. அடுத்தவனுக்கு இடையூறில்லாமல் அனுபவிப்பது. வீட்டுக்கோ, நாட்டுக்கோ தன் கடமையைச் செய்வது என்று சுயதர்மத்திற்கு ஒரு வரம்பு வைத்துக் கொண்டு வாழ்வது– இப்படி வாழ்கின்ற ரஜோ குண மனிதன், உலக இயக்கத்தின் தூணாகி விடுகிறான்.

ரஜோ குணத்தின் மூன்றாவது படி ஆசைப்படுவது; அடைய முடியாமல் தடுமாறுவது.

இது போய்ச் சேரும் இடமே, தமோ குணம்.

'கடை விரித்தோம் கொள்வாரில்லை' என்று கசந்து ஞானம் பெற்றவனாக மாறினால், அவன் சத்துவ குணத்துக்குப் போகிறான்.

'கிடைத்தவரை சரி' என்று அனுபவிப்பவனாக இருந்தால், அவன் தமோ குணத்துக்குத் தள்ளப்படுகிறான்.

எங்கே எது கிடைத்தாலும் சாப்பிட்டு விட்டுத் தூங்க ஆரம்பிக்கிறான்.

தனக்கென்று பொறுப்போ, கடமையோ அற்றவனாக ஆகிவிடுகிறான்.

வினோபாஜி சொல்வது போல் தமோ குணம் சிலரை ரஜோ குணத்துக்குத் தள்ளுகிறது; ரஜோ குணம் சிலரை தமோ குணத்துக்குத் தள்ளுகிறது.

சோம்பல் நிறைந்தவனும், சுயதர்மம் அற்றவனும், வெந்ததைத் தின்று விதி முடிந்தால் சாகிறவனும் தமோ குணவாசிகள்.

யாருடைய வேட்டியையும் எடுத்துக் கட்டிகொள்வான்.

பெட்டியை எங்காவது வைத்துவிட்டு எங்காவது சுற்றுவான்.

நாறிப்போன பண்டங்களில் நாட்டம் கொள்வான்.

வாழைப்பழத்தை உரிப்பதற்குக் கூட யாருடைய ஒத்தாசையாவது நாடுவான்.

அர்த்தமுள்ள இந்துமதம் - பாகம் 7

இந்த தமோ குணத்தவனைத் திருத்துவதற்கு ஒரே வழி 'இடைவிடாமல் அவனுக்கு வேலை சொல்லிக் கொண்டிருப்பது தான்' என்கிறார் வினோபாஜி.

அவனை உட்கார விடாமல் வேலை வாங்கினால் அவனுடைய தமோ குணம் விலகிவிடும்.

முடிவாக இம்மூன்று குணங்களில் நாம் யாராக இருக்க வேண்டும்?

ஒன்று, ஆணவமற்ற சத்துவ குணம் வேண்டும்.

இல்லையேல், நியாயமான ரஜோ குணம் வேண்டும்

இன்றைய நாகரீகப் பரபரப்பில் நூற்றுக்குத் தொண்ணூற்று ஒன்பது பேர் சத்துவ குணத்துக்குப் பொருத்தமாக இருக்க மாட்டார்கள்.

ஆகவே, அளந்து வாழ்ந்து ஒரு வரம்போடு சுயதர்மத்தை நிறைவேற்றும் ரஜோ குண மனிதர்களாகத் தான் நாம் வாழ முடியும்.

முன்பு பாண்டிய நாட்டுக்கு ஒரு ராஜாதான் இருந்தான்.

பின்பு நாயக்கர் ஆட்சி காலத்தில் இருநூறு பாளையக்காரர்கள் இருந்தார்களே!

வரம்பு கட்டப்பட்ட சுகமான வாழ்க்கையே ரஜோ குணத்தவனின் நியாயமான வாழ்க்கையாகும்.

அத்தியாயம் - 8

நான் சமய மேடைகளில் அடிக்கடி ஒரு விஷயத்தைச் சொல்வேன்; நீங்கள் கேட்டிருப்பீர்கள். அது என் ஜாதகத்தைப் பற்றியது.

'ஐம்பது வயதுக்கு மேல் நான் ஒரு சாமியாராகவோ அல்லது, அந்தக் குணங்கள் கொண்டவனாகவோ மாறிவிடுவேன்' என்று குறிப்பிட்டதே அது.

அப்படி ஒருவர் குறிப்பிட்டபோது எனக்கு வயது இருபத்து ஒன்று. இப்போது ஐம்பதைக் கடந்துவிட்டேன்.

இந்த முப்பது ஆண்டுக் காலமும் அவர் சொன்னது போலவேதான் வாழ்க்கை ஓடியிருக்கிறது.

இப்போது மனோபாவம் மட்டுமின்றி, உணவு முறை கூட சாமியார் முறையாகி இருக்கிறது.

எந்தெந்தக் காரியங்களை நான் பிரியத்தோடு செய்வேனோ, அதையெல்லாம் இறைவன் வெறுக்க வைத்திருக்கிறான்.

எவ்வெவற்றை நான் விரும்ப மாட்டேனோ, அவற்றையெல்லாம் ஏற்றுக் கொள்ளும்படி கட்டளை இட்டிருக்கிறான்.

உணவில் ஒவ்வொரு பொருளாக வெறுக்க வைக்கிறான். ஆனால், சிந்தனையில் நிதானத்தை ஏற்படுத்தியிருக்கிறான்.

எனக்கு எதிர்காலம் சொன்னவர், என் கைரேகைகளை மட்டும் தான் பார்த்துச் சொன்னார்.

ரேகை, ஜோசியம், ஜாதகம்—இவை சரியாகப் பார்க்கப் படுமானால், விஞ்ஞானம் உலகத்தைக் கணிப்பது போலவே இவை வாழ்க்கையைக் கணித்துவிடும்.

இறைவனுடைய படைப்பில் ஒரு கன்றுக்குட்டிக்கும் கூட ஜாதகம் இருக்கிறது.

கன்றுக்குட்டி என்ன, கடவுளுக்கே கூட ஜாதகம் இருக்கிறது.

திருப்பதியில் நிற்கும் பெருமாள்தான் அழகர் கோயிலிலும் நிற்கிறார்.

அர்த்தமுள்ள இந்துமதம் – பாகம் 7

ஆனால், திருப்பதி சமஸ்தானாதிபதி கோடீஸ்வரராகத் திகழ்கிறார்; அழகர் கோயிலில் பெருமாள் அன்றாடம் தடுமாறுகிறார்.

இத்தனைக்கும் காலத்தால் திருப்பதிக்கு முந்தியது அழகர் மலை என்று கருதப்படுகிறது.

கட்டியவன் ஜாதகம் எப்படியோ யார் கண்டது?

எனக்குத் தெரிந்த நல்ல குடும்பத்திலே பிறந்த அழகான பெண்ணொருத்தி, வசதி இல்லாத ஒரு அரைப்பைத்தியத்தை மணந்து கொண்டு, இட்லி சுட்டு வியாபாரம் செய்கிறாள்.

பார்த்தால் பொத பொதவென்று இருப்பாள் ஒருத்தி. வீதியில் போகும் விலங்குகள் கூட அவளை ஏறெடுத்துப் பார்க்க மாட்டா; அவளுக்கு லட்சாதிபதி வீடு; அழகான மாப்பிள்ளை கிடைத்து விட்டது.

கோயிலுக்கு ஜாதகம் இருக்கிறது. குருக்களுக்கு ஜாதகம் இருக்கிறது. கோயில் கட்டியவனுக்கும் ஜாதகம் இருக்கிறது.

ஸ்ரீராமனுடைய ஜாதகத்திலும், பெண்டாட்டியைப் பறிகொடுக்கும் கட்டம் இருக்கிறது.

சீதை பிறக்கும்போதே அவள் கை ரேகையில், அவள் காட்டுக்குப் போவாள் என்றிருக்கிறது.

ஒரு காரியம் நடைபெறுகிறது என்றால், அதற்கு நாம் காரணமில்லை என்றால், ஏதோ நமக்குத் தெரியாத ஒரு சக்திதானே காரணம்?

தேர்தல் நடத்துவதும் நடத்தாததும் ஒருவர் கையில் இருந்த போது, அவர் தேர்தல் நடத்துவானேன்? தோல்வியுற்று அவதிப்படுவானேன்?

பெரிய பெரிய சாமர்த்தியசாலிகளையெல்லாம் ஜாதகம் பிடரியைப் பிடித்துத் தள்ளுகிறது.

இந்தியாவுக்குச் சுதந்திரம் வந்த அதே நேரத்தில் பாகிஸ்தானும் பிரிந்தது.

பாகிஸ்தான் ஜாதகத்தில் ராணுவ ஆட்சி என்றும், இந்தியாவின் ஜாதகத்தில் கலப்படம், குழப்பம் என்றும் இறைவன் அப்பொழுதே எழுதி வைத்திருக்கிறான்.

நினைக்காத ஒன்று நடக்கும்போது அதுவே ஜாதகப் பலன் என்றாகி விடுகிறது.

இது மாதிரி விஷயங்களில் இந்துக்களின் நம்பிக்கை எவ்வளவு அர்த்த புஷ்டி வாய்ந்தது என்பதைக் காண முடிகிறது.

நட்சத்திரங்களைக் கொண்டு, பிறந்த தேதியைக் கொண்டு பலன் சொல்லும் பழக்கம் நாகரீகத்தில் முன்னேறிய மேல்நாட்டுக்காரருக்கும் உண்டு.

அங்கேயும் நீங்கள் பார்த்தால் மேஷம் ரிஷபத்திற்கு நாம் என்ன படம் போடுகிறோமோ அதே படங்களைத் தான் ஆங்கிலேயர்களும் போடுகிறார்கள்; ஜெர்மானியர்களும் போடுகிறார்கள்.

காரணம், இந்த ஜோதிட சாஸ்திரத்துக்கு மூலம் வடமொழி.

விண்ணியல் அறிவும், விஞ்ஞான அறிவும் இந்துக்களிடமிருந்து எழுந்ததே.

சந்திர மண்டலம் எவ்வளவு தூரத்தில் இருக்கிறது என்பதையும் இந்துமதம் கூறிற்று; சந்திர கிரகணம் பிடிப்பதையும் அதுதான் கூறிற்று.

இன்று செயற்கைக்கோள் பறக்கவிடப்படுகிறது. அதற்கு ‘ஆரியப்பட்டா’ என்று பெயர் வைக்கப்படுகிறது.

இந்த ஆரியப்பட்டா என்பவர் இந்து ஞானி, விஞ்ஞானி, ஆயிரம் ஆண்டுகளுக்கு முன் கேரளாவில் வாழ்ந்தவர். முதன் முதலில் வான மண்டலத்தைப் பற்றி ஆராய்ச்சி நடத்தியவர்.

வம்சங்களையே மாற்றி அமைத்த சாணக்கியர், பல கா்லங்களுக்குப் பொருந்தக் கூடிய ராஜ தந்திரத்தை எழுதினார்.

சில கோயில்களில் பிரகாரச் சுவர்களில் இன்ன காலத்தில் இன்ன காரியம் நடக்கும் என்பதே எழுதப்பட்டிருக்கிறது.

உலக வாழ்க்கையில் இந்துக்கள் தொடாத பகுதிகளே இல்லை.

எத்தனை பகுத்தறிவுகள் பொத்துக் கொண்டு ஓடி வந்தாலும், கடைசியில் எங்கே போகிறோம் என்று தெரியாமலேதான் கண்மூட வேண்டியிருக்கிறது.

அந்த இடத்தைத்தான் இந்துமதம் ‘ஈஸ்வரன்’ என்று அழைக்கிறது.

சொல்லப்போனால், இந்துமதச் சக்கரத்திற்குள்ளே தான் உலகமே சுழன்று கொண்டிருக்கிறது.

இந்துமதத்தில் ஆயிரத்தில் ஒரு பகுதியை எடுத்துக் கொண்டுதான் மற்ற மதங்கள் உருவாக்கப்பட்டன.

அர்த்தமுள்ள இந்துமதம் – பாகம் 7

ஜயதேவர், புத்தரைக் கூட ஸ்ரீ கிருஷ்ணனின் அவதாரம் என்கிறார்.

'கிறிஸ்து' என்ற வார்த்தைக்கும் 'கிருஷ்ணன்' என்ற வார்த்தைக்கும் உள்ள பொருத்தம் பற்றியும், இருவரும், மாட்டுக் கொட்டிலிலே வளர்ந்தவர்கள் என்பது பற்றியும் ஸ்ரீ காஞ்சிப் பெரியவர்கள் ஒரு கட்டுரையில் கூறி இருக்கிறார்கள்.

மலேசியாவின் பெரிய ராணிக்கு, 'பரமேஸ்வரி நாச்சியார்' என்று பெயர். ஆனால் அவர் ஒரு முஸ்லிம்.

மலேசியாவிலும், இந்தோனேஷியாவிலும் ஆட்சியை, 'பாதுகா' என்றார்கள்.

பரதன் ராமனின் பாதுகைகளைப் பெற்றுக் கொண்டதும், ஆட்சி நடத்தியதும் நமக்கு நினைவிற்கு வருகின்றன.

தாய்லாந்திலும், கம்போடியாவிலும் சகுன நம்பிக்கை, விக்கிரக ஆராதனை, இந்துப் பண்டிகைகள் போன்ற விழாக்கள் ஏராளம்.

மெக்சிகோவில் ஒரு விநாயகர் கோயிலைக் கண்டு பிடித்திருக்கிறார்கள்.

அந்நாட்டைப் பற்றி ஒரு புத்தகம் வெளி வந்திருப்பதாகவும், அதிலே ஆதிவாசிகள் நடனமாடும் படம் ஒன்று வெளி வந்திருப்பதாகவும், ஸ்ரீ காஞ்சிப் பெரியவர்கள் கூறுகிறார்கள். அதிலே நடனமாடும் எல்லாப் பெண்களுக்கும் நெற்றியில் ஒரு கண் வரையப்பட்டிருப்பதாகவும் கூறுகிறார்கள்.

கடல் கொள்ளப்பட்ட லெமூரியா கண்டத்தில் எல்லோருக்குமே மூன்று கண்கள் இருப்பதாக பன்மொழிப் புலவர் அப்பாத்துரையார் தன் ஆராய்ச்சி நூலில் குறிப்பிட்டுள்ளார்கள்.

பார்க்கப்போனால் இந்துமதத்தின் தத்துவங்கள் எல்லாமே ஆழமான அர்த்தம் உடையவை என்பது மட்டுமல்ல; இறை வழிபாடும் சமய சார்பும் முதன் முதலில் உருவாக்கப்பட்டதே இந்துக்களால் என்று தோன்றுகிறது.

மரத்தடி கிளி ஜோசியனில் இருந்து, மெக்சிகோ பேராசிரியர் வரை எல்லோரும் நம்புவது, 'எல்லா விஷயங்களையும் உள்ளடக்கியது இந்துமதம் ஒன்றே' என்பதைத்தான்.

அத்தியாயம் - 9

நான்கு ஆண்டுகளுக்கு முன்பு 'சுவாமி ஐயப்பன்' படத்திற்கு வசனம் எழுதுவதற்காகத் திருவனந்தபுரம் சென்றிருந்தேன்.

'திருவனந்தபுரம் கிளப்'பில் தங்கி இருந்தேன்.

தயாரிப்பாளர் 'மெரிலாண்ட்' சுப்பிரமணியன் பிள்ளை என்னிடம் பேரன்பு கொண்டவர். அவருடைய டப்பிங் படத்திற்குகூட நான்தான் எழுத வேண்டும் என்று ஆசைப் படுபவர். ஆகவே நேரடியாகத் தமிழில் எடுக்கும் படத்திற்கு என்னை அழைத்திருந்தார்.

அவர் தமிழர். திருவனந்தபுரம் மேயராக இருந்தார். உத்தமமானவர், உயர்ந்தவர் என்று கேரள மக்களால் புகழப்படுபவர்.

இருக்கும் இடத்திற்கு விசுவாசம் மிக்கவன் தமிழன் என்ற முறையில், அவர் வீட்டில் கூட மலையாளத்தில் தான் பேசுவார்.

கேரள அரசாங்கத்தில் யார் பதவிக்கு வந்தாலும் அவர்கள், அவரிடம் மதிப்பு வைப்பார்கள். அவரது பிள்ளைகளில் ஒருவர் மிகச் சிறந்த டாக்டராக இருக்கிறார்.

வெண்ணிற ஆடை நிர்மலாவுக்கு கார் விபத்து ஏற்பட்டபோது, அவர்கள்தான் அவ்வளவு உதவியும் செய்தார்கள்.

திருவனந்தபுரத்தில் நான் போய் இறங்கியதுமே ஐயாவிடம் நான் கேட்ட உதவி 'பெதடின்' போட டாக்டர் வேண்டும், என்பதே. உடனே அவர், 'ஐயோ ஐயப்பா!' என்று கன்னத்தில் அடித்துக் கொண்டார்.

ஆனாலும், என் வற்புறுத்தலுக்காக, தன் மகனிடம் அழைத்துச் சென்றார். அவரும் தயக்கத்தோடு, எனக்கு ஊசி போட்டார்.

தினசரி நான் எழுதியதை அவர் படிக்க வரும்போதெல்லாம், "ஐயப்பன்தான் உங்களுடைய இந்தப் பழக்கத்தை நிறுத்த வேண்டும்" என்பார்.

"இனி எங்கே இதை நான் நிறுத்துவது? ஒரு நாளைக்கு ஆயிரத்து இருநூறு மில்லிகிராம் போடும் அளவிற்கு வந்து விட்டது. இது மரணத்தோடுதான் முடியும்" என்று நான் சொல்வேன்.

"இல்லை. ஐயப்பனின் சக்தி உங்களுக்குத் தெரியாது. நீங்கள், 'கிருஷ்ணா, கிருஷ்ணா,' என்று சொல்லிப் பழக்கப்பட்டவர்கள். ஆரோக்கியத்திற்கு ஐயப்பனைவிட வேறு தெய்வமே கிடையாது. சுத்தமில்லாதவன் நுழையமுடியாத இடம் சபரிமலை ஒன்றுதான். நீங்கள் பாருங்கள். பெத்தடின் பழகியவனை திருத்தவும் முடியாது; நிறுத்தவும் முடியாது, என்பார்கள். ஐயப்பன் அருளால் நீங்கள் நிறுத்தி விடுவீர்கள்" என்பார்.

"பார்க்கலாம்" என்பதே என் பதிலாக இருக்கும்.

'ஐயப்பன்' படத்தில் தெய்வ நம்பிக்கை இல்லாத நாத்திகன் ஒருவனுக்கு வயிற்றுவலி வந்து ஐயப்பன் பிரசாதத்தால் தீர்ந்து விடும் ஒரு கட்டம். அதை எழுதும் போது எனக்கு உடம்பு புல்லரித்தது. 'பெத்தடி'னுக்கு அப்படிப்பட்ட சுபாவம் உண்டு என்பதால், அதை ஒரு அருள் என்று நான் அன்று கருதவில்லை.

எழுதி முடித்த என்னை விமான நிலையத்திற்கு வழியனுப்பும் போது ஐயா உருக்கமாகச் சொன்னார், "அடுத்த தடவை நாம் சந்திக்கும்போது உங்களுக்கு இந்தப் பழக்கம் இருக்காது!" என்று.

ஒரு சிரிப்புத்தான் என் பதிலாக இருக்காது.

சென்னைக்கு திரும்பியதிலிருந்து ஏதேதோ கனவுகள் வந்தன. பெத்தடின் சுகமாக இருந்தது போய் போட்டவுடன் எரிச்சலும், மயக்கமும், குழப்பமும் வந்தன. சாப்பிட முடியவில்லை. தூங்க முடியவில்லை. அதைக்கூட நான் தாங்கிக் கொண்டேன். ஆனால், நான் உயிராகக் கருதும் எழுத்தும் தடைப்பட்டது. எனக்குப் பயம் வந்துவிட்டது.

செயலற்றவனாகி மக்களால் மறக்கப்பட்டு, இறுதிக் காலம் வருமோ என்று நடுங்கினேன். ஏப்ரல் 6–ம் தேதியன்று நானே விஜயா நர்சிங் ஹோமில் போய்ப்படுத்து விட்டேன். தாள முடியாத உடல் வலியையும் மூன்று மாதம் தாங்கி கொண்டு அந்தப் பழக்கத்தை அறவே நிறுத்தி விட்டேன்.

'தினசரி ஆயிரத்து இருநூறு மில்லிகிராம் போட்டவன் ஆபரேஷன் இல்லாமல் அறவே நிறுத்தியது வரலாற்றிலேயே முதல் தடவை' என்கிறார்கள் டாக்டர்கள். இது ஐயப்பன் அருள்தான் என்று சொன்னால் நான் எப்படி மறுக்க முடியும்?

கடவுள் நம்பிக்கையற்றவர்கள் ஓரளவு அதிகமாக உள்ள கேரளாவில் மலையாள 'ஐயப்பன்' படம் மாபெரிய வரலாற்றைப் படைத்திருக்கிறது.

கண்ணதாசனின்

தமிழ் நடிகர்கள் நடித்த அதன் தமிழ்ப் பதிப்பு தமிழகமெங்கும் வெற்றிநடை போடுகிறது. நீண்ட நாட்களுக்குப் பிறகு நான் வசனமெழுதியிருக்கும் படம் இது.

ஐயப்பனைத் தேடி ஆண்டுதோறும் லட்சோப லட்சம் பக்தர்கள் சபரிமலைக்குப் போகிறார்கள் என்றால் அர்த்தமில்லாமலா?

ஐயப்பன்

அத்தியாயம் - 10

கல்கி இதழில் நான் எழுதிய 'சேரமான் காதலி' தொடர்கதையில் ஞான நிலையடைந்த குலசேகர ஆழ்வாரின் சலனத்தைக் காட்டினேன்.

ஆனால், ஞானிகள் அவ்வாறு சலனமுறுவார்களா என்ற ஐயம் எனக்கே இருந்தது.

பற்று, பந்த பாசங்களில் ஒரு கட்டத்தில் சிக்கிக் கொண்ட மனிதன், மறு கட்டத்தில் அனைத்தையும் வெறுத்துத் துறவியாகும் போது, முன்பு அவன் வளர்த்த விலங்கினங்கள் இடை இடையே வந்து சலனத்தைக் கொடுக்கின்றன.

அந்த சலனத்தை அவன் அறவே தவிர்ப்பதற்கு அரும்பாடுபட வேண்டியிருந்தது.

காட்டுக்கு ஓடினாலும் வீட்டு நினைவு வருகிறது.

யார் வாழ்ந்தார்கள், யார் செத்தார்கள் என்று அறிந்து கொள்ளும் சபலம் அடிக்கடி எழுகிறது.

சொந்தத் தேவைகளில் இருந்து விடுபட்டார்களே தவிரப் பந்த விலங்குகள் பற்றிய பரிதாப உணர்ச்சியில் இருந்து விடுபட முடியவில்லை.

யோகத்தில் குறுக்கிடும் ரோகம் இது.

போகி ரோகியாவதில் வியப்பில்லை; ரோகியான பின்போ, முன்போ யோகியாவதிலும் வியப்பில்லை.

அந்த யோக நிலையிலும் தியாகநிலை முழுமையடையாமலேயே ஜீவன் பிரிகிறது.

பல தத்துவ ஞானிகள், சித்தர்கள் கதை இதுதான்.

பட்டினத்தார், சிவவாக்கியர், பத்ரகிரியார் ஆகியோர் புலம்பி இருக்கும் புலம்பலில் இருந்தே ஞான நிலைக்குப் பிறகும் நோய் பிடித்திருந்த அவர்களுடைய மனோ நிலை தெளிவாகிறது.

அதனால்தான் பல்லாயிரக்கணக்கான துறவிகளைக் கண்ட இந்து மார்க்கம், உண்மைத் துறவிகள் என்று சிலரை மட்டும் கண்டு வணங்கிற்று.

கண்ணதாசனின்

பற்றற்றான் பற்றினையே பற்றிய அந்தத் துறவிகளின் எண்ணிக்கை விரல் விட்டு எண்ணக் கூடியதே.

அத்தகைய துறவிகளைப் பாரத கண்டம் முழுவதுமே அடையாளம் கண்டு கொண்டிருக்கிறது.

அத்தகு துறவிகள் இருவரைப் பெற்றிருப்பதற்காகத் தமிழ்நாடு பெருமை கொள்ளலாம்.

ஒருவர் காஞ்சிப் பெரியவர்கள்; இன்னொருவர் புதுப் பெரியவர்கள்.

இவர்கள் இருவரும் சமநிலையடைந்த ஞானத் துறவிகள்.

காஞ்சிப் பெரியவர்களைப் பற்றிப் பலர் நன்கு விளக்கமாக எழுதியுள்ளார்கள்.

ஆகவே, இந்தக் கட்டுரையின் தலை நாயகனாகப் புதுப் பெரியவர்களை நான் எடுத்துக் கொள்கிறேன்.

இயற்கையான சிவப்புக் கோடுகளின்றிச் செயற்கையாகச் சிவக்காத அழகிய பிரகாசமான கண்கள்.

உள்ளத்தை ஊடுருவும் தீட்சண்யமான பார்வை.

ஜோதிப் பிழம்பு போன்ற முகம்.

கறை படாத மருவில்லாத மேனி.

ஒரு காவி ஆடையிலேயே அத்தனை அழகும் பொங்கிப் பொலியும் அற்புத வடிவம்.

கறந்த பால் கறந்தபடி வைக்கப் பெற்ற தூய்மையான உள்ளம்.

இளம் பருவத்திலேயே முதிர்ந்த விவேகம்.

பருவ கால நிலைகளை மிகச் சுலபமாக வென்று விட்ட மனோதிடம்.

கங்கை பிரவாகம் போல் பொங்கிப் பொலியும் கருத்துக் கோவைகள்.

கல்லிலும், முள்ளிலும் நடந்து பழகிய காலணி இல்லாத கால்கள்.

கன்னியாகுமரி முதல் இமாசலத்துப் பத்திரிநாத் வரையிலே கால் நடையாக நடந்து சென்று களைப்போ, வலியோ அறியாத தெய்வீக நிலை.

சந்தியா காலத்துப் புஷ்பங்களைப் போல், தான் மலர்ந்திருப்பது மற்றவர்களுக்காகவே என்னும் தியாக சீலம்.

வேம்பின் கசப்பும், சர்க்கரையின் இனிப்பும் நாக்குக்கு ஒன்றே போல் தோன்றும் பக்குவம். வள்ளுவன் கூறிய துறவறத்திற்கு ஒரு தெள்ளிய இலக்கணம்.

கலவையிலே மூலவர் இருக்கக் காஞ்சியில் இருக்கும் உற்சவ மூர்த்தி காசிப் பண்டிதர்களையும் வெல்லக் கூடிய திறமையாளர் என்பதை, அண்மையில் நான் உலக இந்து மாநாட்டில் கண்டேன்.

இந்து தர்மத்தை நிலை நாட்டிய ஆதிசங்கரர் ஷண்மத ஸ்தாபனம் செய்த காஞ்சித் தலத்திலுள்ள பீடமே, இந்தியாவில் உள்ள மத பீடங்களில் எல்லாம் தூய்மையானது என்பதை நிரூபித்திருக்கிறது.

அரசியல் கலப்பற்ற சுத்தமான பீடம் அது என்பதாலே தான், அரசு பீடமே இறங்கி வந்து வணங்கியது.

இந்து தர்மத்தின் துறவிகள் மீது இழிமொழிகளும், பழிமொழிகளும் ஏராளமாக வந்து விழுந்திருக்கின்றன.

அவற்றிற்குக் காரணமானோர் சிலரும் இருந்தார்கள்; இருக்கிறார்கள் என்பதையும் நாம் மறுத்துவிடமுடியாது.

ஆனால், சனீஸ்வரனைப் பார்த்த கண்ணால் பரமேஸ்வரனைப் பார்க்கக் கூடாது.

'இரண்டும் ஈஸ்வரன் தானே' என்று கேட்கக்கூடாது.

பக்தி மார்க்கத்தில் தம்மை மறந்த மெய் ஞானிகள் பலருண்டு.

அவர்களிலே வணங்கத்தக்க இருவரிலே ஒருவர் காஞ்சி ஸ்ரீ ஜயேந்திர சுவாமிகள்.

பல்லாயிரம் ஆண்டுகளாக அழிவில்லாமல் இயங்கும் ஒரு தருமத்திற்கு அவ்வப்போது விளக்கேற்றி வைக்கும் ஞானச் சுடர்களில் ஒருவர் ஸ்ரீ ஜயேந்திர சுவாமிகள்.

ஜாதியின் பெயரால் அவரைப் புறக்கணிக்க முடியாது. அவர் ஜாதிகளைக் கடந்தவர். நீதியின் பெயரால் அவரை நெருங்கினால், அவர் நிர்மலமான சித்திரை வானம்.

காலடியில் பிறந்த ஆதி சங்கரரின் காலடிச் சுவடுகள் பிழையுறா வண்ணம் ஓரடி ஈரடி என்று ஒழுங்காக நடப்பவர், சுவாமிகள்.

சுயதர்மத்தை மனிதனுக்குப் போதிப்பதற்காகத் தனக்கென்று ஒரு தர்மத்தை வகுத்துக் கொண்டவர்.

தான் முழுமையாக நம்பும் மதத்தின் மீது எந்தத் தாக்குதல்கள் வீசப்பட்டாலும், இறைவனைப் போல அவற்றைத்

தாங்கிக்கொண்டு தனது தர்மங்களை ஒழுங்கு நியதிகளோடு செய்து வருபவர்.

இத்தகைய பக்குவம் பெற்ற, புடம் போட்டு எடுக்கப்பட்ட தங்கங்களால் தான், இந்துமதம் தலை நிமிர்ந்து நிற்கிறது.

இந்தியாவில் எல்லா மதங்களுக்குமே சம அந்தஸ்து உண்டு என்றாலும், இந்தியாவின் அஸ்திவாரம் இந்து தர்மமே. அந்த அஸ்திவாரத்திற்குப் பலமும் தெளிவான வடிவமும் கொடுத்தவர்கள் ஆதிசங்கரரும், ராமானுஜரும்.

அந்தப் பாரம்பரியத்தில் ஒரு தெய்வீக தீபம், ஸ்ரீ ஜெயந்திர சுவாமிகள்.

அவர் இந்து தர்மத்தின் ஜீவசக்தி. நடமாடும் தெய்வ வடிவம், வேத ஆகமங்களின் பிரதிபலிப்பு, காஞ்சி காமாட்சியின் இன்றைய தலைமகன்.

இந்த தர்ம பூமி மேலும் தழைத்தோங்க அந்த ஞான குருவே வழிகாட்டி.

எட்டாம் பாகம்

போகம் ரோகம் யோகம்
- பாகம் 8

பரலோக வாழ்க்கைக்கும் இகலோக வாழ்க்கைக்கும் இடையேயுள்ள தாரதம்மியங்களைக் குறிப்பிட்டு உலகத்திற்குச் சொல்லிவிட்டால், என் கடைசிக் காலம் பெருமைக்குரியதாக ஆகிவிடாதா...?

அத்தியாயம் – 1

ஆசை இருக்கிறது; அனுபவிக்கும் எண்ணம் எல்லாருக்கும் இருக்கிறது.

எதை அனுபவிப்பது என்பதிலே பேதம் இருந்தாலும், ஒவ்வொருவருக்கும் ஏதோ ஒன்றின் மீது நாட்டம் இருக்கிறது.

தஞ்சாவூரிலே நிலம் வாங்கலாமா?

ஆர்க்காட்டுப் பக்கம் வளமான நிலம் கிடைக்குமா?

—என்று அலைகிறார்கள் பலர்.

'இந்த நாட்டை ஆள மாட்டோமா; அந்த நாட்டை ஆளமாட்டோமா?' என்று தவிக்கிறார்கள் சிலர்.

—இவை மண்ணாசை.

எந்தப் பெண்ணைப் பார்த்தாலும், 'இவள் தனக்குக் கிடைக்க மாட்டாளா?' என்ற எண்ணம் சிலரது பிடரியில் வந்து உட்காருகிறது.

—இது பெண்ணாசை.

லட்சக்கணக்கில் பணம் இருந்தாலும், 'இன்னும் ஒரு பத்து ரூபாய் கிடைக்கும்' என்றால், சில மனிதர்கள் எந்த வேலையையும் செய்யத் துணிந்து விடுகிறார்கள்.

—இது பொன்னாசை.

எந்த மேடையில் தோன்றினாலும், 'எல்லா மாலையும் தனக்கே விழ வேண்டும்,' என்று சில மனிதர்கள் துடியாய்த் துடிக்கிறார்கள்.

—இது புகழாசை.

ஆசையை மூன்றாகத்தான் வகுத்தார்கள் நம்முடைய ஞானிகள்; காலம் அதை நான்காக ஆக்கி இருக்கிறது.

குழந்தை பிறக்கும்போது, அதற்கு எந்த ஆசையும் இல்லை.

அது தாயை அடையாளம் கண்டு கொள்ளவே பல நாட்களாகின்றன.

முதலில் அதற்குப் பசி மட்டும் எடுக்கிறது.

நாள் ஆக ஆகப் பாசம்தான் உருவாகிறது.

பிறகு ரொட்டி, மிட்டாய் மீது ஆசை வருகிறது.

கண்ணதாசனின்

தொடர்ந்து பொம்மைகள் மீது ஆசை வருகிறது.

பிறகு விளையாட்டிலே ஆசை.

பிறருக்கு ஆபத்தில்லாத இந்த ஆசைகள், இருபது வயதோடு முடிந்து விடுகின்றன.

அங்கிருந்து பெண்ணாசை ஆரம்பமாகிறது.

பெண் கிடைத்து விட்டால், பொன்னாசை தொடங்குகிறது.

பிள்ளைகள் இரண்டு பிறந்து விட்டால், மண்ணாசை வளர்ந்து விடுகிறது.

ஆனால், எந்தக் காலத்திலும், புகழாசை என்பது இருந்து கொண்டே இருக்கிறது.

ஒன்றைத் தொடர்ந்து ஒன்று என்று வளர்ந்து வரும் ஆசைகளில் விழுந்து, விழுந்து மனிதன் கரையேற முடியாமல் தவிக்கிறான்.

'போதுமே இந்த வாழ்வு' என்று ஒருநாள் அவனுக்குத் தோன்றுகிறது.

அற்புதமான சாப்பாடும், அடுத்தொரு பெண்ணும் அவனுக்குக் கிடைத்து விட்டால், 'இந்தச் சுகத்தை விட்டு விடுவதா' என்ற நினைப்பு வந்து விடுகிறது.

கீதையில் சொல்லப்படுகின்ற சத்துவ, ரஜோ, தமோ என்ற மூன்று குணங்களிலே இது நடுக்குணம்.

ரஜோ குணம் படைத்த ஒருவன், இவ்வளவு ஆசைகளிலும் மூழ்கித் திளைக்கிறான்.

இவனைத்தான் 'ராஜா' என்கிறோம்.

இந்த ராஜாக்கள் திடீரென்று 'தமோ' என்னும் தாமஸ குணத்தில் தள்ளப்படுகிறார்கள்.

சிலர் சாத்விக குணத்துக்குத் தங்களைப் பக்குவப்படுத்திக் கொள்வார்கள்.

ஆனால், பெரும்பாலும், ரஜோ தமோவுக்கும், தமோ ரஜோவுக்கும் தள்ளப்படுவது வழக்கம்.

உலகத்தில் ஆனந்தமாக அனுபவித்த போகிகளின் வரலாற்றை முதலில் கவனிப்போம்.

புகழ் பெற்ற ரோமாபுரியை நீங்கள் அறிவீர்கள்.

ஆடை உடுத்த நேரமில்லாமல் அனுபவித்தார்கள் அந்நாட்டு மன்னர்கள்.

சில்பி

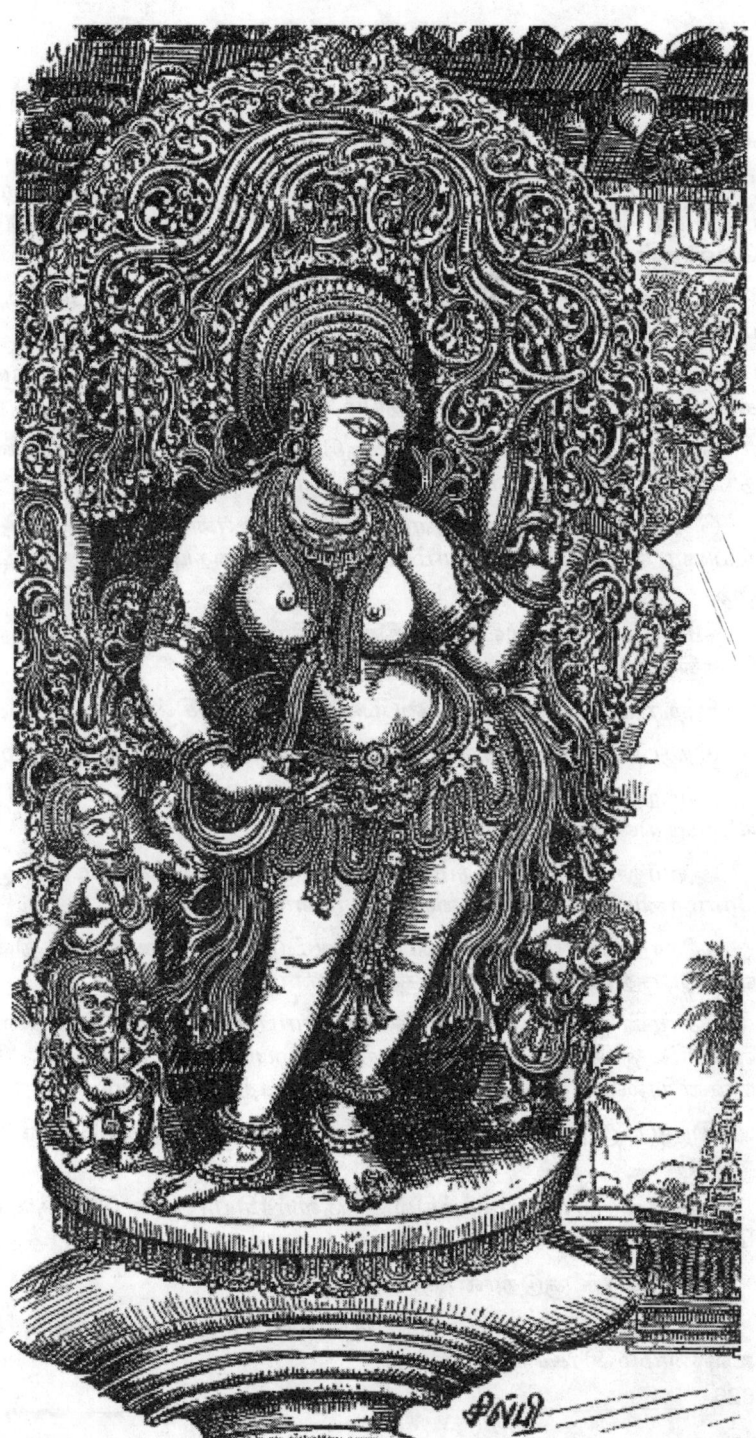

கண்ணதாசனின்

மன்னர்கள் மட்டுமா?

மகாராணிகள் கதை என்ன?

ஆடவர்கள் புதுப்புது பெண்களுக்கு ஆள் அனுப்புவது போல், புதுப்புது ஆடவர்களுக்கு ஆள் அனுப்பியவர்கள் அந்நாட்டுப் பெண்கள்.

பாலுணர்ச்சி வரைமுறை இல்லாமல் போயிருந்த மண்டலங்களிலே அதுவும் ஒன்று.

உணவு முறையிலே இன்னின்ன பொருள்களைத் தான் சாப்பிடலாம் என்ற விவஸ்தையும் அங்கே இருந்ததில்லை.

கோழி இறைச்சியிலிருந்து, குதிரை இறைச்சி வரை உண்டு தீர்ப்பதே உற்சாகம் என்று கருதப்பட்டது.

இது உஷ்ணம்; இது சீதளம்; இது வாயு என்றெல்லாம் பார்த்து உயிரை விடுகிறோமே நாம்; இவற்றில் எதையுமே பாராத பூமி அது.

நமக்கோ திருமூலரின் 'திருமந்திரம்' உடம்பைப் பற்றிப் பேசுகிறது.

சித்தர் பாடல்கள் உடம்பைப் பற்றிப் பேசுகின்றன.

இந்து வேதங்கள் அளவறிந்து செயல்படுவதைக் குறிக்கின்றன.

பற்றற்ற வாழ்க்கையையே ஒவ்வொன்றும் எடுத்து விளக்குகின்றன.

ஆனாலும் கூட, நம்முடைய மூதாதையர்களும் நாமும் ரோமானியர்களுக்குச் சளைத்தவர்களாக இல்லை.

கரிகாற் சோழன் ஒரு பெரிய ஆட்டுத் தொடையைத் தின்று விட்டு, குத்தீட்டியால் பல் குத்துவானாம்!

சோழன் என்ன சோழன்! நவீன சோழர்கள் அரைக் கோழியைக் கையிலே தூக்கிக் கொண்டு கடித்து இழுப்பதைப் பார்த்தால், 'இது என்ன பல்லா, பாறையா?' என்று கேட்கத் தோன்றும்.

இந்துக் குடும்பங்களில் உணவு முறையில் ஒரு ஆரோக்கியம் உண்டு.

சூடான பதார்த்தத்தில் குளிர்ச்சியான பொருளைப் போடக்கூடாது.

சூட்டுக்குச் சூடுதான் குளிர்ச்சி.

கழுத்து வரை தண்ணீரில் குளித்தால், உடம்பில் இருக்கிற உஷ்ணமும் சிரசுக்கு ஏறுகிறது.

அர்த்தமுள்ள இந்துமதம் – பாகம் 8

உடம்பு முழுக்கக் குளித்த பிறகு தலையை நனைத்தால் மொத்த உஷ்ணமும் விலகி விடுகிறது.

எனக்கிருக்கும் ஒரே கோளாறு; உஷ்ணக் கோளாறு.

நவீன டாக்டர்கள், 'அப்படிப்பட்ட கோளாறே உலகத்தில் இல்லை' என்று வாதிக்கிறார்கள். இதைவிட மடத்தனம் வேறு இருக்க முடியாது.

கொளுத்தும் வெயிலில் இருநூறு மைல் தூர பயணம் செய்துவிட்டு, அந்த அலுப்பில் எட்டுக் குவளை தண்ணீர் குடிக்கிறோம்; ஒரு துளி நீர் கூட வெளியே வருவதில்லை.

அதே நேரத்தில் உடம்பில் ஏறியுள்ள உஷ்ணத்தின் மீது மற்றொரு உஷ்ணம் படட்டும்; அதாவது வயிற்றுக்குள்ளே ஒரு குவளை வெந்நீரை ஊற்றிப் பாருங்கள். சூட்டுக்குச் சூடு குளிர்ச்சியாகிச் சிறுநீர் பிரியத் தொடங்கும்.

இந்த மருத்துவ முறைகள் நமக்கு இரண்டாயிரம் ஆண்டுகாலமாகவே உள்ளவை.

இவை இருக்கின்றன என்ற தைரியத்தால்தான் நம்முடைய மூதாதையர் வாழ்க்கையைச் சுகமாக அனுபவித்தார்கள்.

ஆனால், பெரும்பாலோர் அளந்து அனுபவித்தார்கள்.

இப்போது சிலபேர் சொல்வதைக் கேட்கிறேன்.

'என் பாட்டிக்கு நூற்று மூன்று வயது!' என்கிறார் ஒருவர்.

'என் அப்பாவுக்கு நூறு வயது!' என்கிறார் ஒருவர்.

'எனக்கு எண்பத்திரண்டு வயதாகிறது; இன்னும் ஒரு மாத்திரை கூடச் சாப்பிட்டதில்லை' என்கிறார் இன்னொருவர்.

நாகரீகம் மிகுந்த நம்முள் சிலரோ, ஐம்பது வயதில் ஒரு மருந்து அலமாரியையே தூக்கிக் கொண்டு அலைகிறோம்.

காரணம், போகத்தை அனுபவிக்கும் முறையிலுள்ள பேதமே.

'மாதர் போகம் மாதம் இருமுறை' என்பது கிராமத்துப் பழமொழி.

கணவனும் மனைவியும் தாங்கள் கலந்த தேதியை நினைவில் வைத்துக் கொண்டே இருப்பார்கள்.

பச்சையாக ஒரு பழமொழி உண்டு, 'விந்து விட்டவன் நொந்து கெட்டான்' என்று.

கண்ணதாசனின்

'பதினான்கு நாள் சேமிப்பு. பதினைந்தாவது நாள் செலவு' என்றிருந்த காரணத்தால், அவர்கள் இரவும் நன்றாக இருந்தது; உறவும் நன்றாக இருந்தது; உடலும் நன்றாக இருந்தது.

மருத்துவ வசதி மிகக் குறைவாக இருந்த காலங்களில், மருத்துவம், இல்லாமலேயே நம்முடைய மூதாதையர் நன்றாக வாழ்ந்தார்கள்.

தங்கள் செயலால் அவர்கள் நோய் தேடிக் கொண்டது இல்லை.

கர்ம வினையாலோ, கடவுளின் தண்டனையாலோ மருத்துவத்தால் தீர்க்க முடியாத நோய்கள் சிலருக்குத் தோன்றி இருக்கின்றன.

தாமாக நோய் தேடிக் கொண்டவர்கள், மருந்தில்லாமல் செத்ததையும் நான் அறிவேன்.

எனக்குத் தெரிந்த இரண்டு இளைஞர்கள் அடிக்கடி தாசி வீடு செல்வார்கள். அவர்களுக்கு 'மேக நோய்கள்' தோன்றின.

நவீன மருத்துவத்தில் அந்த நோய்களெல்லாம் இல்லாமலேயே இன்று ஒழிந்து விட்டன.

அரையாப்பு, வெட்டை, கிரந்திப் புண் எனும் நோய்களே அவை.

அதில் அவர்கள் பட்டபாடு, அப்பப்பா!

மகாகவி பாரதி பாடினானே, 'தாளம் படுமோ தறிபடுமோ' என்று; அந்தப்பாடு!

ஒருவர் பதினைந்து ஆண்டுகளுக்கு முன்பு சென்னை நகர விடுதியில் காலமானார்; இன்னொருவர் கோவையில் வேலை பார்த்த இடத்தில் காலமானார்; முப்பது வயதைத் தண்டாமலேயே இருவரும் காலமாகி விட்டார்கள்.

பசிக்கிறது. உண்கிறோம்; அதில் நிதானமில்லை.

வெறி பிடிக்கிறது; மாதர் போகத்திற்கு அலைகிறோம்; அதிலும் நிதானமில்லை.

ஒரு இந்துவின் பாட்டன் அற்புதமான, ஆனால் ஆபத்தில்லாத சாப்பாட்டைச் சாப்பிட்டான்; மலையேறிச் சாமி கும்பிட்டு அதை ஜீரணித்தான்; குளத்தில் விழுந்து நீராடி உஷ்ணத்தைப் போக்கினான்; மாதம் இருமுறை மனைவியோடு உடலுறவு கொண்டு உடம்பைப் பேணினான்.

போகம் வரைமுறை இல்லாமல் போனால், ரோகம் வாசலில் காத்திருக்கும்.

அர்த்தமுள்ள இந்துமதம் – பாகம் 8

யோகி வேமனா வரைமுறை இல்லாமல் வாழ்ந்தார்; ஆனால் அதன்பின் யோகி ஆனார்.

பட்டினத்தார் கதையையும், பாரதி அப்படித்தான் சொல்கிறான்.

'அளவது மீறினால் அமுதமும் விஷமாகும்' என்பார்கள்.

அளவுக்கு மீறி அனுபவித்த அமெரிக்கன், ஹிப்பி ஆனான்; இந்தியன் சந்நியாசி ஆனான்.

உலகத்தின் ஒரு பகுதியையே ஆண்டு கொண்டிருந்த பிரெஞ்சு நாடு, போகத்திலேயே மூழ்கி அழிந்தது.

சாப்பிடுகிறவன் உழைக்க வேண்டும்; அவனும் உடல் உறவை அளவோடுதான் வைத்துக் கொள்ளவேண்டும்.

நமது நாட்டில் சில உழைப்பாளிகள் சாப்பிடும்போது பார்த்திருக்கிறேன்.

மலை மாதிரிச் சாதத்தைக் குவித்து, நடுவிலே ஒரு குளம் வெட்டி, ஒரு குடம் சாம்பாரை ஊற்றி உண்பார்கள். அவர்களில் சிலருக்கு உடம்பு கனமாக இருக்கும். தொந்தி பெரிதாக இருக்கும். ஆனால் ஒரு மலையையே தூக்குவார்கள்.

நமக்கு விழும் தொந்தி பயனில்லாத சதை.

நாம் சாப்பிடும் சாப்பாடு வெறும் வாயளவு போகம்.

ஆனால், தொழிலாளியின் அதிக அளவுச் சாப்பாடு, அவன் உழைக்கின்ற உழைப்புக்குத் தேவையானது.

அவன் அறுத்துத் தரும் நெல்லை அனுபவிக்கிறான் நிலச்சுவான்தார்; அந்த அறுவடைக்கும் 'போகி' என்று தான் பெயர்; அனுபவிப்பவனுக்கும் 'போகி' என்றுதான் பெயர்.

போகத்தில் இன்னொரு போகம் உண்டு; அதுதான் தூக்கம்!

நன்றாகத் தூங்குகிறவனைப் பார்த்து 'சுகபோகி அப்பா' என்பார்கள்.

மாதர் போகத்தால் வியாதி வாங்கியவர்கள் எதுவும் செய்ய முடியாமல், ரயிலைத் தவற விட்ட பிரயாணிகளாக அவர்கள் ஆகிவிடுவது உண்டு.

சூரியோதயத்தையே பார்த்தறியாத பல குடிகாரர்களை நான் பார்த்திருக்கிறேன்.

ஒரு நடிகர்; அவர் சமீபத்தில் காலமாகிவிட்டார்.

கண்ணதாசனின்

அவர் எங்கள் ராணுவத் தளச் சுற்றுப் பயணத்தின் போது எங்களோடு வந்திருந்தார்.

ஒரு விமான தளத்தில் இருந்து அதிகாலை ஆறு மணிக்கு விமானம் புறப்பட வேண்டியிருந்தது. அவரைக் கஷ்டப்பட்டு எழுப்பினோம். எழுந்தவர் அன்றைக்குத்தான் சூரியோதயத்தைப் பார்த்தார்.

'ஆகா, சூரியோதயம் எவ்வளவு அழகா இருக்கிறது!' என்று, அதையே அவர் ரசித்துக் கொண்டிருந்தார்.

நான் தூக்கத்தில் மன்னன்.

பாழுங்காட்டில் துண்டை விரித்துப் படுத்தால் கூட, நான் சுகமாகத் தூங்கிவிடுவேன்.

அதனால் நான் இழந்தது கொஞ்சமா?

கேலிக்கு ஆளானது கொஞ்சமா?

இரவில் சாப்பிட்டு விட்டுக் காரில் ஏறிப் படுத்தால், காலையில் திருச்சி வரும்போதுதான் விழிப்பேன்.

அதிலே சிந்தனைக்கும் லாபம் இருப்பதே தவிர, வந்த லாபம் போகவும் செய்தது.

'கும்பகர்ணன் மட்டும் தூக்கத்தைக் குறைத்துக் கொண்டிருந்தால், ஸ்ரீராமனுடைய சைன்யம் சேதுக்கடலைத் தாண்டி இருக்காது!' என்பார்கள்.

இரவும், பகலும் தூங்காமல் விழித்துக் கொண்டே நம்மைக் காவல் காக்கிறாள் மதுரை 'மீனாட்சி.'

"அவளுக்கு 'மீனாட்சி' என்று பெயர் வந்ததற்குக் காரணமே அதுதான்" என்கிறார் வாரியார் சுவாமிகள்.

மீன் போல் விழித்திருந்து அவள் ஆட்சி செய்வதால் அவள் மீனாட்சி.

இதை எனது குருநாதர் வாரியார் சுவாமிகள் சொல்லும் போது அழகாகச் சொல்லுவார்.

'ஓடும் ரயிலில் இரண்டாயிரம் பேர் தூங்குகிறோம். இஞ்சின் டிரைவர் விழித்துக் கொண்டிருக்கிறார். அவரும் தூங்கி விட்டால் இரண்டாயிரம் பேரும் என்ன ஆவது?' என்று கேட்பார்.

'நல்ல பொழுதையெல்லாம் தூங்கிக் கெடுத்தவர்கள் நாட்டைக் கெடுத்ததுடன் தாமும் கெட்டார்' என்று தம்பி கல்யாணசுந்தரம் பாடி இருக்கிறார்.

தூக்கம் ஒருவகை லயம்; ஒரு வகைச் சுகம்; ஈடு இணையில்லாத போகம்!

நல்ல தூக்கம் ஒருவனுக்கு வருவது, அவன் செய்த தவம்; அவன் பெற்ற வரம்!

ஆனால், கடமைகளை மறக்கடிக்கும் தூக்கம் போகமல்ல— ரோகம்.

காலை ஆறு மணிக்குத் திருமணம்; மாப்பிள்ளை ஏழு மணிக்கு எழுந்திருத்தால், நேரம் காத்திருக்குமா?

ஆகவே, எந்தப் போகமும் அளவுக்குரியது.

ஒரு குறிப்பிட்ட வயது வரையில், குழந்தைக்குத் தூக்கம் தான் வளர்ச்சி.

அந்த வயதுக்குப் பின், விழிப்புத்தான் வளர்ச்சி.

நன்றாக வளர்ந்து, காக்க வேண்டியவர்களைக் காத்து, சேர்க்க வேண்டியவற்றைச் சேர்த்த பிற்பாடு தூக்கம் ஒரு யோகம்.

காக்க வேண்டிய காலத்தில் தூங்குவதே ரோகம்.

ஆனால், துர்பாக்கிய வசமாகத் தள்ளாடும் வயதில் எல்லாக் கடமைகளையும் முடித்துவிட்டுத் தூங்கப் போகிறவனுக்குத் தூக்கம் வராது.

ஒரு குறிப்பிட்ட வயதுக்கு மேல், தூக்கம் குறையத் தொடங்கும்.

'ஐயோ, தூங்க முடியவில்லையே' என்று கவலைப்பட்டுப் பயனில்லை.

'சுகபோகத்தை அனுபவிக்க வேண்டிய வயதில் அனுபவித்துத் தீர்த்து விட்டோம்' என்று ஆறுதலடைவதைத் தவிர வேறு வழியில்லை.

திருடர் பயம் மிகுந்த இடத்தில், விழுந்து விழுந்து தூங்கினால் நஷ்டம்.

ஆபத்தான நேரங்களில், தூக்கத்தை அறவே விலக்காவிட்டால் கஷ்டம்.

தவறினால், ஒரு போகம் பல ரோகங்களுக்குத் காரணமாகி விடும்.

ஒரு நாளைக்கு இரண்டு மணி நேரம் தான் தூங்குவான் அடால்ப் ஹிட்லர், அது அவனுக்குப் போதுமானதாகவே இருந்தது; மளமளவென்று வெற்றியையும் தேடித் தந்தது.

கண்ணதாசனின்

ஒருநாள் அவன் நிம்மதியாகத் தூங்க விரும்பி, இரண்டு மாத்திரைகளையும் போட்டுக் கொண்டு தூங்கினான்.

அன்றைக்குத் தான் 'நார்மண்டி' முற்றுகை நடந்தது.

ஐஸன்ஹோவரும், சர்ச்சிலும் ஆயிரக்கணக்கான கப்பல்களைப் பிரெஞ்சு நாட்டு 'நார்மண்டி'க் கடற்கரைக்கு அனுப்பி வெற்றி பெற்றுவிட்டார்கள்.

ஹிட்லரின் தோல்விக்கு அமெரிக்காவின் அணுகுண்டா காரணம்? இல்லை; ஹிட்லரின் தூக்கமே காரணம்!

ஆகவே, அனுபவத்தின் காரணமாகச் சொல்கிறேன்:

அனுபவிப்பதை அளவோடு அனுபவியுங்கள்.

உண்பதில் நிதானம் -

உடலுறவில் நிதானம் -

உறங்குவதில் நிதானம் -

தீயன பழகாமல் இருத்தல்

அளவான வாழ்க்கையிலேயே அதிகமாக உற்சாகத்தைக் காணுதல் -

இப்படி வாழ்ந்தால், இறைவன் ஒத்துழைப்பான்.

பூர்வ ஜென்ம பாவமோ, வினையோ, ஒரு புற்று நோயையோ, குடல் நோயையோ கொண்டு வந்தால் அது கர்மா.

மற்ற நோய்களை நாமே வரவழைத்துக் கொண்டால், அது மடமை.

இதை மற்றவர்கள் சொல்ல முடியாது; நான் சொல்லலாம்.

அளவில்லாத வாழ்க்கை வாழ்ந்து, அந்த வாழ்க்கையிலேயே கண்களை மூடிவிட எண்ணினேன்.

ஆனால், நிதானமாக அந்த அனுபவங்களைச் சிந்தித்துப் பார்க்கும் நேரங்களை இறைவன் எனக்களித்திருக்கிறான்.

போகத்தில் வைக்கின்ற பற்று, வரைமுறையைத் தாண்டினால், ரோகம் காத்திருக்கிறது.

ரோகியாகித்தான் நீங்கள் யோகி ஆக வேண்டுமா?

இன்னொரு வகையான போகம் உண்டு.

அதன் பெயர், ஆடை அணிமணி போகம்.

ஒருவன் போகி ஆனதும், முழுக்கத் துறந்து விடுவது இவற்றைத்தான்.

ஆனால், ரோகியாக, ரஜோவாக இருக்கும் போது முழுக்க ஆசைவைப்பது இவற்றில்தான்.

உலகத்தில் இருந்த மகா மேதைகள் எல்லாம் முதலில் நீக்கிய பற்று, ஆசை, அணிமணிகள் பற்று ஒன்றே.

கண்கண்ட உதாரணம் காந்திஜி.

'ஆயிரம் ரூபாய்க்கு 'சூட்' தைத்தால்தான் அழகாக இருக்கும்' என்று நினைக்கிறோம். ஆனால், அந்த ஆயிரம் ரூபாயில் ஐந்து குடும்பங்கள் ஒரு மாதம் வாழும் என்பதை மறந்து விடுகிறோம்.

துல்லியமான கதர், அல்லது கைத்தறி வேட்டி சட்டை போதாதா, ஒரு இந்துவுக்கு?

ஸ்ரீ காஞ்சிப் பெரியவர்களும், இதைக் கடுமையாகக் கண்டித்திருக்கிறார்கள்.

முன்பெல்லாம் கைக்கடியாரத்துக்குத் தங்கச் சங்கிலி போட ஆசைப்படுவேன். ஆனால் இப்பொழுதோ, தோல்வாரே போதும் என்று தோன்றுகிறது.

காலுக்குச் செருப்பு, காலைக் காக்கவா? பிறர் பார்க்கவா?

அதில் எதற்குக் கண்ணாடி?

எனக்குப் புரியவில்லை!

ஒன்பது ஆண்டுகளுக்கு முன் என்னைப் பார்க்க ஒரு பெண் வந்தாள். மிகவும் வசதியான குடும்பத்துப் பெண். அவள் அணிந்திருந்த சேலையும், ரவிக்கையும் மொத்தம் ஐம்பது ரூபாய்தான் இருக்கும். அதில் அவள் ஜொலித்த ஜொலிப்பு என் கண்களை விட்டு நீங்கவேயில்லை.

இந்த போகங்கள் ஒரு கட்டத்தோடு முடிவடைந்து விடுகின்றன.

இவற்றை அனுபவிக்க முடியாத நிலை வரும்போதே, தத்துவங்கள் புரிகின்றன.

எழுபது வயதில் எதை நீங்கள் நேசிப்பீர்கள்?

அமைதி! அமைதி! அமைதி!

அதை இருபது வயதிலேயே நேசிக்கத் தொடங்கினால் உங்கள் போகத்துக்கு ஓர் அளவு வந்து விடும்.

காஞ்சிப் பெரியவர்களை நினையுங்கள்.

கண்ணதாசனின்

பரமஹம்சரை நினையுங்கள்.

விவேகானந்தரை நினையுங்கள்.

அளந்து வாழ்வதன் மூலம் ஆரோக்கியத்தைக் காப்பாற்றிக் கொண்டிருக்கும் வாரியார் சுவாமிகளை நினையுங்கள்.

ஏன்? அளவுக்கு மேல் அனுபவித்தால் என்ன என்று தோன்றுகிறதா?

கொஞ்சம் என்னைப் பாருங்கள்.

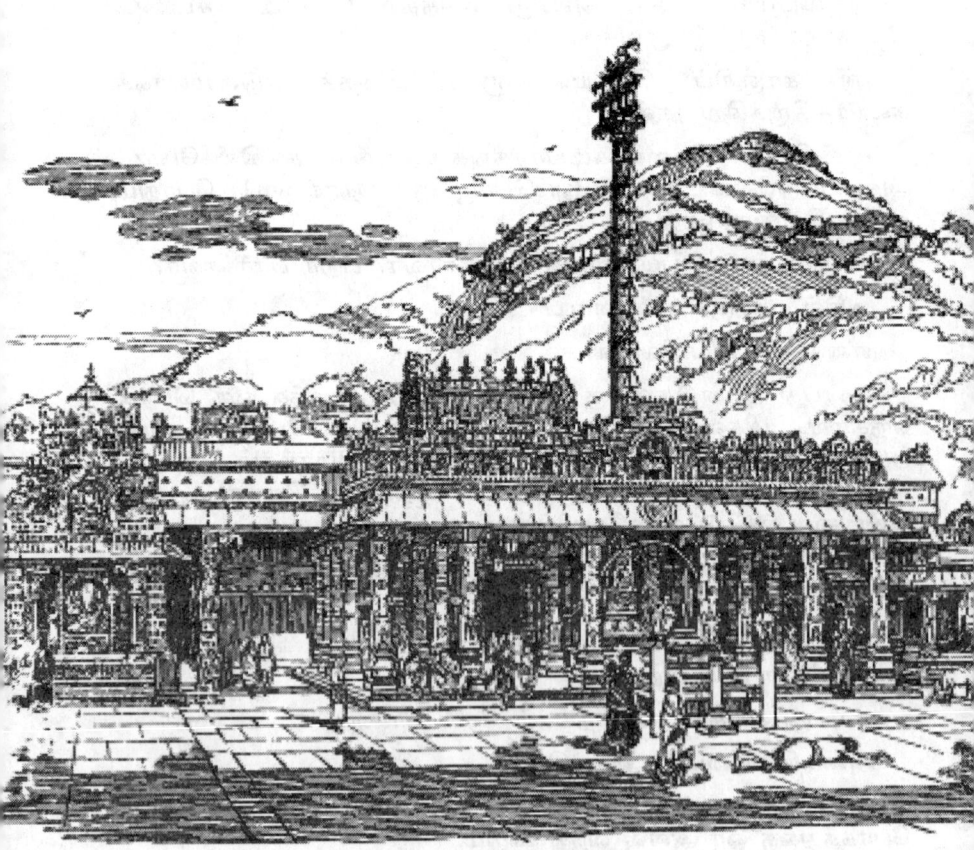

திருவண்ணாமலை

அத்தியாயம் - 2

மனைவி என்றும், மக்கள் என்றும், சுற்றம் என்றும் வளர்த்துக் கொள்வதும் ஒரு போகம்.

இதை விட்டு, ஓட முடிந்துவிட்டால், யோகம்.

திருமணம் செய்து கொள்கிறபோது வாழ்த்துரைக்கும் நண்பர்கள், 'இன்று போல் என்றும் வாழ்க' என்று வாழ்த்துகிறார்கள்.

ஆனால், வாழ்க்கை அப்படியா இருக்கிறது?

முதலிரவில் அனுபவிக்கும் சந்தோஷம், முப்பது இரவுகளுக்குள் முடிந்து விடுகிறது.

சண்டையும் சமாதானமுமாகவே மாறி மாறி இல்வாழ்க்கை நடக்கிறது.

சில சமயங்களில் குதூகலம் ஜொலிக்கிறது; சில நேரங்களில் 'போதுமடா சாமி' என்று தோன்றுகிறது.

பச்சைக் குழந்தையைத் தூக்கிக் கொஞ்சும்போது, உலகம் இன்பமாய்க் காட்சியளிக்கிறது.

அதற்கு வயது வந்து, ஒரு வில்லங்கத்தைக் கொண்டு வந்து பார்க்கும் போது, 'கடவுளே! என்னை ஏன் சோதிக்கிறாய்?' என்று அழத் தோன்றுகிறது.

பாசத்தை வளர்த்துக் கொண்டு, பிறகு பணம் இல்லாமல் தடுமாறி, வறுமையில் உழல நேர்ந்தாலும், போகம் ரோகமாகி விடுகிறது.

நல்ல வசதியோடு வாழும் போது அமைகிற மனைவி ராட்சசியாக இருந்தால், போகம் ரோகமாகி விடுகிறது.

பாலைக் குடிக்கத் தொடங்கும் போது பல்லி கிடப்பதைப் பார்த்தால், வராத நோயெல்லாம் வந்து விட்டது போல் தோன்றும்.

நல்ல மனைவி, நல்ல கணவன், நல்ல குழந்தைகள் மிகக் குறைவாகவே அமைகின்றன.

அப்படி அமையப் பெற்றவர்கள், பூர்வத்தில் புண்ணியம் செய்தவர்கள்.

கண்ணதாசனின்

ஒரு பிள்ளை பிறந்தும், உருப்படாமற் போன பிள்ளையாக அது மாறி இருப்பதை நான் கண்டிருக்கிறேன்.

எங்கள் குடும்பத்திலேயே, 'பெற்ற ஒரு பிள்ளையும் உருப்படவில்லையே' என்று மாண்டவர்கள் சிலருண்டு.

ஒன்பது பிறந்து அவை உருப்படியாக வளர்வதும் உண்டு.

விதி என்றும், கர்மா என்றும், பூர்வ ஜென்ம வினை என்றும் இந்துக்கள் சொல்வதில்தான் எவ்வளவு அர்த்தம் இருக்கிறது!

'அவன் தலையெழுத்து' -

'நடப்பது நடந்துதான் தீரும்' -

'நதியைத் தடுத்தானா விதியைத் தடுக்க?' -

'கடவுள் என்ன நினைக்கிறானோ?' -

'நம் கையில் என்ன இருக்கிறது?' -

- 'இப்படியெல்லாம் சில வழக்கு மொழிகள் உண்டு.

ஆனால், இவற்றை அடிக்கடி பயன்படுத்துகிறவன் கூடப் போகவெறியில் வில்லங்கங்களில் மாட்டிக் கொள்கிறான்.

எவளோ ஒருத்தியைச் சந்தித்தானாம்; இருபத்திரண்டு ஆண்டுகள் வளர்த்த தாய் தகப்பனை மறந்து, அவள் பின்னால் ஓடினானாம்.

இது மோக வெறி மட்டுமல்ல; போக வெறி.

இதிலேயே இரவு பகல் விழுந்து, கை கால்கள் விழுந்து, கண்களில் குழி விழுந்து, அவன் ரோகியாகும் போது அவனுக்கு ஞானம் பிறக்கும்.

அனுபவம் தருகிற புத்தியை, அறிவு தருவதில்லை.

நான் சிறையில் இருந்த போது, அங்கே ஒரு கொலைக் கைதி.

தன் மனைவியோடு தொடர்பு கொண்ட ஒருவனைக் கொலை செய்து விட்டு, அவன் சிறைச்சாலைக்கு வந்திருந்தான்.

சிறையிலும் அவன் ஒரே விஷயத்தையே திரும்பத் திரும்பப் புலம்பிக் கொண்டிருந்தான்.

'அவளையும் கொல்லாமல் வந்து விட்டேன்!' என்பது தான் அது.

அகலிகையை இந்திரன் கெடுத்தான்.

அது அவனது போக வெறி!

அர்த்தமுள்ள இந்துமதம் - பாகம் 8

தான் கெடுக்கப்பட்டபோது, பாதியிலேயே அவளுக்குத் தெரிந்ததாம், 'தன்னோடிருப்பது கணவனல்ல' என்று. ஆனாலும் அந்தப் போகத்தை அவள் ஒதுக்கிடவில்லை. அந்தச் சுகத்தில் 'இது தவறானது' என்றும் கருதவில்லையாம்.

இதனைத்தான், 'தக்கதன் றெண்ண ஓரான்' என்கிறான் கம்பன்.

'உடம்பு எடுத்ததன் பயன் அனுபவிப்பதுதான்!' என்று நானும் பல காலம் எண்ணியதுண்டு.

அந்த ஆனந்தத்தைப் பற்றி நான் பாடாத பாட்டா?

ஆனால், அதே உடம்பு படுக்கையில் விழும்போது கடந்துபோன காலங்களும், நடந்துபோன காரியங்களும் எவ்வளவு முட்டாள்தனமானவையாகத் தோன்றுகின்றன?

முன்பெல்லாம் ஒரு ஆற்றங்கரையைக் கண்டாலும், அழகான காட்டைக் கண்டாலும், 'இங்கேயே ஒரு பந்தல் போட்டுக் கொண்டு சுகமாக இருந்துவிடக் கூடாதா?' என்று கருதுவேன்.

நீலமலையின் குளிர்ந்த காற்று உடம்பிலே படும்போது, 'அடடா! சொர்க்கமே! சொர்க்கமே!' என்று கருதுவேன்.

எந்தப் பெண் காதல் கடிதம் எழுதினாலும், அவளைக் கொஞ்ச நேரம் கற்பனை செய்து பார்த்துச் சந்தோஷப்படுவேன்.

மலேஷியாவில் சீனத்துச் சிங்காரிகளை, தாய்லாந்திலும் இந்தோனேஷியாவிலும் அந்நாட்டுக் கிளிகளைப் பழைய காலத்து மகாராஜாக்களின் பாணியில் சந்தித்திருக்கின்றேன்.

கடந்து போன அந்தக் காலங்களுக்காக நான் வருத்தப்படவும் இல்லை; வெட்கப்படவும் இல்லை.

ஆனால், போகத்தில் ஆழ்ந்திருந்த அந்தக் காலமே என்னுடைய யோக காலமாக இருந்திருக்குமானால், 'திருக்குறள் புது உரை'யை எப்போதோ முடித்திருப்பேன்.

சிலப்பதிகாரத்துக்கு விளக்க உரை எழுதியிருப்பேன்.

வடமொழி நூல்கள் அனைத்தையும் தமிழிலே கொண்டு வந்திருப்பேன்.

ஆனால், என் உடம்பு அப்போதெல்லாம் தன் தனித்தன்மையைக் காட்டிக் கொள்ளவில்லை.

இப்போது அது என்னைப் பார்த்து முறைக்கிறது.

நான் உலகத்தைப் பற்றிச் சிந்திப்பதை விட உடம்பைப் பற்றிச் சிந்திப்பது அதிகமாகி விட்டது.

637

கண்ணதாசனின்

சொல்லப் போனால் நான்கு ஆண்டுகளுக்கு முன்பு இருந்ததை விட, இப்போது தான் உடம்பு நன்றாகவே இருக்கிறது.

ஆனால், அப்போதெல்லாம் நோய் தோன்றவில்லை; இப்போது தோன்றுகிறது.

உடம்பு கட்டுப்பாட்டுக்குள் வந்துவிட்ட நேரம் இது.

ஆனால், கட்டுப்பாடற்ற போக காலத்தை நினைக்கும்போது, மனது இன்னும் கூட அதற்காக ஏங்குகிறது.

போகம், யோகியைக் கூட விட்டதில்லை.

அவன் இங்கே இருந்துதான் அங்கே ஓடினான். ஆனாலும் பத்ரகிரியாரின் பின்னாலேயே ஓடிய நாய் போல, அவனைத் துரத்திக் கொண்டு போகம் ஓடுகிறது.

திருக்காளத்தியில் பட்டினத்தார் ஒரு வாசலிலும், பத்ரகிரியார் ஒரு வாசலிலுமாகப் பிச்சைக்கு உட்கார்ந்திருந்தார்களாம்.

அப்போது பட்டினத்தாரிடமே வந்து ஒருவன் பிச்சை கேட்டானாம்.

அவர், "அதோ, அந்த வாசலில் போக பாக்கியங்களோடு ஒரு மகாராஜா உட்கார்ந்திருக்கிறார்; அவரிடம் போ!" என்று அனுப்பினாராம்.

அதைக் காதிலே கேட்டுவிட்ட பத்ரகிரியார் ஓடி வந்து, "குருவே உங்களைப்போல் சந்நியாசியான என்னை ஏன் 'மகாராஜா' என்று அழைக்கிறீர்கள்?" என்று கேட்டாராம்.

அதற்குப் பட்டினத்தார், "உனக்குச் சொந்தமாக ஒரு திருவோடு இருக்கிறதே அப்பா! எனக்கு அது கூட இல்லையே!" என்றாராம்.

பட்டினத்தார் கையிலே வாங்கித்தான் சாப்பிடுவார்.

சத்திரங்களில் சாப்பிடும்போது, தரை சுத்தமாக இருந்தால், தரையை நன்றாகக் கழுவி விட்டு அதில் போட்டுத்தான் சாப்பிடுவார்.

எங்கள் பக்கத்தில் ஒரு செட்டியார் நிலத்தை அடமானம் வைத்துக் கொண்டு, பணம் கொடுப்பார். ஆனால், நிலச் சொந்தக்காரன் பணம் திருப்பிக் கட்டாதவரை சந்தோஷப்படுவார்.

காரணம், அந்த நிலத்தை எப்படியாவது எடுத்துக் கொள்ள வேண்டும்.

அதுவும் முப்போகம் விளைகிற நிலமாக இருந்து விட்டால், எப்படியும் அதைக் காப்பாற்றி விடுவார்.

அந்த மண்ணாசைதான் என்ன கொஞ்சமா – நஞ்சமா?

என் வீடு–

என் பங்களா–

என் தோட்டம்–

–என்று பெருமையடித்துக் கொள்கிறவர்கள் எத்தனை பேர்?

எனக்கொரு நண்பருண்டு. அவர் வீட்டுக்கு நான் எப்போதாவது சாப்பிடப் போவேன்.

முதலில் பெரிய தஞ்சாவூர் தாட்டிலை போடுவார்கள். ''இலை இவ்வளவு பெரிதாக இருக்கிறதே, எங்கே வாங்கினீர்கள்?'' என்று கேட்பேன்.

''வாங்குவதா? நம்முடைய தோட்டத்தில் இருந்து வந்தது!'' என்பார்.

பிறகு சாதம் வைப்பார்கள்.

''அரிசி நன்றாக இருக்கிறதே?'' என்பேன்.

''நம்முடைய பண்ணையிலே விளைந்தது!'' என்பார்.

நெய் ஊற்றுவார்கள்.

''நெய் வாசம் கமகமவென்று அடிக்கிறதே!'' என்பேன்.

''நம்மிடம் நாற்பது சுவிட்ஸர்லாந்து மாடுகள் உண்டு'' என்பார்.

'என் பண்ணை, என் மாடு' என்று பேசுவதில் அவருக்கு அலாதிப் பிரியம்.

அவரது தொழிலையே செய்யும் இன்னொரு நண்பரும் உண்டு.

அவரது வீட்டுக்குச் சாப்பிடப் போவேன்.

பாவம் அவர்; மிகவும் நல்லவர்.

அந்த நண்பரைப் போல் ஐந்து மடங்கு சம்பாதிப்பவர். பிள்ளை குட்டி இல்லாதவர். குறிப்பிட்ட அளவுக்கு மேல் சொத்து சேர்க்காதவர்.

காய்கறி வாங்கிய கடையையும், அரிசி வாங்கிய கடையையும் கூறுவார்.

அவரிடம் பண்ணை இல்லை.

பணம் நிறையச் சம்பாதிப்பாரே தவிர, சொத்துச் சேர்க்கும் ஆசையில்லை.

இந்த மண்ணாசையைப் பற்றி, ரஷ்ய ஞானி டால்ஸ்டாய் ஒரு கதை எழுதினார்.

ஓர் அரசன். அவனுக்கு வேடிக்கையான ஒரு எண்ணம் தோன்றிற்று. ஒரு வளமான பெரிய நிலத்தைக் காட்டி, 'இந்த நிலத்தில் ஒருவன் எவ்வளவு தூரம் ஓடிச் சுற்றி வருகிறானோ, அவனுக்கு அந்த இடம் முழுவதும் சொந்தம்' என்று அறிவித்தான்.

நில ஆசை பிடித்த ஒருவன் ஓடத் தொடங்கினான்.

ஓட ஓட, 'இன்னும் கொஞ்சம் போகலாம்! இன்னும் கொஞ்சம் போகலாம்!' என்று தோன்றிக் கொண்டே இருந்தது.

ஓடினான், ஓடினான், ஓடினான்– ஓடிக் கொண்டே இருந்தான்.

கடைசியில் மாரடைப்பால் செத்தான்.

டால்ஸ்டாய் கதையை முடிக்கும்போது–

''இனி அவனுக்கு அதிக நிலம் தேவை இல்லை; ஆறடி நிலமே போதும்!''

–என்று கதையை முடித்தார்!

அனுபவிக்கும் ஆசை யாரை விட்டது?

'வாழ்க்கை என்றால் என்ன?' என்று கேட்டதற்கு ஒரு ஆங்கில ஆசிரியன் சொன்னான்:

''ஒன்று மாற்றி ஒன்றைப் பிடிக்க முயன்று, இறுதியில் ஒன்றையும் பிடிக்காமல் சாவதற்குப் பெயரே வாழ்க்கை'' –என்று.

சந்நியாசியின் கோவணத்தில் ஒட்டிய அழுக்காவது அவன் கூடவே போய்த்தான் தீருகிறது.

கலைவாணர் என்.எஸ்.கே. அவர்கள் சொன்ன கதை ஒன்று நினைவிற்கு வருகிறது.

'படித்த முட்டாள்' என்று ஒரு கதை எழுதுவதற்காக, அவர் என்னைப் பெங்களூருக்கு அழைத்துச் சென்றார்.

அப்போது அவர் சொன்ன கதைச் சுருக்கம் இது:

ஒரு ஏழைத் தோட்டக்காரன். பாசம் என்ற போகத்தில் மாட்டிக் கொண்டான். அவனுக்கு ஒரு மகன்.

அவனைப் பட்டணத்தில் படிக்க வைத்துப் பணம் அனுப்பி வந்தான், தோட்டக்காரன்.

அர்த்தமுள்ள இந்துமதம் – பாகம் 8

பையன் பட்டணத்தில் ஒரு பணக்காரப் பெண்ணைக் காதலிக்க ஆரம்பித்தான்.

மகனைப் பார்க்க ஒரு நாள் தந்தை பட்டணத்துக்கு வந்தான்.

அன்று அந்தப் பணக்காரப் பெண்ணுக்குப் பிறந்த நாள். பையன் விருந்து கொடுத்துக் கொண்டிருந்தான். அவனோ, 'தான் பணக்காரன் மகன்' என்று சொல்லிக் கொண்டிருந்தான்.

திடீரென்று ஏழைத் தகப்பனைக் கண்டதும், தன் குட்டு வெளிப்பட்டு விடுமே என்று அவனுக்குப் பயம் வந்து விடுகிறது.

தகப்பனோ பாசத்தோடு மகனைப் பார்த்து, 'டேய் ராஜா!' என்று கூப்பிட்டு விடுகிறான்.

அந்தப் பணக்காரப் பெண் உடனே ஆத்திரத்தோடு, "யார் இவன்? உங்களைப் பார்த்து, 'டேய்' என்று கூப்பிடுகிறான்?" என்றாள்.

பையன் அமைதியாக 'இவன் எங்கள் வீட்டுத் தோட்டக்காரன்!' என்று கூறிவிடுகிறான்.

மனம் ஒடிந்த தந்தை, கண்ணீரோடு கிராமத்துக்குத் திரும்பி, முதலாளியின் தோட்டத்தில் தென்னை மரங்களைப் பாதுகாக்கத் தொடங்குகிறான்.

காதலியாலே வஞ்சிக்கப்பட்ட மகன், பசி, பட்டினியோடு ஒருநாள் ஓடிவந்து, "அப்பா! தண்ணீர்! தண்ணீர்!" என்று அழுகிறான்.

தகப்பன் அவனுக்குத் தண்ணீர் தராமல், தென்னை மரத்துக்கே ஊற்றுகிறான்.

"அட மகனே! உனக்கு ஊற்றிய பாலுக்குப் பரிசாக நீ என் தலையில் அடித்து விட்டாய். இந்தத் தென்னைக்கு எத்தனையோ நாட்கள் நான் தண்ணீர் விட்டிருக்கிறேன்; இதுவரை என் தலையில் விழுந்ததில்லை!"

—இதுதான் அந்த வசனம்.

அந்தப் படம் எடுக்கப்படவில்லை.

அந்த வசனத்தைத்தான் நான் பின் நாளில்,

"தென்னையைப் பெத்தா இளநீரு
பிள்ளையைப் பெத்தா கண்ணீரு!"

—என்று பாட்டாக எழுதினேன்.

போகத்தில் ஆசையுள்ளவன், கண்ணீருக்குத் தப்ப முடியாது.

கண்ணதாசனின்

அது பாசமாகட்டும்; காதலாகட்டும்; இல்லை நால் வகை ஆசைகளிலே எந்த ஓர் ஆசையாகட்டும்.

அது மனிதனை நதியோட்டத்தோடு இழுத்துக் கொண்டே போகும்.

இறைவன் உலகத்தை எப்படிப் படைத்தான்?

போகத்தையும் எவ்வளவு அழகாக வைத்தான்!

குறிப்பிட்ட அளவுக்கு மேல் வயலிலே தண்ணீர் தேங்கினால், பயிர் அழுகி விடுகிறது.

குறிப்பிட்ட அளவுக்கு மேல் காற்றடித்தால், அது புயலாகி விடுகிறது.

குறிப்பிட்ட அளவுக்குமேல் மழை பொழிந்தால், அது வெள்ளமாகி ஊரை அழித்து விடுகிறது.

நிகழ்ச்சிகள் தத்துவங்களில் உள்ள நியாயங்களையே கொண்டிருக்கிறது.

ஆனால், நிகழ்ந்த கதையே திரும்பத் திரும்ப நிகழ்ந்து கொண்டிருக்கிறது.

நீதி மன்றங்கள் நிரம்பி வழிகின்றன.

அங்கே ஒரு போகிகள் கூட்டம்.

சிறைச்சாலையிலும் அப்படியே.

ஹோட்டல்களிலும் அப்படியே.

முறையறிந்து வாழ்வோர் எத்தனை பேர்?

எல்லாரும் சங்கராச்சாரியார் ஆகிவிட முடியாது; எனக்குத் தெரியும்.

ஆனால், தான் விளையாடுவதற்கு ஒரு நியாயமான வேலியை மட்டும் போட்டுக் கொள்கிறவர்கள் எத்தனை பேர்?

வெறும் பிரமையிலும், மயக்கத்திலும் எல்லாருமே உழலுகிறோம்.

கற்பகோடி காலம் வாழப் போவதாகக் கருதுகிறோம்.

ஏழு தலைமுறைக்குச் சொத்துச் சேர்க்கிறோம்.

'உடம்பு படுத்தால் ஒரு துளி சாம்பலுக்கு மரியாதை இல்லை' என்பதை மறந்து விடுகிறோம்.

அடுத்தவர் சொத்தை அபகரிக்கும் போகிகள்—

அர்த்தமுள்ள இந்துமதம் – பாகம் 8

அடுத்தவன் பெண்டாட்டியை கடத்திக் கொண்டு போகும் போகிகள்–

அந்தச் சந்தோஷத்தை எத்தனை நாள் அனுபவித்தார்கள்?

இறைவன் அவர்கள் தங்கியிருக்கும் வீட்டிலேயே ஒரு நீதிமன்றத்தை ஏற்படுத்தித் தண்டிக்கிறான்.

சரித்திரம் சுடுகாடாகக் காட்சியளிக்கிறது.

உலகை வெல்லப் புறப்பட்ட அலெக்சாண்டரின் எலும்புக்கூடு அதோ கிடக்கிறது.

சீசரின் எலும்பு கூடக் கடலில் மிதக்கிறது.

பாதி உலகத்தை வென்று விட்ட ஹிட்லரின் எலும்புக்கூட்டை உலகம் தேடிக் கொண்டிருக்கிறது.

இதிலே மண்ணென்ன, பெண்ணென்ன, பொன்னென்ன?

நான்காவது ஆசை, புகழ் எனும் ஆசை என்றேன்.

இதுவும் ஒரு வகை போகம்.

'எந்தக் கல்யாண வீட்டிலும் நாமே கல்யாண மாப்பிள்ளையாக இருக்க வேண்டும்' என்று பலருக்கு ஆசை.

தன்னைப் பற்றியே பாடச் சொல்லிக் கேட்பது–

தன்னைப் பற்றியே எழுதச் சொல்லி ரசிப்பது–

'கலையில் வல்லவனும் நான்தான்'–

'கவிதையில் வல்லவனும் நான்தான்'–

'பத்திரிகையில் ஆசிரியனும் நான்தான்'–

'ஊரில் உள்ள பெண்களுக்கெல்லாம் மாப்பிள்ளையும் நான்தான்' என்று திட்டம் தீட்டுவது–

வீடெங்கும் புகைப்படங்களையும், வாழ்த்துப் பாடல்களையும் மாட்டி வைப்பது–

மேடையேறினால், 'நான்தான்' என்று பேசுவது–

மற்றவர்களுக்குப் புகழ் வரும்போல் தோன்றினால் அதைத் தடுக்கப் பார்ப்பது–

–இவையெல்லாம், தகுதி இல்லாமல் புகழை விரும்பும் சிலரது குணங்கள்.

உண்மையிலே தகுதி இருப்பவன், பூமாலைக்கு ஆசைப்பட மாட்டான்.

காஞ்சிப் பெரியவரின் காலில் விழுகிற மாதிரி, யாரும் ஒரு ஜனாதிபதியின் காலில் கூட விழுவதில்லை.

காரணம், புகழையோ, இகழையோ கணிக்காத பெரிய ஆத்மா, காஞ்சிப் பெரியவர்.

போகங்களில் சிக்காத புனிதர் அவர்.

பக்தி மார்க்கத்திற்கும், ஞான மார்க்கத்திற்கும் பாலம் அவர்.

ஸ்ரீபகவத் பாதாளுக்கும், ராமானுஜருக்கும் இணைப்புப் பாலம் அவர்.

துறவிக்கு வேந்தன் துரும்பு.

துறவி என்பவன் யார்?

அவன் போகங்களைத் துறந்தவன்.

'மத்தியானம் என்ன சாப்பிடலாம்' என்று காலையிலேயே திட்டம் தீட்டாதவன்.

கைப்பிடி அவலிலும், அரை ஆழாக்குப் பாலிலும் ஆன்மாவையும், தேகத்தையும் பாதுகாப்பவன்.

அவன் பெண்ணைத் தொட நேர்ந்தால், பேப்பரைத் தொடுவது போல் உணர்கிறான்.

பொன்னைத் தொட நேர்ந்தால், கல்லைத் தொடுவது போல் தொடுகிறான்.

மண்ணில் நடக்கும்போது, பகவான் விரித்த நடைபாதையில் நடப்பதாகக் கருதுகிறான்.

என் கடிகாரம் எங்கே?

என் பெட்டி எங்கே?

—என்ற வார்த்தைகளை அவன் உச்சரிப்பதே இல்லை.

'ரஜோ' குணத்துப் போகி, ஆன்மாவை அடியோடு ஒழித்து விட்ட வெறும் தேக சுக லெளகீகவாதி.

போகத்தை அறவே மறந்து விட்ட துறவி, கடவுளையே தன் சேவைக்கு அழைக்கும் ஞானி.

போகம், முடிவாக ரோகத்தில் கொண்டு சேர்க்கும்.

யோகம், ஆரம்பத்திலேயே கைவரப் பெற்றால், அது போகத்தையும், ரோகத்தையும் தூக்கியெறிந்து விட்டுப் பகவானிடம் கொண்டு போய்ச் சேர்க்கும்.

அத்தியாயம் - 3

"இந்திரப்ரஸ்த நகரத்தின் கடைசி க்ஷத்ரிய அரசனான ப்ருதிவிராஜனுடைய ஸேனாதிபதிகளிலே 'சாமின்டராய்' என்று ஒருவன் இருந்தான். வட பக்கத்து முகம்மதிய அரசர்க்கெல்லாம் அவன் பெயரைக் கேட்ட மாத்திரத்தில் நடுக்கம் உண்டாகும்படி அவன் அத்தனை வீரமும், யுத்தத் திறமையும் கொண்டு விளங்கினான். அவனுடைய சரீர வலிமையை நிகரற்றதாகக் கொண்டாடினார்கள். அவனுக்குச் சாமுண்டி உபாஸனை உண்டு. விரதங்கள், கண்விழிப்புகள், தியானங்கள், வியாயாமங்கள் இவற்றிலே தனது காலம் முழுவதும் கழித்தான்.

"அவன் உணவு கொள்ளும்போது பீமனைப் போல் அளவில்லாத பசியுடன் உண்பான் என்று சந்தக்கவி **'ப்ருதிவிராஜ் ராஸோ'** என்னும் தமது காவியத்திலே எழுதியிருக்கிறார். பீமனுடைய பெயர்களில் 'விருகோதரன்' என்பதொன்று; அதாவது 'ஓநாய் வயிறுடையவன்' என்றர்த்தம். இது அவனுக்கிருந்த நேர்த்தியான பசியைக் கருதிச் சொல்லியது. இக்காலத்தில் குறைவாக உண்ணுதல் நாகரீகமென்று நம்மவர்களிலேயே சிலர் நினைக்கிறார்கள்.

"பெருந்தீனிக்காரன் என்றால் அவமதிப்பு உண்டாகிறது. சிரார்த்தத்திலே சோறு தின்று முடிந்தவுடன் எழுந்திருக்க முடியாமல் கஷ்டப்படும் சில பிராமணார்த்தக்காரர்களைப் போல் சரியான பயமில்லாமல் உடம்பைக் கொழுகொழுவென்று வைத்துக் கொண்டு, நாக்கு ருசியை மாத்திரம் கருதிப் பெருந்தீனி திண்பவனைக் கண்டால் அவமதிப்புண்டாவது இயற்கையேயாம். புலிகளைப் போல் உடல் வலிமையும், அதற்குத் தகுந்த தீனியும் உடையவனைக் கண்டால் யாருக்கும் அவமதிப்பு உண்டாகாது. சாதாரணமாக பயம் உண்டாகும். நானாவிதமான விலையுயர்ந்த உணவுப் பொருள்களைத் தின்றால்தான் உடம்பிலே பலம் வரும் என்று சிலர் நினைக்கிறார்கள். இது தவறு. காரஸாரங்களும், வாசனைகளும் உண்டாக்கி ருசியை அதிகப்படுத்தும் வஸ்துகள் தேக பலத்திற்கு அவசியமில்லை. கேப்பைக்களி, கம்பஞ்சோறு இவற்றால் பலமுண்டாவது போல் பதிர்ப்பேணியிலும், லட்டுவிலும், வெங்காயச் சாம்பாரிலும் உண்டாகாது.

"சரீரத்தை வியர்க்க வியர்க்க உழைத்தால் நல்ல பசியுண்டாகும். நல்ல பசியாயிருக்கும்போது கேப்பைக்களியை வேண்டுமளவு

தின்று சுத்த ஜலத்தைக் குடித்தால் போதும். விரைவில் பலம் சேர்ந்து விடும்.

"பிள்ளைகளை இஷ்டப்படி நீஞ்சுதல், மரமேறுதல், பந்தாட்டம் முதலிய விளையாட்டுக்களிலே போகவொட்டாத படி தடுக்கும் பெற்றோர், தம்மையறியாமலேயே மக்களுக்குத் தீங்கு செய்கிறார்கள்.

"மேலும், சரீர உழைப்பும் விளையாட்டுக்களும் மிகவும் வாலிபப் பருவத்திலேயிருக்கும் பிள்ளைகளுக்கு மாத்திரந்தான் பொருந்துமென்று ஒரு தப்பெண்ணம் சிலரிடம் ஏற்பட்டிருக்கிறது.

"மனிதனுக்கு இயற்கை வயது நூறு. ஆகையால், ஐம்பது வயதாகும் வரை ஒருவன் இளமை தீர்ந்தவனாக மாட்டான். பிஞ்சிலேயே உடம்பை நாசப்படுத்தினால் சீர் கெட்டுக் குலைந்து போய், இருபது வயதாகுமுன் கிழத்தன்மை வந்துவிடும். எனினும் இயற்கை விதிப்படி ஐம்பது வயது வரை இளமை நிற்குமாகையால், அதற்குள்ளே செயற்கைக் கிழத்தன்மை பெற்றோர், தமதுடம்பைத் திருத்தி நல்ல நிலைமைக்குக் கொண்டு வர முயற்சி செய்யலாம்."

–மேலே நான் குறிப்பிட்டிருப்பது மகாகவி பாரதியாரின் கட்டுரையில் இருந்து ஒரு பகுதி.

மனிதனை அண்டி வரும் ரோகத்திற்கான அடிப்படையை இப்படி அவன் விவரிக்கின்றான்.

இதுபற்றி முன்பே நான் குறிப்பிட்டிருக்கிறேன்.

சிறு வயதில் இருந்தே, பெருந்தீனி தின்று பழக்கப்பட்டவன் நான்.

அந்நாளில், மணியாச்சியை அடுத்த ஓட்டநத்தத்தில் எங்களுக்கு ஒரு 'ஜின்னிங் பாக்டரி' இருந்தது.

வாஞ்சிநாதன், ஆஷ் துரையைச் சுட்டுக் கொன்ற அந்த மணியாச்சி ஜங்ஷன், தென்னாட்டிலே பூரி கிழங்குக்குப் பிரசித்தமானது.

இரண்டாவது உலக மகாயுத்தத்தின் போதுதான், பூரி சப்பாத்தி சாப்பிட வேண்டிய கட்டாயம் தென்னாட்டவர்க்கு வந்ததென்றாலும், அதற்கு முன்பாகவே ஹோட்டல்களில் பூரி கிழங்கு என்பது ஒரு சுவையான உணவாகக் கருதப்பட்டது.

1933–இல் எனக்கு வயது சுமார் ஆறு.

அந்த வயதில் சுமார் பதினாறு பூரிகள் சாப்பிடுவேன். உறவினர்களே கூடத் திகைத்துப் போவார்கள்.

அர்த்தமுள்ள இந்துமதம் - பாகம் 8

பாரதி சொல்வது போல், கம்பும் கேழ்வரகும், கோதுமையும், உடம்புக்குச் சக்தியூட்ட வல்லன.

ஆரம்ப சக்தியே, எனக்கு உணவில் இருந்து கிடைத்தது.

ஆனால், வெள்ளைக்காரர்கள் உணவையும் சீனத்து உணவையும், சுவை பார்க்கத் தொடங்கிய பிறகு, நாக்கு ருசியேறி ஊளைச் சதைப்போடத் தொடங்கிற்று. கொழுப்புச் சத்தும் ஏறி பத்துப் படியேறினால் மூச்சு வாங்குகிற நிலைமை வந்தது.

இப்போது என்னால் அதிகம் சாப்பிட முடியவில்லை. குறைந்தபட்ச உணவிலேயே திருப்தியடைய வேண்டியது இருக்கிறது.

அந்த உணவு, 'புரதச் சத்து நிறைந்ததாக இருந்தால் போதும்' என்றே நான் நினைக்கிறேன்.

உடம்பும் அளவோடிருக்கிறது.

ஆனால், மூளை 'சென்சிடி'வாகி விட்டது.

எந்த ஒலியையும் அது எதிரொலிக்கிறது.

திருமூலரும், போகரும், பதார்த்தகுண சிந்தாமணியும் உணவுக்குச் சொல்லும் குணங்களை, இப்போது என்னால் உணர முடிகிறது.

கிழங்கு வகைகள், பட்டாணி, முட்டை, நண்டு, இறால்– இவற்றில் வாயு அதிகமா?

மத்தியானம் சாப்பிட்டால், மாலையிலே எதிரொலி கேட்கிறது.

மாமிசக் கொழுப்பும், உப்பும் ரத்தக் கொதிப்பை ஏற்றுமா?

இருபத்து நான்கு மணி நேரத்தில் ரிசல்ட் தெரிகிறது.

புளியிலும், எலுமிச்சம் பழத்திலும் 'திரவம்' உண்டா?

அந்தத் திரவம் இப்போது கண்ணை மயக்குகிறது; தலையைச் சுற்றுகிறது.

ரத்த அணுக்களின் தாங்கும் சக்தி ஒரு குறிப்பிட்ட காலத்தோடு முடிந்து விடுகிறது.

வெள்ளை அணுக்களும், சிகப்பு அணுக்களும் பலமிழந்து, போராடக் கூடிய வல்லமையை அவை இழந்து விடுகின்றன.

இரண்டு மோட்டார் வைத்துத் தண்ணீர் இறைக்கும் கோயம்புத்தூர் கிணறு போல, ஏராளமான மாத்திரைகளைப்

போட்டே அந்த ரத்த அணுக்களை உயிர்ப்பிக்க வேண்டியிருக்கிறது.

வானைத் தொடும் அளவுக்கு கால் பந்து அடித்த கால்கள், சாதாரணமாக நடந்து போவதற்குத் துணை தேடுகின்றன.

பெரிய ரதத்தைக் கூட மளமளவென்று இழுத்த கைகள், ஒரு வாளித் தண்ணீரைத் தூக்குவதற்குப் பயப்படுகின்றன.

ஏழு மாடி ஏறினாலும் வராத பெருமூச்சு, ஏழு படி ஏறினாலே வருகிறது.

எனக்கல்ல; வயதானவர்களுக்கு!

இருபது வருஷங்களுக்கு முன் அரசியலிலும், இலக்கியத்திலும், கலையிலும் என்னோடு ஈடுபட்ட சிலரை இப்போது பார்க்கிறேன்.

சிலர், 'சர்க்கரை' என்கிறார்கள். சிலர் 'உப்பு' என்கிறார்கள்.

சாப்பாட்டைக் கண்டால் பயப்படுகிறார்கள்; ஆஸ்பத்திரியைக் கண்டால், படுத்துக் கொள்கிறார்கள்; ஆளுக்கு ஒரு மூட்டை மாத்திரை சாப்பிடுகிறார்கள்.

"என்ன வாழ்க்கை இது? இப்படி வாழத்தான் வேண்டுமா?" என்று அலுத்துக் கொள்கிறார்கள்.

போகம் ஒரு கட்டம் வரையில்தான்; 'மறு கட்டம் ரோகம்' என்பதை தேகம் நினைவுபடுத்துகிறது.

சிறு வயதில் திட்டமிட்டு வாழாத யாரும், இதற்குத் தப்ப முடிவதில்லை.

மேல் நாடுகளிலும், கீழ் நாடுகளிலும் ஒருவர் இன்னொருவரைக் கண்டால் முதலில் விசாரிப்பதே, 'உடல் நிலை எப்படி?' என்று தான்.

'நோயற்ற வாழ்வே நான் வாழ வேண்டும்' என்று பிரார்த்தித்தார், இராமலிங்க சுவாமிகள்.

நோயோடு நூறாண்டு வாழ்வதை விட, நோயின்றி ஐம்பது ஆண்டுகள் வாழ்வது போதுமானது.

'நித்திய கண்டம் பூரண ஆயுசு' என்றிருப்பதில் என்ன சுகம்?

அதிலும் இன்றைய உலகத்தில் வந்துள்ள நோய்கள் இருக்கின்றனவே, அனைத்துமே வேடிக்கையானவை.

மயிலை கபாலீசுவரர் கோயிலில் ஒருநாள் பேசி விட்டு வந்தேன். அன்றிரவு நாற்பத்தைந்து வயது மதிக்கத்தக்க ஒரு

பிராமணரும், அவரது மனைவியும் என்னைத் தேடி வந்து, 'தேவர் மண்டபத்தில்' சந்தித்தார்கள்.

நானே உடல் நலமில்லாமல் தான் உட்கார்ந்திருந்தேன்.

தன் மனைவிக்கு அதிசயமான ஒரு வியாதி இருப்பதாகவும், தன் மனைவியைக் கண்போல் காத்து வந்த ஒரே மகள், திடீரென்று இரண்டு மாதங்களுக்கு முன் இறந்து விட்டதாகவும், அந்த பிராமணப் பெரியவர் கண் கலங்கக் கூறினார்.

அவர் சொன்ன வியாதி என்ன தெரியுமா?

அந்த அம்மையார் உட்கார்ந்திருக்கும் போது மெதுமெதுவாக மேலே போவது போல் தோன்றுகிறதாம்! திடீரென்று தன் கணவனையோ, மற்றவர்களையோ கூப்பிட்டுத் தோள்களை அமுக்கச் சொல்கிறாராம்; இப்படி அடிக்கடி தோன்றுகிறதாம்.

அவர் சொன்னார்:

''ஐயா! நான் கடமை தவறாத பிராமணன். அரசாங்கத்தில் பெரிய அதிகாரி. பகவான் என்னை இப்படிச் சோதிக்கிறான்! கடவுளுக்கு நான் என்ன துரோகம் செய்தேன்?''

நான் சொன்னேன்:

''இதைத்தான் இறைவனின் லீலை என்கிறார்கள். ஏற்றுக் கொண்டு அடுத்தக் கட்டத்தை எதிர்பார்ப்பதைத் தவிர நம்மால் ஆவதென்ன?''

அவர் திருப்தியடையவில்லை.

கடையிசியில் பூர்வ ஜென்ம பாவ புண்ணிய கர்மாவைக் கூறி, அவரை அமைதிப்படுத்தினேன்.

எனக்கும் என் நண்பர்கள் சிலருக்கும் ஒரு விசித்திரமான நோய் உண்டு.

பல மாடிக் கட்டடத்தில் ஏறிச் சுவரோரத்தில் நின்று பார்த்தால், கீழே குதிக்க வேண்டும் போல் தோன்றும்.

ஆங்கிலத்தில் 'வெர்டிகோ' என்றும், தமிழில் 'கிறுகிறுப்பு' என்றும் சொல்கிறார்களே அது அல்ல இது.

இது ஒருவகை மனநோய்.

சாப்பிட்டுக் கொண்டிருக்கும் போது திடீரென்று அழுகை வரும்.

''தற்கொலை செய்து கொள்ளலாமா?'' என்று தோன்றும்; சிலருக்கு அப்படி ஒரு நோய்.

கண்ணதாசனின்

ஆங்கிலத்தில் அதன் பெயர், 'சிசோம்பிரினியா!'

நம்முடைய மூதாதைகளான ராஜராஜசோழன் காலத்திலோ, ராஜேந்திர சோழன் காலத்திலோ இந்த நோய்களெல்லாம் இருந்தனவா?

குதிரை ஏற்றம், வாள் பயிற்சி, மல்யுத்தம், நூற்றைம்பது படிக்கட்டுகள் மலையில் ஏறுதல் – இயற்கையை வைத்தியனாகக் கொண்டு அவர்கள் வாழ்ந்தார்கள்.

இப்போதெல்லாம் அதிகக் கனமாக இருந்தால், 'எடையைக் குறை' என்கிறார்கள்.

நம்முடைய மூதாதையர்கள் எல்லாம் குண்டாகத்தான் இருந்து, எண்பது வயது வரை வாழ்ந்தார்கள்.

இன்று பரவலாகக் காணப்படும் நோய், மாரடைப்பு.

ஆயிரத்தில் ஒருவருக்கு அபூர்வமாக அந்த நாளில் வரும் மாரடைப்பு, இப்போது சர்வசகஜமாகி விட்டது.

ஒவ்வொரு மனிதனும் தபால்காரனை எதிர்பார்ப்பது போல், 'நமக்கு எப்போது வருமோ' என்று எதிர்பார்த்துக் கொண்டிருக்கிறான்.

விசித்திரமான நோய்கள் விபரீதமாகப் பெருகிவிட்ட காலம் இது.

காரணம், நாகரீகத்தின் வசதிகள் மட்டுமல்ல; தெய்வ பக்தி இல்லாமையுங் கூட.

இதைப் படிக்கின்ற உங்களில் எத்தனை பேர், தினசரி பூஜை செய்கிறீர்கள்?

எத்தனை பேர் கோயிலை நூற்று எட்டு முறை பிரகாரம் சுற்றி வருகிறீர்கள்?

எத்தனை பேர் மலை ஏறிச் சாமி கும்பிடுகிறீர்கள்?

எத்தனை பேர் குளத்தில் மூழ்கி நீராடி, ஈரத்துண்டோடு காட்டிலே நடக்கிறீர்கள்?

எந்தக் கோயிலின் அர்ச்சகராவது, சர்க்கரை வியாதிக்கு ஆளாகி இருக்கிறாரா?

உடம்பு வியாதி வந்து, கை, கால் வீங்கி இருக்கிறாரா?

எந்த அர்ச்சகராவது எழுபது வயதுக்கு முன்னால் செத்திருக்கிறாரா?

அர்த்தமுள்ள இந்துமதம் - பாகம் 8

அவர்களில் எவராவது கொழுப்படைத்துச் செத்தது உண்டா?

இத்தனைக்கும் 'அக்கார அடிசில்' என்னும் சர்க்கரைப் பொங்கலை, நெய் வடிய ஒரு படி சாப்பிடுகிறவர்!

நோய் இல்லாத காரணம் என்ன?

அவர் தினசரி தெய்வத்தைச் சந்திக்கிறார் என்பது ஒன்று; காற்றில்லாத மூலஸ்தானத்தில் தினமும் நிற்பதால் உடம்பிலுள்ள உப்பும், சர்க்கரையும் வியர்வையில் வெளியேறி விடுகின்றன என்பது மற்றொன்று.

இந்து மதத்தின் பக்தித் தத்துவத்தில் மருத்துவமும் கலந்திருக்கிறது.

நிவேதனப் பொருட்களை மட்டுமே சாப்பிட்டு ஒருவன் வாழத் தொடங்கினால், தெய்வம் வாழும் காலம் வரை அவனும் வாழ்வான்.

நாட்டில் எவ்வளவோ மூலிகைகள் இருக்கின்றன. ஆனால், துளசி தலத்துக்கென்ன அவ்வளவு மரியாதை? அதை ஏன் வீட்டிலே பூஜிக்கிறார்கள்? கோயிலிலே கொடுக்கிறார்கள்?

அது பல நோய்களைக் கண்டிக்கிறது.

அண்மையில் ஒரு பத்திரிகையில் துளசியின் மகிமை பற்றி ஒரு கட்டுரை வந்தது. அது ஒரு 'சர்வரோக நிவாரணி' என்று அந்தக் கட்டுரை குறிப்பிட்டது.

மாரியம்மனை வணங்கும்போது, வேப்பிலை ஏன் பிரதானமாகிறது?

அது மற்றொரு நிவாரணி.

'அலர்ஜி' என்றொரு வார்த்தை ஆங்கிலத்தில் உண்டு.

சிலருக்கு வாசனை 'அலர்ஜி,' சிலருக்கு காய்கறி அலர்ஜி என்று பலவகையான அலர்ஜிகள் உண்டு.

கோயிலுக்குள் எந்த வாசனை வந்தாலும், 'அலர்ஜி' கிடையாதே ஏன்?

'அந்த நோயாளிக்கு இவர் விபூதி கொடுத்தார்; நோய் தீர்ந்து விட்டது' என்கிறோம்.

அது சாமியாரின் மகத்துவமல்ல; விபூதியின் மகத்துவம்.

நோய் வரக்கூடாது.

வந்த பின் என்ன செய்ய வேண்டும் என்று டாக்டர்கள் சொல்ல வேண்டியது.

கண்ணதாசனின்

வராமல் இருக்க என்ன செய்ய வேண்டும் என்பதே நான் சொல்ல வேண்டியது.

முதலில் நடக்கப் பழகுங்கள்.

திருமலைக்குப் போனாலும் சரி; பழனிக்குப் போனாலும் சரி; நடந்தே மலை மீது ஏறுங்கள்.

"கார் போகுமா? விஞ்ச் கிடைக்குமா?" என்று கேள்வி கேட்காதீர்கள். நடக்க இயலாதவர்கள் அவற்றிலே போகட்டும்.

நடக்கக் கூடியவர்கள் நடந்து செல்லுங்கள்.

ஆரோக்கியத்தைப் பாதுகாக்க நமக்குக் கிடைத்த சுப்ரீம் டாக்டர், ஆண்டவனே.

இளைஞர்கள் எல்லாம் கோயில்களில் அங்கப் பிரதட்சணம் செய்ய வேண்டும்.

அதை விடவா ஒரு உடற்பயிற்சி – யோகாசனம் உண்டு?

காவடி எடுத்து ஆடுகிறார்களே, ஏன்?

அவர்களுக்குப் பரத நாட்டியம் தெரியாது; உடம்பில் சகல அம்சங்களும் வளைவதில் ஒரு ஆரோக்கியம்.

உடம்பையும், ஆன்மாவையும் ஒரு சேரக் கவனிக்கும் மதம் இந்து மதம்.

அது நீராடச் சொல்லுவது, உடம்பைக் காக்க.

தெய்வத்தை நம்பச் சொல்லுவது, ஆன்மாவைக் காக்க.

ஆன்மாவுக்குள்ளே, ஆண்டவன் சுடர்விட்டுப் பிரகாசிக்கிறான்.

இருபது வயதில் இருந்தே ஒருவனுக்குக் கோயிலுக்குச் செல்ல வேண்டிய அவசியம் இருக்கிறது.

பணக்காரன் உடம்பு நாளுக்கு நாள் பலவீனமடைகிறது.

பரதேசியின் உடம்போ, எப்போதும் பாதுகாக்கப்படுகிறது.

பல வீட்டுச் சோறு செய்கிற வேலையை, திட்டமிட்ட சாப்பாடு செய்ய முடியவில்லை.

காரணம் என்ன?

பரதேசியின் உடம்பு நடக்கிறது; ஆன்மா ஆண்டவனை நினைக்கிறது.

பணக்காரன் உட்கார்ந்து உட்கார்ந்து கணக்கு எழுதுகிறான்; ஒப்புக்காகக் கோயிலுக்குப் போகிறான்.

அர்த்தமுள்ள இந்துமதம் - பாகம் 8

மொத்தத்தில் நம்மிடமுள்ளது இரண்டே விஷயங்கள் தான்:

ஒன்று தேகம்.

இன்னொன்று ஆன்மா.

வடமொழியில் 'புருஷன்' என்றால் ஆன்மா.

நீ உன் மனைவிக்கு மட்டுமே புருஷனல்ல; உன் தேகத்துக்கும் புருஷன்.

தேகம் என்ற மனைவியையும், 'ஆன்மா' என்ற புருஷனையும் ரோகம் இல்லாமல் காப்பாற்றுவது, இந்து மதம் ஒன்றே!

மீனாட்சி திருக்கல்யாணம்

அத்தியாயம் – 4

போகத்தில் புரண்டு, ரோகத்தில் அவதிப்படும் சாதாரண மனிதன், இனி யோகத்தை தரிசிக்கும்படி செய்வோம்.

அண்மையில் ஒரு நண்பரை நான் சந்தித்தேன். அவரது நெருங்கிய நண்பர்கள் சிலர் இறந்து போனார்கள். குடும்பத்திலும் சிறிது கசப்பு. அவர் நடுத்தரக் குடும்பத்தைச் சார்ந்தவர்.

சோகமாக உட்கார்ந்திருந்த அவர், "இனி என்ன இருக்கிறது பிரதர்? வனமோ வனாந்தரமோ எங்காவது போய்ச் சிவனே என்று விழ வேண்டியது தான்!" என்றார்.

அப்படி விழுவதுதான் யோகமா?

இல்லை, அது வெறும் விரக்தி.

செயல்படக் கூடியவன் செயலை மறப்பதும், அல்லது துறப்பதும் கரும யோகத்தின் ஒரு பகுதி.

பலமுள்ளவன் எதிரியை அடிக்காமலிருப்பது அடக்கத்துக்கு இலக்கணம்.

வசதியுள்ளவன், பிறரை ஏமாற்றாமல் இருப்பது பெருமையின் ஒரு கூறு.

நன்கு வாழும்போதே ஒருவன் யோகியாவது, உயர்ந்த நிலை.

விரக்தியுற்ற நிலையில் யோகியாவது, தாழ்ந்த நிலை.

'தமோ'வாக இருப்பது 'ரஜோ'வாக மாறி, 'சத்வ' குணத்துக்குத் தள்ளப்படும் யோகத்தில் பெருமை இல்லை.

ரஜோ குணத்தையும், தமோ குணத்தையும் பார்த்துச் சிரித்தபடி யோக நிலையை எட்டுவதே தெய்வீகம்.

இமய மலையிலும், அதன் அடிவாரங்களிலும் ஏராளமான சாதுக்கள் திரிகிறார்கள்.

பலர் ஏற்படுத்திய மிஷன் அமைப்புகளில், பலவகையான சந்நியாசிகள் இருக்கிறார்கள்.

இவர்களில் மூன்று வகையினர் உண்டு.

ஒரு வகையினர், சிறு வயதிலேயே ஞானம் கைவரப்பெற்று அப்படியானவர்கள்.

அர்த்தமுள்ள இந்துமதம் – பாகம் 8

இன்னொரு வகையினர், குடும்பத்தில் சிக்கிச் சீரழிந்து வந்தவர்கள்.

மூன்றாவது வகையினர், பிறப்பிலேயே ஆண் தன்மை இல்லாதவர்கள்.

இவர்களிலே ஞானிகள் உண்டு; துறவிகள் உண்டு; சந்நியாசிகள் உண்டு; ஆனால் யோகிகள் இல்லை.

'யோகி' என்பவன் சித்தத்தை மட்டும் அடக்கிப் பழகியவனல்ல; ஜகத்தையும் அடக்கி வெற்றி பெற்றவன்.

அவர்களுடைய திருஷ்டியில் மூன்று காலங்களும் தோன்றும்.

அவர்கள் தங்கள் கண்களால் எதைப் பார்த்தாலும் வசியமாகும்.

யோகிகளின் பார்வையில் புலி அடங்கும்.

மயில் ஆடும்.

மேகம் மழை பொழியும்.

அவனை நெருப்புச் சுடாது.

குளிர் அவனை அடக்காது.

மார்கழி மாதத்தில் சமவெளியில் நம்மால் உலவ முடியவில்லை.

அவர்கள் வெள்ளிப் பனிமலையில் உலாவுகிறார்கள்!

பனிக்கட்டிகள் மிதந்து வரும் நீரில் நீராடுகிறார்கள்!

கிடைக்கும் உணவை உண்கிறார்கள்.

போகத்திற்கு அலைவதில்லை.

ரோகம் அவர்களைத் தீண்டுவதில்லை.

மருந்து மாத்திரைகளுக்கு அங்கே வேலை இல்லை.

நாம் எல்லாருமே அப்படி யோகிகளாக முடியுமா?

முடியாது.

அப்படித்தான் ஆகத்தான் வேண்டுமா?

தேவை இல்லை.

யோகியாக இல்லாமலேயே, யோகம் கைவரப் பெற்றவனாக லௌகீக வாழ்க்கையை ஒருவன் நடத்த முடியும்.

ஒருவன், மனைவியோடு வாழலாம்; ஆனாலும், அவளைத் தீண்டாமலிருக்கவும் கற்றுக் கொள்ள வேண்டும்.

655

கண்ணதாசனின்

ஒருவனுக்கு நிறைய உணவு வசதிகள் இருக்கலாம். பசி எடுத்தாலும் அந்த உணவை உண்ணாமலிருக்கப் பழகிக் கொள்ள வேண்டும்.

இதுதான் இயக்கத்தில் இயங்காமை.

இதுவே லௌகீக மனிதனுக்குத் தேவையான யோகம்.

பதவி என்றால் எல்லோருக்கும் ஆசைதான். ஆனால் நேரம் வரும் போது, அந்தப் பதவியைத் தூக்கியெறியும் திராணி எல்லோருக்கும் வந்துவிடுவதில்லை.

'நம்மை அது அடக்குவதா, அதை நாம் அடக்குவதா?' என்று வரும் போது, 'எதையும் நான் அடக்க முடியும்' என்ற நிலைக்கு வருவதே யோகம்.

அழகான பெண்ணொருத்தி தனிமையிலே காத்திருக்கிறாள், நமக்காக.

நமக்கோ ரத்தம் உடம்பில் துறுதுறுவென்று ஓடுகிறது.

இந்த நிலையில் அந்தப் பெண்ணை வெறுக்கக் கற்றுக் கொள்வது யோகம்.

எது கிடைத்தாலும், 'எனக்கு, எனக்கு' என்று ஓடுகிறவன் போகி.

பின்பு ஒரு நாள் அவன் ரோகி.

'எதையும் விடத் தான் உயர்ந்தவன்' என்று கருதக் கூடியவன் யோகி.

வாரியார் சுவாமிகள் சொன்ன கதை ஒன்று எனக்கு நினைவுக்கு வருகிறது.

ஒரு குறுகலான பாலம்; நன்றாகக் குளித்து விட்டு நெற்றியில் விபூதிப் பூச்சோடு அந்தப் பாலத்தில் வந்து கொண்டிருக்கிறது ஒரு யானை; எதிரிலே அசிங்கமாக வந்து கொண்டிருக்கிறது ஒரு பன்றி. பன்றி, வாலை ஆட்டிக் கொண்டு கம்பீரமாக வருகின்ற வேகத்தில், சக்தி வாய்ந்த யானைக்கு கோபம் வரவில்லை. அது ஒதுங்கி நின்று வழி விடுகிறது. பன்றிக்கோ தான் வெற்றி பெற்று விட்டதாக நினைவு. யானையே தனக்குப் பயந்து விட்டதாக ஒரு கனவு. ஆனால், யானையினுடைய நினைவோ, 'பாவம் பன்றி! விட்டு விடுவோம்' என்பதாகும்.

தன்னை உயரத்தில் வைத்துப் பார்க்கும் ஆணவம் இல்லாமல் யானை ஒதுங்கிற்று.

அர்த்தமுள்ள இந்துமதம் - பாகம் 8

இன்னொரு யானைக் கதை.

ஒரு யானையின் மீது சவாரி செய்ய ஒரு அணில் விரும்பிற்று. 'சரி, முதுகில் ஏறிக் கொள்!' என்றது யானை. அணில் ஏறிக் கொண்டது.

யானை அதைச் சுமந்து செல்லும் போது யானையின் தலையில் ஒரு தென்னை மட்டை விழுந்தது.

யானை ஒரு பிளிறு பிளிறிற்று.

உடனே அணில் கேட்டது, "நான் முதுகில் இருக்கிறது வலிக்கிறதா?" என்று.

யானைக்கு அணில் ஒரு சுமையா?

ஆனாலும், அணிலுக்கு அப்படி ஒரு நினைவு.

தாழ்ந்தவர்கள் தங்களை உயர்வாகக் கருதும் போது, உயர்ந்தவர்கள் சிரித்துக் கொண்டே ஒதுங்கிவிட வேண்டும்.

அதுவும் யோகம் தான்.

'என்னைவிட நீ உயர்வா?' என்று சண்டைக்குப் போகக் கூடாது.

'உலகத்தில் கடவுள் தனக்கு அடுத்தபடியாக நம்மை வைத்திருக்கிறான்' என்று கருதி, அந்தத் தெய்வீக நிலையை எட்டி விடுகிறவனே யோகி.

'பட்டதெல்லாம் போதுமடா பகவானே' என்ற பட்டினத்தார் யோகம், அனுபவ யோகம்.

ஒன்றைப் பார்த்த உடனேயே, 'இது விஷம்' என்று கண்டு கொள்பவனே அறிவார்ந்த யோகி.

'இது மோசம்' என்று கண்டு கொள்கிறவன் அறிவார்ந்த யோகி.

அதை அனுபவித்துப் பார்த்து விலகுபவன், அனுபவ யோகி.

அறிவார்ந்த யோகியின் செயலைத்தான், 'ஞான திருஷ்டி' என்கிறார்கள்.

ஒரு பஸ்ஸில் ஏறி வெளியூருக்குச் செல்ல விரும்பினார் ஒரு நண்பர். திடீரென்று, 'இன்றைக்கு போக வேண்டாம்' என்று முடிவு கட்டினார்.

அன்று அந்த பஸ் விபத்துக்குள்ளாகி விட்டது.

இது இறையருள் யோகம்.

இறைவன் எல்லோருக்கும் இந்தச் சக்தியைக் கொடுப்பதில்லை.

கண்ணதாசனின்

பூர்வ ஜென்ம விதிவசத்தால் சிலருக்கு இது கைகூடுகிறது.

நூறாண்டுகளுக்கு ஒரு முறை, இப்படி இறையருள் யோகம் கைவரப் பெற்றவர்கள் பிறக்கிறார்கள்.

இந்த விதிவிலக்குகளை நம்முடைய வாழ்க்கையில் எடைபோடக் கூடாது.

உண்மையான யோகம் என்பது, நான் முன்னே சொன்னபடி, வாழ்ந்து கொண்டே வாழாமல் இருப்பது; அல்லது வாழாமலே வாழ்வது.

பகவான் கீதையிலே கூறும் முக்கியமான யோகங்கள் சில. கரும யோகம் அவற்றிலே ஒன்று.

'கருமத்தைச் செய்; பலனை எதிர்பார்க்காதே' என்பதே பகவான் வாக்கு.

இதை ஆயிரக்கணக்கான தடவைகள் நீங்கள் கேட்டிருப்பீர்கள்.

இதன் பொருள் என்ன?

'அலுவலகத்தில் வேலை பார்; சம்பளம் வாங்காதே' என்பதா?

சாதாரண மனிதனுக்கு அப்படித்தான் தோன்றும்.

ஆனால், உண்மை அதுவல்ல.

உனக்கென்று சில சுய தர்மங்களை வகுத்துக் கொள்.

'பத்துப் பேருக்கு உதவுகிறது' என்று வைத்துக் கொண்டால், எந்தப் பத்துப் பேரிடமிருந்து எதையும் நீ எதிர்பார்க்க முடியாதோ, அவர்களுக்கு உதவு.

'கருமம்' என்பது கடமை.

"மகனைப் படிக்க வைத்துப் பட்டம் பெற வைத்து, உத்தியோகமும் வாங்கிக் கொடுத்துவிட வேண்டும்" என்று மட்டும் நினை.

'அப்படிக் கொடுத்து விட்டால், அவன் சம்பளத்தில் சாப்பிடலாமே' என்று நினைக்காதே.

எங்கே நீ பலனை எதிர்பார்க்கலாமோ, அங்கே எதிர்பார்க்கலாம்.

மனைவிக்கு நகை வாங்கிக் கொடுப்பதும், கருமம்தான்; அப்படி வாங்கிக் கொடுத்தால், 'அவள் நம்மிடம் பிரியமாக இருப்பாள்' என்ற பலனும் அதில் அடங்கி இருக்கிறது.

அர்த்தமுள்ள இந்துமதம் - பாகம் 8

அரசியல் ரீதியாகச் சொன்னால், ஒரு கருமத்தின் பலன் இருந்தும், இல்லாமலும் இருக்கிற இரண்டு நிலைகள் உண்டு.

உதாரணம்: வங்காள தேச விடுதலை.

அந்த விடுதலையின் மூலம் ஒரு அரக்கனிடமிருந்து வங்காள தேச மக்கள் விடுதலை பெற்றார்கள்.

நாம் அந்த நாட்டைக் கைப்பற்றவில்லை.

ஆனால், ஒரு கோடி அகதிகள் திருப்பி அனுப்பப்பட்டார்கள்.

ஒரு வகையில் நமக்குப் பலன் இருந்தது; ஒரு வகையில் பயனில்லை.

நாம் எதிர்பார்த்த பலன், அகதிகளை அனுப்புவது.

நாம் விரும்பாத பலன் நாட்டைக் கைப்பற்றுவது.

தச்சன், அடிக்கின்ற ஆணிக்கு கூலி வாங்காமல் இருக்க முடியாது.

கொல்லன், அடிக்கின்ற இரும்புக்குக் கூலி வாங்கித்தான் தீர வேண்டும்.

பகவான் இவர்களைத்தான், பலனற்ற கருமம் செய்யச் சொல்லுகிறான் என்று பலர் தப்பாகக் கணக்கிடுகிறார்கள்.

உண்மை அதுவல்ல.

'கருமம்' என்ற வார்த்தையைக் 'கடமை' என்றே அவன் கொள்கிறான்.

'தருமம்' என்பது என்ன?

பலன் கருதாத உதவி.

'கருமம்' என்பது பலன் கருதாத கடமை.

எந்தப் பலனும் கருதக் கூடாது.

'மகாராஜன் நல்லா இருக்கணும்' என்று வாழ்த்துவார்கள், பெற்றுக் கொண்டவர்கள். அந்தப் பலனையும் எதிர்பார்க்கக் கூடாது.

சிலர் பெற்றுக் கொண்டே திட்டுவார்கள்; அதைப் பற்றியும் கவலைப் படக்கூடாது.

'அடப்பாவி! நான் எவ்வளவு உதவி செய்திருக்கிறேன். என்னைப் போய்த் திட்டுகிறானே' என்று சொல்லக் கூடாது.

உண்மையில் அதுவும் ஒரு வகை யோகம்தான்!

659

'நன்றியை எதிர் பாராதே.'

'நன்றி கெட்டவனை மன்னித்துவிடு.'

'எந்தச் சூழ்நிலையிலும் நமது கடமையைச் செய்து விட்டோம்' என்று திருப்தியடையுங்கள்!

–இதுவே யோகம்.

இந்த இலக்கணத்தின்படி, எத்தனை பேரை இன்று நாம் சந்திக்க முடியும்?

தருமச் சொத்து என்று வைத்து, அதிலேயும் கொள்ளையடிப்பவர்கள் தான் அதிகம்.

ஆனால், கண்ணை மூடிக்கொண்டு கடமையைச் செய்வதுதான் யோகம்.

இன்றைய யோகிகளில் சிலர் காரியத்தைச் செய்து கொடுத்துவிட்டு – தாங்கள் எதிர்பார்க்காவிட்டாலும் வருகின்ற பலனைப் பெற்றுக் கொள்கிறார்கள்!

அதுவே, நேரான யோகத்துக்குப் புறம்பானது.

லௌகீக வாழ்வில் ஒரு மனிதன் கடைபிடிக்க வேண்டிய தர்மம் இது.

நல்ல அடை மழை, 'தனது வீடு ஒழுகுகிறது' என்று நாலு பேர் கதவைத் தட்டினால், அவர்கள் படுப்பதற்குக் கூடச் சில பேர் இடங்கொடுப்பதில்லை.

ஓர் இந்து, 'தங்கள் வீடு, அகதிகளும், அதிதிகளும் ஆபத்தில் தங்குவதற்காக' என்று கருத வேண்டும்.

'தன் உணவு பங்கிட்டுச் சாப்பிடவே!' என்று எண்ண வேண்டும்.

'மனைவியைத் தவிர, மற்ற உடமைகள் தன்னுடையனவல்ல!' என்று எண்ண வேண்டும்.

'செல்வம் செல்லக்கூடியது'–

'தங்கம் தங்காதது'–

தங்கக் கூடியது, நல்வினைப் பயன் ஒன்று மட்டுமே.

உலகத்தில் அளவுக்கு மீறி வாழ்க்கையை அனுபவித்தவர்களில் நானும் ஒருவன்.

அனைத்தையும் வெளிப்படையாகச் சொல்லி விடுவதில் தவறில்லை என்று எழுதுகிறேன்.

ஸ்ரீஆதிசங்கரர் பஜகோவிந்தத்தில் சொன்னபடி, வயதாகும் போது சிந்தனையில்தான் திருப்தியடைய வேண்டியிருக்கிறது.

முன்பெல்லாம் ரத்தத்தில் ஒரு அதீதமான உணர்ச்சி இருந்தது.

எந்த ஹோட்டலைப் பார்த்தாலும் பசி எடுத்தது.

எந்தப் பெண்ணைப் பார்த்தாலும் ஆசை வந்தது.

பெரும்பாலான நேரங்கள் பெண்ணைப் பற்றியும், சாப்பாட்டைப் பற்றியுமே பேசுவேன்.

கருங்குரங்கை எப்படிச் சமைப்பது என்பதில் இருந்து, பச்சைப் பாம்பு சூப் வைப்பது வரை நாக்கில் ஜலம் சொட்டச் சொட்டப் பேசுவேன்.

சிறு வயதில் நான் சாப்பிடும்போது, நான் சாப்பிடச் சாப்பிட முன்னால் போடப்படும் எலும்புகளை அள்ளி அள்ளி என் தாயார் வெளியே கொண்டு போய்ப் போடுவார்கள்.

மூன்றாண்டுகளுக்கு முன்பு வரையில், என் மனைவியும் அப்படித்தான் செய்தாள்.

காரணம் எலும்புகள் மலைபோல், குவிந்து கிடந்தால் திருஷ்டி படும் என்பார்கள்.

மலேஷியாவில் சீன ஹோட்டல்களுக்குள் நுழைந்து விட்டால், நான் சாப்பிடும் சாப்பாட்டை யாரும் சாப்பிட முடியாது.

ஓரிடத்தில் நான் சாப்பிட்டு முடித்த போது ஒருவர், "இதென்ன மனிதன் சாப்பிடுகிற சாப்பாடா" என்றே கேட்டு விட்டார்.

சுமார் இருபது வருஷங்களாக எனது இரவுச் சாப்பாடு, இரவு பன்னிரண்டு மணிக்கு மேல்தான்.

இடையிடையே நோய்வாய்ப்பட்டிருந்தபோது, பத்து மணிக்குச் சாப்பிட்டிருக்கிறேன்.

அதுவும் சுமார் இரண்டு மாத காலம்தான்.

சாதாரணமாகவே பன்னிரண்டு மணிக்குச் சாப்பிடுவது தான் வழக்கம்.

ஒன்பது மணியிலிருந்து பன்னிரண்டு மணி வரை குடித்துக் கொண்டும், சிந்தித்துக் கொண்டும் இருப்பேன்.

சிந்தனை, வெள்ளம் போல் கரை புரண்டு ஓடும்.

பெண்களைப் பற்றிய பாடலே தோன்றும்.

உலகத்தை அனுபவித்து முடித்துவிட வேண்டும் போலிருக்கும்.

அடிக்கடி எழுந்து கண்ணாடி பார்ப்பேன்.

இரத்தமெங்கும் ஆனந்தம் கொப்புளித்துக் கொண்டிருக்கும்.

அப்போதும் உடம்புக்கு நோய் வரும்.

எத்தனை மாத்திரைகள் உண்டோ, அத்தனையும் சாப்பிடுவேன்.

அந்த நாட்களில், யார் யாரைச் சந்தித்தோம் என்பது கூடப் பாதி மறந்து போய்விட்டது. அவ்வளவு நிதானமின்றி ஆடி இருக்கிறேன்!

எவ்வளவு ஆடினாலும், எழுத்து மட்டும் ஒழுங்காக இருக்கும்.

அப்போதும் இரத்தக் கொதிப்பு இருந்தது. ஆனாலும் அதன் தோற்றமே இல்லை.

ஒரு 'அல்டோமட்' மாத்திரையைப் போட்டபடி போய்க்கொண்டே இருப்பேன்.

ஒரு டாக்டருக்குத் தெரியாத அளவு மாத்திரைகள் எனக்குத் தெரியும்.

உடம்பு பொத பொதவென்றிருக்கும்; முகம் வீங்கி இருக்கும்; ஆனால், எதை நினைத்தாலும் எழுத முடியும்.

தமிழ் மொழி, நாக்கில் புரண்டு விளையாடும்.

ஒன்றா? இரண்டா?

பன்னிரண்டு வயதிலேயே போகத்தை தொடங்கியவன்.

'பெத்தடின்' பழக்கம் எனக்கு ரோகமாயிற்று.

கடந்த மூன்றாண்டு காலமாக, இறைவன் என்னை யோகத்திற்கு தள்ளுகிறான்.

உப்பு அளவோடு; உறைப்பு கூடவே கூடாது; புளி, எலுமிச்சம்பழம் ஆகவே ஆகாது.

காய்கறிகளில் வெண்டைக்காய், புடலங்காய்களைத் தவிர வேறு காய்கறிகளைச் சாப்பிட முடியாது.

இறைச்சி இல்லை; மீன் மட்டுமே.

இட்லியும், தோசை மாவும் கூடப் புளிக்கக் கூடாது.

இருநூற்று இரண்டு பவுண்டு எடை இருந்தவன், நூற்று அறுபத்து எட்டுக்கு வந்து விட்டேன்.

ஆனாலும் இதுவும் ஒரு வசதியாகவே இருக்கிறது.

அர்த்தமுள்ள இந்துமதம் – பாகம் 8

அத்தனை ஆஸ்பத்திரிகளிலும் சோதித்தேன்; உடம்பில் ஒரு நோயும் இல்லை என்று கூறிவிட்டார்கள்.

இரத்தத்தில் சர்க்கரை நூறுதான் இருக்கிறது; கொழுப்பு நூற்று நாற்பதுதான் இருக்கிறது.

ஆனால், திமிர் பிடித்த ஆசைகள் போய்விட்டன.

தினமும் பெண்களைப் பற்றிச் சிந்திப்பதும், அறவே நின்று போய்விட்டது.

படிக்கலாம் என்று நினைத்தால் 'சௌந்தர்ய லஹரி படிக்கலாமா, லலிதா சகஸ்ரநாமம் படிக்கலாமா, விஷ்ணு சகஸ்ரநாமம் படிக்கலாமா' என்று தோன்றுகிறது.

ஒன்றும் எழுதாமல் இருந்தால், 'ராமானுஜர் நாடகம் பார்க்கலாமா, பார்த்தசாரதி கோயிலுக்குப் போகலாமா' என்று தோன்றுகிறது.

'நோயே இல்லை' என்று டாக்டர்கள் கூறிய பிறகும் கூட, ஏதோ சொர்க்கத்திலிருந்து கீழே தள்ளப்பட்டு விட்ட பிரமை உண்டாகிறது.

நான் விரும்பியோ, விரும்பாமலோ, ஒரு யோகியின் நிலை என் மீது திணிக்கப்பட்டிருக்கிறது.

கடந்த எட்டு மாதங்களாக அந்த நிலை வளர்ந்து வருகிறது.

முன்பெல்லாம் மது அருந்தினால், அதில் ஒரு அற்புதமான சுகம் இருந்தது. இப்போது வெறுப்புத் தோன்றுகிறது.

முன்பு அனுபவிக்கக் குடித்தேன்.

இப்போதுதான் உண்மையிலேயே சூழ்நிலைகளை மறக்கக் குடிக்க வேண்டியதிருக்கிறது.

ஆனால், கொஞ்ச நாட்களாக குடியின் மீதும் வெறுப்பு அதிகரித்துக் கொண்டு வருகிறது.

மது, மாமிசம், மங்கை இம்மூன்றிலிருந்தும், பகவான் என்னை விடுவித்துக் கொண்டிருப்பது போல் தோன்றுகிறது.

இதனை மகிழ்ச்சியோடு ஏற்றுக் கொள்ளச் சித்தமாக இருக்கிறேன்.

அளவுக்கு மீறிய போக காலம், ஐம்பதிலேயே முடிந்து விடுவதைப் பற்றி நான் கவலைப்படவில்லை.

என் அளவுக்குப் பட்டினத்தாரும், அருணகிரிநாதரும் கூட அனுபவித்திருக்க மாட்டார்கள்.

கண்ணதாசனின்

ஒரு யோகியின் பரிபூரண நிலையை எய்த எல்லோராலும் முடியாது.

இறைவனே மனது வைத்து, வில்லங்கங்களில் இருந்து விடுதலை செய்யும் போது, அதையே பெரிய வரமாகக் கருத வேண்டும்.

மரணம் தவிர்க்க முடியாதது. எல்லோருடைய வாழ்விலும் என்றோ ஒரு நாள் அது நிகழப் போகிறது.

பழைய உடல் நிலை இருந்தால், இன்று நான் ஒரு இருதய வியாதிக்காரனாக இருப்பேன்.

ஒருவேளை மரணம் கூடச் சம்பவித்திருக்கலாம்.

அப்போதெல்லாம் நான்கு படி ஏறினால் மூச்சு வாங்கும்; கால்கள் சுரந்து, வீங்கிப் போய்க் கிடக்கும். அது ஒரு நல்ல சகுனமல்ல.

இன்றைய நிலையில் ஓரளவாவது உணவு உண்ண இறைவன் என்னை அனுமதித்தால் போதும்; வேறு எந்த அபிலாஷைகளும் எனக்கில்லை.

உற்சாகமாக நடமாடும் சக்தி ஒன்று மட்டும் இருந்தால் போதும்.

கையில் இருக்கிற பேனா நகர்ந்து கொண்டே இருக்க வேண்டும்.

குழந்தை குட்டிகள், பாசம் என்ற வில்லங்கங்கள் இல்லாதிருக்குமானால், இப்போது நான் நேசிக்கக் கூடியது, ரிஷிகேச யாத்திரையே!

இடுப்பளவு கங்கை நீரில் உட்கார்ந்து கொண்டு யோகம் புரிவது போல் சுகம் வேறு என்ன இருக்கிறது?

இறைவனைப் பற்றிய சிந்தனையை விட, வேறு சிந்தனைக்கு அங்கு வேலை என்ன?

பரலோக வாழ்க்கைக்கும், இகலோக வாழ்க்கைக்கும் இடையேயுள்ள தாரதம்மியங்களைக் குறிப்பிட்டு, உலகத்திற்குச் சொல்லி விட்டால், என் கடைசிக் காலம் பெருமைக்குரியதாக ஆகிவிடாதா?

ஆன்மாவைப் பற்றிய ஆராய்ச்சியில் நான் முழுமை பெற்று விட்டால், பகவானை அகக் கண்களால் தரிசித்து விட மாட்டேனா?

வைராக்கிய ஞானிகள் இன்றுவரை நின்று நிலைத்திருப்பது போல், நானும் நிலைத்திருக்க மாட்டேனா?

அர்த்தமுள்ள இந்துமதம் - பாகம் 8

ஒருவேளை அந்த ஞானிகளின் அளவுக்கு நானும் வாழ மாட்டேனா?

பரபரப்பான நகர நாகரிகத்திலிருந்து கட்டுப்பாடுகளற்ற தனிமையை எட்டும்போது, குறுக்கீடுகள் இல்லாத அந்தத் தனிமையில் எவ்வளவு சிந்தனைகள் வரும்?

அந்த யோகத்தில் நோய்கள் இல்லை; நோய்களுக்கு மருந்துகளும் இல்லை.

அது வேண்டும், இது வேண்டும் என்ற ஆசை இல்லை; ஆரவாரமில்லை.

நிம்மதி; அதுதான் தேவனின் சந்நிதி.

இரண்டு கைகளையும் நீட்டிப் பிச்சை வாங்கி, உண்டு குளிர்ந்த மர நிழலில் துண்டை விரித்துத் தூங்குவதில் உள்ள சுகம், நகரத்து ஏர்-கண்டிஷன் அறையில் கிடைக்காது.

உலகம் சுற்றிலும் செயற்கையாகத் தோன்றுகிறது.

நவீன நாகரீகத்தின் போலித்தனம் விளங்குகிறது.

'எல்லா ஆட்டங்களுமே முடியக் கூடியவையே' என்ற சிந்தனை, அடிக்கடி வருகிறது.

பணம் சேர்ப்பதும், பங்களா வாங்குவதும் மறந்தே போய்விட்டது.

அன்றாடத் தேவைகளுக்கு மட்டுமே பணம்; வெயில் மழைக்கு ஒதுங்கவே வீடு.

தேவைகள் குறைந்தபட்ச நிலையை எட்டுகின்றன.

இருபது வயதில் அதிகபட்ச நிலைக்குப் போன மனது, ஐம்பதிலேயே குறைந்தபட்ச நிலைக்கு வந்து விட்டது.

பிறப்பின் நோக்கங்கள் முடிந்தனவோ இல்லையோ, ஒரு பிறப்பு முடிவை நோக்கிப் பயணம் செய்கிறது.

இளம் வாலிபர்களைக் காணும்போதெல்லாம், இவர்கள் ஆடி ஆடி ஓய வேண்டியவர்கள் என்று தோன்றுகிறது.

'மனிதனுடைய இலட்சிய எல்லை ஈஸ்வர ஐக்கியமே' என்று எண்ணும்போது, பகவத்கீதையின் சுலோகங்கள் பளிச்சிடுகின்றன.

ஒரு இளைஞன் பகவத்கீதை படித்தால், அது புரிவது கடினம்.

வாழ்ந்து பார்த்தவன் வாழ்க்கையைப் பார்ப்பது போல, அனுபவித்து அறிந்தவன் அதைப் படித்தால் புரியும்.

மனத்தின் சபலத்தைப் பற்றி அர்ஜுனன் கேட்கிறான்; 'அதை யோகத்தால் அடக்க முடியும்' என்று பகவான் சொல்லுகிறான்.

இன்றைய கல்லூரி மாணவனிடம் போய் யோகத்தைப் பற்றிப் பேசினால், அவன் சிரிப்பான்.

காமக் களியாட்ட நடனங்களையும், திரைப்படங்களையும் விரும்பும் அவனுக்கு அது புரியாது.

ஆனால் எனக்குப் புரிகிறது.

மனம்—

அதன் கோலங்கள் தான் எத்தனை?

தான் போடுகின்ற கோலங்கள் அனைத்துமே ஓவியங்கள் என்று எண்ணுவது மனம்.

குழந்தைப் பருவத்தில் அது குருத்து விட்ட போது, உலகத்தின் பசுமையே அதன் கண்ணுக்குத் தெரிந்தது.

சேலை அழகாக இருந்தால் கூடச் சேயிழையாள் அழகு என்று எண்ணிற்று.

எதிலும் ரசனை, எதிலும் சுகம்.

யாராவது ஒருவர் அன்பாகப் பேசிவிட்டால், அவரையே சுற்றி வட்டமிடும்.

எவளாவது ஒருத்தி காதலிப்பது போல் நடித்துவிட்டால், அவளுக்காகவே ஏங்கும்.

அமெரிக்காவைப் பற்றிப் படித்து விட்டால், அங்கு போக மாட்டோமா என்று அலறும்.

ஆனால், வயது ஒரு குறிப்பிட்ட எல்லையைத் தாண்டும் போதுதான், எதன் மீதும் ஒரு கேலிச் சிரிப்பு எழும். 'எவ்வளவோ பார்த்தாகி விட்டது' என்று சொல்லத் தோன்றும்.

எதைப் பற்றிப் பேசினாலும், 'அந்த நாளிலே...' என்று ஆரம்பிக்கும்.

வாசற்படி, தான் மலையின் ஒரு பகுதியாக இருந்ததை எண்ணிப் பார்த்தால் வருத்தப்படத்தான் செய்யும்.

ஆனால், வாசற்படியாகச் செய்யும் சேவையை மலையாக இருந்தபோது, தான் செய்யவில்லை என்று எண்ணிப் பார்த்தால், அது மகிழ்ச்சியடையும்.

செய்ய வேண்டிய வேலைகளைச் செய்ய வேண்டிய காலத்தில் செய்து முடித்தால், யோக காலத்தில் அவை திரண்டு நிற்கும்.

அர்த்தமுள்ள இந்துமதம் – பாகம் 8

நான் எழுதியதை விட, எழுதாமல் விட்டது அதிகம்.

ஆனால், எழுதியதே அதிகம் என்று பல பேருக்குத் தோன்றுகிறது.

அப்போது நான் பகவத்கீதையை மொழி பெயர்க்கவில்லை.

படித்திருந்தால், எனது சொற்பொழிவு நிலையே திசை மாறி இருக்கும்.

மற்றவர்களும், காலம் கடந்ததற்குப் பின்பு இதைச் சிந்திக்கக் கூடாதே என்பதற்காக இதைக் குறிப்பிடுகிறேன்.

இன்னும் எனக்கொரு நம்பிக்கை இருக்கிறது.

இறைவன் சற்று ஒத்துழைப்பானானால், இதற்கு முன் யாரும் சொல்லாத சில விஷயங்களை, நான் சொல்ல வாய்ப்பிருக்கிறது.

சிறு வயதின் போகானுபவங்களும், ரோகானுபவங்களும் சிந்தனையைக் கொஞ்சம் தடை செய்கின்றன.

உலக விஞ்ஞானத்திற்கும், பூலோகத்திற்கும், தெய்வீக உணர்விற்கும் இந்து மதமே அடிப்படை என்று எனக்கு அடிக்கடி தோன்றுகிறது. அது பற்றி ஆராய உடல் வலிமை இன்னும் சற்று அதிகமாகத் தேவைப்படுகிறது.

மூச்சை அடக்கிக் கடலுக்குள்ளே முத்தெடுப்பவனைப் போலதான், இப்போது நான் சில சாதாரண முத்துகளை எடுத்து வருகிறேன்.

இந்து மதத்தில், சுமார் 112 உபநிஷத்துகள் இருப்பதாகக் கூறுகிறார்கள். அவற்றில் கடோபநிஷத்தில் சில பக்கங்கள் மட்டும்தான் நான் படித்திருக்கிறேன்.

பார்க்கப் போனால், உபநிஷத்துகளைப் படித்து ஆராயவே ஒரு பிறவி எடுக்க வேண்டும் போல் தோன்றுகிறது.

சிறு வயதில் இருந்த சிறிய ஆசைகள் போய், பெரிய வயதில் பெரிய ஆசைகள் முளைத்திருக்கின்றன.

இவை ஒரு யோகியின் ஆசைகளே!

'இன்னும் என்ன? இன்னும் என்ன?' என்ற கேள்வியை இப்போது மனது கேட்கிறது.

உடம்பு நன்றாக இருக்கும்போது மனத்தில் யோக நிலை இல்லை.

இரண்டும் ஒன்றாகக் கைவரப் பெற்றவர்களே உன்னத யோகிகள்.

667

கண்ணதாசனின்

'அங்கே ஒரு சுவாமி அப்படிச் செய்தார்; இங்கே ஒரு சுவாமி இப்படிச் செய்தார்' என்று நாம் செய்திகள் கேள்விப்படுகிறோம். அவையெல்லாம் என்ன?

ஏதோ ஒரு யோகம் அவர்களுக்குக் கைவந்த கலையாகி விட்டது.

'ஒருவரைப் பார்த்தவுடனேயே வரலாற்றைச் சொல்லி விடுகிறார்' என்றும், 'நீங்கள் வீட்டுக்குப் போங்கள். ஒரு செய்தி காத்திருக்கிறது' என்றார் என்றும், சில அதிசயங்களைக் குறிப்பிடுகிறார்கள்.

திருமுருகன் பூண்டியில் ஒரு சுவாமி, திருவண்ணாமலையில் ஒரு சுவாமி, பெங்களூருக்கு அருகில் ஒரு சுவாமி, சென்னை நுங்கம்பாக்கத்தில் ஒரு சுவாமி – பலரைப் பற்றி பலவிதமாகக் கூறப்படுகிறது.

அவர்கள் விளையாடுவது சித்து என்று நானும் கூறியிருக்கிறேன். ஆனால், அதுவும் ஒரு வகை யோகமே.

என்னாலும் உன்னாலும் எது முடியாதோ, அதை இன்னொருவன் செய்யும்போது அவனது திறமையை ஒப்புக் கொண்டுதான் அடுத்ததைப் பேச வேண்டும்.

இந்த சித்துக்களுக்கு அப்பாற்பட்ட யோகிகள் சிலர் உண்டு.

காஞ்சிப் பெரியவர்கள், அவர்களில் முக்கியமானவர்கள்.

காஞ்சிப் பெரியவர்கள் செய்வதை 'ஹடயோகம்' என்றே கூறலாம்.

அவர் ஆணியை விழுங்குவதில்லை.

சமாதியில் முப்பதுநாள் இருந்து மீண்டும் வருவதில்லை.

ஆனால், இவற்றை எல்லாம் விட ஒரு தெய்வீக நிலையை அவர் எட்டியவர்.

ராமானுஜர் காலத்தில் பக்தி மார்க்கம், ஞான மார்க்கம் பற்றிய சர்ச்சை எழுந்தது. இன்று இரண்டு மார்க்கத்துக்குமே பாலமாக விளங்குபவர் காஞ்சிப் பெரியவர்.

எல்லா யோகிகளிடமும் மேதைத் தன்மையை எதிர்பார்க்க முடியாது.

காஞ்சிப் பெரியவர்களிடம் அதுவும் இருக்கிறது.

உண்மையான மேதைக்கு வேண்டிய அடக்கமும் இருக்கிறது.

பற்றற்ற ஞானமும், பரமார்த்திக நிலையும் இருக்கின்றன.

அர்த்தமுள்ள இந்துமதம் – பாகம் 8

'எல்லோராலும் முடியாது' என்று சொல்லக்கூடிய வாழ்க்கை நிலை இருக்கிறது.

லௌகீக வாழ்க்கையை முழுமையாகத் தெரிந்து வைத்திருக்கும் தெளிந்த உணர்விருக்கிறது.

கடலிலேயே கருங்கடல், அரபிக்கடல் என்றிருப்பதைப் போல, இந்தக் கடலும் ஞானக் கடல், பக்திக் கடல், யோகக் கடல்.

கைப்பிடி அவலிலும், ஆழாக்குப் பாலிலும் ஒரு ஜீவன் காதகாதங்கள், நடந்தே போக முடிகிறதென்றால், அது அவலின் சக்தியல்ல; ஆன்மாவின் சக்தி.

வைட்டமின் மாத்திரையால் உடம்பு சூடாகிறது என்று கருதி, இரண்டு மாத காலம் வைட்டமின் மாத்திரைகளை நான் நிறுத்தினேன். இத்தனைக்கும் நன்றாகச் சாப்பிட்டுக் கொண்டுதான் இருந்தேன். ஆனாலும் என்னால் எழுந்து நடமாட முடியவில்லை.

எழுதுவேன், படுப்பேன், எழுவேன்; காலைப் பலகாரம் சாப்பிடுவதற்குக் கூட உட்கார முடியவில்லை.

அவரோ, ஆன்ம சக்தியைத் துணையாகக் கொண்டு நடக்கிறார்; பேசுகிறார்; ஆன்மாவைப் புடம் போட்டு எடுத்து விட்டால், நன்றாகப் பாடம் பண்ணிவிட்டால், உடம்பு அதற்குக் கட்டுப்பட்டு விடுகிறது.

ஆன்மாவைப் பாடம் பண்ணுவதென்றால் என்ன?

'எதையும் சமமாகப் பாவிப்பது' என்கிறது பகவத்கீதை.

இன்பம், துன்பம், இருட்டு, வெளிச்சம் எல்லாமே சமமாகிவிட்டால் யோகம் கைகூடி வரும்.

சாவுக்கு அழாமலும், வரவுக்குச் சிரிக்காமலும், சம உணர்வு எய்தும் தன்மை சுலபத்தில் வந்து விடாது.

நான் காதலில் கருகிப் போகிறேன்; பாசத்தில் வெந்து போகிறேன்; வேண்டியவர்களுக்கு ஏதாவது ஆகிவிட்டால் சாதாரண மனிதனை விட மோசமாக அழுகிறேன்.

ஆன்மாவின் பலவீனம் முழுமையாக செம்மைப்படவில்லை.

நாள் ஆக ஆக இந்தப் பலவீனம் குறைவதும் தெரிகிறது.

என் சகோதரரின் மறைவு என்னை அதிர்ச்சி அடைய வைத்தது உண்மையே.

அந்த அதிர்ச்சி எல்லாம், 'நல்ல வாழ்க்கை அமையாமல் அவர் மாண்டு விட்டாரே' என்பதால் ஏற்பட்டது.

669

கண்ணதாசனின்

ஆனால், எனது நான்கு சகோதரிகள் இறந்த போது, அழுத அழுகையை விட, இப்போது அழுதது குறைவு.

முப்பத்தைந்து ஆண்டுகளுக்கு முன்னால் ஒரு சகோதரி காலமானார். அப்போது எனக்குப் பதினேழு வயது.

தொடர்ச்சியாக ஏழு நாட்கள் அழுதேன்.

பல வருஷங்கள் அந்த மரணத்தை மறக்க முடியவில்லை.

இப்போது ஒன்றை மறப்பது என்பது கடினமாகத் தோன்றவில்லை.

'நாமும் சாக வேண்டியவர்களே' என்ற எண்ணம் அழுத்தமாக எழுவது இந்த வயதில்தான்.

இன்னும் நாலைந்து ஆண்டுகளுக்குப் பிறகு, மரணத்தைக் கண்டு சிரிக்கும் நிலையே எனக்கு ஏற்பட்டு விடக் கூடும்.

பரிபக்குவ நிலை, பரிமாணத்தின் மூலமே வருகிறது. அது எய்துகின்றவனுடைய அறிவைப் பொறுத்தது. அது சீக்கிரம் வந்துவிடக் கூடும்.

நான் குருகுலத்தில் படித்தவன். ஐந்தாண்டு காலம் வெளி உலகை அறியாது வாழ்ந்தவன்.

அதை விட்டு வெளியே வந்து உலகைப் புரிந்து, உள்ளங்களைப் புரிந்து பக்குவநிலை எய்துவதற்கு எனக்கு இவ்வளவு காலமாயிற்று.

இதுவும் முழுப் பக்குவமல்ல.

முழுப் பக்குவம் என்பது, விரும்புவது கிடைக்காவிட்டாலும், விரக்தியடையாமல் இருப்பது.

மீண்டும் கீதையைச் சொன்னால், எதையும் சமமாகப் பாவிப்பது.

காஞ்சிப் பெரியவர்களைத் தவிர, வேறு ஒருவரிடமும் அந்தப் பக்குவ நிலையை நான் காணவில்லை என்று சொன்னால், மற்றவர்கள் வருத்தப்படக்கூடாது.

பெரும்பாலானவர்களிடம் கோபமாவது மிஞ்சி இருக்கிறது; பெரியவர்களிடம் அதுவும் கிடையாது.

இந்த யோகம், பயிற்சி, படிப்பு, அனுபவம் ஆகிய அனைத்தும் சேர்ந்த பின்னாலே வரும்.

உடம்பிலே திமிரில்லாத இளைஞர்கள் மட்டுமே இதைப் பயில முடியும்.

அத்தியாயம் - 5

எப்பொழுதுமே தன்னை உணர்ந்து கொண்டு விட்ட மனிதன், மரணத்தில் இருந்து விடுதலை பெற்று விடுகிறான்.

அவன் செத்துவிட்டான் என்று சொன்னால், 'அவன் உடம்புதான் செத்துவிட்டது, ஆன்மா சாகவில்லை' என்பது பொருள்.

'என்னையே எனக்குக் கொடு' என்னும் தத்துவத்தில் ஆன்மாவே உணரப்படுகிறது. அதற்குள் இருக்கும் ஈஸ்வரன் அறியப்படுகிறான்.

துயரங்கள் தோன்றாமல் சிரித்துக் கொண்டே அவன் மரணமடைந்து விடுகிறான். அதாவது, அவன் உடம்பு அழிந்து விடுகிறது.

இந்த ஆன்ம யோகத்தை மிக ஆழமாக நமது சித்தர்களும், முனிவர்களும், ரிஷிகளும் சிந்தித்தார்கள்.

இமய மலையில் குடி புகுந்தவன், மாத்திரை வாங்குவதற்காக டாக்டரைப் பார்த்ததுண்டா?

ஆன்மாவை உணர்ந்து கொண்டவன், பிறரிடம் கேட்டுத் தெரிந்து கொள்ள என்ன இருக்கிறது?

அவனுக்குச் சொல்வதற்குத்தான் பிறரிடம் என்ன இருக்கிறது?

இப்போது நான் சொல்லப் போவது, மரணத்தை வெல்லும் யோகம் பற்றிய 'கடோப நிஷதம்' ஆகும்.

கௌதமரின் குமாரர் வசிஸ்ரவர்; அவரது குமாரன் நசிகேதன்.

அவர் தன்னிடம் இருந்த எல்லாப் பொருள்களையும் தானம் செய்தார்.

அவரது குமாரன் நசிகேதனுக்கும், 'தன்னை, தந்தை யாருக்குத் தானம் செய்வார்?' என்ற கேள்வி எழுந்தது.

'தனக்கு வயதான பின் தானம் செய்வதில் பொருளிருக்க முடியாது. கடைசி முறையாகத் தண்ணீர் குடித்துப் புல்லைத் தின்று மலடாகிவிட்ட கிழட்டுப் பசுக்களைத் தானம் செய்வதில் என்ன யோகம் இருக்க முடியும்? இந்த ஒன்பது வயதிலேயே, தானும் தானம் செய்யப்பட வேண்டும்!' என்று நசிகேதன் கருதுகிறான்.

கண்ணதாசனின்

'தந்தையே! என்னை யாருக்குத் தானம் செய்யப் போகிறீர்?' – தந்தையைக் கேட்கிறான்.

அவர் பேசாமல் இருக்கிறார்.

அவன் மீண்டும், மீண்டும் கேட்கிறான்.

அவர் கோபத்தோடு, 'உன்னை யமனுக்குத் தானம் செய்யப் போகிறேன்' என்கிறார்.

நசிகேதன் யோசிக்கிறான்:

'தன்னைப் பெற்றுக் கொள்வதால் யமனுக்கு என்ன லாபம்? நான் யமனிடம் போவதென்றால், பலருக்கு முன்னால் போகப் போகிறேன். அல்லது சிலருக்கு நடுவில் செல்லப் போகிறேன். என்னை அடைவதன் மூலம் யமன் செய்யப் போவது என்ன இருக்கிறது?'

அவன் ஏதேதோ யோசிக்கிறான்.

'தந்தையே! நம் முன்னோர்கள் நடந்து வந்த விதத்தைக் கவனியுங்கள். தானியங்களைப் போல மனிதன் அழிகிறான்; தானியங்களைப் போலவே மீண்டும் பிறக்கிறான். நானும் போய் வருகிறேன்' என்று கூறிப் புறப்படுகிறான்.

நசிகேதன் ஸ்தூலத்துடனேயே யமதர்மனைப் பார்க்கப் புறப்படுகிறான்.

தானியங்களை உதாரணம் காட்டியதில், அவன் ஒரு அர்த்தத்தைக் குறிப்பிடுகிறான்.

'ஒரு தானியத்தின் ஆயுள் காலம் எவ்வளவோ, அவ்வளவுதான் மனிதனின் ஆயுட்காலம்' என்பது அவனது நம்பிக்கை.

வாழ்வு இவ்வளவு சிறியதாக இருக்கும் போது, அதில் ஆசை வைப்பானேன்?

காம, குரோத, லோபங்களில் சிக்குவானேன்?

தந்தையிடம் சொல்லுகிறான் தன் புறப்பாட்டை.

தந்தையும், அவன் யமனைப் பார்க்கப் போவதை அனுமதிக்கிறார்.

யமனைத் தேடி நசிகேதன் சென்ற போது, யமதர்மன் வீட்டில் இல்லை. அதனால் மூன்று நாட்கள் அவன் அங்கே தங்க நேரிடுகிறது.

மூன்று நாளும் நசிகேதன் உண்ணாவிரதம் இருக்கிறான்.

மூன்றாவது நாள், யமதர்மன் வருகிறான்.

அர்த்தமுள்ள இந்துமதம் - பாகம் 8

ஒரு பிராமணச் சீடன் தனக்காக மூன்று நாட்கள் விரதம் இருப்பதைப் பார்த்து, யமன் சொன்னான்:

"ஏ அதிதியே! பிராமணா! என் வீட்டில் நீர் மூன்று இரவுகள் உணவருந்தாமல் கழித்து விட்டீர். அதற்குப் பதிலாக மூன்று வரங்களை உங்களுக்குத் தருகிறேன். என்னென்ன தேவை என்று நீங்கள் கேட்டுப் பெற்றுக் கொள்ளுங்கள். உங்களுக்கு என் வணக்கம். உமக்கு நன்மை உண்டாகட்டும்."

உடனே நசிகேதன் மூன்று வரங்களைக் கேட்கிறான்.

முதல் இரண்டு வரங்களும், நசிகேதனின் தந்தையைப் பற்றியதும் சொர்க்கத்தைப் பற்றியதுமாகும். அதில் ஒன்று, அக்னி யாகம். அதற்காகக் கற்கள் பதித்த ஒரு தங்கச் சங்கிலியை யமன் தருகிறான்.

அது யமதர்மனின் முத்திரை.

மூன்றாவது கேள்விதான் சிக்கலானது.

"யமதர்ம ராஜரே! ஒரு மனிதன் இறந்த பிறகு, 'அவன் இருக்கிறான்' என்று சிலர் சொல்லுகிறார்கள்; 'இல்லை' என்று சிலர் கூறுகிறார்கள். உண்மை எது? அவன் இருக்கிறானா இல்லையா? இந்தச் சந்தேகம் வெகு நாட்களாக இருக்கிறது. இதை எனக்கு நீங்கள் தெளிவு படுத்த வேண்டும்."

இந்த இருபதாவது ஸ்லோகத்துக்கு விளக்கம் சொல்லும்போது, சுவாமி சின்மயானந்தா அவர்கள் கீழ்க்கண்டவாறு சொல்லுகிறார்கள்:

"உபநிஷத ரிஷிகள் பெருமையே பெருமை! கதாநாயகனுடைய சித்திரத்தைச் சொல்லாத வார்த்தைகளிலேயே எவ்வளவு திறமையாக அமைக்கிறார்கள்! இது ஷேக்ஸ்பியரின் கற்பனைகூடச் செய்ய முடியாத ஒன்றாகும்! அந்த அமர ரிஷிகளுக்கு நம் வணக்கம் நிறைந்த வாழ்த்துக்கள் உரியனவாகுக."

"நாம் முன்னால் பார்த்தோம்; இலட்சிய (ஆன்ம வித்தை) மாணவனாக நசிகேதன் மனஅமைதியையும் இன்பத்தையும் வேண்டி, முதல் வரத்தைத் தீர்த்தான். இரண்டாவது வரத்தை மனித சமுதாயம் ஆசி பெற அர்ப்பணித்தான்; இப்பொழுது கடைசி வரம் என்ற பொழுதுதான் தன் 'நலத்தைப்' பற்றி நினைக்கிறான். தன் பெரிய சந்தேகங்களுள் ஒன்றைத் தீர்த்து வைக்குமாறு கேட்கிறான்.

தியாகம் வேண்டும். தனக்குரியவர் மட்டுமின்றி உலகம் முழுவதிலும் உள்ளவருக்கு நன்மை புரிந்து, அவர்கள் நன்மையைத்

தன் ஆன்ம விடுதலையை விட முதலில் எண்ணுமளவுக்குத் தன்னுள்ளே, 'தயை' வேண்டும். உண்மையான ஆன்ம முன்னேற்றம் தேடுபவன், உண்மையைத் தேடிச் செல்லும் யாத்திரையில் முழு வெற்றியையும் பெற வேண்டும் என்றால், அவனுக்கு இன்றியமையாத முக்கிய குணம் வேண்டும். இது, இன்று பக்தர்கள் வர்க்கத்தில் மெதுவாக வந்து செறிந்து நிற்கின்ற நம்பிக்கைக்கு நேர்மாறானதுதான். தப்பிதமாகப் புரிந்து கொண்டிருக்கிறார்கள் அவர்கள். அந்தத் தப்பான அர்த்தத்தில்தான் அவர்கள் சங்கடங்கள் தங்கும் குளவிக் கூடும் அமைகிறது.''

''மதத்தைப் பின்பற்றுவது நன்மைக்கமைந்த, சமுதாய அல்லது சமூக வாழ்க்கைக்கு இடையூறு அல்ல; இடையூறாக இருக்கவும் முடியாது. ஆன்மீக வாழ்வு விழைபவன் ஊமையாகவும், செவிடாகவும் இருத்தல் வேண்டும் என்பதில்லை. அவனுக்குத் தன்னைச் சுற்றியுள்ள மக்கள் உலகின் தேவைகளும், துயர்களும் நன்கு தெரிந்திருக்க வேண்டும். அவன் தேடித் தன்னுள்ளே ஓர் அன்பையும், பிறர் துயருக்கு அழுது கரைகின்ற உள்ளப் பொறையையும் பெற வேண்டும். தன் உறவினர், தன் தலைமுறை மக்கள் இவர்களுடைய உள்ளங்களுடன் தன் உள்ளத்தைப் பொருத்தி அறியும் ஆற்றல் இல்லாத ஒருவனுக்கு உண்மையின் கோயிலுக்குள் தூய்மையுள் தூய்மையான அந்த நிலையை அடையத் தகுதி கிடையாது.''

''இந்தச் சுலோகத்திலிருந்து உபநிஷதம் என்பது ஆரம்பிக்கிறது. இதுவரை செய்ததெல்லாம், ஒரு பக்குவமடைந்த ஜீவனைப் பூரண தகுதி வாய்ந்த ஆசாரியரின் எதிரே கொண்டு வருவதற்கான நாடக இயல் நிறைந்த ஒரு சந்தர்ப்பத்தைக் காட்டி அமைப்பதற்கான முயற்சிதான்.''

''அந்த பிராமணச் சிறுவன் எழுப்பிய சந்தேகம், அவன் 'சாஸ்திரப் பண்பாட்டை'யும் அவனது 'தன் வளர்ச்சி'யையும் காட்டித் தருகிறது. எப்பொழுதும் இந்திரிய சுகங்களையே தேடித் திரியும் மிருக மனிதன், வாழ்க்கையைப் பற்றி முழுதாக எண்ணி, ஆழ்ந்த ஒரு முனைப்பட்ட இவ்விதமான சந்தேகத்தைக் கொள்ள முடியாது. அவன் அதற்காகவும் சமநிலையும், புத்தித் திறனும் கொண்டிருப்பது மிகவும் அபூர்வமே!''

''ஆகா! வாழ்க்கையில் கண்ணீர் வரவழைக்கும் இச்சம்பவம் இருக்கிறதே, சாவு என்ற ஒன்று, அதனுடைய பயங்கர அழகின் சுழலில் விழுந்து தத்தளிக்கிற சிந்தனையாளர்கள் எவ்வளவோ; இன்றும் கூடச் சாவு எல்லா நிலைகளிலும், எல்லாப் பகுதிகளிலும் உள்ள எழுத்தாளர்கள், சிந்தனையாளர்கள், ஆசிரியர்கள்,

அர்த்தமுள்ள இந்துமதம் – பாகம் 8

தத்துவவாதிகள் எல்லோரையுமே தன்பால் ஈர்க்கும் ஓர் அழகிய கருத்துத்தான். ஆனால் இந்தக் கம்பீரமான பிரச்சனையைத் தீர்க்கும் அளவுக்கு அறிவாற்றல் உள்ளவர்கள் வருவது மிகவும் குறைவே என்றும் நாம் பார்க்கிறோம். ஆனால், முனிவர்கள் தம் அமைதியில் அவர்கள் அறியவும் உணர்வுமாகத் தம் கருவிகளை நன்கு தயார் செய்து கொண்டார்கள். பரநிலையான அந்த மேலேயுள்ள உத்தம நிலைக்கு உயர்ந்தார்கள். அமைதியாகக் கவனித்து, விஞ்ஞான முறையில் அலசி ஆராய்ந்து, இந்த அற்புதமான சாவு எப்படி ஏன் என்கின்ற கேள்விக்கு முடிவையும் உண்மையாகக் கண்டுபிடித்தார்கள்."

"இந்தியத் தத்துவ விசாரணையாளர்களையே எடுத்துக் கொண்டாலும், அவர்களிடையே சாதாரணமாக நிகழக்கூடியதாக இருந்தாலும், விசித்திரமான சாவைப் பற்றி முரணானதும், தம்மையே தாம் மீறுகின்றதுமான முடிவுகளைக் காண்கிறோம். நசிகேதனே இந்தச் சுலோகத்தில் அதைத்தான் சொல்லுகிறான். சாவே முடிவு; அதற்கப்பால் சூனியத்தைத் தவிர வேறொன்றுமில்லை என்று நிலைநாட்டிய விசாரணையாளர்களில் சில வர்க்கங்கள் இருக்கின்றன. மாறுபட்ட சிலரும் இருக்கத்தான் செய்கிறார்கள். அவர்கள், "அது உண்மையல்ல. சாவுக் குழிக்குப் பின்னும் வாழ்வு இருக்கிறது," என்று வாதம் புரிந்து நிலை நிறுத்தவும் செய்கிறார்கள்."

"சாவுக்குப் பின் வாழ்வு உண்டா? இல்லையா?" என்ற கேள்வி, மனதும் புத்தியும் புகழக்கூடிய பிரதேசத்திற்குரிய ஒன்றன்று. நம் எல்லைக்கு அப்பால் ஒரு ஞான உலகம் பரவியிருக்கிறது என்பது உண்மை. உணர்ச்சி தரும் மனதும், சிந்தனை புரியும் புத்தியும் மிக மிக முயன்றாலும், அந்த உலகத்தைக் குறித்துக் கையை நீட்டி விரலைக் காட்டித் தெளிவற்ற சில வழிகளை மட்டுமே காட்ட முடியும். அந்தச் சுத்த அறிவின் தேசத்துக்குப் போக வேண்டுமே! சாதாரண மனிதனிடம் அதற்குத் தக்க வாகனம் கிடையாது! அவன் எவ்வளவு அறிவாளியாக இருந்தாலும் சரி; உணர்ச்சிப் பிழம்பாக இருந்தாலும் சரியே. துறவு, ஞானம் இவ்விரண்டின் சீமான்கள்தான் அந்த சகஜ ஆற்றல் பெற்றிருப்பார்கள். அவர்கள் தம் விருப்பப்படி ஒருவனை அந்த 'அப்பாலுள்ள' தேசத்துக்கு அழைத்துச் செல்ல முடியும்."

"சுருங்கக் கூறினால், இப்படிப்பட்ட அப்பாலுக்கு அப்பாலைப் பற்றிய கேள்விகள், வார்த்தைகளாலே விளக்கப்பட முடியாதவை. நமக்குத் தெரிந்த சாதாரணமான நேர் அறிவு, அனுமானம், ஒத்திட்டு அறிதல் முதலிய எந்த அறிவும் நிரூபணத்தின் மூலமும் காட்டி நிலை நாட்டிவிட முடியாதவை.

அவற்றை அணுகித் தீர்க்க ஒரே முறைதான் உண்டு. 'ஆகமம்' மூலம்தான் அது முடியும். – ஆன்ம அறிவு கைவந்த மகான்கள் தந்த ஞானச் சொற்களைத்தான் 'ஆகமம்' என்கிறோம். அந்த ஞான சீலர்களைச் 'சாதுக்கள்' என்றும் 'முனிவர்கள்' என்றும் சொல்கிறோம்.''

''ஆகவேதான் நசிகேதன் யமனிடம் இந்தக் கேள்வியைக் கேட்டான். அவர் தர்மங்களுக்கெல்லாம் அரசரல்லவா! அதனால்தான் அவரிடம் இந்தக் கேள்வியைக் கேட்டதில் நியாயம் இருக்கிறது.''

''முக்கியமாகப் புத்தரைப் பின்பற்றும் சூனியவாதிகளும், இந்துக்களிடையே உலகாயதவாதிகளான சர்வாகர்களுமே, 'முடிவு ஒரு சூனியமே' என்று முடிவு செய்கிறவர்கள்.''

உலகாயதவாதிகள் வாதம் இதுதான்: 'உடல்தான் எல்லாம். உயிர் என்பதை கை, கால்கள் முதலிய அங்கங்களைச் சேர்ப்பதால், தானே ஏற்படும் ஓர் அற்புதமே!'

''அவர்கள் வாதத்தில், உயிர்க்கும் இந்த உயிரின் இனிய வெம்மை, உடலின் இன்ப துன்பங்களுக்கு இறைவனாக நிற்கும் அந்தத் தெய்வ சக்தியல்ல. ஆனால், அது தானாகச் சேர்க்கையின் பொழுது ஏற்பட்ட ஒரு சினைப் பொருள். வெற்றிலை, பாக்கு, சுண்ணாம்பு சேர்த்து மென்றால் ஒரு செந்நிறம் தனித்துத் தானாக நேர்கிறதல்லவா? அந்த மாதிரி அந்த நிறம், இந்தத் தனித்தனி ஒன்றிலுமே இல்லையே! அதேபோல அவர்கள் கட்சி, உடலின் அங்கங்களைச் சேர்த்தால், அதாவது இயற்கை அவ்விதம் சேர்க்கும் பொழுது உயிர் தோன்றுகிறது! அப்படிப் பேசுகிற குழுவினருக்குச் சாவு என்பது உடல் மறைவு; உயிரின் சூன்யம் அவ்வளவுதான். சூனியத்திலிருந்து உயிர் வெளியாகிறது; கொஞ்ச நேரத்திற்கு நிச்சயமற்ற சில ஆட்டங்கள் போடுகிறது; பிறகு சூனியத்திலே மறைந்து விடுகிறது.''

''பகுத்துச் சிந்திக்கும் ஒருவனுக்கு அந்தத் தத்துவம் தகர டப்பாச் சத்தம் என்று தெரியும். சூனியத்திலிருந்து ஒன்றும் ஆகாது. அதற்குள் ஒன்றும் மறையவும் முடியாது. – மீண்டும் சூனியமாக!''

''புத்த மதத்தைச் சேர்ந்த சூனியவாதிகளின் கட்சி வாதங்களை எடுத்துக் கொள்ளலாம். அவர்கள் சொல்வதையே அவர்கள் வாதம் கண்டிக்கிறது. இதை நாம் வெகு சுலபத்தில் புரிந்து கொள்ளலாம். பரம உண்மை என்பது நிர்வாணம் அல்லது இல்லாதிருக்கும் தன்மை என்று நிலைநாட்ட அவர்கள் வாதம் புரிகின்றார்கள். அதுவே, முன்னுக்குப் பின் முரணான வாதம். சங்கர பகவத் பாதாள், அதே வார்த்தையையே எடுத்துக் கொண்டு

அர்த்தமுள்ள இந்துமதம் - பாகம் 8

பேசுகிறார்கள். வாதக் களத்திலிருந்தே அவர்களை விரட்டி விடுகிறார்கள்."

"அவர்கள் சொல்லுகிறதை அப்படியே ஒப்புக் கொள்வோம் என்றால் என்ன முடிவு ஏற்படும்? அவர்கள், இல்லாதிருக்கும் இருப்பை அறிந்தவர்கள் என்று ஒப்புக் கொள்ள வேண்டியிருக்கும். சங்கராச்சாரியார் மற்றும் வேதாந்திகள் கருத்துப்படி, 'இல்லாதிருக்கும் நிலை'யை அறிகிறவன் அல்லது அந்த அறிவாகிய ஞானம்தான் பரம தத்துவம். நம் முன் இருக்கும் இந்த ஞானம் அல்லது அறிகின்ற அந்தப் பொருள் தேய்வதில்லை. சாய்வதில்லை."

"ஆகவே, வெறும் ஏட்டுப் படிப்பெல்லாம் ஞானம் விழைபவனைக் குழப்பப்படுத்தும். பலதரப்பட்ட சிந்தனையாளர்கள் தங்கள் முறையில் தங்கள் மனப்பாங்கு, பண்பாட்டுக்கு ஏற்றவாறு தனித்தனியே எண்ணி வாதம் புரிந்து முடிவு காணுகிறார்கள். அந்த முடிவுகளும் ஒன்றுக்கொன்று மாறுபட்டவையாயிருக்கின்றன. உண்மையான தீர்ப்பைத் தருவதுதான் யார்? எந்தத் தர்மபுத்திரன் நமக்கு உண்மையைச் சொல்வார்? அந்த உண்மையை உள்ளபடி அனுபவித்துணர்ந்த ஆத்ம ஞானிதான் செய்ய முடியும். ஆகவே, நசிகேதன், யமதர்மனைப் பார்த்து இந்த ஆத்யாத்மிகக் கேள்வியைக் கேட்டது முற்றிலும் சரியே!"

இந்தக் கேள்வியால் யமதர்மனுக்குப் பயம் வந்து விடுகிறது.

"நசிகேதா! இந்த விஷயத்தில் தெய்வங்களே சந்தேகம் கொண்டிருக்கின்றன. உண்மையில் அதைப் புரிந்து கொள்வது சுலபமில்லைதான். தயவு செய்து என் பொருட்டு நீ இதைக் கேட்காதே!"

நசிகேதன் சொல்லுகிறான்:

"மரணத்தின் தந்தையே! இறைவனுக்குக் கூட இதில் சந்தேகம் உண்டு என்று நீ சொல்கிறாய். இதை அறிய முடியாது என்கிறாய். ஆகவே எனக்கு நிச்சயமாகத் தெரிகிறது; இதற்குப் பதில் சொல்லக் கூடியவன் நீ ஒருவனே! எனது இந்த மூன்றாவது வேண்டுகோள் மிக முக்கியமானது."

நசிகேதன் விடவில்லை; மரண ரகசியத்தை வெளியிட யமதர்மனும் தயாராக இல்லை.

"உனக்கு என்ன வேண்டுமானாலும் தருகிறேன், மக்கள், பேரர்கள், நூறு வயது, தங்கம், பசுக்கள், ராஜாங்கம் எல்லாம் தருகிறேன். அழகான பெண்களைத் தருகிறேன்; சேவகர்களைத்

தருகிறேன். அனுபவி. மரணத்தின் ரகசியத்தை மட்டும் கேட்காதே!" என்றான் யமதர்மன்.

"யமதர்மா, மரணத்தை மடியில் கட்டிக் கொண்டு இவற்றை அனுபவிப்பது எப்படி? ஆகவே, அந்த ரகசியத்தை நீ சொல்லியே ஆக வேண்டும்" என்கிறான் நசிகேதன்.

யமதர்மன் வேறு வழியின்றிச் சொல்லத் துவங்குகிறான்.

"நசிகேதனுடைய வாதம் மிகவும் ஆணித்தரமானது. கடோபநிஷத்தின் முக்கியமான பகுதி அதுதான். ஆனால், அவன் நின்ற இடம், மரணத்தின் ரகசியத்தைத் தவிர வேறு ஒன்றும் கேட்க மாட்டேன் என்பதே. ஒரு இலட்சியப் பிடிப்பை இதில் காண்கிறோம்."

"ஒரு ஏழை, பணக்காரப் பெண்ணைக் காதலிக்கிறான். லட்ச ரூபாய் தருகிறேன், என் பெண்ணை மறந்து விடு" என்று சொன்னால், சிலர் மறந்து விடுவார்கள்.

ஆனால், நசிகேதனோ, பூலோகம் தெரிந்து கொள்ள விரும்பும், 'மரண ரகசிய'த்திலேயே நிற்கிறான்.

யமன் சொல்லும் ரகசியமோ, திடுக்கிடத்தக்கதாக இல்லை. அது, பகவத் கீதையின் மற்றொரு பதிப்பாக நின்று ஆன்மாவையும், பற்றற்ற தன்மையையும் அதிகம் பேசுகிறது.

நித்தியம், அநித்தியம் இரண்டுக்கும் உள்ள வேற்றுமையைக் கூறுகிறது.

மேலும் 'அர்த்தமுள்ள இந்துமதம்' வாசகர்களுக்குப் பிடிபட முடியாத கடினமான தத்துவங்களை விளக்குகிறது.

ஆனால், சுருக்கம் இதுதான்.

ஆன்மாவைப் புடம் போட்டு எடுத்தவன், மரணமடைந்தாலும் அவன் செத்ததாக அர்த்தமில்லை. அது அல்லாதவன் மட்டுமே இறந்தவனாகக் கருதப்படுகிறான்.

'கடோப நிஷத்'தைப் படித்ததில் இருந்து ஒன்று எனக்குப் புரிகிறது. பகவான் கீதையில் சொல்வது போல், 'எதிலும் சம நோக்கு உள்ளவனே மரணமற்ற நிலையை எய்துகிறான்,' என்பதே அது.

கிட்டத்தட்ட ஒரு மரம், அல்லது மலையின் நிலைதான்.

வெயிலடித்தாலும் பனி விழுந்தாலும் எல்லாவற்றையும் அவை ஒரே சீராகத் தாங்கிக் கொள்கின்றன.

இது ஒரு பக்குவ நிலை.

அர்த்தமுள்ள இந்துமதம் - பாகம் 8

மனிதன் விலங்காக இருந்தால், அந்த விலங்கிற்கும் குறிப்பிட்ட சில உணர்ச்சிகள் இருக்கின்றன. தெய்வமாக இருந்து விட்டால் கேள்வியே இல்லை.

ஆனால், அவன் மனிதனாகவே இருக்க வேண்டும். இருட்டையும் வெளிச்சத்தையும் சமமாகப் பாவிக்க வேண்டும்.

'இந்த யோக நிலையை எய்தியவன், இறந்தும் வாழ்கிறான்' என்கிறான், யமதர்மன்.

'அவன் உயிரை நான் கொண்டு போகவில்லை! வெறும் சக்கையையே கொண்டு போகிறேன்!' என்பது யமதர்மன் வாதம்.

மானிட ஜாதி முழுவதும் இந்தப் பக்குவ நிலையை எய்திவிட்டால் உலகத்தில் உள்ள எல்லாப் பிரச்சினைகளுக்கும் தீர்வு காணப்பட்டு விடும்.

வீட்டுக்குக் கதவும், பூட்டும் தேவைப்படாது.

கோர்ட்டிலே சத்தியப் பிரமாணம் வாங்க வேண்டிய அவசியம் இருக்காது.

ஒருவன் மனைவி, இன்னொருவன் பக்கத்திலே தூங்கலாம்; அவர்கள் இருவரும் தொட மாட்டார்கள்.

ஒவ்வொரு மனிதனுக்கும் குறுக்கே போடப்பட்டுள்ள திரைகள் விலகிவிடும்.

ஆசை என்ற வார்த்தை இல்லாமற் போய்விடும்.

'எல்லாம் அநித்தியம்' என்பது உணரப்பட்டு விடும்.

'காமம் என்பது ஒரு குழந்தையின் ஜனனத்துக்காவே' என்ற உணர்ச்சி வந்து விடும்.

'பொருள் என்பது உயிர் வாழ்வதற்கு மட்டுமே' என்ற நிலை தோன்றிவிடும்.

ஏமாற்றுதல், கலகம் செய்தல், பதவிப் போட்டிகள் நீங்கிவிடும்.

கட்சிகள் இருக்க மாட்டா.

அப்படி இருந்தாலும், ஒவ்வொருவரும் தான் பதவிக்கு வரவேண்டும் என்று கருதமாட்டார்.

அடுத்தக் கட்சிக்காரனைப் பார்த்து, 'நீங்களே வரவேண்டும்' என்று ஆசைப்படுவான்.

'நான், என்னுடையது' என்ற எண்ணம் அடங்கி விடும்.

பங்கீடு செய்து வாழத் தோன்றும்.

கண்ணதாசனின்

'இல்லறத்தில் பிரம்மச்சரியம்' என்ற காந்திஜியின் ஆசை கைகூடும்.

சொல்லப் போனால், துயரங்களுக்கெல்லாம் எவை எவை காரணமோ, அவையெல்லாம் அடிபட்டுப் போகும்.

இப்படிப் பக்குவம் பெற்று விட்ட மனிதன் மரணமடைந்தாலும், மரணமடைவதில்லை.

'துன்பத்திற்குரிய மரணம்' என்ற நிலையில் இருந்து விடுபட்டு விடுகிறான்.

இதுவே யோகங்களில் எல்லாம் கர்ம யோகம்.

நூற்றுக்கு நூறு ஜனங்களுக்கு இது வருமா?

வருவது கடினம்.

வந்துவிட்டால் மத்திய சர்க்காரும் கிடையாது. மாநில சர்க்காரும் கிடையாது!

சோஷலிசம், கம்யூனிஸம், முதலாளித்துவம் எதுவும் கிடையாது.

மனிதத் தன்மை என்ற ஒன்றே நிலைபெற்று விடும்.

திருவெண்காடு

அத்தியாயம் - 6

இப்படிப்பட்ட யோகம் கைவந்த ஒருவர், காஞ்சிப் பெரியவர்

அதோ, அவர் எங்கே போகிறார் என்று சொல்லாமலேயே போய்க் கொண்டிருக்கிறார்.

இந்த வயதிலும் எந்த வாகனத்திலும் ஏறாமல் போய்க் கொண்டிருக்கிறார்.

கைப்பிடி அவலிலேயே காலமெல்லாம் வாழும் அந்த மகா யோகி, தள்ளாத வயதிலும் வாலிபனைப் போல் புனித யாத்திரை தொடங்கி இருக்கிறார்.

தெய்வ நம்பிக்கை உச்சத்துக்குப் போய்விட்டால், வயது தோன்றாது; பசி தோன்றாது.

பழுத்துப் போன பழம், மரத்தைக் கேளாமலேயே கீழே விழுகிறது.

முதிர்ந்த ஞானிகள் யாரிடமும் எதற்கும் விளக்கம் கேட்பதில்லை; அவர்களே முடிவெடுக்கிறார்கள்.

அவர்களுக்குத் திடீரென்று ஏதோ ஒன்று தோன்றுகிறது என்றால், 'தெய்வம் அவர்களோடு பேசுகிறது' என்று பொருள்.

ஒரு ஆற்றையே பார்த்துக் கொண்டிருந்தான் ஒருவன்.

'இது என்ன பார்வை? ஆற்றில் வெறும் தண்ணீர்தான் ஓடுகிறது' என்று எண்ணினான் மற்றொருவன்.

ஆனால், ஆற்றைப் பார்த்தவனுக்கு என்ன தோன்றிற்று?

'ஆறு என்ற ஒன்று ஆண்டவனால் படைக்கப்படவில்லை. வெறும் நீரை மட்டுமே இறைவன் படைத்தான். அது ஆறாக உருக்கொண்டு, இரண்டு கரைகளையும் ஏற்படுத்திக் கொண்டது. மனிதருக்கில்லாத புத்தி, தண்ணீருக்கு இருக்கிறதே' என்று வியந்தானாம்.

சிருஷ்டியை வியப்போடு, நோக்கி, ஆழ்ந்த கருத்துக்களைக் கண்டுபிடிப்பது ஞானிகளுக்கு மட்டுமே சாத்தியம்.

படிப்பறிவும், கேள்வியறிவும் மட்டுமே அவர்களுக்குத் துணைபுரிவதில்லை.

உள்ளொளி ஒன்று பரவி, விரவி நிற்கிறது.

கண்ணதாசனின்

அதோ, அந்த ஒளியோடு அந்த மகா யோகி போய்க் கொண்டிருக்கிறார்.

அது வெறும் மானிட ஸ்தூலத்தின் யாத்திரையன்று.

அது ஆன்ம யாத்திரை.

நாற்பது வயதுக்குள்ளாகவே பகவத் பாதாள் ஸ்ரீ ஆதிசங்கரர், காலடியில் இருந்து புறப்பட்டு, இமயம் முதல் குமரி வரை தன் 'காலடி'யைப் பதித்தார்.

அந்தக் கால்களிலும் காலணி இல்லை; இந்தக் கால்களிலும் இல்லை.

ஆயினும் கற்கள் அந்தக் கால்களை உறுத்தவில்லை.

முட்கள் தைத்தாலும் வலிப்பதில்லை.

தெய்வத்தின் கருணை இந்தப் பாதங்களைப் பாதுகாக்கிறது.

மகா நதி பாறையின் மீது மோதினாலும், நதி சேதமடைவதில்லை; நாளாக நாளாக பாறைதான் அளவில் சுருங்குகிறது.

கங்கை நதியில் எவ்வளவு தண்ணீர் ஓடினாலும் சக்ரவாகப் பட்சி பனித்துளியைத்தான் நாடுகிறது.

சில வண்டுகள், மலரில் மட்டுமே அமர்கின்றன.

சில பறவைகள், பசுமையான மரங்களில் மட்டுமே அமர்கின்றன.

மகா யோகியின் வைராக்கியம் மணம் மிக்கது; பசுமையானது.

இரவும் பகலும் உலகில் மாறி மாறி வருகின்றன.

லௌகீகவாதிக்கு இரண்டும் வேறு வேறாகக் காட்சியளிக்கின்றன.

ஆன்மீகவாதிக்கோ இரண்டும் ஒன்றாகவே தோற்றமளிக்கின்றன.

உலகத்தில் அவர்களுக்குள்ள உறவெல்லாம், தெய்வம் மட்டுமே.

அந்தத் தெய்வத்தின் பரிபாஷையைச் சாதாரண மனிதனுக்குச் சொல்லும் தூதுவர்கள் அவர்கள்.

அதனால்தான் மற்ற மனிதர்களின் தலையை விட, அவர்களது பாதங்கள் உயர்ந்திருக்கின்றன.

லோகாயத சுகத்தை முற்றும் துறந்து விட்டுத் தார்மிக வடிவெடுத்து அவர்கள் புறப்படும்போது, தர்மம் நடைபாதை விரிக்கிறது.

அர்த்தமுள்ள இந்துமதம் – பாகம் 8

மகா யோகம் மலர்கள் தூவுகிறது.

மகாராஜாக்களுக்கு இல்லாத மரியாதை அவர்களுக்குக் கிடைக்கிறது.

ஆந்திராவில் ஒரு கோயில் கட்டப்படுகிறது. அதன் மூலஸ்தானத்தில் இன்னும் சிலை வைக்கப்படவில்லை. அங்கே போய்க் காஞ்சிப் பெரியவர் ஓரிரவு தங்கினாராம். 'சிலை பிரதிஷ்டையாகி விட்டது' என்று ஆந்திர மக்களெல்லாம் சந்தோஷப்பட்டார்களாம்.

அவர் பிராமண ஜாதியின் தலைவரல்ல. பிராமணர்கள் அப்படி ஒரு நிலையை உண்டாக்கக் கூடாது.

உலகெங்கிலும் உள்ள அஞ்ஞானிகளுக்கு ஞானக் கண் வழங்கும் பேரொளி.

அவரது பெருமை இப்போது தெரியாது. இன்னும் ஐம்பது வருஷங்கள் போனால், 'இந்துமதம் என்றால் என்ன?' என்ற கேள்விக்கு 'ஸ்ரீ சந்திரசேகர சரஸ்வதி சுவாமிகள் என்ற சங்கராச்சாரிய சுவாமிகள்' என்று எதிர்கால மாணவன் பதில் எழுதுவான்.

அந்த ஞானப் பழத்தை தரிசித்த போது நான் பெற்ற உள்ளொளியை விவரிக்க முடியாது.

கோடியில் ஒருவரே எப்போதாவது இப்படி ஆக முடியும்.

செஞ்சிக் கோட்டைக்குப் போகிறவனெல்லாம் ராஜா தேசிங்கு அல்ல.

காவி கட்டிய எல்லோருமே மகா யோகிகளல்ல.

ஞானம், வித்தை, ஒழுக்கம், பண்பாடு ஆகிய அனைத்தும் சேர்ந்த மகாயோகி எங்கோ எப்போதோ அவதரிக்கிறார்.

அதோ, அவர் நடந்து போய்க் கொண்டிருக்கிறார்.

சாலையின் இரு மருங்கிலும் அந்த யோகியைத் தரிசிக்க ஜனக்கூட்டம் திரளுகிறது.

இறைவன் கருணையினால், நமக்குக் கிடைத்த அந்த வரம், இன்னும் பல்லாண்டு வாழ வேண்டும்.

தாய், குழந்தைக்குத் தாலாட்டுப் பாடும்போது, அவரைப் பற்றிப் பாட வேண்டும்.

பள்ளிக்கூடப் பாடப் புத்தகங்களில் அவரைப் பற்றிக் குறிக்க வேண்டும்.

கண்ணதாசனின்

ஒரு உத்தமமான யோகியை 'பிராமணன்' என்று ஒதுக்கி விடுவது, புத்தியுள்ளவன் காரியமாகாது.

மேதைகளும், கற்புக்கரசிகளும் எந்த ஜாதியிலும் பிறக்கலாம்.

பசுக்களிலே மலட்டுப் பசுக்களைக் கூட அறுக்கக் கூடாது என்பது இந்துக்களின் வாதம்.

யோகிகளில் ஒரு சாதாரண யோகியைக் கூட ஒதுக்கக் கூடாது என்றால், இந்த மகா யோகியைப் பிராமணரல்லாதார் ஒதுக்குவது எந்த வகையில் நியாயம்?

அதோ, அவர் நடந்து போய்க் கொண்டிருக்கிறார்.

புத்தன் சொன்னதை விட அவர் நமக்கு அதிகமாகச் சொல்லி இருக்கிறார்.

ஏசுவின் தத்துவங்களைவிட அதிகமான தத்துவங்களை வாரி இறைத்திருக்கிறார்.

அவர் ஜாதி வெறியராகவோ, மத வெறியராகவோ ஒருநாளும் இருந்ததில்லை.

அரசியல் வில்லங்கங்களில் மாட்டிக் கொண்டதில்லை.

பகவான் கீதையில் சொன்னது போல் வாழ்ந்து கொண்டிருப்பவர் அவர் ஒருவரே.

அதோ, அவர் நடந்து போய்க் கொண்டிருக்கிறார்.

அந்தக் காலடிச் சுவடுகளைத் தொடர்ந்து செல்லுங்கள்.

அதுவே உங்கள் யோகமாக இருக்கட்டும்.

ஒன்பதாம் பாகம்

கண்ணதாசனின்

ஞானத்தைத் தேடி
- பாகம் 9

மனிதனின் மிகவும் குறைந்த பட்சத் தேவை நிம்மதி. அதைத் தெய்வத்திடம் இருந்து பெற்றுக் கொள்பவனுக்குப் பெயர்தான் இந்து.

1

மௌனம்

காற்றுக்கு இலைகள் அசைகின்றன; மலர்கள் அசைகின்றன; கொடிகள் அசைகின்றன; மரங்கள் கூட அசைகின்றன; ஆனால் மலைகள் அசைவதில்லை!

அசைவது பலவீனத்தைக் காட்டுகிறது; அசையாதது உறுதியைக் காட்டுகிறது.

சளசளவென்று பேசுகிறவன், எவ்வளவு பெரிய கெட்டிக்காரனாக இருந்தாலும், சொற்பொழிவாளனாக இருந்தாலும், தன் பலவீனத்தைக் காட்டிக் கொள்கிறான்.

மௌனி முட்டாளாக இருந்தாலும் பலசாலியாகக் காணப்படுகிறான்.

'சும்மா இருப்பதே சுகம்' என்றார்கள்.

பேசாமல் இருப்பது பெரும் திறமை. பேசும் திறமையைவிட அது மிகப் பெரியது. அதனால் தான் ஞானிகளும் பெரிய மேதைகளும் குறிப்பிட்ட சில காலங்களில் மௌன விரதம் அனுஷ்டிக்கிறார்கள்.

ஒன்றைச் சொல்ல வேண்டும் என்று விரும்பி, அதைச் சுருக்கமாகத் தெளிவுபடுத்துகிறவன் பெரிய மரியாதையைப் பெற்று விடுகிறான்.

சிறிய விஷயத்தைக்கூட வளைத்து வளைத்துப் பேசுகிறவன், கேலிக்கு ஆளாகிறான்.

பயனில்லாத சொற்களைப் பாராட்டுகிறவனை, 'மக்கட்பதடி' என்றான் வள்ளுவன்.

'சுருங்கக் கூறி விளங்க வைத்தல்' என்பார்கள்.

ஞானிகள் சில விஷயங்களைக் கூறுகிறார்கள். அவை பொன் மொழிகளாகி விடுகின்றன.

பைத்தியக்காரர்கள் பதினாயிரம் பேசுகிறார்கள். அவை சீந்துவாரில்லாமல் போகின்றன.

மௌனம் ஒரு மகத்தான ஞானம். அது தெய்வீகக் கலை.

ஒரு குடும்பம். கணவன்–மனைவி இருவர். கணவனுக்கு மனைவியிடம் கோபம், ஆனால் அதை வெளியில் சொல்லவில்லை. மனைவியிடம் பேசாமலேயே இருக்கிறான். அவன் அவளைத் திட்டி இருந்தால், அது சாதாரணமாகவே போயிருக்கும். அவன் பேசாமல் இருப்பதே அவளைச் சித்திரவதை செய்கிறது.

'அவன் பேச மாட்டானா, பேச மாட்டானா?' என்று எதிர்பார்க்கிறாள். 'இரவில் நிச்சமயமாகப் பேசுவான்' என்று நம்புகிறாள்; தூக்கம் வராமல் புரண்டு புரண்டு படுக்கிறாள்.

'நான் என்ன தப்புப் பண்ணினேன்?' என்று மெதுவாகக் கேட்கிறாள்.

நள்ளிரவில் பக்கத்தில் வந்து உட்காருகிறாள். காலைப்பிடித்து விடுகிறாள். அவன் மௌனம் கலையவில்லை.

அவன் மௌனம் தொடரத் தொடர, அவள் தாகம் அதிகரிக்கிறது.

திடீரென்று ஒரு வார்த்தை அவன் பேசி விட்டான். அவளுக்குத் தெய்வமே கண் திறந்தது போன்று தோன்றுகிறது.

''இன்றைக்கு நானும் அவரும் பேசிக் கொண்டிருந்தோம்!'' என்று ஊர் முழுக்கச் சொல்லிக் கொண்டு வந்து விடுகிறாள்.

பத்து வார்த்தை திட்டி, நாலு உதை உதைப்பதைவிட, அந்த மௌனம் மகத்தான சக்தியைப் பெற்றுவிடுகிறது.

கோயிலில் இருக்கின்ற சிலை, வருகின்ற பக்தனிடமெல்லாம் பேசத் தொடங்குமானால், பக்தனுக்கே அலுப்புத் தட்டிவிடும்.

''கோயிலுக்குப் போனால் அந்தச் சாமி நம்மை விடாதய்யா! உயிரை வாங்கிவிடும்!'' என்று பேசத் தலைப்பட்டு விடுவான்.

அது மௌனமாக இருக்க இருக்க, பக்தன் தான் பேசுகிறான்; பாடுகிறான்; புலம்புகிறான்.

ஆரவாரங்கள் வெறும் மயக்கங்கள்.

அரசியல்வாதியின் கூச்சல், வேறு வேலை இல்லாதவனின் புலம்பல்.

தொண்டைத் தண்ணீரைக் காய வைப்பதில் என்ன லாபம்?

'இவர் கொஞ்சம் பேசமாட்டாரா?' என்று உலகத்தை ஏங்க வைக்க வேண்டும்.

பேசத் தொடங்கினால் உலகம் கூர்ந்து கேட்க வேண்டும்.

அர்த்தமுள்ள இந்துமதம் - பாகம் 9

கடலில் ஆழமான பகுதியில் அலை இருக்காது.

வெறும் பொட்டல் வெளியில் வீடு கட்டிப் பாருங்கள்; பயங்கரக் காற்றடிக்கும்.

வெண்மேகம் போகின்ற வேகத்தைவிட, கார்மேகத்தின் வேகம் குறைவு.

நாய் ஓடுவதைவிட, யானை நடப்பதில் வேகம் அதிகம்.

சலனமற்ற மௌனம், பல அர்த்தங்கள் கொண்டது.

பிரஞ்சு மொழியில் ஒரு வார்த்தைக்கு ஒரே அர்த்தம் உண்டு. ஆங்கில வார்த்தைக்கு இரண்டு அர்த்தங்கள் வரும். தமிழ் வார்த்தையில் நாலைந்து அர்த்தங்கள் வரும். ஆனால், மௌனத்தில் எல்லையற்ற அர்த்தங்கள் உண்டு.

பேசாமல் இருப்பவனே, பெரிய விஷயத்தைச் சொல்பவன்.

பேசிக்கொண்டிருப்பவன் ஞானக் கிறுக்கன்.

ஏராளமான வரிகளைக் கொண்ட இலக்கியங்களைவிட, ஏழு வார்த்தைகளில் அடங்கிவிட்ட திருக்குறள், உலகத்தைக் கவர்ந்து விட்டது. காலங்கள்தோறும் துணைக்கு வருகிறது. நிலையான தத்துவத்தைச் சொல்கிறது.

எனது நண்பர் ஒருவர் வாரத்தில் ஒரு நாள் மௌன விரதம்; ஒரு நாள் உண்ணாவிரதம். வயது அறுபதைத் தாண்டுகிறது; ஒரு மாத்திரை கூட அவர் போட்டுக் கொண்டதில்லை.

ஆரோக்கியத்திற்கும் மௌனம் மிக அவசியம்.

தவம் புரிகின்றவன் 'ஓம் நமசிவாய' என்ற வார்த்தையைக் கூடச் சொல்வதில்லை.

மௌனமாக இருப்பவனுக்கு ஆகாரம் குறைவாக இருந்தால் கூடப் போதும்.

அதிகம் பேசுவதால் அடி வயிறு சூடாகிறது. தீனி அதிகம் கேட்கிறது. அதன் மூலம் உடம்பு பெருத்து விடுகிறது.

வாரியார் சுவாமிகள் சாதாரணமான நேரங்களில் பேசுவது குறைவு. சொற்பொழிவுகளிலும் அலட்டிக் கொள்ளாமல் பேசுவார். அந்த இரண்டு மணி நேரத்தைத் தவிர, மற்ற நேரங்களில் இரண்டொரு வார்த்தைகள் தான் பேசுவார். அதனால், ஒருவேளைச் சாப்பாடே அவருக்குப் போதுமானதாக இருக்கிறது. குரல் கணீர் என்று கம்பீரமாக ஒலிக்கிறது. நோயற்ற வாழ்வுக்கு அவர் இலக்கணமாகிறார்.

கண்ணதாசனின்

காஞ்சிப் பெரியவர்கள் பேசுவது குறைவு; அதனால் உண்பதும் குறைவு. இந்த வயதிலும் எங்கேயும் நடந்து செல்ல அவரால் முடிகிறது.

சில மனிதர்கள் ஆளைப் பிடித்தால் விடமாட்டார்கள்; அறுத்து எடுத்து விடுவார்கள்.

சிலர் ஒலிபெருக்கியைப் பிடித்தால் விடமாட்டார்கள்.

குடிப்பவர்கள் ஒரே விஷயத்தைத் திரும்பத் திரும்பச் சொல்லுவார்கள்.

மதுவையும், மங்கையையும் கூட மௌனமாக ரசிப்பதில் உள்ள சுகம், சளசளவென்று பேசுவதில் இல்லை.

நிறையப் பேசுகிறவன், தன் வார்த்தைகளாலேயே காட்டிக் கொடுக்கப்படுகிறான். அவனைக் கண்டாலே பலரும் ஓட ஆரம்பிக்கிறார்கள்.

இப்படிப்பட்ட அறுவைகளிடம் இருந்து தப்புவதற்காகவே சித்தர்களும், முக்தர்களும் மலையிலே தங்கிக் கொண்டார்கள்.

காதலில் கூட ஜாடையில் இருக்கின்ற சுகம், வாய் மொழியில் இல்லை.

மனிதர்களைவிட, பல மிருகங்களுக்கு அதிக வயது.

அவற்றை விட மரங்களுக்கு அதிக வயது.

அவற்றை விட மலைகளுக்கு அதிக வயது.

காரணம், அவை பேசாமலும், அதிர்ச்சி அடையாமலும் இருப்பதே.

மௌனத்தின் சக்தியை உணர்ந்துதான் இந்துக்கள் தவம் புரிந்தார்கள்; நிஷ்டையில் அமர்ந்தார்கள்; மௌன விரதம் மேற்கொண்டார்கள்.

நீண்ட நாள் பேசாமல் இருப்பது என்பது, ஒருவகை நிர்விகல்ப சமாதி; அதை மேற்கொண்டவன் ஞானத்தைத் தேடினால் அது கிடைக்கும்.

2
உண்ணாவிரதம்

உலகத்தில் அதிகம் சாப்பிட்டுச் செத்தவர்கள் உண்டே தவிர, குறைத்துச் சாப்பிட்டு மாண்டவர்கள் குறைவு.

ஒரு மகாராஜா சாப்பாட்டில் ஆழாக்கு நெய் ஊற்றிக் கொள்வார். ஆட்டுத் தலைதான் அதிகம் சாப்பிடுவார். கொழுப்புச் சத்துக்களை மிக அதிமாகச் சேர்த்துக் கொள்வார். ஆனால், வருஷத்தில் ஒரு மாதம் லங்கணம்!

உடம்பில் உள்ள கொழுப்பை இறக்குவதற்கு, அந்த ஒரு மாதத்தைப் பயன்படுத்திக் கொள்வார்.

இரண்டு பேர் தினமும் ஒருவகை எண்ணெய் போட்டு உடம்பைத் தேய்ப்பார்கள். இரண்டு வேளை உணவு. இரண்டு வேளையும் அரைக்கிலோ வெங்காயம் சாப்பிடுவார்கள்.

வெங்காயத்திற்கு இரண்டு குணங்கள் உண்டு: கொழுப்பைக் கரைக்கும். காம இச்சையைத் தூண்டும்.

அதனால் தான் நெய்யும், சர்க்கரையும் அதிகம் சாப்பிடுகிற பிராமணர், வெங்காயச் சாம்பார் சேர்த்துக் கொள்கிறார்கள்.

விதவைகள் வெங்காயம் சேர்ப்பதில்லை.

காஞ்சிப் பெரியவர்கள் ஒரு பிடி அவலிலும் பாலிலுமே காலம் கடத்துகிறார்.

வாரியார் சுவாமிகளும் அப்படியே.

மலையில் வாழ்ந்த சித்தர்கள், சமையல் செய்தா சாப்பிட்டார்கள்? காய், கனி, கிழங்கு கந்த மூலங்களோடு சரி.

இந்துக்கள் வாரத்தில் ஒரு நாள் உண்ணாவிரதம் இருக்கிறார்கள்.

நான் சொன்ன மகாராஜாவைப் போல முஸ்லிம்கள் வருஷத்தில் ஒரு மாதம் உண்ணாவிரதம் இருக்கிறார்கள்.

இந்துக்களில் சிலர் திங்கட்கிழமை 'சோமவார' விரதம்; சிலர் செவ்வாய் விரதம்; சிலர் சனிக்கிழமை விரதம்; அது போல மாதங்களும் உண்டு. அது ஒவ்வொரு குடும்பத்துக்கும் ஒவ்வொரு மாதிரி இருக்கும்.

கண்ணதாசனின்

சிலர் ஆடிமாதம் முழுக்க மாமிசம் சாப்பிட மாட்டார்கள். சிலர் புரட்டாசி.

என்னுடைய சுவீகாரத் தாயார், கார்த்திகை விரதி.

உணவு செரிமானத்தை ஒழுங்கு படுத்துவதே உண்ணா விரதத்தின் நோக்கம்.

இது இறைவன் பெயரால் வழங்கப்படும் தேக ஆரோக்கியம்.

தெய்வ பக்தியோடு இந்துக்கள் ஆரோக்கியத்தைக் கலந்தார்கள்; காந்தியடிகள் தேச பக்தியும் கலந்தார்.

உண்ணாவிரதத்தை ஒரு ஆயுதமாக்கி, தேச பக்திக்கு அதைப் பயன்படுத்தினார்.

தன்னை வருத்திக் கொள்ளும் அந்த முறையின் மூலம் அந்நிய அதிகார வர்க்கத்தை அவர் நடுங்க வைத்தார்.

அவரது தேக ஆரோக்கியத்திற்கும் கூட, அவர் மேற்கொண்ட உண்ணாவிரதங்கள் பயன்பட்டன.

மகாகவி பாரதியார் சொல்வது போல் நிறையச் சாப்பிடக் கூடாது என்பதும் தவறு; நிறையச் சாப்பிட வேண்டும் என்பதும் தவறு. அளவறிந்து சாப்பிட வேண்டும்.

இப்போதெல்லாம் டாக்டர்கள் வாயுத் தொல்லை உள்ளவர்களுக்கு ஒரு யோசனை சொல்கிறார்கள். அதாவது 'இரண்டு மணி நேரத்திற்கு ஒரு தரம் ஏதாவது சாப்பிட்டுக் கொண்டிருக்க வேண்டும்' என்று. 'வயிறு காலியாகக் கிடப்பதால் தான் வாயு உற்பத்தியாகிறது' என்கிறார்கள்!

அது ஓரளவுதான் உண்மை.

வாயுவில் மூன்று வகை உண்டு.

ஒன்று காலியான வயிற்றில் உண்டாவது. மற்றொன்று உஷ்ண வாயு. இன்னொன்று பதார்த்த வாயு.

உஷ்ணமில்லாத உடம்பில், உண்ணாவிரதத்தினால் வாயு உண்டாவதில்லை.

எப்போதுமே உண்ணாவிரதம் உடம்பை உற்சாகமாக வைத்திருக்கும்.

அது வரம்பு மீறிப் பசி பட்டினி என்று போகும்போது தான் களைப்புத் தோன்றும்.

இப்படி நான் சொல்வது, உடல் உழைப்பு அதிகம் இல்லாதவர்களுக்கு மட்டுமே.

ஸ்ரீ வில்லி புத்தூர்

நல்ல உழைப்பாளிகள் சாதத்தை மலையாகக் குவித்து அதிலே ஒரு குளம் வெட்டிச் சாம்பார் ஊற்றி நீச்சலடிக்கிறார்கள். அவர்களுக்கும் தொந்தி விழுகிறது. ஆனால் அந்தத் தொந்தி ஒரு பெரிய யானையையே தாங்கும்.

நாம் எங்கே உழைக்கிறோம்...?

நான் கூடச் சாப்பாடு குறைகிறதே என்று வருத்தப்படுவது உண்டு. இப்போது முப்பது பவுண்டு இளைத்துவிட்டேன். உடம்பு இளைக்கிறதே தவிர, களைக்கவில்லை.

நடமாடும் சக்தி பலவீனப்படாமல் இருக்கும் அளவுக்கே உணவு.

ஆசையிலும், பசியிலும் சில நாட்கள் அதிகம் சாப்பிட்டு விட்டால், அதைச் சமன் செய்யவே உண்ணாவிரதம்.

தெய்வ பக்தியுள்ள எந்த இந்துவுக்கும் இந்த விரதம் உண்டு.

இந்துக்களில் அதிகமான பேர் கைக்கொள்வது முருகனுக்கு உகந்த சஷ்டி விரதம்.

இது மாதத்தில் இரண்டு நாள் வரும்.

எனது உயிருக்கு உயிரான புரவலர் திரு.சின்னப்பா தேவர், இந்த சஷ்டி விரதத்தை நாற்பது வருஷங்களாகக் கடைப்பிடித்தார்.

அதே சஷ்டியில், வைசாகத்தில், வெள்ளிக்கிழமையில் அவர் மரணம் அடைந்தார்.

வெள்ளிக்கிழமை விரதம், சஷ்டியைவிடப் பிரதானமானது.

பக்தியுள்ள இந்துக்கள் ஒரு மாதத்தில் நான்கு வெள்ளி, இரண்டு சஷ்டி– ஆக ஆறு நாட்கள் உண்ணாவிரதம் இருக்கிறார்கள். இது மாதத்தில் ஐந்தில் ஒரு பங்கு.

உடம்பு பலவீனம் அடையாமலும், அதே நேரத்தில் உடம்பு ஏறாமலும் இது காப்பாற்றுகிறது.

இன்னும் சில அதிசய இந்துக்கள் உண்டு. அவர்கள் ஒரு மாதம் முழுக்க உப்புச் சேர்த்துக் கொள்ள மாட்டார்கள்.

சிலர் நெய் சேர்த்துக் கொள்ள மாட்டார்கள்.

உடம்பில் உப்போ, கொழுப்போ சேராமல் காப்பாற்ற எவ்வளவு அற்புதமான வழி!

இந்துமதம் ஆரோக்கியத்தையும், பக்தியையும் ஒன்றாக இணைத்தது.

அர்த்தமுள்ள இந்துமதம் - பாகம் 9

'உடம்பு கெட்டுப் போனால் ஞானம் கை கூடாது' என்று அது கருதிற்று.

அதனால் தான் மருந்து மாத்திரைகள் இல்லாத காலத்திலேயே, நமது யோகிகளின் உடம்பு புடம் போட்டு எடுக்கப்பட்டது போலிருந்தது.

அவர்கள் படிக்கட்டில் ஏறினால் மூச்சு வாங்காது.

தண்ணீரில் நடந்து ஜலஸ்தம்பம் செய்வார்கள்.

காற்றைப்போல் துறுதுறுவென்று அலைந்தார்கள்.

'உண்ணா நோன்பு' என்பது ஒரு தவம்.

சிறு வயதில் இருந்தே அதை ஒரு பயிற்சியாகக் கொள்ள வேண்டும்.

முப்பது வயதுவரை கண்டதைத் தின்று விட்டால் வாய்வுத் தொல்லை வரும்.

அதன் பிறகு உண்ணாவிரதம் இருந்தால் வாய்வு அதிகமாகும்.

இளம் பருவத்தில் இருந்தே இந்தப் பயிற்சியை மேற்கொள்ள வேண்டும்.

நான் படித்த குருகுலத்தில் உண்ணாவிரதம் இல்லையே தவிர, உணவு முறையில் ஒழுங்கிருந்தது.

புதன் கிழமையும், சனிக்கிழமையும் எண்ணெய் தேய்த்துக் குளிப்பது, மாதம் ஒரு முறை பேதிக்குச் சாப்பிடுவது. அன்று காலைப் பலகாரம் கிடையாது; அங்கே எண்ணெய்ப் பலகாரங்கள் போட மாட்டார்கள்.

காலைப் பலகாரத்தையும், இரவுச் சாப்பாட்டையும் அளந்துதான் கொடுப்பார்கள்.

பசி உயிர் போனாலும் அந்த விரதத்தில் ஒரு ஆரோக்கியம் இருந்தது.

வாரத்தில் ஒருநாள் உண்ணாவிரதப் பயிற்சி, ஞானம் பெறுவதற்கான வழிகளில் ஒன்று.

3
இச்சா பத்தியம்

யோகப் பயிற்சிகளில் ஒரு வகையான பயிற்சி உண்டு.

உடல் வலிமையுள்ள ஒரு ஆடவன், தனியான ஒரு இடத்தில் ஒரு பெண்ணின் பக்கத்தில் படுத்திருந்தாலும், அவளைத் தொடாமலேயே இருக்கும் பயிற்சி அது.

'இல்லறத்தில் பிரம்மச்சரியம்' என்று இதனைக் காந்தியடிகள் விவரித்தார்கள்.

இப்போது அமெரிக்காவில் இந்து ஞானிகளைச் சுற்றிலும் அமெரிக்கர்கள் கூட்டமே அதிகமாக இருக்கிறது என்பதும் நமக்குத் தெரியும்.

அங்கே ஒரு இந்து ஞானி, ஒரு யோகப் பயிற்சியைத் தொடங்கி வைத்திருப்பதாக 'டைம்' பத்திரிகையில் படித்தேன். அதன் புகைப்படத்தையும் அதில் பார்த்தேன்.

ஆறு ஆண்களும் ஆறு பெண்களுமாகப் பன்னிரண்டு பேர் நிர்வாணமாக நிற்கிறார்கள். அவர்கள் ஒரு வட்டவடிவத்தில் நின்று கொள்கிறார்கள். அதிலும் ஒரு ஏரியில் இடுப்பளவு தண்ணீரில் நிற்கிறார்கள். ஒருவர் தோள் மீது ஒருவர் கை போட்டுக் கொள்கிறார்கள். எல்லோருடைய அங்கங்களும் திறந்திருக்கின்றன. இந்த நிலையில் ஒருவர் மீது மற்றவருக்கு ஆசை ஏற்படாதவாறு பயிற்சி செய்கிறார்கள்.

நான் பல இடங்களில் குறிப்பிட்டது போல, 'இயக்கத்தில் இயலாமை,' 'இருந்தும் இல்லாமை,' 'கிடைத்தும் ஏற்றுக் கொள்ளாமை,' என்பது இதுவே.

இதை யோகாசனம், என்பதைவிட 'மோகாசனம்' என்பது பொருந்தும்.

மனிதனது உணர்ச்சிகளில் சீக்கிரம் தூண்டப்படக்கூடியது. 'பாலுணர்வு' ஒன்றே.

பசியும் ஒரு உணர்ச்சிதான்; அதிலிருந்து தற்காத்துக் கொள்ளலாம்.

மனிதனுடைய தன்னடக்கத்தை மீறி எந்த உணர்ச்சியும் எழுந்து விடுவதில்லை.

அர்த்தமுள்ள இந்துமதம் – பாகம் 9

ஆனால், காமம் எந்த மேதையையும் முட்டாளாக்கிக் கொழுந்து விட்டு எரியத் தொடங்கும்.

கிடைக்காத பெண்ணுக்கே ஏங்குகின்ற உலகத்தில், கிடைத்து விட்ட பெண்ணை அனுபவிக்காமல் இருக்கப் பயிற்சி பெற வேண்டும்.

அதன் பெயரே, 'இல்லறத்தில் பிரம்மச்சரியம்!'

சித்தர்கள் இதனை, 'இச்சா பத்தியம்' என்பார்கள்.

காந்தியடிகள் பிற்காலங்களில் அப்படி வாழ்ந்து காட்டினார்.

அவருக்கு முன்னால் பரமஹம்சர் வாழ்ந்து காட்டினார்.

செயலற்ற நிலையில் பலவீனமான மனிதன், 'நான் என் மனைவியைச் சகோதரியாகப் பாவிக்கிறேன்' என்றால், அது 'திராணி' இல்லாததால் வந்த தத்துவம்.

உடல் கெடாமல் உள்ளத்தில் உணர்ச்சி மேலோங்கிய நிலையில், அந்த அடக்கம் தோன்றிவிடுமானால், அதுவே ஆன்மாவைப் புடம் போட்ட ஞானம்.

தேகம் ஆன்மாவை வென்றுவிடும். தறிகெட்டு ஓடும்.

ஆன்மா அதை வெல்ல முடியுமானால் அதுவே அற்புதமான யோகம்.

விவேகானந்தரைப் போன்ற இளம் துறவிகளை இன்னும் இந்து மதத்தில் காண்கிறோம். கிறிஸ்துவ மதத்திலும் அப்படிப்பட்ட சகோதரர்கள் இருக்கிறார்கள். அவர்கள் எல்லாம் மனத்தால் உடம்பை அடக்கியவர்கள்.

அடக்க முடியாமல் கெட்டுப்போய் ஞானிகளானவர்கள் எல்லாம், 'உடம்பு என்னை ஆட்டிப் படைக்கிறதே' என்றுதான் எழுதியிருக்கிறார்கள்.

எனக்குத் தெரிந்தவரை தமிழகத்தில் இருந்த பிரம்மச்சாரிகளில் மிக முக்கியமானவர், பசும்பொன் முத்துராமலிங்கத் தேவர் அவர்கள். பெண் வாடையே இல்லாமல் வாழ்ந்தவர் அவர்.

உடம்பின் சுக்கிலத்தை உடம்புக்குள்ளேயே வைத்திருந்து மீண்டும் ரத்தத்திலேயே கலந்து விடுமாறு செய்யும் யோகத்தை அவர் மேற்கொண்டிருந்தார்.

அவரது உடம்பின் பளபளப்புக்குக் காரணம் அதுதான் என்று சொல்வார்கள்.

ஆனால், அப்படிப்பட்ட நைஷ்டிக பிரம்மசாரிகள் நீண்ட நாள் வாழ்வதில்லை.

ஒரு குறிப்பிட்ட காலம் வரை இல்லறத்தில் வாழ்ந்த பிறகு, அனுபவித்த மனைவியையே சகோதரியாகப் பாவிக்கும் பாவனையையே நான், 'இச்சா பத்தியம்' என்று குறிப்பிடுகிறேன்.

காம உணர்ச்சி ஒருவனுக்கு இல்லாவிட்டாலும் கூட, அவனுடைய உணவு முறையின் மூலம் தூக்கம் பிடிக்காத நிலை ஒன்று ஏற்படும். விபரீத சிந்தனைகள் தோன்றும்.

அதனால் தான் இந்துக்கள், 'தனியாக இருக்கும் ஆடவர்கள் குப்புறப் படுக்கக் கூடாது' என்றும், 'பெண்கள் மல்லாந்து படுக்கக்கூடாது' என்றும் கூறுவார்கள்.

இதனை அறிந்துள்ள எந்த இந்துப் பெண்ணுமே மல்லாந்து படுப்பதில்லை. ஒருக்களித்துதான் படுப்பாள்.

இந்துமதத்தின் சாது சந்நியாசிகள் அந்நாளில் தலைக்குத் தலையணை வைக்கக்கூடாது என்ற விதி இருந்தது.

சாதாரணமாகச் செதுக்கப்பட்ட மரக்கட்டையைத்தான் தலைக்கு வைத்துக் கொண்டு படுப்பார்கள்.

ஒரு வகை மரத்தில் செய்யப்பட்ட கட்டையைத்தான் செருப்பாகப் பயன்படுத்துவார்கள். மெத்தென்ற தோல் செருப்பு அணிய மாட்டார்கள்.

ராமகிருஷ்ண பரமஹம்சரும், காந்தியடிகளும் உணவைக் குறைத்ததற்குக் காரணமே, 'இல்லறத்தில் பிரமச்சரிய'த்தை அனுஷ்டிப்பதற்குத்தான்.

இதைக் காந்தியடிகளே ஒரு முறை கூறி இருக்கிறார்.

ஒரு முறை பரமஹம்சரின் சீடர்கள் அவரைப் பார்ப்பதற்காக அவர் தங்கும் இடத்திற்கு வந்தார்கள்.

அப்பொழுது நள்ளிரவு.

பகவான் தேவியாரோடு உள்ளே இருந்தார். 'ஐயோ! இந்த நேரத்தில் வந்து விட்டோமே, அவரது சந்தோஷத்தைக் கெடுத்து விட்டோமே என்று அந்த இளம் உள்ளங்கள் பயந்தன.

அவர்களுடைய நினைப்பு, பகவான் தேவியாரோடு சல்லாபித்துக் கொண்டிருப்பதாக.

திடீரென்று வெளியே வந்தார் பரமஹம்சர். அவர்கள் சொல்லாமலே அவர்களது பயத்தை உணர்ந்தார்.

அர்த்தமுள்ள இந்துமதம் – பாகம் 9

மெல்லச் சிரித்துக் கொண்டே, 'நான் தேவியின் அருகே இருந்தாலும் தெய்வத்தின் அருகில் தான் இருக்கிறேன்' என்றார்.

சீடர்களுக்குக் குளிர் விட்டதுபோல் இருந்தது.

காம லயத்தை விட்டு விட்டவனுக்கு மரத்தைத் தொடுவதும், மனைவியைத் தொடுவதும் ஒன்றுதான்.

'துறவு' என்பதற்கே 'நிர்வாணம்' என்று பெயர்.

ஒரு பெண்ணின் நிர்வாணத்தில் கூட அவன் தெய்வீகத்தையே காணுகிறான்.

கண்ணகி கற்புக்கரசி என்றார்கள்; அதில் அவளுக்கென்ன புதுப் பெருமை?

அவள் கற்போடு இருந்து தீர வேண்டிய குலமகள்.

மதுரையை அவள் எரித்ததை வேண்டுமானால், 'மறக்கற்பு' என்று கூறலாம்.

ஆனால், மாதவி கற்போடு இருந்தாளே, அதுதான் பெருமை.

மாதவி வீட்டுக்குப் பத்துப்பேர் வந்துபோனால் அதைப்பற்றி யாரும் பேசப் போவதில்லை. அவள் அதற்கென்றே நிர்ணயிக்கப்பட்டவள்.

வசதி இருந்தும், நியாயம் இருந்தும், அதை அவள் பயன்படுத்திக் கொள்ளாமல் கற்போடு வாழ்ந்தாள்.

அதைப் போன்றதுதான் இல்லறத்தில் பிரம்மச்சரியம்.

கெட்டுப் போய் ஞானிகள் ஆனவர்கள், பெண்களைக் கேவலமாகத் திட்டி இருக்கிறார்கள்.

'நாற்றச் சரீரம்' என்றும், 'ஊத்தைச் சரீரம்' என்றும் 'மலசலம் நிறைந்த மண்பாண்டம்' என்றும், 'ஆறாத புண்' என்றும், 'வெட்டுண்ட காயம்' என்றும் அவர்கள் பலவாறாகப் பெண்களை ஏசி இருக்கிறார்கள்.

இவையெல்லாம் செயலற்ற காலத்துத் தரிசனங்கள்.

அவர்கள் உடம்பு நன்றாக இருந்தபோது, 'குவளை மலர்' என்றும், 'முல்லைமலர்' என்றும், பெண்ணை, அவர்களே தான் வருணித்திருக்கிறார்கள்.

ஞானிகள் நிலை அதுவல்ல.

உடம்பு நன்றாக இருக்கும் போதே உள்ளத்தில் தோன்றும் ஒளி, காம லயத்தில் இருந்து அவர்களைப் பிரித்து விடுகிறது.

சுவேதகேதுவின் காலத்திலிருந்து, பல வகையான ஞானிகள், இதை ஒரு பயிற்சியாக மேற்கொண்டிருக்கிறார்கள்.

ஒரு குறிப்பிட்ட காலம்வரை, பிள்ளைப் பேறுக்காகவே மனைவியோடு உடலுறவு வைத்திருக்கிறார்கள்.

காம வயப்பட்ட மனிதர்கள் உடலுறவு கொள்ளும் போது சில விநாடிகளிலேயே உடல் தளர்ந்து விடும்.

ஆனால், மனதைப் புடம் போட்டவர்கள் உடலுறவு கொள்ளும் போது, மனைவி எவ்வளவு நேரம் மகிழ்ச்சியை எதிர்பார்க்கிறாளோ, அவ்வளவு நேரம் நீடிக்கும்.

காரணம் அவர்களிடம் வெறி உணர்வு இல்லை.

பொற்கொல்லர்கள் சங்கிலி செய்வது போலவும், விவசாயிகள் ஏரோட்டுவது போலவும், கண்ணை மூடிக்கொண்டு அவர்கள் கடமை புரிவதினால் கால வரம்பு நீடிக்கிறது. அதிலே மிருகத்தனம் இல்லை; தெய்வீகம் இருக்கிறது. காமம் இல்லை; யோகம் இருக்கிறது. வெறும் விளையாட்டு இல்லை; ஒரு தவம் நடக்கிறது. பற்றற்ற கருமமாகவே அது பாவிக்கப்படுகிறது.

சிட்டுக் குருவியைப்போல், அந்தி பகல் எந்நேரமும் அதையே நினைத்துக் கொண்டிருப்பவன், அந்தச் சிந்தனையினாலேயே பலம் இழந்து விடுகிறான்.

உடம்பு செயலாற்றுவதால் ஏற்படும் உஷ்ணத்தைவிட சிந்தனையினால் ஏற்படும் உஷ்ணம் பத்து மடங்கு அதிகம்.

அதுவும் காமச் சிந்தனையாக இருந்தால், அந்தப் பத்து மடங்கு உஷ்ணமும் உடனே ஏறிவிடுகிறது.

அதன் பிறகு அவன் செயலாற்றத் தொடங்கும் போது மனைவியின் கண்ணுக்கே நபும்சகனாகக் காட்சியளிக்கிறான்.

அதனால்தான் இந்துக்கள், தியான முறையைக் கையாண்டார்கள்.

ஈஸ்வர தியானத்தினால் உடம்பில் உள்ள உஷ்ணம் இறங்கி விடுகிறது.

மனத்தின் சிந்தனைப் போக்கு உணர்ச்சி வயப்படாத ஒன்றில் ஐக்கியமாவதால், உடம்பு சம சீதோஷ்ணத்துக்கு வந்து விடுகிறது.

இல்லறத்தில் பிரம்மச்சரியம் தொடங்கிய பிறகே காந்தியடிகளும், பரமஹம்சரும் தத்துவ ஞானிகள் ஆனார்கள்.

இது பற்றிக் காந்தியடிகள் கூட விரிவாகக் கூறியிருக்கிறார்.

4
குரு-சிஷ்ய பாவம்

பண்டைய குருகுல முறைகள் இப்போது மறைந்து விட்டன. குரு – சிஷ்ய பாவம் மறைந்து விட்டது.

ஆங்கிலக் கல்வியின் பெயரால் கல்லூரிகள் வெறும் பட்டதாரிகளையோ, காலிக் கும்பல்களையோ உற்பத்தி செய்கின்றன.

வாழ்க்கைக்குத் தேவையான ஒழுக்கத்தை இன்றையக் கல்வி போதிக்கவில்லை.

ஐந்து வருஷம் பட்டப் படிப்புப் படித்தாலும் பயனில்லாத ஒரு கல்வியையே நாம் கட்டிக்கொண்டு மாரடிக்கிறோம்.

ஒழுங்கீனமே கல்லூரியின் பிரதான அம்சமாகக் காட்சியளிக்கிறது.

சில கல்லூரிகளுக்குள் எல்.எஸ்.டி. மாத்திரைகளும், விஸ்கி பாட்டில்களும், கஞ்சாவும் தாராளமாக நடமாடுகின்றன.

அண்மையில் சென்னையில் மிகப் பிரபலமான டாக்டர் ஒருவரிடம் மருத்துவக் கல்லூரி மாணவி ஒருவர் வந்தார். தொடையில் ஆபரேஷன் செய்ய வேண்டிய நிலைமையில் அவர் இருந்தார்.

அந்த டாக்டர் மருத்துவக் கல்லூரியோடு தொடர்புள்ளவர். அவருக்கு அந்தப் பெண்ணைப் பற்றித் தெரியும்.

"என்னம்மா, ஆபரேஷன் செய்யலாமா? இல்லை, ஒரு பெதடின் போட்டுக் கொள்கிறாயா?" என்று கேட்டார்.

"பெதடினே போடுங்கள், போதும்!" என்று கெஞ்சினார் அந்த இளநங்கை.

டாக்டர் ஆபரேஷனும் செய்யவில்லை; பெதடினும் போடவில்லை; அவரைத் திருப்பி அனுப்பிவிட்டார்.

இன்று கல்வியின் தரமும் கெட்டு, மாணவர்களின் ஒழுக்கமும் பாழ்பட்டு விட்டது.

ஆனால், அந்நாளில் இந்துக்கள் ஒரு வகையான குருகுலப் பயிற்சியை வைத்திருந்தார்கள்.

கண்ணதாசனின்

ராம கதையில் வரும் ராமனும், இலக்குவனும் குரு குலத்தில் பயின்றவர்கள்.

மகாபாரதத்தில் வரும் வீமனும், அர்ஜுனனும் குருகுலவாசிகள்.

இந்துப் புராணப் பாத்திரங்கள் அனைத்துமே குருகுலப் பயிற்சியில் வளர்ந்தவையே.

அதிருஷ்டவசமாக நானும் நான்கு ஆண்டுகள் குருகுல வாசம் செய்தவன்.

'குரு வாழ்க, குருவே துணை' என்ற சுலோகத்தைச் சொன்னவன்.

நான் பயின்ற அமராவதி புதூர் குருகுலத்தில், அதிகாலை ஐந்து மணிக்கு மாணவர்களை எழுப்பி விடுவார்கள்.

வகுப்பு வாரியாக மாணவர்கள் வரிசையில் அணிவகுத்து, வகுப்பு மானிட்டரின் தலைமையில் பின் பக்கத்துக் காட்டுக்குச் செல்வோம். அங்கே கலைந்து சென்று காலைக் கடன்களை முடிப்போம்.

பிறகு மீண்டும் வரிசையாக நின்று தியான மண்டபத்துக்குத் திரும்புவோம். அங்கே நான்தான் 'பிரேயர்' பாட்டுப் பாடுவேன். மற்றும் சில மாணவர்கள் இரண்டொரு பாடல்கள் பாடுவார்கள்.

பிறகு கலைந்து சென்று எல்லோரும் கிணறுகளில் தண்ணீர் சேந்திக் குளிப்போம்.

சாப்பாட்டு விடுதியில் வரிசையாக அமர்ந்ததும், காலைப் பலகாரம் பரிமாறப்படும், அங்கேயும் சில கோஷங்கள் உண்டு.

அவற்றிலே கடைசி இரண்டு கோஷம், 'காந்தியடிகள் வாழ்க! குருகுலம் நீடூழி வாழ்க!' என முடியும்.

அந்தக் கோஷம் முடிந்த பிறகுதான் எல்லோரும் சாப்பிடத் துவங்குவோம்.

சாப்பிட்டு முடிந்ததும் வகுப்புத் துவக்கத்துக்கான மணியோசை கேட்கும்.

வகுப்புகளுக்குள் நுழைவோம்.

பள்ளிப் பாடங்களுக்கிடையிலேயே தேச பக்தியையும், தெய்வ பக்தியையும், புகட்டுவார்கள். அன்றாடச் செய்திகளையும் சொல்வார்கள்.

மாலையில் விளையாட்டு; இரவிலே மீண்டும் தியானம்; படுக்கை.

அர்த்தமுள்ள இந்துமதம் – பாகம் 9

காம்பவுண்டுச் சுவரைத் தாண்டி யாரும் வெளியே போக முடியாது.

எல்லோருக்கும் வரிசை நம்பர் உண்டு. நம்பரைச் சொல்லித்தான் கூப்பிடுவார்கள்.

என்னுடைய நம்பர் 498, 'முத்து' என்பது என் பெயர்.

பாரதியின் கிளிப்பாட்டுகளை நான் அதிகம் பாடுவேன். அதனால் எனக்குக் 'கிளிமுத்து' என்று பட்டம்.

உடம்பு இளைத்திருந்தால், 'மீன் எண்ணெய்' கொடுப்பார்கள்.

ஓர் அழகான நூல் நிலையம் உண்டு.

சிறிய இரசாயனக் கூடம் உண்டு.

நான் பெரும்பாலும் நூல் நிலையத்தில்தான் காணப்படுவேன்.

இசை வகுப்புத் தொடங்கினார்கள்; அதில் நானும் சேர்ந்தேன்.

காலை நான்கு மணிக்கே எழுந்து பாடல் கற்றுக் கொள்ள வேண்டும்.

'சிதம்பர நாதா திருவருள் தாதா' என்பதே நான் கற்றுக் கொண்ட முதற் பாட்டு.

வித்வான் படிப்பு ஆரம்பித்தார்கள்; அதிலும் நான் ஒரு மாணவன்.

பத்துக்குப் பத்துச் சதுர அடியுள்ள நிலத்தை ஒவ்வொரு மாணவனுக்கும் கொடுப்பார்கள். அதில் அவனுடைய விவசாயத் திறமையைப் பார்ப்பார்கள்.

ஆளுக்கு ஒரு கன்றுக்குட்டி கொடுப்பார்கள். அதில் மாணவனுடைய கால்நடைப் பராமரிப்புத் திறமையைப் பார்ப்பார்கள்.

உள்ளேயே ஏராளமான கைத்தறிகள் உண்டு. மாணவன் அங்கே போய்த் தறி நெய்யக் கற்றுக் கொள்ளலாம்.

நான் அடிக்கடி அதில்தான் கவனம் செலுத்துவேன்.

ஒருநாள் ஒரு முழு வேட்டியையே நெய்து விட்டேன்.

நாங்கள் நெசவு செய்த வேட்டியைத்தான் நாங்கள் கட்டிக் கொள்வோம்.

சில தொழில் நெசவாளர்களும் அமர்த்தப்பட்டிருந்தார்கள். அதனால் வெளியில் துணி வாங்குவதே இல்லை.

கண்ணதாசனின்

வெளியிலே சுதந்திரப் போராட்டம் நடந்தது. உள்ளுக்குள்ளே அந்தக் கனலைக் குருகுலம் மூட்டிற்று.

1939-இல் இந்தி படிக்கும் பிரச்சினை எழுந்தது. குருகுலத்தில் இந்தி வகுப்பு ஆரம்பமாயிற்று. அன்றைக்கு நிர்வாகியாக இருந்த சுப்பிரமணிய நைனார்தான் இன்றும் இருக்கிறார்.

இந்தக் குருகுலம் போட்ட அடிப்படையில் தான் இன்றும் நான் உலாவிக் கொண்டிருக்கிறேன்.

அந்தக் குரு-சிஷ்ய பாவம், நாட்பட மறைந்து கொண்டே வருகிறது.

வாலாஜாபாத் இந்துமதப் பாடசாலையும், அமராவதி புதூர் சுப்பிரமணியம் செட்டியார் குருகுலமும் போன்ற சில மட்டுமே இன்னும் அதைக் கட்டிக் காத்துக் கொண்டு வருகின்றன.

வியாசர், வசிஷ்டர், விசுவாமித்திரர், துரோணர் போன்ற மகாத்மாக்கள் உற்பத்தி செய்த சீடர்களால் தான் இந்துமதம் செழித்துத் தழைத்தோங்கியது.

அந்தத் தத்துவ ஞான பீடத்தை கான்வென்ட் படிப்பு நிறுவ முடியாது.

பி.ஏ. படிப்பும், பி.எஸ்.சி. படிப்பும் மனிதனுடைய தார்மீக ஒழுக்கத்துக்குச் சம்பந்தமே இல்லாதவை.

குரு-சிஷ்ய பாவத்துக்குத் திரும்பினாலொழிய சராசரி வாழ்க்கையில் இனி நிம்மதி இருக்காது.

ஆசிரியரைக் கல்லால் அடிப்பது, அவதூறு பொழிந்து நோட்டீஸ் போடுவது, கல்லூரி மாணவியைக் கடற்கரையில் சந்திப்பது - இவையெல்லாம் நாகரீகம் விளைவித்த கேடுகள்.

குரு - சிஷ்ய பாவத்தில் உடம்பும் உள்ளமும் பேணிக்காக்கப்பட்டன.

தேச பக்தியும், தெய்வ பக்தியும் சேர்ந்து ஊட்டப்பட்டன.

ஐந்து வயதில் இருந்தே தர்மம் தொடங்கியது.

அதனால் தான் மனிதனின் இல்லறம் கூட நல்லறமாக அமைந்தது.

வள்ளுவனுக்கு வாசுகியும், ராமனுக்குச் சீதையும், கோவலனுக்குக் கண்ணகியும் கிடைத்தார்கள்.

இன்றையப் போலி நாகரீகம் கணவன் மனைவியைக் கோர்ட்டிலே கொண்டு வந்து நிறுத்துகிறது.

அர்த்தமுள்ள இந்துமதம் – பாகம் 9

சினிமா நடிகை இரண்டாவது திருமணம் செய்து கொண்டதும், முதற் கணவனுக்கு நஷ்ட ஈடு கொடுத்ததும், குழந்தைக்கு ஜீவனாம்சம் கொடுத்ததும் செய்திகளாகின்றன.

சந்திர மண்டலமல்ல; சூரிய மண்டலத்திற்கே மனிதன் போகட்டும். பழங்காலங்களில் இந்துக்கள் வகுத்த அடிப்படைத் தர்மங்களைக் கடைப்பிடித்தால் தான், அவன் நிம்மதியாக வாழ முடியும்.

அவற்றில் ஒன்றுதான் குரு-சிஷ்ய பாவம்.

இன்று எந்த மாணவன் ஆசிரியரின் காலைத் தொட்டு வணங்குகிறான்? தன் கால் செருப்பையல்லவா அவர் மீது வீசுகிறான்!

இவன் படித்தால் என்ன, படிக்காவிட்டால் என்ன? நவாபுகள் படையெடுப்பினாலும், ஆங்கிலப் படிப்பினாலும் நமது பாரம்பரிய தர்மம் நசிந்து விட்டது.

அதைக் காப்பாற்றுவதற்குப் பணம் படைத்தோர் செய்ய வேண்டிய முதற்காரியம், பழைய பாணியில் குரு குலங்களை ஆரம்பிப்பதே.

வைத்தீஸ்வரன் கோவில்

5

கடவுள் மனிதனாக

'கடவுளுடைய திருநாமம் பேசப்படும் இடமெல்லாம் புண்ணியத் தலங்களே. இவ்வாறு இருக்க, அவர் திருநாமத்தைக் கூறுகிறவர் எவ்வளவு புண்ணிய வடிவாய் இருக்க வேண்டும்? தெய்வீக உண்மையைப் புலப்படுத்தும் அவரிடம் நாம் எவ்வளவு பக்தியுடன் இருக்க வேண்டும்? ஆனால், உலகத்தில் ஆன்மீக உண்மையை அளிக்கும் மகான்கள் மிகவும் குறைவானவர்களே. அவர்கள் இல்லாமல் உலகம் ஒருமிக்க வாழவும் இயலாது. மானிட வாழ்க்கையின் அழகுமிக்க மலர்கள் அவர்கள்; 'தமக்கென்று நோக்கமெதுவுமில்லாத கருணா சமுத்திரம்!' 'குருவை நான் என்று அறி' என்று கிருஷ்ண பகவான் பாகவதத்தில் பகருகிறார். இத்தகையோர்கள் எந்தக் கணம் முதல் இல்லாமல் போகிறார்களோ அப்பொழுதே உலகம் பயங்கரமான நரகமாகி அதன் அழிவை நோக்கித் துரிதமாகச் செல்லத் தொடங்குகிறது. இவர்களை விட உயர்வும் மகிமையும் உள்ள ஆச்சாரியர்கள் உலகில் தோன்றுகிறார்கள். அவர்களே ஈஸ்வர அவதாரங்கள். அவர்கள் தங்கள் விருப்பத்தாலேயே, ஒரு முறை தொடுவதாலேயே ஆன்மீக அறிவைப் பிறரிடம் பாய்ச்சுவார்கள். அவர்கள் கட்டளையினால் மிக இழிந்தவர்களும் ஒரு விநாடியிலே பெரிய ஞானிகள் ஆகிவிடக்கூடும். அவர்கள் ஆச்சாரியர்களுக்கும் ஆச்சாரியர்கள்; கடவுள் மனித உருவத்தில் தம்மைத் தெரிவித்துக் கொள்ளும் பெரிய அவதாரங்களே அவர்கள். அவர்கள் மூலமாகவன்றிக் கடவுளை நாம் காண முடியாது. அவர்களை நாம் பூஜிக்காமல் இருக்க இயலாது. உண்மையாக அவர்களே நம் பூஜைக்கு உரியவர்கள்.

இந்த மானிட உருவத்தில் அளிக்கப்படும் தோற்றங்களிலன்றி இறைவனை வேறு விதத்தில் எவரும் காண இயலாது. வேறு வழியில் நாம் அவரைக் காண முயலும் போது அவரே வெறுக்கத்தக்க ஒரு போலியை உருவாக்கி, அதுவே அவர் என்று நம்புகிறோம்.

இதை விளக்கும் ஒரு கதை உண்டு.

ஒருவனைச் சிவபிரான் உருவத்தைச் செய்யச் சொன்னார்கள். அவன் நெடுநாள் முயன்று ஒரு குரங்கு உருவத்தைப்

அர்த்தமுள்ள இந்துமதம் - பாகம் 9

படைத்தானாம். ஆகவே, கடவுளை அவரது பரிபூரண நிலையிலிருத்திப் பார்க்க முயலும் போதெல்லாம் நமக்குத் தோல்வியே உண்டாகிறது. நாம் மனிதராய் இருக்குமட்டும், மனித நிலையை விட்டு வேறாக நாம் அவரைக் கருத இயலாது. நாம் நம் மானிட நிலையைத் தாண்டி மேலேறுவோமானால், அவரை அவர் உள்ளபடி நாம் உணரக் கூடும். ஆனால், நாம் மனிதராய் இருக்கும் மட்டும் அவரை மனிதரில் வைத்து மனிதராகவே பூஜிக்க வேண்டும். நீ எதை வேண்டுமானாலும் பேசலாம். எப்படி வேண்டுமானாலும் முயலலாம். ஆனால், கடவுளை மனிதராக அல்லாமல் வேறு எந்த வகையிலும் உன்னால் நினைக்க முடியாது. இதைத் தவிர வேறு வழியில்லை.

இறைவனையும், நானிலத்துள்ள பொருள்கள் அனைத்தையும் பற்றி அறிவொளி மிக்க பெருஞ் சொற்பொழிவாற்றலாம். தருக்க நிபுணராய்த் திகழ்ந்து இறைவனின் மனித அவதாரங்களைப் பற்றிய நிகழ்ச்சிகள் யாவும் பேதைமையென்று திருப்தியுற நீர் மெய்ப்பிக்கலாம். ஆனால், செயல் முறைக்கு உதவும் பொது அறிவு நிலைக்குச் சற்றே செல்வோம். இத்தகைய அறிவுப் பொலிவின் பின்னுள்ளது யாது? சூனியமே! ஒன்றுமின்மையே! அவ்வளவும் நுரை மட்டுமே! கடவுளின் அவதார வழிபாட்டை எதிர்த்து ஒருவர் அறிவு நலம் மிக்க சொற்பழிவை நீர் அடுத்த முறை கேட்குங்கால், அவரைப் பற்றி இழுத்து, 'கடவுளைப் பற்றி நீர் கொண்ட கருத்து யாது? ஸர்வ சக்தித்துவம்.' 'ஸர்வ வியாகபத்துவம்' என்பவற்றிற்கும் இவை போன்ற பிற மொழிகட்கும் அவற்றின் எழுத்துகளுக்கு அப்பால் நீர் கண்ட பொருள்கள் எவை?' என்று வினவுவீராக. அவற்றால் அவர் அறிந்தது யாதுமில்லை என்பதே உண்மை. அவரது சொந்த மனித இயற்கையால் பாதிக்கப்படாத எக்கருத்தையேனும் அவற்றின் பொருளாக அவர்க்கு வரையறுத்துக் கூற இயலாது. இது பற்றிப் பேசின், ஒரு நூலையும் வாசித்திராதொரு மனிதன் அமைதியாய் இருப்பான். உலக அமைதியைக் குலைக்காதிருப்பான். ஆனால், இப்பெரிய பேச்சாளரோ மன்னுயிருக்குத் தொந்தரவையும், துயரத்தையும் படைத்தளிப்பார். யாது கூறினாலும் சமயம் என்பது அனுபூதியே, பேச்சுக்கு. அனுபூதி ஞானத்திற்கும் மிகச் செவ்வனே வரையறுக்கப்பட்டுள்ள வேறுபாட்டைக் காண வேண்டும். நாம் ஆன்மாவிற்குள் ஆழத்தைப் பெறும் அனுபவமே மெய்யுணர்வாகும். இப்பொருள் பற்றியவரை பொது அறிவைப் போன்ற அத்துணை அசாதாரணமானது உண்மையிற் பிறிதொன்றில்லை.

கண்ணதாசனின்

நமது இப்போதைய அமைப்பால் நாம் வரையறையுற்றவர் ஆதலின், இறைவனை மனிதனாகக் காணும் கட்டுப்பாட்டுக்கு உள்ளாவோம். உதாரணமாக எருமைகள் இறைவனை வணங்க விரும்புமாயின், அவை தமது சொந்த இயற்கைக்கேற்ப, அவரை ஒரு பேரெருமையாகவே காணும். ஒரு மீன் இறைவனை வழிபட விரும்புமாயின், அவரைப் பற்றிய ஒரு கருத்து ஒரு பெரும் மீனாகவே அமைய வேண்டியதாகும். மனிதனும் அவரை மனிதனாகவே நினைக்க வேண்டியவனாவான். இப்பல்வகைக் கருத்துகளும் நோயினால் விரை விரைவுற்ற கற்பனையில் எழுந்தவையல்ல. மனிதனும், எருமையும், மீனும் யாவும் அத்தனை வேறு வேறான கலங்களைக் குறிப்பாகக் கருதலாம். இத்தனைக் கலங்களும் தத்தம் சுய வடிவிற்கும், கொள்ளும் அளவிற்கும் ஏற்ப நீரை நிரப்பிக் கொள்ளும் பொருட்டு இறைவன் என்னும் கடலுக்குச் செல்லுகின்றன. மனித கலத்தில் நீர் மனித வடிவையும், எருமைக் கலத்தில் எருமை வடிவையும், மீன் கலத்தில் மீன் வடிவையும் பெறுகிறது. இக்கலங்கள் ஒவ்வொன்றிலும் இறைவன் என்னும் கடலிலுள்ள இதே நீர் உள்ளது. மனிதர் இறைவனைக் காணும் போது, அவனை மனிதனாகக் காண்கின்றனர். விலங்குகளிடம் இறைவனைப் பற்றிய கருத்து இம்மியேனும் உண்டாயின் ஒவ்வொன்றும் அதன் தன் சொந்த இலட்சியத்திற்கு ஏற்ப அந்தந்த விலங்காகத்தான் அவரை கண்டு தீர வேண்டும். ஆதலால் இறைவனை மனிதனாகக் காணுதல் நமக்கு தடுக்கவொண்ணாதது. ஆதலால் அவரை மனிதனாக வழிபடும் கட்டுப்பாட்டுக்கு உள்ளாகியிருக்கிறோம்.

கடவுளை மனிதனாக வழிபடாதவர் இரு வகையினர். அவருள் மதம் என்பதில்லாத காட்டுமிராண்டிகள் ஒரு வகையினர்; மானிட எளிமைகளெல்லாம் தாண்டி அப்பாற் சென்றவர்களும், தங்களுக்கு இயல்பான மானிட சுபாவத்தின் எல்லையைக் கடந்தவர்களுமான பரமஹம்சர்கள் மற்றொரு வகையினர். அவர்களுக்கு 'பிருகிருதி' எல்லாம் தாமே ஆகிவிடுகின்றன. அவர்களே கடவுளை அவருடைய உண்மை நிலையில் வைத்துப் பூஜிக்கக் கூடும். பிற விஷயங்களில் போல இரண்டு ஓரங்களும்— மடமையின் எல்லையும், ஞானத்தின் எல்லையும் ஒன்று கூடுகின்றன.

இவ்விருவரும் பூஜை புரிய வேண்டியதில்லை. காட்டுமிராண்டி, தன் அஞ்ஞானத்தால் பூஜை செய்வதில்லை. ஜீவன் முக்தர்கள் (வீடு பெற்றவர்கள்) கடவுளைத் தம்மிடத்தில் காண்பதால் பூஜை செய்வதில்லை. இவ்விரு நிலைகளுக்கும் இடையிலே நிற்கும் எவனேனும் கடவுளைத் தான் பூஜை செய்யப்

அர்த்தமுள்ள இந்துமதம் - பாகம் 9

போவதில்லை என்று கூறுவானானால் அவனிடம் விழிப்பாயிரு. மரியாதையாகச் சொல்லுவோமானால், அவன் பொறுப்பற்றுப் பேசுகிறவன். அவன் மதம் நேர்மையற்றது; அறிவற்றவர்களுக்கே ஏற்றது எனலாம்.

மானிடர்க்குரிய குறைகளைக் கடவுள் அறிகிறார். மானிட இனத்திற்கு நன்மை புரியும் பொருட்டு அவர் ஒரு மனிதராகிறார். 'தர்மம் குறைந்து அதர்மம் தலையெடுக்கும் போதெல்லாம் நான் அவதரிக்கிறேன்; யுகந்தோறும் அறத்தை நிலை நிறுத்தவும், மறத்தை அழிக்கவும், நல்லோர்களைக் காக்கவும் நான் வருகிறேன்.'

"முரடர்கள் மானிட உருவெடுத்து என்னை, நான் சர்வ லோகங்களுக்கும் பிரபு என்பதை உணராமல் இகழ்கிறார்கள்." இதுவரை அவதாரங்களைப் பற்றி கீதையில் சொல்லப்பட்டவை, "பெரும் புயல் வரும் போதே சிறிய வாய்க்கால்களும், சாக்கடைகளும் தாம் அறியாமலே வெள்ளத்தால் நிரம்பி விடுகின்றன. அப்படியே அவதாரம் என்று உலகில் ஏற்படும் போது, பெரியதோர் ஆன்மீக வெள்ளம் உலகத்தில் பரவ, மக்கள் யாவரும் வானமெல்லாம் ஆன்மீகம் நிறைந்துள்ளதை உணர்கிறார்கள்!" என்று பகவான் இராமகிருஷ்ணர் கூறுகிறார்."

—மேலே நான் குறிப்பிட்டிருப்பது சுவாமி விவேகானந்தரின் சொற்பொழிவில் ஒரு பகுதியாகும்.

கீதையை உபதேசித்த கண்ணன் யார்? அவன் மனிதனா, கடவுளா? கடவுளை மனிதனாகக் காண்பது சாத்தியமா?

இந்தக் கேள்விகளுக்குத்தான் சுவாமி விவேகானந்தர் மேலே கண்டபடி பதில் அளிக்கிறார்.

மற்ற மதங்கள், கடவுளை மனிதரின் தூதுவராகக் காண்கின்றன.

இந்துக்கள் கடவுளையே மனிதராகக் காண்கிறார்கள்.

சுவாமி விவேகானந்தர் சொல்வது போல், எருமையின் கண்ணுக்குக் கடவுள் ஒரு பெரிய எருமை என்றால், மனிதனின் கண்ணுக்குக் கடவுள் ஒரு மனிதர் தான்.

அதனால்தான், அவதார புருஷர்களை நாம் வழிபடுகிறோம்.

இராமாவதாரத்தையும், கிருஷ்ணாவதாரத்தையும் மனிதர்கள் என்றே வைத்துக் கொண்டாலும் கூட, அந்த இருவரும் வையத்துள் வாழ்வாங்கு வாழ்ந்த அவதாரங்கள்.

அவர்களிலே கிருஷ்ணன் ஒரு ஞானாசிரியன்; இராமன் ஒழுக்கத்துக்கு இலக்கணமான பேராசிரியன்.

கடவுளை மனிதனாகப் பார்ப்பதால் தான் அவனைக் காதலியாக, காதலனாகப் பாவிக்கிறோம்.

இந்த பாவனையில் தெய்வத்தின் ஸ்வரூபமல்லாது, விஸ்வரூபம் வெளியாகிறது.

தாயைப் பார்க்கும் மகனைப் போல ஆண்டவனை நாம் பார்க்கிறோம்.

மனிதர்கள் அணியும் ஆடைகளையே அவனுக்கும் அணிவிக்கிறோம்.

மனிதர்கள் சூடிக் கொள்ளும் மலர்களையே இறைவனுக்கும் சூட்டுகிறோம்.

அந்த மனித பாவத்தில், நம்முடைய அறிவு லயித்து விடுகிறது.

தெய்வம் என்பது எல்லாவற்றையும் கடந்தது என்ற நிலைபோய், அது நம்மோடிருக்கும் ஒன்று என்ற நிலை வந்து விடுகிறது.

மனிதனுடைய பகுத்தறிவு, தெய்வத்தைப் பக்கத்தில் காணவே விரும்பி இருக்கிறது. அந்த விருப்பத்தின் உருவங்களே அவதாரங்கள்.

அத்தகைய அவதார புருஷர்கள் பிற்காலத்தில் பிறக்கவே இல்லையா என்றால், இன்றும் பிறந்திருக்கிறார்கள் என்பதே பதிலாகும்.

ஆடி, ஓடி, அலுத்துக் களைத்து, நோய்வாய்ப்பட்டுச் சாகும் மனிதனுக்குக் காட்டுக்கு நடுவே இருக்கும் ரோட்டைக் காட்டுவது போல், ஞானத்தை ஊட்டும் நல்லாசிரியர்கள் இன்னும் இருக்கிறார்கள்.

அவர்களில் பலர், தங்களைக் கடவுளின் அவதாரங்கள் என்று அழைத்துக் கொள்வதில்லை. ஆனால், அவதாரங்களாகவே வாழ்கிறார்கள்.

உயர்தர மருத்துவர்களே, 'என் விதி முடிந்து விட்டது' என்று சொல்லும் போது, உள்ளூர் மருத்துவர்கள் ஏன் கையைப் பிடித்துப் பார்க்க வேண்டும் என்பது போல, ரமண மகரிஷி இறைவன் திருவடிகளை அடைந்தார்.

அர்த்தமுள்ள இந்துமதம் - பாகம் 9

சில சட்டதிட்டங்கள் கட்டுப்பாடுகளுக்கு அவர்கள் தங்களை ஒப்புக் கொடுத்து விடுகிறார்கள். அந்த இடத்திலேயே நிலையாக நின்று விடுகிறார்கள்.

அவர்களில் ஒருவரை நாடி, உபதேசம் பெற்றுக் கொள்ள வேண்டும்.

பால வயதில் இருந்து குரு-சிஷ்ய பாவத்தில் ஈடுபடாதவர்கள் நடுத்தர வயதில் அப்படியொருவரை அணுகுவதே நிம்மதிக்கு வழி.

வெறும் புத்தகங்களைப் படிப்பதின் மூலமே ஞானம் பெற்றுவிட முடியாது.

யாராவது ஒருவர் ஆறுதல் சொன்னால்தான் அழுகை அடங்குகிறது.

யாராவது ஒரு ஞானாசிரியரிடம் உபதேசம் கேட்டுக் கொண்ட பின்னாலேதான், ஏற்கெனவே இருந்த மனோபாவம் மாற முடியும்.

வாழ்க்கை வெறும் கேள்விக்குறிகளாலே ஆனது.

சிக்கல் விழுந்துவிட்ட அந்த நூலை அறுந்து விடாமல் ஜாக்கிரதையாகப் பிரிக்க வேண்டும்.

அந்த வேலை தையல்காரருக்குத் தெரிந்த அளவு நமக்குத் தெரியாது.

நாமே நமக்குள் பெற்றுக் கொள்ளக் கூடிய நிம்மதியை நூறு மடங்காக ஆக்கத் தெரிந்தவர்கள் ஞானிகள் மட்டுமே.

அவர்களை அண்டி, மிச்சக் கால வாழ்க்கையை மேன்மைப்படுத்திக் கொள்ள முயல்வதே நிம்மதிக்கு ஒரே வழி.

6
சொர்க்கம்–நரகம்–புனர்ஜென்மம்

மரணத்திற்குப் பிறகு மனிதனின் நிலை என்ன?

அவனுடைய ஆவி இப்போது இருப்பதைப் போலவே பூமியில் உலாவுகிறதா? இல்லை, வான மண்டலத்திலே சொர்க்கத்திற்கோ, நரகத்திற்கோ போய் விடுகிறதா?

அதுவும் இல்லை என்றால், அது இன்னொரு ஜீவனாக உடனே பிறந்து விடுகிறதா?

இந்தக் கேள்விகளுக்கு எப்படியும் பதில் சொல்லலாம்.

உபந்யாசகர்கள் அவர்களுக்குத் தோன்றிய பதிலைச் சொல்கிறார்கள்.

ஆனால், மறுபிறவி என்கிற புனர்ஜென்மத்தைப் பற்றிக் காஞ்சிப் பெரியவர்கள் அழகாக ஒரு விளக்கம் தருகிறார்கள். அதனை அத்தியாயத்தின் இறுதியில் தருகிறேன்.

மனித உயிர் சொர்க்கத்துக்கோ, நரகத்திற்கோ போகிறது என்பதிலும், மறுபிறவி எடுக்கிறது என்பதிலும் இந்துக்களுக்கு அசைக்க முடியாத நம்பிக்கை உண்டு.

"சொர்க்கம், நரகம் என்ற இரண்டை ஏன் ஆண்டவன் படைக்க வேண்டும்?" என்று யாராவது கேட்டால், "உயிர் ஏன் போக வேண்டும்?" என்றே நான் அவர்களைத் திருப்பிக் கேட்பேன்.

ஒன்பது ஓட்டைக்குள்ளே ஊசலாடிக் கொண்டிருக்கும் ஒரு துளிக் காற்று ஒரு குறிப்பிட்ட தேதியில் வெளியேறுகிறது.

ஆக, அந்தத் தேதியை எவனோ நிர்ணயிக்கிறான் என்று தானே ஆகிறது.

அப்படித் தேதியை நிர்ணயிக்க ஒருவன் இருப்பானானால், மனித உயிருக்கு நீதியையும், அவன் நிர்ணயிப்பானல்லவா?

தவறு செய்தவர்கள் நரகத்திற்குப் போகும்படியும், நல்லது செய்தவர்கள் சொர்க்கத்திற்குப் போகும்படியும், அவன் நிர்ணயிக்கலாம் அல்லவா?

அர்த்தமுள்ள இந்துமதம் - பாகம் 9

சொர்க்க-நரகத்தின் அமைப்பு, அதன் இருப்பிடம் பற்றி வேண்டுமானால் சர்ச்சை இருக்கலாம். ஆண்டவன் தான் நீதி வழங்குகிறான் என்பதில், விவாதத்துக்கே இடமில்லையே!

அவரவர்களின் கர்மாவுக்கு ஏற்றபடி நீதி வழங்கப்படுகிறது என்பதில் தவறில்லையே?

சிலரது மரணத்தையே நாம் பார்க்கிறோமே...

காந்தியை நேசித்த காமராஜ், காந்திஜீ பிறந்த நாளிலே மரணமடைந்தார்.

முருகனை நேசித்த சின்னப்பா தேவர், முருகனுக்கு உகந்த சஷ்டி நாளிலே காலமானார்.

இந்த இருவருமே சொர்க்கத்துக்குத்தான் போயிருப்பார்கள் என்பதை இவர்களது மரணமே சுட்டிக் காட்டுகிறதே!

படுக்கையில் நீண்ட நாட்கள் படுத்து அவதிப்படாதபடி, அந்தப் புண்ணிய மூர்த்திகளை இறைவன் வலி இல்லாமல் கொண்டு போயிருக்கிறான்.

'வாழ்ந்தால் இப்படி வாழ வேண்டும்' என்ற ஆசையை விட, 'செத்தால் இப்படிச் சாக வேண்டும்' என்ற எண்ணத்தையல்லவா இந்த மரணங்கள் உண்டாக்கி இருக்கின்றன!

ஒருவனது வாழ்நாளிலேயே மரணத்துக்குப் பின்பு அவன் எந்த நிலையை எய்துவான் என்பதை, இந்துக்கள் கண்டுபிடிக்கிறார்கள்.

சிலரைப் பார்த்து, "அடபாவி, நீ நரகத்திற்குத் தான் போவாய்!" என்கிறார்கள்.

"புண்ணியவானுக்கு நல்ல கதி கிடைக்கும்!" என்கிறார்கள், சிலரைப் பார்த்து.

இந்தக் கதி நிர்ணயம், அவர்களது வாழ்க்கையிலே அடங்கிக் கிடக்கிறது.

நான் அடிக்கடி சொல்வேனே ஒரு சாமியார் கதை, அது அப்படித்தான்!

இக வாழ்க்கையில் ஒரு மனிதன் ஒழுங்காக நடந்து கொள்ள வேண்டும் என்பதைக் குறிக்கவே, பரலோகத்தைத் தீர்க்கதரிசிகள் காட்டினார்கள்.

'கண்டவர் விண்டிலர், விண்டவர் கண்டிலர்' என்றாலும், இந்துக்களின் அனுமானத்தில் இருந்து, அவர்கள் விரும்புகிற பண்பாடு புரிகிறது.

கண்ணதாசனின்

மனிதனை நேர்வழியில் நடக்கச் செய்வதே, அவர்களின் மூலாதார நோக்கம்.

ஆனால் மறுபிறவி என்பது நிச்சயமாக இருக்கிறது.

'ஒன்றை விரும்புகிறவன், அது நிறைவேறாமல் செத்தால், அதை நிறைவேற்றிக் கொள்ள மறுபடியும் பிறக்கிறான்' என்கிறார்கள்.

தவறு செய்கிறவர்கள் இழி பிறப்பெடுத்ததாகக் கூறுகிறார்கள்.

இழி பிறப்பெடுத்த ஒருவன், அந்தப் பிறப்பில் தன்னுடைய கர்மாவை ஒழுங்காக நிறைவேற்றி விட்டால், அடுத்த பிறப்பில் உயர் பிறப்பெடுக்கிறான் என்கிறார்கள்.

இதிலே, நான் முதலில் கேள்வி கேட்டவாறு, ஒரே ஒரு ஐயப்பாடெழும்.

'ஒருவன் இறந்தபின் எவ்வளவு காலம் கழித்து மறு பிறப்பெடுக்கிறான்?' என்பதே அது.

அது அவனுடைய ஆசையையும், கருமத்தையும் பொறுத்தது.

எனது சகோதரர் ஏ.எல்.எஸ். மறைந்த அதே நாளில் எனது மகள் கலைச்செல்விக்கு ஒரு ஆண் குழந்தை பிறந்தது. அந்த ஜீவனின் மறு பிறப்பே இது என்றே நம்பிக்கை தோன்றுகிறது. சரியோ தவறோ, அப்படி ஒரு எண்ணம் எனக்கு ஏற்படுகிறது.

இரண்டாயிரம் ஆண்டுகளுக்கு முன்னாலே எகிப்து நாட்டில் ஒரு விவசாயியைக் காதலித்த குற்றத்திற்காகக் கொலை செய்யப்பட்டாள் ஒரு பதினாறு வயது ராஜகுமாரி.

அவளை அடைத்திருந்த முதுமக்கள் தாழியை அண்மையிலே கண்டுபிடித்திருக்கிறார்கள்.

'ஆயிரம் வருஷம் கழித்து அவள் மறுபடியும், எகிப்து மன்னனைக் கட்டிக் கொண்டாள்' என்றும், 'அந்த விவசாயிதான் எகிப்து மன்னனாகப் பிறந்தான்' என்றும் ஒருவர் எழுதியிருந்தார்.

இந்தக் கதைகள் உண்மையோ, பொய்யோ, ஜீவர்களைச் சிருஷ்டிக்கும் வேலையைச் சுலபமாக்கிக் கொள்ள ஆண்டவன் மறுபிறப்பை உண்டாக்கி இருக்கிறான் என்பதை நம்பலாம்.

ஆக, சொர்க்கம், நரகம், மறுபிறவி என்பதெல்லாம் வெறும் ஏமாற்று வித்தைகள் என்று கேலி பேசுவதை விட, வாழ்க்கைச் சாலையை ஒழுங்குபடுத்திக் கொடுக்கும் அற்புதங்கள் என்று ஏற்றுக் கொள்வதில் நியாயம் உண்டு.

அர்த்தமுள்ள இந்துமதம் – பாகம் 9

'அது சரி, ஜீவன் தான் மறுபடி பிறக்கிறதே. மறுபடி பிறந்து அது பூமியில் தண்டனையை அனுபவிக்கப் போகிறதே, அதற்குச் சொர்க்கமும் நரகமும் எதற்கு' என்ற கேள்வி எழும்.

பகவத் கீதைப்படி, உத்தராயணத்தில் செத்தவர்களுக்கு மட்டுமே பிறப்பு உண்டு. தட்சிணாயணத்தில் செத்தவர்களுக்கு இல்லை.

தட்சிணாயணத்தில் செத்தவர்கள் பாவம் செய்தவர்களாக இருந்தால், அவர்களைக் கொண்டு போய் வைக்க நரகமும், புண்ணியவான்களைக் கொண்டுபோய் வைக்கச் சொர்க்கமும் இருக்கின்றன.

'சொர்க்கத்தில் சுகபோகப் பிருந்தாவனம் இருக்கும்' என்கிறார்கள்; 'நரகத்தில் எண்ணெய்க் கொப்பறையும் செக்கும் இருக்கும்' என்கிறார்கள். இவையெல்லாம் உண்மையா?

இவையெல்லாம் மனிதனின் கற்பனா வடிவங்கள்.

சொர்க்க-நரகம் என்பது இறைவனின் நீதிமுறை என்றே எனக்குப் புரிகிறது. ஆனால், அதன் அமைப்பை யாரும் பார்த்ததில்லை.

ஆவிகளின் உலகத்தில் ஏதோ ஒரு இருப்பிடம் இருக்கத்தானே செய்யும்? அதற்கொரு வடிவம் கற்பனை செய்யப்பட்டிருக்கிறது.

சினிமாக்காரர்கள் அரண்மனை செட் போடும்போது, அவரவர் மனோதர்மத்திற்கேற்பப் போடுவது போல், சொர்க்க நரகத்தையும் பலர் கற்பனை செய்திருக்கிறார்கள்.

நீதிமன்றம் எப்படி இருக்கும் என்பது, நீதிமன்றத்துக்குப் போகும்வரை யாருக்கும் தெரியாது. எல்லோரும் போய்ப் பார்த்த பிறகுதான் தெரிந்து கொள்ள முடியும்.

தண்டனையோ பரிசோ எதுவானாலும் சரி, அவற்றில் இருந்து தப்ப இக வாழ்க்கையில், 'சூதாடுவதையும், குடிப்பதையும், தாசி வீட்டுக்குப் போவதையும் பாவங்கள்' என்று நான் கருதவில்லை. அவை மனிதன் தனக்குத்தானே விளைவித்துக் கொள்ளும் தீங்குகள்.

அடுத்தவனைக் கெடுப்பது, துரோகம் செய்வது, பிறன் மனை இச்சிப்பது போன்றவையே பாவங்கள் என்று இந்துப் புராணங்கள் கூறுகின்றன.

மாமிசம் உண்பதைக்கூட 'மதவிரோதம்' என்று அவை கூறியதில்லை.

சடலத்தை தூக்கிச் செல்லும்போது, 'ஐயோ! புண்ணியவான் போய்விட்டாரே!' என்று பத்துப் பேர் சொன்னால், அந்த வார்த்தைகளே சொர்க்கத்தின் படிக்கட்டுகள்; 'சண்டாளன் போய்விட்டான்' என்றால் நரகத்தின் படிக்கட்டுகள்.

அந்த நல்ல பெயரையே மனிதன் தேடிக் கொள்ளவேண்டும்.

இந்துக்களின் வேதங்களும், புராணங்களும் அதையே வலியுறுத்துகின்றன.

இதோ, காஞ்சிப் பெரியவர் பேசுகிறார்:

''மற்ற மதங்களில் இல்லாத பல அம்சங்கள் நம் மதத்தில் இருக்கின்றன. அதில் கர்மக் கொள்கை (Karmattheory) என்று ஒன்று சொல்கிறார்கள் – நம் மதத்திலிருந்தே வந்த பௌத்தம் போன்ற மதங்கள் இதை ஒப்புக் கொண்டாலும், ஏனைய மதங்களில் இந்தக் கொள்கை இல்லை.

'கர்மா தியரி' என்றால் என்ன?

எந்தச் செயலுக்கும் பிரதியாக ஒரு விளைவு உண்டு. Cause and Effect என்பதாகவும், Action And Reaction என்பதாகவும் இவை தவிர்க்க முடியாத விதிகளாக இருக்கின்றன என்றும் 'ஃபிஸிக்ஸில்' சொல்கிறார்கள். பௌதீகத்தில் சொல்வதையே மனுஷ்ய வாழ்க்கைக்கும் பொருத்தி கர்மக் கொள்கையை நம் ஆன்றோர்கள் கூறுகிறார்கள். பிரபஞ்சத்தில் ஜடமான பூதங்கள் போலவே சைதன்யம் என்ற அறிவுள்ள ஜீவர்களும் அடக்கம். இவை ஒன்று சேர்ந்தது தான் லோக வாழ்வு. எனவே ஒன்றுக்கு இருக்கும் நியதி, தர்மம் இன்னொன்றுக்கும் இருக்கத்தான் வேண்டும். மனிதனின் ஒவ்வொரு கர்மாவுக்கும் விளைவாக ஒரு பலன் உருவாக்கித்தான் தீர வேண்டும் என்பதே (Karmattheory) 'பாப கர்மம் செய்தால் அதற்கான தண்டனையை மனுஷ்யன் அனுபவிக்க வேண்டும். புண்ணிய கர்மம் செய்தால் அதற்கான நற்பலன் அவனை வந்தடையும்' என்கிறது நம் மதம்.

இம்மாதிரிப் பாப – புண்ணியக் கர்மங்களை மனிதன் அனுபவிக்க வேண்டும் என்பதாலேயே அவனுக்கும் பல பிறவிகள் உண்டாகின்றன என்கிறது நம் மதம். நல்லது செய்ய வேண்டும். கெட்டது செய்யக் கூடாது என்பதைச் சகல மதங்களும் சொன்னாலும், அவை நம் மதம் மாதிரி இத்தனை அழுத்தம் கொடுத்து, காரணம், விளைவு (Cause And Effect) தொடர்பைச் சொல்லவில்லை. மறு பிறப்புக் கொள்கையை (Reincornation Theory) மற்ற மதங்கள் – பாரத தேசத்தில் தோன்றாத மற்ற மதங்களில் எதுவுமே – சொல்லவில்லை. அது மட்டுமில்லை, இதற்கு மாறாகப்

பல தினுசான கருத்துகளைச் சொல்கின்றன. ஆனபடியால், அந்த மதஸ்தர்கள் மனிதனுக்குக் கர்மா தீருகிறவரை பல ஜென்மங்கள் உண்டு என்ற நம் கொள்கையைப் பலமாக ஆட்சேபிப்பார்கள்.

பொதுவாக அந்நிய மதத்தவர் கருத்து என்னவென்றால், 'இந்த ஒரே ஜென்மத்தோடு மனுஷ்யனுக்குப் பிறவி தீர்ந்து விடுகிறது. இந்த ஜென்மா முடிந்த பின் அவன் உயிர் என்றைக்கோ ஒரு நாள் ஸ்வாமி கூறுகிற தீர்ப்பைக் கேட்பதற்காக ஓரிடத்தில் போயிருக்கும்.

அந்த நாளில் (Judgement Day) ஸ்வாமி இவன் இந்தப் பிறவியில் செய்த பாப – புண்ணியங்களைக் கணக்குப் பார்த்து இவனை நித்தய ஸ்வர்க்க வாசகத்துக்கோ அல்லது நிரந்தர நரக வாசகத்திற்கோ (Eternal Damnation) அனுப்பி விடுவார்' என்பதாகும்.

என்னிடம் வந்த ஒரு வெள்ளைக்காரர் – இப்போதெல்லாம் தான் என்னிடம் நிறைய வெள்ளைக்காரர்கள் வந்தபடி இருக்கிறார்களே, அவர்களில் ஒருத்தர்– இவர் புத்தகம் கித்தகம் எழுதிப் பிரசித்தி பெற்றவர்– வேடிக்கையாகச் சொன்னார் அவருக்குப் பைபிளில் எங்கு பார்த்தாலும் கடவுள் அன்பே உருவானவர் (God Is Love) என்று சொல்லிவிட்டு, இப்படிப்பட்டவர் ஒரு தப்புப் பண்ணியவனைத் துளிகூடக் கருணையில்லாமல், மீளவே வழியில்லாமல் நித்திய நரகத்துக்கு அனுப்புகிறார் என்று சொல்வது பொருத்தமில்லாமல் தோன்றியதாம். எனவே ஒரு பாதிரியாரிடம் சமாதானம் கேட்டாராம். அதற்குப் பாதிரியார் 'நிரந்தரமாகக் காலியாகவே இருக்கிறது' என்றாராம்.

ஆனால், யோசித்துப் பார்த்தால் இதை நாம் ஏற்றுக் கொள்வது சிரமமாய் இருக்கும். சுவாமி கருணை காரணமாகப் பாவியைக் கூட நரகத்துக்கு அனுப்பவில்லை என்று வைத்துக் கொள்வோம். அப்படியானால் அவர்கள் சித்தாந்தப்படி அவர் பாவியின் உயிரை எங்கே அனுப்ப முடியும்? அவர்கள் கொள்கைப்படி மறு ஜென்மம் இல்லையாதலால் பூலோகத்துக்கு மறுபடி அனுப்ப முடியாது. ஆனதால் பாவியையும் ஸ்வர்க்கத்துக்குத் தான் அனுப்ப வேண்டியதாகும். அப்படியானால் நாம் லோகத்தில் எந்தப் பாவத்தை வேண்டுமானாலும், எத்தனைப் பாவங்கள் வேண்டுமானாலும் கூசாமல் செய்து கொண்டே போகலாம். முடிவில் எப்படியும் ஸ்வாமி நம்மை ஸ்வர்க்கத்துக்கு அனுப்பி விடுவார் என்று ஆகும். அதற்கப்புறம் லோகத்தில் சகலரும் ஒழுங்கு தப்பித்தான் நடப்பார்கள்.

கண்ணதாசனின்

நம் மதப்படியும் கர்ம பலனைத் தந்து தீர்ப்புத் தருகிற பலதாதாவான ஈஸ்வரன் பரம கருணாமூர்த்திதான். ஆனால், அதற்காக லோகம் அதர்மத்தில் மனமறிந்து விழட்டும் என்று விடுகிறவன் அல்ல அவன்.

அதனால் என்ன பண்ணுகிறான்?

நம் பாவ பலனை (புண்ணிய பலனையும் தான்) அனுபவிப்பதற்காக நம்மை, இன்னொரு ஜென்மா கொடுத்து மறுபடி இந்த உலகுக்கே அனுப்பி வைக்கிறான். ஸ்வர்க்க ஆனந்தம், நரகக் கஷ்டம் இரண்டும் இந்த உலகத்திலேயே தான் இருக்கின்றன. நாம் கலந்தாங்கட்டியாகப் பாவம், புண்ணியம் இரண்டும் போன ஜென்மாவில் பண்ணியிருப்பதால் இப்போது கெட்டது நல்லது இரண்டையும் சேர்த்து அனுபவிக்கிறோம். ரொம்பப் பாவம் செய்தவர்கள் ரொம்பக் கஷ்டப்படுகிறோம். பொதுவிலே ரொம்பக் கஷ்டப்படுகிறவர்கள் அல்லது சமமாகக் கஷ்ட-சுகம் உள்ளவர்கள்தான் இருக்கிறோமே தவிர, தாங்கள் பரம சுகமாக இருப்பதாக நினைக்கிறவர்கள் ரொம்பவும் துர்லபமாகவே இருக்கிறார்கள். இதிலிருந்தே நாம் அனைவரும் பொதுவில் பாவமே அதிகம் பண்ணியிருக்கிறோம் என்பது புரிகிறது.

பகவான், கருணை காரணமாக, இன்னொரு ஜென்மாவிலிருந்து இவன் பாவத்தைக் கழுவிக் கொள்வானா என்று பார்ப்பதற்காக, ஒரு பெரிய வாய்ப்பாக (Opportunity) பிறவியைக் கொடுக்கிறார். அதிலே ஒரு சாஸ்திரம், க்ஷேத்திரங்கள், இத்தியாதி வசதிகளை எல்லாம் கொடுத்து இவனுடைய அழுக்கைத் துடைக்க முன் வருகிறார். 'இவன் கையாலாகாதவன், ஒரு நாளும் தானாக முன்னேற மாட்டான்' என்று அடியோடு உதவாக்கரையாக நினைத்து இவனுக்குப் பாவியானாலும் கூட ஸ்வர்க்கத்தைக் கொடுத்து விடுகிறார் என்பதைவிட, இப்படி இவனைக் கூட நம்பி, உடன் தன்னைத் தானே கடைத்தேற்றிக் கொள்வான் என்று நம்பிக்கை வைத்துப் புனர் ஜென்மா தந்து, இதில் இவனுடைய தன் முயற்சிகளுக்குப் பல விதத்தில் கை கொடுக்க ஸ்வாமி முன் வருவதாகச் சொல்வது நன்றாக இருக்கிறது; பொருத்தமாக இருக்கிறது. அதுதான் பரம கருணையாகவும் இருக்கிறது. 'எனக்கென்று முயற்சி என்ன இருக்கிறது; எல்லாம் உன் செயல்' என்று ஜீவன் சரணாகதி செய்கிறபோது ஸ்வாமியே இவனை ஒரே தூக்காகத் தூக்கி விடுகிறார் என்பது வாஸ்தவம். ஆனால், இவனாக முயற்சியை விடுகிற சரணாகதியில் அனுக்கிரகம் செய்வது வேறு; இவனுக்கு முயற்சி செய்யவே லாயக்கில்லை

என்று நினைத்து அனுக்கிரகம் செய்வது வேறுதான். புருஷ லட்சணம் என்று ஒன்று இருப்பதாக நினைக்கிற வரையில் அதில் ஜீவனை நம்பி விட்டு வைப்பதுதான் பரம கருணை. அதுதான் நிஜமான அனுக்கிரகம்.

நிரந்தர நரகத்திற்கு ஸ்வாமி எவரையும் அனுப்புவதில்லை என்பது ஒரு தனிப்பட்ட பாதிரியாரின் அபிப்பிராயம்தான். அதுவேதான் கிறிஸ்துவம் முதலான 'ஒரே பிறவி' மதங்களின் கோட்பாடு என்று சொல்வதற்கில்லை. ஒரே ஜென்மத்தில் ஒருத்தன் பண்ணுகிற புண்ணியத்திற்காக அல்லது பாபத்திற்காக அவனை ஸ்வாமி ஸ்வர்க்கம் அல்லது நரகத்திற்கு நிரந்தரமாக அனுப்பி விடுகிறார் என்பதுதான் அம்மதங்களின் பொதுக் கருத்து! அதிலும் நாம் பொதுவாகப் பாபமே பண்ணுவதால் நரக தண்டனை பெறுகிறவர்கள் தான் ஜாஸ்தியாக இருப்பார்கள் என்பதால் தீர்ப்பு நாளைக்கே ரொம்பவும் பயங்கரமான பெயர் – Dooms day என்றே வைத்திருக்கிறார்கள். இது பகவானின் கருணைக்குக் குறைவாகத்தான் எனக்குத் தோன்றுகிறது.

நம் மதத்தின் புனர் ஜென்மக் கொள்கைக்கு ஆதரவாக ஒன்றை அழுத்தமாகக் காட்டலாம்.

வெள்ளைக்காரி ஒருத்தி என்னிடம் வந்து இந்த (Reincornation) விஷயத்துக்கு நிரூபணம் (Proof) கேட்டாள். நான் அவளிடம் வாதம் ஒன்றும் செய்யவில்லை. அப்போது மடத்து முகாமில் ஒரு பண்டிதர் இருந்தார். அவருக்கு இங்கிலீஷும் வரும். அவரிடம் அவளை அங்கே உள்ள பிரசவ ஆஸ்பத்திரிக்கு அழைத்துக் கொண்டு போய், அங்கே பிறந்திருக்கிற குழந்தைகளைப் பற்றிய விவரங்களைக் குறிப்பெடுத்துக் கொண்டுவரும்படி சொன்னேன். அவளும் அப்படியே பிரசவ ஆஸ்பத்திரிக்கு அவரோடு போய்விட்டு வந்து குழந்தைகளைப் பற்றிய குறிப்புகளைச் சொன்னாள். அதன்படி ஒரு குழந்தை கொழு கொழுவென்று இருந்தது. இன்னொன்று அவலட்சணமாக இருந்தது. ஒன்று உசத்தியான 'வார்டில்' சௌகரியமாகப் பிறந்தது. இன்னொன்று சொல்ல முடியாத கஷ்டங்களுக்கு நடுவே ஒரு பரம ஏழைப் பெண்ணுக்குப் பிறந்தது.

''ஜென்மாவின் கடைசியில் பகவான் ஒருத்தரை நிரந்தரமாக நரகத்துக்கு அனுப்புவது ஒரு பக்கம் இருக்கட்டும்; அது நமக்கு கண்ணுக்குத் தெரியாத விஷயம்; இப்போது பல ஜென்மங்களில் ஆரம்பத்தைப் பிரசவ ஆஸ்பத்திரியில் பிரத்யட்சமாகப் பார்த்தாயே இதிலே ஏன் இத்தனை ஏற்றத் தாழ்வுகள்? ஏன் ஒன்று தரித்திரியத்திலும், இன்னொன்று சம்பத்திலும் பிறக்க வேண்டும்?

ஏன் ஒன்று ஆரோக்கியமாகவும், இன்னொன்று அவலட்சணமாகவும் இருக்க வேண்டும்? ஜீவனுக்கு ஒரே ஒரு ஜென்மாதான் உண்டு என்ற உங்கள் மதக் கொள்கையை ஒப்புக் கொண்டால் அவை ஜனிக்கிற போதே இத்தனை பாரபட்சங்கள் இருப்பதைப் பார்க்கிற போது ஸ்வாமி கொஞ்சங்கூடக் கருணை இல்லாது, புத்திசாலித்தனம் இல்லாமல் மனம் போனபடி கன்னாபின்னா என்று காரியம் செய்து கொண்டிருக்கிறார் என்று தானே ஆகிறது? அப்படிப்பட்ட ஸ்வாமி கருணை செய்வார் என்று நம்பி எப்படிப் பக்தி செலுத்துவது? பூர்வ ஜென்மப் பாப-புண்ணியங்களை ஒட்டிப் புனர்ஜென்மா அமைகிறது என்ற கொள்கையைத் தவிர, நீ பார்த்த ஏற்றத் தாழ்வுக்கு என்ன காரணம் சொல்ல முடியும்?'' என்று கேட்டேன்.

அவள் ரொம்பச் சந்தோஷத்தோடு நான் சொன்னதை ஏற்றுக் கொண்டு போனாள்.

ஆனால், நவீன காலத்தவர்களுக்கு இந்த விளக்கங்கள் (Explanations) போதாது. ஸயன்ஸ்படி ப்ரூப் கேட்பார்கள். அப்படிப் பார்த்தாலும் இப்போது 'பாரா ஸைகாலஜி'க்காரர்கள் இந்த விஷயத்தில் நிறைய ஆராய்ச்சி பண்ணி, ஜன்மாந்தரங்கள் உண்டு என்பதற்கு ஆதரவாக அநேக விஷயங்களைச் சொல்கிறார்கள்.

உலகம் முழுக்க இவர்கள் சுற்றி வந்ததில் எத்தனையோ இடங்களில் பூர்வ ஜென்மத்தில் இப்போதைய இடத்துக்குத் துளிகூடச் சம்பந்தமேயில்லாமல் வேறு எங்கேயோ இருக்கப் பட்ட தூர தேசங்களில் தாங்கள் பார்த்தவற்றை நினைவாகச் சொல்கிற பல பேர் இருக்கிறார்கள். அந்த விவரங்களை எல்லாம் மறக்காமல் சொல்கிறார்கள்.

இவர்கள் சொல்வது உண்மைதானா என்று பரிசோதித்துப் பார்ப்பதற்காக 'பாராஸைகாலஜி'க்காரர்கள் அந்தந்த ஊர்களுக்குப் போயிருக்கிறார்கள். போனால் அங்கே ஆச்சரியப்படுகிற மாதிரி இவர்கள் சொன்ன அடையாளங்களை, இவர்கள் பூர்வத்தில் சம்பந்தப்பட்டிருந்த மனுஷ்யர்களைப் பார்க்கிறார்கள். இது மாதிரி ஒன்று, இரண்டு அல்ல – ஏகப்பட்ட கேஸ்கள் இருக்கின்றன.

நமக்கெல்லாம் முற் பிறவி சமாசாரங்கள் அடியோடு மறந்து போய் விட்டன. ஆனால், வெகு சிலருக்கு நினைவு இருக்கிறது. அநேகமாக இப்படிப்பட்டவர்கள் பூர்வ ஜென்மத்தில் இயற்கையாகச் செத்துப் போகாமல் (Natural Death) அதாவது நோய் நொடி வந்து செத்துப் போகாமல், கொலை செய்யப்பட்டவனாகவோ, அல்லது திடீரென்று ஒரு விபத்தில்

அர்த்தமுள்ள இந்துமதம் - பாகம் 9

சிக்கிக் கொண்டு அப்போதே மரணமடைந்தவர்களாகவோ இருக்கிறார்கள் என்று ஆராய்ச்சியாளர்கள் சொல்கிறார்கள்...."

காஞ்சி பெரியவர்

7
கள்ளம்—கபடம்—வஞ்சகம்

கண் வெயிலைப் பார்க்கும்; மனம் மழையை நினைக்கும்; வாய் பனியைப் பற்றிப் பேசும்.

இத்தனைக்கும் எல்லா அங்கங்களும் ஒரே உடம்பில் தான் இருக்கின்றன.

'கண்ணொன்று காண, மனம் ஒன்று நாட, வாயொன்று பேச' என்று பாடினார்கள்.

அப்படிப்பட்ட வஞ்சகர்கள் எத்தனைப் பேரை நான் பார்த்திருக்கிறேன்!

முகத்துக்கு முன்னால் சிரிப்பார்கள்; முதுகிற்குப் பின்னால் சீறுவார்கள். பக்கத்தில் இருந்து கொண்டே, 'எப்போது கவிழ்க்கலாம்' என்று எதிர்பார்த்துக் கொண்டிருப்பார்கள்.

அப்படிப்பட்ட வஞ்சகர்கள் எவ்வளவு பேரை நான் பார்த்திருக்கிறேன்!

அவர்களைப் பற்றி எச்சரித்து எத்தனைப் பாடல்கள் எழுதியிருக்கிறேன்?

சிலரை நான் நம்பாமல் இருந்தாலும், மற்றும் சிலரை நம்பி இருந்தாலும் எனக்கு இத்தனைக் கஷ்டங்கள் வந்திருக்காது.

பெதடின் போட்டு உடம்பைக் கெடுத்துக் கொண்டிருக்க மாட்டேன்; பணத்துக்குச் சிரமப்பட்டிருக்கவும் மாட்டேன்.

ஏற்கெனவே நான் கூறியபடி, எனது வாழ்க்கை வரலாற்றுக்கு 'வனவாசம்' என்ற தலைப்பைவிட 'ஒரு முட்டாளின் சுயசரிதம்' என்ற தலைப்பே பொருத்தமானது.

ஆனால், அந்த முப்பது ஆண்டுகளில் நான் பெற்றுக் கொண்ட அனுபவங்கள்தான், இன்று எழுத்துக்களாகப் பரிணமிக்கின்றன.

பாண்டவர்கள் கௌரவர்களால் வஞ்சிக்கப்படாமல் இருந்திருந்தால், பகவானுடைய திருஷ்டி அவர்கள் மேல் விழுந்திருக்கப் போவதில்லை; பாரத யுத்தமும் நடந்திருக்கப் போவதில்லை.

நானும் பல பேரால் வஞ்சிக்கப்படாமல் இருந்திருந்தால், இந்து மதச் சிந்தனை எனக்கு இந்த அளவுக்குத் தோன்றி இருக்கப் போவதில்லை.

எனது தர்க்க அறிவை நான் விருத்தி செய்து கொள்ள வஞ்சகர்களும், துரோகிகளுமே துணையாக இருந்தார்கள்.

அவர்கள் நேரடி எதிரிகளாக இருந்திருந்தால் நான் சமாளித்திருப்பேன். மித்ர துரோகிகளாக இருந்ததாலேயே சங்கடப்பட வேண்டி வந்தது.

புராண இதிகாசங்களிலோ, அரக்கர்கள் நேரடி எதிரிகள். அவர்களை நம்பலாம்; நம்ப முடியாதவன் நண்பன் மட்டுமே.

அதனால்தான் இராமலிங்க அடிகளார், 'உத்தமர் தம் உறவு வேண்டும்' என்று பாடினார்.

நல்லவர்பால் சேர்ந்து ஒழுகுவது பற்றி வள்ளுவனும் கூறினான்.

வஞ்சக நெஞ்சங்களைக் கம்பனும் பாடினான்.

கள்ளத்தைக் கருவறுக்க, கபடத்தை வேரறுக்க, வஞ்சத்தை வெட்டி வீழ்த்த இந்துமதம் எடுத்துக்கொண்ட முயற்சி கொஞ்ச நஞ்சமல்ல.

இருந்தும் அது முன்னைவிட அதிகமாகி விட்டது!

இந்தியப் பொருளாதாரத்தின் பலவீனத்தால், சிறு பருவத்திலேயே மனிதன் வஞ்சகனாகி விடுகிறான்.

கற்பழித்துக் கொலை செய்வதும், காதறுத்து நகை திருடுவதும் சகஜமாகி விட்டன.

'இரக்கமென் றொருபொரு ளில்லா அரக்கர்' என்றான் கம்பன்.

இரக்கமற்றவர்கள் இப்போது நிறைந்து காணப்படுகிறார்கள்.

'ஒரு வேளைச் சோறு தாயே' என்று சத்தம் போடும் பிச்சைக்காரனுக்குச் சோறு போட மறுக்கிறார்கள்.

ஒரு நண்பர் ஒருவர் மேடைகளிலே ஏழைகளைப்பற்றி மிக உருக்கமாகப் பேசுவார். ஒரு பிச்சைக்காரனுக்கும் காலணா போட்டதில்லை. எந்தக் கொடுஞ்செயலிலும் துணிந்து இறங்குவார். ஆனால், அவரையும் பலர் நம்புகிறார்கள்.

சாகக் கிடக்கும் உயிருக்குக் கூடப் 'பணம் கொடுத்தால் தான் வருவேன்' என்று பிடிவாதம் பண்ணும் டாக்டர்கள்—

ஜெயிக்கக் கூடிய வழக்கைக் கூட பணம் கொடுக்காததால் தோற்கடிக்கும் வக்கீல்கள்—

நண்பனோடு பழகி, அவனது மனைவியையே கெடுத்து விடும் தலைவர்கள்—

ஒன்றா, இரண்டா?

லட்ச ரூபாயைத் திருட்டுத்தனமாகச் சம்பாதித்து, இருபதாயிரம் ரூபாயைத் திருப்பதி உண்டியலிலே போட்டு விடுவதால், வெங்கடாசலபதி திருப்தியடைவதில்லை.

மனிதாபிமானத்தை நேசிக்காதவர்கள், நான் முன் பகுதியில் கூறியபடி, நரகவாசிகளே!

நான் பார்த்தவரையில் இரண்டு வகையான நீதிபதிகள் இந்தியாவில் இருக்கிறார்கள்.

ஒரு வகையினர் குற்றவாளிகளைக் கூட விடுதலை செய்து விடுகிறார்கள். இன்னொரு வகையினர், நிரபராதிகளைக் கூடத் தண்டித்து விடுகிறார்கள்.

வழக்கின் தன்மையைவிட, நீதிபதியின் மனப்போக்கே நியாய அநியாயங்களுக்குக் காரணமாகி விடுகிறது.

கூர்மையான கத்தியைக் கையில் வைத்துக் கொண்டு மென்மையான குழந்தையிடம் விளையாட்டுக் காட்டுகிறோம் என்பதை, அவர்கள் மறந்துபோய் விடுகிறார்கள்.

முதலாவது பீச் லைனில் ஒரு மாஜிஸ்திரேட் கோர்ட். அங்கே என் மீது மான நஷ்ட வழக்குத் தொடுத்திருந்தார் பால்காரர் ஒருவர். வழக்கை விசாரித்த மாஜிஸ்திரேட்டும் யாதவ ஜாதியைச் சேர்ந்தவர். மிகச் சாதாரணமாகத் தள்ளப்பட வேண்டிய அந்த வழக்கைத் தன் ஜாதிக்காரனுக்குச் சாதகமாக்கி எனக்கு அபராதம் விதித்தார் மாஜிஸ்திரேட்.

கவனிக்க நாதி இல்லாமல், மேல் கோர்ட்டிலும் அது உறுதியாயிற்று.

நானும், என்னுடைய அரசியல் தலைவர் ஒருவரும், ஒரு குறிப்பிட்ட தொழிலதிபர் தன் தொழிற்சாலையில் மந்திரிகளுக்கு மது விருந்தளித்ததாகப் பேசி இருந்தோம். நான் அதை எழுதியிருந்தேன்.

அவருடைய சொந்தக்காரர் ஒருவர் உயர் நீதிமன்றத்தில் நீதிபதியாக இருந்தார். அவரிடம் என்னுடைய சிவில் வழக்கு ஒன்று வந்தது. தன் சொந்தக்காரரை நான் அவமானப்படுத்தி விட்டதாகக் கருதி, அந்த சிவில் வழக்கை 'டிகிரி' செய்தார் அந்த நீதிபதி.

அர்த்தமுள்ள இந்துமதம் - பாகம் 9

பிறகு நான் பிரதம நீதிபதி கோர்ட்டில் அப்பீல் செய்து ஜெயித்தேன்.

இப்போது மத்திய அரசில் நிபுணராக விளங்குகிற ஒருவர் மாஜிஸ்திரேட்டாக இருந்தபோது, ஒரு டில்லி மந்திரியும் மற்றும் சிலரும் போய்ச் சொன்னார்கள் என்பதற்காக, ஒரு மிஷின் வழக்கில் என்னைத் தண்டித்தார்.

பிறகு நான் உயர்நீதிமன்றத்தில் தோழர் மோகன் குமாரமங்கலத்தை வக்கீலாக வைத்து, ஒரு மணி நேரத்தில் அந்த வழக்கை ஜெயித்தேன்.

மற்றும் வேலூரில் ஒரு வழக்கு. பல வழக்குகள்.

இப்போது எல்லா நீதிபதிகளுமே ரிடையராகி விட்டார்கள்.

இப்போது என் மீது வழக்குகள் அதிகமில்லை.

இந்த நாலைந்து ஆண்டுகளில் நான் கோர்ட்டுப் படிக்கட்டு ஏறியதில்லை. இனி அதற்கான அவசியமும் இருக்காது.

இன்றைய நீதிபதிகளில் பலர் உயர்ந்த தத்துவப் பேச்சாளர்கள். கடந்த ஆறேழு ஆண்டுகளில் நியமிக்கப்பட்டிருக்கும் அனைவருமே எழுத்தாளர்கள், பேச்சாளர்கள், மனிதாபிமானிகள், அவர்களில் இளைஞர்களும் இருக்கிறார்கள்.

கள்ளம், கபடம், வஞ்சக நெஞ்சம் அவர்களிடம் இல்லை.

நானும் ஐந்தாண்டுகளுக்கு முந்திய கண்ணதாசனாக இல்லை. அதனால், எல்லோருடனும் சந்தோஷமாகப் பழக முடிகிறது.

கடந்து போன காலங்களை எண்ணிப் பார்த்தால் இப்போதும் எனக்குக் கண்ணீர் வரும்.

வஞ்சகர்களையே என் வாழ்நாள் முழுவதும் சந்தித்திருக்கிறேன்.

யாரோ ஒருவர் கவியரங்கத்திலே பாடியது போல் கவர்னர் அளவுக்குச் சம்பளம் வாங்கி, ராஷ்டிரபதி அளவுக்குச் செலவு செய்திருக்கிறேன்.

அன்றைய சந்திப்புகளை எண்ணிப் பார்க்கும் போது பொய், சூது, வஞ்சக நெஞ்சம் பற்றி இந்துமதம் சொன்னதே என் நினைவுக்கு வருகிறது.

மனிதனைத் தெய்வமாக்க இந்துமதம் விரும்புகிறது. ஆனால், மனிதனை மனிதனாக்கும் முயற்சியிலேயே இன்னும் அது வெற்றி பெறவில்லை.

இதயம் பரிசுத்தமாகவும், வார்த்தைகள், உண்மையாகவும் உள்ள ஒரு ஏழையைக் கண்டால், அவன் காலில் விழுந்துவிட நான் தயார்.

உண்மையில் ஏழைகளில் தான் பலர் அப்படி இருக்கிறார்கள்.

ஓரளவு வசதியுள்ளவன் கூட, குடி கெடுப்பவனாகத் தான் இருக்கிறான்.

தன்னையே கண்ணாடியில் பார்த்த இரணியனைப் போல், பலர் தங்களையே பார்த்துக் கொண்டிருக்கிறார்கள்.

சமுதாய உணர்வு என்பது சிறிதும் இல்லை.

நாம் சுமந்து கொண்டிருப்பது உடம்பு தான் என்பதைச் சாகும் வரையில் அவர்கள் நினைப்பதில்லை.

கள்ளம் கபடமற்ற வெள்ளை உள்ளங்களையே, மதம் வளர்க்கிறது.

பொய் சொல்லாத சந்நியாசி, நாணயம் தவறாத சம்சாரி இருவரையும் அது உற்பத்தி செய்கிறது.

நாணயம், இரக்கம், ஒழுக்கம், மனிதாபிமானம் பற்றி இந்து மதம் போதித்த அளவுக்கு, எந்த மதமும் போதிக்கவில்லை.

இன்றைய இளைஞன் அப்படி ஒரு சமுதாயத்தை உருவாக்க வேண்டும்.

பத்துப் பேரை நல்லவர்களாக்குவது போல் ஒரு புனிதமான பணி, உலகத்தில் வேறெதுவும் இல்லை.

அதற்கு இளைஞர்கள் கைக் கொள்ள வேண்டிய ஒரே நம்பிக்கை, மத நம்பிக்கை.

மதமும், அது காட்டும் தெய்வமும், அதன் வழி வந்த அவதார புருஷர்களுமே, ஒரு நேர்மையான ஞானம் மிக்க சமுதாயகர்த்தாக்கள்.

8
தெய்வத்தை அணுகும் முறை

உலகத்திலேயே மனிதன் அதிகமாக நேசிக்கக் கூடியது அமைதியும், நிம்மதியுமே.

பணம் வரலாம்; போகலாம். பல தாரங்களை மணந்து கொள்ளலாம்; வீடு வாங்கலாம்; விற்கலாம்; நிலம் வாங்கலாம்; சொத்தைப் பெருக்கலாம்; எல்லாம் இருந்தும் கூட நிம்மதி இல்லை என்றால் அவன் வாழ்ந்து என்ன பயன்?

சேர்க்கின்ற சொத்து நிம்மதிக்காக.

கட்டுகிற மனைவி நிம்மதிக்காகவே.

தேடுகின்ற வீடும், நிலமும் நிம்மதிக்காக.

எப்போது அவன் நிம்மதியை நாடுகிறானோ, அப்போது அவனுக்கு அவஸ்தை வந்து சேருகிறது.

ஆரம்பத்தில் மனிதன் விரும்பியோ விரும்பாமலோ பல சிக்கல்களைத் தானே உண்டாக்கிக் கொள்கிறான்.

தானே கிணறு வெட்டுகிறான்; அதில் தானே விழுகிறான்.

தானே தொழில் தொடங்குகிறான்; தவியாய்த் தவிக்கிறான்.

தானே காதலிக்கிறான்; அதற்காக உருகுகிறான்.

தானே ஒரு பெண்ணை விரும்பிக் கல்யாணம் செய்து கொள்கிறான்; பிறகு இது பெண்ணா, பேயா என்று துடியாய்த் துடிக்கிறான்.

எந்தக் கோணத்தில் நின்று பார்த்தாலும் மனித வாழ்க்கை துன்பகரமாகவே காட்சியளிக்கிறது.

ஆகவேதான், மனிதன் ஏதாவது ஒரு புகலிடத்தை நாடுகிறான்.

தனக்கு அடைக்கலம் கொடுக்கக் கூடியவர்கள் யாராவது இருக்கிறார்களா என்று தேடுகிறான்.

மனிதர்களோ அவதூறு பேசுகிறார்கள்; கேலி செய்கிறார்கள்.

ஆகவே, அவன் தெய்வத்தைச் சரணடைகிறான்.

அந்தத் தெய்வம் அவன் குறையைக் கேட்கிறதோ இல்லையோ, காட்சியிலேயே நிம்மதியைத் தருகிறது.

இந்தத் தெய்வ பக்தியில் மிக முக்கியமானது அணுகும் முறை.

எல்லோரையும் போல கோயிலுக்குப் போனோம்; ஒரு தேங்காய் உடைத்தோம்; இரண்டு பழங்களை வாங்கிச் சென்றோம் என்பதில் லாபமில்லை.

கோயிலில் பாடப்படும் 'கோரஸ்' அல்லது கோஷ்டி கானத்தில் பெரும் பயனடைவதில்லை.

ஏழை ஒருவன் வள்ளல் வீட்டுப் படிக்கட்டுகளில் நம்பிக்கையோடு ஏறுவது போல், இறைவனை அணுக வேண்டும்.

இறைவனை ஒரு உன்னதமான இடத்தில் வைத்து, அடிமையைப் போல் இருக்க வேண்டிய அவசியம் இல்லை.

அவனைத் தோழனாகவே பாவிக்கலாம்.

தனியறையில் உட்கார்ந்து கொண்டு, ஒரு தெய்வப் பிரதிமையின் முன்னால் குறைகளைச் சொல்லி அழுவதில் பயனிருக்கிறது.

எங்கள் கிராமங்களில் ஒரு காரியம் நடக்குமா நடக்காதா என்பதற்குப் பூக்கட்டி வைத்துப் பார்ப்பார்கள். வெற்றிலைப் பாக்கு வைத்துக் கேட்பார்கள். சாமி அனுமதித்தால் மட்டுமே அந்தக் காரியத்தைச் செய்வார்கள்.

எல்லாவற்றிற்குமே தெய்வத்தை நம்பி, அதன் மூலம் அவர்கள் நிம்மதி அடைந்திருக்கிறார்கள்.

'திருவுளம்' கேட்பது என்பது கிராமங்களில் இருக்கும் ஒருமுறை. 'நான் மேற்கொண்ட காரியம் நடக்கும் என்றால் பல்லி சொல்ல வேண்டும்' என்று வேண்டிக் கொள்வார்கள்.

கோயிலின் ஏதாவது ஒரு பகுதியில் பல்லி சொன்னால், இறைவனின் திருவுளம் இரங்கி விட்டதென மகிழ்வார்கள். அது சொல்லவில்லை என்றால், அந்தக் காரியத்தில் ஈடுபடமாட்டார்கள்.

மனிதனின் மிகவும் குறைந்த பட்சத் தேவை நிம்மதி. அதைத் தெய்வத்திடம் இருந்து பெற்றுக் கொள்பவனுக்குப் பெயர் தான் இந்து.

தெய்வத்தை அணுகுவதில் திறமையுள்ளவர்கள் தங்கள் காரியங்களைக் கண் முன்னாலேயே சாதித்துக் கொண்டிருக்கிறார்கள்.

'முருகா முருகா' என்று எல்லோரும்தான் கூவுகிறோம்; சிலருக்கு மட்டும் தொட்டதெல்லாம் பலிக்கிறதே, ஏன்?

அவர்கள் தெய்வத்தை அணுகத் தெரிந்து கொண்டு விட்டார்கள் என்பதே, அதன் பொருள்.

கல்கத்தா காளி கோயிலைப் பற்றி ஒரு கதை சொல்வார்கள்.

ஒரு ஏழை உழைப்பாளி. அந்தக் கோயில் வாசலில் போய்ப் படுத்துக் கொள்வானாம். காலையில் கண் விழிக்கும் போது சந்நிதானத்தில் தான் கண் விழிப்பானாம். காளி தேவியிடம் வேண்டிக் கொண்டுதான் தொழிலுக்குப் புறப்படுவானாம். எப்படியும் அன்றைக்குப் பத்து ரூபாய் சம்பாதித்து விடுவானாம். என்றைக்கு அவன் ஞாபக மறதியாகச் சந்நிதானத்தைப் பார்த்துக் கண் விழிக்காமல் தெருவைப் பார்த்து விழிக்கிறானோ, அன்றைக்கு அவன் வாழ்க்கையில் சிரமம் ஏற்படுமாம்.

இதை எப்படிச் சொல்கிறார்கள் என்றால், 'இன்றைக்கு இவனுக்கு லாபமில்லாத நாள் என்று தெரிந்து, ஈஸ்வரியே அவனை வேறு பக்கம் விழிக்க வைக்கிறாள்' என்கிறார்கள்.

இதுதான் உண்மை என்று நான் நம்புகிறேன். எனக்கும் இதில் ஒரு அனுபவம் உண்டு.

நான்கு ஆண்டுகளுக்கு முன் நான் என் கவிதா ஹோட்டல், தேவர் திருமண மண்டபத்தில் உட்கார்ந்திருந்த போது ஒரு கேரளத்து நண்பர் என்னைப் பார்க்க வந்தார். வந்தவர் ஒரு சிறிய குருவாயூரப்பன் புகைப்படத்தைக் கொடுத்து விட்டுப் போனார்.

அதை நான் என் சட்டைப் பையிலே வைத்திருந்தேன்.

காலையில் சட்டை மாற்றும்போது எதை வைக்க மறந்தாலும், அந்தப் படத்தை வைக்க மறக்கமாட்டேன்.

அது பெதடின் பழக்கத்தை விட்டு விட்ட நேரம். உடம்பிலே சில எதிரொலிகள் ஏற்பட்டு அடங்கிவிட்டன.

குருவாயூரப்பன் படம் வந்ததில் இருந்து உடம்பு மிக நன்றாக இருந்தது.

காலை குளித்துப் பலகாரம் சாப்பிட்டு விட்டு 'இன்சுலின்' போட்டுக் கொண்டால், மதியம் வரையிலே சுறுசுறுப்பாக இருக்கும்.

மதியம் நல்ல கீரையோடு சாப்பாடு சாப்பிட்டு விட்டுப் படுத்தால், மாத்திரை இல்லாமலே தூக்கம் வரும்.

சாயங்காலம் எழுந்து குளித்தால், உலகமே புதிதாகத் தோன்றும்.

உடனே மண்டபத்துக்கு வந்து மாலைப் பத்திரிகைகள் அனைத்தும் படித்து முடிப்பேன். ஏதாவது எழுதுவேன். உடம்பு அவ்வளவு நன்றாக இருந்தது.

அப்போது எனக்கு மலேசியாவில் இருந்து அழைப்பு வந்தது. 'உடம்பு தான் நன்றாக இருக்கிறதே, போய் வரலாம்' என்று முடிவு கட்டினேன்.

புறப்படுவதற்கு முதல் நாள் இரவு நான் நீர் சாப்பிடும் கண்ணாடித் தம்பளர் விழுந்து உடைந்தது. என்னுடைய கைக்கடிகாரம் கழன்று விழுந்தது. 'என்ன துர்ச்சகுனங்களோ' என்று எண்ணியபடி விட்டு விட்டேன்.

மறுநாள் காலை பத்தரை மணிக்கு விமானம்.

காலை இட்லி கொஞ்சம் அதிகமாகவே சாப்பிட்டு விட்டேன்.

'அதிகமாகச் சாப்பிட்டு விட்டோம்' என்று நானே எண்ணிக் கொண்டு, 'இன்சுலின்' மருந்தை வழக்கத்துக்கு விரோதமாக அதிகம் போட்டுக் கொண்டு விட்டேன்.

சற்று மயக்கமாக இருந்தது.

விமான தளத்துக்குப் போகும் போது பையைத் தடவிப் பார்த்தேன். குருவாயூரப்பன் படத்தைக் காணவில்லை. பழைய சட்டையில் தேடிப் பார்க்கச் சொன்னேன். அதிலும் இல்லை.

விமான நிலையத்துக்கு வந்த போது ஆட்களையே அடையாளம் தெரியாத நிலை ஏற்பட்டு விட்டது.

என் குழந்தைகள், பேரன், பேத்திகளெல்லாம் விமான நிலையத்துக்கு வந்திருந்தார்கள்.

யாரோடு பேசுகிறோம் என்ன பேசுகிறோம் என்பதே எனக்குப் புரியவில்லை.

என்னோடு கனரா பாங்க் நண்பர்களும் விமானத்தில் வந்தார்கள்.

விமானத்தில் இனிப்பு வாங்கிச் சாப்பிட்டேன்; குடித்துப் பார்த்தேன்; மயக்கம் மயக்கம் தான்.

இது நடந்தது 1975 செப்டம்பர் 28-ஆம் தேதி.

மலேசியாவில் நான் போய்க் கோலாலம்பூரில் இறங்கி அங்கிருந்து 250 மைல் தூரத்திலுள்ள சித்தியவான் என்ற ஊருக்குப் போய்விட்டேன்.

அந்தச் சித்தியவான் நகரில் எனக்கு ஒரு அற்புதமான நண்பர் உண்டு. அவர் சிவகங்கைப் பகுதியைச் சேர்ந்தவர். கிருஷ்ணன் என்று பெயர்.

கோலாலம்பூர் கூட்டங்களுக்குத் தப்பி, ஓய்வுக்காக நான் அங்கே சென்றேன்.

அங்கிருந்து மூன்றாவது மைலில் ஒரு கடற்கரை உண்டு. அதன் கரையில் ஒரு சிற்றூர் உண்டு. அதன் பெயர் 'லுமுட்.' அங்கே ஒரு தென்னந்தோப்பில் அழகான ஒரு காட்டேஜில் நான் தங்கி இருந்தேன்.

சரியாக மூன்றாவது நாள் அங்கிருந்து நான் சித்தியவான் நகருக்கு வந்தபோது, தமிழர்களெல்லாம் சென்னை வானொலியைச் சிரமப்பட்டுத் திருப்பிக் கொண்டிருந்தார்கள்.

நான் கிருஷ்ணன் வீட்டுப் படியேறிப் போகும் சமயம், அங்கிருந்த கிருஷ்ணனின் குமாரர், "ஐயா, காமராஜ் இறந்து விட்டார்" என்றார்.

மறுநாள் மதியம், சென்னையில் இருந்து எனக்கு டிரங்க் கால் வந்தது, 'அதே அக்டோபர் இரண்டாம் தேதியில் என் உடன் பிறந்த சகோதரியும் இறந்து விட்டதாக!'

நான் சென்னை வரமுடியவில்லை. மலேசியப் பயணத்தை ஒரு நாள்கூட ரசிக்க முடியவில்லை. ஓரே ரத்தக் கொதிப்பு; சர்க்கரைக் குறைவு; மயக்கம்; மயக்கம்; மயக்கம்!

இந்த நிலையிலும், 'நான் இந்தோனேஷியாவுக்கு வந்தேயாக வேண்டும்' என்று வற்புறுத்தினார்கள்.

பினாங்கில் புறப்படும் விமானம் இருபது நிமிஷத்தில் சுமத்திரா தீவுக்குப் போய் விடுகிறது.

நான் அங்கிருந்து கோலாலம்பூர் திரும்பியதும், சென்னையில் இருந்து டிரங்க்கால் வந்தது. என் சகோதரரை ஆஸ்பத்திரியில் சேர்த்திருப்பதாக.

உடனே நான் தங்கியிருந்த பசிபிக் ஹோட்டல் டிராவல் ஏஜெண்டிடம் டிக்கெட்டைக் கொடுத்து ஏர் இந்தியாவில் உறுதி செய்யச் சொன்னேன். அவர் உறுதி செய்து விட்டார். ஆனால், என்னிடம் டிக்கெட்டைக் கொடுக்கவில்லை.

மறுநாள் ஞாயிற்றுக் கிழமை. காலை எட்டரை மணிக்கு விமானம். டிராவல் ஏஜெண்ட் வரவில்லை.

என்னை அழைத்துப் போயிருந்த துணை பப்ளிக் பிராஸிக்யூட்டர் நண்பர் சம்பந்தமூர்த்தி, விமான

நிலையத்திலேயே டாலர் கட்டி எனக்கு டிக்கெட் வாங்கிக் கொடுத்தார்.

எத்தனை துயரங்கள்! எத்தனை சோதனைகள்!

'இவற்றுக்கெல்லாம் நாம் ஏன் காரணமாக இருக்க வேண்டும்?' என்று தானே, குருவாயூரப்பன் காணாமல் போனான்!

விதி தவறாக இருக்குமானால், தெய்வம் கண்ணை மூடிக் கொள்ளும். அதற்காக அழுது பயனில்லை.

தெய்வத்தை அணுகும் முறையில் இருந்தே பல விஷயங்களை நாம் முன் கூட்டித் தெரிந்து கொள்ளலாம்.

தெய்வ நம்பிக்கை உள்ளவனுக்கு சகுனத் தடை ஏற்பட்டால், அதைத் தெய்வத்தின் கட்டளை என்றும், நமது கர்மா என்றும் கொள்ள வேண்டும்.

தடைதான் ஏற்படுமே தவிர, பெரும் கொடுமைகள் நிகழமாட்டா.

மலேஷியாவில் இருந்து திரும்பிய பிறகும் என் உடல்நிலை சரியாக இல்லை. உடம்பு இளைத்துக் கொண்டே வந்தது.

முப்பது பவுண்டு இளைத்து விட்டேன்.

இப்போது பார்க்கும் டாக்டர்கள் எல்லாம், இதுதான் சரியான எடை என்கிறார்கள்.

இதுவும் நான் விரும்பி நடந்ததல்ல.

பகவான் சில காலங்களில் சில காரியம் நடக்கும் என்று நிர்ணயிக்கிறான்; நம்முடைய பிரக்ஞை இல்லாமலே அவை நடந்து விடுகின்றன.

தெய்வத்தை அணுகினால் பலன்கிடைக்கும் என்பதற்காகக் கண்ட கோயிலுக்கெல்லாம் ஓடிக் கொண்டிருப்பதில் அர்த்தம் இல்லை.

ஒரு தெய்வத்தை உளமாரப் பற்ற வேண்டும். பெரும்பாலும் சக்தி வணக்கம் உதவி செய்யக் கூடியது.

புவனேஸ்வரி, ராஜ ராஜேஸ்வரி, அகிலாண்டேஸ்வரி, கற்பகாம்பாள், மீனாட்சி, காமாட்சி, விசாலாட்சி எல்லாமே சக்தியின் பிம்பங்களாக இருப்பதால், சக்தி உபாசனை பலன் தரும்.

ஆண் தெய்வங்களில் அவரவர் விருப்பப்படி சிவ தத்துவத்தையோ, விஷ்ணு தத்துவத்தையோ ஏற்றுக் கொள்ளலாம்.

அர்த்தமுள்ள இந்துமதம் - பாகம் 9

இரவில் படுக்கப் போகும் போது தூங்குவதற்கு முன் கடைசியாகச் சொல்லும் வார்த்தை, தெய்வத்தின் பெயராக இருக்க வேண்டும்.

அதன் பிறகும் யாருடனாவது பேச வேண்டி வந்தால் மீண்டும் தெய்வத்தின் பெயரைச் சொல்லி விட்டுத் தூங்க வேண்டும்.

சின்னப்பாத் தேவர் யாரைக் கண்டாலும், 'வணக்கம் முருகா' என்பார்.

எம்.ஜி.ஆர். யாரைக் கண்டாலும், 'வணக்கம் ஆண்டவனே' என்பார்.

ஐயப்ப பக்தர்கள், 'சாமி சரணம்' என்பார்கள்.

தெய்வத்தை நாம் நடு வீட்டில் நிற்க வைத்தால், அது உள் வீட்டிலேயே வந்து உட்கார்ந்து கொள்ளும்.

நன்றி கெட்டவன் மனிதன்; நன்றியுள்ளது தெய்வம்.

குருவாயூர் கோவில்

9
நாத்திக வாதம்

நாத்திக வாதம் ஒரு மாய மான். கற்பனை மிக்க சொற்பொழிவுகளிலேயே அது உயிர் வாழ்ந்து கொண்டிருந்தது. இப்போது யாரும் சொல்லாமல் தானாகவே செத்துவிட்டது.

நான் நாத்திகனாக இருந்த காலங்களை நினைத்துப் பார்க்கிறேன்.

எவ்வளவு போலித்தனமான புரட்டு வேலைகளுக்கு நம்மை ஒப்புக் கொடுத்திருந்தோம் என்பதை எண்ணிப் பார்க்கும்போதே, எனக்கே வெட்கமாகத்தான் இருக்கிறது.

கடவுள் இல்லை என்று மறுப்பவன் கால காலங்களுக்கு உயிரோடிருப்பானானால், 'இல்லை' என்ற எண்ணத்தையே நான் இன்றும் கொண்டிருப்பேன்.

அவரவரும் பெற வேண்டிய தண்டனையைப் பெற்றுப் போய்ச் சேர்ந்து விட்டார்கள். அவர்களுடைய வாதங்கள் எல்லாம் செல்லுபடியாகாமல், விலையாகாமல் கிடக்கின்றன.

நாத்திகன் எழுதிய போற்றத்தக்க புத்தகம் என்று எதுவும் இல்லை.

நாத்திக வாதத்தில் ஆழமோ, அழுத்தமோ, நியாயமோ இல்லாததால், அவர்களது எழுத்துக்கள் காலத்தால் செத்து விட்டன.

தேவாரமும், திருவாசகமும் நிற்பதைப் போல, நூற்றுக்கணக்கான ஆண்டுகள் அவை நிற்க வேண்டாம். ஆனால், அவர்கள் தலைமுறையிலேயே அவை அழிந்து போனது தான் ஆச்சரியம்.

இதில் ஆச்சரியம் என்ன ஆச்சரியம்; அதுதான் நடக்கக் கூடியது.

மேலை நாட்டில் கிறிஸ்துவத்திற்கு எதிராக நாத்திகர்கள் தோன்றினார்கள். அவர்களை எதிர்த்துக் கிறிஸ்துவம் போர் புரிந்தது.

இஸ்லாத்தை எதிர்த்து நாத்திகம் தோன்றவே முடியாதபடி அது பயங்கர ஆயுதத்தோடு நிற்கிறது.

இந்துமதத்தில் நாத்திகம் தோன்றுவது சுலபம். காரணம் அது சாத்விக மதம். இது யாரையும் எதிர்த்துப் போர் புரியாது. காலத்தால் தன் கடமைகளைச் செய்து கொண்டே போகும். அதன் விளைவுகளுக்கு இறைவனையே பொறுப்பாக்கும்.

அப்படி இந்துமதம் போர் புரியாமலேயே நாத்திகம் மடிந்து விட்டது.

காரணத்தை ஆராய்வது கடினமல்ல. அதன் வாதங்கள் போலித்தனமானவை; அவ்வளவுதான்.

பல்லாயிரம் ஆண்டுக் காலமாக வளர்ந்து நிற்கும் ஒரு இமயமலையைச் சில செம்மறி ஆட்டுக் குட்டிகள் சாய்த்து விட முயன்றன. அவற்றின் கொம்பொடிந்தது தான் மிச்சமே தவிர, மலை, மலையாகவே நிற்கிறது.

பழைய திராவிடர் கழகச் செயலாளர்கள் எல்லாம் திருப்பதியில் அங்கப் பிரதட்சணம் வருவதை நான் பார்க்கிறேன்.

இங்கர்சால் போன்ற மேலை நாட்டு அறிஞர்கள் மத குருமார்களின் தவறுகளுக்கு எதிராகப் போர் புரிந்தார்களே தவிர, இறைவனே இல்லை என்ற வாதத்தில் அவர்கள் உறுதியாக இல்லை. அவர்களுக்குள்ளாகவே சபலமும், சலனமும் இருந்தன. ஒரு துளி நீரில் இவ்வளவு பெரிய உடம்பு முளைத்தெழுவதும், ஒரு சிறு காற்றில் அது உலாவிக் கொண்டிருப்பதும், ஒரு பொறி நெருப்பில் அது அழிந்து விடுவதும் ஏதோ ஒரு சக்தியின் இயக்கம் என்பதை அவர்களும் மறுக்க இயலவில்லை.

இறைவனது இயக்கம் இல்லை என்றால் காலங்களும் பருவங்களும் ஏது?

சந்திர கதி, சூரிய கதி ஏது?

நாத்திகன் இதை நம்பாமல் இல்லை. இதை எதிர்ப்பதன் மூலம் புரட்சிக்காரன் என்று பெயர் வாங்க விரும்பினான். நம்புகிற மக்களிடம் பணம் வாங்க விரும்பினான்.

என்னுடைய நண்பர் ஒருவர், அந்தக் கட்சிகளில் மிகப் பெரிய தலைவர். ஒரு கோயிலுக்கு இரண்டு லட்ச ரூபாய்களுக்கு மேல் கொடுத்திருக்கிறார்.

நான் அவரைக் கேட்டபோது, 'ஏதோ ஒரு பொருள்ள மட்டுமே தான் கொடுத்ததாக'க் கூறினார். கும்பகோணத்தில் இருந்து அடிக்கடி ஜாதகம் எழுதி வாங்கி வருகிறார். ஆனாலும் மேடைகளில் அவர் இங்கர்சால் ஆகிறார்.

கடவுளை அதிகமாகக் கேலி செய்த இன்னொரு நண்பர். அவர் ஒரு நடிகர். சமீபத்தில் திருப்பதிக்குப் போய் வந்து, "ஏதோ ஒரு சக்தி இருக்கு! இருக்கு!" என்கிறார்.

மேடைகளில் நடைபெறும் வார்த்தை விளையாட்டுகளில் மயங்கி நாத்திகர்களானவர்கள் பலர். அவர்களில் நானும் ஒருவன். 'கருப்புச் சட்டைக்காரன்' என்று சொல்லிக் கொள்வதில் பெருமைப்பட்டவன்.

எல்லாம் ஒரு சில ஆண்டுகளே!

நாத்திகனாக இருக்கும் வரையில் எதைப் பற்றியும் அதிகமாகப் பாட முடியவில்லையே?

நாத்திகத்தில் என்ன இருக்கிறது பாடுவதற்கு?

ஆத்திக உள்ளம் வந்த பிறப்பாடுதான் ஆயிரக்கணக்கான பாடல்கள் பிறந்தன.

கடல் போன்று பரந்து விரிந்து நிற்பது, கடவுள் தன்மை.

நீந்தத் தெரிந்தவன் அந்தக் கடலில் இறங்கி விட்டால், ஒரே உற்சாகம் தான்.

நான் இன்னும் பார்க்கிறேன். கவிஞர்கள் என்று தங்களைச் சொல்லிக் கொள்ளும் சிலர், மேடைகளில் பாடும்போது, "நான் பெரியார் பாசறையில் புடம் போட்டு எடுக்கப்பட்டவன்" என்கிறார்கள். அவர்கள் கவிதைகள் நிற்கவும் இல்லை; அவை கவிதைகளாகவும் இல்லை.

பாசறையில் எப்படிப் புடம் போடுவதோ எனக்கும் புரியவில்லை.

எல்லாம் போலித்தனம்! அபத்தம்!

'கண்ணதாசன் எழுதுகிற அளவு நம்மால் எழுத முடியவில்லையே' என்று ஆதங்கப்படுகிறார்கள்.

நான் எழுதுகிற அளவுக்கு அவர்கள் எழுத வேண்டுமானால், முதலில் தாங்கள் இந்துக்கள் என்பதை அவர்கள் உணர வேண்டும்.

வேத, உபநிஷத, இதிகாச புராணங்களைப் படிக்க வேண்டும்.

வெறும் வார்த்தை விளையாட்டுகள் பலிக்க மாட்டா.

மீண்டும் சொல்கிறேன், நம்முடைய பல்லாண்டுக்கால மூதாதையர்கள் ஒன்றும் முட்டாள்களல்லர்.

திருமணத்துக்கென்று அவர்கள் சில சடங்குகள் வைத்திருக்கிறார்கள். அவை ஒன்றும் பார்ப்பனச் சடங்குகளல்ல.

அர்த்தமுள்ள இந்துமதம் - பாகம் 9

அவை பார்ப்பனச் சடங்குகள் ஆனால், சிலப்பதிகாரமும் பார்ப்பனக் காவியமாக வேண்டும்.

அந்தச் சடங்குகளில் இருந்து மாறுபட்டுச் சுயமரியாதைத் திருமணம் என்ற பெயரில் நாத்திகர்கள் ஒரு கோமாளிக் கூத்தை ஏற்படுத்தினார்கள்.

ஆடு, மாடுகள் குட்டிச் சுவர்களுக்கிடையே கூடிக்கொள்கிற மாதிரி, அது ஒரு திருமண முறை.

தலைவர் முன்னிலையில் மாலை மாற்றுவதாம்! தாலியும் கிடையாதாம்!

மாலையைக் கழற்றிய உடனே மணப் பந்தமும் அகன்று விடுமே?

நாத்திகன், சடங்குகளை மட்டுமல்ல; மாதரார் கற்பையும் மதித்ததில்லை.

"கற்பு என்ன, கற்பு! ஒருத்திக்கு ஒருவன் என்பதே முட்டாள்தனம்!" என்று பேசியவர் பெரியார்.

ஆகவே, நாகரீக உலகத்தில் ஒரு காட்டுமிராண்டி தர்மத்தை உருவாக்க வந்தவர்களே, நாத்திகர்கள்.

சில சுய மரியாதைத் திருமணங்களுக்கு நான் தலைமை வகித்திருக்கிறேன்.

தாலி அறுப்பதைப் பற்றியும், விதவையாவதைப் பற்றியும் சீர்திருத்தவாதிகள் பேசுவார்கள்.

சாதாரண மனித நாகரீகத்துக்கு ஒத்து வராத மடத்தனம் இது என்பது, அவர்களுக்கு மறந்தே போய்விட்டது.

எங்களூரில், 'நாத்திகனை நம்பி வீட்டுக்குள் விடாதே' என்பார்கள்.

'அவன் பண்பாடு தெரியாதவன். பவித்திரமில்லாதவன். யாருடைய பெண்டாட்டியையும் கை வைத்து விடுவான்' என்பார்கள்.

தெய்வத்திற்குப் பயப்படாதவன் வேறு எந்த நியாயத்துக்குப் பயப்படுவான்?

பழைய காலங்களில் எது எது எங்கெங்கு இருக்க வேண்டுமோ, அது அது அங்கங்கே இருந்தது.

இப்போதோ, கழுதை கட்டிலில் படுத்திருக்கிறது! யானை தொட்டிலில் தூங்க ஆசைப்படுகிறது; பூனை புல்லாங்குழல் வாசிக்க விரும்புகிறது; புள்ளிமான் உப்புக்கண்டமாகிறது.

கண்ணதாசனின்

நாகரீகத்திலேயே தர்மம் தடம் புரளுமானால், நாத்திகத்தின் விளைவு என்ன?

எனக்குத் தெரிந்தவரை, நாத்திகம் பேசிய உண்மையானவர்களில் பலர் சொத்தை இழந்தவர்கள். சில உத்தமத் தொண்டர்கள், பெண்டாட்டியை இழந்தார்கள்.

அக்கிரமக்காரர்கள் மட்டுமேதான் அனுபவித்தார்கள்.

பூஜை அறைக்கும், குளிக்கும் அறைக்கும் பேதம் தெரிந்தவன், ஆத்திகன்.

மல ஜலம் கழிக்கும் இடத்திலேயே சாப்பிட்டுப் பழகியவன் நாத்திகன்.

தாய்க்கும், தாரத்திற்கும் பேதம் தெரிந்தவன், ஆத்திகன்.

எதுவும் தாரம்தான் என்று கருதுகிறவன், நாத்திகன்.

தர்மம் தர்மம் என்று பயப்படுகிறவன், ஆத்திகன்.

அனுபவிப்பதே தர்மம் என்று நினைப்பவன், நாத்திகன்.

ஆத்திகன் மனிதனாக வாழ்ந்து தெய்வமாகச் சாகிறான்.

நாத்திகன், மனிதன் போலக் காட்சியளித்து, மிருகமாகச் சாகிறான்.

உண்மையிலேயே ஒருவன் நாத்திகம் பேசினால் அவன் உணர்ச்சியற்ற ஜடம்; ஆராயும் அறிவற்ற முடம்.

பகுத்தறிவு ஒழுங்காக வேலை செய்யுமானால், அது கடைசியாக இறைவனைக் கண்டுபிடிக்குமே தவிரச் சூனியத்தைச் சரணடையாது.

மதுரை

10

பெரியது கேட்பின்...

சனத்குமாரர் என்ற மகாயோகியை நாரதர் அணுகி, 'ஐயனே! எனக்கு உபதேசம் செய்ய வேண்டும்' என்று கேட்டுக் கொண்டார்.

''நல்லது நாரதா! உபதேசம் செய்வதற்கு முன்னால் ஒரு வார்த்தை. உனக்கு ஏற்கெனவே என்னென்ன தெரியும் என்பதை முன்கூட்டிச் சொல்லிவிடு. அதன் பிறகுதான் எதை உபதேசிக்க முடியும் என்பதைத் தெரிந்து கொள்ள முடியும்!'' என்றார் சனத்குமாரர்.

நாரதர் தான் கற்ற வித்தைகளைக் கூறத் தொடங்கினார்.

''குருதேவா! எனக்கு ரிக், யஜுர், சாம, அதர்வண வேதங்கள் தெரியும். இதிகாச புராணங்கள் தெரியும். வேதங்களின் வேதமாகிய இலக்கணம், பிதுரு, கல்பம், கணித சாஸ்திரம், சகுன சாஸ்திரம், கால நிர்ணயம், தர்க்க சாஸ்திரம், நீதி சாஸ்திரம், நிருத்தம், பூதவித்தை, போர்முறை, வான சாஸ்திரம், சர்ப்ப வித்தை, கந்தர்வ வித்தை, இவை அனைத்துமே தெரியும்'' என்றார் நாரதர்.

அப்படிச் சொன்ன நாரதர் தன் சந்தேகம் ஒன்றையும் தெளிவுபடுத்தினார்.

''தேவா! இவ்வளவு வேத மந்திரங்களை நான் கற்றுக் கொண்டேனே தவிர, துன்பங்களைக் கடந்து செல்லும் ஆத்ம யோகத்தை அறிந்தவனாக இல்லை. 'எவனொருவன் ஆத்மாவை அறிந்து கொள்கிறானோ அவனே துன்பத்தைக் கடப்பான்' என்று பெரியவர்கள் சொல்லக் கேள்விப்பட்டிருக்கிறேன். தயை கூர்ந்து எனக்கு நீங்கள் துன்பத்தைக் கடக்கும் மார்க்கத்தைக் கற்றுத் தர வேண்டும்'' என்றார், நாரதர்.

சனத்குமாரர் சிரித்தார்.

''நாரதரே! நீர் கற்றுக் கொண்ட வித்தைகள் எல்லாம் பெயரளவில் வித்தைகளே. அவற்றை விடப் பெரிய விஷயங்கள் சில உண்டு. அவற்றின் மூலமே ஆத்மாவை அறிய முடியும்'' என்றார் அவர்.

கண்ணதாசனின்

"எவையெவை பெரியவை?" என்று கேட்டார் நாரதர்.

"நீ சொன்ன பெயர்களை எல்லாம் விட வாக்குப் பெரியது. அந்த வாக்கைவிட மனது பெரியது. எப்படி ஒரு கைப்பிடிக்குள் இரண்டு நெல்லிக்காயோ, இலந்தைப் பழமோ அடங்கி விடுகிறதோ, அப்படியே பெயரும் வாக்கும் மனதுக்குள் அடங்கி விடும். மனத்தால் நினைத்த பின்தானே நீ சொல்லுகிறாய். செயலில் இறங்குகிறாய். அந்த மனதுதான் ஆத்மா. அந்த மனதுதான் உலகம். அந்த மனதுதான் பிரம்மம். ஆகையால் மனதை நேசிப்பாயாக. அதே நேரத்தில் இன்னொன்று: சங்கற்பம் செய்வது மனதைவிடப் பெரியது. எப்போது ஒருவன் சங்கற்பம் செய்யத் தொடங்குகிறானோ, அப்போது யோசிக்கத் தொடங்குகிறான். அது மனது. உடனே பேச ஆரம்பிக்கிறான்; அது வாக்கு. அந்த வாக்கு பெயர் வடிவமாகிறது. அதில் மந்திரங்கள் ஒடுங்கி விடுகின்றன. மந்திரங்களில் கருமங்கள் ஒடுங்கி விடுகின்றன. அதே நேரத்தில் சங்கற்பத்தைக் காட்டிலும் தியானம் பெரியது. பூமி தியானம் செய்கிறது. வானம் தியானம் செய்கிறது. மலைகள் தியானம் செய்கின்றன. ஆகையால் பெருமைக்குரிய மனிதர்கள் தியான பலத்தில் ஒரு அம்சத்தையாவது பெற்றிருக்கிறார்கள். அற்பர்களுக்கும் கலகக்காரர்களுக்கும் அது வாய்ப்பதில்லை."

"தியானத்தை விடவும் பெரியது எது என்று கேட்கிறாயா? விஞ்ஞானம் பெரியது. ஆத்ம பலம் விஞ்ஞானத்தைக் காட்டிலும் பெரியது. விஞ்ஞானம் என்பது அனுபவ விஞ்ஞானம். ஆத்ம பலம் படைத்த யோகி நூறு விஞ்ஞானவான்களை ஆட்டி வைக்க முடியும்.

ஒருவன் பலமுள்ளவனாக இருந்தால் அவன் படுக்கையில் கிடக்க மாட்டான்; எழுவான்; நடப்பான்; சேவை செய்வான்."

நாரதருக்கும் சனத்குமாரருக்கும் நடந்த இந்த விவாதத்தில் ஆத்ம பலமே பொதுவாகப் பேசப்படுகிறது.

ஆத்ம பலம் என்பது என்ன?

தன்னை உணர்தல்.

"நானே பிரம்மம்! நானே ஈஸ்வரன்" என்ற நிலையை எய்துதல்.

கடமைகளை ஒழுங்காகச் செய்வதன் மூலம் ஆத்மா பலம் பெறுகிறது.

ஒரு கதை உண்டு.

அர்த்தமுள்ள இந்துமதம் - பாகம் 9

ஒரு நதியில் வெள்ளம் வந்து, பாலத்தின் இரண்டு பக்கங்களையும் அடித்துக் கொண்டு போய் விட்டது. பாலத்தின் நடுவே ஒரு குடும்பம் நின்று தத்தளித்துக் கொண்டிருந்தது. அதைப் பார்த்துப் பரிதாபப்பட்ட ஒரு பணக்காரர், ஒரு ஓடக்காரனைக் கூப்பிட்டு அவர்களைக் காப்பாற்றும்படியும் நூறு ரூபாய் தருவதாகவும் சொன்னார். ஓடக்காரன் அவர்களைக் காப்பாற்றினான். நூறு ரூபாய் எடுத்து அவர் கொடுத்தார். அவன் 'இது என் கடமை' என்று கூறிப் பணத்தை வாங்காமல் மறுத்து விட்டான்.

இந்த பலன் கருதாத கருமமே 'கடமை' என்பது.

இதைக் கருமம் என்பதைவிடத் 'தர்மம்' என்பது பொருந்தும்.

இத்தகைய தர்மம் தலைமாட்டில் நின்று காப்பாற்றும்.

'நான் லண்டனுக்குப் போனேன்; நான் பாரிஸுக்குப் போனேன். அனுபவித்தேன்' என்ற அகங்காரம் கடைசிக் காலத்தில் எந்த உதவியையும் செய்யாது.

முதலில் இந்த 'நான்' தன்மையை வென்றவர்கள்தான் பெரிய யோகிகளாக மாறுகிறார்கள்.

அந்த யோகிகளிடம் இறைவனே வந்து உனக்கு என்ன வேண்டும் என்று கேட்டால், 'பொன்னைக் கொடு, பொருளைக் கொடு' என்று கேட்க மாட்டார்கள்; 'என்னையே எனக்குக் கொடு' என்றுதான் கேட்பார்கள்.

–இப்படி தன்னை உணர்ந்து கொண்டுவிட்ட மனிதன் மரணத்தில் இருந்து விடுதலை பெற்று விடுகிறான்.

'அவன் செத்து விட்டான்' என்று சொன்னால் 'அவன் உடம்பு தான் செத்து விட்டது. ஆத்மா சாகவில்லை' என்பது பொருள்.

'என்னையே எனக்குக் கொடு' எனும் தத்துவத்தில் ஆன்மாவே உணரப்படுகிறது. அதற்குள் இருக்கும் ஈஸ்வரன் அறியப்படுகிறான்.

துயரங்கள் தோன்றாமல், சிரித்துக்கொண்டே அவன் மரணமடைந்து விடுகிறான். அதாவது அவன் உடம்பு அழிந்து விடுகிறது.

இந்த ஆன்ம யோகத்தை மிக ஆழமாக நமது சித்தர்களும், முனிவர்களும், ரிஷிகளும் சிந்தித்தார்கள்.

கண்ணதாசனின்

இமய மலையில் குடி புகுந்தவன் மாத்திரை வாங்குவதற்காக டாக்டரைப் பார்த்ததுண்டா?

ஆன்மாவை உணர்ந்து கொண்டவன் பிறரிடம் கேட்டுத் தெரிந்து கொள்ள என்ன இருக்கிறது?

அவனுக்குச் சொல்வதற்குத்தான் பிறரிடம் என்ன இருக்கிறது?

பழனி

11

சில தத்துவங்கள்

சக்திக்கும் சிவனுக்கும் நாரதர் ஒரு மாம்பழத்தை அளித்தார்.

சக்தி தேவிக்கு அதை மூத்த மகனுக்கு அளிக்க வேண்டும் என்ற ஆசை.

சிவபிரானுக்கோ இளைய மகனுக்குத் தர வேண்டும் என்று விருப்பம்.

பிள்ளைகள் போட்டியே, பெற்றோர்கள் போட்டியாகி விட்டது.

''சரி, எதற்கு வம்பு? உலகத்தை யார் முதலில் சுற்றி வருகிறார்களோ அவர்களுக்கே இந்த மாங்கனி!'' என்று கூறிவிட்டார் சிவன்.

முருகனிடம் மயில் இருக்கிறது. கணபதியிடம் மூஞ்சூறு தானே இருக்கிறது!

மயில் மீது ஏறி முருகப் பெருமான் உலகை வலம் வரத் தொடங்கினார்.

தாய்–தகப்பனை மூன்று முறை சுற்றினார்; கையை நீட்டினார் விநாயகப் பெருமான். மாங்கனி அவருக்குப் போய்விட்டது.

இது கதை!

'உலகத்தைவிட மிகப் பெரியவர்கள் தாயும் தகப்பனுமே' என்ற தத்துவத்தை இந்துக்கள் எவ்வளவு அழகாகச் சொல்லிவிட்டார்கள்!

மகாலட்சுமிக்குச் சுயம்வரம்.

சாதாரண லட்சுமிக்குத் திருமணம் என்றாலே, ஊர் எவ்வளவு அல்லோலகல்லோலப்படுகிறது?

பத்திரிகைகளில் எல்லாம் அந்தச் செய்திதானே வருகிறது.

மகாலட்சுமிக்கே சுயம்வரம் என்றால் ஏழு உலகங்களும், தேவாதி தேவர்களும் திரளக்கூடும் இல்லையா?

முப்பத்து முக்கோடி தேவர்களும் கழுத்தை நீட்டினார்கள்.

ஆனால், மகாலட்சுமி ஒரு நிபந்தனை வைத்தாள்.

'என்னை எவன் விரும்பவில்லையோ, அவனைத்தான் மணப்பேன்' என்றாள்.

'அவளை விரும்பாதது மாதிரி' தேவர்களால் நடிக்கக்கூட முடியவில்லை.

ஏழு உலகங்களிலும் நடந்தாள், மகாலட்சுமி.

கடைசியில் பாற்கடலில் நடந்தாள்.

அங்கே பள்ளி கொண்டிருந்தது ஒரு கரிய திருமேனி.

மகாலட்சுமியை அது லட்சியம் செய்யவே இல்லை.

"என்ன, உங்களுக்கு ஆசையே இல்லையா?" என்று கேட்டாள் மகாலட்சுமி.

"நீ யாரம்மா?" என்று கேட்டது திருமேனி.

"நான்தான் மகாலட்சுமி!" என்றாள்.

"அப்படியென்றால்...?" என்று அது திருப்பிக் கேட்டது.

மகாலட்சுமிக்குச் சிரிப்பு வந்தது.

"உன்னை அறிவதுதான் என் வேலையா? உலகத்தில் எனக்கு வேறு வேலை இருக்கிறது!" என்றார் திருமால்.

அவர் கழுத்தில் மாலையைப் போட்டுக் காலடியிலேயே உட்கார்ந்து விட்டாள் மகாலட்சுமி.

உலக ரட்சகன் எதிலும் மயங்கி விடுவதில்லை என்பதையும், மனிதனும் அப்படி மயங்காமல் இருக்கும் வரைதான் மரியாதை என்பதையும் இந்தக் கதை எவ்வளவு தெளிவாக எடுத்துக் காட்டுகிறது!

ஒரு அரண்மனை, அதன் மேன்மாடத்திலே ஒரு ராஜா. அவர் பக்கத்திலே அழகான ராணி. இருவரும் பழங்களை உரித்துத் தின்றபடி விளையாடிக் கொண்டிருக்கிறார்கள். சுளைகளைத் தின்றுவிட்டு தோல்களை வெளியே எறிகிறார்கள்.

ஒரு சந்நியாசி. அவனுக்கோ பசி. வெளித் திண்ணையில் அவன் உட்கார்ந்திருக்கிறான். ராஜா தூக்கியெறிந்த தோல்களை எடுத்து அவன் தின்கிறான். சேவகர்கள் பார்க்கிறார்கள். சந்நியாசியை இழுத்துக் கொண்டுபோய் ராஜா முன்னால் நிறுத்துகிறார்கள்.

அவனைச் சவுக்கால் அடிக்கும்படி ராஜா ஆணையிடுகிறான்.

அடி விழ, அடி விழச் சந்நியாசி சிரிக்கிறான்.

"ஏன் சிரிக்கிறாய்?" என்று ராஜா கேட்கிறான்.

அர்த்தமுள்ள இந்துமதம் - பாகம் 9

"அரசே, தோலைத் தின்றவனுக்கே இவ்வளவு அடி என்றால் சுளையைத் தின்றவனுக்கு எவ்வளவு அடி என்று எண்ணிப் பார்த்தேன். சிரிப்பு வந்து விட்டது!" என்றான் சந்நியாசி.

பாவத்தின் அளவுக்கே தண்டனை என்பதற்கு இதை விடவா வேறு கதை வேண்டும்?

ஸ்ரீ கிருஷ்ண பரமாத்மாவுக்குத் துலாபாரம்.

துலாபாரம் என்றால் இந்தக் காலம் போல வெங்காயம், விறகு, பத்துக்காசு நாணயம் அல்ல. தங்கத்திலே துலாபாரம்!

சத்தியபாமா தன் நகைகளையெல்லாம் கழற்றி வைக்கிறாள்.

தான் செல்வம் படைத்தவள் என்பதைக் காட்டத் தாய்வீட்டுச் சீதனங்களையெல்லாம் கொண்டுவந்து வைக்கிறாள்.

தட்டு நகரவில்லை.

மெதுவாக வருகிறாள் ருக்மணி.

ஒரு துளசி தளத்தைக் கொண்டு வந்து ஸ்ரீ கிருஷ்ண பரமாத்மாவின் கால்களைத் தொட்டு வணங்கி விட்டு, அதைத் தட்டிலே வைக்கிறாள்.

என்ன ஆச்சரியம், தராசு சமமாகிறது!

ஆணவத்தோடு கொடுக்கப்படும் தங்கத்தைவிட அன்போடு கொடுக்கப்படும் இலை தழைகளுக்குச் சக்தியும், மரியாதையும் அதிகம் என்பதை இந்தக் கதை நிரூபிக்கவில்லையா?

பகவான் ராமகிருஷ்ண பரமஹம்சரிடம் ஒருவர் வந்தார்.

"சுவாமி! ஒரு சந்தேகம்!" என்றார்.

"என்ன?" என்று கேட்டார் பரமஹம்சர்.

"நீங்கள் விஷ்ணு என்கிறீர்கள், சிவன் என்கிறீர்கள். அதே விஷ்ணுவின் அவதாரம் தான் ராமனும், கிருஷ்ணனும் என்கிறீர்கள். ஒரே விஷ்ணுவுக்கு இத்தனை வடிவங்கள் எதற்கு? ஏன் ஒரே கடவுளாக வைத்துக் கொண்டால் என்ன?" என்று கேட்டார்.

அதற்குப் பரமஹம்சர் உடனே, "ஐயா! ஒரு விஷயம். நீங்கள் ஒருவர்தான். ஆனால் உங்கள் அப்பாவுக்கு மகன் - மகனுக்கு அப்பா, மனைவிக்கு கணவன், மாமனாருக்கு மாப்பிள்ளை, மாப்பிள்ளைக்கு மாமனார், மைத்துனனுக்கு மைத்துனன், பாட்டனுக்குப் பேரன், பேரனுக்குப் பாட்டன் —உங்கள்

745

ஒருவருக்கே இத்தனை வடிவங்கள் இருக்கும்போது, ஈஸ்வரனுக்கு இருக்கக் கூடாதா?'' என்றார்.

கேள்வி கேட்டவர் முகத்திலே அசடு வழிந்தது.

பல தெய்வ வணக்கம் நியாயம் என்பதற்கு இதற்கு மேல் ஒரு உதாரணம் தேவையா?

இந்தப் பல தேவதை வணக்கத்தைப் பற்றி காஞ்சிப் பெரியவர்கள் பின்வருமாறு கூறுகிறார்கள்.

மனுஷ்யர்களின் மனப்பான்மைகள் பல தினுசாக இருக்கின்றன. ஒவ்வொரு விதமான மனப்பான்மை உள்ளவர்களையும் ஆகர்ஷித்து, அவர்களைப் பக்தி செலுத்த வைத்து, அவர்களுடைய மனத்தைச் சுத்தம் செய்து, சித்தத்தை ஏகாரப் (ஒருமைப்) படுத்தவே பரமாத்மா பலப்பல தேவதா ரூபங்களாக வந்திருக்கிறது.

'இந்த இந்துக்களுக்கு எத்தனை கோடிச் சாமிகள்!' என்று அந்நிய மதத்தவர்கள் நம்மைக் கேலி செய்வதுண்டு. உண்மையில் ஒன்றுக்கு மேற்பட்ட ஸ்வாமி இருப்பதாக விஷயம் தெரிந்த எந்த இந்துவும் எண்ணவில்லை. இந்த வைதிக மதம் ஸ்வாமி ஒருவரே என்று கண்டது மட்டுமில்லை; இந்த ஜீவனும்கூட அதே ஸ்வாமிதான் என்று வேறெந்த மதமும் கண்டு பிடிக்காததையும் கண்டு பிடித்திருக்கிறது. எனவே பிரபஞ்ச வியாபாரத்தை நடத்துகிற மகாசக்தியாக ஒரு ஸ்வாமி தான் இருக்கிறது என்பதில், எந்த விஷயமறிந்த இந்துவுக்கும் சந்தேகமில்லை. ஆனால், அந்த ஒரு ஸ்வாமி பல ரூபத்தில் வர முடியும்; அப்படிப்பட்ட யோக்கியதையும் கருணையும் அதற்கு உண்டு என்று இவன் நம்புகிறான்.

ஒரே ஸ்வாமி நம் தேசத்தின் மகா புருஷர்களுக்கும் பல ரூபங்களில் தரிசனம் தந்திருக்கிறார். அந்தந்த ரூபங்களுக்குரிய மந்திரம், உபாசனா மார்க்கம் எல்லாவற்றையும் அந்த மகா புருஷர்கள் நமக்குத் தந்திருக்கிறார்கள். இவற்றை முறைப்படி அனுஷ்டித்தால் நாமும் அந்தந்தத் தேவதை அனுக்கிரகத்தைப் பெற முடியும். எந்தத் தேவதையாக இருந்தாலும் சரி, அது முடிவில் பரமாத்மாவே! ஆகையால், நாம் சந்தேகம் கொள்ளாமல் பூரண சிரத்தையோடு பக்தி வைத்தால் அது நமக்கு சம்ஸார பந்தத்திலிருந்து விடுதலை தரும். இந்த விடுதலைக்கு நாம் பக்குவப்படுவதற்கு முன் நம் லௌகீக வேண்டுதலைக் கூட நிறைவேற்றி அனுக்கிரகிக்கும்.

அர்த்தமுள்ள இந்துமதம் - பாகம் 9

அவரவர் மனதைப் பொறுத்து ஒன்றில் பிடிமானம் கொள்வதற்கென்றே இத்தனைத் தேவதைகள் இருக்கின்றன. தாயாரிடம் குழந்தை போல் பரமாத்மாவை அனுபவிக்க வேண்டும் என்கிற மனப்பான்மை உடையவனுக்கு, அம்பாள் உபாசனை இருக்கிறது. ஒரே சாந்தத்தில் அழுந்திப் போக வேண்டும் என்ற மனோபாவம் உள்ளவனுக்குத் தக்ஷிணாமூர்த்தி இருக்கிறார். ஆனந்தமாக ஆடிப் பாடி பக்தி செலுத்துவதற்குக் கிருஷ்ண பரமாத்மா இருக்கிறார்.

இஷ்டம் இருந்தாலும், இஷ்டம் இல்லாவிட்டாலும் ஏதோ ஒரு மகாசக்தியிடம் பக்தி செய்வது என்று ஏதோ ஒரு தத்துவத்தை மட்டும் காட்டாமல், நம் மனசுக்கு எப்படி இஷ்டமோ, அதற்கு அனுசரணையாகவே அந்த மகா சக்தியை ஒரு மூர்த்தியில் பாவித்து, வெறும் தத்துவத்தை ஜீவனுள்ள ஒரு அன்பு உருவமாகப் பாவித்து பக்தி செய்வதற்கு நம் மதத்திலுள்ள 'இஷ்ட தேவதை' வழிபாடே வழி வகுக்கிறது. அன்போடு உபசரிக்க வேண்டுமானால் உபாசனைக்குரிய மூர்த்தி நம் மனோபாவத்துக்குப் பிடித்தமானதாக இருந்தால் தானே முடியும்? இதனாலேயே இஷ்ட தேவதை என்று தனக்குப் பிடித்த மூர்த்தியை உபாசிக்க நமது மதம் சுதந்திரம் தருகிறது. 'நம் மனப்போக்குக்குப் பிடித்தது' என்கிற நிலையில் ஆரம்பத்தில் ஏதோ மூர்த்தியை இஷ்ட தேவதையாக்கிக் கொண்டாலும், போகப் போக, அதனிடம் உண்மையான பக்தி உண்டாக உண்டாக, "நமக்கென்று என்ன ஒரு தனி மனப்போக்கு?" என்று அதையும் விட்டுவிட அந்தத் தேவதையே அனுக்கிரகம் செய்யும்.

அவரவரும் தமக்கு இஷ்டமான தேவதையை உபாசிக்கும் போதே மற்றவர்களுடைய இஷ்ட தேவதைகளைத் தாழ்வாக எண்ணக்கூடாது. நமக்கு எப்படிப் பரமாத்மா அனுக்கிரகம் பண்ணுகிறாரோ அப்படியே மற்றவர்களுக்கு மற்ற ரூபங்களின் மூலம் அனுக்கிரகம் பண்ணுகிறார் என்று தெளிவு பெற வேண்டும். "அந்த அந்தத் தேவதைக்குரிய புராணத்தைப் பார்த்தால் அது ஒன்றே ஸ்வாமி, மற்ற தேவதையெல்லாம் அதற்குக் கீழானவை. இதை அவை பூஜை செய்தன. இதனிடம் அவை தோற்றுப்போயின என்றெல்லாம் இருக்கிறது", என்று கேட்கலாம். இதற்கு 'நஹி நிந்தா நியாயம்' என்று பெயர். அதாவது இதர தேவதைகளை நிந்திப்பது பௌராணிகரின் நோக்கமல்ல. இந்த ஒரு தேவதையை ஆராதிப்பவருக்கு மனது சிதறாமல் இது ஒன்றிடமே தீவிரமாகப் பற்றுதல் ஏற்படுத்த வேண்டும் என்பதே புராணத்தின் நோக்கம்! இதற்காகவே இந்தத் தேவதைக்கு மட்டும் மற்ற தேவதைக்கு இல்லாத உத்கர்ஷம் சொல்லப்படுகிறது.

கண்ணதாசனின்

மகானுபாவர்களாக இருந்தவர்கள் எல்லாத் தேவதைகளையும் சமமாகவே பார்த்தார்கள். மகா கவிகளான காளிதாசன், பாணன் முதலியவர்களும், 'ஒரே வஸ்துதான் பல மூர்த்திகளாகவும் வருகிறது' என்று சந்தேகமில்லாமல் கூறுகிறார்கள்.

பக்தர்களின் மனோபாவத்தை பொறுத்துப் பரமாத்மா பல ரூபம் கொள்கிற போதே, பிரபஞ்சத்தில் தன்னுடைய வெவ்வேறு காரியங்களைப் பொறுத்தும் வெவ்வேறு ரூபங்களை எடுத்துக் கொள்கிறது. ரஜோகுணத்தால் சிருஷ்டி செய்யும் போது அதற்கேற்ப பிரம்மாவாகிறது. ஸத்வ குணத்தால் பரிபாலிக்கும் போது அதற்கேற்ப மகாவிஷ்ணுவாகிறது; தமோ குணத்தால் சம்ஹரிக்கும் போது அதற்குரிய முறையில் ருத்ர ரூபம் கொள்கிறது. இந்த மூன்றைப் பாணனும், காளிதாசனும் ஒரே சக்தியின் மூன்று வடிவங்களாகக் குறிப்பிடுகிறார்கள். இந்த மூன்றுக்கும் பொருந்துவது முப்பத்து முக்கோடி தேவதைகளுக்கும் பொருந்தும்.

எனவே, 'என் தெய்வம் உசந்தது; உன் தெய்வம் தாழ்ந்தது' என்று சண்டை பிடிப்பதில் அர்த்தமே இல்லை. ஆனாலும், நம் தேசத்தில் பல இஷ்ட தெய்வங்கள் இருந்தாலும் கூடப் பிரதானமாக இருந்து வரும் சைவத்திற்கும், வைணவத்திற்கும் இடையே ரொம்பவும் சண்டை நடந்துதான் வந்திருக்கிறது. நன்றாக ஆலோசித்துப் பார்த்தால் இந்த இரண்டும் ஒரே வஸ்துதான் என்ற ஞானம் பெறுவோம்.

பத்தாம் பாகம்

சாமிநீ; சாமிநீ; கடவுள் நீயே;
தத்வமசி; தத்வமசி; நீயே அஃதாம்!
பூமியிலே நீகடவு ளில்லை யென்று
புகழ்வதுநின் மனத்துள்ளே புகுந்த மாயை
சாமிநீ; அம்மாயை தன்னை நீக்கி
சதாகாலம் 'சிவோஹ' மென்று சாதிப் பாயே!

— மகாகவி பாரதியார்

உன்னையே நீ அறிவாய்

- பாகம் 10

எப்படி எல்லாம் வாழக் கூடாதோ,
அப்படி எல்லாம் வாழ்ந்திருக்கிறேன்.
ஆகவே, 'இப்படித்தான் வாழ வேண்டும்' என்று புத்தி
சொல்லக் கூடிய யோக்கியதை
எனக்கு உண்டு.

1

பதில் இல்லாத கேள்வி

சிறு வயதில் குருகுல வாசத்தை விட்டு நான் வெளியிலே வந்த போது, கோழிக்குஞ்சு முட்டையிலிருந்து வெளிவந்தது போல் தான் இருந்தேன்.

'நான் யார்' என்பதே எனக்கு தெரியாது. விபரம் தெரியாத நிலை; பக்குவமற்ற சூழ்நிலை.

காபி ஹோட்டல்களையும், தியேட்டர்களையும் கூட ஆச்சரியமாகப் பார்க்கின்ற சூழ்நிலை.

குருகுலம், நல்ல பண்பாடுகளையும், பழக்க வழக்கங்களையும் கற்பித்தது என்றாலும், வெளி உலகத்தைக் காண விடாமல் வைத்திருந்தது.

ஆகவே, தெளிந்த இதயத்தோடும் உலக அனுபவம் அற்ற நிலையிலும் நான் வெளியே வந்தேன்.

வந்ததிலும் தவறில்லை; நான் வாழ்ந்ததிலும் தவறில்லை; ஆனால், ஒரு முக்கியமான கேள்விக்கு விடை காண முடியாமல் தவித்தேன்.

அந்தக் கேள்வி என்ன?

"நான் யார்?" என்பதே அது.

நான் யார்?

அண்ட சராசரங்கள் அனைத்துமே அதைத்தான் கேட்டுக் கொள்கின்றனவாம்!

மனிதன் அறிய வேண்டிய அறிவுகளிலெல்லாம் முக்கியமான அறிவு, தன்னை அறிதலே.

ஒவ்வொரு விலங்கும், ஓரளவுக்குத் தன்னையறிகின்றது.

பருந்து பாய்ந்து வந்தால், கோழி ஆத்திரப்படுகின்றது.

நாயை கண்டதும், முயல் ஓடுகிறது.

புலியைக் கண்டதும், மான் ஓடுகிறது.

உயிரின் மீது உள்ள இந்த நாட்டம், ஓரளவுக்குத் தன்னைப் பற்றிய உணர்வேயாகும்.

ஆனால், இந்த உணர்வு வேறு; தான் யார் என்று அறிந்து கொள்ளும் அறிவு வேறு.

தாயினாலும், தகப்பனாலும் நாம் இந்த பூமிக்கு வந்து விட்டோம். ஆனால், ஏன் வந்தோம்; நம் வருகைக்கான நோக்கம் என்ன என்பது எத்தனை பேருக்குத் தெரியும்?

வந்தோம், வாழ்ந்தோம், மடிந்தோம் என்று பலபேர் மடிந்திருக்கிறார்கள். அவர்களில் சிலர் வரவு-செலவு பார்த்திருக்கிறார்கள்.

சிலர் காதலித்து, வெற்றி காண முடியாமல் மாண்டிருக்கிறார்கள்.

சிலர் மணமுடித்து, மக்களைப் பெற்று அவதிப்பட்டு இறந்திருக்கிறார்கள்.

சிலர், 'பதவி பதவி' என்று அலைந்து செத்து இருக்கிறார்கள்.

சிலர், 'உதவி உதவி' என்று ஓடி, ஆடி உயிரை விட்டிருக்கிறார்கள்.

இவர்களிலே, 'தான் யார்' என்பதைக் கண்டு கொண்டு உலகிற்குச் சொல்லிவிட்டு, மறைந்த ஞானிகள் எத்தனை பேர்?

அவர்கள் பெரும் கூட்டமாக இல்லை; விரல் விட்டு எண்ணக் கூடியவர்களாகவே இருக்கிறார்கள்.

நான் யார்?

சினிமாப் பாட்டு எழுதுகிறானே, அந்தக் கண்ணதாசன் தானா நான்?

தொடர்கதை எழுதுகிறானே, அந்தக் கண்ணதாசன் தானா நான்?

மதுவிலும் சிற்றின்பத்திலும் மயங்கிக் கிடப்பவன் தானா நான்?

அரசியல் வாண வேடிக்கையில் அடிக்கடி பங்கு கொள்கிறவன் தானா நான்?

நல்லது, கெட்டது பாராமல் நடக்கும், ஒரு முரட்டு மாடுதானா நான்?

இன்றைக்கு ஐம்பத்திரண்டு தீபாவளிகளைக் கொண்டாடி, அடுத்தது என்ன என்று எதிர்பார்த்துக் கொண்டிருக்கும் நான் யார்?

நான் ஏன் பிறந்தேன்?

நான் விரும்பிப் பிறக்கவில்லை என்றாலும், இதுவும் ஒரு நியாயமான கேள்விதான்.

இயற்கையின் நியதியில் சூரியனுக்கும், சந்திரனுக்கும், நட்சத்திரங்களுக்கும் நோக்கம் இருக்கும் போது, என் பிறப்புக்கும் ஒரு நோக்கம் இருந்தாக வேண்டும்.

அர்த்தமுள்ள இந்துமதம் - பாகம் 10

அது எனக்குப் புரியவில்லையே தவிர, ஏதோ ஒரு லட்சியத்திற்காகவே நான் சிருஷ்டிக்கப்பட்டிருக்கிறேன் என்பது உண்மை.

ஒவ்வொரு ஜீவனும், ஒவ்வொரு லட்சியத்திற்காகவே படைக்கப்பட்டிருக்கின்றன.

ஜீவனற்ற அஃறிணைப் பொருளும் அவ்வாறே.

தண்ணீர் தாகத்தைத் தீர்க்கவும், வயல்களை வளப்படுத்தவும், உணவுப் பொருள்களுக்கு உரமாகவும் படைக்கப் பட்டிருக்கிறது.

அந்தத் தண்ணீரில் வாழும் மீன் அழுக்கைத் தின்று நீரைச் சுத்தப்படுத்தவும், மனிதனுக்கும், பறவைகளுக்கும் ஆகாரமாகவும் படைக்கப்பட்டிருக்கிறது.

ஒரு காக்கையின் பிறப்புக்குக் கூட ஒரு சிறிய காரணம் இருக்கிறது.

அப்படி என்றால், என் பிறப்புக்கும் ஒரு காரணம் இருக்க வேண்டுமே?

காலையில் இட்லி, தோசை; மத்தியானம் சாப்பாடு; ராத்திரியில் மீண்டும் பலகாரம்; இதற்காகவா நான் படைக்கப்பட்டேன்?

தமிழில் எல்லாச் சொல்லுக்கும் பொருள் உண்டு என்று சூத்திரம் சொல்கிறது. அது போலவே எல்லா ஜீவனுக்கும் காரணம் உண்டு.

நான் முன்பே சொன்ன சனத்குமாரர்–நாரதர் கதைதான்.

எல்லாம் தெரிகிறது எனக்கு; என்னைத் தெரியவில்லை.

கண்ணாடியில் முகம் தெரிகிறது; மனம் தெரியவில்லை.

யோசித்துப் பார்த்தால் மனம் தெரிகிறது. ஆனால், அது ஏன் படைக்கப்பட்டது என்பது தெரியவில்லை.

ஒன்றைத் தொடர்ந்து ஒன்றாகப் பற்றிக் கொண்டே போனாலும் கூட, நான் படைக்கப்பட்டதன் மூலக்காரணத்தை என்னால் அறிந்து கொள்ள முடியவில்லை.

'இப்படித்தான் இருக்கும், இதற்காகத்தான் இருக்கும்' என்று ஒரு காரணத்தை நானே வகுத்துக் கொண்டு, என்னை நானே அறிய முற்படுகிறேன்.

இந்த ஒரு ஆன்மா, ஒரு லட்சம் ஆன்மாக்களுக்காவது வழிகாட்ட வேண்டும் என்பதற்காகவே, நான் படைக்கப்பட்டிருக்கிறேன்.

நன்மை–தீமை புரியாமல், நியாய - அநியாயம் தெரியாமல் தடுமாறும் மானிட ஜாதிக்கு, ஒரு அரிக்கேன் விளக்கையாவது ஏற்றி நான் வழிகாட்டியாக வேண்டும்.

கண்ணதாசனின்

நீதி சொல்வதில், நான் வள்ளுவனாக முடியாது. ஏன்? இன்னொரு வள்ளுவன் பிறக்கவே முடியாது.

ஆனால், என் அனுபவம் சுட்டிக் காட்டுகிற நீதிகளில் வள்ளுவன் சொல்லாததும் இருக்கக்கூடும்.

தர்மோபதேசம் செய்வதில் நான் வடலூர் வள்ளலாராக முடியாது. ஏன், இன்னொரு வள்ளலார் இந்தத் தலைமுறையில் பிறக்கப் போவதும் கிடையாது.

ஆனால், என் உடலில் பட்ட காயங்களில், வள்ளலார் காணாத காட்சிகளும் இருக்கக்கூடும்.

நான் நீண்ட தூரப் பிரயாணி.

அர்த்தமுள்ள இந்துமதம் – பாகம் 10

மலைச் சரிவுகளிலும் பயணம் செய்திருக்கின்றேன்; சம வெளிகளிலும் பயணம் செய்திருக்கிறேன்.

நான் யார் என்பது தெரியாத பிரக்ஞையற்ற நிலையிலேயே, அனுபவங்களைச் சேகரித்திருக்கிறேன்.

இந்த உலகத்தை ஓரளவு எனக்குத் தெரியும்.

நான் எழுத்தாளனாக இருக்கிறேன்; ஆகவே, வறுமையை அறிவேன்.

அரசியலில் இருந்திருக்கிறேன்; ஆகவே, அயோக்கியத்தனம் என்ன என்பது புரியும்.

கலைத்துறையில் இருந்திருக்கிறேன்; ஆகவே, ஏற்ற இறக்கங்களை அறிவேன்.

எப்படி எல்லாம் வாழக்கூடாதோ, அப்படியெல்லாம் வாழ்ந்திருக்கிறேன்.

ஆகவே, இப்படித்தான் வாழவேண்டும் - என்று புத்தி சொல்லக்கூடிய யோக்கியதை எனக்கு உண்டு.

முதன்முதலில் நான் நாத்திகனாக இருந்த காலங்களை எடுத்துக் கொள்கிறேன்.

இப்போது நான் நாத்திகன்.

'கடவுள் இல்லை' என்று மிகவும் அழுத்தம் திருத்தமாக நாக்கு வலிக்கச் சொல்லும் ஒரு நாத்திகன்.

என் பின்னால் வாருங்கள்.

திருக்கடவூர்

2

சேரிடம் அறிந்து சேர்

சுத்தமான சோம்பேறிகள் எப்படி சம்பாதிப்பது என முடிவு கட்டித் தொடங்கிய இயக்கமே, நாத்திக இயக்கம்.

உலகத்தின் மற்றப் பகுதிகளிலே, நம்பி நாத்திகர்களானவர்கள் உண்டு.

தமிழ் நாட்டில் பெரும்பாலும் திருடர்களும், அயோக்கியர்களுமே நாத்திகர்களானார்கள்.

திருவிழாவில் வழி தவறிப்போன குழந்தை, தேர்ச்சக்கரத்தில் சிக்கிக் கொண்டது போல், நான் இதில் சிக்கிக் கொண்டேன்.

தவறான சேர்க்கையாலே, பிறப்பின் அர்த்தத்தை மாற்ற முயற்சித்தேன்.

நான் யார் என்று புரியாத காரணத்தாலே, தங்களைப் பொறுத்தவரை கெட்டிக்காரர்களாக இருந்தவர்கள் வலையில் விழுந்தேன்.

என்ன செய்வது? பக்குவமற்ற நிலை.

சின்ன வயதில் என் தாத்தா என்னைத் தோளிலே தூக்கி வைத்துக் கொள்வார்.

நான் ஆகாயத்திலுள்ள நட்சத்திரங்களைக் காட்டி, ''அவை என்ன தாத்தா?'' என்பேன்.

'நட்சத்திரங்கள்'' என்பார்.

''அப்படியென்றால் என்ன?'' என்று கேட்பேன்.

உடனே அவர் எனக்குப் புரிகின்ற பாஷையில் சொல்லத் தொடங்குவார்.

''அதாவது ஆகாயத்தில் தேவர்கள் இருக்கிறார்கள் அல்லவா, அவர்களெல்லாம் சுருட்டுப் பிடிக்கிறார்கள். அதுதான் இது!'' என்பார்.

நான் நம்பி விடுவேன்.

மழை பெய்யும்; ''இது என்ன தாத்தா?'' என்பேன்.

''தேவர்களெல்லாம் குளிக்கிறார்கள்; அது தான் இது!'' என்பார்.

அதையும் நம்பி விடுவேன்.

இருபது வயதிலும் இப்படிப்பட்ட பக்குவத்தில் நான் இருந்தேன் என்பதை வெட்கமில்லாமல் ஒப்பு கொள்கிறேன்.

இல்லையென்றால் எவனோ ஒரு நாத்திகனோடு நட்பு ஏற்பட்டு, நான் நாத்திகனாகி இருப்பேனா?

ஒரு மாயா வாதம், போலித்தனம்—மனது அறிந்தே சொன்ன பொய், நாத்திகம் என்பது.

வாழ்க்கையில் அலுத்தவர்கள், சலித்தவர்கள், எவ்வளவோ காலம் கடவுளை வேண்டியும் பயனில்லையே என்று நினைத்தவர்கள்—இவர்களெல்லாம் சிக்கிக்கொண்ட வலையே நாத்திகம்.

சிக்கிக் கொண்ட ஈக்களைக் கடித்துத் தின்ன முயன்ற சிலந்திகளே, அதன் தலைவர்கள்.

அதற்கு அவர்கள் பூசிய சாயம், 'பகுத்தறிவு' என்பது.

சட்டையைக் கறுப்பாகப் போட்டுக் கொண்டு துக்கம் கொண்டாடிய அவர்கள், உள்ளத்தையும் 'கறுப்பாகவே' வைத்திருந்தார்கள்.

பெண்டாட்டியைக் கோயிலுக்கு அனுப்புவார்கள்; பிள்ளையை ஜாதகம் எழுதி வாங்கி வரச் சொல்வார்கள்; மேடையில், 'எல்லாம் பொய்' என்று பேசுவார்கள். நான் அதை நம்பினேன்.

அதுவரை கேளாத புதிய விஷயமாக இருந்ததால் அதைச் சொல்வதைப் பெருமை என்று நினைத்தேன். எதையும் மறுப்பது அறிவுக்கு அடையாளம் என்று முடிவு கட்டினேன்.

இவ்வளவு கூத்தும், இரண்டு மூன்று ஆண்டுகளே.

ஆயினும், இந்த அனுபவங்களையும், அந்தத் தலைவர்களையும் என்னால் மறக்க முடியாது.

பொய்யும் அயோக்கியத்தனமும் நிறைந்த ஒரு உலகத்தை, புனித உலகமாகச் சித்தரித்த அந்தக் கெட்டிக்காரர்களை, எப்படி நான் மறக்க முடியும்?

அவர்கள் கடவுளைப் பற்றிய கதைகளின் மீதும், புராண இதிகாசங்களின் மீதும் விளையாடினார்களே தவிர, அடிப்படைக் கடவுள் தத்துவத்திற்குச் சரியான விளக்கமும், மறுப்பும் கொடுக்க முடியவில்லை.

அதனால் தான், நான் விரைவிலேயே அதிலிருந்து மீண்டு விட்டேன்.

கண்ணதாசனின்

பிறப்புக்கு முந்தியதென்ன? இறப்புக்குப் பிந்தியதென்ன?

விஞ்ஞானிகளே திண்டாடும் இந்தக் கேள்விக்கு, இந்த அரைவேக்காடுகள் என்ன பதில் சொல்ல முடியும்?

'அம்மிக் குழவி சாமி' என்றும், 'அந்தக் கல்லை உடைத்து ரோடு போடுவோம்' என்றும் ஊர்ச்சாப்பாட்டைச் சாப்பிட்டுக் கொண்டு திமிர்பிடித்துப் பேச முடிந்ததே தவிர, இன்னின்ன காரணங்களால் கடவுள் இல்லை என்று எவனுமே விளக்கம் சொன்னதில்லை.

அதிலே, சிக்கிக்கொண்ட நானும், அவர்கள் பாணியிலேயே, "அடியே, காஞ்சி காமாட்சி! மதுரை மீனாட்சி! காசி விசாலாட்சி! உங்களுக்கு ஏனடி மண்டபங்கள்?" என்று பேசத் தொடங்கினேன்.

எந்த வெயிலிலும், வற்றிப் போகக்கூடிய அந்தக் காட்டு வெள்ளம் என்னையும், இழுத்துக் கொண்டு போயிற்று.

நாத்திக வாதம் ஒரு போலித்தனம் என்பதை என்னால் உணர முடியவில்லையே, அப்போது!

அவர்களை மட்டுமே குறை சொல்லி என்ன பயன்? அந்தப் பக்குவம் எனக்கில்லையே, அப்போது.

நான் யார் என்பதை முற்றிலும் அறியவில்லையே அப்போது!

மகத்தான காவியங்களைப் படைக்கக் கூடிய உள்ளறிவு எனக்கிருப்பதாகத் தோன்றவில்லையே, அப்போது!

கூட்டம் கூடுவார்கள்; ஆட்டம் போடுவார்கள்; வசூல் செய்வார்கள்; வாழ்க்கை நடத்துவார்கள்; நானோ கைச்செலவு செய்து கொண்டு, கத்திக் கொண்டிருப்பேன்.

காரைக்குடிக்குப் போகும் போதெல்லாம் சில செட்டியார்கள் கேட்பார்கள், "ஏண்டா தம்பி, எவ்வளவோ பெரிய திறமையை வைத்துக்கொண்டு இந்தக் கூட்டத்தில் போய்க் கிடக்கிறாயே" என்று.

அப்போது எனக்குப் புரிந்ததில்லை.

பல்லாயிரம் ஆண்டு காலப் பண்பாடுகளைப் பற்றிய வரலாற்று அறிவு எனக்குக் கொஞ்சம் கூட இருந்ததில்லை என்பதை, வெட்கத்தோடு ஒப்புக்கொள்கிறேன்.

அந்த இரண்டு மூன்று ஆண்டுகள், நானும் கறுப்புச் சட்டை போட்டிருந்தேன்.

அர்த்தமுள்ள இந்துமதம் - பாகம் 10

பார்ப்பதற்கே அருவருப்பானதும், வெயில் காலத்துக்கு ஒத்து வராததுமான கறுப்புச் சட்டையை, நான் விருப்பத்தோடுதான் போட்டேன்.

சீதையைப் பற்றியும், திரௌபதியைப் பற்றியும் கேவலமாக எழுதினேன்; கம்பனைக் கேலி செய்தேன்.

சுய உணர்வில்லாத செம்மறி ஆடு, கசாப்புக் கடைக்குத் தானே போய்க் கழுத்தை நீட்டுவது போல, நீட்டினேன்.

நல்ல வேளை; கத்தி விழும் முன்பாகவே புத்தி வந்து வெளியேறினேன்.

நாத்திகன் சொல்வது என்ன?

திரும்பத் திரும்ப ஒன்றுதான்.

'சூரியன் இயற்கையாக வருகிறது; சந்திரன் இயற்கையாக வருகிறது; பிள்ளை தகப்பனாலே பிறக்கிறது; மரணம் இயற்கையாகவே நடக்கிறது; இதிலே கடவுள் என்றொருவன் இல்லவே இல்லை' என்பதே அது.

அதிலே எனக்குப் புரியாத ஒன்று, சில தகப்பன்மார்கள் இருந்தும் அவர்களுக்குக் குழந்தை இல்லையே ஏன்?

அதுவும் இயற்கைதானா? இல்லை, அவன் ஆண்மகன் இல்லையா?

நான், யாரையும் குறிப்பிடவில்லை; பொதுவாகவே சொல்கிறேன்.

எல்லாமே இயற்கையாக நடக்கும் என்றால், செத்துப் போன பிறகு, தானே ஏன் அந்தச் சடலம் சுடுகாட்டுக்குப் போகக் கூடாது?

அப்போது மட்டும் நான்கு பேர் தேவைப்படுகிறதே, ஏன்?

இந்தச் சிந்தனை, என் கண்களைத் திறந்தது.

உள்ளே இழுக்கும் காற்று, பிராணன்; வெளியே விடும் காற்று, அபானன், இந்தக் காற்றைப் பத்திரமாகப் பாதுகாக்க உடம்பிலே எந்த மூடியும் இல்லை. ஆனால், ஓட்டைகளோ ஒன்பதிருக்கின்றன!

தினம் தினம் போய்ப் போய் வந்து கொண்டிருக்கும் காற்று, ஒரு நாள் போனால் திரும்புவதில்லை.

முன்பே குறிப்பிட்டுள்ள இந்தக் கேள்வியும், என் கண்களைத் திறந்தது.

கண்ணதாசனின்

நான் ஆசைப்படுவது எனக்குக் கிடைக்கவில்லை; 'அதுதானடா விதி' என்பாள், என் தாய்.

அந்த வாசகமும் என் அறிவுக்குத் தீனி போட்டது.

நான் படித்தது குறைவு; தோன்றிய கற்பனைகள் அதிகம்.

'இது ஏதோவொரு அருள்' என்பார்கள் பெரியவர்கள்.

'கடவுளின் அருளா?'

அப்படியொரு கேள்வி எனக்குள் எழுந்தது.

உலக வரலாறு என் உணர்வுக்குப் புதிய உரம் ஏற்றிற்று.

கோவலனின் விதியிலிருந்து சர்வாதிகாரி ஹிட்லரின் விதி வரையில் சிந்தித்துப் பார்த்தேன்.

மாபெரும் விஞ்ஞானி கூட, சர்ச்சுக்குப் போவதைச் சிந்தித்தேன்.

இறையுணர்வு என்பது தவிர்க்க முடியாதது என்றும், அதை மறுப்பது ஒரு வியாபாரத் தந்திரமே என்றும் எனக்குத் தோன்றிற்று.

1949-இல் நாத்திகம் பேசத் தொடங்கிய நான், 1954-இல் 'மங்கையர் திலகம்' என்ற படத்தில் துளசி பூஜைப் பாட்டெழுதி விட்டேன்.

'எங்கள் குலதேவி நீயே, ஸ்ரீ துளசி அம்மா அன்புத் தாயே' என்று தொடங்கும் பாடல் அது.

அப்போதும், இப்போதும் அந்தக் கட்சியில், என்னை எதிர்ப்பதற்கென்றே ஒருவர் இருக்கிறார்; அவர் உடனே அதை ஒரு பெரிய பிரச்சினையாக்கினார்.

ஆனால், திரு அண்ணா அவர்கள் என்னோடு பேசும் போது, "உனக்குச் சரியென்று பட்டதைச் செய்; கடவுள் இல்லவே இல்லை என்ற கொள்கையில் எனக்கும் உடன்பாடல்ல!" என்றார்.

அதைத் தொடர்ந்து தான், 'ஒன்றே குலமும் ஒருவனே தேவனும்' என்று அவர் கோஷம் கொடுத்தார்.

மூன்று வருஷங்கள் நாத்திகனாக இருந்த நான், கடவுள் பாடல்கள் எழுதத் தொடங்கினேன்.

நாளாக நாளாகக் கடவுள் தத்துவங்கள் மலரத் தொடங்கின.

இந்த நிலையில், 'நான் யார்?' என்பதைக் கண்டு கொள்ள எனக்கு இவ்வளவு காலங்கள் தேவைப்பட்டன.

அர்த்தமுள்ள இந்துமதம் - பாகம் 10

ஆகவே, உனக்கு நான் சொல்வது, 'உன்னையே நீ ஒழுங்காக அறிய வேண்டும்' என்றால், முதலில் யாரோடு சேருகிறாய் என்பதைத் தெளிவுபடுத்திக் கொள்ள வேண்டும்.

நீ யாரோடு சேருகிறாயோ, அவனது குணத்தை மட்டுமல்ல, பிறப்பையும் பார்க்க வேண்டும்.

நன்மைகள், தீமைகள் ஓரளவுக்குப் பிறப்பிலிருந்தே உருவாக்கப்படுகின்றன.

காலடி

ஸ்ரீ ஆதி சங்கரர் சொன்னபடி, நல்ல உறவுகள் ஏற்பட்டால், 'என் வீடு, என் சொத்து' என்ற எண்ணம் மறைந்து விடும்.

அந்த எண்ணம் மறைந்துவிட்டால், அது தேவை இது தேவை என்ற ஆசை மறைந்து விடும்.

அந்த ஆசை மறைந்து விட்டால், சலனமற்ற நிம்மதி கிடைக்கும்.

நிம்மதியான வாழ்க்கையில் ஆன்மா சாந்தியடையும்.

ஆகவே, உன்னையே நீ அறிவதின் முதற்படி, 'சேரிடம் அறிந்து சேர்' என்ற பழமொழியாகும்.

3
பகுத்தறிவு

இன்று 'பகுத்தறிவு பகுத்தறிவு' என்று பிரமாதமாகப் பேசப்படுகிறது.

அது ஏதோ பிறருக்கு இல்லாதது போலவும், சிலருக்கே சொந்தம் போலவும் முழங்கப்படுகிறது.

'நாங்கள் பகுத்தறிவுத் தீயில் புடம்போட்டு எடுக்கப்பட்ட மண்ணாங்கட்டிகள்' என்று சிலர் பேச நான் கேட்டிருக்கிறேன்.

அதை இப்போது நினைத்தாலும் சிரிப்பு வருகிறது.

மனிதனை மிருகங்களில் இருந்து 'பிரித்துக் காட்டுகிற ஆறாவது அறிவுக்குப் பெயர்' தான் பகுத்தறிவு.

இவள் தாய், இவள் தங்கை, இவள் தாரம் என்று கண்ணுக்கும், மனதுக்கும் சொல்வதே பகுத்தறிவு தான்.

ஆனால், துரதிர்ஷ்டவசமாக இந்தப் பேதங்கள் தெரியாதவனே தன்னைப் 'பகுத்தறிவுவாதி' என்று அழைத்துக் கொள்கிறான்.

ஒரு மனிதன் என்னதான் குடித்திருந்தாலும் கூட, தன் தாயின் அருகில் போய்ப் படுப்பதில்லை.

அதுதான், மயங்க வைக்கும் போதையிலும் கூட மிதமிஞ்சி நிற்கும் பகுத்தறிவு.

ஒன்றிலிருந்து ஒன்றைப் பிரித்துக் காட்டுவதற்குப் பெயர் பகுத்தறிவு; அவ்வளவுதான்.

இதற்கென்ன தனிப் பட்டயம், தனிப்படை?

உலகத்திலுள்ள கோடானுகோடி மானுடர்களுமே பகுத்தறிவாளர்கள்தான்.

கோயிலுக்குப் போகிறவர்களும், சாமி கும்பிடுகிறவர்களும் பகுத்தறிவாளர்கள் இல்லை என்றால், தலைவனுக்கு மாலை போட்டுக் காணிக்கை கொடுக்கிறவனும் அதே ஜாதியே!

இதிலே வித்தியாசம் என்ன?

முன்னது 'கல்' என்றால், பின்னது 'சடலம்.'

கல் பேசாது என்றால், சடலம் வழித்துணைக்கு வராது.

அர்த்தமுள்ள இந்துமதம் – பாகம் 10

பகுத்தறிவில் சில ஏற்றத்தாழ்வுகளை வேண்டுமானால் கற்பிக்கலாம்.

மற்ற மனிதர்களின் பகுத்தறிவைவிட, விஞ்ஞானிகளின் பகுத்தறிவு ஆழமானது.

கண்டுகொண்ட தண்ணீரை வடிகட்டிக் குடிப்பது மனிதனின் பகுத்தறிவு, காணாத தண்ணீரைக் கண்டுபிடிப்பது விஞ்ஞானியின் பகுத்தறிவு.

நம் ஊர் பகுத்தறிவாளர்கள், எதையாவது கண்டுபிடித்தார்களா?

பிரியாணியைக் கண்டுபிடித்தார்கள்; அதற்கு வெங்காயம் சுவையானது என்பதைக் கண்டுபிடித்தார்கள்.

உலகத்திற்கு அவர்கள் புதிதாகச் சொன்னது என்ன?

கேட்கின்ற மனிதன் உடனே திருந்தி, ஆனந்தமாக வாழ்வதற்கான அற்புதத் திட்டங்கள் எவற்றையாவது அவர்கள் உருவாக்கினார்களா?

காலாகாலங்களுக்கு நிலைத்து நிற்கக் கூடிய களஞ்சியங்களையாவது எழுதிக் குவித்தார்களா?

எதுவும் இல்லை.

கள்ளத் தராசோடு வந்த திருட்டு வியாபாரிகளைப் போல், முதலீடு இல்லாமல் லாபம் தேடியவர்கள் தங்களுக்குத் தாங்களே சூட்டிக் கொண்ட பெயரே 'பகுத்தறிவாளர்கள்' என்பதாகும்.

பலாப்பழத்தைப் பகுத்தால், நார் இருக்கிறது; அந்த நாரைப் பகுத்தால், சுளை வருகிறது; சுளையைப் பகுத்தால், கொட்டை தெரிகிறது.

வெங்காயத்தைப் பகுத்துக்கொண்டே போனால், என்ன தெரியும்?

மனிதனின் ஆறாவது அறிவு, சாதாரணமாகவே தினசரி இயங்கிக் கொண்டிருக்கிறது. அதன் சராசரி இயக்கத்திலேயே அது கண்டுபிடித்த விஷயம் தான், 'தெய்வம் உண்டு' என்பது.

கண்ணெதிரே காணுகின்ற காட்சிகளும், சம்பவங்களும் மனித சக்திக்கு அப்பாற்பட்டவையாகத் தோன்றியதால், இது ஏதோ ஒரு பெரிய சக்தியின் இயக்கம் என்று மனித மனது பேசிற்று; ஆறாவது அறிவு அதை ஒப்புக் கொண்டது.

பகுத்தறிவுக்குத் தெரியாமலா பாண்டிய மன்னர்கள் கோயில் கட்டினார்கள்?

763

கண்ணதாசனின்

கோயில்களில் பூஜைகள் நடத்த நிவந்தங்கள் விட்டார்களே மன்னர்கள், அவர்களுக்கு ஆறாவது அறிவே இல்லையா?

ஐக்கிய அமெரிக்காவில், 'ஹரே கிருஷ்ணா' இயக்கத்தில் ஈடுபட்டுள்ள பல லட்சம் பக்தர்களுமே பகுத்தறிவு இல்லாதவர்களா?

கருப்பூரிலும், திருப்பூரிலும் மேடை போட்டுப் பேசி விட்டு, வயிறு புடைக்கச் சாப்பிட்டு விட்டு, இனம் தெரியாமல் நடந்து கொள்வது தான் பகுத்தறிவா?

விபூதி பூசாமல் இருப்பதும், குங்குமம் வைக்காமல் இருப்பதும், கல்யாணங்களுக்கு ஐயரை அழைக்காமல் இருப்பதும் தான் பகுத்தறிவில் முளைத்தெழுந்த சுடரொளிகளா?

வெறும் பிரமை, மயக்கம்!

இன்றைக்குப் பகுத்தறிவாளன் என்று சொல்லிக் கொள்கிற எவனையும் விட, நான் பல விஷயங்களைத் தெரிந்து கொண்டிருக்கிறேன். அவர்கள் படிக்காத புத்தங்களையெல்லாம் நான் படித்திருக்கிறேன். அவர்கள் எழுதாத விஷயங்களையெல்லாம் நான் எழுதியிருக்கிறேன்.

எந்த ஆராய்ச்சியில் இறங்கினாலும் என்னுடைய ஆறாவது அறிவு, அதிலே தெய்வத்தைத்தான் கண்டுபிடிக்கிறது.

அறம், பொருள், இன்பம் என்பது வள்ளுவன் பகுப்பு. அதோடு 'வீடு' என்ற ஒன்றையும் சேர்த்து நான்காக்கிற்று மதம்.

அந்த 'வீடு' என்பதை வடமொழியில் 'மோக்ஷம்' என்பார்கள்.

இம்மையில் முதல் மூன்றும், மறுமையில் நான்காவதும் மனிதனுக்கு அமைய வேண்டும்.

ஆனால், அறம் பொருள் இன்பத்தை ஒப்புக் கொள்ளும் சிலரது பகுத்தறிவு, நான்காவதான மோக்ஷத்தை ஒப்புக் கொள்வதில்லை.

'சொர்க்கமாவது, நரகமாவது; மரணத்திற்குப் பிறகு எதுவுமே இல்லை' என்பது, அவர்களது வாதம்.

ஆனால், மதநம்பிக்கையுள்ள சராசரி மக்கள் மோக்ஷ– நரகத்தை ஒப்புக்கொள்கிறார்கள்.

அப்படி ஒப்புக்கொண்ட காரணத்தாலேதான், அவர்கள் பாவம் செய்யப் பயப்படுகிறார்கள்.

சொர்க்கம், நரகமே இல்லை என்று நம்பும் பகுத்தறிவாளன், எந்தத் தவறுக்கும் துணிந்து விடுகிறான்.

அர்த்தமுள்ள இந்துமதம் - பாகம் 10

ஆக ஒன்று புரிகிறது; பகுத்தறிவு இரண்டு வகைகள்.

ஒன்று நம்பிக்கையோடு ஆராய்வது; இன்னொன்று அவநம்பிக்கையை வளர்ப்பது.

இப்படி அவநம்பிக்கையை வளர்த்து விட்டால் சராசரி வாழ்க்கையாவது சந்தோஷமாக இருக்குமா?

இல்லை!

நம்பிக்கையுள்ளவனுக்கு எந்தத் துன்பத்திலும் ஒரு நிம்மதி இருக்கும்.

அதாவது, 'எல்லாம் ஆண்டவனுடைய இயக்கம், நடப்பது நடக்கட்டும்' என்று துன்பத்தைப் பொறுத்துக் கொள்ளும் சக்தி அவனுக்கு வந்துவிடும்.

பிராமண வீடுகளில், ஒருவர் இறந்து போனால், உடனே அந்தச் சடலத்தைத் திண்ணையிலோ அல்லது வெளி வராந்தாவிலோ தூக்கிக் கொண்டு வந்து போட்டு விடுகிறார்கள்.

நான் அறிந்த வரையில், மரணத்திற்காக அவர்கள் அதிகம் ஓலமிடுவதில்லை; கதறி அழுவதில்லை. காரணம், அவர்களுடைய பகுத்தறிவு தெளிவாகச் சொல்லிவிட்டது, 'மரணம் தவிர்க்க முடியாதது' என்று.

அந்தச் சமூகத்தில்தான், அறிவாளிகள் அதிகம் என்பதை அனைவரும் ஒப்புக் கொள்வார்கள்.

வைதிக, மத நம்பிக்கையும் அந்தச் சமூகத்தில்தான் அதிகம்.

அவர்கள், இன்ப துன்பங்களைச் சமமாகக் கருதுவதைப் பார்க்கும் போது மதநம்பிக்கையுள்ள பகுத்தறிவு வாழ்க்கையை எவ்வளவு நிம்மதியாக ஓட்டிச் செல்கிறது என்பது புரிகிறது.

ஆகவே, ஒவ்வொரு மனிதனுக்கும் மத நம்பிக்கை வேண்டும்.

மனிதன், மனிதனாக வாழ, மத நம்பிக்கை வேண்டும். மனிதர்கள் மிருகமாக ஆகாமல் இருக்க, மத நம்பிக்கை வேண்டும்.

மனிதனையும், மிருகத்தையும் பற்றி, இதோ காஞ்சிப் பெரியவர் பேசுகிறார்:

மிருகங்கள் குறுக்கு வாட்டில் வளருகின்றன. இதனாலேயே அவற்றுக்குத் **'திர்யக்'** என்று பெயர். இதற்கு மாறாக உயர்ந்து மேல் நோக்கி வளருகின்ற மனிதன், மற்ற பிராணிகளைக் காட்டிலும் மேலான நோக்கத்தைப் பெற வேண்டும். இப்படிச் செய்தால் இவன்தான் சகல ஜீவ இனங்களையும் விட அதிகமான சுகத்தை அனுபவிக்கலாம். ஆனால், நடைமுறையிலோ அவற்றை

விட அதிகமான துன்பத்தைத் தான் நாம் அனுபவிக்கிறோம். மிருகங்களுக்கு நம்மைப் போல் இத்தனை காமம், இத்தனை கவலை, இத்தனை துக்கம், இத்தனை அவமானம் இல்லை. எல்லாவற்றுக்கும் மேலாக அவற்றுக்குப் பாபமே இல்லை. பாபங்களைச் செய்து, துக்கங்களை நாம்தான் அனுபவிக்கிறோம்.

ஒரு வழியில் பார்த்தால் மிருகங்களுக்குக் கொடுத்திருக்கும் சௌகரியங்களை ஸ்வாமி நமக்குக் கொடுக்கவில்லை என்று தோன்றும். நம்மை யாராவது அடித்தால், திருப்பி அடிக்க ஓர் ஆயுதம் நமக்கு இல்லை. மாட்டை அடித்தால் அதற்குக் கொம்பு கொடுத்திருக்கிறார்; அதனால் திரும்பி முட்ட வருகிறது. புலிக்கு நகம் கொடுத்திருக்கிறார். நமக்கு கொம்பு இல்லை; நகம் இல்லை. குளிரிலிருந்து காப்பாற்றிக்கொள்ள ஆட்டுக்கு உடம்பில் போர்வை வைத்திருக்கிறார். மனிதன் ஒருவனைத்தான் வழித்து விட்டிருக்கிறார். யாராவது அடிக்க வந்தால் எதிர்க்க முடியவில்லை; ஓடலாம் என்றால் வேகமாக ஓடமுடியாது. குதிரைக்கு கொம்பு இல்லாவிட்டாலும், ஓடுவதற்கு வேகம் கொடுத்திருக்கிறார்; அதுவும் நமக்கில்லை. இருந்தாலும் ஸ்வாமி மனிதனுக்குத்தான் புத்தியை அதிகமாக வைத்திருக்கிறார்.

குளிரிலிருந்து காப்பாற்றிக் கொள்ள வேண்டுமானால், மற்றப் பிராணிகளின் போர்வையை இவன் பறித்துக் கொண்டு விடுகிறான்; கம்பளியாக நெய்து கொள்கிறான். வேகமாகப் போக வேண்டுமா? வண்டியிலே குதிரையைக் கட்டி அதன் வேகத்தை உபயோகப்படுத்திக் கொள்கிற சக்தியை அவனிடத்தில் ஸ்வாமி வைத்திருக்கிறார். தன் சரீரத்திலேயே தற்காப்பு இல்லாவிட்டாலும், வெளியிலிருந்து தினுசு தினுசான ஆயுதங்களைப் படைத்துக் கொள்கிறான். இவ்வாறாகப் புத்தி பலம் ஒன்றை மட்டும் கொண்டு மற்ற ஜீவராசிகள், ஜடப்பிரபஞ்சம் எல்லாவற்றையும் மனிதனே ஆளுகிறான்.

மிருகம் ஒவ்வொன்றும், ஒவ்வொரு பிரபஞ்சத்தில் தான் இருக்கும். குளிர் பிரதேசத்துக் கரடி நம் ஊரில் வாழாது. இங்குள்ள யானை அங்கே வாழாது. ஆனால், மனிதன் உலகம் முழுவதும் வாழ்கிறான். ஆங்காங்கே அவன் தன் புத்தியை உபயோகப்படுத்தித் தனக்குச் சாதகமாகச் சூழ்நிலையைச் செய்து கொள்வான் என்று இப்படி விட்டிருக்கிறார்.

இந்த உயர்ந்த புத்தியை வைத்துக் கொண்டு, மனிதன் கஷ்டப்படுகிறான்; துக்கப்படுகிறான். பிறந்து விட்டதனாலே இவ்வளவு கஷ்டம். இனிப் பிறக்காமலிருக்க வேண்டுமானால் என்ன பண்ணுவது? பிறப்புக்குக் காரணம் என்ன?

அர்த்தமுள்ள இந்துமதம் – பாகம் 10

நாம் ஏதோ தப்புப் பண்ணியிருக்கிறோம். அதற்குத் தண்டனையாக இத்தனை கசையடி வாங்க வேண்டும் என்று விதித்திருப்பதால், இந்த உடம்பை எடுத்து அவற்றை வாங்குகிறோம். பத்து அடி ஆன பிறகு, இந்த உடம்பு போய்விட்டால், இன்னோர் உடம்பு வருகிறது. பாக்கி அடியை அந்த உடம்பு வாங்குகிறது. காமத்தினாலே, பாவத்தைச் செய்வதினாலே ஜனனம் வருகிறது. காரியம் எதுவும் பண்ணாமல் இருந்து விட்டால் ஜனனம் இல்லை. கோபத்தினாலே பல பாவங்களைச் செய்கிறோம். கோபத்துக்குக் காரணம் ஆசை, காமம். முதலில் காமத்தை, ஆசையை ஒழிக்க வேண்டும். பற்றை நிறைய வளர்த்துக் கொண்டு காரியம் செய்யாமல் இருப்பது என்றால் முடியாது. பற்றை ஒழித்துவிட்டால், பாவம் செய்யாமல் இருக்கலாம்.

ஆசைக்கு காரணம் என்ன?

நம்மைத் தவிர இன்னொன்று இருப்பதாக எண்ணுவதால், அதனிடம் ஆசை வருகிறது.

உண்மையில் சாந்தமாகிய ஒரே சிவமே எல்லாமாக இருக்கிறது.

ஒரு மாடு கண்ணாடியில் தன்னைப் பார்த்துவிட்டு, இன்னொரு மாடு இருப்பதாக நினைத்து, அதை முட்டப் போகிறது. ஒரு மனிதன் தன் பிரதி பிம்பத்தைப் பார்க்கிறான். இன்னொரு மனிதன் இருக்கிறான் என்று அவன் நினைக்கிறானா? இரண்டும் ஒரே பொருள் என்பது அவனுக்குத் தெரிந்து சாந்தமாக இருக்கிறான். இப்படியாக நாம் பார்க்கிற அனைத்துமே ஒன்றுதான். இரண்டாவது என்று எண்ணினால் ஆசை வரும். ஆசை வருவதனால் கோபம் வருகிறது. கோபம் வருவதால் பாவங்களைச் செய்கிறோம். அதனால் ஜென்மம் உண்டாகிறது. எல்லாம் ஒன்று என்ற ஞானம் நமக்கு வந்து விட்டால், வேறு பொருள் இல்லாததனாலே ஆசை இல்லை; கோபம் இல்லை; பாவம் இல்லை; காரியம் இல்லை; ஜனனம் இல்லை; துன்பமும் இல்லை.

இந்த ஞானத்தை எப்படிப் பெறுவது? நம்மைப் பெற்ற அம்மா உடம்புக்குப் பால் கொடுப்பவள். அறிவுக்கு ஞானப்பால் கொடுப்பவள் அம்பாள்தான். ஞான ஸ்வரூபமே அவள்தான். அவளுடைய சரணாவிந்தத்தைக் கெட்டியாகப் பற்றிக் கொண்டு அவளுடைய ஸ்வரூபத்தோடு நம்மை நாம் கரைத்தாலே ஞானம் வரும்; மனிதன் அப்போது தெய்வமாவான்.

முதலில் மனிதனை மிருகமாக இல்லாமல் மனிதனாக ஆக்க வேண்டும். அப்புறம் அவனைத் தெய்வமாகவே உயர்த்திவிட

வேண்டும். இந்தக் குறிக்கோளுடன் தான், சகல மதங்களும் உண்டாகி இருக்கின்றன. சித்தாந்தம், தத்துவங்களில் அவற்றுக்குள் எத்தனை பேதமிருந்தாலும், இப்போதிருக்கிற மாதிரி மனுஷ்யனை ஒரே காமக் குரோதிகளுடன் இருக்க விடக் கூடாது. இவனை நல்லவனாக ஆக்கி, அன்பு, அடக்கம், சாந்தம், தியாகம் முதலிய குணங்கள் உள்ளவனாகப் பண்ண வேண்டும் என்பதில் எல்லா மதங்களும் ஒரே குரலில்தான் பேசுகின்றன.

நந்தி

4
ஈஸ்வர லயம்

நர்மதையின் பிரவாகத்தை கமண்டலத்திலேயே அடக்கினாராம் ஆதிசங்கரர். கடலையே குடித்தானாம் குறுமுனிவன் அகத்தியன்.

எது ஆகும், யாராலே ஆகும் என்றெல்லாம் நாம் பயந்து கொண்டிருக்கத் தேவையில்லை. 'நம்மாலே ஆகும்' என்ற நம்பிக்கைதான் அதிலே முக்கியமாகும்.

எந்தக் காரியத்தைச் செய்தாலும் இறைவன் மீது பாரத்தைப் போட்டுவிட்டுச் செய்; அதிலே வில்லங்கம் வராது. அப்படி வந்தாலும் அது விரைவிலேயே தீர்ந்து விடும்.

ஒரு காரியம் வெற்றியடைந்து விட்டால், 'நான் அப்படிச் செய்தேன்; இப்படிச் செய்தேன்; அதனாலே வெற்றி வந்தது' என்று குதிக்காதே. 'ஏதோ ஆண்டவன் அருளால் இந்த வெற்றி வந்தது' என்று அவனையும் பங்காளியாகச் சேர்த்துக்கொள்.

கஷ்டம் வந்துவிட்டது என்றால், 'நான்தான் தவறு செய்து விட்டேன்' என்று கூட நீ வருந்தத் தேவையில்லை; 'ஏதோ ஆண்டவன் கிருபை, இந்தக் கஷ்டம் இத்தோடு போயிற்று' என்று அமைதியடை.

லாப-நஷ்டங்களோ, நன்மை-தீமைகளோ உன்னால்தான் விளைகின்றன என்றாலும், அதற்குப் பின்னணியில் இருப்பது ஆண்டவனுடைய இயக்கம்.

பலரிடம் திறமை இருக்கிறது; ஆனால், சிலருக்குத்தான் சந்தர்ப்பம் வாய்க்கிறது. அந்தச் சிலரிலேயும் மிகச் சிலர் தான் மிக வேகமாக முன்னேறுகிறார்கள்; உலகப் புகழ் பெறுகிறார்கள்.

ஏன்? ஆண்டவனுடைய இயக்கத்தில் அவனுடைய ஜாடை யார் மீது எப்பொழுது விழும் என்பதைச் சொல்ல முடியாது.

இறைவனை நம்புகிறவன், இறைவனுடைய கருணையை எதிர்பார்த்துக் காத்திருக்க வேண்டுமே தவிர, இறைவன் எப்போது வருவான் என்று ஆவலோடு இருக்க வேண்டுமே தவிர, இறைவனை நொந்து கொள்வதில் அர்த்தமில்லை.

கண்ணதாசனின்

பக்கம் பக்கமாக இரண்டு நிலங்கள். ஒன்று பச்சைப் பசேல் என்றிருக்கிறது; ஒன்று வறண்டு போய்க் காய்ந்துக் கிடக்கிறது.

ஏன்?

அருகருகே இரண்டு கிணறுகள். ஒன்றிலே தண்ணீர் சுரக்கிறது; ஒன்று வரண்டு போய்க் கிடக்கிறது–

அது ஏன்?

அழகழகாக இரண்டு பெண்கள். ஒருத்திக்கு வருஷம் ஒரு பிள்ளை பிறக்கிறது; ஒருத்தி மலடாகவே இருக்கிறாள்–

அது ஏன்?

நெருக்கமாக இரண்டு மரங்கள். ஒன்று பூத்துக் காய்த்துப் பழமாய் பழுத்துத் தள்ளுகிறது; இன்னொன்று வெறும் இலையாய் உதிர்த்துத் தள்ளுகிறது–

அது ஏன்?

தான் பதவியில் இருக்கும் போது தன் கட்சியை விட்டு ஒருவரை விலக்கினார் ஒருவர். இப்போது அவரது பதவி போய் விட்டது. யார் விலக்கப்பட்டாரோ அவர் வந்திருக்கிறார்–

இது ஏன்?

விதி என்று சொல்லுங்கள்; வினை என்று சொல்லுங்கள்! எதுவாயினும் இறைவனின் இயக்கம் என்பதை ஒப்புக் கொள்ளுங்கள்.

ஒரு தலைமுறை புகழ்பெற்று ஓயும்போது, அடுத்த தலைமுறை அந்தப் புகழையும் சேர்த்துக் கெடுப்பது போல பிறந்து தொலைக்கிறதே–

இது ஏன்?

டெல்லியில் இருந்து சென்னை வரை பதவியில் உயர்ந்தோர் ஒவ்வொருவரையும் பார்த்தால், அவர்கள் காலத்தில் அவர்கள் பெரும் புகழ்பெற்று விளங்குகிறார்கள். அவர்களுடைய பிள்ளைகள், அவர்களுடைய பெயரைக் கெடுப்பதற்கென்றே பிறந்திருக்கின்றன.

ஏன் இந்தப் பிறப்பு? ஏன் இந்த நிலை? ஏன் இந்த முடிவு?

உகாண்டாவிலிருந்து அநாதையாகத் துரத்தப்பட்டு, தான்சானியாவில் அடைக்கலம் புகுந்த ஒருவர், நீண்ட நாட்களுக்குப் பிறகு, மீண்டும் உகாண்டாவினுடைய தலைவராக ஆகியிருக்கிறார். இவ்வளவு காலத்திற்குப் பிறகு எது அவரோடு ஒத்துழைத்தது?

கராச்சியில் சிறை வைக்கப்பட்டிருந்தபோது, முஜிபுர் ரஹ்மானுக்கு அந்தச் சிறையிலேயே ஒரு சவக்குழி தோண்டப்பட்டிருந்தது. ஆனால், அதிலிருந்து மீண்டும், பங்களாதேஷைக் கண்டு அவர் பதவிக்கு வந்த பிறபாடு, அவருடைய சவக்குழி வெகு விரைவிலேயே பங்களாதேஷிலேயே அமைந்தது.

அங்கிருந்து தப்பியவர், இங்கே மாண்டது எப்படி? இயக்கியது எது? நடந்தது என்ன?

பூட்டோ பதவியில் இருந்தபோது யாரைத் தளபதியாக நியமித்தாரோ, அவரே பூட்டோவைக் கைது செய்து தூக்கிலே போட்டார்.

அங்கே விளையாடியது எது?

'இந்தியாவுக்குச் சுதந்திரம் வாங்கியே தீருவேன்' என்று சபதமிட்ட காந்தியடிகள், சுதந்திரம் வாங்கிய மறு ஆண்டிலேதான் கொல்லப்பட்டார்.

அதுவரையில் அவரைக் காப்பாற்றியது எது? எந்த பக்தி? எது அவருக்குத் துணை நின்றது?

இந்தியா, பிரிட்டனுக்கு அடிமையாக இருந்தது. இன்றோ, பிரிட்டனை விட வலிமை உள்ளதாக இந்தியா விளங்குவதாக உலகம் கருதுகிறது.

எப்படி இந்த மாற்றம் நிகழ்ந்தது? இரண்டு தேசங்களுக்கிடையே ஏற்பட்ட நிலை என்ன? எந்த இயக்கத்தின் மூலம் அது நடந்தது?

எங்கோ ஒரு சக்தி இருக்கிறது. அதற்கு வடிவம் இல்லை என்கிறீர்களா? மெத்தச் சரி; 'முருகன்தான்' அது என்கிறீர்களா? அதுவும் சரி; 'அல்லாதான் அது' என்கிறீர்களா? அதுவும் சரி; 'கிருஷ்ணன்தான்' என்கிறீர்களா? அதுவும் சரி, 'ஏசுதான்' என்கிறீர்களா? அதுவும் சரி.

எதுவானால் என்ன? இறைவனுடைய இயக்கம் என்று ஒன்று இயங்கிக் கொண்டிருக்கிறது என்பதனை உணராதவன், அடிமடையனாவான்.

சிறுகூடற்பட்டி சாத்தப்பச்செட்டியாரும், பிள்ளையார்பட்டி விசாலாட்சி ஆட்சியும் திருமணம் செய்து கொள்ள வேண்டும் என்றும், அவர்களுக்கு எட்டாவதாக ஒரு பிள்ளை பிறக்க வேண்டும் என்றும், ஆரம்பத்தில் அது முட்டாள் என்ற பெயரை எடுக்க வேண்டும் என்றும், பிறகு அது கவிஞனாக மாற வேண்டும்

என்றும், மாறி அது சென்னையில் வந்து வாழ வேண்டும் என்றும், சென்னையில் இருந்து எல்லாத் தலைவர்களோடும் தொடர்பு கொள்ள வேண்டும் என்றும், புதியதொரு உலகத்தைக் காண்பதிலே அந்தக் குழந்தைக்கு ஆசை வரவேண்டும் என்றும் எது விதித்தது? எது நடத்திற்று? எந்த இயக்கத்தில் அது நடந்தது?

இந்த இயக்கத்தைத்தான், நாத்திகர்கள் இயற்கை என்கிறார்கள்.

அப்படியே வைத்துக் கொள்ளட்டும்; இறைவனுக்கு அப்படியும் ஒரு பெயர் உண்டு.

'சுயம்பு' —இயற்கையாகத் தோன்றியவன் தானே இறைவன்!

என்னுடைய தாய் என்னைப் பெற்றாள்; அவளுடைய தாய் அவளைப் பெற்றாள்; அவளுடைய தாய் தந்தையர் அவளைப் பெற்றார்கள் என்று போய்க்கொண்டே இருந்தால் முதல் மூலம் ஒன்று வேண்டும். அந்த மூலத்திற்கும் ஒரு மூலம் வேண்டுமல்லவா? அதுதான், 'ஆதிமூலம்' என்று நான் முன்பே குறிப்பிட்டிருக்கிறேன்.

கடவுள், விதி—இவற்றை நம்புவதிலே ஒரு சுகம் இருக்கிறது.

கஷ்டங்களை அது தீர்த்து வைக்கிறதோ இல்லையோ, தீர்ந்து விட்டது போன்ற ஒரு நிம்மதி ஏற்படுகிறது.

'இது நம்மாலே ஆனதல்ல' என்ற முடிவு தானாகவே தோன்றுகிறது.

'ஆனது ஆகட்டும்' என்று நான் முன்பே சொன்னது போல, ஒரு அமைதி தோன்றுகிறது.

அமைதியை வரவழைப்பதற்காகவாவது, ஆண்டவன் பேரில் நம்பிக்கை வேண்டும்.

'இறை நம்பிக்கை, இறை நம்பிக்கை' என்று நான் அடிக்கடி வலியுறுத்துகிறேன், அப்படி என்றால் என்ன?

தினமும் கோயிலுக்குப் போவதா? குளிப்பதா? விபூதி பூசுவதா? குங்குமம் வைப்பதா? இல்லை; ஈஸ்வரனோடு ஐக்கியமாகி விடுவது; சிவமும் தாமும் ஒன்றே என்று அறிவது! அந்த லயத்தில் ஈடுபட்டு விடுவது.

ஆண்டவனை விட்டுத் தான் பிரிந்ததில்லை; ஆண்டவனை விட்டுத் தன்னைப் பிரிக்க முடியாது; ஆண்டவன் என்கிற வடிவத்தின் மற்றொரு பிம்பமே 'தான்' என்பதை உணர்வதே இறை வழிபாடாகும்.

மீண்டும் பெரியவரை அழைக்கிறேன்:

ஞானிக்கு ஆத்ம விஸ்வரூபத்தைத் தவிர வேறெதுவுமே தெரிவதில்லை. ஒரே பரமாத்மாதான் இத்தனையாகவும் தெரிகிறது என்று கண்டு கொண்டவன் அவன். வெளியிலே தெரிகிற தோற்றத்தை மாயை என்று தள்ளிவிட்டு, எல்லாவற்றுக்கும் உள்ளேயிருக்கிற பரமாத்மா ஸ்வரூபத்தை மட்டுமே அனுபவிக்கிறவன் அவன். வெளிப்பார்வைக்குத் தெரிகிற உலகம் மாயை என்று ஆகிவிட்டதால், இந்த மாயாலோகத்தில் ஞானிக்குக் காரியம் எதுவுமே இல்லை. பார்க்கிறவன், பார்க்கப்படுகிற வஸ்து, பார்வை எல்லாமே ஒன்றாக அடங்கிப் போனவனுக்குக் காரியம் எப்படி இருக்க முடியும்? அவன் பிரம்மமாகவே இருக்கிறான் என்று உபநிஷத்து சொல்கிறது.

பிரம்மத்துக்குக் காரியம் இல்லை. ஆனால், அந்த மாய உலகத்தில் அகப்பட்டுக் கொண்டு காரியங்களைச் செய்து வருகிறவர்கள் ஈஸ்வரன் என்று ஒருவனைப் பூஜை செய்து, தங்கள் காரியங்களை நடத்தித் தர வேண்டும் என்று பிரார்த்திக்கிறார்கள். நல்ல காரியங்களுக்காக, நல்ல மனதோடு பிரார்த்தித்தால், ஈஸ்வரனும் இவற்றை நடத்தித் தருகிறார். இதிலிருந்து ஈஸ்வரனும் காரியமே இல்லாமல் இருப்பவரல்ல என்று தெரிகிறது. நாம் பிரார்த்தித்தாலும், பிரார்த்திக்காவிட்டாலும் சகல பிரபஞ்சங்களையும் இத்தனை ஒழுங்கான கதியில் நடத்திக் கொண்டு, சகல ஜீவராசிகளுக்கும் சோறு போடுகிற பெரிய காரியத்தைச் செய்கிறார்.

காரியம் இல்லாத பிரம்மம் வேறு, காரியம் செய்கிற ஈஸ்வரன் வேறு என்பதா? இல்லை. ஞானியின் பிரம்மமேதான் லோக காரியங்களை நிர்வகிக்கிற ஈஸ்வரனாகவும் இருக்கிறது.

சிவனின் தட்சிணாமூர்த்திக் கோலம் பிரம்ம நிலையைக் காட்டுகிறது. அங்கே காரியம் இல்லை. ஒரே மௌனம்தான். அதே பரமசிவன் எத்தனை காரியங்களைச் செய்திருக்கிறார்? சிதம்பரத்தில் ஓரேயடியாகக் கூத்தடிக்கிறார். தாருகாவனத்தில் பிக்ஷாடனனாக அலைந்து மோகிக்கச் செய்திருக்கிறார். தக்ஷயக்ஞத்தில் சூரியனைப் பளீரென்று அடித்துப் பல்லை உதிர்த்திருக்கின்றார்.

ஸ்வாமி எப்போதும் உள்ளே அடங்கிய பிரம்மமாக இருக்கிறார். வெளியிலே சகல காரியமும் செய்யும் ஈஸ்வரனாக இருக்கிறார்.

சாதாரண ஜனங்கள் ஏரியில், சம்ஸார அலைகளில் நீந்திக் கொண்டிருக்கிறார்கள். ஞானிகள் மறுபக்கம் வயலிலே நிற்கிறார்கள். நடுவில் ஏரிக்கரை. அது குறுக்கிடுவதால் ஞானிக்கு

ஏரி தெரியாது. ஏரியில் இருக்கிற ஜனங்களுக்கு வயல் தெரியாது. ஸ்வாமியோ இரண்டுக்கும் மத்தியில் இருக்கிற கரை மேல் இருக்கிறார். ஏரித்தடத்தில் நிற்கிற 'தடஸ்தன்' அவர். அவருக்கு லோகமும் தெரியும். லோக திருஷ்டி நசித்துப் போன ஞானியின் நிலையும் தெரியும். 'ஏரியில் முழுகுகிறவனைத் தூக்கிப் போடு' என்று வயலில் இருக்கிறவனைக் கூப்பிட்டு அவர் சொல்ல முடியும்.

எல்லாமே தாமே என்பதை ஸ்வாமி அறிந்திருக்கின்றார்; ஆனாலும், அவரை வேறாகவே நினைத்திருக்கிற ஜீவர்களை அவரும் வேறு போலப் பார்த்து வேடிக்கையும் செய்வார். இதைப்பற்றி ஸ்ரீ நீலகண்ட தீக்ஷதரின் 'சிவலீலார்ணவ'த்தில் ஓர் அழகான சுலோகம் உண்டு. அதன் தாத்பர்யத்தைச் சொல்கிறேன்.

பரமேசுவரன் கூலியாளாக வந்து, பிட்டுக்கு மண் சுமந்த கதை எல்லோருக்கும் தெரியும். அவர் உடைப்பு அடைத்து ஒழுங்காக வேலை செய்யாததைக் கண்டு பாண்டியராஜா அவரைப் பிரம்பால் அடித்தான். உடனே அந்தப் பிரம்படி, பாண்டியன் உள்பட சகல ஜீவராசிகளின் மீதும் விழுந்தது. இங்கே, தாமே எல்லாம் என்பதை அவர் காட்டி விட்டார். இதைப் பார்த்துக் கேள்வி கேட்கிறார்: ''அது சரி, உன்னைத் தவிர வேறில்லை என்ற சிவாத்வைதம் பிரம்படி படுவதற்கு மட்டும் தானா? நீ மதுரமான பிட்டை வாங்கித் தின்றாயே, அப்போது மட்டும் ஏன் எல்லா ஜீவராசிகளுக்கும் அதை உண்ட ஆனந்தம் இல்லை? அடிபடும் போது ஒன்று; ஆனந்திக்கும்போது வேறா?''

ஸ்வாமி, உள்ளே அடங்கிய பிரம்மமாகவும், வெளியே காரியம் செய்கிற ஈசுவரனாகவும் இருப்பதை இந்த ரசமான கேள்வி மூலம் தெரிந்து கொள்கிறோம். அவர் செய்கிற காரியங்களை ஐந்தாகச் சொல்வார்கள். 'பஞ்ச கிருத்யம்' என்பார்கள். சிருஷ்டி, ஸ்திதி, ஸம்ஹாரம் என்ற மூன்று உங்களுக்கே தெரியும். இந்த மூன்றும் மாயாலோக விஷயம்தான். இப்படி மாயையால் மறைகிற காரியம் 'திரோதனம்' எனப்படும். இந்த மாயையிலிருந்து விடுவிப்பதே அவன் செய்கிற மகா பெரிய காரியம். 'அனுக்கிரகம்' என்று அதற்கே பெயர். அத்வைத ஸித்தி நமக்கு ஏற்பட வேண்டும் என்றால் அதற்கு இந்த அனுக்கிரகம் இன்றி வேறு வழியில்லை. இந்த அனுக்கிரகத்தை வேண்டி வேண்டிச் செய்கிற உபாசனைக்கே, நம்மை அனுக்கிரகிக்கக் கூடிய கருணை படைத்தவர் அவர் என்று நம்பி, அவரிடம் நெஞ்சுருகி, அன்பு செலுத்துவதற்கே பக்தி என்று பெயர்.

இப்படி, தானே ஈஸ்வர லயமாகி விடுவதால் ஒரு வசதி உண்டு.

அர்த்தமுள்ள இந்துமதம் - பாகம் 10

எதைச் செய்தாலும் கூட, இறைவன் செய்கின்றான் என்ற நோக்கம் எப்பொழுதும் தோன்றிக் கொண்டே இருக்கும்.

ஆண்டாளும், மீராவும் கண்ணனோடு ஐக்கியமானார்கள். ராதா, கண்ணனுடனே கலந்து விட்டாள்.

சைதன்ய சுவாமிகள் இறைவனோடு கலந்தார். கபீர்தாஸர் இறைவனோடு கலந்தார்.

இறைவனுக்கும் தனக்கும் பேதமில்லை என்ற உணர்வு ஏற்படும் போதே, இறைவனோடு பேசக்கூடிய வாய்ப்புத் தோன்றி விடுகிறது.

இறைவன் தன்னோடு உரையாடுவது போன்ற நினைப்பே வருகிறது.

தனக்குள்ளே தானாக நிறைந்து நிற்கின்ற ஆத்ம வடிவத்தைக் கோயிலிலே போய்த்தான் காணவேண்டும் என்பதில்லை.

வீட்டில் இருந்துகொண்டே காணலாம். பகலிலேயும் காணலாம்; இரவிலேயும் காணலாம்.

இப்படி ஈஸ்வரனோடு கலந்து விட்டவனைக் குளிர் நெருங்காது. நல்ல பனிக்கட்டியில் அவனைத் தூக்கிப் போட்டால் கூட, அது அவனைத் தொடாது.

வெயிலிலே தூக்கிப் போட்டாலும் கூட, அது அவனைச் சுடாது.

மழையிலே தூக்கிப் போட்டாலும் கூட, அது அவனை நனைக்காது.

காரணம், அந்த இறைவனோடு அவன் கலந்து விடுகிறான். தான் ஒரு மாமிசப் பிண்டம் என்பதையே அவன் மறந்து போகிறான்.

தான் ஒரு மனிதன் என்கிற உணர்வே அவனுக்கு அடிபட்டுப் போகிறது.

'எனக்கொரு சொந்தம் உண்டு; எனக்கொரு ஜீவன் உண்டு; பாசம் உண்டு; மனைவி மக்கள் உண்டு' என்கிற எண்ணங்கள் அடிபட்டுப் போகின்றன.

'அவன் எனக்குத் துரோகம் செய்து விட்டான்; இவன் என்னை ஏமாற்றி விட்டான்; இவன் என்னோடு சண்டைக்கு வருகிறான்; இவன் என்னோடு போட்டி போடுகிறான்; இவன் என்னை எதிர்த்து நிற்கிறான்' என்ற எண்ணங்களெல்லாம் லயத்தோடு ஒன்றியவர்களுக்கு வருவதே இல்லை.

775

கண்ணதாசனின்

இந்த ஈடுபாடு முடியுமா? நடக்கக் கூடியதுதானா?
ஏன் முடியாது? ஏன் நடக்காது?
கணவனும் மனைவியும் இரண்டறக் கலந்து விடுகிறார்கள்.
பிள்ளைப் பாசத்தில் இரண்டறக் கலந்து விடுகிறோம்.

இறைவனோடு கலப்பதற்கு ஒரு ஆத்ம ஞானம் வேண்டும். ஆத்மாவுக்குள்ளே அந்த விளக்கு எரிந்து கொண்டே இருக்க வேண்டும். அது மிகப்பெரிய ஜோதியாக– அனற்பிழம்பாக வெடிக்க வேண்டும்.

அப்படி வெடிக்கும்போது, உன்னை அணைத்து உன்னை அப்படியே சாம்பலாக்கிவிட்டு, நேரடியாகக் கொண்டு போய் இறைவனிடம் உன்னை அது சேர்த்து விடுகிறது.

ஆகவே, வாழ்நாளிலேயே இறைவனை அடைய விரும்புவோர், இறைவனும் தானும் ஒன்றே என்கிற உணர்வை முதலில் பெற்றாக வேண்டும்.

மகாகவி பாரதி கூறுகிறான்:

"சாமிநீ; சாமிநீ; கடவுள் நீயே;
தத்வமசி; தத்வமசி; நீயே அஃதாம்!
பூமியிலே நீகடவு ளில்லை யென்று
புகழ்வதுநின் மனத்துள்ளே புகுந்த மாயை;
சாமிநீ; அம்மாயை தன்னை நீக்கி
சதாகாலம் 'சிவோஹ' மென்று சாதிப்பாயே!"

தெய்வம் உண்டென்பதை எப்படி அறிந்தோம்? உலகமிருப்பதாலேயே அறிந்தோம். தெய்வம் உயிர்; உலகம் அதன் வடிவம். உலகம் தெய்வந்தான்; உலகத்துச் செய்கைகளெல்லாம் தெய்வத்தின் செய்கைகளே; உலகத்தின் நடைகளிலும், வழிகளிலும் தெய்வத்தை உணர வேண்டும்.

செய்கை யாவும் தெய்வத்தின் செய்கை
சிந்தை யாவும் தெய்வத்தின் சிந்தை
உய்கை கொண்டதன் நாமத்தைக் கூறின்
உணர்வு கொண்டவர் தேவர்க ளாவர்.
வையமெல்லாம் தெய்வ வலியின்றி வேறில்லை
தெய்வம் நீயென்றுணர்.

வலிமையுடையது தெய்வம்–நம்மை
வாழ்ந்திடச் செய்வது தெய்வம்.

அர்த்தமுள்ள இந்துமதம் - பாகம் 10

உயிர்களெல்லாம் தெய்வமன்றிப் பிறவாதொன்றில்லை
ஊர்வனவும் பறப்பனவும் நேரே தெய்வம்

பயிலுமுயிர் வகைமட்டு மன்றியிங்கு
பார்க்கின்ற பொருளெல்லாம் தெய்வம் கண்டீர்.

தெய்வ வலியுண்டு தீமையைப் போக்கும்.

திருவாவினன்குடி

5
பொய்யில்லாவாழ்க்கை

உள்ளத்தாற் பொய்யா தொழுகின் உலகத்தார்
உள்ளத்துள் எல்லாம் உளன்.

—என்றார் வள்ளுவனார்.

நீ குடிக்கலாம்; கூத்தியார் வைத்துக் கொள்ளலாம்; சூதாடலாம்; எந்தப் பாவங்களை நீ செய்தாலும் கூட, நீ கடைப் பிடிக்க வேண்டிய ஒரே ஒரு நியாயம், பொய் சொல்லாமல் இருப்பது.

எல்லாவற்றிலும் உண்மையே பேசுவது என்று முடிவு கட்டிக் கொண்டால், இந்தப் பாதகங்களில் இருந்து நீ விடுபடுவாய் என்கிறது வேதம்.

இந்தியாவில் மிக அரிதாகக் காணப்படுவது உண்மை பேசுவது!

அதிலேயும் ஜனநாயகம் என்ற ஒன்று இந்தியாவுக்கு வந்த பிற்பாடும், அரசியல்வாதிகள் என்போர் பொய்யே பேசுவது என்று கங்கணம் கட்டிக் கொண்டிருக்கிறார்கள்.

அவர்களைப் பார்த்துச் சாதாரண மக்களும், சராசரி மனிதர்களும் பொய்யே பேசுவது என்று ஆரம்பித்து இருக்கிறார்கள்.

கிராமங்களிலே இருந்து நகரங்கள் வரையிலேயும் எல்லா இடங்களிலுமே பொய் பேசுவோர் அதிகரித்திருக்கிறார்கள்.

இந்தப் பொய்யினால் விளைகிற துன்பங்கள்தான், பஞ்சமா பாதகங்களிலேயே மிகப்பெரிய பாதகமாக முடிகின்ற துன்பமாகும்.

நான் தி.மு.க.வில் இருந்த போது காங்கிரஸ்காரர்களும், காங்கிரசில் இருந்த போது தி.மு.க.வினரும் எல்லோரும் பேசுவார்கள், 'நான் குடிப்பவன்' என்று.

எந்த மேடையிலும் நான் அதை மறுத்ததில்லை. சொல்லப் போனால் ஆரம்ப காலத்தில் அவர்கள் பேசிய போது எனக்குக் குடிப்பழக்கம் அதிகமில்லை. எப்போதோ மாதத்தில் ஒருமுறை, இருமுறைதான் குடிப்பது வழக்கம்.

அர்த்தமுள்ள இந்துமதம் – பாகம் 10

ஆனாலும் கூட, அவர்கள் பேசிவிட்டார்கள் என்பதற்காக நான் அதை ஒப்புக் கொண்டு, 'ஆமாம், நான் குடிப்பேன்' என்று கூறி இருக்கிறேனே தவிர மறுத்ததில்லை; வாதாடியதில்லை.

திறந்த புத்தகமாக நாம் நம் வாழ்க்கையை அமைத்துக் கொண்டு விட்டால், அடுத்தவன் நம்மை விமர்சனம் செய்வதற்கு விஷயம் கிடைக்காது.

'இவன் இப்படிச் செய்தான், அப்படிச் செய்தான்' என்று எதையும் ரகசியமாகப் பேச முடியாது.

நாம் இல்லவே இல்லை; செய்யவே இல்லை என்று மறுக்க வேண்டிய அவசியமும் கிடையாது.

'ஆம், செய்தேன்' என்று ஒரு வார்த்தையின் மூலம், பல விமர்சனங்கள், பல விஷயங்கள், பல வார்த்தைகள் அடிப்பட்டுப் போகின்றன என்பதை மறந்து விடக்கூடாது.

இரண்டாயிரம் ஆண்டுகளுக்கு முன்னாலேயே நம்முடைய நாட்டில் பொய் பேசுவோர் அதிகமாகத்தான் இருந்திருக்கிறார்கள். இல்லையென்றால் வள்ளுவனார் அதை ஒரு முக்கியமான விஷயமாகக் குறிப்பிட்டிருக்க மாட்டாரல்லவா?

மதம் மனிதனுக்குக் கற்றுத் தரும் விஷயங்களில் மிக முக்கியமானது உண்மை பேசுவதாகும்.

'உண்மையே பேசு, உண்மையே பேசு' என்று அது வெறும் வார்த்தையாகச் சொல்வது கிடையாது. உண்மை பேசியவன் எப்படி வாழ்ந்தான் என்பதற்குக் கதைகளையும் சொல்லி இருக்கிறது.

ஹரிச்சந்திரனுடைய வரலாறு, நாம் அடிக்கடி நினைத்துப் பார்க்க வேண்டிய வரலாறாகும். உண்மையே பேசுவது என்று வைத்திருந்ததாலே, ஹரிச்சந்திரன், வாழ்க்கையில் கஷ்டப்பட்டிருக்கலாம்; ஆனால், அப்படி ஒரு மன்னன் இந்தப் பூமியை ஆண்டான் என்பதை இன்று வரை நாம் நினைவில் வைத்திருக்கிறோம்.

நம்மை நினைவில் வைத்துக் கொள்ளச் சொல்லும் சரித்திரமாக அது எப்படி ஆனது?

அவன் தன் வாழ்க்கையில் உண்மையே பேசினான் என்ற ஒரே காரணத்திற்காக, அது சரித்திரமாகிவிட்டது. கால காலங்களுக்கு அது நிலைத்து நின்று விட்டது.

எங்கள் ஊரிலே ஒருவர்.

கண்ணதாசனின்

எனக்குத் தெரிய, கடந்த முப்பத்தைந்து ஆண்டுகளில், இது வரையிலே அவர் ஒரு உண்மை கூடப் பேசியது கிடையாது. எதையெடுத்தாலும் பொய்யே பேசுவார்.

இது பொய் என்று நமக்கே நன்றாகத் தெரியும்; இவனுக்குப் பொய் என்று தெரிகின்றது என்று அவருக்குத் தெரியும். ஆனாலும் அவர் பொய்தான் சொல்லுவார்.

அது ஒருவகை வியாதி போலவே தோன்றிற்று, எனக்கு. அப்படிப் பொய் சொல்வது மட்டுமல்ல; பொய்தான், தம்மை வாழ வைக்கிறது என்றும் அவர் நம்பத் தொடங்கினார்.

தன்னுடைய மகளுக்கு அவர் திருமணம் பேசினார். லட்ச ரூபாய்க்குச் சீர் வரிசை தருவதாகவும், லட்ச ரூபாய் கையில் கொடுப்பதாகவும் ஒப்புக் கொண்டார். இரண்டு லட்ச ரூபாய்க்கு ஏற்பாடு செய்திருப்பதாகவே சொல்லிவிட்டார்.

அவர் கையிலே காலணா பணம் கிடையாது. சீர்வரிசை கொடுப்பதற்கு அவரிடம் பொருள்களும் கிடையாது. அது அவருக்குத் தெரியும்; அவருடைய மனைவிக்கும் தெரியும். ஆனால், யாரிடமும் அதைச் சொல்லவில்லை.

'பாப்பாவுக்காக நான் இரண்டு லட்ச ரூபாய் ஒதுக்கி வைத்திருக்கிறேன்; ஒதுக்கி வைத்திருக்கிறேன்' என்று மட்டும் எல்லோரிடமும் சொல்லிக் கொண்டே வந்தார்.

பலபேரிடம் வீட்டுத் தேவைக்கென்று இரவலாக நகைகளையும், பாத்திரங்களையும் வாங்கி வந்தார்.

கடன் வாங்கி வந்த பொருள்களை, எல்லாம் சீர்வரிசை என்று அடுக்கி வைத்துவிட்டார்.

மாப்பிள்ளை அழைப்பு நடந்து விட்டது; தாலி கட்ட வேண்டும். லட்ச ரூபாய்- இவர் கொடுப்பதாகச் சொன்ன சீர்வரிசையை மாப்பிள்ளை வீட்டுக்காரர்கள் கேட்டார்கள்.

'இப்பொழுது கையிலே பணம் இல்லை. நோட்டெழுதித் தருகிறேன்' என்றார்.

மாப்பிள்ளை வீட்டுக்காரர்களுக்கு ஒன்றும் புரியவில்லை. சரி, பிறகு பேசிக் கொள்ளலாம் என்று கருதித் தாலி கட்ட வைத்து விட்டார்கள்.

அவர்கள் நல்லவர்கள்; நல்ல குணமுடையவர்கள்; தரமான குடும்பத்தைச் சேர்ந்தவர்கள்.

அர்த்தமுள்ள இந்துமதம் - பாகம் 10

தாலி கட்டிய பிறகு தொகையைக் கேட்டார்கள். அவரிடம் பணமே இல்லை என்பது தெரிந்தது. இல்லை என்பது மட்டுமல்ல; சீர்வரிசையாகப் பல பொருட்களை வைத்திருந்தாரே, அவற்றையும் பல பேர் வந்து, 'இது என்னுடையது, இது என்னுடையது' என்று எடுத்துக் கொண்டு போக ஆரம்பித்தார்கள்.

மாப்பிள்ளை வீட்டுக்காரர்கள் திகைத்தார்கள். தவறான இடத்தில் திருமணம் செய்து விட்டோம் என்று அவர்கள் முடிவு கட்டினார்கள்.

கடைசியில் என்ன நடந்தது?

மாப்பிள்ளை வீட்டுக்காரர்கள் மட்டும் கொஞ்சம் தரம் கெட்டவர்களாக இருந்திருந்தால், பெண்ணினுடைய வாழ்க்கை அதோகதியாகி இருக்கும். ஆனால், அவர்கள் கொஞ்சம் உயர்ந்த குணம் படைத்தவர்களாக இருந்த காரணத்தால், ஒரே ஒரு விஷயத்தைச் சொன்னார்கள்.

'சீர் கொடுப்பதாக நீங்களே சொன்னீர்கள்; ஏமாற்றி விட்டீர்கள்; பரவாயில்லை. அதற்காகப் பெண்ணினுடைய வாழ்க்கையை நாங்கள் கெடுக்க விரும்பவில்லை. பெண்ணை நாங்கள் அழைத்துக் கொண்டு போகிறோம். அந்தப் பெண், நீங்கள் வாக்களித்தபடியே சீர்வரிசை கொடுத்த பிறகுதான் தாய் வீட்டுக்கு வருவாள். அதுவரை அவள் தாய் வீட்டு வாசலை மிதிக்க மாட்டாள்' என்று சொல்லி, அழைத்துக் கொண்டு போய் விட்டார்கள்.

சாதாரணமாக மற்றக் குடும்பங்களில் என்ன நடக்கும்?

தாய் வீட்டுக்குப் பெண்ணை அனுப்பி, 'சீர்வரிசையோடு திரும்பி வா' என்று சொல்லி விடுவார்கள்.

இவர்கள் உயர்ந்த மனிதர்களானதாலே, பெண்ணைத் தங்களுடன் அழைத்துக் கொண்டுபோய், 'தாய் வீட்டுக்கு அனுப்ப மாட்டோம்' என்று கூறிவிட்டார்கள்.

பெண் இப்போது நிம்மதியாகத்தான் வாழ்கிறாள் என்றாலும், அந்தப் பெண்ணின் தகப்பனார் சொன்ன பொய்யை வைத்து ஊரே சிரிப்பாய்ச் சிரித்தது. அந்த ஊரிலே அவர் குடியிருக்க முடியாமல் வேறு ஊரில் போய்க் குடியிருக்கிறார், இப்போது.

கதைகள் நிறையக் கேட்கிறீர்கள்.

ஒரு பொய், பல உயிர்களைப் பலி வாங்கியது என்றும், ஒரு பொய் ஒரு மனிதனை வாழ விடாமல் ஆக்கிற்று என்றும், ஒரு

781

பொய், ஒரு குடும்பத்தையே பாழாக்கிற்று என்றும் எவ்வளவோ கேள்விப்பட்டிருக்கிறீர்கள்.

அப்படி இருந்தும் கூடப் பொய் சொல்லுகிறவன் இல்லாமற் போனானா என்றால், அதுதான் இல்லை.

இந்தப் பொய் சொல்லுகின்றவனைத் திருத்துவதற்குத்தான், மதம் பல உபந்நியாசங்களைச் செய்தது. பல உபந்நியாசகர்கள் அதற்காகவே முயன்றார்கள்.

இன்றைக்கு மதவாதியாக இருக்கிறவன் பொய் சொல்லப் பயப்படுகிறான். 'பொய் சொன்னால் நாக்கு வெந்து போகும்; பொய் சொன்ன வாய்க்குப் போஜனம் கிடைக்காது; பொய் சொன்னால் புற்று வைக்கும்' என்றெல்லாம் பயந்து, பொய் சொல்லாமல் இருப்பதற்கு மத அடிப்படையிலேதான் அவன் கற்றுக் கொள்கிறான்.

அதனால்தான், தனி மனித ஒழுக்கத்தை மதம் காப்பாற்றுகிறது என்று நான் அடிக்கடி சொல்லுவது வழக்கம்.

நானென்ன, பெரியவர்கள், என்னைவிட வயதிலே மூத்தவர்கள் எல்லாம் சொல்லிப் போனதும் அது தான். மனிதனுடைய தனி வாழ்க்கையைச் செம்மைப்படுத்துவதும், சீர்படுத்துவதும், மதம்தான்.

'பொய் சொல்லாதே, நேர்மையாக நட, வாங்கிய கடனைத் திருப்பிக் கொடு, ஒழுங்காக இரு' – இவ்வளவையும் மதம் போதிக்கின்ற காரணத்தினால், அது முழு சந்நியாச மடமாக மட்டும் இல்லாமல், ஒழுக்கத்தைக் கற்பிக்கின்ற உன்னதப் பள்ளிக்கூடமாகவும், கலைக்கல்லூரியாகவும் அமைந்திருக்கிறது.

நான் பொய் சொல்லுகிறேன்; இன்னொருவன் அதிலே ஏமாறுகிறான். இதுதானே கதை?

இன்னொன்றை எண்ணிப் பாருங்கள். நானும் ஒரு பொய்யனிடம் மாட்டிக் கொண்டு, நான் ஒரு பொய் சொல்ல, அவன் ஒரு பொய் சொல்ல என்று இரண்டு பேரும் பொய் சொல்லிக் கொண்டிருந்தால், விஷயம் எப்படி இருக்கும்?

திருமூலர், திருமந்திரத்திலே சொன்னது போல், 'குருடும் குருடும் குருட்டாட்டமடி, குருடும் குருடும் குழிவிழு மாறே' என்று ஆகிவிடும்.

'வேதம் பொய், புராணம் பொய், இதிகாசம் பொய்' என்று மேடையிலே முழங்குகிறானே, அவன் மேடையிலே பேசுவதெல்லாம் பொய்.

அர்த்தமுள்ள இந்துமதம் - பாகம் 10

இன்னொன்றைப் பொய் என்று சொல்லி வருகிறவன், தானாவது பொய் சொல்லாமல் இருக்கிறானா என்றால், அதுதான் இல்லை.

வேதத்தினுடைய கதைகள் பொய்யாக இருக்கலாம்; புராணத்தினுடைய கதைகள் பொய்யாக இருக்கலாம்; ஆனால், பொய்யான கதைகள் உண்மையான நீதியைப் புகட்டுகின்றன.

மேடையிலே பேசுகின்ற நாத்திகன், பகுத்தறிவு என்ற பேராலே சொல்கின்ற பொய், எவ்வளவு குடும்பங்களைப் பாழடித்திருக்கிறது என்பதனை நான் அனுபவத்திலே அறிந்திருக்கிறேன்.

ஆங்கிலத்திலே ஒரு பழமொழி சொல்லுவார்கள், ''உண்மை வாசற்படியைத் தாண்டுவதற்குள், பொய் ஊரைச் சுற்றி வந்துவிடும்'' என்று.

எவ்வளவுதான் பொய், ஊரையும் உலகத்தையும் சுற்றி வந்தாலும், கடைசியில் ஒரு நாள் அது பொய் என்பது தெரிந்து விடும்.

இறுதியிலே பொய், 'உண்மை' என்றே சாதிக்கப்பட்டு வெற்றி பெற்றதாக நீங்கள் வரலாறே கேட்டிருக்க முடியாது.

காலம்தான் வித்தியாசம். சில பொய்கள் ஆறுமணி நேரத்திலேயே வெளியாகிவிடும்; சில ஆறு நாள்; சில ஆறு வாரம்; சில ஆறு மாதம்; சில ஆறு வருஷம். ஆனால், ஆயுள் காலத்திற்குள்ளாக, நாம் சொன்ன பொய் நம்மையே வந்து திருப்பித் தாக்கும் என்பதனை வரலாறு காட்டுகிறது; வேதம் காட்டுகிறது; புராணம் காட்டுகிறது; இதிகாசம் காட்டுகிறது.

வடமொழியில், 'சத்யமேவ ஜெயதே' என்கிறார்கள்.

அந்த, 'சத்யமேவ ஜெயதே' என்பதை, 'உண்மையே வெல்லும்' என்று தமிழிலே மொழிபெயர்த்திருக்கிறார்கள். அப்படித் தமிழில் மொழிபெயர்த்தது தவறு.

மனம், வாக்கு, காயம் இம்மூன்றாலேயும் நேர்மையாக நடப்பதற்குப் பெயர்தான் சத்தியம் என்பதாகும். அந்தச் சத்தியம், இந்த மூன்றும் சேர்ந்து நீதி தவறாமல் நடப்பதாகும்.

புராண இதிகாசக் கதைகளிலே கூட, 'மனோ வாக்குக் காயங்களாலே அவன் நியாயமாக நடந்தான்' என்று தான் வரும்.

வெறும் வார்த்தையாலே மட்டும் நாணயமாக இருந்தால் போதாது; உடம்பும் நாணயமாக இருக்க வேண்டும்; மனதும் நாணயமாக இருக்க வேண்டும்.

கண்ணதாசனின்

இம்மூன்றாலேயும் நாணயமாக இருக்கும் ஒரு மனிதனை உலகம் மதிக்கும் என்பதற்குக் காந்தியடிகள் ஒரு உதாரணம்; நேரு ஒரு உதாரணம்; ராஜாஜி ஒரு உதாரணம்; மற்றும் மகான்களும் உதாரணம்; இந்தியாவுக்குள்ளே இவர்கள் உதாரண புருஷர்கள்.

ஆப்ரகாம் லிங்கனிலிருந்து உலகத்து மனிதர்கள் பல பேரையும் நீங்கள் பார்த்தால், புகழ் பெற்ற அத்தனை மனிதர்களும் உண்மை சொன்னதாலேயே புகழ் பெற்றார்களே தவிர, மிகப் பிரமாண்டமான பணி செய்ததினால் மட்டும் புகழ் பெற்றவர்களல்லர் என்பது தெரியும்.

ஆனால், எப்பொழுதும், எந்தக் கட்டத்திலும் உண்மையே பேச வேண்டும்; பொய்யே சொல்லக் கூடாதா என்று கேட்டால், அதற்கும் வள்ளுவன் ஒரு வழி வகுத்துக் காட்டியுள்ளான். நல்ல காரியம் நடக்கும் என்றால், அதற்காகப் பொய் சொல்லலாம். **'பொய்மையும் வாய்மையிடத்த புரை தீர்த்த நன்மை பயக்கும் எனின்'** என்றான் வள்ளுவன்.

பத்துப் பொய்யைச் சொல்வதனால் ஒரு பெண்ணின் திருமணம் நடந்து விடும் என்றால், அந்தப் பொய்யை நீ சொல்லலாம்.

இருபது பொய்யைச் சொல்லி ஒரு குழந்தையை உன்னால் காப்பாற்றி விட முடியும் என்றால், அந்தப் பொய்யை நீ சொல்லலாம்.

பொய்மை, வாய்மை ஆகிறது எப்போது? புரை தீர்த்த நன்மை பயக்கும் போது.

ஒரு குடிகாரக் கணவன். நன்றாகக் குடித்து விட்டுப் போதையில் மனைவியோடு சண்டை போடுகிறான். மனைவி ஏதோ வேகத்தில் திட்டி விடுகிறாள். அவள் திட்டிவிட்டாளே என்று அரிவாளை எடுத்துக் கொண்டு அவளைத் துரத்துகின்றான். துரத்தப்படும் மனைவி வெகு வேகமாக ஓடுகிறாள். ஓடிப்போனவள் கணவனுக்குத் தெரியாமல் ஒரு வீட்டில் அடைக்கலம் கேட்கிறாள். அவளுக்கு ஒருவன் அடைக்கலம் கொடுக்கிறான். வீட்டுக்குள்ளே அவளை மறைத்து வைக்கிறான். பின்னாலேயே கணவன் வருகிறான். "என் மனைவி இங்கே வந்தாளா?" என்று கேட்கிறான்.

உடனே அடைக்கலம் கொடுத்தவன், 'நாம் உண்மையல்லவா பேச வேண்டும்' என்று கருதக்கூடாது.

என்ன செய்ய வேண்டும்?

அர்த்தமுள்ள இந்துமதம் – பாகம் 10

"இல்லையே! உன் மனைவி இங்கே வரவில்லையே! அவள் யாரென்றே எனக்குத் தெரியாதே!" என்று ஒரு பொய்யைச் சொல்ல வேண்டும்.

அப்படி அவன் பொய்யைச் சொன்னால், அவளின் கணவன் வேறொரு திசையிலே ஓடுவான். பிறகு போதை தெளிந்ததும் யோசிப்பான். 'நல்ல வேளை, மனைவி கிடைக்காதது. கிடைத்திருந்தால் தவறல்லவா செய்திருப்போம்' என்று அப்போதுதான் அவனுக்குப் புரியும்.

ஒரு பொய் உயிரைக் காப்பாற்றும்; ஒரு மனிதனைத் திருத்தும். அந்த மாதிரி இடங்களில் பொய் சொல்வது, நியாயம் என்கிறான் வள்ளுவன்.

ஆனால், பொய்யே சொல்லி வாழலாம் என்று முடிவு கட்டுகிறார்களே, அந்த அயோக்கியர்களைக் காணும்போது தான் எனக்கு அதிசயமாக இருந்தது.

திருமணத்திற்கு ஐயரைக் கூப்பிட்டுச் செலவு செய்வது தண்டம் என்று சொல்லிவிட்டு, 'அந்தப் பணத்தை எனக்குக் கொடு' என்று வாங்கிக் கொள்ளும் சீர்திருத்தவாதிகளை நான் பார்த்திருக்கிறேன்.

தான் பதவியில் இருக்கும்போது தவறான காரியங்களைச் செய்துவிட்டு, மற்றவன் அதே பதவிக்கு வந்து அதே காரியங்களைச் செய்தால், 'ஐயோ! அநியாயம்!' என்று சத்தம் போடும் அரசியல்வாதிகளைப் பார்த்திருக்கிறேன்.

தராசைத் தலைகீழாக நிறுத்தும் வணிகர்களை, வியாபாரிகளைப் பார்த்திருக்கிறேன்.

பத்து ரூபாய் கடன் கொடுத்து விட்டு, இருபது ரூபாய்க்கு எழுதி வாங்கும் வட்டிக் கடைக்காரனைப் பார்த்திருக்கிறேன்.

ஆயிரம் ரூபாய் நகையின் மீது இருநூறு ரூபாய் கடன் கொடுத்து, ஆறு மாதத்திற்குப் பிறகு, 'நகை வட்டியில் மூழ்கி விட்டது' என்று சொல்லும் அடகு பிடிப்பவனைப் பார்த்திருக்கிறேன்.

அரிசியிலே கலப்பதற்கென்று, தனிக் 'கல் தொழிற்சாலை'யே நடத்தும் அரிசி வியாபாரியைப் பார்த்திருக்கிறேன்.

துவரம் பருப்பில் கலப்பதற்கென்று, வடக்கே இருந்து கேசரிப் பருப்பை வரவழைக்கும் வியாபாரிகளைப் பார்த்திருக்கிறேன்.

ஆட்டுக்கறியில் மாட்டுக்கறியைக் கலந்து, பிரியாணி போடும் அசைவ ஹோட்டல்களுக்குப் போயிருக்கிறேன்.

785

கண்ணதாசனின்

அவர்களே பதினைந்து ரூபாய்க்குக் கோழி வாங்கி, அதை எண்பது ரூபாய்க்கு விற்கின்ற அநியாயத்தைக் கண்டிருக்கிறேன்.

நாலு ரூபாய் அரிசியையும், இரண்டு ரூபாய் உளுந்தையும் கலந்து செய்கிற இட்லியை, நாற்பது ரூபாய்க்கு விற்கும் ஹோட்டல்காரர்களையும் பார்த்திருக்கிறேன்.

அடுத்த சலவையிலே சாயம் போகும் துணியை, அற்புதமான பட்டு என்று விற்பனை செய்யும் துணிக்கடைக்காரர்களைக் கண்டிருக்கிறேன்.

இந்தியாவிலே எவ்வளவுக்கெவ்வளவு புனிதமான கோயில்களைக் கண்டேனோ, அவ்வளவுக்கவ்வளவு அநியாயமாகப் பொய் சொல்பவர்களையும் கண்டிருக்கிறேன்.

இந்தப் பொய்யிலிருந்து மனிதனையும், நாட்டையும் மீட்பதற்கான ஒரே கருவி, மதம்.

ஒரே துணைக்கருவி, இறைவன்.

அந்த மதமும், இறைவனும் தான் மனிதர்களை மீட்க முடியும்.

மதத்தாலேயும், இறைவனாலேயும் பொய்யிலே இருந்து மீண்டவர்களை நான் பார்த்திருக்கிறேன்.

தெய்வ பக்தி வளர வளர, 'நமக்கேன் வம்பு, ஆண்டவன் நம்மைச் சபித்து விடுவான்; ஆண்டவன் நம்மைக் கொன்று விடுவான்; ஆண்டவன் நம்மைத் தண்டித்து விடுவான்' என்றெல்லாம் பயந்து, பொய் சொல்லாமலேயே இருக்கப் பழகியவர்கள் பலர் உண்டு.

சின்ன வயதில் பொய் சொல்லி, திருடி, ஜெயிலுக்குப் போய் வந்தவன் கூட, பெரிய வயதில் மனம் திருந்தி யோக்கியமாக இருப்பதற்கு மதம்தான் காரணமாக இருக்கிறது.

ஆகவே, மனிதன் மனிதனாக வாழ வேண்டும் என்றால், அவனுக்கு மத நம்பிக்கை வேண்டும்.

அந்த மத நம்பிக்கையிலேயும், அவனை ஒழுங்காகத் திருத்தி, செம்மையாக வாழ வைக்கின்ற மதம், இந்து மதம்.

ஆம்; அதுதான் 'அர்த்தமுள்ள இந்துமதம்'.

6

கழிவாளம்

நமது உடம்பு எங்கே இருக்கிறது என்பது முக்கியமல்ல; மனம் எங்கே இருக்கிறது என்பதுதான் முக்கியம்.

உடம்பு போகின்ற இடங்களுக்கெல்லாம் மனது தொடர்ந்து வருவதில்லை. உடம்பை மயிலாப்பூரிலே உட்கார வைத்து விட்டு, மனது சிங்கப்பூர் வரையிலே சென்று திரும்பிவிடும்.

மனது போகின்ற வேகம் மிகப் பெரியது என்பதாலேதான் வாயுவேக மனோவேகம் என்றெல்லாம் நம்முடைய மூதாதையர்கள் வருணித்தார்கள்.

அதைத்தான் சிவவாக்கியர் மிக அழகாகச் சொன்னார், 'மனத்திலே அழுக்கைச் சுமந்தவன் காட்டிலே போய் இருந்தால் கூட அந்த அழுக்கு அவனோடேயே இருக்கும்' என்று.

மனத்திலே அழுக்கில்லாதவன், ஒரு தாசியின் மார்பின் அருகிலே அமர்ந்திருந்தால் கூட, அவன் அந்த மார்பகத்தைப் பார்ப்பதில்லை. அவன் மனது அந்த தாசியை நாடுவதில்லை. பிறப்பை அறுத்து விட்ட பிறவியாகவே அவன் அங்கே காட்சியளிக்கிறான்.

ஆகவே, நன்மைகள் தீமைகள் அனைத்துமே மனத்தின் கண் தான் இருக்கின்றன என்பதனை, நான் மீண்டும் சொல்ல வேண்டியிருக்கிறது.

அனைத்தும் துறந்தும் கூட, கூட வந்த நாயைத் துறக்க முடியாத பத்ரகிரியாரைப் போல, எல்லாவற்றையும் துறந்தாலும் கூட இந்த மனது செய்கின்ற வேலையைத் துறக்க முடியாமல் நாம் அவதிப்படுகிறோம்.

'காதி விளையாடி இருகை வீசி வந்தாலும்
தாதி மனம் நீர்குடத்தே தான்'

—என்றார் பட்டினத்தார்.

என்னதான் ஆட்டம் போட்டுக் கொண்டு போனாலும், தாதி நீர்க் குடத்திலேதான் மனத்தை வைத்திருப்பாள். தாதி என்றால் வேலைக்காரி.

கண்ணதாசனின்

தண்ணீர் தூக்கி வருகின்ற வேலைக்காரி, என்னதான் வேடிக்கைப் பேச்சுப் பேசட்டும், விளையாடட்டும், அவள் இடுப்பிலே இருக்கிற குடத்தின் மீதும், தண்ணீரின் மீதும்தான் மனது லயித்திருக்கும்.

ஞானிகளுடைய உள்ளமும் அப்படியேதான். அவர்கள் எதை விரும்புகிறார்களோ அதிலே லயித்து விடுவார்கள்.

ஆனால், சராசரி மனிதன் அவஸ்தைப்படுவதெல்லாம் இந்த மனத்தின் போக்கினாலேதான்.

கல்யாணத்தில் ஒரு கருப்புப் பெண் கிடைத்தால், மனது சிவப்புப் பெண்ணுக்காக ஏங்குகிறது; சிவப்புப் பெண் கிடைத்து விட்டால், கருப்புப் பெண்ணைக் காணும் போதெல்லாம் ஏங்குகிறது.

ஹோட்டலில் சாப்பிட்டுக் கொண்டிருப்பவனுக்கு வீட்டுச் சாப்பாடு பிரமாதமாக தோன்றுகிறது! வீட்டிலேயே சாப்பிட்டுக் கொண்டிருப்பவனுக்கு ஹோட்டல் பலகாரம் மிக அற்புதமாகத் தோன்றுகிறது.

மாறுபட்ட உணர்வுகளே மனத்தின் லயங்கள்.

மனிதன் தன்னை அறியும்படி வைப்பதும் அந்த மனதுதான்; தன்னை அறிய விடாமல் தடுப்பதும் அந்த மனதுதான்.

நான் எல்லாவற்றையும் விட உயர்ந்தவன் என்ற ஆணவத்தை உண்டாக்குவதும் அந்த மனதுதான்; நான் எல்லாரையும் விடத் தாழ்ந்தவன் என்ற அறிவை உணர்த்துவதும் அந்த மனதுதான்.

'நாம் என்னதான் உயர்ந்தவர்களாக இருந்தாலும், பணிந்து போக வேண்டும்,' என்ற பணிவை உண்டாக்குவதும் அந்த மனதுதான்.

ஆகவே, தன்னை அறிய வேண்டிய மனிதன், முதன் முதலிலே வெல்ல வேண்டிய பெரிய எதிரி மனது.

உடம்பிலே ரத்தக் கொதிப்பு ஏறுவதற்கு உடம்பு மட்டும் காரணமல்ல; மனத்தின் டென்ஷன்தான் முக்கியமான காரணம் என்று மருத்துவ நிபுணர்களும், மனோதத்துவ நிபுணர்களும் கூறுகிறார்கள்.

ஒரு மனிதனைப் பார்த்து அனைவரும், 'அடடா! எவ்வளவு அழகாக நீ இருக்கிறாய்' என்று சொல்லிக் கொண்டே இருக்கட்டும். அவன் மனது அதைக் கேட்டுக்கேட்டு, தான் அழகாக இருப்பதாகவே நினைத்து, பூரித்துப் பூரித்து அவனுக்கு இல்லாத ஒரு அழகு முகத்திலும், மனத்திலும் வந்து விடுகிறது.

அர்த்தமுள்ள இந்துமதம் – பாகம் 10

புவனத்திலுள்ள நிபுணர்களில் விஞ்ஞான நிபுணர்களைக் கூடப் பெரிதாக நினைப்பதில்லை; ஆனால், மனோதத்துவ நிபுணர்களையே உலகம் பெரிதும் மதிக்கிறது.

காரணம், மனத்தை நன்றாக அறிந்து கொண்டவன்தான், உலகை வெல்ல முடியும்; எதையும் வெல்ல முடியும் என்று உலகம் கருதுகிறது; ஒவ்வொரு மனிதனுடைய உள்ளமும் கருதுகிறது.

திருமூலர் திருமந்திரத்திலே சொன்னார்:

"தன்னை அறியத் தனக்கொரு கேடில்லை;
தன்னை அறியாமற் தானே கெடுகின்றான்.
தன்னையே அறியும் அறிவை அறிந்தபின்
தன்னையே, அர்ச்சிக்கத் தானிருந் தானே!"

"தானே தனக்குப் பகைவனும், நண்பனும்
தானே தனக்கு மறுமையும், இம்மையும்
தானே தான்செய்த வினைப்பயன் துய்ப்பானும்
தானே தனக்குத் தலைவனும் ஆமே!"

தன்னை அறிந்திருந்தால் அவனுக்குக் கேடில்லை.

மனிதன் எதனாலே கெடுகிறான்? தன்னை அறியாமலே கெடுகிறான்.

தன்னை அறியக்கூடிய அறிவு மட்டும் அவனுக்கு வந்து விடுமானால், எல்லோரும் தன்னை அர்ச்சிக்கும்படியும், தானே தனக்குப் பூஜை செய்யும்படியும் வளர்ந்து விடுவான்.

உனக்குப் பகைவன் யார்? நீயே!

உனக்கு மரணம் எது? நீயே!

உண்மை எது? நீயே!

நீ விதைத்த வினைப்பயனை அறுக்க வேண்டியவன் யார்? நீயே!

உனக்குத் தலைவன் யார்? நீயே!

உனக்குத் தொண்டன் யார்? நீயே!

எல்லாம் நீயே!

எல்லாம் நானே என்பதற்கு மூலம் எது? மனது!

"மனத்துக்கண் மாசிலன்ஆதல் அனைத்து அறன்
ஆகுல நீர பிற"

—என்றான் வள்ளுவன்

கண்ணதாசனின்

உடம்பு களங்கப்பட்டிருக்கலாம்; ஆனால், மனது களங்கப்படாதிருக்குமானால், அந்த உணர்வு கூடப் பரிசுத்தமாக ஆகிவிடுகிறது.

முதலில் யார் மீதாவது நீ குற்றம் சாட்ட விரும்பினால், உன் மீதே குற்றம் சாட்டிப் பழகு.

ஒரு கண்ணாடியின் முன்னால் நின்று கொள். அதில் உன்னுடைய பிரதிபிம்பம் தெரியும். அதைப் பார்த்துக் கையைக் காட்டி, 'நீ குற்றவாளி, நீ குற்றவாளி, நீ குற்றவாளி' என்று மூன்று முறை சொல்.

நீ சொல்வது கண்ணாடியைப் பார்த்து; கண்ணாடி சொல்வது, உன்னைப் பார்த்து.

அதாவது, நீ உன் மனதுக்குச் சொல்கிறாய்; உன் மனது உனக்குச் சொல்கிறது.

மனது உனக்குச் சொல்கிறது என்னும் போது மனதுக்கு அப்பாற்பட்டது எது? உன் உடம்பு; உன் கண்; உன் உயிர்; அனைத்துக்குமே அந்த மனது சொல்கிறது, 'நீ தான் குற்றவாளி' என்று.

'நான் குற்றவாளி, நான் தவறானவன், நான் சிறியவன், நான் ஜாக்கிரதையாக இருக்க வேண்டும், நான் மரியாதையாக இருக்க வேண்டும்' என்றெல்லாம் உணர, தன்னை உணர்ந்து கொள்கின்ற தன்மை என்பது ஒரு லயமாக, ஒரு ராகமாக, ஒரு சுருதியாக, ஒரு பாவமாக நம் மனதுக்குள்ளேயே எழுந்து விடுகின்றது.

எப்போது மனிதன், தன்னை உணர்ந்து கொண்டு விடுகிறானோ, அப்போது மனது பாடமாகி விடுகிறது.

பச்சை இலைதான் புகையிலை. அது பாடம் செய்து வைத்தால் எவ்வளவு நாட்கள் இருக்கின்றது?

ஒரு வெற்றிலையை எடுங்கள்; அதை ஒரு புத்தகத்துக்குள் வையுங்கள்; பல காலம் கழித்துப் பாருங்கள்; அந்த வெற்றிலையின் நிறம் மாறி, அது காய்ந்து போயிருந்தாலும் கூட அப்படியே, அதன் தன்மை கெடாமல் இருக்கும்.

இதுதான் மனத்தைப் பாடம் பண்ணுகிற முறையாகும்.

மனது பாடமாகி விட்டால், யார் இறந்தாலும் கூட அழுகை வராது; எது நிகழ்ந்தாலும் கூட அதிலே போய் மனது ஒட்டிக் கொள்ளாது.

காஞ்சிப் பெரியவர்களோ, மற்ற ஞானிகளோ எந்த மரணத்திற்காவது துக்கம் கொண்டாடினார்கள் என்று கேள்விப்

790

அர்த்தமுள்ள இந்துமதம் – பாகம் 10

பட்டிருக்கிறீர்களா? யாருடைய மரணத்திற்காவது அவர்களுடைய கண்களிலே இருந்து கண்ணீர் வந்திருக்கிறது என்று நீங்கள் கேள்விப்பட்டிருக்கிறீர்களா?

மரணம் ஏன் அவர்களை அழச் செய்யவில்லை? மனது மரத்துப் போய் விட்டது; மனம் பாடமாகி விட்டது.

மனத்தைப் பாடம் செய்து கொண்டு விட்டால், தன்னை உணருகின்ற தன்மை, மிகச் சுலபமாக வந்து விடும்.

ஆயிரம் பேர் கூடி, நம் மீது குற்றம் சாட்டினால் கூட, நமக்குச் சிரிப்பு வரும்.

பத்தாயிரம் பேர் கூடி நமக்குப் புகழ்மாலை சூட்டினாலும், நமக்கு உடம்பிலே புல்லரிப்பு ஏற்படாது.

அதனால்தான், மனத்தைப் பாடம் செய்து கொள்ள வேண்டும் என்றனர் ஞானிகள். கீழே உள்ள பாடல்களைப் பாருங்கள்:

"மனத்தகத் தழுக்கறாத மவுனஞான யோகிகள்
வனத்தகத் திருக்கினும் மனத்தகத் தழுக்கறார்
மனத்தகத் தழுக்கறுத்த மவுனஞான யோகிகள்
முலைத்தடத் திருக்கினும் பிறப்பறுத் திருப்பரே!

-சிவவாக்கியர்

அலையுமனத்தை யகத்தடக்கு மவனேசரியை கடந்தோனா
மலையுமனத்தை யகத்தடக்கு மவனேகிரியை முடிந்தோனா
மலையு மனத்தை யகத்தடக்கு மவனே யோக தற்பரனா
மலையு மனத்தை யகத்தடக்கு மவனே ஞானி யதிசூரன்!

-நிட்டானுபூதி

"ஓங்கிய பரசீ வைக்கிய முணர்ந்திடு முணர் வாலன்றிச்
சாங்கிய மகத்தி னாலுஞ் சார்ந்திடு மியோகத் தாலும்
வீங்கிய கன்மத் தாலும் வேறுபா சனையி னாலு
மோங்கிய முத்திப் பேற்றை யொன்றுவ தென்றுமில்லை!"

-விவேக சூடாமணி

மனத்திலே அழுக்கு அற்றுப் போகாதவன், மனது பாடமாகாதவன், எதற்கும் வளைந்து கொடுக்கிறவன், எதிலும் ஆசை வைக்கிறவன், காட்டுக்கு ஓடினாலும் கூட, அவனுடைய ஆசை சுற்றிக் கொண்டே இருக்கும்.

அந்தக் காட்டிலே இருக்கின்ற மரங்களையும், சுற்றிலும் இருக்கின்ற நிலங்களையும் பார்த்தால், இதில் கொஞ்சம் நமக்கு இருக்கக் கூடாதா என்று தோன்றும்.

எவளாவது ஒரு பெண் வழியிலே போனால் கூட, 'இவளை வைத்து நாம் குடும்பம் நடத்தக் கூடாதா?' என்று தோன்றும்.

ஓடியது காட்டுக்கு; பாடியது துறவறப் பாட்டு; ஆனால், தேடியதோ பெண்ணாசை, பொன்னாசை, மண்ணாசை.

காட்டுக்குப் போனாலும் கூட மனது அப்படி ஆகி விட்டால், அந்த லயத்துக்கு ஆட்பட்டு விட்டால், அது இந்த உடம்பையும் சேர்த்து இழுத்துக் கொண்டு போய் விடுகிறது.

ஆனால், 'மனது பக்குவப்பட்டு விட்டால், அவன் காட்டுக்குப் போக வேண்டியதில்லை' என்பது தான் சிவவாக்கியர் வாக்கு.

அவன் அங்கே இருக்கட்டும், பங்களாவிலே இருந்தாலும் அதைக் காடாக மாற்றிக் கொள்ள முடியும்; காட்டிலே இருந்தாலும் அதைப் பங்களாவாக மாற்றிக் கொள்ள முடியும்.

ஓடுகின்ற வண்டிக்குள் இருந்து கொண்டே, ஓடாமல் இருப்பவனே உண்மை சந்நியாசி; உண்மையில் மனத்தை அடக்கியவன்.

சாப்பாட்டைக் காணும் போது பசி எடுக்காதவன், மனத்தை அடக்கியவன்.

பெண்ணைக் காணும்போது இச்சை கொள்ளாதவன் மனத்தை அடக்கியவன்.

பணத்தைக் காணும் போது, இது நமக்கு இருக்கிறதா என்று எண்ணாதவன், மனத்தை அடக்கியவன்.

அடுத்தவனுடைய வீட்டைப் பார்த்து, 'ஐயோ! இவ்வளவு பெரிய வீடா!' என்று எண்ணாதவன், மனத்தை அடக்கியவன்.

எந்த ஞானியைப் பார்த்தாலும், 'மனத்தை அடக்கு, மனத்தை அடக்கு' என்று ஏன் சொல்லுகிறார்கள்?

சகல துன்பங்களுக்கும் அதுதான் காரணம்.

நான் ஏற்கெனவே 'அர்த்தமுள்ள இந்துமத'த்தின் இதர பகுதிகளில் விவரித்துள்ளபடி, 'இந்த மனத்தின் லயத்தினாலே தான்' மனிதன் கெடுகிறான்.

அதனால்தான், 'மனஸ்' என்ற மூலத்தைக் கொண்டு 'மனுஷ்யன்' என்ற வடமொழி வார்த்தை உருவாயிற்று.

கலைவாணர் ஒரு கதை சொல்லுவார். அதை நானும் பல தடவை மேடைகளில் சொல்லி இருக்கிறேன்.

அர்த்தமுள்ள இந்துமதம் - பாகம் 10

நோயுற்ற ஒருவன், ஒரு வைத்தியரிடம் போனான். "ஐயா! எனக்கு இன்ன நோய், அதற்கு ஏதாவது வைத்தியம் செய்யுங்கள்" என்று கேட்டான்.

அந்த சித்த மருத்துவன் ஒரு லேகியத்தை எடுத்துக் கொடுத்தான். "நல்லது ஐயா! இந்த லேகியத்தை சாப்பிடும் போது ஏதாவது பத்தியம் உண்டா?" என்று கேட்டான் அந்த நோயாளி.

"பத்தியம் வேறொன்றுமில்லை. லேகியத்தைச் சாப்பிடும் போது, குரங்கை நினைத்துக் கொள்ளக் கூடாது; அவ்வளவு தான்!" என்று மருத்துவன் சொன்னான்.

நடந்தது அவ்வளவுதான். பிறகு, அவன் எப்போது லேகியத்தை எடுத்தாலும், எதிரே குரங்கு வந்து நிற்பது போல் தோன்றும்; கடைசி வரையில் அவன் சாப்பிட முடியவில்லை.

ஏன்? 'குரங்கை நினைத்துக் கொள்ளக் கூடாது' என்று வைத்தியன் சொன்னது அவன் மனத்தில் பதிந்து விட்ட காரணத்தால், லேகியத்தைத் தொட்டாலே அவனுக்குக் குரங்கு ஞாபகம் வரத் தொடங்கிற்று.

லேகியத்திற்கும், குரங்கிற்கும் ஏதாவது சம்பந்தம் உண்டா? அவன் அதைச் சொல்லாமல் இருந்திருந்தால், இவன் அதை நினைக்கப் போகிறானா? கிடையாது.

அவன் சொல்லிவிட்ட காரணத்தால், மனது அதைச் சுற்றியே வட்டமிட்டது. லேகியத்தைத் தொடும்போதெல்லாம் 'குரங்கு, குரங்கு' என்கிற எண்ணமே வந்தது.

அதன் விளைவாகக் கடைசி வரை அவனால் அந்த லேகியத்தைச் சாப்பிட முடியவில்லை.

சில பேரைப் பார்க்கிறோம். தவறு செய்து விடுகிறார்கள். 'ஏண்டா நீ இந்தத் தவறைச் செய்தாய்?' என்று கோபத்தோடு கேட்டால், 'ஐயோ, நான் என்ன செய்வேன்? என் மனது கேட்கவில்லையே! நான் அங்கே போனேன்' என்கிறான்.

மனது எதற்குக் கேட்கும்? யாரிடம் கேட்கும்? நீ சொன்னால் மனது கேட்க வேண்டும்! அப்படிக் கேட்டால் தான் உனக்குள் அடங்கியது மனது.

மனதுக்குள் அடங்கியவனல்ல மனுஷ்யன்! மனுஷ்யனுக்குள் அடங்கியதுதான் மனது. இதுதான் வடமொழியினுடைய சாரம்.

பெரிய ஞானிகள் எல்லாம் அப்படித்தான் வாழ்ந்தார்கள்.

கண்ணதாசனின்

அவர்கள் ஏன் நீண்ட காலம் வாழ்ந்தார்கள்? மனத்திலே டென்ஷன் இல்லை; நோயில்லை; நோய்க்கு அவர்கள் மருத்துவம் பார்த்துக் கொள்ளுவதுமில்லை. தனக்கு நோய் இருப்பதாக அவர்கள் உணர்வதும் இல்லை.

இந்த மனத்தை அடக்குவதற்கு வெறும் பக்தி லயம் மட்டும் போதுமா என்றால், போதாது. இது சாதாரணமாக வரக்கூடிய ஒன்றல்ல. எல்லோருக்கும் வந்து விடாது. எல்லோருக்கும் இது வந்து விடுமானால் ஊரிலே போட்டி இருக்காது; உலகத்தில் போர் இருக்காது.

சில பேருக்கு மட்டுமே இது வருகின்ற காரணத்தால்தான், உலகத்தில் அவர்களுக்கு மிகப்பெரிய மரியாதை இருக்கிறது; அவர்களை ஞானிகள் என்கிறோம். மேதைகள் என்கிறோம்.

நாமெல்லாம் மனதுக்குக் கட்டுப்பட்டவர்கள்.

'என் மனசாட்சி அப்படிச் சொல்கிறது; என் மனது இப்படிச் சொல்கிறது' என்று நாம் அடிக்கடி பேசுவோம்.

மனது சொன்னதை எது கேட்கிறது. மூளையா, கண்ணா, காதா?

அந்த மனத்தாலே ஆட்டி வைக்கப்படும் இந்த உடம்பு கேட்கிறது; அந்த உடம்பு அதன்படி செயல்படுகிறது.

ஏன், அந்த மனத்தை உன்னுடைய இஷ்டத்துக்கு, உன் மூளையினுடைய இஷ்டத்துக்கு ஆட்டி வைக்கக் கூடாது, 'நான் சொல்கிறபடி கேள்' என்று?

முந்திய அத்தியாயங்களில் சொன்னது போல மனத்தை அடக்கி,

"மனமெனும் பெண்ணே! வாழி நீ கேளாய்
ஒன்றைய பற்றி யூசலாடுவாய்"

—என்றானே பாரதி, அப்படி ஊசலாடுகின்ற மனதை உள்ளுக்குள்ளேயே அடக்கி வைத்து, பக்குவப்படுத்தி, பாடம் பண்ணி வாழக் கற்றுக் கொண்டு விட்டால், உறவு, பந்தங்கள், இரவு, பகல், இறப்பு, பிறப்பு எதிலேயும் பற்றும், பாசமும் இன்பமும், கண்ணீரும், புன்னகையும் மாறி மாறி வர வேண்டிய அவசியமே இருக்காது.

கோடை வரலாம்; வசந்தம் வரலாம்; பனிக்காலங்கள் வரலாம்; பருவங்கள் மாறுமே தவிர, உலகத்தினுடைய உருவம் மாறினாலும் கூட, உன்னுடைய நிலைமை மாறாது, மனதை மட்டும் உன்னால் அடக்க முடியுமானால்.

7
சில சித்திரவதைகள்

உன்னை நீ அறிய விடாமல் தடுக்கும் இன்னொரு சக்தி எது? குடும்பம்.

உனக்கு மனைவி மக்கள் இல்லையென்றாலும் கூட, பெற்றோர் இருப்பார்கள். உடன் பிறந்த அண்ணன்–தம்பிகள், அக்காள்–தங்கைகள் இருப்பார்கள். ஏதேனும் ஒரு சிக்கல் இருந்து கொண்டே இருக்கும்.

> "வாழ்க்கை என்றால் ஆயிரம் இருக்கும்
> வாசல் தோறும் வேதனை இருக்கும்
> வந்த துன்பம் எதுவென் றாலும்
> வாடி நின்றால் ஓடி விடாது!
> மயக்கமா கலக்கமா? மனதிலே குழப்பமா?"

- இப்படி ஒரு பாடலை நான் படத்தில் எழுதியுள்ளேன்.

வாழ்க்கை என்றால் வேதனை இருந்து கொண்டேதான் இருக்கும்.

அதில் நீ எண்ணிப் பார்க்க வேண்டியது என்ன?

> "உனக்கும் கீழே உள்ளவர் கோடி
> நினைத்துப் பார்த்து நிம்மதி தேடு!"

> "தம்மின் மெலியாரை நோக்கித் தமதுடைமை
> அம்மா பெரிதென்று அகமகிழ்க!"

—என்றார் குமரகுருபர சுவாமிகள்.

காலுக்குச் செருப்பு இல்லையே என்று ஒருவன் கவலைப்பட்டானாம். அவன் ஒரு கோயிலுக்குப் போனானாம். அங்கே இரண்டு கால்களும் இல்லாமல் ஒருவன் உட்கார்ந்து இருந்தானாம்.

"ஆண்டவனே! எனக்குச் செருப்பில்லாவிட்டாலும் பரவாயில்லை; இரண்டு கால்களும் இருக்கிறதே" என்று பெருமிதத்தோடு திரும்பி வந்தானாம்.

அந்தக் கால் இல்லாதவன், சற்று ஊர்ந்து போனானாம். அங்கே கண்ணில்லாத ஒருவன் உட்கார்ந்திருந்தானாம்.

''ஆண்டவனே! எனக்குக் கால்கள் இல்லாவிட்டாலும் பரவாயில்லை; உலகத்தைக் காணக் கண்களையாவது கொடுத்தாயே, அதுவரைக்கும் நன்றி!'' என்றானாம்.

''உனக்கு வருகின்ற துன்பத்தைப் பார்த்து அழாதே. உனக்கும் கீழே உன்னை விடத் துன்பப்படுகிறவர்கள் ஏராளமாக இருக்கிறார்கள் என்று எண்ணி, அவர்களைப் பார்த்துச் சந்தோஷப்படு!'' என்றார்கள் நம்முடைய மூதாதையர்கள்.

குடும்பத்தில் அவ்வளவு சிக்கல் இருக்கும். அதிலேயும் மனைவி மக்கள் என்று மாட்டிக் கொண்டால், சிக்கல் அதிகமாகும்.

நாளுக்கு நாள் நீ உனக்காகவே வாழ்ந்தது போய், அவர்களுக்காக வாழ வேண்டியிருக்கும். ஒரு யந்திர மனிதனாக நீ வாழ வேண்டியிருக்கும்.

நாளைக்கு என்ன செய்வது என்று எண்ணினால், உன்னைச் சிந்திக்காமல் உறவையே சிந்திக்க வேண்டியிருக்கும்.

உறவிலே யாராவது ஒருவர் ஏதாவது சொல்லி விட்டால், சந்தேகம் வரும்; 'ஐயோ! தாங்க முடியவில்லையே!' என்று கதறத் தோன்றும். 'செத்துப் போகலாமா?' என்ற எண்ணம் வரும். 'எங்கேயாவது ஓடி விடலாமா?' என்ற ஆசை வரும். 'இப்படி என்னாலே வாழ முடியாது!' என்று தலையில் அடித்துக் கொள்ளத் தோன்றும்.

ஒன்றா? இரண்டா? குடும்பத்துக்குள்ளே ஏராளமான கலவரங்கள், சங்கடங்கள், குழப்பங்கள், மயக்கங்கள் வந்து கொண்டே இருக்கும்.

அதிலே சிக்கிக் கொண்ட பிறகு, நீ உன்னை அறிவது எப்படி?

மனம் இவர்களுக்கிடையிலே சின்னாபின்னப்பட்ட பிறகு, அந்த மனதைப் பக்குவப்படுத்துவது, பாடம் பண்ணுவது எப்படி?

அதற்காக, 'குடும்பத்திலே மாட்டிக் கொள்ளாதே! கல்யாணம் செய்து கொள்ளாதே! சந்நியாசியாகி விடு!' என்று நான் போதிக்க வருகிறேனா என்றால் இல்லை.

பட்டும் படாமலும், தொட்டும் தொடாமலும் இருக்க வேண்டும்.

'எண்ணெயை உடம்பிலே தேய்த்துக் கொண்டு என்னதான் மண்ணிலே புரண்டாலும், ஒட்டுவதுதான் ஒட்டும்' என்று கிராமங்களில் சொல்வார்கள்.

அர்த்தமுள்ள இந்துமதம் – பாகம் 10

'இவ்வளவுதான் நமக்கு வந்தது; இவ்வளவுதான் நமக்கு இறைவன் கொடுத்தது' என்று அமைதி அடைந்து விடு.

மனதிலே டென்ஷன்-கவலை இவற்றை வளர்த்துக் கொள்ளாதே.

மனைவி ஒரு பக்கம் நின்று திட்டிக் கொண்டிருப்பாள்; மக்கள் தலைமாட்டிலே நின்று ஏசுவார்கள்; மருமக்கள் வேறு பேசுவார்கள்.

பேரன் பேத்திகளைத் தூக்கி வைத்துக் கொண்டு, இவர்களை எல்லாம் மறந்து விடு. பேரன், பேத்திகளே உனக்கு விரோதமாக மாற மாட்டார்கள்.

ஏனென்றால், 'எந்தக் காலத்திலேயும் மூன்றாவது பரம்பரை என்பதுதான், உன்னைக் காப்பாற்றுகின்ற பரம்பரை' என்று நம்முடைய மூதாதையர்கள் கருதினார்கள்.

அதனால்தான், 'பாட்டனுடைய பேரை வைப்பவன்' என்கிற பொருளிலே 'பேரன்' என்கின்ற வார்த்தையைக் கொடுத்தார்கள்.

பேரெடுக்கின்ற பெண்ணாதலால், 'பேத்தி' என்று பேத்தியைச் சொன்னார்கள்.

நல்ல மனைவி வாய்த்தால், ஆண்டவனுடைய கருணை; நல்ல பிள்ளை வாய்த்தால், ஆண்டவனுடைய அருள்; இல்லையென்றால் கூட நீ கவலைப்பட்டு என்ன ஆகப் போகிறது?

கண்ணீர் வடிப்பதாலே கவலைகள் தீர்ந்து விடப் போகின்றனவா?

அதைத்தான் சொன்னேன், 'வந்த துன்பம் எதுவென்றாலும் வாடி நின்றால் ஓடிவிடாது' என்று.

ஒருவர் செத்துப் போகிறார்; பத்துப் பேர் அழுகிறார்கள். 'இவ்வளவு பேர் அழுகிறார்களே, நான் ஏன் சாக வேண்டும்?' என்று செத்தவன் திரும்பி வந்து விடுகின்றானா?

வந்து விட்டது கவலை. 'ஐயோ!' என்று நீ தலையில் அடித்துக் கொள்வதால், அந்தக் கவலை போய் விடப் போகிறதா?

குடும்பம் சின்னாபின்னமாகப் போய்விட்டது, அப்படி ஆகிவிட்டது, இப்படி ஆகிவிட்டது என்று மனதைப் போட்டு அலைக்கழித்து, அழிச்சாட்டியம் பண்ணி, துயரங்களிலேயே மனதை ஊற வைத்து, 'போதும்! போதும்!' என்று ஏங்கி, கடைசியில் ஒரு நாள் 'செத்தால் போதும்' என்று முடிவு கட்டுவதை விட, வாழ்க்கையில் நரகம் வேறு என்ன இருக்கிறது?

கண்ணதாசனின்

'டேக் இட் ஈஸி'. எதையும் சுலபமாக ஏற்றுக்கொள்.

எவ்வளவு பெரிய துயரம் வந்தாலும், எவ்வளவு பெரிய கொடுமை நிகழ்ந்தாலும், அதை மிகச் சுலபமாக எடுத்துக் கொண்டு விட்டால், 'இது சகஜம்; இது நடக்கத்தான் செய்யும்; இதை நாம் எதிர்ப்பார்த்திருக்க வேண்டும்' என்று எண்ணிவிட்டால், பிறகு கவலையே கிடையாது.

'ஐயோ! நாம் இதை எதிர்பார்க்கவில்லையே' என்று எண்ணும்போது தான் கவலை வருகிறது.

கேளாத செய்தி ஒன்றைக் கேட்டால்தான், உடம்பு நடுங்குகின்றது; மனம் நடுங்குகிறது.

'இது கேட்க வேண்டிய செய்திதான்' என்று உடனேயே எண்ணிவிட்டால் அந்த நடுக்கம் தீர்ந்து போய் விடுகிறது.

மனம்தானே காரணம். முன்பு நான் சொன்னபடி, கிராமங்களில் அதைத்தானே சொல்வார்கள், 'எல்லாவற்றுக்கும் மனசுதான் காரணம்' என்று.

கட்டிய மனைவி அழகாக இல்லாவிட்டாலும் கூட, அவள் அழகாக இருக்கிறாள் என்று மனசு நினைத்து விட்டால், அதைவிட அழகு உலகத்திலேயே கிடையாது.

என் பிள்ளை யோக்கியன்தான் என்று மனசு நினைத்து விட்டால், அதற்கு ஈடான நிம்மதி கிடையாது.

'எனக்கு வருகின்ற வருமானம் போதும்; இதை விட எவனுக்கு வந்து கிழித்து விட்டது' என்று எண்ணி விட்டால், அதை விட ஒரு நிம்மதி வேறு கிடையாது.

கோயிலுக்கு நீ ஏன் ஓட வேண்டும்?

'துன்பம், துன்பம்' என்று நீ ஆண்டவனிடம் ஓடி முறையிட்டுக் கொள்ளலாம். முறையிட்டுக் கொண்டு ஓடி வந்து, 'ஐயோ! ஐயோ!' என்று தலையிலடித்துக் கொண்டால், நீ கோயிலுக்குப் போனதற்கே மரியாதை இல்லாமற் போய்விடும்.

கோயிலிலே போய் உட்கார்ந்து கொண்டு பூஜை செய்; 'ஆண்டவனே! எனக்கு என்ன துன்பம் வரட்டும், எவ்வளவு துயரங்கள் வரட்டும், உனக்காகத் தாங்கிக் கொள்ளுவேன்; இந்த பூமியிலே நான் பிறந்தாகி விட்டது. வாழ்ந்தாக வேண்டும். தற்கொலை செய்து கொள்ள நான் தயாராக இல்லை. மரணம் என்ற ஒன்றை அனுப்பி என்னை நீ எடுத்துக் கொள்கிற வரையில், இங்கே வாழ்வது என்று நான் முடிவு கட்டிவிட்டேன். அந்த வாழ்க்கைச் சாலையில் எது வந்தாலும், எது குறிக்கிட்டாலும் கூட

அர்த்தமுள்ள இந்துமதம் – பாகம் 10

நான் கவலையில்லாமல் உன் சந்நிதியிலேயே நிற்பேன்; வாழுவேன்; எனக்காக யார் வாழுகிறார்களோ அவர்களைக் காப்பாற்றுவேன். யாருக்காக நான் வாழ வேண்டுமோ, அவர்களுக்காக வாழுவேன்', என்று ஆண்டவனிடம் வேண்டிக் கொண்டு வீட்டுக்குத் திரும்பிவிடு.

இரவிலே, வீடு பற்றி எரிந்தால் கூட, நிம்மதியாகத் தூங்கப் பழகு.

சுற்றுமுற்றும் சண்டைகள் நடந்து கொண்டிருந்தாலும் கூட, ஒரு குறிப்பிட்ட அளவாவது சாப்பிடப் பழகு.

டாக்டர் என்ன கேட்கிறார், 'வயிறு பசிக்கிறதா? தூக்கம் வருகிறதா?' என்று இரண்டை மட்டும் தானே கேட்கிறார்.

மனம் கெட்டுப் போனால், பசி அடங்கிப் போகும்; தூக்கம் கெட்டுப் போகும்.

மனதை அடக்குகின்ற பயிற்சியிலே குடும்பத்திற்குள் இருப்பவனும் இறங்கியாக வேண்டும். அவனுக்கும் அந்தப் பயிற்சி வந்து விட்டால், பிறகு குடும்பமே அவனை அண்டி நிற்கும்.

'நீங்கள் என்ன சொன்னாலும் என் காதில் ஏறாது; நீங்கள் என்னையே திட்டுங்கள், கவலை இல்லை' என்று சொல்லிவிட்டு, அவன் நிம்மதி கொண்டு விட்டால், பிறகு அத்தனை பேரும் அமைதி கொண்டு விடுவார்கள்.

சண்டை போடுகிறவர்களைச் சமாதானப்படுத்த ஆயிரம் வார்த்தைகள் தேவையில்லை, மௌனம் ஒன்றே போதும்.

'சும்மா இருப்பதே சுகம்' என்றார்கள். மௌனமாக இருந்தால், அமைதியாக இருந்தால், அந்த அமைதியும் மௌனமுமே அடுத்தவர்களை அடக்கி ஆளும் அங்குசமாகப் பயன்படும்.

எவ்வளவு பெரிய யானையும் பயப்படக்கூடிய ஒரே அங்குசம், நாம் நம்மையறிந்து மௌனமாகக் கட்டுண்டு கிடப்பதே.

சும்மா இருத்தல்– அதன் மூலம் குடும்பம் அடங்கும்; உறவு அடங்கும்; சுற்றம் அடங்கும்; அத்தனை பேரும் அடங்குவார்கள்.

அடக்குவது மனதை; அதன் மூலம் அடங்குவது உலகம்.

ஆகவே, நான் சொல்லக் கூடியது இறுதியாக ஒன்றுதான்.

உடம்பைக் காப்பாற்றிக் கொள்ளுங்கள்; மனதை அடக்குங்கள்.

இந்த இரண்டும் பத்திரமாக இருக்குமானால், உலகம் உங்கள் கையிலே.

கண்ணதாசனின்

'உடம்பு உடம்பு' என்று நான் ஒவ்வோர் தடவையும் ஏன் கூறுகிறேன் என்றால், எந்த உடம்பை அலட்சியப்படுத்தினேனோ, அதன் மீது இப்போது எனக்கு அக்கறை பிறக்கிறது.

சுவரை வைத்துக் கொண்டு தானே சித்திரம் வரைய முடியும் என்பார்கள். உடம்பைப் பேணி வைத்துக் கொண்டால், உலகத்தையே வெல்லலாம் என்பார்கள்.

அப்பொழுதெல்லாம் அது தோன்றவில்லை. ஆனால், இப்பொழுது நோய்வாய்ப்பட்டு விடுமோ, உடல் படுத்து விடுமோ, எழ முடியாதோ, எழுத முடியாதோ, என்றெல்லாம் எண்ணும்போது உடம்பைப் பற்றிய கவலை பெரும் கவலையாகி விடுகிறது.

ஆகவே உடல், உள்ளம் இரண்டு தான் நம்மிடம் இருக்கின்ற பெரும் சொத்துகள் என்பதை மனதிலே கொள்ளுங்கள்.

அழகர் கோவில்

8
வாழ்க்கை என்பது வாழவே

"**வி**சையுறு பந்தினைப் போல் உள்ளம்
வேண்டியபடி செல்லும் உடல் கேட்டேன்"

—என்றான் மகாகவி பாரதி.

மனம் சொல்ல வேண்டுமாம்; உடல் ஆட வேண்டுமாம்!

மனம் 'போ' என்றால், உடல் போக வேண்டும். 'ஐயோ, எல்லோரும் போகிறார்கள்! நாம் போக முடியவில்லையே' என்று மனது ஏங்க, உடம்பு போக முடியாமல் தள்ளாட, அந்த நிலைமை வருமானால், மனித வாழ்க்கையில் என்ன சுகம் இருக்கிறது?

அதனால் தான், 'மனதை அடக்கி உடம்பை நன்றாக வைத்துக் கொள்ளுங்கள்' என்று நான் அடிக்கடி போதிக்கிறேன்.

நான் ஒரு போதகாசிரியன் அல்ல; உபந்நியாசியும் அல்ல; உலகை முற்றிலும் உணர்ந்தவனுமல்ல; துறந்தவனுமல்ல; என்னுடைய வாழ்க்கை அனுபவங்கள் பலவற்றையே இதுகாறும் நான் உங்களுக்குத் தொகுத்துத் தந்திருக்கிறேன்.

இப்போது அதனை இந்தப் பத்தாவது பாகத்திலும் சொல்ல விரும்புகிறேன். ஏனென்றால், வாழ்க்கையை இந்திய மக்கள் சுகமாக நடத்த வேண்டும்.

மலேசியாவிலேயோ, சிங்கப்பூரிலோ, மற்ற நாடுகளிலேயோ பார்க்கும் போது, இந்தியாவில் இருக்கின்ற அளவுக்கு நோயாளிகள் அங்கே இல்லை.

இங்கே உடல் நோயாளிகளைவிட, மன நோயாளிகள் அதிகம், கவலைப்படுபவர்கள் அதிகம். கஷ்டப்படுபவர்கள் அதிகம்.

வறுமைக் கஷ்டம் என்றால், ஏதாவதொரு பரிகாரம் தேட முடியும்.

'இனம் தெரியாத ஒரு துயரம் உங்களுக்குள்ளேயே மண்டிக்கிடக்கிறதே! என்ன செய்வேன்?' என்று அழுகிறவர்கள் அதிகம்.

அந்தத் துயரத்தாலே உடம்பு ஆட்டி வைக்கப்பட்டு மனதைக் கெடுத்துக் கொண்டவர்கள் அதிகம்.

இவர்களெல்லாம் ஒரு கட்டத்தில் சீராக வாழ வேண்டும்; துணிந்து வாழ வேண்டும். துணிச்சலோடு, எதையும் எதிர்த்து நிற்கின்ற தன்மையோடு, ‘‘வந்தோம்; பிறந்தோம்; வாழ்வோம்; சாவோம்!’’ என்று முடிவு கட்டிக்கொண்டு, வாழ வேண்டும் என்பதுதான் என்னுடைய ஆசையாகும்.

‘வருவதைக் கண்டு மயங்காதே
போவதைக் கண்டு கலங்காதே!’

பெரிய பதவி வருமானால், ‘எனக்கு மேல் எவன் பெரியவன்?’ என்று திமிர் பிடித்து அலையாதே.

பதவி போய் விடுமானால், ‘ஐயோ! போய் விட்டதே!’ என்று அழாதே.

வருவதும் போதுவதும் ஆண்டவனுடைய போக்குவரத்துச் சாலை விதி.

ஆண்டவன் அதிலே டிராபிக் கமிஷனர்.

அவன் போட்ட உத்திரவின்படியேதான் சில விஷயங்கள் வருகின்றன; சில விஷயங்கள் போகின்றன.

ஆறு வயதிலேயே குழந்தைகள் இறந்து போகின்றன; பதினாறு வயதிலேயும் இறந்து போகின்றன; போகின்ற குழந்தைகளுக்காக நாம் அழ முடிகிறதே தவிர, திரும்பிக் கொண்டு வர முடிவதில்லை.

நூறு வயது வரையில் சில பேர் வாழ்கிறார்கள்; ஏன் வாழ்கிறார்கள் என்பது நமக்குத் தெரிவதில்லை.

எல்லாம், எல்லாக் கதைகளும் எங்கே போய் முடிகின்றன?

எவனோ ஒருவன் இருக்கிறான்; ஏதோ ஒரு சக்தி இயங்குகிறது; அந்தச் சக்தியினுடைய கரங்களில் இருந்து அத்தனையும் புறப்படுகின்றன; திரும்ப அந்தக் கால்களிலேயே அவை போய்ச் சேர்ந்து விடுகின்றன.

அந்த லயத்தை உணர்ந்து கொண்ட பின்னாலே, உடல் மரத்து, உள்ளம் மரத்துப் போய், ‘நாம் பிறந்தது ஆண்டவனை எண்ண, அடுத்தவருக்கு உதவ, நியாயமாக வாழ என்கிற எண்ணம் பிறந்து விடுகின்றது.

அந்த நியாயத்தை மதித்து, ‘உன்னையே நீ அறிந்து’ உலகையும் அறிந்து, எல்லோருக்கும் வேண்டியவனாகவும், எல்லோருக்கும் நல்லவனாகவும், எல்லோரையும் புரிந்து கொண்டவனாகவும், எல்லோராலும் புரிந்து கொள்ளப்பட்டவனாகவும் வாழ வேண்டும் என்பதே என்னுடைய ஆசை.

எல்லாம் வல்ல கண்ணன், எல்லோர்க்கும் அருள்வானாக.

9

நல்லவன் வாழ்வான்

இந்தப் பத்துப் பாகங்களில், பல்வேறு விஷயங்களைக் கூற நான் முயன்றிருக்கிறேன்.

எத்தனை விஷயங்களில் நான் முழுமை பெற்றிருக்கிறேன் என்பதை, என்னால் நிர்ணயிக்க முடியவில்லை.

ஆனாலும், மதம் மனித குலத்துக்கு இன்றியமையாதது என்பதை நான் வற்புறுத்தி இருக்கிறேன்.

மனிதனுடைய அன்றாட வாழ்க்கையில் ஏற்படும் இன்ப துன்பங்களில் நானும் பங்கு கொண்டு, இன்பங்களைப் பகிர்ந்து கொள்ளவும், துன்பங்களிலிருந்து விடுதலை பெறவும் அவர்களுக்கு வழி சொல்லி இருக்கிறேன்.

ஆனால், இவ்வளவுக்கிடையிலேயும், ஒரு மயக்கம் உங்களுக்கிருப்பதைப் போலவே எனக்கும் உண்டு.

அது என்ன மயக்கம்?

எவ்வளவுதான் நாணயமாக இருந்தாலும், நேர்மையாக இருந்தாலும், ஒழுங்காக நடந்தாலும், வாழ்க்கையில் துன்பம் என்பது வந்துதான் தீரும். அது சரிதான்.

ஆனால், நாணயம் கெட்டவன், நேர்மை கெட்டவன், ஒழுக்கம் கெட்டவன், மரியாதை கெட்டவன் இவனெல்லாம் உற்சாகமாகவும், வசதியாகவும் வாழுகிறானே, அதுவும் நீண்ட காலம் வாழுகிறானே, 'எப்படி' என்கிற மயக்கம்தான் அது.

'நான் யாருக்கும் தீங்கு இழைக்கவில்லை! எனக்கு ஏன் இந்தக் கஷ்டம்?' என்று கலங்குவார் உண்டு.

'நான் தினமும் கோயிலுக்குப் போகிறேனே, ஆண்டவன் என்னை ஏன் சோதிக்கிறான்?' என்று வருந்துவார் உண்டு.

'நான் யாருக்கும் துரோகம் செய்ததில்லை; யாருடைய குடும்பத்தையும், நிலத்தையும் அபகரித்ததில்லை; நான் படாதபாடும் இல்லை' என்று ஆதங்கப்படுவார் உண்டு.

அவர்களுடைய ஆதங்கத்தில் ஓரளவுக்கு நான் பங்கு கொள்ள முடியும்.

கண்ணதாசனின்

ஆண்டவன் அப்படித்தான் சோதிப்பான். வேண்டியவர்களைத் தான் சோதிப்பான். காரணம், இந்தப் பக்தி உண்மையானதா என்று கண்டு கொள்ள விரும்புவான் என்றெல்லாம் நான் சமாதானம் கூற முடியும்.

'எந்த மனைவியிடம் காதல் இருக்கிறதோ, அந்த மனைவியிடம் தான் சந்தேகம் அதிகம் வரும்' என்பது போல, 'எந்த மனிதனிடம் ஆண்டவனுக்கும் பீரிதி இருக்கிறதோ, அந்த மனிதனிடம்தான் சோதனைகளை அதிகமாக ஏற்படுத்திப் பார்ப்பான்' என்பதும் உண்மையாகும்.

ஆனால், அடுத்த கேள்விதான் யாரும் பதில் காண முடியாத ஒரு கேள்வியாகும்.

அது, நல்லவர்கள் வருந்துகிறார்கள் என்பதைவிட, தீயவர்கள் வாழுகிறார்களே, அது எப்படி?

எனக்குத் தெரியும்.

ஒரு நண்பர், வாழ்க்கையில் எந்த விதமான நன்மையையும் யாருக்கும் அவர் செய்தது கிடையாது.

எதை அனுபவிக்க வேண்டும் என்றாலும், தானும், தன் குடும்பமும் மட்டுமே அனுபவிக்க வேண்டும் என்று வாழ்ந்தவர்; வாழ்பவர்; ஆம், இன்னும் வாழ்ந்து கொண்டிருக்கிறார்.

எவ்வளவு சிரமங்கள் வந்தாலும் கூட, அவருக்கு வசதி குறையவில்லை; பதவி குறையவில்லை; புகழ் குறையவில்லை!

எப்படி இது இயங்குகிறது?

எப்படி இது நடக்கிறது?

லட்சோப லட்சமாகப் பணத்தைக் குவித்தார், அதுவும் தவறான வழியில்; அதுவும் நிலைத்து விட்டது. தவறான வழியில் சேர்ந்த பணம் நிலைக்காது என்பார்கள்; நிலைத்து விட்டதே! கண் முன்னாலே கண்டிருக்கிறோமே!

தப்பான வழியில் அபகரித்த பதவி நிலைக்காது என்பார்கள்; அது பல வருஷங்கள் அவர் கையில் இருந்ததே, அது எப்படி?

இவையெல்லாம் மனதில் ஏற்படுத்தக் கூடிய மயக்கம் என்ன? ஆண்டவனுடைய இயக்கம் என்பதிலே ஒரு சந்தேகத்தை இதுதான் உண்டாக்குகிறது.

இதைப் பொறுத்தவரை, உங்களுக்கு நான் சொல்லக் கூடியது ஒன்றே ஒன்றுதான்.

அர்த்தமுள்ள இந்துமதம் – பாகம் 10

இப்படிபட்ட அக்கிரமக்காரர்கள், இருபது வருஷம், இருபத்தைந்து வருஷம் நிம்மதியாக வாழ்ந்தாலும் கூட இவர்களுடைய கடைசிக் காலம் மோசமாக இருக்கும்.

அல்லது அடுத்த தலைமுறை மோசமாக இருக்கும்.

அவர்கள் பாடாதபாடு பட்டுத்தான் தங்களுடைய வாழ்க்கையை முடிக்க வேண்டியிருக்கும். இல்லையென்றால் அவர்கள் செய்த பாவங்களுக்கு அவர்களுடைய குழந்தைகள் தண்டனை அனுபவிக்க வேண்டியிருக்கும்.

நான் ஒரு கட்டுரையிலே சொன்னபடி, பதினான்காவது லூயி செய்த தவறுகளுக்கான தண்டனைகளை, பதினாறாவது லூயி அனுபவிக்க வேண்டியிருந்தது.

பழைய ஜார் மன்னன் செய்த தவறுகளை, அடுத்து வந்த வாரிசு அனுபவிக்க வேண்டியிருந்தது.

எல்லாவற்றையும் நீங்கள் எண்ணிப் பார்த்தால், நீண்ட காலம் அயோக்கியன் நிம்மதியாக வாழுவான்; ஆனால், அதே நேரத்தில் அவனுக்கு வரப்போகிற தண்டனை நல்லவர்களுக்கு வராது.

நமக்கெல்லாம் வருகிற கஷ்டம், விடிந்தால், எழுந்தால் மிகச் சிறிய கஷ்டமாகவேதான் இருக்கும். நமக்கு அது பெரியதாகத் தோன்றும்.

ஆனால், அவர்களுக்கு வருகின்ற கஷ்டம் இருக்கிறதே, அது நிச்சயமாக, தற்கொலை செய்து கொள்ளலாமா? என எண்ணும் அளவுக்குத் தோன்றும்.

''எப்போது அது வரும்? என்றைக்கு அந்தத் தீர்ப்பு ஆண்டவனிடமிருந்து கிடைக்கும்?'' என்று நீங்கள் கேள்வி கேட்கக் கூடாது.

சிலபேர் ஏழு வருஷங்களில் தண்டிக்கப்படுகிறார்கள்; சிலபேர் ஒன்பது வருஷங்களில் தண்டிக்கப்படுகிறார்கள்; சிலபேர் இருபது வருஷங்களில் தண்டிக்கப்படுகிறார்கள்!

கடைசி அடி என்பது சரியான மரண அடியாக இருக்கும்.

எந்த ஒரு அயோக்கியனும் நிம்மதியாகச் செத்து, அவனுடைய குடும்பம் நிம்மதியாக வாழ்ந்ததாக வரலாறே இல்லை.

இதுவரையிலும் ஆண்டவன் ஒரு நியதியை அப்படி வகுத்து வைத்திருக்கிறான். ஒரு இயக்கத்தை அப்படி நடத்திக் கொண்டிருக்கிறான்.

இல்லையென்றால் உலகத்தில் போராட்டங்கள் ஏது?

கண்ணதாசனின்

அயோக்கியர்கள் இல்லையென்றால், இறைவன் இயக்கத்தைப் பற்றிய சிந்தனை ஏது?

ஒரு பக்கம் அயோக்கியர்கள் இருந்து கொண்டேதான் இருப்பார்கள்.

அவர்கள் ஆரவாரம் செய்து கொண்டேதான் இருப்பார்கள்.

அந்த ஆரவாரத்தைப் பார்த்து, 'நாம் நல்லவனாக இருந்தும் நமக்கு எதுவும் இல்லையே? சீ! இது என்ன தெய்வ நம்பிக்கை?' என்று நாம் கலங்கி விடக் கூடாது.

பற்றிய கைகள் அப்படியே தெய்வத்தைப் பற்ற வேண்டும். அப்படியே, அவனைப் பின்பற்றித் தொடருமானால் நல்லவர்களுடைய குடும்பம், ஏழேழு தலைமுறைக்கும் நிம்மதியாக இருக்கும்.

அயோக்கியர்களுடைய குடும்பம், ஏழேழு தலைமுறைக்கும் கஷ்டப்பட்டே தீரும் என்பது ஆண்டவன் வகுத்துவிட்ட விதி.

ஆகவே, எனது இந்தத் தொடர் நூலைப் பத்துப் பாகங்களாகப் படிக்கின்றவர்கள், இந்த மயக்கத்திலே இருந்து விடுபட்டால் மட்டும் போதும் என்பது தான் என்னுடைய வேண்டுகோளாகும்.

மற்ற விஷயங்களையும், இந்த பாகங்களில் ஓரளவுக்குச் சொல்லியிருக்கிறேன்.

நானே மயங்குகிற ஒரு விஷயத்தைத்தான், பத்தாவது பாகத்தில் கடைசியாக உங்களுக்குச் சொல்லுகிறேன்.

ஆனால், அந்த மயக்கத்திலிருந்தும் நான் விடுபடுகிறேன். என் கண் முன்னாலேயே பலபேர் தண்டிக்கப்பட்டதைப் பார்த்து முன்பும் எழுதியிருக்கிறேன்; இப்பொழுதும் எழுதிக் கொண்டிருக்கிறேன்; இன்னும் பார்த்துக் கொண்டும் இருக்கிறேன்.

மற்றவர்களுடைய தண்டனையையும் நான் பார்த்து விட்டுதான் சாவேன் என்று கருதுகிறேன்.

ஆண்டவன் அந்த வாய்ப்பை எனக்கு அளிப்பானானால், நிச்சயமாக அயோக்கியர்கள், அக்கிரமக்காரர்கள் புழுப்போல துடித்துச் செத்ததற்குப் பின்னாலேயே என்னுடைய மரணம் நிகழும்.

கேள்வி-பதில்கள்

கண்ணதாசனின்

அர்த்தமுள்ள இந்து மதம்
கேள்வி - பதில்கள்

"ஆதிமுதல் அந்தம்வரை
அர்த்தமுள்ள இந்துமதம்
ஆசையுடன் தந்தஏடு"

-கவிஞர் கண்ணதாசன்

1. சமயம்

வளவ துரையன்-கிருட்டிணாபுரம்

கேள்வி : 'அர்த்தமுள்ள இந்துமதம்' எழுதத் தங்களைத் தூண்டியது யாது?

பதில் : என் வாழ்க்கை விளைவுகள், எனக்கு வந்த கனவுகள், என் பெற்றோரின் ரத்தம், திருமுருக கிருபானந்தவாரியாரின் சந்திப்பு.

சிவ. பாலசுந்தரம்-ஸ்ரீ முஷ்ணம்

கேள்வி : விஞ்ஞானத்திற்கும், மெய்ஞ்ஞானத்திற்கும் உள்ள வேறுபாடு என்ன?

பதில் : விஞ்ஞானம் வெளி உணர்வு. மெய்ஞ்ஞானம் உள்ளுணர்வு. வடமொழியில் அனுபவ அறிவை, 'விஞ்ஞானம்' என்றும், ஆராய்ச்சி அறிவை, 'மெய்ஞ்ஞானம்' என்றும் கூறுகிறார்கள். ஆங்கிலத்தில் 'சயன்ஸ்' என்பது விஞ்ஞானம் என்றால், அந்த விஞ்ஞானம் படைப்பில் இறைவன் வைத்த ரகசியத்தைக் கண்டுபிடிக்கிறது; மெய்ஞ்ஞானமோ அதைப் படைத்த இறைவனையே கண்டுபிடிக்கிறது.

ந. ராஜு-ஈரோடு

கேள்வி : அரசன் அன்றே கொல்வான், அதனால் பிரச்சினை முடிந்து விடும். ஆனால் தெய்வம் நின்று கொல்லும், அதனால் பிரச்சினை பெரிதாக உருவாகிவிடுமல்லவா?

பதில் : பிரச்சினை எவ்வளவு பெரிதாகிறதோ, அவ்வளவுக்கு அழிவும் பெரிதாக இருக்கும்; சந்தேகமே இல்லை. நோயை முற்றவிட்டு அறுப்பதும், மருத்துவத்தில் ஒரு சரியான பகுதியாகும். பிறகு 'அந்த நோய்' வரவே வராது.

அழ. சந்திரசேகரன்-சென்னை.

கேள்வி : இறைவன் என்ற சொல்லுக்குப் பொருள் என்ன?

பதில் : 'இற்றவன்' அற்றவன்; வேண்டுதல் வேண்டாமை இல்லாதவன் என்பதே அதன் பொருள். அதனால்தான் அரசனும் 'இறை' என்று அழைக்கப்படுகிறான்.

கண்ணதாசனின்

அழ.சந்திரசேகரன்-சென்னை.

கேள்வி : மனோதத்துவத்தில் தெய்வ வணக்கத்துக்கு உரிய இடம் எது?

பதில் : தெய்வ வணக்கம், ஒரு மனதை அது மரத்துப் போகச் செய்கிறது. உடம்பு வலிக்கும்; ஆனால் வலிக்காதது போல் தோன்றும். நோய் இருக்கும்; ஆனால் ஆரோக்கியமாக நடமாடச் சொல்லும். கவலைகள் இருக்கும்; ஆனால் தோன்றாது. எது நடந்தாலும், 'அது நடக்கத்தான் செய்யும்' என்ற அலட்சிய மனோபாவத்தை உண்டாக்கும். கவலையையோ, பயத்தையோ பொருட்படுத்தாத ஒரு நிலையைத் தெய்வபக்தி உண்டாக்குகிறது. மனப்பூர்வமாக ஈடுபாட்டோடு தெய்வத்தை வணங்கிப் பாருங்கள்.

எஸ்.ஜலாலுதீன்-தாராபுரம்.

கேள்வி : 'எல்லாம் அவன் செயல்', 'அவனன்றி ஓர் அணுவும் அசையாது' என்றெல்லாம் கூறுகிறார்களே, அப்படியென்றால் தீயசெயல்கள் செய்பவனின் கைகள் யாரால் இயங்குகின்றன?

பதில் : எல்லாம் இறைவனே! மழையை வெள்ளமாக்குபவனும் அவனே, பாலைவனத்தை வறட்சியாக்கியதும் அவனே! ஒவ்வொரு தீமையிலும் 'தான்' உணரப்பட வேண்டும் என்பதே இறைவனின் நோக்கம். அவனை உணர்த்துவதே மதங்களின் சாரம்.

தா. பழனிராஜன்-கம்பம்.

கேள்வி : இயற்கையும் இறையும் ஒன்றா? அல்லது இறையின் நியதிக்குட்பட்டு இயங்குவது இயற்கையா? அன்னை அபிராமி இயற்கை நியதியை மாற்ற விரும்பாமல்தான் நிலவைக் காட்டாமல், தன் திருச்செவித் தோட்டின் மூலம் நிலவொளியைக் காட்டினாள் என நினைக்கிறேன். இறையே இயற்கை நியதியை மாற்ற விரும்பாமைக்கும், மனிதன் இயற்கை நியதியை மாற்ற நினைப்பதற்கும் உள்ள பேதம் பற்றித் தங்கள் விளக்கம் தேவை.

பதில் : இயற்கை, உடம்பு; இறை, ஆன்மா. இவற்றில் எதை மாற்றுவதென்றாலும், இறைவனால் முடியுமே தவிர, மனிதனால் முடியாது. நியதிகள்-வகுக்கப்பட்ட விதிகள். அவற்றின் ஆழ்ந்த ரகசியத்தைக் கண்டுபிடிப்பதில் மனிதன் வெற்றி பெறக்கூடும்; ஆனால் மாற்ற முடியாது.

அரசு. மணியம்-காரமடை.

கேள்வி: 'நந்தவனத்தி லோர் ஆண்டி-அவன்
நாலாறு மாதமாய்க் குயவனை வேண்டி
கொண்டு வந்தான் ஒரு தோண்டி-அதைக்
கூத்தாடிக் கூத்தாடிப் போட்டுடைத்தாண்டி!'
-இதன் பொருள் என்ன?

பதில் : பிரமன் என்னும் குயவன் செய்த மண்பாண்டம் உடைந்து விட்டது என்பது. அது காயம் நிலையாமையைக் குறிப்பது. அது 'காயமே இது பொய்யடா, காற்றடைத்த பையடா, ஆயனார் குயவன் செய்த மண்பாண்டம் ஓடடா!'

ப. இராசகோபால்-மதுரவாயல்

கேள்வி : திருமணத்தின் போது மாங்கல்யத்தில் மூன்று முடிச்சுப் போடுவதன் பொருள் யாது?

பதில் : எனது 'அர்த்தமுள்ள இந்து மதம்' முதலிரண்டு பாகங்களை படியுங்கள். அதுவரை, உங்களுக்குச் சொல்கிறேன். அதில் நான் குறிப்பிட்டிருப்பது, 'கணவனுக்குப் பயந்தவள்' என்பதற்கு ஒரு முடிச்சு, 'தாய் தந்தையருக்குப் பயந்தவள்', என மறு முடிச்சு; 'தெய்வத்துக்கு அஞ்சியவள்' என மூன்றாவது முடிச்சு.

நூர்-மேலூர்.

கேள்வி : சகுனம் பார்க்கும் பழக்கம் உண்டு என்கிறீர்களே, தெய்வ நம்பிக்கை உள்ளவர்களுக்குச் சகுன நம்பிக்கையும் வேண்டும் என்பது உங்கள் கருத்தா? 'ஆவதும் அழிவதும் அவனாலே' என்று மனதார நம்புகிறவர்கள் சகுனம் பார்ப்பதன் மூலம் அதனை மாற்றிவிடலாம் என்று நம்புவது முரண்பாடு இல்லையா? இறைவன் நமக்கு அளிக்கும் வெற்றி தோல்விக்குப் பூனையையும், பல்லியையும் காரணம் காட்டுவது தவறு இல்லையா?

பதில் : நீங்கள் சொல்வது நியாயமே. தெய்வ நம்பிக்கையில் சகுனம் தேவை இல்லைதான். ஆனால் என்ன நடக்கும் என்பதைத் தெரிந்து கொள்ளும் ஆவல் யாரை விட்டது? சகுனம் பார்ப்பதன் மூலம் சில இன்பங்களையோ, துன்பங்களையோ எதிர்பார்த்துத் தயாராகி விட முடிகிறதல்லவா? சொல்லப் போனால் அதுவும் நம்மை நாமே ஏமாற்றிக் கொள்ளும் ஒரு வித்தைதான். ஆனால் சிறுவயது முதலே எனக்கு அந்தப் பழக்கம். நான் நாத்திகனாக இருந்தபோதே சகுனம் பார்ப்பது என் வழக்கம்.

கண்ணதாசனின்

தங்க.பாலு-விருத்தாசலம்.

கேள்வி : உருவ வழிபாட்டை ஏற்றுக்கொள்ளும் இந்துக்கள், சிவனின் குறியையும் பார்வதியின் குறியையும் சேர்த்த லிங்க வழிபாடு செய்வது இழுக்கு இல்லையா?

பதில் : உலகத்தின் முக்கியமான இயக்கம் ஜனனம். ஜனனத்துக்குக் காரணமானவற்றை வணங்குவது புனிதம்; அது ஆபாசமில்லை. என்னைக் கேட்டால் லிங்க வழிபாட்டைத் துவங்கியவன் பேரறிஞன் என்றே நான் கூறுவேன்.

வி. கௌசல்யா மணாளன்-திருவையாறு.

கேள்வி : ஒரு புறத்தில் அழகையும், அற்புதங்களையும் படைத்த கடவுள், மறுபுறத்தில் மறந்து விடாமல் அவலட்சணத்தையும் கூடவே படைத்ததன் உள்நோக்கம் என்ன?

பதில்: ஒப்பு நோக்கினால்தானே அழகு தெரியும்? நன்மை-தீமை, இருட்டு-வெளிச்சம், கோடை-வசந்தம், இறைவனது படைப்பில் ஒவ்வொரு மறைக்கும் எதிர்மறை உண்டு. எதிர்மறையே இல்லாமற் போய்விட்டால், சிருஷ்டியில் அற்புதம் என்பதைத் தனியாகப் பிரித்து ரசிக்க முடியாது. மனம் மரத்துப் போகும், செவி கேட்காது; நாசி நுகராது; வாய் சுவையை அறியாது.

சொ.பொன்னையா-மதுரை.

கேள்வி : இறைவன் இருப்பது சத்தியம். ஆனால் அவன் பெயரைச் சொல்லி அடுத்தவன் ஆட்டம் போடும்போது மனது துன்பப்படுகிறது. உச்சியிலிருந்து உள்ளங்கால் வரை இதே கோலம்தான். இது தேவையா? அத்தனை சலுகைகளும், வசதிகளும் அங்கே தேவையா? (மடம் என்று வைத்திருப்பவர்களைத் தான் குறிப்பிடுகிறேன்) நாளடைவில் தனி மனித வழிபாடாய், இது மாறிவிடும். இது பற்றித் தங்கள் கருத்து?

பதில் : ஆண்டவன் பெயரால் ஒழுக்கத்தைப் போதிக்க மடங்கள் தேவை. சில மடங்களில் நெறி கெட்டவர்கள் இருப்பதும் உண்மைதான். ஆனால் காஞ்சிப் பெரியவர்களைப் போல் எல்லாரும் இருப்பார்களேயானால், தனி மனித வழிபாடே தெய்வ வழிபாட்டுக்குச் சமமாகிவிடும்.

அரசு.மணியம்-காரமடை.

கேள்வி : சவ ஊர்வலம் இடுகாட்டை அடைந்ததும், இறந்தவரின் சடலத்தைச் சுற்றி மண்சட்டியை உடைக்கிறார்களே, ஏன் என்ன ஐதீகம்?

பதில் : இனி 'குடிப்பதற்கும், உண்பதற்கும் ஒன்றுமில்லை' என்பதே பொருள்.

தா. பழனிராஜன்-கம்பம்.

கேள்வி : 'பாவ புண்ணியங்களுக்கேற்ப, பிறவியில் இன்பத்தையும், துன்பத்தையும் கடவுள் கொடுக்கிறார்' என்கிறது நமது இந்து மதம். அப்படியெனில் துன்பம் அடைகின்ற ஒருவனுக்கு நாம் உதவி செய்வது கடவுளின் செயலுக்கு விரோதமாகச் செய்தது போலாகுமே! விளக்கம் தருக.

பதில் : அவன் துன்பம் அடையும்போதே, அவனுக்கு உதவியும் கிடைக்கும் என்று இறைவன் எழுதியிருப்பான். ஆகவே உதவுவதை நிறுத்தாதீர்கள். அதுவும் விதியில் ஒரு 'செக்ஷன்.'

மல்லிகா துரை- திருச்சி

கேள்வி : 'வேங்கடாசலபதியே, இந்தக் காரியம் நிறைவேறினால் நூறு ரூபாய் உண்டியலிலே போடுகிறேன்' என்றும், 'முருகா, நான் நினைத்த காரியம் நடந்தால் உனக்கு வேல் வாங்கித் தருகிறேன்' என்றும், இது போன்று இன்னும் பல தெய்வங்களை நாம் வேண்டிக்கொள்கிறோம். இது பற்றித் தங்கள் கருத்து என்ன?

பதில் : இதுவும் ஒரு வகையான லஞ்சம்தான். ஆனால், 'காரியம் முடிந்து விட்டால் உன்னை நான் மறந்து விட மாட்டேன்' என்ற 'சத்தியம்' இதில் அடங்கி இருக்கிறது.

சி. இராசு-சிங்காநல்லூர்.

கேள்வி : கடவுள் உறையும் ஆலயத்தை உறுதியாக அமைத்துக் கொடுத்த ஏழை ஒருவனின் குடிசை மட்டும் காற்றில் பறந்ததேன்? அந்தக் கோவில் உறுதியாக நிற்பதேன்? அழைத்தவர் குரலுக்கு வரும் கண்ணன், பலர் அழுகையின் குரல் கேட்டு வராதது ஏன்? நீங்கள் நம்பியிருக்கும் இறைவன் எங்கே?

பதில் : காலத்தின் ஊழிக்காலத்தில் இன்னின்ன காரியங்கள் இன்னின்ன நேரங்களில் நடக்க வேண்டும் என்று விதி இருக்கிறது. உலக இயக்கத்தில் ஏற்றமும், தாழ்வும் மாறி மாறி வந்தால்தான் உலகம் இயங்கிக் கொண்டிருப்பதாகப் பொருள். எல்லாருடைய அழைப்புக்கும் இறைவன் வருவான் என்றால், நாட்டுக்கு ஆட்சி தேவை இல்லை; அதிகாரிகள் தேவை இல்லை. கோடுகள் மாறி மாறி விழுகின்றன. பிரச்சனைகளை உருவாக்குகிற கடவுள், அதன் மூலம் தனது இயக்கத்தைக் கவனிக்க வைக்கிறான். மரணம் தவிர்க்க முடியாதது. அரண்மனையும் இடிந்து விழுகிறது; குடிசையும் பறந்து போகிறது. இந்த லீலைகளைக் கண்டே தெய்வ பயம் வளருகிறது. ஒரு சில மரணங்களின் மூலம் தெய்வ நம்பிக்கை உறுதி செய்யப்படுகிறது. அதனால் ஒரு பெரிய சமுதாயம் ஒழுங்காக வாழத் தொடங்குகிறது.

கண்ணதாசனின்

க. குமரேசன்-திருவாரூர்.

கேள்வி : அன்புருவான, அருளுருவான, இன்பத்தின் எழிலுருவான இறைவனை-நாம் மண்ணால், மரத்தால், கல்லால், உலோகத்தால் உருவமைத்து வழிபடுகிறோமே, அது ஏன்?

பதில் : இந்தக் கேள்வி எல்லா மதத்துக்கும் பொருந்தும். அன்புருவான தாய்-தகப்பனின் ஓவியத்தை ஏன் வீட்டில் வைத்துக்கொள்கிறீர்கள்? ஏதோ ஒரு பிரதிமை தெய்வம் இருப்பதற்குச் சாட்சி சொல்கிறது; அவ்வளவுதான்.

எஸ். பூவேந்தரசு-பெரிய திருமங்கலம்.

கேள்வி : குறித்த காலத்தில் உயிரைப் பறிக்கும் கடமை கொண்ட யமதர்ம ராசனுக்கு, பொறுமைக்குப் பெயர் போன எருமைக்கடா வாகனமாக அமைந்திருப்பதேன்?

பதில் : அவன் உயிர்களை மெதுவாகப் பிடிக்க வேண்டும் என்பதால், காத்தல் கடவுள்கள் சீக்கிரம் காக்க, கருடனும், மயிலும்; அழிக்கும் கடவுள் மெதுவாக அழிக்க, எருமைக்கடா.

எஸ். பாபு-நாகமலை.

கேள்வி : கடவுள் சிலைக்கு முன் விளக்கு ஏற்றும் பொழுது, (ஒரு திரி விளக்கு) விளக்கின் திரிப்பாகம் சிலையைப் பார்த்து இருக்க வேண்டுமா, அல்லது வணங்குபவர்களைப் பார்த்து இருக்க வேண்டுமா? இதில் ஏதாவது சாத்திரம் இருக்கிறதா?

பதில் : ஒரு திரி விளக்கில், திரி பிரதிமைக்கும் மனிதனுக்கும் நடுவில் இருக்க வேண்டும். பிரதிமை தெற்கு நோக்கியும், மனிதன் வடக்கு நோக்கியும் நின்றால், திரி கிழக்கு நோக்கியோ, மேற்கு நோக்கியோ இருக்க வேண்டும். இது சாத்திரமோ, இல்லையோ எனக்குத் தெரியாது. மரபு இதுதான். இரண்டு விளக்குகளை எடுத்து, ஒன்று மேற்கேயும், ஒன்று கிழக்கேயும் வைத்தால் நன்மை.

சி.வி.மோகன்தாஸ்-பொள்ளாச்சி.

கேள்வி : சாமிக்குப் படைத்த பிரசாதத்தை முதலில் காக்கைக்கு வைத்து, அது சாப்பிட்ட பிறகுதான் நாம் சாப்பிடுகிறோம். இந்து தர்மப்படி அதற்கு ஏதேனும் பொருள் உண்டா?

பதில் : இதில் இந்து தர்மம் ஒன்றுமில்லை. உணவில் விஷம் கலந்திருக்கிறதா என்பதைச் சோதித்தறியவே முதலில் நாய்க்கோ, காக்கைக்கோ வைக்கும் பழக்கத்தை நமது மூதாதையர்கள் மேற்கொண்டார்கள். உணவில் விஷம் இருந்தால், அது காக்கையின் உடம்பில்தான் வெகு சீக்கிரம் பாயும்; காக்கை சுருண்டு விழுந்தால் அந்த உணவை யாரும் சாப்பிடமாட்டார்கள்.

துரை. சுந்தரராஜன்-சென்னை-84

கேள்வி : 'சாமிக்குப் படைத்த பிரசாதத்தை...' என்ற கேள்விக்கு, 'விஷம் கலந்துள்ளதா, இல்லையா என்று சோதிப்பதற்காகத்தான் இப்பழக்கம் ஏற்பட்டிருக்கிறது' என்று விடையளித்திருப்பது உண்மையிலேயே மனதைப் புண்படுத்துகிறது. உணவு உண்ணப் போகுமுன் யாரேனும் விருந்தினருக்கு உணவு படைத்து பிறகு உண்ணுவதையே வழக்கமாகக் கொண்டிருந்த நம் முன்னோர்கள். அப்போது நாடு இருந்த வளமிக்க சூழ்நிலையில்-உணவு கேட்டு யாரும் வராதிருந்த வேளையில், காக்கைக்காவது உணவு படைத்து வந்தார்கள். இந்த உயர்ந்த தத்துவத்தைத் தாங்கள் கேலி செய்வது போல் தெரிகிறது. நம் மக்களின் விருந்தோம்பலுக்கு இதுவே ஒரு சாட்சியாக இருந்திருக்கிறது என்றுதான் என் சிற்றறிவுக்குப் படுகிறது.

கே. ராமலிங்கம்-கவுந்தப்பாடி.

கேள்வி : காக்கைக்கு உணவளிக்கும் தங்கள் விளக்கம் எங்களுக்கு உடன்பாடாகத் தெரியவில்லை. எங்கள் குடும்பத்தில் மதிய உணவுக்கு முன் காக்கைக்குப் படைத்து விட்டுத்தான் உண்போம். சில நாட்களில் சாதம் வைத்தவுடன் காக்கைகள் வந்து சாப்பிடும். சில நாட்களில் நாங்கள் சாப்பிட்ட பிறகுதான் அவை வந்து சாப்பிடும். காக்கைக்கு உணவு படைப்பது எங்கள் குடும்பத்தில் சுமார் நாற்பது ஆண்டுகளாகத் தொடர்ந்து நடைபெற்று வருகிறது. சனி பகவானின் வாகனம் காக்கையாதலால் அதற்குப் படைப்பதன் மூலம், சனி பகவான் நமக்கு வேண்டியதைச் செய்வான் என்ற அடிப்படையில் இந்த நல்ல காரியத்தைச் செய்து வருகிறோம். இதனால் நாங்கள் இதுவரை நன்மை அடைந்திருக்கிறோம் சித்ரா பௌர்ணமியன்று கூடக் காகத்திற்குப் படைத்துவிட்டுத்தான் விரதத்தை முடிக்கிறோம். உண்மை இப்படி இருக்க, தங்கள் விளக்கம் சரியானதாகத் தோன்றவில்லை. இதற்கு விளக்கம் கொடுத்தால் நல்லது.

பதில் : நீங்கள் சொல்வதும் ஒரு வகையில் சரியாக இருக்கலாம். காக்கைக்குப் படைப்பதற்கு அதுவும் ஒரு காரணமாக இருக்கலாம். பாண்டிய நாட்டில் காக்கைக்கு மட்டுமல்லாது, நாய்க்கும் படைப்பார்கள். ஆக்கப்பட்ட பொருள்கள் அனைத்திலும், கொஞ்சம் கொஞ்சம் வைப்பார்கள். சாமிக்குப் படைக்கப்பட்ட பொருளை அப்படி வைப்பதில்லை. தாங்கள் சாப்பிடும் பொருள்களை மட்டுமே வைப்பார்கள். அது உணவைப் பரிசோதிப்பதற்காகவே என்று மூதாதையர்கள் கூறியிருக்கிறார்கள். சம்பிரதாயங்கள் வேறு வேறு பெயர் கொண்டு அழைக்கப்படும்.

ஆசிர். எம். அல்போன்ஸ்-கண்ணம்பாளையம்.

கேள்வி : 'ஏற்பது இகழ்ச்சி' என்பது சரி. ஆனால் அடுத்த வரியே 'ஐயம் இட்டு உண்' என்று வருகிறது. எனக்கு இது முரண்பாடாகத் தெரிகிறது எது சரி?

பதில் : 'ஐயம் இட்டு உண்' என்பதை, 'பிச்சை இட்டு உண்' என்று சொல்வதே மடத்தனம். 'ஐயம்' என்பதற்கு ஒரே பொருள் சந்தேகம். பழங்கால ராஜாக்கள், 'ஐயத்துக்காரன்' அல்லது, 'உண்டு காட்டி' என்றே சிலரை வேலைக்கு வைத்திருந்தார்கள். தாங்கள் சாப்பிடும் சாப்பாட்டை அவனுக்குப் போட்டு, அந்த உணவில் விஷம் இல்லை என்று தெரிந்த பின்தான், தாங்களும் சாப்பிடுவார்கள். சாதாரண மனிதர்கள் காக்கைக்கும், நாய்க்கும் போட்டுப் பார்த்து விட்டுச் சாப்பிடுவார்கள். உணவிலும், தண்ணீரிலும் ஒற்றர்கள் விஷம் கலக்கும் பழக்கம் அந்நாளில் இருந்தது. எல்லைகளும் பக்கம் பக்கமாக இருந்தன. புதுக்கோட்டை சோழநாடு, வெள்ளாற்றைத் தாண்டினால், பாண்டிய நாடு, ரசாயனப் பரிசோதனை அந்நாளில் இல்லை. 'ஐயம் இட்டு உண்பதின் மூலமே, விஷ உணவில் இருந்து மனிதர்கள் தப்ப முடிந்தது.

எல். சோமு-கோயமுத்தூர்.

கேள்வி : சிவபக்தியுடன் திருடிப் பொருள் சேர்ப்பவர்களைப் பற்றி இந்து மதம் கூறுவது என்ன?

பதில்: அவர்களுடைய பக்தியைச் சிவன் ஏற்றுக்கொள்வதில்லை. எனக்கே இதில் கண் கண்ட உதாரணம் உண்டு. 'அர்த்தமுள்ள இந்து மதம்' முதல் பாகத்தில் அந்த ஆளைப் பற்றிக் குறிப்பிட்டிருக்கிறேன்.

கேள்வி : கூட்டாளிகளை மோசம் செய்பவரைப்பற்றி இந்து மதம் கூறுவது என்ன?

பதில் : மோசம் செய்தவன் சேர்த்த பணம், கூட்டாளியின் கண் முன்னாலேயே நாசமாகும். காலம் சற்று முன் பின்னாக இருக்கலாமே தவிர, காரியம் நடந்தே தீரும்.

கேள்வி : மற்றவர்கள் சொத்துக்கு ஆசைப்படுபவரைப் பற்றி இந்து மதம் என்ன சொல்கிறது?

பதில் : இந்து மதத்தின் எல்லா வேதங்களும், அப்படிப்பட்டவன் 'வாழ்நாளிலும் அவதிப்படுவான்; நரகத்திலும் அவதிப்படுவான்' என்று கூறுகின்றன.

ஆசீர் எம்.அல்போன்ஸ்-கோயமுத்தூர்.

கேள்வி : 'எட்டுறுப்புத் தோய நெடுஞ்சாண் கிடையாக' இதன் விளக்கமென்ன? அப்படித்தான் இறைவனை வணங்க வேண்டுமா?

பதில் : இதன் பெயர் 'சர்வாங்க வணக்கம்' என்பதாகும். கால் விரல்கள், இரண்டு முழங்கால்கள், வயிறு, நெற்றி, இரண்டு கைகள், இவை பூமியில் தோயும்படி, விழுந்து வணங்க வேண்டும். வடமொழியில் இதனை 'சாஷ்டாங்க நமஸ்காரம்' என்பர். தாழ்ந்து நிற்பதே 'பிரபத்தி' என்னும் சரணாகதி. அரசர்களை அடிமைகளும், ஆண்டவனைப் பக்தர்களும் அப்படித்தான் வணங்குவார்கள். பெரியவர்களை வணங்கும் போது வயிற்றைத் தவிர, மற்ற ஏழு அங்கங்களும் பூமியில் படும்படி மண்டியிட்டு வணங்க வேண்டும். இப்படித்தான் வணங்க வேண்டும் என்று கட்டாயப்படுத்தப்பட வில்லை. பக்தியில் நல்ல பலனை எதிர்பார்ப்பவர்கள் இப்படி வணங்குவதுதான் நல்லது.

கேள்வி : இந்து மதம் விஞ்ஞான ரீதியானது என்கிறீர்கள். ஆணுக்கும் ஆணுக்கும் ஒரு ஐயப்பன் பிறப்பானாகில் அது எப்படி விஞ்ஞான பூர்வமாகும்?

பதில் : திருமால் பெண்வடிவம் கொண்டார் என்பது கதை. ஆணும் ஆணும் கலந்ததாக வரலாறில்லை. ஒருவர் பெண் வடிவம் எடுத்துக் கலந்ததாகத்தான் வரலாறு. இது விஞ்ஞான பூர்வமானதா, இல்லையா? வேண்டுமானால் 'ஆண் பெண் வடிவம் எடுக்க முடியுமா?' என்று அடுத்த கேள்வியை எழுப்புங்கள். இறைவனது லீலைகளில் அதுவும் ஒன்று என்று பதில் வரும்.

எஸ். ராதாகிருஷ்ணன்-அதிராமபட்டினம்.

கேள்வி : கோவிலில் சாமி கும்பிடும்பொழுது கடவுளே நேரில் தோன்றினால் என்ன கேட்பீர்கள்?

பதில் : 'இறைவா! என்னை மறுபடியும் குழந்தையாக்கு!'

எஸ். சௌரிராஜன்-லெட்சுமாங்குடி.

கேள்வி : இறைவன் படைப்பில் தங்களை அதிசயிக்க வைத்தது எது?

பதில் : ஒரு துளி விந்து ஆயிரக்கணக்கான நரம்பு எலும்புகள் உள்ள குழந்தையாவது.

என். ரத்தினவேல்-சின்னதாராபுரம்.

கேள்வி: 'ஏரானைக் காவிலுறை என்னானைக் கன்றளித்த
பேரானைக் கன்றுதனைப் போற்றினால்-வாராத
புத்திவரும் பத்திவரும் புத்திரவுற் பத்திவரும்
சத்திவரும் சித்திவரும் தான்!'

-என்ற காளமேகப் புலவரின் பாடல், திருவானைக்கா அகிலாண்ட நாயகியின் பெருமையைக் கூறுவதா அல்லது விநாயகனைப் போற்றுவதா?

பதில் : திருவானைக்காவிலுள்ள நாயகனின் மகனான விநாயகனைப் போற்றும் பாடல் இது.

செந்தமிழ்ச் செல்வன்-புதுவை.

கேள்வி: 'ஞானம் புகழ் ஞானதெளி கவியரசே
ஞானம் பெற நாடினேன் நானுனை
மோன வீடேறும் 'ஓம்' எனும் மந்திர
விளக்கமதை நீர் கூறும்!

பதில் : 'ஓம்' என்பது பிரணவ மந்திரம். அதற்குப் பல பொருள்கள் சொல்லப்படுகின்றன. பிரமம் 'நாதவடிவம்' என்றும், 'ஓம்' என்பது நாத துவக்கம் என்றும் கூறப்படுகிறது. பிரமத்தை 'ஓங்கார சொரூபம்' என்றும் அதி தேவதையையே 'ஓங்காரி' என்றும் அழைப்பது வழக்கமாக இருந்திருக்கிறது. 'ஆங்காரம்' கோபம்; 'ஓங்காரம்' அமைதி. 'பிரணவ'த்துக்குப் பொருள் தெரியாமல் சிவனே தடுமாறினான் என்றால் மானிடனாகிய இவன் என்ன அதிகம் சொல்லிவிட முடியும்? குமரக் கடவுளும், பிரணவத்தின் பொருளைச் சிவபெருமானின் காதில்தான் ஓதினானேயல்லாது, வெளிப்படையாகச் சொல்லவில்லையே!

எம்.பாபு-ஈரோடு.

கேள்வி : ஒரு காரோட்டியின் கவனக்குறைவால் கார் விபத்துக்குள்ளாகி அதில் பயணம் செய்த நான்கு பேர் இறந்து விடுவதாக வைத்துக்கொள்வோம். மரணம் எல்லாருக்கும் உண்டு என்றாலும், இந்த நாலு பேர் உயிரை ஏன் கோர விபத்தின் மூலம் பறிக்கின்றான்? இதிலே விதி என்று எதைச் சொல்வது? காரிலே பயணம் செய்ததை விதி என்பதா காரோட்டியின் கவனக் குறைவை விதி என்பதா? இந்த நாலு பேர் ஆயுட்காலம் இவ்வளவுதான் என்று இறைவன் விதித்த கட்டளையாக கருதுவதா?

பதில் : இந்த நாலு பேருடைய விதி, டிரைவர் மூலம் செயல்படுகிறது அவ்வளவுதான்.

கீதாசாரியன்- காரைக்குடி.

கேள்வி : 'கண்ணுக்கு மட்டும் தெரியும் கடவுளைத் தொழுங்கள், மற்றச் சிலைகளை எல்லாம் உடைத்து விடுங்கள்' என்றார் சுவாமி விவேகானந்தர். எல்லாருடைய கண்களுக்கும் கடவுள் தெரிவாரா என்ன?

பதில் : என் கண்ணுக்குச் சிலையிலே கடவுள் தெரிகிறார். ஆனால் சுவாமிஜி சொன்னது மனிதரிடம் கடவுளைக் காணுங்கள் என்பதாகும். குறிப்பாக தாய்-தந்தையரை.

திசையன்விளை முத்து-மதுரை.

கேள்வி : கிரகங்களிலேயே பலம் பொருந்திய கிரகம் 'சனி'க் கிரகம்தானே?

பதில் : இல்லை. குருதான் பலம் வாய்ந்த கிரகம். 'குருவின் பார்வை வேண்டும்; வியாழ நோக்கம் வர வேண்டும்' என்கிறார்களே, ஏன்? சுய ஸ்தானத்தில் சனி இருந்தால் உச்சம். எந்த ஸ்தானத்தில் இருந்து குரு பார்த்தாலும் சுகம்.

பொ.கோபால்-ஆர்க்காடு.

கேள்வி : 'கிருஷ்ண கவசம்' கிடைக்கப் படித்தேன்.

வருமோர் அடியில் வந்தது ஐயம்.
'எரியும் கனலில் தெரியும் புனலே'
வரியை எனக்குத் தெளிவாய் விளக்கு.

பதில் : 'தீக்குள் விரலை வைத்தால் நந்தலாலா- நின்னைத்

தீண்டுமின்பம் தோன்றுதடா நந்தலாலா!'

என்றான் பாரதி. நீரில் நெருப்பாகவும், நெருப்பில் நீராகவும் தோன்றுவான் கண்ணன். அதுவே இது.

அண்ணா அன்பழகன்-அந்தணப் பேட்டை.

கேள்வி : கண்ணன் குழலூதும் படத்தை வீட்டில் மாட்டி விட்டால் வௌவால் வந்தடையும் என்கிறார்களே, உண்மையா?

பதில் : வௌவால் வருமோ இல்லையோ, 'வரும் பொருள் ஊதிக்கொண்டு போய்விடும்' என்பார்கள். அது ஒரு வகையில் உண்மைதான். வேணுகோபாலன் சிலையை வீட்டில் வைத்தவரை, எனக்குப் புகழ் தங்கிற்றே தவிரப் பொருள் தங்கவில்லை. பாலகிருஷ்ணன், ராதாகிருஷ்ணன், கீதாசாரியன் பொம்மைகளையோ, ஓவியங்களையோ வைத்தால் நிம்மதி இருக்கிறது.

எஸ்.பூவேந்தரசு-பெரிய திருமங்கலம்.

கேள்வி : 'மனித மனம் அக்னியிலேயே பிறந்து அக்னியிலேயே மடிகிறது எனக் குறிப்பிட்டுள்ளீர்கள். எந்த ஆதாரத்தின் கீழ் அவ்வாறு கூறினீர்கள் என்பதைத் தெரிந்து கொள்ளலாமா?

பதில் : 'முன்னை யிட்ட தீ முப்புரத்திலே
பின்னை யிட்ட தீ தென்னிலங்கையிலே
அன்னை யிட்ட தீ அடிவயிற்றிலே
யானுமிட்ட தீ மூழ்க மூழ்கவே'

என்றார் பட்டினத்தார். ஆசை என்ற அக்னியிலேயே மனித மனம் துவங்குகிறது. ஆசை நிறைவேறவில்லை என்ற அக்னியிலேயே அது மடிந்து போகிறது. குளிர்ச்சியாக வாழ்ந்தவன் யார்? குளிர்ச்சியாக மறைந்தவன் யார்?

பி. செல்லத்துரை-செம்படாம்பாளையம்.

கேள்வி : ஒரு பெண் கருத்தரிக்கும் போது, தாய் தந்தையரின் தேகநிலை மனநிலை, உணவு வகைகளுக்கேற்ப பிள்ளைகள் பிறக்குமா?

பதில் : நீங்கள் சொல்லுகிற காரணங்களோடு நேர்படும் தோற்றங்கள் படிக்கின்ற புத்தகங்கள், நினைக்கின்ற நினைப்புகள். அனைத்துமே சேர்ந்து கொள்கின்றன. அதனால்தான் அறிவாளி மகன்-அறிவாளியாகவும், மூடன் மகன்-மூடனாகவும் இருப்பதில்லை. தாய் கர்ப்பமுற்ற பிறகு தாயின் வாழ்க்கை, நடத்தை, உணவு, மனோநிலை காட்சி ஆகியவற்றைப் பொறுத்தே குழந்தைகள் அமைகின்றன.

ஆர்.கே.லிங்கேசர்-மேலக்கிருஷ்ணன்புதூர்.

கேள்வி : காஞ்சி காமகோடிகள், காமராஜ் இவர்களில் பெயரில் 'காம'மாக இருக்கிறதல்லவா? இதற்கு விளக்கம் தருக.

பதில் : 'காமம்' என்றால் விருப்ப தத்துவம்; 'காமன்' என்றால் விருப்பத்திற்குரியவன்; காமம் என்றால் விருப்பம். ஆங்கிலத்தில் 'காம்' என்றால் அமைதி. நீங்கள் குறிப்பிட்டுள்ளவர்கள் விருப்பத்தைத் துறந்தவர்கள். ஆசையைத் துறந்தாலே 'காம்'தானே!

கேள்வி : 'பைபிள்:-ஜீவனும் சக்தியுமாய் இருக்கிறேன்.

இந்து நூல்கள்: சிவனில்லாமல் சக்தியில்லை;
சக்தியில்லாமல் சிவனில்லை.

இரண்டும் ஒரே கருத்தை வலியுறுத்துகின்றனவா? அல்லது வெவ்வேறு அர்த்தத்தை அளிக்கின்றனவா?

அர்த்தமுள்ள இந்துமதம் – கேள்வி – பதில்கள்

பதில் : பெரும்பாலும் எல்லா மதங்களிலும் மையப்பாடு ஒன்றே. உடல்-உயிர் என்ற தத்துவத்தை அவை வெவ்வேறு வகையாகப் போதிக்கின்றன. இஸ்லாம் கொஞ்சம் மாறுபட்டாலும், பொது நோக்கில், அது எல்லா மதங்களோடும் ஒத்துப் போகிறது. சிவ சக்தி, ஜீவ சக்தி, தேவ மனித சக்தி என்பதுதான் மதங்கள் கட்டிய பொது மண்டபம்.

கதி.சுப்பிரமணியன்-காரைக்குடி.

கேள்வி : காரைக்குடி 'ஸ்ரீ கொப்புடையம்மன்' பற்றித் தாங்கள் இதுவரை எந்த ஒரு கவிதையும் பாடவில்லையே! பாடுவீர்களா?

பதில் : இறைவனையோ, இறைவியையோ பற்றிப் பாடுவது யாரும் சொல்லியோ, கேட்டோ பாடுவதாக இருக்கக் கூடாது. 'தெய்வ உணர்ச்சி' பீறிட்டெழும்போது இயற்கையாகவே பாடத் தோன்றும். நான் பாடல் எழுதத் தொடங்கி இருபத்தைந்து ஆண்டுகளுக்குப் பிறகுதான், திடீரென்று ஒரு கவிதையில் எங்கள் கிராமத்து 'மலையரசி அம்மன்' வந்து விழுந்தாள். அதற்கு முன் பெரும்பாலும், மதுரை மீனாட்சிதான் வந்தாள். விரைவில் தேவி கொப்புடையம்மனும் வருவாள்.

ஈ. திருவேங்கடம்-திருநெல்வேலி.

கேள்வி : இப்போது தாங்கள் பாலுணர்வு சம்பந்தப்பட்ட விஷயங்களைப் பிரதானமாகக் கொண்டு இலக்கிய விளக்கம் தருவதற்கு ஏதாவது காரணம் உண்டா?

பதில் : பால் உணர்வுதான் ஞான உணர்வுக்கு முதற்படி. அதை ஒழுங்காக ஒரு மனிதன் உணர்ந்து கொண்டுவிட்டால், மறு கட்டத்தில் ஆன்மீகப் படிக்கட்டில் மளமளவென்று ஏறி விடுகிறான். இளம் வயதில் பால் உணர்வை மறைக்கவோ, கண்டிக்கவோ தொடங்கினால், ஆயுள்வரை அது வளர்ந்து கொண்டேயிருக்கும். 'அனுபவி' என்று கதவைத் திறந்து விட்டால், 'போதும்' என்று அவன் வெளியே வந்து விடுவான்.

துரைராஜ்-புரசைவாக்கம்.

கேள்வி : இந்துமதம், இவ்வளவு தூரத்திற்கு விரிந்து, பரந்து, வளர்ந்து இருந்தும், மனுதர்ம எரிப்பு என்று கூறி ஓர் இயக்கம் இன்னும் சாகாமல் செயல்பட்டு வருகிறதே! அதற்கு ஒரு முடிவு இல்லையா?

பதில் : மனித உடம்பில் நாம் விரும்பாத இடத்தில்கூட ரோமம் முளைக்கத்தானே செய்கிறது!

அழ.சந்திரசேகரன்-சென்னை.

கேள்வி : நீங்கள் சில இடங்களில் 'இந்து மதம்' என்று குறிப்பிடுகிறீர்கள் பெரும்பாலான கட்டங்களில் 'இந்து தர்மம்' என்கிறீர்கள். எது முறையானது?

பதில் : அரசியலில் சில கட்சிகளைக் 'கட்சிகள்' என்று அழைக்கிறோம். சிலவற்றை 'இயக்கம்' என்று அழைக்கிறோம். உருவாக்கப்படும் ஒரு கட்டுக்கோப்புக்குக் கட்சி என்று பெயர்; இயக்குவதன் மூலம் இயற்கையாக உருவாகும் ஒன்றிற்று 'இயக்கம்' என்று பெயர். 'மதம்' என்பது அமைப்பைக் குறிக்கும்; 'தர்மம்' என்பது இயக்கத்தைக் குறிக்கும். 'இந்து தர்மம்' என்பதே முறையானது. அது ஒரு அமைப்பாகவும் இருக்கின்ற காரணத்தால், 'இந்து மதம்' என்பதும் சரியானதே.

தம்பி சக்திவேல்-சென்னை-7

கேள்வி : அவல ஓசையும், அன்றாடப் பிரச்சனையும் ஒய்ந்தபாடில்லை. ஆலய பூசையும், ஆறு கால வழிபாடும் தேவையா?

பதில் : அந்த இரண்டையும் மறக்கவாவது இந்த இரண்டும் தேவை.

வி.எஸ்.நவமணி-மதுரை.

கேள்வி : 'ஒவ்வொரு இல்லத்திலும் பூஜை அறை ஒன்று வேண்டும். இயலாவிடில் ஒரு அலமாரியேனும் ஒதுக்க வேண்டும்' என்று எழுதிய தாங்கள், 25.8.78 கல்கியில் 'ஸ்ரீ கிருஷ்ண சாம்ராஜ்யத்தில், கணவன்-மனைவி உறவு கொள்ளும் இடத்தில், கடவுள் சிலைகள் கூடாதாம், ஏன் கூடாது?' என்று கூறி, முன்னுக்குப் பின் முரண்பட்டுள்ளீர்கள். 'சர்வம் பகவத் சொரூபம்' என்ற உயரிய-பண்பட்ட நிலையில் தங்களின் பின் கருத்தை ஏற்கலாம். இன்றைய இளைஞர் சமுதாயம் உள்ள அரை வேக்காட்டு நிலையில், ஆலயத்தின் பவித்திரம் கெடக்கூடிய சூழ்நிலை ஏற்பட்டு விடுமே. 'ஆலயத்தில் தூங்குபவர்கள்' என்கிறார் வாரியார் சுவாமிகள். தூங்குபவருக்கே அக்கதியாயின் தாங்கள் குறிப்பிடுவது போல நடப்பவர்களின் கதி எதுவோ?

பதில் : 'எல்லாமே அவன்' என்னும்போது, அவனைப் பள்ளியறையிலும் வைத்துக்கொள்வது தவறில்லை என்றுதான் கூறினேன். பூஜை செய்வது வேறு விஷயம். பவித்திரமானது என்ற வார்த்தையைத் தாம்பத்திய உறவுக்கும் பயன்படுத்தலாம். ஆண்-பெண் உறவு ஆண்டவனுக்கு விரோதமானது என்றே பல பேர் கருதுவதாகத் தெரிகிறது. ஆலயத்தை அதற்குப் பயன்படுத்தக்

அர்த்தமுள்ள இந்துமதம் – கேள்வி – பதில்கள்

கூடாது என்பது அதற்கு நியாயமாக இருக்கலாமே தவிர, பள்ளியறையும் ஆலயம்தான் என்பதை யாரும் மறந்து விடக் கூடாது.

மு. பாஸ்கரன் - புதுவை - 5

கேள்வி : பெண்கள் பூமியைப் பார்த்தே நடக்க வேண்டும் என்று தமிழ்ப்பண்பு விதி வகுத்தது ஏன்?

பதில் : அது கோஷா போடாத பாதுகாப்பு; அவள் கண்கள் எதன் மீதும் பட்டுக்கெட்டுப் போகக்கூடாதே என்பதற்கான ஏற்பாடு.

எஸ். முரளி - வேளச்சேரி.

கேள்வி : 'கோயில்' என்று எழுதுவது சரியா? 'கோவில்' என்று எழுதுவது சரியா?

பதில் : இது ஒரு பகுபதம்; கோ+இல். அதாவது 'கோ' என்றால் அரசனையும், இறைவனையும் குறிக்கும். அரண்மனையையும் ஆலயத்தையும் அப்பெயரால் குறித்தார்கள். இலக்கணப்படி 'இ', 'ஈ' ஐவழி 'யவ்வும்' ஏனை 'உயிர்வழி' 'வவ்வும்' ஆகவே கோ+இல் கோவில் என்றுதான் எழுத வேண்டும். வழக்கில் 'கோயில்' என்றும் எழுதுவதுண்டு.

வெ. லட்சுமி நாராயணன் - வடலூர்.

கேள்வி : 'இல்லறம்' 'துறவறம்' இந்த இரண்டு சொற்களிலுமே 'அறம்' என்ற வார்த்தை இணைந்து வருகிறதே, ஏன்?

பதில் : இரண்டுமே அறவகையைச் சேர்ந்தவை. சேர்த்தல் அறம்; துறத்தல் அறம். இவற்றில் 'அறம்' என்ற வார்த்தை, முறையாகச் சேர்ப்பதையும் முறையாகத் துறப்பதையும், இரண்டில் எதைத் தேர்ந்தெடுத்தாலும், நெறியாக வாழ்வதைக் குறிக்கும்.

க. குமரேசன் - திருவாரூர்.

கேள்வி : மனிதன் இறுதியில் பற்றிப் பிடித்திடும் கொழுகொம்பு என்று எதைச் சொல்லலாம்?

பதில் : நம்பிக்கை.

ஆர். ஜி. பாலன் - திசையன்விளை.

கேள்வி : மனைவி மீது கணவன் கொட்டுகின்ற பாசம் எதுவரையில் இருக்க வேண்டும்?

பதில் : மயானம் வரையில்!

பறம்பு இரா.நடராஜன்-இராஜபாளையம்.

கேள்வி : வீரம் செறிந்த மனம் மென்மைத் தன்மையில் கவர்ச்சியுறுவதும், மென்மை வாய்ந்த மனம் வீரத்தன்மைக்கு அடிமையாவதும் மானிடக் காதலின் ஒரு பிரதான பொதுவிதி என்பதற்கு, இலக்கியத்திலிருந்து மேற்கோள் காட்ட முடியுமா?

பதில் : இராமன்-சீதை போதாதா? தெளிவாகச் சொல்லப் போனால், காதலிலே ஒரு எதிர்மறையான ஆசையுண்டு. ஒல்லியான பெண் கனமான ஆடவனை விரும்புவாள். ஒல்லியான ஆடவன் கனமான பெண்ணை விரும்புவான். சிவப்பான பெண்கள் கறுப்பான ஆடவனிடம் அதிகச் சுகம் காண்பார்கள். ஒன்றுக் கொன்று எதிராக இருந்தால் சுகம் அதிகம்; உணர்வு அதிகம்.

தங்கபாலு-விருத்தாசலம்.

கேள்வி : இறைவனைத் தரிசிக்கச் செல்லும் பக்தர்கள் கோவிலின் வெளியே மிதியடியைப் பத்திரப்படுத்த வேண்டி இருக்கிறதே, இது ஏன்?

பதில் : எல்லா இடங்களிலும் திருடர்கள் உண்டு. கோவிலிலோ, திருடுவதற்கென்றே சிலர் வருகிறார்கள். அதற்காக உண்மையான பக்தர்கள் மீது பழியைப் போடலாமா?

ஆதி.நாராயணன்-தச்சநல்லூர்.

கேள்வி : 'காந்திய வழி' 1977க்குப் பின் பொருந்தாது என்றால், 30,40 ஆண்டுகளுக்கு முன்பு சிறந்தோங்கியதும், சுதந்திரம் வாங்கித் தந்ததுமான தத்துவம் பொருந்தாது என்றால் 1000 ஆண்டுகளுக்குச் சற்றுக் கூடியோ, குறைவாகவோ உள்ள கால இலக்கியமும், வியாக்கியானங்களும் இப்போது பொருந்தாத சரக்குகள் என்பதாக ஏன் கருதக் கூடாது?

பதில் : 'காலங்கள் தோறும் பொருந்தக்கூடியவை, காலங்களாலே மாறக்கூடியவை' என இரு வகை உண்டு. அந்நாளைய கஜ,ரத, துரக, பதாதிகள் இந்நாளைக்குப் பொருந்தா, ஆறில் ஒரு பங்கு வரி வசூலிப்பதும் பொருந்தாது. திருக்குறளில் கூட, அரசர்களைப் பற்றி வருகின்ற குறள்கள், இனிப் பொருந்த மாட்டா. காந்திய தத்துவத்திலோ காலத்துக்குப் பொருத்தமானவை, பொருத்தமில்லாதவை இரண்டும் உண்டு. 'ஒருசில தத்துவங்கள் இனி எடுபட மாட்டா' என்றே நான் கூறினேன்.

சோ. அன்பாழி-பெரிய மதியாக்கூடலார்.

கேள்வி: 'பாட்டைத் திறப்பது பண்ணாலே-இன்ப
வீட்டைத் திறப்பது பெண்ணாலே'

அர்த்தமுள்ள இந்துமதம் - கேள்வி - பதில்கள்

என்று மகாகவி பாரதியார் பாடியுள்ளார். பெண்ணைத் துறந்து ஞானியானவர்களுங்கூட, இன்ப வீடு கண்டு, பேறு புகழ் அடைந்திருக்கிறார்கள் என்பது சரித்திரங்காட்டும் உண்மை. பாரதியின் பாடல் பிழைதானே?

பதில்: நீங்கள் வீடு என்பதன் மறுபொருளைக் கையாளுகிறீர்கள். லௌகீக வீட்டையே பாரதி குறிப்பிடுகிறான்; மோட்ச வீட்டையல்ல. லௌகீக வீடு எப்போதுமே பெண்ணால்தான் திறக்கப்படுகிறது.

எஸ்.பாபு-மதுரை.

கேள்வி : இராமாயணம், மகாபாரதம்-இவை ஏன் ஐம்பெருங்காப்பியங்களில் ஒன்றாக மதிப்பிடப்படவில்லை?

பதில் : இவை காப்பியங்களல்ல; இதிகாசங்கள். இதிகாசங்கள் ஒரு தனி வரிசையைச் சேர்ந்தவை. பெரிய புராணத்தையும் கம்பராமாயணத்தையும் கூட ஒரே வரிசையில் சேர்க்க முடியாது. ஏனென்றால் முன்னது புராண வகையைச் சேர்ந்தது.

வீ. சுப்பிரமணியம்-பாளையங்கோட்டை.

கேள்வி : வடமொழி, பிறமொழிகளைத் தவிர்த்து தூய தமிழ் நடையில் எழுதினால் என்ன?

பதில் : காலங்களாலே தவிர்க்கவே முடியாத திசைச் சொற்கள் தமிழில் ஏராளமாகப் புகுந்து விட்டன. இன்றைய எஸ்.எஸ்.எல்.சி மாணவனுக்குக் கூடப் புரியாத தமிழில் எழுதுவதால், மொழி ஆர்வம்தான் மிஞ்சுகிறதே தவிர, அற்புதமான கருத்துகள் வீணாகி விடுகின்றன. நான் தனித் தமிழின் விரோதியல்ல. ஆனால் என் கருத்துகள் கிராமத்து ஊருணிக்கரைவரை போக வேண்டும் என்பதில் கண்ணாக இருக்கிறேன்.

வெ.கோபால்-பட்டுக்கோட்டை.

கேள்வி : இந்து மதத்தின்பால் விழிப்புணர்ச்சியும், அதிகப் பற்றும் கொண்டவர்கள் இந்தியாவின் தென் பகுதியை விட, வட பகுதியில்தான் அதிகம் உள்ளதாக அறிகிறேன். அது பற்றித் தங்கள் கருத்து என்ன?

பதில் : மதத்தை அப்படியே கண்ணை மூடிக்கொண்டு உற்சாகமாகப் பின்பற்றுகிறவர்கள் வட பகுதியில் அதிகம்; வறட்டு விமர்சகர்கள் தென்பகுதியில் அதிகம். அதனால்தான் மதப்பிரச்சாரம் தென்பகுதிக்கே அதிகம் தேவைப்படுகிறது.

சு.சேர்மன்-ஆலடிப்பட்டி.

கேள்வி : திருமுருக கிருபானந்தவாரியார் ஒரு சமயச் சொற்பொழிவில் 'பாணிக்கிரகணம்' என்று குறிப்பிட்டார்கள். 'பாணிக்கிரகணம்' என்றால் என்ன?

பதில் : திருமணத்திற்கு, வடமொழியில் அந்தப் பெயர்.

அழ.சந்திரசேகரன்-சென்னை.

கேள்வி : பிராமணர்கள் மாரியம்மன் கோவிலுக்குப் போவதில்லையே, ஏன்?

பதில் : எல்லாரும் எல்லாக் கோவில்களுக்கும் போக வேண்டும் என்று விதி ஒன்று இல்லை. 'சாக்தம்' என்னும் சக்தி வணக்கத்தில் பிராமணர்களுக்கு நம்பிக்கை உண்டு. மீனாட்சி, காமாட்சியின் வடிவங்களில் ஒன்றே மாரியம்மன் என்று கருதப்படுகிறது. பக்குவப்படாத மக்களுக்கு மாரியம்மன் வணக்கம் சிறப்பாகத் தோன்றுகிறது. பக்குவப்பட்ட நிலையில் அவர்கள் மீனாட்சியை வணங்குகிறார்கள். காவிரியில் குளித்தாலென்ன, கொள்ளிடத்தில் குளித்தாலென்ன? இரண்டும் ஒரே தண்ணீர் தான்.

இரா.பார்த்திபன்-வயலூர்.

கேள்வி : தேசிய ஒருமைப்பாட்டிற்கும் சமய உணர்ச்சிக்கும் சம்பந்தம் உண்டா?

பதில் : சமய உணர்ச்சி ஒன்றுதான் தேசிய ஒருமைப்பாட்டுக்கு அடிப்படை. வடநாட்டுக்காரனை ராமேஸ்வரத்துக்கும், தென்நாட்டுக்காரனைக் காசிக்கும் தள்ளுவது அதுதான்.

டி.கே.விஸ்வநாதன்-சேலம்.

கேள்வி : ஹிந்து, முஸ்லிம், கிறிஸ்து ஆகிய மதங்களின் ஆலய கோபுரங்கள் வெவ்வேறு விதமாக இருக்கிறதெனினும், நமது ஹிந்து ஆலயங்களின் கோபுரங்கள் வடக்கில் ஒருவிதமாகவும், தெற்கில் மற்றொரு விதமாகவும் அமைந்திருக்கக் காரணம் என்ன?

பதில் : கோபுர நிர்மாணத்தில் சில சாத்திரங்கள் இந்துக்களுக்கு உண்டு. அதில் வட திசைக்கும், தென் திசைக்கும் மாறுபாடு உண்டு. எட்டாம் நூற்றாண்டுக்கு முன்புவரை பெரும்பாலும் கோபுரங்கள் ஒரே ரீதியில் இருந்தன. கற்கோவில் கட்டத் தொடங்கிய பின், காலத்திற்கேற்ப கற்பனைகள் வளர்ந்தன. சாத்திரங்களுக்குப் புறம்பாக அவரவர் ஆசைகளுக்கும், வசதிகளுக்கும் ஏற்ப அவை கட்டப்பட்டன. இந்து சாத்திரங்களில் கோபுர அமைப்பு எப்படிப்பட்டது என்பதை அறிய வேண்டும்

அர்த்தமுள்ள இந்துமதம் – கேள்வி – பதில்கள்

என்றால், தெற்கே தஞ்சைப் பிரகதீஸ்வரர் கோவிலையும், வடக்கே சோமநாதர் ஆலயத்தையும்தான் நீங்கள் ஒப்பிட்டுப் பார்க்க வேண்டும்.

அழ.பொன்னையா-மணப்பாறை.

கேள்வி : மாரியம்மன், காளியம்மன் கோவில் திருவிழாச் சமயங்களில் ஆடு, மாடு, கோழி இவற்றைப் பலியிடுகின்றார்களே, இது நியாயமா? இதை இறைவன் விரும்புகிறானா?

பதில் : இறைவன் விரும்புகிற காரியங்களை மட்டுமே மனிதன் செய்வதானால், முதலில் மனிதன் பொய் சொல்லக்கூடாது. பொய் சொல்லாமல் இருந்தால், அரசியல் கட்சிகள் நடத்துவது எப்படி? காட்டிலோ, வீட்டிலோ வெட்டுகின்ற ஆடு மாடுகளைக் கோவிலில் வெட்டுவதால் என்ன கெட்டுப் போய் விட்டது! ஏழாயிரம் வருஷகாலமாகப் புராண இதிகாசங்களில் மாமிசத்தை ஆகுதி செய்வதென்பது பழக்கமாக இருந்து வந்திருக்கிறது. ஒருவேளை நமது தலைமுறையினரைப் போல் அவர்கள் புத்திசாலிகளாக இல்லாமல் இருந்திருக்கலாம். உலகம் தோன்றிய காலத்திலிருந்து நம்முடைய இந்தத்தலைமுறைதானே அறிவுக் கொழுந்தாகக் காட்சியளிக்கிறது. முஸ்லீம்கள் கூட 'பிஸ்மில்லா' சொல்லித் தானே ஆடு வெட்டுகிறார்கள்-அது தெரியுமா, உங்களுக்கு?

எம்.பக்கிரிசாமி-கொரநாட்டுக் கருப்பூர்.

கேள்வி: குன்றுதோறும் குமரனின் குடியிருப்பு ஆறென ஆன்றோர்கள் கூறுகையில், தாங்கள் மட்டும் எவ்வாறு 'பத்துமலை குடிகொண்டு விட்டான்' என்று கூறியுள்ளீர்கள்? பழனியில் மட்டும்தானே பத்தினி இருவரையும் விட்டு விட்டுப் பாலகனாய்க் குடி கொண்டுள்ளான் குமரன்! தங்களின் கூற்றுப்படி எவ்வாறு பத்து மலையிலும் பத்தினி இருவரையும் விட்டுவிட்டுக் குடி கொண்டிருக்க முடியும்?

பதில் : 'பத்துமலை' என்ற வார்த்தையை நீங்கள் 'பத்து மலைகள்' என்று எடுத்துக்கொண்டு விட்டீர்கள். மலேசியாவில் 'பத்துமலை' என்ற பெயரில் ஒரு மலை இருக்கிறது. அந்த மலையில் ஒரு 'தண்டாயுதபாணி' கோவில் இருக்கிறது. அந்தக் கோவிலைப் பற்றிய பாட்டு அது.

பா. இராசகோபால்-மதுரவாயல்.

கேள்வி : அக்கால நம் முன்னோர்கள் கொண்ட நட்பிற்கும், இக்கால இளைய தலைமுறையினர் கொண்ட நட்பிற்கும் உள்ள வேறுபாடுகள் என்ன?

பதில் : பொதுப்படையாக வேறுபாடு கூற முடியாது. இரண்டு காலங்களிலும் பயன் கருதிய நட்பும், பயன் கருதா நட்பும் இருந்திருக்கின்றன.

அழ.பொன்னையா-மணப்பாறை.

கேள்வி : தங்கத்தை நிறுக்கத் துலாக்கோல் உண்டு; பாலை அளக்க வேண்டுமானால் படியுண்டு, துணியை அளக்க வேண்டுமானால் அதற்கும் ஒரு கோல் உண்டு. அதுபோல், ஒரு மனிதன் நல்லவனா தீயவனா என்று எப்படிக் கண்டுபிடிப்பது?

பதில் : அவன் நடத்தையில், பேச்சில், ஒருவனோடு ஒரு மணி நேரம் பேசினால், பெரும்பாலும் அவனுடைய குணம் முழுவதும் வெளிப்பட்டுவிடும். பேசாமல் கழுத்தறுப்பவர்களைத்தான் அடையாளம் கண்டுகொள்ள முடியாது.

எஸ்.எஸ்.மணி-திருவனந்தபுரம்.

கேள்வி : ஒருவன் மற்றவனுக்குத் தீங்கு செய்யும் போது, தீங்கு செய்தவன் தண்டனை பெறுவது நியாயம்தான். இருந்தாலும் இவன் தண்டனை பெறுவதால், தீங்கினால் பாதிக்கப்பட்டவனுக்கு என்ன லாபம்? பாதிக்கப்பட்டவன், பாதிக்கப்பட்டவன்தானே?

பதில் : வஞ்சம் தீர்த்தல், பழிவாங்குதல்-என்கிற அளவில் இந்த நியாயம் முடிந்து விடுகிறது. இழந்தவனுக்கு நஷ்ட ஈடும் தரப்படுமானால் நியாயம் முழுமை பெறும்.

திசையன்விளை முத்து-மதுரை.

கேள்வி : பண்பாடு என்றால் என்ன?

பதில் : அது ஒரு பகாப்பதம் என்றே நான் கருதுகிறேன். பகுத்துப் பார்க்கலாம். ஒழுங்காகப் பாடப்படுவது, 'பண்'; ஒழுங்கு முறை தவறாமல் இருப்பது 'பண்பாடு.'

கு.செல்வராஜ்-கோயமுத்தூர்.

கேள்வி : குறையையே அலசி ஆராய்கின்றனர். அதனால் எப்பொறுப்பையும் ஏற்காது ஒதுங்கியிருந்தால் 'பொறுப்பற்றவன்' என்கின்றனர். அதாவது முன்னால் சென்றால் முட்டலும், பின்னால் சென்றால் உதைத்தலுமான இந்நிலையைச் சமாளிப்பது எப்படி?

பதில் : உங்களை நீங்களே சந்தியுங்கள். அதன் பெயரே சுய தரிசனம். உங்களிடம் குறை இருந்தால் நீங்களே களைந்து கொள்ளுங்கள்; குணம் இருந்தால் வளர்த்துக் கொள்ளுங்கள். எந்தக் கழுதை, நம்மைப் பற்றி, என்ன பேசினால் என்ன?

ச.கருப்பையா-பூலாங்குறிச்சி.

கேள்வி: 'ஒற்றைக் கணையினை ஊன்றியே வைக்கவேணும்
கற்றோர்தம் கூற்றுக்குக் காரணத்தைச்-சற்றுச்
செவியாற என்றனது சிந்தையு மாறக்
கவியரசே கூறு கனிந்து.'

பதில் : ஒற்றைக் கணையைப் படுக்க வைத்தால், அதோடு வில்லாளியின் வீரம் முடிந்து விடுகிறது என்று பொருளாம். 'அவன் கடைசிக் கணையையும் கீழே போட்டு விட்டான்' என்று அர்த்தமாம்.

என்.தேவதாஸ்-குறிச்சி.

கேள்வி : 'அச்சங்கூதி அம்மானையிட்டு அக்காளை மீதேற்றி செம்புடுக்கை ஆட்டும் சிவ பெருமானே!' என்ற பாடலுக்கு விளக்கவுரை தருமாறு கேட்டுக்கொள்கிறேன்.

பதில் : 'அந்தச் சங்கை ஊதி, கையிலே அந்த மானை ஏந்தி, அந்தக் காளை மீது ஏறி, செம்பினால் ஆன உடுக்கையை ஆட்டும் சிவபெருமானே' என்பது பொருள்.

க.குமரேசன்-திருவாரூர்.

கேள்வி : தங்கள் உள்ளத்தால், உணர்வால், மொழியால் வணங்கி மகிழத்தக்கவர்கள் யார் யார்?

பதில் : மாதா, பிதா, குரு, தெய்வம்.

கீதாசாரியன்-காரைக்குடி.

கேள்வி : 'நல்ல காலம் பிறக்கும்' என்று எத்தனை காலம்தான் துன்பத்தை அனுபவித்துக்கொண்டு இருப்பது? துன்பத்திற்கும் ஓர் அளவு வேண்டாமா?

பதில் : உண்மைதான். துன்பங்களை நீண்ட காலம் அனுபவிக்க வேண்டும் என்ற விதி இருந்தால், நீங்களோ நானோ அதைத் தடுத்துவிட முடியுமா? ஒன்றைத் தடுக்க முடியாது என்னும் போது, நீண்ட காலத்துக்கு அதை ஏற்றுக்கொண்டு விடுவதுதான் ஒரே வழியல்லவா?

பா. இளையபெருமாள்-இராஜபாளையம்.

கேள்வி : பட்டினத்தாரின் பாடல்களைப் படித்த தங்களுக்குத் துறவியாக வேண்டுமென்ற மனநிலை உண்டாகவில்லையா?

பதில் : உண்டாகிறது. பட்டினத்தாருக்கு ஒரு மனைவி, சுவீகாரப்பிள்ளை. எனக்கோ போகின்ற பாதையெல்லாம்

வில்லங்கம். நான் குற்றாலத்துக்குப் போனால் ஜுரமடிக்கிறது; குளிக்க முடியவில்லை. கோவிலுக்குப் போனால் கை வலிக்கிறது; கும்பிட முடியவில்லை. பகவத்கீதையைப் படிக்காமல் சுயதர்மத்தைப் பற்றிச் சிந்திக்காமல் இருந்திருந்தால் நானும் பட்டினத்தாராகி இருப்பேன்.

மு.இராமு-நஞ்சன்கூடு.

கேள்வி: தமிழ்ப் பெருங்காப்பியங்கள், வேதாந்தம் போன்றவற்றிற்குச் சிறந்த முறையில், எளிய நடையில் விளக்கம் எழுதியிருக்கும் தாங்களே, 'தெளிவாகத் தெரிந்தாலே சித்தாந்தம், அது தெரியாமல் போனாலே வேதாந்தம்' என்று ஒரு திரைப்படத்துக்குப் பாடல் எழுதி இருக்கிறீர்களே, ஏன்? விரிவான விளக்கம் தேவை.

பதில் : மனம் காட்டும் முடிவு சித்தாந்தம்; வேதம் காட்டும் முடிவு வேதாந்தம். மனத்தின் மூலம் ஒரு முடிவு தெரியாமல் போகும்போதுதானே வேதத்தின் துணையை நாடுகிறோம். பொதுவுடைமை என்பது சித்தாந்தம், ஆன்மீகம் என்பது வேதாந்தம். உங்கள் மனது பொதுவுடைமையைப்பற்றித் தெளிவாகத் தெரிந்து கொள்ள முடியும். ஆன்மீகத்தைப் பற்றித் தெரிந்து கொள்ள வேதத்தைத்தானே நீங்கள் நாட முடியும்? சித்தாந்தம் பகல், வேதாந்தம் இரவு. இரவுக்கு மட்டும்தான் விளக்குத் தேவை.

வெ.லட்சுமிநாராயணன்-வடலூர்.

கேள்வி : கவிதை, கதை, பக்திக் கட்டுரை, இலக்கியக் கட்டுரை- இவற்றில் எதை எழுதுவதில் தாங்கள் அதிக ஆர்வம் காட்டுகிறீர்கள்?

பதில் : நான்கும் நான் விரும்பிப் பெறும் குழந்தைகள்தாம். ஒவ்வொரு தடவையும் கடைசியாகப் பெற்ற குழந்தைதான் எனக்குப் பிரியமாகத் தோற்றமளிக்கிறது.

எஸ்.கோபாலசாமி-திருமங்கலக்குடி.

கேள்வி : கனகதாராவைப் 'பொன்மழை'யாகப் பொழிந்தது போல், மகிஷாசுரமர்த்தினியைக் கவிமழையாக்கிப் (தமிழ்ப்பாடல்) பொழிந்தால் நலம் பெறுவோம். செய்வீரா...?

பதில் : உடலும், கடவுளும் ஒத்துழைத்தால் எல்லாவற்றையுமே கவிதையாக்குவேன்.

வெ.லட்சுமி நாராயணன்-வடலூர்.

கேள்வி : காஞ்சிப் பெரியவர்களைத் தாங்கள் சந்தித்து உரையாடியிருக்கிறீர்களா?

பதில் : அந்த ஞான தெய்வத்தை, நான் என் குடும்பத்தோடு சென்று 'தேனாம்பாக்கம்' கிராமத்தில் சிறு குடிலில் சந்தித்தேன். உரையாட வாய்ப்பில்லை. ஒளி வீசும் அந்த ஞானக்கண்கள் இன்னும் என் நெஞ்சைவிட்டு அகலவில்லை.

எம்.சம்பத்-வேலையுதம்பாளையம்.

கேள்வி : செல்வம் மட்டுமே மனித வாழ்வின் முழுமையான இன்பங்களைத் தரவல்லது என்பது என் நண்பனின் வாதம். அளவற்ற பொருளால் அமைதியான வாழ்வு கிட்டாது என்பது என் தரப்பு வாதம். தங்களின் தீர்ப்பு என்ன?

பதில் : எது எவ்வளவு இருந்தாலும், உடல் ஆரோக்கியமில்லை என்றால், எதுவுமே பயனில்லை. ஆரோக்கியம் இருந்தால், உலகத்திலுள்ள சகல இன்பங்களையும் கொண்டு வரக்கூடியது செல்வம் ஒன்றே.

அன்பாழி-பெரியமதியாக்கூடலூர்.

கேள்வி : 'நமது தேசத்தின் பண்பாடு தாய்மையில் இருந்தே துவங்குகின்றது. என 'ஸ்வர்ண சரஸ்வதி' நாவலில் கூறியுள்ளீர்கள். இதை ஆதாரங்களுடன் சற்று விவரிக்க முடியுமா?

பதில் : நீங்கள் எனது நூல்கள் அனைத்தையுமே படிக்கவில்லை என்று கருதுகிறேன். நான், எல்லா நூல்களிலும், இதையே வலியுறுத்தி இருக்கிறேன். சுவாமி விவேகானந்தரின் அமெரிக்க சொற்பொழிவுகளை ஆதாரமாகக் கொண்டு இதனை நான் அறுதியிட்டு உரைத்திருக்கிறேன். எனது 'அர்த்தமுள்ள இந்து மதம்' அனைத்து பாகங்களையும் படியுங்கள்.

கீதாசாரியன்-காரைக்குடி.

கேள்வி : பிறந்தவுடனேயே என் தாய், என் கழுத்தை நெரித்துப் போட்டிருந்தால், இந்த வேதனை இல்லையே என ஏங்கியதும் நீங்கள்தான்; சாவதற்கான துணிவைக் கொண்டு, ஏன் வாழக் கூடாது?' என்றதும் நீங்கள்தான்! ஏன் இந்த முரண்பாடு?

பதில் : வாழ்க்கையில் கஷ்டம் நேரும்போது அலுத்துப் போய்ச் சொல்லுகிற வார்த்தைகளைத் தத்துவமாகக் கொள்ளக்கூடாது. போகிற போக்கில், 'சனியன் செத்துத் தொலையலாம்' என்றுகூடச் சொல்வதுண்டு. இவையெல்லாம் பெருமூச்சுக்குப் பதிலாக

வருகின்ற வாக்கியங்கள். நான் முதலில் விட்டது பெருமூச்சு. உண்மையிலேயே சாக விரும்புகிறவர்களுக்குச் சொன்ன வார்த்தை, இரண்டாவது.

கேள்வி : உங்களால் பின்பற்ற முடியாத சில நல்வழிகளைத் தங்களுடைய நண்பர்களுக்குக் கூறி அதை அவர்கள் பின்பற்றுகிறார்களா?

பதில் : பின்பற்றுகிறார்கள். காரணம், அவர்களுக்கு வயதிருக்கிறது. தெளிவிருக்கிறது. இன்னும் எந்த வில்லங்கத்திலும் மாட்டிக்கொள்ளாத திறமையும் இருக்கிறது.

சு.சேர்மன்-ஆலடிப்பட்டி.

கேள்வி : தங்களது நிறுவனத்தின் (கீதா சமாஜம்) அடையாளமாக அமைந்திருக்கும் முத்திரையின் பொருள் என்ன?

பதில் : அது ஞானத்தின் அடையாளம்; தெக்ஷிணாமூர்த்தியின் கரத்தோற்றம். பற்றற்ற வாழ்க்கையில் பகவான் காட்சியளிப்பான் என்பதற்கு, ருத்திராட்சம்.

இரா.இலாபம் சிவசாமி-புங்கம்பட்டி.

கேள்வி : 'பொன்னுடன் பிறந்தேன்' பகுதியில் 'சாவை மகிழ்ச்சியோடு வரவேற்கும் என்னை விட்டு, சாகவே விரும்பாத அவரைக் கொண்டு போய் விட்டார். எனக் கூறும் தாங்கள் 'ஸ்ரீ கிருஷ்ண காந்தன் பாமாலை' ப் பகுதியில், 'கனிவுடைய வயதிலொரு எழுபது கொடுத்தென்னைக் காத்தருள் கிருஷ்ண காந்தா' என்றும், 'பதினது கதைபுகல, உடல் நிலையை நீ கொஞ்சம் பார்த்தருள் கிருஷ்ண காந்தா' என்றும், 'விவரமறியாத எனைப் பலவயது வாழவிடு விமலனே கிருஷ்ண காந்தா' என்றும், முரண்பாடாகக் கூறியிருப்பது ஏன்?

பதில் : நான் வயது கேட்கிறேன்; ஆரோக்கியத்தைக் கேட்கிறேன். ஆனால் மரணம் வந்து விடுமோ என்று அஞ்சுவதில்லை. நான் இறந்து விட நேர்ந்து விடும் என்று தோன்றும் போது, மரணத்தை மகிழ்ச்சியோடு ஏற்றுக்கொள்ளத் தயாராகி விடுவேன். சுருங்கச் சொன்னால் ஆரோக்கியமாக நடமாட விரும்புகிறேன்; சாவுக்குப் பயப்படவில்லை.

அ. பொன்னையா-மணப்பாறை.

கேள்வி : திருமணத்திற்கு முன்பு ஒவ்வொரு பெண்ணுக்கும் மாப்பிள்ளைக்கும் ஜாதகப் பொருத்தம் பார்க்கிறார்களே, இது நல்லதா? கெட்டதா? இந்த முறை தேவைதானா? இம்முறையை நீங்கள் ஆதரிக்கின்றீர்களா? எதிர்க்கின்றீர்களா?

அர்த்தமுள்ள இந்துமதம் – கேள்வி – பதில்கள்

பதில் : இதை நான் ஆதரிக்கிறேன். மாப்பிள்ளையும் மணப்பெண்ணும் ஒரே நட்சத்திரம், ராசியைச் சார்ந்தவர்களாக இருந்தால், கணவனுக்கு வருகின்ற அதே நோய்கள், மனைவிக்கும் வரும் என்பார்கள். இதை நான் கண்கூடாகக் கண்டிருக்கிறேன். கிரகங்களின் இடமாற்றம், ராசிகளின் பொருத்தம்-விஞ்ஞான ரீதியானது. பொருத்தம் பார்த்துச் செய்த திருமணங்களும் தோல்வியில் முடிகின்றன என்பதால், பொருத்தம் பார்ப்பதே தவறு என்று கூறிவிட முடியாது.

செல்விப் பிரியன்-போளூர்.

கேள்வி : 'சிந்தனை தொப்புளிலிருந்துதான் தோன்றுகிறது. அங்கிருந்து தான் மூளைக்குச் செல்கிறது; தொப்புளிலிருந்து சிந்தனை பிறப்பதால்தான் சிந்தனைவாதிகளுக்கு 'அல்சர்' என்ற நோய் உருவாகிறது' என்று பேராசிரியர் ஒருவர் கூறியதாக நண்பர் ஒருவர் கூறுகிறார். இது சரியா?

பதில் : இது நான் கேள்விப்படாத ஒன்று. அகால உணவும், அதிகமான பட்டினியுமே, 'அல்ச'ருக்கான காரணங்கள். திரு.ம.பொ.சி. போன்று சிறைச்சாலையில் உணவில்லாமல் அவதிப்பட்ட தியாகிகள் பலருக்கு, இந்த நோய் வந்திருக்கிறது. இப்போதெல்லாம் இந்த நோயைத் தடுப்பதற்கு, இரண்டு மணி நேரத்திற்கு ஒருமுறை ஏதாவது சாப்பிடும்படி டாக்டர்கள் போதிக்கிறார்கள். காலியான வயிற்றிலே வாயுவும், திரவமும் உற்பத்தியாகின்றன; அந்தத் திரவத்திற்குத் தீனி இல்லாததால், குடலைத் தின்கிறது. எனக்குத் தெரிய 'அல்சரு'க்கான காரணம் இதுதான்.

எஸ்.பூவேந்தரசு-பெரிய திருமங்கலம்.

கேள்வி : 'காந்தி, நீ பிறக்க வேண்டாம்' எனக் 'கல்கி'யில் நீங்கள் பாடியுள்ளது, உங்களது விரக்தியின் எல்லையைத்தான் காட்டுகிறது. இருந்தாலும் இந்த உலகம் உய்ய வழிதான் என்ன?

பதில் : ஒரு பிரளயம், கலியுகத்தின் முடிவு, சகல ஜீவன்களின் அழிவு-பிறகு புதிய உலகம் தோன்ற வேண்டும்; புதிய சிந்தனைகள் பிறக்க வேண்டும். இன்றைய உலகத்தைத் திருத்தக் காந்தி என்ன, இறைவனே வந்தாலும் முடியாது!

திசையன்விளை முத்து-மதுரை.

கேள்வி: நம் நாட்டு நாகரீகம் எங்கே போய்க் கொண்டிருக்கிறது?

பதில் : நம் நாடென்ன, உலகத்து நாகரீகமே ஆதிவாசிகளை நோக்கிப் போய்க்கொண்டிருக்கிறது. இன்னும் ஐம்பது ஆண்டுகளில்,

கண்ணதாசனின்

மனிதர்கள் ஆடைவாங்க வேண்டிய அவசியம் இருக்காது; ஆண்-பெண் சேர்க்கைக்குத் தனி அறை தேவைப்படாது; எது யார் பிள்ளை என்று தெரியாது. கலியுகத்தின் முடிவாகவே அது இருக்கும்.

அண்ணா அன்பழகன்-நாகப்பட்டினம்.

கேள்வி : குடும்பப் பெண், விபச்சாரி இருவரில் ஆண்களைக் காமத்தில் திருப்திப்படுத்தத் தகுதி படைத்தவள் யார்?

பதில் : படுக்கை அறையில், கணவனிடம் மட்டும் குடும்பப் பெண் வேசிபோல் நடந்து கொண்டால், வேசிகளுக்கே மரியாதை இல்லாமல் போய்விடும். இதனைத்தான் 'சயனேசு வேசியா' என்று குலமகளுக்குச் சொன்னது வடமொழி. ஆனால் வேசியின் வித்தைகள் குலமகளுக்குத் தெரியாதே என்பீர்கள்; சொல்லியும் தெரியாததா மன்மதக் கலை? சொல்லிக் கொடுங்கள்?

எம்.பாபு-ஈரோடு

கேள்வி : 'காம இச்சை கட்டுப்படுத்தப்பட வேண்டும் என்றும், பிரம்மச்சரியம் காக்கப்பட வேண்டும் என்றும், மாதம் ஓரிரு முறை உடலுறவு வைத்துக்கொள்வதே ஆரோக்கியத்துக்கு உகந்தது' என்றும், இவை நம் முன்னோர் வழி என்றும் கூறுகிறோம். ஆனால், அமெரிக்கா போன்ற மேலை நாடுகளில் விலைமாதர் உறவு, அந்நிய மாதர் உறவு அதிகம். கருத்தடைச் சாதனங்களைப் பயன்படுத்திக் குழந்தைப் பேற்றைத் தடுத்துக் கொள்கிறார்களே தவிர, இல்லற வாழ்க்கையில் உடலுறவுக்கு எந்தக் கட்டுப்பாடும் வைத்திருப்பதாகத் தெரியவில்லை. காம இன்பம் துய்ப்பதைச் சர்வ சாதாரணமாகக் கருதும் அவர்களுடைய உடல் வலிமை, ஆரோக்கியம் இவற்றில் நம்மவர்களுக்குப் பாதி அளவு கூட இல்லை என்றே நான் கருதுகிறேன். தங்களின் கருத்து என்ன?

பதில் : நீங்கள் தவறாகக் கணக்கிடுகிறீர்கள். மேல்நாட்டில் உடல் வலிமையுள்ள எந்த ஆடவனும், உடலுறவைக் குறைத்துக் கொண்டவனாகவேதான் இருக்கிறான். அதிக உறவு கொண்டதனால் நோயாளியானவர்களை நீங்கள் சந்தித்ததில்லை. ஆடுவது, பாடுவது, குடிப்பது, கூத்தாடுவது, முத்தமிடுவதுதான் அதிகமாக இருக்குமே தவிர, உடலுறவு குறைவாகவே இருக்கும். இல்லறவாசிகளைக் கேட்டால் விவரம் புரியும். தட்டுக்கெட்டுத் தடுமாறித் தெருத்தெருவாய் அலையும் 'ஹிப்பி'களை மட்டுமே நீங்கள் சந்தித்திருக்கிறீர்கள்.

கே.இளங்கோவன்-திருச்சி.

கேள்வி : 'அறிவுப் பசி அதிகம் உள்ளவர்கட்குக் காமத்தில் ஈடுபாடு அதிகமாக இருக்கும்' என்று மு.வ.கூறியுள்ளார். அவர் அப்படிக் கூறியுள்ளதற்கும், தாங்கள் ''காமம்தான் ஞானத்திற்கு முதற்படி'' என்று கூறுவதற்கும் ஏதேனும் சம்பந்தம் இருக்குமோ?

பதில் : அறிவாளிகள் என்பவர்களே, சற்றுக் காம இச்சை அதிகம் உள்ளவர்களாகத்தான் இருப்பார்கள். ஆனால், அதுவேறு, நான் சொன்னது வேறு. நிழலின் அருமை வெயிலிலேதான் தெரியும்; காமத்தில் அடிபட்டவனுக்குத்தான் ஞானத்தின் பெருமை தெரியும்.

வி.ஜி.காமராஜ்-பாலக்காடு.

கேள்வி : அக்கால விலைமகளை அடையாளம் காண முடிந்தது. அவர்களுக்கென்றே தனி இடமும் இருந்ததாக அறிகிறேன். இக்கால மகளிர் கற்புடையவர்கள்தானா என்று நம்ப முடியாமல் இருக்கிறதே! தங்களது 'மங்கையர் அங்க இலக்கணம்' மேலும் ஐயத்தை ஊட்டுகிறதே?

பதில் : தேவதாசி முறை ஒழிப்பு, இந்த நாட்டின் பண்பாட்டுக்கு ஏற்பட்ட பெரும் இழப்பு. ஒரு குறிப்பிட்ட பெண்கள் அப்படி இருந்ததால், மற்றவர்களைப் பிரித்தறிய முடிந்தது. அதனால் ஒரு ஜாதியே அப்படி இருக்க வேண்டும் என்று நான் சொல்லவில்லை. ஒன்பதாம் நூற்றாண்டில், சோமநாதபுரத்தில் இருந்தது போல், இஷ்டப்பட்டவர்கள் பொட்டுக்கட்டிக் கொள்ளலாம் என்று வைத்திருக்கலாம். உடல் அரிப்பெடுத்த காமுகர்கள், குடும்பப் பெண்களைக் கெடுக்காமல் இருக்க அது ஒன்றே வழி. தேவதாசி ஒழிப்புக்குப் பிறகு ஏராளமான குடும்பப் பெண்கள், மறைமுக விலைமாதர்களாகி விட்டார்கள். மதுவிலக்கு, கள்ளச் சாராயத்தை அதிகப்படுத்துவது போல், இதுவும் பெருத்து விட்டது.

எம்.ஏ.சேகர்-சென்னை-5

கேள்வி : சிறு வயதிலிருந்தே என்னைவிட அதிக வயதுள்ள பெண்கள் மீதுதான் எனக்கு நாட்டம் செல்கிறது. இது என்ன, மனக் கோளாறா? மாற்ற வழியுண்டா?

பதில் : காம உணர்வில் இது ஒருவகை நோய்; பலருக்கு இந்த நோய் உண்டு. ஆங்கிலத்தில் இதற்கு என்ன பெயர் என்று தெரியவில்லை. உள்ளத்தில் சற்று வயதான பெண்களைக் கண்டால் மட்டுமே திடீரென்று ஒரு கிளர்ச்சி ஏற்படும். உடற்கூற்று அமைப்பிலும், ஜன்ம நட்சத்திரத்திலும் இதற்கு ஏதோ காரணம் இருக்க வேண்டும்.

கண்ணதாசனின்

ப. தமிழ்வாணன்-சென்னை-32

கேள்வி : எனக்குப் பார்த்திருக்கும் பெண் கறுப்பு. கறுப்பாக உள்ள பெண்களைப்பற்றித் தங்கள் கருத்து என்ன?

பதில் : அவள் கறுப்பானவளாக இருந்தால் பரவாயில்லை; கற்புள்ளவளாக இருக்க வேண்டும். எனக்குத் தெரிந்தவரை கறுப்புப் பெண் சிரிக்கும் அழகு, சிவப்புப் பெண்ணின் முகத்தில் இல்லை.

ஆர்.கிட்டு-தூத்துக்குடி.

கேள்வி : மனிதனைச் சிறை வைக்கும் தத்துவத்திற்குப் பெயர்தானே ஒருவனுக்கு ஒருத்தி? வாழ்க்கை பூராவும் விரும்பியோ, விரும்பாமலோ ஒருத்தியோடுதான் வாழ வேண்டும் என்ற நிர்ப்பந்தம் ஒருவனுடைய புதிய சுவாரஸ்யங்களை அழித்து, அவனை மந்தப்படுத்தி விடுமல்லவா?

பதில் : புதிய சுவாரஸ்யங்கள் தினமும் வளர்ந்து கொண்டே போனால், குட்டிச்சுவருக்குள் கட்டியணைக்கும் ஆடு மாடு நிலைக்கு மனிதர்கள் போய் விடுவார்கள், இல்லையா? ஒன்றுக்கு ஒன்றுதான் ஆதாரமாக விளங்க முடியும். இல்லையென்றால் வாழ்க்கை சேதாரமாகி விடும். ஆனந்தம் இருக்காது.

பி.ரத்தினவேல்-தூத்துக்குடி.

கேள்வி : 'நடக்க மாட்டாதவன் சித்தப்பா வீட்டில் பெண் கேட்டானாம்' என்பது பழமொழியாகும். இதன்படி சித்தப்பா வீட்டில் பெண் எடுப்பது தவறல்லவா? எவ்வாறு இது நியாயமாகும்?

பதில் : சோம்பேறிகளின் சோம்பலைக் குறிக்க எழுந்த பழமொழி இது. 'தவறான காரியத்தைச் செய்தாவது சோம்பலிலேயே தூங்கு மூஞ்சியாக வாழ வேண்டும்' என்று அவர்கள் ஆசைப்படுகிறார்கள் என்பதைக் குறிக்கவே, இப்படியொரு பழமொழியைச் சொன்னார்கள். எங்கள் பக்கங்களில் வேறு மாதிரியாகவும் சொல்வார்கள். அதாவது, 'நடக்கச் சோம்பல் பட்டவன் அக்காளைக் கட்டிக் கொண்டானாம்!' என்று.

எம். ராஜேந்திரன்-லால்குடி.

கேள்வி : 'மனைவி அமைவதெல்லாம் இறைவன் கொடுத்த வரம்' என்கிறீர்கள். அப்படியானால் 'காதலி அமைவதெல்லாம்?'

பதில் : ஏன், மனைவியை நீங்கள் காதலிப்பதில்லையா?

அர்த்தமுள்ள இந்துமதம் – கேள்வி – பதில்கள்

ஆர்.முனுசாமி-சென்னை-1

கேள்வி : தர்மத்தின் இலக்கணம் என்ன? எவை தர்மம்?

பதில் : நூற்றுக்கணக்கான புத்தகங்களில் சொல்லப்பட வேண்டிய விஷயங்களை இங்கே எப்படிக் கூறுவது? ஒன்றை மட்டும் குறிப்பிடுவதானால், யாருக்கும் தீமை செய்யாமல், இருப்பதைப் பகிர்ந்து வாழ்வது தர்மம்.

எஸ்.புருஷோத்தமன்- வியாசர்பாடி.

கேள்வி : இந்த நாட்டில் சமத்துவம், சமதர்மம், சோஷலிஸம்- இந்தக் கொள்கைகளைப் பாரபட்சம் இல்லாமல் கடமையாற்றும் ஒருவர் 'எமன்' மட்டும்தான் என்று நினைக்கிறேன். அதனால் எமனைப் பாராட்டிக் கோவில் கட்டிச் சிலை வைக்க முடிவு செய்துள்ளோம். வைக்கலாமா, கூடாதா?

பதில் : 'இன்டர்நேஷனல் சோஷலிஸ்ட் லீடர்' எமதர்மன் ஒருவன்; தன் கொள்கையில் வழுவாதவனும் அவனே! இந்தியாவில் அவனுக்கு ஒரு கோவில் கட்டி ஒவ்வொரு வருஷமும் ஒரு அரசியல்வாதியைப் பலி கொடுக்க வேண்டும்! அவர்கள் இதுவரையிலே எருமைமாடு போல் நடந்து கொண்டிருக்க வேண்டும்! 'யார் யார் பலியாக வேண்டும்' என்று ஒரு பட்டியல் போடுங்கள், பார்க்கலாம்!

பாண்டியன்-திருவண்ணாமலை.

கேள்வி : மனித வாழ்க்கையில் படிப்படியான முன்னேற்றம் இருப்பது நல்லதா? அல்லது எந்த ஒரு அனுபவமோ, அறிவோ இல்லாமல், திடீரென்று ஒருவருக்கு வரும் முன்னேற்றம் நல்லதாகவோ, நிலையானதாகவோ இருக்க முடியும்?

பதில் : படிப்படியாக ஒருவன் ஏறாமல், குதித்து மாடியில் ஏறினால், குதித்தே இறங்க வேண்டியிருக்கும்.

தி.வே.சந்தானகிருட்டிணன்-திருச்சி.

கேள்வி : தங்கள் சொற்பொழிவினைச் சென்ற மாதம் (ஆகஸ்ட் 1977) ஆடி வெள்ளிக்கிழமையன்று விராலி மலையில் கேட்டேன். 'சமயத்தில் உதவும் சமயம்' அருமையான தலைப்பு. சொற்பொழிவின் போது, 'இனி எந்த இன்னல்களுக்கும் கலங்க மாட்டேன்; மனத்தைச் சமநிலையில் வைத்திருப்பேன்' என்றீர்கள். மறுநாள் காலை நாளிதழ்களில் தங்களின் அண்ணார் ஏ.எல்.எஸ். மறைவுச் செய்தி. அதற்கும் மறுநாள், 'கண்ணதாசன் அமரர் ஏ.எல்.எஸ். சடலத்தின் முன் கதறியழும் காட்சி' என்ற 'தினத்தந்தி'யில் படத்துடன் வெளிவந்த செய்தி. நமது அழுத்தமான

கண்ணதாசனின்

நல்ல எண்ணங்களைக் கூட, ஆணவத்தின்மீது சென்று விடாமல் இறைவன் காக்கிறான். இப்போது சொல்லுங்கள். 'அர்த்தமுள்ள இந்து மதத்தில்' மேற்கண்ட நிகழ்ச்சிகளிலிருந்து என்ன உண்மைகள் தீர்க்க தரிசனங்களாகத் தெரிகின்றன என்பதை விளக்க வேண்டுகிறேன்.

பதில் : 'நான் கற்றுக்கொண்டேன்; நான் பக்குவப்பட்டு விட்டேன்' என்று யார் எப்போது சொன்னாலும், அவன் அதற்கும் ஒரு பரீட்சை எழுதவேண்டும் என்று ஆண்டவன் விதி வைத்திருப்பது புரிகிறது. 29-ஆம் தேதி மாலை எட்டு மணிக்கு விராலிமலையில் இது எனக்குப் புரியவில்லை. ஆண்டவன் அந்த ஞானத்தைக் கொடுத்து விட்டதாகத் தான் நான் சொன்னேன். என்றாலும் அவன் அந்த ஞானத்தைச் சோதித்துப் பார்க்க எண்ணி 30-ஆம் தேதி அதிகாலை ஐந்து மணிக்குத் திருச்சி ஆனந்த் ஹோட்டலில் 'டெலிபோன்' வடிவில் மணியடித்தான். டெலிபோன் மணியோசை கேட்டவுடனேயே, என் அண்ணனின் மரணச் செய்தியைக் கேட்கும் முன்னேயே எனக்குப் பளிச்சென்று ஞாபகம் வந்தது, நீங்கள் குறிப்பிட்ட வார்த்தைகள்தான். விமானத்தில் புறப்பட்டு, வீடு வந்து சேரும்வரை, அழாமல்தான் இருந்தேன். ஆனால் சடலத்தைக் கண்டதும் நான் அழவில்லை; என் வடிவில் என் தாயின் வயிறு அழுதது.

சகோதரம்-சக உதரம்-ஒரே வயிறு அல்லவா!

எஸ்.கணேசன்-திருமங்கலம்.

கேள்வி : பிறருக்கு ஒரு துன்பம் ஏற்படும்போது அவர்களுக்கு ஆறுதல் கூறித்தேற்றும் நாம், அதே துன்பம் நமக்கு ஏற்படும்போது, அந்த ஆறுதலை நமக்கு நாமே கூறித் தேற்றிக் கொள்ள முடிவதில்லையே, ஏன்?

பதில் : உலகத்திலேயே தலை சிறந்த டாக்டருக்கு நோய் வந்தால், அவர் கூடத் தன் கையை, தன்னைவிடத் தாழ்ந்த டாக்டரிடம்தான் காட்டுகிறார். உலகத்துக்கே ஆறுதல் சொல்லக் கூடியவராக நீங்கள் இருந்தால், உங்களுக்குத் துன்பம் வரும்போது, உங்களால் அதைத் தீர்த்துக்கொள்ள முடியாது. ஆனால், உங்கள் வேலைக்காரனால்கூட அதைத் தீர்த்துவிட முடியும். அடுத்தவர் பிணத்தைத் தூக்கிச் செல்லும் தோள்கள், தன் பிணத்தைத் தூக்கிச் செல்ல முடிவதில்லை.

ஏ.செல்வராஜ்-கோயமுத்தூர்.

கேள்வி : இந்து மதத்தில் பல தெய்வங்களை வழிபடும் முறைகள் உள்ளன. ஆனால் இருப்பது ஓர் இறைவன்தானே! இதைப்பற்றித் தங்கள் கருத்து என்ன?

பதில் : இதற்கு நான் பதில் சொல்வதைவிட, பகவான் ராமகிருஷ்ணரை உங்களிடம் அனுப்புவது பொருந்தும். அவர் சொல்கிறார்: ''நீங்கள் ஒரே மனிதர்தானே. ஆனால் உங்கள் பெற்றோருக்குப் பிள்ளை; மனைவிக்குக் கணவன்; மக்களுக்குத் தகப்பன்; மருமகளுக்கு மாமன்; பேரன்மாருக்குப் பாட்டன்; வேலைக்காரனுக்கு முதலாளி-அடேயப்பா! உங்களுக்கே இத்தனை வடிவங்கள் இருக்கும்போது ஆண்டவனுக்கு இருக்கக் கூடாதா?'

ஆர்.பார்த்தசாரதி-சென்னை-14.

கேள்வி : அருணகிரியார் காமத்தை விட்டுவிட்டுத்தான் ஞானத்துக்கு வந்தாராம். நீங்கள் ஞானம் எழுதும் போதே காமமும் எழுதுகிறீர்களாமே! இது என்ன வியாபாரம் என்று ஒருவர் கேட்கிறாரே! உங்கள் பதில் என்ன?

பதில் : திருப்புகழ் ஒரு ஞான நூல். அதில் சரிபாதி காமம். 'காஞ்சிப் புராண'த்தில் பாதி காமம். காமம் கலவாத ஞானம் எது? ஞானத்துக்குக் காமம் முரண்பட்டதல்ல. இரண்டும் ஒரு வகை யோகம். சில குருடர்கள் 'தீப'த்தைக் கையில் வைத்துக் கொண்டே தெருவைத் தடவுகிறார்கள். நானென்ன செய்ய முடியும்?

ந.சௌந்தரராஜன்-சிங்காரப் பேட்டை.

கேள்வி : 'நதிமூலம்', 'ரிஷிமூலம்' என்கிறார்களே, அப்படியென்றால் என்ன?

பதில் : நதி பிறக்கின்ற இடத்தைப் பார்த்தால், 'இந்த நதியா இவ்வளவு பெரிதாக ஆயிற்று?' என்று தோன்றும். காரணம், அது கையகல இடத்தில் பிறக்கும். எவ்வளவோ சாக்கடைகள் கலந்த பின்புதான் அது பெரிய நதியாக மாறும். ரிஷிகளின் பிறப்பும் அப்படித்தான். தந்தை பெயர் தெரியாது பிறந்ததால்தான் பலபேர் ரிஷிகளாக ஆனார்கள் என்பது ஐதிகம்.

எஸ். பூவேந்தரசு-சின்னதாராபுரம்.

கேள்வி : 'மங்கல நாண்' என்பது சரியா? 'மங்கள நாண்' என்பது சரியா?

பதில் : 'மங்கலம்' என்பது நிரந்தரமானது. 'மங்களம்' என்பது முடிவாகப் பெறுவது. 'மங்கல நாண்' என்பதுதான் சரி. 'மாங்கல்யம்' என்பதும் அதன் தொடர்பானதே.

கும.இளங்கோ-திருச்சி.

கேள்வி : 'தந்தை ஒரு தவறு செய்தால், பிள்ளை அனுபவிக்க நேரிடும் என்பது விதி' என்கிறார்கள். ஆனால் அந்த விதியினை

ஆண்டவனின் துணை கொண்டு மாற்றி விடலாம் என்பதே எனது தாழ்மையான கருத்து. சிறு விளக்கத்தின் மூலம் இதைத் தெளிவாக்குங்கள்.

பதில் : பக்தியின் மூலமும், பூஜையின் மூலமும் பாவங்களுக்கான தண்டனை குறையும். ஆயுள் தண்டனைக் கைதி அப்பீல் செய்தால், அது ஆறு வருஷமாக ஆவதில்லையா? 'தவறை உணர்ந்தவன் மன்னிக்கப்படுகிறான்' என்பதுதானே இந்து மதச் சித்தாந்தம்.

ஜி.அண்ணாமலை-திருச்சி.

கேள்வி : ஒருவனை ஏமாற்றியவன், தான் சிறிது நேரம் அடையும் மகிழ்ச்சிக்கும், ஒருவனுக்கு உதவியவன் தான் கொள்ளும் மகிழ்ச்சிக்கும் உள்ள வேறுபாடு என்ன?

பதில் : முன்னது சீக்கிரம் மாறும்; பின்னது அவனது சடலம் எரியும் நெருப்பிலும் பிரகாசிக்கும்.

என்.சண்முகம்-கீழ்பெண்ணாத்தூர்.

கேள்வி : 'வரதட்சணை'க் கொடுமையை நீக்க இளைஞர்கள் எந்த வகையில் பாடுபட வேண்டும்?

பதில் : 'நான் வாங்க மாட்டேன்' என்று எல்லா இளைஞனும் சபதம் எடுத்தால் போதும்; அவனொன்றும் பாடுபட வேண்டாம்.

எஸ்.வி.இரணியல் கண்ணன்-பெங்களூர்.

கேள்வி : கற்புக்கரசி பிறந்த நாட்டில், விலைமாதர்கள் பெருகக் காரணம்?

பதில் . பாலிருக்கும் பசு மாட்டில்தான் ரோமமும் இருக்கிறது. கிளியோபாத்ராவின் வயிற்றிலேயும் மலம்தான் இருந்தது. எங்கும் நன்மையும் தீமையும் கலந்தே இருக்கும். நல்லது மட்டும் இருந்தால் அதற்கு மரியாதை கிடையாது. வெயில் இருந்தால்தான் நிழலருமை தெரியும். விலைமகளைப் பார்த்தால்தான் கற்பின் மகிமை புரியும்.

கேள்வி : அன்பு, காதல்,காமம்- இதற்கு விளக்கம் தருக.

பதில் : 'அன்பு' எந்தக் கட்டத்திலும் முடிவுறாமல் வளர்ந்து கொண்டே போவது, 'காதல்' தோல்வியடையக்கூடியது. 'காமம்' நிறைவேறி விட்டால் கசக்கக் கூடியது.

பொன்.ஜெயசிங்-விளாங்குறிச்சி.

கேள்வி : இந்து ஆலயங்களில் மிதியடி, சட்டை அணிந்து சென்று மூலஸ்தானத்தில் இறைவனை வணங்க அனுமதிக்கப்படுவதில்லை. கிறிஸ்தவ ஆலயங்களில் மிதியடி சட்டையுடன் சென்று

வணங்குகிறார்கள். அம்மாதிரியே இந்து ஆலயங்களிலும் சென்று வணங்கினால் என்ன குறைந்து விடும்?

பதில் : அப்படியே எனக்கும் தோன்றிற்று. செருப்புப் போட்டுக் கொண்டு போவதை ஒன்றும் ஆண்டவன் மறுப்பதில்லை. ஆனால் முதலாளிக்குத் தொழிலாளி காட்டுகிற மரியாதை அது ஒன்றுதானே! அவனை விட நாம் தாழ்ந்தவர்கள் என்பதை ஆலயத்திலாவது நினைத்துக்கொண்டால்தானே பக்தி உணர்ச்சி வளரும். இல்லையென்றால், ஆபீசரைப் பார்க்கப் போகின்ற குமாஸ்தா மாதிரியல்லவா, ஆலயத்துக்குப் போகத் தொடங்கி விடுவோம்.

கேள்வி : உயிரோடிருக்கும் மனிதர்களுக்கும் மாலை அணிவிக்கிறோம், இறைவனின் சிலைக்கும் மாலை அணிவிக்கிறோம். அப்படியானால் மனிதனுக்கும், இறைவனுக்கும் ஒரே மதிப்புத்தானா?

பதில் : இருவருக்கும் நாம் மரியாதை செலுத்துகிறோம். அதாவது சிருஷ்டிக்கும், சிருஷ்டி செய்தவனுக்கும். முதலில் மனிதனுக்கு மாலை அணிவிப்பது, 'இறைவா, உன்னால் படைக்கப்பட்டவனுக்கு நன்றி' என்பதாகும். இரண்டாவது, 'இறைவா, இவனை நீ படைத்ததற்கு நன்றி' என்பதாகும்.

என். சண்முகம்-கீழ்பெண்ணாத்தூர்.

கேள்வி : 'இல்லறமல்லது நல்லறமன்று' என்றும், 'சம்சார சாகரம் துக்கம்' என்றும், இரு வேறுபட்ட கருத்துகள் புலவர்களிடையே தோன்றக்காரணம் யாது? தங்கள் கருத்து என்ன?

பதில் : நல்ல குடும்பம் அமைந்தவன் முதல் பழமொழியையும், அல்லாதவன் இரண்டாவதையும் சொல்லித் தொலைத்தார்கள்.

கமலமணி-திருச்சி.

கேள்வி : 'சாவது உலக இயற்கை, சாவதற்கும் நீதி உண்டு' என ஒருமுறை நீங்களே பாடியுள்ளீர்கள். அந்த நீதி பற்றி விரிவான விளக்கம் தேவை. சாவு விதிப்படி நடந்தது என்று கூறுகிறோம். அப்படியெனில் கடவுள் எதற்கு? காப்பதற்குத்தானே கடவுள்? என் குடும்பத்தில் நீண்ட காலத்திற்குப் பிறகு ஒரு ஆண் குழந்தை பிறந்தது. 3½ வயது வரை வாழ்ந்து திடீரென இறந்தது. என் குடும்பத்தினர் அனைவரும் தெய்வபக்தி மிகுந்தவர்களே! ஒவ்வொருவர் உள்ளத்திலும் குழந்தை தீர்க்காயுசுடன் இருக்க வேண்டுமென வினாடிக்கு வினாடி வேண்டி வந்தோம். அந்தக் குழந்தை விதிப்படி இறந்ததெனில், இறைவன் எதற்கு? இறைவனால் உண்டாக்கப்பட்டதுதான் விதி என்றால் நம்பியவர்களை அவன் காக்காதது ஏன்? 'விதி, இறைவனை விட,

வலிமையுள்ளது' என்றுதானே இதற்குப் பொருள்? விவரமாக விளக்க வேண்டுகிறேன்.

பதில் : அண்மையில் என் சகோதரர் இறந்தபோது என் இளைய சகோதரி ஒரு ஒப்பாரி பாடினார். "அநியாயச் சாவுக்கு அடியெடுத்து வைத்த ஐயா நீதி இல்லாச் சாவுக்கு நீட்டிப் படுத்த ஐயா!" என்று. குறைந்த வயதுச் சாவு, 'அநியாயச் சாவு' என்று கவலையோடு சொல்லப்படுகிறது. ஆனால் விதி சில விஷயங்களைப் பிறப்பிலேயே நிர்ணயிக்கிறது. ஒரு பிறப்பில் ஐம்பத்தேழு வயதில் இறந்து போன ஒருவனது இறப்பு, தற்கொலையாகவோ, விபத்தாகவோ இருக்குமானால், அவனது விதியில் மிச்சம் இருந்த மூன்று ஆண்டு, அடுத்த பிறப்பாகத் தோன்றி மூன்றாவது ஆண்டு முடிந்து விடுகிறது. அதாவது அவன் வயது அறுபது என்று விதி இருக்குமானால், மூன்று ஆண்டுகளில் இறந்த குழந்தை அடுத்த பிறப்பு எடுக்கும்போது முழுவயதும் வாழ்கிறது. ஒரு பிறப்பில் தற்கொலை செய்து கொண்டவர்கள் மட்டுமே, அடுத்த பிறப்பில் அற்ப ஆயுளாக மடிகிறார்கள். சிருஷ்டி கர்த்தாவேதான் விதியை நிர்ணயிக்கிறான். விதியின் வலிமை இறைவனின் வலிமையே. உங்களுக்குப் பிறக்கும் அடுத்த குழந்தை அடித்துப் போட்டாலும் சாகாது.

சி.முருகேசன்-நாகர்கோவில்.

கேள்வி : 'இப்படித்தான் வாழ வேண்டும்' என்று வரையறுத்து வாழ்ந்து காட்டிய நமக்கும்-வழிகாட்டிய சில தமிழறிஞர்களை நாமே கண்டிருக்கிறோம். அவர்களிடமுள்ள அறிவுரைக்கெல்லாம் 'ருசித்துப் பார்த்த அனுபவங்கள்' உண்டென்று சொல்லுவதற்கில்லை. உங்கள் விளக்கமோ, 'செய்யக் கூடாததைச் செய்து கொண்டே, அதைச் செய்யாதே' என்று சொல்வது போலப் படுகிறது. ஒருவன் இமயத்தில் நின்று கொண்டு சொல்கிறான். மற்றொருவன் இடர்பாடுகளுக்கிடையில் நின்று கொண்டு சொல்கிறான். எதில் உண்மை காண்பது?

பதில் : செய்து பார்த்துத்தான் அனுபவப்பட வேண்டுமென்பதில்லை. கண்டு, கேட்டு அனுபவப்படுவது ஒன்றுண்டு. விலைமகளிடம் போய் மேக நோய் பெற்றவன், அதைச் சொல்வது ஒரு அனுபவம். அவனைப் பார்த்துப் பயந்தவன் சொல்வது ஒரு அனுபவம். கண்டு, கேட்டு அனுபவப்பட்டவர்கள், அவற்றின் தத்துவத்தைச் சொல்ல முடியும். விழுந்து எழுந்தவன்தான் விளக்கமாகச் சொல்ல முடியும். 'மது அருந்துவது தவறு' என்று காந்தி சொல்வதற்கும், நான் சொல்வதற்கும் வித்தியாசம் உண்டு. தத்துவரீதியாகக் காந்தியடிகளுக்குத் தெரியும். விளைவின் ஒவ்வொரு அங்குலமும்

எனக்குத்தான் தெரியும். ஆனால், எல்லாருமே செய்து அனுபவிக்க வேண்டும் என்று நான் சொல்ல வரவில்லை. செய்து அனுபவித்தவனைக் கேட்டு உணர்ந்தவன். அவனது வாய் மொழியைத் தன்னுடைய வாய்மொழியாகச் சொல்லி விடவும் முடியும்.

பட்டறி; கெட்டறி; இல்லையேல் பார்த்தறி; கேட்டறி.

செல்விப்பிரியன்-போளூர்.

கேள்வி : 'உப்பிட்டவரை உள்ளளவும் நினை' என்கிறார்கள். உப்பை வேண்டுமென்றே அதிகமாக இட்டவரை?

பதில் : 'உப்பு' என்பது உணவைக் குறிக்கும். உப்பில்லாமல் உணவு இல்லையல்லவா! 'உப்பில்லாப் பண்டம் குப்பையிலே' அல்லவா?

கேள்வி : துன்பம் வரும்போது மட்டும் துணைக்கு இறைவனை அழைக்கும் நாம், இன்பம் பெறும்போது, இறைவனை அழைக்காதது மட்டுமல்லாமல், நினைக்காததும் ஏனோ?

பதில் : இன்பம் வரும்போது நாம் எதை நினைக்கிறோம். இறைவனை நினைக்க! துன்பம் வரும்போது நாம் எதை நினைக்காமல் இருக்கிறோம், இறைவனை மறக்க! அப்பனையும் அம்மையையும் எப்போதுமா நினைக்கிறோம். ஆபத்து வரும்போதுதானே, 'அம்மா! அப்பா!' என்று கத்துகிறோம்.

ச. திருவேங்கடம்-திருநெல்வேலி.

கேள்வி : 'தாயற்ற அன்றே சீரற்றுப் போயிற்று' என்பதேன்?

பதில் : எல்லா வகையிலும் உதவக்கூடியவள் தாய் ஒருத்தியே. நம்மிடம் எதிர்பார்க்காதவள் தாய் ஒருத்தியே.

'கொண்டு வந்தால் தந்தை

கொண்டு வந்தாலும் வராவிட்டாலும் தாய்

சீர் கொண்டு வந்தால் சகோதரி

துயர் செய்வாள் பத்தினி

உயிர் காப்பான் தோழன்'

என்பது பழைய பழமொழி. தாய் இறந்தால் அறு சுவையும் போகிறது. ஆதரவும் போகிறது; நமக்காகத் தன் உயிரையும் சீர் கொடுக்கக்கூடிய ஒரே ஜீவனும் போய் விடுகிறது.

கண்ணதாசனின்

இரா.பி.இராமசுப்பு-திருநெல்வேலி.

கேள்வி : வெங்கடாசலபதி தமிழ்க் கடவுள்தானா?

பதில் : சுத்தமான தமிழ்க் கடவுள்; 'வெங்கடாசலம்' என்ற வார்த்தையை நீங்கள் ஆந்திராவில் பார்க்க முடியாது. 'வெங்கடேஸ்வரலு' என்பதைத்தான் பார்க்க முடியும். 'வட வேங்கடம் தென்குமரி ஆயிடைத் தமிழ் கூறு நல்லுலகம்' என்பது முன்னோர் மொழி. முதலில் 'திருப்பதி' 'திருமலை' என்ற பெயர்களே தமிழ்ப் பெயர்களல்லவா!

கே.பி.ஏ. ஜபருல்லாகான்-சிவகங்கை.

கேள்வி : 'கோவிலுக்குச் செல்லுவதால் ஒருவனைப் பக்திமான்' என்றும், 'கோவிலுக்குச் செல்லாத ஒருவனை நாத்திகன்' என்றும் சிலர் முடிவு செய்து விடுகிறார்களே, இதைப் பற்றித் தங்கள் கருத்தென்ன?

பதில்: முடிவு செய்கிறவன் முட்டாள். இறைவன் உள்ளத்துக்குள்ளே இருக்கிறான். தாயைக் கும்பிடு; ஒழுங்காக இரு; நீ கோவிலுக்குப் போக வேண்டியதில்லை.

கீதாசாரியன்-காரைக்குடி.

கேள்வி : மற்றவர்களைப் பாதிக்காத, வருத்தமடையச் செய்யாத, தனிப்பட்ட பாவங்கள் பாவங்களா?

பதில் : யாரையும் பாதிக்காத எதுவும் பாவமே அல்ல. அவை நமக்கு நாமே விளைவித்துக் கொள்ளும் இடர்பாடுகள், அவ்வளவுதான்.

வி.கௌசல்யாமணாளன்-திருவையாறு.

கேள்வி : துறவியான திருத்தக்க தேவரால் எப்படிச் 'சீவக சிந்தாமணி'யில் காமச் சுவையைப் பாட முடிந்தது?

பதில் : இளங்கோவையும் பார்த்து இதே கேள்வியைக் கேட்கலாம். 'இப்படி வாழ்பவர்கள்தான் இப்படிக் கற்பனை செய்யலாம்' என்று கற்பனைக்கு விதி ஒன்றுமில்லையே! காதல் களியாட்டங்களில் மூழ்கித் திளைத்த நான், அப்பழுக்கற்ற துறவியான ஆதிசங்கரரைப் பற்றி ஒரு காவியம் எழுதிக் கொண்டிருக்கிறேனே!

கேள்வி : தெய்வத்திற்கு வடமொழியில் அர்ச்சனை செய்வதை நீங்கள் விரும்புகிறீர்களா? அல்லது தமிழில் செய்வதை விரும்புகிறீர்களா?

பதில் : இரண்டு மொழியும் ஒலிக்கட்டுமே! தெய்வம் எந்த மொழியையும் வெறுப்பதில்லையே! அர்ச்சகர் வடமொழி

அர்த்தமுள்ள இந்துமதம் – கேள்வி – பதில்கள்

கூறிவிட்டு, ஓதுவார் தேவாரம் பாடத் துவங்கும்போது எவ்வளவு சுகமாக இருக்கிறது, தெரியுமா?

கேள்வி : 'மந்திரமாவது நீறு...' என்று ஞானசம்பந்தர் பாடியுள்ளாரே. அதற்குத் தாங்கள் தரும் விளக்கம்?

பதில் : திருநீற்றின் பெருமையை அப்படி அவர் அடுக்குகிறார். அது பக்குவமற்றவர்களுக்கு மட்டுமே எழுதப்பட்ட பாட்டு. 'ஆண்டவனுடைய மூல மந்திரமே அதுதான்' என்பது கருத்து.

'முத்துமோகனா'-போளூர்.

கேள்வி : உங்களுக்குச் சகுனம் பார்க்கும் பழக்கம் உண்டா?

பதில் : நன்றாக உண்டு. ஒவ்வொரு சகுனமும் கச்சிதமாகப் பலிக்கிறது. வீட்டை விட்டுப் புறப்படும்போது எதிர்ப்படும் நிகழ்ச்சியைப் பார்த்து 'காரியம் நடக்கும்; அல்லது நடக்காது' என்று நான் முடிவு கட்டிவிடுவேன். நான் நினைத்தபடியேதான் நடக்கும்.

இரா.ரெங்கசாமி-இராயப்பன்பட்டி.

கேள்வி : உலகில் நடக்கும் நிகழ்ச்சிகள் ஒரு நாடகமாகவே எனக்குத் தோன்றுகிறது. என் அதிகாரிகளிடம் கூட இத்தகைய நாடகங்களைக் கண்டு சிரிக்கிறேன். அதனால் இந்த உலகத்திற்கு ஏற்றபடி நடிக்கத் தெரியவில்லை. நான் முன்னேறுவேனா?

பதில் : நீங்கள் முன்னேறுவது கடினம். உலகம் கழுதைக்கறி சாப்பிட்டால் நாமும் சாப்பிட்டுத்தான் பசியைத் தீர்த்துக் கொள்ள வேண்டும். முன்னேற விரும்புகிறவன், சமயங்களில் முட்டாள்களையும் பின் தொடர வேண்டியிருக்கும்.

மு. இமயவரம்பன்- சென்னை-13

கேள்வி : 'சுந்தரமூர்த்தி நாயனார் அவர்கள் காஞ்சிபுரத்திலுள்ள ஏகாம்பரநாதர் கோவிலை வழிபட்டுக் கண்ணொளி பெற்றார்' என்று புராணம் கூறுகிறது. அது உண்மையாக இருக்குமானால், யாரும் டாக்டருக்குப் படிக்க வேண்டிய அவசியமில்லையே! பார்வையிழந்த பலரும் செலவில்லாமல் அக்கோவிலை வணங்கியே பார்வை பெறலாமே! அது மட்டுமா? அகத்திய முனிவர், சிவபெருமான் திருமணத்தின் போது, தென்திசை சென்று, உலகைச் சமன் செய்தாராம். இப்படிப்பட்ட, விஞ்ஞானத்திற்குப் புறம்பானவற்றைக் கூறி ஏமாற்றும் புராணத்தை, விஷயமறிந்த நீங்களே நம்பிக் கொண்டிருப்பதால்தான் நாடும் முன்னேறவில்லை; மக்களின் பகுத்தறிவும் வளரவில்லை. நீங்கள் எழுதிய 'கவலை

இல்லாத மனிதன்' படத்தில் வரும், ''நான் தெய்வமா? இல்லை நீ தெய்வமா?'' என்ற பாடலை மீண்டும் ஒருமுறை நினைவுபடுத்திப் பாருங்கள். மனமாற்றம் ஏற்படுகிறதா, கூறுங்கள்?

பதில் : பழத்தைப் பார்க்கும் போது அதிலுள்ள சுளையையும், சுவையையும் கவனிக்க வேண்டுமே தவிர, தோலையும் கொட்டையையுமே கவனிக்கக் கூடாது. காக்கை வடை திருடிய கதை போல, குழந்தைக் கதைகள் ஏராளமாக இருக்கின்றன. வயது வந்தும், அறிவு வராதவனின் ஞானக் கண்ணைத் திறக்கவே இந்தக் கதைகள். தொண்ணூறு வயதுவரை அறிவு வராமல் செத்துப் போனவர்கள் இருக்கிறார்கள் என்றாலும், லட்சக்கணக்கானவர்களை இந்தக் கதைகள் திருத்தி இருக்கின்றன. 'நான் தெய்வமா? என்ற பாடல், நான் தி.மு.க.வில் இருந்த போது எழுதியது. கோவணம் கட்டாத வயதை இப்போது நினைத்துப் பார்க்காதீர்கள்!

எம்.சம்பத்-வேலாயுதம்பாளையம்.

கேள்வி : மண்ணாசை, பெண்ணாசை, பொன்னாசை என மூவாசைகளில் மயங்கி, அறியாமைக் கடலில் ஆழ்ந்து கிடக்கின்ற மனிதர்களுக்கு, நல்வழி காட்டி, ஞானக்கரை சேர்க்கும் நல்ல கருத்துகளைத் தாங்கிய புராணங்களும், காவியங்களும் அளவுக்கதிமான காதல் வர்ணனைகளைத் தாங்கியிருப்பது ஒன்றுக்கொன்று முரண்பட்டதல்லவா?

பதில் : அது முரண்பாடல்ல. நான் ஏற்கனவே பல முறை கூறியிருக்கிறேன். காமமும் ஞானமும் முரண்பட்டவையல்ல என்று. அண்மையில் 'கல்கண்டு' பத்திரிகைக்கு அளித்த பேட்டியிலும் அதையே கூறியிருக்கிறேன். 'இதயம் பேசுகிறது' பத்திரிகையிலும் அதையே எழுதியிருக்கிறேன்.

கேள்வி : மரணம் நிகழ்ந்த இல்லங்களில் சாதாரணமாகக் காணப்படும் 'கை நீட்டும்' சடங்கின் உட்பொருள் என்ன?

பதில் : 'உங்கள் துக்கத்தில் எனக்குப் பங்கு கொடுங்கள்' என்பது அந்த சாடை. துன்பங்களைப் பகிர்ந்து கொள்ளும் சமுதாய வாழ்க்கைக்கு அது ஒரு உதாரணம்.

கேள்வி : உடலுணர்வுகளுக்கு அப்பாலும், அன்பு மயமானதோர் உலகம் இருப்பதனை உணர்த்தும் உன்னதமான காதலன்பை இன்றைய உலகம் காண முடிவதில்லையே ஏன்?

பதில் : வாழ்க்கை பரபரப்பாகி விட்டது. சுற்றுச் சூழ்நிலைகள் வெற்றுக் காம உணர்ச்சிகளையே பிரதிபலிக்கின்றன. நவீன உலகத்தில் ஆன்மாவை உடம்பு வென்று விட்டது. உடம்புக்குள்

ஆன்மா இருப்பதே மனிதனுக்கு மறந்து போய்விட்டதால், புனிதமான காதல் போய்க் காமம் தலைதூக்கி நிற்கிறது.

கோ.பெ.கர்ணன்-நீலகிரி.

கேள்வி : சுவாமி ஐயப்பன் படங்களில், ஐயப்பனின் முழங்காலைச் சுற்றிக் கயிறு போல் வரைந்திருக்கிறார்களே, அதற்குத் தத்துவ ரீதியான ஏதாவது பொருள் உண்டா?

பதில் : நான் நினைக்கிறேன், கால்களை விரித்து உட்கார்வது 'ஆசைநிலை' என்றும், அதைக் கட்டுப்படுத்துவதே 'யோக நிலை' என்றும் முன்னோர் வகுத்திருப்பார்கள் போலிருக்கிறது. ஐயப்பன் கட்டுப்படுத்துவதைக் கட்டிப் போட்டுக் காட்டி இருக்கிறார்கள், அவ்வளவுதான்.

ஆர்.முனுசாமி-சென்னை-1

கேள்வி : தீயவை என்று தெரிந்தும், தீயவை மீது மனிதன் ஆசை கொள்கிறானே, ஏனோ?

பதில் : எல்லாவற்றையும் பாகுபடுத்தத் தெரிந்து விட்டால், அவன் மனிதனல்ல, ஞானி. நோய் வரும் என்று தெரிந்தும், வாய் ருசியைத் தேடுகிறோம், அல்லவா? ஏன்? ஆசை நன்மை-தீமைகளைப் பார்ப்பதில்லை.

கேள்வி : தாயின் அன்பு, இறைவனின் அன்பை விட உயர்வானது என்கிறேன்!

பதில் : அதனால்தான் மாதா, பிதா, குரு, தெய்வம் என்று மாதாவுக்கு முதலிடம் கொடுத்தார்கள்.

'முத்து மோகனா'-போளூர்.

கேள்வி : சிலந்திகள் பின்னும் வலையில் சிலந்திகள் ஏன் சிக்குவதில்லை?

பதில் : தான் சிக்காதபடி வலை பின்னத் தெரிந்தது சிலந்தி மட்டுமே! பிறருக்குக் குழி பறிக்கும் மனிதருக்குக் கூடத் தெரிவதில்லை; சமயங்களில் அவனே விழுந்து விடுகிறான்.

அழ.பொன்னையா-மணப்பாறை.

கேள்வி : 'சாந்தி முகூர்த்தம்' என்ற வார்த்தைக்குச் சரியான விளக்கம் கொடுக்க வேண்டுகிறேன்.

பதில் : ஏற்கனவே எனது நூலில் கூறியிருப்பதாக நினைக்கிறேன். காம வயப்பட்டு நின்ற இரண்டு உடல்களும், உள்ளங்களும் அன்று

சாந்தியடைகின்றன; அதுதான். 'சாந்தி முகூர்த்தம்'. அறுபதாம் ஆண்டு சஷ்டியப்த பூர்த்தியையும் 'சாந்தி முகூர்த்தம்' என்றுதான் அழைப்பார்கள். அது, எல்லா வகையான வாழ்க்கையையும் வாழ்ந்து விட்டோம் என்றடையும் 'சாந்தி'. அந்நாளில் அறுபது வயது பெரிதாக இருந்தது. இந்நாளில் எண்பது வயதில் கூட ஒருவன் 'சாந்தி' அடைவதில்லை.

ச. திருவேங்கடம்-திருநெல்வேலி.

கேள்வி : தங்கள் துன்பங்களிலிருந்து விடுதலையில் (அர்த்தமுள்ள இந்து மதம் 4-ஆம் பாகம்) 'கடனும் வாங்காதே, கடனும் கொடுக்காதே' என்று பழமொழி உண்டு என்று குறிப்பிட்டிருப்பது புதிதாக இருக்கிறது. 'கடன் வாங்கிக் கடன் கொடுத்தவனும், மரமேறிக் கைவிட்டவனும் விளங்கமாட்டான்' என்று சொல்வதைக் கேள்விப்பட்டிருக்கிறேன். தாங்கள் சொல்வது போல் பழமொழி உண்டென்றால், அதற்கான விளக்கம் என்னவோ?

பதில் : இது தனிமனிதனுக்கு மட்டும் பொருந்தும். 'திருப்பிக் கொடுக்கச் சக்தியில்லாத நிலையில் கடன் வாங்காதே; திருப்பிக் கொடுக்கச் சக்தியில்லாதவனுக்குக் கடன் கொடுக்காதே!' இதுதான் இதன் பொருள். சம்பாதிக்கின்ற தகுதியைப் பொறுத்தே இரண்டும் நடைபெற வேண்டும். இதைத்தவிர, தொழிலில் ஈடுபடும் எவனும் கடன் வாங்காமல் முடியாது. அரசாங்கங்களே கடன் வாங்குகின்றன. சுண்டைக்காய் ஸ்வீடன் இந்தியாவுக்குக் கடன் கொடுத்திருப்பதை 'வஜா' செய்திருப்பதைக் கவனித்தீர்களா?

மு.இமயவரம்பன்-சென்னை-13

கேள்வி : புராணங்களில் வரும் நிகழ்ச்சிகள் எல்லாம் கற்பனைக்கே ஒவ்வாததாகவும், பகுத்தறிவிற்கும் விஞ்ஞானத்திற்கும் புறம்பாகவும் உள்ளதே. அப்படியிருக்கும்போது அதன் தலைவன் தலைவியை எப்படித் தெய்வங்களாக நம்பி வழிபட முடியும்?

பதில் : கோவில் கட்டிய வேங்கடப்ப நாயக்கருக்குப் பிறந்த பிள்ளை ராமசாமி நாயக்கர், நாத்திகரானார். என் பகுத்தறிவுக்கு இது விளங்கவில்லை. ஒன்றுக்கொன்று மாறுபடுவதோ, அதீதமானதோ, 'மாஜிக்'போல நடைபெறும் நிகழ்ச்சியோ, பால வயதிலிருந்து மனிதனை ஒழுங்குபடுத்தக் காட்டப்பட்டதே தவிர, அவற்றுக்குள்ளே விஞ்ஞான ரீதியான தத்துவங்கள் உண்டு. ஒவ்வொரு கதையிலும் அதீத நிலையை இயற்கை நிலைக்குக் கொண்டு வந்து பார்க்க வேண்டும். எழுத்தறியாதவர்களுக்கு அதீதம். படித்தவர்கள் இயற்கை உணர்வோடு அதைக் காண

வேண்டும். படிப்பறிவில்லாதவன் கோவில் சிலையை நாடினால், படித்தவன் மனத்துக்குள்ளேயே பரமனைக் காண முடியும், அல்லவா!

கேள்வி : நீங்கள், உங்கள் வாழ்வில் பெற்ற அனுபவங்களை வெளிப்படையாகத் தைரியமாகச் சொல்வதை, உங்கள் சொந்த மகன்களே கடைப்பிடித்தால் என்னாவது? அதற்குத் தாங்கள் அனுமதிக்கிறீர்களா?

பதில் : கெட்டுத்தான் ஒருவன் மீள வேண்டும் என்று வந்தால், அதிலே என் மகனுக்கு மட்டும் என்ன விதி விலக்கு? முன்னால் போகிற யானை குழியில் விழுவதைப் பார்த்துப் பின்னால் வருகிற குட்டி 'சுதாரித்து'க் கொள்ளுமே தவிர, தானும் விழாது என்ற நம்பிக்கை எனக்குண்டு.

வ.கோவிந்தராஜுலு-சென்னை-28

கேள்வி : உடலிலிருந்து உயிர் பிரிந்து (ஆன்மா) அது வேறு ஒரு புது உடலில் புகுந்து விடுகிறது. 'ஆன்மா அழிவதில்லை; மறுபடியும் பூமியில் வந்து பிறக்கிறது' என்று 'அர்த்தமுள்ள இந்து மத'த்தில் தாங்கள் குறிப்பிட்டுள்ளீர்கள். எனவே, இறந்து போன நமது மூதாதையர்களுக்குத் 'திதி' போன்ற சடங்குகள் தேவையற்றவைதானே? விளக்க வேண்டுகிறேன்.

பதில் : அமைதி இல்லாமல் பிரிந்து போன ஆன்மாக்கள் சாந்தியடையவே திதி. அவை மீண்டும் எங்கே, எப்போது பிறக்கின்றன என்று தெரியாத காரணத்தால், இந்தத் திதி தொடர்ந்து செய்யப்படுகின்றது. சில ஆன்மாக்கள் சீக்கிரம் பிறக்கலாம். சிலவோ நூற்றுக்கணக்கான ஆண்டுகள் அலைந்த பிற்பாடு மறுபடி பிறக்கலாம். ஆகவே, ஆன்ம சாந்திக்கான திதி, மக்களின் ஆயுட்காலம் வரை தொடர வேண்டியதுதானே!

திசையன்விளை முத்து-மதுரை

கேள்வி : இந்தியாவிலுள்ள கோவில்களில் பணக்காரக் கோவில் எது?

பதில் : சந்தேகத்துக்கு இடமில்லாமல், திருப்பதி-திருமலை.

திருச்சி கமலமணி-திருச்சி.

கேள்வி : 'பிறவிக் குணம், அதை மாற்ற முடியுமா?' என்று சொல்கிறோம். இது பற்றி விளக்கம் தேவை?

பதில் : வடமொழியில் இதனை, 'ஸ்வபாவம்' என்பார்கள். 'சொற்புத்தி ஆயிரம் கேட்பினும் தன் புத்தி கூட வரும்.'

கண்ணதாசனின்

*'நுண்ணிய நூல்பல கற்பினும் மற்றும்தன்
உண்மை அறிவே மிகும்.'*

என்றான் வள்ளுவன். அதன் பெயரே சுபாவம்.

இரா. முத்தன்-சென்னை-19.

கேள்வி : 'ஞானம்' என்பது 'சூன்யம்' என்று பெரியோர்கள் விளக்கம் தருகிறார்கள். இருந்தும் விஞ்ஞானம், மெய்ஞ்ஞானம், அஞ்ஞானம் என்றும் விரித்துக் கூறுகிறார்கள். இதன் உட்பொருள் என்ன?

பதில் : ஞானம், சூன்யம், விஞ்ஞானம், சூன்யத்திலிருந்து இயற்கை அனுபவங்களைப் பெறுவது, மெய்ஞ்ஞானம், சூன்யத்திலிருந்து தெய்வீக அனுபவங்களைப் பெறுவது, அஞ்ஞானம், சூன்யத்தில் தானும் ஒரு சூன்யம் ஆகி விடுகிறது.

கி.மனோகரன்-பொள்ளாச்சி.

கேள்வி : கிராமப்புறங்களில், 'பேய் பிடித்தல்' என்று கூறுகிறார்களே, அது உண்மையா? அதுவும் கிராமப்புறப் பெண்களை மட்டும் பிடிப்பது ஏன்? இதற்கு நமது நூல்களில் ஏதேனும் சான்று உள்ளதா?

பதில் : கிராமப்புறங்களில் பேய் பிடிப்பதை உணருகிறார்கள்; நகரங்களில் அதை உணராமலேயே, பேயாகத் திரிகிறார்கள்! கிராமத்துப் பேய் தன்னைத் தானே வருத்திக்கொள்கிறது, நகரத்துப் பேய் மற்றவர்களை வருத்துகிறது. சாந்தியடையாத ஆன்மா, இன்னொருவர் மீது ஆவேசமாக வருவதே பேய் பிடித்தல் என்பது. இதற்கு நூற்றுக்கணக்கான சான்றுகள் உண்டு.

ச.சீனிவாச கோபாலன்-கும்பகோணம்.

கேள்வி : 'தர்மம் அழிந்ததால், கம்யூனிசம் ஏற்பட்டது' என்கிறார்களே, இது சரியா?

பதில் : எப்பொழுதுமே ஒன்றை அழித்துக்கொண்டு இன்னொன்று வரும்போது, அழித்தது தன்னைத் தர்மம் என்று கூறிக்கொள்கிறது. தனி மனிதன் மனதில் இரக்கம் இல்லாமற் போனதால், கம்யூனிசம் உருவெடுத்தது. ஆகவே, இரக்கமற்ற மனிதன் தர்மத்தை அழித்தான்; அந்த தர்மத்தை உருவாக்க எழுந்த கம்யூனிசம் வேறு வகையான தர்மங்களை அழித்து விட்டது.

எஸ்.பூவேந்தரசு-பெரியமதியாக் கூடலூர்.

கேள்வி : ''ஒவ்வொரு தீமையிலும் 'தான்' உணரப்பட வேண்டும் என்பதே இறைவனின் நோக்கம் 'எனத் தாங்கள்

அர்த்தமுள்ள இந்துமதம் – கேள்வி – பதில்கள்

கூறியிருப்பது (பிப்ரவரி 1978 இதழ்) இறைவனாகப்பட்டவன், 'வடிகட்டிய சுயநலக்காரன்' என்ற எண்ணத்தையல்லவா தோற்றுவிக்கிறது?

பதில் : நல்லது. எனது குழந்தை எனக்கு விசுவாசம் இல்லாமற் போனால், நான் என்ன நினைப்பேன்? அது விசுவாசமாக இருப்பதற்கான நடவடிக்கைகளைத்தானே மேற்கொள்வேன்? இறைவனும், அப்படியே! 'தன்னை மறந்தவன், நல்ல தன்மைகளை இழந்து விடுகிறான்' என்பதால், 'அவன் தன்னை நினைத்துக் கொண்டே இருக்க வேண்டும்' என்று இறைவன் விரும்புகிறான். அதனால்தான் தீமைகளைத் தோற்றுவிக்கிறான். இதிலே இறைவனுக்கு லாபம் இல்லை; மனிதனுக்கே லாபம்.

கேள்வி : முட்டாளைப் புத்திசாலியாக்கவும், புத்திசாலியை முட்டாளாக்கவும் வல்லது காமம் ஒன்றுதானே? இந்தச் சக்தி, ஞானத்திற்கு உண்டா?

பதில் : முட்டாள் புத்திசாலியானால், ஞானத்துக்கு வருகிறான்; புத்திசாலி முட்டாளாகும்போது, காமத்துக்கு வருகிறான். மனிதர்கள் 'ரஜோ' குணத்திலிருந்து 'தமோ' குணத்துக்கும், 'தமோ' குணத்திலிருந்து 'ரஜோ' குணத்துக்கும் மாறி மாறித் தள்ளப்படுகிறார்கள்.

எம்.சம்பத்-வேலாயுதம்பாளையம்.

கேள்வி : முன்னோர்கள் உருவாக்கி வைத்த அழியாப்புகழ் பெற்ற கலைச்சின்னங்கள், அறிவை வளர்க்கும் அற்புதக் காவியங்கள் இவற்றோடு ஒப்பிட்டு நோக்கும் போது, மாறி வரும் காலத்திற்கு ஒவ்வாத அனாவசியச் சம்பிரதாயங்களை அவர்கள் உருவாக்கி வைத்திருக்கிறார்களோ என்று எண்ணத் தோன்றுகிறது. தங்கள் கருத்து…?

பதில் : சில சம்பிரதாயங்கள் காலத்துக்கு ஒவ்வாதவையாக இருக்கலாம். இந்த இந்தச் சம்பிரதாயங்கள் என்று தாங்கள் குறிப்பிட்டுக் கேட்டிருந்தால், எனக்குப் புரியும். எல்லாமே தவறானவை, தேவையற்றவை என்று நான் கருதவில்லை.

கேள்வி : ஒருவனுக்கு ஒருத்தி என்ற உயர்ந்த பண்பாட்டை எடுத்துக்காட்டும் ராமனையும் தெய்வம் என்கிறோம்; மாற்றான் மனைவியை மாறுவேடத்தில் கெடுத்த இந்திரனையும் தெய்வம் என்கிறோம். இந்து மதத்தில் ஏன் இந்த முரண்பாடு?

பதில் : இந்திரனை யாரும் வழிபடுவதில்லையே! 'இந்திர விழா' என்பது செல்வச் செழிப்புக்காகவும், லௌகீகச் சுகங்களுக்காகவும்

851

எடுக்கப்படுவது. நாம் காமனைக் கடவுளாகத் தொழுவதில்லை; ஆனால் 'காமன் பண்டிகை' கொண்டாடுகிறோம், அல்லவா?
கவிதாசன்-சின்னதாராபுரம்.

கேள்வி : அருட்பெருஞ்ஜோதி வள்ளலார், 'மருவு பெண்ணாசையை மறக்க வேண்டும்' என்று கந்தவேளிடம் வேண்டுகிறார். ஆனால் தாங்களோ காமத்திற்கு முதலிடம் கொடுக்கிறீர்கள்?

பதில் : எல்லோரும் பெண்ணாசையை மறந்துவிட்டால், இருபதாம் நூற்றாண்டு முடியும்போது உலக இயக்கமும் முடிந்து போகும். ஞானிகளின் மனோபாவம் எல்லா லௌகீகவாதிகளுக்கும் பொருந்தாது. காம வேட்டையில் இறங்கக் கூடாதே தவிர, பெண்ணாசை இருக்கும் வரையில்தான் உலக வாழ்க்கையில் பற்றுதல் இருக்கும். நான் சில உதாரணங்களைச் சொல்லிவிட முடியும்.

ஆண்-பெண் உறவு என்பது சில புதிய பிறப்புகளுக்காகவே என்ற அளவில், அதிலே ஈடுபாடு கொள்ள வேண்டும். அந்த ஈடுபாட்டை வெறுத்து விடும் போதனை, எனக்கும் உங்களுக்கும் பொருந்தி விடுமானால், நமது வம்சங்கள் வாரிசு அற்றுப் போய்விடும். எல்லா வம்சங்களும் வாரிசு அற்றுப் போய்விட்டால், இன்னொரு வள்ளலார் பிறப்பதெப்படி?

கேள்வி : தாங்கள் யாருக்குப் பயப்படுவீர்கள்?

பதில் : நான் பயப்படுவது இரண்டே பேருக்கு. எனக்கும் இறைவனுக்கும். எனக்கு வந்த துன்பங்களுக்கெல்லாம், ஒன்று நானே காரணமாக இருந்திருக்கிறேன், அல்லது இறைவன் காரணமாக இருந்திருக்கிறான். 'நன்றும் தீதும் பிறர் தர வாரா' மற்றவர்களுக்கு நான் ஏன் பயப்பட வேண்டும்?
வி. கௌசல்யாமணாளன்-திருவையாறு.

கேள்வி : தன்னை வணங்கும் மனிதனைத் தவிர, வேறு எந்த ஜீவராசியையும், சிரிக்கவோ பிச்சை எடுக்கவோ தெரியாமல் படைத்த கடவுளின் உள் நோக்கம் என்ன?

பதில் : மற்ற ஜீவராசிகளுக்கு இல்லாத ஒரு பரிசை உங்களுக்குக் கொடுத்திருக்கிறான்; அதுதான் ஆறாவது அறிவு. அந்த அளவுக்குத் தண்டனையையும், உங்களுக்குத் தந்தாகத்தானே வேண்டும்; இந்தக் கேள்வியை எந்த விலங்காவது கேட்குமா?

கேள்வி :கிறிஸ்துவ மதத்தில் 'பாவ மன்னிப்பு' (Confession) என்ற மதச் சடங்கு உள்ளது போன்று, இந்து மதத்தில் இல்லாதது ஏன்?

அர்த்தமுள்ள இந்துமதம் – கேள்வி - பதில்கள்

பதில் : பாவங்கள் மன்னிக்கப்படுமானால், பாவிகள் தைரியசாலிகள் ஆகிவிடுவார்கள். இந்து மதம் பாவத்தின் அளவுக்குத் தண்டனையை விதிக்கிறது, பாவம் உணரப்படும் போது, குறைந்த பட்சத் தண்டனை கொடுத்து மன்னிக்கிறது. ஆனால் அப்படி ஒரு மன்னிப்பை வழங்குவதற்குக் குருமார்கள் யாரையும் நியமிக்கவில்லை. இந்த விஷயங்களை நேரடியாக இறைவனே கவனிக்கிறான்.

கேள்வி : தங்களினால் தாங்கிக் கொள்ள முடியாதது நட்பின் மரணமா? நண்பனின் மரணமா?

பதில் : நண்பனின் மரணத்தைத் தாங்கிக் கொள்ள முடியும். காரணம் அது உடலின் மரணமே தவிர, ஆன்மாவின் மரணம் அல்ல. நட்பின் மரணம், ஆன்மாவின் மரணமல்லவா? அதை எப்படித் தாங்குவது?

பி.ஆர்.முருகன்-அந்தியூர்.

கேள்வி : 'காலம் பார்த்துக் காரியம் செய்தால் பூமியையே விலைக்கு வாங்கலாம்' என்று 'அர்த்தமுள்ள இந்து மதம்' ஏழாம் பாகத்தில் (சுகமான சிந்தனைகள்) எழுதியிருந்தீர்கள். காலம் பார்த்துப் பூமியை விற்கிறார்கள். ஏன்?

பதில் : மனிதர்களில் இரண்டு வகை. 'நீர்' போன்றவர் ஒரு வகை. 'தீ'ப் போன்றவர் ஒரு வகை. தீயவர்கள் பூமியை விற்கிறார்கள்; நீரவர்கள் வாங்குகிறார்கள்.

அ. இராசேந்திரன்-கோவில்பட்டி.

கேள்வி : இறந்தவர்களின் இல்லங்களில் துக்கத்திற்கு அறிகுறியாகச் சடங்குகள் செய்வதை விடுத்து, ஒலி பெருக்கியின் மூலம் இன்பந்தரும் இசைகளையும் பாடல்களையும் ஒலிபரப்புவது, அவர்களின் துக்கத்திற்கு அடையாளமா? அல்லது நீண்ட தூக்கத்திற்கு நம்மிடம் உண்டாகும் மகிழ்ச்சியா?

பதில் : 'இறந்து போனவர்கள் திரும்பி வரப்போவதில்லை; மிச்சமிருப்பவர்கள் சந்தோஷமாக வாழுங்கள்' என்பதே அந்த ஒலிபெருக்கியின் நோக்கம். யார் இறந்தாலும், எவ்வளவு பெரியவர் இறந்தாலும், இரண்டு நாட்களுக்குள் மறந்து விடுகிறோம். மேலும், கொஞ்சநாள் வாழ வேண்டியவர்கள், சாவைப் பற்றியே சிந்தித்துக் கொண்டிராமல், அமைதியடையச் சந்தோஷ சங்கீதத்தை ஒலிபரப்புவதில் தவறென்ன?

கண்ணதாசனின்

ஆசிர்.எம்.அல்போன்ஸ்-கண்ணம்பாளையம்.

கேள்வி: தமிழ்க் கடவுளர்க்கு இரு மனைவியர் இருப்பது போல, பெண் தெய்வங்களுக்கு இரு கணவன்மார் இருப்பதில்லையே, ஏன்?

பதில் : 'நாயக-நாயகி பாவத்தில் ஆடவனுக்கு அடங்கியவள் பெண் என்று கற்பித்தார்கள். அதனால்தான் உங்கள் குடும்பமும் எங்கள் குடும்பமும் ஒழுங்காக இருக்கின்றன. உங்கள் தாயாரும் எங்கள் தாயாரும் ஒழுங்காகத் தகப்பன் பெயரை நமக்குச் சொல்ல முடிந்தது.

வி.எம்.ரங்கராஜ் - ஹாசன்.

கேள்வி : கோவில்களில் இறைவனுக்குப் பூஜை செய்யும் வேலையை ஆண்கள்தான் செய்கிறார்கள். ஏன் பெண்கள் செய்வதில்லை?

பதில் : இது நல்ல யோசனை. ஆனால் மாதத்தில் சில நாட்கள் பூஜை செய்ய முடியாமற் போய்விடும். பெண்கள் நம்மால் பூஜிக்கப்பட வேண்டியவர்கள்; அவர்கள் பூஜை செய்யக்கூடாது.

தேவதேனு-தேவகோட்டை.

கேள்வி: புராணங்கள், உண்மையிலேயே நடந்த நிகழ்ச்சிகளைக் கூறுகின்றனவா, அல்லது தத்துவங்களை விளக்கும் கற்பனைக் கதைகளா?

பதில்: சில உண்மைகள் கற்பனை நயத்தோடு காட்டப்பட்டிருக்கின்றன. சரித்திரங்களிலேயே கற்பனை கலக்கும் போது, புராணங்களில் கற்பனை கலக்கக் கூடாதா? புராணங்களில் வரும் பல நிகழ்ச்சிகள் சரித்திர ரீதியானவை. தெய்வ நம்பிக்கைக்காகச் சில அதீத சம்பவங்கள் சேர்க்கப்பட்டுள்ளன. காளிதாசன் நாக்கில் காளி எழுதித்தான் பாடினானாமே! நீங்கள் நம்புகிறீர்களா? இது புராணமல்லவே!

வள்ளியம்மை-பி. அழகாபுரி.

கேள்வி : முற்பிறவி நினைவுகள் சிலருக்கு மட்டும் வருகிறதே! எல்லாருக்கும் முற்பிறவி நினைவுகளை இறைவன் கொடுக்காதது ஏன்?

பதில் : எல்லாருக்கும் அந்த நினைவைக் கொடுத்து விட்டால், உலகம் பூராவும் பைத்தியக்கார விடுதியாகிவிடும். ஒருவனும் பிறந்த இடத்தில் இருக்கமாட்டான். பழைய இடத்துக்கு ஓடுவான். போன ஜென்மத்தில் மனிதனாகப் பிறந்த ஒருவன், இந்த

ஜென்மத்தில் நாயாகப் பிறந்திருக்கக் கூடும்! அந்த நாய்க்குப் பூர்வ ஜென்ம ஞாபகம் வந்து, பழைய மாளிகையை ஆக்கிரமித்துக் கொண்டால் என்ன ஆவது?

பி.எல்.எஸ்.பெருமாள்-சென்னை-53

கேள்வி : வட்டி வாங்கிக் கொண்டு, பல்வேறு அறம் செய்வது தகுமா?

பதில் : வட்டித் தொழில் என்பது, அரசாங்கங்களே நடத்துகின்ற ஒன்று. உலகம் முழுவதும் அதை ஒரு தர்மமாக ஒப்புக் கொண்டிருக்கிறது, அரபு நாடுகளைத் தவிர. வட்டி வாங்குகிறவன் தர்மம் செய்யாமல் இருப்பது தான் தவறே தவிர, தர்மம் செய்வது மிக உயர்ந்ததாகும்.

டி. தெய்வானை- குருவிக்கொண்டான்பட்டி.

கேள்வி : பிணத்திற்கு 'வாய்க்கரிசி' போடுவதன் உட்பொருள் என்ன?

பதில் : எந்த வீட்டில், இறந்த மனிதன் சாப்பிட்டானோ, அந்த வீட்டை அவன் ஆவி சுற்றாமல் சாந்தியடைவதற்காகச் செய்யப்படும் சடங்குகளில் அதுவும் ஒன்று.

எஸ்.பாபு-நாகமலை.

கேள்வி : திருவள்ளுவர், கம்பர், சேக்கிழார், தமது படைப்புகளில், 'உலகு' 'உலகம் யாவையும்' 'உலகெலாம்' என்றும், திருமுருகாற்றுப்படையில் 'உலகம் உவப்ப' எனவும், 'உலகம்' எனும் வார்த்தையை முதலில் ஆரம்பிப்பது எதனால்?

பதில் : இது பற்றி வாரியார் ஒருமுறை பேசும்போது, 'உலகம் முழுவதுக்குமாகத் தொடங்குவதுதான் தமிழ் மரபு' என்று கூறி இந்த விஷயத்தையே கூறினார்கள். தமிழன் பரந்த நோக்கமுள்ளவன் என்பது இதற்கு அடிப்படை. என்னுடைய கருத்தில், பிள்ளையார் சுழி என்று கூறி, 'உ' போட்டு ஆரம்பிப்பதும் இதே கணக்கில்தான் என்று நான் கருதுகிறேன்.

என்.சண்பகம்-கீழ்பெண்ணாத்தூர்.

கேள்வி : தங்களுடைய சொந்த ஊரான சிறுகூடற்பட்டியில் உள்ள தங்கள் குல தெய்வம் 'மலையரசியம்மன்' குடிசையில் இருப்பது ஏன்? அதைப்பற்றி உயர்வாக எழுதும் நீங்கள் ஒரு கோவிலைக் கட்டக் கூடாதா என்ன?

பதில் : கோவில் கட்டுவதற்கு என்னிடம் வசதி இல்லை. ஆனாலும் முதற்காரணம், 'தனக்குக் கோவில் கட்ட அம்மன்

அனுமதிப்பதில்லை' என்று ஒரு ஐதீகம் அங்கு இருந்து வருகிறது. யார் மலையரசிக்குக் கற்கோவில் கட்டினாலும், 'அவர்களுக்கு அழிவு ஏற்படும்' என்று கூறப்படுகிறது. இந்தத் தடைகளை மீறிக் கட்டிவிட ஆசைதான். மலையரசிதான் கனவில் தோன்றி வரமருள வேண்டும்.

பி.எஸ்.நவநீதன்-இராசபாளையம்.

கேள்வி : வாழ்க்கையில் நாம் நம்ப முடியாத சில சம்பவங்களும் சில நேரங்களில் நடந்து விடுவது எதனால்?

பதில் : இது ஒரு கேள்வியா? நீங்கள் நம்புகிற சம்பவங்களே நாட்டில் நடைபெற வேண்டுமானால், நீங்கள்தான் ஆண்டவனாக இருக்க வேண்டும். உலக இயக்கத்தில் ஆண்டவன் எவ்வளவோ லீலைகளை நடத்துகிறான். அதிலே இந்த லீலையும் ஒன்று.

நாகலூர் நாகசுந்தரம்-நெட்டப்பாக்கம்.

கேள்வி : மகாகவி பாரதி தனது 'சக்தி விளக்கம்' எனும் பாடலில் (முதலடி: ஆதி பரம்பொருளின் ஊக்கம்) 'மூலப்பழம் பொருளின் நாட்டம்-இந்த மூன்று புவியுமதன் ஆட்டம்' என்று பாடுகிறார். புவி மூன்று எது? புவி என்றால் 'உலகம்' என்பது பொருளா? மண் என்பது பொருளா?

பதில் : மூன்று புவி என்பது பூ உலகம், பாதாள உலகம், வானுலகம்-மூன்றையும் குறிக்கும். 'புவி' என்பது உலகையே குறிக்கும்.

எஸ்.பூவேந்தரசு-பெரியதிருமங்கலம்.

கேள்வி : ஒரு துறவியின் தூய்மைக்கும், ஞானியின் பக்குவத்திற்கும் உங்களால் என்ன ஒற்றுமை காண முடியும்?

பதில் : துறவியின் தூய்மை, ஒரு பக்குவம், ஞானியின் பக்குவம், ஒரு மனத் தூய்மை.

கேள்வி : 'அழகுக்கு அழிவேயில்லை. அது ஒவ்வொரு முறையும் புதுப்புதுப்பிறவிகள் எடுத்துக்கொண்டே இருக்கிறது' என்று மார்க்கஸ் அரேலியஸ் கூறியுள்ளார். இது பற்றித் தங்கள் கருத்து என்ன?

பதில் : நிச்சயமாக! வயதான கிழவிகூட அந்த வயதிற்கேற்ப அலங்காரம் செய்து கொள்கிறாள். பட்டுப்போன மொட்டைமரம் கூட அந்த நிலையில் ஒரு அழகைக் காட்டுகிறது. மாம்பழத்தைத் தின்றுவிட்டுக் கொட்டையைப் பார்த்தாலும் கொட்டையில்கூட ஒரு அழகு தெரிகிறதே! அழகு அழிவற்றது; நிரந்தரமானது. வானம்

அர்த்தமுள்ள இந்துமதம் – கேள்வி – பதில்கள்

அழகாக இருக்கிறது; அதை மேகம் மூடினால் இன்னொரு அழகு வருகிறது. குழந்தையின் அழகு, குமரியின் அழகாக வடிவெடுக்கிறது. குமரியின் அழகு, தாய்மையின் அழகாக உருமாறுகிறது. தாய்மையின் அழகு, தெய்வீக முதுமையாக வடிவம் கொள்கிறது. ஒவ்வொரு கட்டத்திலும் அழகின் பெயர் மாறுகிறதே தவிர, அழகு அழகாகவே இருக்கிறது.

கேள்வி : 'நான் மனிதனிடம் படித்தவனல்ல; கடவுளிடம் படித்தவன்' என்று 'கல்கி'யில் குறிப்பிட்டுள்ளீர்கள். இதைச் சற்று விளக்கவும்.

பதில் : நான் படித்தது எட்டாம் வகுப்பு. நான் எழுதும் அனைத்துக்கும் அந்தப் படிப்பு மட்டுமே அடிப்படை அல்ல. இறைவனின் அருளும் காரணம். ஆண்டவனின் அருளையே 'அவனிடம் படித்த படிப்பு' என்றேன்.

கேள்வி : திருப்பதி தேவஸ்தான விளம்பரத்தில் காணப்படும் வாசகம் இது. 'திருப்பதிக்கு வருபவர்கள் யாரும் பூ வைத்துக் கொள்ளக்கூடாது. இங்கு மலர்கள் கடவுளுக்கு மட்டுமே!' இது சரியா?

பதில் : மெத்தச் சரி. இறைவன் சந்நிதானத்தில் நமக்கும் தீபாராதனை காட்டலாமா? ஆண்டவனுக்கு உகந்தவை எவ்வெவையோ அவற்றைக் கோவிலுக்கு வெளியிலேயே நாம் உபயோகப்படுத்த வேண்டும். 'கோவில் கோபுரத்தை விட வீடு உயரமாக இருக்கக் கூடாது' என்பது மரபு. 'ஆண்டவனுக்குக் கழுத்திலே மலர்கள்; பெண்ணுக்குத் தலையிலே மலர்கள்' என்பது ஆண்டவனைத் தாழ்த்துவதாக இல்லையா? கோவிலைத் தவிர மற்ற இடங்களில் பெண்கள் பூ வைத்துக்கொள்ளலாம். கடவுளுக்குச் சமமாக அவர்கள் நகை கூடப்போடக்கூடாது. இறைவனுக்குச் சமம் வைத்து யாரையும் பேசக் கூடாது என்று இஸ்லாத்தின் திருக்குரான் கூடக்கூறுகிறது. ஏசு பெருமான் நின்று கொண்டிருப்பதால்தான் கிறிஸ்தவர்கள் மண்டியிடுகிறார்கள். திருப்பதி வாசகம் நியாயமே!

கேள்வி : 'வாழ்க்கை முழுவதும் ஒரு வேள்வியாகும்' என்று வினோபாஜி கூறியிருப்பதன் சரியான அர்த்தம் யாது?

பதில் : குழந்தை பாலுக்காக வேள்வி புரிகிறது. சிறு பருவம் 'கல்வி'க்காக வேள்வி புரிகிறது. இளமை காதலுக்காக, தாம்பத்யம் 'இன்ப'த்துக்காக; 'எல்லாம் நோயற்ற வாழ்வு'க்காக. ஓடி ஆடுதலும் அலைச்சலும் வேள்விகளே. வேள்வி என்பது என்ன? தியாகம்!

மனித மனம் அக்னியிலேயே பிறந்து, அக்னியிலேயே மடிகிறது. ஆகவே, வாழ்க்கை முழுவதுமே வேள்வியாகி விடுகிறது.

கேள்வி : 'நாம் அடையும் மகிழ்ச்சியும் உண்மையானதல்ல. துன்பங்களும் உண்மையானதல்ல' என்கிறாரே சுவாமி விவேகானந்தர். அப்படியானால் இறுதியில் எதுதான் நித்தியம்? சாசுவதம்?

பதில் : சாசுவதமானது ஆன்மா. அதை நீங்கள் மறுபரிசீலனை செய்ய முடியாது. சிரிப்பும், அழுகையும் தினசரிக் கடன்கள். உடம்பு அதற்குக் கட்டுப்பட்டது. ஆன்மா கட்டுப்படாதது. ஆகவே, அதுவே சாசுவதமானது.

ஆர். முனுசாமி-சென்னை-1

கேள்வி : மனிதனின் படைப்புகள் மனிதனையே அச்சுறுத்துவது ஏன்?

பதில் : அவனவன் செயலே, அவனவனுக்குப் பரிசையோ தண்டனையோ வழங்குகிறது. ஒருவன் பெற்ற பிள்ளையே, அவன் தலைக்குக் கொள்ளியாக வந்து சேர்வதில்லையா? அரசியலைக் கவனிக்கவும்.

அண்ணா அன்பழகன்-நாகப்பட்டினம்.

கேள்வி : 'பாம்பின் கால் பாம்பறியும்' என்பது பழமொழி. பாம்புக்குத்தான் கால் கிடையாதே. இல்லாத காலைப்பற்றி இன்னொரு பாம்பு எப்படி அறியும்?

பதில் : அட கடவுளே! 'தன் காலைப் பாம்பு தானே அறியும்' என்பது பழமொழி. 'இன்னொரு பாம்பு அறியும்' என்பதல்ல. பாம்பு நடந்து செல்கிறதே. அதன் கால்கள் உங்கள் கண்களுக்குத் தெரிகின்றதா? ஊர்வதற்கும், நடப்பதற்கும் கால்கள் தேவை. எந்தக் காலால் நடக்கிறோம் என்பது பாம்புக்கு மட்டும்தான் தெரியும்.

வி.சுப்பிரமணியன்-உடையாம்பாளையம்.

கேள்வி : பொது மாதின் வசப்பட்டு பொருளெல்லாம் இழந்து விட்ட கோவலனுக்காக அவன் கொலையுண்டதற்காக மதுரை மாநகரையே கண்ணகி தீக்கிரையாக்கியது எந்த வகையில் நியாயம்?

பதில் : மதுரை மாநகரை அவள் தீக்கிரையாக்கி இருக்காவிட்டால், இந்தக் கேள்விக்கு என்ன நியாயம் இருக்கப் போகிறது? அவள் நீதி கேட்ட முறை அவ்வளவு பயங்கரமாக இருந்ததினால் தான் நாட்டில் நீதிக்கே ஒரு மரியாதை வந்தது.

அ.தி.சிங்காரரேலு-பாபநாசம்.

கேள்வி: கீழே உள்ள வரித் தொடரின் விளக்கத்தை அளிக்குமாறு மிகத்தாழ்மையுடன் கேட்டுக் கொள்கிறேன்.

உடையராய்ச் சென்றக்கால்
ஊரெல்லாம் சுற்றம்
முடவராய்க் கோலூன்றிச் சென்றக்கால்
உடையினும் வேறுபடும்.

பதில் : வசதியோடு இருந்தால் உலகம் வாழ்த்தும்; ஒன்றும் இல்லாதவனைத் தூற்றும். அவ்வளவுதான்.

சி.கோபாலசுவாமி. எஸ்.யுகானந்தம்-பி.மேட்டுப்பாளையம்.

கேள்வி : மனிதர்களுக்கு ஆண்டவன் ஒரு கைக்கு ஐந்து விரல்களைக் கொடுத்ததன் பொருள் என்ன?

பதில் : ஆண்டவனைக் கேட்க வேண்டிய கேள்வி. எனக்குக் கூடத்தோன்றுகிறது. ஆண்டவன் ஏன் உள்ளத்தை உள்ளே வைத்தான்? வெளியே வைத்திருந்தால் விவகாரமே இருக்காதே!

மு.காஜா மைதீன்-நாகைய கோட்டை

கேள்வி : ஆறறிவுள்ள மனிதனைக் கடவுள் படைத்ததின் நோக்கம் என்ன? மற்ற உயிரினங்களையும் அவன் எதற்காகப் படைத்தான்? மனிதனுக்கு இயற்கையாக அமைந்த குணத்தை (கெட்ட குணம்) எப்படி மாற்றுவது?

பதில் : கடவுளின் நோக்கத்தைப் புரிந்து கொள்ளக் கடவுளுக்கு மேலான ஒரு அறிவு வேண்டும். ஆதி மூலத்தின் நோக்கம் எதுவாக இருக்கும் என்று யூகித்துப் பார்த்தால், ஒரு இடியாப்பத்தை அவன் உண்டாக்கி அதன் தலைப்பைக் கண்டுபிடிக்கும் பொறுப்பை நமது ஆறாவது அறிவுக்கு வழங்கியிருக்கிறான். அதன் முயற்சிக்குத் தேவையான வசதிகளுக்காகவே மற்ற ஜீவராசிகளையும் அவன் படைத்திருக்கிறான்.

நடேசன் -ராசிபுரம்.

கேள்வி : ஔவையார் அருளிய செய்யுளில் '' 'ங' ப்போல் வளை'' என்று கூறுகிறார். தமிழில் 247 எழுத்துகளில் 'ங' என்ற எழுத்தை மட்டும் கூறுவது ஏன்? அதன் பொருள் என்ன?

பதில் : மூன்று திசைகளைப் பார்க்கும் எழுத்து 'ங' ஒன்றே. முதல் கோடு வடக்கே இருந்து தெற்கே போகிறது என்றால், அடுத்த கோடு மேற்கே போகிறது. திரும்ப அது வடக்கே வருகிறது. ஒரு வளைவு எடுத்து மேற்கே போய் அங்கிருந்து தெற்கே போகிறது. உடம்பு

கண்ணதாசனின்

இப்படி வளையுமானால், அது எந்தக் காரியத்தையும் செய்ய முடியும் என்பதே அதன் நோக்கம்.

செல்விப்பிரியன்-போளூர்

கேள்வி : 'நாளுக்கொரு பண்டிகை, வேளைக்கொரு பண்டிகை' என்ற இந்துக்கள் மட்டும் இப்படிக் காசை வீணாக்குவது பற்றித் தங்களின் கருத்து என்ன?

பதில் : பண்டிகையாலே காசு வீணாவதில்லை. சொல்லப் போனால் பண்டிகையில்தான் அது ஒழுங்காகச் செலவழிக்கப் படுகிறது. பண்டிகைகள் அதிகரிக்க அதிகரிக்க மனிதன் தவறு செய்யும் நாட்கள் குறைகின்றன. விரதம் இருக்கும் நாட்கள் அதிகரிக்கின்றன. பொழுது நியாயமாகக் கழிகிறது. பயனுள்ளதாகப் போகிறது.

எஸ்.பழனிச்சாமி-திருவையாறு.

கேள்வி : திருச்சியில் 3.1.78 இல் வடநாட்டிலிருந்து வந்த ஜைன மதச்சாமியார்கள் நிர்வாணமாக ஊர்வலம் வந்தார்கள். அதை எதிர்த்து மக்கள் ஆர்ப்பாட்டம் செய்தார்கள். உடனே போலீசார், சாமியார்களைப் பாதுகாப்புடன் வேறு ஊருக்கு அனுப்பி வைத்து விட்டனர். பழனி மலையில் ஏறிய முருகனே கௌபீனத்துடன் இருக்கையில், நிர்வாணமாகச் சாமியார்கள் வரலாமா?

பதில் : நிர்வாணம் அருவருக்கத்தக்கதல்ல. அப்படிப் பலபேர் மத்தியில் ஊர்வலம் போவது அருவருக்கத்தக்கது. நிர்வாணம் ஒருவகை யோகம். அதை ஒழுங்காகச் செய்வதற்குத்தான் நமது யோகிகள் காடுகளைத் தேர்ந்தெடுத்தார்கள். நவீன யோகிகள் ரோடுகளைத் தேர்ந்தெடுக்கிறார்கள். நல்லவேளை! பெண்கள் உள்ள வீடுகளைத் தேர்ந்தெடுக்காமல் விட்டார்கள்!

ஆசிர்.எம்.அல்போன்ஸ்-கண்ணம்பாளையம்

கேள்வி : 'ஒன்றே குலம் ஒருவனே தேவன்' என்கிறார் திருமூலர். அப்படியானால் 'முப்பத்து முக்கோடி தேவர்கள்' என்பது முரண்பாடல்லவா?

பதில் : ஒரே மின்சாரத்தில் பல கோடி அலைகள் உண்டு. திருமூலர் மூலத்தைச் சொல்கிறார். அலைகளைச் சொல்லவில்லை. முப்பத்து முக்கோடி தேவர்கள், மூலதேவனான மின்சாரத்தின் அலைகள். அந்த அலைகளின் எண்ணிக்கையைக் கண்டுபிடித்த கெட்டிக்காரத்தனத்தை நீங்கள் பாராட்ட வேண்டும்.

அர்த்தமுள்ள இந்துமதம் – கேள்வி – பதில்கள்

எஸ்.எஸ்.மணி-திருவனந்தபுரம்.

கேள்வி : துர்நடத்தையுள்ள தந்தைக்கும், கெட்ட குணங்களையுடைய தாய்க்கும் சகல ஐஸ்வரியங்களுமுள்ள நல்லதொரு குழந்தை பிறந்து, 'அப்பனுக்குப் பிள்ளை தப்பாமல் பிறந்திருக்கிறது' 'தாயைப் போலப் பிள்ளை' போன்ற பழமொழிகளைப் பொய்யாக்கி விடுகிறதே! இறைவன் படைப்பில் இதன் விளக்கம் என்ன?

பதில் : 'பூர்வ ஜென்மம்-கர்மா-முன் ஜென்மத்தில் செய்த தர்மம்' என்றெல்லாம் ஏன் சொன்னார்கள்? முட்டாளுக்குக் கெட்டிக்காரக் குழந்தையும், கெட்டிக்காரனுக்கு முட்டாள் குழந்தையும் பிறக்கும்போது, இந்துக்களின் பூர்வ ஜென்ம நம்பிக்கைதான் பூர்த்தியாகிறது. விஞ்ஞான பூர்வமாகச் சொன்னால், கரு உருவான நேரம், உரு உயர்வடையும் நேரமாக இருந்திருக்கக் கூடும். காலத்தின் அலைகளே நட்சத்திரங்களாகக் காணப்படுகின்றன.

'முத்துமோகனா'-போளூர்

கேள்வி : சில நேரங்களில் எனக்கு கடவுளே! நான் வேறு நாட்டில் பிறந்திருக்கக்கூடாதா?' என்று தோன்றுகிறது. தங்களுக்கு எப்படி?

பதில் : எனக்கு பல நேரங்களில் தோன்றுகிறது.

தா. பழனிராஜன்-கம்பம்.

கேள்வி : தாங்கள் எழுதிய 'எனது வசந்த காலங்கள்' புத்தகத்தில், ''ஏதோ ஒரு சக்தி நம்மை இயக்குகிறது என்ற எண்ணம், ஏழு வயதிலேயே என்னிடம் உண்டு'' என்று கூறியிருக்கிறீர்கள். 'இப்படி ஒரு எண்ணத்தைக் கடவுள் அருளைப் பெற்றவர்களால் மட்டும்தான் உணர முடியும்' என்று நினைக்கிறேன். தங்களின் இந்த எண்ணத்திற்கும், பின்னால் தாங்கள் கூறியிருக்கும் 'காலங்களாலே தெய்வத்தின் வருகை தாமதப்படும்; யாரும் அவசரப்படக் கூடாது'' என்ற வரிகளுக்கும் நிச்சயம் சம்பந்தம் இருப்பது போல ஒரு உணர்வு. தங்களுடைய விளக்கம் தேவை.

பதில் : எனது புத்தகங்களைக் கூர்ந்து படிக்கும் மிகச் சிலரில் நீங்களும் ஒருவர். நமக்குச் சம்பந்தமில்லாமல் நடக்கின்ற காரியங்கள் தெய்வத்தையே நினைவுபடுத்துகின்றன. 'ஐயோ! அந்தத் தெய்வம் நமக்கு அருளக் கூடாதா? என்று ஏங்கும்போது, தெய்வம் தாமதிக்கிறது. ஆனால் காலம் கடந்து அருளுகிறது. என்னைப் பொறுத்தவரை எனது பெரும்பாலான காரியங்களுக்குத் தெய்வமே காரணம். நான் படித்த படிப்பெங்கே, எழுதும் எழுத்தெங்கே!

எம்.சம்பத்-வேலாயுதம்பாளையம்.

கேள்வி : கருவாய் உருவான நாள்முதல் தன் பிள்ளைக்காக உண்டு, உறங்கி, உயிர் வாழ்ந்து, உதிரத்தைப் பாலாக்கி, ஊட்டி வளர்க்கும் அன்னையின் பெயரை முன் வைக்காமல் தந்தையின் பெயரையே ஒவ்வொரு பிள்ளையும் 'இனிஷியலாக' உபயோகிப்பது ஏன்?

பதில் : இந்தத் தாய்க்குத்தான் நாம் பிறந்தோம் என்பது சர்வ நிச்சயமானது. அவளது விலாசத்தைப் போட்டுக்கொள்ள வேண்டியது அவசியமில்லை. 'இவன்தான் தகப்பன்' என்பதை உறுதி செய்யவே தகப்பன் விலாசம். அதில் தாயின் கற்பும் சேர்ந்திருக்கிறது.

எஸ்.இந்திராணி-கீழ்பெண்ணாத்தூர்.

கேள்வி : கிருபானந்தவாரியார் சுவாமிகள் தமிழ்நாட்டில் பிறக்காமல், வேறு வெளிநாட்டில் பிறந்திருந்தால்...?

பதில் : இவ்வளவு கருத்துச் செறிவுள்ள மதமும், பாடல்களும் அவருக்கு எங்கிருந்து கிடைக்கும்? கோலாரில் தோண்டினால்தான் தங்கம் கிடைக்கும். ஜோலார்ப்பேட்டையில் தோண்டினால் கரிதான் மிஞ்சும். பொற்கொல்லனின் திறமை தங்கத்தைச் சங்கிலி ஆக்குகிறது. வாரியாரின் திறமை தங்கத் தமிழுக்குப் புது மெருகூட்டுகிறது.

ஏ.சுப்பிரமணி-திருப்பத்தூர் [வ.ஆ]

கேள்வி : கிறிஸ்துவ மதத்தில் 'இறைவன் முதலில் ஆதாமையும், ஏவாளையும் படைத்தான்' என்று உள்ளது. திருக்குர்-ஆனில் 'இறைவன் முதலில் ஆதாம்-ஹவ்வா ஆகியோரைப் படைத்தான். சைத்தானின் தூண்டுதலால் இறைவனின் சொல்லைக் கேட்காது மனித இனம் பெருகிற்று' என்று சொல்லப்படுகிறது. அது போல இந்து மதம் என்ன சொல்கிறது? திருமூர்த்திகள் எப்படி உருவானார்கள்? அதற்கு ஒரு வரலாறு இருக்க வேண்டுமே! மேலே கூறியதிலிருந்து கிறிஸ்துவ மதமும், இஸ்லாமும் ஒன்றுதான் என்று புலப்படுகிறது. மனித இனம் எப்படி ஆரம்பமாயிற்று? இறைவன் படைத்த முதல் மனிதர் யார்?

பதில் : கிறிஸ்துவமும், இஸ்லாமும் ஒன்றிலிருந்து ஒன்று தோன்றியவையே. இரண்டுக்கும் அடிப்படை ஒன்றே. சாலமன்தான் சுலைமான். ஆபிரகாம் இப்ராகிம். ஜோசப்தான் யூசுப். கிறிஸ்தவர்கள் ஏசு என்றால் இஸ்லாமியர் ஈசா என்கிறார்கள். இரண்டு வேதங்களும் கொஞ்சம்தான் மாறுபடுகின்றன. ஏவாளைத்தான் அவர்கள் ஹவ்வா என்கிறார்கள். இரண்டையும்

தானே அருளியதாக, இரண்டு தூதர்களையும் தானே அனுப்பியதாகக் குர்ஆனிலே இறைவன் கூறுகிறான். மூல நோக்கம் அந்த இரண்டு மதங்களுக்கும் ஒன்றே.

இந்து மதத்திலே பூலோக சிருஷ்டி வேறுவிதமாக வருணிக்கப்படுகிறது. பிற மதங்களைப் போல குறிப்பிட்ட இருவரை இறைவன் படைத்ததாகக் கூறவில்லை. ஒரு குறிப்பிட்ட காலத்தில் பிரபஞ்சத்தின் மொத்த இயக்கத்தையே அவன் துவக்கி வைத்ததாகக் குறிப்பிடுகிறது. முதலில் இறைவன் ஆதாமையும் ஏவாளையும் மட்டும் படைத்திருந்தால், அவர்களுக்குப் பிறந்த அண்ணனும் தங்கையும் கலந்துதான், அடுத்த வாரிசைப் பெற்றிருக்க முடியும்.

இந்து மதம் அதை ஒப்புக்கொள்ளவில்லை.

மனித வர்க்கம் சிறு கூட்டமாக உருவாக்கப்பட்டதாக நமது வேதங்கள் கூறுகின்றன. அவற்றிலே சம்பந்தம் செய்து கொண்டவர்கள் தங்கள் ஆண் வாரிசுகளைப் 'பங்காளி'கள் ஆக்கினார்கள். அவர்களுக்குள் சம்பந்தம் செய்து கொள்ளக் கூடாது என்றும் வைத்தார்கள். பிராமண ஜாதியின் 'கோத்ர' அமைப்பும், செட்டியார்களின் 'கோவில் பிரி'வும் இதையே குறிக்கின்றன. சகோதரத்துவம் புனிதமானது என்பதை உணர்ந்தே ஒரு கூட்டமாக மக்கள் தொகை படைக்கப்பட்டதாக வேதங்கள் கூறுகின்றன. காலத்தால் அது சரியாகவும் இருக்கிறது.

ஆதாம்-ஏவாள் நம்பிக்கையினால்தான் முஸ்லிம்கள் சிற்றப்பன் மகளைக் கல்யாணம் செய்து கொள்கிறார்கள்.

இந்துக்கள் அதை ஏற்றுக்கொள்ளாததால், அவளை 'ரத்த பந்த சகோதரி' யாகவே கருதுகிறார்கள். தகப்பனோடு கூடப்பிறந்த அத்தை, வேறு கோத்திரத்தில் மணமுடிக்கப்படுவதால், அவளது 'மகளை' மணந்து கொள்வது நியாயம் என்று கருதுகிறார்கள்.

இந்து மதம் விஞ்ஞான பூர்வமானது. உடற்கூறுகளை ஒட்டி அமைந்தது.

கண்ணதாசனின்

2
இராமாயணம்
மகாபாரதம்
பகவத் கீதை
திருக்குறள்

இராமாயணம்

வி.எஸ்.நவமணி-மதுரை

கேள்வி : தனது தாரத்தைக் கவர்ந்து சென்ற இராவணனுக்குக் கூட, அரச முறைப்படி அங்கதனைத் தூதனுப்பிய ராமன், கனவில் கூடத் தனக்குத் தீங்கு இழைக்காத வாலிக்குத் தூது அனுப்பவில்லை. பிரதிவாதியான சுக்ரீவனது குற்றச்சாட்டுகளை மட்டுமே கேட்டுவிட்டு, வாலிக்குத் தண்டனை வழங்க முற்பட்டதும், 'தலைமையொடு நின் தாரமும் உனக்கு ஈன்று தருவேன்' என்று சுக்ரீவனுக்கு வாக்களித்ததும், மைநிறத்தானுக்கு மகிமை சேர்ப்பதாகுமா?

பதில் : ராமனை நீங்கள் கடவுளாகப் பார்த்தால் உங்கள் கேள்வி சரியே. ராஜாவாகப் பார்த்தால் இதுவும் ஒரு ராஜதந்திரமே. இராமாயணத்து ராமன், ராஜாராமனே தவிர, கடவுள் ராமனல்ல!

ஆசிர்.எம்.அல்போன்ஸ்-கண்ணம்பாளையம்

கேள்வி : இராமாவதாரம் எடுக்கும் போது திருமால் லட்சுமியையும், ஏன் ஆதிசேஷனையும் கூட அவதாரம் எடுக்கச் செய்திருக்கிறார்? அப்படியாயின் அச்சமயத்தில் திருமாலின் 'காத்தல்' தொழிலைச் செய்தது யார்? புரியவில்லையே.

பதில் : ராமன் திருமாலின் பிரதி பிம்பம்; அவதாரம் பூமியில் பிறக்கும்போது, மூலம் ஜீவிதத்தில் இருக்கிறது. திருமால் நிரந்தரமானவர். அவரது ஆன்ம வடிவமே ராமன். மூலம் எப்போதும் தன் சுயஸ்தானத்தை விட்டு அகல்வதில்லை. பைபிளில் தேவகுமாரன் காரியம் செய்யும் போது, தேவனே இல்லாமலா போய்விட்டார்?

ஆர்.ஜி.பாலன்-திசையன்விளை.

கேள்வி : விபீஷணன், கும்பகர்ணன் இருவரிலும் இராவணனுக்குச் சிறந்த தம்பியென யாரைக் கொள்ளலாம்? ஏன்?

பதில் : இருவருக்கும் இரு வகைச் சிறப்புகள் உண்டு. 'அண்ணனேயானாலும், தவறு தவறுதான்' என்று கண்டித்தவன் விபீஷணன். 'தவறேயானாலும் அண்ணன் அண்ணன்தான்' என்று வாழ்ந்தவன் கும்பகர்ணன். நீதி பெரிதா? பாசம் பெரிதா? என்னைக் கேட்டால், 'கும்பகர்ணனே சரியான தம்பி!'

சொ.முத்துமாணிக்கம்-பழனி.

கேள்வி: கடந்த திங்கள் வெளியீடு (ஆகஸ்ட் 1977 'கண்ணதாசன்' இதழ்) கம்பராமாயணம் 'உண்டாட்டுப் படலத்'தில் ஒரு பாடலில்:

'வான்றுணைப் பிரித லாற்று
வண்டினர் வச்சை மாக்கள்
ஏன்றமா நிதியம் வேட்ட
விரவல ரென்ன வார்ப்ப...'

என்பதில், 'கஞ்சப் பிரபுக்களிடம் இரந்து நிற்கும் பெருங்கூட்டம் போல்' என்ற உவமை எங்ஙனம் ஏற்புடையது என்பதை விளக்க வேண்டுகிறேன்.

பதில் : தங்கள் கேள்வி நியாயமானதே. ஆனால் இடம் நோக்கிப் பொருள் கொள்ளுங்கள். அந்த இடத்தில், ஒருத்தி கையால் கிண்ணத்தை மூடி, அல்லித் தண்டினால் தான் மட்டும் குடிக்கிறாள். அந்த இடத்தில் வண்டுகள் பறப்பதால் அவள், 'கஞ்சப் பிரபு' எனக் குறிக்கப்படுகிறாள்.

எஸ்.பாபு-நாகமலை.

கேள்வி :

'வாராழிக் கலசக் கொங்கை
வஞ்சிபோல் மருங்கு லாள்தான்
தாராழிக் கலைசார் அல்குல்
தடங்கடற்கு உவமை தக்கோய்
பாராழிப் பிடரில் தங்கும்
பாந்தமும் பணிவென் றோங்கும்
ஓராழித் தேரும் கண்ட
உனக்குநான் உரைப்ப தென்ன?'

கம்ப ராமாயணத்தில் அனுமனிடம் இராமபிரான் சொல்வதாக அமைந்துள்ள இப்பகுதி தேவைதானா?

பதில் : மனைவியைப் பற்றி ஒருவர் வருணிக்கும்போது, யாரிடம் வருணிக்கிறோம் என்பதுகூடத்தெரியாமல், அளவு கடந்த போதையில் கூறுவதே இப்பகுதி. மேலைநாட்டு இலக்கியங்களில் கூட இது காணப்படுகிறது. இதனைக் 'கவி மிகைப்பாடு' என்பார்கள். 'இராமன் இப்படி வருணிக்கலாமா?' என்ற கேள்விக்கு இங்கே இடமில்லை. அவன் சீதையின் மேல் வைத்திருந்த ஆசை அவ்வளவு! அந்த ஆசையை இன்னும் மிகைப்படுத்திப் பார்த்தபோது கம்பனுக்கு தோன்றிய கவிதை இது. ஆகவே, இது தேவைதான்!

எம்.பக்கிரிசாமி-கொரநாட்டுக் கருப்பூர்.

கேள்வி : 'கண்ணதாசன் (செப்டெம்பர்) இதழில்' 'பரசுராமன் தன் தாயைக் கொன்றது பாவம்-தவறு' என்று கூறியுள்ளீர்கள். உதாரணமாக-சீராட்டிப் பாராட்டி ஒரு தாய் வளர்த்த பிள்ளை, பெயர் பெற்ற நீதிபதியாய் இருக்கிறான். காலச் சூழ்நிலையின் வசத்தால் அவனின் தாயே ஒரு கொலையைச் செய்து விடுகிறாள். ஆதார பூர்வமாக நிரூபிக்கப்பட்டு விடுகிறது. மரண தண்டனையைக் கொடுக்கும் ஸ்தானத்தில் நீதிபதியான மகன் இருக்கிறானென்றால், தங்களின் வாதப்படி அவன் தண்டனை கொடுக்கக் கூடாது என்கிறீர்களா இல்லை, நீதிபதியாய் இருந்தாலுங்கூட அவனுக்குப் பாசந்தான் பெரிது, அதுதான் புண்ணியம், நீதி பெரிதல்ல என்கிறீர்களா?

பதில் : பரசுராமான் ஒரு நீதிபதியல்ல; தாயைத் தண்டிக்க வேண்டிய அளவுக்கு அவன் தர்மவானும் அல்ல. இராமாயணம் 'பரசுராமப் படல'த் தைப் பார்த்தால், சாதாரண மனிதனைவிடக் கேவலமான ஒரு ஆணவக்காரன், தன் தாயைத் தண்டித்தது என்ன நியாயம் என்பது புரியும்.

மகாபாரதம்

வி.எஸ்.நவமணி-மதுரை.

கேள்வி : விராட நகரில் அஞ்ஞாதவாசம் கழித்தபோது, உத்திரனுடன் மாடுபிடி சண்டைக் களத்தில் அர்ச்சுனனுக்குத் தனது பாட்டனார் பீஷ்மர், ஆசிரியர் துரோணர், நூற்றுவர் ஆகியோருடன் போர் செய்தபோது வராத பாசம்-பற்று, அதன் விளைவான நடுக்கம், குருக்ஷேத்திரப் போரில் மட்டும் வருவானேன், அதுவும் பகவான் சாரதியாகத் துணையிருக்கும் போது?

பதில் : போரில் தவிர்க்க முடியாதது, தவிர்க்கக் கூடியது என்று இரண்டு வகையுண்டு; அஞ்ஞாத வாசத்தில் நடந்த சண்டை தவிர்க்க முடியாதது. பகவான் விரும்பினால், பாரத யுத்தத்தைத் தவிர்த்து விடலாம் என்று அர்ஜுனன் கருதினான். அத்தோடு குருக்ஷேத்திரத்தில் எல்லா உறவினர்களும் எதிரே நிற்பதைக் கண்டான். 'ஒரு வம்சத்தையே கொன்றா ராஜாங்கத்தைக் கைப்பற்ற வேண்டும்?' என்று அவன் மனது துடித்தது. அஞ்ஞாத வாசத்தில் நடந்த சண்டையின் போது அந்த நிலை இல்லையே!

கே.முகது யூசுப்-கோவை.

கேள்வி : கண்ணனுக்கு 'இடையன்' என்ற பெயர் வந்தது. இடையனாக இருந்ததாலா, அல்லது மாடு மேய்க்கும் இடைக்குலத் தொழிலைச் செய்ததாலா?

பதில்: கண்ணனுக்கு 'இடையன்' என்ற சொல்லே, மனிதனுக்கும் விலங்குகளுக்கும் இடையில் நிற்பவன் என்ற பொருளைத் தரும். கண்ணன் மனிதத்தன்மைக்கும், மிருகத்தன்மைக்கும் இடையில் நின்றவனல்லவா!

கீதாசாரியன்-காரைக்குடி.

கேள்வி : கொடைக்குச் சிறப்பிடம் கொடுத்துப் பாராட்டைப் பெற்றவன் கர்ணன். ஆனால் பல இடங்களில் அவன் தோல்வியுற்றதாக இராஜாஜியின் 'வியாசர் விருந்து' என்ற புத்தகத்தில் காணப்படுகிறதே! வீரமும் கொடையும் ஒரே இடத்தில் இருக்காதா?

பதில் : வீரத்தில் புகழ் பெற்றவன் அர்ஜுனன். அவனே போர் செய்யப் பயந்ததாக கீதை கூறுகிறது. காலம் பார்த்துச் செயல்

படுவது வீரம்; வெற்றியும் தோல்வியும் வீரனுக்குச் சமம். கொடையாளி கர்ணன், சுத்தமான வீரன். செஞ்சோற்றுக் கடனுக்காகச் சகோதரர்களை எதிர்க்கக் கூடியவர்கள் எத்தனை பேர் இருக்கிறார்கள்? கொடை நெஞ்சம், இரக்க நெஞ்சம்; அது விட்டுக் கொடுத்திருக்கும், அதனால்தான் தோல்வி போல் தெரியும்.

தங்கபாலு-விருத்தாசலம்.

கேள்வி : குந்தி தேவியை நீங்கள் உண்மையான 'தாய்ப்பாச'த்திற்குத் தகுதியுடையவள் என்று வாதிப்பீர்களா?

பதில் : இரு வேறு மக்களிடையே பகை மூளும்போது தடுமாறும் உள்ளம், தாய் உள்ளம். யாரை விடுவது, யாரை அணைப்பது என்று புரியாமல் தடுமாறியவள் குந்தி. அவளுடைய பாசமும் யாருக்கும் வராது; அதுபோல் அவளுடைய நிலைமையும் யாருக்கும் வரக்கூடாது.

ஆசிர்.எம்.அல்போன்ஸ்-கண்ணம்பாளையம்.

கேள்வி : கந்தர்வரின் நிழலைப் பார்த்துக் காதல் கொண்ட பரசுராமனின் தாயை, 'தந்தை சொல்மிக்க மந்திரமில்லை' என்பதற்கேற்ப, தகப்பனின் ஆணையின் பேரில்தான் தலையை வெட்டுகிறான், பரசுராமன். பிறகு ஏன் தாயைக் கொன்ற பாவத்திற்குத் தவமிருக்கச் செல்கிறான்? இதில் பாவம் எங்கிருந்து வந்தது?

பதில் : தாய் தவறே செய்தாலும் மகன் அவளைக் கொலை செய்ய முடியாது; அப்படிக் கொலை செய்வது பாவமே. அந்தப் பாவத்தைச் செய்த பரசுராமன், தவமிருக்க வேண்டியவனே!

இரா.ரெங்கசாமி-இராயப்பன்பட்டி.

கேள்வி : கர்ணன் பிறந்ததைக் குந்திதேவி கடைசிவரை தன் கணவனிடம் மறைத்தது எதைக் காட்டுகிறது?

பதில் : கர்ணன் கள்ளத்தனத்தில் பிறந்தவனல்ல; அவன் வரத்தில் பிறந்தவன். அந்த வரம், கணவனுக்குத் தெரிந்தால், ராஜ்யம் கர்ணனுக்கா தர்மனுக்கா என்பது கூடப் பிரச்சினையாகி இருக்கலாம். அதனால்தான், குந்திதேவி மறைத்தாள் என்றும் கொள்ளலாம், அல்லவா?

ஆசிர்.எம்.அல்போன்ஸ்.-கண்ணம்பாளையம்.

கேள்வி: 'செஞ்சோற்றுக் கடன் தீர்க்கச், சேராத இடம் சேர்ந்தான் கர்ணன்' அப்படியானால் விபீஷணனுக்குச் செஞ்சோற்றுக் கடனில்லையா?

பதில் : இல்லை. அவன் உண்ட சோறு, அவனுக்குப் பங்குள்ள சோறு, அவன் இராவணன் சொத்தை அனுபவிக்கவில்லை. தன் தகப்பன் வைத்துப் போன பூர்வீகச் சொத்தில், தன் பகுதியை அனுபவித்தான். அவன், தகப்பனுக்கு வேண்டுமானால் கடன் பட்டிருக்கலாமே தவிர, இராவணனுக்குக் கடன்பட நியாயமில்லை.

வி.எஸ்.நவமணி-மதுரை.

கேள்வி : எடுத்த சபதத்தை உயிர் விடும்வரை விடாத பீஷ்மர்; ஆன்றோன் விதுரன்; களத்திலும் கொடை தந்த குணாளன் கர்ணன்; கட்டிய மனைவியின் முந்தானையை மாற்றான் பற்றியதைக் கண்ணுற்று, சிதறிய முத்துக்களைப் பொறுக்கவோ, கோக்கவோ என்றிட்ட துரியன்; மலையென உரம் வாய்ந்த பீமன்; அறநெறி தவிர வேறு அறியாத தர்ம புத்திரன்-இத்தனை பேர் இருக்க, பலதாரமுடையவன், தங்களின் 'ஞானமாலிகா' சொற்படி, களத்திலே உதறலெடுத்த காண்டீபனுக்குப் பகவான் கீதையருளிப் பேருருக் காட்டியது ஏன்?

பதில் : எந்த நேரத்தில் யாருக்குச் சொல்ல வேண்டுமோ, அந்த நேரத்தில் அவருக்குச் சொல்வதுதான் உபதேசம். போரிலே மயங்கியவன் அர்ஜுனன், பீஷ்மரோ, விதுரரோ, கர்ணனோ, தர்மனோ, பீமனோ அல்ல. நீங்கள் மயங்கியவன் முகத்தில் தண்ணீர் தெளிப்பீர்களா? அதைப் பார்த்துக்கொண்டு இருப்பவன் முகத்தில் தெளிப்பீர்களா? பீஷ்மரை எழுப்ப வேண்டிய நேரம் கண்ணனுக்கு வந்திருந்தால், ஒரு 'பீஷ்ம உபதேசம்' பிறந்திருக்கும். பள்ளிக்குப் போகும் பிள்ளைக்குத்தான் தாயார் 'பென்சில்' கொடுப்பாளே தவிர, படுத்துத் தூங்குகிற பிள்ளைக்கல்ல. ஒரு உயரமான இடத்தில் ஏறி நின்று கொண்டா எல்லாரையும் அழைத்துக் கண்ணன் உபதேசம் செய்தான்? இடம் நோக்கிப் பொருள் கொள்ளுங்கள்.

பகவத் கீதை

<u>*கதி.சுப்பிரமணியம்-காரைக்குடி.*</u>

கேள்வி : சிவனையும், முருகனையும், அம்மனையும் நாங்கள் வழிபட்டு வருகிறோம். ஆனால், 'பகவத் கீதை'யில் கண்ணன், 'பிற தெய்வங்களை நம்பிக்கையோடு வழிபடும் பக்தர்களும் என்னையே தான் வழிபடுகின்றனர்; ஆனால் முறைக்கு மாறானது அது' என்று அர்ஜுனனிடம் கூறுகிறார். எங்கள் தெருவில் இருக்கும் தபால் பெட்டியில் கடிதம் போட்டாலும், அது கடைசியில் தலைமைத் தபால் நிலையத்திற்குப் போய்விடும் என்ற நம்பிக்கையுடன், நமக்குப் பிடித்த தெய்வங்களின் உருவங்களை வைத்து வழிபட்டு வருகிறோம். நமது பிரார்த்தனைகளும், எண்ணங்களும் கடைசியில் கண்ணனிடமோ அல்லது சிவனிடமோ சென்று விடுகிறது என்று நம்பி வழிபட்டு வருகிறோம். இது தவறு என்று கண்ணன் கூறுகிறான். எப்படித் தவறாகும்?

பதில் : அதே 'பகவத் கீதை'யில் பகவான், 'எந்தத் தெய்வத்தை நீ வழிபட்டாலும் அந்தத் தெய்வத்தின் மூலம் நானே உதவுகிறேன்' என்கிறானே, அதை நீங்கள் படித்தீர்களா? பகவான் கருத்து, உங்களுடைய கருத்துக்கு விரோதமாக இல்லையே!

<u>*ஆஜா-சென்னை-61*</u>

கேள்வி : உலக மாயையிலிருந்து விடுபட்டு, ஞானம் பெறுவதற்குரிய வழியைக் 'கீதை'யின் மூலம் உலகுக்கு உரைத்த கண்ணனை, 'ஞானக் கண்ணன்' என்று அழைப்பதை விடுத்து, மாறாக, 'மாயக் கண்ணன்' என்று அழைப்பது ஏன்?

பதில் : அவன் ஞானத்தை மாயமாகச் செயல்படுத்தியவன்; அவனது வீரம், விளையாட்டு அனைத்துமே மாயம். வெறும் ஞானக் கண்ணன் என்றால், அது அவனது மற்றக் குணங்களைக் குறிக்காதே?

<u>*ஏ.எஸ்.தேசிகாச்சாரி-மதுரை.*</u>

கேள்வி : பகவத் கீதையில், 'கடமையைச் செய்து, பலனை ஈஸ்வர அர்ப்பணமாக்கி விடு; பலனை எதிர்பார்க்காதே' என்று பகவான் கூறுகிறார். பலனை ஈஸ்வர அர்ப்பணம் செய்தலென்பது எதன் பொருட்டெனில், மேற்சொன்ன பலனை எதிர்பார்க்காததால், 'ஈஸ்வரனை அடைந்து நற்கதி பெறலாம்' கண்ணனை அடைந்து விடலாம்' என்ற பலனை எதிர்பார்த்துத்தான் என்று ஆகிறது; அப்படிப் பார்க்குமிடத்து, 'பலனை எதிர்பார்க்காதே, பலனைத்

துறந்து விடு' என்பது எங்ஙனம் சாத்தியமாகும்? விளக்கம் தர வேண்டுகிறேன்.

பதில் : நீங்கள் புரிந்து கொண்ட முறையிலுள்ள தவறு இது. 'பலனை அர்ப்பணித்து விடு' என்பதும், 'எதிர் பார்க்காதே' என்பதும் பலனை அடையாதே என்று கூறுவதல்ல. 'எதையும் எதிர் பார்க்காமல் இருந்தால் வருவதில் மகிழ்வாய்' என்பதாகும். ஐம்பதை எதிர்பார்த்து, இருபதை அடைந்தால் துக்கம்; ஒன்றையும் எதிர்பார்க்காமல், இருபது கிடைத்தால், சந்தோஷம். அதே பகவான், அதே கீதையில் 'இயற்கையாக வரும் லாபத்தில் மகிழ்ச்சியடை' என்று சொல்வதை மறக்க வேண்டாம்.

ஈ.திருவேங்கடம்-திருநெல்வேலி.

கேள்வி : வேண்டாத காட்சிகளைப் பார்க்காமல் இருக்கக் கண்களை மூடினால் போதும். வேண்டாத எண்ணங்களை எண்ணாமல் இருக்க ஏதாவது வழி...?

பதில் : பகவத் கீதை 'தியான யோகம்' படியுங்கள். தெளிவாகப் புரிவதற்கு என் உரையைப் படியுங்கள். (தன்னைப் புகழ்தலும் தகும் புலவோர்க்கே...!)

கே.மாதவன்-பெரியார்பாளையம்

கேள்வி : 'வேள்விகளையும் தவங்களையும் அனுபவிப்பவன் நானே; ஏழுலகிற்கும் இறைவன் நானே; பஞ்ச பூதங்களுக்கும் நண்பன் நானே; எவன், இவையெல்லாம் 'நான்' என்று அறிகிறானோ, அவனே நிம்மதியடைகிறான்' என்று கீதையில் கண்ணன் அருளியிருப்பதாகக் குறிப்பிடப்பட்டுள்ளது. அப்படியெனில் 'சிவன்' யார்? விளக்கம் தேவை.

பதில் : 'சிவம்' என்பது 'ஸ்வம்' அதனால்தான் அவனுக்குச் 'சுயம்பு' என்று பெயர். தோன்றும் காட்சிகளெல்லாம் சிவம்; இயங்கும் இயக்கங்களெல்லாம் விஷ்ணு. சிவம் தொழிற்சாலை என்றால், விஷ்ணு மின்சாரம். விஷ்ணு குலத் தோன்றல் கிருஷ்ணன், மோட்டார் காரைச் சிவன் செய்தான். அதை ஓட்டுகிறான் கிருஷ்ணன்.

வி.எஸ்.நவமணி-மதுரை.

கேள்வி : 'மகிமையும், அழகும், வலிமையும் உடையது எது எதுவோ, அதெல்லாம் என் பிரபையின் ஒரு பகுதியில் உண்டானது என்று அறிக' என்பது கீதையின் மொழியாக இருக்கையில், குடிகாரனும் குடிப்பொருளும், கொலைகாரனும் கொலை செய்யப்படுபவனும் அவனாகவே ஆவது எங்ஙனம்?

பதில் : ஸ்தூலத்தில் இரண்டிலும் அவன் இருக்கிறான். ஆனால் செயலாக்கத்தில் மட்டும் மகிமையில் அவன் இருக்கிறான்;

கொடுமையில் இல்லை. நான் குறிப்பிட்டது அவன் இருக்கும் இடங்களையே; நடத்தும் காரியங்களையல்ல.

வி.கௌசல்யாமணாளன்-திருவையாறு.

கேள்வி : சாதாரணமாக உபதேசம் செய்பவர்கள் உயர்ந்த இடத்திலும், உபதேசம் பெறுபவர்கள் தாழ்ந்த இடத்திலும் இருப்பதுதான் உலக இயல்பு. பிரணவ மந்திரத்தை உபதேசம் செய்ய வந்த முருகப் பெருமான், தன் தந்தை என்றும் பாராமல், உயர்ந்த இடத்திலிருந்துதான் மந்திரத்தை உபதேசம் செய்ததாக உணர்கிறோம். ஆனால் கண்ணன் மட்டும் தாழ்ந்த இடத்திலிருந்து உயர்ந்த இடத்திலுள்ள பார்த்தனுக்குக் கீதையை உபதேசம் செய்ததின் தத்துவ விளக்கம் என்ன?

பதில்: கற்றவர்கள் எந்த இடத்தில் இருந்தாலும் உபதேசிக்கலாம். இல்லாதவர்கள், எவ்வளவு உயரத்தில் இருந்தாலும், அதைக் கைகட்டிக் கொண்டு கேட்க வேண்டியவர்களே! பணக்கார வீட்டுப் பிள்ளைகளுக்குப் பாடம் சொல்லுகிற வாத்தியார், எவ்வளவு பயந்து கொண்டும், தாழ்ந்து நின்றும் சொல்லுகிறார் என்பது உங்களுக்குத் தெரியுமா? கண்ணன் வாழ்ந்த இடமும், நின்ற இடமும் தாழ்ந்த இடம் என்றாலும், அவனது ஆன்மா, தெய்வீக ஆன்மா; பார்த்தனது ஆன்மா, பலவீன மனிதனது ஆன்மா. நீங்கள் கவனிக்க வேண்டியது ஆட்களின் இடத்தையல்ல; ஆன்மாவின் இடத்தையே!

டி.கே.விஸ்வநாதன்-சேலம்.

கேள்வி : வெண்ணெய் திருடி உண்டு, இடைச்சியர்களிடம் மாட்டிக்கொண்டு அவதிப்பட்ட கண்ணன் ஒரு மண்டு. வெண்ணெய்க்குப் பதிலாகப் பாலாகவே திருடிச் சாப்பிட்டிருந்தால், 'பூனைதான் பாலைக் குடித்துவிட்டுப் போயிருக்குமோ?' என்று எண்ணி இடைச்சியர்கள் ஏமாந்து போக வாய்ப்பு இருந்திருக்கக் கூடும் என்று என் நண்பன் கூறுகிறான்.

பதில் : தான் திருடுவது தெரிய வேண்டும் என்று தெரியவே திருடியவன் கண்ணன். அது திருட்டல்ல; லீலை,நானும், நீங்களும் திருடினால் பாலாக மட்டுமா திருடுவோம்? மாடாகவும் திருடுவோம்.

கேள்வி : குளித்துக்கொண்டிருந்த கோபியர் குலப் பெண்களின் சேலைகளைத் திருடி, அப்பெண்களை அவஸ்தைக்குள்ளாக்கிய கிருஷ்ணனும், திரௌபதியின் சேலை, துரியோதனாதிகளால் உரியப்படும் தருணம், அவளின் மானத்தைக் காக்கும் பொருட்டு, வேண்டிய அளவு துகில் அளித்தருளிய கிருஷ்ணனும் ஒரே கிருஷ்ணன் தானா?

பதில் : முதல் கிருஷ்ணன், லீலாநதி; இரண்டாவது கிருஷ்ணன், தயாநிதி.

திருக்குறள்

கோ.நெடுஞ்செழியன்-மேலைச்சேரி.

கேள்வி : காமத்துப்பால் உரையில், 1253-ஆவது குறளில், 'தும்மல் குறிப்பின்றித் தோன்றுவது போலவே காமமும் தோன்றி விடுகிறது, தும்மலை மறைக்க முடியாதது போலவே காதலையும் மறைக்க முடியாது' என்ற தெளிவான பொருளை விட்டுவிட்டு, 'தும்மல் போல்' என்பதற்குத் 'தும்மல் வழியாக' என்று பொருள் கொண்டிருக்கிறீர்கள். இது போன்ற தடுமாற்றம் இல்லாமல், குறள் முழுமைக்கும் தாங்கள் எழுதும் உரை எப்போது வெளிவரும்?

பதில் : 'தும்மல் போல்' என்பதற்குத் 'தன்னை அறியாமல் வெளிவரும் ஒன்று' என்று பொருள் கொள்கிறார்கள். அதே பொருளைத் 'தும்மல் வழியாக' என்ற சொல்லுக்கும் கொள்ளலாம். 'தும்மலைப் போல, குறிப்பின்றித் தோன்றுவது' அல்லது 'தும்மல் காட்டிய வழியில் குறிப்பின்றித் தோன்றுவது' 'வழியாக' என்பதற்கு அதுதான் பொருள்.

திருக்குறள் முழுமைக்கும் உரை எழுதிக் கொண்டிருக்கிறேன். சுமார் 300 குறள்களுக்குப் பரிமேலழகரோ, மணக்குடவரோ, காளிங்கரோ, வரதராசனாரோ சொல்லாத உரைகளையும் சொல்லி இருக்கிறேன். உதாரணங்கள் சில:

'அகர முதல எழுத்தெல்லாம் ஆதி
பகவன் முதற்றே உலகு'

-என்பதற்கு எனது பொருள்

அகர முதல எழுத்தெல்லாம் உலகு ஆதல் பகவன் முதற்றே; அதாவது எழுத்துகள் சூரியன் உதித்த பிறகே வழங்கப்படுகின்றன; எழுதப்படுகின்றன; அந்நாளைய நிலை அதுதான். இல்லையென்றால், எழுத்து உலகம் ஆவது பகவனைக் கொண்டது- ஈஸ்வரனைக் கொண்டதுதான் என்று பொருள் வர முடியாது.

'பகவு' என்றால் 'ஒளி' 'அன்' என்பது விகுதி. பகவன் என்றால் 'ஒளியின்' 'கதிரவன்' 'சூரியன்' தோன்றிய பிறகே எழுத்தும் பேச்சும் ஆரம்பமாகின்றன; இது என் பொருள்!

'பகவன்' என்பதற்கு நிகண்டிலே, 'பகவனே ஈசன், மாயோன், பங்கயன், சிவன், புத்தன்' என்று சொல்லப்படுகிறது. 'பகவன்'

என்றதற்கு 'ஈஸ்வரன்' என்று பொருள் கொண்டால், புத்தனையும் அதில் சேர்க்க வேண்டியிருக்கும், மகாவீரரையும் அதில் சேர்க்க வேண்டியிருக்கும்; ஆகவே, 'சூரியன்' என்று நான் பொருள் கொண்டேன். அடுத்து,

'தேரான் தெளிவும் தெளிந்தான் கண் ஐயுறவும்
தீரா இடும்பை தரும்'

என்றொரு குறள். இதற்கு எல்லா உரையாசிரியர்களும் ஒரே பொருள் கொள்கிறார்கள். அதாவது, 'ஒருவனைத் தெரிந்து கொள்ளாமலேயே நல்லவன் என்று முடிவு கட்டுவதும், தெளிவாகத் தெரிந்த ஒருவன் மீது சந்தேகப்படுவதும் தீராத துன்பத்தைத் தரும்' என்கிறார்கள்.

ஆனால் நான் சொல்லும் பொருள்: 'ஒரு கல்வியிலும் தேராதவன், தெளிந்தவன் போல் பேசுவதும், எல்லா விஷயங்களையும் தெளிவாகக் கற்றவன் எல்லாவற்றிலும் சந்தேகப்படுவதும் தீராத துன்பத்தைத் தரும்' என்பதாகும்.

இப்படி, புதிய பொருள் மட்டுமல்ல, சில அதிகாரங்களில் வரும் குறள்களை வேறு அதிகாரங்களுக்கு மாற்றியும் இருக்கிறேன்.

உதாரணமாக: 'கள் உண்டால்தான் இனிமை தரும், காமம் கண்டாலே இனிமை தரும்' என்ற பொருளில், மூன்று குறள்கள் மூன்று இடங்களில் வருகின்றன; மூன்றையும் ஒரே அதிகாரத்திற்குக் கொண்டு வருகிறேன். அதன்றியும், 'அறத்துப் பா'லில் உள்ள சிலவற்றைப் 'பொருட்பா'லுக்கு மாற்றுகிறேன்; எத்தனை புலவர்கள் கூடும் சபையிலும் அதை வைக்க நான் தயார்!

கவிஞர் இடிமுரசு-சென்னை-14

கேள்வி :

'காலத்தினாற் செய்த நன்றி சிறிதெனிதும்
ஞாலத்தின் மாணப் பெரிது'

என்ற குறளுக்குத் தாங்கள் தரும் விளக்கம் என்ன?

பதில் : பசித்த நேரம் சோறு போடுதல், துன்பம் வரும்போது கை கொடுத்தல், அவசரத்தில் உதவுதல், 'இப்போது இது கிடைக்காதா' என்று ஏங்குகிறவனுக்கு அப்போது அதைக் கொடுத்தல்-இவையெல்லாம் காலத்தால் செய்யும் உதவிகள். பசி இல்லாத போது பதினாறுவகைக் காய்கறிகள் வைத்துச் சோறு போடுவதைவிட, 'பசித்த போது போடுகிற பழைய சோறு விலைமதிப்பில்லாதது; அதற்கு உலகமே ஈடாகாது.'

கண்ணதாசனின்

செல்விப்பிரியன்-போளூர்.

கேள்வி : 'செவிக்கு உணவு இல்லாதபோது சிறிது வயிற்றுக்கும் ஈயப்பட வேண்டும்' என்று வள்ளுவர் கூறுகிறார். 'பசி வந்தால் பத்தும் பறந்தோடும்' என்பதை அவர் நினைவில் கொண்டாரா? என்று என் நண்பன் கேட்கிறான்.

பதில் : உங்கள் நண்பன் சங்கீத ஞானம் இல்லாதவன். பசி வந்தால் பறந்தோடக் கூடிய பத்தில் சங்கீதம் இல்லை. நான் பசி தாங்காதவன். சங்கீதத்தில் உட்கார்ந்து விட்டால் பசியை அறியாதவன்.

திசையன்விளை முத்து-மதுரை.

கேள்வி : மனித குலச் சிக்கல்களுக்குப் பெரிதும் வழிகாட்டுவது திருக்குறளா? மார்க்சிசமா?

பதில் : எல்லா வகையான சிக்கல்களுக்கும் திருக்குறள், பொருளாதாரச் சிக்கலுக்கு மட்டுமே மார்க்சிசம்.

மேனா முருகப்பன்-பெங்களூர்.

கேள்வி :

'நிழலாடும் கிண்ணமே நீயுள்ளவரை என்னை
நெருங்காது மரண பயமே!'

-இது உங்கள் கூற்று

'எஞ்ஞான்றும் கள் உண்போர்
செத்தாருள் வைக்கப் படும்.

-குறள்

இரண்டையும் ஒப்பு நோக்கி உங்கள் கருத்தை எழுத வேண்டுகிறேன்.

பதில் : ரத்தத்தில் திமிர் இருந்த போது முதற் கருத்தைப் பாடினேன். இப்போது அது செத்துப் போய்விட்டது; இரண்டாவது கருத்தை ஏற்றுக் கொள்கிறேன்.

அன்பாழி-பெரியமதியாக் கூடலூர்.

கேள்வி :

"நுண்ணிய நூல்பல கற்பினும் மற்றும் தன்
உண்மை அறிவே மிகும்.''

என்று பாடியுள்ளார் திருவள்ளுவர். உண்மையில் மனிதருள் உறங்கிக்கிடக்கும் உண்மை அறிவைத் தட்டி எழுப்பி,

விழிப்படையச் செய்ய நூல்கள்தானே தலையாய பொறுப்பேற்கின்றன! பின்பு அவர் எப்படி இவ்வாறு கூறப் போந்தார்?

பதில் : நீங்கள் சொல்வதுதான் தவறு. 'உண்மை அறிவு' என்று அவர் சொல்லுவது சுபாவத்தை. 'எவ்வளவுதான் கற்றுத் தேர்ந்தாலும், ஒருவனது சுபாவம் போகாது' என்பதுதான் வள்ளுவர் வாதம். கிராமியப் பாணியில் சொன்னால், 'நாய் வாலை நிமிர்த்த முடியாது' என்பதே அது.

கவிஞர் இடிமுரசு-சென்னை.14

கேள்வி :

'கண்ணொடு கண்ணினை நோக்கொக்கின் வாய்ச்சொற்கள்
என்ன பயனும் இல.'

'எண்ணரும் நலத்தினாள் இணைய நின்றுழி
கண்ணொடு கண்ணினைக் கவ்வி ஒன்றையொன்று
உண்ணவும் நிலைபெறாது உணர்வும் ஒன்றிட
அண்ணலும் நோக்கினான், அவளும் நோக்கினாள்'

மேலே கண்ட வள்ளுவன் குறளுக்கும் கம்பன் பாட்டிற்கும் உள்ள வித்தியாசம் என்ன?

பதில் : அங்கேயும் கண்கள் பார்க்கின்றன. வாய் வார்த்தைக்கு வேலை இல்லை. இங்கேயும் அதே நிலைதான். இரண்டுக்கும் ஒற்றுமை இருக்கிறதே தவிர, வித்தியாசமில்லை.

மகாலிங்கம்-கொன்றைக்காடு.

கேள்வி : 'ஊடலில் தோற்றர் வென்றார்' என்னும் வள்ளுவர் வாய்மொழியை விளக்குக.

பதில் : ஊடலிலே தோற்றவர்கள் பலவீனமடைகிறார்கள். வென்றவர்கள் பலசாலியாகிறார்கள். காமத்தில் பலசாலிதானே சுவையை அதிகப்படுத்துகிறான்; பலவீனமானவர்கள்தானே அதை அனுபவிக்கிறார்கள். யார் அதிகம் அனுபவிக்கிறார்களோ, அவர்கள் வென்றவர்கள்தானே!

நாகலூர் இரா.நாகசுந்தரம்-நெட்டப்பாக்கம்

கேள்வி : 'துன்பங்களிலிருந்து விடுதலை' (அர்த்தமுள்ள இந்துமதம் 4-ஆம் பாகம்) எனும் நூலில் 74 ஆம் பக்கத்தில் 'ஏழு பிறப்பு' என்பது தவறான வாதம் 'ஏழு பிறப்பு' என்ற வள்ளுவன் வார்த்தைக்கு, 'எழுகின்ற ஒவ்வொரு பிறப்பும்' என்று பொருள் என்று எழுதியிருக்கிறீர்கள்.

'ஒருமைக்கண் தான்கற்ற கல்வி ஒருவர்க்கு
எழுமையும் ஏமாப் புடைத்து'

எனும் குறளுக்குத் தாங்கள் கூறும் வண்ணம் பொருள் கொள்ளலாம். ஆனால்,

'எழுமை எழுபிறப்பும் உள்ளுவர் தங்கண்
விழுமம் துடைத்தவர் நட்பு'

எனும் குறளுக்கு உங்கள் பொருள் எவ்வாறு பொருந்தும்?

பதில் : இதில், 'எழுமாறு எழும் பிறப்பு-எழும் போதெல்லாம் எழுந்து நிற்கும் பிறப்பும்' என்று பலவாறாகப் பொருள் கொள்ள இடம் உண்டு. நான், 'தலைமுறை ஏழு என்பது தவறு' என்றேன்; 'பிறப்பு ஏழுதான்' என்பதைத் தவறு என்றேன். உங்கள் கருத்துப்படி, 'எழு பிறப்பு' என்பதற்கு, 'ஏழு பிறப்பு' என்று பொருள் கொண்டால், 'எழுமை' என்பதற்கு நீங்கள் என்ன பொருள் கொள்கிறீர்கள்? இதனை, 'எழுமாறு எழும் பிறப்பு' என்பதே பொருந்தும்.

கவிஞர் கண்ணதாசனின்
ஒலிப் புத்தகங்களை,
அரிய சொற்பொழிவுகளைக்
கண்டு கேட்டு மகிழுங்கள்.

கவிஞர் கண்ணதாசனின்
தத்துவப் பாடல்கள்
இப்போது உங்கள் கைபேசியில்
(Google Playstore)

Now available on all digital platforms

AHM Bind Vol.
Ebook Edition
Google Playstore

AHM Bind Vol.
Ebook
Kindle Edition

Arthamulla Indhu
Matham 2 & 3 in
Kavingar's Own voice
in Audio CD format

Website link
Kannadhasan
Pathipppagham

www.kannadasan.co.in